AF850487

அடிப்படைவாதங்களின்
மோதல்

சிலுவைப் போர், ஜிகாத், நவீனத்துவம்...

மத அடிப்படைவாதத்திற்கும் 'உலகை ஒழுங்குப்படுத்த' உறுதி கொண்டிருக்கும் ஒரு ஏகாதிபத்திய அடிப்படைவாதத்திற்கும் இடையிலான மோதலில், இரண்டையும் எதிர்க்க வேண்டியது தேவை எனக் கூறும் தாரிக் அலி, உலகறிந்த இடதுசாரி பத்திரிகையாளர். பாகிஸ்தானில் பிறந்து தற்போது இங்கிலாந்தில் வாழ்பவரும் 1968ஆம் ஆண்டு பாரிசில் நடைபெற்ற மாணவர் போராட்டத்தின் கதாநாயகர்களில் ஒருவருமான தாரிக்அலி, இஸ்லாமின் தோற்றத்தில் துவங்கி இன்றைய நிலை வரையிலான சுமார் 1300 ஆண்டு கால வரலாற்றின் ஒரு குறுக்கு வெட்டு சித்திரத்தோடு, இன்றைய அடிப்படைவாதங்களின் மோதலின் அரசியல், பொருளாதார, பண்பாட்டுப் பின்னணிகளை இந்த நூலில் விளக்குகின்றார். மெல்லிய நகைச்சுவையும், ஆழமான மனிதாபிமானமும் இழையோடும் இவரது ஆங்கில நடையை, சுவை குன்றாமல் தமிழாக்கம் செய்துள்ளார் கி.ரமேஷ். மொழிபெயர்ப்பை மேம்படுத்திய சகஸ்ரநாமம், மருதன், சுகுமார் (FMRI) மெய்ப்புத்திருத்தம் செய்த பா.ஜீவசுந்தரி, தமிழில் பதிப்பிக்க உரிமை வழங்கிய தாரிக்அலி ஆகியோருக்கும் நன்றி.

அடிப்படைவாதங்களின் மோதல்

சிலுவைப் போர், ஜிகாத், நவீனத்துவம்...

தாரிக் அலி

தமிழில்: கி. ரமேஷ்

பாரதி புத்தகாலயம்

ADIPPADAI VAATHANKALIN MODHAL (In Tamil)

TARIQ ALI

Translated by **K. Ramesh**
Originally Published under the Title 'The Clash of Fundamentalisms: Crusades, Jihads and Modernity', Published by Verso 2002

Published by
BHARATHI PUTHAKALAYAM
7, Elango Salai, Teynampet, Chennai - 600 018
Email: thamizhbooks@gmail.com | www.thamizhbooks.com

First Published: December, 2013

அடிப்படைவாதங்களின் மோதல்: சிலுவைப் போர், ஜிகாத், நவீனத்துவம்...
தாரிக் அலி
தமிழில்: கி.ரமேஷ்
முதல் பதிப்பு: டிசம்பர், 2013

பாரதி புத்தகாலயம்

7, இளங்கோசாலை, தேனாம்பேட்டை, சென்னை - 600 018
தொலைபேசி : 044-24332424, 24332924, 24356935

விற்பனை நிலையம்
திருவல்லிக்கேணி: 48, தேரடி தெரு
வடபழனி: பேருந்து நிலையம் எதிரில் அடையார் ஆனந்தபவன் மாடியில்
பெரம்பூர்: 52, குக்ஸ் ரோடு | **ஈரோடு:** 39, ஸ்டேட் பாங்க் சாலை
திண்டுக்கல்: பேருந்து நிலையம் | **நாகை:** 1, ஆரியபத்திரபிள்ளை தெரு
திருப்பூர்: 447, அவினாசி சாலை | **திருவாரூர்:** 35, நேதாஜி சாலை
சேலம்: பாலம் 36/1 அத்வைத ஆஸ்ரமம் சாலை, | **சேலம்:** 15, வித்யாலயா சாலை
மயிலாடுதுறை: ரசாக் டவர், 1/,கச்சேரி சாலை | **புதுக்கோட்டை:** வடக்கு ராஜா வீதி
மதுரை: 37A, பெரியார் பேருந்து நிலையம் **அருப்புக்கோட்டை:** 31, அகமுடையார் மகால்
மதுரை: சர்வோதயா மெயின்ரோடு, | **குன்னூர்:** N.K.N வணிகவளாகம் பெட்போர்ட்
செங்கற்பட்டு:1 டி., ஜி.எஸ்.டி சாலை | **விழுப்புரம்:** 26/1, பவானி தெரு
திருநெல்வேலி: 25A, ராஜேந்திரநகர் | **விருதுநகர்:** 131, கச்சேரி சாலை
கும்பகோணம்: 352, பச்சையப்பன் தெரு | **நெய்வேலி:** பேருந்து நிலையம் அருகில்
வேலூர்: S.P. Plaza 264, பேஸ் II, சத்துவாச்சாரி | **விருதாசலம்:** 511A, ஆலடி ரோடு
தஞ்சாவூர்: காந்திஜி வணிக வளாகம் காந்திஜி சாலை | **தேனி:** 12,பி, மீனாட்சி அம்மாள் சந்து, இடமால் தெரு | **கடலூர்:** பாரதி பஜார், பழைய அண்ணா மேம்பாலம்
கோவை: 77, மசக்காளிபாளையம் ரோடு, பீளமேடு | **திருச்சி:** வெண்மணி இல்லம், கரூர் புறவழிச்சாலை | **திருவண்ணாமலை:** முத்தம்மாள் நகர்,
நாகர்கோவில்: கேவ் தெரு, டோத்தி பள்ளி ஜங்ஷன் | **பழனி:** பேருந்துநிலையம்
சிதம்பரம்: 22A/ 18B தேரடி கடைத் தெரு, கீழவீதி அருகில்
மன்னார்குடி: 12, மாரியம்மன் கோவில் நடுத்தெரு, கீழப்பாலம்

கடந்த பதினைந்து ஆண்டுகளாக 'இஸ்லாம் குறித்து ஐந்து தொகுதிகள் கொண்ட' எனது நாவலை உருவாக்கிக் கொண்டிருந்த போது, முல்லாக்கள், மத நம்பிக்கையற்றோர் மற்றும் இஸ்லாமிய வரலாற்றில் துருத்திக்கொண்டு நிற்கும் நரம்புகள் போன்று இருக்கும் கருத்து மாறுபாடு, பாலுணர்வு குறித்த கருத்துக்கள் பற்றி சிந்தித்துக் கொண்டிருந்தேன். அந்தப் புத்தகத்தின் தலைப்பு 'முல்லாக்களும், நம்பிக்கையற்றோரும்' என்பதாகும். ஆனால் தலைப்பின் முதல் பகுதி எனது அனுமதியின்றியே செப்டம்பர் 11, 2001 அன்று நியூயார்க்கிலும், வாஷிங்டனிலும் பெரும் குழப்பத்தை ஏற்படுத்த முடிவெடுத்து விட்டது. எனவே சற்றே வேறு வகையான புத்தகம் தேவையென நான் முடிவெடுத்தேன். இஸ்லாமிய அடிப்படைவாதிகளின் அச்சம் மிகுந்த நினைவுகளை மட்டும் விவாதிப்பது இனியும் போதுமானதல்ல, அமெரிக்க ஜனாதிபதி ஜார்ஜ் டபிள்யூ. புஷ் பொதுக்களத்தில் ஒரு முக்கியமான கேள்வியை எழுப்பினார். அதற்கு அவர் அளித்த பதிலே சற்று ஒப்புக்கொள்ள முடியாததாக இருந்தாலும் அவர் அந்தக் கேள்வியைக் கேட்டார். 2001 அக்டோபர் 12 அன்று நடந்த ஒரு பத்திரிகையாளர் சந்திப்பில் 273 மில்லியன் அமெரிக்க மக்களின் தலைவர் கூறினார்: "சில இஸ்லாமிய நாடுகளில் அமெரிக்க மக்கள் மீது கடும் வெறுப்புணர்வு உள்ளதைப் பார்க்கும்போது நான் எப்படி பதிலளிக்கிறேன்? எனது பதில் என்னவென்பதை உங்களிடம் கூறுகிறேன். நான் திகைத்துப் போகிறேன். என்னால் அதை நம்பவே முடியவில்லை. ஏனெனில் நாம் எவ்வளவு நல்லவர்கள் என்பது எனக்குத் தெரியும்."

இந்த அடிப்படையான நம்பிக்கையைத்தான் ஏராளமான அமெரிக்கக் குடிமக்கள் பகிர்ந்து கொள்கின்றனர். இது வழக்கத்துக்கு மாறானதல்ல. முந்தைய நூற்றாண்டுகளின் வலிமையான பேரரசுகள் தமது குடிமக்களின் கோபத்தை ஒருபோதும் உணர்ந்ததில்லை. அமெரிக்கப் பேரரசு மட்டும் ஏன் வேறுவிதமாக இருக்க வேண்டும்? பேரரசு 'நல்லது' என்று பெரும்பாலான உலகம் ஏன் பார்க்க மறுக்கிறது என்பதை விளக்க முயலும் ஒரு முயற்சிதான் இந்தப் புத்தகம். மத அடிப்படைவாதத்துக்கும் 'உலகை ஒழுங்குபடுத்த' உறுதி கொண்டிருக்கும் ஒரு ஏகாதிபத்திய அடிப்படைவாதத்துக்கு மிடையிலான மோதலில் இரண்டையும் எதிர்க்க வேண்டியது தேவை. மத அடிப்படைவாதமென்பதே நவீனத்தின் உற்பத்திதான்.

சிந்திக்கும் சுதந்திரமும், கற்பனையும் தண்டனை அல்லது மரணத்தைப் பெற்றுவிடும் பயமின்றி வெளியிடக்கூடிய ஒரு இடத்தை இஸ்லாமிய உலகிலும், மேற்கிலும் உருவாக்க வேண்டும்.

இந்தப் புத்தகம் எழுதப்பட்டுக் கொண்டிருக்கும்போது, லண்டன் ரிவியூ ஆஃப் புக்ஸ் (Londan Review of Books) இதழில் இரண்டு சுருக்கங்கள் வெளிவந்தன. அந்த ‘London Review of Books’ ன் உதவி ஆசிரியர் ஜீன் மெக்நிகோல் ‘காஷ்மீரின் கதையிலிருந்து’ தான் கவனமாக உருவியெடுத்த ‘படைப்பாற்றலுக்கான பென்சிலை’ நான் மீண்டும் புகுத்தியதைக் கண்டு நிச்சயமாக மகிழ்ச்சியடைய மாட்டார். இராக் குறித்த ஒரு சிறிய ‘பத்தி நியூ லெஃப்ட் ரிவ்யூ’வின் தலையங்கத்தில் வெளியானது.

கேம்ப்ரிட்ஜ் பேராசிரியர் தாரிஃப் காலிதி அவர்கள் முற்கால இஸ்லாமிய வரலாறு பற்றிய பகுதியைப் படித்துக் கருத்துக் கூறியமைக்காக அவருக்கும், இரான் குறித்த பகுதியைப் படித்துக் கருத்துக் கூறிய ‘இரான் புல்லட்டின்’ மெஹ்தி கியாவுக்கும் என் நன்றி. எனது உறுதியான கருத்துக்களுக்கு அவர்கள் இருவரையும் பொறுப்பாக்கக்கூடாது.

இந்தப் புத்தகத்தை விரைவாகப் பதிப்பிக்க உதவிய ஜேன் ஹிண்டல், டிம் கிளார்க், ஸ்டீவ் காக்ஸ், ஃபியோனா பிரைஸ், காவின் எவரால், நீல்ஸ் ஹூப்பர் பீட்டர் ஹிண்டன், மொய்ரா ஆஷ் காராஃப்ட் ஆகியோருக்கும் எனது நன்றி

பிப்ரவரி 4, 2002 — தாரிக் அலி

முன்னுரை

மேன்மக்களின் மரியாதையானது அவர்களால் ஏற்படும் பயன் விளைவு, அவர்களுக்குக் கீழேயுள்ள மக்களுக்கும், ஏதுமற்றவர்களுக்கும் அவர்கள் செய்யும் உதவிகள் ஆகியவற்றைக் கொண்டு மதிப்பிடப்பட வேண்டும். அவர்கள் இழைக்கும் வன்முறைகள், அடக்குமுறைகள், காயப்படுத்தல்கள் போன்றவற்றின் தீவிரத்தன்மை குறைத்துக் காட்டப்படுவதில்லை, மாறாக மக்களின் மேன்மையில் அதிகப்படுத்தப்படுகிறது. ஏனெனில் அவற்றை இழைப்பதற்கு அவர்களுக்கு மிகக் குறைந்த தேவையே உள்ளது. மேன் மக்களிடம் காட்டப்படும் இந்தப் பாகுபாட்டின் விளைவுகள் இந்த முறையிலேயே செல்கின்றன. தண்டனையின்மை என்றால் அகந்தை; அகந்தை, வெறுப்பு; வெறுப்பு என்பது அனைத்து அடக்குமுறை மற்றும் அவமதிக்கும் மேன்மையைக் கீழிறக்கும் ஒரு பெரு முயற்சி.

–தாமஸ் ஹாப்ஸ், லெவியதான், 1651.

பெரும் சோகங்கள் ஏதோ வெற்றிடத்தில் நடப்பவை போல் எப்போதும் விவாதிக்கப்படுகின்றன. ஆனால் ஒவ்வொரு சோகமும் அதன் ஸ்தல, உலகளாவிய நிலைகளால்தான் உருவாகிறது. செப்டம்பர் 11, 2001 நிகழ்வும் இதற்கு விதிவிலக்கல்ல. நியூயார்க், வாஷிங்டன் மீதான தாக்குதலுக்கு யார் திட்டமிட்டார்கள்? எப்போது அது முதலில் துவங்கியது என்பதற்கெல்லாம் சரியான துல்லியமான ஆதாரம் எதுவுமில்லை. அந்த நாளில் என்ன நடந்தது என்பதைப் பற்றியதல்ல இந்தப் புத்தகத்தின் முதன்மையான நோக்கம். அவற்றையெல்லாம் ஏராளமான படங்களும் விவரிப்புகளும் கடந்த ஐம்பது ஆண்டுகளிலேயே இல்லாதபடி மிகவும் நேரடியாகவும், உலகளாவிய அளவிலும் சிறப்பான முறையிலும் மக்களிடம் எடுத்துச் சென்றுள்ளன. இந்த நிகழ்வுகளின் சூழல் அவற்றுக்கு முந்தைய வரலாறு, அறியாமையின் இலட்சியங்களைக் கொண்டாடுகின்ற, முட்டாள்தனமான ஒரு கூட்டத்தை உருவாக்குகின்ற, நாம் அனைவரும் ஒரு நுகர்வு சுவர்க்கத்தில் வாழ்கிறோம் என்று கருதித் தற்காலத்தை எந்த மாற்றமுமின்றி ஒரு நடைமுறையாக உயர்த்திப் புகழ்வதுமான ஒரு குறுகிய நோக்கமுடைய உலகைக் குறித்தும் நான் எழுத

விரும்புகிறேன். ஏமாற்றம், உணர்ச்சியின்மையை உருவாக்கும் ஒரு உலகம். அதன் காரணமாக அனைத்து விதமான தப்பிச் செல்லும் கற்பனைகளும் மேலிருந்து ஊக்குவிக்கப்படுகின்றன. சந்தை அடிப்படைவாதம் வந்தடைந்திருக்கும் வழியற்ற இடத்தின் அறிகுறியாக அர்ஜெண்டினாவில் அதிகரிக்கும் நெருக்கடி 2001 செப்டம்பர் 5 அன்று உச்சத்தை அடைந்தது. அது கண்டு கொள்ளப்படவில்லை. பல வர்க்கங்கள் இணைந்த ஒரு எழுச்சி அதைத் தொடர்ந்தது. 1 நாட்கள் இடைவெளியில் இரண்டு ஜனாதிபதிகள் வீழ்ந்தனர்.

செப்டம்பர் 11-ன் நிகழ்வுகளால் இந்த உலகின் சோம்பேறித்தனம் கடுமையாக உலுக்கப்பட்டது. அமெரிக்காவின் இராணுவ பொருளாதார வலிமையின் அடையாளங்கள் மீது நடந்த திட்டமிட்ட தீவிரவாதத் தாக்குதல், வட அமெரிக்காவின் முக்கிய நிலப்பகுதியின் பாதுகாப்பை மீறியது. பெண்டகனின் போர் விளையாட்டுக்களை வடிவமைப்பவர்கள் பயப்படவோ, கற்பனையோ கூடச் செய்திராத ஒரு நிகழ்வு அது. அதனால் ஏற்பட்ட மனோரீதியான தாக்கம் இதற்கு முன் ஏற்பட்டிராத ஒன்று. பேரரசின் கீழ் மக்கள் எதிர்த்தாக்குதல் நடத்தி விட்டனர்.

இஸ்லாமியர் அல்லாத உலகின் ஏராளமான மக்கள் நடந்த இந்த நிகழ்வைக் கண்டு ஏன் சற்றும் வருந்தவில்லை? 'அமெரிக்காவின் பிரதான உறுப்புகளின் மீது இறைவனான அல்லா தாக்கிவிட்டார்' என்ற உறைய வைக்கும் ஒசாமா பின்லேடனின் வார்த்தைகளைக் கேட்டுப் பலர் ஏன் கொண்டாடினர் என்று நான் கேட்க விரும்புகிறேன். நிகராகுவாவின் தலைநகரான மனாகுவாவில் மக்கள் அமைதியாக ஒருவரை ஒருவர் அணைத்துக் கொண்டனர். பிரேசிலின் ஆழ்ந்த தென் பகுதியில் இருக்கும் போர்டோ அலெக்ரேவில் நியூயார்க்கிலிருந்து பயணமாக வந்திருக்கும் ஒரு ஜாஸ் இசைக்கலைஞர் இளைஞர்கள் நிறைந்திருந்த ஒரு நடன அரங்கில் 'கடவுள் அமெரிக்காவை ஆசீர்வதிக்கட்டும்' என்ற பாட்டுடன் கச்சேரியைத் துவங்க வேண்டுமென்று வலியுறுத்தியபோது அந்த இளைஞர்கள் ஏன் கோபத்தில் வெடித்தனர். அந்தக் குழந்தைகள் 'ஒசாமா, ஒசாமா' என்று கோஷமிட்டு அதற்கு பதிலளித்தனர்! கச்சேரி ரத்து செய்யப்பட்டது. பொலிவியாவின் தெருக்களில் கொண்டாட்டம் நடைபெற்றது. அர்ஜெண்டினாவில் உள்நாட்டு இராணுவம் தமது குழந்தைகளை எப்போது 'மறைந்து போகச் செய்தது' என்பதைக் கண்டுபிடிக்கப் பல்லாண்டுகளாகப் போராடிக் கொண்டிருந்த தாய்மார்கள் அதிகாரப்பூர்வமாக ஏற்பாடு செய்யப்பட்டிருந்த இரங்கல் கூட்டத்தில் கலந்து கொள்ள மறுத்தனர். கிரேக்கத்தில் பெரும்பாலானவர்கள் இந்தத் தாக்குதலை ஆதரித்தனர் என

கருத்துக் கணிப்பை வெளியிடுவதை அரசு அமுக்கியது. கால்பந்து ரசிகர்கள் இரண்டு நிமிட நேரம் அஞ்சலி செலுத்த மறுத்தனர்.

பீகிங்கில் விஷயம் நள்ளிரவில் வந்து சேர்ந்ததால் அப்போது சில வெடிச்சத்தங்கள் மட்டும் கொண்டாடின. ஆனால் அதைத் தொடர்ந்த வாரத்தில் எதிர்வினை மிகவும் தெளிவாக இருந்தது. இருபத்து நான்கு மணி நேரத்துக்கு பொலிட்பீரோ முடிவெடுக்க முடியாமல் திணறியபோது, அதிகாரப்பூர்வ சீனச் செய்தி நிறுவனமான சின்குவா, செப்டம்பர் 11 நிகழ்ச்சியை முழுதாக ஹாலிவுட் இசையுடன் நிதானமாக அனுபவித்துப் பார்க்கும் வகையில் ஒளிபரப்பியது. இந்த நிகழ்ச்சிகள் குறித்த இரண்டாவது வீடியோ இந்த நிகழ்வுகளுடன் கிங்காங் மற்றும் அதுபோன்ற பேரழிவு திரைப்படங்களின் காட்சிகளுடன் கலந்து வெளியிடப் பட்டது. 'நியூயார்க்கர்' பத்திரிகை பேட்டி கண்ட பீஜிங் மாணவர்கள் வெளிப்படையாகத் தமது மகிழ்ச்சியை வெளியிட்டனர். அதிர்ந்து போன பத்திரிகையாளரிடம் பெல்கிரேடில் சீனத் தூதரகத்தின் மீது குண்டு வீசித் தாக்குதல் நடந்தபோது மேற்குலகு அதற்கு எதிர்வினையாற்றாததை அவர்களில் சிலர் சுட்டிக் காட்டினர். நியூயார்க்கில் மூவாயிரம் பேர் உயிரிழந்ததற்கெதிராக அங்கு ஆறு சீனர்கள்தான் உயிரிழந்தனர். அந்த மூவாயிரம் பேர் அளவுக்கு அந்த ஆறு பேரும் முக்கியமானவர்கள்தான் என மாணவர்கள் வலியுறுத்தினர்.

இத்தகைய எதிர்வினைகளை விளக்குவதன் தேவை என்பது செப்டம்பர் 2011-ல் நடந்த அக்கிரமத்தை நியாயப்படுத்தும் நோக்கத்தில் அல்ல. 'அவர்கள் நமது சுதந்திரம், நமது செல்வத்தின் மீது பொறாமை கொண்டதால்தான் நம் மீது வெறுப்புக் கொண்டுள்ளனர்' என்ற எளிமையான வாதத்தைத் தாண்டிச் செல்வதற்காகத்தான் இந்த முயற்சி. இந்த விஷயம் அவ்வளவு எளியதல்ல.

மக்கள் தமது உயிரையே தியாகம் செய்துவிடும் அளவுக்குத் தள்ளிவிடும் விரக்தியினை மட்டுமல்ல, ஆபத்தான புகழ்ச்சியையும் நாம் புரிந்து கொள்ள வேண்டும். மேற்கத்திய அரசியல்வாதிகள் காரணங்களை அறிந்து கொள்ளாமல் இருந்து கொண்டு, முன்போலவே செயல்படுவார்களேயானால், இந்த நிகழ்வுகள் மீண்டும் நடக்கும். தார்மீக ரீதியான கோபாவேசத்துக்குச் சிறிது மருத்துவ மதிப்பு உண்டு, ஆனால் அரசியல் உத்தி என்ற முறையில் அது உபயோகமற்றது. நேரத்தின் வேகத்தில், பழி தீர்க்கும் சிறிய மறைமுகப் போர்களும் மேலானவையல்ல. கொடுங்கோன்மையையும், அடக்குமுறையையும் அப்படிப்பட்ட முறைகள் மூலமாகவே எதிர்த்துப் போராடுவது, ஒரே நோக்கமுடைய, இரக்கமற்ற வெறியை அதே அளவு குறுகிய நோக்கத்துடனும், இரக்கமற்றும் எதிர்ப்பது

போன்றவை நீதியின் நோக்கத்தை முன்னெடுத்துச் செல்லவோ, அர்த்தமுள்ள ஜனநாயகத்தைக் கொண்டு வரவோ உதவாது. அது வன்முறைச் சூழலை நீட்டிக்கவே செய்யும்.

முதலாளித்துவம் ஒற்றைச் சந்தையை உருவாக்கியுள்ளது. ஆனால் அதனை முதலில் பதினெட்டாம் நூற்றாண்டில் தோன்றி, பத்தொன்பதாம் நூற்றாண்டில் நிறுவனமயமான, ஒன்றுக்கொன்று எதிரான இரு உலகங்களைப் பிரிக்கும் வேறுபாடுகளை அழிக்காமலேயே செய்துவிட்டது. புரட்சிகள் மூலமோ அல்லது தேசிய விடுதலைப் போர் மூலமோ அல்லது இரண்டையும் இணைத்தோ இந்தப் பிளவை மீறும் பல முயற்சிகளை இருபதாம் நூற்றாண்டு கண்டது. ஆனால் இறுதியில் முதலாளித்துவம் தான் மிகுந்த சுதந்திரமுடையதாகவும் அதிகம் மீண்டெழுவதாகவும் உள்ளதை நிரூபித்தது. அதன் வெற்றி இந்த உலகம் முதலானவற்றை முக்கியமாகச் செல்வம் வந்து சேருமிடமாக மாற்றி, கட்டுப்பாடற்ற இராணுவ அதிகாரத்தைக் கையில் வைத்திருக்கும் முதன்மை சக்தியாகவும் மாற்றிவிட்டது. கியூபா என்ற ஒரே விதிவிலக்கைத் தவிர இரண்டாம் உலகமானது, முதலாம் உலகுக்குச் சேவை செய்யக்கூடிய அல்லது அவர்களை அப்படியே பின்பற்றக்கூடிய அறிவுஜீவிகளால் ஆளப்படுகிறது. அரசியல் மற்றும் பொருளாதாரத்தின் இந்த முடிவு படுமோசமான விளைவுகளை உருவாக்குகிறது. அதிகாரம் மறுக்கப்பட்ட மக்களுக்குத் தமது பலவீனம் அடிக்கடி நினைவூட்டப்படுகிறது. மேற்கத்திய உலகில் பொதுவான எதிர்வினை என்னவென்றால், தினசரி வாழ்க்கையை ஆக்கிரமிக்கும் வழக்கமான செயல்பாடுகளில் மூழ்கி விடுவது. உலகின் பிற பகுதிகளில் மக்கள் கொதித்துப்போய் மேலும் மேலும் உதவியற்றவர்களாகவும் அமைதியற்றவர்களாகவும் உணர்கின்றனர். கோபம், விரக்தி நம்பிக்கையின்மை ஆகியவை பன்மடங்காகின்றன. அவர்கள் இனியும் அரசு உதவுமென்று காத்திருக்க முடியாது. சட்டங்கள் வசதி மிக்கவர்களுக்குச் சாதகமாக உள்ளன. எனவே அவர்களில் அதிகமான விரக்தியில் இருப்பவர்கள், அதிகமான அர்த்தமுள்ள வாழ்க்கையைத் தேடியோ அல்லது இயந்திரத்தனமான வாழ்க்கையை உடைக்க விரும்பியோ, தமது சொந்தச் சட்டங்களின் கீழ் வாழத் தலைப்படுகின்றனர். இதை விரும்பி வருபவர்கள் எப்போதும் குறைவானவர்களாக இருக்க மாட்டார்கள். இந்தச் செயலின் பிரச்சாரம் - வலுவானவர்களுக்கு பலவீனமானவர்கள் செலுத்தும் அஞ்சலி-வந்து சேரும். இனியும் காது கொடுத்துக் கேட்காத உலகுக்கும், உள்ளுக்குள்ளேயே மாறக்கூடியவர்களாக ஆகிவிட்ட அரசியல்வாதிகளுக்கும், இலாபத்தை மட்டுமே ஒரே கண்ணாகப் பார்க்கும் பன்னாட்டு நிறுவனங்கள் சொந்தமாக வைத்திருக்கும் உலகளாவிய ஊடகத்துக்கும், பரஸ்பரமாகச் சார்ந்து உற

கொண்டிருக்கும் அரசியல் வாதிகளின் மேற்படி நிறுவனங்களுக்கும் தனிமைப்பட்டுப் போன தனி நபர்கள் அளிக்கும் பதில்வினை இதுதான். இதுதான் பாதுகாப்பின்மையை வளர்த்துப் பேரிழிவான வெறுப்புணர்வை வளர்த்தெடுக்கும் துன்ப இருப்பு. இந்தப் பழுது சரி செய்யப்படாவிட்டால், பரந்துபட்ட வன்முறை தொடரும், வேகமடையும்.

ஒரு தனிப்பட்ட தலைவரின் விருப்பத்தின்படி வன்முறைச் செயல்கள் நடப்பவையல்ல, அவர் எவ்வளவு கவர்ச்சிகரமானவராக இருப்பினும் சரி. வன்முறைகள் ஒரு தனிப்பட்ட அமைப்பையும் பொறுத்ததல்ல. ஒரு நாட்டைப் பொறுத்தோ, இறப்புக்குப் பிந்தைய சிறப்பான வாழ்வினால் தூண்டப்பட்ட நம்பிக்கையாளர்களைக் கொண்ட ஒரு தீய மதத்தின் வெறியாலும் நடப்பவையல்ல. துரதிர்ஷ்ட வசமாக, வன்முறை திட்டமிடப்பட்டதாக உள்ளது. அது உலகின் பல்வேறு பகுதிகளில் பல்வேறு வடிவங்களை எடுக்கிறது. வன்முறையில் பெரும்பாலானவை அமெரிக்காவை நோக்கிச் செலுத்தப்படுவதுமில்லை. அனைத்து வகையினையும் சேர்ந்த மதவெறியர்கள், தூய்மை சந்தேகத்துக்கிடமாக உள்ள, அல்லது தமது கடவுளுக்கான தேடலில் வேகமின்றி இருக்கக்கூடிய, அதன் விளைவாக மூடப்பழக்கங்களையும் அர்த்தமற்ற வெற்றுச்சடங்குகளையும் விமர்சிப்பவர்களாகவும் இருக்கும் சக மதத்தவர் மீது கொடூரமாக நடந்து கொள்கின்றனர்.

பண்டிட்டுகளும், அரசியல்வாதிகளும் ஒப்புக்கொள்ள வேண்டிய உலகளாவிய உண்மை ஒன்று உண்டு. விவசாயிகளும், அடிமைகளும் எப்போதும் தமது எஜமானர்களுக்குக் கட்டுப்படுவதில்லை. காலங்கள்தோறும் மீண்டும், மீண்டும் ரோமானியர் காலத்திலிருந்து உலகம் கண்ட எழுச்சிகளில், குறிப்பிட்ட நிகழ்வுகளின் இணைப்பு முழுமையான எதிர்பாராத எழுச்சியை அளித்துள்ளது. இருபத்தோராம் நூற்றாண்டில் மட்டும் அது ஏன் வித்தியாசமாக இருக்க வேண்டும்?

நான் இஸ்லாம் குறித்தும் அதன் மூலம், அதன் வரலாறு, அதன் கலாச்சாரம், அதன் செல்வங்கள், அதன் பிரிவுகள் குறித்து எழுத விரும்புகிறேன். அது ஏன் சீர்திருத்தத்துக்கு உள்ளாகவில்லை? அது ஏன் இவ்வளவு பேரச்சத்திற்கு ஆட்பட்டுள்ளது? குரானை அர்த்தப்படுத்துதல் மத அறிஞர்களின் அதிகாரமாக இருக்க வேண்டுமா? இன்று இஸ்லாமிய அரசியல் எதனைப் பிரதிநிதித்துவப்படுத்துகிறது? இஸ்லாமிய உலகில் இந்தச் சூழல் மேலெழுவதற்கு இட்டுச்சென்ற நடைமுறைகள் யாவை? இந்தப் போக்கை பின்னுக்கிழுக்கவோ மீறிச் செல்லவோ இயலுமா? சில விஷயங்கள் இஸ்லாமிய உலகிற்குள்ளும், வெளியிலும் விவாதத்தை உருவாக்குமென்ற நம்பிக்கையில் ஆராயப்பட்டுள்ளன

அனைத்து விதமான தவறான புரிதல்களையும் தவிர்க்க, ஒரு சிறிய ஒப்புதல் சரியானதாக இருக்கும். எனது வாழ்வில் மத நம்பிக்கைகள் எந்தப் பங்கும் வகித்ததில்லை. ஐந்து அல்லது ஆறு வயது முதலே நான் மத நம்பிக்கையற்றவனாகவே இருந்துள்ளேன். பன்னிரெண்டு வயதில்தான் என்னுடன் வளர்ந்த பல நண்பர்களைப் போலவே உறுதியான நாத்திகனாக மாறிவிட்டேன். அப்போதிலிருந்து அப்படியே இருக்கிறேன். ஆனால் நான் அந்தக் கலாச்சாரத்திலேயே வளர்க்கப்பட்டேன். அது எனது வாழ்வை வளப்படுத்தியுள்ளது. அதனை நம்பாதவனாக இருந்து கொண்டே அதன் ஒரு பகுதியாக இருப்பது நிச்சயமாக முடியும்.

வரலாற்று ஆசிரியரான ஐசக் டியூட்சர் தம்மை யூதரல்லாத யூதர் என்று கூறிக் கொள்வது வழக்கம். அவர் தம்மை ஸ்பினோசா, ஃப்ராய்டு, மார்க்ஸ் ஆகியோர் அடையாளப்படுத்திய அறிவுஜீவி ஐய மனப்பான்மை கொண்டோரின் நீண்ட பாரம்பரியத்துடன் அடையாளப்படுத்திக் கொள்வார். இது குறித்து நான் நிறைய யோசித்திருக்கிறேன். சில நேரங்களில் என்னை முஸ்லிமல்லாத முஸ்லிம் என்றும் கூறியுள்ளேன். ஆனால் அது முழுமையாகப் பொருந்தாது. அதனுடன் ஒரு சங்கடமான இணைப்பு உள்ளது. இஸ்லாமிய உலகில் மதச்சார்பற்ற அறிவுஜீவிகளோ, கலைஞர்களோ இல்லையென்பது இதன் பொருளல்ல. கடந்த நூற்றாண்டில் மட்டுமே நஜீம் ஹிக்மத், பெயிஸ் அகமது பெயிஸ், அப்துல் ரகுமான் முனிஃப், மகமுத் டார்விஷ், ஃபாசில் இஸ்கந்தர், நக்விப் மக்போஸ், நிஸார் கப்பானி, பிரமோதய ஆனந்த டோயர், ஜிப்ரில் டியோப் மம்பேடி மற்றும் பலர் இருந்துள்ளனர். ஆனால் இவர்களெல்லாம் கவிஞர்கள், நாவலாசிரியர்கள், படத் தயாரிப்பாளர்கள். அவர்களுக்கு இணையானவர்கள் சமூக அறிவியல் தளத்தில் கிடையாது. மதத்தை விமர்சிப்பவர்கள் எப்போதும் உள்ளேயே இருப்பார்கள். அறிவுஜீவி வாழ்க்கை சுருங்கிப் போய் இஸ்லாத்தையே நிலையானதாக, பிற்போக்கான மதமாகத் தோன்றச் செய்துவிட்டது.

நான் ஒரு முஸ்லிமாகப் பிறந்தேன். எமது குடும்ப எஸ்டேட்டுகளில் வறுமையில் உழன்ற விவசாயிகளுக்கு இஸ்லாம்தான் தார்மீக வலுவை அளிக்கிறது என்று எப்போதுமே (தவறாக) நம்பிய எனது தாய்மாமன் எனது வலது காதில் புனித வார்த்தைகளை ஓதினார். அது 1943-ம் ஆண்டு. இடம்: அப்போது பிரிட்டிஷ் ஆட்சியின் கீழிருந்த லாகூர். இது ஒரு பன்முகக் கலாசாரம் கொண்ட நகரம். முஸ்லிம்கள் பெரும்பான்மையினர்; சீக்கியர்கள் இரண்டாமிடத்திலும், இந்துக்கள் அடுத்து நெருக்கமாகவும் இருந்தனர். அந்தப் பழைய நகரத்தில் விண்ணுயர மசூதிகளும், குருத்வாராக்களும், கோவில்களும் ஆதிக்கம் செலுத்தின. அங்கு ஒரு பெரும் சோகம் நிகழவிருந்தது;

ஆனால் அது யாருக்கும் தெரியாது. நான்காண்டுகளுக்குப் பின் அது சிவப்பு மழை கொண்ட ஒரு மாரிக்கால வடிவில் வந்தது.

இந்தியா பிளக்கப்பட்டு, பிரிட்டிஷ் பேரரசு இறுதியாக இந்தியாவை விட்டு வெளியேறியபோது எனக்கு நான்கு வயது கூட நிறைவடையவில்லை. இந்திய முஸ்லிம்களுக்கு பாகிஸ்தான் என்ற மத அடிப்படையிலான நாடு - பலருக்கு அதைப் பற்றிய உணர்வே இல்லாத போதும், அதற்கு அர்த்தம் என்னவென்று அறியாதபோதும் - வழங்கப்பட்டது. பாகிஸ்தான் என்றால் தூய்மையானவர்களின் நாடு என்று பொருள். அது நாடு முழுவதும், குறிப்பாகத் தானே முன்வந்து வந்துசேர்ந்த அகதிகளின் கொண்டாட்டத்துக்குக் காரணமானது. தனிப்பட்ட முறையில் எனக்கு பிரிவினை பற்றிய சொந்த இளம்பருவ நினைவுகள் என்று எதுவுமில்லை. பெரும் துணைக்கண்டம் மத அடிப்படையில் பிரிக்கப்பட்டபோது, கிழக்கு மற்றும் வட இந்தியா முழுவதும் நடந்த ஒப்புக் கொள்ளப்படும் தூய்மைப்படுத்தலை அடையாளம் காட்டிய அந்த ஆண்டு எனது குழந்தைப்பருவத்தை பாதிக்கவில்லை. லாகூர் முற்றிலுமாக மாறிப்போனது. சீக்கியர்களும் இந்துக்கள் பலரும் அண்டை அயலாரால் படுகொலை செய்யப்பட்டனர். பிழைத்தவர்கள் இந்தியாவுக்குத் தப்பியோடினர். வட இந்திய நகரங்களிலிருந்த முஸ்லிம்களும் இதே நிலைக்கு ஆளாயினர். மதம் என்பது கூடுதலான மணத்தைச் சேர்க்கிறது என்பதைத் தவிர, எந்த மதத்தின் விதிவிலக்குமின்றி பிரிவினைகள் இப்படித்தானிருக்கும்.

பின்பு, பல ஆண்டுகளுக்குப் பிறகு, எனது தந்தையின் வயதான தாதி மிகவும் இனிமையான, மென்மையான குணம் கொண்டவர், ஆனால் ஆழ்ந்த மதப்பற்றுடையவர், எனது குழந்தைப் பருவத்தில் என்னை கவனித்துக் கொண்டவர், பாகிஸ்தானை உருவாக்கிய முகமது அலி ஜின்னாவை வாழ்த்துவதற்கு லாகூரின் தெருக்களில் என்னை எப்படி அழைத்துச் சென்றார் என்பதை நினைவு கூர்ந்தார். அவர் எனக்கு சிறிய பச்சை நிறத்தில் வெள்ளை நிறச் சின்னம் பொறித்த புதிய நாட்டின் கொடியை வாங்கிக் கொடுத்ததாகவும், நான் அதனை உற்சாகத்துடன் ‘பாகிஸ்தான் ஜிந்தாபாத்’ என்று கோஷமிட்டு வீசி ஆட்டியதாகவும் வற்புறுத்திக் கூறினார். அப்படியிருக்கும் பட்சத்தில், அது மீண்டும் நான் செய்யக்கூடிய அனுபவமாக இருக்கவில்லை. மத தேசியவாதம் அல்லது அதன் பின் நவீன வடிவமான மதப் பன்முகக் கலாசாரம் எனக்கு எப்போதும் ஒவ்வாததாகவே இருந்து வந்துள்ளது.

1947-ம் ஆண்டில் நாங்கள் நகரத்தின் பாதுகாக்கப்பட்ட பகுதியான ரேஸ்கோர்ஸ் சாலையில் வசித்து வந்தோம். அந்த

இடத்தை பிரிட்டிஷார் ‘சிவில் லைன்ஸ்’ என்று குறிப்பிடுவர். அந்த இடம் மிகவும் பழமையான சுவரால் சூழப்பட்ட, அதிக மக்கள்தொகை கொண்ட நகரத்திலிருந்து தொலைவில் இருந்தது. அந்தப் பழமையான சுவரானது தலைசிறந்த முகலாயர்களின் கடைசி அரசர் அவுரங்கசீப் பாத்ஷாஹி (அரச) மசூதியைக் கட்டுவதற்கு முன் கோட்டையைச் சுற்றிக் கட்டப்பட்டதாகும். மிகப் பழமை வாய்ந்த சில இந்துக் கோயில்களும் இங்கு உண்டு. பெரும் சீக்கிய ஆட்சியாளர் மகாராஜா ரஞ்சித் சிங்கின் அஸ்தியும் இங்குதான் வைக்கப்பட்டுள்ளது நகரங்களிலெல்லாம் நடப்பதைப் போலவே விரிவு உருவாக்கப்பட்டு பழைய நகரத்துடன் இணைக்கப்பட்டது. புறநகர்கள் உருவாயின ரயில்வே ஊழியர்களுக்கு புதிய ரயில் நிலையங்களுக்கருகே தனியாக ரயில்வே குடியிருப்பு கட்டப்பட்டது. அவற்றைச் சுற்றி பொறியியல் பட்டறைகளும், பிறகு அங்காடித்தெருக்களும், உயர்நீதிமன்றமும் அரசுக் கட்டடமும் வந்தன. அவற்றுக்கப்பால் சிவில் லைன்ஸ் தனது வடிவான பங்களாக்கள் மற்றும் பிரம்மாண்ட புற்தரைகளுடன் அமைந்திருந்தது. லாகூர் பழைய பஞ்சாபின் நிர்வாக மையமாக இருந்தது. அதனை பிரிட்டிஷார் ‘எங்களது வாட் பிடி’ அல்லது ‘எங்கள் பிரஷ்யா’ என்று அழைப்பது வழக்கம்.

பழமை வாய்ந்த நகரமானது அதன் குறுகிய தெருக்களுடனும் அங்கு உணவு உட்பட விற்கப்படும் பொருட்களுடனும், மிகவும் கிளர்ச்சியூட்ட தக்கதாகவும் இருந்தது. அது மத்திய காலத்திலிருந்து மாறாமல் அப்படியே இருந்தது. நாங்கள் குழந்தைகளாக இருந்தபோது, முகலாயப் பேரரசரை அவரது அரண்மனைக் கோட்டைக்கு இட்டுச்சென்ற யானைகளின் ஊர்வலம் குறித்தும் பேரரசர் மாலையில் நகரத்தின் மகிழ்ச்சியை சுவைத்துக் கொணடிருக்கும்போது, ஸ்தலக் கடைக்காரர்கள் எப்படி தமது பொருட்களின் மேன்மை குறித்து விவாதித்துக் கொள்வா என்பதையும் கற்பனை செய்வோம்.

இதுதான் உண்மையான லாகூர் என யாரும் கருதுவா இங்குதான் 1947-ல் படுகொலைகள் மிக விரிவாக, வேகமாக நடந்தன நாங்கள் பைத்தியக்காரத்தனமான கும்பலிலிருந்து தொலைவில் இருந்தோம். சிவில் லைனின் எல்லையில் வசித்தவர்களுக்குச் சில நேரங்களில் வன்முறைக்கு இரையானவர்களின் அலறல்கள் கேட்டன ரத்தம் தோய்ந்த சீக்கிய ஆண்களும், பெண்களும் நல்ல முஸ்லிம்களால் எப்படி பாதுகாக்கப்பட்டனர் என்று பல கதைகள் உலவின. நான் அந்த அலறல்களைக் கேட்கவோ, ரத்தத்தைப் பார்க்கவோ இல்லை அங்கு உலவிய கதைகளைப் பொறுத்த வரை அவை பின்னா வந்து சேர்ந்தன.

எங்கள் குடும்பத்தில் யாரும் கொல்லப்படவில்லை. நாங்கள் எங்கும் செல்லவில்லை. இருபுறத்திலிருந்தும் வெளியேறிய அகதிகளின் பகுதியாக இருக்க எங்களுக்கு விதிக்கப்படவில்லை. நாங்கள் அதிர்ஷ்டம் செய்தவர்கள். இப்போதைய தூய்மையானவர்களின் நிலத்துக்கு நாங்கள் எப்போதுமே சொந்தக்காரர்களாக இருந்தோம். அந்தக் கொடுமையான காலகட்டத்தில் லட்சக்கணக்கான சீக்கியர்களையும் முஸ்லிம்களையும் இந்துக்களையும் பாதித்த பேரதிர்ச்சி, பெரும் சோகங்கள், எல்லையற்ற கவலைகளிலிருந்து நாங்கள் தப்பிவிட்டோம்.

இருபுறங்களிலும் சில அரசியல்வாதிகள் மட்டு இதன் விளைவை முன்பே அறிந்திருந்தனர். ஜவஹர்லால் நேருவின் உணர்வு பூர்வமான தேசியவாதம் சுதந்திரத்தை நீண்டகாலம் தாமதமான ‘விதியுடன் ஏற்பாடு செய்யப்பட்ட சந்திப்பு’ என்று விவரித்தது. ஆனால் இந்த சந்திப்பு குருதியில் மூழ்கும் என்று அவர் ஒருபோதும் கற்பனை கூடச் செய்யவில்லை. பாகிஸ்தானை உருவாக்கிய முகமது அலி ஜின்னா புதிய தேசம் ஒரே ஒரு வித்தியாசத்துடன் மதச்சார்பற்ற இந்தியாவின் வடிவமாக இருக்குமென்றே உண்மையில் நம்பினார். இங்கு முஸ்லிம்கள் பெரும்பான்மையாகவும், இந்துக்களும், சீக்கியர்களும் விசுவாசமான சிறுபான்மையினராகவும் இருப்பர். பம்பாயிலுள்ள தனது பெரிய மாளிகையில் ஒவ்வோர் ஆண்டும் தாம் நேரம் செலவழிப்பது இன்னும் சாத்தியமே என அவர் உண்மையிலேயே நம்பினார்.

ஜின்னா காட்டுமிராண்டித்தனத்தின் மூர்க்கத்தில் ஆடிப் போனார். எனினும் காந்திதான் அதற்கான விலையைக் கொடுக்க வேண்டியிருந்தது. பிரிவினைக்குப் பிந்தைய இந்தியாவில் அப்பாவி முஸ்லிம்களின் உரிமைகளைப் பாதுகாத்ததற்காக, தேசியத் தலைவர்களிலேயே அதிக மத மனப்பான்மை கொண்டவரும், விவசாயிகளை ஈர்க்க இந்து பிம்பத்தைப் பயன்படுத்துவதை வலியுறுத்தியவருமான காந்தி, இந்து வெறியனான நாதுராம் கோட்சேவால் படுகொலை செய்யப்பட்டார். கடந்த காலம் நிகழ்காலத்தை அரிக்கிறது. எதிர்காலத்தை அழுகிப் போக வைக்கிறது. தூக்கிலிடப்பட்ட கோட்சேவின் வாரிசுகள் நேரு, காந்தியின் குழந்தைகளைப் புறந்தள்ளி விட்டனர். இன்று அவர்கள் புதுதில்லியில் அதிகாரம் செலுத்துகின்றனர். (இந்தப் புத்தகம் வெளியிடப்பட காலத்தில் பா.ஜ.க ஆட்சியில் இருந்தது. மொ-ர்) அரசியல், மதவாத உலகின் விஷமான பனியால் விழுங்கப்படுகிறது. வரலாறு உபகண்டத்தின் கவிஞர்களைப் போலல்லாமல் பொதுவாக உணர்ச்சிவசப்படுவதில்லை.

நான் லாகூரை விரும்பினேன். நான் இடைநிலைப் பள்ளியில் படித்துக் கொண்டிருந்தபோது, நாங்கள் ரேஸ் கோர்ஸ் சாலையிலிருந்து எனது தாத்தா தமது ஐந்து குழந்தைகளுக்காகக் கட்டியிருந்த மிகப் பெரிய அடுக்குமாடி வீட்டுக்குக் குடி பெயர்ந்து விட்டோம். இவை நிக்கல்சன் சாலைக்கருகே இருந்தன. ஆனால் ஒரு சிறிய சீக்கியக் கோட்டையைச் சுற்றியுள்ள பழைய சீக்கியப் பகுதியான கிலா குஜார் சிங்கின் சிறிய தெருக்கள், கடைகளுக்கருகில் இருந்தது. தெருக்களின் பெயர்கள் மாற்றப்படவில்லை. எல்லா சீக்கியர்களுக்கும் என்னவானது என்று என்னை நானே கேட்டுக் கொள்ளாமலில்லலை. எனது ஆரம்பகால குழந்தைப்பருவம் பட்டம் விடுவதிலும் தெருவோரக் குழந்தைகளுடன் கிரிக்கெட் விளையாடுவதிலும் கழிந்தது.. லாகூரின் விண்வெளி பல வண்ணப்பட்டங்களால் நிறைந்து, ஒருவரின் பட்டத்தை ஒருவர் அறுத்து விளையாடும் 'பஸந்த்' பண்டிகை ஆயிரமாண்டு காலப் பழமையான இந்துப் புராணத்தின் வழியாகத்தான் கொண்டாடப்படு கிறது என்பதை நீண்ட காலத்துக்குப் பிறகுதான் அறிந்தேன் எங்களுக்கு அந்தப் பண்டிகையின் தோற்றுவாய் முக்கியமல்ல நாங்கள் வாங்கும் நூலின் வலிமைதான் முக்கியம். அந்தப் பழமையான நகரில் பட்டத்துக்கு சிறப்பான நூலைத் தயாரிப்பதில் நிபுணர்கள் இருந்தனர். நூலில் உடைந்த கண்ணாடித்தூளும் பசையும் கலந்து பூசப்பட்டு இரவு முழுதும் காய வைக்கப்படும் சந்தையில் இருப்பதிலேயே சிறந்த நூலை வாங்க என்னிடம் போதிய பணம் இருக்கிறதா என்பதுதான் என் கவலையாக இருந்தது வரலாற்றைப் பற்றியெல்லாம் கவலைப்பட நேரமில்லை.

விழிப்புணர்வு மெதுவாக ஏற்பட்டது. எனது குடும்பம் பஞ்சாபின் வட எல்லைகளிலிருந்து, பெஷாவர் மற்றும் கைபர் கணவாயின் சற்று தெற்கில் பண்டைய நகரமான தட்சசீலத்தின் அருகிலிருந்து வந்தது அவர்கள் கத்தார் பழங்குடியைச் சேர்ந்த நில உடைமையாளர் குடும்பம். அவர்களைப் போன்ற பலரைப் போலவே வட இந்தியாவின் அதிகாரப் போராட்டங்களில் ஏதேனும் ஒரு பக்கம் நிற்க நிர்பந்திக்கப்பட்டவர்கள். பேரரசர் ஜஹாங்கீர் தமது நினைவுகளில் அவர்களது மூர்க்கத்தன்மை, நாகரிகமற்றதன்மை, முரட்டுத்தனம் மற்றும் அவருக்கு உரிய மரியாதையைத் தர மறுத்த அவர்களது பிடிவாதத் தன்மை ஆகியவை குறித்து எழுதியுள்ளார். இந்த விவரங்கள் உண்மையானவையாகவே தெரிகின்றன. பஞ்சாபை யார் ஆள்கிறார்கள் என்பதைப் பற்றி குடும்பம் அடிக்கடி பிளவுபட்டு நிற்கும். குடும்பத்தின் ஒவ்வொரு பிரிவும் ஒவ்வொரு பக்கம் நிற்கும். யார் ஆட்சியில் இருந்தாலும் குடும்பத்தின் நிலங்கள் பாதுகாப்பாக இருப்பதை இது உறுதிப்படுத்தியது. இது ஒட்டுமொத்த நிலப்பிரபுத்துவத் தந்திரம

அல்லது இரத்த, சொத்து மோதல்களின் விளைவா என்பதை நான் அறிய வழியில்லை. ஒருவேளை இரண்டின் கலவையாகவும் இருக்கலாம். மறுக்க முடியாத ஒரு உண்மை என்னவென்றால் 1840-ல் சகோதரர்களான இருவரின் (சர்தார் கரம் கான் மற்றும் சர்தார் ஃபதேகான்) மோதலில், முதலாமவரான எனது முப்பாட்டனார் தமது இளைய சகோதரரால் படுகொலை செய்யப்பட்டார் என்பதுதான்.

இருவரும் வேட்டைக்குச் சென்றிருந்தார்கள். ஆனால் கவனமாக ஒரு மோதல் திட்டமிடப்பட்டிருந்தது. கரம் கானின் குதிரை சேணத்தின் மீது ரத்தத் திட்டுகளுடன் குடும்ப வீட்டுக்குத் திரும்பி வந்து சேர்ந்தது. சில மணி நேரங்களுக்குப் பிறகு உடல் கண்டுபிடிக்கப்பட்டது. கொலை பற்றிய செய்தி பரவியதும், கரம் கானின் குழந்தைகள் அடுத்த குறியாக இருக்கலாம் என்று பயந்த பக்கத்திலிருந்த நிலப்பிரபு ஒருவர் விதவைக்கும், ஐந்து குழந்தைகளுக்கும் அடைக்கலம் கொடுத்தார். அவர் ஃபதேகானைப் பழி தீர்க்கவும் ஏற்பாடு செய்தார். ஒரு வாரத்துக்குப் பிறகு ஜெனரல் அப்பாட் கரம் கானின் மகன்களைத் தன் பொறுப்பில் ஏற்றுக் கொண்டு பிரிட்டிஷ் பாதுகாப்பை அளித்தார். அவர்களில் மூத்தவரான எனது தாய்வழி முப்பாட்டனார் சர்தார் முகமது ஹயாத்கான் புதிய ஆட்சியாளர்களுக்கு விசுவாசமாக இருந்தார். அவர் தனது சொந்தப் பழங்குடிச்சேனையை அழைத்துக் கொண்டு இரண்டாம் ஆஃப்கானியப் போரில் பிரிட்டிஷாருடன் தோளோடு தோள் நின்று போரிட்டார். இந்தப் புத்தகத்தில் அவரைப் பற்றி நான் அதிகமாக எழுதப் போவதில்லை.

குடும்பத்தின் மற்றைரு பிரிவு, கெயினின் வாரிசுகள், ஏளனமாகக் குடும்பத்தின் பாடல்களில் ‘கீழான கான்கள்’ என்று குறிப்பிடப்படுவோர், பிரிட்டிஷுக்கு எதிராக முன்பு சீக்கியர்களுடன் சேர்ந்து தோற்கடிக்கப்பட்டனர். குடும்பத்தின் தற்போதைய தலைவரான முகமது ஹயாத் கான், இந்தத் தோல்வியைத் தகுந்த முறையில் கொண்டாடுவதை உறுதிப்படுத்தினார். நன்றி மிகுந்த ஒரு காலனிய அதிகாரி அவரது கொள்ளையின் பங்கைச் சட்டப்பூர்வமாக்கினார். வெற்றி அவரது தலைக்கேறியது.. அதுவரை குடும்பத்தின் கலாசாரம், நிலத்தின் சொந்தக்காரர்கள் தங்கள் செல்வத்தை தம்பட்டமடிக்காமல் அடக்கமாக வாழ்வதைப் பற்றிக் கட்டாயமாக்கியிருந்தது. முகமது ஹயாத் கானின் சகோதரர் குலாப் கான் இந்தப் பாரம்பரியத்தைக் கைவிடாமல் இருக்கவே விரும்பினார். ஆனால் அது நிராகரிக்கப்பட்டது. பழைய கிராமமான ‘வாஹ்’ வின் மையத்தில் இரண்டடுக்குக் கொண்ட பெரிய மாளிகை ஒன்று கட்டப்பட்டது. விவசாயிகள் அதனை நீண்ட தொலைவிலிருந்தும் பார்க்க முடியும்.

ஒரு முதிய விவசாயப் பெண் என் தந்தையிடம் ஹயாத்கானைப் பற்றிக் கூறியதை அவர் என்னிடம் சொன்னார். ஹயாத் பெருந்தலையும், பெரிய ஆண் உறுப்பும், ஆடம்பரமும் கொண்டவர் என்ற இந்த விவரிப்பு என் தந்தைக்கு எப்போதும் மிகவும் குறைவானதாகவே தோன்றியது.

இந்தியாவை உள்நாட்டுத் தலைவர்கள் மற்றும் ஆட்சியாளர்களின் ஒப்புதலுடன்தான் ஆள முடிந்தது. முகலாய ஆட்சியாளர்கள் இந்தப் பாடத்தை விரைவில் கற்றுக் கொண்டு விட்டனர். இஸ்லாம் மற்றும் இந்துயிசம் இணைந்த ஒரு மதத்தை உருவாக்கக்கூட அக்பர் முயன்றார். ஆழ்ந்த மதப்பற்றுக் கொண்ட ஔரங்கசீப் கூட தனது இராணுவத்தை முழுதாக முஸ்லிம் மயமாக்க முயலவில்லை. அவரது திறமையான தளபதிகளில் இந்து உள்ளூர் தலைவர்கள் சிலர் இருந்தனர்.

இந்தியாவை உண்மையிலேயே ஆளும் மனக்கவலையைச் சந்தித்தபோது, தமது மேன்மையான தொழில்நுட்பத்துடன் கூட, தீவிரமான கூட்டணிகளின்றித் தம்மால் நீண்டு நிலைக்க முடியாது என்பதை உணர்ந்தனர். சிறிய அளவு ராஜ்ஜியம் பிரிட்டிஷாருடன் நிர்வகிக்கப்பட்டது.

எனது தாத்தா சிக்கந்தர் ஹயாத்கான், யூனியனிஸ்ட் கட்சியின் தலைவர் (முஸ்லிம், இந்து, சீக்கிய நிலப்பிரபுக்களின் கூட்டு முன்னணி அது). காந்தி, நேருவின் கட்சியான காங்கிரஸ் உள்ளே நுழைய முடியாத இரு பகுதிகளில் ஒன்றான பஞ்சாபின் பிரதமராக 1937-ல் அவர் தேர்ந்தெடுக்கப்பட்டார். அவர் அனைத்து சிறுபான்மையினருக்கும் சரியான பாதுகாப்புடன் கூடிய கூட்டாட்சி இந்தியாவை உறுதியாக நம்பியவர். அவர் டிசம்பர் 1942-ல் மாரடைப்பால் நாற்பத்தொன்பது வயதில் காலமானார். ஆனால் அவர் பொறுப்பிலிருந்த கடைசி ஆண்டில் ஜின்னாவுடன் ஒரு உடன்பாட்டில் கையெழுத்திட்டிருந்தார். அதன் நோக்கம் முஸ்லிம் லீக் எந்தப் பக்குவமற்ற மத உணர்வுகளையும் உசுப்பி விடுவதைத் தடுப்பதாகும். அவர் உயிருடன் இருந்திருந்தால் பஞ்சாப் பிரிக்கப்படுவதைத் தடுக்க, வாய்ப்புள்ள அனைத்து முயற்சிகளையும் செய்திருப்பார்; ஆனால் அவர் வெற்றி பெற்றிருப்பாரா?

உண்மையில் ஜின்னா 1946 ஜூன் இறுதியில் லேபர் அரசு இந்தியாவுக்கு அனுப்பிய அமைச்சரவைக்குழு முன்மொழிந்த கூட்டாட்சித் தீர்வைக் கருத்தில் எடுத்துக்கொள்ளத் தயாராக இருந்தார். அந்தக் குறிப்பிட்ட தீர்வை வாய்ப்பற்றதாக்கியது காங்கிரஸ் கட்சிதான். இந்தத் தோல்வியானது, பிரிவினைக்கு சரியாக ஓராண்டுக்கு முன்பு கிழக்கிந்தியாவில் இந்து-முஸ்லிம் கலவரம் துவங்கியதில் முடிந்தது. 1946 ஆகஸ்டில் வங்கத்தில் நான்கே நாட்களில் சுமார் 5000 பேர் கொல்லப்பட்டனர், அதைப் போல்

மூன்று மடங்கு மக்கள் காயமடைந்தனர். பஞ்சாபின் நிலைமையோ விளிம்பில் இருந்தது. அச்சம் பகுத்தறிவை வென்றது.

1947 ஏப்ரலில் கம்யூனிஸ்ட் கட்சியின் தீவிர உறுப்பினரும், எனது சகோதரியை வயிற்றில் சுமந்து கொண்டிருந்தவருமான என் தாய் வீட்டில் தனியாக இருந்தார். திடீரென முன்பக்கக் கதவு பலமாகத் தட்டப்படும் ஓசை கேட்டது. அவர் கதவைத் திறக்க விரைந்தார். கவலை அவரைத் தீவிரமாய் ஆட்கொண்டது. வாசலில் ஆஜானுபாகுவாய் ஒரு சீக்கியர் நின்றார். என் தாயின் முகத்தில் வெளிப்பட்ட கவலையைக் கண்ட அவர் புரிந்து கொண்டார். அவருக்கு அதே சாலையில் இருந்த ஒரு குறிப்பிட்ட வீட்டிற்குச் செல்லும் வழியை அறிய வேண்டியிருந்தது, அவ்வளவுதான். என் தாய் அவருக்கு வழி காட்டினார். அவர் மிகுந்த நன்றியைத் தெரிவித்து விட்டுச்சென்றார். என் தாய்க்கு வெட்கம் மேலிட்டது. அவரும் மற்றவர்களைப் போலவே எப்படி நடந்து கொண்டார்? லாகூர் பல நூற்றாண்டுகளுக்கு முன்பே உண்மையிலேயே பன்முகக் கலாச்சாரம் கொண்ட பெருநகரமாக இருந்தது. இப்போது அதன் குடிமக்களுக்குப் பைத்தியம் பிடித்து விட்டது.

பிளவுபடாத பஞ்சாப், பிளவுபடாத வங்காளம், சிந்து, பலுசிஸ்தான் மற்றும் வடமேற்கு எல்லைப்பகுதியும் இணைத்த ஒரு பாகிஸ்தானை ஜின்னா கற்பனை செய்திருந்தார். இதன்படி பஞ்சாபில் 40 சதம் இந்துக்களும், சீக்கியர்களும், வங்கத்தில் 49 சதம் இந்துக்களும் இருந்திருப்பார்கள். இது ஒரு கற்பனையான தீர்வு. ஒப்புக்கொடுக்கும் பேராசைகள் உசுப்பிவிடப்பட்டு (ஐம்பதாண்டுகளுக்குப் பின் போஸ்னியாவில் நடந்தது போல்) அண்டை அயலார் ஒருவரையொருவர் படுகொலை செய்து கொள்ளும்போது இரண்டு மாகாணங்களை ஒன்றாக வைத்திருப்பது கடினம்.

'நீங்கள் என்னிடம் முழுமையாகக் கொடுக்கும் வரை நீங்கள் எவ்வளவு குறைவாகக் கொடுக்கிறீர்கள் என்பது பற்றி எனக்குக் கவலையில்லை' என ஜின்னா கடைசி வைஸ்ராயான மவுண்ட்பேட்டன் பிரபுவிடம் கூறியதாகச் சொல்லப்படுகிறது.

பிரிவினைக்குக் கொடுக்கப்பட்ட விலை மிக மிக அதிகம். இருபது லட்சம் பேர் கொல்லப்பட்டனர். ஒரு கோடியே பத்து லட்சம் பேர் அகதிகள் ஆனார்கள். உப கண்டத்தின் பெயர் பெற்ற உருது எழுத்தாளரான சதத் ஹசன் மண்ட்டோ பிரிவினையின்போது லாகூரிலுள்ள மனநோய் காப்பகத்திலிருந்த 'தோபா தேக் சிங்' என்ற தலைப்பில் ஒரு நான்கு பக்கத்தில் சிறப்பான கதையை எழுதினார். நகரங்களே முழுமையாக இனரீதியாக சுத்தப்படுத்தப்பட்டுக் கொண்டிருந்தபோது மனநோய் காப்பகங்கள் மட்டும் அதிலிருந்து

எப்படித் தப்ப முடியும்? இந்து மற்றும் சீக்கிய மனநோயாளிகளிடம் அவர்கள் இந்தியாவிலுள்ள காப்பகங்களுக்குக் கொண்டு செல்லப்பட போவதாகத் தெரிவிக்கப்படுகிறது. அவர்கள் கலகம் செய்கின்றனர் அவர்கள் ஒருவரையொருவர் கட்டிப் பிடித்துக்கொண் அழுகின்றனர். அவர்களை இந்தியாவுக்குக் கொண்டு செல்ல காத்திருக்கும் டிரக்குகளில் அவர்கள் வலுக்கட்டாயமா ஏற்றப்படுகிறார்கள். அவர்களில் ஒரு சீக்கியர் கடும் கோபமடைந்து எல்லையை அடைந்ததும் அதனைத் தாண்டிச் செல்ல மறுத்து பழை இந்தியாவின் புதிய எல்லைக்கோட்டுக்கருகில் வந்ததும் உயிரை விட் விடுகிறார். நிஜ உலகுக்குப் பைத்தியம் பிடித்துவிடும் போது, மனநோய் காப்பகங்களில்தான் இயல்பு நிலை நிலவுகிறது. நடந்து கொண்டிருந் குற்றத்தை ஏற்றுக்கொண்ட அரசியல்வாதிகளை விட மனநோயாளிகளுக்கு அது பற்றிய புரிதல் அதிகமாக இருந்தது.

ஒரு வருடத்துக்குப் பிறகு 1948-ல் வேறு ஒன்று, ஆனா ஒப்பிடக்கூடிய ஒன்று, அரபிய உலகை மாற்றுவது நடந்தது ஒப்புக்கொடுக்கும் இன்னொரு தேசமான இஸ்ரேல் உருவாக்கப்பட்ட மீண்டும் ஒருமுறை குறிப்பிட்ட ஒன்று உலகளாவியதைத் தோற்கடித்தது இஸ்ரேல், பாகிஸ்தான் இரண்டிலுமே அவற்றை உருவாக்கி தந்தைகள் ஒப்புக்கொள்ளும் அரசியலிலிருந்து தொலைவில் இருந்தன கடவுட் கொள்கையில் அவ்வளவாக நம்பிக்கையற்றவர் என் அறியப்பட்ட ஜின்னா தமது மதத்தில் பல தடைகளை மீறியவ பென்குரியனும், மோசே டயானும் தம்மை நாத்திகர்கள் என் அறிவித்துக் கொண்டவர்கள். எனினும் இந்த இரு நாடுகளையு உருவாக்கியதில் அடிப்படைவாதிகளின் விருப்பத்திற்கெதிராக மத மையமான இலக்காக ஆகிப்போனது. ஜமாத்-இ-இஸ்லாமியும், அத யூதப் பங்காளிகளும் இந்த நாடுகள் உருவாக்கப்பட்டதை எதிர்த்தன முன்னது விரைவாகத் தம்மைத் தகவமைத்துக் கொண்டது. பின்ன அந்நியப்பட்டு நின்று, தமது மதச்சார்பற்ற கூட்டாளிகளைவி அதிகமான பரிவை, கொதித்தெழுந்த பாலஸ்தீனர்களிடம் காட்டியது

பாலஸ்தீனத்தில் ஏற்பட்ட உயிரிழப்புகள் தெற்காசியாவி நடைபெற்ற அளவுக்கு இல்லை. எனினும் பாலஸ்தீனர்கள் அவர்களது கிராமங்களை விட்டும் அவர்களது நிலங்களிலிருந்து வெளியேற்றுவதற்குக் கையாளப்பட்ட ஆவேசமான, இரக்கமற் கொடூரம் ஒருபோதும் ஆற்ற முடியாத காயத்தை உண்டாக்கிவிட்ட இந்தியா - பாகிஸ்தான் பிரிவினையின் பயங்கரங்களையும் தாண் யாரும் நாடின்றியோ, வீடின்றியோ விடப்படவில்லை. அவர்க இந்தியாவிலோ பாகிஸ்தானிலோ குடியேற்றப்பட்டனர். பலருக் தாம் இழந்த சொத்துக்கு ஈடாக நஷ்டஈடும் கிடைத்தது.

ஜியோனிச குடியேற்றக்காரர்களால் வெளியேற்றப்பட்ட பாலஸ்தீனர்கள் நாடற்றவர்ளானார்கள். அவர்களது வாழ்வை அகதிகளாகவோ, அகதிகள் முகாமின் மோசமான நிலைகளிலோ கழிக்குமாறு சபிக்கப்பட்டனர். எகிப்தில் காமெல் அப்துல் நாசர் வெற்றி பெறும்வரை பாகிஸ்தானில் அது எந்தத் தாக்கத்தையும் ஏற்படுத்தவில்லை. 1956-ல் எகிப்து மீது படையெடுப்பதற்காக பிரிட்டன் மற்றும் பிரான்ஸுடன் இஸ்ரேல் இணைந்தபோதுதான் மத்திய கிழக்கில் உருவான இந்தப் புதிய தேசம் அந்த பிரதேசத்துக்கு என்ன அர்த்தத்தைத் தருமென்பதை நான் முதலில் பதிவு செய்தேன். அதுவரை யூதப் படுகொலையின் நினைவுகள் பாலஸ்தீனர்களின் நிலையைக் கண்டு கொள்ளாமல் விட்டு விட்டுவிடுவதற்கோ, குறைத்து மதிப்பிடுவதை நோக்கியோ இட்டுச் சென்றது.

1967-ல் ஆறுநாள் போருக்குச் சில வாரங்கள் கழித்து ஜோர்டானிலும், சிரியாவிலுமிருந்த பாலஸ்தீன அகதி முகாம்களுக்குச் சென்றபோது, பேரழிவின் அளவை முதன் முதலில் தெரிந்து கொண்டேன். பாலஸ்தீனக் குழந்தைகளுக்கு ஏற்படுத்தப்பட்ட காயங்கள், அகதிகள் வாழ நிர்பந்திக்கப்பட்ட நிலைமைகள், தாய்மார்கள், சகோதரிகள், மனைவிகள் ஆகியோர் கூறிய கதைகளைக் கண்டும் கேட்டும் நான் ஆழ்ந்த வேதனை அடைந்தேன். நான் முகாமில் கண்டு பேசிய எந்தப் பெண்ணும் பர்தா அணியவில்லை. சில பெண்கள் மட்டும் தலையை மூடிக் கொண்டிருந்தனர். அப்போதுதான் நான் அவர்களுக்கு ஏற்பட்டிருந்த இரட்டைச் சோகத்தைப் பற்றி தீவிரமாகச் சிந்தித்தேன், ஐரோப்பிய யூதர்களின் துன்பம், ஜாரின் ருஷ்யாவிலிருந்து ஆஸ்விச் மற்றும் ட்ரேப்ளிங்காவின் கொலை வீடுகள் வரையிலும் நடந்தவை முதலாளித்துவ நாகரிகத்தின் பொறுப்பாகும். பாலஸ்தீன அரபுகள் இந்தக் குற்றங்களுக்கு விலை கொடுக்குமாறு செய்யப்பட்டனர். அதே சமயம் மேற்கத்திய நாடுகள் தனது 'மனசாட்சிப் பணத்தை' இஸ்ரேலுக்கு அளித்து அவர்களை ஆயுதபாணியாக்கிக்கொண்டிருந்தது.

சில பத்தாண்டுகள் கழித்து நான் நியூயார்க்கில் எட்வர் சேத்துடன் ஒரு உரையாடலைப் பதிவு செய்து கொண்டிருந்தேன். இருபதாம் நூற்றாண்டை அடையாளப்படுத்திய ஆண்டு 1917 என்பதை இருவரும் ஒப்புக்கொண்டோம். எனக்கு அது உருவாகக் காரணம் ருஷ்யப் புரட்சி, அவருக்கு பால்ஃபோர் பிரகடனம். முதலாவதன் வீழ்ச்சியும், இரண்டாவதின் வெற்றியும் செப்டம்பர் 11 அன்று நியூயார்க்கிலும், வாஷிங்டனிலும் நடந்தவற்றுடன் ஏதோ ஒரு வகையில் தொடர்புள்ளவை.

பொருளடக்கம்

பகுதி-1

முல்லாக்களும் மத எதிர்ப்பாளர்களும்

மிகப் பரந்த நிலத்தையுடைய, வலிமையான பேரரசுகள் மதத்திலிருந்து தோற்றுவிக்கப்படுகின்றன. ஏனென்றால் ஆட்சியுரிமை வெற்றியிலிருந்தே பெறப்படுகிறது. வெற்றியோ எந்தப் பக்கம் அதிகமான ஒருமைப்பாடு இருக்கிறதோ, குறிப்பிட்ட நோக்கத்துடனான ஒற்றுமை காட்டப்படுகிறதோ, அந்தப் பக்கத்துக்குச் செல்கிறது. இப்பொழுது, ஒரு பொதுவான மதத்தைக் கடைப்பிடிப்பதால், கடவுளின் உதவியுடன் மனிதர்களின் இதயங்கள் ஒன்றுபட்டும் ஒருங்கிணைக்கப்பட்டும் உள்ளன.

இபின் கால்டன் (1332 - 1406) முக்காதிமா

நீ முன்பின் அறியாத ஓர் இளைஞனைப் புணர்வதாகக் கனவு காண்பது ஒருவரது எதிரிகளை வெல்வதன் அறிகுறியாகும். எனினும், நிதர்சனத்தில் நீ ஓர் ஆணுடன் பாலுறவு கொள்ளும்பொழுது ஒரு பெண்ணைப் புணர்ந்து கொண்டிருப்பதாகக் கனவு கண்டு கொண்டிருந்தால், அவனால் முன்பு நீ அவமானப்படுத்தப்பட்டிருந்தால் கூட அந்த மனிதனிடம் நீ முன்வைக்கும் விருப்பங்கள் நிறைவேற்றப் படும். ஒரு மிருகத்திடம் உறவு கொள்வதாகக் கனவு காண்பது நீண்ட ஆயுளுக்கும் வலிமைக்கும் அறிகுறியாகும்.

இபின் சிரின் (634 - 704) கனவுகளின் விளக்கம்

1

கடவுள் நம்பிக்கையற்ற ஒரு குழந்தைப் பருவம்

நான் கடவுளை நம்பியதில்லை. ஆறிலிருந்து பத்து வயதுக்குள், ஒரு வாரம்கூட, நான் கடவுளை நம்பியதில்லை. அப்போது நான் எல்லாவற்றையும் சந்தேகிக்கும் ஒரு பேர்வழியாக இருந்தேன். இந்த நம்பிக்கையின்மை தானே உருவானதுதான். அங்கே பரந்த வெளியைத் தவிர வேறு எதுவுமில்லை என்பதில் நான் தீர்மானமாக இருந்தேன். இதற்கு நான் கற்பனை செய்ய இயலாதவனாக இருந்ததும்கூட காரணமாக இருக்கலாம். மசூதிகள் ஒலிபெருக்கிகளை உபயோகிக்க அனுமதிக்கப்பட்டதற்கு வெகுகாலம் முன்னர், இனிமையான, மல்லிகை மணம் கமழ்ந்த கோடைக்கால இரவுகளின் அமைதியைச் சுவைப்பதும், மேலே எழிலாக மின்னிய வானத்தைப் பார்த்துக் கொண்டு, மின்னி மறைந்த நட்சத்திரங்களை எண்ணிக் கொண்டு தூக்கத்தில் ஆழ்வதும் போதுமானதாக இருந்தது. விடியற்காலையில் தொழுகை அழைப்புக் குரல் இனிமையான கடிகார அலார ஒலி போன்று இருந்தது.

கடவுள் நம்பிக்கையற்றவராக இருப்பதில் பல பலன்கள் உள்ளன. குடும்பப் பற்றாளர்கள், உறவினர்கள், ஒன்றுவிட்ட சகோதர சகோதரிகள் ஆகியோர் தெய்வக் குற்றம் என்று என்னைப் பயமுறுத்தும் வகையில் – 'நீ இதைச் செய்யவில்லையென்றால் அல்லா உன்னை தண்டித்து விடுவார், அதைச் செய்யாவிட்டால் அல்லா கோபமடைவார்' என்று கூறியும் என்னை அசைக்க முடியவில்லை. அவர் தண்டிக்கட்டும் என்று எனக்குள் நான் கூறிக் கொண்டேன். ஆனால் அவர் என்னை எதுவும் செய்யவில்லை. அவரின் இந்தச் சுணக்கம்தான், அவர் இல்லையென்ற எனது நம்பிக்கையை மேலும் உறுதிப்படுத்தியது. அனுபவத்தை மட்டுமே நம்பும் மோசமான முறையின் ஆரம்பகால ஐயுறும் கட்டம்.

எனது பெற்றோரும் கடவுள் நம்பிக்கையற்றவர்களே. அவர்களது மிக நெருக்கமான நண்பர்களும் அப்படித்தான். எங்களது லாகூர்

வீட்டில் மதத்திற்கு சிறிதளவே இடமிருந்தது. மார்க்கத்தைப் பிரசாரம் செய்தவர்களும் இருக்கவே செய்தார்கள். ஆனால் அவர்கள் வெட்கத்துடன் எந்த அலட்டலுமின்றி அதைச் செய்தனர். கடந்த நூற்றாண்டின் இரண்டாவது பாதியில் பெரும்பாலான படித்த முஸ்லிம்கள் நவீனத்தைத் தழுவினர். நிறுவன மயப்பட்ட மதம் ஒரு பழைமையானதாக, காலத்துக்கு ஒவ்வாததாக இருக்கும் என்று அவர்கள் புரிந்து கொண்டனர். பழைய வழக்கங்களும் ஓரளவு நடைமுறையில் இருந்தன. எதிர்கால ஒழுக்கங்கள் தம்மைப் புனித நீர் தெளித்துக் கொண்டு வெட்கத்துடன் வெள்ளிக்கிழமை தொழுகையுடன் சுருக்கிக் கொண்டன. சில சமயம் ரமலான் முடிவை அறிவிக்கும் பிறையைக் காண்பதற்கு முன்பாக ஒவ்வொரு வருடமும் சில நாட்கள் விரதமிருந்தனர். நகரத்திலிருந்த மக்கள்தொகையில் நான்கில் ஒரு பங்காவது முழு மாதமும் விரதமிருந்ததா என்பதே எனக்கு சந்தேகம்தான். உணவகங்களில் வியாபாரம் ஜரூராகத் தொடர்ந்து நடந்தது. மேலும் பலர் ஒவ்வொரு விரத நாளின் முடிவிலும் மசூதிகளிலோ, வசதி படைத்தவர்களின் சமையலறையிலோ இலவசமாக அளிக்கப்படும் உணவுக்காக விரதமிருப்பதாகக் கூறினர். நாட்டுப்புறத்தில் இந்தத் தொகை சற்றுக் குறைவாக இருந்தது. அங்கு வெளிவேலை செய்வதற்கு சக்தியின்றி சிரமமாக இருக்கும். குறிப்பாக ரமலான் கோடைக் காலத்தில் வந்தால் தண்ணீர் குடிக்காமல் இருப்பது சிரமம் எனினும் இப் பெருநாள் அனைவராலும் கொண்டாடப்பட்டது.

1956, இலையுதிர் காலம் என்று நினைக்கிறேன். அப்போது எனக்கு பன்னிரண்டு வயது. ஒரு நாள் சாப்பாட்டுக்குப் பிறகு பெரியவர்களின் அரட்டையை ஒட்டுக் கேட்டுக் கொண்டிருந்தேன். குழந்தைகளும் வேலைக்காரர்களைப் போலவே செவிடர்களாகவும் அங்கு இல்லவே இல்லாததைப் போன்றும் கருதப்பட்டனர். இது எங்களுக்குச் சாதகமாக அமைந்து விட்டது. ஏனெனில் களங்கமற்ற காதுகளில் விழ அருகதையற்ற பல விஷயங்களை நாங்கள் கேட்டோம். இந்த குறிப்பிட்ட சமயத்தில் நானும் எனது தமக்கையும், ஒன்றுவிட்ட சகோதரர்களும் வேறு இடங்களுக்குச் சென்று விடுமாறு கனிவுடன் கேட்டுக் கொள்ளப்பட்டோம். அருகிலிருந்த ஒரு அறையிலிருந்து குறிப்பாகக் கரகரப்பான குரலில் மரமண்டை அத்தையும், ஒல்லியான மாமாவும் கண்டிப்பான குரலில் எனது பெற்றோரிடம் சிறிது சத்தமாக கிசுகிசுப்பதைக் கேட்டுச் சிரித்துக் கொண்டிருந்தோம். "நீங்கள் எப்படி என்பது எங்களுக்குத் தெரியும்... நீங்கள் கடவுள் நம்பிக்கையற்றவர்கள் என்பதும் தெரியும். ஆனால் குழந்தைகளுக்கு வாய்ப்பு கொடுக்கப்பட வேண்டும். அவர்களுக்கு அவர்களது மார்க்கம் பற்றி கற்றுத் தரப்பட வேண்டும்."

எனது சிறுவயது சந்தோஷ சேட்டைகள் இன்னும் முடியவில்லை. சில மாதங்களுக்குப் பிறகு எனக்கு இஸ்லாமிய வரலாற்றையும் குரானையும் கற்பிக்க ஓர் ஆசிரியர் நியமிக்கப்பட்டார். “நீ இங்கு வசிக்கிறாய். நீ புத்தகங்களைக் கற்க வேண்டும். நமது வரலாறு உனக்குத் தெரிய வேண்டும். பின்னர் உனக்கு என்ன வேண்டுமோ நீ அதைச் செய்து கொள்ளலாம். நீ அனைத்தையும் ஒதுக்கினாலும், நீ ஒதுக்குவது என்ன என்பது தெரிவது எப்போதுமே நல்லது” என்று என் தந்தை கூறினார்.

இந்த ஆலோசனை மிகச் சரியானது, நியாயமானது. ஆனால் எனக்கு அந்தச் சமயத்தில் அது போலி நடிப்பாகவும் மனதில் ஒன்றை வைத்துக் கொண்டு வேடமிடுவதாகவும் வஞ்சனையாகவும் காட்டிக் கொடுப்பதாகவும் தோன்றியது. எத்தனை முறை, அடிக்கடி குருட்டு தெய்வ நம்பிக்கை கொண்ட முட்டாள்கள், அநேகமாக எனது உறவினர்கள் அவர்களுக்குத் தெரியவே தெரியாத சாத்தானை வெறுத்துப் பேசியதையும் அவர்களது அறிவால் சந்தேகமே பட முடியாத கடவுளைத் தொழுததையும் கேட்டிருக்கிறேன். இப்போதோ மதம்பற்றி கற்க நான் நிர்பந்திக்கப்பட்டேன். நான் இந்தத் திணிப்பைக் கடுமையாக வெறுத்ததுடன் இந்த முயற்சியை முறியடிக்கவும் உறுதி கொண்டேன்.

என் தந்தையின் தீர்மானத்திற்கும், அவரது வாழ்க்கையில் ஏற்பட்ட நிகழ்ச்சிகளுக்கும் ஏதோ தொடர்பு இருக்குமென்று எனக்கு அப்போது தோன்றவில்லை. ஒருவேளை ஏறக்குறைய இதே வயதில் அவர் கட்டாயமாக அனுபவிக்க வேண்டியிருந்த மதரீதியான அனுபவம் அவருக்கு ஞாபகம் வந்திருக்கலாம். 1928-ம் வருடத்தில் அவருக்கு பன்னிரண்டு வயதாக இருந்தபொழுது அவரது தாயுடனும் வயதான செவிலித் தாயுடனும் (எனது பாட்டியின் நம்பிக்கைக்குரியவரும், வயதானவரும் ஆவார்) ஹஜ் சடங்குக்காகப் புனித யாத்திரைக்கு உடன் சென்றார். இப்போது போல் அப்போதும் பெண்கள் 12 வயதுக்கு மேற்பட்ட ஆணுடன் மெக்கா மட்டுமே செல்லலாம். வயதானவர்கள் ஒரேயடியாக உடன் வர மறுத்து விட்டார்கள். குடும்பத்தில் மிகச் சிறியவரான என் தந்தைக்கோ இந்த விஷயத்தில் முடிவெடுக்க அனுமதி அளிக்கப்படவில்லை. குடும்பத்தில் மிகுந்த மதப்பற்றுள்ளவரான அவரது மூத்த சகோதரர் இந்தப் புனித யாத்திரையை மறக்க முடியாதவாறு செய்து விட்டார். அவர் எழுதிய கடிதங்கள் எப்பொழுதுமே அவரது பெயருக்கு முன் அல்ஹஜ் (புனிதப் பயணி) என்ற முன் இணைப்புடனேயே எழுதப்பட்டது. இது தேநீர் வேளையில் மகிழ்ச்சிக்குக் காரணமாக இருந்தது.

பத்தாண்டுகளுக்குப் பின்னர், சவுதி உயர் குலத்தினரின் வலிமையுள்ளோர் பெட்ரோ டாலரைக் கறந்து கொண்டிருந்தபோது,

எனது தந்தை ஹஜ் பயணத்தின்போது கண்ட வறுமையையும் அராபியர் அல்லாத பல யாத்திரிகர்கள் மெக்கா செல்லும் வழியில் தாங்கள் கொள்ளையடிக்கப்பட்டதாகக் கூறிய துயரக் கதைகளையும் நினைவு கூர்ந்தார். எண்ணெய் கண்டுபிடிக்கப்படுவதற்கு முன் ஆண்டுக்கொரு முறை நடந்த இந்த யாத்திரைதான் உள்ளூர்வாசிகளுக்கு முக்கியமாக வருமானத்தைக் கொடுத்தது. அடிக்கடி அவர்கள் தமது குறைந்த சம்பாத்தியத்தை நன்றாகத் திரட்டப்பட்ட யாத்திரீகர்களின் இருப்பிடத்தில் அதிகரித்துக் கொண்டனர். சடங்கு யாத்திரிகரை எளிமையான வெண்ணி உடை அணிந்து வருமாறு வேண்டுகிறது அனைத்து மதிப்புடைய பொருட்களையும் விட்டு விட்டு வர வேண்டும். உள்ளூர் குழுவினர் கடிகாரங்களையும், தங்கத்தையும் திருடுவதில் குறிப்பாகத் திறமை பெற்றிருந்தனர். வெகு விரைவில் மெக்காவில் அதிக அனுபவம் பெற்ற யாத்திரிகர்கள் மெக்காவின் புனித ஆன்மாக்கள் செல்லாக்காசு என புரிந்து கொண்டனர் எனவே அவர்கள் எச்சரிக்கையுடன் இருக்கத் தொடங்கினர் அறிவுத்திறன்களின் போர் தொடங்கியது. ஒருவேளை ஓர் இரானிய தயாரிப்பாளர் ‘புனுவலுக்கு ஓர் அஞ்சலி’ என்று ஒரு நாள் ஒரு திரைப்படத்தை நமக்குத் தயாரித்து அளிக்கலாம்.

புனிதத் தல யாத்திரை எனது தந்தையிடம் எந்தத் தாக்கத்தையும் ஏற்படுத்தவில்லை, அல்லது குறைந்த தாக்கத்தை ஏற்படுத்தியிருக்கலாம் ஏனென்றால் பல ஆண்டுகளுக்குப் பின் அவர் ஒரு தீவிர கம்யூனிஸ்ட்டாக மாறி வாழ்நாள் முழுவதும் அப்படியே இருந்தார் மாஸ்கோ அவருக்கு மெக்காவானது. ஒருவேளை என்னை அந்த இள வயதில் மதத்துக்குள் திணிப்பது என்னையும் அப்படி மாற்றி விடும் என்று அவர் எண்ணியிருக்கலாம். என் தந்தையின் உண்மையான நோக்கம் இதுவாகத்தான் இருக்குமென்று எண்ணுகிறேன். என் குடும்பத்தின் மிகவும் குறைந்த அறிவுடைய உறுப்பினர்களின் சூழ்ச்சிக்கு இரையாவதை விட இதுமேல் என்று அவர் நினைத்திருக்கலாம். மிகவும் தொல்லை தரக்கூடிய அவர்களது அருகாமையை அவர் என்றுமே விரும்பியதில்லை. அந்த இளமையான வலிமை மிக்க இளைஞர்களும் யுவதிகளும் இவ்வளவு திறமையை இவ்வளவு சாதாரணமான வேலைக்குச் சிறிதும் சுய உணர்வின்றி அப்போதும், வாழ்நாள் முழுமையும் பயன்படுத்தியது அவருக்கு விநோதமாகத் தோன்றியது.

பிற்காலத்தில் அவர் எதை ‘நிலப்பிரபுத்துவ உலகின் வெறுமை’ என்று அழைத்தாரோ அதிலிருந்து விலகி நின்றதை நான் பாராட்ட முற்பட்டேன். அவர் அரசியல் கொள்கை மீதும், அரசியல் கட்சி மீதும் ஆர்வத்தை வளர்த்துக் கொண்டு’ அவ்விரண்டின் உண்மை

தன்மையையும் தெரிந்துகொண்ட உணர்ச்சியுள்ள மனிதராக மாறினார். இன்று இஸ்லாமிய உலகில் இந்த வாய்ப்புக்கு சாத்தியமே இல்லை.

நான் அரபி மொழி கற்றுக் கொள்ளாததால் குரானை என்னால் மனப்பாடம்தான் செய்ய முடிந்தது. இது சற்றும் ஏற்க முடியாததாக என் தந்தைக்குத் தோன்றியது. ஆனால் அவர் இதற்குக் கூறிய மாற்று யோசனையோ மேலும் கொடுமையாக இருந்தது. நான் குரானைக் குறித்து கற்றுக் கொள்வதற்கு முன் புனிதமொழியைக் கற்க வேண்டுமென்று அவர் வழி கூறினார். நான் அதை ஒரேயடியாக மறுத்துவிட்டேன். எனது நாட்டமின்மையை அது ஒரு புனிதமொழிதான் என்று கூறி நியாயப்படுத்தினேன். பின்னர் நீண்ட காலம் இந்தத் தவறுக்காக நான் வருத்தமுற்றேன். ஆனால் பின்னர் அதைச் சரி செய்ய முடியவில்லை.

எனது ஆசிரியர் நிஸாமுத்தீன் பணிக்கு நியமிக்கப்பட்ட நாளன்று வந்து வேலையைத் தொடங்கினார். அவரது கடுமையான முயற்சியில் என்னால் இன்னமும் குரானின் முதல் வரியை அதே மொழியில் மனப்பாடமாகக் கூற முடியும். "அலிஃப், லாம், மிம், பிறகு முக்கியமான வரி... இந்தப் புத்தகம் சந்தேகப்படக் கூடாதது" இதற்காக நான் அவருக்கு நன்றி உடையவனாவேன். எனது ஆசிரியர் நிஸாமுத்தீன்னே மிகவும் மதப்பற்றுள்ளவர் அல்ல என்பது எனக்கு மிகவும் மகிழ்ச்சியைக் கொடுத்தது. அவரது விடலைப் பருவத்தின் முடிவிலும் 20 வயதை ஒட்டியும் அவர் தாடி வளர்த்து வந்தார். 1940-லோ, அவர் தாடியை மழித்து எறிந்துவிட்டு மதத்தைக் கைகழுவிவிட்டு ஏகாதிபத்திய எதிர்ப்பில் முழு வீச்சில் இறங்கினார். இடதுசாரி அரசியலின் முழு விசுவாசியாக மாறினார். மற்ற பலரை போலவே அவரும் காலனியாதிக்கத்தின்போது சிறைவாசம் அனுபவித்து மேலும் சீர்திருத்தவாதியானார். ஆனால் அவர் குரானை எப்போதும் மறக்கவில்லை. டிசம்பர் 2000 ஆகிய இந்தக் காலகட்டத்தில் அவர் கூறுவதானால் 'உண்மை' குரானின் வலிமையான கொள்கை. ஆனால் அது ஒருபோதும் உண்மை வாழ்க்கையில் கடைப்பிடிக்கப்படவில்லை. இஸ்லாத்தை முல்லாக்கள் அழித்து விட்டனர் என்று கூறுவார்.

வகுப்பு தொடங்கிய புதிதிலேயே நிஸாமுத்தீன் எனக்கு குரான் வாசகங்களைக் கற்பதில் ஆர்வமில்லை என்பதைப் புரிந்து கொண்டார். அதன் விளைவாக அவர் எனக்கு இஸ்லாமிய வரலாற்றைக் கற்றுக் கொடுக்கக் கூட முடியவில்லை. என்ன ஒரு வருத்தமான விஷயம்? அவருக்கு வழக்கத்துக்கு மாறான விளக்கம் இருந்திருக்க வேண்டும் அல்லது ஒருவேளை அவருக்கே இஸ்லாமிய வரலாறு பற்றி சிறிதளவே தெரிந்திருக்க வேண்டும். இரண்டாவதற்கே வாய்ப்பு அதிகம்.

பாடத்துக்கான நேரம் அநேகமாக வரலாற்றை விவாதிப்பதில் செலவிடப்பட்டது. பிரிட்டிஷ் ஏகாதிபத்தியத்துக்கு எதிரான தேசப் போராட்டம், பஞ்சாப், வங்காளத்தில் தீவிரவாதத்தின் தொடக்கம், பஞ்சாப் சட்டசபையில் அடக்குமுறைச் சட்டத்தை எதிர்த்து குண்டு வீசிய சீக்கிய 'தீவிரவாதி' பகத்சிங்கின் வீரம், 1919-ல் ஜாலியன் வாலாபாக்கில் (அம்ருதசரஸ்) நடந்த படுகொலை போன்றவை விவாதிக்கப்பட்டன. சிறைப் பிடிக்கப்பட்ட பகத்சிங் கருணை கேட்டு மனு செய்ய மறுத்து விட்டார். சிறையில் நடைமுறைத் தந்திரமாகத் தீவிரவாதத்தைக் கைவிட்டு விட்டுப் பாரம்பரிய மார்க்சிஸத்தை நோக்கி நெருங்கி வந்தார். லாகூர் மத்திய சிறையில் ரகசியமாக விசாரிக்கப்பட்டுத் தூக்கிலிடப்பட்டார். அந்த லாகூர் சிறை, நிஸாமுத்தீன் எனக்குக் கதை சொல்லிக் கொண்டிருந்த இடத்திலிருந்து 15 நிமிட நடை தூரத்தில்தான் இருந்தது. "அவர் மட்டும் உயிருடனிருந்திருந்தால் பிரிட்டிஷ் அரசு உண்மையிலேயே பயப்படக் கூடிய தலைவராக வளர்ந்திருப்பார்" என்று நிஸாமுத்தீன் கூறுவார். "இப்பொழுது நம்மைப் பார். அவர் ஒரு சீக்கியர் என்பதால் அவருடைய தியாகத்துக்கு ஒரு நினைவிடத்தைக் கூட நாம் அமைக்கவில்லை."

இப்போது பாகிஸ்தானில் இருக்கும் பல கிராமங்களில் அன்று சீக்கியர்களும், ஹிந்துக்களும் ஒற்றுமையுடன் வாழ்ந்து வந்த அந்த நல்ல காலங்கள் குறித்து அவர் கூறினார். முஸ்லிம்கள் அல்லாத அவரது நண்பர்கள் பலர் இந்தியாவுக்குச் சென்று விட்டனர். அரசியல்வாதிகள் குறித்தும் பாகிஸ்தானில் எப்போதும் தீராத அரசியலின் நெருக்கடி நிலை குறித்தும் நாங்கள் அடிக்கடி விவாதித்தோம்.

நிஸாமுத்தீன் சற்றுக் குரலை உயர்த்தி, உரத்த குரலில் கூறுவார்: 'அவர்கள் குள்ளர்கள். நான் கூறுவது உங்களுக்குப் புரிகிறதா தாரிக் ஜி? குள்ளர்கள்! இந்தியாவைப் பாருங்கள், வித்தியாசத்தை நோக்குங்கள். காந்தி மிகவும் உயர்ந்தவராக இருந்தார். ஜவஹர்லால் நேரு மிகவும் உயர்வானவராக இருக்கிறார்.' சில ஆண்டுகளில் பள்ளியில் கற்றுக் கொண்டதை விட வரலாறு, அரசியல்த் தினசரி வாழ்க்கை குறித்து நான் நிஸாமுத்தீனிடமிருந்து நிறையத் தெரிந்து கொண்டேன். அதில் பல அடிப்படையானவை. இன்றுவரை எனக்கு அவை உதவிகரமாக உள்ளன. ஆனால் எனக்கு மதத்தின் மீது பற்று வரச் செய்ய அவர் தவறிவிட்டார் என்பதையும் குறிப்பிடத்தான் வேண்டும்.

தமது இளம் வயதிலேயே தாடி வளர்த்துக் கொண்டு மதத்தில் தஞ்சம் புகுந்த இளம் தாய்மாமன் ஒருவர் இந்தப் பொறுப்பை ஏற்க முன்வந்தார். நான் அப்போதுதான் பள்ளியிலிருந்து திரும்பியிருப்பேன். அந்த நேரத்தில் சொல்லாமல் கொள்ளாமல் வாராவாரம் அவர் வந்து சேர்வது என்னை மிகவும் வெறுப்படைய வைத்தது. நாங்கள் இருவரும்

தோட்டத்தில் நடக்கும்போது அவர் பரிவான, குழைவான வார்த்தைகளால் இஸ்லாமிய வரலாற்றின் ஒரு விளக்கத்தைக் கூறுவார். எனக்கு அது அவரைப் போலவே ஏற்க முடியாததாகவும், சுரத்தில்லாமலும் இருக்கும். அதில் முடிவற்ற வீரமும், ஓர் இறைத் தூதர் கடவுள் அளவுக்கு உயர்த்தப்பட்டும், தண்டிக்கும் அல்லாவும் இருப்பர். அவரது சலிப்பூட்டும் பேச்சு தொடர்ந்து கொண்டிருக்கும்போது, மாலை நேர வானத்தில் முட்டி மோதிப் பறந்து கொண்டிருக்கும் காகிதப் பட்டங்களைப் பார்த்துக் கொண்டோ, விளையாடித் தோற்ற கோலி விளையாட்டை மனத்திலேயே மீண்டும் விளையாடியோ அல்லது பாகிஸ்தான் கிரிக்கெட் அணிக்கும் மேற்கு இந்திய கிரிக்கெட் அணிக்கும் இடையில் நடக்கவுள்ள போட்டி குறித்தோ யோசித்துக் கொண்டிருப்பேன். அதாவது மதத்தைத் தவிர வேறு ஏதோ ஒன்றை நினைத்துக் கொண்டிருப்பேன். சில வாரங்களுக்குப் பிறகு என்னை அவரும் கைவிட்டு விட்டார். எனக்குள் இருக்கும் நம்பிக்கையற்ற மரபணுக்கூறுகள் வெளியேற்ற முடியாத அளவு வலிமையானவையாக உள்ளன என்று அவர் கூறினார். அவர் கற்பிப்பதில் ஏதாவது என்னில் தங்குமென்று அந்த வஞ்சகம் மிக்க நச்சுப்பாம்பு இன்னமும் ரகசியமாக நம்பியது. ஆனால் அது தவறு. எதுவும் என்னிடம் தங்கவில்லை.

கோடைக்காலத்தில், சமவெளியில் வெப்பம் தாங்கவியலாததாக ஆனபொழுது, பள்ளிகள் இரண்டு மாதங்கள் மூடப்பட்டு விடுமுறை விடப்பட்ட.து அப்போது நாங்கள் இமயமலையின் அடிவார மலையான நாதியா காலிக்குச் சென்று விடுவோம். அப்போது அது ஒரு தனிமையான மலைவாசஸ்தலம். அது அடர்த்தியான பைன் மரக் காடுகளின் முகப்பில் இமாலயத்தை நோக்கி அமைந்திருந்தது. அங்கு இயற்கை மற்ற அனைத்தையும் விட உயர்ந்து கோலோச்சியது. அங்கு எல்லைப்புற நகர்களான பெஷாவர், மார்தானிலிருந்து வந்த பாஸ்துன் சிறுவர்கள், சிறுமிகளுடன் நட்பு கொண்டேன். லாகூரில் குளிர்காலத்தில் நான் அரிதாகச் சந்தித்த குழந்தைகள்கூட எனக்குக் கோடைகால நண்பர்களாயினர்.

நட்பு மிகவும் உறுதியானதாக வளர்ந்தது. மலைகளின் சூழல் மிகவும் ஒய்வளிப்பதாக இருந்தது. சமூகக் கட்டுப்பாடுகள் அங்கு அறவே இல்லை. முழுமையான சுதந்திரத்தின்பால் நான் ஈடுபாடு கொண்டேன். எங்கள் அனைவருக்கும் பிடித்தமான மறைவிடங்கள் இருந்தன. அவற்றில் ஆங்கிலேயரின் பெயர் பொறிக்கப்பட்ட மர்மமான கல்லறைகளும் இருந்தன. அவர்கள் இவ்வளவு இளம் வயதில் இறந்தது எப்போதுமே என்னை வருந்தச் செய்தது. மின்னலால் கரியாக்கப்பட்ட மரத்தினாலான ஒரு பழைய கோதிக்

சர்ச் ஒன்றும் இருந்தது. எங்கிருந்து கீழே பார்த்தாலும் பள்ளத்தாக்கு மிக அழகாகத் தெரிந்தது. அந்த இடத்தை அபூர்வமாகக் குறிப்பிட்டு நாங்கள் சந்திக்கும் இடமாக இருந்தது.

பிறகு எரிக்கப்பட்ட வீடுகள் இருந்தன. அவை எப்படி எரிந்து போயின? இந்தக் கேள்வியை நான் உள்ளூர்க்காரர்களிடம் கேட்டிருக்கிறேன். அவர்கள் மிகவும் சாவகாசமாகப் பதிலளிப்பார்கள் 'அவர்கள் ஹிந்துக்களாகவும், சீக்கியர்களாகவும் இருந்தார்கள் எனவே எங்களது தந்தைமாரும், மாமன்மாரும் அவற்றை எரித்தனர்' ஆனால் ஏன் அப்படிச் செய்தனர்? 'அவர்கள் எப்போதும் திரும்ப வந்துவிடாமல் இருக்கத்தான்.' ஆனால் ஏன்? 'ஏனென்றால் இப்போது நாம் பாகிஸ்தானில் இருக்கிறோம். அவர்களது நாடு இந்தியா!' ஆனால் ஏன் அப்படி அன்று நான் அழுத்திக் கேட்டேன் உங்களது குடும்பங்களைப் போலவே அவர்களும் இங்கு பல நூற்றாண்டுகளாக வசித்தார்கள். அதே மொழியைப் பேசினார்கள் வேறு கடவுளைக் கும்பிட்டதைத் தவிர அப்படியேதான் இருந்தார்கள். இதற்கு அவர்களது ஒரே பதில் வெட்கமான ஒரு பார்வையும், தோளைக் குலுக்குவதும்தான். இந்துக்களும் சீக்கியர்களும் இங்கு இருந்தார்களென்பதும், கீழிருந்த கிராமங்களில் அவர்கள் கொல்லப்பட்டார்கள் என்பதும் ஆச்சரியமாக இருந்தது இந்த எளிய நாட்டுப்புறச் சூழ்நிலையில் இந்தப் படுகொலைகளும் எரிப்பும் எங்கள் இளம் நெஞ்சங்களால் புரிந்துகொள்ள இயலாத வகையில் விநோதமாக இருந்தன. எங்களுக்குத் தெரியும், ஆனால் முழுமையாகப் புரிந்து கொள்ள முடியாததால் இந்த மோசமான நிகழ்வுகள் நீண்ட காலம் நினைவுகளில் நிலைத்திருக்கவில்லை. பெஷாவரில் இருந்து வந்த நண்பர்கள் இந்தியாவுக்குப் புலம் பெயர்ந்த ஹிந்து, சீக்கிய பஷ்தூன்கள் பற்றிக் கூறுவார்கள் ஆப்கானிஸ்தானுக்கும் பாகிஸ்தானுக்கும் இடையிலிருந்த ஒருவருக்கும் சொந்தமில்லாத பழங்குடியினப் பகுதிகளில் சில ஹிந்துக்கள் வசித்தனர். அவர்கள் பழங்குடிச் சட்டங்களால் பாதுகாக்கப்பட்டனர். ஆப்கானிஸ்தானிலும் இதுதான் நிலை (முஜாஹிதீன்களும், தாலிபான்களும் வரும் வரை)

நாதியாகாலியில் எனக்குப் பிடித்தமான இடங்களில் ஒன்று இரு பெரும் ஓக் மரங்களுக்கு இடையிலான இடம். அங்கிருந்து நங் பர்வதத்தில் சூரிய அஸ்தமனத்தைக் காணலாம். (இது எவரெஸ்ட் சிகரத்துக்கும் K2 சிகரத்துக்கும் அடுத்த மூன்றாவது உயரமான சிகரம் சிகரத்தைச் சுற்றியுள்ள பனி முதலில் ஆரஞ்சு நிறமாகவும், பிற சிவப்பாகவும் குளிர்ச்சியான இரவுகளில் இன்னமும் உயிர் துடிப்புள்ளதாகவும் இருக்கும். வானமும் அதன் வழித்தோன்றலு

சமவெளியை விட இங்கு கீழே தெரியும். பனியால் மூடியிருக்கும் நங்கபர்வதத்தில் பௌர்ணமி நிலவு வெளிச்சம் பட்டு முழு பள்ளத்தாக்கும் ஒளிரும். இங்கு சீனாவின் காற்றை சுவாசித்து, காஷ்மீரின் பக்கம் நோக்கி, நிலவின் அற்புதத்தை ரசிக்கலாம். இவையனைத்துக்கும் பிறகு எதற்காக விண்ணில் இருக்கும் பல அடுக்கு சுவர்க்கம் தேவை? எங்களிடம் இருக்கும் மிகவும் முக்கியமான ஏழாவது அடுக்கு இருக்கும்போது எதற்கு இஸ்லாமிய சுவர்க்கம் வேண்டும்? அது பாலைவனத்தில் வேறுவிதமாக இருந்திருக்க வேண்டும்.

இந்தக் காட்சிகள் ஒருவரது மனத்தில் காதல் கற்பனைகளை விதைக்க வேண்டும், மதத்தை அல்ல. பகலில் ஆண்களும் பெண்களும் இணைந்த எங்கள் குழுவினர் மலைகளில் ஏறி பைன் மரச் சக்கைகளை எறிந்து குரங்குகளுடன் போரிட முயல்வோம். உள்ளூர்க்காரர்கள் குரங்குகளின் மீது கல்லெறிவதை எப்போதும் கண்டித்தார்கள். பத்தொன்பதாம் நூற்றாண்டில் ஒரு குரங்கை சுட்டுக் கொன்ற பிரிட்டிஷ் காலனி அதிகாரி ஒருவரைப் பற்றிய கற்பனைக் கதை இது. ஒரு நாள் அவர் நடந்து கொண்டிருக்கும்போது குரங்குகள் அவரைக் கல்லால் அடித்துக் கொன்றன. அவர் இறந்தது என்னவோ உண்மை. ஆனால் கொலைகாரக் குரங்குகள் அவரைக் கொன்றன என்ற கட்டுக்கதையை என்னால் நம்ப முடியவில்லை. இந்தப் பிரதேசத்தின் பெண்கள் மிகக் கவர்ந்திழுக்கும் அழகுடனும் வெளிப்படையாகவும் இருந்தார்கள். ஒரு பெண்ணை ஓர் ஆங்கிலேயன் பலாத்காரம் செய்து விட்டதாகவும் அவனை அந்தப் பெண்ணின் ஆண் உறவினர்கள் கடுமையாகத் தண்டித்து விட்டதாகவும் இருக்கலாம். ஆனால் இதை பாஹாரிகள் (மலைவாழ் மக்கள்) கடுமையாக மறுத்தனர். 'ஒரு வெள்ளையனைக் கொன்றுவிட்டு நாங்கள் உயிர் பிழைக்க முடியுமென்றா நினைக்கிறீர்கள்? 'அடுத்த கோடைக் காலம் வரை விவாதித்து விடை காண முடியாத மர்மமாகவே அது இருந்தது.

மிகவும் களைத்துப்போய் மதிய உணவுக்காக நாங்கள் வீடு திரும்புவோம். மதிய நேரங்களில் டென்னிஸ், நடை, பிரிட்ஜ் விளையாட்டு, விடலைப்பருவ காதல் விளையாட்டுகள் ஆகியவை எங்களுக்குள் நிகழும். இரவு நேரங்களில் சிறுத்தைகளும், வேங்கைகளும் இரை தேடிக் காட்டில் அலைந்தன. இவற்றுக்கும் மதத்துக்கும் ஏதேனும் தொடர்பு உண்டா?

ஒருநாள் என்னை அச்சுறுத்தும்படியான ஒரு செய்தியை என் அன்னை என்னிடம் கூறினார். அதாவது நான் குரானைப் படித்து முடித்து விட்டேனா என்பதை உறுதி செய்துகொள்ள பக்கத்து மலைக்கிராமத்தைச் சேர்ந்த ஒரு முல்லா அமர்த்தப்பட்டிருக்கிறார் என்பதுதான் அந்தச் செய்தி. அம்மா எனது மறுப்புகளுக்கு இடம்

தரவேயில்லை. அவர் ஒவ்வொரு வாசகமும் எதைக் குறிக்கின்றன என
விளக்குவார். அது கொடுமையாக இருந்தது. எனது கோடை விடுமுறை
பாழாகி விடும் போலிருந்தது. நான் முனகினேன், புலம்பினேன்,
எதிர்த்தேன், கெஞ்சினேன், வெறி பிடித்துக் கத்தினேன். ஆனால் எந்த
பயனுமில்லை. எனது நண்பர்கள் எனக்காகப் பரிதாபப்பட்டார்களே
தவிர, அவர்களால் எதுவும் செய்ய இயலவில்லை. அவர்களில்
பெரும்பாலோருக்கும் இந்தச் சடங்குதான் நடந்திருந்தது.

முல்லாக்கள், குறிப்பாக கிராமப்புறத்தைச் சேர்ந்தவர்கள் ஏளன
செய்யப்பட்டனர். நேர்மையற்றவர்கள் என்று அவர்கள் பரவலா
நம்பப்பட்டனர். உள்ளொன்று வைத்துப் புறமொன்று
பேசுபவர்களென்றும், சோம்பேறிகள் என்றும் நம்பப்பட்டனர்.
அவர்கள் தாடி வளர்த்துக் கொண்டு இந்துப் பாதையைத் தேர்ந்தெடுத்தது
ஆன்மிக உணர்ச்சியில் மூழ்கித் திளைத்ததால் அல்ல, மாறாக ஒரு
மேல்பூச்சை பூசிக் கொள்ளத்தான். ஒரு மசூதியில் வேலை செய்தால்தான்
நன்கொடைகள், குரான் கற்றுக் கொடுக்க டியூஷன் கட்டணம், இலவச
சாப்பாடு ஆகியவை கிடைக்கும். ஆனால் அவர்களைப் பற்றி உல
வந்த ஜோக்குகளோ அவர்களது பாலுணர்வுத் தேவையைப் பற்றியது,
குறிப்பாக அவை வயதுப் பையன்களின் விருப்பமாக இருந்தன. கிராமம்
கிராமமாகச் சுற்றிய கதை சொல்லிகள் அல்லது பொம்மலாட்டக்காரர்களின்
கதைகளில் தன்னுடைய ஆசைகளையும், நோக்கங்களையும் நிறைவேற்றி
கொள்ளவும் மதத்தைப் பயன்படுத்திக் கொள்ளும் பேராசை மிக்
பெரும் வில்லன்களாகவும் அவர்கள் சித்திரிக்கப்பட்டனர். அவர்க
ஏழை விவசாயிகளை அவமானப்படுத்தி ஏமாற்றினர். அதே நேரம்
உள்ளூர் நிலப்பிரபுக்கள், முக்கியஸ்தர்களை அண்டிப் பிழைத்து
வந்தனர். இந்தக் கதைகளில் எல்லாம் ஒழுக்கமும் தூய்மையும் தீ
ஒழுக்கத்தின் இயற்கையான கேடயமாக விளங்கின.

அந்தக் கொடுமையான நாளில், முல்லா வந்து மனநிறைவாக மதி
உணவு அருந்தினார். எங்கள் குடும்பத்தின் மூத்த பணியாளரு
எங்களது பாட்டனார் வீட்டில் பணியாற்றியவரும் எங்களுட
அடிக்கடி மலைகளுக்கு உடன் வருபவருமான குதா பக்ஷ் (கடவு
அருள்) என்பவரை எனக்கு அறிமுகம் செய்து வைத்தார். அல்ல
பக்ஷ் அவருடைய வயதினாலும், உயர்நிலையாலும் மற்
வேலைக்காரர்கள் அனுபவிக்காத அறிமுகத்தைப் பெற்றிருந்தா
கடவுள் அருள் தாடி வைத்திருந்தார், இஸ்லாத்தின் முழு நிறைவி
அசைக்க முடியாத நம்பிக்கை கொண்டிருந்தார். அவர் தொழுகையையு
விரதத்தையும் தவறாது அனுசரித்தார். ஆனால் திருடர்கள், சம
நெறியிலிருந்து விலகிச் செல்பவர்கள், பிறரை உறிஞ்சி வாழ்பவர்க
என்று அவர் கருதிய முல்லாக்களை கடுமையாக எதிர்த்தார். எனினு

நடுத்தர உயரமுள்ள, ஐம்பது வயதுகளின் இறுதியிலிருந்த முல்லா என்னிடம் முகமன் கூறியபோது, அவரால் புன்னகையைத் தவிர்க்க முடியவில்லை. வானம் மேகமூட்டமின்றித் தெளிவாக இருந்தது. இமாலயத்தின் பனி மூடிய சிகரங்கள் தெளிவாகத் தெரிந்தன. சூடேறிக் கொண்டிருந்த சூரிய வெளிச்சம் படுமாறு தோட்டத்திலிருந்த ஒரு வட்ட மேசையைச் சுற்றி நாங்கள் அமர்ந்தோம். மாலை நேர சங்கீதம் முழுமையாகப் பொழிந்து கொண்டிருந்தது. சூரியனால் சூடுபடுத்தப்பட்ட பைன் மரங்களின் இனிமையான மணம், காட்டு ஸ்ட்ராபெரியின் மணத்தையும் நான் சுவாசித்தேன்.

அந்த தாடிக்காரர் பேசத் தொடங்கியபோது அவர் ஏறக்குறைய பல்லில்லாதவர் என்பதை நான் கண்டேன். இசை கோவையாக வந்த வாசகம் உடனடியாக அதன் மந்திர சக்தியை இழந்தது. அவர் கட்டியிருந்த சில பொய்ப் பற்கள் ஆடின. அவை கீழே விழுந்து விடுமோ என்று நான் ஆவலாகப் பார்த்துக் கொண்டிருந்தேன். அது நடந்தே விட்டது. அவர் போலியாக உணர்ச்சிவசப்பட்டதில் அவரது பொய்ப்பற்கள் மேசையில் விழுந்து விட்டன. அவர் புன்னகை செய்துவிட்டு, அவற்றை எடுத்து மீண்டும் வாயில் பொருத்திக் கொண்டார். முதலில் என்னைக் கட்டுப்படுத்திக் கொள்வதில் வெற்றியடைந்த நான் பிறகு வராந்தாவில் யாரோ அமுக்கமாகச் சிரித்ததைக் கேட்டுத் திரும்பிப் பார்க்கும் தவறைச் செய்தேன். கடவுள் அருள் பெரிய மலர்ச் செடி ஒன்றின் பின்னால் மறைந்து கொண்டு எனது வகுப்பை ஒட்டுக் கேட்டுக் கொண்டிருந்தார். இந்த நேரத்தில் நான் அனுமதி கேட்டுக்கொண்டு உள்ளே ஓடினேன். அத்துடன் முதல் பாடம் முடிவுற்றது.

அடுத்த வாரத்தில் கடவுள்அருள் முல்லாவிடம் பாடம் தொடங்குமுன் ஒரு கேள்வி கேட்குமாறு தைரியமூட்டினார். நான் கேட்டே விட்டேன். ‘உங்களுடைய பொய்ப்பல் உள்ளூர் கசாப்புக் கடைக்காரர் கொடுத்ததா?’ மிகவும் கள்ளமற்ற முகபாவத்துடன், மிகவும் மரியாதையான குரலில் நான் இந்தக் கேள்வியைக் கேட்டேன். முல்லா என்னைப் போகச் சொல்லி விட்டார். பின் அவர் என் அன்னையைத் தனியே சந்தித்துப் பேச விரும்பினார். சில நிமிடங்கள் கழித்து அவரும் சென்று விட்டார். அதன் பின் அவர் திரும்ப வரவேயில்லை. பிறகு எனது துடுக்குத்தனத்துக்கு அபராதம் செலுத்தும் விதமாக அவருக்கு ஒரு கவர் முழுவதும் பணம் நிறைத்து அனுப்பப்பட்டது. கடவுள் அருளும் நானும் அவர் சென்றதை பஜார் காப்பிக் கடையில் அருமையான மலைத் தேநீருடனும், வீட்டில் செய்த பிஸ்கட்டுகளுடனும் கொண்டாடினோம்.

இந்த முயற்சி மீண்டும் செய்யப்படவில்லை. அன்றிலிருந்து எனது மதக் கடமை என் தந்தைக்குப் பதிலாக வீட்டிலிருந்த ஆண்

வேலைக்காரர்களுடன் ஈத் திருநாளன்று தொழுகைக்காக மசூதிக்குச் சென்று வருவதுடன் முடிந்தது. இது எந்த வலியுமற்ற மிகவும் எளிதான வேலை.

சில ஆண்டுகளுக்குப் பிறகு நான் பிரிட்டனுக்குப் படிக்க வந்தபோது நான் சந்தித்த முதல் குழுவினர் தீவிர சீர்திருத்தவாதிகள். புதிய மாணவர்கள் கண்காட்சியில் நான் மனிதாபிமானிகள் குழுவின் ஸ்டாலை தவற விட்டிருப்பேன். அங்கு சாயம் போன கருஞ்சிவப்பு வண்ண கார்ட்ராய் மேல்சட்டை அணிந்து கொண்டு தூய்மையற்ற அழுத்தமான பழுப்பு நிற தலைமுடியுடன் புள்ளிகளுடைய ஒரு ஐரிஷ் இளைஞர் ஒரு மேசை மேல் நின்று கொண்டு சற்றே இனிமையான பண்ணிசைக் குரலில், கொஞ்சம் மூச்சு வாங்கும் குரலில் கூவுவதைக் கேட்காதிருந்தால்! ‘கடவுள் ஒழிக!’ நான் அவனை பார்ப்பதைக் கண்டதும், அவன் புன்னகைத்து ‘அல்லாவும்’ என்று தன் பல்லவியில் சேர்த்துக் கொண்டான். அந்த இடத்திலேயே நான் அவர்களுடன் இணைந்து கொண்டேன். கல்லூரியில் மனிதாபிமானிகளின் பிரதிநிதியாகவும் நான் ஆக்கப்பட்டேன். பின்னர் ஒரு சமயம் என்னை ஒரு ஹிந்து என்றோ, ஜொராஸ்ட்ரியன் என்றோ நினைக்காமல் ஒரு முஸ்லிம் என்று எப்படி சரியாக அடையாளம் கண்டான் என்று அவனிடம் கேட்டேன். அதற்கு அவன் அவனது அறைகூவல் முஸ்லிம்களையும் கத்தோலிக்கர்களையும் தான் பாதித்ததென்றும், ஹிந்துக்கள், சீக்கியர்கள், யூதர்கள், புராட்டஸ்டண்டுகள் அவனை முழுமையாகக் கண்டுகொள்ளவில்லையென்றான்.

எனது புதிய மனிதாபிமானக் குழு கடமைகளின் விளைவாக மட்டுமே எனது இஸ்லாமிய வரலாற்று அறிவு குறைவாக இருக்கவில்லை (எனினும் நான் அதனை தளராமல் படித்துப் பல்கலைக்கழகத்தில் பட்டம் வாங்கியவர்களுக்குக் கூட என்னை விட அதிகமாகத் தெரியவில்லை என்று கண்டேன்). ஆண்டுகள் செல்லச் செல்ல பாகிஸ்தான் பின்னோக்கிச் சென்றது. இஸ்லாமியம் - இஸ்லாம் குறித்த படிப்பு - எழுபதுகளின் இறுதியில் கட்டாயமாக்கப்பட்டது எனினும் குழந்தைகள் வெகு குறைவாகவே கற்றுக் கொண்டனர் பெரும் பகுதி கட்டுக்கதைகள், புராணங்களுக்கு இடையே தெளிக்கப்பட்ட குறைந்த அளவு வரலாற்றைக் கற்றனர்.

1990-ல் வளைகுடாப் போர் என்றழைக்கப்பட்ட எண்ணெய்க்கான மூன்றாவது போர் வரையில் எனக்கு இஸ்லாம் மீது ஆர்வம் இல்லாமலேயே இருந்தது. 1967-ல் நடந்த இரண்டாவது எண்ணெய்ப் போரில் மேற்கத்திய ஆதரவுடன் இஸ்ரேல், அராபிய தேசியவாதத்தின் ஒட்டுமொத்த வலுவை முழுமையாகத் தோற்கடித்தது. அதிலிருந்து அரபு மீளவேயில்லை. பெரும்பாலான பண்டிதர்கள், அரசியல்வாதிகள்

வெளிப்படுத்திய அறியாமை மிகவும் வருத்தமளிப்பதாக இருந்தது. அதுவரை கொஞ்சமும் தொடர்பற்றதாகத் தோன்றிய கேள்விகளை நான் எனக்குள் கேட்டுக் கொண்டேன்.

ஏன் இஸ்லாம் சீர்திருத்தம் அடையவில்லை? ஓட்டோமான் பேரரசு ஏன் ஆங்கிலேயமயமாக்கலால் தொடப்படவில்லை? இதற்கு விடை காண நூலகத்தில் நீண்ட நேரம் கழிக்க வேண்டியிருந்தது. மிகவும் அலைக்கழிக்கப்பட்ட நான் இஸ்லாமிய வரலாற்றைப் படிக்கத் தொடங்கினேன். பின்னர் அது உருவான இடங்களுக்குப் பயணம் செய்து, மேற்கத்திய கிறிஸ்துவத்துடன் அதன் மோதலில் கவனம் செலுத்தினேன். நான் எழுதத் திட்டமிட்ட தொகுதியில் முதல் மூன்று நாவல்களுக்கு எனது படிப்பும், பயணமும் மிகவும் உதவின. நாவல்கள் இன்னமும் முடியவில்லை.[2]

அடிக்குறிப்புகள்:

1. பல நிலைகளில் நிலப்பிரபுத்துவ உலகம் வெறுமையானதாகத் தோன்றலாம். ஆனால் அதற்கு தனது வர்க்க நலனை எப்படிப் பாதுகாக்க வேண்டுமென்று தெரிந்திருந்தது. என் தந்தை உறுப்பினராக இருந்த இந்திய கம்யூனிஸ்ட் கட்சி அவர் கற்பனை செய்தது போல் அவ்வளவாகச் சிலிர்த்தெழவில்லை. அவரது தந்தையும், ஒன்றுவிட்ட சகோதரர்களும் அவரை அணுகி ஒரு பாதுகாப்பான தொகுதியை அளிக்க முன்வந்தனர். அது எந்த விதத்தில் பாதுகாப்பானது என்றால், அந்தப் பிரதேசத்தில் எங்கள் குடும்பத்தின் கட்டுப்பாட்டிலிருந்த பல தொகுதிகளில் அதுவும் ஒன்று. இது 1946ல் பஞ்சாப் சட்டசபைத் தேர்தலின்போது நடந்தது. இதுதான் 1947-ல் பாகிஸ்தான் உருவானதற்குப் பிறகு சட்டமன்ற உருவாக்கத்தைத் தீர்மானிக்கவிருந்தது. என் தந்தை இந்த வாய்ப்பை இந்திய கம்யூனிஸ்ட் கட்சியின் பொலிட்பீரோவுக்கு எடுத்துச் சென்றார். தோழர்கள் இது குறித்து நீண்ட, ஆழமான விவாதம் நடத்தினர். எளிதாகப் பிரதிநிதித்துவம் கிடைக்கும் என்ற எண்ணம் முதலில் அவர்களுக்கு ஆசை காட்டினாலும், பிறகு அது கொள்கை வழியானது அல்ல என்று நிராகரிக்கப்பட்டது. அந்தத் தொகுதிக்குப் போட்டியிட மூத்த தொழிற்சங்கத் தலைவரான பாஸல் இலாஹி குர்பான் சி.பி.ஐயால் தேர்ந்தெடுக்கப்பட்டார். அவர் எனது பெற்றோரின் கடும் பிரசாரத்தால் சில நூறு வாக்குகள் பெற்றார். ஆனால் வெற்றி பெற்றவர் எனக்கு தெளிவற்ற வகையில் உறவினர். அவரது பெயர் நினைவில்லை.

2. 'Islam Quientet என்று அறியப்பட்ட வரலாற்று நாவல்கள் வரிசையை எழுத ஸ்பெயின் பயணம்தான் என்னைத் தூண்டியது. 'மாதுளை மரத்தின் நிழல்', சலாதின் குறித்த புத்தகம்', 'கல் பெண்' ஆகிய வரலாற்று நாவல் தொடர்கள் முடிந்து விட்டன. செப்டம்பர் 5, 2001-ல் 'தங்கப் பட்டாம்பூச்சியின் இரவு' எழுதத் தொடங்கினேன். அது நன்றாக வந்து கொண்டிருந்தபொழுது ஒரு பாத்திரம் வரலாற்றைப் பாதித்தது. அந்தப் பாத்திரத்துக்கும் எனக்குமான தண்டனை, அதை மீண்டும் எழுதும்பொழுது அதனை முழுமையாக நீக்கிவிடுவதாக இருக்கும். அதனை வைத்துக் கொண்டிருக்கும் அற்பத்தனம் தாங்கவியலாததாக இருக்கும்.

2

இஸ்லாத்தின் தோற்றுவாய்கள்

ஜூடாயிசம், கிறித்துவம், இஸ்லாம் அனைத்துமே நாம் இப்போது எதை அரசியல் இயக்கங்கள் என்று விவரிக்கிறோமோ அவ்வாறு பிறந்தவை. அந்தக் காலகட்டத்தின் அரசியலும் கலாசாரமும் ஏகாதிபத்திய அடக்குமுறையைத் தடுக்கவோ அல்லது நம்பிக்கை இழந்திருந்த மக்களை ஒன்றிணைக்கவோ அல்லது இரண்டுக்குமாகவோ இந்த நம்பிக்கையூட்டும் மார்க்கங்களை உருவாக்கும் அவசியத்தை ஏற்படுத்தின. இந்த விளக்கத்தின் கீழ் முற்பகுதி இஸ்லாத்தைப் பார்த்தோமானால் அது ஒரு சில மர்மங்களை முன்வைக்கிறது. அதனுடைய இறைத்தூதர் ஒரு கனவு காணும் அரசியல் தலைவராகக் காணப்படுகிறார். அவரது நடவடிக்கை திட்டத்தின் வெற்றி அதை உறுதிப்படுத்தும் வகையிலும் உள்ளது. தத்துவவியலாளர் பெர்ட்ராண்ட் ரஸ்ஸல் ஒருமுறை இஸ்லாத்தையும் போல்ஷ்விசத்தையும் ஒப்பிட்டார். இரண்டுமே நடைமுறைக்கேற்றவை, சமுதாயப் பார்வையுடையவை. ஆன்மிகமற்றவை, உலகப் பேரரசைக் குறித்துக் கவலை கொள்பவை என்று அவர் வாதிட்டார். மாறாக அவர் கிறித்துவத்தைத் தனிப்பட்டது (Personal) என்றும், ஆழமானது என்றும் சித்திரித்தார். இந்த நோக்கு மதத்தின் ஆரம்பகாலத்துக்குப் பொருந்துமா என்பது வாதத்துக்குரியது. ஆனால் இதனைக் கான்ஸ்டான்டினுடைய விவரிப்பாக ஏற்கவியலாது. கிறித்துவம் பேரரசின் மதமாக மாறி அதனுடைய சுய ஆக்கிரமிப்புகளை நடத்தத் தொடங்கியதும் அதனுடைய வளர்ச்சியும் அதே வழியில் நடக்கத் தொடங்கியது. உதாரணமாகப் பதினாறாம் நூற்றாண்டு வாக்கில் ஸ்பானிஷ் சமய விசாரணையில் பாதிக்கப்பட்டவர்களின் பேச்சு, 1930-களில் ஸ்டாலினிஸ விசாரணையில் உபயோகப்படுத்தப் பட்டதைப் போலவே இருந்தது.

இருந்தபோதும் ரஸ்ஸல் இஸ்லாத்தின் முதல் இரு பத்தாண்டுகளில் ஜாக்கோபின் தாக்கம் இருந்தது என்பதை உள்ளுணர்வா

உணர்ந்தார். அது சரியென்றே நானும் நினைக்கிறேன். குரானின் சில பகுதிகள் ஒரு புதிய அரசியல் ஸ்தாபனத்தின் தொடக்க அரசியல் அறிக்கையின் ஊக்கத்தை நினைவூட்டுகின்றன. சில நேரங்களில் யூத, கிறித்துவ எதிரிகள் மீதான அதனுடைய தொனி தீவிர குழு மனப்பான்மையுடையதாகிறது. இஸ்லாத்தின் இந்தத் தன்மைதான் அதன் விரைவான வளர்ச்சி குறித்த வரலாற்றை ஆவல் நிறைந்ததாக்குகிறது.[3]

எங்கிருந்து தொடங்குவது? வாய்ப்புகள் எல்லையற்றவை எனினும் பாரம்பரிய தொடக்கத்தைச் சுருக்கிக் கொண்டு, கி.பி. 629-லிருந்து தொடங்குகிறேன். புதிய முஸ்லிம் காலண்டரில் இப்போது 8-ம் ஆண்டு. எனினும் அது இனிதான் புழக்கத்துக்கு வரவிருக்கிறது. மெக்காவின் புகழ் மிக்க பெண் கடவுளான 'மனத்' தின் சரணாலயத்தை நோக்கி இருபது குதிரை வீரர்கள் சென்று கொண்டிருக்கிறார்கள். அந்த வீரர்களும் அவர்களின் தலைவரும் இறைத்தூதரால் அதிர்ஷ்ட தேவதையின் சிலையை உடைத்தெறிவதற்காக அனுப்பப்பட்டுள்ளனர். எட்டு ஆண்டுகளாக முகம்மது புறச் சமய ஆண் கடவுள் அல்லா மற்றும் அவரது மூன்று மகள்களான அல்-லாத், அல்-உஸ்ஸா மற்றும் அல் மனத்தின் இருப்பை மன அமைதியின்றிப் பொறுத்துக் கொண்டிருந்தார். முகம்மதின் குழுவான குரேஷியரால் அல்- உஸ்ஸா (காலை நேர நட்சத்திரமான வீனஸ்) அதிகமாக வணங்கப்பட்டபோது, அந்தப் பிரதேசத்தில் ஒட்டுமொத்தமாகப் பார்க்கும்போது மனத் (விதி) மிகவும் பிரசித்தி பெற்ற கடவுளாக இருந்தாள். முகம்மது மிகவும் பிரயாசைப்பட்டு தனது புதிய மதத்துக்குக் கொண்டு வர முயற்சி செய்த மூன்று இனக் குழுக்கள் முக்கியமாக அவளை வணங்கின. எட்டு வருட போர் ஓய்வுக் காலம் உள்ளூர் அரசியல் மீது ஆதிக்கம் செலுத்தியது.

எனினும் எட்டாவது ஆண்டில் புறச்சமயத்தின் மீதும், யூத சக்திகள் மீதும் முக்கியமான மூன்று போர்கள் வெற்றி கொள்ளப்பட்டிருந்தன. பாதர் போரில் முகம்மதின் படை சிறியதாக இருப்பினும் மெக்கா குழுவின் படையை வெற்றியை கண்டது. புதிய மதத்தின் ஆண்மை இந்தக் குழுவை மிகவும் ஆட்கொண்டது. இதற்கு மேலும் தத்துவரீதியிலான சமரசம் தேவையற்றதாகக் கருதப்பட்டிருக்க வேண்டும். எனவே ஒருநாள் மாலையில் இரவை நெருங்கும் வேளையில் பாலைவனத்தில் நிழல் ஆக்கிரமிக்கத் தொடங்கியபொழுது இறைத்தூதரின் தூதர் தனது இருபது குதிரை வீரர்களுடன் புதிய ஒரு கடவுள் கோட்பாட்டை நடைமுறைப்படுத்த வந்து சேர்ந்தார்.

'மனத்தின் சரணாலயம் மெக்காவுக்கும் மதினாவுக்கும் இடையிலான சாலையோரத்தில் குதாய்தில் அமைந்திருந்தது. அந்தச் சரணாலயத்தின் காப்பாளர் குதிரை வீரர்கள் வந்து இறங்குவதை அமைதியாகப் பார்த்துக் கொண்டிருந்தார். எந்த முகமனும் கூறிக்கொள்ளவில்லை. அவர்களது நடத்தை அவர்கள் மனத்தை ஆராதிக்கவோ, காணிக்கை செலுத்தவோ அவர்கள் வரவில்லை என்பதைப் புலப்படுத்தியது. காப்பாளர் அவர்கள் வழியில் குறுக்கிடவில்லை. இஸ்லாமிய பாரம்பரியத்தின்படி அந்தக் குழுவின் கமாண்டர் மனத்தின் அழகிய சிலையருகில் சென்றபொழுது ஒரு நிர்வாணக் கருப்புப் பெண் எங்கிருந்தோ எழுந்தாள். காப்பாளர் அவளை அழைத்தார். "மனத் இங்கே வா. உன்னால் முடிந்தளவு கோபத்தை நீ காட்டு!" மனத் தனது கூந்தலைக் கலைத்து விட்டுக் கொண்டு விரக்தியில் தன் மார்புகளில் அடித்துக் கொண்டாள். எப்போதுமே அவள், அவளை வேதனைப்படுத்தியவர்களை வைது கொண்டிருந்தாள். சா அது அவளை அடித்துக் கொன்றான். அதற்குப் பிறகுதான் அவனது இருபது கூட்டாளிகளும் அவனுடன் சேர்ந்து கொண்டனர். அவர்கள் அனைவரும் சேர்ந்து சிலைக்கருகில் சென்று அது முழுமையாக நொறுங்கும் வரை அதை உடைத்தனர். அல்-லத், அல் உஸ்ஸா ஆகியோரும் அதே நாளில் அதே முறையில் ஒழிக்கப்பட்டனர். அல்லா அழுதாரா? அல்லா எதிர்த்தாரா? அது குறித்து காவியம் அவரது எந்த மறுப்பையும் பதிவு செய்யவில்லை.

அந்த நிகழ்ச்சிக்குச் சில மாதங்களுக்கு முன்னால், முகம்மது ஒரு அருட்செய்தியைப் பெற்றிருந்தார். அதை குரானின் வாசகமாக வாசித்தார்.

அல் அத் மற்றும் அல் உஸ்ஸாவையும் (குறித்துச் சிந்தித்தாயா)
மூன்றாமவளான அல் மனத்தையும்
அவை தரம் உயர்த்தப்பட்ட அன்னங்கள்,
அவர்களது குறுக்கீடு எதிர்பார்க்கப்படுகிறது,
அவர்களது விருப்பங்கள் விலக்கப்படவில்லை.

அந்த மூன்று பெண் தெய்வங்களின் சரணாலயம் அழித்தொழிக்கப்பட்ட பிறகு, கடைசி மூன்று வரிகள் நீக்கப்பட்டு புதிய வாசகம் இவ்வாறாக எழுதப்பட்டது.

அல் அத் மற்றும் அல் உஸ்ஸாவையும் குறித்துச் சிந்தித்தாயா
மூன்றாமவளான அல்மனத்தையும்
நீ மகன்களையும் அவர் மகள்களையும் பெறப் போகிறீர்களா
இது ஒரு நியாயமற்ற பாகுபாடு!
நீயும் உனது தந்தையர்களும் உருவாக்கிய பெயர்கள்
அல்லா அவர்களின் மீது எந்த அதிகாரத்தையும் வைக்கவில்லை

நம்பிக்கையற்றவர்கள் அவர்கள் மனதின் கற்பனைகளையும் மீறிப் போகும் போக்கில் செல்கிறார்கள், எனினும் அல்லாவின் வழிகாட்டுதல் அவர்களை முன்பே சென்றடைந்து விட்டது. (53.7-11)

இந்த மாற்றத்தின் வெளிப்படையான விளக்கம்-முதல் வாசகங்களில் சாத்தான் தமது ஆட்சியைச் செலுத்தினான். பின்னர் அல்லா அவற்றை ஆக்கிரமித்தார் என்பது அப்போது ஒப்புக்கொள்ள இயலாததாக இருந்திருக்க வேண்டும். சாத்தானின் வாசகங்கள் குறித்த நிகழ்ச்சி மத எழுத்தாளர்கள், இஸ்லாமிய வரலாற்றியலாளர்கள் இருவரையும் சுற்றி வளைத்து மன்னிப்புக் கேட்பதை நோக்கி இட்டுச் சென்றது. நிதர்சனம் நேரிடையானது. அரசியல் தலைமை ஏற்காமல், வளைகுடாவில் குதிரையேற்றத்தின் அடிப்படையிலும் வாள் சண்டையிலும் இராணுவ தந்திரங்களிலும் தேர்ச்சி அடையாமலும் ஏழாவது நூற்றாண்டைச் சேர்ந்த இறைத் தூதரால் ஒரு இனக் குழுவின் உண்மையான ஆன்மிகத் தலைவராக மாற முடியவில்லை. அரசியல்வாதியான அந்த இறைத்தூதர் பல வழிபாட்டு முறைகளை இறுதியாக அழிப்பதற்கு முன்னர், தாமும் தமது சகாக்களும் அதிகமாக நிராகரிக்கப்படாத நிலை வரும்வரை காத்திருக்க வேண்டிய அவசியத்தைப் புரிந்து கொண்டிருந்தார். நடைமுறைத் தந்திரமாக, அந்த மூன்று பெண் கடவுளரின் பக்தர்களை தேவைக்கு முன்பே தனிமைப்படுத்தாமல் இருப்பது அர்த்தமுள்ளதாக இருந்தது. எனவேதான் புதிய மதத்தின் முதல் பத்தாண்டுகளில் தயக்கங்களும் உறுதியான நிலைப்பாடுகளும் இல்லாமல் இருந்தன.

உறுதியான முறையில் ஒரு கடவுள் கொள்கையை அறிவிக்கும் முடிவு எடுக்கப்பட்டது. எந்தச் சலுகையும் அனுமதிக்கப்படவில்லை. அதற்கு அறுநூறு ஆண்டுகளுக்கு முன்பு, கிறித்துவ தேவாலயம் அதனுடைய புறச்சமய முன்னோரிடம் நிரந்தரமான சமரசத்திற்கு வந்து அதற்கேற்றாற்போல் தனது புராணத்தை மாற்றியமைக்க வேண்டியதாகி விட்டது. அதைப் புதிதாகப் பின்பற்றுபவர்களுக்கு வழிபடுவதற்காக ஒரு பெண் கொடுக்கப்பட்டாள். அதுவும் ஏதோ ஒரு பெண்ணல்ல, கடவுளுக்குக் குழந்தை பெற்றுக் கொடுத்த பெண். அது ஒரு கன்னித்தன்மை அழியாத பிறப்பாக இருப்பினும்கூட, ஜீயஸின் துணிச்சலான பாலியல், முயற்சிகளுக்கும் இதற்கும் எந்தத் தொடர்பும் இல்லையென்றபோதும்கூட, பழையதிலிருந்து முழுமையாக முறித்துக் கொள்ள முடியாத தோல்வியைக் காண வேண்டும்.

முகம்மதுகூட அல்லாவின் எல்லாப் பெண்களையுமோ அல்லது ஒரு பெண்ணையோ புதிய உருவாக்கத்தில் சேர்த்திருக்க முடியும். இது புதிய சேர்ப்புகளை எளிதாக்கி இருக்கக்கூடும். ஆனால் இங்கு

குழு மனப்பான்மை கட்டுப்பாடாக இருந்தது. புதிய மதக் குழுவானது அதனுடைய முக்கிய ஒரு மதக் கோட்பாட்டினை எதிரியிடமிருந்து உறுதியுடன் வேறுபடுத்திக் கொள்ள வேண்டியிருந்தது. அதே நேரத்தில் அந்தக் காலகட்டத்தின் மாற்று மதக்குழுக்களின் ஆசை காட்டல்களையும் தனிமைப்படுத்த வேண்டியிருந்தது. இனக்குழு தலைமையிலான அல்லாவின் ஒருமைப்பாடு கவர்ந்திழுக்கும் ஒரு வாய்ப்பாக இருந்தது. அது கிறித்துவத்தின் பலவீனத்தைச் சுட்டிக்காட்டுவதற்கு மட்டுமல்ல, வளைகுடா அராபியர்களின் மீது ஆதிக்கம் செலுத்திய கலாசார நடைமுறைகளை நிச்சயமான வகையில் உடைத்தெறியவும் தேவையாக இருந்தது. பல கணவர்களையுடைய, தாய் சார்ந்த பழமையிலிருந்து உறுதியான முறையில் விலகுதல். முகம்மதுவே அவரது முதல் மனைவி கதீஜாவின் மூன்றாவதும் இளையவருமான கணவர். விவாகரத்து பரவலாக இருந்ததாலும், மனைவிக்குக் கணவனை விலக்கும் உரிமை இருந்ததாலும், கதீஜா ஒரு கணவனை விலக்கியதாகவும் இன்னொரு கணவனை இழந்ததாகவும் கருதப்படுகிறது. ஆனால் இதற்கு ஆதாரம் எல்லா விதங்களிலும் முழுமையானதாக இல்லை என்பதுடன் முகம்மதுவின் வெற்றிக்குப் பிறகு இந்தத் தளம் அதிகமாகத் தோண்டப்படவில்லை. கதீஜா இஸ்லாமிய காலண்டர் தொடங்குவதற்கு மூன்றாண்டுகள் முன்பே இறந்துவிட்டார்.

இந்த முற்காலப் பாரம்பரியங்களின் பாதிப்பைக் குறைவாக எடைபோட்டு விடக்கூடாது. முகம்மதின் முதன்மையைத் தொடர்ந்து இஸ்லாமின் பிற்கால வரலாற்றியலாளர்கள் ஜஹிலியா (அறியாமையின் காலம்) என்று குறிப்பிடுவது ஒரு கடவுள் கொள்கைகளை விட அதிகமாக நகைப்பூட்டுகின்றன. இஸ்லாமுக்கு முந்தைய இனக்குழுக்களின் இறந்தகாலத்தை அவர்களது கவிஞர்கள் காப்பாற்றினர்; அப்புலவர்கள் ஓரளவு வரலாற்றியலாளர்களாகவும் இருந்தனர். மிகவும் திறமையாகப் புராணங்களையும் உண்மைகளையும் கலந்து இனக்குழுவின் மரியாதையை உயர்த்தும் வகையில் இறந்த காலத்தை அவர்கள் வடிவமைத்தனர். எதிர்காலம் சற்றும் தொடர்பற்றதாக அறியப்பட்டது நிகழ்காலம் தான் மிகவும் முக்கியமாக இருந்தது. குறிப்பிடத்தக்க வகையில், பண்டையகால எபிகூரியர்கள் போன்று ஜாஹிலியாவின் அராபியர்களும் அவர்களது கவிதைகள் குறிப்பிடுவதுபோல் வாழ்வை முழுமையாக அனுபவித்தனர்.

வறுக்கப்பட்ட கறி, வெறியூட்டும் மதுவின் மின்னல்
ஒட்டகக் கூட்டத்தில் வேகமாகச் செல்ல, நிச்சயமாக
உனது ஆன்மா அவளை வற்புறுத்த முயலும்
அனைத்து வெற்று நீள அகலங்களிலும்;[4]

குரான் இதனைக் கீழ்க்கண்டவாறு மறுதலித்தது. அவர்கள் கூறுகிறார்கள்:

வாழ்வைத் தவிர வேறெதுவும் இல்லை. நாம் இறக்கிறோம், வாழ்கிறோம்;

காலத்தைத் தவிர வேறு ஒன்றும் நம்மை அழிப்பதில்லை

இதைப் பற்றிய அறிவு அவர்களுக்கு இல்லை

அவர்கள் கற்பனை மட்டுமே செய்கிறார்கள்.

நம்மால் அறியப்பட்டவை அவர்களிடம் தெளிவுடன் கூறப்படும்போது அவர்களது ஒரே வாதம், 'நீங்கள் கூறுவது உண்மையானால் எங்களது தந்தையரைத் திரும்பக் கொண்டு வாருங்கள்'

கூறுங்கள், அல்லாதான் உங்களுக்கு வாழ்வைக் கொடுக்கிறார் சாகவும் வைக்கிறார்.' (45.246)

இஸ்லாமிய காலத்துக்கு முந்தைய பழங்குடி இனத்தின் மனிதத்தன்மையானது பல கவர்ந்திழுக்கக்கூடிய அம்சங்களைக் கொண்டிருந்தது. ஆனால் அந்த நடைமுறைகளை வரலாறாக எழுதி வைக்கவோ அல்லது பழங்குடி இனங்களை ஒற்றுமைப்படுத்த அதனை உபயோகிக்கவோ சக்தியற்றதாக இருந்தது. உலக அளவில் அதன் இருப்பைத் தத்துவரீதியாக உயர்த்துவது என்பதைப் பற்றி கேட்கவே வேண்டாம். இதற்கு ஒரு காரணம் ஏராளமான கடவுள்கள் மற்றும் பெண் கடவுள்கள் இருந்ததாகும். இவை அனைத்தும் மனிதர்களை அளவுக்கு மேல் உயர்த்தியதைத் தவிர வேறொன்றுமில்லை. ஆனால் அவற்றின் மீதான நம்பிக்கை பழங்குடி இனங்களிடையே பிரிவுகளையும் தகராறுகளையும் நிலைத்திருக்கச் செய்தன. இவை அநேகமாக வர்த்தகம் தொடர்பான பிரச்சனைகளினால் உருவானவை. அந்தக் கால உலகம் வர்த்தகம் செய்யும் வண்டிகளால் நிரம்பியிருந்தது. முக்கியமான பேச்சுகள் அனைத்தும் வர்த்தகம் தொடர்பாகவே இருந்தன. சமூக முரண்பாடுகள் சாதாரணமாக இருந்தன.

முகம்மது உலகை முழுமையாகப் புரிந்து கொண்டார். அவர் குவாரிஷ் இனத்தைச் சேர்ந்தவர். அந்த இனத்தவர் தங்களை இஸ்மாயிலின் வழித்தோன்றலாகக் கூறிக் கொண்டதுடன் தங்களது பரம்பரை பற்றியும் பெருமை கொண்டிருந்தது. அவரது திருமணத்துக்கு முன் கதீஜாவின் நம்பிக்கை பெற்ற ஊழியராக ஒரு வர்த்தக வாகனத்தில் பணிபுரிந்து வந்தார். அந்தப் பிரதேசம் முழுவதும் பிரயாணம் செய்த அவர் கிறித்துவர்கள், யூதர்கள் மற்றும்

பல்வேறு மாற்றுச் சமயத்தினரை சந்தித்தார். இந்தப் பிரயாணங்கள் அவருக்குப் பல தெளிவுகளையும் பரந்த மனத்தையும் அளித்தன என்று நாம் கற்பனை செய்ய மட்டுமே முடியும். மெக்காவே அந் நேரத்தில் வர்த்தகப் பிரதேசத்தின் மையமாக இருந்ததா, இல்லையா என்பது இப்போது பெரும் விவாதத்தைக் கிளப்பியுள்ளது. அது மையமாக இல்லாவிட்டால்கூட, மெக்காவில் வர்த்தகர்கள் இருந்தனர். அவர்கள் இரண்டு பெரும் அண்டை நாட்டவருடன் வர்த்தகம் செய்திருக்க வேண்டும். கிழக்கு ஐரோப்பா மற்றும் ஆசியா மைனர் (இன்றைய துருக்கி) பேரரசைச் சேர்ந்த கிறித்துவர்கள் மற்றும் நெருப்பை வணங்கும் பெர்ஸியாவைச் சேர்ந் ஜொராஸ்ட்ரியர்கள் இரண்டு சூழ்நிலைகளிலும் வெற்றிகரமான வர்த்தகராக இருப்பதன் அர்த்தம் இரண்டுக்கும் சொந்தமானவரல்ல என்பதுதான். அந்தப் பிரதேசத்தில் பல யூதக் குழுக்கள் இருந்தது உண்மைதான். இருப்பினும் தம்மைத் 'தேர்ந்தெடுக்கப்பட்டவருடைய மதமாக தம்மைத் தாமே அர்த்தம் கற்பித்துக் கொண்ட ஜூடாயிஸம் அதனை ஒரு தீவிர மாற்றாகத் தனிமைப்படுத்தியது. அது என்றுமே புதிய வரவுகளைக் கொண்ட மதமல்ல. இந்த மூடுதன்மைதான் கிறித்துவம் என்ற பெயரில் சீர்திருத்த இயக்கத்தைத் தோற்றுவித்தது அதற்கான வாய்ப்புகள் இருந்தபோதுகூட, அது பிற சம அராபுகளைக் கவரும் வாய்ப்பில்லை.

முகம்மது நபியின் ஆன்மிக முயற்சி ஒரு குறிப்பிட்ட அளவுக் அராபியர்களின் வர்த்தக நிலையை வலுப்படுத்தும் ஆசையாலு சமூகபொருளாதார ஆசைகளாலும் ஒரு சில பொதுச் சட்டங்களை அமலாக்கவுமான ஆசையாலும் உந்தப்பட்டது.[5] பொதுவான நோக்கங்களைக் கொண்ட குழுக்களின் மகா சம்மேளனத்தை நிச்சயமாக ஒரு புதிய உலகளாவிய ஒரே மதத்தை உருவாக்குவதில் அவரது பார்வை இருந்தது. அராபிய இனக் குழுக்களை ஒட் வைக்கும் சிமெண்ட்டாக முகம்மது நபிக்கு இஸ்லாம் பயன்பட்டது தொடக்கம் முதலே அது வர்த்தகத்தை மட்டுமே உத்தமமான தொழிலாகக் கருதியது.

புதிய மதம் ஒரே சமயத்தில் நாடோடியாகவும் நகர்ப்புறத்தை சேர்ந்ததாகவும் காட்டப்பட்டது. நிலத்தில் உழைத்த விவசாயிக கீழானவர்களாக, வேலைக்காரப் பிறவிகளாகக் கருதப்பட்டனர். ஒ ஏர்முனையைக் காட்டி முகம்மது நபி அவர்கள் கூறுவதாக ஒ ஹடித் கூறுகிறது: "அது விசுவாசியின் வீட்டில் ஒருபோது தாழ்மையைச் சேர்த்துக் கொள்ளாமல் உள்ளே நுழையாது பாரம்பரியம் கண்டுபிடிக்கப்பட்டதாக இருந்தாலும்கூட அது அந் காலகட்டத்தின் உண்மை நிலையைப் பிரதிபலித்தது.

நிச்சயமாகப் புதிதாக உருவாக்கப்பட்ட சட்டங்கள் அவை கிராமப்புறங்களில் கடைப்பிடிக்கப்படுவதை இயலாததாக்கி விட்டது. உதாரணமாக ஒவ்வொரு நாளும் ஐந்து முறை தொழுவது என்பது இராணுவக் கட்டுப்பாட்டை விதைக்கவும், புதிதாக நியமிக்கப்பட்டவர்களின் பழைமையான நாடோடி உள்தன்மையைக் கட்டுப்படுத்தவும் முக்கியமான பங்கையாற்றியது. அது நகரங்களில் நம்பிக்கையாளர்களின் சமுதாயத்தை உருவாக்கும் வகையிலும், அவர்கள் தொழுகை முடிந்து இருவருக்கும் பயனளிக்கும் வகையில் செய்திகளைப் பரிமாறிக் கொள்ளும் வகையிலும் வடிவமைக்கப்பட்டது. எந்தப் புதிய அரசியல் இயக்கமும் ஜேகோபியன் அல்லது போல்ஷ்விக்குகள் கூட ஒவ்வொரு நாளும் ஐந்து முறை பொதுக் கூட்டங்களை, குழுக் கூட்டங்களை ஏற்பாடு செய்திருக்க முடியாது.

இந்தப் புதிய மதம் எதிர்பார்த்த உறுதியான கட்டுப்பாடுகளை அனுசரிக்க விவசாயிகளால் சற்றும் இயலவில்லை என்பது ஆச்சரியமல்ல. அவர்கள்தான் இஸ்லாத்தைக் கடைசியாக ஏற்றுக் கொண்ட அடித்தள சமுதாயப் பிரிவு. மரபுக் கோட்பாடுகளிலிருந்து முதல் மீறல்கள் முஸ்லிம் கிராமப்புறத்தில் முதலில் முதிர்ந்தது.

அடிக்குறிப்புகள்:

3) *இந்தப் புதிய மதம் பிறந்த இடம் எது? ஹிஜாஜாவா? பாலஸ்தீனமா? அல்லது வேறு ஏதேனும் இடமா? எனும் கல்வி வளாகக் கதையாடல் தொல்லியல் தளத்தைச் சார்ந்தது. கடந்த 30 ஆண்டுகளில் ஜான் வான்ஸ்ப்ரோ, பேட்ரீஷியா குரோன் ஆகியோரின் ஆய்வுகள் இஸ்லாமிய வரலாறு குறித்த கல்வியின் முகத்தையே மாற்றிவிட்டன. அவர்கள், முகம்மது நபி அவர்களின் தொன்மையான வாழ்க்கை வரலாறுகள் எல்லாம் அவர்குறித்த பக்தியில் பிறந்த கற்பனைகள் என்பதை நிறுவினர். இஸ்லாமிய அடையாளம், மக்கா நகரின் மையமான பாத்திரம், குரான் எல்லாம் முகம்மது நபி அவர்களின் மரணத்திற்குப் பின்பு பல ஆண்டுகள் கழித்து உதித்தவை என்பது அவர்களது வாதம். முஸ்லீம் நம்பிக்கையாளர்களுக்கு இந்தக் கருத்துகள் பெரும் அதிர்ச்சியை அளிப்பவை என்பதில் சந்தேகமில்லை ஆனால் இந்த ஆய்வுகள் இஸ்லாத்தின் வரலாறு குறித்த ஒரு அறிவியல் பூர்வமான பார்வையை முன்னெடுக்கும் முயற்சிக்கு வலுவூட்டின. இஸ்லாத்தின் உதயம் வரலாற்று எதார்த்தம். அதன் வளர்ச்சி முன்னுதாரணம் இல்லாதது. அது எல்லாக் கண்டங்களுக்கும் விரைந்து பரவியது. அது உருவாகிய இடத்தை அடுத்திருந்த இரு பேரரசுகளை மாற்றி அமைத்தது. விரைவில் அட்லாண்டிக் பெருங்கடலின் கரை வரை சென்று சேர்ந்தது. அதன் உச்ச கட்டத்தில் மூன்று முஸ்லீம் பேரரசுகள் பூமிப் பந்தின் பெரும் பரப்பில் கோலோச்சின. இஸ்தான்புல் மாநகரைத் தலைநகராகக் கொண்டிருந்த ஆட்டோமான் பேரரசு, பாரசீகத்தின் சஃபாவிட்கள், இந்தியாவை ஆண்ட மொகலாய பரம்பரை ஆகியவை அந்த மூன்று பேரரசுகள்.*

4) *சி.ஜேலையால், பண்டைய அரபு செய்யுள்களின் மொழிபெயர்ப்பு, லண்டன், 1930.*

5) *இதில் சில குரானில் உள்ளன, ஒரு நிலையில் ஒரு புனித நூலில் குறிப்பிடத்தக்க அளவில் நடைமுறைக்கு ஒத்ததாக உள்ளது. (2.282)*

இறை நம்பிக்கையாளர்களே! நீங்கள் ஒரு குறிப்பிட்ட தவணை வரை கடன் கொடுக்கல் வாங்கல் செய்து கொண்டால் அதனை எழுதிக் கொள்ளுங்கள் உங்களுக்கு மத்தியில் கடன் விவரத்தை எழுதுகிறவர் நீதியுடன் எழுதட்டும் எழுதுகிறவர் எழுத மறுக்கக்கூடாது; அல்லா அவருக்குக் கற்றுக் கொடுத்தது போல் அவரும் எழுதிக் கொடுக்கவும்; எவர் மீது கடன் பொறுப்பு இருக்கிறதோ அவரே வாசகத்தைக் கூறவும். தம் இறைவனாகிய அல்லாவிடம் அவர் அச்சம் கொள்ளட்டும்...

அல்லது பின்னர் 'பெண்கள்' என்ற தலைப்பிலான பகுதியில் (4.10-12)

உங்களுடைய மக்களின் விஷயத்தில் ஓர் ஆணுக்கு இரு பெண்களின் பங்கை போன்றது உண்டு என அல்லா கட்டளையிடுகிறான். அவர்கள் இரண்டுக்கு மேற்பட்ட பெண்களாக இருந்தால், இறந்தவர் விட்டுச் சென்றதிலிருந்து மூன்றில் இரண்டு பாகம் அவர்களுக்கு உண்டு; அவள் ஒருத்தியாக இருந்தால், அவளுக்கு பாதி சொத்து உண்டு. இறந்தவருக்குக் குழந்தை இருந்தால், அவருடைய பெற்றோருக்கு அவ்விருவரிலிருந்து ஒவ்வொருவருக்கும் அவர் விட்டுச் சென்ற சொத்திலிருந்து ஆறில் ஒரு பாகம் உண்டு. அவருக்குக் குழந்தை இல்லையானால் அவருடைய பெற்றோர் அவரது வாரிசுகளானால் அப்போது அவருடைய தாய்க்கு மூன்றில் ஒரு பாகம் உண்டு.

3

உலகின் பேரரசு

முதல் முஸ்லிம் இராணுவங்களின் இராணுவ வெற்றிகள் எல்லா முனைகளிலும் குறிப்பிடத்தக்கவையாக இருந்தன. மெடிடரேனியன் உலகை அவர்களது முன்னேற்றத்தின் வேகம் திடுக்கிட வைத்தது. முற்பகுதி கிறிஸ்தவத்துடனான முரண்பாடு இதைவிட மேலாக வெளிப்பட்டிருக்க முடியாது. 632-ல் முகம்மது நபியின் இறப்பிலிருந்து இருபது ஆண்டுகளுக்குள் அவரைப் பின்பற்றியவர்கள் வளமான பிறைவடிவப் பிரதேசத்தில் முதலாம் இஸ்லாமியப் பேரரசின் அடித்தளத்தை நாட்டிவிட்டார்கள். இந்தத் தளம் பின்னர் அந்தப் பிரதேசம் முழுவதும் இஸ்லாம் தழைத்துப் பெருக உபயோகிக்கப்பட்டது. இந்த வெற்றிகளால் கவரப்பட்ட அனைத்து இனங்களும் பிறகு புதிய மதத்தைத் தழுவின. பாலைவனத்தில் மசூதிகள் முளைத்தெழுந்தன. இராணுவமும் அதேபோல் விரிந்தது. இந்த இராணுவத்தின் துரிதமான வெற்றிகள் அல்லா சர்வ வல்லமை படைத்தவர் என்பதற்கும், அவர் நம்பிக்கையுள்ளவர்கள் பக்கத்தில் நிற்கிறார் என்பதற்கும் குறியீடாக உணரப்பட்டது.

இந்தக் குறிப்பிடத்தக்க வெற்றிகளைச் சில அம்சங்களோடு ஒன்றிணைத்துப் பார்ப்பது விளக்குகிறது. கி.பி.628-ல் பெர்ஸிய, பைசன்டைன் பேரரசுகள் அவர்களுக்குள் போரைத் துவக்கி ஏறக்குறைய ஒரு நூற்றாண்டு ஆகியிருந்தது. இந்த இரண்டு பகுதிகளையும் கவ்வியிருந்த பெருத்த பலவீனம், மக்களை அவர்களிடமிருந்து தனிமைப்படுத்திப் புதிய ஆக்கிரமிப்பாளர்களுக்கு வழி ஏற்படுத்தியது. எகிப்தும், சிரியாவும் பைசன்டைன் பேரரசின் பகுதிகளாக இருந்தன. சாசானிய மரபின் ஆட்சியிலான பெர்ஸியா இராக்கை ஆண்டது. இவை மூன்றுமே இப்போது ஒன்றுபட்ட இனக்குழுவின் வலிமைக்கும் வேகத்துக்கும் ஈடு கொடுக்க இயலாமல் வீழ்ந்தன.

மிக அதிகளவில் திறமையும், அனுபவமும் பெற்ற இரண்டு பேரரசுகள் மீதான அரபுகளின் வெற்றி அதிக எண்ணிக்கையிலான படையாலே நடந்ததென்றோ திறன் வாய்ந்த இராணுவத் தந்திரத்தால் நடந்ததென்றோ விளக்க முடியாது. தமது ஒட்டகப் படையை திறமையாகக் கையாளவும், அதற்கு மாற்றாகத் திறன் மிக்க கெரில்லாப் போர் முறையைக் கையாளவும் செய்த முஸ்லிம் தளபதிகளின் திறமை எதிரிகளைக் குழம்பச் செய்தது, என்னவோ உண்மைதான். அதுவரை தாக்கிவிட்டு ஓடிய நாடோடித் தாக்குதலுக்கு மட்டுமே பழகியிருந்த அந்தப் பேரரசுகள் இந்த அளவுக்கு நெகிழ்ச்சித் தன்மையை இது வரை சந்தித்ததில்லை. ஆனால் இது மட்டுமே தோல்வியை ஏற்படுத்தியிருக்க முடியாது. இதற்கு முடிவான காரணம் இந்தப் புதிதாகப் படையெடுத்தவர்களுக்குக் கணிசமான உள்ளூர் மக்கள் காட்டிய ஆதரவேயாகும். பெரும்பாலான மக்கள் எந்தப் பக்கம் வெல்லும் என எதிர்பார்த்துக் காத்திருந்தனர். பழைய பேரரசுகளுக்காகப் போராடவோ உதவி செய்யவோ இனியும் அவர்கள் யாரும் அவர்கள் யாரும் தயாராக இல்லை.

ஒன்றுபட்ட அராபிய இனங்களின் வேகம், புதிய மதத்தின் அழைப்பு என்றோ, ஒரு சுவர்க்கத்தை அமைத்துக் கொடுப்பதாக வாக்கினால் ஏற்பட்டது என்றோ விவரிக்க முடியாது. இந்த உலகின் சுகங்கள்தான் டமாஸ்கஸைப் பிடிக்கும் போரில் ஆயிரக்கணக்கானோரை காலித் இபின் அல் வாலித்தின் தலைமையில் போரிட வந்து மொய்க்கச் செய்தது. இதனை ஒன்பதாம் நூற்றாண்டைச் சேர்ந்த நெசவாளரும், கவிஞருமான அபு தம்மாம் தமது கவிதையில் இவ்வாறு வர்ணிக்கிறார்:

இல்லை, உங்களுடைய நாடோடி வாழ்க்கைக்காக

உங்கள் உயிரைப் பணயம் வைக்கவில்லை.

மாறாக, நான் நம்புகிறேன், ரொட்டிக்கும், ஈச்சம்பழங்களுக்கு

பிறகு உங்கள் விருப்பங்களை அடைவதற்காக,

அதே நூற்றாண்டைச் சேர்ந்த தனித்துவம் பெற்ற அரபு வரலாற்றியலாளரான அஹமது அல் பஹதூரி உறுதியாக ஆதரித்த கருத்து இது. அரபு படையெடுப்புக்கள் குறித்த அவரது வரலாறு பொதுவாக அதிகாரப்பூர்வமானதாக ஏற்கப்பட்டுள்ளது. அராபியத் தாக்குதலுக்கு எதிராகத் தமது நாட்டைப் பாதுகாக்கப் போராடி தோற்கடிக்கப்பட்ட பெர்ஸிய தளபதி ருஸ்தம், ஒரு அரபுத் தூதரிடம் கூறுவதை அவர் சுட்டிக்காட்டுகிறார். அவர்கள் இப்போது செய்யும் வேலையை நோக்கி அவர்களைத் தள்ளியது வாழ்க்கையின் கடுமையான நிலையும், வறுமையும்தான் என்பதை நான் கற்றுக் கொண்டிருக்கிறேன்

முஸ்லிம் இராணுவம் ஜெருசலேத்தை வென்று விரைவிலேயே 638-ல் சமாதான உடன்படிக்கையை அமல்படுத்துவதற்காக காலிப் உமர் அங்கு வந்தார். அவரை வரவேற்பதற்கு வந்த ஜெருசலேத்தின் தலைவரான சோப்ரோனியஸுக்கு அந்த முஸல்மானின் எளிமையும், ஆடம்பரமின்மையும் அதிர்ச்சி அளித்தது. அந்தக் காலகட்டத்தின் பல இஸ்லாமியத் தலைவர்களைப் போலவே உமரும் சாதாரணமாக உடையணிந்திருந்தார். பயணத்தினால் அவரது உடையில் புழுதி படிந்திருந்தது. தாடி அழகுபடுத்தப்படாமல் கலைந்திருந்தது. அவரது உடையின் எளிமை தலைவரை ஆச்சரியப்படுத்தியது. அவர் அவரது வேலையாளைப் பார்த்து கிரேக்க மொழியில், "இறைத்தூதர் டேனியல் பேசிய இந்தப் புனித தலத்தின் அருவறுக்கத்தக்க பாழ்நிலை என்பது இது தான்" என்று கூறியதாகச் செய்திப் பதிவுகள் கூறுகின்றன.

இந்த அருவறுக்கத்தக்க பாழ்நிலை ஜெருசலேத்தில் நீண்டநாள் தங்கவில்லை. பைசன்டைன் மற்றும் பெர்ஸியா மீதான முக்கியமான வெற்றிகள் மிக எளிதாக ஈட்டப்பட்டதும், மதத்தின் மீது நம்பிக்கை கொண்டவர்கள் அவர்களது எதிர்காலம் குறித்த உணர்வில் மூழ்கினர். என்ன இருந்தாலும், அவர்களது தலைவர்தானே கடவுளின் இறுதியான உறுதியான செய்தியைப் பெற்றார். பெர்ஸியாவை வெற்றி கொண்டதானது பன்னிரண்டு நூற்றாண்டு கால ஆட்சியைத் தூக்கியெறிந்தது. அரபுகள் அதன் செல்வத்துக்கும், கலாசாரத்துக்கும் வாரிசுகளாயினர். மஞ்சள் நிற உலோகமான தங்கத்தை அவர்கள் முதன் முதலாகப் பார்த்தனர். தான் போர் வெகுமதியாகப் பெற்ற ஒரு உயர்குடி இளம் பெண்ணை ஒரு அரபு வீரன் வெறும் 1000 திராம்களுக்கு விற்றது குறித்து பலாதுரி எழுதுகிறார். அவனுடைய முட்டாள்தனம் குறித்து விளக்கம் கேட்டபோது அவன் இவ்வாறு கூறினான்: "பத்து, நூறுகளுக்கு மேல் எண்கள் இருப்பதாக நான் நினைக்கவேயில்லை."

ரோமில் தமது அதிகாரத்தை நிலை நாட்டிய ஜெர்மன் இனக்குழுக்கள் அதனைத் தக்க வைத்தனர். ஆனால் ஒரு உயரிய கலாச்சாரத்துக்கு முழுமையாக அடிமைப்பட்ட அவர்கள் பின்னர் கிறிஸ்துவத்தை ஏற்றனர். பெர்ஸியாவை வசப்படுத்திய அரபுகள்கூட தாம் ஒரு அந்நிய சமூக, கலாச்சார நடைமுறைகளுக்குத் தலைமை தாங்குவதைக் கண்டனர். இராணுவச் சேவையைத் தம்மிடம் மட்டுமே வைத்துக் கொள்வதன் மூலமும், தற்காலிகமாகக் கலப்புத் திருமணத்தைத் தடுப்பதன் மூலமும் அவர்களும் அதிகாரத்தைத் தம்மிடம் காப்பாற்றி வைத்துக் கொண்டனர். பெர்ஸியாவின் அதிசயங்களால் அவர்கள் மயங்கியிருக்கலாம், ஆனால் தமது அடையாளத்தையோ, மொழியையோ அல்லது புதிய மதத்தையோ

அவர்கள் விட்டுவிடத் தயாராக இல்லை. முகமது நபியின் இலக்கான உலகளாவிய மதமென்பது அவர்களின் சிந்தனையை வசப்படுத்தி அந்த இனங்களின் பொருளாதார நலன்களை முன்னெடுத்துச் சென்றது. கிரேக்கம் அல்லது பெர்ஸியாவுக்காக அரபியை விட்டு விட்டுக் கிறிஸ்தவ அல்லது பெர்ஸிய ஆளும் வர்க்கமாக மாறும் தூண்டல் அவர்களுக்கு இல்லை.

அவர்கள் கைப்பற்றிய நாகரிகங்களிலிருந்து எதையும் கற்கவோ ஏற்கவோ மறுப்பது அவர்கள் எண்ணமல்ல. மாறாக, புதிய இஸ்லாமிய கலாச்சாரத்தை உருவாக்க வித்திட்ட சிரியா மற்றும் பெர்ஸியாவின் மீதான வெற்றியின் பயனாக ஒரு கலாச்சார ஒருங்கிணைப்பு நிகழ்வு. விரைவில் சீரமைந்த கலைகள், இலக்கியம் மற்றும் கிரேக்கத் தத்துவ ஞானத்தை உள்வாங்கிய ஒரு பொது பாரம்பரியத்தின் தோற்றம். உமயாதுகளின் குறுகிய தேசியவாதத்தை முறியடிப்பதற்கு இஸ்லாத்திற்குள்ளிருந்த அபாசிக் குழுவின் பல இனங்களின் முகம், பொதுமை, சமத்துவக் கொள்கைப் பிரச்சாரம் தான் உதவியது. உமயாதுகளின் கடைசி இளவரசன் பின்னர் அல் அன்டுலாஸுக்குத் தப்பியோடி கொர்டோபாவில் எதிர்ப்பு காலிப் தலைமையை உருவாக்கியபோதும் இது நடந்தது. இந்த எதிர்ப்புக் குழு பாக்தாதை ஒரு பல இனங்களின் மையம் என்று கூறி அதை எதிர்த்தது.

முஸ்லிம்கள் பின்னர் தம்மை வல்லுனர்களாக்கிக் கொண்ட மருத்துவத்துறையின் முன்னேற்றமானது, முதல் ஆயிரமாண்டில் எவ்வாறு அறிவு பயணித்து, ஒன்று கலந்து, முதிர்ந்தது என்பதற்கு ஆவலூட்டும் ஒரு உதாரணமாகத் திகழ்கிறது. இஸ்லாத்திற்கு இரண்டு நூற்றாண்டுகள் முன்னர், தென்மேற்கு பெர்ஸியாவில் (இப்போதைய குசெஸ்தான்) உள்ள கொண்டேதாபுர் நகரம் தமது சொந்த ஊரில் அடக்குமுறைக்குட்பட்ட மாற்றுச் சிந்தனையாளர்கள் சுதந்திரச் சிந்தனையாளர்களுக்குப் புகலிடம் அளிப்பதில் பெயர் பெற்றிருந்தது. எடெஸாவைச் சேர்ந்த நெஸ்லோரியன்கள் (இயேசுநாதர் மனிதத் தன்மையும், தெய்வீகத் தன்மையும் ஒருங்கே கொண்டவர் என்று வாதிட்டவர்கள் மொ.பெ) 489-ல் அவர்கள் கழகம் மூடி சீல் வைக்கப்பட்டபோது இங்கு தப்பி வந்துவிட்டனர். நாற்பது ஆண்டுகளுக்குப் பிறகு பேரரசர் ஜஸ்டினியன் புதிய பிளேட்டோனிக் தத்துவவாதிகளின் ஏதென்ஸ் பள்ளியை மூடுமாறு உத்தரவிட்டார். அதன் ஆசிரியர்களும், மாணவர்களும்கூட கொன்டேஷாபூருக்கு நீண்ட தூரம் நடந்து வந்து சேர்ந்தனர். இந்த கல்வி நகரத்தின் செய்தி பக்கத்து தேசங்களுக்குப் பரவியது. இந்திய சிலர் கூறுவது போல் சீனாவிலிருந்து கூட அறிஞர்கள் கிரேக்கர்க

யூதர்கள், அரபுகள், கிறித்தவர்கள், சிரியர்களுடன் அருமையான விவாதங்கள் செய்வதற்காக வந்து சேர்ந்தனர். இந்த விவாதங்கள் பல்வேறு பிரிவுகளில் நடந்தாலும், மருத்துவத் தத்துவம்தான் அதிகமானவர்களை ஈர்த்தது.

மருத்துவத்தின் தத்துவம் நடைமுறையில் அங்கிருந்த மருத்துவமனையில் கடைப்பிடிக்கப்பட்டது. கொன்டேஷாபூர் மக்கள் உலகில் அதிகமாக கவனம் செலுத்தப்பட்டவர்களாக ஆனார்கள். மருத்துவப் பட்டத்தைப் பெற்ற முதல் அராபியரான ஹரித் பின் கலேடா பின்னர் பெர்ஸிய அரசு ஆட்சியாளர் கோஸ்ரோஸின் சபையில் அனுமதிக்கப்பட்டார். அவர்கள் இருவருக்குமிடையிலான ஒரு பேச்சு நிருபர்களால் எழுதி வைக்கப்பட்டுள்ளது. அதன்படி அரசரிடம் இந்த மருத்துவர் அதிகமாக உண்பதையும், நீர் கலக்காத மதுவைக் குடிப்பதையும் தவிர்க்கும்படியும், தினசரி அதிகமாக நீர் அருந்தும்படியும், குடித்திருக்கும்போது உடலுறவைத் தவிர்க்கும்படியும், உண்ட பிறகு குளிப்பதைத் தவிர்க்கும்படியும் அறிவுறுத்தியிருக்கிறார். கடுமையான மலச்சிக்கலை சரி செய்ய எனிமாக்களை கண்டுபிடித்த முதல்வராகவும் அவர் புகழப்படுகிறார்.

அரபு இராணுவம் 638-ல் நகரைப் பிடித்தபோது மருத்துவப் பல்கலைக் கழகங்கள் நன்கு காலூன்றியிருந்தன. இதைத் தொடர்ந்து அரபுகள் இங்கு மருத்துவம் கற்றுக் கொண்டு வளரும் முஸ்லிம் பேரரசின் பல இடங்களில் பரவுவது நிகழ்ந்தது. ஒப்பந்தங்களும்; ஆவணங்களும்கூட ஏற்படத் துவங்கின. இரு பெரும் முஸ்லிம் மருத்துவத் தத்துவவியலாளர்களான இபின் சினாவுக்கும், அல் ரஸுீம் அவர்களது மருத்துவ அறிவின் வேர் பெர்ஸியாவின் ஒரு சிறு நகரத்தில் இருக்கிறதென்று நன்றாகத் தெரியும்.

எடெஸா, ஏதென்ஸ் ஆகியவற்றிலிருந்து விதைகள் கொண்டேஷாபூரில் மருத்துவ அறிவில் பெரும் மரங்களாக வளர்ந்த அதே சமயத்தில், உமரின் வழித் தோன்றல்கள் இராணுவ முனையிலும் சும்மாயிருக்கவில்லை. எகிப்திலிருந்து வடக்கு ஆப்ரிக்கா வரை பரந்து விரிந்தனர். தெற்கு துனீசிய நகரான அல் குய்ராவானில் ஒரு தளம் அமைக்கப்பட்டு ஸ்திரப்படுத்தப்பட்டது. கார்தேஜ் ஒரு முஸ்லிம் நகரானது. இப்ராகியாவின் அரபு கவர்னரான முஸா மின் நுசைர் ஐரோப்பாக் கண்டத்துடன் முதல் தொடர்புகளை ஏற்படுத்தினார். அவர் கடல் கடந்து நிலத்தில் தம் பார்வையைப் பதித்தபோது செப்டம் (கியூடா) திருச்சபை முதல்வரான கவுண்ட் ஜூலியன் அவருக்கு ஆதரவையும், ஊக்கத்தையும் தருவதற்கான வாக்குறுதியை அளித்தார். மூசாவின் முக்கிய தளபதியும், இளம்

வட ஆப்ரிக்கருமான தாரிக் பின் ஜியாத் 7000 பேர் கொண்ட இராணுவத்தை அமைத்தார். கவுண்ட் ஜூலியனின் படகுகளின் உதவியோடு அவர்கள் ஐரோப்பாவின் கரையில் ஒரு பாறைக்கருகில் சென்று இறங்கினர். அந்தப் பாறை ஜாபல் தாரிக்[6] என்று இன்றும் அவர் பெயரால் அழைக்கப்படுகிறது. அப்போது ஏப்ரல் 711. முகம்மது இறந்து நூறு ஆண்டுகள் கூட ஆகவில்லை. மீண்டும் முஸ்லிம் இராணுவத்துக்கு ஆளும் விஸ்கோத் உயர் பிரிவினரின் ஆட்சியின் மீதான அதிருப்தி உதவி செய்தது. அதே ஆண்டு ஜூலை மாதத்தில் அரசர் ரோடரிக் தாரிக்கின் இராணுவத்தால் தோற்கடிக்கப்பட்டார். கொடுங்கோல் அரசிடமிருந்து அவர்களை விடுவித்ததால் படையெடுத்தவர்களின் கொடியின் கீழ் உள்ளூர் மக்கள் அணி திரண்டனர். இலையுதிர் காலத்துக்கு முன் கோர்டோபா, டோலேடோ இரண்டும் வீழ்ந்திருந்தன. தீபகற்பம் முழுவதையும் பிடிக்க தாரிக் உறுதியாக இருப்பது வெளிப்படையாகத் தெரிந்ததும், பொறாமை கொண்ட கவர்னர் முஸாபின் நுசைர் டொலேடோவிலிருந்த தமது வெற்றிகரமான பணியாளருடன் சேர்ந்துகொள்ள 10000 பேர் கொண்ட படையுடன் புறப்பட்டுச் சென்றார்.

இந்த இரண்டு படைகளும் ஒன்று சேர்ந்து வடக்குப் புறமாக நகர்ந்து சரகோஸாவைப் பிடித்தன. முக்கியமாக உள்ளூர் மக்கள் தமது பழைய அரசுகளைக் காப்பாற்ற உறுதியாக மறுத்ததன் காரணமாக ஸ்பெயினின் பெரும்பாலான பகுதிகள் அவர்களது கட்டுப்பாட்டுக்குள் வந்தன. அந்த இரண்டு முஸ்லிம் தலைவர்களும் பைரனீஸைக் கடந்து பிரான்சுக்குள் நடந்து பாரீஸை பிடிக்க திட்டமிட்டனர். அவர்கள் இவ்வாறு கனவு கண்டாலும் அவர்களது அன்டாலூசிய துணிகரச் செயல் உள்நாட்டு முயற்சியாகிவிட்டது.

டமாஸ்கஸின் காலிபிடம் அனுமதி பெறுவதற்குப் பதிலாக அவர்களது முன்னேற்றம் குறித்த செய்தி மட்டுமே அவருக்கு தெரிவித்திருந்தனர். அதிகார மையத்திடம் இந்த வீராப்பான மனப்பான்மையால் கோபமடைந்த சமயப்பற்றாளர்களின் தளபதி ஸ்பெயினை வெற்றிகொண்ட தளபதிகளைத் தலைநகருக்கு அழைக்க ஆட்களை ஏவினார். அவர்கள் இருவரையும் கௌரவிப்பதற்கு பதிலாக அவர்களின் மீதி வாழ்க்கையை அகௌரவத்துடன் கழிக்குமாறு அவர் பார்த்துக் கொண்டார். அவர்கள் மீண்டும் ஐரோப்பாவைப் பார்க்கவேயில்லை. அந்தப் போரைத் தொடர சிலரே முன்வந்தனர். ஆனால் அந்தத் தூண்டுதல் காணாமல் போய்விட்டது.

இஸ்லாமியப் புரட்சியின் முன்னேற்றம் விரைவில் தடுக்கப்பட்டது. அக்டோபர் 732ல் பொய்டியர்ஸ் போரில் சார்லஸக் மார்டெலின்

படைகள் இறைத்தூதரின் படைகளை மட்டுப்படுத்தித் தோற்கடித்து முதல் முஸ்லிம் நூற்றாண்டின் முடிவைக் கொண்டு வந்ததும் கடற்படைத் தளங்கள் பிரான்சுக்குத் தெற்கே நிலை கொண்டிருந்தன. உதாரணமாக நைஸ் மற்றும் மார்சியல் ஆகிய இடங்களில் இருந்தன.-ஆனால் இப்போதைக்கு இஸ்லாமும் ஐபீரிய தீபகற்பத்திற்குள் அடங்கிவிட்டது. ஒரு நூற்றாண்டு கழித்து அரபுகள் சிசிலியைக் கைப்பற்றி முக்கிய பகுதியின் குதிகாலைப் பிடிக்கும் ஆபத்தை உருவாக்கினர். ஆனால் அவர்களால் முடியவில்லை. நூறு மசூதிகள் கொண்ட நகரமாக பாலேர்மோ மாறியது. ஆனால் இஸ்லாமியப் படையெடுப்பைச் சமாளித்து ரோம் புனிதத்தன்மையை காத்துக் கொண்டது. இன்றுவரை அந்நிய வெறுப்புடைய வடக்கு இத்தாலியர்கள் சிசிலியர்களை 'அரபுகள்' என்றே அழைக்கின்றனர். அல் - .அன்டாலஸில் இருந்தது போன்று இந்தப் புனைப் பெயர் ஒன்றும் பாராட்டி வழங்கப்பட்டதல்ல.

958-ல் பருத்த சான்சோ வடக்கு பேரரசான நவாரேயில் தன்னுடைய குளிர்ந்த, காற்றோட்டமான மாளிகையிலிருந்து தனது உடல் பருமனைக் குறைக்க விரக்தியாக வெறியேறியபோது கோர்டோபாவின் தெற்கில் இருந்த வடக்கு காலிப் தலைமையின் தலைநகரை நோக்கிச் சென்றார். அது லோர்கா ஜிப்ஸியில் 'தொலை தூரதேசமாகவும்' தனிமையாகவும்' என்று விவரிக்கப்பட்டதுபோல் இன்றைய புழுதி நிறைந்த பிரதேச நகரமாக இல்லை. காலிப் அப்டெ ரஹ்மான் நகரத்தைப் பெரிய ஐரோப்பிய கலாச்சார மையமாக மாற்றினார். அதனுடைய நெருக்கமான எதிரி ஐரோப்பாவில் இல்லை. மாறாக தூரத்து மெசபடோமியாவில் இருந்தார். அங்கு வேறு ஒரு அரசைச் சேர்ந்த வேறு ஒரு காலிப் பாக்தாதுக்கு தலைமை தாங்கினார். அவற்றின் பள்ளிகள், நூலகங்கள், இசையறிஞர்கள், கவிஞர்கள், மருத்துவர்கள், வானவியலாளர்கள், முல்லாக்கள், மத எதிர்ப்பாளர்கள், மேலும் ஆம், மது விடுதிகள், நாட்டியப் பெண்கள் ஆகியவற்றுக்கு இரண்டுமே பெயர் பெற்றிருந்தன.

கொர்டோபா மறுதலிப்பின் முனையில் இருந்தது. இஸ்லாமிய மேலாண்மை வலுக்கட்டாயமாகத் திணிக்கப்படவில்லை என்ற உண்மையால், மூன்று மதங்களுக்கிடையே மெய்யான விவாதங்கள் நடைபெற்று, ஒரு அன்டாலூசிய (ஸ்பெயின் நாட்டின் தெற்கு பகுதியில் இருந்த தலைநகரம்) ஒருங்கிணைப்பு ஏற்பட்டது. அதில் உள்நாட்டு இஸ்லாம் பெருமளவு பலனடைந்தது. நகரிலிருந்த மறுதலிப்பாளர்களாலும், ஆராயாமல் ஏற்க மறுக்கும் ஐயுறுவாதிகளாலும் நகரம் புகழ் பெற்றது. பாக்தாதில் பாதி பாராட்டும் விதத்திலும், பாதி பயத்திலும் அன்டாலூசிய மத

எதிர்ப்பாளர் குறித்துப் பேசுவார்கள். ஆராய்ந்தறியும் அன்டாலூசிய ஆர்வத்தை அதன் சில கட்டட அமைப்புகளிலும் காணலாம்.

கொர்டோபாவில் இருக்கும் மிகப் பெரும் மசூதியின் உட்புறம் மலைக்கச் செய்வதாக இருக்கும். எல்லையற்ற இடம் இருப்பது போன்ற உணர்ச்சி, அந்த நகரத்தையும் அந்தச் சுவர்களில் உயிர்ப்புடனிருந்த அறிவுக் கிளர்ச்சியையும் உணர்ந்த கட்டட வியலாளர்களால் மட்டுமே காடு போன்று நிறைந்திருக்கும் தூண் களை அமைக்க முடியும். ஒரு கத்தோலிக்க பலிபீடம், மனம்போன போக்கில் வரையப்பட்ட ஓவியங்கள், கதுப்புக் கன்னங்களைக் கொண்ட தேவ மைந்தன், அழுத்தமான மர செதுக்கல் சிற்பங்கள், அழுத்தப்பட்ட மெல்லிரும்பு ஆகியவை வருவதற்கு முன்பு இந்த இடம் எப்படி இருந்திருக்கும் என்ற நினைவை யாராலும் தவிர்க்க முடியாது. சரியாகச் சொன்னால் உள்ளே வரும் வெளிச்சத்தை மறைத்து இருள் மூளச் செய்யும் இந்த திணித்தலை எதிர்க்க உள்ளூர அலறினேன். ஒரு மத நம்பிக்கையின் மீது இன்னொன்றின் வெற்றியைக் குறிக்க இது முதன் முதலில் கட்டப்பட்டபோது கொர்டோபர்கள் எப்படி உணர்ந்தார்கள்? ஒரு வேளை பயத்தால் அதனை வெளிப்படுத்த நேரம் கிடைக்காதிருக்கலாம். அவர்களது வாழ்க்கையும்கூட, மாறிவிட்டது. அந்த நகரத்தில் தொடர்ந்து வசிப்பதற்காகப் பலர் கிறிஸ்தவர்களாக மாறிவிட்டனர். மற்றவர்கள் நாட்டை விட்டு அகதிகளாக மொராக்கோவுக்கு கப்பலேறிவிட்டார்கள். அவர்களது தேவைகளின் பட்டியலில் மசூதியின் நிலை கீழே இருந்திருக்க வேண்டும். மேலும் பல மதம் மாறிய முஸ்லிம்கள் வேவுகாரர்களால் கண்காணிக்கப்பட்டு வந்ததுடன் பழைய பயங்களைத் தவிர்க்கவும் விரும்பினர். எனினும் கதீட்ரல் கட்டப் பட்டதும், அவர்களது விசுவாசத்தைக் காட்ட பிரார்த்தனை செய்திருக்க வேண்டும். இந்த அட்டூழியத்தை முதலில் கண்டதும் அவர்களும் உள்ளூர அலறியிருப்பார்களோ? அவர்களது அழகுணர்ச்சிக்காக அலறியிருப்பார்கள், மதத்துக்காக அல்ல என்று நினைக்க என் மனது விழைகிறது.

கொர்டோபாவுக்கு 1526-ல் வந்தபோது ஸ்பெயினின் முதலாம் சார்லஸ் மன்னர் அவருடைய பாதிரிமார்களை கண்டித்தார். 'எங்கு வேண்டுமானாலும் காணக்கூடிய ஒன்றைக் கட்டிவிட்டுத் தனித்தன்மை வாய்ந்ததை அழித்து விட்டீர்கள்'. அவர் கூறியது பரந்த மனப்பான்மையுடைய வார்த்தைதான், எனினும் அந்த மசூதி காப்பாற்றி வைக்கப்பட்டதன் ஒரே காரணம் அந்தக் கிறிஸ்தவ தேவாலயம் உள்ளே இருந்ததால்தான் என்பதை சார்லஸ் உணரவில்லை.

கிறிஸ்தவ தேவாலயத்தைக் கட்டியது எல்லையற்ற வெளி என்ற உணர்வை மறுதலித்து, அதனுடைய சிவப்பு, வெள்ளை மையக்கற்களால் ஈச்சமரப் பாலைவனத்தைத் தொந்தரவு செய்துவிட்டது. ஒரு பக்கத்திலிருந்து இன்னொரு பக்கம் செல்லும் விருந்தினர்களைத் தடுக்கும் அணை அது. சில ஆண்டுகளில் நான் அநேகமாக இஸ்லாமிய உலகிலுள்ள அனைத்துப் பெரிய மசூதிகளையும் பார்த்து விட்டேன். பல கிருஸ்தவ தேவாலயங்களுக்குச் சென்றேன். அவற்றில் சில வழக்கத்துக்கு மாறாக யூத தேவாலய அமைப்பாக இருந்ததைக் கண்டு வியந்து பாராட்டியிருக்கிறேன் கொர்டோபா மசூதியைப் போன்று வேறு எதுவும் என்னை பாதித்ததில்லை. ஒரு வெறுப்பூட்டும் கதீட்ரலால் கெடுக்கப்பட்டதை எதிர்த்து அதனுடைய ஆதரவு நடவடிக்கை மட்டும்தானோ? நான் அப்படி நினைக்கவில்லை. இந்த மசூதியில் ஏதோ ஒரு மந்திரம் இருக்கிறது. அதனுடைய பூகோள அமைப்பு, சுற்றி வளைப்பதை விரும்பாத் தன்மை, நிதர்சன உலகுடன் அதன் தொடர்பு. இவையனைத்தும் அதன் கட்டுமானத்தில் பொதிந்துள்ளன. மேலும் இதற்கென வரலாறும் உள்ளது. ஒரு வேளை இந்த வரலாறுதான் என்னை நெகிழ்த்துகிறது. ஆனால் நான் இந்த விளக்கத்தைத் தவிர்க்கிறேன். பதில் நிச்சயமாகக் கட்டடக் கலையில் உள்ளது.

மசூதியைக் கட்டிய கட்டடவியலாளர்கள் மிகவும் கவனமாக இதைச் செய்திருக்கிறார்கள். ஆனால் அவர்கள் நகரத்தின் சூழ்நிலையை அதில் பொதித்திருக்க வேண்டும். அவர்கள் படைத்ததானது, எது அதனுடைய இடத்தை ஓவியங்களைப் பதித்து அடைத்துக் கொண்டதோ அதற்கு நேர்மாறான ஒரு கலாச்சாரத்தைப் பிரதிநிதித்துவப்படுத்துவதாக இருந்தது. ஒரு மசூதி என்பது முழுமையான வெளி. கொர்டோபாவில் ஆடம்பரமான உள்கட்டுமானம் மேலும் இந்த வெளியை அதிகரிக்கிறது. எல்லா வழிகளும் ஏதுமற்ற நிலையை நோக்கிச் செல்கின்றன. உண்மைநிலை அதனை மறுதலிப்பதன் மூலம் நிரூபிக்கப்படுகிறது. சிறப்பாக வடிவமைக்கப்பட்ட இந்த வெளியில், வார்த்தை மட்டும்தான் இருக்கும், கொர்டோவிலோ (ஆனால், அங்கு மட்டுமல்ல,) மசூதியானது அரசியல், வெகுஜன வெளியாக, கடவுள் என்ற வார்த்தைக்கு மட்டுமாகவன்றிக் கட்டப்பட்டது.

எனினும் கொர்டோபா வெளியில் குரான் விவாதிக்கப்பட்டு, பகுத்தாராயப்பட்டபோது, கடுமையான, சந்தேகமான வார்த்தைகள் அலை மோதின. தத்துவவாதியும் கவிஞருமான இபின் ஹஸம் புனிதத் தூண்களுக்கிடையில் அமர்ந்து எண்ணங்களின் உண்மையை நடைமுறைப்படுத்த மறுக்கும் நம்பிக்கையாளர்களை விவாதங்கள்

மூலமாகத் திருத்த முயல்வார். அவர்கள் அவரிடம் வாதமுறை விலக்கப்பட்டது என்று கத்தினார்கள். "யார் அதை விலக்கினார்கள்?" இபின் ஹஸன் அவர்களிடம் திருப்பிக் கேட்டார். அவ்வாறு தடுப்பவர்தான் மதத்துக்கு உண்மையான எதிரி என்பது அதன் அர்த்தம். ஆன்மிக உண்மையையும் புரிதலையும் சமரசம் செய்ய முயல்வது அந்தாலூசிய சிறப்பு, அது பாக்தாதிலும், கெய்ரோவிலும் மிகுந்த சந்தேகத்துடன் பார்க்கப்பட்டது.

இந்தக் கலாச்சாரத்தை துடைத்தெறிந்துவிட்டு தூய்மையான ஐரோப்பிய அடையாளத்தை உருவாக்கி மறு வெற்றி பெற பல நூற்றாண்டுகள் ஆகலாம். இந்த நடைமுறையின் நிறைவை 1492-ல் கிரனேடாவின் வீழ்ச்சி இதனைக் குறித்தது. ஐரோப்பாவின் முதல் இறுதி விடைக்காணும் முயற்சி ஐபீரியன் தீபகற்பத்திலிருந்து முஸ்லிம்களையும், யூதர்களையும் துடைத்தெறிவதன் மூலம் துவக்கப்பட்டது.[7] ஒரு நிறைவான உலகை ஒன்றுமற்றது அழித்தது என்பது இதன் அர்த்தமல்ல. எந்த நிறைவான உலகும் இல்லவேயில்லை. அந்தாலூசிய அடையாளம் இஸ்லாமிற்குள் உட்போராட்டத்தால் பலவீனமடைந்தது. பிற்பகுதி நூற்றாண்டுகளின் வஹாபி தூய்மைவாதத்தின் மிச்ச சொச்சமான தீவிரவாத பெர்பர் அடிப்படைவாதம் நேரிடையாக இஸ்லாத்தின் பார்வையால் அரண்மனைகள், கட்டடங்களை அழித்ததோடு ஒரு குறிப்பிட்ட காலங்களில் கிறிஸ்தவர்கள், யூதர்கள், முஸ்லிம்களைக் கொன்றார்கள். இவையெல்லாம் காட்டுவது என்னவென்றால் ஒரே மதம் என்று ஒன்று இல்லை என்பதுதான். மூன்று மதங்களினுள்ளும் எதிர்ப்போக்குகள் இருந்துள்ளன. எனினும் இஸ்லாமிய காலம் ஸ்பெயினின் பொற்காலம் என்று வர்ணிக்கப்படக் கூடிய காலங்கள் உள்ளன. நாம் எந்தக் குறிப்பிட்ட மரபிலிருந்து வந்திருந்தாலும் இந்தப் பொற்காலம்தான் நமக்குள் இருக்கிறது.

இஸ்லாம் எப்பொழுதுமே மற்ற பாரம்பரியங்களுடனான தொடர்பில் முன்னேற்றமடைந்துள்ளது. ஜூடாயிசம் மற்றும் கிறிஸ்தவத்துடன் அதன் தோற்றம் நெருங்கிய தொடர்புடையது. அதன் முற்பகுதி பாதுகாப்பாளர்கள் அலெக்ஸாண்ட்ரியாவின் பழமையான பள்ளிகளைச் சேர்ந்த பல இன தத்துவவியலாளர்கள் உருவாக்கிய விளக்க முறைகளை உபயோகித்தனர். நியோ பிளேட்டோனிஸ்டுகளுக்கும், சூஃபி பாரம்பரியத்துக்கும் இடையிலான உறவு என்பது இரண்டும் நேரிடையானதும், உள்மனதோடு தொடர்புடையவை என்பதுமாகும். பாரம்பரிய நாகரிகத்தின் அழிவுக்குப் பிறகு மத்திய காலத்தின் முற்பகுதியிலான இஸ்லாமிய உயிர்த்தெழுதல் பண்டைய கிரேக்கச் சிந்தனைகளைப் பாதுகாத்து

செழுமைப்படுத்தி, நடைமுறைக் கலைகளிலும், விஞ்ஞானத்திலும் செயல்பாட்டை உருவாக்கியது. இது சில நூற்றாண்டுகளுக்குப் பின்னர் ஐரோப்பிய உயிர்த்தெழுதலுக்கும், மேற்கின் மீது ஆதிக்கம் செலுத்தும் நவீன எண்ணங்களுக்கு ஒரு அறிவுப் பாலமாகவும் உபயோகப்பட்டது. இந்தப் போக்கு ஒன்றும் பொது அறிவல்ல. கொர்டோபா காஃலிப் ஆட்சியின்போதும், சிசிலியில் அராபியக் குடியேற்றத்தின்போதும் கலாச்சார இணைப்பால் உருவான கலவை இஸ்லாமிய வரலாற்றின் மீதும் ஐரோப்பிய வரலாற்றின் மீதும் அவற்றின் புவியியல் மீதும் தமது அடையாளத்தை விட்டுச் சென்றன. பண்டைய கிரேக்கத்திலிருந்து மேற்கு ஐரோப்பா வரையிலான பாதை இஸ்லாமிய உலகின் வழியே நீண்டு சுற்றிச் சென்றது. பண்டைய உலக வரலாற்றில் தனித்துவம் பெற்ற வரலாற்றியலாளர் எம்.ஐ.பின்லே எழுதுகிறார்: "இஸ்லாத்துக்குள் ஏற்கெனவே தோன்றியிருந்த ஒற்றுமையின்மையும் மோதல்களும் இல்லாவிட்டால் கிழக்கு சாம்ராஜ்யமோ, மேற்கோ பிழைத்திருக்கவே முடியாது என்ற வாய்ப்பு உள்ளது".

அடிக்குறிப்பு :

6. அதன் பெயர் இப்போது மருவி ஜிப்ரால்டர் என்று அழைக்கப்படுகிறது. ஸ்பானிய வரலாற்றியலில் கவுண்ட் ஜூலியனின் பாத்திரம் பெரும் சர்ச்சைக்குரியது. எனினும் ஸ்பானிய நாவலாசிரியர் ஜுவான் காய்டிஸோலோ அவர் பெயரால் எழுதியுள்ள நாவலில் ஜூலியனை ஒரு மரியாதைக்குரிய ஸ்பானியரின் மாதிரியாக சித்திரித்துள்ளார்.

7. இந்த ஒழிப்பின் ஒரு விளைவு, உண்மையில் சுய சுத்தத்தின் அழிவாகும். ஏனெனில் குளியல் இஸ்லாத்துடன் தொடர்புடையது. உணர்ச்சிகளின் உருவாக்குமிடமாகக் கருதப்படுவது. ஸ்பெயினின் கத்தோலிக்கத் தலைவர்கள் அவற்றை அழிக்க உத்தரவிட்டனர். பல முஸ்லிம்கள் மதம் மாறவோ, வெளியேறவோ கட்டாயப் படுத்தப்பட்டதால் இந்த மதம் மாறியவர்கள் இன்னமும் குளிக்கிறார்களா அல்லது கத்தோலிக்க மேனிகழுவும் சடங்கை செய்கிறார்களா என்று ஒற்றர்கள் வேவு பார்த்தனர்.

4

ஜெருசலேம், ஜெருசலேம்

வளரும் தனது எதிரியின் வெற்றி நிகழ்வுகளுக்குக் கிறிஸ்தவ எவ்வாறு பதிலளித்தது? மெடிடரேனியன் உலகிலும் அதற் அப்பாலும் நாடு பிடிப்பதற்காக முன்னேறும் மிகவும் வேகமா சக்திகளாக அரபு இராணுவங்கள் மாறியிருந்தன. முத ஆயிரமாண்டின் இறுதியில் இஸ்லாமிய உலகு மத்திய ஆசியாவிலிருந் அட்லாண்டிக் சமுத்திரக் கடற்கரை வரை விரிந்து பரந்திருந்த அதன் அரசியல் ஒற்றுமை அபாசிட்ஸ் மீதான இரத்தம் தோய்ந் வெற்றிக்குப் பிறகு சீர்கெட்டது. மூன்று ஆதிக்க சக்திகள் உருவாயின பாக்தாத், கொர்டோபா, கெய்ரோ ஆகிய மூன்றும் மூன்று சொந் காலிஃப்களைக் கொண்டிருந்தன. இஸ்லாமின் மூலவரு இறைத்தூதருமான முகம்மது நபி இறந்தபின் கூடிய விரைவி இஸ்லாம் இரண்டு பெரும் பிரிவுகளாகப் பிளந்தது. அ பெரும்பான்மை சன்னி பிரிவு, சிறுபான்மை ஷியா பிரிவு. சன் பிரிவினர், அல்அண்டாலூஸ், மாக்ரேபின் பகுதிகள், இரான், இரா ஒக்ஸாசுக்கு அப்பாலிருந்த பகுதிகளில் ஆட்சி செய்தனர். கெய்ரோவி ஃபாடியிட் காலிஃப் ஷியா பிரிவைச் சேர்ந்தவர். நான்காவது அ அவரது மனைவியும் இறைத்தூதரின் மகளுமான பாத்தி ஆகியோரின் வழி வந்தவராகத் தம்மைப் போலியாகச் சித்திரித்து கொண்டார். அப்படித்தான் பேரரசின் பெயர் ஏற்பட்டது. முத நான்கு ஃபாடிமிட் காலிஃப்கள் வட ஆப்பிரிக்காவின் பகுதிகளை ஆண்டுகொண்டு மாக்ரெபில் வசித்து வந்தனர். எகிப்தை கி.பி. 969- காவிய நாயகனான பெர்பர் ஜெனரல் ஜவ்ஹர் தலைமையில் ஒ இராணுவம் கைப்பற்றும் வரை இது நீடித்தது.

இந்த ஒவ்வொரு பிரதேசத்தின் பாரம்பரியமும் வித்தியாசமான மேலும், ஒவ்வொன்றுக்கும் தனித்தனி பொருள் சார்ந்த நலன்களு தேவைகளும் இருந்தன. அவைதான் இஸ்லாமியரல்லாத உலகுட கூட்டு, உடனியைந்த வாழ்வு ஆகியவற்றைத் தீர்மானித்தன. புதி

பேரரசை அமைக்க மதம் முக்கியப் பங்காற்றியது. ஆனால் அதன் வேகமான வளர்ச்சியே அதற்குள் பிரிவினை உண்டாகக் காரணமாகி விட்டது. பாக்தாதில் அவ்வளவு பெரிய பேரரசை நிர்வகிக்க இராணுவ பலமோ, அதிகார வர்க்கமோ போதுமானதாக இல்லை. பிரிவினைவாதப் போக்குகளும் தம் பங்கை ஆற்றின. பத்தாவது நூற்றாண்டிலோ அதற்கு முன்போ, ஒரே தலைமையிலான வலுவான இஸ்லாமிய நாகரிகம் என்ற கருத்து அர்த்தமற்றுவிட்டது. அது விரைவில் சோதனைக்குள்ளாக்கப் படவுள்ளது.

மேற்கத்திய கிறிஸ்தவம் தன்னிறைவு பெற்று, உள்நாட்டு முரண்பாடுகளால் பிளவுற்ற முஸ்லிம் உலகின் மீது தனது முதல் சிலுவைப் போரைக் கட்டவிழ்த்துவிட புனிதத் தலத்தைப் பிடிக்க, எவ்வளவு முடியுமோ அவ்வளவு செல்வத்தை மீண்டும் ஐரோப்பாவுக்குக் கொண்டு வரவும் தயாரிப்பில் ஈடுபட்டிருந்தது. சன்னி, ஷியா பிரிவுகளிடையே நடந்த முப்பதாண்டுப் போர் இரு பிரிவினரையும் சோர்வுறச் செய்திருந்தது. சிலுவைப் போருக்குச் சற்று முந்தைய ஆண்டுகளில் முக்கியமான ஆட்சியாளர்கள், அரசியல்வாதிகள், இராணுவத் தலைவர்கள் இறந்திருந்தனர். 1094-ல் வரலாற்றியலாளர் இபின் தாக்ரிபிர்டி, “இந்த வருடம் காலிஃப்கள் மற்றும் தளபதிகள் இறந்த வருடம் என்று அழைக்கப்படுகிறது” என்று எழுதுகிறார். இந்த இறப்புகள் இரு பிரிவுகளிலுமே வாரிசுச் சண்டையை உருவாக்கி விட்டது. இந்தப் புதிய உட்பகைப் போர் அராபிய உலகை மேலும் பலவீனப்படுத்தியது. இரண்டு ஆண்டுகளுக்குப் பிறகு ஃப்ரான்ஞ்சுகள் (Franj) தாக்கினர். அவர்களது முரட்டுத்தனமான உறுதிப்பாடு பிளவுபட்டுக் கிடந்த இஸ்லாமிய உலகைக் குலுக்கியது. அது விரைவாக நொறுங்கியது.

1099-ல் 40 நாள் முற்றுகைக்குப் பிறகு சிலுவை வீரர்கள் ஜெருசலேத்தைக் கைப்பற்றினர். படுகொலைகளின் அளவு முழுப் பிரதேசத்தையும் அதிர்ச்சியில் ஆழ்த்தியது. முழுவதாக இரண்டு நாள்களுக்குப் படுகொலைகள் நீடித்தன. அதன் முடிவில் ஆண்கள், பெண்கள், குழந்தைகள் என பெரும்பாலான முஸ்லிம் மக்கள்தொகை கொல்லப்பட்டு விட்டது. நகரைக் காப்பாற்ற யூதர்களும் முஸ்லிம்களுடன் தோளோடு தோள் நின்று போராடினர். ஆனால் சிலுவை வீரர்கள் உள்ளே நுழைந்தது ஒரு பீதியை உண்டாக்கி விட்டது. பழைய சடங்கை நினைவு கூரும் வகையில் முதியோர்கள் யூத மக்கள் அனைவரையும் யூதக் கோயிலில் பிரார்த்தனை செய்வதற்காகக் கூடுமாறு பணித்தனர். அது ஒரு ஆபத்தான தவறாகிப் போனது. சிலுவைப் போர் வீரர்கள் அந்தக் கோயிலைச் சுற்றி வளைத்துத் தீ வைத்ததுடன் ஒவ்வொரு யூதரும் வெந்து மடிந்ததை

உறுதிப்படுத்தினர். அடுத்த ஒரு நூற்றாண்டுக்கு அந்தப் பிரதேசம் முழுவதும் தனது நீண்ட நிழலை விட்டுச் செல்லுமளவுக்கு அசிங்கமான வெற்றியின் அடர்த்தியான கரும்புகை அங்கு படர்ந்தது. மத அடிப்படைவாதத்தின் மோசமான குற்றங்களில் ஒன்றான இந்தக் கொடுமைகள் நடந்து சரியாகக் தொள்ளாயிரம் ஆண்டுகளுக்குப் பிறகு போப் சிலுவைப் போர்களுக்காக மன்னிப்புக் கோரினார்.

ஜெருசலேத்தில் நடந்த படுகொலைச் செய்தி மெதுவாக இஸ்லாம் உலகில் பரவியது. மதிப்பிற்குரிய காதி அபு சாத் அல்ஹராவி துக்கத்துக்காக மழித்த தலையுடன் பாக்தாத் வந்து சேர்ந்தபோது காலிஃப் அல்முஸ்தாஹிர் தனது மாளிகையில் ஓய்வெடுத்துக் கொண்டிருந்தார். வாயிற்காவலர்களைத் தள்ளிவிட்டு அல்ஹராவி அரண்மனைக்குள் புகுந்தார். டமாஸ்கஸிலிருந்து மூன்று வாரங்களுக்கு முன் புறப்பட்டிருந்தார் அவர். கடுமையான பாலைவன வெயிலின் ஊடே அவரது பயணம் அவரது மனநிலையை மாற்றவில்லை. அரண்மனையில் அவர் கண்ட காட்சி அவரை மகிழ்விக்கவில்லை. அவரது கண்டன உரை அரபு நூலாசிரியர்களால் எழுதி வைக்கப்பட்டுள்ளது:

என்ன ஒரு துணிவு இருந்தால் நீங்கள் அற்பமான தோட்டத்துப் பூக்களைப் போன்று. மனநிறைவான பாதுகாப்புடன் உறங்கிக் கொண்டிருப்பீர்கள். உங்களது சிரியா சகோதரர்களோ ஒட்டக முதுகுகளையும் வல்லூறுகளின் வயிற்றையும் தவிர இருக்க இடமின்றி இருக்கிறார்கள்? ரத்தம் சிந்தப்பட்டுள்ளது! அழகான இளம் பெண்கள் அவமானப்படுத்தப்பட்டுள்ளனர். வீரமான அரபுகள் அவமானப்படுவதை ஏற்க முடியுமா? வல்லமை மிக்க பெர்ஸியர்கள் அவமரியாதையை ஏற்க முடியுமா...? முஸ்லிம்கள் இந்த அளவு இதுவரை அவமதிக்கப்பட்டதில்லை. இதுவரை அவர்களது நாடு இந்த அளவுக்குக் காட்டுமிராண்டித்தனமாக அழிக்கப்படவில்லை.

குறிப்பாக பாலஸ்தீனத்தின் முடிவு குறித்தும், ஜெருசலேத்தின் வீழ்ச்சி குறித்தும் கூறியபோது வளர்ந்த ஆண்கள் எப்படி அலறவும், அழவும் செய்தார்களென்று எழுதி வைத்துள்ளனர். அந்தப் பேச்சு அங்கிருந்த ஒவ்வொருவரையும் பாதித்தது. ஆனால் அல்ஹராவி இந்த உணர்ச்சி வெளிப்பாட்டினால் எந்தப் பாதிப்பும் அடையவில்லை.

'குறுவாள்கள் போரின் தீக் கங்கினைக் கிளறும்போது மனிதனின் கஞ்சத்தனமான ஆயுதம் கண்ணீர் சிந்துவதாக மட்டுமே இருக்கிறது'.

அடுத்த நூற்றாண்டில் சிலுவைப்போர் வீரர்கள் அந்தப் பிரதேசத்தில் குடியேறி விட்டார்கள். பிராஞ்சுகள் அங்கு நிரந்தரமாக

இருப்பார்கள் என்று எண்ணிய பல முஸ்லிம் ஆளுநர்கள் அவர்களுடன் வர்த்தக, இராணுவ உறவுகளை ஏற்படுத்திக் கொள்ளத் தொடங்கினார்கள். சிலுவை வீரர்கள் தாக்கிய சமூகத்தின் மென்மையான தன்மை அவர்கள் மீது சிறிதளவு தாக்கத்தை ஏற்படுத்தத் தொடங்கியது. அவர்கள் தலைவர்களில் சிலர் கிறிஸ்தவ அடிப்படைவாதத்தை முறித்துக்கொண்டு தமது அண்டை வீட்டாருடன் நட்புக் கொள்ளத் தொடங்கினார்கள். ஆனால் பெரும்பாலோர் தமது முஸ்லிம், யூதக் குடிமக்களை பயமுறுத்தியே வந்தனர். அவர்களது வன்முறை குறித்த செய்திகள் வந்து கொண்டிருந்தன.

1171-ல் தற்பெருமை கொள்ளாத குர்திஷ் வீரர் சலாஹ்தின் கெய்ரோவில் ஃபாடிமிட் அரசைக் கவிழ்த்தார். எகிப்தின் சுல்தானாக அவர் அறிவிக்கப்பட்டார். சில மாதங்களுக்குப் பின் அவரது மதிப்புக்குரிய தாளாளர் நூல் அல்தின் இறந்ததும் இளம் குர்து தனது இராணுவத்துடன் டமாஸ்கஸ் நோக்கி நகர்ந்தார். அதை விடுதலை பெறச் செய்து அதன் சுல்தானானார். ஒவ்வொரு நகரமாக அவரது மேலாதிக்கத்தை ஏற்றன. காலிஃப் பயத்தில் நடுங்கினார். பாக்தாத்தும் அந்த இளம் வீரனிடம் விழுந்து விடும் எனத் தெரிந்து கொண்டார். அங்கு வந்து காலிஃபையும் தனது தலைமையில் எடுத்துக் கொள்ளக் கூடும். உயர்குடி மக்கள் அவரை அவ்வாறு மதித்தனர் என்று சலாஹ்தினுக்குத் தெரிந்திருந்தது. சிரிய உயர் குடியினர் அவரது குர்திஷ் இன அடையாளத்தையும் கீழான வளர்ப்பையும் வெறுத்தனர் என்பதை அவர் அறிவார். அதிகப்படியான ஒற்றுமை தேவையாக இருக்கும்பொழுது அவர்களையும் அவர்களைப் போன்றவர்களையும் தூண்டிவிடாமல் இருப்பதே சிறந்தது. அந்தக் காரணத்திற்காக அவர் பாக்தாதை நெருங்கிச் செல்லவில்லை என்பதுடன் காலிஃபிடம் பணிவிணக்கத்துடனேயே எப்போதும் இருந்தார்.

கெய்ரோவிலும் டமாஸ்கஸிலும் இருந்த மசூதிகளில் ஒரே காலிஃப் பெயரால் நடத்தப்பட்ட தொழுகை எகிப்து மற்றும் சிரியாவின் ஒற்றுமையை அடையாளப்படுத்தியதுடன் சிலுவை வீரர்களுக்கெதிராக ஓர் ஒருங்கிணைந்த தாக்குதலுக்கான அடிப்படையை அமைத்தது. பொறுமையாக, அதுவரை முன்னோர்களால் செய்ய முடியாததும் அவர்களுக்குப் பிடிபடாததுமான ஓர் ஒத்துழைப்பைப் பெற அவர் தலைப்பட்டார். ஜெருசலேத்தை விடுவிக்க ஓர் ஒன்றுபட்ட முஸ்லிம் இராணுவத்தை அமைப்பது. பொதுவான நம்பிக்கைக்கு மாறாக, ஜிகாத் என்கிற கருத்துருவான புனிதப்போர்' என்பது வரம்புக்குட்பட்ட குடிவழிகளுக்கு மட்டும்தான். இஸ்லாமின் முற்பகுதி வெற்றிகளுக்குப் பிறகு அது

சத்தம் காட்டாமல் வெறும் ஒன்றிணைக்கும் கோஷமாக மட்டுமே மாற்றப்பட்டு விட்டது. முதல் சிலுவைப் போரின் காட்டுமிராண்டித்தனமான முயற்சிதான் சலாஹ்தினை இஸ்லாத்தின் தலைமையில் தனது அணியை இணைத்துத் தாக்குப்பிடிக்க வைத்தது.

“ஃப்ராஞ்சுகளை உற்றுப் பாருங்கள்” என்று அவரது வீரர்களிடம் வற்புறுத்துவார். ‘நாம், முஸ்லிம்கள் புனிதப்போரை நடத்த எந்த முயற்சியும் காட்டாதபோது, அவர்களது மதத்துக்காக அவர்கள் எப்படிப் போராடுகிறார்கள் என்பதைப் பாருங்கள்! முஸ்லிம்கள் அனைத்து மேற்கு ஐரோப்பியர்களையும் பிராஞ்சுகள் என்று அழைக்குமளவுக்கு அவர்களுக்கு மரியாதை இருந்தது.

சலாஹ்தினின் நீண்ட பயணம் இறுதியில் வெற்றியில் முடிந்தது. 1187-ல் ஜெருசலேம் வெற்றி கொள்ளப்பட்டு மீண்டும் திறந்த நகரமாக்கப்பட்டது. யூதர்கள் தமது கோயிலைக் கட்டிக்கொள்ள அரசு மானியம் அளிக்கப்பட்டது. தேவாலயங்கள் அப்படியே விடப்பட்டன. எந்துப் பழிவாங்கும் கொலையும் அனுமதிக்கப்படவில்லை. காலிஃப் உமரைப் போலவே, அவருக்கு ஐநூறு வருடங்களுக்கு முன்பே சலாஹ்தீன் அனைத்து மதத்தினருக்கும் பொதுத் தொழுகை இடமாக சுதந்திரமான நகரமாக ஜெருசலேத்தை அறிவித்தார். ஆனால் டயரை (நகரம்) தனது கட்டுப்பாட்டில் எடுத்துக்கொள்ளாமல் விட்டது பெரும் தந்திரத் தவறாகி விட்டது. போப், அர்பன் புனித நகரை மீண்டும் பிடிக்க மூன்றாவது சிலுவைப்படையை ஏவினார். டயர் அவர்கள் நடவடிக்கையின் மையமாக விளங்கியது. அதன் தலைவர் பிளான்டாக்னெட் அக்ரேவை மீண்டும் பிடித்து கைதிகளைக் கொன்று நகர்வாசிகளை ரத்த ஆற்றில் மூழ்கடித்தார். ஆனால் ஜெருசலேம் தப்பிவிட்டது. அதனைப் பிடிக்க முடியவில்லை. அடுத்த எழுநூறு ஆண்டுகளுக்கு ஒரு சிறிய காலத்துக்குச் சிலுவை வீரர்களின் ஆக்கிரமிப்பைத் தவிர முஸ்லிம்களிடமே அந்த நகரம் இருந்தது. இந்தக் காலகட்டத்தில் அந்த மண்ணில் ரத்தம் சிந்தப்படவில்லை.

இருபதாம் நூற்றாண்டு இன்னொரு திருப்பத்தை உண்டாக்கியது. பிரிட்டிஷ் உதவியுடன் வெற்றிகரமான தனியான யூத நாட்டை உருவாக்கும் ஜியோனிஸ முயற்சி ஜெருசலேத்தின் உறுதித்தன்மையை மீண்டும் பாதித்தது. மக்களை நிர்ப்பந்தமாக வெளியேற்றியது, மீண்டும் ரத்தம் சிந்தப்பட்டதும்தான் இதன் முடிவு. இதை எழுதிக் கொண்டிருக்கும்போது, ஜெருசலேத்தின் நிலை கேள்விக்குறியாக இருக்கிறது. அதன் மக்கள் பிளவுபட்டுள்ளனர். நம்பிக்கையின் இருப்பிடம் மீண்டும் இராணுவ பலத்தால் பறிக்கப்பட்டுள்ளது.

சிலுவை வீரர்கள் ஐரோப்பியர்கள், அராபியர்களின் மனசாட்சியில் ஆழமான அடையாளத்தை விட்டுச் சென்றனர். ஜூலை 1920-ல் பிரெஞ்சுத் தளபதி ஹென்றி கௌராட், டமாஸ்கஸின் பொறுப்பையேற்றார். முதல் உலகப் போரில் கைப்பற்றப்பட்ட இடங்களைப் பங்கு போட்டுக் கொண்டதில் சிரியா பிரான்சுக்குக் கொடுக்கப்பட்டது. இது ஒட்டோமான் பேரரசின் ஒட்டுமொத்த அழிவுக்கு இட்டுச் சென்றது. அவர் நகருக்குள் நுழைந்ததும் செய்த முதல் காரியங்களில் ஒன்று பெரிய மசூதிக்கருகிலிருந்த சலாஹ்தினின் சமாதிக்குச் சென்றது. இங்கு அவரது தாழ்வான நடத்தையால் அரபு உலகத்தையே அதிர்ச்சியில் ஆழ்த்தினார். 'சலாஹ்தின், நாங்கள் திரும்ப வந்துவிட்டோம். இங்கு எனது இருப்பு பிறையின் மீது சிலுவையின் புனிதத்தை ஏற்றுகிறது!'

சிலுவைப் போரின் மிகவும் நகைச்சுவையான மறு நடப்பு 1980-ல் லெபனான் உள்நாட்டுப் போரின்போது நடந்தது. ஒருநாள் உள்ளூர் கிறிஸ்தவ முக்கியஸ்தர்கள் சிலர் முன் அனுமதியின்றி வந்து தூதரைச் சந்திக்கக் கோரினர். அனுமதியளிக்கப்பட்டதும் அவர்களில் வயதான முக்கியஸ்தர் ஒருவர் தெளிவான ஃபிரெஞ்ச்சில் அவர்கள் அனைவரும் பன்னிரண்டாம் நூற்றாண்டில் இந்த இருண்ட பகுதிக்கு வந்த பிரான்சிஸ் வீரர்களின் நேரடி வாரிசுகள் என்று விளக்கினார். அவர்கள் குடும்பங்களின் கதையைக் கூறியதும் தூதர் பரிதாபப்படுவதுபோல் தோன்றியது. ஓர் இளக்காரமான புன்னகை அவர் முகத்தில் அரும்பியது. கடந்த காலத்தின் எதிரொலி அவரது அலுவலகத்தில் மோதித் தெறிப்பது இது முதல்முறையல்ல. முக்கியஸ்தர்கள் அவர்களது நோக்கத்தை வெளிப்படையாகக் கூறினர். அவர்களது முன்னோர் பிரெஞ்சுக்குடிகளாதலால், அவர்களுக்கும் அவர்களது குடும்பத்தினருக்கும் அவர்கள் தாய்மண்ணான பிரான்ஸுக்குத் திரும்புவதற்கு பாஸ்போர்ட் வேண்டுமென்று கேட்டனர். இந்த இடத்தில் மரியாதைக்குரிய தூதரின் நடத்தை மாறுதலடைந்தது.

"கனவான்களே, நீங்கள் கூறும் அந்தக் காலகட்டத்தில் பிரெஞ்சுக் குடியரசு இல்லை. அந்தக் காரணத்தால் உங்கள் வேண்டுகோளை நிராகரித்து நமது கூட்டத்தை முடிக்கிறேன்' என்று கூறியதாகக் கூறப்படுகிறது.

5

ஓட்டோமானிசம்

ஏற்கெனவே மெதுவாகச் சரிந்து கொண்டிருந்த ஓர் உலகுக்கு சிலுவைப் போர்கள் தொந்தரவைக் கொடுத்தன. சலாஹ்தினின் வெற்றிகள், சரிவைத் தற்காலிகமாக நிறுத்தின. ஆனால் காலிபேட்டின் உள் கட்டமைப்புகள் சரி செய்ய முடியாத அளவு கெட்டுப் போயிருந்தன. மேலும் பல தாக்குதல்கள் வரவிருந்தன. ஹுலாகு கானின் தலைமையிலான மங்கோலிய இராணுவம் 1258-ல் பாக்தாதை முற்றுகை இட்டது. மங்கோலிய தலைவர் காலிபை சரணடையும்படியும் அப்படி சரணடைந்தால் நகரை ஒன்றும் செய்யாமல் விட்டுவிடுவதாகவும் உறுதி கூறினார். முட்டாள்தனமாகவும் உபயோகமின்றியும் காலிஃப் கடைசி வரை மறுத்தார். மங்கோலிய இராணுவம் எச்சரித்தபடியே நகரத்தை அழித்து கடைசி அபாசித் காலிபைக் கொன்றது. காலிபேட் புகழற்ற வகையில் வெளியேறியது. எல்லா நூலகங்களும் கொளுத்தப்பட்டதால் முழுக் கலாசாரமும் அழிந்தது. மங்கோலியர்கள் தம்மைவிட மேலும் முன்னேறிய நாகரிகம் படைத்த கலாசாரத்தின் மீதான தம் வெறுப்பை அவர்களின் அறிவுச்சொத்தை அடிக்கடி அழிப்பதன் மூலம் வெளிப்படுத்தினர். இஸ்லாமிய சமுதாயத்தின் தலைநகர் என்ற முந்தைய அந்தஸ்தை பாக்தாத் மீண்டும் பெற இயலவேயில்லை.

பிரதேசத்தின் பல பகுதிகளில், ஆங்காங்கிருந்த பகுதி ஆளுநர்கள் தமது ஆட்சியுரிமையை மீண்டும் கைப்பற்றிக் கொண்டதால் அதிகாரம் பரவலாகிவிட்டது. ஆனால் இஸ்லாத்தின் மையம் போஸ்போராஸ் திசை நோக்கி நகர்ந்தது. பதினைந்தாவது நூற்றாண்டின் நடுவில் இஸ்லாம் மூன்று கண்டங்களில் பரவியிருந்தது. இராணுவ சக்தியும், வர்த்தகமும் ஒரே நேரத்தில் கிடுக்கிப்பிடி போட்டு இறுக்கின. ஏதோ பெரிய திட்டத்தால் அல்ல ஆனால் அதன் விளைவு ஒன்றுதான்.

முஸ்லிம் இராணுவம் ஆப்கானிஸ்தான் வழியாக இந்தியாவுக்குள்ளும், சிந்து சமவெளிக்குள்ளும் எட்டாவது, ஒன்பதாவது நூற்றாண்டுகளில் உள்ளே நுழையத் தொடங்கியது. அதே நேரத்தில் துணைக் கண்டத்தின் தெற்குக் கடற்கரையில் அரபு வர்த்தகர்கள் படையெடுத்தனர். ஒட்டுமொத்தமாக மதமாற்றங்கள் நிகழத் தொடங்கின. உள்ளூர் மதங்களிடம் திருப்தியின்மையும் இஸ்லாத்தின் எளிமையும் இந்த நடவடிக்கையில் சம பங்கு வகித்திருக்க வேண்டும். உலகளாவிய ஒரு கடவுள் கோட்பாட்டையும், கடவுளுக்கு முன் எல்லா பக்தர்களும் சமமென்னும் கோட்பாட்டையும் முகம்மது இணைத்தது சாதிப் பிரிவாலும் மத மரபு வழி உரிமையாலும் நொந்து போயிருந்த மக்களுக்குக் கவர்ந்திழுக்கும் சூத்திரமாக இருந்திருக்க வேண்டும்.

அதைத் தொடர்ந்த நூற்றாண்டுகளில், வடமேற்கு சீனாவில் ஜிங்ஜியாங் பிரதேசத்தில் மூன்று பெரும் வர்த்தக வழிகள் இணையும் இடத்தில், முஸ்லிம் வர்த்தகக் கப்பல்கள் இந்தோனேசிய தீவுக் கூட்டத்தையும், தெற்கு சீனா, ஆப்பிரிக்காவின் மேற்கு, கிழக்கு கடற்கரைகளையும் அடைந்தபோது இதே முறைதான் பின்பற்றப்பட்டது. பதினான்காம் நூற்றாண்டில் இஸ்லாத்தின் குவிமையம் போஸ்போராசின் திசையில் நகர்ந்தது. ரோம் காப்பாற்றப்பட்டது. கான்ஸ்டான்டிநோபிள் வீழ்ந்தது. முன்பு நான்கு சமயங்களில் டமாஸ்கஸ், பாக்தாத் காலிபேட்டுகள் கிழக்கு கிறிஸ்தவத்தின் தலைநகரை முற்றுகையிட்டனர். ஒவ்வொரு முறையும் நகரம் தப்பித்துக் கொண்டது. 1300-லிருந்து, அனடோலியா எல்லைப்புற எமிரேட் மெதுவாக விரிவடைந்து பைசன்டைன் நிலப்பகுதியைத் தொடர்ந்து ஆக்கிரமித்தது. 1453-ல் பழைய கனவு நனவாகி, பழைய நகரமான பைசன்டைன் (பின்பு கான்ஸ்டான்டிநோபிள்) இப்போது இஸ்தான்புல் என்று புதிய பெயர் பெற்றது. புதிய ஆட்சியாளராக இரண்டாம் மெஹ்மூத்தைப் பெற்றது: இவரது முன்னோர் உத்மான், நூறு வருடங்களுக்கு முன் அவரது பெயர் கொண்ட பேரரசை ஸ்தாபித்தார்.

ஐபீரிய தீபகற்பத்தில் இஸ்லாம் சமூகம் முழுமையாக அழிந்தபோது, ஒட்டோமான் பேரரசு தென்கிழக்கு ஐரோப்பாவில் புதிய இஸ்லாமிய முகப்பை உருவாக்கித் தனது ஆட்சியைத் தொடங்கியது. அடுத்த நூற்றாண்டுக்குள் ஒட்டோமான் ஹங்கேரியை வென்று, பால்கனை விழுங்கி, உக்ரைன் மற்றும் போலந்தின் பகுதிகளைப் பிடித்து, வியன்னாவுக்கு பயத்தை உண்டாக்கியது. ஸ்பானிஷ் கத்தோலிக்கர்கள் பயந்தார்கள். ஒட்டோமான்கள் தமது சக மதத்தவரை விடுவிக்க தமது படையை அந்தாலுசிய துறைமுகங்களுக்கு அனுப்புவார்கள்

என்று அந்தாலூசிய இஸ்லாமியர்கள் எதிர்பார்த்தார்கள். ஆனால் சலாஹ்தீனுடையதைப் போலவே ஒட்டோமான்களுக்கும் கண்டம் விட்டுக் கண்டம் செல்லும் ஜிஹாத் திட்டத்தில் இல்லை. ஒரே ஒரு சமயம் மட்டும் சலாஹ்தின் மெடிடரேனியன் கடற்கரைக்கு வந்தபோது ஓர் ஆலோசகர் பிராஞ்சை இறுதியாக வெல்ல அவர்களது தாய் மண்ணைப் பிடித்து நாகரிகப்படுத்துவதுதான் வழி என்று கூறிய ஆலோசனையுடன் உடன்பட்டார். ஜெருசலேம் அவருக்குப் போதுமானதாக இருந்தது. மெஹ்மத்தை இரண்டாம் கான்ஸ்டான்டிநோபிள் திருப்திப்படுத்தியது.

பதினைந்தாம், பதினாறாம் நூற்றாண்டுகள் முழுவதிலும் முஸ்லிம்கள் பெரும்பாலோர் உதுமானிய, ஸஃபாவித் (பெர்ஸியா), முகலாய (இந்தியா) பேரரசுகளின் ஆட்சியில் வாழ்ந்தார்கள். இஸ்தான்புல் சுல்தான் பெரும்பாலான முஸ்லிம்களால் காலிஃபாக அங்கீகரிக்கப்பட்டு மெக்கா மதீனா புனித நகரங்களின் பொறுப்பாளரானார். இந்த உலகின் புதிய மையமாக இஸ்தான்புல் ஆனது. அராபியர்களில் பெரும்பான்மையோர் சுல்தானின் குடிமக்களாகினர். அரபி புனித மொழியாக விளங்கியபோது, துருக்கி அரச சபையிலும், அரச குடும்பத்தாலும் நாடு முழுவதுமுள்ள இராணுவ அதிகாரிகளாலும் உபயோகிக்கப்படும் மொழியாகியது. எனினும் பெரும்பாலான மத, இலக்கிய, சட்ட வார்த்தைகள் பெர்ஸிய மொழியிலிருந்தே உபயோகிக்கப்பட்டன. மெய்யான துருக்கிய மொழி கவிதை, அரச கலையிலும், கட்டடக் கலையிலும் தனது பங்கைச் செலுத்தியது.

ஐநூறு வருடங்களுக்கு நீடித்த ஒட்டோமான் பேரரசு பல நிலைகளில் குறிப்பிடத்தக்க செயல்கள் ஆற்றியது. அது ஒரு பன்மத அரசாக விளங்கியதுடன் யூதர்கள், கிறிஸ்தவர்களின் உரிமைகளை அங்கீகரித்துப் பாதுகாத்தது. ஸ்பெயினிலிருந்தும் போர்ச்சுகலிலிருந்தும் வெளியேற்றப்பட்ட பல யூதர்களுக்கு வினோதமான முரண்பாடாக, ஒட்டோமானில் தஞ்சம் அளிக்கப்பட்டது. அப்படித்தான் ஏராளமானோர் அரபு உலகுக்குத் திரும்பினர். இஸ்தான்புல்லில் மட்டும் குடியேறவில்லை. பாக்தாத், கெய்ரோ, டமாஸ்கஸ் பேரரசுகளிலும் அவர்கள் பணியாற்றினர்.

சிறப்புரிமை பெற்ற அகதிகள் யூதர்கள் மட்டுமல்ல. ஜெர்மன், பிரெஞ்சு, செக் பிராடஸ்டண்டுகள் மறுமலர்ச்சியின்போது கத்தோலிக்க எதிர்குழுக்களால் விரட்டப்பட்டதும் அவர்களுக்குப் ஒட்டோமான் சுல்தான்கள் தஞ்சம் அளித்தனர். இரண்டாவது விஷயத்தில் கூடுதலாக அரசியல் நோக்கமும் இருந்தது ஒட்டோமானியப் பேரரசு ஐரோப்பாவின் மற்ற பாகங்களில்

நிகழ்ச்சிகளை உன்னிப்பாக கவனித்ததுடன் சில பெரிய ஐரோப்பிய சக்திகளுடன் தூதரக, வர்த்தக, கலாசாரக் கூட்டணிகளின் மூலம் தனது நலன்களைத் தீவிரமாகப் பாதுகாத்தது. எனினும் போப் ஒரு சார்பற்ற பார்வையாளராகப் பார்க்கப்படவில்லை. கத்தோலிக்கத்துக்கு எதிரான எழுச்சியை துருக்கியப் பேரரசு கனிவுடன் பார்த்தது. பிரதிபலனாக ஐரோப்பிய மக்கள் மரபில் ஒட்டோமானிய சுல்தான் பெரிய புள்ளியாக உருவெடுத்தார். அடிக்கடி அரக்கனாகவும், அசிங்கமாகவும் சித்திரிக்கப்பட்ட அவர் எப்போதுமே வரலாற்றிலும், புவியியலிலும் தனது இடத்தை அறிந்தே இருந்தார். இதனை 1520-லிருந்து 1566 வரை ஆண்ட மாட்சிமை தங்கிய சுல்தான் பிரெஞ்சு மன்னருக்கு எழுதிய கடிதத்தில் தம்மை அடக்கத்துடன் அறிமுகப்படுத்திக் கொண்டதிலிருந்து அறிகிறோம்.

சுல்தான்களின் சுல்தானும், முடிமன்னர்களின் மன்னனும், பூமியிலே பேரரசர்களுக்கு மணிமுடியை அளிப்பவனும், பூமியில் இறைவனின் நிழலானவனும் வெண்கடல் மற்றும் பெருங்கடல், ருமேலிய, அனடோலியா, கரமானியா, ரம், ஸில்காத்ரியா, டியர்பெகிர், குர்திஸ்தான், அஸர்பைஜான், பெர்ஸியா, டமாஸ்கஸ், அலெப்போ, கெய்ரோ, மெக்கா, மெதினா, ஜெருசலேம் அனைத்து அராபிய, யேமன் மற்றும் எனது முன்னோரும் எனது புகழ்மிக்கத் தந்தைமாரும் (அவர்களது சமாதியை அல்லா ஒளிர்விப்பாராக!) அவர்களது ஆயுதங்களின் சக்தியால் வென்ற பல நிலங்களுக்கும், எனது மேன்மை தங்கிய பேரரசு தமது ஜொலிக்கும் வெற்றி மிக்க வாளால் குடிமக்களாக்கியோருக்கும் சுல்தானும் மன்னனுமாகிய நான், சுல்தான் பாயேஸித்தின் மகன் சுல்தான் சலீமின் மகன் சுல்தான் சுலைமான் கான் ஆகிய நான் பிரான்ஸ் நிலத்தின் மன்னனாகிய உங்களுக்கு எழுதிக் கொள்வது,

யூதர்களுக்கும், பிராட்டஸ்டண்டுகளுக்கும் காட்டப்பட்ட பொறுத்துப்போகும் தன்மை இஸ்லாத்துக்குள் இருந்த மத எதிர்ப்பாளர்களுக்கு எப்போதாவது கூட காட்டப்படவில்லை. பேரரசின் முல்லாக்கள் இப்படி எது நடந்தாலும் அதற்கு தண்டனை கொடூரமாகவும் உடனடியாக அளிக்குமாறும் பார்த்துக் கொண்டனர். 'மார்ட்டின் லூதரை நினைவில் கொள்ளுங்கள்' என்று காதி சுல்தானை எச்சரித்தார். கிறிஸ்துவத்தில் மறுமலர்ச்சியை ஆதரிக்கலாம், ஏனெனில் அது கிறிஸ்தவத்தைப் பிரித்தது. ஆனால் முஸ்லிம் லூதர் என்ற எண்ணம்கூட ஏற்க இயலாதது. எனினும் பெரும்பாலான முஸ்லிம்களின் பார்வையில் ஒட்டோமான்கள் அவர்களது மதத்தின் பாரம்பரியத்தைப் பாதுகாத்ததாகவும், அதன் எல்லைகளை விரிவுபடுத்தியதாகவும், கிழக்கு அரேபியாவில் புதிய

உலகளாவிய கூட்டமைப்பை உருவாக்கியதாகவும் காண்கிறார்கள் அதாவது ஒரு பொது நிர்வாகத்தையும், நிதி அமைப்பையும் தலைமை தாங்கிய ஒரு அரசு அதிகார வர்க்கத்தின் மூலம் மொத்த பரப்பையும் ஒன்றிணைத்த ஒரு ஒட்டோமான் மரபு கலாசாரப் எகிப்தில் அல்பேனியாவில் பிறந்த முகமது அலி போன்ற ஒட்டோமான் அதிகார வர்க்கம் அதிகாரத்தைப் பிடித்த இடங்களில்கூட அரசின் அடிப்படைக் கட்டமைப்பு மாறாமல் இருந்தது.

ஆனால் இது என்ன மாதிரியான அரசு? அதன் இத்தனை குறைகளுக்கிடையில் இவ்வளவு காலம் அதனால் எப்படி உடையாமல் இருக்க முடிந்தது? அந்தக் காலக்கட்டத்தில் இருந்த மற்ற முஸ்லிம் பேரரசுகளுக்கும் ஒட்டோமான் பேரரசுக்கும் இடையில் மூன்று முக்கிய அடிப்படை அம்சங்கள் வித்தியாசமாக இருந்தன கிராமப்புறத்தில் விளை நிலங்கள் தனிச் சொத்தாக இல்லை விளைவிப்பவருக்கு நிலம் சொந்தமில்லை. நிலச் சொந்தக்காரர் (அரசு விவசாயம் செய்யவில்லை. வம்சாவழியில் வராத அதிகார வர்க் அறிஞர்கள் நிர்வாகத்தின் மையத்தில் இருந்தனர். ஓர் அடிமை அம்சத்துடன் தொழில் ரீதியாகப் பயிற்றுவிக்கப்பட்ட இராணுவ இருந்தது. ஐரோப்பாவில் முதல் சிவில் சர்வீஸ் வர்க்கம் ஒட்டோமான்களால் உருவாக்கப்பட்டது. பாரம்பரியப் பழங்குடியின அதிகார வர்க்கத்தை அவர்கள் அழித்தனர். நில எஸ்டேட்டுகளில் சொத்துரிமையைத் தடுத்தனர். அதே வழிமுறையில் பேரரசில் பா தெய்வீக அரசின் வம்சமாகத் தம்மை நிலைநிறுத்திக் கொண்டன இதுதான் கோட்பாடு என்றபோதிலும் நடைமுறையில் ப நிபுணத்துவம் பெற்ற அதிகாரிகள் சட்டங்களை வளைத்தன இருந்தும் அடிப்படைக் கட்டமைப்புக்கு எப்போதும் சவா விடப்படவில்லை. அரசுக்கு ஏற்பட்ட ஆபத்துக்களிலிருந்து பாதுகாத்துக் கொள்ள நாடு முழுவதிலிருந்து சிவில் சர்வீ அதிகாரிகளை நியமித்துக் கொண்டனர். தேவஷிர்மே முறையான பால்கனிலும் மற்ற இடங்களிலுமிருந்த கிறிஸ்தவக் குடும்பங்களிலிருந் ஒட்டோமான் அரசுக்குச் சொத்தாக ஒரு மகனை அளிக்குமா நிர்ப்பந்தித்தது. அவனுக்கு உணவு, உறைவிடம் அளிக்கப்பட்டு கல்வியும் கற்பிக்கப்பட்டு ஓர் அதிகாரியாகவோ, இராணு வீரனாகவோ பயிற்சி பெற பல்கலைக் கழகத்துக்கு அனுப்பப்படும்வ அவன் பாதுகாக்கப்பட்டான். இவ்வாறாக கிர்கீசியர்க அல்பேனியர்கள், ஸ்லாவ்கள், கிரேக்கர்கள், அர்மீனியர்க இத்தாலியர்கள் கூட அடிக்கடி பேரரசின்[8] உயர் பதவிகளை வகிக்குமளவுக்கு உயர்ந்தனர்.

ஏர்முனைக்கெதிரான நாடோடி இஸ்லாமிய பாரம்பரிய எதிர்ப்பு சந்தேகமில்லாமல் இந்த உலகின் பெரும் நிலங்களை ஆண்ட அரசுகளின் நகர்ப்புற சாதக நிலையைத் தீர்மானித்தன. எனினும் முஸ்லிம் ஆட்சிப் பரப்பில் நில உரிமை இல்லாததற்கு இது எந்த அளவுக்கு காரணம்? இது உள்நாட்டுச் சூழ்நிலைகளால் ஏற்பட்ட விளைவா? ஆனால் வரலாறு வேறுவிதமாகக் கூறுகிறது. இன்றைய நடைமுறையான உள்விவரிப்புகள், தேசிய விளக்கங்கள் இருந்தாலும், உண்மை எப்படி இருக்கிறதென்றால் பெருமளவில் வேறுபட்ட ஸ்தல நிலைகளில் கொர்டோபா, பாக்தாத், கெய்ரோ, இஸ்தான்புல் காலிஃபேட்டுகளும், பின்னர் இந்தியாவின் முகலாயப் பேரரசும் ஒரு நில உடைமையாளரோ, நிலமுடைய விவசாயியோ, கிராமப்புற சமூகமோ உருவாவதை விரும்பவில்லை. பின்னர் தொழில்மயத்தை நோக்கி இட்டுச் சென்றிருக்கக் கூடிய மூலதன சேர்க்கைக்கும் அவர்கள் உதவியிருக்க மாட்டார்கள்.

ஆழமான விவரங்களைத் தேடும் ஒருவருக்கு அராபியர்கள் ஸ்பெயினில் நடைமுறைப்படுத்திய விவசாயத் தொழில்நுட்பங்களின் செழிப்பான நடைமுறைகள் அராபியர்களுக்கு நிலத்தில் வேலை செய்வதில் எந்த மனத்தடையுமில்லை என்பது நிரூபணமாகும். ஆனால் இந்த ஸ்பானிய உதாரணமானது பொதுவாக நகரங்களைச் சுற்றியிருக்கும் நிலங்களுடன் கட்டுப்படுவது. அங்கு தீவிரமான விவசாயம் நகரவாசிகளால், தரகர்களால் வாடகைக்கு எடுக்கப்பட்டு அதில் வேலை செய்ய விவசாயிகள் கூலிக்கு அமர்த்தப்பட்டனர். அவர்களில் சில தரகர்கள் செல்வந்தர்களாகத்தான் மாறினர். ஆனால் அவர்கள் நகரத்தில் வசித்ததால் உபரி அங்குதான் செலவிடப்பட்டது. ஓர் உறுதியான அரசவழி அரசியலமைப்பு, ஒரு குழப்பமான இராணுவ சாதியைச் சார்ந்தும், கிராமப்புறத்தை இரண்டாம் தரமாக நடத்திய சமூக அமைப்புடன் சேர்ந்து இருந்தது. மேற்கு ஐரோப்பாவால் விடப்பட்ட அரசியல், பொருளாதாரச் சவாலை எதிர்கொள்ள முடியவில்லை. ஒட்டோமானியப் பேரரசு முதல் உலகப் போர் வரை தட்டுத் தடுமாறி இருக்க முடிந்ததன் காரணம், அதன் மீது கண் வைத்திருந்த மூன்று வல்லூறுகளான பிரிட்டிஷ் பேரரசு, ஜார் ருஷ்யா, ஆஸ்ட்ரோ ஹாஸ்பர்க்குகள் ஆகியவை தமது வெற்றிகளைப் பங்கு போட்டுக் கொள்வதில் ஓர் உடன்பாட்டுக்கு வர முடியவில்லை. அவர்களுக்குத் தெரிந்த ஒரே வழி பேரரசைக் கட்டுப்பாட்டிலேயே வைத்திருப்பதுதான். நீண்டு கொண்டிருந்த மரணத் துன்பம் ஒரு பாதுகாப்பற்ற துருக்கிய தேசியவாதத்தை ஊக்குவித்தது. இதுதான் ஒரு காலத்தில் மாதிரி பன்னாட்டுப் பேரரசாக விளங்கிய ஒன்றின் முடிவுரை. மிகவும்

மோசமான அக்கிரமங்கள் முதல் உலகப்போரின் போது நடந்தன நூற்றுக்கணக்கான, ஆயிரக்கணக்கான அர்மீனியர்கள் படுகொலை செய்யப்பட்டதுடன் அவர்களின் சொத்தும் அபகரிக்கப்பட்டது ஆனால் இந்த நடைமுறை மிகவும் முன்னரே தொடங்கி விட்டது.[9]

பத்தொன்பதாம் நூற்றாண்டின் மத்தியிலேயே முடிவு கண்ணில் தெரியத் துவங்கி விட்டது. பதினெட்டாம் நூற்றாண்டிலேயே ஒட்டோமான் நிலங்களிலும், சுற்றிலும் தீவிர தேசியவாத தூண்டுதல் வளரத் துவங்கி விட்டது. பிரெஞ்சு காம்டேயாலும் தாக்கம் பெற்ற நவீனவாத துருக்கிய அதிகாரிகள், இஸ்தான்புல் அரசை எதிர்த்துச் சதி செய்யத் துவங்கினர். அதேசமயம் அரட தீபகற்பத்தில் ஒரு புனிதவாத போதகர் இபின் வஹாப் என்பவரின் படிப்பினைகளால் உந்தப்பட்டு ஒட்டுமொத்தமாக எதிர்த் தாக்கட வேலை செய்து கொண்டிருந்தது.

அடிக்குறிப்புகள்:

8. இத்தகைய ஒரு பாத்திரம்தான் இவோ ஆண்டிரிக்கின் சிறந்த ஒட்டோமா எதிர்ப்பு 'டிரினாவின் மேல்பாலம்' என்ற படைப்புக்கு உந்துகோலாக இருந்தது ஒட்டோமானியப் பேரரசில் கிரேக்கம் ஒருங்கிணைந்த உதாரணத்தைக் காவி நாயகனான கைருதின் பார்பரோஸா அளிக்கிறார். (அவர் அல்ஜீரியாவை ஒட்டோமான்கள் பேரரசுக்காகப் பிடித்தார். அவருடைய சாகசங்கள் கொள்ளையனான ரெட் பேர்டை ஊக்குவித்தன.)

9. துருக்கிய நாவலாசிரியர் யெஷார் கெமால் இந்த பயமுறுத்தும் உலகின் சமூக சீரழிவையும், குழப்பமான நிலையையும் பல நாவல்களில் சித்திரித்துள்ளார். பெ ஆண்டர்சனின் 'Passages from Antiquity to Feudalism and Lineages of Absolute stat இருப்பதிலேயே ஆழமான விளக்கங்களையும், முஸ்லிம் நிலத்திலல்லாது மேற் ஐரோப்பாவில் முதலாளித்துவம் தோன்றியதன் காரணங்களையு அளிக்கிறது.

6

மத நம்பிக்கை இல்லாதிருப்பதன் மகிழ்ச்சிகள்

இஸ்லாம் தெளிவாகப் பாதிரிகளைத் தடுக்கிறது. அல்லாவின் முன் அனைவரும் சமம். மசூதிகளுக்குள் எந்த அதிகார முறையும் அனுமதிக்கப்படவில்லை. விதிப்படி எந்த ஒரு நம்பிக்கையாளரும் வெள்ளிக்கிழமை தொழுகைக்குப் பிறகு உரையாற்ற அழைக்கப்படலாம். முதல் நூற்றாண்டுகளைத் தனிமைப்பட்டுக் கழிக்க வேண்டியிருந்திருந்தால் இஸ்லாம் எப்படி வளர்ந்திருக்கும் என்பது ஓர் ஆர்வமூட்டும் பேசு பொருள். ஆனால் அந்த ஒரு வாய்ப்பை அது எப்போதும் எதிர்நோக்கவில்லை. மாறாக அதன் தலைவர்கள் விரைவாகப் பெரும் பேரரசுகளின் தலைவர்களானதால் அதன் விளைவாகப் பெருமளவு முன்னேற்றம் ஏற்பட்டது. அதிகாரப்பூர்வ குரான் முகமது நபியின் இறப்புக்குப் பல ஆண்டுகளுக்குப் பின் பதிப்பிக்கப்பட்டது. அதன் துல்லியம் மூன்றாவது காலிஃப் உத்மானால் சான்றளிக்கப்பட்டது. பேட்ரிசியா குரோன் போன்ற நவீன 'நம்பிக்கையற்ற' அறிஞர்கள் "ஏழாவது நூற்றாண்டுக்கு முன் குரான் எந்த வடிவத்திலும் இருந்திருப்பதற்கான உறுதியான தடயங்கள் இல்லை" என்றபோதிலும் அது ஓர் உறுதியளிக்கப்பட்ட பதிப்பாக ஏற்கப்பட்டது.

தேதியைக் கணக்கில் எடுக்காமல் கூட குரானின் அறிவுரைகள் சில விஷயங்களில் மிகவும் விரிவாக இருப்பினும், வெற்றி கொள்ளப்பட்ட பகுதிகளில் இஸ்லாமிய மேலாண்மையை உறுதிப்படுத்த முழுமையான சமூக, அரசியல் நடைமுறைக்கான சட்டத் தொகுப்பை அளிக்குமளவுக்குப் போதுமானதாக இல்லை. எனவே 'ஹடித்' (பாரம்பரியம்) நடைமுறைக்கு வந்தது. அது ஏதோ ஒரு தேதியில் இறைத்தூதரும் அல்லது அவரது சகாவோ அல்லது மனைவியோ யாரிடமோ கூறியதை அவர் மற்றவரிடம் கூற, அவர்

அதை ஆசிரியரிடம் கூற, அவர் அந்தப் 'பாரம்பரியத்தை' எழுதினார். கிறிஸ்தவமும் இதேபோன்று அனுபவம் பெற்றிருந்தது. ஆனால் அதனை நான்கு கட்டளைகளுடன் சுருக்கிக் கொண்டது. நிகழ்த்தப்பட்ட அதிசயங்கள் குறித்த முரண்பட்ட விவரிப்புகளையும் மற்ற நிகழ்வுகளையும் திருத்தியோ, மிகவும் குறைவாக வெட்டிச் சுருக்கியோ இருக்குமாறு கவனமாகப் பார்த்துக் கொண்டது.

இந்த அராபிய செவிவழிச் செய்தியின் அற்புதமான விளையாட்டு தீபகற்பத்தில் துவங்கி டமாஸ்கஸுக்குச் சென்றது. அதனை நான்கு அல்லது ஐந்து சிறிய தொகுப்பாகக் கூட அடக்க முடியவில்லை. இறைத்தூதர் கருணை கூர்ந்து ஒரு புகழத்தக்க தன் மறுப்பு சட்டத்துக்குட்பட்டு எந்த அதிசயம் நிகழ்த்தும் ஆற்றலையும் மறுதலித்தார். கூறப்பட்ட செய்தியை விரிவாக மக்களிடம் கொண்டு செல்லும் தூதர் மட்டும்தான் அவர். இது அந்தப் புதிய மதம் அதிசயங்களைப் பட்டியலிடுவதைத் தடுத்துவிட்டது. ஆனால் சில வரலாற்றுத் தொகுப்பாளர்களால் கிறித்துவத்துடன் போட்டியிடு வதைத் தவிர்க்க முடியவில்லை. அவர்களது கதைகளை முழுமையாக ஒப்புக் கொள்ள இயலாதபோதுகூட. அரபுகளின் மிகச் சிறப்பான கற்பனை இந்தத் தளத்தில் ஒரு சிறப்பான இலக்கியத்தை, மோஸஸ், இயேசு ஆகியோரை மிகவும் பின்தள்ளி விட்டு உருவாக்க முடியாதது வருத்தமானதுதான். முகம் மதின் முற்பகுதி வாழ்க்கையை எழுதியவர்கள் அவரைச் சில அதிசயங்களுடன் தொடர்புபடுத்திய போதிலும், மோஸஸ் அல்லது இயேசுவின் அற்புதங்களோடு அவை போட்டியிட முடியவில்லை.

புதிய பாரம்பரியங்களை உருவாக்க ஏற்பட்ட தேவை, ஒரு புதிய கலை உருவாவதில் முடிந்தது. அது ஏழாவது எட்டாவது நூற்றாண்டுகளில் நூற்றுக்கணக்கான நிருபர்களுக்கும், அறிஞர்களுக்கும் அவர்களில் பலர் அந்த நோக்கத்துக்குத் தேவையான அளவு அறிவாற்றல் பெற்றிராதபோதுகூட வேலை வாய்ப்பளித்தது. இது அந்தக் குறிப்பிட்ட பாரம்பரியங்களின் நம்பகத்தன்மை குறித்துக் கடும் விவாதங்களை உருவாக்கியது. இது இஸ்லாத்துக்குள் இருந்த எதிர்ப்புக் குழுக்களை அவர்கள் நோக்கத்துக்கு உதவும் வகையில் அறிஞர்களை நியமிப்பதற்கு இட்டுச் சென்றது. பின்னர் சூஃபி மறைஞானிகள் அவர்களது சொந்தப் பாரம்பரியங்களை அவர்கள் கேட்க விரும்பியதை வலியுறுத்திப் பதிப்பித்தனர். 'இஸ்லாத்தில் பாதிரிகள் இல்லை' என்பது நம்பக்கூடியதாக இருப்பினும் இறைத்தூதர் உண்மையாகவே இவ்வாறு கூறினாரா? 'ஒரு நாளில் ஐந்து முறை தொழுகை நடத்துங்கள், ஆனால் அதற்கு முன் ஒட்டகங்களைக் கட்டி விடுங்கள்?' அப்படி அவர் கூறியிருந்தால்

அதன் விளைவு என்ன? அந்தத் தொழுகை நேரத்தை ஒரு பக்தர் மற்றொரு பக்தரின் ஒட்டகத்தைத் திருடப் பயன்படுத்தி விடக்கூடும் என்று சாடை காட்டினாரா? அல்லது ஒரு நம்பிக்கையற்றவர் பக்தரின் ஒட்டகத்தைத் திருடப் பயன்படுத்தி விடக்கூடும் என்பதைத் தடுக்க நினைத்தாரா? அல்லது ஒட்டகம் தனது சொந்தக்காரரைப் பின்பற்றி உள்ளே வந்து மசூதியைக் கெடுத்து விடும் வாய்ப்பைத் தடுக்கவா அல்லது வேறு என்ன? இன்னமும் பாரம்பரியங்களின் போர் தொடர்ந்து கொண்டிருக்கிறது. அதில் ஏதாவது உண்மையானதா என்ற அடிப்படைக் கேள்வியை எழுப்பிக் கொண்டிருக்கிறது. நிபுணர்கள் இது குறித்து ஆயிரம் ஆண்டுகளாக விவாதித்து வருகின்றனர். ஆனால் எந்த ஒத்தக் கருத்தும் எட்டப்படவில்லை. எட்டவும் முடியாது. எனினும் கடந்த நூற்றாண்டுகளில் இஸ்லாமிய அறிஞர்கள் ஏற்கப்படக்கூடிய பாரம்பரியங்களின் எண்ணிக்கையைக் குறைத்து மிகவும் நம்பக்கூடிய வரலாற்றியலாளர்களை அடையாளம் கண்டு கூறியிருக்கிறார்கள்.

எனினும் விஷயம் அவற்றின் நம்பகத்தன்மை குறித்ததல்ல, இஸ்லாமியச் சமூகங்களின் அவற்றின் தத்துவார்த்தப் பாத்திரம் குறித்துத்தான். சன்னி பாரம்பரியம் ஷியா பிரிவின் 'நம்பிக்கையின்மைக்கு' சவால் விடுகிறது. ஷியாயிசத்தின் தோற்றம் கேள்விக்குரிய வாரிசுரிமையில் வந்தது. 632-ல் முகமது நபி இறந்ததும் அவரது தோழர்கள் வாரிசைத் தேர்ந்தெடுத்தனர். அவருக்குப் பின் உமர் வழி நடத்தினார். முகமது நபியின் மருமகன் அநேகமாக இதனை மறுதலித்தார். ஆனால் வெளிப்படையாக எதிர்க்கவில்லை. ஆனால் மூன்றாவது காலிஃப் உத்மானின் தேர்தல்தான் அலியின் கோபத்தைக் கிளறியது. உமையா வம்சத்தைச் சேர்ந்த உத்மான் மெக்காவின் மரபுக் குழு உயர்குடியைப் பிரதிநிதித்துவப்படுத்தினார். அவரது வெற்றி பழங்காவலர்களான விசுவாசிகளைச் சங்கடப்படுத்தியது. அவர்கள் அலியைத் தேர்ந்தெடுத்திருப்பார்கள். புதிய காலிஃப் இளைஞராக, வேகமானவராக இருந்திருந்தால் ஒரு சமரசத்தை உருவாக்க முயன்றிருப்பார். ஆனால் உத்மான் எழுபது வயதான முதியவராக, போகும் வழியை நோக்கி வேகமாகச் சென்று கொண்டிருந்தார். அவர் தனது உறவினர்களையும், தனது மரபைச் சேர்ந்தவர்களையும் சமீபத்தில் பிடிக்கப்பட்ட பிரதேசங்களில் முக்கியப் பதவிகளில் அமர்த்தினார். 656-ல் அவர் அலியின் ஆதரவாளர்களால் கொலை செய்யப்பட்டார். அதைத் தொடர்ந்து அலி புதிய காலிஃபாக புனிதப்படுத்தப்பட்டார்.

இது இஸ்லாத்தின் முதல் உட்போராட்டத்தில் போய் முடிந்தது. முகமது நபியின் பழைய தோழர்களான தல்ஹாவும் அல்ஹீபேரும்

உத்மானின் விசுவாசமான படைகளைக் கலகம் செய்யுமாறு தூண்டினர். அவர்களுடன் இறைத்தூதரின் உறுதி மிக்க விதவையான ஆயிஷாவும் சேர்ந்து கொண்டார். பஸ்ராவுக்கு அருகில் போர் துவங்கியது. ஆயிஷா ஓர் ஒட்டகத்தில் ஏறி அவரது துருப்புடன் பதவியைத் தகாத வழியில் பறித்துக் கொண்டவரைத் தோற்கடிக்கச் சென்றார். 'ஒட்டகப் போர்' என்றழைக்கப்படும் இந்தப் போரில் அலியின் துருப்பு வெற்றி பெற்றது. தல்ஹாவும், அல்ஹுபேரும் போரில் இறந்தனர். சிறைப் பிடிக்கப்பட்ட ஆயிஷா மதீனாவுக்குத் திரும்பக் கொண்டு செல்லப்பட்டு அங்கு வீட்டுக் கைதியாக வைக்கப்பட்டார்.

பிறகு இன்னொரு போரில் அலி அவரது உமையாது எதிர்ப்பாளர்களால் தோற்கடிக்கப்பட்டார். நடுவர் தீர்ப்புக்கு ஒப்புக் கொள்வதாகக் கூறியதும், தோல்வியை ஏற்றதும் அவரது குழுவுக்குள்ளிருந்த தீவிரவாதிகளைச் சங்கடத்திற்குள்ளாக்கியது. கூஃபாவில் ஒரு மசூதியின் முன்னால் 660-ல் அவர்களில் ஒருவரால் அலி கொலை செய்யப்பட்டார். அறிவாளியான உமையாது தளபதியாகவும் முவாவியா காலிஃபாகவும் ஏற்கப்பட்டன. ஆனால் அலியின் மகன்கள் அவரது அதிகாரத்தை ஏற்க மறுத்தனர். கர்பாலாவில் நடந்த போரில் அவர்கள் முவாவியாவின் மகன் யாசித்தால் தோற்கடிக்கப்பட்டு கொல்லப்பட்டார்கள். இந்தத் தோல்வி இஸ்லாத்துக்குள் ஒரு நிரந்தரமான உட்பிரிவை உருவாக்கியது. அதிலிருந்து அலியின் ஷியா பிரிவு அதன் சொந்த அரசுகளையும் சாம்ராஜ்ஜியங்களையும் உருவாக்கத் துவங்கியது. மத்திய கால பெர்சியாவும் தற்கால இரானும் அதன் முக்கிய உதாரணங்களாகும்.

ஷியாக்கள் தங்களுடைய சொந்தப் பாரம்பரியங்களை உருவாக்கிக் கொண்டார்கள். அவற்றில் சில ஆயிஷா உமையாதுகள் குறித்த தீவிரமான தாக்குதல் பாணியிலானவை. அதன் நோக்கம் ஆயிஷாவின் பெயரைக் கெடுப்பதாகும். காரணம் நேரடியாகச் சட்டப்படி தேர்ந்தெடுக்கப்பட்ட காலிஃபாவுக்கெதிராக அவளே ஆயுதமேந்திக் கலகத்தை நடத்தியவர். அலியைப் பின்பற்றியவர்கள் பலவீனமாக காலிஃப் உத்மான் குரானை முதன்முதலில் பதிப்பித்தபோது அவரது எதிரிகளான அலியின் ஆதரவாளர்களுக்கு உவப்பான வாசகங்களை நீக்கி விட்டதாகக் குற்றம் சாட்டினர். ஆயிஷாவின் பேரில் கற்பிக்கப்பட்ட ஒரு பாரம்பரியம் குரானின் சொல் வடிவத்தில் பழைய ஏற்பாட்டுக்கு அஞ்சலி செலுத்தும்போது, தவறான உறவுக்காக 'கல்லால் அடித்து'க் கொல்வதை தண்டனையாகக் கூறும்போது உத்மான் பதிப்பித்த குரான் நன்றாகச் சாட்டையடி கொடுப்பதே போதுமானது என்று கூறுகிறது.

இந்த மிகுந்த பரபரப்பான சூழலில், உண்மையான அறிவு சார்ந்த உட்போராட்டங்களின் சூழலில் ஒரு பாரம்பரியத்துக்கு எதிராக மற்றொன்றையும், அதனைப் பலவிதமாக அர்த்தப்படுத்தியதும், குரானின் நம்பகத்தன்மை குறித்தே கேள்வியெழுப்பியதும், நல்ல பலஐயவாதிகளையும், நம்பிக்கையற்றோரையும் உருவாக்காமல் இருப்பது என்பது அதிசயமே. அது காலப்போக்கில் உருவானது. அதில் குறிப்பிடத்தக்கது என்னவென்றால், இஸ்லாமின் முதல் பன்னிரண்டு நூற்றாண்டுகளில் அவர்களில் பலர் நீண்ட காலம் எப்படி சகித்துக் கொள்ளப்பட்டனர் என்பதுதான். இறைத்தூதரின் நீதியைப் பழி கூறுவது என்றும் மறுத்துப் பேசுவது என்றும் விவரிக்கப்பட்ட ஒரு பாரம்பரிய கட்டமைப்பை உருவாக்கிய ஒன்பதாம் நூற்றாண்டைச் சேர்ந்த நம்பிக்கையற்றவரான யேமேனியைப் போல குரானை எதிர்த்தவர்கள் பிடித்துக் கொல்லப்பட்டனர். துரதிர்ஷ்டவசமாக அந்தப் பாரம்பரியமும், அதைப் புனைந்தவர்கள் இருவருமே அழிக்கப்பட்டு விட்டனர்.

ஆனால் பல கவிஞர்களும், தத்துவ ஞானிகளும் நம்பிக்கையற்றோரும் விவாதம், மறுப்புரைகளின் எல்லைகளை விரிவுபடுத்தி இஸ்லாமிய நாகரிகத்தை வளப்படுத்தினர். முல்லாக்களின் எதிர்ப்புக்களை ஆட்சியாளர்கள் அநேகமாகக் கண்டுகொள்ளவே இல்லை. இது அந்தக் காலக்கட்டத்தில் இஸ்லாம் சுயநம்பிக்கையுடன் வளர்ந்து வந்த மதம் என்பதற்கு அடையாளம். பன்னிரண்டாம் நூற்றாண்டைச் சேர்ந்த கோர்டோபாவின் இபின் ரஷித் (1126-98) அரிதாக அனுமதிக்கப்பட்ட எல்லையைத் தாண்டினார் என்பதைத் தவிர அந்தாலூசிய (ஸ்பெயின் நாட்டின் ஒரு பகுதி) தத்துவஞானிகள் இஸ்லாம் அனுமதித்த எல்லைக்குள்ளேயே விவாதித்தனர். லத்தீன் உலகில் அவரோஸ் என்று அறியப்பட்ட அவர் காதிக்களின் மகனும் பேரனுமாவார். காதிஸ் ஒரு முஸ்லிம் நகரின் தலைமை நீதிபதியாவார். அவரின் பாட்டனார் ஒருவர் கொர்டோபாவின் பெரிய மசூதியில் இமாமாகப் பணி செய்தவர். இபின் ரஷீத் தாமே செர்வில் மற்றும் கொர்டோபாவில் காதியாக பணி செய்தவர். ஆனால் கொர்டோபாவில் அவருக்கு எதிர்ப்புக் கிளம்பி அவரது புத்தகங்கள் எரிக்கப்பட்டு, பெரிய மசூதிக்குள் அவர் நுழைய தடை விதிக்கப்பட்டபோது அங்கிருந்து வெளியேற வேண்டி வந்தது.

தீவிரப் பற்றாளர்களுடனான அவரது மோதல் அவரது சிந்தனையைக் கூர்மையடையச் செய்தது என்றாலும் அவரை தற்பாதுகாப்பினை நோக்கித் தள்ளி விட்டன. அறிவாளியான சுல்தான் அபு யுசுஃப் அவரிடம் வானத்தின் தன்மை குறித்துக் கேட்டபோது வானவியலாளரும், தத்துவஞானியுமான அவர்

உடனடியாகப் பதிலளிக்கவில்லை. இளவரசர் மீண்டும் வலியுறுத்திக் கேட்டார். "எல்லையற்று இருந்து வரும் பொருளா அது அல்லது அதற்கு ஏதேனும் துவக்கம் உள்ளதா?" பண்டைய தத்துவவியலாளர் களின் கருத்துக்கள் குறித்து தாம் அறிந்திருந்ததை ஆட்சியாளர் உணர்த்தியபோதுதான் பகுத்தறிவு முறைகள் எவ்வாறு மதரீதியிலான கொள்கைகளை விட உயர்வானவை என அவர் விளக்கமளித்தார். தத்துவவியலாளர் தம்மை ஒரு பாதி பொருள் முதல்வாதியாகக் காட்டிக் கொள்வது திடீர் மரணத்துக்கு இட்டுச் செல்லக்கூடும் என்பதைத் தெளிவாக அறிந்திருந்தார் என்றாலும் தமது ஆய்வுகளை ஊக்குவித்த தமது சுல்தானை நம்ப முடிவு செய்தார். சுல்தான் தாம் சில குழப்பமான அரிஸ்டாடிலின் தத்துவங்களைக் கண்டதாகவும் அதைத் தெளிவாகவும், சுருக்கமாகவும் விளக்குமாறு கேட்டுக் கொண்டதாலும் இபின் ரஷித் அவருக்குச் சில புத்தகங்களை அளித்தார். விளக்கவுரைகள் கிறிஸ்தவ, யூத மத எழுத்தாளர்களை வசீகரித்தன. அரபியில் அவர் எழுதியவற்றில் பெரும்பாலானவை அழிந்து விட்டன. இப்போது மீதமிருப்பவை சில பகுதிகள் மட்டுமே. தப்பித்தவை லத்தீனிலிருந்தன. அவை உயிர்த்தெழுதல் காலத்தில் விரிவாகப் புழங்கப்பட்டன. ஆனால் அவை கூட அவரது தொகுப்பில் ஒரு சிறிய பகுதிதான். விளக்கவுரைகள் இரண்டு நோக்கங்களுக்கு உதவின. அரிஸ்டாடிலின் பரந்த ஆய்வுகளை வரையறைப்படுத்தவும், புதிய பண்புக்கு எதிர் நிலையையும் அறிமுகப் படுத்தவும் மட்டுமல்ல, அதையும் தாண்டிப் பகுத்தறிவுச் சிந்தனையை அதிலேயே சிறப்புப் பண்பாக வளர்க்கவும் பயன்பட்டது.

இரு நூற்றாண்டுகள் கழித்து புக்காராவுக்கு அருகில் பிறந்த பெர்ஸிய அறிஞர் இபின் சினா (980-1037) தர்க்கவாதம், அறிவியல் தத்துவம், அரசியல், மருத்துவம் குறித்த படிப்புகளின் அடிப்படையை அமைத்தார். அன்றாட அரிஸ்டாடிலின் தர்க்கவாதம் வாழ்க்கைக்கு மிகவும் தூரமாக இருப்பதாகவும், அதனால் வாழ்க்கைக்கு உகந்ததல்ல என்றும் கூறி அவர் விமர்சித்தார். பொது மருத்துவரான அவரது நுட்பத்திறன் அவரது ஊழியர்களான குராசான், இஃஸ்பாகான் இன ஆட்சியாளர்களை கேள்வி கேட்க வைத்தது. இங்கு, அவருக்குப் பிறகு மாக்கியவெல்லியைப் போலவே அவரது சில புரவலர்களை சங்கடப்படுத்திய ஆலோசனைகளையும் அளித்தார். இதன் அர்த்தம் அவர் பணிபுரிந்த நகரிலிருந்து அடிக்கடி அவசர கதியில் வெளியேற வேண்டியிருந்தது என்பதாகும். இந்த நேரங்களில் அவர் பொதுஜனப் பார்வையிலிருந்து விலகி பொது மருத்துவம் புரிந்து வாழ்க்கையை நடத்தினார். அவருடைய கானான் ஃபில் டிப் (மருத்துவ சூத்திரம்) அப்போதிருந்த மருத்துவ அறிவின் விளக்கமும், அவருடைய ஏராளமான அனுபவ அறிவின் மூலம் கண்டெடுத்த குணங்களையும்

கோட்பாடுகளையும் உள்ளடக்கியது. இவை இஸ்லாம் உலகம் முழுவதிலும் முக்கியப் பாடப்புத்தகமானதுடன் இன்றும் இரானில் அதன் பகுதிகள் சில பயன்பாட்டில் உள்ளன. அவருடைய புத்தகமான கிதாப் அல் - இன்ஸாப் (சார்பு நிலையற்ற தீர்ப்புகளின் புத்தகம்) வெவ்வேறு 28000 தத்துவக் கேள்விகளைப் பரிசீலித்தது. அது அவருடைய வாழ்வின்போதே ஒழித்துக் கட்டப்பட்ட இஸ்ஃபஹானுடன் அழிந்து விட்டது. அவருடைய ஒரே புத்தகத்தை உள்ளூர் நூலகத்தில் அவர் வைத்திருந்தார்.

அவருடைய மற்ற படைப்புகளில் இருந்த அவரது தத்துவார்த்த சிந்தனைகள் பகுதிகளாகக் கைமாறியவை பொருள், இருப்பு, நிலை மற்றும் சாரத்தைக் குறித்து நுண்பொருள் ஆய்வுக் கோட்பாட்டியல் (Metaphysical) கேள்விகளை எழுப்பின. அதற்கடுத்த நூற்றாண்டுகளில் இவை மேற்கு ஐரோப்பாவை அடைந்து அங்கு 'ஆவிசென்னா' மிகவும் தீவிரமாக விவாதிக்கப்பட்டது. அவர் உடலின் உயிர்த்தெழுதல் குறித்துக் கேள்வியெழுப்பினார். ஆனால் ஆன்மா குறித்தல்ல. (இது இஸ்லாமிய ஆசாரத்துக்குக் கொடுக்கப்பட்ட சலுகையாகவும் இருக்கலாம்). இதுவே அவரது படைப்புகளைப் படிக்க 1210-லும் 1215-லும் சார்போனில் விதிக்கப்பட்ட தடையுத்தரவுக்கு ஒரு காரணமாக இருக்கலாம். பதினைந்து ஆண்டுகள் கழித்து ஒன்பதாம் அருள்மிக்க போப் கிரிக்கோரி IX இந்தத் தடைகளை நீக்கினார்.

இஸ்லாத்தின் முதல் ஐநூறு ஆண்டுகளில் இபின் ஹஸம், இபின் சினா, இபின் ரஷித் ஆகியோர் பாதி அதிகாரப்பூர்வ போக்குகள் சிலவற்றை முன்மாதிரியாக்கினர். பின்னவராக இருவரும் குறிப்பாக மத ஆசாரம் விதித்த கட்டுப்பாடுகளுடன் உரசிக் கொண்டனர். ஆனால் அவர்களுக்குப் பிறகு வந்த கலிலியோ போன்று அவர்களது உயிர்த் தியாகத்துக்குப் பதில் உயிருடன் இருந்து ஆய்வுகளைத் தொடர்வதைத் தேர்ந்தெடுத்தனர். மிகவும் வெளிப்படையாகப் பேசிய வேறு பலரும் இருந்தனர். அவர்கள் இஸ்லாத்தின் முழுக் கட்டமைப்புக்கே சவால் விடுத்தனர்.

ஒன்பதாம் நூற்றாண்டைச் சேர்ந்த பாக்தாதின் மத நம்பிக்கையற்ற இபின் ரவாண்டி பெரும் மூன்றின் அடிப்படைக் கோட்பாடுகளைக் கேள்வி கேட்டுப் பல புத்தகங்களை எழுதினார்: ஒரு கடவுள் கோட்பாடு மதங்கள், அவை ஆதரித்த வானில் இருக்கும் கடவுள், இதில் அவர் ஒரு காலத்தில் சார்ந்திருந்த முடாசிலைட் பிரிவை விட தாண்டி வெகுதூரம் சென்றார். முடாசிலைட்டுகள் பகுத்தறிவுவாதத்தையும் ஒரு கடவுள் நம்பிக்கையையும் இணைப்பது ஆகக்கூடியதே என்று நம்பினர். அவர்களில் சிலர் குரான் என்பது உருவாக்கப்பட்டதுதான் என்றும் தானே வெளிப்பட்டதல்ல

என்றும் உறுதியாகக் கூறினர். மற்றவர்கள் அதன் அமைப்பையும், நயமின்மையையும், மொழித் தூய்மையின்மையையும் கேள்வி கேட்டனர். பகுத்தறிதல் மட்டுமே கடவுளுக்கான பொறுப்பைக் கட்டளையிடுவதாக அழுத்தமாகக் கூறினர். அவர்களைத் தீவிரமாகப் பின்பற்றியவர்கள் இறைத்தூதரைப் பலதார மணத்துக்காகவும், பணிவடக்கமின்மைக்காகவும் ஏற்க மறுத்தனர்.

அவர்கள் உலகத்தை விளக்க பகுத்தறிவுவாதங்களை உபயோகித்தனர். கிரேக்கத் தத்துவத்தின் பாகங்களை இணைத்தும், அவர்களது சொந்த ஆய்வுகள், கூர்ந்து கவனித்தல் ஆகியவற்றின் அடிப்படையிலும் இதைச் செய்தார்கள். இந்தச் செயல்திட்டத்துக்கு குரான் தொடர்பற்றதாகப் பார்க்கப்பட்டது. முடாசிலைட் சிந்தனையாளர்கள் பொருள் உலக விளக்கக் கோட்பாட்டை உருவாக்கிக் கொண்டனர். பொருட்கள் அணுக்களின் திரட்சியாகக் கருதப்பட்டன. பொருளுக்கும் விபத்துக்கும் இடையில் ஒரு வேறுபாடு உருவாக்கப்பட்டது. எல்லா நிகழ்வுகளும் பொருட்களை உருவாக்கிய அணுக்களின் உள்ளார்ந்த தன்மையாக விளக்க முடிந்தது. அவர்கள் எல்லையற்ற வகையில் பிரபஞ்சத்தில் இருக்கும் நிலையையும், நகர்வையும் அறிய ஊகம் செய்தனர். பூமி நகராமல் உள்ளதா? அப்படியானால் ஏன்? தீயின் இயற்கை என்ன? பிரபஞ்சத்தின் இதயத்தில் வெற்றிடம் உள்ளதா?

குறிப்பிடத்தக்க வகையில், ஒன்பதாம் நூற்றாண்டின் முதல் பாதியில் இந்தக் குழு முப்பது ஆண்டுகளுக்கு அதிகாரத்தில் இருந்தது. தொடர்ச்சியாக வந்த மூன்று காலிஃப்கள் அல் மாமுனுக்குப் பிறகு அரசு அதிகாரிகள், சமய ஆய்வாளர்கள் மற்றும் காதிக்களுக்கு குரான் தானாக வெளிப்படுத்திய ஒன்றல்ல, மாறாக மனிதர்களால் எழுதப்பட்டதுதான் என ஒப்புக்கொள்ள வற்புறுத்தினர். குரானின் ஆசாரத்தன்மையுடன் வேறுபடுத்திக் கொள்ள மறுத்த சில சமய ஆய்வாளர்களை மக்களின் முன்பாகச் சாட்டையடி வழங்கவும் செய்தனர். இது பகுத்தறிவு சக்தியின் நேயம் மிக்க வெளிப்பாடு அல்ல. இந்தக் காலக்கட்டம் விரைவிலேயே முடிவுக்கு வந்தது. முடாஸிலைட்டுகள் இஸ்லாமிய உலகின் பல்வேறு பகுதிகளுக்கும் விரைந்தனர். ஆனால் அவர்களது தத்துவத்தின் உள்ளார்ந்த ஆபத்துக்களை அறிந்திருந்ததனால் மிகவும் ஜாக்கிரதையாக மாறிப் போயினர்.

அவர்கள் அதிகாரத்தில் தொடர்ந்திருந்தால் என்ன நடந்திருக்கும் என்பதை ஊகிப்பது கடினமல்ல. அவர்களது இந்த எண்ணங்கள் மேலும் வளர்ந்திருந்தால், அவர்கள் கடவுளின் இருப்பையே கேள்வி கேட்பதில் வந்து சேர்ந்திருப்பார்கள் என்பது வெளிப்படை. மிகவும்

தீவிரமான மதப் பள்ளிகளிலும், பயிற்சிப் பள்ளிகளிலும் கற்பிக்கப்படும் இருபதாம் நூற்றாண்டின் சிந்தனையாளர்களுடன் ஒப்பிடும்போது ஒன்பதாம் நூற்றாண்டின் சிந்தனையாளர்கள் அனைத்து நிலைகளிலும் முன்னேறியிருப்பது வெளிப்படுகிறது. ஒன்பதாம், பத்தாம் நூற்றாண்டுகளின் நிறைவைக் கணக்கிடும்போது தற்கால இஸ்லாமியச் சிந்தனையின் வறுமை முரண்படுகிறது. எனினும் மேற்கு ஐரோப்பாவிலும், வட அமெரிக்காவிலும் சுவரில் துவாரம் இடப்பட்ட மசூதிப் பள்ளிகளில் மனப்பாடமாகச் சொல்லிக் கொடுத்துக் கொண்டிருக்கும் இமாம்கள் முடாஸிலைட்டுகள் இருந்ததை ஒப்புக் கொள்ளக் கூட கஷ்டப்படுவார்கள். பார்வை விசாலமற்றுக் குறுகிப் போனது, நவீன இஸ்லாத்தின் ஒரு வருத்தமான நிகழ்வு.

ஒன்பதாம் நூற்றாண்டு மத்தியில் செறிவு மிக்க அறிவார்ந்த சூழலில் இபின் ரவாண்டியின் விமர்சனக் குரல் எழுந்தது ஆச்சரியமல்ல. இறைத்தூதர்கள், தீர்க்கதரிசனங்கள், அற்புதங்கள் ஆகியவை குறித்த (முகமது உள்பட) அவரது எண்ணங்கள் புண்படுத்தக் கூடியவை. மதக்கோட்பாடுகள் எப்போதுமே பகுத்தறிவுக்குக் கீழானவை. ஏனெனில் நேர்மையையும் தார்மீகத் தகுதியையும் ஒருவர் பகுத்தறிவின் மூலமே அடைய முடியுமென்று வாதிட்டார். அவரது வெறித்தனமான தாக்குதல் முதலில் அன்றைய முஸ்லிம், யூத சமய ஆய்வாளர்களைத் திகைப்பிலாழ்த்தியது. அவர்கள் அவரை இரக்கமற்ற வகையில் கண்டித்தனர். இபின் ரவாண்டியோ அற்புதங்கள் மேஜிக் செய்பவர்களின் தந்திரங்களே என்று பதிலளித்தார். அவரது மதத்தையும் அவர் இந்தத் தீர்ப்பிலிருந்து விட்டு வைக்காமல், குரானின் திருவெளிப்பாடு பொய்யான உரிமை கோருவதாகும் என்றார். அவரைப் பொறுத்தவரை குரான் தானாக வெளிப்பட்டதோ, உண்மையாகவே எழுதப்பட்ட படைப்போ அல்ல. ஓர் இலக்கிய சிறப்புப் பெற்றது என கருதக்கூட முடியாத வகையில் அது மீண்டும் மீண்டும் கூறியதையே கூறுவதாகவும், நம்புவதற்கியலாததாகவும் இருக்கிறது என்றார். அவர் அவரது வாழ்வை நம்பிக்கையாளராகவே துவங்கினார்; ஆனால் நாத்திகராய் மாறிப்போனார். அவரது வழி மிகவும் தனிமையானதாகவும், கடினமாகவும் இருந்திருக்க வேண்டும். அவரது நேரடியான படைப்பு எதுவும் இப்போது இல்லை. அவரைப் பற்றியும் அவரது படைப்புகள் குறித்தும் முஸ்லிம், யூத விமர்சகர்கள் அவரது நம்பிக்கையின்மையை எதிர்த்து ஏராளமாக எழுதியதைக் கொண்டுதான் அவரைப் பற்றித் தெரியவருகிறது.

ஒரே ஒரு விதிவிலக்கு உள்ளது. அபு அல்அலா, அல்மாரி (973-1058) அலெப்போவிலிருந்து வந்த கவிஞர். அவர் நான்கு வயதில்

சின்னம்மையால் தம் கண் பார்வையை இழந்தார். அவருடைய அந் இழப்பை வியப்புக்குரிய அளவில் ஞாபக சக்தியை வளர்த்து கொள்ள அவர் பயன்படுத்தினார். உலகைக் குறித்த அவரத ஞானமும், மனித உயிர்கள் ஒருவர் மீது மற்றொருவர் அறியா அளவுக்குத் தீங்கு விளைவிக்க கொண்டிருக்கும் ஆற்றலும் அவன ஐயுறுபவராக, எதிர்மறை எண்ணம் கொண்டவராக, ஒரு ச முஸ்லிமைப் போலல்லாது வழக்கத்துக்கு மாறாகத் தன்னுடைய ச மனிதன் மீது பற்று வைக்காமல், விலங்கினத்தின் மீது பற்று கொண்டவராக அவரை மாற்றியது. உலகம் 'அறிவுடை போக்கிரிகளையோ அல்லது மத முட்டாள்களையோ' கொண்டுள்ளத பாக்தாத் பல்கலைக்கழகத்தில் அவரது இரண்டாண்டு படிப் அவரது ஐயங்களைத் தீர்க்கவில்லை. அவர் நான்கு வரிகளை கொண்ட கவிதைகளைப் படைக்கத் தொடங்கினார். பின்ன அவரது தாசரான உமர் கய்யாம் இதனைப் பின்பற்றினா உமர் கய்யாமின் செய்யுள்கள் இனிமையாகவும், அவரத ஐயங்களை மறைவாக விளக்கின. ஆனால் அல்மாரியினுடையதே அரசியல் துறவையும், மதத்தின் மீது நேரடியான தாக்குதலையு கொண்டிருந்தது.

மதம் என்பது என்ன? தன்னை எந்தக் கண்ணும் காணக்கூடா என்று மூடி வைத்துக் கொண்ட பெண்; அவள் கேட்ட வரதட்சணை அவளை அடைய விரும்பியவரைத் திகைப்பிலாழ்த்தியது. நா கேட்ட அனைத்துக் கோட்பாடுகளிலும் என் மனம் ஒ வார்த்தையைக் கூட ஏற்கவில்லை.

தீர்க்கதரிசனம் குறித்த அவரது பார்வை இபின் ரவாண்டின எதிரொலித்தது.

இறைத்தூதர்களும்கூட நம்மிலிருந்து கற்பிக்க வருகின்றன அவர்கள் சமய உரையாற்ற வருபவர்கள். அவர்கள் பிரார்த்திக்கின்றன அவர்கள் உயிரை எடுக்கின்றனர். அவர்கள் இறக்கின்றன எனினும்கூட நமது தீவினைகள் கடற்கரையிலிருக்கும் கற்கள் போ நிலையாக இருந்து கொண்டே இருக்கின்றன.

அவருடைய செய்யுள் கட்டுரையான ரிஸாலாத் அல்குஃப்ரா (மன்னிப்புக்கான ஒப்பந்தம்), சுவர்க்கத்தையும் நரகத்தையு உருவாக்கியதுடன் ஸ்பானிய அறிஞர் பாலாசியஸ் கூறுவது போ இது டான்டேயின் ஆன்மிக நகைச்சுவைக்குத் தூண்டுகோலா இருந்தது. ரிசாலத்தில் இபின் ரவாண்டி இவ்வாறு கடவுளிட கேட்பதாக அல்மாரி எழுதுகிறார்: 'நீங்கள் உருவாக்கி உயிர்களிடையே ஒரு குடிகாரன் தனது முரட்டுத்தனத்

வெளிப்படுத்துவதைப் போன்று வாழ்வதற்கான ஆதாரங்களைப் பிரித்து விட்டீர்கள். ஒரு மனிதன் இத்தகைய பாகுபாட்டை ஏற்படுத்தியிருந்தால் நாங்கள் அவனிடம் கூறியிருப்போம்.

ஏ கொள்ளைக்காரனே! இது உனக்குப் பாடம் கற்பிக்கட்டும்."

அல்மாரியின் இந்த அதிர்ச்சியான பதிலின் வெளிப்பாடு,

கேடயமாக வடிவமைக்கப்பட்ட ஒரு வெளிப்படையான பாசாங்கே:

இந்த இரண்டு வரிகளையும் நேராக நிறுத்தினால், அவற்றின் பாவம் எகிப்திய பிரமிடுகளை விட அளவில் உயரமாக இருக்கும்.'

எந்தக் குற்றச்சாட்டிலும் கடவுளைச் சேர்த்துவிடாதவாறு கவனமாக இதே போன்ற தனது நம்பிக்கைகளை அவரும் வெளிப்படுத்தினார்:

எங்கிருந்து இளவரசர் ஆணையிட்டாரோ, அங்கு காற்றின் அலறல் அரசின் நீதிமன்றத்தில் ஒலிக்கிறது. 'இங்கு' அது அறிவிக்கிறது, 'ஓர் ஆளுநர் வாழ்ந்தார், அவரால் எளியோரின் விம்மலைக் கேட்க முடியவில்லை.'

அவருடைய மிகவும் விவாதத்துக்கிடமான 'அல்ஃபுஸல் வாஅல் கயத் (பத்திகளும், காலங்களும்) என்ற படைப்பு அவரது ஆதரவாளர்களை கவலைப்படுத்தியது. அது குரானை நையாண்டி செய்ததால் அவர்கள் அவர் உயிருக்கு ஆபத்து ஏற்படுமோ என்று கவலை கொண்டனர். ஆனால் அப்படி ஒன்றும் நடக்கவில்லை. விலங்குகள் மீது கொண்ட காதலால் அவர் சைவராக மாறியிருந்தார். அவரது எண்பத்து ஐந்தாவது வயதில் காலமானார். அவர் இனப்பெருக்கத்துக்கு எதிராக இருந்ததால் அவரது படைப்பு மட்டும்தான் உலகுக்குக் கிடைத்த ஒரே மரபுச் செல்வம். ஆனால் அவருக்குப் பாலியல் மீதும் வெறுப்பு இருந்ததா? அவரது கவிதைகள் உணர்ச்சிகளைத் தூண்டுபவையாகக் கண்டிப்பாக இல்லை. அது அந்த காலக்கட்டத்தில் மிகவும் அரிது.

பாக்தாதின் கவிஞர்கள், குறிப்பாக அபு நவாஸ் ஆகியோரது பாலியல் உணர்வைத் தூண்டும், வெளிப்படையான கவிதைகள் அரசவையிலும், விடுதிகளிலும் மீண்டும் மீண்டும் பாராட்டப்பட்டன. ஆயிரத்தொரு இரவுகளில் காணப்படும் பல கதைகள் இந்தக் காலக்கட்டத்தில்தான் எழுதப்பட்டன. (அபு நவாஸ் இதில் சில கதைகளில் வருகிறார்.)

கொரொடோபாவில் அல்மாரியின் சம காலத்தைச் சேர்ந்த வாலாடா பின்ட்அல்முஸ்டாக்ஃபி அவளது காதலனுக்கு சில துணிச்சலான கவிதைகளை எழுதி அவற்றை தனது ஆடையின் முந்தானையில் தைத்து வெளிப்படையாக ஆர்ப்பாட்டம் செய்தாள்

பிரிவு என்பது நாம் சந்திக்க வழியேயில்லை என்பதன் அர்த்தமா?

ஆ! காதலர்கள் தமது பிரச்சனைகளைக் குறித்து முனகுகிறார்கள்.

எனக்கு இது குளிர்காலம், சந்திக்கும் காலமல்ல,

ஆசையின் சூடான கரியின் கீழ் பதுங்கிக் கொள்ள...

வாலாடாவின் இலக்கிய வரவேற்பறை இலக்கிய ஆர்வலர்களின் மிகவும் மதிப்பான கூட்ட அரங்கமாக மாறியது. கவிஞர்கள், தத்துவ ஞானிகள், ஆண்கள், பெண்கள் இங்கு சிற்றின்பப் பாடல்களை ரசித்து வந்தனர். இவற்றில் பெரும்பாலானவை பதிப்பிக்கப் படவேயில்லை. கனவுகளை ஆராய்வது உள்பட இலக்கியமல்லாத விஷயங்களில் சூடான விவாதங்கள் நடந்தன.

இஸ்லாத்துக்கு முந்தைய அரபில் கனவுகள் முக்கிய இடம் வகித்தன. கனவுகளுக்கு அர்த்தம் கூறுபவர்களுக்கு நல்ல மவுசு இருந்தது. இஸ்லாம் இந்தச் சம்பிரதாயத்தைத் தடை செய்யவில்லை. முதல் வெளிப்பாடு முகமது நபியின் கனவில் காலை வெளிச்சம் போல் தானே தெளிவாகத் தெரிந்தது. முதல் பெரிய முஸ்லிம் ஆய்வாளர் இபின் சிரின் இறைத்தூதரின் மறைவுக்குச் சிறிது காலம் கழித்துத் தோன்றினார். 'கனவுகளின் விளக்கம்' என்ற அவரது பொழிப்புரை 704-ல் அவரது இறப்புக்குச் சிறிது காலம் கழித்துப் பதிப்பிக்கப்பட்டது. அதில் அவரது வாழ்க்கை, தொழில் குறித்த குறிப்புகளும் உள்ளன. ஃபரூடின் பட்டியலில் இந்தப் புத்தகம்பற்றி குறிப்பிடப்படவில்லை என்பதும் வியன்னாவின் ஆசிரியர் இதை குறித்து அறியவில்லை என்பதையும் காட்டுகிறது.

கனவுகள் குறித்த இபின் சிரினின் விளக்கம் குறிப்பிடத்தக்க அளவு வெளிப்படையாகவும் அதிர்ச்சியூட்டும் வகையில் உண்மையாகவும் உள்ளது. இது வாசகர்களுக்கு முதலாம் நூற்றாண்டு இஸ்லாத்தின் சமூக மிகுதிகள், பாலியல்! நடைமுறைகள் குறித்து அரிதான காட்சிகளை வாசகருக்குத் தருகிறது. ஓரின சேர்க்கை, முறையற்ற புணர்ச்சி, விலங்கு போன்ற நடத்தை, பால் மாறி உடை அணிதல் குறித்த கனவு விளக்கங்களின் அலைவரிசையும் ஆச்சரியமூட்டுவதாக உள்ளது. எதுவும் அவரை ஆச்சரியப்படுத்துவது போல் தெரியவில்லை. ஈரமாக மாறிவிடும் சாத்தானின் வேலையான சிற்றின்பக் கனவுகள் தவிர அனைத்துக்கும் அவரிடம் விளக்கம்

இருந்தது. சில சமயங்களில் அவர் சந்தேகப்படுமளவு குறியீட்டை நெருங்கினார் என்பதை எடுத்துக் கீழே காணும் குறிப்பு காட்டுகிறது.

ஒருவர் இபின் சிரினிடம் சென்று இவ்வாறு கூறினார், 'நான் ஒரு விசித்திரமான கனவு கண்டேன், அது குறித்துக் கூற எனக்கு அவமானமாக இருக்கிறது! இபின் சிரின் அதனை எழுதிக் காட்டச் சொன்னார். அந்த மனிதர் எழுதினார்: 'நான் மூன்று மாதங்கள் வீட்டில் இல்லை, வீட்டிற்கு வருவதாகக் கனவில் கண்டேன். இரண்டு செம்மறி ஆடுகள் என் மனைவியின் அந்தரங்க உறுப்பின் மீது தமது கொம்புகளால் சண்டையிட்டுக் கொண்டிருப்பதையும் அதில் ஒன்று மற்றொன்றுக்கு ரத்தக் காயம் ஏற்படுத்தியிருந்ததைக் கண்டேன். அந்தக் கனவைக் கண்டதிலிருந்து நான் என் மனைவியைத் தொடவில்லை. நான் அவள் மீது காதல் கொண்டிருந்தும்கூட இது பற்றி என்ன நினைப்பது என்பதும் புரியவில்லை.' இபின் சிரின் பதிலளித்தார், "அவளை இனிமேலும் ஒதுக்காதே. அந்தக் கனவு ஒரு தூய்மையான, சுதந்திரமான பெண்ணைக் குறிப்பிடுகிறது. உனது வரவு நிச்சயமானதும் அவள் தனது அந்தரங்க உறுப்பை மழித்துக் கொள்ள விரும்பினாள். அவசரத்தில் ஒரு கத்திரிக்கோலால் காயம் ஏற்படுத்திக் கொண்டாள். நீ சென்று இதனை உறுதிப்படுத்திக் கொள்ள வேண்டியதுதான்.' அந்த மனிதன் திரும்பிச் சென்று தனது மனைவியைத் தொட முயன்றபோது அவள் அவனை மறுத்துக் கூறினாள், நீ திரும்பி வந்ததிலிருந்து ஏன் என்னிடம் வரவில்லை என்பதைக் கூறும்வரை என்னிடம் வராதே' என்றாள். அவளிடம் அவன் தனது கனவையும் இபின் சிரினின் விளக்கத்தையும் கூறினான். 'அவர் உண்மையைத்தான் கூறினார்' என்ற அவள் தன் கணவனின் கையை எடுத்து காயத்தின் மீது இருந்த பஞ்சில் வைத்தாள்.

இபின் சிரின் இறந்து எழுநூறு ஆண்டுகளுக்குப் பிறகு துனீஷிய எழுத்தாளரான முகமது அல்நஃப்ஸாவி பல காதல் கதைகள், பாடல்கள், மருத்துவ ஆலோசனைகள் மற்றும் கனவுகளின் அர்த்தம் ஆகியவற்றின் கருத்துக்களடங்கிய 'மணம் வீசிய தோட்டம்' என்ற கோவையை எழுதினார். அது சிந்தனையற்றதும், பாலியல் கருத்துக்களால் தாக்கப்பட்டதும், சாக்கடையில் விழுந்து இறந்த ஒரு மனநலம் குன்றியவனின் எழுத்து என்றும் பாதிரிமார்களால் கூறப்பட்டதானது, முதலில் எழுதப்பட்டதைவிட அந்தப் புத்தகம் மிகவும் நிலைகுலைய வைப்பதாக இருந்தது என்ற எண்ணத்தை ஏற்படுத்துகிறது. இந்தப் புத்தகத்தைக் கீழ்த்திசைவாணர்கள் தவறாகப் படித்துப் புரிந்து கொண்டதை, எட்வர்ட் சயீத் 'அறிவினை மயக்கும் விதத்தில் தாழ்த்தியது' என்று விமரிசித்தது முற்றிலும் நியாயமானதே.

'மணம் வீசிய தோட்டம்' பல அடுக்குகளைக் கொண்ட படைப்பு. அது உள்ளொன்று வைத்துப் புறமொன்று பேசும் மதத்தின் மீது கடும் விமரிசனத்தை முன் வைத்தது. அது படைக்கப்பட்ட பதினைந்தாம் நூற்றாண்டைப் போலவே இப்போதும் அது தொடர்புள்ளது. உதாரணமாக அதன் முதல் சிறுகதை ரவுடி, போலி இறைத்தூதர் முசாய்லிமாவையும், தன்னைத்தானே இறைத்தூதராக அறிவித்துக் கொண்ட தமீம் இனத்தைச் சேர்ந்த பெண் ஸாஜாவை அவர் மயக்கியதையும் கூறுகிறது. அவர்கள் இருவருமே வரலாறு கூறும் உண்மையான நபர்கள். கிழக்கு அரேபியாவின் முக்கியமான ஹனிஃபா இனத்தின் தலைவரான முஸய்லிமா தாமும் அல்லாவுடன் பேசியதாகக் கூறியதுடன் அதன்படி தீபகற்பத்தில் அதிகாரம் பிரிக்க வேண்டுமென்று ஆலோசனை கூறினார். முகமது நபி இதனைத் தகாதது என்று நிராகரித்ததுடன் அவரது ஆதரவாளர்கள் முஸாய்லிமாவைப் போலி இறைத்தூதர் என்று நிராகரித்தனர். அதேபோல் தமீம் இனத் தலைவரான ஸாஜா கிறித்துவக் கருத்துக்களால் ஈர்க்கப்பட்டு அதனுடன் புறச்சமய கருத்துக்களைக் கலந்தாள். அவளும் முஸாய்லிமாவும் இறைத்தூதரின் வாரிசுகளுடன் போராட இணைந்தனர். ஆனால், இருவருமே தோற்கடிக்கப்பட்டனர். முஸாய்லிமா போரில் கொல்லப்பட்டார். ஸாஜா தனது இனத்துக்குத் திரும்பி முஸ்லிமாக மாறினாள். எனினும் முற்பகுதி இஸ்லாமிய வரலாற்றியலாளர்கள், பொதுவாக எச்சரிக்கையுடன் எழுதிய அல்தபாரி உள்பட அவர்களது கூட்டை பாலியல் கூட்டு என்றே வர்ணித்தனர். அவர்களது சந்திப்பை வர்ணிக்கும் அல்நஃப்ஸாவி இருவரும் பாலியல் உணர்வுகளால் உந்தப்பட்டதாகவும், தன்னை அதற்கு மேல் கட்டுப்படுத்திக் கொள்ள முடியாத முஸாய்லிமா கீழ்த்தரமான ஆலோசனையைக் கூறுவதாகவும் கூறுகிறார்.

படுக்கையறை தயாராக உள்ளது. நாம் அங்கு செல்வோம் என பிரார்த்திக்கிறேன்.

நீ நிமிர்ந்து படுத்துக்கொள், நான் சிலவற்றை உன்னிடம் காண்பிகிறேன்.

படுத்துக் கொண்டோ, உட்கார்ந்தோ, அதனைக் கையிலும், கால் முட்டியிலும் ஏற்றுக்கொள்,

அதனுடைய மூன்றில் இரண்டு பங்கையோ, முழுமையாகவோ நீ விரும்புவதை தயவு செய்து எடுத்துக் கொள்!

அந்தப் புத்தகம் ஓர் உயர் அமைச்சருக்கு எழுதப்பட்டதாக இருந்தாலும், அதன் பாணி அதனை நகரின் சந்தையிலும் மைதானங்களிலும் பாடக் கூடியதாகவும் கதை சொல்லிகளால் வெளியே கொண்டு செல்லப்படத்தக்க வகையிலும் இருந்ததைக் காட்டுகிறது. இந்தக் கதையினை ஓரளவு தெரிந்து வைத்திருக்கும் அரபு பார்வையாளருக்குக் கூட மூன்றாவது வரியின் வெளிப்படைத் தன்மை

அதிர்ச்சியூட்டும். முஸாய்லிமா ஸாஜாவிடம் கூறுவதானது, அவர்களிருவரும் முஸ்லிம்கள் தொழுகை செய்யும் நிலையில் உடலுறவு கொள்ள வேண்டுமென்பதுதான். எழுதியவனின் அறிவுக்கெட்டிய வரை அவர்கள் இருவரும் நம்பிக்கையற்றவர்களென்பதுடன் அவரது இந்த வரிகள் நிலைகுலைய வைப்பதையும் குறைக்கவில்லை.

ஒரு பெண்ணியப் படைப்பாக இல்லாவிட்டாலும் 'மணம் வீசும் தோட்டம்' பெண்கள் பாலியல் உணர்வு குறித்து ஒரு புரிதலை வெளிப்படுத்துகிறது.பெண்ணின் ஓரினச் சேர்க்கை நியாயப்படுத்தப் படுவதுடன் ஆண்கள் தமது மகிழ்ச்சியைத் தேடுவதில் எப்போதும் சுயநலமின்றி இருக்குமாறு ஆலோசனையும் கூறுகிறது. சிற்றின்ப விழைவைத் தேடுவதில்தான் அல் நஃப்ஸாவி நம்மை ஏமாற்றி விடுகிறார்:

சிறிய பட்டாணியையும், வெங்காயத்தையும் முழுதாக சமைத்து அதில் சிறிது பொடி செய்த பெல்லட்டரை (மாக்ரேபில் காணப்படும் ஒரு கசப்பு இனிப்பு சுவைமிக்க வேர்) தூவி, இஞ்சியையும் அத்துடன் சேர்க்க வேண்டும். அதனைத் திருப்தி ஏற்படும் அளவுக்கு உண்டால் உங்களது பாலியல் மகிழ்ச்சி அதிசயிக்கத்தக்க அளவு உயர்வதைக் காண்பீர்கள்.

இது உண்மையல்ல.

7

பெண்களும் அவர்களுக்கெதிரான நிரந்தரமான ஆண்மையும்

இஸ்லாத்தில் பெண்களின் உண்மை நிலை ஏற்கனவே உருவாக்கப்பட்ட விதியாகும். இங்கு குரான் மிகவும் தெளிவாக ஐயத்துக்கிடமின்றி உள்ளது. 'பெண்' என்று தலைப்பிடப்பட்ட பகுதி பெண்பாலின் முக்கியத்துவத்தை உணர்வதுடன், அந்தக் காரணத்துக்காக, கடுமையான சமூக, அரசியல் கட்டுப்பாடுகளை விதித்து அவர்களுக்கென்று தனிப்பட்ட, பொதுவான ஒழுக்கத்தை விதிப்பது மிகவும் அவசியம் என்று கருதுகிறது. புத்தகத்தின் சில பகுதிகள் மிகவும் வெளிப்படையாகவும், பரந்த மனப்பான்மையுடைய விளக்கத்துக்கு இடம் அளிப்பதாகவும் உள்ளபோது, அடிப்படை வாசகம் எந்தச் சந்தேகத்துக்கும் இடமளிக்கவில்லை.

வாசகம் 4.34:

"ஆண்கள் பெண்களை நிர்வகிக்கக் கூடியவர்களாக உள்ளனர் காரணம், அவர்களில் சிலரை மற்றவரைவிட அல்லா மேம்படுத்தி வைத்திருக்கிறான். மேலும் இவர்கள் தங்கள் செல்வங்களிலிருந்து அவர்களைப் பராமரிக்கச் செலவு செய்கின்றனர். எனவே நல்லொழுக்கமுள்ள பெண்கள் கீழ்படிந்து நடப்பார்கள். காணப்படாத தமது அங்கங்களை, அல்லா அவற்றைப் பாதுகாப்பதால் பாதுகாப்பவர்கள். மேலும் எந்தப் பெண்களுடைய மாறுபாட்டைக் கண்டு நீங்கள் அஞ்சுகிறீர்களோ, அவர்களுக்கு நீங்கள் உபதேசம் செய்யுங்கள்; அவர்களைப் படுக்கையிலிருந்து நீக்குங்கள், அடியுங்கள் அவர்கள் உங்களுக்குக் கட்டுப்பட்டுவிட்டால், அவர்கள் மீது மேலும் நடவடிக்கை எடுக்காதீர்கள். நிச்சயமாக அல்லா அனைத்தையும் அறிந்தவனாகவும், அறிவுடையவனாகவும் இருக்கிறான்."

பல பகுதிகளுக்குப் பிறகு, அல்லாவின் எல்லையற்ற கொடைத் தன்மை இந்தத் துறையில் இறைத்தூதரின் தனிப்பட்ட தேவைகளைச்

கணக்கில் எடுத்துக்கொண்டு அவருக்கு ஒரு பூர்த்தி செய்யப்படாத காசோலையை வழங்குகிறது.

வாசகம் 33.50:

"நபியே! பெண்களில் எவருக்கு மணக்கொடையைக் கொடுத்திருக்கிறீரோ, அத்தகைய உம்முடைய மனைவியரையும், அல்லா உமக்குக் கொடுத்தவற்றில் அடிமைப் பெண்களையும் உம்முடன் ஹஜ்ராத்து செய்து உம்முடன் வந்தார்களே அத்தகைய உம் தந்தையின் சகோதரரின் புதல்வியரையும், உம் தந்தையின் சகோதரிகளின் புதல்வியரையும் உமக்கு நிச்சயமாக ஆகும்படி நாம் வைத்துள்ளோம். இன்னும் நபிக்காகத் தம்மை அர்ப்பணித்துக் கொள்ளும் இறை நம்பிக்கையுள்ள பெண்ணையும் திருமணம் செய்து கொள்ள நபியும் விரும்பினால் இந்த உரிமை மற்ற இறை நம்பிக்கையாளர்களுக்கன்றி உமக்கு மட்டும் பிரத்யேகமாக உள்ளதாகும்."

முகமது நபி இந்த வெளிப்பாட்டை தமது மனைவி ஆயிஷாவிடம் கூறுகிறார். அவள் மிகவும் புத்திசாலி. எப்போதும் அரசியலிலும் அரசு நிர்வாகத்திலும் அக்கறை அதிகம் காட்டி வருபவள். முன்பு ஒருமுறை அவரிடம் ஏன் அல்லா தனது பக்தர்கள் அனைவரும் ஆண்கள் என்றே நினைத்துக் கொள்கிறார் என்று கேட்டாள். இந்த எதிர்பாராத கேள்வியைக் கேட்டதும் உடனடியாக ஒரு பாலின மாற்றம் ஏற்பட்டது. அதன் பிறகு உண்டான எல்லா வெளிப்பாடுகளும் ஆண், பெண் இருபாலருக்கும் ஏற்பட்டன. வானிலிருந்து வந்த இந்த சமீபத்திய செய்தியைக் கேட்டவுடன் ஹடிதில் வெளிப்படுத்தப் பட்டிருக்கும் அவளது நையாண்டி மிகுந்த பதில் மிகவும் சிறப்புடையது. 'உமது கடவுள் உமது மகிழ்ச்சியை நிறைவேற்ற மிகவும் வேகமாக இருக்கிறார்!'

பொகாரியால் திரட்டப்பட்டிருக்கும் ஒரு ஹடித் (பாகம் IV, பக்கம் 91) ஒருமுறை ஓர் ஆன்மிக மாநாட்டுக்கு இரவுப் பயணம் மேற்கொண்ட முகமது கூறியதாகக் கூறுகிறது. 'நரகம் மற்றவரை விட அதிகமான பெண்களால் நிறைந்துள்ளதை நான் காண்கிறேன்'. அதே உள்ளர்த்தத்துடன் மற்றொரு ஹடித்தில் 'அல்லாவைத் தவிர மற்றொருவரிடம் பணிந்து நடக்குமாறு ஆணையிட எனக்கு வாய்ப்புக் கிடைத்தால், நான் நிச்சயமாகப் பெண்களை அவர்களது கணவர்களிடம் பணிந்து போகுமாறு கூறுவேன், ஏனெனில் பெண்கள் மீதான ஆண்களின் உரிமை அவ்வளவு மகத்தானது!' இந்தப் பாரம்பரியங்கள் பல கண்டுபிடிக்கப்பட்டிருப்பதால், இந்தச் சொற்களை உண்மையாகவே இறைத்தூதர் பேசினாரா இல்லையா

என்பது இங்கு விஷயமல்ல, உண்மை என்னவெனில் அவர் பேசியதாக இவை நம்பப்பட்டன என்பதுடன் இஸ்லாமிய கலாச்சாரத்தின் ஒரு இவை பகுதிகளாகவும் உள்ளன.

இத்தகைய பாரம்பரியங்கள், இன்றைய அடிப்படைவாதிகளால் எல்லையற்ற வகையில் உயர்த்திப் பேசப்படும் முற்கால இஸ்லாமால் பெண்கள் மீது பரந்த அடக்குமுறையை ஏவ இயலவில்லை என்பதைக் காட்டுகின்றன. அது மேலிருந்தும் கீழிருந்தும் தடுக்கப்பட்டது. பாகன் இனக்குழுவுடனான பேச்சு வார்த்தை இராணுவ மோதல்களில் இருபுறத்திலும் பெண்கள் முக்கியப் பங்கு வகித்தனர். 625-ல் ஹடித் போரின்போது, (இதில் இஸ்லாமியர் பெரும் தோல்வி அடைந்தனர்) மெக்கா தலைவரின் பாகன் மனைவி ஹித் பின்ட் உத்பா அவளது துருப்புகளிடம் இவ்வாறு அறிவுறுத்தினாள்:

நாம் இந்த நெறி கெட்டவர்களைப் புறக்கணிக்கிறோம்!

அவரது அல்லாவை நாம் மறுக்கிறோம்!
அவரது மதத்தை நாம் வெறுக்கிறோம்!

இறைத்தூதரின் முக்கிய தளபதியும், பிற்கால காலிஃப்புமான உமர் இதற்கு வெளிப்படையான எதிர்த் தாக்குதல் தொடுக்கிறார்:

அல்லா ஹிந்தை சபிக்கட்டும்
ஹிந்துகளில் அவள் தனியானவள்.
அவளது பெரிய பிறப்புறுப்பு இதழின் காரணமாக
அவளுடன் அவளது கணவனையும் அவர் சபிப்பாராக!

முகமது நபியின் வாழ்நாளின்போதும் அவரது சிறப்புக்குப் பல பத்தாண்டுகளுக்குப் பிறகும் அவர்கள் கீழானவர்கள் என்று கருதப்பட்டாலும்கூட ஆண்களுக்கு இணையாகப் பெண்களும் போரிட்டனர். அவர்களது சுதந்திரத்தைக் காப்பாற்றவும் அவர்கள் போராடினர். ஷியா பிரிவின் ஊக்குவிப்பாளரான நான்காவது காலிஃப்பின் பேத்தியான சுகியானாவிடம் ஒருமுறை அவளது சகோதரியின் எளிமையான, மதிக்கத்தக்க நடத்தையுடன் ஒப்பிடுகையில் அவளது சுதந்திரமான தோற்றமும், அவளது கிளர்ச்சியும் மாறுபட்டதாக இருப்பதை விளக்கும்படி கேட்கப்பட்டது. அதற்கு அவள் தாம் இஸ்லாத்துக்கு முந்தைய பாட்டியின் பெயரால் அழைக்கப்பட்டதாகவும் அவளது தமக்கை இஸ்லாமியப் பாட்டியின் பெயரால் அழைக்கப்பட்டதாகவும் கூறியதாகத் தெரிகிறது.

இஸ்லாம் ஜிஹாலியாவை அடையாளப்படுத்திய இஸ்லாம் அரசியல், பாலியல் குழப்ப நிலையை அமிழ்த்த விரும்பியது

ஆன்மிகத் துறையை விட அரசியல் துறையில் முகமது நபியின் அறிவுடைமை அதிகமாக இருந்தது. ஆன்மிகத் துறையில் ஆயிஷாவுடனான பேச்சுக்கள் காட்டுவதைப் போல் பொதுவாக ஒரு வழிமுறை நடவடிக்கையாக மட்டுமே இருந்தன. அவரது சமயத்தை வளர்க்க அவருக்கு ஓர் அரசு தேவைப்பட்டது. அவரது ஆயுதம் தாங்கிய ஆண்களும் பெண்களும்தான் புதிய அரசின் துவக்க கால, முதல் தோற்றம். அது பயனுள்ளதாக இருப்பதற்குப் புதிய முறை புனிதமாக இருக்க வேண்டியிருந்தது. எதிராக நிற்கும் புறச் சமயங்கள் மற்றும் ஒரு கடவுள் கோட்பாடுகளை எதிர்கொள்ளக் காரணங்கள் புறந்தள்ளப்பட வேண்டும். இதனை நம்பிக்கையாளர்கள் ஏற்க முடியாத போதிலும், ஒரு புதிய முறை உருவாக்கப்படும்போது, நம்பிக்கையை விட ஒழுக்க நெறி முக்கியத்துவம் பெறுகிறது என்பதுதான் உண்மை. நம்பிக்கை என்பது ஒழுக்கத்தை அமல்படுத்தத் தேவையானது என்றபோதும், ஒருமுறை அது கிடைத்துவிட்டால் எதிர் கவர்ச்சிகளைத் தடுக்க புதிய அடையாளம் தகுந்த பலம் பெற்று விடும். தேசங்களோ, தேசிய வாதங்களோ இல்லாத உலகில், இஸ்லாமிய அடையாளம் உலக 'தேசத்தன்மைக்கு' அருகில் வந்தது. குரானின் சில பகுதிகள் ஜூடாயிஸம், கிறித்துவத்திலிருந்து தம்மை வேறுபடுத்திக் கொள்ளும் குழு ஆவணங்களாக இருந்தபோது, மற்றவை ஓர் அரசுக்குத் தேவையான ஆழமான சமூக, பொருளாதார, பாலின விதிமுறைகளைக் கொண்டு அமைக்கப்பட்டவை.

பல நூற்றாண்டுகளாக இஸ்லாம் பரந்து விரிந்து பேரரசுகளையும் சமூகங்களையும் அட்லாண்டிக்கிலிருந்து சீனக் கடற்கரை வரை அமைத்தது. அதன் நிறுவனங்களும், கலாச்சாரங்களும் முஸ்லிம் அடையாளம் என்று கூறுமளவு முஸ்லிம் அடையாளமாக இருந்த ஒரு இணைப்புத் துணியை நெய்துள்ளன. இந்தத் தொடர்ச்சி ஒரு பாதுகாப்பு உணர்வைக் கொடுத்தது. கருத்து மாறுபாடு பொதுவாக இல்லையென்று கூற முடியாவிட்டாலும் முதல் ஆயிரமாண்டுகளுக்குப் பிறகு அது இருக்கக் கூடிய அரசியல், மத உலகின் எல்லையை விட்டு மிக அரிதாகவே வெளியேறின. இதைவிட வேறு நல்ல உலகம் இல்லை.

இந்தச் சோம்பேறித்தனம் ஒட்டோமான் பேரரசின் வீழ்ச்சியால் உடைபட்டது. உடைந்த சில்லுகளை மீண்டும் ஒட்ட வைக்க முடியவில்லை. பொதுவாகத் துப்பாக்கி முனை ஈட்டிகளாலும், இயந்திரத் துப்பாக்கிகளாலும் இஸ்லாமிய உலகிற்கு ஏற்பட்ட நவீனத்தின் பார்வையில், காலனிய அதிகாரத்துடன் பாரம்பரியவாதிகள் எளிதாக இணைந்து கொண்டு அமர்ந்து விட்டனர். எகிப்தின் நெப்போலியனைப் போல் அல்லாது பாரம்பரியவாதிகளின்

பத்தொன்பதாம், இருபதாம் நூற்றாண்டுப் பிரதிநிதிகள் அறிவூட்டலை விரிவுபடுத்த விரும்பவில்லை. ரூஸோ, வால்டேர், மான்டேஸ்கு, பெயின், பூரியர், ஃபாயர்பாக் அல்லது மார்க்ஸ் ஆகியோரின் படைப்புகள் காலனியாதிக்கப் பாடத் திட்டத்தின் பகுதிகளல்ல. ஐரோப்பியக் கல்வியை அடைய முடிந்தவர்களுக்குத் தனியுரிமை கிடைத்தது. ஆனால் அவர்கள் குறிப்பிட்ட அளவே இருந்தனர். இது இஸ்லாத்தின் கலாச்சாரத் தொடர்ச்சியைப் பாதுகாக்க இரண்டு பிரிவுக்கும் வசதியாக இருந்தது. பெண்களின் சமத்துவமின்மையைப் பாதுகாத்த விதிகள் அக்கறையாகப் பாதுகாக்கப்பட்டன. அதேபோல் புதிய முதலாளித்துவ முறைக்கும், பழைய காலனியாதிக்க முறைக்கும் அவை எட்டாமல் பாதுகாக்கப்பட்டன. இந்தக் குடும்பம் பெருமளவில் தொட இயலாததாக மாறியது. நாகுவிப் மாஃபாஸின் நாவல்கள் விமரிசன உணர்வுடன் வர்ணித்ததைப் போல் முஸ்லிம் அடையாளத்தின் உள்ளார்ந்த சரணாலயம், முஸ்லிம் அடையாளத்தின் இந்தப் பண்பைப் பாதுகாக்கும் வகையில் ஏகாதிபத்தியக் கொள்கைக்கெதிரான அடிப்படைவாதப் பெரும் போர்க்குரலாக சையீத் குதுப், ருஹோல்லா கொமேனி ஆகிய இருவரும் மேற்கத்திய பெண்கள் அனுபவித்த சுதந்திரத்தைப் போலியானது என்று நிராகரித்தனர். போகிற போக்கில் ஒழுங்கற்றப் பாலியல் பொருளாகப் பெண் இருப்பதை விட, ஓர் இஸ்லாமிய அரசால் பெண் பாதுகாக்கப்படுவது எவ்வளவோ மேல்.

இது பெண்கள் மீது ஆணினத்தின் பயத்தைப் பிரதிபலித்ததுடன், பெண்களின் சுதந்திரம் பழக்கத்துக்குக் கொண்டு வர முடியாதது, ஆபத்தானது என்ற பய உணர்வும், அதனால் அது அடக்கி வைக்கப்பட வேண்டியது என்றும் கவலை கொண்டது. அது கடும் கட்டுப்பாடுகள், மற்றும் விதிகள் கொண்ட அடக்குமுறைக்கும், அதனை மீறுவது கடுமையான தண்டனைக்கும் இட்டுச் சென்றது. முற்பகுதி இஸ்லாத்தின் அறிவிக்கப்பட்ட குறியீடு, காலிஃப் அலி கற்பித்த பாரம்பரியமாக இது வெளிப்படுகிறது. ‘சர்வ வல்லமையுள்ள அல்லா பாலுறவு வேட்கையைப் பத்து பகுதிகளாகப் படைத்தார், பிறகு அதில் ஒன்பது பங்குகளைப் பெண்களிடமும் ஒரு பங்கை ஆண்களிடமும் அளித்தார்’. பெண்களை இவ்வாறு அதிகமான பாலுணர்வுள்ளவர்களாகப் பார்த்தது கிறிஸ்தவத்தின் பாலுறவு உணர்ச்சி தவிர்ப்பு மற்றும் திருமணத்தை வலியுறுத்திய கடமையுணர்ச்சியுடன் கடுமையாக மாறுபட்டது. தூய பாலின் பாரம்பரியம் பாலுணர்வு இனப் பெருக்கத்துக்கு முன்தேவை என வெறுப்புடன் ஒப்புக் கொண்டது. இந்தப் போக்கின் வேர் மாற்று சமய அரபு சமூகத்தில் உள்ளது. அங்கு பெண்கள் வணிகம், இனக்குழு அரசியல் மற்றும் பாலுறவில் மையப் பாத்திரம் வகித்தனர்.

நான் முன்பு கூறியது போல் பல கணவர்களை வைத்திருந்தது அங்கு பொதுவானதுதான். இந்தப் பாரம்பரியத்தை இஸ்லாம் ஒரே நேரத்தில் ஏற்றுக் கொள்ளவும் மறுக்கவும் செய்தது. இதுதான் முரண்பாடுகளை விளக்குகிறது. ஒருபுறம் இஸ்லாம் பாலுறவில் முன்கவனத்தைப் பொறுத்தவரை நாஜிஸம் போன்றது. வாழ்க்கை பாலுறவு உணர்வால் குளிப்பாட்டப்பட்டது. பாலுறவு உணர்வுடன் இருப்பது புனிதமானது. மத ஒற்றுமைக்கு ஆண்களுக்கும் பெண்களுக்கும் ஆரோக்கியமான பாலுறவு வாழ்வு தேவையானது. முகமது நபி காதல் விளையாட்டின் முக்கியத்துவத்தை வலியுறுத்துவதுடன் ‘இருவரும் மற்றவரின் தேனை ருசிப்பதையும்’ வலியுறுத்துகிறார். ஆனால் புதிய விதிகளின் மூலம் ஆண்கள் மட்டுமே புணர்ச்சியை அனுமதிக்கும் சமூக, சட்ட விதிகளை நிர்ணயித்து, கட்டுப்பாட்டில் வைத்திருப்பர். செக்ஸ் மகிழ்ச்சியில் கட்டுப்பாடின்மை இதற்கு மேலும் அனுமதிக்கப்படவில்லை. ஒரு பெண் கட்டிலில் துணிச்சலான முயற்சிகளை எடுக்க முடியும், முழு சமுதாயத்திலல்ல. கிறிஸ்தவத்தின் தூய்மையான குடும்பத் தலைவர் முறைக்கு மாறாக இந்தக் குலமுறை இன்பக் கொள்கையில் பரவலானது. ஆயிரத்தோரு இரவுகளில் கூட மிகவும் ஆசாரமான நம்பிக்கையாளருக்குக்கூட திருப்தியளிக்கும் வகையில் கவனத்துடன் எழுதப்பட்டுள்ளது. ஆனால் ஷாராஸாத் பாலுறவு உச்சக்கட்டத்துக்கு (orgasm) அஞ்சலி செலுத்துவதுபோல், கதையின் மற்ற பகுதிகளில் ஈரோஸும் அல்லாவும் மகிழ்ச்சியுடன் இணைகின்றனர்.

படைக்காத அல்லாவுக்குப் புகழ்
இரண்டு மகிழ்ச்சியான காதலர்கள் மயக்கக் கூடிய காட்சியை விட மேலானது
சிற்றின்ப மகிழ்ச்சியில் மூழ்கிய அவர்கள்
அவர்களது கட்டிலில் படுத்துள்ளனர்
அவர்களது கரங்கள் அணைத்திருக்க
அவர்களது கைகள் பிணைத்திருக்க
அவர்களது இதயங்கள் இணைந்து துடிக்கும்[10]

இஸ்லாமிய சொர்க்கம் அனைத்துச் சிற்றின்ப மகிழ்ச்சியின் தந்திரப்பூர்வ உச்சகட்டமான ஒன்று, ஆனால் இறப்புக்குப் பிறகு கூட வம்ச சார்புத் தன்மை பாதுகாக்கப்பட்டது. இந்த விஷயத்தில் சுவர்க்கம் என்பது உலகில் செல்வந்தர்கள் வாழ்ந்த வாழ்க்கையின் கூர்மையான பிரதிபலிப்பு. முதிய ஆண்கள் பரிசளிக்கப்படுகின்றனர். அவர்கள் தாடி மழிக்கப்படுகிறது. அவர்களுக்கு எழுபது உடைகள் கொண்ட அலமாரி கொடுக்கப்படுகிறது. அவை ஒவ்வொன்றும் ஒரு மணி நேரத்துக்கு எழுபது முறை வண்ணத்தை மாற்றிக்

கொள்கின்றன. கடந்து செல்லும் ஒவ்வொரு நாளும் காலபே இல்லாமல் போகும் வரை அவை மேலும் மேலும் அழகாகின்றன தேர்ந்தெடுக்கப்பட்ட ஒவ்வொருவருக்கும் உலகில் இருந்து மனைவியரைத் தவிர எழுபது ஆரணங்குகள் அனுமதிக்கப்படுகின்றனர் இது ஆவலூட்டும் சேர்க்கையை அளிக்கும். இவ்வாறு புதிதா மீண்டும் செறிவூட்டப்பட்ட கோணலான மனிதர் தமக்களிக்கப்பட்ட இந்த அளப்பரிய இன்பத்தை எப்படி தாங்கப் போகிறார்? வாசகரே பொறுமை. அல்லா அனைத்தையும் குறித்துச் சிந்தித்து விட்டார் இவ்வுலகைப் போலவே சுவர்க்கத்திலும் காதல் செய்ய வேண்டு என்று விதி செய்யப்பட்டது. ஆனால் ஒரு சிறிய மாற்றம். சுவர்க்க ஓர் எல்லையற்ற பாலுறவு உச்சக்கட்டத்தின் இருப்பிடம். ஒவ்வொ உச்சக்கட்டமும் குறைந்தபட்சம் இருபத்து நான்கு மணி நேரத்துக் நீட்டிக்கப்படுகிறது. வயதான பெண்களுக்கு? அதே சலுகைகள் அவர்களுக்கும் நீட்டிக்கப்பட்டுள்ளதா? இந்த எண்ணத்தை ஒழியுங்கள் அல்லது உங்களையே ஒழியுங்கள்.

முஸ்லிம் வெற்றிகள் முன்னேறுகையில் வம்சாவளி சட்டங்களு மேலும் மேலும் கடுமையாகின. பழைய மிகவும் சலுகை மிக் பாரம்பரியங்களிலிருந்து இந்தப் புதிய அடையாளம் கடுமையாக பாதுகாக்கப்பட வேண்டியிருந்தது. அவர்கள் இந்த உரிமைகளை பற்றி பேச பெண்களின் பொருளாதார உரிமைகள் மற்றும் பொது மேடை அளிக்க மறுத்ததால் அவை அர்த்தமற்றுப் போயின.[11]

அவர்கள் தமது கணவர்களையும் நெருங்கிய உறவினர்களையு தவிர மற்ற ஆண்கள் இருக்குமிடத்திற்கு வருவது தடுக்கப்பட்டுள்ளது அவர்கள் அடைத்து வைக்கப்பட்டுள்ள நகர வீட்டிலோ அல்லது அரண்மனையிலோ நுழைவதும் தடைசெய்யப்பட்டுள்ளது (ஹராம் பாவம்). பின்னர், ஆண் விருந்தினர்கள் கண்களில் படாம இருப்பதற்காக நகர ஏழைகள் வீடுகளில் துணி போட்டு மறைக்க பட்டது. பொருள் காரணங்களுக்காக, இஸ்லாமிய கிராமப்புறத்தி பெரும் பகுதி இந்தத் தடுப்பை தவிர்த்துவிட்டது. இருபதாம் நூற்றாண் அடிப்படைவாதத்தின் பிறப்புதான் உண்மையில் இந்தப் பகுதிகளி இதனைத் திணித்தது. இதன் சிறந்த உதாரணம் ஆஃப்கனிஸ்தான்.

பெண்கள் எப்படி இந்தக் கட்டுப்பாடுகளைக் கையாளுகின்றன அவர்களது தனிப்பட்ட சூழலில் அவற்றைச் சுத்தமாக ஒழித்துவிட்டன இதற்கு ஆதாரங்கள் நிறைய இருக்கின்றன, இஸ்லாத்தைத் தழுவி பல கலாச்சாரங்களின் இலக்கியங்கள் உட்பட கிடைக்கின்றன. நக முஸ்லிம் பெண்கள் இந்தச் சமூக, வெளிக் கட்டுப்பாடுகளை தோற்கடிக்கப் பல விரிவான முறைகளை வடிவமைத்தனர். செனகலி பெண்கள் இந்த முகத்திரையைச் சுத்தமாக விரும்பவில்லை

வங்காளத்தில் அவர்களின் தலையை மட்டும் மறைத்துக் கொண்டனர். ஆனால் வயிற்றை மறைக்கவில்லை. ஜாவாவிலோ இரண்டையும் வெளிக்காட்டினர். எல்லா இடங்களிலும் அவர்களது கணவர்களுக்கோ, ஆண் உறவினர்களுக்கோ தெரியாமல் இரகசிய வாழ்க்கை நடத்தினர். இதன் பொருள் அவர்கள் இத்தகைய தடுக்கப்பட்ட செயல்களில் ஈடுபடும்போது ஆண்கள் அப்பாவிகளாக இருந்தனர் என்பதல்ல.

ஓரினப் புணர்ச்சியின் மீது இஸ்லாத்தின் விதிகள் ஏறத்தாழ நோயியல் ரீதியிலானவை. ஈரினப் புணர்ச்சியைக் குறிக்கும் முரண்பட்ட ஒத்திசைவை மீறுவதால் இயற்கைக்கு எதிராக இது உள்ளது. ஆண் தன்மையுள்ள பெண்ணும், பெண் தன்மையுள்ள ஆணும் கடவுளின் விதிக்கு எதிராக திசை திரும்பியவர்களாக நிராகரிக்கப்படுகின்றனர். இந்த விஷயத்தில் குறைந்த பட்சம் மூன்று மதங்களும் ஒத்திசைவுடன் உள்ளன. ‘ஹடித்தை’ பொறுத்தவரை அல்லா நான்கு திசை திரும்பல்களால் சினமடைகிறார். ‘பெண்களைப் போல் ஆண் உடையணிதல், ஆண்களைப் போல் பெண் உடையணிதல், மிருகங்களுடன் உறவு கொள்பவர்கள் மற்றும் ஆணுடன் ஆண் சேர்பவர்கள்’ ஆண் ஓரினப் புணர்ச்சி மிகவும் கடுமையான தண்டனையைப் பெறுகிறது. சித்திரவதை, மரணம். மாறாக பெண் ஓரினப் புணர்ச்சி, இறந்தவரோடு புணர்வது, சுய மைதுனம் செய்வது, மிருகங்களுடன் புணர்வது ஆகியவற்றுக்கு ஓரளவு சலுகை காட்டப்பட்டது. கடுமையான எச்சரிக்கை, கடிந்து கொள்ளுதல்.

இயற்கைக்கு மாறான புணர்ச்சியின் மீது இஸ்லாமின் பார்வை மிகவும் தாழ்வாக, அனைத்து வக்கிரங்களின் அன்னையாக, அனைத்துத் தீய பழக்கங்களின் தந்தையாகவும் இருந்தும், அதற்கு தண்டனையாக மரணத்தையும் அளித்தும் (ஈரான் புரட்சிக்குப் பிறகு கொமேனி காட்டியது போல்) இத்தகைய புணர்ச்சி முறைகள் இஸ்லாமியப் பாரம்பரியத்தில் அரிதாக ஆகியிருக்கும் என்று ஒருவர் நினைக்கக் கூடும். உண்மையில் இஸ்லாமிய உலகில் ஆண்கள், பெண்கள் இரு பாலருக்கும் ஆண்-பெண் உறவின் மீது விதிக்கப்படும் பொதுவான கட்டுப்பாடுகளே பெருமளவு இதனை ஊக்குவித்தன, ஊக்குவிக்கின்றன என்பதே பொது நடைமுறை. இது நாட்டுக்கு நாடு வேறுபட்டாலும், தினசரி வாழ்வில் இந்தப் பாலுறவு வடிவங்களின் பிரிவினை பங்கு பெறுகின்றது. ஈரினச் சேர்க்கையின் கோட்பாட்டு ரீதியான மகிழ்ச்சியை அடிக்கோடிட்டுக் காட்டும், அதே சமயம் அதன் நடைமுறையின் மீது கடுமையான சட்டரீதியிலான கட்டுப்பாடுகளை விதிப்பது, மற்றபடி ஓரினப் புணர்ச்சியை அனுபவித்திராதவர்களை அதை நோக்கித் தள்ளுகிறது. இதுதான் பாலுணர்வு மீது அடக்குமுறையையும், போலியான உணர்வையும்

காட்டும் அதிகாரப்பூர்வ சமூகத்தின் விளைவு. தரையின் கீழ் எப்போதுமே கனன்று கொண்டிருக்கும் நெருப்பு.

இஸ்லாத்தின் பெண்கள் உறவு குறித்த கட்டுமானக் குறைகள் மீது முதன்முதலில் தீவிர சிந்தனையைச் செலுத்தியவர் நமக்கு முன்பே அறிமுகமான கொர்டோபாவின் இபின் ருஷித்தான். எப்போதும் நாத்திகர் (ஜிந்திக்) என்று நிராகரிக்கப்பட்ட இபின் ருஷித் எப்போதும் பெண்கள் குறித்த கேள்வியில் பின்வாங்கியதில்லை. அவரது வெளிப்படையான சிந்தனை ஐரோப்பா உருவாவதற்கு முன்பே ஏற்பட்டதென்பதால் அங்கிருந்து வரவில்லை. என்றாலும் ஆனால் ஒரு காலத்தில் மறுமலர்ச்சியால் உருவாக்கப்பட்ட ஐரோப்பாவுக்குச் சென்றது. ஐநூறு ஆண்டுகாலப் பிரிவினை பெண்களை காய்கறிகளைப் போன்ற நிலைக்குத் தள்ளிவிட்டதென்று இபின் ருஷித் வாதிட்டார்.

இந்த நம்முடைய நாடுகளில், என்றும் பெண்கள் பிள்ளை பெறுவதற்கு மட்டுமே உபயோகப்படுத்தப்பட்டதால் அவர்களின் திறமைகள் குறித்து வெளியே தெரியவில்லை. எனவே அவர்கள் தமது கணவர்களின் சேவைக்குத் தள்ளப்பட்டதுடன் குழந்தை பெறுதல், வளர்த்தல், பாலூட்டுதல் ஆகிய வேலைகளுக்காகத் தாழ்த்தப்பட்டனர். ஆனால் இது அவர்களது (மற்ற) நடவடிக்கைகளைத் தடை செய்கிறது. ஏனெனில் இந்த நாடுகளில் பெண்கள் எந்த மனிதப் பண்புகளுக்கும் அருகதையற்றவர்கள் என்று கருதப்பட்டதால், அவர்கள் அநேகமாக செடிகளை ஒத்தவர்கள் கிறார்கள். இந்த நாடுகளில் வறுமையின் ஒரு காரணம் அவர்கள் ஆண்களுக்குச் சுமையாக உள்ளதுதான்.[12]

அந்தக் கேள்வி திரும்ப எடுத்துக் கொள்ளப்படுவதற்குள் ஆறு நூற்றாண்டுகள் கடந்துவிட்டன. பெண்ணுரிமைக்கான அந்தப் புதிய போராட்டக்காரர் ஓர் இளம் எகிப்தியர், ரிஃபாத் அல்-தஹ்தாவி (1801-73). அவர் முகமது அலியின் எகிப்தில் வளர்ந்தார். ஓட்டோமான் அதிகாரியான முகமது அலி பாதி சுதந்திரமானவராக மாறி நாட்டை நவீனப்படுத்த விரும்பினார். பிரான்ஸுக்கு அலி அனுப்பிய மாணவர் குழுவில் பிரெஞ்சு மொழியைக் கற்ற இளம் அறிஞரும், அறிவு ஒளி பாய்ச்சிய தத்துவவியலாளர்களைக் கற்றவரும், பிரெஞ்சு பெண்களின் சுதந்திரத்தை கவனத்தில் கொண்டவருமான அல் தஹ்தாவியும் அடக்கம். அவர் திரும்பி வந்ததும் எகிப்தில் பெண்களின் நிலை குறித்து இரண்டு புத்தகங்களைப் பதிப்பித்தார். முன்பு இபின் ருஷித் கூறியது போலவே, முஸ்லிம் பெண்களுக்குச் சமூக, பொருளாதார, அரசியல் சமத்துவம் ஆண்களுக்கு இணையாக அளிக்கப்பட வேண்டுமென்று கோரினார். ஹராம் என்பது

அழிக்கப்பட வேண்டிய சிறையென்று கூறிய அவர், குழந்தைத் திருமணம் தடை செய்யப்பட வேண்டுமென்றும் அனைத்துப் பெண்களுக்கும் கல்வி அளிக்கப்பட வேண்டுமென்றும் கூறினார். அரை நூற்றாண்டுக்குப் பிறகு தஹ்தாவியின் போர்த்தடி எகிப்திய நீதிபதி குவாசம் அமீனால் எடுத்துக் கொள்ளப்பட்டது. அவரது புத்தகங்களான 'பெண்களின் சுதந்திரம்' (1899), 'புதிய பெண்' (1901) ஆகியவை பின்னர் அரபு பெண்ணுரிமையின் மூல நூல்களாயின. தேசியவாதம் இன்னமும் சில பத்தாண்டுகள் தள்ளியிருந்தது. எனினும் இன்னும் இஸ்லாத்தின் ஸ்தல நிலையை விட்டுக் கொடுக்காமல் ஐரோப்பிய முன்னேற்றத்தைப் பின்பற்ற முடிந்தது.

அரபு உலகிலும், தெற்காசியாவிலும் பெண்ணுரிமைக்கான இயக்கங்கள் தோன்றி வளர்வதை இருபதாம் நூற்றாண்டு கண்டது. வளர்ந்து வந்த காலனியாதிக்க எதிர்ப்பு இயக்கங்கள், அதன் பின்னர் தேசியவாதம் மற்றும் ஏகாதித்திய எதிர்ப்பின் சோஷலிஸ முறைகளையும் இது பின்பற்றிச் சென்றது. பெண் இயக்கங்கள் ஒன்று போலில்லை. முதற்கட்டத்தில் அவர்கள் குடும்பச் சட்டங்களை நிர்வகித்த மதக் கோட்பாடுகளுக்கு சவால் விடுக்காமல் சம அரசியல் உரிமை கோரினர்.

பின்னர், காலனியாதிக்கக் கட்டத்துக்குப் பிறகு பெண்களுக்குச் சமூக சம உரிமையும், ஓட்டுரிமையும் அளிக்கப்பட்டது. ஆனால் இதற்கு கமாலின் துருக்கியும், துனீஷியாவும் விதிவிலக்கு, இஸ்லாமியச் சட்டமான ஷரியா கேள்விக்குள்ளாக்கப்படவில்லை. பெண்கள் கல்வி கற்கவும், வேலை செய்யவும், வாக்களிக்கவும் உரிமை கோரினர். முதலிரண்டும் எகிப்து, ஈராக், சிரியா ஆகிய நாடுகளில் வழங்கப்பட்டன என்றாலும் அவை ஒரு கட்சி ஆட்சி நடக்கும் இடங்களாதலால் மூன்றாவது கோரிக்கைக்கு அர்த்தமே இல்லை. விடுதலைக்காக ஆண்களுடன் பெண்களும் இணைந்து போராடினாலும், விடுதலை பெற்றதும் குடும்பக் கட்டுமானத்தை நிர்வகித்த சிவில் சட்டங்களில் சீர்திருத்தம் கொண்டுவர வேண்டுமென்ற அவர்களது கோரிக்கை சுத்தமாகக் கண்டுகொள்ளப் படவில்லை. காலனியாதிக்கத்துக்குப் பிந்தைய காலகட்டத்தில் இந்தப் பிற்போக்கு அம்சங்களைக் காப்பாற்றுவதுதான் இஸ்லாமிய அடையாளத்தைக் காக்கும் மையத்தூண்களாக ஆனது போல் தோன்றியது. பாகிஸ்தானும், வங்கதேசமும் பெண் பிரதமர்களைத் தேர்ந்தெடுத்தாலும், அதுகூட பெண்களைத் தாழ்ந்த குடிமக்களாகக் கருதும் சட்டங்களுக்குட்பட்டதுதான்.

இருபதாம் நூற்றாண்டின் இறுதியில் உலக அளவில் மதச்சார்பற்ற, நவீன, சோஷலிஸத் தாக்கங்கள் தோற்கடிக்கப்பட்டதும், ஒரு மத அடிப்படைவாத அலை உலகத்தைத் தாக்கியது. பெண்கள் போராடிப் பெற்றிருந்த சில உரிமைகள் அமெரிக்காவிலும், போலந்து,

ருஷியா மற்றும் கிழக்கு ஜெர்மனியிலும் ஆபத்துக்குள்ளாகின. இரானில் மத குருமாரின் வெற்றியும், ஆஃப்கனிஸ்தானில் இடதுசாரிகளின் தோல்வியும், சவுதி அரேபியா மற்றும் அல்ஜீரியாவிலும் தீவிர அடிப்படைவாத சக்திகளின் எழுச்சியும், சார்புத்தன்மையுடன் கூடிய பின்நவீனத்துவ தற்காப்பும் பெண்களின் நம்பிக்கையை மீண்டும் புதைத்துவிட்டது போல் தோன்றியது. உலக சகாப்தத்தில் ஒருவரின் அடையாளத்தைப் பாதுகாப்பதுதான் விடப்பட்ட ஒரே வித்தியாசமாகத் தோன்றியது. ஆனால் யாருடைய அடையாளம் பாதுகாக்கப்படுகிறது, யாருடைய நலனுக்காக?

முஸ்லிம் உலகின் ஒருகாலத்தில் முல்லாக்களையும், இராணுவ சர்வாதிகாரிகளையும் ஒரே சமயத்தில் எதிர்த்து நின்று தலைமை தாங்கிய பெண்ணுரிமைவாதிகள், வீசிய அடிப்படைவாதப் புயலில் தலை கவிழ்ந்தனர். ஏதோ முஸ்லிம் உலகில் அனைத்துத் திருமணங்களும் ஏற்பாடு செய்யப்பட்டவை போலவும், தவறான உறவுகள் அங்கே இல்லவே இல்லாதது போலவும், சில நேரங்களில் மேற்கத்தியத் திருமணங்களையும், தவறான உறவுகளையும் விட ஏற்பாடு செய்யப்பட்ட திருமணங்களும் முகத்திரைகளும் மேலானவை என்றும் நமக்குக் கூறப்படுகிறது. ஒட்டோமான் ஆட்சி, அதனுடைய மத, கலாச்சாரத் தொடர்புகள் காரணமாக அதிக அளவில் ஏற்கப்பட்டதாக இருந்தால், ஏன் ஒட்டோமான்களை எதிர்த்து சமய நம்பிக்கையற்றவர்களுடன் அரபுகள் இணைந்தனர்?

வரலாறு நம்மை ஆச்சரியத்தில் ஆழ்த்தக்கூடும். இரான் மற்றும் சவுதி அரேபியாவில் மத குருமார்களின் சர்வாதிகார ஆட்சிக்கெதிராக ஒரு புதிய போராட்ட அலை உருவாகக் கூடும். எப்போதும் அனுபவம்தான் நல்ல ஆசானாக இருக்கின்றது.

அடிக்குறிப்புகள்:

10. ஆயிரத்தொரு இரவுகள், இளம் நூரும், வீரப் பெண்ணும் கதை, 3-ம் பாகம்

11. உதாரணமாக, சவுதி அரேபியாவில் நாற்பது சதவிகிதம் தனியார் செல்வத்தைப் பெண்கள் வைத்துள்ளனர். இதில் ஜெட்டாவில் ஐம்பது சதவிகித நிலமும் அடக்கம். ஆனால் இந்தச் செல்வத்தை வைத்துள்ள இந்தப் பெண்கள் ஓர் ஆண் உறவினரின் எழுத்து மூல அனுமதியின்றி வெளிநாடு செல்லவோ, கார் ஓட்டவோ, பொது இடத்தில் வெளிப்படவோ முடியாது. எனினும் வெளிநாட்டில் இருக்கும்போது அவர்கள் செல்வத்தை அவர்கள் விரும்பியபடி செலவிடவோ விரும்பும் உடையை அணியவோ, வேண்டும்படி நடந்து கொள்ளவோ உரிமை உண்டு. ஆனால் நிச்சயமாக ஒரு முரண்பாடு என்னவென்றால், அந்த நாட்டுக்கு அமெரிக்க ஏகாதிபத்தியம் அளிக்கும் ஆதரவையும் மீறி அது வெடித்தெழுவதை நீண்ட நாட்களுக்குத் தள்ளிப் போட முடியாது.

12. 'இடைக்கால இஸ்லாத்தின் அரசியல் சிந்தனை' கேம்ப்ரிட்ஜ் 1958, பக்கம் - 190 EIJ ரோசென்தால்

பாகம்-II

ஒரு நூற்றாண்டு கால அடிமை நிலை

‘கடவுளின் சாட்சியாக, அரசே, அந்தப் பிசாசுகள் வரும் முன் நாங்கள் முடிந்த அளவு மகிழ்ச்சியாக இருந்தோம்’ என்று மிடப் கூறினார். ‘ஆனால் அவர்கள் நமது கிராமத்துக்குள் வந்த முதல் நாள் முதல் வாழ்க்கை ஒட்டக மூத்திரம் போல் ஆகிவிட்டது. நாளுக்கு நாள் அது மோசமடைந்து வருகிறது!

எமிர் அவரிடம் கூர்மையாகப் பதிலளித்தார். ‘கவனி, இபின் ஹுதால். நான் உன்னிடமும் அனைவரிடமும் கூறுகிறேன், இங்கு இருப்பவர்கள் இல்லாதவர்களுக்கு சென்று கூறட்டும். இடைஞ்சல் செய்பவர்களுக்கு நம்மிடம் ஒரு மருந்துதான் உள்ளது: அது!

சுவரில் தொங்கிக் கொண்டிருந்த வாளைச் சுட்டிக் காட்டிய அவர், எச்சரிக்கும் விதமாக விரலை ஆட்டினார். ‘என்ன சொல்கிறாய், இபின் ஹுதால்?’

தாம் இன்னும் முடிக்கவில்லை என்பதுபோல் இலேசாக சிரித்தார் இபின் ஹுதால். அறையில் கனத்த மௌனம் சூழ்ந்தது.

‘ஹா... என்னதான் கூறுகிறாய், இபின்ஹுதால்?’

‘நீங்கள்தான் அரசாங்கம், உங்களிடம் வீரர்களும் துப்பாக்கிகளும் உள்ளனர். நீங்கள் விரும்பியதைப் பெறுவீர்கள், நாளையே கூட. கிறிஸ்துவர்கள் நிலத்துக்கு அடியிலிருந்து உங்களுக்குத் தங்கத்தைக் கொண்டு வந்தபின் இன்னமும் பலமாவீர்கள். ஆனால் உங்களுக்குத் தெரியும். அரசே, அமெரிக்கர்கள் இதனைக் கடவுளுக்காகச் செய்யவில்லை.

அப்துல் ரஹ்மான் முனிஃப் (1933), உப்பு நகரங்கள்

8

ஒரு வசந்தகால நினைவு

ஏப்ரல் 1969. லாகூர். ஓர் அழகான வசந்தகால நாள், ஜாகராண்டாஸ் மலர்கள் மலர்வதால் மட்டுமல்ல, ஐந்து மாதங்கள் நீடித்த மாணவர், தொழிலாளர் போராட்டம் வாஷிங்டன் ஆதரவு இராணுவ சர்வாதிகாரத்தைக் கவிழ்த்தது.[13] மக்கள் இதனை எந்த அந்நிய சக்தியின் உதவியுமின்றித் தாமே சாதித்தனர். வாஷிங்டன், பீஜிங் இரண்டுமே ஃபீல்டு மார்ஷல் அயூப்கானை ஆட்சியில் தக்க வைக்க முயற்சி செய்து. தோற்றன. மாணவர் - தொழிலாளரின் கோரிக்கைகளான ஜனநாயகமும் சோஷலிஸமும் லட்சக்கணக்கான மக்களின் ஆதரவைப் பெற்றது. மத அடிப்படைவாதிகள் மொத்துமாக ஒதுக்கப்பட்டனர்.

நாட்டின் பல பகுதிகளில் கூட்டங்களில் பேசிய பிறகு, லாகூரில் 'தேசிய சிந்தனையாளர் அமைப்பின்' கூட்டத்தில் பேசுவதற்காகத் திரும்பினேன். அங்கு செக்கோஸ்லோவாக்யா மீது சோவியத்தின் படையெடுப்பு பற்றி பேசுவதற்காகச் சென்றேன். அது ஜனநாயகத்தை அளிப்பதாக உறுதி கூறியதால் 'சோஷலிஸத்தை மனித முகத்துடன்' அழித்த டாங்குகளுக்கு எதிராகப் பேசினேன். மண்டபத்தில் முக்கியமாக மாணவர்கள் இருந்தனர், மேலும் மாஸ்கோ கம்யூனிஸ்ட் ஆதரவாளர்களும், வயதானாலும் பேசக்கூடிய சேர்மேன் மாவோ ஆதரவாளர்களும் இருந்தனர். அந்த நேரத்தில் டிராட்ஸ்கியின் நான்காவது அகிலத்தின் தீவிர ஆதரவாளனாக நான் செயல்பட்டுக் கொண்டிருந்தேன். அதன் கருத்துக்கள் தெற்காசியாவில் பரவலாகவில்லை. அந்தக் கூட்டத்தின் போக்கைத் தீர்மானிக்க ஒரு முயற்சி நடந்திருந்தது. டிராட்ஸ்கியின் படுகொலையைப் புகழ்ந்து சில வரிகளில் கவிதை எழுதுவதற்காக ஒரு வெற்றுக் கவிஞர் மாவோயிஸ்ட்டுகளால் வாடகைக்கு அமர்த்தப்பட்டிருந்தார். பார்வையாளர்கள் மயங்கியபோது, நான் அந்தத் தூண்டலை நிராகரித்தேன்.

சோவியத் படையெடுப்பை நான் விமர்சித்தது நல்ல வரவேற்பைப் பெற்றது. நான் செக் மாணவர்களுடன் மாறுபட்டு கலாச்சாரப் புரட்சிக்கும் செங்காவலர்களுக்கும் ஆதரவாகப் பேசினேன். அங்கிருந்த மாணவர்களில் பெரும்பாலோர் தன்னிச்சையாக பரேகில் உள்ள சக தோழர்களுடன் ஒன்றுபட்டனர். மாஸ்கோவுக்கு ஆதரவான கூட்டம் சிந்தனையிலிருந்தது, சில கேள்விகளைக் கேட்டது என்றாலும் முக்கியமாக அமைதியாக இருந்தது. மாவோயிஸ்டுகள் பைத்தியக்காரத்தனமான வாதங்களுடன் தாக்குதலில் இறங்கினர். நான் அதிகார வர்க்க சோஷலிஸம் முடிவுக்கு வந்து கொண்டிருந்தது என்று கூறியதையும் பரேகின் மீது படையெடுத்தது அதன் சவப்பெட்டி மீது அடிக்கப்பட்ட கடைசி ஆணி எனவும் சோஷலிஸம் ஜனநாயகப்படுத்தப்படுவதன் மூலம்தான் வலிமைப்படுத்தப்பட முடியுமென்றும் கூறிய எனது ஆய்வை நிராகரித்தனர். சோவியத் சமூக ஏகாதிபத்தியத்தை அவர்கள் கண்டனம் செய்தனர். ஆனால், புகழ் மிக்க செக் கம்யூனிஸ்ட் தலைவர் அலெக்ஸாண்டர் டும்பெக்கும் ஒரு திருத்தல்வாத முதலாளித்துவப் பாதையாளர்' என்று வற்புறுத்தினர். ஓர் அசிங்கமான விவாதம் தொடர்ந்தது. அதன் முடிவில் ஒரு வெள்ளை தாடி மூத்தவர் ஒருவர் மேடையில் ஏறினார்.

'எங்களைப் பாருங்கள்' என்று கூட்டத்தை எச்சரித்தார். 'எங்கள் பிள்ளைகள் எங்களுக்குப் பெரும் வெற்றியைப் பெற்றுத் தந்துள்ளனர். அவர்கள் ஒரு சர்வாதிகாரியைத் தூக்கி எறிந்துள்ளனர். ஆனால் நம்மால் செய்ய முடிந்தது என்னவோ நமக்குள் அடித்துக் கொள்வதுதான்! பிறகு அவர் மிகவும் கெஞ்சலான குரலில் 'கவனியுங்கள். உள்ளது போலவே பாகிஸ்தானிலுள்ள இடதுசாரிகள் தேவையான அளவு பிளவுபட்டுள்ளனர்' என்றார். மாஸ்கோ ஆதரவு மூத்தவர்களை நோக்கித் திரும்பி, 'இங்கு, நமது சன்னிகள்' என்று கூறியவர் மாவோயிஸ்டுகளைப் பார்த்தார். இங்கு நமது ஷியாக்கள் என் பக்கம் திரும்பிப் புன்னகைத்தார். 'இப்போது இந்த இளம் வெடிப் பேச்சாளர் நம்மை வஹாபிஸத்தைத் தழுவச் சொல்கிறார். தயவு செய்து, இளம் நண்பரே, எங்கள் மீது கருணை காட்டுங்கள்'

கூட்டமே சிரிப்பிலாழ்ந்ததும், அந்த வயதானவரின் அணுகுமுறை மீது பரிவு காட்டாமல் இருப்பது கடினமாக இருந்தது. அந்த நேரத்தில் எனக்கு வஹாபிஸம் குறித்து அரசல் புரசலாகவே தெரியும். அதன் கண்டுபிடிப்பாளரை விடுங்கள். அது தீவிர தூய்மைவாதம். அது சவுதி நாட்டின் அதிகாரப்பூர்வ மதம். சவுதிகள் சிறிய, நன்கு நிதியளிக்கப்பட்ட சிறிய அடிப்படைவாத இயக்கமான ஜமாத்-இ- இஸ்லாமிக்கு ஆதரவளித்தனர். பின்னர் வஹாபிக்கள் முகமதின்

அதிகாரத்தை ஏற்றுக் கொண்டனர் என்று கண்டேன். அதே சமயம் எல்லை மீறிய பக்தியை ஏற்கவில்லை. அவர்கள் புனிதர்கள், புனிதச் சின்னங்களையும் வணங்குவதை எதிர்த்தனர். ஆனால் முதல் நான்கு காலிஃப்களின் அதிகாரத்தை ஏற்றனர். நேர்மையானவர்கள் அவர்கள். அதன் பிறகு அவர்கள் பார்வையில் இஸ்லாம் சீரழியத் தொடங்கியது.[14]

அடிக்குறிப்புகள்:

13. பாகிஸ்தானில் எதிர்ப்பு மற்றும் வெற்றி குறித்து நான் ஏராளமாக எழுதியிருக்கிறேன்: இராணுவ ஆட்சியா, மக்கள் அதிகாரமா? லண்டன் மற்றும் நியூயார்க் 1970.

14. டிராட்ஸ்கியிஸ்டுகளுடன் ஒத்திசைவு முழுவதும் நீண்டதல்ல. அவர்களும் லெனினின் அதிகாரத்தை உணர்ந்தனர், அவரை எல்லை கடந்து வணங்கியதையும், அவரது உடலைக் காட்சிக்கு வைத்ததையும் விரும்பவில்லை, அதேபோல் முதல் நான்கு கம்யூனிஸ்ட் அகிலங்களின் முடிவுகளை மட்டுமே ஏற்றனர். அதன் பின் உருவச் சிதைவு தொடங்கி, பின் முழுமையான சிதைவுக்கு இட்டுச் சென்றது.

9

வஹாபியிஸத்தின் வேர்

பதினாறாம் நூற்றாண்டு முதல், அரபு தீபகற்பமும், வளமான பிறையும் ஒட்டோமான் பேரரசின் ஆட்சியின் கீழிருந்தன. கெய்ரோ, பாக்தாத், ஜெருசலேம், டமாஸ்கஸ் ஆகியவை ஒட்டோமான் -அரபு நகரங்களாக மாறி இஸ்தான்புல் நியமித்த அதிகாரிகளால் ஆளப்பட்டன. மெக்காவும், மதீனாவும் போஸ்போரஸ் காலிஃபின் நேரடிப் பாதுகாப்பில் இருந்தால்கூட, தீபகற்பத்தின் பண்டைக்காலப் பழங்குடி கட்டுமானமும் அதன் புவியியல் தன்மையும் - நிலவழி வர்த்தகப் பாதைகள் மறைந்து நீண்ட காலமாகி அதற்குப் பதில் வர்த்தகர்கள் கப்பற்படை வந்துவிட்டது. அதன் பொருளாதார, கேந்திரமான ஈர்ப்பைக் குறைத்துவிட்டது. அது ஒதுக்கப்பட்டதுடன் எப்போதும் முழுமையாகப் பேரரசில் சேர்த்துக் கொள்ளப்படவில்லை.

அவர்கள் இன்னமும் வணிகத்தைத்தான் நம்பியிருந்தார்கள். ஆனால் வர்த்தகம் பெரும்பாலும் உள்நாட்டுத் தேவைக்கு மட்டுமேயிருந்தது. பழைய கூண்டு வண்டிகள் இன்னமும் புழக்கத்திலிருந்தன. ஆனால் அவை முக்கியமாகப் புனித நகரங்களை நோக்கிச் செல்லும் பக்தர்களால் உபயோகிக்கப்பட்டன. பக்தர்களுக்கு உணவளிக்கும் தேவையும், அவர்களுக்குத் தங்குமிடம் அளிப்பதும் ஓரளவு உதவினாலும், உள்நாட்டுப் பொருளாதாரத்தைக் காப்பாற்ற அது முழுமையாகப் போதவில்லை. சில இனக்குழுக்கள் பாதுகாப்புத் தொழிலைத் துவங்கின. பணம் கைமாறும் வரை பக்தர்களின் பாதுகாப்பு உத்தரவாதப்படுத்தப்பட்டது. ஆனால் இந்தப் பணம் வரம்புக்குட்பட்டதே. குழுக்களுக்கிடையிலான எதிர்ப்புகள் வேகமாக வலுத்தன.

இந்தச் சூழலில்தான் இந்தப் பிரதேசத்தில் புதிய பிரிவின் தோற்றம் மறுமலர்ச்சியைக் கொண்டு வந்தது. அதற்கு ஊக்குவித்தவர் உள்நாட்டு இறையியலாளரின் மகனாக, ஒரு சிறிய ஆனால் ஒப்பீட்டில் வளமான பாலைவனப் பசும் நகரான உய்யானாவில்

பிறந்த முகமது இபின் அப்துல் வஹாப் (1703-92). முகமதின் தந்தை அப்துல் வஹாப் முஸ்லிம் சட்டத்தின் எட்டாம் நூற்றாண்டின் தீவிர மரபைப் பாதுகாத்தார். ஈச்ச மரங்களைகக் குத்தகைக்கு விடுவதும், மாடுகளைப் புல் மேய விடுவதும் மிகவும் சோர்வடையச் செய்ததால், அவரது இளம் மகன் உள்ளூரில் சமய போதனை செய்யத் தொடங்கி பழைய காலத்தின் 'தூய நம்பிக்கைக்கு' திரும்புமாறு கோரினார். அவர் இறைத்தூதர் முகமது நபியை வணங்குவதை எதிர்த்தார். புனிதர்களின் சமாதியை முஸ்லிம்கள் வணங்குவதைக் கண்டனம் செய்தார். சமாதிகளில் குறியிடும் வழக்கத்தை விமர்சித்தார். 'ஒரு கடவுளின் ஒற்றுமையை' வலியுறுத்தினார். எல்லா சன்னியல்லாத பிரிவுகளையும் சில சன்னி பிரிவுகளையும்கூட (இஸ்தான்புல் சுல்தான் காலிஃபின் குழு உள்பட) நம்பிக்கையற்றோர் என்றும் உள்ளொன்று வைத்துப் புறமொன்று பேசுவோரென்றும் விமர்சித்தார். இவையனைத்தும் (மற்ற முஸ்லிம்களுக்கு) எதிராக, முக்கியமாக ஷியா 'நம்பிக்கையற்றோர்' மற்றும் ஒட்டோமான் பேரரசு உள்பட தீவிர பிரிவினைவாத ஜிகாத்தைத் தொடுக்க ஓர் அரசியல் - மத நியாயத்தை அளித்தன.

இந்தப் பார்வைகள் மூலப் பார்வைகள் அல்ல. இஸ்லாத்தின் தூய்மைவாதம் எப்போதுமே அதன் பாதுகாவலர்களைக் கொண்டிருந்தது. அதற்குச் சொந்தமாக மட்டும் இருந்தால் வஹாபின் கருத்துக்கள் ஆபத்தற்றதாக இருந்திருக்கும். அவரது சமூகக் கருத்துகள்தான்- இஸ்லாமிய தண்டனையான அடிப்பதில் நம்பிக்கை, தகாத உறவு கொண்டவர்களைக் கல்லால் அடித்துக் கொல்ல நிர்பந்தம், திருடர்களின் அங்கங்களை வெட்டுதல், குற்றவாளிகளைப் பொது இடத்தில் கொல்லுதல் ஆகியவை 1740-ல் உண்மையான பிரச்சனைகளைக் கிளப்பின. அந்தப் பிரதேசத்தின் மதத் தலைவர்கள் அவர் பிரச்சாரம் செய்ததைக் கடைப்பிடிக்கத் தொடங்கியதும் கடுமையாக ஆட்சேபித்தனர். இந்த முட்டாள் தனத்தால் சங்கடப்பட்டும், பரந்த ஆதரவு பெற்ற எதிர்ப்பையும் நினைத்து பயந்த உய்யானாவின் எமிர், பிரச்சாரகரை நகரை விட்டுச் சென்று விடுமாறு கேட்டார்.

அடுத்த நான்காண்டுகளில், அந்தப் பிரதேசம் முழுவதும் பஸ்ரா, டமாஸ்கஸ் உள்பட பயணம் சென்று இஸ்லாத்துக்கு ஒட்டோமான்கள் கொண்டு வந்த தளர்வு நிலை குறித்து நேரடி அனுபவத்தை அறிந்து கொள்ளப் பயணம் மேற்கொண்டார். அவரது நம்பிக்கை பொய்க்கவில்லை. அவர் சென்ற இடத்திலெல்லாம் உண்மையான மதத்திலிருந்து விலகியிருந்ததைக் கண்டார். இபின் வஹாப் இப்போது இஸ்லாத்தை அதன் பண்டைய தூய்மைக்குக் கொண்டு

வர மேலும் உறுதி கொண்டார். மீண்டும் ஒரு தூய்மையான அல்லது பொற்காலத்துக்குத் திரும்ப வேண்டித் தொடர்ந்து தேடிச் செல்வது ஓர் அதீதக் கற்பனைதான். ஆனால் அது ஒரு நடவடிக்கைக்கு உதவியது. ஒரு மறுமலர்ச்சி இயக்கத்தைக் கட்டுவது என்பது ஒரு தூய்மைவாத மறுகட்டுமானத்தைச் செய்யாமல், அது எந்த ஒரு நம்பிக்கையோ, மதமோ ஆனாலும் இயலாத ஒன்று.

'தீவிரவாதிகளுக்கு ஒரு கனவு உண்டு' என்று எழுதிய ஜான் கீட்ஸ் 'அதன் மூலம் அவர்கள் ஒரு மதப்பிரிவின் சுவர்க்கத்தைக் கட்டுகிறார்கள்' என்றார். அந்த ஆங்கில காதல் கவிஞர் முன்பு எழுந்த தூய்மைவாத மதக் குழுக்கள் பற்றியும் எழுதினார். ஆனால் அந்த வார்த்தைகளை முன்பு பாலைவனப் பிரச்சாரகர் அவரறிந்த பிரதேசத்தில் தமது இயக்கத்தைக் கட்ட முயன்றதையும் பொருத்திப் பார்க்க முடியும். 1744-ல் இபின் வஹாப், நெஜ்ட் மாகாணத்தில் இருந்த மற்றொரு சிறிய பாலைவன நகரான டெரய்யாவுக்கு வந்தார். அங்கு நிலவளம் நன்றாக இருந்தும் மக்கள் வறுமையில் இருந்தனர். அந்த நகரம் அதன் மலர்த் தோட்டங்களுக்கும், ஈச்சந் தோட்டங்களுக்கும், அதன் தகாத பெயர் பெற்ற கொள்ளைக்கார எமிர் முகமது இபின் காதுக்கும் பெயர் பெற்றது. அந்த எமிர் ஒரு எதிர்சக்தியிடமிருந்து வெளியேற்றப்பட்ட ஒரு பிரச்சாரகனை வரவேற்பதில் மகிழ்ச்சியடைந்தார். அவர் உடனடியாக இபின் வஹாபின் போதனைகள் தமது சொந்த இராணுவ நோக்கங்களை முன்னெடுத்துச் செல்லப் பயன்படும் என்று கண்டார். இருவரும் ஒருவருக்கு இன்னொருவர் படைக்கப்பட்டவர்கள்.

இபின் சாத் அடைய விரும்பிய ஒவ்வொன்றுக்கும் இபின் வஹாப் மதரீதியான நியாயத்தை வழங்கினார்: நகரத்திலுள்ள மற்ற முஸ்லிம் குடியிருப்புகளை நிரந்தர ஜிகாத் என்ற பெயரால் கொள்ளையடிப்பது, காலிஃபை கண்டு கொள்ளாமலிருப்பது, தனது சொந்த மக்கள் மீது கடுமையான ஒழுக்கக் கட்டுப்பாட்டைத் திணிப்பது, இறுதியாக தீபகற்பத்தை ஒன்றுபடுத்துவது என்ற பெயரால் தனது சொந்த ஆட்சியைப் பக்கத்து இனக்குழுக்கள் மீது நிர்பந்தமாகத் திணிப்பது. நீண்ட விவாதங்களுக்குப் பிறகு எமிரும் பிரச்சாரகரும் ஒரு மிதாக்குக் ஒரு கட்டுப்படுத்தும் ஒப்பந்தத்துக்கு வந்தார்கள். அந்த ஒப்பந்தம் அவர்களது வழித்தோன்றல்களையும் நிரந்தரமாகக் கட்டுப்படுத்தும். இபின் சாத் அதில் சேர்த்த இரண்டு விதிகள் அவர் மனத்தில் வைத்திருந்ததை உணர்த்தின. அரசியல் நோக்கத்துக்கு உதவும் வகையில் மதவெறி, ஆனால் மதவெறிக்கான அரசியல் நோக்கமல்ல.

இபின் சாதுக்கு பிரச்சாரகரின் மயக்கும் தன்மை வேகமாகப் பரவக் கூடியது என்று உடனடியாகப் புரிந்து விட்டது. அந்த மனிதர், அவர

போதனைகள் இரண்டையுமே தனதுரிமையாக்கும் நோக்கத்துடன் அவரிடம் முழுமையான உறுதியைக் கோரினார். எந்தச் சூழ்நிலையிலும் இபின் வஹாப் அவரது ஆன்மிகப் பற்றையும், வேறு சேவையையும் அந்தப் பிரதேசத்தின் எந்த எமிருக்கும் வழங்கக் கூடாது. நம்ப முடியாத வகையில், இஸ்லாத்தின் பரந்த தன்மையை ஒரு வெறித்தன்மையுடன் பாதுகாத்த அந்த மத மனிதரான இபின் வஹாப் அந்தக் கட்டுப்பாட்டை ஏற்றார். எமிரின் இரண்டாவது கோரிக்கை நேரடியாக நம்பிக்கையற்ற தன்மையிலானது. அது எவ்வளவு மோசமாகத் தோன்றினாலும், பிரச்சாரகர் அவரது ஆட்சியாளர் தமது குடிகளிடம் பெற முயலும் தேவையான புகழை முறியடிக்கக் கூடாது. இந்த விஷயத்திலும்கூட, முகமது இபின் அவரது புதிய புரவலரை ஏற்றுக்கொண்டு மீண்டும் உறுதி கூறினார். இந்தப் புகழுரைகள் கூடிய விரைவில் தேவையற்றவையாக மாறும். ஏனெனில் அல்லா கானிமா (கொள்ளை)வின் மூலம் அதிகமான பொருள் லாபத்தை நம்பிக்கையற்றோரிடமிருந்து பெற உறுதி கூறுகிறார்.[15]

இந்த ஒப்பந்தம் திருமணத்தின் மூலம் உறுதிப்படுத்தப்பட்டது. இபின் வஹாபின் பெண் இபின் சாதின் மனைவிகளுள் ஒருவரானார். இப்படியாக அந்தத் தீபகற்பத்தின் அரசியலை நிர்ணயம் செய்யும் அரசியல், புதிய சமயக் கோட்பாட்டு உறவு நிலையின் அடிப்படை நிறுவப்பட்டது. மதவெறித்தன்மை, இராணுவக் கொடுங்கோன்மை, அரசியல் வில்லத்தனம், கூட்டை வலுப்படுத்த பெண்கள் படை சேர்ப்பு ஆகியவற்றின் கூட்டுதான் இன்று சவுதி அரேபியாவை ஆளும் அரசின் அடிக்கல்.

1792- வாக்கில் சவுதி வஹாபி துருப்புகள் பக்கத்து ஆட்சிகளின் தடுப்பை உடைத்து ரியாத், கர்ஜ், காசிம் நகரங்களை வசப்படுத்தியது. எதிர்க்குழுக்கள் இணைந்து வஹாபிகளைத் தடுக்க இயலாமல் தோல்வியுற்றதானது இபின் சாதின் வழித்தோன்றல்கள் இஸ்லாத்தின் புனித நகரங்களை மிரட்டுவதற்கு வழி வகுத்தது. 1801-ல் அவர்கள் ஷியாக்களின் புனித நகரமான கர்பாலாவைத் தாக்கி அதன் ஐயாயிரம் குடிமக்களைக் கொன்று, தனி வீடுகளைக் கொள்ளை அடித்து வெற்றியுடன் வீடு திரும்பினர். 1802-ல் அவர்கள் காயிஃபைக் கைப்பற்றி அதன் ஜனங்களைப் படுகொலை செய்தனர். அடுத்த ஆண்டில் மெக்காவைக் கைப்பற்றிய அவர்கள் இறைத்தூதர் மற்றும் காலிஃப்களின் கல்லறை மாடங்களை உடைத்தெறியுமாறு ஷரீஃபுக்கு உத்தரவிட்டனர். அதுவும் செய்யப்பட்டது. ஒட்டோமான்கள் வஹாபிகளை வென்ற பிறகுதான் அவை திரும்பக் கட்டப்பட்டன. வஹாபி கோட்பாடு ஆடம்பரமான கல்லறைக் கற்களை நிராகரித்தது.[16]

எவ்வளவு காலத்துக்குத்தான் இஸ்தான்புல் வஹாபி கலகத்தைப் பொறுத்துக் கொண்டிருக்கும்? அதன் பெரும் இராணுவத்தளம் எகிப்து, ஆனால் அங்கு அதன் மேலாதிக்கம் எப்போதுமே நிலையற்றதாக இருந்தது. நைலின் கீழைப் பாரம்பரிய அறிவாளிகள் எல்லையற்று சவால் விடுத்துக் கொண்டிருந்தார்கள். அதேபோது கிர்கீசிய, போஸ்னிய பிரிவுகளைப் பிரித்து வைப்பதற்கான முயற்சி எப்போதும் வெற்றிகரமாக இருந்தது. இஸ்தான்புல் ஒருபோதும் ஓய்வாக இருக்க முடியவில்லை. பேரரசின் கஜானாவுக்குத் தவறாமல் நிலுவைத் தொகை வந்து கொண்டிருக்கும் வரை சுல்தான் மிரட்டல்களைக் கண்டு கொள்ளவில்லை. இப்போது மேற்கு ஐரோப்பாவில் நடந்து கொண்டிருந்த புதிய வளர்ச்சிகளும் அவரைக் கட்டுப்படுத்தின. முதலாளித்துவம் நிலைபெறத் தொடங்கியிருந்தது. நவீன ஏகாதிபத்தியத்தின் காலம் தொடங்கி விட்டது. உலகின் புதிய வெற்றியாளர்கள் (அடிமைப்படுத்தியவர்கள்) எழுந்து கொண்டிருந்தார்கள். அநேகமாக வணிக முதலாளித்துவத்தின் வரலாற்றில் மிகவும் குறிப்பிடத்தக்க முயற்சி கிழக்கு நோக்கிச் செல்லத் தயாராகிக் கொண்டிருந்தது.

கிழக்கிந்திய கம்பெனி 1600-ல் நிறுவப்பட்டது. ஏறத்தாழ நூறு ஆண்டுகளுக்குப் பிறகு ஐபீரிய டான் மானுவல் கொன்ஸாலஸ் உலகமயத்தின் முதல் தலைமையகத்தின் விவரிப்பை நமக்கு விட்டுச் சென்றுள்ளார்.

லீடன் ஹால் தெருவின் தெற்குப்புறத்திலும்கூட, லீடன்ஹாலுக்குச் சற்றே கிழக்குப் புறத்தில் சமீபத்திய முன்புறம் கல்லால் கட்டப்பட்டு கம்பீரமாக கிழக்கிந்தியா ஹவுஸ் நிற்கிறது. ஆனால் முன்பக்கம் மிகவும் குறுகலாக இருப்பதால் ஹவுஸின் உள்ளே இருக்கும் ஆடம்பரத்தைக் காட்டுவதாக இல்லை. உள்ளே பெரும் நிலப்பகுதியில் மிகவும் அருமையாகத் திட்டமிட்டபடி அலுவலகங்களும், சேமிப்புக் கிடங்கு, அந்த நகரத்தில் இந்த வகையில் காணவியலாத அருமையாக உள்ளே அமைக்கப்பட்ட அரங்கு, கமிட்டி அறை ஆகியவை உள்ளன.

கிழக்கிந்தியாவின் பொருட்களுக்குக் கிடைத்த வானளவு இலாபம் ஆடம் ஸ்மித்தை 'தேசங்களின் செல்வம்' என்ற கூரிய பார்வை உடைய புத்தகத்தை எழுத வைத்தது. அதில் அவர் அந்த கம்பெனியின் தனியுரிமை அதன் வணிகப் பொருள்களை வாங்கும் மக்களால் கொடுக்கப்படுகிறது என்றும் ஆனால் அவர்கள் எல்லா 'அசாதாரண குப்பைகளுக்கும் பணம் கொடுத்துக் கொண்டிருக்கின்றனர்' என்றும், அவை அவ்வளவு பெரும் கம்பெனியின் நடவடிக்கைகளுடன் ஏமாற்றும், தகாத உபயோகமும் பிரிக்க முடியாமல் இருப்பதையும்

அதற்கு கம்பெனி தேவையான கவனத்தைச் செலுத்தியிருக்க வேண்டும்' என்றும் எழுதுகிறார்.

ஆங்கில மற்றும் டச்சு அரசுகள் வியாபாரிகளின் ஒரு குழுவுக்கு அரை இறையாண்மை அதிகாரங்களை (அதாவது அவர்களது சொந்த இராணுவத்தை வைத்துக் கொள்ளும் அதிகாரம்) வழங்கியவரை 'ஏமாற்றும் துர்உபயோகமும் இந்தியாவுக்குள் விதைக்கப்படும். அங்கு ஓட்டோமான் பேரரசின் வியாபாரிகள் அனுபவித்ததைவிட எந்த ஆசிய வியாபாரியும் அதே போன்ற சலுகையை அனுபவிக்கவில்லை. ஆயுதந் தாங்கிய வியாபாரம் சூடு பிடித்ததும், கம்பெனி தனது கல்கத்தா தளத்திலிருந்து விரிவடைந்தது. 1757 ப்ளாஸி யுத்தத்துக்குப் பிறகு அது முழு வங்காளத்தையும் பிடித்தது. சில ஆண்டுகளுக்குள் பெயரளவுக்கே இருந்த முகலாயப் பேரரசர் கம்பெனியில் ஓய்வூதியம் வாங்குபவராக மாறினார். அதன் படைகள் வங்காளத்துக்கு மேற்குப் புறத்தில் வேகமாகப் பரவின. டச்சுகள் ஏற்கெனவே சிலோனின் சில பகுதிகளையும், இந்தோனேசியத் தீவுக்கூட்டத்தின் சில தீவுகளையும் பிடித்து விட்டனர்.

1798-ல் நெப்போலியன் எகிப்தைப் பிடித்தது அவரது முக்கிய எதிரியான பிரிட்டன் இந்தியாவில் முன்னேறியதைத் தடுப்பதற்காக எடுக்கப்பட்ட முதல் அடியாகும். அந்த வெற்றி பலப்பட்டதும் பிரெஞ்சு கிழக்கு நோக்கி நகர்ந்து வந்து மைசூரிலிருந்த பிரிட்டிஷ் எதிர்ப்பு முஸ்லிம் ஆட்சியாளர்களுடன் இணைந்துகொள்ளத் திட்டமிட்டனர். ஆனால் அது நடைபெறவில்லை. சிரியாவில் சிக்கலான படையெடுப்புக்குப் பிறகு தனது இரண்டு தளபதிகளை விட்டுவிட்டு நெப்போலியன் பிரான்ஸுக்குத் திரும்பினார். அடுத்த ஆண்டில் ஒருவர் கொலை செய்யப்பட்டார், மற்றொருவர் இஸ்லாத்துக்கு மதம் மாறி அப்துல்லா (அல்லாவின் அடிமை) மெனோவாக ஆனார். 1801-ல் பிரிட்டிஷ் படை ஓட்டோமான்களுக்கு ஆதரவாகத் தலையிட்டது. மூன்றாண்டு ஆட்சிக்குப் பிறகு பிரான்ஸ் எகிப்திலிருந்து வெளியேறியது. ஐரோப்பாவில் புதிய பேரரசுகள் இன்னமும் குழந்தைப் பருவத்திலேயே இருந்தன. எனினும் ஏற்கனவே பெரும் தொலைநோக்கு படைத்த ஓட்டோமான் அலுவலர்கள் அவர்களது மொத்த உலகும் உடைந்து நொறுங்குவதைக் கண்டு கொண்டார்கள்.

அவர்களில் ஒருவர் கலப்பினப் பெற்றோரையுடைய இளம் அதிகாரியான முகமது அலி, அவரது தந்தை ஓட்டோமான் இராணுவத்திலிருந்த அல்பேனிய அதிகாரி, அவர் மணந்து கொண்டது ஒரு மேசிடோனியப் பெண். 1801-ல் அவர் ஓட்டோமான் படையினரின் தளபதியாக பிரெஞ்சுடன் போரிடத் தயாராக

எகிப்துக்கு வந்தார். கெய்ரோவின் எழுச்சிக்குப் பிறகு பிரான்சு எவ்வாறு சண்டையிட்டுப் பிரமுகர்களைத் தந்திரமாக வென்றனர், உள்ளூர் குருமார்களை மக்கள் பிரதிநிதிகளாக உயர்த்தினர், ஏராளமான நேரங்களில் அவர்களைக் கலந்தாலோசித்தனர் என்றும் பொதுவாக ஒட்டோமான்களிடம் அதிகமான ஆதரவு மனோபாவத்தைப் பொதுமக்கள் கடைப்பிடித்தனர் என்றும் அறிந்து கொண்டார். முக்கியமாக பிரெஞ்சுப் புரட்சியின் தூதர்கள் வறுமையான கிராமப்புற மக்கள் வெறுத்த வரி அமைப்பு, அவர்களின் இதயத்தில் கூர்வாளைப் பாய்ச்சியதுபோல் இருந்தது என்பதை அறிந்து கொண்டார்.

ஒட்டோமான் பேரரசின் அரசு அதிகார வர்க்கத்தில் வெறுப்பைச் சம்பாதித்த பகுதியினராக வரி வசூலிப்பவர்கள் இருந்தனர். நிலத்தில் வேலை செய்யும் விவசாயிகளிடம் வரி வசூல் செய்ய நியமிக்கப்பட்ட அவர்கள் கிராமப்புற சர்வாதிகாரிகள் போல் நடந்துகொண்டு, விவசாயிகளை அடிமைகளைப் போல் நடத்தினர். இந்த அரசு கட்டுப்பாட்டு முறை பேரரசின் கஜானாவுக்குத் தடையின்றி வரி வருவதை உறுதிப்படுத்தியது. வேறு எதுவும் கணக்கில் எடுத்துக்கொள்ளப்படவில்லை. அங்கு வந்து சேர்ந்த சிறிது காலத்தில் 1798 செப்டம்பர் 16-ல் நெப்போலியன் ஒரு சட்டத்தைப் பிறப்பித்தார். இந்தச் சட்டம் நிலத்துக்கு விலை நிர்ணயித்தது, உழும் விவசாயிக்கு நிலத்தின் மீது உரிமையையும், அதனைப் பரம்பரையாக எடுத்துக் கொள்ளும் உரிமையையும், நில உரிமைக்கான பத்திரங்களையும் உருவாக்கியது. ஒட்டோமான் மற்றும் முகலாயக் கட்டுமானங்கள் ஒப்பிடக் கூடியவையே, ஆனால் வங்காளத்தில் பிரிட்டிஷ் அறிமுகப்படுத்தத் தயாரித்த நிலக் கொள்கைக்கு மாறாக அவை பற்றிப் பெரிதாகக் கூறப்பட முடியாது. பாரிஸ் விவசாயியை ஆதரித்தது, லண்டன் நிலப்பிரபுவை உருவாக்கியது.

ஒட்டோமான் பிரிட்டிஷுடன் கூட்டு சேர்ந்ததால்தான் பிரான்ஸை வெளியேற்ற முடிந்ததென்று முகமது அலி குறிப்பிட்டுள்ளார். எனவே அவர் ஒரு புரட்சியைத் திட்டமிடத் தொடங்கினார். அவர் பிரெஞ்சுடன் கூட்டில் இருந்த இரண்டு முக்கியப் பிரமுகர்களுடன் தொடர்புகொண்டு தகுந்த நேரம் வரக் காத்திருந்தார். சில காலத்துக்குத் திறமையான நடவடிக்கைகளுக்குப் பிறகு 1804-ல் முகமது அலி ஆட்சியைப் பிடித்தார். சுல்தான் அவரை மனமின்றி எகிப்தின் வாலியாக நியமித்தார். இஸ்தான்புல்லில் அவரது முந்தைய உயரதிகாரிகளிடமிருந்து அதிகாரப்பூர்வமாக விலகாமல் அவர் எகிப்தின் உண்மையான சுதந்திரமான ஆட்சியாளராக ஆனார். தேவையானபொழுது அவர் ஹிஜாஸ்

இனக்குழுவின் கொள்ளைகளைத் தடுத்து ஒட்டோமானின் நலன்களைக் காத்தார். அதற்குப் பதிலாக நன்றியுணர்வுள்ள, ஒருவேளை பேசாமலிருக்கும் இஸ்தான்புல் பொதுவாக, அவரை சுதந்திரமாக விட்டுவிட்டது.

முகமது அலியின் வீரர்கள்தான் வஹாபிகளை 1811-ல் தோற்கடித்து மெக்காவையும், மெதீனாவையும் மீண்டும் பிடித்து ஹிஜாஸிலிருந்து அவர்களை விரட்டியடித்தனர். 1818-ல் அவரது மகன் இப்ராகிம் பாஷா சாத்-வகாபி படையை அவர்களது தாய் மண்ணான நெஜ்திலேயே நொறுக்கி அவர்களது தலைநகரான டெரையாவை அழித்தார். ஒட்டோமான்களின் கட்டுப்பாடு மீண்டும் ஏற்படுத்தப்பட்டது. அதன்பின் வஹாபிகள் நெஜ்தை மீண்டும் பிடித்தாலும் அதற்கு சக்தி மிக்க பிரிட்டிஷ் பேரரசைக் கூட்டு சேர்த்துக்கொண்டு காலிஃபைட்டின் கபட முஸ்லிம்கள் மீது ஜிஹாத் நடத்த நூறாண்டுகள் காத்திருக்க வேண்டியிருந்தது. அதன் பின்தான் அந்தப் பிரதேசத்தின் சக்தியாக அவர்களை நிலைநிறுத்திக் கொள்ள முடிந்தது. இன்னமும் சக்தி மிக்க வேறொரு, ஏகாதிபத்திய அரசும் அவர்களிடம் தீபகற்பத்தையும் ஒப்படைக்கவிருந்தது. வஹாபியிஸம் அதன் தூய்மையான வடிவத்தில் ஒரு ஒப்புக்கொள்ளப்பட்ட இறுக்கமான தன்மையும், அரசியல் சந்தர்ப்பவாதமும் கலப்பற்ற கலவையும் நாத்திகத்துக்கு இன்னொரு கருவியாக மாறியது.

அடிக்குறிப்புகள்:

15. இபின் வஹாபின் தந்தையும், சகோதரரும் புதிய கோட்பாட்டை நிராகரித்தனர். அவரது சகோதரர் சுலைமான் திட்டமான முறையில் வஹாபின் விளக்கத்தை எதிர்த்தார். இஸ்லாத்தின் முதல் தலைவர்கள் எப்போதும் மற்ற முஸ்லிம்களைக் கடவுள் கோட்பாட்டின் ஏற்பாட்டாளர் என்றோ, நம்பிக்கையற்றோர் என்றோ நிராகரித்ததில்லை என்பதை சுட்டிக் காட்டினார்.

16. இதற்குக் காரணம் சமத்துவம்தான். அல்லாவின் முன் அனைத்து முஸ்லிம்களும் வாழ்விலும், சாவிலும் சமமானவர்கள்.

10

ஊழலின் மன்னர்

சரியும் ஒட்டோமான்யப் பேரரசின் காட்சியைக் கண்டு பொறுமையற்ற ஐரோப்பிய ஏகாதிபத்தியம் களிப்புற்றது. பிரிட்டன், ஜெர்மனி, ருஷ்யா மூன்றும் வெல்லப்பட்ட நிலத்துக்காக முண்டிக்கொண்டு கழுத்தை நீட்டின. 1830-ல் பிரான்ஸ் ஏற்கனவே ஒட்டோமானிடமிருந்து அல்ஜீரியாவைக் கைப்பற்றியிருந்தது. கிரேக்கம் இந்தச் சீரழிவை தன் சுதந்திரத்தை அடைவதற்குப் பயன்படுத்திக் கொண்டது. ரஷ்யா பால்கன் மீது கண் வைத்திருந்தது. பிரிட்டன் ஏற்கெனவே எகிப்தை ஆக்கிரமித்திருந்தது. அதன் ஏஜெண்டுகள் அரேபிய தீபகற்பத்தின் பாலைவனங்களில் மற்ற கூட்டாளிகளைத் தேடி அலைந்து கொண்டிருந்தனர். மேற்கு ஐரோப்பாவிலேயே நெப்போலியனின் போர்களுக்குப் பிறகு தடுமாறிக் கொண்டிருந்த அமைதி உடைந்து நொறுங்கவிருந்தது. ஏகாதிபத்திய முரண்பாடுகள்தான் இதற்குக் காரணம். சரயேவோவில் ஒரு படுகொலைதான் போரைத் தொடங்கியதென்றாலும், அதன் பின்னால் பால்கனுக்காக ஆஸ்திரிய மற்றும் ருஷ்யாவின் போட்டிதான் இருந்தது. ஜெர்மனி தனது ஒன்றுவிட்ட ஆஸ்திரிய சகோதரருக்குப் பின்னால் நின்றது. பிரிட்டனும், பிரான்ஸூம் ருஷ்யாவை ஆதரித்தன.

ஒட்டோமான் சுல்தான் இது குறித்து நடுநிலை வகித்திருக்க முடியுமென்றாலும், அவர் ஆஸ்திரிய - ஜெர்மானிய கூட்டணியுடன் சேர்வதென்று முடிவு செய்தார். இப்போது அந்தத் தேர்வு முட்டாள்தனமாகத் தோன்றினாலும் அப்போது அதனை போர்ட் (Porte) தமது எதிர்காலத்தை மீண்டும் உயிர்ப்பிக்கும் சாமர்த்தியமான நடவடிக்கையாகக் கண்டார். எந்த ஒரு பேரரசும் தனது முடிவு இறுதியாக இருக்குமென்று நம்ப விரும்புவதில்லை. ஒட்டோமான்களோ அல்லது ஹோஹர்ஸோலர்களோ இருவருமே அமெரிக்காவை உலக சக்தியாகக் கருதவில்லை. அதேபோல் பின்பு ருஷ்யாவில் ஜார் ஆட்சி திடீரென விழுந்ததையோ அதைத் தொடர்ந்து லெனினும் போல்ஷெவிக்குகளும் வெற்றியடைந்ததையோ யாரும் எதிர்பார்த்திருக்க

முடியாது. இந்த இரண்டாவது நிகழ்வுதான் அமெரிக்கா முதல் உலகப் போரில் இறங்குவதில் பெரிய பங்கை வகித்தது. ஜெர்மனிதான் அவர்களது நலன்களுக்கு சவால் விடுக்கக் கூடிய ஒரே சக்தியாகக் கருதப்பட்டதால் அமெரிக்கா பிரிட்டனையும் பிரான்ஸையும் ஆதரித்தது, சிறிது காலத்துக்காக இல்லாவிட்டாலும்கூட.

1914-18 சண்டையில் தோல்வியுற்றது ஆஸ்திரிய ஹங்கேரியப் பேரரசு மற்றும் இஸ்தான்புல் காலிபேட்டின் விதியை முடித்துவிட்டது. பல நூற்றாண்டுகளாக அவர்கள் அடிக்கடி மோதி வந்தார்கள். ஒரு புது எதிரியை எதிர்த்து ஒன்றுபட்ட அவர்கள் சேர்ந்தே வீழ்ந்தார்கள். உட்ரோ வில்சனின் தாராள ஏகாதிபத்தியம் ஒவ்வொரு நாட்டுக்கும் சுய நிர்ணய உரிமை கொடுப்பதாக வாக்களித்தபொழுது வெர்ஸெய்ல்சில் 1919-ல் நடைபெற்ற வெற்றியாளர்கள் மாநாட்டில் அவர்களது அரசுரிமைக்கு ஒரு புது எதிர்காலம் கிடைத்தது. காலனி நாடுகளில் போல்ஷெவிக்குகள் புரட்சியை உண்டாக்க அழைப்பு விடுத்ததுடன் இணைந்து இது உலக வரலாற்றில் அடக்கப்பட்ட மக்களைக் கொண்டு வந்து சேர்த்த விளைவை ஏற்படுத்தியது. யாருமறிந்திராத இந்தோ-சீன ஹோசிமிங் அவரது நாட்டின் விடுதலையை வெர்ஸெய்ல்சில் கோருவதில் எப்படியோ வெற்றி பெற்றார். ஆனால் பிரிட்டன், எகிப்து அரசாங்கத்தின் பிரதிநிதிகள் பங்கு பெறுவதை வீட்டோ செய்துவிட்டது. இந்த மறுப்பு புகழ்பெற்ற எழுச்சியை நோக்கி இட்டுச் சென்றது. அது தோற்கடிக்கப்பட்டாலும், அதன் தலைவர் சாத் ஸாக்லுல் (1850 - 1927) அரபு உலகின் முதல் உண்மையான தேசியக் கட்சியான வாஃப்தை உருவாக்கினார்.

வெர்ஸெய்ல்சில் கூடியவர்கள் முன்னாள் ஒட்டோமான் அரபு நாடுகளுக்கு முறையான சுதந்திரம் அளிக்க ஒப்புக் கொண்டாலும், அது போஸ்னியா, கொசோவா, ஆஃப்கானிஸ்தான் போல் அல்லாது ஏகாதிபத்திய நாடுகளின் மேற்பார்வையில் இருக்க வேண்டுமென்றனர். தேசங்களின் லீக் வெற்றியாளர்களின் வெல்லப்பட்ட நிலங்களில் ஒருவர் மற்றவரின் வெற்றியில் தலையிடாதவாறு உத்தரவாதம் அளிக்குமாறு பார்த்துக் கொண்டது. ஜெர்மனி, ஆஸ்திரியா, ருஷ்யா ஆகியவற்றின் அழிவு இரண்டு ஏகாதிபத்தியங்களை அப்படியே விட்டு வைத்தது. அவர்கள் ஏற்கனவே 'தேசிய' எல்லைகளைப் பண்டமாற்றுப் பொருளாக மாற்ற ஒப்புக் கொண்டிருந்தனர். பிரிட்டன் இராக்கையும், பாலஸ்தீனத்தையும் நிர்வாகம் செய்யவும், எகிப்தை கவனித்துக் கொள்ளவும் 'உத்தரவு' பெற்றது. பிரான்ஸ் சிரியாவையும், லெபனானையும் ஆறுதல் பரிசாகப் பெற்றது. இவ்வாறு பிரிட்டன் மாஷ்ரெக்கின் (கிழக்கு) ஒரு பெரும் பகுதியைப் பெற்றது, பிரான்ஸ் சிரியாவுடன் கூடுதலாக மாக்ரேப்பை தக்க வைத்துக் கொண்டது.

காலிபைட் மற்றும் பேரரசின் வீழ்ச்சி நேரடியாக தேசியவாதத்தின் வெடிப்புக்கு இட்டுச் சென்றது. இராக்கிலும், சிரியாவிலும் கலகங்கள் வெடித்தன. அவை ஏகாதிபத்திய சக்திகளால் அடக்கப்பட்டு விட்டாலும், அரபு உலகம் முழுதும் மனக்குமுறலுடன் ஆத்திரத்தை விதைத்தது. புதிய பொம்மை அரசாங்கங்களின் மக்கள் யுகோஸ்லோவியா பல்கேரியா, ருமேனியா, செக்கோஸ்லோவாக்கியா போன்ற நாடுகளை ஒப்பிடும்போது தமது சுதந்திரம் போலியானது என்பதைக் கண்டனர் பிறகு ரஷ்யாவில் புரட்சி ஏற்பட்டது. அது உலகைத் தலைகீழாகப் புரட்டியதுடன் உலகப் புரட்சிக்கு அர்ப்பணித்துக் கொண்ட கம்யூனிஸ்ட் அகிலத்தைப் பிரகடனம் செய்தது. மெசபடோமியா, சிரியா அரேபியா, பெர்ஸியாவின் விவசாயிகளுக்கு அது விடுத்த பகுத்தறி மிக்க ஏகாதிபத்திய எதிர்ப்பு அழைப்புக்கள் கெய்ரோ, பாக்தாத் டமாஸ்கஸ், காபுல், தில்லி, ஜகார்தாவின் அறிவுத் துறையினரையும் சென்றடைந்தது. அது எந்த மக்களுக்காகப் பேசியதோ, அந்த மக்களை சென்றடைந்ததா, அடையுமா? முஸ்லிம் மக்கள் மற்றும் கிழக்கை சேர்ந்த உழைக்கும் மக்களைச் சென்றடைந்ததா? மிக உயர்ந்த அள சுய நம்பிக்கை கொண்ட பிரிட்டனும், பிரான்ஸூம் ஐரோப்பாவில் பெரிதாக எதுவும் நடந்து விடவில்லை என்பது போல் முன்னேறின அவர்கள் அமெரிக்காவின் சக்தி வாய்ந்த எழுச்சியையும் ருஷ்ய புரட்சியையும் குறைவாக எடை போட்டு விட்டனர்.

1917 பால்ஃபோர் பிரகடனத்தில் ஏற்கெனவே பிரிட்டிஷ் பேரர பாலஸ்தீனத்தில் 'ஒரு யூத தேசிய இல்லத்தை' உருவாக்குவதை அ மற்ற குடிமக்களின் உரிமைகளைப் பாதிக்காத பட்சத்தில் 'கனிவுட காண உறுதி கூறியிருந்தது. இதை ஒரு பின்னணியாக உபயோகித்து கொண்ட பிரிட்டிஷ் பாலஸ்தீனத்தை ஆக்கிரமித்தது. கிழக் பாலஸ்தீனத்திலிருந்து சிறிய நாடான டிரான்ஸ் ஜோர்டான் (Trans Jordan) பிரித்தெடுக்கப்பட்டு சாதாரணமான சுதந்திரம் கொடுக்கப்பட்ட பாலஸ்தீனத்தின் மீதிப்பகுதி பிரிட்டிஷ் நேரடிப் பார்வையில் 'ஒரு யூ தேசத்தை' உருவாக்க உதவும் வகையில் வைக்கப்பட்டது. ஐரோப்பாவில் ஜியோனிஸ ஸ்தாபனங்கள் ஒரு பிரமாதமான வெற்றியை பெற்றுவிட்டன. அதற்குப் பின் வெகு விரைவில் பாலஸ்தீனத்துக்கு யூதர்கள் கொஞ்சம் கொஞ்சமாக நுழையத் தொடங்கினர்.

பிரிட்டனும், பிரான்ஸூம் அவர்களது அரைக்காலனியி கட்டமைப்பில் வேறுபட்டன. குடியரசு ஏகாதிபத்தியம் சிரியாவி எமிர்ஃபைசல் இருப்பதை சகித்துக்கொள்ள முடியாமல் அவ டமாஸ்கஸை விட்டு வெளியேறுமாறு கூறியது. பிரிட்டிஷ் அவ இராக்கின் மன்னராக்கியது. அவரது சகோதரர் அப்துல்லாவுக் டிரான்ஸ் ஜோர்டானின் அரியணை அளிக்கப்பட்டது. அவர்க இருவரும் புனித நகரங்களின் காப்பாளரும், ஹஷேம் இனத்தி

தலைவரும், இறைத்தூதரின் நேரடி வாரிசுமான மெக்காவின் ஷெரீஃப் ஹுஸைனின் மக்களாவர். ஹுசேன் ஹிஜாஸின் மன்னராகத் தன்னைத்தானே அறிவித்துக் கொண்டார். பிரிட்டிஷ் வேறு வழியின்றி அதை ஒப்புக்கொள்ளும் என்று அவர் நினைத்தார். ஆனால் அவர் திறமையற்றவராக இருந்ததால், சில ஆண்டுகளுக்குப் பின் பிரிட்டிஷ் தனது ஆதரவை மேலும் நம்பக்கூடியவரும், கொடுங்கோலருமான வாடிக்கையாளர், நெஜ்தின் எமிர் அப்துல் அஸிஸ் இபின் சாதுக்கு அளித்தது. அவரது முன்னோர்தான் ஏறத்தாழ இரண்டு நூற்றாண்டு களுக்கு முன் இபின் வஹாபுடன் ஓர் ஒப்பந்தத்தில் கையெழுத்திட்டவர்கள். இபின் சாதுக்கு ஒரு பிரச்சாரகரின் தேவை இருக்கவில்லை. காலங்கள் மாறிவிட்டன. சபிக்கப்பட்ட ஒட்டோமான்கள் ஒரேடியாகப் போய்விட்டனர். அவர்களது இடத்தை ஆங்கிலேயர் கைப்பற்றி விட்டனர். இபின்சாத் இதனை நீண்ட காலத்துக்கு முன்பே தெரிந்துகொண்டு விட்டார். அவர் இந்தக் காலம் முழுவதும் அவரது முழு ஆதரவாளரும், அரபி, பிரிட்டிஷ் ஏஜெண்டுமான ஹெச்.செயின்ட் ஃபில்பியால் வழிநடத்தப்பட்டார். அவர் இவரை இறைத்தூதரைப் பின்பற்றி தீபகற்பத்தின் வேறுபட்ட இனங்களை ஒன்றுபடுத்துமாறு தூண்டினார்.

பால்ஃபோரும், ஃபில்பியும் சிலரால் விரும்பப்பட்டனர், பலரால் வெறுக்கப்பட்டனர். இந்த இரண்டு பெயர்களும் கடுமையான விளைவுகளுடன் கூடிய ஏகாதிபத்திய முடிவுகளைக் குறிப்பிடுபவை. பால்ஃபோர் பாலஸ்தீனத்தில் யூதக் குடியிருப்பை உருவாக்க வழிவகுத்தவர். ஃபில்பி அராபிய தீபகற்பத்தில் இனக்குழு திருட்டுத்தனம் தோன்றுவதற்கு ஆதரவளித்தார். பால்ஃபோரைப் புகழ்ந்து பாட இன்னமும் ஒரு கவிஞரைக் காண வேண்டியுள்ளது. எனினும் சவுதி நாவலாசிரியர் அப்துல் ரஹ்மான் முனிஃபின் படைப்பாற்றல் அறிவு ஃபில்பியின் ஆழமான உருவை நமக்குக் கொடுத்துள்ளது. முனிஃபின் மேதைமை அறிவாளியாகவோ, புகழ் மிக்கவராகவோ இல்லாத ஒருவரிடம் அந்தக் குணங்கள் மீது அதில் கவனம் செலுத்துவதாகும். அவருடைய சொந்த பலம் அனைத்து ஸ்தல சார்புத்தன்மைக்கும் மேலாக எழும் அவரது திறனிலிருந்து வந்தது. அவர் எழுத்துலக இனத்தின் முதல்வர். அவருடைய ‘உப்பு நகரங்கள்’ துன்பியல் நாடகம், கிழக்கு அரேபியா முற்கால நாடோடி இனத்தின் தாய்நாட்டிலிருந்து எண்ணெய்க் கலப்பட நாடாக மாறுவதைப் படம் பிடிக்கிறது. தீபகற்பத்தின் ஒரு முறையான, விரிவான வரலாறு இல்லாத நிலையில், முனிஃபின் துன்பியல் நாடகம் எதிர் மறுப்பு வாதத்தில் (nihilism) இறங்காமல் ஊக்குவிக்கவும், சந்தேகத்தை நிவர்த்தி செய்யவும் செய்கிறது. அவருடைய தீவிர

மனவியல் உட்பார்வைதான் அரபு உலகில் அவருடைய எல்லையற்ற புகழை விளக்குகிறது. இந்த நாவல்களை எழுதியதால்தான் அவர் சவுதி தேச குடியுரிமையை இழந்து வெளியேற்றப்பட்டார். என்றுமே 'அதிகாரப்பூர்வ' எழுத்தாளராக மாறாத, யாரையும் மகிழ்ச்சிப் படுத்துவதற்காக எழுதாத, எந்த நாட்டுக் கொடியிலும் தம்மைச் சுற்றிக் கொள்ளாத ஓர் எழுத்தாளர் என்றால் அது இவர்தான்.

ஒரு தொடர்ச்சியான நாவல் வரிசையின் முதல் நாவலான 'உப்பு நகரங்களில்' முனிஃப் வாடி அல் உயோனை இருப்பிடமாகக் கொண்ட பாலைவன நாடோடி இனத்தின் கதையைக் கூறுகிறார். பல நூற்றாண்டுகளாக, கூண்டு வண்டிகள் நல்ல, இனிய தண்ணீருக்காகவும், ஓய்வளிக்கும் தென்றலுக்காகவும் தமது வேகத்தை அதிகப்படுத்தியுள்ளன. பிறகு 1930-ல் நவீனம் அங்கு வந்து ஓடைக்கருகில் தங்கிய மூன்று அமெரிக்கர்களின் வடிவில் வந்தது. அவர்கள் ஒரு எண்ணெய்க் கம்பெனியின் பிரதிநிதிகள், ஆனால் அவர்கள் எமிரின் நண்பர்களென்றும் மேலும் அதிகத் தண்ணீரைத் தேடி வந்ததாகவும் கூறப்படுகிறது. 'சற்றே பொறுமையாக இருங்கள், நீங்கள் எல்லோரும் பணக்காரர்களாகலாம்' என்று அரபு மொழிபெயர்ப்பாளர் உள்ளூர்வாசிகளிடம் கூறுகிறார். அரபு மக்கள் அமெரிக்கர்களின் நடத்தையால் அதிர்ந்து போயினர். அவர்கள் கத்திக்கொண்டே சுற்றி வந்தனர், நினைக்கவே முடியாத பொருட்களைப் பைகளிலும், பெட்டிகளிலும் சேகரித்தனர். இரவு நீண்ட நேரம் முழு கவனத்துடன் எழுதிக் கொண்டிருந்தனர். அவர்கள் மக்களையோ அவர்களின் ஆச்சரியத்தையோ கொஞ்சமும் கவனிக்கவேயில்லை. அவர்களில் ஒருவர் கூடாரத்துக்கு வெளியே குழந்தைகள் பார்த்துக் கொண்டிருப்பதையே கவனிக்காமல் ஆடையே இன்றி கண்களை மூடிப் படுத்தவாறு இருக்கிறார். பெண்கள் ஓடைப் பக்கம் இனிமேல் செல்லவே மறுத்து விடுகின்றனர்.

ஆச்சரியம் அமைதியின்மையால் இடமாற்றம் பெற்றது. அதைத் தொடர்ந்து பயமும், அச்ச உணர்வும் புகுந்தன. இள ரத்தங்கள் அந்தப் புறச் சமயத்தவரை கொலை செய்ய வேண்டுமென்றன. ஆனால் முதியவர்கள் அந்தப் பேச்சையே தடை செய்தனர். பிறகு அந்த முதியவர்களே பிளவுபட்டனர். மிதப்அல்-ஹதல் முதலிலிருந்தே அமெரிக்கர்களுக்கு எதிராக இருக்கிறார். அவர்கள் எப்படியும் வந்து அனைவரையும் பணக்காரராக்கி விடுவார்கள், எனவே ஏன் முதலிலிருந்தே ஒத்துழைக்கக் கூடாது என்று இபின் ரஷீத் வாதிடுகிறார். அமெரிக்கர்களுடன் இருக்கும்போது அவர் வேறு மனிதராக மாறிவிடுகிறார், துளைக்கும் பழமொழிகளால் நிறைந்த நாடோடி பேச்சுகளை மறந்து விடுகிறார், தமது கைகளைச் கொத்தடிமைத்தனத்தின் குறியீடாகத் தேய்த்துக் கொள்கிறார்

அனைத்தையும் அளவுக்கு மீறி செய்துகொண்டு, கழுதைப்புலி போலச் சிரிக்கிறார். 'அவர்கள் நம்மைப் புரிந்து கொள்ள இதுதான் ஒரே வழி' என்று மிதப்புடன் விளக்குகிறார். இந்த விவரிப்பைப் படிக்கும்போது அமெரிக்க ஜனாதிபதிகளுடனும் இஸ்ரேலியத் தலைவர்களுடனும் எகிப்திய ஜனாதிபதிகள் அன்வர் சதத்தும், ஹோஸ்னி முபாரக்கும் காட்சியளித்தது ஒருவருக்கு நினைவுக்கு வரும்.

அமெரிக்கர்கள் திரும்பிச் செல்கிறார்கள், ஆனால் மேலும் ஆட்களுடனும், இயந்திரங்களோடும் திரும்புகிறார்கள். ஒருநாள் காலை மக்கள் இயந்திரங்களின் இடியோசையால் எழுப்பப்பட்டனர். புல்டோஸர்கள் மலர்ச்சோலைகளை 'வெறி பிடித்த ஓநாய்கள் போல் தாக்கி மரங்களைக் கிழித்துக் குவிக்கின்றன. மக்களோ கிழிந்த துணிகளாலும், பனை ஓலைகளாலும் செய்யப்பட்ட காக்காய் விரட்டிகள் அடிக்கும் காற்றில் பறப்பது போல் ஆயினர். வாதிஅல் உ-யோன் இப்போது இல்லை. அந்த இடத்தைச் சுற்றிலும் வேலியிடப்பட்டு அமெரிக்கர்களின் தங்குமிடமாகி விட்டது. தண்ணீர் துளைக்குள் செலுத்தப்படுகிறது. கீழே தீயில் எரிந்து கொண்டிருக்கும் கிறீச்சிடும் டிஜின்னின் கோரமான நாடோடிக் கூட்டத்தின் தாகத்தைத் தணிப்பதற்காகத் தண்ணீர் பாய்வது போல் உள்ளது.

மிதப்அல்-ஹதால் தடுப்புப் போராட்டத்தின் தலைவராகப் பாலைவனத்திற்குள் பாய்ந்து செல்கிறார். கதை கடலோர ஹரானில் அவரது மகன் ஃபாவாஸுடன் செல்கிறது. ஒரு கலப்பினச் சமூகத்திலிருந்து ஓர் ஆணினத்துக்கு மாறிச் செல்கிறது. நாவல் திடீரென ஓர் ஆறு கடலில் சேருவது போல விரிவடைந்து, கதை உலகமயத்தில் ஒன்றாகி விடுகிறது. எண்ணற்ற லட்சக்கணக்கான மக்கள் சிறிய, குழப்பமான ஆண்டுகளில், ஒரு கட்டுப்படியாகும் இரண்டாம் வகுப்பில் கூட அல்ல, நவீன முதலாளித்துவத்தின் சரக்குப் பகுதியில் பயணிக்க வைக்கப்படுகிறார்கள்.

இபின் ரஷீத் இப்போது அமெரிக்க எண்ணெய்க் கம்பெனிக்கு ஆளெடுக்கும் வெறி பிடித்த, கொடுமைப்படுத்தும் அதிகாரியாக ஆகியுள்ளார். நாடோடித் தொழிலாளர்களோ டிராக்டர்களின் உறுமலுக்கு இடையில் எண்ணெய்க் கம்பெனியின் இறுக்கமான முழு உடையணிந்து குழப்பத்திலும் சக்தியிழந்துள்ளனர். அவர்கள் மரக் கட்டைகளையும், இரும்புப் பாளங்களையும் ஏராளமான அச்சத்துடனும், தவறான புரிதலுடனும் கொண்டு செல்வதால் அடிக்கடி கீழே விழுந்து எல்லாவிதமான தவறுகளையும் இழைக்கின்றனர். மேற்பார்வையிடும் அமெரிக்கர்களின் கடும் கோபம் அவர்களுக்கு புரிந்துகொள்ள முடியாததாக உள்ளது.

ஒரு நாள் இரவு, முனிஃப்பின் மிகவும் அசாதாரணமான விளக்கத்தின்படி விளக்குகளால் ஒளிர்ந்த, அலறும் இசையுடன் ஒரு

பெரிய கப்பல் கடற்கரையருகே வந்தது. வானிலை வறட்சியா
உள்ளது. அதன் மேற்பகுதியில் ஆண்களும் பெண்களும் கூட்டமா
குறைந்தளவு வண்ணத் துணிகளை அணிந்துகொண்டு
ஒருவரையொருவர் அணைத்து, அழுத்திக் கொண்டு, சிரித்து
கொண்டும், கத்திக் கொண்டுமிருந்தனர். அரபுத் தொழிலாளர்கள்
கடற்கரையில் அமர்ந்து கொண்டு அமைதியாக, பெருமூச்செறிந்
கொண்டு, குழப்பத்துடனும் வெறுப்புடனும் ஒரே சமயத்தில்
தூண்டப்பட்டும், மறுப்புணர்வுடனும் இருந்தனர். வெளிநாட்டவர்கள்
படகிலிருந்து இறங்கி அரபுகளால் கட்டப்பட்ட வீடுகளுக்கு
ஆனால் அவர்களால் விலக்கப்பட்ட வீடுகளுக்குள் செல்வ
அவர்கள் அமைதியாகப் பார்க்கிறார்கள்.

துன்பியல் நாடக வடிவத்தின் இறுதி முடிவான நாவலாகிய பக
இரவின் மாறுபாடு, முந்தைய காலகட்டத்தில், அதாவது பிரதேசத்
அமெரிக்கர்களல்ல, பிரிட்டிஷ் ஆண்டபோது அமைக்கப்பட்ட
இவை வேறு காலகட்டம், அரபியை அவன் அனுப்பப்பட்ட
பாலைவனத்தில் முதலில் பேசப்பட்ட அதன் தூய்மையா
விவரிப்புடன் ஆங்கிலேயன் பேசக் கற்றுக்கொண்டு விட்டான். அ
தீபகற்பத்தைப் பிடிக்க இபின் சாத் நடத்திய, நடத்தப்பட்ட
போர்களின் கற்பனை விவரம் எந்த வரலாற்றையும்விட மிகவு
உண்மையானது. சுல்தான் குரேபித்தும் ஹாமில்டனும் இபின் சா
மற்றும் ஃபில்பியின் கற்பனை வடிவங்கள்.

சுல்தானின் அதிகாரப்பூர்வ கவுன்சில் கூட்டங்களில் அங்கிருந்
பெரும்பாலோர் அவரை விரும்பவோ நம்பவோ இல்லை என்பதை
ஆங்கிலேயன் அறிந்துள்ளான் என்பது ஓர் ஓசைச் சொல் என்றாலு
முனிஃப் எழுதுகிறார்:

*இரவுகளில் அவர்களது கவுன்சில் நீண்டு சென்றபோது ஹாமில்ட
ஒரு வித்தியாசமான மனிதர்... 'உங்களுக்குத் தெரியும் அரசே, மேன்
தங்கிய பிரிட்டிஷ் அரசரின் அரசு பிரதேசத்தின் நிலைகளையு
ஸ்தலத்தில் அதன் விளைவு எவ்வாறு இருக்கும் என்பதையும் கணக்கி
கொள்ள வேண்டும். அரசாங்கம் உங்களுக்கு எல்லாவித ஆதரவையு
அளிக்கும்போது, அது அவர்களது உதவியால் தெளிவாக
தெரியும்போது, நானும் இங்கு உங்கள் மத்தியில் இருக்கும்போ
நீங்கள் அவர்களைத் தூண்டிவிட்டு, பிரிட்டனுக்கு எதிரிகளாக மாற்
விடக் கூடாது. இவ்வாறு அரசு உங்கள் எதிரிகளை ரகசியமாகவு
தந்திரமாகவும் வேரறுக்கும் நடவடிக்கைகளை எடுக்க ஒப்பு
கொள்கிறது. நமக்குத் தேவையெல்லாம் மறைமுகமான, ஒப்புக்கொள்
கூடிய வழியைக் கண்டுபிடிப்பதுதான்.'*

ஹாமில்டன் இந்தச் சொற்களை மிகவும் காலம் தாழ்த்தியும், சில எச்சரிக்கையான சோதனைகளை மேற்கொண்ட பின்னரும்தான் கூறினார். சுல்தான், இந்த ஒப்புக்கொள்ளும் வார்த்தைகளைக் கேட்ட பின்னர் நேரத்தை வீணாக்கவில்லை.

சுல்தான் ஒவ்வொரு நிலையிலும், ஹாமில்டன் கூறுவதை அறியும் ஆவலுடன் கூறினார்: 'இந்தப் பிரதேசத்தை அமைதியாக சேர்த்துக் கொள்ள முடியுமென்றால், சரக்குகளையும், இனக்குழுக்களையும் செல்வந்தராக்குவதன் மூலம் செய்ய முடியுமென்றால், போர் மூலம் பிடிப்பதை விட இதைச் செய்வது ஏற்புடையது. இதனை ரகசியமாகவோ, சத்தமின்றியோ செய்ய முடியுமென்றால் இதனை வெளிப்படையாகவோ, மற்றவர்களைக் கிளப்பிவிட்டோ செய்வதைவிட ஏற்புடையது.'

மாதத்துக்கு மாதம், வருடத்துக்கு வருடம் அவர்கள் இருவராக இல்லை, மாறாக இரு தலையும் ஒரே உடலும் கொண்ட சயாமிஸ் இரட்டையராகினர். அவர்கள் இரவில் வெகுநேரம் கழித்துப் பிரிந்தனர் என்றாலும், முழுப் பகலும், முன் மாலையும் எல்லா விஷயங்களையும் பேச அவர்களுக்குப் போதுமானதாக இருந்தது. பிரிட்டன் எப்படி நினைத்தது? பாலைவன மக்கள் எப்படி நினைத்தனர்? இப்போதும், எதிர்காலத்திலும் பிரிட்டனுக்கு வேண்டியது என்ன, சுல்தானுக்கு வேண்டியது என்ன..?

தீபகற்பம் சத்தமின்றிப் பணிந்துவிட மறுத்தது. அல்சாத் வம்சத்தின் இரண்டு பெரும் எதிரிகளை வாங்கக் கைமாறிய பணம் போதுமானதாக இல்லை. அவர்களை இராணுவ ரீதியாக விலக்க வேண்டியிருந்தது. பிரிட்டிஷ் ஆயுதங்களை வழங்கியது. இபின் சாதின் வீரர்கள் அவற்றை நல்ல திறமையுடன் உபயோகித்தனர். ஹைல் நகரைக் கைப்பற்றி ரஷீத் வம்சத்தின் சக்திமிக்க எமிர்களை வென்றவுடன் இபின்சாத் தன்னை நெஜ்தின் சுல்தானாகப் பிரகடனப்படுத்திக் கொண்டார். மத்திய அரேபியா முழுவதும் இப்போது அவர் கட்டுப்பாட்டில் இருந்தது. முன்பு அவரது முன்னோர் செய்ததைப் போலவே புதிய சுல்தான் தோற்கடிக்கப்பட்ட எதிரிகளின் மனைவிகளைக் கட்டாயப்படுத்தி மணந்து கொண்டார்.

ஹைலின் முந்தைய எமிர் நடத்தப்பட்ட விதம் எதிர்கால சவுதி அரேபியாவின் பிம்பத்தைக் காட்டியது. இபின் தலால் ரியாதுக்கு வந்தால் அவருக்கு சுதந்திரம் அளிப்பதாக உறுதியளிக்கப்பட்டது. அங்கு வந்ததும் அவர் இரண்டு ஆண்டுகளுக்குச் சிறை வைக்கப்பட்டு பிறகு வீட்டுக் காவலில் வைக்கப்பட்டார். இந்தக் கட்டுப்பாடுகள் நீக்கப்பட்டதும், அவரை ஐம்பது பேர் பின்தொடர்ந்து சென்றனர்.

மத்திய அரேபியாவின் பெரும் கவிஞர் அல் ஒனி வெளியேற்றப்பட்ட எமிரின் ஆதரவாளர், ஆனால் இபின் தலாலுக்கு அவரைப் பார்க்க அனுமதி கிடைக்கவில்லை. கவிஞர் தனது எதிரியின் சார்பாகக் கவிதை எழுதி அது பாலைவனம் முழுவதும் புயலைக் கிளப்பும் என்று இபின்சாத் பயந்தார். கவிஞரும் வீழ்ந்த இளவலும் ஒருமுறை ரகசியமாகச் சந்தித்தனர். ஆனால் அவர்கள் பிடிக்கப்பட்டனர். கவிஞர் சிறையில் குருடாக்கப்பட்டு மோசமான நிலையில் வைக்கப்பட்டு இறந்தார். இபின் தலால் கொல்லப்பட்டார்.

வெல்லப்பட்ட நகரங்கள் பொருளாதார ரீதியாகவும், ஆன்மிக ரீதியாகவும் சரிந்தன. வஹாபி சர்வாதிகாரத்துக்கு பயந்து பல குடிமக்கள் இராக்குக்கும், சிரியாவுக்கும் ஏமனுக்கும் வெளியேறினர். ஆனால் எண்ணெய்க்கான தேடல் பிரதேசத்திலுள்ள எல்லோரையும் எல்லாவற்றையும் மாற்ற வேண்டும் என்பதற்காகும். அமெரிக்காவோ மண்ணுக்குள் இருக்கும் புதையலுக்கு பிரிட்டனை மட்டும் உரிமை கொண்டாட விடக்கூடாது என்பதில் உறுதியாக இருந்தது. எண்ணெய் வளம் தேடும் அமெரிக்கர்கள் 1930-ல் இபின் சாதுடன் தொடர்பு கொண்டனர். அவரும் அவர்களுக்குச் சலுகையளிப்பதாகக் கூறினார். விலை மிகவும் குறைவு. 1933-ல் ஸ்டாண்டர்டு ஆயில் £ 50,000 மதிப்புள்ள தங்கத்தைச் செலுத்தியது. அமெரிக்க அரசு பிரிட்டனுடன் போட்டியிடக்கூடும் என்று பயந்து ஸ்டாண்டர்டு ஆயிலை எஸ்ஸோ, டெக்ஸாகோ, மோபிலுடன் இணைத்து அராபிய அமெரிக்க எண்ணெய் கம்பெனியை உருவாக்கியது (ARAMCO). 1938-ல் எண்ணெய் உற்பத்தி தொடங்கியது.

பின்னர், இரண்டாம் உலகப்போரின்போது இணைப்பு உறுதிப்படுத்தப்பட்டது. 'அமெரிக்காவின் பாதுகாப்புக்குப் புதிதாக தஹ்ரானில் உருவாக்கப்பட்ட USAF தளம் மிக முக்கியமாகக் கருதப்பட்டது. சவுதி மன்னருக்கு லட்சக்கணக்கான டாலர்கள் அவரது 'நாட்டின்' முன்னேற்றத்திற்காக உதவ அளிக்கப்பட்டது. ஒப்புக்கொள்ளப்பட்ட கொடுங்கோன்மை அரசு என அறியப்பட்டது. ஆனால் இந்தக் கவர்ச்சியற்ற தன்மை அதனிடம் கட்டுப்பாட்டிலிருந்த ஏராளமான எண்ணெய் வளத்தால் சமன் செய்யப்பட்டது. சவுதி அரேபியா, அரபு உலகில் கம்யூனிசத்துக்கும் மதச்சார்பற்ற தேசியவாதத்துக்கும் எதிரான அரணாக ஆகியது. அமெரிக்கா தனது பொருளாதார, ஏகாதிபத்திய நலன்களைப் பாதுகாத்துக் கொண்டு நாட்டின் எல்லைகளுக்குள் நடந்தவற்றை ஒதுக்க முடிவு செய்தது ஆச்சரியமல்ல.

11

ஜியோனிசம், முதல் எண்ணெய்ப் போர், தடுப்புப் போராட்டம்

இரண்டாவது உலகப்போரின் முடிவு காலனியாதிக்கத்தின் முடிவைத் துவக்கி வைத்தது. முரண்பாடுகளால் பழைய பேரரசுகள் பலவீனப்பட்டு விட்டன. ஜெர்மன் ஏகாதிபத்தியம் தோற்கடிக்கப்பட்டு விட்டது. ஆனால் பிரான்ஸாலும் பிரிட்டனாலும் அல்ல. அதற்குக் காரணம் காவியமான சோவியத் தடுப்புப் போர். குர்ஸ்க் மற்றும் ஸ்டாலின்கிராட் போர்கள்தான் வெர்மாக்ட்டின் முதுகெலும்பை உடைத்தன. அமெரிக்கா அளித்த பொருளாதார, இராணுவ உதவியும் தீர்மானகரமாகப் பங்காற்றின. அமெரிக்கா உலகில் பெரும் பொருளாதார சக்தியாக உருவெடுத்தது. எனினும் சோவியத் யூனியன் பெற்றிருந்த இராணுவ வலிமையும், மரியாதையும் அதற்குக் கவலையளித்தன. இரண்டாம் உலகப்போர் நடந்து கொண்டிருந்த போதே, அதைத் தொடர்ந்து நடக்கவிருந்த பனிப்போர் ஏற்கெனவே தொடங்கி விட்டது. அமெரிக்கா, சோவியத் யூனியன், பிரிட்டன் ஆகியவை ஐரோப்பாவைத் தமது கட்டுப்பாட்டிலுள்ள பகுதிகளாகப் பிரிக்க ஒப்புக் கொண்டன. ஜெர்மனி பிரிக்கப்படும். கிழக்கு ஐரோப்பா ஸ்டாலினுக்குக் கிடைக்கும். அதற்குப் பதிலாக பிரான்ஸ், இத்தாலி, கிரேக்கத்தில் கம்யூனிஸ்ட்டுகளின் எதிர்ப்பைக் கட்டுப்படுத்த வேண்டும். அந்த நாடுகள் ஆங்கில-அமெரிக்க ஏகாதிபத்தியத்தின் பொறுப்பில் வரும். உலகின் மற்ற பகுதிகளில், குறிப்பாக ஆசியாவில் எந்த ஒப்பந்தமும் ஏற்படவில்லை. அமெரிக்கா ஜப்பான் மீது அணு ஆயுதத்தைப் பிரயோகித்துத் தனது கட்டுப்பாட்டில் கொண்டு வந்துவிட்டது. ஆனால் மற்ற பகுதிகளில் குழப்பம் நீடித்தது.

இந்தச் சூழ்நிலையில்தான் அமெரிக்கா, புரட்சிகளைக் கண்டு பயந்து பிரிட்டன் மற்றும் பிரான்ஸை விரைவாகக் காலனியாதிக்கத்தைக் கைவிடும்படி நிர்பந்தித்தது. 1947-ல் பிரிட்டன் இந்தியாவிலிருந்து

வெளியேறியது. ஜப்பானின் தோல்வி இந்தோசீனா, மலாயா, இந்தோனேசியாவில் புது வேகத்துடன் புரட்சிப் போராட்டங்களை நோக்கி இட்டுச் சென்றது. சீனத்தின் முக்கிய நிலப்பகுதியில் தேசியவாதிகள் மீது கம்யூனிஸ்ட் இராணுவங்கள் வெற்றி மேல் வெற்றி பெற்றுக் கொண்டிருந்தன. 1949-ல் மா சே துங் பீகிங்கைக் கைப்பற்றி மக்கள் குடியரசின் தோற்றத்தைப் பிரகடனம் செய்தார்.

1948-ல் ஐக்கிய நாடுகள் சபை பாலஸ்தீனத்தில் பிரிட்டிஷ் ஆதிக்கத்தை முடிவுக்குக் கொண்டுவந்து இஸ்ரேல் நாட்டை உருவாக்க ஒப்புக் கொண்டது. அந்த நிகழ்ச்சி மற்ற பகுதிகளில் சிறிய பாதிப்பையே ஏற்படுத்தியது. புதிதாக விடுதலை பெற்ற முஸ்லிம் நாடுகளான பாகிஸ்தானும் இந்தோனேசியாவும் தமது சொந்தக் கவலைகளில் மூழ்கின. எனினும் அரபு உலகில் தனிமைப்பட்டு இருப்பது சாத்தியமாக இல்லை. ஐரோப்பாவைச் சேர்ந்த யூதர்கள் பாலஸ்தீனத்தை ஆக்கிரமித்தது அனைவரையும் பாதித்தது. எகிப்தியர்கள், இராக்கியர்கள், சிரியர்கள் ஆகியோர் பாலஸ்தீன அரபுகள் போன்று பாதிக்கப்படவில்லையென்றாலும் ஒவ்வொருவரும் ஓர் இழப்பை உணர்ந்தனர். அதுவரை அரபு முஸ்லிம், கிறிஸ்தவ, யூதர்களுக்கு எது பொதுக் கலாச்சாரமாக இருந்ததோ, அது கடுமையான பாதிப்புக்குள்ளாகியது. பின்னர் அல்நக்பா, பேரழிவு என அறியப்பட்ட ஆழமான முறிவாக மாறியது. அரபு நவீனத்துக்கு ஜியோனிச வெற்றி சவால் விடுத்தது. சில எழுத்தாளர்கள் வரலாற்றில் அரபுகளின் இருப்பு ஒரேடியாக அழிக்கப்பட்டு விட்டதா என்று கேள்வி எழுப்பினர்.

இந்திய விடுதலையையும், சீன வெற்றிகளையும் வரவேற்ற இடதுசாரிகளும், தாராள ஏகாதிபத்திய எதிர்ப்பாளர்களும் வரவேற்றனரோ அந்த ஐரோப்பாவில் இஸ்ரேல் குறித்த கேள்வி பெரும் மனவருத்தத்தையும் மறுப்புணர்வையும் ஏற்படுத்தியது. இனப்பேரழிவு தான் யூத தாய்நாட்டை உருவாக்க ஆதரவளித்ததன் முக்கிய காரணமாக அறியப்படுகிறது. ஆனால் ஐரோப்பாவிலும் மற்ற இடங்களிலும் (உதாரணமாக, இந்தியா) புதிய அரசை ஆதரிக்க ஸ்டாலின் எடுத்த முடிவை அங்கீகரித்தன. மத்தியக் கிழக்கிலிருந்த பெரும்பாலான அரசுகளின் சமூக அமைப்பை ஒப்பிடுகையில், சோஷலிஸ்ட் இஸ்ரேல் முற்போக்கு எண்ணங்களின் கலங்கரை விளக்காக மாறும் என்று வாதிடப்பட்டது. அப்படி கேள்வி கேட்ட சிலர் எப்படி இந்த அரசு உருவாகி நிலைத்தது என்று கேட்டனர் அரபு உலகின் வெளியிலும், அதனுள்ளேயேகூட, பாலஸ்தீனர்கள் வரலாற்றால் அவர்களுடைய சொந்த நாட்டில் தூக்கியெறியப்பட்ட வம்சாவழியினராய் ஆகினர்.

புதிய முஸ்லிம் நாடான பாகிஸ்தான் மேற்கு நாடுகளுடன் நெருக்கமாக இணைந்து கொண்டது. மேலும் அதன் தலைவர்கள் இஸ்ரேலை அங்கீகரிக்காததுடன், பெரும்பாலான ஊடகங்களோ, பாலஸ்தீனத்தையும், தூக்கியெறியப்பட்ட அதன் மக்களையோ பற்றிப் பேசவேயில்லை. இந்த அறியாமை எங்கள் அனைவரையும் பாதித்தது. 1956 அவை அனைத்துக்கும் ஒரு சவால் ஏற்பட்டது. எகிப்தின் மீது ஆங்கில பிரெஞ்சு இஸ்ரேலியப் படையெடுப்பு எங்களைத் தட்டியெழுப்பியது. பாகிஸ்தான் அரசு மேற்கை ஆதரித்தது, ஆனால் பல்கலைக்கழக மாணவர்கள் தெருவில் இறங்கிப் பள்ளிகளின் வழியாக (எனது பள்ளி உள்பட) ஊர்வலம் சென்றனர். ஐரிஷ் சகோதரர்கள் பள்ளியை மூட ஒப்புக்கொண்டு எங்களை லாகூரின் தெருக்களில் நடந்த வெகுஜன ஆர்ப்பாட்டத்தில் கலந்து கொள்ள அனுமதித்தனர். அதன் முழக்கங்கள் எங்கள் சொந்தக் கைப்பாவை அரசுக்கு எதிராக இருந்தன. எகிப்தியத் தலைவர் காமெல் அப்துல் நாசர் எங்களின் கதாநாயகனானார். அவர் ஏகாதிபத்தியத்துக்கு எதிராக நின்றார். பிரிட்டனிடம் சூயஸ் கால்வாயை தேசியமயமாக்கப் போவது உறுதியென்றும், அதன் முந்தைய சொந்தக்காரர்கள் அதை விரும்பாவிட்டால் அவர்கள் சொந்தக் கோபத்தில் அவர்களே கழுத்தை நெரித்துக் கொள்ளலாம் என்றும் கூறிவிட்டார். மாறாக அவர்கள் நாசரை நெரிக்க முயன்று தோற்றனர். அதன் முக்கியமான காரணம் வாஷிங்டன் அவர்களது ஒருதலைப்பட்சமான தன்மையைக் கண்டு மிரண்டு போனதுதான். நாசர் தப்பி நின்றார், நாங்கள் பள்ளிக்குத் திரும்பினோம். நான் இஸ்ரேலைப் பற்றி நினைத்தது அதுதான் முதல் முறை. அதைச் செய்தித்தாள்கள் மேற்கின் உருவாக்கமென்றும், அரபு உலகின் இதயத்தில் நிரந்தரமான கட்டாரியென்றும் கூறி நிராகரித்தன. அது துல்லியமானதாகத் தோன்றினாலும், அங்கு எனது சிந்தனை நின்றுவிட்டது.

அறுபதுகளில் நான் பிரிட்டனுக்கு வந்த பிறகுதான் 1948ல் நடந்த அழிவின் தன்மையை உணரத் தொடங்கினேன். எனக்கு அந்த அறிவினை அளித்தவர்கள் பெரும்பாலும் சோஷலிஸ்டுகள், மார்க்ஸிஸ்டுகள், யூத வம்சாவழியைச் சேர்ந்த குழப்பவாதத்தின் எதிர்ப்பாளர்கள். தன்னை இஸ்ரேலிலிருந்து வெளியேறிய ஒரு பாலஸ்தீனராகக் கூறிக்கொண்ட யெகோயில் கிளக்ஸ்டேன் (புரட்சி சோஷலிஸ்ட் அரசியலில் ஈடுபட்டவரும், டோனி கிளிஃப் என்ற பெயரில் எழுதியவருமாவார்) புதிய அரசின் ஒவ்வொரு கட்டுமானத்திலும் உள்ளார்ந்து நின்ற அரபு எதிர்ப்பு பாகுபாட்டைப் பொறுக்க முடியாமல் வெளியேறியதாகக் கூறினார். முக்கியமாக

அவர் அரபு எதிர்ப்பு இனக்கொள்கையுடன் கைகோர்த்தும் நியாயப்படுத்தவும் செய்த ஜியோனிஸ தொழிலாளர் இயக்கத்துக்கு கடும் எதிர்ப்பு தெரிவித்தார். 'இஸ்ரேல் ஏன் மேற்குக்கு தேவைப்படுகிறது தெரியுமா?' என்று கேள்வி கேட்டுவிட்டு விடையையும் அவரே கூற வேண்டுமென்று நிர்பந்திப்பார் 'எண்ணெய், எண்ணெய், எண்ணெய். உங்களுக்குப் புரிகிறதா. எனக்குப் புரிந்தது. விளக்கம், மீண்டும் கூறுதல், தெளிவு ஆகியவை மத்திய கிழக்கின் அரசியல் குறித்துப் பேசவும், தெளிவுபடுத்தவும் உபயோகிக்கப்பட்டன.

1931-ல் பெர்லினில் பிறந்த அகிவா ஓர், 1948 போரில் பங்கேற்றவர் இன்னமும் போரால் உறுதிப்படுத்தப்பட்ட மூத்தவர்களின் தோற்றத்தை இழக்காதவர். அவர் எங்கள் பக்கமிருந்தது எனக்கு மகிழ்ச்சியளித்தது. அவர் இஸ்ரேலிய தேசபக்தியை விட்டு வெகு நாளாயிற்று. எனினும் அதனுள் இருந்தவர் என்பதால் நிறைய தெரிந்து கொண்டிருந்தார். பிரிட்டனில் பல ஆண்டுகள் வசித்த அவர் 1990-ல் இஸ்ரேலுக்குத் திரும்பினார். ஜெருசலேத்தில் அவருடைய பல பாலஸ்தீன நண்பர்களுக்கருகில் அவர் வசிக்கிறார் சில சமயம் நாங்கள் தொலைபேசியில் பேசிக் கொள்வோம் மின்நஞ்சலில் தொடர்பு கொள்வோம். அவரது கோபம் மிகவும் அதிகமாகி விட்டது. இனப்பாகுபாடு மனம் கொண்டு (trib exclusionists) காமாலைக்கண் கொண்டு ஜியோனிஸ இடதுசாரிகள் போல் நடித்துக் கொண்டிருப்பவர்களைப் பற்றி அவர் நன்கு அறிவார். அவர்களது ஆலோசனைகளை அவர் ஏறக்குறைய அரை நூற்றாண்டாக எதிர்த்துப் போராடிக் கொண்டிருந்தார். இஸ்ரேலிய வரலாறு குறித்த அவரது பற்று மற்றும் மேதைமை பற்றி அவர்கள் அறிந்திருந்ததால் அவரை ஓர் எதிர்க்க முடியாத எதிரியாக்கியது.

ஜாப்ரா நிகோலா ஒரு பாலஸ்தீன கிறிஸ்தவ வம்சாவழியை சேர்ந்தவர். ஹைரஃபாவில் வசித்தவர் எனினும் இறுதி நாள்களில் நாடு கடத்தப்பட்டுத் தன் வாழ்நாளைக் கழித்தார். அவர் இரு தேசிய பாலஸ்தீன நாட்டுக் கொள்கைக்கு உறுதியான ஆதரவாளர் அதன்படி அங்கு அனைத்துக் குடிமக்களுக்கும் சமமான உரிமை இருக்கும், ஒருநாள் அரபு சோஷலிஸக் குடியரசின் கூட்டமைப்பின் அங்கமாக இருக்கும். இந்த நிலைபாட்டை அவர் எப்போதும் மறுதலிக்கவில்லை. காலம் கடத்தல், சந்தர்ப்பவாதத்தைத் தவிர வேறு உடனடியான விடையில்லை. தேசியவாதம்தான் பிரச்சனை, தீர்வல்ல யூத தேசியவாதம் பாலஸ்தீனத்துக்கு என்ன செய்ததென்பதை நாம் பார்க்கவில்லையா? அதற்குத் தீர்வு, அதே போன்று அடக்கப்பட்டவர் களின் தேசியவாதத்தால் பதிலளிப்பதல்ல, மாறாக அதனிடமிருந்து

ஒரேடியாக வரம்பு மீறுவதுதான். அது ஆடம்பரமாகவும், கற்பனாவாதமாகவும் தோன்றியது. நான் எளிதாக அதனை ஒப்புக் கொண்டேன்.

1970-ல் கடைசி முறையாக அவரைச் சந்தித்தேன். அவருடைய மகன் என்னைத் தொலைபேசியில் தொடர்பு கொண்டு அவர் என்னை உடனடியாகப் பார்க்க வேண்டுமென்று கூறியதாகத் தெரிவித்தார். நான் மேற்கு லண்டனில் ஹாமர்ஸ்மித் மருத்துவமனையை அடைந்தபொழுது மழை பெய்து கொண்டிருந்தது. மூப்பியல் பிரிவில் தொலைக் காட்சி நிகழ்ச்சிகளைப் பார்த்துக் கொண்டிருந்த மற்ற நோயாளிகளுக்கு மத்தியில் அந்த பாலஸ்தீனர் செத்துக் கொண்டிருந்தார். அவர்களில் பெரும்பாலோர் அரைகுறை செவிடாக இருந்ததால், வெறுப்புணர்வு பேச்சுவார்த்தையைக் கடினமாக்கியது. அவர் என் கையை எடுத்து உறுதியாகப் பற்றிக் கொண்டார். அவருடைய வலிமை என்னைப் பிரமிக்க வைத்தது. 'நான் சாக விரும்புகிறேன்' என்று கசப்பான குரலில் கூறினார். 'என்னால் இதற்கு மேல் எதுவும் செய்ய முடியாது'. பிறகு என் கையை விட்ட அவர் வலது கையால் சைகையின் மூலம் இந்த உலகின் மீது அவருடைய வெறுப்பை உணர்த்தினார். அவரை எப்படிக் குறை கூறுவது? இந்த மருத்துவமனையில் இருப்பதை அவர் வெறுத்தார். அவர் விட்டுவிட்டு வந்த ஆரஞ்சுத் தோட்டங்கள், நீல வானம், மெடிடரேனியன் பிரதேசம் குறித்து நான் சிந்தித்தேன். அவரும் அதைத்தான் நினைத்திருக்க வேண்டும். நான் அவரது கையை இறுகப் பற்றிக்கொண்டு இன்னும் அவரது தேவை உள்ளதென்றும், எங்களை அவர் தயார் செய்தது போல் ஒரு புதிய தலைமுறைக்குக் கற்பிக்க வேண்டியுள்ளது என்றும் கூறினேன். அவரோ தலையைக் கோபத்துடன் ஆட்டி வேறுபுறம் திரும்பிக் கொண்டார். அவர் ஓர் உணர்ச்சிவயப்படும் மனிதரல்ல, ஆனால் அவர் இனியும் வாழ முடியும் என்பதுபோல் நான் கூறியது அவரை சங்கடப்படுத்தியிருக்க வேண்டும். சில வாரங்களுக்குப் பிறகு அவர் மரணமடைந்தார். அவரை ஒரு லண்டன் கல்லறைத் தோட்டத்தில் அடக்கம் செய்தோம். தாய் வீட்டிலிருந்து வெகு தொலைவில் மற்றொரு பாலஸ்தீன அடக்கம்.

ஒன்று போலல்லாத மூன்று அனுபவங்கள் குறித்து அவர்கள் அனைவரும் வெவ்வேறான கதைகளைக் கூறியிருந்தார்கள். ஆனால் அவற்றின் முழுமையான விவரிப்பானது, ஒவ்வொரு விவரிப்பும் ஒன்றே என்பதைக் காட்டியது. ஜியோனிசம் ஒரு மதச்சார்பற்ற யூத தேசியவாதம் - ஐரோப்பிய - யூத எதிர்ப்பு வெறி தனிப்பட்ட ஒருமைப்பாட்டை சாத்தியமற்றதாக்கிவிட்டது என்று கருதிய நாத்திக

யூதர்களால் உருவாக்கப்பட்டது. யூதர்கள் ஓர் அமைப்பு ரீதியாகத் திரட்டப்பட்ட குழுக்களாக மட்டுமே இருந்தனர். அவர்களது சொந்த தேசத்தை உருவாக்க வேண்டும். இதனை உருவாக்கிய தந்தையான தியோடர் ஹெர்ஸல் (1860 - 1904) புதிய தேசம் எங்கு அமைய வேண்டுமென்பதில் திறந்த மனத்துடன் இருந்தார். அவர் அர்ஜெண்டினா, மொரீஷியஸ், உகாண்டா அல்லது வேறு எதையும் கணக்கிலெடுத்துக் கொள்ளத் தயாராக இருந்தார். எனினும் அவரைத் தீவிரமாகப் பின்பற்றியவர்களோ, யூத தேசம் பழைய ஏற்பாட்டில் கூறப்பட்ட ஜியோன் பிரதேசத்தில் தான் இருக்க வேண்டுமென்று நிர்பந்தித்தனர்: எனவேதான் ஜியோனிசம், பைபிள் வரலாற்றின்படி இது ஆயிரமாண்டுகளுக்கும் மேலாக அரேபியர்கள் வசித்து வந்த பாலஸ்தீன் என்ற பிரதேசமாகும். ஹெர்ஸல் ஜியோனிஸ்டுகள் கற்பனையுடன் சமரசம் செய்து கொண்டார், ஐரோப்பிய யூதர்களில் ஒரு சிறு பிரிவு யூதர்களைப் பாலஸ்தீனத்தில் குடியமர்த்த நிதி திரட்டத் தொடங்கியது. பலமான முக்கியஸ்தர்களை ஆக்கிரமிப்பாளராக ஆக்க அனைத்துவிதமான பொய்களும் உற்பத்தி செய்யப்பட்டன. எல்லாவிதமான உறுதிமொழி களும் அளிக்கப்பட்டன. இப்படிப் பரப்பப்பட்ட ஒரு கற்பனைக் கதையில் ஒன்று, அந்த நிலத்தில் யாரும் வசிக்கவில்லை என்பதுதான்.

ஜியோனிச திட்டம் தொடங்குவதற்குச் சிறிது காலம் முன்பு ஒட்டோமான் சுல்தானின் அனுமதியுடன் பிரான்ஸ் கோமகன் யூத எட்மண்ட் டி ரோத்ஸ்சைல்ட் பாலஸ்தீனத்தில் சில யூத குடியிருப்புகளுக்கு நிதியளித்திருந்தார். ஹெர்ஸல் ஜியோனிச அமைப்பை உருவாக்குவதற்கு ஆறு ஆண்டுகளுக்கு முன் 1891-ல் யூத சிந்தனையாளர் ஆஷர் கின்ஸ்பர்க் (1856 - 1927) 'பாலஸ்தீனத்திலிருந்து உண்மை' என்ற குறிப்பிடத்தக்க முன்னுணர்வுள்ள படைப்பை எழுதினார். இவ்வாறு யூதக் குடியிருப்புகளை உருவாக்கிக் கொண்டே செல்வது பாலஸ்தீனர்களுடன் மோதலையே உருவாக்குமென்று முன்னறிவித்த அவர் அரபுகளின் கரடுமுரடான, இனவாத மாதிரிகளை ஐரோப்பிய யூத சமூகத்தினுள் இருப்பதை எதிர்த்து எச்சரித்தார். (அந்தப் படைப்பின் முக்கியத்துவம் ஜியோனிச அடிப்படைக் கற்பனைக் கதையை உடைத்ததுதான். பாலஸ்தீனம் 'மக்களற்ற ஒரு நிலம், 'நிலமற்ற மக்களாகிய' யூதர்களுக்காக உருவாக்கப்பட்டது. கின்ஸ்பர்க்கின் வார்த்தைகளில்...

வெளிநாடுகளில் உள்ள நாம் இன்று பாலஸ்தீனம் ஒரு மனித வாடையற்ற நிலமென்றும், புல்பூண்டற்ற பாலைவனமென்றும் அங்கு நிலம் வாங்க விரும்புபவர் எவரும் மனம் நிறையுமளவு வாங்கிக் கொள்ள முடியுமென்றும் நம்பிக் கொண்டிருக்கிறோம். ஆனால்

அது உண்மையல்ல, அந்த நிலப்பகுதி முழுவதிலும் எந்த நன்செய் நிலமும் சாகுபடி செய்யாமலிருப்பதைக் காண்பது அரிது. மணல் பகுதிகளும், பாறை நிலங்களும் மரம் நட மட்டுமே லாயக்கானவை. அதுவும்கூட ஏராளமான உழைப்பும் பெரும் செலவும் செய்துதான் மரம் நட இயலும். எதிர்காலத்துக்காக இப்போது அரபுகள் கடுமையாக உழைக்கத் தயாராக இல்லை. அதனால் ஒவ்வொரு நாளும் ஒருவர் நல்ல நிலம் விலைக்குக் கிடைப்பதைக் காண முடியாது. விவசாயிகளோ, பெரும் நிலப்பிரபுக்களோ நல்ல, தூய நிலத்தை அவ்வளவு எளிதாக விற்று விடமாட்டார்கள். அரபுகள் பாலைவனக் காட்டுமிராண்டிகள் என்றும், மிருகங்களைப் போலவே அறிவற்றவர்கள் என்றும், அவர்களைச் சுற்றி என்ன நடக்கிறதென்று பார்க்கவோ, கேட்கவோ இயலாதவர்களென்றும் நம்பிக் கொண்டிருக்கிறோம். அது பெரிய தவறு. அனைத்து அரபிய மற்றும் ஹுப்ரு மொழி பேசும் செமடிக்குகளைப் போலவே கூர்மையான, மனம் கொண்டவர்கள், தந்திரமானவர்களும்கூட...

அரபுகள், முக்கியமாக நகரங்களில் வசிப்பவர்கள், பாலஸ்தீனத்தில் நமது நோக்கங்களையும், நடவடிக்கைகளையும் பார்த்துப் புரிந்து கொண்டிருக்கிறார்கள். அவர்கள் புரியாததுபோல் நடிக்கிறார்கள். ஏனெனில் நாம் செய்வதில் அவர்கள் எதிர்காலம் பாதிக்கும் என்று நினைக்காததாலும், நம்மையும் பயன்படுத்திக் கொள்ள அவர்கள் முயல்வதாலும்தான்... விவசாயிகள் அவர்களுக்கு அருகில் யூதக் குடியிருப்பு உருவாகும்போது மகிழ்ச்சியடைகிறார்கள். ஏனென்றால் அங்கு அவர்கள் உழைப்புக்கு நல்ல கூலி கிடைக்கும், அவர்கள் ஆண்டுக்கு ஆண்டு வளம் பெற முடியும். பெரும் நிலப்பிரபுக்களும்கூட அவர்கள் முன்பு கனவில் கூட நினைத்துப் பார்க்க முடியாத அளவு நாம் மணற்பாங்கான இடங்களுக்கும், பாறை நிலத்துக்கும் வழங்கும் அதிகமான விலையால் மகிழ்கிறார்கள். ஆனால் ஒரு காலம் வரும், அப்போது பாலஸ்தீனத்தில் வசிக்கும் நமது பூர்வகுடி மக்களின் வாழ்க்கை சிறிய அளவிலோ, பெரிய அளவிலோ வெளியேறுமளவு வளரும். நாட்டின் சொந்த மக்கள் அவர்களது இடத்தை அவ்வளவு எளிதாக விட்டுக் கொடுத்துவிட மாட்டார்கள்.

படைப்பின் பிறிதொரு இடத்தில் கின்ஸ்பர்க், பலவந்தமாகப் போற்றுவதாக அது மாறினால் நாம் எதிர்பார்க்கும் யூத தேசமாக எப்படி அது கருதப்பட முடியாது என்று விளக்குகிறார். அவரைப் பொறுத்தவரை உலகெங்கும் சிதறிப் பரவிய யூத இனம் தமது 'ஆன்மிக பலத்தால்' தம்மைப் பாதுகாத்துக் கொண்டது. பாலஸ்தீனம் குறித்து விவாதிக்கப்பட்டது பாரம்பரிய காலனியாதிக்க நடவடிக்கைக்கு மாறாக இருக்க முடியாது.

யூதர்களின் நாடு இறுதியாக ஜெர்மன் அல்லது பிரெஞ்சு போல் யூதர்களால் மட்டுமே நிறைந்திருக்கும். இந்தப் போக்கு ஏற்கெனவே பாலஸ்தீனத்தில் உள்ளது என்பது சிறிய உதாரணம். வரலாறு நமக்குக் கற்பிக்கிறது முடியரசு. ஏரோது என்னவெனில் இஸ்ரேல் உண்மையில் 'யூத தேசமாக' இருந்தது. ஆனால் யூதக் கலாச்சாரம் நிராகரிக்கப்பட்டு ஒடுக்கப்பட்டது. இப்படிப்பட்ட ஒரு யூத தேசம் நமது மக்களுக்கு ஒரு நிரந்தர விஷமாகவும், அதன் ஆற்றலைத் தூளாக அரைப்பதாகவும் இருக்கும். இந்தச் சிறிய தேசம்... அரசியல் கபடத்தனத்தாலும், ஆதிக்கம் செலுத்தும் சக்திக்கு நிரந்தரமாகக் கொத்தடிமையாக இருப்பதன் மூலமே காப்பாற்றப்பட முடியும்.

எனவே உண்மையில் இப்போது இருப்பதை விட சிறிய, துயரமான மக்களாக யார் ஆதிக்கம் செலுத்துகிறார்களோ அவர்களுக்கு ஆன்மிக அடிமைகளாகவே இருக்க முடியும். இத்தகைய நோக்கத்தை அடைவதைவிட நாடுகளுக்கு விளக்காக இருந்த பண்டைக்கால மக்களுக்கு, வரலாற்றிலிருந்து மறைந்து விடுவது தேர்வாக இருக்காதா?[17]

கில்ஸ்பர்க் யூதர்களின் 'கலாச்சார இருப்பு' அரசியல் ஆதிக்கத்தால் மாற்றி அமைக்கப்பட்டால் அது உள்ளூர்வாசிகளுடன் மோதலில் முடியுமென்று உணர்ந்தார். சரியாக அதுதான் நடந்தது.

ஜியோனிஸ நாட்டின் நாத்திக முன்னோடிகளின் வெறுப்புத் தன்மையும், அவர்கள் முதல் பாலஸ்தீன இன்டிஃபாடாவை (1936-39) நசுக்க பிரிட்டிஷ் காலனியாதிக்க அரசுக்கு உதவ விருப்பத்துடன் உபயோகித்த கொடூரத்தன்மையும் எதிர்காலத்தின் குறியீடுகள். பாலஸ்தீன எழுச்சி யூத காலனியாதிக்கத்துக்கு எதிராக உருவானதாகும். பிரிட்டிஷ் மட்டும் இல்லாதிருந்தால் அந்த எழுச்சியை வெகு காலத்துக்கு முன்பே தடுத்து நிறுத்தியிருப்பார்கள். இந்தப் பெரும் எழுச்சியை 25000 பிரிட்டிஷ் துருப்புகளும் ராயல் விமானப் படையின் குண்டுவீச்சு மற்றும் ஜியோனிஸ உதவியுடன் நசுக்கினர். பிரிட்டிஷ் பேரரசு கொடுத்த எதிர் பதிலடி இரண்டாம் உலகப் போரில் மலாயா படையெடுப்புக்கு அடுத்தபடியாக மட்டுமே கூறப்படக் கூடிய அளவு பெரியதாகும். பாலஸ்தீனர்களுக்கு எதிரான காலனியாதிக்கத் தாக்குதலுக்கு உச்சத்தில் 1937-ல் பீல் கமிஷன் விசாரணைக்கு வின்ஸ்டன் சர்ச்சில் கொடுத்த சாட்சியத்தில் இந்த நடவடிக்கையை யூதர்களின் இனம் உயர்ந்தது என்ற அடிப்படையில் நியாயப்படுத்தியதுடன், மோசமாகத் தேர்ந்தெடுத்த கருத்தின் மூலம் அதற்கு அழுத்தம் கொடுத்தார்.

வைக்கோல் போரில் படுத்திருக்கும் ஒரு நாய்க்கு அதன் மேல் இறுதி உரிமை உண்டு என்பதை அது மிக நீண்ட காலமாக அதில்

படுத்திருந்தபோதுகூட நான் ஏற்க மாட்டேன். நான் அந்த உரிமையை அனுமதிக்கவில்லை. உதாரணமாக அமெரிக்காவின் செவ்விந்தியர்களுக்கோ, ஆஸ்திரேலியாவின் கறுப்பர்களுக்கோ பெரிய தீங்கு எதுவும் செய்து விட்டதாக நான் ஒப்புக் கொள்ளவில்லை. ஒரு வலிமையான இனம், ஓர் உயர்ந்த மதிப்புள்ள இனம், உலகில் அதிகமான அறிவுள்ள இனம், அவர்களுடைய இடத்தை எடுத்துக் கொண்டதென்ற உண்மையால் நான் அவர்களுக்குத் தீங்கு செய்துவிட்டதாக ஏற்றுக்கொள்ளவில்லை.

இதுதான் ஏகாதிபத்திய கடற்கொள்ளைக்காரர்களின் காலத்தால் கந்தலாகிப் போன தற்பாதுகாப்பு. சர்ச்சில் நாஜி ஜெர்மனியில் நிலைநாட்ட நடத்திக் கொண்டிருந்த நிகழ்ச்சிகளைக் குறிப்பிடாதது ஆச்சரியமல்ல. பாலஸ்தீன எழுச்சி கடைசியில் ஐரோப்பாவில் போர் மூளும் நிலையில் தோற்கடிக்கப்பட்டது. அராபியர்களை நசுக்க உதவிய ஜியோனிஸ்டுகளுக்கு நன்றியறிதலாக அவர்களுக்குச் சொந்த நாட்டை அளிப்பதாக பிரிட்டிஷ் உறுதி அளித்தது. ஆனால் அது போருக்குப் பிறகுதான் கொடுக்கப்படும். அதே சமயம் பாலஸ்தீனர்களை சமாதானப்படுத்த அவர்கள் யூத ஆக்கிரமிப்பைக் கட்டுப்படுத்துவதாக உறுதியளித்தார்கள். இது ஜியோனிஸ்டுகளின் வலதுசாரிப் பிரிவான இர்குனுடன் பிரச்சனையை உருவாக்கிவிட்டது. அவர்கள் பிரிட்டிஷுக்கு எதிராக பயங்கரவாத நடவடிக்கையைக் கட்டவிழ்த்து விட்டனர். பென்குரியன் தலைமையில் இருந்த ஜியோனிஸ்டுகள் சர்ச்சிலை ஆதரித்தனர். ஹகானா வாலண்டியர்கள் இர்குன் என்று சந்தேகப்படுபவர்களை வளைத்துப் பிடிக்க உதவினார்கள். யூதர்களுக்கிடையிலான உட்போராட்டம் இரண்டாம் உலகப் போருடன் முடிவுக்கு வந்தது. இரண்டு பிரிவுகளும் இப்போது பிரிட்டிஷுக்கு எதிராக ஒன்று சேர்ந்தன.

1947-ல் பிரிட்டிஷ் ஐக்கிய நாடுகள் சபையிடம் தமது ஆட்சியை ஒப்படைத்தது. இந்த மரியாதைக்குரிய அமைப்பு அமெரிக்காவின் ஸ்தல வழிகாட்டுதலுடனும், சோவியத் யூனியனின் ஆதரவோடும் பாலஸ்தீனத்தைப் பிரிக்க ஒப்புக்கொண்டது. இந்தத் திட்டம் அரபு நாடுகளால் நிராகரிக்கப்பட்டதுடன், தனது பேரரசின் ஒரு பகுதியை இழந்து விட்டதாகக் கருதிய பிரிட்டனை எரிச்சலூட்டியது. பிரிட்டன் இப்போது ஈராக், எகிப்து, பிரான்ஸ், ஜோர்டான் நாடுகளின் மீது தாம் கொண்டிருந்த செல்வாக்கைப் பயன்படுத்தி அவற்றை இந்தத் திட்டத்தை நிறைவேறாமல் தடுக்க இராணுவங்களை அனுப்ப ஊக்குவித்தது. இதனால் ஏற்படக்கூடிய குழப்பத்தால் லண்டன் தன்னை மீண்டும் பிரதேசத்தின் கட்டுப்பாட்டை எடுத்துக்கொண்டு ஒழுங்கான விடுதலைக்கான மாற்றத்தைக்

கொண்டு வருமாறு கேட்டுக்கொள்ளப்படும் என்று நினைத்தது. மாஸ்கோவின் வழிகாட்டுதலில் செக் உதவியுடன் ஆயுதம் தாங்கிய இஸ்ரேல் இராணுவம் அரபுத் தலைவர்களை தோற்கடித்தது பிரிட்டனை திகைப்பிலாழ்த்தியது.

இஸ்ரேல் தலைவர் பென்-குரியன் ஜோர்டான் மன்னருக்கு பணமும், ஐ.நா. பாலஸ்தீனத்துக்காக ஒதுக்கிய பாதி பாலஸ்தீன நிலத்தையும் (மேற்குக் கரை) அளிப்பதாகக் கூறி அவரை விலைக்கு வாங்கி விட்டார். மீதிப் பாதி இஸ்ரேலால் விழுங்கப்பட்டது. பிரிட்டனால் ஆட்சி கொடுக்கப்பட்ட ஹேஷமைட் ஆட்சியாளர் இறைத்தூதர் முகமதுவின் நேரடி வம்சத்தைச் சேர்ந்தவர். மெக்கா, மெதினாவின் பாதுகாவலரின் மகனுமாவார். அவர் இந்த இழிவான ஏற்பாட்டை ஏற்றுக்கொண்டார். அவர் பணப் பட்டுவாடாவை ஏற்றுக்கொண்டு இஸ்ரேலியத் தூதரிடம் கூறினார். குடிகாரனாக விரும்பும் ஒருவன் குவளைகளை எண்ணக் கூடாது. அதன் அர்த்தம் என்னவென்றால் பாதி பாலஸ்தீனுக்கும், அவரது நடுநிலைத் தன்மைக்கும் பதிலாக இஸ்ரேல் பணம் கொடுப்பதில் மிகவும் கறாராக இருக்கக் கூடாது என்பதுதான். பாலஸ்தீனர்கள் பெருமளவில் காட்டிக் கொடுக்கப்பட்டு விட்டார்கள். பிரிட்டிஷ் ஏகாதிபத்தியம், ஐ.நா. பாதுகாப்புச் சபை மற்றும் ஓர் அரபு மன்னர் ஆகியோரின் புனிதமற்ற முத்தரப்புக் கூட்டணி அவர்களை ஜியோனிஸ்டுகளுக்கு விற்றுவிட்டது. அவர்களோ பெரும் சக்திகளால் தண்டிக்கப்படுவோமென்ற எந்த அச்சமுமின்றி அவர்களது நாட்டை விரிவாக்கினர். அப்துல்லாவுக்கும், ஜியோனிஸ்டுகளுக்கும் ஏற்பட்ட உடன்பாடு ஐ.நா. திட்டத்தைக் குலைத்ததென்றாலும் பாதுகாப்புச் சபை தொடர்ந்து நடந்ததைத் தடுத்து நிறுத்த எந்த முயற்சியும் செய்யவில்லை.

அடிக்கல் நாட்டப்பட்ட அந்தக் கணத்திலிருந்து இஸ்ரேலின் ஜியோனிஸ்ட் தலைவர்கள் நாட்டின் ஜனத்தொகையைக் குறைப்பதில் உறுதியாக இருந்தனர். வெளியேற்ற முடியாதவர்களெல்லாம் அடிமைகளாக நடத்தப்பட்டனர். பல யூதர்கள் இத்தகைய சுவையற்ற நிகழ்ச்சிகளை இஸ்ரேலின் மொத்த நினைவுப் பெட்டகத்திலிருந்து துடைத்தெறிந்தனர். பாலஸ்தீன கிராமங்களை அழித்தும், முழு சமுதாயத்தையும் வெளியேற்றியும், புதிய அரசின் குடிமக்கள் பார்த்து நம்பும் நிலைக்குத் தள்ளப்பட்டனர். மற்ற அரபு உலகிலிருந்து விலக்கி வைக்கப்பட்டு புழுக் கூட்டிலிருந்த அவர்கள், பாலஸ்தீன கதைகள் எப்போதும் சரி பார்க்கப்பட முடியாது என்றும், எவ்வளவு பேர் இடம் பெயர்ந்தனரென்ற கணக்கையும் பார்க்க முடியாது என்றும் நம்பினர். ஏறக்குறைய ஒரு பத்தாண்டுகள் அவர்கள் செய்

அல்லது அவர்கள் பெயரால் செய்யப்பட்ட குற்றங்களை மறைப்பதில் வெற்றி பெற்றனர்.

இஸ்ரேலில் 1953-ல் பிறந்தவரான ஏல் லூரன் கஹறன் நினைவிலிருந்து கூறும் சம்பவங்கள் போன்றவை பொதுவாக நடக்காதவையல்ல. இந்த அனுபவத்தைப் பகிர்ந்து கொள்பவர்கள் அதைப் பற்றி அவ்வளவு தெளிவாகவும் நேர்மையாகவும் எழுதுவார்கள் என்று யாரும் நம்பத்தான் முடியும். 1937ல் பிரிட்டனுக்கும், பிறகு பாலஸ்தீனத்துக்கும் தப்பிய ஜெர்மன் அகதிகளின் மகளான அவர் உலகெங்கும் சிதறிக் கிடந்த யூதர்களால் பாசிசப் படுகொலையைத் தடுக்க முடியாததால் நிரந்தரமாகத் தாக்குதலுக்கு உள்ளான உலகில் வளர்ந்தார். புதிய அரசை ஸ்தாபித்த இளம் ஜியோனிச வீரர்களுடன் அவர்கள் மட்டமாக ஒப்பிடப்பட்டனர். இந்த உலகில் பாலஸ்தீனர்கள் கண்ணில் படவேயில்லை.

நான் சிறு குழந்தையாக இருந்தபோது என் தந்தையின் தோளில் அமர்ந்து பழத்தோட்டத்திலும், மந்திரத் தோட்டத்திலும் நடந்தது எனக்கு நினைவிருக்கிறது. நான் முள்ளுடைய பியர் கேக்டஸ் செடிகளுக்குப் பக்கத்தில் ஓடினேன். சொர்க்கம் இப்படித்தான் இருக்குமென்று நான் கற்பனை செய்தேன். எனினும் சிதறிக் கிடந்த அழிவுகள் என்னை பாதித்தன. அவை ஏன் ஆளின்றி இருந்தன என்பது எனக்குப் புரியவில்லை. இத்தகைய ஒரு சுவர்க்கத்தை அவர்கள் ஏன் விட்டுச் சென்றனர்? அந்த இடத்தின் பெயர் பஷீட். நான் என் தந்தையைக் கேட்டேன். ஆனால் விடை கிடைக்கவில்லை. இந்தச் சுவர்க்கம் அழிக்கப்பட்டு புதிய வீடுகளால் நிரப்பப்பட்டு அதன் பெயர் சுசரத் என்று வைக்கப்பட்டவுடன் எனது கேள்விகள் அதனுடனே போய்விட்டன. அங்கு வந்து சேர்ந்த இஸ்ரேலியர்களுடன் நட்பு கொண்ட பிறகு பழமையின் பேய்களை மறந்து விட்டேன். அது, பல காலத்துக்குப் பிறகு பஷீட்டின் முன்னாள் குடிமக்களை காஸாவிலுள்ள ரஃபா அகதி முகாமில் சந்திக்கும் வரை. அப்போது எனது குழந்தைப் பருவ வீடு கப்பார் மோர் டேச்சி பஷீட் நிலத்தில் கட்டப்பட்டது என்பது தெரியும், ஆனால் நான் இப்போது அங்கு வசிக்கவில்லை.

அகதிகள் குடில்களைப் பார்ப்பது என்னை சங்கடப்படுத்தியது. அவர்களது இடத்தில் கட்டப்பட்டுள்ள புதிய வீடுகளை நினைத்து ஒன்றும் செய்ய முடியாமையால் வலியில் துடித்தேன். பஷீட்டின் அருகிலிருந்த யிப்னீ என்ற நகரிலிருந்து வந்திருந்த ஒரு பெண் நான் எவ்வளவு வருந்துகிறேன் என்பதைப் பார்த்து என்னைத் தேற்றினார். அவருக்கு அவ்வளவு பரிவு இருந்தது. அவரது கணவரை ஓர் இஸ்ரேலிய கட்டடத்திலும் அவரது மகனை இஸ்ரேலிய துப்பாக்கி ரவைகளுக்கும் பறிகொடுத்திருந்தார் என்று பின்னர் அறிந்தேன்.[18]

பென் குரியனின் பேராசையும், கொடுங்கோல் தன்மையும் எதிர்காலத்திற்கு ஒரு வடுவை ஏற்படுத்திச் சென்றன. அப்போது அவர் ஐ.நா.வால் வகுக்கப்பட்ட எல்லைக்குள் இருந்திருந்தால், அடிப்படை அநியாயத்தைத் தவிர, விரட்டப்பட்ட யூதர் தலைவர்களும் அவர்களது ஆதரவாளர்களும் ஐ.நா. முடிவை ஏற்றுக் கொண்டோமென்று வாதிட்டு அவர்களது எல்லையை எந்த ஆக்கிரமிப்பாளரிடமிருந்தும் காத்துக் கொண்டிருக்க முடியும். மாறாக அதற்கு நேரெதிரானதைச் செய்தார்கள். அப்துல்லாவுடன் கூட்டுச் சேர்ந்து கொண்டு ஐ.நா.வால் அளிக்கப்பட்ட நிலத்துக்கு மேல் அபகரிக்கவும், அவர்கள் நீண்ட காலத்துக்கு முன்பே முடிவு செய்திருந்த இனப் படுகொலையையும் செய்யத் துவங்கினார்கள். ஜியோனிசத் திட்டத்தில் அது எப்போதுமே ஒரு பகுதியாக இருந்துள்ளது. 1895-ல் ஹெர்ஸல் தனது நாட்குறிப்பில் எழுதினார். தீபகற்பத்தின் எல்லைப் புறத்திலிருக்கும் மக்களுக்கு நாம் அவர்கள் இடம்பெயர்ந்துள்ள நாடுகளில் வேலை வாய்ப்பு பெற்றுத் தந்து ஊக்கமளிக்க முயலுவோம், அதே நேரம் நம் நாட்டில் அவர்களுக்கு எந்த வேலையும் அளிக்க மறுப்போம். ஏழைகளின் உடைமைகளைப் பறிப்பதும் வெளியேற்றுவதுமான நடவடிக்கைகளிரண்டும் ஒரே சமயத்தில் விழிப்புடனும் எச்சரிக்கையோடும் நடத்தப்பட வேண்டும்.

1938-ல் பென் - குரியன் யூத செயல் ஏஜென்சிக்குக் கட்டாய மாற்றம் என்ற கோட்பாட்டைச் சரியானது என்று வாதிட்டார். 'நான் நாட்டைப் பிரிப்பதை ஆதரிக்கிறேன். ஏனெனில் நாடு உருவாக்கப்பட்டு நாம் பலமான சக்தியான பின் பிரிவை அழித்துவிட்டு பாலஸ்தீனம் முழுவதும் நாம் பரவுவோம்.'

இதுதான் ஜியோனிஸ்டுகளின் நிலையை நீதிப்படியும், அரசியல் ரீதியிலும் ஏற்க முடியாததாக்கியது. அவரது கனவை மேலும் விரிவாக்கும் முயற்சியில் பென் குரியன் அப்துல்லாவுடன் தன் சமாதான உடன்படிக்கையில் கையெழுத்திடவும் அதன் மூலம் பாலஸ்தீனப் பிரச்சனைக்கு விரைவான, இறுதி முடிவெடுத்துவிட முடியும் என்றும் நம்பினார். மாறாக ஓர் இளம் பாலஸ்தீனியர் அப்துல்லாவை ஜெருசலேத்திலுள்ள அல்-அக்ஸா மசூதியின் முன் 1951-ல் சுட்டுக் கொன்று பென் குரியனின் திட்டத்துக்கு தற்காலிக பின்னடைவை ஏற்படுத்தினார். ஓர் உள்ளூர் முக்கியஸ்தரின் படுகொலையை அரபு உலகம் அதுவரை இவ்வளவு வெளிப்படையாகக் கொண்டாடியது மிகவும் அதிசயம்.

பாலஸ்தீனத்தின் விளைவுகள் தொடர்ந்து கொதிப்பை உண்டாக்கிக் கொண்டிருந்தது. அப்துல்லா கொலை செய்யப்பட்டு ஓராண்டுக்குப் பிறகு, தேசப்பற்றுக் கொண்ட கர்னல்கள், மேஜர்கள்

காப்டன்கள், எகிப்திய இராணுவத்தில் ஓர் ரகசிய, சுயேச்சையான அதிகாரிகளின் குழுவாக இணைந்து அவர்களது கொழுத்த மன்னரைக் கவிழ்த்து விட்டு, முகமது அலியின் பேரரசை முடிவுக்குக் கொண்டு வந்தனர். தனது உயிருக்கு ஆபத்து விளையாததால் மகிழ்வுற்ற மன்னர் ஃபாரூக் எந்தப் பிரச்சனையும் செய்யாமல் பிரெஞ்சு ரிவைராவுக்குச் சென்று விட்டார்.

இரண்டாம் உலகப்போர் முடிவுற்று விரைவிலேயே பிரிட்டிஷ் தளபதி அலன்பே பிரகடனம் செய்தார்: ‘ஆங்கிலேயர்கள் திறந்த மனத்துடன் எகிப்தை விட்டு வெளியேற முடியும். எகிப்தில் பெரும் நிலப்பிரபுக்களின் வர்க்கத்தை அது உருவாக்கி விட்டதால் எகிப்தின் மீதான அதன் கொள்கையை அவர்கள் காப்பார்கள் என்று நம்ப முடியும். ஆனால் எகிப்தில் பிரிட்டிஷ் குறைந்த காலமே இருந்ததால் நைல் நதிக்கரையில் வெற்றிகரமாக இந்தியாவைப் போன்று காலனியாட்சியை ஏற்படுத்த முடியவில்லை. முகமது அலியின் குறியீடான அறிவார்ந்த ஒட்டோமானிசத்தின் நினைவுகள் அழிக்கப்படவில்லை. எகிப்திய இராணுவத்தில் கிராமப்புறப் பணக்காரர்களின் வம்சத்திற்குச் சிறப்பு அந்தஸ்து கொடுக்கப்பட்டது. ஆனால் 1936-ல் கூர்மதி கொண்ட தாராள தேசியவாதப் பாதுகாப்பு அமைச்சர், பிரிட்டிஷ் திணித்த இராணுவ விதிகளை முன்னோடியாகக் கொண்டு, ஒரு தேசிய இராணுவத்தை அமைக்க வலியுறுத்தினார். அதிகாரிகள் நியமனத்தில் கட்டுப்பாடுகளை நீக்கிய அவர் நகர்ப்புற மத்தியதர வர்க்கம் மற்றும் சிறு முதலாளி வர்க்கத்தினரிலிருந்து கேடட்டுகளை இராணுவப் பல்கலைக்கழகத்தில் சேர அழைத்தார். இது நாளடைவில் அதிகாரிகள் மட்டத்தில் சமூகப் பண்பையும் மாற்றியது. புதிதாக நியமனம் பெற்றவர்கள் நகர சூழ்நிலையிலிருந்து வந்த தேசியவாதம், இஸ்லாமியம், சோஷலிஸம் போன்ற தத்துவங்களிலிருந்து தாக்கம் பெற்றனர். 1938-40ல் கேடட்டுகளின் நியமனம், சுயேச்சையான அதிகாரிகளின் பெரும் குழுவை அளித்தது.

1952-ல் சுயேச்சை அதிகாரிகள் அதிகாரத்தைக் கைப்பற்றியதும்கூட, மேகமில்லாத வானத்திலிருந்து இடி இடிப்பது போல் ஒன்றும் வரவில்லை. 1949-51க்கு இடைப்பட்ட காலம் முழுவதும் பெரும் பண்ணைகள், இராஜ பரம்பரையுடையவை உள்பட விவசாயிகளின் புரட்சியலையால் தாக்கப்பட்டன. ஏராளமான முறை தனியார் பாதுகாவலர்களையும் போலீஸ் தளங்களையும் இராணுவத்தில் நண்பர்கள் இருந்தால் மட்டுமே அளித்திருக்கக் கூடிய நவீன ஆயுதங்களால் விவசாயிகள் தாக்கினர். பண்ணைகளில் இருந்த விவசாய வீரர்களைத் தொழில் மையங்களுடனும் சிறிய அளவில் தளங்களுடனும் இணைத்தவை கம்யூனிஸ்ட் அமைப்புகளாகும்.

1944-48க்கு இடையில் எகிப்திய கம்யூனிஸ்டுகள் உறுதியான தொழிற்சங்கங்களைக் கட்டுவதிலும் கிராமப்புறங்களில் ஐக்கிய முன்னணி கமிட்டிகளை உருவாக்குவதிலும் வெற்றி பெற்றதுடன் மாணவர்களையும் ஆசிரியர்களையும் விவசாயச் செயல் வீரர்களுடன் வேலை செய்ய வைத்தனர்.

சுயேச்சை அதிகாரிகளுக்கு இது குறித்துத் தெரியுமென்றாலும் இந்த நிகழ்ச்சிகளின் பகுதியாக அல்ல, அவர்கள் நடத்திய கலகம் நாட்டில் சமூகப் புரட்சியை நோக்கி நடந்த முதல் அடியாகக் கருதப்பட்டது. அரசாட்சியை தூக்கியெறிந்தது, மக்களை ஊக்குவித்து ஏராளமான புகழ் மிக்க போராட்டங்களை நடத்தத் தூண்டியதுடன் மிகவும் முற்போக்கு சிந்தனையுடைய இராணுவ அதிகாரிகளின் எதிர்பார்ப்பையும் தாண்டியது. 1952 ஆகஸ்ட் 13-ல் பிரிட்டிஷுக்குச் சொந்தமான தொழிற்சாலைகளில் நடந்த வேலைநிறுத்தம் புதிய அரசால் கொடூரமாக அடக்கப்பட்டது. இராணுவ டிரிபியூன் இரண்டு முக்கிய தொழிலாளர் தலைவர்கள் மீது குற்றம் சாட்டி, விசாரணை நடத்தி அந்தக் குற்றச்சாட்டு உண்மையென்று கூறி அவர்களுக்கு மரண தண்டனை விதித்தது. மறுநாள் அவர்கள் இருவரும் தூக்கிலிடப்பட்டனர். ஒரு மாதம் கழித்து ஆட்சி செய்த புரட்சிகர கமாண்டர் கவுன்சிலின் ஆட்சியிலிருந்த சில முற்போக்கு உறுப்பினர்கள் ஒரு விவசாயப் போராட்டத்தைத் தடுக்கும் நோக்கத்துடனும் நிலப்பிரபுக்களின் அரசியல் சக்தியை உடைக்கும் நோக்கத்துடனும் வரம்புக்குட்பட்ட நிலச் சீர்திருத்தத்தை அறிவித்தனர். அது அதிகபட்ச நிலமாக 30 ஃபெடன்களை (120 ஹெக்டேர்) உச்சபட்சமாக நிர்ணயித்தது. அரசே இதன் மூலம் எடுக்கப்பட்ட நிலங்களை நிலமற்ற விவசாயிகளுக்கு அடுத்த ஐந்தாண்டுகளுக்குள் விநியோகிக்கும் என்று உறுதியளித்தது. நிலப்பிரபுக்கள் வேதனையில் கிறீச்சிட்டனர், குரானிலிருந்து தனிச் சொத்துக்கு ஆதரவான வாசகங்களை அரசிடம் ஏவினர். ஆனால் இதனால் எந்தப் பலனுமில்லை. இந்தச் சீர்திருத்தம் எதிர்பார்த்த விளைவை உண்டாக்கியது. ஆனால் பின்னர் 2 மில்லியன் விவசாயிகளுக்கு வெறும் பத்து சதவிகித நிலம்தான் விநியோகிக்கப் பட்டது என்று தெரிய வந்தது. எவ்வளவு துயரகரமான விளைவு.

அந்தக் காலகட்டத்தில் நாட்டில் இரண்டு விதமான முக்கியமான சிந்தனை ஓட்டங்கள் இருந்தன. விவசாயிகள், தொழிலாளர்கள், அறிவுத் துறையினரின் முக்கியமான பகுதியினர் மீது எகிப்திய கம்யூனிஸ்டுகளின் தாக்கம் தேசியவாதிகளை நடுங்க வைத்தது. முந்தைய ஆட்சியால் கம்யூனிஸ்டுகள் மீது நடத்தப்பட்ட அடக்குமுறை அவர்களுக்கு நாடு முழுவதும் மதிப்பைப் பெற்றுத்

தந்திருந்தது. இடதுசாரிகளை எதிர்கொள்ளத் தகுந்த இசைவான தத்துவம் தேடி சுயேச்சை அதிகாரிகளில் ஏற்கெனவே சிலர் தொடர்பை ஏற்படுத்திக் கொண்டிருந்த முஸ்லிம் சகோதரர்களை அணுகினர்.

முஸ்லிம் சகோதரர்களுக்கு (ஜமாய்த்அல்இக்வான் முஸ்லிமன்) ஆவலூட்டும் ஒரு மரபு வரலாறுண்டு. இந்தியாவில் 1924-ல் இஸ்தான்புல் காலிபேட் விழுந்தவுடன் எழுந்த மறுமலர்ச்சி இயக்கத்தைப் போன்றதே இது. தன்னை சீர் செய்துகொள்ளத் தவறிய காலம் கடந்த மதத்திலிருந்து விடுவித்துக் கொள்ள கமால் பாஷா எடுத்த துணிச்சலான முடிவுதான் இஸ்லாம் என்ற வீட்டைப் பிரித்தது. நவீனவாதிகள் மகிழ்ச்சியடைந்தனர். ஆனால் அவர்களது அடையாளத்தை ஃபெஸ் அணிவதன் மூலம் பகட்டாகக் காட்டிக் கொள்பவர்களான பழமைவாதிகளும், மத நூலாசிரியர்களும், பாரம்பரிய நம்பிக்கையாளர்களும் இப்போது அநாதைகள் போல் உணர்ந்தனர்.

அவர்களில் ஒருவரான ஹஸன் அல்-பன்னா (1906-49) இஸ்மைலியாவைச் சேர்ந்த, திருப்தியற்ற ஓர் எகிப்திய பள்ளியாசிரியர். அவருக்கு 1923-ல் எகிப்தில் மதச்சார்பற்ற அரசியலமைப்புச் சட்டம் நிறைவேறியதும் ஒரு வருடம் கழித்து காலிபேட் ஒழிக்கப்பட்டதும் ஏற்றுக்கொள்ள முடியாத முடிவாக இருந்தன. அது அவரை நவீனத்துக்கும் அதன் தீங்குகளுக்கும் எதிராக முடிவெடுக்க வைத்தது. அவர் இஸ்லாமிய உலகின் நிலையைப் பார்த்தபோது, அராபிய தீபகற்பத்தை வென்ற வஹாபி வெற்றிகளால் தாக்கம் பெற்று, இந்த வெற்றி மற்ற இடங்களுக்கும் பரவாமலிருந்ததற்குக் காரணமில்லை என்று எண்ணினார். நெறி மற்றும் அரசியல் சீர்திருத்தங்களைக் கல்வி, பிரசாரம் மூலம் செய்வதற்காக 1928-ல் அவர் முஸ்லிம் சகோதர அமைப்பை நிறுவினார். புதிய அமைப்பின் இயல்பு அதன் முதல் அறிக்கையிலேயே வெளிப்பட்டது. அது ஏழாவது நூற்றாண்டின் அரசியலுக்குத் திரும்ப ஆலோசனை கூறியது. 'கடவுள்தான் நமது நோக்கம், இறைத்தூதர் நமது தலைவர், குரான் நமது அரசியல் சட்டம், ஜிஹாத் நமது வழி, கடவுளின் நோக்கத்துக்காக உயிர் கொடுப்பது நமது உயர்ந்த இலட்சியம்.' எதிர் மரபுகளான அந்நிய, ஒரு கடவுள் கோட்பாடுகளை முறியடிக்க இஸ்லாத்தின் இறைத்தூதர் ஒரு புதிய சமூக பொருளாதார அரசியல் முறையை உருவாக்க வேண்டியிருந்தது. இதில் அறிமுகமானவை குளம்புகளால் உருவாக்கப்பட வேண்டியிருந்தன. ஏனெனில் முஸ்லிம் குதிரைப்படை புதிய பிரதேசங்களைக் கவர்ந்து கொண்டேயிருந்தது. நிலப்பரப்பு விரிவடைந்த வேகம் காரணமாக அரசையும், மதத்தையும்,

புத்தகத்தையும் வாளையும் இணைக்க வேண்டியிருந்ததுடன் தினசரி வாழ்க்கைக்கு உதவ முழுமையான புதிய விதிகளை உருவாக்க வேண்டியிருந்தது. கிறிஸ்துவம் தனது மறு கன்னத்தைக் காட்டுவதை தடுக்க கான்ஸ்டான்டைனுக்காக காத்திருக்க வேண்டியிருந்தது. இஸ்லாம் இத்தகைய இயல்பினால் ஒருபோதும் ஒரு தத்துவரீதியான சங்கடத்தைச் சந்திக்கவில்லை.

எட்டாவது ஒன்பதாவது நூற்றாண்டுகளில் துவக்க கால இஸ்லாத்தைக் கடைப்பிடிப்பது ஏற்கெனவே கைவிடப்பட்டு ஒரு குறைந்த கட்டுப்பாடுகள் கொண்ட அரசாக இருக்கும் வகையில் மாற்றமடைந்தது. இருபதாம் நூற்றாண்டில் நவீனத்தால் விடப்பட்ட சவால்களை எதிர்த்துத் தனது மறுமலர்ச்சிக்காக விவாதிப்பது துணிச்சலானது, ஆனால் அது இருக்கும் உலகிலிருந்தும் அதன் பிரச்சனைகளிலிருந்தும் பின்வாங்குவதை அறிவித்தது. முஸ்லிம் சகோதர இயக்கம் துவக்கத்திலிருந்தே எதிரிகளிடம் மிகவும் மென்மையான எதிர்ப்பைக் காட்டியது. இஸ்லாத்துக்குள்ளிருந்த 'போலி முகமுடையவர்கள்' கொள்கையைத் துறந்தவர்கள், சமய கோட்பாடுகளுக்கு அடங்காதவர்கள்' ஆகியோரிடம் காட்டிய எதிர்ப்பை விட அது குறைவு.

அதன் முதல் நூற்றாண்டில் புதிய தொண்டர்களை நியமிப்பதும் பிரசாரமும் மேற்கொள்ளப்பட்டன. அநேகமாக இவை எகிப்திலிருந்த நவீனவாதிகள் மற்றும் கம்யூனிஸ்டுகளுக்கு எதிராகத் திருப்பி விடப்பட்டன. 1936-ல், தீவிரவாத தேசியக் குழுக்களின் தலைவர்களும் இளம் எகிப்திய கட்சியின் பச்சை சட்டையணிந்த இஸ்லாமியர்களின் குழுவும் நூம்பர்கில் நடந்த நாஜி மாநாட்டுக்கு சகோதர பிரதிநிதிகளாக வரவேற்கப்பட்டனர். போரின்போது அலெக்ஸாண்டிராவிலிருந்து எழுபது கி.மீ. மேற்கில் ஃபீல்டு மார்ஷல் ரொமெலின் இராணுவம் அல் அலாமெனில் இருந்தபோது பிரிட்டிஷ் வேண்டுமென்றே உருவாக்கியதாக மக்கள் கருதிய உணவுப் பற்றாக்குறைக்கு எதிராக மக்கள் ஆர்ப்பாட்டங்களில் ஈடுபட்டனர். கூட்டத்தின் முக்கிய முழக்கம் பிரிட்டிஷ் இராணுவத்தின் மனநிலையை உயர்த்தும் வகையில் இருக்கவில்லை: இலால் அமாம் யே ரொமெல் (முன்னேறு ரொமெல்!). ஜெர்மன், இத்தாலிய இராணுவங்கள் பிரிட்டிஷை முறியடித்து அலெக்ஸாண்டிரியாவுக்குள் நுழைந்தன என்றால், அவர்களை தேசியவாதக் கூட்டங்கள் 'விடுதலையளித்தவர்கள்' என்று கூறி ஏன் வரவேற்றன என்பதன் மீது சிறிதளவு கூட ஐயம் ஏற்படாது. ஆனால் அதனை முஸ்லிம் சகோதர அமைப்போ, கம்யூனிஸ்டுகளோ செய்யவில்லை என்பது அழுத்தமாகக் கூறப்பட வேண்டும்.

ஹஸன்அல்பன்னா முஸ்லிம் சகோதர அமைப்பை இத்தகைய நடவடிக்கைகளிலிருந்து விலக்கி வைத்திருந்தார். சகோதர அமைப்பு மேலும் மேலும் மறைமுகமான அரசியல் கட்சியாக நடந்து கொண்டிருந்தாலும், ஒரு தலைமறைவு ஆயுதப் பிரிவு உருவாக்கப்பட்டது. தன்னை ஒரு சமூக இயக்கமாகக் காட்டிக்கொள்ள வலியுறுத்தியது. அது எகிப்திய கம்யூனிஸ்ட் கட்சியைத் தனது பிரதான எதிரியாகப் பார்த்தது. போருக்குப் பிறகு ஊக்கமுடன் செயல்பட்ட இடதுசாரி தேசியவாதிகளாலும், கம்யூனிஸ்ட்டுகளாலும் தலைமை தாங்கப்பட்ட ஏகாதிபத்திய எதிர்ப்புக் கூட்டணியை பலவீனப்படுத்த பிரிட்டிஷுடன் சேர்ந்தது. முஸ்லிம் சகோதர அமைப்பு அதன் கேடர்களை எகிப்திய இடதுசாரிகளுக்கு எதிரான போரில் இறக்கியது. இஸ்லாத்தின் பெயரால் ஒரு பரந்த ஆதரவு பெற்ற இயக்கமாக வெளிப்பட்டது. அதனை ஆதரித்து வாதிப்பவர்கள், இந்தக் காலகட்டத்தில் இன்னமும் ஹஸல்அல்பன்னா பிரிட்டிஷ் இராணுவப் புலனாய்வுத் துறையின் பிரிகேடியர் கிளேட்டனுடன் தொடர்ச்சியான தொடர்பு வைத்திருந்ததையும், கிளேட்டன் கெய்ரோவிலிருந்த பிரிட்டிஷ் தூதரகத்தில் 'ஓரியண்டல் கவுன்சிலராகப்' பணிபுரிந்து வந்தார்[19] என்பதையும் மறக்க முயற்சி செய்கின்றனர்.

1945-லிருந்து 1948 வரை சகோதர அமைப்பு நன்கு திட்டமிட்ட வகையில் பல பயங்கரவாதத் தாக்குதல்களை மேற்கொண்டு தேசியவாத, இடதுசாரித் தலைவர்களின் படுகொலைகளையும், அரங்குகளில் குண்டு வெடிப்புகளையும், இஸ்ரேல் தோற்றத்துக்குப் பிறகு யூத வர்த்தக நிறுவனங்களில் மீண்டும் மீண்டும் குண்டு வைப்பதையும் மேற்கொண்டது. செப்டம்பர் 1948-ல் ஹரேத் எல் யாகுத்தையே (யூதக் குடியிருப்பு) தாக்கி ஒரு டஜன் மக்களைக் கொன்று மூன்று டஜன் மக்களைக் காயப்படுத்தினர். அதன் நோக்கம் என்னவெனில் அரசாங்கம் தனது அரசியல் சட்டத்தை நிறுத்தி வைத்து ஓர் அவசர நிலையைப் பிரகடனம் செய்ய நிர்ப்பந்திப்பது. அப்படி நடந்தால், சமூகத்தில் முற்போக்கு மதச்சார்பற்ற சக்திகளை அது பலவீனமடையச் செய்யுமென்று அவர்கள் நம்பினர். போலீசின் தலைமை கமாண்டரை ஒழிக்க சகோதர அமைப்பு முடிவு செய்தது. அது சிவில் உரிமைகளின் மீது கடுமையான தடையை உருவாக்கியது என்றாலும், இந்தப் படுகொலைகளை நடத்திய இயக்கத்தின் மீது நடவடிக்கை எடுக்கவும் அரசுக்கு நிர்பந்தத்தை உருவாக்கியது. அரசாங்கம் சகோதர அமைப்பைத் தடை செய்த மூன்று வாரங்களுக்குப் பிறகு ஒரு சகோதரனால் பிரதம மந்திரி நக்ராஷி பாஷா சுட்டுக் கொல்லப்பட்டார். 'வார்த்தைகள் தடை செய்யப்பட்டால், கைகள் வேலையைச் செய்யும்' என்று அவர்கள் தலைவர் விளக்கமளித்தார். மூன்று மாதங்களுக்குப் பிறகு,

எதிர்க்கரங்கள் தமது வேலையைக் காட்டி 'தலைமை வழிகாட்டியை நடவடிக்கைகளிலிருந்து அப்புறப்படுத்தின. நன்கு திட்டமிட்ட சட்டப்பூர்வமற்ற படுகொலையில் அரசாங்க ஒற்றனால் ஹஸன்அல் பன்னா கொல்லப்பட்டார்.

மதச்சார்பற்ற தேசியவாதிகள் மற்றும் கம்யூனிஸ்டுகள் மீது இந்த இஸ்லாமிய ஜிஹாதின் காரணம் வெளிப்படையானதே. ஒரு முஸ்லிம் நாட்டில் இந்தக் குழுக்களின் இருப்பே முஸ்லிம் சகோதர அமைப்பின் இதயத்தை நோக்கி வைத்திருக்கும் கட்டாரிக்கு ஒப்பானது. ஏன்? ஏனெனில் எதிரிகள் பொருள்முதல்வாதிகள் ஹஸன்புல்பன்னாவும் சகோதரர்களும், அவரது இன்றைய எண்ணற்ற விசுவாசிகளும் ஏற்க முடியாதது பொருள்முதல்வாதம். ஒரு சிந்தனைத் தத்துவம் என்றோ, ஒரு கோட்பாடு என்று சுருக்கமான வார்த்தையிலோ, ஒருவேளை நடந்து விடலாம் என்றோ அல்ல அது மறுக்க முடியாத உண்மை என்பதால் எல்லா உயிரினங்களின் பொருள்முதல்வாதம் - மிருகங்கள், வால் ஸ்ட்ரீட் வங்கியாளர்கள் அரசியல்வாதிகள், மதகுருக்கள், கன்னிமார்கள், முல்லாக்கள், யூதகுரு - அனைவருமே அதே தன்னிச்சையான மனத்தால் இயக்கப்படுகின்றனர் சிந்திக்கும் மக்கள் பருப்பொருளில் உண்மையைத் தேடுகின்றனர் ஏனெனில் அவர்கள் வேறு எங்கும் அதனைத் தேட முடியாது என்று அவர்களுக்குத் தெரியும்.

1950 ஜனவரியில் நடத்தப்பட்ட எகிப்தின் கடைசி சுதந்திரமான பொதுத் தேர்தலில் வாஃப்த் கட்சியின் பெரும்பான்மை பெற்றதுடன் சுதந்திர தேசியவாதிகள் மீண்டும் வென்றனர் ஆனால் பிரிட்டிஷ் இராணுவத்தின் இருப்பு தேசியவாதிகளிடையே பிளவை உண்டாக்கியது. புதிய பிரதமர் தேசத்திடம், பிரிட்டிஷிடம் பேச்சுவார்த்தையை மீண்டும் துவக்கும் நிலையிலும் அமெரிக்காவுடன் ஒரு நட்பு ஒப்பந்தம், வர்த்தகம் மற்றும் கடல் போக்குவரத்து குறித்த ஒரு நட்பு ஒப்பந்தத்தில் கையெழுத்திடப் போவதாகவும் அறிவித்ததும் தேசமே பொங்கி எழுந்தது. 1950-ல் மட்டும் நாற்பத்து ஒன்பது வேலை நிறுத்தங்களும், எல்லா நகரங்களிலும் வெகுஜன ஆர்ப்பாட்டங்களும் நடத்தப்பட்டன மக்களின் மனப்போக்கு தெளிவாகத் தெரிந்தது. பிரிட்டிஷ் வெளியேற வேண்டிய நிலை வந்தது. எகிப்து வெளியுறவு அமைச்சர் பிரிட்டிஷிடம் தேசத்தில் அவர்களது தொடர்ச்சியான இருப்பு மக்கள் இனியும் தேசபக்திக்கும், கம்யூனிஸ்ட் பிரசாரத்துக்கும் இடையிலான வித்தியாசத்தை அறிய முடியாமல் போகும் நிலையை ஏற்படுத்தி விட்டது என்பதைப் புரிந்து கொள்ளுமாறு கூறி கெஞ்சியது பயனற்றுப் போனது.

பிரிட்டிஷ் வரலாற்றிலேயே மிகவும் முற்போக்கான லேபர் அரசு அதன் முந்தைய ஆட்சியாளர்களான கன்சர்வேட்டிவ் கட்சியினராலேயே ரகசியமாகப் பாராட்டப்படுமளவுக்கு ஏகாதிபத்திய முரட்டுத்தனத்துடன் நடந்து கொண்டது. எகிப்து வாஷிங்டன் முன்மொழிந்த கூட்டணியுடன் சேர ஒப்புக்கொள்ளாவிட்டால் எகிப்திலிருந்து வெளியேற முடியாது என்று புதிதாகத் தேர்ந்தெடுக்கப்பட்ட அரசிடம் கூறிவிட்டது. ஒரு புரட்சி வெடிக்குமென்று அஞ்சிய அரசு, நேட்டோவின் அரபு விரிவாக்கத்தில் பங்கேற்குமாறு அமெரிக்கா கூறிய யோசனையை நிராகரித்தது (அதன் மற்ற உறுப்பினர்கள் அமெரிக்கா, பிரிட்டன், பிரான்ஸ், துருக்கி). பாராளுமன்றத்தில் (Chamber of Deputies) இது அறிவிக்கப் பட்டதும் எல்லா நகரங்களிலும் மகிழ்ச்சியாகப் பேரணிகள் நடத்தப்பட்டன. இஸ்மைலாவில் பிரிட்டிஷ் துருப்புகள் ஆர்ப்பாட்டக் காரர்கள் மீது துப்பாக்கிச் சூடு நடத்தியது.

இந்த நிகழ்ச்சி நடந்த சில வாரங்களுக்குள், மாணவர்-தொழிலாளர்-விவசாய கமிட்டிகள் கெரில்லா குழுக்களை உருவாக்கி சூயஸ் கால்வாய்ப் பிரதேசத்தை நோக்கி நகரத் துவங்கின. அவர்கள் அனைவரும் தேசியவாதிகளோ, இடதுசாரிகளோ அல்லர். முஸ்லிம் சகோதர அமைப்பு உருவாக்கிய குழுக்கள் மற்றும் தீவிர தேசியவாத இளம் எகிப்தியர்கள். எந்த நம்பிக்கையில் பங்கேற்றனர்? யார் இந்தப் போராட்டத்துக்குத் தலைமை தாங்கினார்? மதச்சார்பற்ற தேசியவாதிகளும் இடதுசாரிகளுமா அல்லது மத தேசியவாதிகளும், வலதுசாரிகளுமா? ஆயுதங்களை உபயோகிப்பதிலும், போராட்ட விதிகள் வகுப்பதிலும் இரு பக்கத்தையும் சேர்ந்த எகிப்திய இராணுவத்தால் பயிற்றுவிக்கப்பட்ட தன்னார்வத் தொண்டர்கள் பங்கேற்றனர். விவசாயிகள் ஏராளமாக அணி திரட்டப்பட்ட பிறகுதான் மோதல்கள் மிகவும் கடுமையாக மாறியதுடன், பிரிட்டிஷ் இராணுவம் பலமுறை பின்வாங்கவும் நேர்ந்தது.

லேபர் அரசு இப்போது தனது இராணுவ வரிசையில் கலகத்தைச் சந்திக்க நேர்ந்தது. மொரீஷியஸிலிருந்து விமானம் மூலம் வரவழைக்கப்பட்ட இராணுவத்தினர் எகிப்து மக்கள் மீது துப்பாக்கிச் சூடு நடத்த உத்தரவிடப்பட்டால் அதைச் செய்ய மாட்டோம் என்று கூறிவிட்டனர். பல நூறு பேர் கைது செய்யப்பட்டனர். போரிட்ட பிரிட்டிஷ் வீரர்கள் ஊக்கமிழந்தனர். 'டைம்ஸ்' நாளிதழ் கூட தனது முக்கியச் செய்தியில் 'பிரிட்டிஷ் வீரர்கள் கடுமையான சோதனையைச் சந்திக்கின்றனர். எதிர்க்கும் தேசியவாத மனப்பாங்கால் தனது உபயோகத்தை முழுமையாக இழந்துவிட்ட ஓர் இராணுவத் தளத்தைக் கட்டிக் காப்பது எந்த நலனைக் காக்குமென்று அவர்கள் ஆச்சரியமடைந்தனர் என்று எழுதியது.

இந்தப் போராட்டத்தின்போது ஒவ்வொரு நகரத்திலும் அறுநூறு தன்னார்வத் தொண்டர்கள் உயிரிழந்தனர். தான் உடனடியாக நடவடிக்கை எடுக்காவிட்டால் தமது அரசு மக்கள் எழுச்சியால் பதவியிழக்கும் என்று வஃப்த் அரசுக்குத் தெரிந்திருந்தது. எனவே அது லண்டனிலிருந்து தனது தூதரைத் திரும்பப் பெற்றது. எந்தக் குடிமகனாவது அந்நியப் படைகளுடன் கூட்டுச் சேர்ந்தால் கடும் நடவடிக்கை எடுக்கப்படும் என்று அறிவித்தது. எல்லா குடிமக்களும் ஆயுதம் வைத்துக் கொள்ள அனுமதிக்க வேண்டுமென்ற கோரிக்கைக்குத் தலைவணங்கியது. பிரிட்டனுடன் முழுமையாகத் தொடர்பை முறித்துக் கொள்ளுவோமென்று மிரட்டியதுடன் மாஸ்கோவுக்கு மறைமுகமாகக் கருத்தறிய தூதனுப்பியது. அரபு உலகில் ஓர் ஏகாதிபத்திய எதிர்ப்பு முன்னணியை உருவாக்க வெளிப்படையாக விவாதித்தது. வலதுசாரி பத்திரிகைகள் கூட பிரிட்டிஷ் வெளியேற வேண்டுமென்று கோரின. பிரிட்டனின் லேபர் அரசு பணிய மறுத்தது.

1952 ஜனவரி 25-ல் இஸ்மைலாவின் எகிப்திய போலீஸ் பிரிட்டிஷ் பீரங்கிப் படை மற்றும் தரைப்படையுடன் சண்டையிட்டது. தேசம் முழுவதும் அடுத்து எகிப்திய இராணுவம் களத்தில் இறங்குமென்று எதிர்பார்த்தது. அடுத்த நாள் ஒரு பொது வேலை நிறுத்தம் தேசத்தையே ஸ்தம்பிக்கச் செய்தது. தொழிலாளர்களும், மாணவர்களும் டவுன் சென்டருக்கு பேரணியாகச் சென்றனர். அங்கு பிரதமர் உடனடியாக அட்லீயின் பிரிட்டனுடன் உறவை முறித்துக் கொள்ளவும், சோவியத் யூனியனுடன் ஒப்பந்தம் செய்து கொள்ளவும் உறுதி கூறி உரையாற்றினார். மாஸ்கோ, பீகிங்கிலிருந்து மட்டுமல்ல, பெல்கிரேட், ஜகார்தா, புதுதில்லியிலிருந்தும்கூட ஆதரவுச் செய்திகள் வந்து சேர்ந்தன.

இடதுசாரிகளிடமிருந்து ஆபத்தை அதிகமாக மதிப்பிட்ட பிரிட்டிஷ் உளவுப் பிரிவிலிருந்த மன்னராட்சி ஆதரவாளர்களும் அவர்களது ஆலோசகர்களும் ஓர் உள்நாட்டுப் போரைத் தூண்டிவிட முடிவு செய்தனர். இஸ்லாமியர்கள் கட்டவிழ்த்து விடப்பட்டனர். முஸ்லிம் சகோதர அமைப்பும் அதன் கூட்டாளிகளும் கெய்ரோ வர்த்தக நகரைத் தீயிட்டுக் கொளுத்தினர். பிறகு இருண்ட சுற்றுப்புறங்களிலிருந்த காதலர்கள் மீதும் கெய்ரோவின் எண்ணற்ற மது பார்களிலிருந்து வெளிவந்த மக்கள் மீதும் துப்பாக்கியால் சுடத் தொடங்கினர். அரசு மிரண்டு ஒரு முற்றுகை நிலையைப் பிரகடனம் செய்தது. மறுநாள் அரசரால் அது நிராகரிக்கப்பட்டது. பிரிட்டிஷுக்கு எதிராகப் போராடிய ஆயிரக்கணக்கான தன்னார்வத் தொண்டர்களும் இடதுசாரிகளும் கைது செய்யப்பட்டனர்

கெய்ரோவில் வைக்கப்பட்ட நெருப்பு அதன் நோக்கத்தைப் பூர்த்தி செய்துவிட்டது. முஸ்லிம் சகோதர அமைப்பு எதற்காக இருக்கிறது என்ற கேள்விக்கு அதன் தலைவர்கள் பதிலளித்தனர். .... ஒரு சலாஃபியா (பாரம்பரிய) செய்தி, ஒரு சன்னி வழி, ஒரு சூஃபி உண்மை, ஓர் அரசியல் அமைப்பு, ஒரு தடகளக் குழு, ஒரு பொருளாதார நிறுவனம் மற்றும் ஒரு சமூக யோசனை'.

ஆறு மாதங்கள் கழித்து சுயேச்சை அதிகாரிகள் நாட்டைக் கட்டுப்பாட்டில் எடுத்துக் கொண்டனர். அந்த 'இராணுவப் புரட்சியை' நடத்திய முக்கியமான 18 மேஜர்கள் மற்றும் கர்னல்களில் நான்கு பேர் சகோதர அமைப்பின் உறுப்பினர்களில் (சதத், அமெர், ஹிசேன், மெஹன்னா), மூவர் மார்க்ஸிஸ்டுகள் (காலேத் மொகிதீன், ரிஃபாத், சாதிக்), மற்றவர்கள் தேசியவாதிகள். நாஸருடைய சொந்த அமைப்பு பிரகாசமாக இருந்தது. வஃப்தில் தொடங்கிய அவர் முஸ்லிம் சகோதர அமைப்புக்கு மாறி பிறகு இடதுசாரியின் ஆதரவாளராக ஆனார். இந்த அதிகாரி அறிவாளிகளில் பெரும்பாலோர் நகர்ப்புற அரை பூர்ஷ்வாக்கள்/நடுத்தரக் குடும்பப் பின்னணி கொண்டவர்கள். அவர்கள் ஏராளமாகப் படித்தார்கள், மற்றவர்களுடன் விவாதித்தார்கள், அதே எண்ணம் கொண்ட அதிகாரிகளுடன் சேர்ந்து வகுப்புகள் நடத்தினார்கள்.[20] இராணுவப் பல்கலைக்கழகத்தில் வரலாற்றுப் பேராசிரியர் என்ற முறையில் காமெல் அப்துல் நாஸருக்கு புதிய அதிகாரிகள் மீது நேரடியான தாக்கம் இருந்தது. அங்கு அவர் ஐரோப்பா அரை இருட்டில் உறுதி கொண்டிருந்தபோது, முற்கால இஸ்லாத்தின் அறிவியல் மற்றும் நாகரிகத்திலிருந்து பரவிய வெளிச்சம் குறித்தும், அரபுகளின் துவக்க இராணுவ வெற்றிகள் குறித்தும் உரையாற்றுவார். எப்படி, புத்துயிர்ப்பு நிகழ்ந்ததும் இஸ்லாம் தனது சொத்தை மேற்கு ஐரோப்பியர்களிடம் அளித்துவிட்டு தான் செயலின்மையிலும், வீழ்ச்சியிலும் அமிழ்ந்தது என்று அவர்களுக்குள் கூறுவார். கடந்தகாலப் புகழ் நல்லதே, ஆனால் அவை மீண்டும் வராது. எப்படி அரபு உலகின் தேசிய மனப்பாங்கை மீண்டும் விழிப்படையச் செய்து முன்னோக்கிச் செலுத்தவும், நவீனப்படுத்தவும் முடியுமென்று ஒவ்வொருவரும் ஆக்கப்பூர்வமாகச் சிந்திக்க வேண்டும். இந்த நீண்ட பயணம் அறிவியல் அறிவையும், மிக அண்மைக்கால யோசனைகளையும் அவசியமாக்கியது.

1952-ல் சுயேச்சை அதிகாரிகளின் வெற்றிக்குப் பின் விரைவில் ஆட்சியைப் பிடிப்பதில் பங்காற்றிய ஒரே தளபதியான முகமது நக்விப் அகற்றப்பட்டு நாஸர் எகிப்தின் ஆற்றல் மிக்க ஆட்சியாளரானார். இது மதச்சார்பற்ற இடதுசாரிகளைத்

தனிமைப்படுத்தியும் முஸ்லிம் சகோதர அமைப்புடன் அதிகாரப்பூர்வமற்ற கூட்டுடனும் சாதிக்கப்பட்டது. இடதுசாரிகளுக்கு எதிராக உபயோகப்படுத்தப்பட்ட வாதங்களில் ஒன்று, அது 1948-ல் இஸ்ரேலுக்கு எதிரான போருக்கு ஆதரவு தரவில்லை என்பதாகும். மாஸ்கோவின் தலைமையைப் பின்பற்றி அரபு கம்யூனிஸ்டுகளும் தேசிய சுய நிர்ணய உரிமை என்ற அடிப்படையில் இஸ்ரே இருப்பதை ஏற்றுக்கொண்டனர். அதன் விளைவாக அவர்களில் பலர் கைது செய்யப்பட்டனர். ஆனால் இஸ்ரேல் ட்ரான்ஸ் ஜோர்டானின் கூட்டுடன் நிலங்களைப் பிடிக்கத் தொடங்கியதும் எகிப்து இடதுசாரிகளின் பார்வை முழுவதும் மாறியது. இப்போது இஸ்ரேலை அவர்கள் ஏகாதிபத்திய விதைப்பாகக் கண்டார்கள். ஆனாலும் அவர்கள் ஒருபோதும் மன்னிக்கப்படவில்லை. முஸ்லிம் சகோதர அமைப்பின் பிரசாரம் எப்போதும் கம்யூனிஸ்டுகளின் நம்பிக்கை துரோகத்தைக் குறிப்பிட்டுக் கொண்டே இருந்தது.

எகிப்து கம்யூனிஸ்டுகள் எப்போதுமே சண்டைக்குத் தயாரான குழுவாகவே இருந்தார்கள். இருபதுகளிலிருந்து மூன்று எதிர் குழுக்கள் இருந்தன. ஆனால் இந்த உட்போராட்டம் மாஸ்கோவை மிகவும் சங்கடப்படுத்தியது. 1930-ல் கம்யூனிஸ்ட் அகிலத்திலிருந்து (கோமின்டர்ன்) உறுப்பினர் தகுதியை பறிக்குமளவுக்கு சங்கடப்படுத்தியது. தாங்கள் ஒழுங்காக நடந்து கொள்வதா உறுதியளித்ததன் பேரில் அடுத்த ஆண்டு மீண்டும் அனுமதிக்கப்பட்டாலும், மாஸ்கோ புதிய தலைமையை நியமித்தது மார்ச் 1932-ல் மாஸ்கோ நியமித்த எகிப்திய கம்யூனிஸ்டுகள் அந்த காலகட்டத்தில் கோமின்டர்னின் பாதையை ஒட்டி ஒரு நக திட்டத்தைப் பதிப்பித்தனர். அந்தத் திட்டம் முழுக்கத் தவறான பார்வையும், வசைமாரியும் கொண்டிருந்ததுடன் 'ஸ்தூலமான நிலையில் ஸ்தூலமான ஆய்வு' என்பதில் குறைபாட்டுடன் இருந்தது அது எகிப்தை அடிமைத் தொழிலாளர் வேலை செய்த பெரு பிரிட்டிஷ் பண்ணையாகவும், நிலப்பிரபுக்களும், அரசரும் அடிமை தரகர்களாகவும், இடைத்தரகர்களாகவும் பாத்திரம் வகித்தன என்றும் விவரித்தது. வஃபத் 'பூர்ஷ்வா - நிலப்பிரபுத்துவ - எதிர் புரட்சி - தேசிய திருத்தல்வாதத்தை' பிரதிநிதித்துவப்படுத்தியது.

இரண்டு மாதங்கள் கழித்து, கோமின்டர்னின் அதிகாரப்பூர் வார ஏடான 'இம்ப்ரகார்' எகிப்திய ஆவணத்தின் யதார்த்தத் மீறிய தன்மையைக் குறித்து கருத்துக் கூறியபோது, தனது பொறுப் மறுத்துவிட்டு மிகவும் தீய விளக்கத்தை வலியுறுத்தியது... 'எகிப்தி தொழிலாளர் இயக்கத்தின் தற்காலிக பலவீனத்தின் காரணமா போலீஸ் தூண்டலும், குட்டி பூர்ஷ்வா துணிச்சல்காரர்களு

எகிப்திய கம்யூனிஸ்ட் கட்சியின் செயல்பாட்டை உடைக்கவும், அதனைத் தொழிலாளர்களிடமிருந்து பிரித்துப் புரட்சிகர மக்கள் போராட்டத்திலிருந்து அந்நியப்படுத்துவதிலும் வெற்றி பெற்றனர்!'

ஆசிரியர், மாணவர் இருவரும் பத்தாண்டுகள் கழித்து அவர்களது சரியான சிந்தனைக்கு வந்தனர். ஆனால் ஒரு தன்மை இருந்தது. வெகுஜன இயக்கத்தில் எகிப்திய கம்யூனிஸ்டுகளின் தாக்கம் அவர்களது சரியான பலத்தைவிட அப்போதும் அதிகமாகவே இருந்தது. கட்சியின் சரியான உறுப்பினர் எண்ணிக்கை எப்போதும் 2500- ஐத் தாண்டவில்லை. அதன் எதிரியாக இருப்பதாக ஒப்புக்கொண்ட முஸ்லிம் சகோதர அமைப்பின் உறுப்பினர்கள் குறைந்தது 2,50,000 பேர் இருந்தனர். இந்த எண்ணிக்கை தீவிர உறுப்பினர்கள், சாதாரண உறுப்பினர்கள் இருவரையும் சேர்த்துத்தான் என்று ஒப்புக்கொண்டாலும் கூட அந்த வித்தியாசம் பிரமிக்க வைப்பதாகும். கம்யூனிஸ்டுகளின் முக்கியத்துவம் மாஸ்கோவிலும், பீகிங்கிலும் இருந்த அரசு இயந்திரங்களுடனான தொடர்பில்தான் இருந்தது என்பது உண்மையானாலும், நாஸர் பதவியேற்றதும் முஸ்லிம் சகோதர அமைப்புடன் சேர்த்துத் தந்திரமாக அவர்களை எளிதாகப் புறந்தள்ள முடிந்தது ஸ்தலத்தில் அவர்களது பலவீனம் என்பதை ஓரளவு விளக்குகிறது. பின்னோக்கிப் பார்க்கும்போது முஸ்லிம் சகோதர அமைப்பின் கட்டுப்பாடு குறிப்பிடத்தக்கதாக உள்ளது. அதிகாரத்துக்கு அடிபோட அவர்கள் தெருவை உபயோகிக்கவில்லை; சுயேச்சை அதிகாரிகளுடன் மனமுவந்து 1954 வரையாவது கூட்டுச் சேர்ந்தனர்; அவர்களது தலைமை வழிகாட்டி சயீத் குதுப் கல்வி அமைச்சராகுமாறு விடுக்கப்பட்ட அழைப்பை ஏற்க மறுத்து விட்டார்.

தான் ஒரு கம்யூனிஸ்ட் ஆதரவாளர் அல்ல என்று பனிப்போரால் பிரிந்த உலகிற்கு உணர்த்திவிட்ட நாஸர் பிறகு முஸ்லிம் சகோதர அமைப்புக்கெதிராகத் திரும்பினார். இஸ்லாமியர்கள்தான் புதிய எகிப்து 'ஷரியத்'தின்படி ஆட்சி செய்யப்பட வேண்டுமென்றும் மற்ற மதச்சார்பற்ற சட்டங்கள் அதன் கீழ்தான் இருக்க வேண்டுமென்றும் கூறி பிரச்சனையைத் தூண்டிவிட்டனர். இஸ்லாமிய வாய்ஜாலங்களை இதுவரை மகிழ்ச்சியுடன் உபயோகித்து வந்த அதிகாரிகள், பழமை வாய்ந்த அல்அஸாரின் சன்னி பல்கலைக்கழகத்துக்கு அதிக நிதியளித்து அதன் மதிப்பை உயர்த்திய அதிகாரிகள், இந்தக் கோரிக்கைக்கு முட்டுக்கட்டை போட்டனர். அவர்களது பதில் தனிப்பட்டதாக இருந்தது. முஸ்லிம் சகோதர அமைப்பு தடை செய்யப்பட்டது. ஏழு மாதங்களுக்குப் பின்னர் 1954 அக்டோபர் 23

அன்று, சகோதர அமைப்பின் ஒரு கொலையாளி பழிவாங்கும் கொலையைச் செய்ய முயன்றார். நாஸர் அந்த குண்டிலிருந்து திறமையாகத் தப்பிவிட்டார். கொலை செய்யவிருந்தவரும், ஐந்து கூட்டாளிகளும் கைது செய்யப்பட்டு, விசாரணை நடத்தப்பட்டு மரண தண்டனைக்கு உள்ளாயினர். அமைப்பைச் சேர்ந்த ஆயிரக்கணக்கானோர் சிறையிலிடப்பட்டனர். சகோதர அமைப்பு மீண்டும் பிரிட்டிஷுடன் கூட்டு வைத்துக்கொண்டு ஏகாதிபத்திய நலனுக்கு எதிராக இருக்கும் ஒரு தலைவரைக் கொலை செய்ய முயன்றதாகக் குற்றம் சாட்டப்பட்டது.

இந்த நிகழ்ச்சிப் போக்குகள் அரசையும் இடதுசாரிகளையும் நெருங்கி வரச் செய்தது என்றாலும் நாஸரும் அவரது சகாக்களும் முற்போக்கு அறிவாளிகளை அவர்களது அதிகாரக் கட்டமைப்புக்குள் கொண்டு வருவதை விரும்பினர். எதிர்ப்பு அமைப்புகளைப் பொறுத்துக் கொள்வதாக இல்லை. இந்த வளர்ச்சிப் போக்குகள் அனைத்தும் மிகவும் தீவிர சர்வதேச நிலைக்கு நடுவில் நடந்தன. புதிய அரசு அதனுடைய முந்தைய அரசை விட அதிகமாக மேற்குடன் ஒரு பாதுகாப்புக் கூட்டை உருவாக்க விரும்பவில்லை. பனிப்போரில் 'நேர்மறையான நடுநிலை' வகிக்கும் மனப்போக்குத்தான் இருந்தது. இந்த வாதம் எகிப்துக்கு 1952-56 காலகட்டத்தில் அடிக்கடி விஜயம் செய்த இந்தியப் பிரதமர் ஜவஹர்லால் நேருவால் உருவாக்கப்பட்டது. நேரு, சூயஸ் கால்வாயில் தொடர்ந்த பிரிட்டிஷ் ஆதிக்கத்தை எதிர்த்த நாஸரின் பிரச்சாரத்துக்கு வெளிப்படையான ஆதரவு கொடுத்தார்.

1955-ல் புதிதாகச் சுதந்திரம் பெற்ற ஆப்ரிக்க - ஆசிய நாடுகளின் பாண்டுங் மாநாட்டில் சீனாவும் இந்தியாவும் அளித்த ஆதரவினால் மனக்கிளர்ச்சி பெற்ற நாஸர் பாகிஸ்தான், தாய்லாந்து, பிலிப்பைன்ஸை பிரதிநிதித்துவப்படுத்திய மேற்கு அரசியல்வாதிகளுக்கு சாதகமான, அடிமைத்தனமான போக்கால் அதிர்ச்சி அடைந்தார். நாடு திரும்பும் வழியில் அவர் புதுதில்லி, கராச்சி, காபுலில் தங்கினார். மீண்டும் அவர் நேருவால் கிளர்ச்சியடைந்தார். சில மாதங்களுக்குப் பிறகு யுகோஸ்லோவியத் தலைவர் ஜோசிப் பிரேஸ் டிடோவுடன் அவரது முதல் சந்திப்பு நடந்தது. டிடோ நேருவின் வாதங்களுக்கு வலுவூட்டினார். டிடோவும், நேருவும் நாஸரை 'பனிப்போர் குழுக்களிலிருந்து' வெளியே இருக்க சம்மதிக்கச் செய்தனர். அதேசமயம் பிரிட்டிஷை எகிப்திலிருந்து நிரந்தரமாக வெளியேற நிர்பந்திக்குமாறு கூறினர்.

எகிப்திய தலைமை முஸ்லிம் உலகு மொத்தமாகப் பிளவுபட்டிருந்ததைக் கண்டது. 1956-ல் பெரும்பாலான முஸ்லிம்

உலகத்தின் அரசுகள் வாஷிங்டன் அல்லது லண்டனின் கைப்பாவையாகத்தான் இருந்தன; துருக்கி, பாகிஸ்தான், இரான், சவுதி அரேபியா, ஜோர்டான், இராக், ஆகியவை அவை. சிரியா பாதி கைப்பாவையாக இருந்தது. இந்தோனேசியாவும் எகிப்தும்தான் தனி சுதந்திரமான நிலையெடுக்கத் தயாராக இருந்தன. அவை அடிபணிய மறுத்ததற்காகக் கடும் தண்டனைக்கு உள்ளாகவிருந்தன.

எகிப்தின் முதல் தண்டனை ஏற்கனவே தயாராகிவிட்டது. பல மாத காலமாக எகிப்திய அரசு அமெரிக்க ஐக்கிய நாட்டுடனும், சர்வதேச மறு கட்டுமானம் மற்றும் வளர்ச்சி வங்கியிடமும் (IBRD) நைல்நதியில் ஆஸ்வானில் ஒரு அணையைக் கட்டவும் நிதி வேண்டிப் பேச்சுவார்த்தை நடத்தி வந்தது. கடைசியாக இது ஒப்புக்கொள்ளப்பட்டு உதவி தயாராக இருந்தது. திடீரென வாஷிங்டன் தனது உதவி வாக்குறுதியைத் திரும்பப் பெற்றது. உலக அரங்கில் நாஸரின் நிலைப்பாடு என்று அது கருதியது அதனை சங்கடப்படுத்தியது. மிக விசுவாசமான நண்பர்களாகிய பாகிஸ்தான், இரான், துருக்கி ஆகியவை அமெரிக்காவின் மிகப்பெரிய உதவித் திட்டம் 'நடுநிலை வகிக்கும் நாடாக மட்டுமல்லாமல் சமயங்களில் தீவிர மேற்கத்திய எதிர்ப்பு நிலையெடுக்கும் ஒரு நாட்டுக்கு வழங்கப்படுவதை' கடுமையாக எதிர்த்து வாதிட்டன என்று 'நியூயார்க் டைம்ஸ்' கூறியது. மூன்று கைப்பாவைகளும் ஒதுக்கப்பட்ட நிதியில் தமக்கு மேலும் அதிக உரிமை இருப்பதாகக் கருதின.

அமெரிக்காவின் அரசு செயலாளர் ஜான் ஃபாஸ்டர் டல்லஸ் இந்த முடிவை 1956 ஜூலை, 19அன்று எகிப்துக்குத் தெரிவித்தார். நாஸரின் ஆத்திரம் மக்களின் மனப்போக்கைப் பிரதிபலித்தது. ஜூலை, 26, 1956-அன்று அலெக்ஸாண்டிரியாவில் பேசிய எகிப்து ஜனாதிபதி ஆங்கில - அமெரிக்க பிளாக் மெயிலைக் கண்டனம் செய்தார். 'ஏகாதிபத்தியவாதிகள் தமது ஆத்திரத்தில் மூச்சுத் திணறட்டும்.' அவர் எச்சரிக்கை விடுத்ததுடன் அந்த மகிழ்ச்சியான கூட்டத்தைப் பார்த்து எகிப்து சூயஸ் கால்வாயைத் தேசியமயமாக்க முடிவு செய்து விட்டது என்று கூறினார். அதன் மூலம் கிடைக்கும் வருவாய் அணை கட்ட உதவும், எகிப்து அதன் பொருளாதாரம் மற்றும் அதன் நிலப்பகுதி மீதும் தனது சுயாதிபத்தியத்தை மீண்டும் பெறும். நாஸரின் பேச்சு சீர்குலைந்திருந்த பிரிட்டிஷ் பேரரசினை இரும்புக் கையுறை கொண்டு தாக்கும் வகையில் வரையப்பட்டிருந்ததுடன் முழுமையாகப் பொதுமக்கள் பார்வையில் அதன் முகத்தில் அடித்தது. ஒரே நாளில் நாஸர் அரபுகளுக்கும், ஏகாதிபத்திய எதிர்ப்பு உலகுக்கும் கதாநாயகனாகி விட்டார். அந்தப் பிரதேசத்திலிருந்த ஒவ்வொரு இராணுவத்திலும் பிளவு ஏற்பட்டது. மணிமகுடங்கள்

மிகவும் மோசமானதை எதிர்பார்த்து பயந்தன, மேற்கத்திய ஆதரவு அரசியல்வாதிகள் பரந்த மக்கள் ஆதரவைக் கண்டு நடுங்கத் துவங்கினர். மேற்கு எப்படி பதிலளிக்கும்? பிரிட்டிஷ் பிரதம மந்திரி சர் அந்தோணி ஏடன், எகிப்திய தலைவரை 'நைலின் மேலுள்ள ஹிட்லர்' என்று கண்டனம் செய்தார். நாஸருக்கு பிரிட்டிஷ் குறித்து நன்கு தெரியும். அவர்களது முதல் உள்ளுணர்வு ஆயுதக் கப்பல் அரசியல் சூழ்ச்சித் திறனாக இருக்கும் என்பதை அறிவார். இஸ்ரேலை மேற்கு உபயோகிக்கும் என்பதையும் அவர் அறிவார். அவர் இஸ்ரேல் பிரதமர் மோஷே ஷாரத்துக்கு வரவிருக்கும் மோதலில் இஸ்ரேல் விலகியிருக்குமானால் ஒரு விரிவான அமைதி ஒப்பந்தத்தை அளிப்பதாக வாக்களித்தார். ஷாரேத் இதற்குச் சாதகமாக இல்லை, ஆனால் பென்குரியனுக்கு ரத்தவாடை தெரிந்தது.[21] அந்த வாக்குறுதி ஆணவத்துடன் நிராகரிக்கப்பட்டது.

எகிப்திய இராணுவம் உடைந்து நொறுங்கத் துவங்கியதும் சோவியத் யூனியன் ஆக்கிரமித்திருந்த மூன்று சக்திகளுக்கும் இறுதி எச்சரிக்கையை அனுப்பியது. அடுத்த நாளே இராணுவ நடவடிக்கை நிறுத்தப்பட்டது. அடுத்த வாரம் வாஷிங்டனின் முதுகுப்புறமாகத் துணிச்சலாக இந்த நடவடிக்கையை மேற்கொண்ட மூன்று நாடுகளை வெளிப்படையாகத் தாக்கிப் பேசிய அமெரிக்க ஜனாதிபதி ஐஸன் ஹோவர் கூறினார் : 'நாங்கள் இந்த ஆயுதந்தாங்கிய ஆக்ரமிப்பை ஆதரிக்கவோ மன்னிக்கவோ முடியாது.' டிசம்பர் 22-ல் பிரிட்டிஷ், பிரெஞ்சுப் படைகள் போர்ட் செய்தை காலி செய்தன.

வாஷிங்டனின் அனுமதியைப் பெறாமலேயே கன்சர்வேட்டிவ் பிரிட்டிஷ் பிரதமர் அந்தோணி ஏடன், பிரெஞ்சு கான்பெடரேட் கய் மோலட், அவர்களது வழியை முழு மனதுடன் பின்பற்றிய பென் குரியன் ஆகியோர் எகிப்தின் மீது படையெடுத்து ஆக்கிரமிக்கத் திட்டமிட்டனர். அக்டோபர் 29 அன்று இஸ்ரேலிய இராணுவம் சினாய் தீபகற்பத்தைத் தாக்கியது. இரண்டு நாள் கழித்து ஆங்கிலோ - பிரெஞ்சுப் படைகள் சூயஸ் கால்வாய் பகுதிக்குள் பாராசூட் மூலம் இறங்கின.[22] துருக்கி, இரான் பாகிஸ்தான் ஆகியவை வாய்மூல மொழியாக ஆதரித்தன.

நாஸர் மோதலில் தோற்றார், ஆனால் போரில் வென்றார். அவர் எகிப்தியர்களுக்குக் கொடுத்த புது வருடப் பரிசு எல்லா அந்நிய வங்கிகள், இன்சூரன்ஸ் கம்பெனிகள், அந்நிய வர்த்தக நிறுவனங்களின் தேசியமயம். சூயஸ் போருக்கு இரண்டு ஆண்டுகளுக்கு முன்னால் போலிஷ் பொருளாதார நிபுணர் ஆஸ்கார் லாங் கெய்ரோவுக்கு வந்து பொருளாதாரத் திட்டமிடல் நாட்டுக்கும் பெரும்பாலான மக்களுக்கும் நன்மை பயக்கும் என்று இராணுவத் தலைவர்களுக்குச்

கூறி சம்மதிக்க வைத்தார். சூயஸ் படையெடுப்பின் பின் விளைவு இரண்டு வாய்ப்புகளை அளித்தது: நேட்டோ சக்திகளை தண்டிப்பது - பிரிட்டன், பிரான்ஸ், துருக்கி - அவர்களது நிறுவனங்களைத் தனிமைப்படுத்துவதன் மூலமும் அதே சமயத்தில் பொருளாதாரத் திட்டமிடலுக்கு அடிப்படையை உருவாக்குவதன் மூலமும் செய்வது. தெருக்களெல்லாம் மகிழ்ச்சியாக இருந்தன.. கெய்ரோ அதன் கவிஞர் அஹமது ஷாக்கியின் சொற்களை எண்ணிப் பார்த்தது: நம்பிக்கையின் காலை, நம்பிக்கையிழப்பின் இருளை நீக்குகிறது, இது நீண்ட நாளாகக் காத்திருந்த காலை!

முதல் எண்ணெய்ப் போரின் பின்னிருந்த சிந்தனை தெளிவானது. பிரிட்டனும் பிரான்ஸும் பிரதேசத்தில் மற்ற பகுதிகளில் தமது நலனைக் காத்துக்கொள்ள நாஸரின் எகிப்து அளித்த தேசியமயம் என்ற மாற்றை அழிக்க விரும்பின. பிரிட்டன் இராக்கை இழந்துவிடுவோம் என்று பயந்தது. பிரான்ஸ் அல்ஜீரியாவில் தேசிய இயக்கம் தோன்றியதைக் கண்டு கவலை அடைந்தது. இஸ்ரேலின் ஜியோனிஸ அரசு எகிப்தை பலவீனப்படுத்தி முற்போக்கு தேசியவாத யோசனைகள் பரவுவதைத் தடுக்க விரும்பியது. இந்த மோதலின் பின் விளைவுகள் எதிர்மறையாக வந்தன.

பிப்ரவரி 1958-ல் எகிப்துக்கும் சிரியாவுக்குமிடையில் ஐக்கிய அரபு குடியரசு (UAR) உருவானது. இந்த இணைப்புதான் பன்னிரண்டாம் நூற்றாண்டில் சலாஹ்தின் அராபியர்களை ஒற்றுமைப்படுத்தி ஜெருசலேத்தை மீண்டும் பெற வைத்தது. அரபு உலகின் வரலாற்று நினைவு மிகவும் ஆழமாகச் செல்கிறது, பல அராபியர்களின் இதயங்களைச் செய்தி கிளர்ச்சியடைய வைத்தது. ஏமனும் லெபனானும் இன்னும் பரந்த சம்மேளனத்தில் இணைய விருப்பத்தை வெளியிட்டன. ஆனால் மேற்கு ஒரு மாற்றை உருவாக்கிக் கொண்டிருந்தது. இன்று போலவே அன்றும் அரசுத்துறை அல்லது அயல்துறையின் விரிவுபோல் செயல்பட்ட ஜோர்டானிய அரசாட்சி உடனடியாக ஜோர்டானின் ஹாஷமைட் ஆட்சியாளர்கள், இராக் மற்றும் சவுதி அரேபியாவின் வஹாபியாக்களின் கூட்டுக்கு அழைப்பு விடுத்தது. ரியாதில் வஹாபிக்கள் இந்த நிகழ்வுகளால் மிகவும் கவலையடைந்திருந்தனர். அரசர் அதிகாரத்தைப் பட்டத்து இளவரசர் அமீர் ஃபைசலிடம் ஒப்படைக்குமாறு நிர்பந்திக்கப்பட்டார். இளவரசர் அல்சாத் சாம்ராஜ்யத்தின் உறுப்பினராகவும் சூழ்நிலைகள் நிர்பந்தித்தால் நாஸருடன் ஒரு ஒப்பந்தத்துக்குத் தரகராகச் செயல்படுவார் என்றும் எதிர்பார்க்கப்பட்டது.

கெய்ரோவிலும், டமாஸ்கஸிலும் (ஐக்கிய அரபுக் குடியரசில் பெரும் எண்ணெய் உற்பத்தி நாடு ஒன்று உறுப்பினராகுமானால்)

ஒரு புதிய எதிர்காலம் குறித்து, ஒரு மாறுபட்ட நிலச்சரிவு குறித்துட் பேசப்பட்டது. இத்தகைய ஒரு ஒன்றிணைப்பு தீபகற்பத்தை ஒருமைப்படுத்தி ஒரு உறுதியான அரபு தேசத்துக்கான அடித்தளமிடவும் செய்யும். அதன் எண்ணெய் வளம் அரப மக்களின் தேவைகளைப் பூர்த்தி செய்ய உபயோகிக்கப்படும். இது ஒரு கனவு, கற்பனை உலகம் என்று கருதப்பட்ட ஒரு ஆசை எனினும் யாரும் அதனை உணரும் முன்பே நிறைவேறும் நிலைக்கு அருகில் வந்துவிட்டது.

ஜுலை 1958-ல் ஒரு தேசியப் புரட்சி இராக்கில் அரசாட்சியை கவிழ்த்தது. ஹேஷமைட் அரசன் ஃபைசலும் வெறுக்கப்பட்ட அவனது மாமனும் மரணதண்டனை பெற்றனர். மகிழ்ச்சியடைந்த மக்கள் கூட்டம் பாக்தாதின் தெருக்களில் இறங்கி அப்துல் கரீம் காசிம் மற்றும் முற்போக்கு தேசியவாத அதிகாரிகள் அதிகாரத்தை கைப்பற்றியதைக் கொண்டாடியது. மேற்கும் அதன் கூட்டாளிகளு அதிர்ச்சியுற்றனர். அவர்களது பாக்தாத் ஒப்பந்தம் என்றழைக்கப்பட்ட பிரதேசப் பாதுகாப்பு ஏற்பாடு அரசாட்சியுடன் சேர்ந்து அழிந்து விட்டது. கெய்ரோ - டமாஸ்கஸ் - பாக்தாத் அச்சு இப்போது நிதர்சனமான வாய்ப்பாகி விட்டது. இந்த மூன்று தலைநகரங்களில் இருந்த வானொலி நிலையங்களில் இருந்த அரசியல் போராட்ட காரர்கள் ஜோர்டானிய மக்களைக் கலகத்தில் ஈடுபடுமாறு தூண்டிவிட்டனர். ஜியோனிஸ்டுகளிடம் பணம் பெற்றுக்கொண்டு பாலஸ்தீனத்தைக் காட்டிக் கொடுத்த உங்கள் அரசாட்சியை எழுச்சி கொண்டு தூக்கியெறியுங்கள். அது இப்போது ஒரு வெட்கங்கெட்ட மேற்கு ஏகாதிபத்தியத்தின் கைப்பாவையாகிவிட்டதால் அது கவிழ்க்கப்பட வேண்டும்.

ஜோர்டான் மேற்கத்திய சக்திகளின் மறைமுகத் தலையீடுகளால் தான் பெருமளவு பிழைத்து வந்தது. ஆனால் அதன் மக்கள் மிகவும் கோபமடைந்தும் விரக்தியுற்றும் இருந்தனர். அரசாட்சியின் சில நண்பர்கள் சுதந்திரமான தேர்தல் அனுமதிக்கப்பட்டிருந்தால் தேசியவாதிகள் அதிகாரத்தைக் கைப்பற்றியிருப்பார்கள் என்று சந்தேகித்தனர். ஆனால் மேற்கத்திய ஆதரவு அரசாட்சிகளுக்கு பதிலளிக்கும் பொறுப்பு இல்லாதது மட்டுமே குணாதிசயமல்ல. பெருத்த மக்கள் ஆதரவுடன் எகிப்திலும், இராக்கிலும் ஆட்சியை கைப்பற்றியிருந்த நெப்போலியனின் கொள்கையாதர இராணுவத்தினர் ஏழை மக்களுக்கு மிகவும் உதவிய, மிகவும் தேவை பட்ட பொருளாதார, சமூக சீர்திருத்தங்களை மேற்கொண்டன எனினும் அரசியல் நிலையில் அவர்களது முறை கடுமையான ஓ கட்சி ஆட்சியாகவே இருந்தது.

அதற்கான நியாயங்கள் மூன்று விதமானவை. முதலில், அந்த ஆட்சியின் தத்துவவியலாளர்கள் பூர்ஷ்வா ஜனநாயகம் போலியானதென்றும், பணம்தான் அனைத்தையும் தீர்மானிக்கிறது என்றும், மத்திய - கிழக்கின் போர் முக்கியத்துவம் வாய்ந்த இடத்தை எடுத்துக் கொண்டால், ஏகாதிபத்தியத்தின் பணம் அவர்கள் நாடுகளில் எந்த வாய்ப்புகளிலும் தொடர்ந்து முதலீடு செய்யப்படுமென்றும் வாதிட்டனர். இரண்டாவதாக, அவர்கள் சீனா, யுகோஸ்லோவியா ஆகிய நாடுகளின் மாறுபட்ட அரசியல் கட்டுமானத்தைக் காட்டி இந்தியாவை விடவும் நன்றாக மக்கள் தேவைகளை கவனிக்க வாய்ப்புள்ளது என்று எடுத்துக் காட்டினர். மூன்றாவதாக, முதல் உலகப் போருக்குப் பிறகு மேற்கு ஷாக்கள், சுல்தான்கள், எமிர்களின் ஆட்சி முறையை உருவாக்கி, அவர்களது ஆட்சிக்குட்பட்ட இடங்களில் எண்ணெய் கண்டுபிடிக்கப்பட்டதும் அவர்களுக்கு மேலும் முட்டுக்கொடுத்தன. 1952-ல் இரானில் ஏற்பட்டதுபோல் எங்கெல்லாம் உள்நாட்டு ஜனநாயகம் உருவாகி மேற்குக்கு சவால் விடுத்ததோ, அங்கு பிரிட்டிஷூம், அமெரிக்காவும் பெரும் ஆதரவு பெற்ற மிதவாத தேசியவாத மொசாடேக்களை தூக்கியெறிந்து நாட்டை விட்டே ஓடிய ஷாவை மீண்டும் கொண்டு வந்தன. ஜனநாயகத்தின் மீது மேற்கின் பாசம் என்று கூறப்படுவது இவ்வாறு சுத்தமாகக் கருவியாகவும், அலங்காரமாகவும்தான் இருந்தது. ஏனெனில் ஐரோப்பாவைத் தவிர ஒவ்வொரு கண்டத்திலும் அதன் வாடிக்கை நாடுகள் இழிவான, ஊழல் மிக்க, கொடுமையான சர்வாதிகார ஆட்சிகளாகவும், சிலருடைய ஆட்சிகளின் செல்வத்தைப் பாதுகாப்பனவாகவும் இருந்தன.

இந்த வாதங்களெல்லாம் பலவீனமானவையல்ல, ஆனால் அவர்கள் முக்கியமாக ஐக்கிய அரபு குடியரசு நிரந்தரமாக விவாதத்திலிருந்த போது அரபு மக்களின் உண்மையான தேவையை கவனிக்காமல் விட்டு விட்டனர். அரபு உலகம் முழுதும் ஏகாதிபத்திய எதிர்ப்புத் தலைவர் என்ற நாஸரின் புகழ் சந்தேகத்துக்கிடமாகவில்லை. அவருடைய படங்கள் பாலஸ்தீன அகதி முகாம்களிலும், ஹிஜாஸின் சொந்த வீடுகளிலும், மக்ரேபின் கஸ்பாக்களிலும் அரபு உலகின் பிற இடங்களிலும் மாட்டப்பட்டிருந்தன. ஆனால் அவர் எகிப்திற்குள்ளும், சிரியாவிற்குள்ளும் செய்து கொண்டிருந்த பணிகள் அனைத்துமோ அல்லது புதிய இராக்கிய அரசிடம் அவர் கோரியவை அனைத்துமோ இதே அளவு ஆதரவைப் பெற்றன என்று கூற முடியாது. மேற்குக்கு எதிராக ஏதேனும் கருத்துக்கணிப்பு நடத்தப்பட்டிருந்தால் அவர் பெருத்த அளவில் பெரும்பான்மை பெற்றிருப்பார். அவரது நாட்டில் இந்தப் பெரும்பான்மை மிகவும் குறைவாக இருந்திருக்கும்.

இராக்கிலும் சிரியாவிலுமோ, அவருக்கு ஆதரவு இருப்பினும் மற்ற முற்போக்கு கட்சிகளுடன் கூட்டணி அமைக்காமல் அவரால் வென்றிருக்கவே முடியாது.

நாஸரின் சொந்தக் கட்சியான அரபு சோஷலிஸ்ட் யூனியன் 'மூன்றாவது வழியில்' ஒரு பொதுவுடைமைவாதக் கட்சியாக வடிவமைக்கப்பட்டிருந்தது. இது முதலாளித்துவத்துக்கும் சோஷலிஸத்துக்கும் இடையில் பாதிவழியில், ஒரு குறிப்பிட்ட வர்க்கத்தின் நலனை மட்டும் பார்க்காமல் 'அனைத்து மக்களின் நலனைக் குறித்துப் பேசியது. இந்தப் பார்வையை மக்கள் ஒப்புக்கொண்டார்களா என்று கணிக்க அவர்களது விருப்பத்துக்கேற்ற நாடாளுமன்றத்தை அவர்களே தேர்ந்தெடுக்கும் உரிமையை அளிப்பதுதான் ஒரே வழி. இடதுசாரிகளுக்கும், சகோதர அமைப்புக்கும் எதிராகத் திருப்பப்பட்ட அடக்குமுறை, மக்கள் ஊடகங்கள் மீது உறுதியான கட்டுப்பாடு, அறிவுத்துறையினர் மீது அரை இராணுவக் கட்டுப்பாடு, ஆட்சியின் பகுதியில் ஒரு பாதுகாப்பின்மை உணர்வைக் காட்டியதுடன், மற்ற அரபு நாடுகளின் பரந்த அணி உருவாவதற்கான அறிகுறியைக் காட்டவில்லை. சிரியாவிலும், ஈராக்கிலும் பரந்த ஆதரவும், ஏகாதிபத்திய எதிர்ப்பும் சான்றுடைய பல அமைப்புகள் இருந்தன: பாத் (மறு உயிர்ப்பு) சோஷலிஸ்ட் கட்சியும் கம்யூனிஸ்டுகளும், இவையிரண்டும் அரபு சோஷலிஸ்ட் யூனியனுடன் இணைய ஒப்புக்கொண்டிருந்தால்கூட வேறுபாடுகள் இருந்திருக்கும். ஆனால் அத்தகைய ஒப்பந்தத்திற்கு வர முடியவில்லை.

எகிப்திலேயே கூட முஸ்லிம் சகோதர அமைப்பால் அரசு ஊசலாடும் நிலைக்கருகில் வந்தது. 1964-ல் மூன்று முறை அவர்கள் நாஸரைக் கொல்ல முயன்றனர். அதற்கான அரசின் பதிலடி மூர்க்கமாக இருந்தது : ஏராளமான கைதுகள், அதைத் தொடர்ந்து 1965-ல் சையத் குதுப் மற்றும் மற்ற தலைவர்கள் மரணதண்டனைக்கு உள்ளாக்கப்பட்டனர். சமரசத்துக்கு ஒப்புக்கொள்ள மறுத்ததாலும் அவரது நேர்மை, நாணயம், எளிமையான வாழ்வு ஆகியவற்றுக்காகவும் குதுப் மதவாதக் குழுக்களல்லாத வட்டங்களில் கூட மிகவும் மதிக்கப்பட்டவராக இருந்தார். மத நம்பிக்கை கொண்டவர்களும் அவரது அறிவுடைமையை மதித்தனர். சிறையில் எழுதி முடிக்கப்பட்ட அவரது கடைசிப் புத்தகமான (Mile Stones) மைல் கற்கள் அவரது இறப்புக்குப் பின் சிறப்பாக விற்பனையானது.. குதுப்பின் சிந்தனைகளின் தொகுப்பான இந்தச் சிறிய புத்தகம் இன்று வரை மத நம்பிக்கையாளர்களால் படிக்கப்படுகிறது. இஸ்லாமிய கேடர்களை உருவாக்கப் பரவலாக உபயோகிக்கப்படுகிறது

இஸ்லாமிய ஜிகாத்தாலும், முஸ்லிம் சகோதர அமைப்பால் முஸ்லிம் உலகின் பிற இடங்களில் உருவாக்கப்பட்ட மற்ற குழுக்களாலும் இது மிகவும் மதிக்கப்படும் புத்தகமாகத் திகழ்கிறது. பொருள் முதல் வாதப் பார்வையைப் பொறுத்த வரையில் இந்தப் புத்தகம் ஒரே கருத்தை மீண்டும் மீண்டும் கூறுவது, பொதுப்படையானது, ஊக்கமளிக்க முடியாதது, அறிவுப்பூர்வமாக வன்மையானது. எனினும் அது முஸ்லிம்களின் இரண்டு தலைமுறைகளின் மீது மிகுந்த தாக்கம் செலுத்தியது. அது மட்டுமே அதன் சிந்தனைகள் மீது கருத்தைச் செலுத்த வேண்டிய அவசியத்தை உண்டாக்குகிறது.

குதுபின் அடிப்படையான வாதங்களைப் பின்வருமாறு சுருக்கமாகக் கூறலாம்: முதலாவதாக, பின்பற்றத்தக்க அளவு தகுதி பெற்றவர்கள் முதல் தலைமுறை முஸ்லிம்கள்தான், ஏனெனில் அவர்கள்தான் மனதாலும், ஊக்கத்தாலும் தூய்மையுடன் இருந்தார்கள். அதன் பிறகு உள்ள மூன்று பத்திகளில் ‘தூய்மையான ஊற்றுக்கள்’ குறித்த பல குறிப்புகள் உள்ளன, அங்கு மட்டும்தான் முஸ்லிம்கள் ‘தமது தாகத்தைத் தணித்துக் கொள்வார்கள்.’ அந்தத் தூய்மையான ஊற்று குரான். குதுப் தனது புத்தகம் முழுவதிலும் குரான் மட்டுமே அறிவின் ஊற்றுக்கண்ணென்றும் அன்றாட வாழ்வுக்கு வழிகாட்டி என்றும் வலியுறுத்துகிறார். அவர் இறைத்தூதரின் இளம் மனைவியான ஆயிஷாவின் ‘வடிவத்தை’ எடுத்துக் காட்டுகிறார். அதில் ஆயிஷாவிடம் அவளது இறந்த கணவன் பற்றிக் கூறுமாறு கேட்கும்போது ‘அவரது ஒழுக்கம் குரான்’[23] என்று பதிலளிக்கிறாள்.

கிரேக்க, ரோம, பெர்ஸிய கலாசாரங்கள் உலகுடன் கட்டுண்டு கிடக்கும்போது, ‘தனித்தன்மை பெற்ற தலைமுறை’ மற்றவையெல்லாம் ஒதுக்கிவிட்டு குரானின் வார்த்தைகளில் நம்பிக்கை வைத்தது என்று சுட்டிக் காட்டுகிறார். ஏனெனில் இந்தக் கலாசாரங்களின் தாக்கத்தால் ஜிஹாலியா (அறிவின்மை) உருவாகியது, அதனை உடைத்து வெளியேற குரானைத் தவிர வேறெதையும் அவர்கள் கற்கக் கூடாது.

இரண்டாவதாக, முகமது நபி ஒரு அரபு தேசியவாதியாக இருந்திருந்தால், இனங்களை வெறும் தேசியவாத நோக்கங்களின் பின்னால் ஒன்றுபடச் செய்து ஆதிக்கம் செலுத்திய ரோமானிய, பெர்ஸிய அதிகாரங்களை விரட்டியிருக்க முடியுமென்றாலும், அவர் அல்லா என்ற உலகக் கடவுளின் பெயரால் அதனைச் செய்வதைத் தேர்ந்தெடுத்தார். அது எளிதாக பெர்ஸியர்களையும், ரோமானியர்களையும், ஆப்ரிக்கர்களையும் மற்றவர்களையும் முகமது தன் பெயரால் உருவாக்கும் புதிய சமூகத்தில், அவர்கள் அல்லா மீதும் நபி மீதும் நம்பிக்கை வைக்கும் பட்சத்தில், சேர்த்துக் கொள்ள முடியும்.

மூன்றாவதாக, முகமது நபி ஏழைகளின் சமூக இயக்கத்தை உருவாக்கிப் பணக்காரர்களைத் தோற்கடித்து அவர்களது செல்வத்தை ஏழைகளுக்குப் பகிர்ந்தளித்திருக்க முடியும். அப்படிச் செய்திருந்தால் எந்த நிர்பந்தமுமின்றி அவர்கள் அல்லாவின் கொடியின் கீழ் அணிவகுத்திருப்பார்கள். ஆனால் அல்லா இறைத்தூதரை இந்த வழியிலும் அழைத்துச் செல்லவில்லை என்று வாசகருக்குச் சுட்டிக்காட்டும் குதுப், அல்லா மூன்றாவது வழியைத் தேர்ந்தெடுத்தார் என்கிறார்: உண்மையான சமூக நீதி எல்லா விஷயங்களும் கடவுளின் சட்டத்துக்குச் சமர்ப்பிக்கப்பட்ட பின்தான், அனைவரும் அவர் கூறும் வகையில் செல்வத்தை நியாயமாகப் பிரிக்க ஒப்புக்கொண்ட பின்தான் வர முடியுமென்பதை அவர் அறிந்திருந்தார்....'

இஸ்லாத்தின் சீர்குலைவு இஸ்லாத்தின் தூய்மையை விட்டுவிட்டுத் தூய்மையற்ற மற்ற நாகரிகங்கள், பாரம்பரியங்களை உட்கொள்ளத் துவங்கிய இரண்டாம் தலைமுறையிலிருந்து துவங்கியது. இதன் மூலம் உண்மையான மார்க்கத்துக்குத் திரும்புவதே இஸ்லாத்தை அதன் மொத்த அழிவிலிருந்து காப்பாற்ற முடியுமென்று தெரிகிறது.

குரானின் இணைப்பாக்க குணாதிசயத்தையும் அது பழைய ஏற்பாட்டுக்குக் கடமைப்பட்டிருப்பதையும் ஒருபுறம் விட்டு விடுவோம். குதுப் ஒரு வாழ்வா சாவா என்ற போராட்டத்தில் ஈடுபட்டிருந்தார். அராபிய சமவெளி குறித்த நாஸரின் பார்வை மற்றும் கம்யூனிஸ்டுகளின் பார்வைக்கு எதிராக பலவீனமான ஆயுதந்தாங்கிய வாதமான மைல் கற்கள் அதன் வேலையைச் செய்தது, ஆனால் ஒரு அரசியல் மாற்றாக அதன் செய்தி முரண்பாடாகவும், சாத்தியமற்றதாகவும் இருந்தது. அது குரானில் கண்டதுபோல் முற்பகுதி இஸ்லாத்துக்குத் திரும்புவதை ஆதரித்தது. இந்த இலக்கை எட்ட இரண்டு கட்ட ஜிகாத் மிக அவசியமானது : 'இந்த இயக்கம் சிந்தனைகளையும் நம்பிக்கைகளையும் சீர்திருத்திக் கொள்ள விடாமல் அவர்களது தவறான வழிகளை ஏற்கவும், எல்லாம் வல்ல அல்லாவைத் தொழுவதற்குப் பதிலாக அவர்களை மனிதக் கடவுள்களைத் தொழவும் வைக்கும் அமைப்புகளையும், அதிகாரங்களையும் அழிக்க உபயோகிக்கிறது. குதுபைப் பொறுத்தவரை ஜிகாத் என்பது வலியுறுத்தலும், நிர்பந்தமும் சேர்ந்த ஒன்று. அந்தப் புத்தகம் ஒரு அடிப்படைவாதப் புத்தகம் என்ற முறையில் மோசமான வாய்ப்புகள் மீது ஒரு திரையிட முயல்கிறது. பெரும்பாலான மக்கள் முந்தைய தலைமுறை போல் வாழ விரும்பாவிட்டாலோ அல்லது குரானை வாழ்க்கை முறையாக ஏற்க விரும்பாவிட்டாலோ என்ன செய்வது? வலியுறுத்தும் எல்லா முயற்சிகளும் தோற்றுவிட்டால் என்ன செய்வது? அதன் விளைவு

தெளிவானது. அவர்கள் நிர்பந்திக்கப்பட வேண்டும். அல் கொய்தாவை உருவாக்க ஒசாமா பின் லேடனின் விதிப்பில் இஸ்லாமிய ஜிஹாதில் குதுபின் ஆதரவாளர்களுடன், இணைந்த வஹாபி அரபுகள், உண்மை இஸ்லாத்தின் ஒரே மாதிரி 'ஆப்கானிஸ்தான் எமிரேட்' தான் என நம்புகிறது. தாலிபான் ஆட்சி இறந்த காலம் மற்றும் எதிர்காலத்தின் பிரதிபலிப்பு.

குதுப் இந்த நிர்ணயிப்பை ஒப்புக்கொண்டிருப்பாரா? அதை அறிவது கடினம். ஆனால் அவரது இறப்பும் அடக்குமுறையின் வேகமும் ஆட்சிக்கு ஒரு தற்காலிகத் தீர்வாகவே இருக்க முடியும். நாஸர் மிக உயர்ந்த தன்னம்பிக்கை கொண்டிருந்தார். மதத் தீவிரவாதத்துக்கு ஒரு கடுமையான அடி கொடுத்து வந்த நாஸர் இடதுசாரிகளிலிருந்த தமது எதிரிகளைத் தோற்கடிக்க ஒரு தந்திரோபாயத்தை வடிவமைக்கத் துவங்கினார். அறுபதுகளின் மத்தியில் எகிப்திய கம்யூனிஸ்டுகள் ஒன்று அதிகாரப்பூர்வ அமைப்புகளில் ஒன்று சேர்ந்தோ அல்லது சரி செய்ய இயலாத அளவு ஊக்கமிழந்தோ இருந்தனர். நாஸரின் மேலாதிக்கத்துக்கு முக்கியமான ஆபத்து பாத்துக்களின் ஆதரவாளர்களிடமிருந்து வந்தது.

ஏறத்தாழ அரை நூற்றாண்டுக்கு பாத் கட்சியின் பல குழுக்கள் இராக்கையும், சிரியாவையும் ஆண்டன என்பதைப் பார்க்கும்போது அதன் தோற்றுவாயைக் கற்பது ஒரு கல்வி சார்ந்த வேலையல்ல. அந்தக் கட்சி மைக்கேல் அஃப்லாக்கின் (1910-89) சிந்தனையில் உதித்ததாகும். அவர் கிரேக்கப் பாரம்பரிய கிறித்துவத் தோற்றுவாயைச் சேர்ந்த இடதுசாரி எண்ணம் கொண்ட அரபு தேசியவாதி, 1910-ல் டமாஸ்கஸில் ஒரு தேசியவாத வீட்டுச்சூழலில் பிறந்தார். அவரது பெற்றோர் இருவருமே அரசியலில் ஈடுபட்டிருந்தனர். அவரது தந்தை ஓட்டோமான்களாலும் அவர்களைத் தொடர்ந்து வந்த பிரெஞ்சுகளாலும் சிறை செய்யப்பட்டார். மைக்கேல் அஃப்ளாக் சொர் போனில் கல்வி கற்றார், பாரிஸின் மீது காதல் கொண்டார், ஒரு அரபு மாணவர் அமைப்பை உருவாக்கி, மார்க்ஸை அறிந்தார். 1932-ல் சிரியாவுக்குத் திரும்பியதும் உள்ளூர் கம்யூனிஸ்டுகளுடன் நெருக்கமாக வேலை செய்த அவர், அவர்களது பத்திரிகையிலும் எழுதினார். பலரைப் போலவே அவரும் பிரெஞ்சு கம்யூனிஸ்ட் கட்சி பிரெஞ்சுக் காலனிகளின் விடுதலையை ஆதரித்தது என நினைத்தார். ஆனால் இந்தக் கற்பனை 1936-ல் பாப்புலர் ஃபிரண்ட் அரசு காலனியாதிக்கக் கட்டுமானத்தை அப்படியே விட்டுச் சென்றதும் உடைந்தது. இதனை சிரிய கம்யூனிஸ்டுகள் நிறைவேறிய உண்மையாக ஏற்றுக் கொண்டனர். பல ஆண்டுகளுக்குப் பின் ஒரு பேட்டியில் அவர் இவ்வாறு கூறினார்:

இந்தக் காலகட்டத்தில் பிரெஞ்சுகளுக்கு எதிராகக் கம்யூனிஸ்டுகளின் போராட்டத்தின் உறுதியை நான் மதித்தேன். கம்யூனிஸ்ட் கட்சியிலிருந்த இளைஞர்களின் உறுதியை நான் மதித்துப் பாராட்டினேன். 1936-ல் லியோன் இளம் முன்னணி அரசு பிரான்சில் அதிகாரத்தைக் கைப்பற்றிய பிறகு நான் மயக்கத்திலிருந்து விடுபட்டு காட்டிக் கொடுக்கப்பட்டதாக உணர்ந்தேன்.[24]

இப்போது உள்ளூர் கம்யூனிஸ்டுகள் ஒரு சிந்தனைக்கு விசுவாசமாக அல்ல, மாறாக சோவியத் அரசின் வெளியுறவுக் கொள்கை நலன்களுக்குத்தான் விசுவாசமாக இருந்தனர் என்ற முடிவுக்கு வந்த அவர், அந்தக் காரணத்துக்காக நீண்ட போராட்டத்தில் அவர்கள் நம்புவதற்கில்லாத துணை என்ற முடிவுக்கும் வந்தார். இந்த அனுபவ அஃப்ளாக், அவரது நெருங்கிய தோழர் சலா பிடார், மற்றும் இளம் கொள்கைப் பற்றாளர்களான அரபு தேசியவாதிகளையும் எல்லா சர்வதேசப் பார்வையிலிருந்தும் விலக்கி விட்டது. அவர்கள் ஐரோப்பிய சோஷலிசம் மற்றும் கம்யூனிசத்தின் 'ஏகாதிபத்திய இயல்ப கண்டு அதிர்ந்து விட்டனர். அவர்களது முக்கியக் கேள்வி அவர்களது நாடுகளுக்கு எப்படி விடுதலை பெறுவது என்பதாகும். மற் அனைத்தும் இந்த நோக்கத்துக்குக் கீழேதான் இருந்தன.

இரண்டாம் உலகப் போரின்போதுதான் அஃப்ளாக் அவரது ஆதரவாளர்களை ஊக்குவித்த ஒரு கோட்பாட்டை உருவாக்கினா ஒரே அரபு நாடு இருந்தது, ஒரே அரபு மக்கள், மேலும் அவர்களுக்கு ஒரே அரபுக் குடியரசு தேவைப்பட்டது. இந்த ஒற்றுமை வரலாற்றிலிருந்து வருகிறது. இஸ்லாமும் அதன் இறைத்தூதரும் முன்னெப்போதுமில்லா வகையில் அராபியர்களை இணைத்தனர். இந்த வரலாற்று அனுபவ இப்போது அராபியர்களின் சொத்து, முஸ்லிம்களுடையது மட்டுமல் முதல் காலகட்டத்தில் தேசமும், தேசியத் தன்மையும்தான் அவரது படைப்புக்களின் முக்கிய மையமாக இருந்தது. இதுவும் காலனியாதிக்கத்துக்கு ஆதரவான ஐரோப்பிய இடதுசாரியின் மீது அவரது மொத்த நம்பிக்கையிழப்பும் சேர்ந்து இரண்டாம் உலகப்போரை கண்டிப்பான தேசியக் கூட்டுக்குள்ளிருந்து பார்க்குமாறு அவை அழைத்துச் சென்றன. பிரிட்டிஷ் மற்றும் பிரெஞ்சுப் பேரரசுகளின் தோல்வி அரபு நோக்கத்துக்கு நல்லதாக இருக்கும்.[25]

எல் அலாமின் என்ற இடத்தில் 1942-ல் ரொமெல் தோற்று சரியாக ஓராண்டு கழித்து பாத் துவங்கப்பட்டது. 1947-ல் சிரி விடுதலைக்குப் பிறகு கம்யூனிஸ்ட் அல்லாத சோஷலிஸ்டுகளுடன் நெருக்கமாக வேலை செய்யத் துவங்கியது. அரபு உலகம் முழுவது அதன் தாக்கம் வளர்ந்தது. ஜோர்டானிலும், இராக்கிலு தலைமறைவுக் கட்சி நிறுவப்பட்டது, ஹிஜாஸிலும் யேமனிலு கிளைகள் வேலை செய்தன. சிரியாவும், லெபனானும் மட்டுமே

பல்வேறு காலகட்டங்களில் சட்டப்பூர்வமாகச் செயல்பட்ட கட்சிகளை அனுமதித்தன. சிரியாதான் முதலில் கட்சியை அடக்குமுறைக்கு உள்ளாக்கி அஃப்ளாக்கை கைது செய்தது. 1949 - 54க்கு இடையில் நான்கு ஆண்டுகள் அவர் சிறையில் கழித்தார். பாரிஸில் அவர் பிரெஞ்சு கம்யூனிஸ்டுகளின் உறுதியால் கவரப்பட்டார். சிரியாவில் இந்த உறுதியைப் புதிய உறுப்பினர்களிடம் செலுத்த விரும்பினார். அவர்களில் பெரும்பாலோர் மாணவர்கள்.

1943-65ல் பாத் கட்சியின் பொதுச் செயலாளராக அஃப்ளாக் செயல்பட்ட காலம் முழுதும் கட்சி அரபு முழுவதற்குமான ஒரு அமைப்பாகப் பார்க்கப்படுமாறு கவனித்துக் கொண்டார். அதுதான் அதன் கொள்கைகளையும் அமைப்பையும் ஆக்கிரமித்தது. அவருக்கு அளிக்கப்பட்ட பதவிகளை ஒதுக்கிய அவர் கட்சிப் பணியையே விரும்பினார். 1958-ல் எகிப்து - சிரியா இணைப்புக்குப் பின்னால் அஃப்ளாக்தான் முக்கிய சக்தியாக விளங்கினாரெனினும் அவருக்கும் நாஸருக்கும் இடையிலான எதிர்ப்புணர்ச்சி மிகவும் உறுதியாக இருந்தது. இருவரும் நவீனப்படுத்தினர், ஏகாதிபத்திய எதிர்ப்பு தேசியவாதிகள், முதலாளித்துவ எதிர்ப்புக் கூறுகளைக் கொண்டவர்கள். இருவரும் சிந்தனைக்கான ஆசையைப் பகிர்ந்து கொண்டவர்கள், ஆனால் அஃப்ளாக் தம்மை கட்சிக்குள்ளேயே வைத்துக் கொண்டவர், நாஸர் ஒரு பொதுஜனத் தலைவர். அவரது பெயர் ஏகாதிபத்திய எதிர்ப்புக் குறியீடாகவே மாறியது. அவருக்கு அஃப்ளாக்கை தமக்குச் சமமாகப் பாவிப்பது வெறுப்பூட்டுவதாக இருந்தது. இது சிரிய கற்பனைக் கொள்கையாளர், அதிகாரத்தை ஏன் பகிர்ந்து கொள்ள விரும்வில்லை என்பதை விளக்குகிறது. எனினும் நாஸர் தனியுரிமையையே விரும்பினார். டமாஸ்கஸில் எகிப்திய உதவி ஆளுநராக இருந்த அப்துல் ஹகீம் அமீரின் மேலாதிக்கத்தன்மைதான் இந்த இணைப்பை இறுதிக்குக் கொண்டு வந்தது.

ஆனால் இந்தப் பிரிவினைகளுக்கு அடிப்படை மிகச் சமீபத்திய பருவ விளைவின் உண்மை நிகழ்வு. முதல் உலகப் போருக்குப் பிறகு ஓட்டோமான் பேரரசு தோற்கடிக்கப்பட்டு வீழ்ந்த பிறகு, ஏகாதிபத்திய சக்திகளால் ஊக்குவிக்கப்பட்ட புதிய அரசுகள் அவர்களது சொந்த, நவீன, உள்ளூர்/பிரதேச வரலாறு, பாரம்பரியங்களின் அடிப்படையிலான துணை தேசியவாத இருப்பை உருவாக்கிக் கொண்டன. ஓட்டோமான்கள் அரபுக் கிழக்கை வெளியிலிருந்து இணைத்தனர். ஆனால் அதனை உள்ளிருந்து செய்வதற்கான கட்டுமானங்களை அவர்கள் உருவாக்கவில்லை. நாம் பார்த்ததுபோல் எகிப்து நெப்போலியனின் குறுகிய ஆட்சிக்குப் பிறகு அரை சுதந்திரத்தை அனுபவித்தது. அதைத் தொடர்ந்து,

தேசியவாதக் கோட்பாடு பிரதேச உள் முரண்பாடுகளை அடக்க இயலாத பலவீனமான கோட்பாடாக்கி விட்டது. இவ்வாறுதான் சிரியா, லெபனான் உட்பட ஏகாதிபத்தியம் திணித்த பிரிவினைகள் புவியியல் ரீதியாக அவலமாகி விட்டன.

தீபகற்பத்தை எடுத்துக் கொண்டால் அதன் கதையே வேறு ஒட்டோமான் பேரரசு இருந்த பெரும்பாலான காலங்களில் கவனிக்கப்படாமலே இருந்த அந்தப் பிரதேசத்தில் இனப் பிரிவுகள் பல தன்னாட்சிப் பிரதேசங்களை உருவாக்கிக் கொண்டன இறுதியாக அல்சாத் பிரிட்டிஷ் ஆதரவுடன் ஆட்சியை, தீபகற்பத்தைப் பிடித்து விட்டாலும், அமெரிக்க பகாசுர எண்ணெய் கம்பெனி Aramcoவின் உருவாக்கமும் டஹ்ரானில் பகாசுர USAFன் தளம் உருவாக்கப்பட்டதும்தான் சவுதி அரேபியாவின் ஒற்றுமையைப் பாதுகாத்து அரபு எதிர்வினையின் ஒரு கோட்டையாக்கி விட்டது ஏகாதிபத்தியம், எண்ணெய், 1948-க்குப் பிறகு இஸ்ரேல் ஆகிய மூன்று அம்சங்கள்தான் அரபு தேசியவாதத்துக்கு ஒரு பெரும் உத்வேகத்தைக் கொடுத்தன. சோவியத் யூனியன் இருந்ததானது அதற்குச் சோதனையான நேரங்களில் தொற்றிக்கொள்ள ஒரு தூணாக இருந்தது. ஜியோனிஸ நாடு மட்டும் இல்லாதிருந்தால், பிரிட்டனும் பிரான்ஸும் பிரதேசத்திலிருந்து வெளியேறியவுடன் அரபு தேசியவாதம் மறைந்து போய் தமது தேசிய நலனைக் காக்கும் வகையில் ஒவ்வொரு நாடும் தனித் தனியாகப் பிரிந்திருக்கும்.

எகிப்துக்கும், சிரியாவிலும், இராக்கிலும் இருந்த பாத்திஸ்டுகளுக்கும் இருந்த மோதல் மூன்று நாடுகளையும் பலவீனப்படுத்தி விட்டது அரபு தேசியவாதத்துக்கு இறுதி அடி டெல் அவிவில் தயாராகிக் கொண்டிருந்தது.

அடிக்குறிப்புகள்:

17. இந்தப் படைப்பின் மீது என் கவனத்தை ஈர்த்த அகிவா ஓருக்கு நான் நன்றியுடையவனாவேன். அவர் இதனை 'ஹீப்ரூவிலிருந்து இஸ்ரேல்: அரசியல் கற்பனை மற்றும் அடையாளப் பிரச்சனை, லண்டன் 1994' என்ற அவரது சொந்த புத்தகத்துக்காக மொழியாக்கம் செய்திருந்தார். பாலஸ்தீனத்தில் அரசியல் இருப்பையல்ல, கலாசார இருப்பையே ஆதரித்த கின்ஸ்பர்க் சிறப்பான மதச்சார்பற்ற சிந்தனையாளர், இஸ்ரேலின் முதல் ஜனாதிபதி முசய்ம் வெயிஸ்மேன் உட்பட பலரை உருவாக்கியவர் என்று கூறும் ஓர், அவரது எழுத்துக்கள் இன்று இஸ்ரேலில் தெரியவே செய்யாது என்று வருந்துகிறார். மொழியாக்கம் செய்யப்பட்ட சொற்கள் ஹீப்ரு மொழியில் 'அஹாத்ஹாம்'ன் புத்தகத்திலிருந்து (Collected Edition) எடுக்கப்பட்டவை. (ஜெருசலேம் 1950) அஹாத்ஹாம் (மக்களில் ஒருவன்) என்பது ஜின்ஸ்பர்கால் உபயோகப்படுத்தப்பட்ட புனைபெயர்.

18. இரகசியங்களும், பொய்களும்: உண்மை நோக்கிய பயணம், பதிப்பிக்கப்படா எல்லுரன் கானின் நினைவுகள்.

19. முஸ்லிம் சகோதர அமைப்பு பிரிட்டிஷ் ஏகாதிபத்தியத்துடன் வைத்திருந்த கூட்டின் விவரங்களும், இந்தக் காலகட்டத்தில் அவர்களது பிரகடனங்களும் "The Muslim Brotherhood in Balauee, கெய்ரோ 1945 என்ற நூலில் உள்ளன. 1960-களிலேயே இந்தப் புத்தகம் பொது நூலகங்களிலிருந்து மறைந்து விட்டது.

20. ஐம்பது, அறுபதாம் ஆண்டுகளில் எகிப்திய, சிரிய, இராக்கிய இராணுவங்களின் குணம் தெற்காசியாவிலும் ஆப்பிரிக்காவின் சில பகுதிகளிலும் கஷ்டப்பட்டு உருவாக்கியிருந்த காலனியாதிக்க இராணுவ அமைப்புகளிலிருந்து மாறுபட்டிருந்தது. அரபு உலகில் காலனியாதிக்கம் சிறிது காலமே இருந்தது என்பதுடன், ட்ரான்ஸ் ஜோர்டானில் கிளப் பாஷாவால் முழுத் தகுதியுடன் உருவாக்கப்பட்ட அராபிய நாடோடி இனங்களைத் தவிர, பிரிட்டிஷும் பிரெஞ்சும் எகிப்து, சிரியா, ஈராக் அல்லது சவுதி அரேபியாவில் நம்பத் தகுந்த இராணுவங்களை உருவாக்க முடியவில்லை. குறிப்பாக சிரியாவிலும் ஈராக்கிலும் அதிகாரிகளாகிய இளம் கேடட்டுகள் பல்வேறு விதமான ஏகாதிபத்திய எதிர்ப்புச் சிந்தனைகளால் தாக்கம் பெற்றிருந்தனர்.

21. வடமேற்கு லண்டனில் வில்ஸ்டனின் இடதுசாரி நாடாளுமன்ற உறுப்பினரான மாரிஸ் ஆர்பாக் கெய்ரோவிலிருந்து டெல் அவிவுக்கு செய்தியைக் கொண்டு சென்ற துணிச்சலுக்காக உள்ளூர் ஜியோனிஸ்டுகளால் விமர்சிக்கப்பட்டார். முழுமையான செய்திக்கு Avi shlaim, The Iron wall, London, பக்கம் 118-30ஐ காணவும்.

22. இந்த நடவடிக்கையை துருக்கி, இரான், பாகிஸ்தான் எதிர்த்தரப்பிலிருந்த பிரிட்டிஷ் லேபர் கட்சி கருணையுடன் போரை ஆதரிக்க மறுத்தது. இது பிரிட்டிஷ் பொதுமக்கள் கருத்தைப் பிளவுபடுத்தி ஊடகங்களிலும் வேறு இடங்களிலும் கருத்து மாறுபாட்டுக்கு அதிகம் வழிவகுத்தது.

23. எனினும் இந்தக் குறிப்பைப் பல வழிகளில் அர்த்தப்படுத்த இயலும். ஆயிஷாவின் பிஞ்சில் பழுத்த தன்மை சந்தேகத்துக்கு இடமாக்கப்படவில்லை. அப்படியே இருந்தாலும், தெளிவாகத் தெரிவதுபோல் புத்தகம் வெளிப்படுத்தப்படாத முடாஸிலைட்டுகள் குறித்துத்தான் சந்தேகமெழுப்பப்படுகிறது.

24. காமெல். ஷி.அபுஜாபர், அரபு பாத் சோஷலிஸ்ட் கட்சி, நியூயார்க், 1966.

25. மேலும் கிழக்கில், இந்திய தேசிய காங்கிரசின் தேசியத் தலைவர்கள் இதேபோன்ற முடிவுக்கு வந்து ஆகஸ்ட் 1942-ல் பிரிட்டிஷ் ஆட்சிக்கு எதிராக, இரண்டாம் உலகப்போரின் உச்சத்தில் சிவில் ஒத்துழையாமை இயக்கத்தைத் துவக்கினர். (மொ.பெ : 1942-ல் இந்தியாவில் துவக்கப்பட்டது 'வெள்ளையனே வெளியேறு' இயக்கம். இது தவறான குறிப்பு).

    லாகூரில் ஐம்பதுகளின் இறுதியில் ஒருநாள் மதிய உணவின் போது மஹ்மூதாபாதின் ராஜா அஃப்ளாக்கின் சுருக்கமான வரலாறு மற்றும் அவரது கோட்பாடுகளை என்னிடம் கொடுத்தார். ராஜா ஜின்னாவின் முஸ்லிம் லீகுக்கு நிதி பெற உதவியுள்ளார். ஆனால், முழுமையாக மயக்கம் தெளிந்துவிட்டார். பாகிஸ்தானை விட்டு மத்திய கிழக்குக்குச் சென்ற அவர் அங்கு அஃப்ளாக்கை சந்தித்தார். இப்போது பாத்தின் ஒருவகை பாகிஸ்தானில் தேவையென்று அவர் நினைத்தார். புட்டோவின் (பீப்பிள்ஸ் பார்ட்டி) மக்கள் கட்சி அதன் வெகு அருகில் வந்தது, ஆனால் பெரிய வித்தியாசம் பாகிஸ்தான் இராணுவத்தின் அரசியலற்ற பாரம்பரியம் அலெக்ஸாண்ட்ரிய கூட்டத்தின் மூலமாக விளக்கப்படுவது போல் தேசியவாதிகள் ரோமெல் அவர்களது பணியைச் சுலபமாக்கி விடும் என்று நம்பினர்.

12

தோல்விகளின் அத்தியாயம்-சிறு குறிப்பு

1948 நக்பா பாலஸ்தீனர்களைத் தலைமையில்லாமல் பிரித்து விட்டது. அவர்களது வாழ்க்கை, அதன் ஒவ்வொரு அம்சத்திலும், அரபு நாடுகளின் தீவிரக் கட்டுப்பாட்டில் இருந்தது. பாலஸ்தீன விடுதலை இயக்கத்தை உருவாக்குவதற்கு ஒப்புக்கொள்ள அரபு லீக்குக்கு பதினைந்து ஆண்டுகள் பிடித்தன. ஆனால் இதன் அர்த்தம் என்னவென்றால், சிரியா, ஈராக், ஜோர்டான், எகிப்து இராணுவங்களில் பாலஸ்தீன யூனிட் உருவானது. தீவிர மாற்றம் பெற்றும் அதனைத் தொடர்ந்து ஒருமுகப்பட்டும் அரபு தலைநகரங்களில் அகதிகளாகவிருந்த பாலஸ்தீனர்கள் ஒரு புதிய மனப்பான்மையைப் பெறத் தொடங்கினர். இவர்களெல்லாம் 1948-ல் இளம் ஆண்கள், பெண்கள், குழந்தைகள், தொட்டில் குழந்தைகள், இன அழிப்பு பற்றிய நேரடி நினைவு அற்றவர்கள். அவர்களெல்லாம் பேரழிவு குறித்த கதைகள் சொல்லி வளர்க்கப்பட்டவர்கள், தோல்வியின் நேரடி அனுபவம் இல்லாவிட்டாலும் அதற்கு மேலாக ஒன்றுபட்ட நினைவுகளை வளர்த்துக் கொண்டவர்கள்.

அரபு உலகின் மற்ற பகுதிகள் போல் அவர்கள் தேசியவாதிகளாகவும், மார்க்ஸிஸ்டுகளாகவும் பிரிந்தனர். எனினும் அந்த உலகம் போல் அல்லாமல், இங்கு மதப்போக்கு மிகச் சிறிய அளவே இருந்தது. இந்தக் காலகட்டத்தில்தான் தமது இடதுசாரி அணியாக பாலஸ்தீன விடுதலைக்கான பரந்த முன்னணியாகவும் (PFLP), பின்னர் பாலஸ்தீன விடுதலைக்கான பரந்த ஜனநாயக முன்னணியாகவும் (DDFLP) ஃபடாஹ் (வெற்றி) குழு உருப்பெற்றது. இந்தக் குழுக்களுக்கிடையேயான வேறுபாடு மிக முக்கியமானது. ஃபடாஹ் இஸ்ரேலுக்கு எதிராக

நேரடியான, பாலஸ்தீன கெரில்லாக் குழுக்களின் தனிப்பட்ட தாக்குதல் நடவடிக்கைகளை ஆதரித்தது; அதன் எதிர்ப்பாளர்களோ அரபு நாடுகளில் தொடர்ச்சியான சோஷலிஸப் புரட்சிகள் நடக்காமல் பாலஸ்தீனத்தை வென்றெடுக்க முடியாது என்று வாதிட்டனர்.

1965-ல் ஃபடாஹ் கெரில்லாக்கள் சிரியாவின் பாத் ஆதரவுடன் இஸ்ரேலுக்குள் நடவடிக்கைகளில் இறங்கினார்கள். ஜியோனிஸத் தலைவர்கள் வன்மையான பதிலடி கொடுக்க முடிவு செய்தார்கள். அவர்கள் அமெரிக்காவிலிருந்தும், மேற்கு ஜெர்மனியிலிருந்தும் பெற்ற பொருளாதார, இராணுவ உதவிகள் (இரசாயன ஆயுதங்கள் உள்பட) அந்தப் பிரதேசத்தில் மிகவும் சக்திபெற்ற விமானப் படையை அவர்கள் உருவாக்கிக் கொள்ள உதவின. ஜனத்தொகை அதிகரித்தது, அத்துடன் அதன் இராணுவ அளவும் அதிகரித்தது. இஸ்ரேலின் தலைமை அதிகாரம் இஸ்ரேலின் இருப்புக்கு எந்த ஆபத்துமின்றி பாலஸ்தீனத்தின் மற்ற பகுதிகளையும் பிடித்துவிட முடியுமென்று நம்பிக்கையுடன் இருந்தது. சிரியா, எகிப்து, ஜோர்டான் ஆகியவை ஒருவர் மற்றவர் ஆட்சிப் பரப்பைக் காப்பாற்ற உறுதியளித்து ஒரு இராணுவ ஒப்பந்தத்தில் கையெழுத்திட்டன.

1967 ஜூன் 5 அன்று, இஸ்ரேலியர்கள் எகிப்தைத் தாக்கி அதன் ஒட்டுமொத்த விமானப்படையையும் அழித்துவிட்டனர். ஆறே நாட்களில் இஸ்ரேலின் பீரங்கிப்படை ஜோர்டானிடமிருந்து ஜெருசலேத்தையும் மேற்குக் கரையையும் கைப்பற்றிவிட்டது, தெற்கு சிரியாவில் கோலான் மேட்டுப் பிரதேசத்தையும் ஆக்கிரமித்து எகிப்தில் சூயஸ் கால்வாய் வரை சினாயையும் கைப்பற்றிவிட்டது. இது ஒரு விரிவான வெற்றி, இரண்டாவது நக்பா, இன்னும் நீண்ட காலத்துக்கு ஏற்படக்கூடிய விளைவுகளைக் கொண்டது.

ஜெருசலேம் வீழ்ந்துவிட்டது. சில கிறித்துவ, முஸ்லிம் புனித இடங்கள் இப்போது யூதர்களின் கட்டுப்பாட்டில் இருந்தன. இஸ்ரேலின் இராணுவ பலம் பெண்டகன் மீதும் அரசுத்துறை மீதும் கடுமையான தாக்கத்தை ஏற்படுத்தியது. பிரதேசத்தில் ஜியோனிஸத் தன்மை அவர்கள் எதிர்பார்த்ததைவிட மிகவும் உறுதியாகவும், சக்தி மிக்க வெளிப்பாடாகவும் இருந்தது. அமெரிக்க இஸ்ரேலிய உறவு வியப்புக்குரிய பாணியில் மாறியது. பிரதேசத்தில் இஸ்ரேல் அமெரிக்காவின் மிகவும் நம்பிக்கைக்குரிய கூட்டாளியாக மாறியது, இது அமெரிக்காவிலிருந்த பெருமளவு யூத ஜனத்தொகை இஸ்ரேலை நோக்கித் திரும்பியதன் மூலம் புனிதப்படுத்தப்பட்டது.

பாலஸ்தீனர்கள்? இஸ்ரேலிய ஆக்கிரமிப்பு பாலஸ்தீனத்தின் கடைசி கோட்டைகளான ஜெருசலேம், காஸா, மேற்குக் கரை ஆகியவை டெல் அவிவின் நேரடி ஆட்சியின் கீழ் வந்துவிட்டதை அர்த்தப்படுத்தியது. ஒரு வேகமான வெற்றியை இஸ்ரேல் பெற்றதும் அது சுதந்திர பாலஸ்தீனத்துடன் ஒரு தீர்வைக் கொடுத்திருக்க முடியும். ஆனால் இஸ்ரேலோ வெற்றி வெறியில் திளைத்திருந்தது. முற்றிலும் அதிர்ச்சியடைந்த அரபு நாடுகள் இந்த ஆக்கிரமிப்பை அங்கீகரிக்க மறுத்தன. பெருமளவு பாலஸ்தீனர்கள் ஜோர்டானிலும் சிரியாவிலும் அவசரமாக உருவாக்கப்பட்டிருந்த அகதி முகாம்களுக்கு விரைந்தனர்.

1967 போர் மத்தியக் கிழக்கில் மிகப்பெரும் ஏகாதிபத்திய எதிர்ப்பு சக்தி என்று நாஸர் பெற்றிருந்த பெயரை அழித்தது. எகிப்து எப்படி பதிலளிக்கும்? 1967, ஜூன் 9 அன்று, அழிவின் அளவு வெளிப்படையாகத் தெரிந்ததும், முஸ்லிம் சகோதர அமைப்பால் தூண்டப்பட்ட குழுக்கள் சோவியத் தூதரகத்தை நோக்கி விரைந்தன. அவர்கள் இந்தப் பேரழிவுக்கு சோவியத் யூனியனைக் குற்றம் சாட்டினர். அதன் தூதரகத்தை எரிப்பது மறுசீரமைப்புக்கான முதலடியாகக் கருதப்பட்டது. பழைய ஆட்சியாளரின் அறிவுத் துறையினர் நேரத்தை வீணாக்கவில்லை. இராணுவத்தின் மூத்த அதிகாரிகளுடன் அவர்கள் திட்டமிடுதலில் ஈடுபட்டனர். இரண்டு ஆண்டுகளுக்கு முன்பு இந்தோனேசிய இராணுவம் இடதுசாரியைத் தோற்கடிக்க நிகழ்ச்சிகளை நிறைவேற்றியிருந்தது. ஒரு கம்யூனிஸ்ட் அல்லாத நாட்டிலிருந்த மிகப்பெரும் கம்யூனிஸ்ட் கட்சி வழித்தெறியப்பட்டது. பத்து லட்சம் பேர் இறந்தனர். இந்த நிகழ்ச்சியை இஸ்லாமிஸ்டுகளும் அமெரிக்காவின் உள்ளூர் ஏஜென்ஸிகளும் மூன்றாம் உலக நாடுகள் முழுவதும் மகிழ்ச்சியுடன் கொண்டாடினர். கெய்ரோவில் முஸ்லிம் சகோதர அமைப்பு பழிவாங்கக் கனவு கண்டது. பரோவாவை கவிழ்த்து அவரது ஆதரவாளர்களைக் கொல்ல இதுதான் சமயம். மிகவும் பாரம்பரியமுடைய வலதுசாரி குழுக்கள், 'பதினைந்தாண்டு சோஷலிஸத்தை' பின்தள்ள விரும்பின. எண்ணெயை மீண்டும் 'பாதுகாக்க' எகிப்தை மீண்டும் கைப்பற்றவும், பிறகு சிரியாவும் ஈராக்கும் அவர்கள் கைக்கு வரும்வரை தண்டிப்பதற்கும் மேற்கு அவர்களுக்குப் பணம் கொடுத்து உதவுமென்று அவர்களுக்குத் தெரியும்.

அதே கருப்பு வெற்றியன்று, கண்ணீருடன் நாஸர் எகிப்தி மக்களுக்கு தனது ராஜினாமா உரையாற்றினார். அது அர உலகெங்கும் ஒளிபரப்பப்பட்டது. அவர் மிகவும் உடைந்துபோ

காணப்பட்டாலும், எதுவும் சாக்குப்போக்கு தேடாமல் வீழ்ச்சிக்குத் தாமே முழுப் பொறுப்பேற்றார். அவரது எதிரிகள் மகிழ்ந்துபோய் மாற்றத்துக்குத் தயாராகத் தொடங்கினர். ஆனால் வீழ்ந்த மக்கள் மீண்டும் எழமாட்டார்கள் என்று அவர்கள் கற்பனை செய்தனர்.

அதைத் தொடர்ந்து நடந்தது, அரபு உலகில் மட்டுமல்லாமல் யாருமே எதிர்பாராதது. அரபுத் தெருக்கள் நாஸரின் ராஜினாமாவுக்கு எப்படி பதிலளித்தன என்பதற்கு எகிப்திய வரலாற்றியலாளர் அன்வர் அப்துல் மாலிக்கின் எழுத்து மூல விவரிப்பே அதன் சக்தியைக் காட்டுகிறது:

சில கணங்கள் தயங்கிய பின் முழு தேசமே நடவடிக்கையில் இறங்கியது. கெய்ரோவின் தெருக்கள் 25 லட்சம் மக்களால் நிரம்பின; டாண்டா. டெல்டா மையத்திலிருந்த ஒட்டுமொத்த ஜனத்தொகையும் தலைநகரை நோக்கி அணி வகுத்தது; அதேதான் போர்ட் செய்திலும் நடந்தது. எனினும் மக்கள் நகரையே காலியாக்கிவிடக் கூடாதென்ற நோக்கில், திரும்பிவிடுமாறு அவசரமாகக் கேட்டுக் கொள்ளப்பட்டனர். அலெக்ஸாண்டிரியாவிலிருந்து ஆஸ்வான் வரை, மேற்கு பாலைவனத்திலிருந்து சூயஸ் வரை, ஒவ்வொரு நகரும், டவுனும், கிராமமும் தேசமே அணிவகுத்தது. அதன் கோஷத்தின் அர்த்தத்தைத் தவறாக புரிந்துகொள்ள முடியாது: 'வேண்டாம் ஏகாதிபத்தியம்! வேண்டாம் டாலர்!' 'காமெலைத் தவிர வேறு தலைவர் வேண்டாம்!' 1967 மே மாதத்திலிருந்து தாமாகவே கெய்ரோ மற்றும் அலெக்ஸாண்ட்ரியா மக்கள் 1919 புரட்சியின் புகழ்மிக்க போர் முழக்கத்தை எடுத்துக் கொண்டனர் 'பிலாடி, பிலாடி, ஃபிடாகி டாமி!' (என் தந்தை நாடே, ஓ தந்தை நாடே, உன்னுடையதுதான் எமது ரத்தம்!) இப்போது அது இடிமுழக்கமாகவும் கேடயமாகவும் வெடித்துக் கிளம்பி சூழ்ச்சிகளையும், சதித் திட்டங்களையும் தகர்த்துக் கொண்டு தேசிய ஒலிபரப்பு நிலையத்தின் வழியில் நடந்து எகிப்தின் தேசியம் மற்றும் தேசிய உறுதியை வலியுறுத்தியது.

சோம்பிக் கிடந்த நாட்கள் கழித்துவிட்டன. எதையும் சாராத உணர்வு போய்விட்டது. மக்கள் தம்மைத் தந்தை நாட்டுடன் அடையாளப்படுத்திக் கொள்ளாமலிருந்த நிலை போய்விட்டது.[26]

நாஸர் ராஜினாமா செய்ய அனுமதிக்கப்படவில்லை, ஆனால் இந்தப் போர் ஒரு திருப்புமுனையை ஏற்படுத்திவிட்டது என்பதை அவர் அறிந்திருந்தார். ஒரு இராணுவ வரலாற்றியலாளர் என்ற முறையில் இந்தத் தோல்வியின் அளவு அவருக்குத் தெரிந்திருந்தது. ஒரு அரசியல்வாதி என்ற முறையில் அரபு உலகில் ஏதோ மாற

வேண்டியுள்ளது என்பதைப் புரிந்து கொண்டார். மூன்று ஆண்டுகள் கழித்து அவர் இறந்துவிட்டார். அவரது இறுதி யாத்திரையில் பங்கேற்ற லட்சக் கணக்கானோர் தாம் நாஸருக்கு மட்டும் விடை கொடுக்கவில்லை, அவருடைய கனவான அரபு ஒற்றுமைக்கும் சேர்த்தே விடை கொடுக்கிறோம் என்பதை அரைகுறையாக அறிந்திருந்தனர்.

சோவியத் யூனியன் எகிப்து இராணுவத்துக்கும் விமானப் படைக்கும் மீண்டும் உதவியளித்தது. நாஸருக்குப் பிறகு வந்த அன்வர் அல்சதத் 1973-ல் இஸ்ரேலைப் பின்னுக்குத் தள்ளி அதன் விமானப்படையைச் சமன்படுத்தி அதிர்ச்சியளித்தார். இஸ்ரேல் சுதாரித்துக் கொண்டாலும், ஒரு விஷயம் பதிவு செய்யப்பட்டுவிட்டது. அமெரிக்காவும் சோவியத் யூனியனும் எதுவும் நகராத நிலையைத் திணித்துவிட்டன. ஒவ்வொரு பெரும் சக்தியும் தமது தரப்பு தோற்று விடாமலிருக்க வேண்டுமென்பதில் உறுதியாக இருந்தன. அரபுகள் அதிசயமான ஒற்றுமையாலும் தற்காலிக எண்ணெய்த் தடையாலும்கூட உதவி பெற்றனர்.

ஆனால் மிகவும் நவீன ஆயுதங்களைப் பெரும் சக்திகள் விற்றது மட்டுமே கேள்வியல்ல. அரபுகளுக்கு உள்ளேயே ஒரு பெரிய அடிப்படைப் பிரச்சனை இருந்தது. பெரும் சிரிய கவிஞரான நிஸார் கப்பானி அளித்த செய்தி இதுதான். அவரது கவிதைகள் கடை வீதிகளிலும், வரவேற்புக் கூடங்களிலும் ஒரே மாதிரியாக இசைக்கப்பட்டன. அவருடைய 1956 கவிதைகளில், கப்பானி சாதாரண சிப்பாயின் வீரத்தை புகழ்ந்திருந்தார். எகிப்து இராணுவ தோல்வி அடைந்திருந்தாலும் அரசியல் மனப்பான்மை நேர்மறையாகத்தான் இருந்தது. பத்தாண்டுகளுக்குப் பிறகு நிலப்பரப்பு மாற்றமடைந்திருந்தது.

1967 போருக்குப் பின் உடனே கப்பானி, ஹவாமிஷ் அலா தப்தர் அல்நக்ஸாஹ் (பின்வாங்கல் புத்தகத்துக்கு ஒரு பின்குறிப்பு) என்ற இருபது செய்யுள்களைப் படைத்தார். சுல்தானையும், கர்னலையும்கூட விடாமல் அவர் அனைத்து அரபுத் தலைமையையும் சாடினார். மாற்றுக் கருத்துக்காகத் தண்டிக்கும் கலாசாரங்களில் கவிஞர்களின் அரசியல் தலையீடுகள் அதிசயமல்ல எனினும் ஒரே ஒரு கவிதைக்கு இத்தகைய வெடித்தெழும் தாக்கம் இருப்பது அதிசயம். குறிப்பாக 17-ம் செய்யுள் அரசின் எழுத்தர்களையும் ஒவ்வொரு அரபு தலைநகர்களிலும் இருந்த ரகசிய போலிஸையும் மிகவும் கொதிப்படையச் செய்தது. ஆனால் அரபு உலகம் முழுவதும் அது வாசிக்கப்பட்டுப் பாடப்பட்டது.

வலதுசாரி, இடதுசாரி இருபுறமும் இருந்த விமரிசகர்களால் கண்டனம் செய்யப்பட்டும், கவிஞர் சிறிதும் அசைந்து கொடுக்கவில்லை. அவர் தனியாக இல்லை என்பது அவருக்குத் தெரியும். லட்சக்கணக்கானோரின் நம்பிக்கையிழப்பைத் தாம் அதில் விழுந்துவிடாமல் வெளிப்படுத்தினார். நம்பிக்கையிழப்பு ஒரு அசையாத தன்மையையோ அல்லது சிந்தனையற்ற வன்முறையையோ உருவாக்குமென்பது அவருக்குத் தெரியும். அவரது அரசியல் கவிதைகளில் எப்போதுமே நம்பிக்கையிருந்தது. அது படைப்பாற்றல் மற்றும் ஆக்கமான உணர்வையும் கொண்டது. நம்பிக்கை குறித்த கப்பானியின் பிரதிபலிப்பு எப்போதுமே ஆற்றலுடையதாகவும், இளமை ததும்புவதாகவும், எதிர்காலச் சந்ததிக்கு செய்தி கூறுவதாகவும் இருந்தது. அவர் எழுதுகிறார்:

1.

பழஞ்சொல் மாய்ந்ததுவே
பழம் நூல்கள் இறந்ததுவே
நைந்த பிய்ந்த செருப்பை ஒத்த நம் பேச்சு மறைந்ததுவே
நம் தோல்விக்கு இட்டுச் சென்ற மனம் மரணித்ததுவே

2.

நம் கவிகள் கசந்தனவே
மங்கையர் கூந்தலும் இரவுகளும் திரைகளும் கசந்தனவே
அனைத்தும் கசந்ததுவே

3.

கவலையில் மூழ்கிய எனது நாடே
மின்னல் நொடிதனிலே எம்மை
காதல் கவியிலிருந்து கத்தி முனையில்
எழுதும் கவியாய் மாற்றினாயே

4.

நாம் உணர்வது சொற்களுக்கு அப்பாற்பட்டது
நாம் நாண வேண்டும் நம் கவிகளைக் கண்டு

5.

கீழைத் தற்பெருமையால் கிளறப்பட்டு
ஓர் ஈயைக் கொல்லா வாய்ச் சொல் வீரங்கொண்டு

குழலையும் மேளத்தையுங் கொண்டு
போர் முனையில் கால்தனை வைத்தோம்; தோற்றோம்

6.
நம் செயல்களை விட சொற்கள் உரக்க இருக்கின்றதே
நம்மை விட நம் வாள்கள் உயர்ந்திருக்கின்றதே
நம் பெரும் சோகம் இதுவே
7.
சுருங்கப் பார்த்தால்
நம் புற உரு நாகரிகத் தோல் போர்த்த
அகங்களோ கற்காலத்தில் உள்ளனவே
ஒரு குழலும் மூங்கிலுங் கொண்டு
ஒரு போரை வெல்லுதல் ஆகுமோ?

8.
நம் பொறுக்கா தன்மை நமக்கு
ஐம்பதாயிரம் புதுக் கூடாரங்களை
விலை கொடுத்தோம்

9.
சுவர்க்கம் உம்மைக் கைவிட்டால்
அதை நீ பழித்து விடாதே
சூழ்நிலைகளைப் பழித்திடாதே
கடவுள் விரும்பியவருக்கு வெற்றி தருவார்
கடவுள் வாட்களை அடிக்க ஒரு கொல்லன் அல்லன்

11.
காலையில் செய்திகளைக் கேட்பது
வலி கொடுக்கிறது
நாய்கள் குரைப்பதைக் கேட்பது வலிக்கின்றது.

12.
நம் எதிரிகள் எல்லைகளைத் தாண்டவில்லை
எறும்பைப் போல்\அவர்கள் நம் பலவீனத்துக்குள் ஊர்ந்து
விட்டார்கள்

13.
ஐந்தாயிரமாண்டுகள் குகையுள்
தாடி வளர்த்தோம்

நம் நாணயத்தை எவருமறியார்
நம் கண்கள் ஈக்களின் சொர்க்கம்
தோழர்களே
கதவுகளை உடைத்தெறிவீர்
அறிவை அலசுவீர்
உடுப்புகளை அலசுவீர்
தோழர்களே
நூலொன்றை வாசிப்பீர்
நூலொன்றை இயற்றுவீர்
சொற்களையும் கடலைகளையும்
திராட்சைகளையும் வளர்ப்பீர்
பனி படர்ந்த ... நாட்டை நாடுவீர்
நீர் குகைகளில் வாழ்வதை எவரும் அறியார்
மக்கள் உங்களை நாய் இனம் என எண்ணுகிறார்கள்

14.
வெற்று மனங்களைக் கொண்ட
நாம் கனத் தோலற்ற மனிதர்கள்
தந்திரவாதத்திலும் சதுரங்கத்திலும்
உறங்குவதிலும்
நாம் நம் நாட்களைக் கடத்துகிறோம்.
கடவுள் அருளிய மானிட நாடு நாமோ?

15.
நம் பாலை எண்ணெய்களெல்லாம் கனல் கதிர்
பறக்கும் வாளாகி இருக்கலாம்.
நாம் நம் பண்புடைய முன்னோர்களின்
அவமானமாய் ஆகிவிட்டோம்
நம் எண்ணெய்களை விலைமாதுக்கள்
கால்களிடையே ஓட விடுகிறோம்.

16.
நாம் வீதிகளிலே மொத்தமாய் ஓடுகிறோம்
மக்களைக் கயிற்றால் இழுத்துக் கொண்டு
கதவுகளையும் தாழ்ப்பாளையும் உடைத்துக் கொண்டு
நாம் தவளைகளைப் போல் புகழ்கிறோம்
தவளைகளைப் போல் உறுதி கூறுகிறோம்.
நாம் கோழைகளை நாயகனாக ஆக்குகிறோம்.
நாயகனைச் சேற்றில் தள்ளுகிறோம்.

நாம் நின்று எண்ணுவதில்லை
பள்ளி வாசல்களிலே, நாம் சோம்பல் காத்துக் கொண்டு
கவிகள் பழமொழிகளை இயற்றிக் கொண்டு,
எதிரி எதிராக (வெற்றிக்குக்) கெஞ்சிக் கொண்டு இருக்கின்றோம்.

17.
தகராறேதும் ஏற்படாதென்றால்
நான் சுல்தானைப் பார்த்து கேட்பேன்:
‘சுல்தானே,
உன் காட்டு நாய்கள் என் துணிகளைக் கிழித்தன
உம் ஒற்றர்கள் எம்மைத் துரத்துகின்றனர்
அவர் நாசிகள் என்னைத் துரத்துகின்றன
அவர் அடிகள் என்னைத் துரத்துகின்றன
என்னை அவர்கள் விதியைப் போல் துரத்துகின்றனர்
என் மனைவியை விசாரிக்கின்றனர்
என் நண்பர்கள் பெயர்களை எழுதிக் கொள்கின்றனர்
சுல்தானே,
உன் மதில்கள் அருகே நான் வந்தால்
என் வலிகளைப் பற்றிக் கூறினால்
உன் வீரர்கள் என்னைச் செருப்பால் அடிக்கின்றனர்
என் செருப்பை உண்ண, என்னை நிர்பந்திக்கின்றனர்.
சுல்தானே,
இரு போர்களில் நீ தோற்றுவிட்டாய்
சுல்தானே,
நம் மக்களுள் பாதி பேரிடம் நாக்குகளில்லை,
நாக்கில்லா மாந்தர்களிருந்தால் என்ன பயன்?
அரை வாசி மக்கள் சுவர்களிடையே
எலிகளைப் போல் எறும்புகளைப் போல்
சிக்கியுள்ளனர்
தகராறேதும் ஏற்படாதென்றால்
நான் அவனிடம் சொல்வேன்,
“நீ இரு போர்களில் தோற்றாய்
குழந்தைகளுடன் தொடர்பு கொள்வதிலும் தோற்றாய்

18.
நாம் நம் ஒற்றுமைதனை இன்னும் புதைக்கவில்லை என்றால்
நாம் அதன் இளமேனிதனை கத்திகளால்
கிழிக்கவில்லை என்றால்
நம் பார்வையில் அது நிலைத்திருந்தால்
அந்நாய்கள் நம் தசைதனை கிழித்தெறிந்திருக்காது.

19.

வானத்தை உழுதிட
வரலாற்றைத் தகர்த்திட
வெகுண்டெழும் தலைமுறை நமக்குத் தேவை.
தவறுகளை மன்னிக்காத வளைந்து கொடுக்காத
ஒரு புதிய தலைமுறை நமக்குத் தேவை
அசுரர்களின் தலைமுறை நமக்குத் தேவை.

20.

அரபுக் குழந்தைகளே,
எதிர்காலத்தின் மென்மையான காதுகளே,
நீங்கள் எமது சங்கிலிகளை உடைப்பீர்
எமது தலையிலுள்ள போதையைக் கொல்வீர்
கற்பனைக் காட்சிகளைக் கொல்வீர்
அரபுக் குழந்தைகளே
மூச்சு முட்டும் எம் தலைமுறைகள் பற்றிப் படிக்காதீர்
நம்பிக்கையற்ற தலைமுறை நாங்கள்
தர்ப்பூசணி தோலைப் போல் மதிப்பற்றவர்கள்.
எங்களைப் பற்றிப் படிக்காதீர்கள்
எங்களைப் பின்பற்றாதீர்
எங்களை ஏற்காதீர்,
எம் சிந்தனைகளை ஏற்காதீர்.
குறுக்குப் புத்தியும், தள்ளாட்டமும் உடைய
தேசம் நாங்கள்
அரபுக் குழந்தைகளே
வசந்த மழையே....
எதிர்காலத்தின் மென்மையான காதுகளே,
தோல்வியை வெல்லப் போகும்
தலைமுறையினர் நீங்களே.[27]

இந்தக் கவிதை அரபு உலகம் முழுவதும் புயலைக் கிளப்பியது. எகிப்திய அரசு, கப்பானியின் கருத்தை நிரூபிக்க விரும்பியதைப் போல் உம் குத்தாம் பாடிய கவிதைக்கும் சேர்த்துத் தடை விதித்தது. அவர் நாட்டுக்குள் நுழைய தடை விதிக்கப்பட்டது. மிகவும் கிறுக்குப் பிடித்த அமைச்சர்களில் சிலர் கப்பானி இல்லாமலேயே அவர்மீது விசாரணை நடத்தப்பட வேண்டுமென்று கோரினர். சில மாதங்கள் கழித்துக் கவிஞர் நேரடியாக நாஸரிடம் கோரிக்கை விடுத்தார். அனைத்துத் தடைகளும் நீக்கப்பட்டு அந்தப் பிரச்சனை முடிவுக்கு வந்தது.

ஆனால் கவிஞர் ஒரு நரம்பைத் தொட்டுவிட்டார். நான் 1967-ல் பெர்ட்ராண்ட் ரஸ்ஸல் அமைப்பின் சார்பாக அம்மான், பெய்ரூட், டமாஸ்கஸ் ஆகிய இடங்களுக்கு ஐந்து பேர் கொண்ட பிரதிநிதிக் குழுவில் சென்றபோது முதன்முதலில் அவரைப் பற்றிக் கேள்விப்பட்டேன். அந்த வருடத் தொடக்கத்தில் நான் ரஸ்ஸல், ஸாத்ரே போர் டிரிபியூனலின் சார்பில் வியட்நாம் சென்றிருந்தேன். ஸ்டாக்ஹோமில் டிரிபியூனல் நடந்து கொண்டிருந்தபோதுதான் மத்திய கிழக்கில் போர் நடக்கக்கூடிய வாய்ப்பு ஏற்பட்டுள்ளது என்ற செய்தி எங்களை வந்தடைந்தது.

ஜூனில் ஆறுநாள் கடுந்தாக்குதலுக்குப் பிறகு, என்னை மத்திய கிழக்குக்குச் செல்லத் தயாராகுமாறு என்னிடம் கூறப்பட்டது. நாங்கள் பாலஸ்தீன முகாம்களுக்குச் சென்று ஆய்வு நடத்தி அங்குள்ள நிலை குறித்து அறிக்கை தர வேண்டும். விமான நிலையத்தில் நான் 'அப்ஸர்வர்' பத்திரிகையை வாங்கிப் படித்ததும் அதில் முந்தைய நாளன்று ரோமில் மார்க்ஸிய வரலாற்றியலாளர் ஐசக் டியூட்சர் இறந்த செய்தியைக் கண்டதும் நினைவிருக்கிறது. அவரை கடைசியாக ஸ்டாக்ஹோமில் சந்தித்திருந்தேன். அவர் போர்க் குற்ற டிரிபியூனலில் ஒரு நீதிபதியாக அங்கே இருந்தார். நான் அங்கு அமெரிக்கா வட வியட்நாம் மீது நடத்திய வரைமுறையற்ற குண்டு வீச்சு அவர்களின் இனவெறியின் அளவைக் காட்டுகிறது என்று போகிற போக்கில் குறிப்பிட்டதற்காக எனக்கு கடும் சிரமத்தைக் கொடுத்துவிட்டார். அவர்கள் ஐரோப்பாவில் வேறு எங்கும் ஒரு புரட்சியை நசுக்க வேறு மாதிரியாக குண்டு வீசுவார்களா என்று கேட்டார். நான் அவர்கள் வழி சுற்று வழியாக இருக்குமென்று பதிலளித்தேன். அவர் என்னைக் கடுமையாகச் சாடினார். இது நான் சாட்சியளித்தபோது நடந்தது. பிறகு அவர் என்னைத் தனியாக அழைத்துச் சென்று என் பேச்சில் அவர் கவனித்த தேசிய வாதத்தை வேரறுக்க என்னிடம் பேசினார். இப்போது அவர் இறந்துவிட்டார். அவருடைய தீவிர அறிவாற்றல் 1967 போர் குறித்து ஆராய உட்படுத்தப்படாது. அம்மானுக்கு விமானம் ஏறியபோது நான் மிகவும் தனிமையாக உணர்ந்தேன்.

போரினால் கிழித்தெறியப்பட்ட ஜோர்டானின் தலைநகருக்கு நான் வந்து சேர்ந்தபோது, கப்பானியின் கவிதைதான் இன்னமும் சூடான விவாதங்களின் பொருளாக இருந்ததென்பது எனக்கு வியப்பளிக்கவில்லை. என்னுடன் வந்த அதிகாரிகளுக்குச் சங்கடமேற்படுத்தும் வகையில் நாங்கள் சந்தித்த பாலஸ்தீனர்கள் பலர் கவிதையின் பல செய்யுள்களை மனப்பாடமாகக் கூறினர்.

ஜோர்டானில் இருந்த முகாம்கள்தான் பாலஸ்தீன வரலாற்றில் முதல் பாடத்தை எனக்களித்தது. டமாஸ்கஸிலும், பெய்ரூட்டிலும் அதே கதைதான். ஆனால் ஒரு வித்தியாசம்; சிரியாவின் தலைநகரில் கப்பானியின் தோழரான அயலுறவுத் துறையிலிருந்த மொவாஃபாக் அலாஃப் என்ற கவிஞரின் கவிதை குறித்து என்னிடம் கூறப்பட்டது. பாத்தின் மிகவும் முற்போக்குப் பிரிவு அதிகாரத்திலிருந்தது. சிரிய அரசின் அமைச்சர்கள் எகிப்திய நிலையை கப்பானி நன்றாக விவரித்திருப்பதாகக் கூறுவர்.

ஜோர்டானிய முகாம்கள்தான் பாலஸ்தீன வரலாறு குறித்து முதல் பாடத்தைக் கற்றுக் கொடுத்தன. அந்த வருடத்தில் வியட்நாமில் ஏராளமாகப் போரினால் பாதிக்கப்பட்ட மக்களைப் பார்த்தேன், ஆனால் அவர்கள் தமது சொந்த நாட்டில் இருந்தனர். அவர்களது சொந்த மருத்துவர்களால் கவனிக்கப்பட்டனர். உலகம் முழுவதிலுமிருந்து மக்கள் அவர்களுக்கு மருத்துவ உதவிளையும் மற்ற உதவிகளையும் அனுப்பிக் கொண்டிருந்தனர். முகாம்களில் நாபாம் குண்டுகளால் தீக்காயம் அடைந்த குழந்தைகளைப் பார்த்துப் புகைப்படம் எடுத்தேன். ஆனால் இவர்களோ அரபு உலகால் கைவிடப்பட்டு நாடற்று சாக விடப்பட்டவர்கள்.

மேற்கில் வெகுசில அரசியல்வாதிகளுக்கே இது குறித்துத் தெரிந்தது அல்லது கவலைப்பட்டனர். இரண்டாம் உலகப் போரில் யூதப் படுகொலையால் குற்ற உணர்ச்சியுற்ற அவர்கள் இஸ்ரேலின் அராஜகங்களைக் கண்டுகொள்ளவில்லை.

டமாஸ்கஸில் இருந்த பொது மருத்துவமனையில் நான் இரசாயன ஆயதங்களின் மேலும் சில தடயங்களைக் கண்டேன். நாபாம் குண்டுகளால் பல நோயாளிகள் தீக்காயம் அடைந்திருந்தனர். காணாமல் போன மருத்துவர்கள் குறித்து எங்களிடம் கூறப்பட்டது. முனையிலிருந்த மருத்துவக் கூடாரத்திலிருந்து ஐந்து மருத்துவர்களை இஸ்ரேலியர்கள் எப்படிப் பிடித்துச் சுட்டுக் கொன்றார்கள் என்று கூறினார்கள். குனைத்ராவிலிருந்து வந்த ஒரு பதினேழு வயதுடைய ஆடு மேய்ப்பவரான முகமது அல் முஸ்தபாவை நான் பேட்டி கண்டேன். அவர்கள் ஆடு மேய்த்துக் கொண்டிருந்த போது இஸ்ரேலியச் சிப்பாய்கள் அவர்களை எப்படி நிறுத்தினார்கள் என்று அவர் விவரித்தார். அவரது பன்னிரண்டு வயது சகோதரன் ஒருவன் பயந்து ஓடினான். அவன் முதுகில் சுடப்பட்டான். முகமதுவையும் ஒரு குண்டு தாக்கியது. அவர் மருத்துவ உதவி கோரியபோது அப்படியே விட்டுவிட்டு அவரது இரண்டு இளைய சகோதரர்களைத் தூக்கிச் சென்றுவிட்டனர். இந்தக் கதைகளுக்கு முடிவேயில்லை.

சிரியாவின் பிரதம மந்திரி டாக்டர் யூசுப் சூயன் அந்தக் காலகட்டத்தில் உற்சாகமளிக்கக்கூடியவை குறித்து என்னிடம் எல்லாம் கூறினாலும் அவற்றால் எனக்கு உற்சாகமூட்ட முடியவில்லை. அவர் ஒரு மருத்துவர். பயிற்சியின்போது வேல்ஸிலும், ஸ்காட்லாந்திலும் மருத்துவமனைகளில் வேலை செய்துள்ளார். நாங்கள் சந்தித்த ஒரு மதிய வேளையில் மத்தியக் கிழக்கின் கியூபாவாக விரைவில் சிரியா மாறுமென்றார்; சவுதி மன்னராட்சியின் நாட்கள் எண்ணப்படுகின்றன; முதலாளித்துவத்தை முழுமையாக அகற்றும்வரை பாத்தின் புரட்சி மேலும் வளர்க்கப்படுமென்றும் அவர் கூறினார். ‘நான் உங்களுக்கு மீண்டும் உறுதி கூற முடியும்’ என்று கூறினார். ‘நீங்கள் வருத்தப்பட வேண்டாம். அரபு மக்கள் ஏமனுக்கு புலம்பெயர்ந்து கூடாரங்களில் வசிக்க மாட்டார்கள். நாங்கள் இந்தப் படையெடுப்பைத் தடுப்போம், இறுதியில் வெற்றி எமதே. சீனா மீது ஜப்பானின் ஆக்கிரமிப்பைத் தடுத்த அவர்களின் முறையைப் பின்பற்றி நாம் ஒரு மக்கள் போரை கட்டவிழ்த்துவிட வேண்டும். ஆயுதங்களைப் பொறுத்தவரை நாம் அவர்களுடனோ அவர்களது பின்னிருந்து ஆதரிக்கும் வாஷிங்டனுடனோ, லண்டனுடனோ போட்டியிட இயலாது. இந்தப் போரை விலையுயர்ந்த ஆயதங்கள் அல்ல, மக்களால்தான் வெல்ல முடியும். இது ஒரு நீண்ட போராட்டமாக இருக்கும்...’ அடுத்த சில மாதங்களுக்குள் அவ்வளவாக நீண்ட போராட்டமின்றி அஃப்ளாக்கின் அதிகார பலத்தின் பின்பலத்துடன் மிதவாதிகள் சிரிய அரசின் ‘தீவிர முற்போக்காளர்களை’ கவிழ்த்துவிட்டனர்.

பெய்ரூட்டில் பாலஸ்தீன அறிவுத் துறையினருடன் எனது முதல் கூட்டங்களில் கலந்து கொண்டேன். அதைத் தொடர்ந்து வாலித் காலிடியின் பழைய வீட்டின் தோட்டத்தில் உபயோகமான வரலாற்றுப் பாடங்கள் நடந்தன. அவர்களில் பலர் அதிர்ச்சியடைந்த நிலையில் இருந்தனர். அவர்கள் தோல்வியால் ஸ்தம்பித்திருந்தனர். எதிர்காலம் குறித்துக் கருத்து எதையும் கூற முடியாத நிலையிலிருந்தனர்.

உணவகங்களிலும், தேநீர் விடுதிகளிலும் நான் மேலும் பலரைச் சந்தித்தேன். அவர்கள் மிகவும் உறுதியான மனத்தைக் கொண்டிருந்தார்கள். மற்றவர்களின் உதாரணங்களிலிருந்து கற்றுக் கொண்ட அவர்கள் சுல்தான்களையும் கர்னல்களையும் நம்பாமல் தாமே போராடுவதற்கு ஆதரவாக வாதிட்டனர். அதன்பின் தவிர்க்க முடியாத கேள்வி, ‘உங்களுக்கு கப்பானியின் சமீபத்திய கவிதையைத் தெரியுமா?’

லண்டன் திரும்பியதும் நான் ஐசக் டியூட்சரின் விதவை தமாராவைப் பார்த்து துக்கம் விசாரிக்கச் சென்றேன். அப்போது டியூட்சர் சாவதற்குச் சில வாரங்களுக்கு முன் 'New left Review-'வுக்கு (புதிய இடதுசாரிப் பார்வை) ஆறு நாள் போர் குறித்து நீண்ட பேட்டியளித்தார் என்ற செய்தியை அவரிடமிருந்து அறிந்தேன். யூதர்களின் இனப்படுகொலையின்போது அவர்கள் இருவருமே அவர்களது குடும்பங்களிலிருந்து பலரை இழந்திருந்தார்கள். டியூட்சர் உணர்ச்சிகள் பகுத்தறிவை மறைப்பதை அனுமதிப்பது அரிது.

இஸ்ரேல் மீது ஒரு அகதிகளின் நாடு என்ற அனுதாபம், அகதிகளை உருவாக்கிய நாடாக இல்லாவிட்டால், இருப்பது இயற்கையே. நான் அந்தப் பேட்டியில் அதிகம் எதிர்பார்க்கவில்லை. நான் நினைத்தது தவறு. இஸ்ரேலியர்களை 'மத்தியக் கிழக்கின் ப்ரஷ்யர்கள்' என்று கூறிய அவர் அவர்களுக்கு முன்னுணர்வுடன் கூடிய சில்லிடும் எச்சரிக்கையை விடுத்தார்:

ஜெர்மானியர்கள் அவர்களது சொந்த அனுபவத்தை ஒரு விரக்தியான பத்தியில் சுருக்கிக் கொடுத்துள்ளார்கள். 'நீங்கள் உங்கள் கல்லறைக்கு வெற்றிகரமாக விரைந்து செல்லலாம்! அதைத்தான் இஸ்ரேலியர்கள் செய்து கொண்டிருக்கிறார்கள். வெற்றி கொள்ளப்பட்ட ஆட்சிப் பரப்பிலும் இஸ்ரேலிலும் 15 லட்சம் அரபுகள் இருக்கிறார்கள், இது மொத்த ஜனத்தொகையில் 40 சதவிகிதத்துக்கு மேல். இந்த வெற்றி கொள்ளப்பட்ட பிரதேசத்தை 'ஜாக்கிரதையாக' வைத்துக் கொள்ள இஸ்ரேலியர்கள் இந்த அரபுகளை வெளியேற்றி விடுவார்களா? இது முந்தைய ஒன்றைவிட மிக ஆபத்தானதும், பெரியதுமான ஒரு புதிய அகதிப் பிரச்சனையை உருவாக்கிவிடும்... ஆம், இந்த வெற்றி தோல்வியைவிட இஸ்ரேலுக்கு மிக மோசமானதாகும். இஸ்ரேலுக்கு அதிகப் பாதுகாப்பை அளிப்பதற்குப் பதிலாக அதற்கு மிகவும் பாதுகாப்பின்மையை அது அளித்துள்ளது.[28]

ஐசர் டியூட்சர் முன்பே யூகித்தது போல 1967-ல் இஸ்ரேல் வெற்றி எந்தப் பிரச்சனையையும் தீர்க்கவில்லை. பாலஸ்தீனர்கள் காணாமல் போன மக்களாக மாற மறுத்தார்கள். ஒரு புதிய தலைமுறை தேசிய சுய நிர்ணயத்துக்கான ஒரு புதிய போராட்டத்தைத் தொடங்கியது, இருபதாம் நூற்றாண்டின் முற்பகுதியில் தொடங்கிய தொடர்ச்சியான விடுதலைப் போராட்டங்களில் கடைசிப் போராட்டம். உலகில் பத்தொன்பதாம் இருபதாம் நூற்றாண்டுகளின் காலனியாதிக்க மாதிரிகளில் மீதமிருக்கும் ஒரே காலனியாதிக்க சக்தி இஸ்ரேல் மட்டுமே. இதை இன்று தைரியம் மிக்க சிறுபான்மை இஸ்ரேலிய

அறிவுத் துறையினர் ஒப்புக் கொள்கிறார்கள். ஹீப்ரூ பல்கலைக்கழகத்தில் சமூகவியல் பேராசிரியரான பரூச் கிம்மர்லிங் சமீபத்தில் எமில் ஸோலாவுக்கு அஞ்சலி செய்தி 'நான் குற்றம் சாட்டுகிறேன்' என்ற படைப்பு ஹீப்ரூ வார இதழான 'கோல் ஹாரில்' 1, பிப்ரவரி 200 இதழில் வெளியானது. அது மேற்கத்திய ஊடகங்களில் எப்போது காண முடியாத கொடூரமான குற்றச்சாட்டை இஸ்ரேலி இராணுவத் தலைமை மீது சுமத்தியது:

நான் ஏரியல் ஷரோன் ரத்தம் சிந்துதலை அதிகரிக்கும் ஒ நிகழ்வுப் போக்கை உருவாக்குகிறார் என்று குற்றம் சாட்டுகிறேன் அது இஸ்ரேல் நிலத்தில் அரபுகளைப் பகுதியாகவோ, முழுமையாகவே அழித்தொழிக்கும் பிரதேசத்தைத் தூண்டிவிடுகிறது என்று எச்சரிக்கிறேன். இந்த அரசில் இருக்கும் ஒவ்வொரு லேபர் கட் அமைச்சரையும் அவர் வலதுசாரி தீவிரவாத, பாசிச இஸ்ரே பார்வைக்கு ஒத்துழைக்கிறார் என குற்றம் சாட்டுகிறேன். நா பாலஸ்தீன தலைமையை, முக்கியமாக யாசர் அராபத்தை அவர்கள குறுகிய பார்வைக்காக, ஷாரனின் திட்டங்களுக்குத் துணைபோகு அளவுக்கு அந்தப் பார்வை சென்றுவிட்டதற்காகக் குற்ற சாட்டுகிறேன். இரண்டாவது நக்பா ஏதேனும் இருந்தால் அதற் அவர்களது தலைமையும் ஒரு காரணமாக இருக்கும். தேசிய தலைமையால் உந்தப்பட்டு இராணுவக் கடமை என்ற போர்வையி பாலஸ்தீனர்களுக்கு எதிராகப் பொது ஜனக் கருத்தை தூண்டிவிடுவதாக இராணுவத் தலைமையைக் குற்றம் சாட்டுகிறே இதற்கு முன் எப்போதும் இஸ்ரேலில் இத்தனை சீருடையணிந் தளபதிகள், முன்னாள் தளபதிகள், இராணுவப் புலனாய்வுப் பிரிவி முன்னாள் உறுப்பினர்கள், சில சமயம் அறிவுத் துறையினர் எ வேடமணிந்தவர்கள் மக்களை மூளைச் சலவை செய்வதி ஈடுபட்டதில்லை. 2002 பேரழிவை விசாரிக்க நியமிக்கப்பட் விசாரணைக் குழுவினரைக்கூட சிவிலியன் குற்றவாளிகளுட சேர்த்து விசாரிக்க வேண்டும்.

மறைந்த தத்துவவியலாளர் யஷாயாஹு லெய்போவிட் சரியாகவே கூறினார். ஒவ்வொரு நல்ல பகுதியையும் இந் ஆக்கிரமிப்பு கெடுத்துவிட்டதுடன், இஸ்ரேலிய சமூக நிலைத்திருக்கும் தார்மீகக் கட்டுமானத்தையும் அழித்துவிட்ட நாம் இந்த முட்டாள்களின் முன்னேற்றத்தை நிறுத்திவிட்டு சமூகத்தை புதிதாகக் கட்டுவோம், மற்ற மக்களின் தீவிரவாத அடக்குமுறை மற்றும் சுரண்டல் இல்லாத சமூகத்தைக் கட்டுவோ இவையனைத்தையும் அறிந்தும் சிறிதே அழுதும் அடிக்கடி மௌன காக்கும் என்னையும் நான் குற்றம்சாட்டிக் கொள்கிறேன்...

பாலஸ்தீனத்தின் கதை முடிவுறாமலே உள்ளது.

அடிக்குறிப்புகள்:

27. நிஸார் கப்பானி, அரபு உலகின் நவீனக் கவிதையில் 'பின் வாங்கல் புத்தகத்துக்கு ஒரு பின் குறிப்பு', லண்டன் 1986, மொழிபெயர்ப்பு மற்றும் சீர்மை: அப்துல்லா-அல்-.........

28. முப்பத்து நான்கு ஆண்டுகளுக்குப் பின் படிக்கும் ஒருவர் அதன் தெளிவு மற்றும் தைரியத்தால் தாக்கம் பெறுகிறார். ஐசக், அவர் மனைவி தமாரா இருவருமே அநேகமாக அவர்களது உறவினர் அனைவரையும் யூத இனப்படுகொலையில் இழந்துவிட்டனர்.

13

முட்டாள்களின் ஏகாதிபத்திய எதிர்ப்பு

1973-ன் இக்கட்டான நிலை மேலும் நான்காண்டுகளுக்கு தொடர்ந்தது. வெள்ளை மாளிகையில் புதிய டெமாக்ரடி ஜனாதிபதியான ஜிம்மி கார்ட்டர் மத்தியக் கிழக்கில் பாலஸ்தீனத்தின் பிரச்சனையில் இரு தரப்பும் ஒரு ஒப்பந்தத்தை ஏற்படுத்தி கொள்வதற்கு நிர்பந்திக்க சாதகமாக இருப்பதாகக் கூறப்பட்டது அவர் எந்த நடவடிக்கையும் எடுப்பதற்கு முன்னால் எகிப்திய அரசு இஸ்ரேலுடன் தனியான அமைதி ஒப்பந்தத்தை ஒருதலைப் பட்சமா ஏற்படுத்திக் கொண்டதன் மூலம், உலகையே திகைப்பில் ஆழ்த்தியது 1977 நவம்பரில் ஜனாதிபதி சதத் ஜெருசலேத்துக்குப் பறந்து சென்று இஸ்ரேலியப் பிரதம மந்திரி மெனாசம் பெகினை வெளிப்படையாக கட்டித் தழுவி அமைதி ஒப்பந்தத்தில் கையெழுத்திட்டார். தான் ஆக்கிரமித்திருந்த எகிப்துக்குச் சொந்தமான நிலத்திலிருந்து இஸ்ரே வெளியேறியது. இரண்டு நாடுகளும் தூதர்களைப் பரிமாறி கொண்டன. இந்த அரிய நிகழ்வு மற்ற பிரச்சனைகளை இதேபோன்று எளிதாகத் தீர்த்துவிட முடியும் என்பதுபோல் ஒரு கணமேனு தோன்றச் செய்தது. எகிப்திய தொலைக்காட்சி மற்றும் வானொலியில் செய்திகள் பணிவு மிக்கப் பொய்களால் பூசப்பட்டிருந்தன அப்போதும், பின்னரும் இஸ்ரேல் தான் கைப்பற்றிய இடங்களி யூதக் குடியிருப்புகளை அமைக்கும் தனது கொள்கையிலிருந்து விலகிவிடவோ, தற்காலிகமாக நிறுத்திக் கொள்ளவோ செய்யாது என்று தெளிவுபடுத்திவிட்டது.

சதத்தின் அரசியல் நடவடிக்கை இரண்டு நோக்கங்களை கொண்டது. இன்ஃபிடாஹ் (திறந்த கதவு) என்று பெயரிடப்பட்ட இந்த வழிமுறை முந்தைய நாஸர் வழியின் முக்கிய கோட்பாட்டிலிருந்து அதிகாரப்பூர்வமாக விலகுவதாகும். வெளியுறவுக் கொள்கையில் அது நடுநிலையின் முடிவையும் இராணுவ சார்புத்தன்மை, மேற்கத்தி

வட்டத்துக்குள் மீண்டும் நுழைவது ஆகியவற்றைச் சுட்டிக் காட்டியது.

நாட்டின் சமூகப் புவியியலில் இன்ஃபிடாவின் உள்நாட்டுப் பின்விளைவு மிகவும் திகைப்பூட்டுவதாக இருந்தது. மிகப்பெரிய பொதுத்துறை எகிப்திய மக்களுக்கு உணவு, இருப்பிடம், ஆரோக்கியம், கல்வி ஆகியவற்றைப் பொறுத்த வரையில் ஒரு பாதுகாப்பை அளித்திருந்தது. இது தேவையான அளவு இல்லாதிருந்திருக்கலாம். ஆனால் அவர்கள் அனுபவிக்கப் போவதை ஒப்பிடும்போது அது மேலானது. நாஸரின் காலம் முழுவதும் செல்வ இடைவெளி ஒப்பீட்டு ரீதியில் குறைவாகவே இருந்தது. ஊழலும் அரசியல் அடக்குமுறையும்தான் வெகுவாகக் கண்டனத்துக்குள்ளானது. பழைய ஆட்சியிலிருந்து விலகியதன் முக்கிய காரணங்கள் இவைதான்.

சதத், நாட்டின் அரசியல் கட்டுமானங்களைத் தாராளமாக்கி விடாமல் நாட்டைத் தனியார் மயமாக்க முடிவெடுத்தார். வேறு சொற்களில் கூறுவதானால் இந்தப் பொருள் விமரிசனத்துக்கு அப்பாற்பட்டது. எகிப்திய இடதுசாரிகள் தனிமையில் முணு முணுத்தனர். ஆனால் எதிர்ப்பதற்கான வலிமை அவர்களுக்கில்லாமல் ஊக்கமிழந்திருந்தனர். இந்தப் புதிய சாய்வு ஜனநாயகத்தைத் தன்னுடன் கொண்டு வருமென்று நம்பி மதச்சார்பற்ற தாராளவாதிகள் அதை ஆதரிக்க முடிவு செய்தனர். ஆனால் அப்படி எதுவும் நடக்கவில்லை. தனியார் மயமும் வெளிநாட்டு மூலதனத்தை அனுமதித்ததும் வர்க்கங்கள் குவிவதை நோக்கி இட்டுச் சென்றது. ஆனால் நாஸருக்குப் பிந்தைய அரசின் அரசியல் கட்டுமானத்தில் எந்தப் பிரதிபலிப்பையும் உண்டாக்கவில்லை. முந்தைய அரசில்கூட அரசியல் தீவிரமாகக் கட்டுப்படுத்தப்பட்டது. ஆனால், அரபு சோஷலிஸ்ட் யூனியனிலிருந்த நன்கு விரித்துரைக்கப் பட்ட பிரிவுகள் ஜனத்தொகையின் பல்வேறு சமூகப் படிமங்களுக்கு பதிலளிப்பதாக இருந்தன. இப்போது அதுவும் போய்விட்டது. எதிர் அரசியல் என்பது மறைமுகமாகவே இருக்க முடியும்.

தலைமறைவு நடவடிக்கைகளில் ஏராளமான அனுபவமுடைய ஒரு அமைப்பு முஸ்லிம் சகோதர அமைப்பும் அதன் முற்போக்கு எதிராளிகளும்தான். அவர்கள் இராணுவத்தில் ஊடுருவிவிட்டனர், இப்போது அரசிடம் தமது வெறுப்பைக் காட்டப் பிரமாதமான பொது நடவடிக்கையை நடத்த அவர்கள் முடிவு செய்தனர். இன்ஃபிடாவுக்கு நான்காண்டுகளுக்குப் பின்னர் 1981 அக்டோபர் 6 அன்று ஒரு இராணுவ அணிவகுப்பின் மரியாதையை ஏற்றுக் கொண்டிருந்த எகிப்திய ஜனாதிபதியின் மீது அணிவகுப்பிலிருந்த நான்கு சிப்பாய்கள் தமது இயந்திரத் துப்பாக்கியைத் தாழ்த்தி குண்டு

மழை பொழிந்து சதத்தைக் கொன்றதுடன், மற்றும் பலரையும் காயப்படுத்தினர். அறிவாளிகள் துக்கம் அனுசரித்தனர். நாடோ எந்த கவலையுமின்றி இருந்தது. நாஸரின் இறுதி யாத்திரைக்கும் இதற்கும் உள்ள வேறுபாட்டை இதைவிட அதிகமாக உணர்த்திவிட முடியாது.

கொலையாளிகள் உடனடியாகப் பிடித்து விசாரிக்கப்பட்டு மரண தண்டனைக்கு உள்ளாக்கப்பட்டனர். எகிப்தில் மட்டுமல்ல, உலகெங்கும் அதன் பிறகு எங்கும் மரியாதை செலுத்தும் விழாக்களில் பயன்படுத்தக்கூடிய ஆயுதங்கள் தடை செய்யப்பட்டன. ஆனால் இஸ்லாமிய நடவடிக்கைகளில் கூர்மையான மறுமலர்ச்சியை உருவாக்கிய அக, புற நிலைகள் மாறாமலே இருந்தன. சதத்துக்கு பதிலாக முபாரக் வந்தார். அவர் மதத் தீவிரவாதிகளுக்குச் சமூக, கலாசார வட்டங்களில் தமது செல்லரித்துப் போன சர்வாதிகாரத்தைக் காப்பாற்றிக் கொள்வதற்காக அதிக சலுகைகளை அளித்தார். இது அவர்களை வலுப்படுத்திச் சமூக ஆதரவு அடித்தளத்தை விரிவுபடுத்திக் கொள்ள உதவியது. ஆனால் அரசியல்-மத உணர்ச்சியின் புதுப்பிக்கப்பட்ட வெடித்தெழுதலை ஊக்குவித்த நிகழ்ச்சி அரபு உலகுக்கு வெளியிலிருந்தது.

1971-ல் பயனற்ற, அதிக நம்பிக்கையையுடைய, அகத்திலும் புறத்திலும் பைத்தியக்காரர்களின் புகழ்ச்சியால் குருடான, மக்களிடமிருந்து தனிமைப்பட்டிருப்பதை அறியாத மன்னர் செசில்.டி.டிமில்லியைப் போலவே நடிக்க முடிவு செய்தபோது மீண்டும் போர்க்கோடுகள் வரையப்பட்டுவிட்டன. உயர்திரு சைரஸை மரியாதை செய்யவும், 2500 இரானிய மன்னராட்சியை கொண்டாடவும் அவர் ஒரு பிறந்தநாள் விழாவை நடத்த விரும்பினார். மற்ற எல்லாவற்றையும் போலவே, இந்த நிகழ்வைப் பொறுத்தவரை தேதியும் போலியானது. இந்த ஆடம்பரத்தை நடத்த விரும்பியதன் காரணம் தெளிவானது; ஷா தன்னை விரும்பி அழைத்துக் கொள்ளும் 'ஆர்ய விளக்கு' வம்சா வழியின் பாதுகாப்பின்மையைக் குறைப்பதற்காக இந்த விழா. இதற்காகத் தேர்ந்தெடுக்கப்பட்ட இடம் வரலாற்றுப்பூர்வமானது; பழமையான பெர்ஸிய தலைநகர் பெர்சபோலிசின் அழிவுகள்.

பெரும்பாலான விருந்தாளிகள் வந்துவிட்டனர். எத்தியோப்பிய பேரரசர் ஹெயில் செலேசி, ஜப்பானின் பேரரசர் ஹிரோ ஹிடோ, அவ்வளவாகப் புகழ்பெறாத பெனலக்ஸ் நாடுகளின் மன்னர்கள் ஸ்காண்டிநேவிய மன்னர், இன்னும் குறைவான புகழுடைய மொராக்கோ, ஜோர்டான், நேபாள மன்னர்கள், பிரிட்டிஷ் இளவரசர் சார்லஸ் விண்ட்ஸர், அனைத்துப் பக்கங்களிலுமிருந்து

அரசியல்வாதிகள். இதில் தற்போதைய அமெரிக்க துணை ஜனாதிபதியான ஷிஸ்டர் ஸ்பைரோ அக்நியூ, சோவியத் ஜனாதிபதி போட்கோர்னி, சீன பொலிட் பீரோவின் ஒரு மூத்த பிரதிநிதி ஆகியோரும் அடங்குவர். ஐரோப்பிய அரசியல்வாதிகளில் பிரெஞ்சுத் தலைவர் பாம்பிடௌ மட்டும் வராமலிருக்க முடிவு செய்தார். அவருடைய சொந்தத் தலைநகரில் மே' 68-ல் தடுப்பரண்களை அனுபவித்த அவர், உலகளவிலான மற்ற அரசியல்வாதிகளைவிட எதிர்காலத்தை மிகவும் தெளிவாகக் கண்டார். ஏராளமான அறிவுத் துறையினரும், அமெரிக்காவிலிருந்தும் ஐரோப்பாவிலிருந்தும் திரைத்துறையில் புகழ் பெற்றவர்களும் அங்கு வந்தனர். அவர்கள் மத்தியில் தனிப்புகழ் பெற்ற பிரிட்டிஷ் அரசியல் தத்துவவியலாளர் சர் இசையா பெர்லினும் இருந்தார். அவரது இணைப்பு சிறு வெளியீடான 'Two Concepts of Liberty' (விடுதலையின் இரு கோட்பாடுகள்) டெஹ்ரானில் வெளியிடப்பட்டு அமைச்சர்களிடையே பெரும் வரவேற்பைப் பெற்றது. அந்த நிகழ்ச்சியைக் குறிக்கும் வகையில் அந்தப் பெரிய மனிதர் டெஹ்ரானில் உரை நிகழ்த்தினார். கட்டணம் என்ன என்பது பற்றி எதுவும் வெளியிடப்படவில்லை.

ஊடகங்களின் கூற்றுப்படி அங்கு கூடியவர்கள் அனைவரும் அந்த நேரத்தை நன்கு அனுபவித்தனர். உணவும், 25,000 மதுப்புட்டிகளும் பாரிஸிலிருந்து விமானத்தில் எடுத்துச் செல்லப்பட்டன. பரிமாறப்பட்ட உணவு வகைகளில் ஒரே உள்ளூர் உணவு காஸ்பியனில் அதன் பங்கிலிருந்து பெறப்பட்ட இரானிய மீன் உணவான caviar (உப்பிட்டு உலர்த்திய உயர்தர மீன்வகையின் கருச்சினை) மட்டுமே. செலவு மிகவும் குறைவாக வெறும் 300 மில்லியன் டாலர்கள்தான். இந்தச் செலவில் அரசு சாராத புகழ் மிக்கவர்களின் செலவும் சேர்ந்திருக்க வேண்டும். மூன்றாம் உலக நாடுகளின் ஒட்டுமொத்த ஜனத்தொகைக்கும் இதை வைத்துப் பல மாதங்களுக்கு உணவு வழங்கலாம்.

இந்த விழாவின் உச்சக்கட்டம் தூய்மையான பின்னொளி வெள்ளமெனப் பாய அதிகமாக உடை உடுத்திய மயில் அரியாசனத்தை அலங்கரிக்கும் மன்னர் சைரஸின் கல்லறை முன்பு தோன்றியபோது விருந்தினர்கள் திகைப்பில் மூழ்கினார்கள். ஷா தனது மேடை பயத்தை விழுங்கிவிட்டு, எல்லையில்லாமல் முன்பே பலமுறை சொல்லிப் பார்த்துக் கொண்ட வரியைக் கூறினார்:

'நாங்கள் விழித்திருப்பதால், சைரஸ் நன்றாக உறங்கு'[(29)]

அமெரிக்க முகாமிலிருந்த சாதாரண உலகுக்கு அவர்கள் திரும்பியதும், உணர்ச்சிகளால் துள்ளிய கீழ்த்திசையாளர்கள் ஷா

தனது மந்திரச் சொற்களைப் பேசியதும் திடீரென பாலைவன தென்றல் வீசியதாகத் தெரிவித்தனர். மற்ற தென்றல்கள் சுழன்று கொண்டிருப்பதை அவர்கள் கவனிக்கவில்லை. கிழக்கு, மேற்கு தலைவர்கள் ஷாவுக்கு விருந்து கொடுத்துக் கொண்டிருந்தபோது இரானுக்கு வெளியே சிறிதளவே அறியப்பட்ட இரானிய மதகுரு ஒரு முன்னுணர்வுடைய எச்சரிக்கையை விடுத்தார். இராக்கில் அகதியாக இருந்த இடத்திலிருந்து கொமேனி இந்த விஷத்தை கக்கினார்:

இஸ்லாத்தைக் காட்டிக் கொடுத்தவரும், இஸ்ரேலுக்கு எண்ணெய் கொடுத்து முஸ்லிம்களின் நலனைக் காட்டிக் கொடுத்தவரின் ஆட்சியை இரானிய மக்கள் கொண்டாட வேண்டுமா? இரானிய மன்னர்களின் குற்றங்கள் வரலாற்றுப் பக்கங்களை கருப்பாக்கிவிட்டன... 'நல்லவர்கள்' என்று மதிக்கப்பட்டவர்கள்கூட கொடுமையானவர்களாகவும் வெறுக்கத்தக்கவர்களாகவும் இருந்தனர். இஸ்லாம் அடிப்படையாகவே மன்னராட்சி என்ற முழுப் பதத்துக்கும் எதிரானது.

இரான் முழுவதிலும் உள்ள மக்கள் தொடர்ச்சியாக எம்மிடம் கூறுகிறார்கள்: குளியல் கூடங்கள் கட்டுவதற்காகக் கேட்கும் இஸ்லாம் நிதி வரியை எடுத்துக் கொள்ள அனுமதி கேட்கிறார்கள். ஏனெனில் அவர்கள் குளியலின்றி இருக்கிறார்கள். உலகில் முன்னேறிய நாடுகளைப் போலவே இரான் முன்னேறுகிறது என்றும், மக்கள் மிகவும் முன்னேறியும், மன நிறைவுடனும் இருக்கிறார்கள் என்றும் கூறப்பட்ட எல்லா மேல்பூச்சு உறுதிமொழிகளும், போலியாகக் கூறிக்கொண்டதும் என்னவாயிற்று? சமீபத்திய அத்துமீறல்கள் தொடருமானால் மோசமான இடையூறுகள் நமக்கு வந்து சேரும்.

அவரைப் பற்றி நன்கு அறிந்த, பயந்த இரானுக்குள், அந்த தொனி வித்தியாசமாக இருந்தது உணரப்பட்டது. 1963-ல் தனது பலமான கோம் என்ற இடத்திலிருந்து அயதுல்லா, முல்லாக்களையும் மதரஸாக்களிலிருந்த (தங்கிப் படிக்கும் மதப் பள்ளிகள்) அவர்களது ஏழை மாணவர்களையும் 'ஒட்டுண்ணிகள்' என்று கூறிய கருத்துகளால் கோபமடைந்து போலி நண்பர்கள் குறித்து ஜாக்கிரதையாக இருக்குமாறும் கொள்கைகளை மாற்றிக் கொள்ளுமாறும் தமது ஒழுக்கக்கேடான ஆட்சியாளரை எச்சரித்தார்.

நான் உங்களுக்குச் சில ஆலோசனைகளைக் கூறுகிறேன் திருவாளர் ஷா! திரு.ஷா, நான் உங்களை விலகியிருக்குமாறு ஆலோசனை கூறுகிறேன்... உங்களின் வெளிநாட்டு முதலாளி

ஒருநாள் நீங்கள் வெளியேற வேண்டுமென்று முடிவெடுத்தால் மக்கள் அதற்கு நன்றி கூறுவதை நான் விரும்பவில்லை. நீங்கள் உங்கள் தகப்பனார் போலாவதையும் நான் விரும்பவில்லை. இரண்டாம் உலகப் போரின்போது சோவியத் யூனியன், பிரிட்டன், அமெரிக்கா ஆகியவை இரான் மீது படையெடுத்து அதன் நிலப்பரப்பை ஆக்கிரமித்தன. மக்களின் சொத்துக்கள் வெளிக்காட்டிக் கொடுக்கப்பட்டதுடன், அவர்களது மரியாதையும் மாசுபட்டது. ஆனால் அல்லாஹ்வுக்குத் தெரியும், பஹ்லாவி (ஷாவின் தகப்பனார்) போய்விட்டதால் அனைவருக்கும் மகிழ்ச்சி!.. ஒருநாள் ஒரு எழுச்சி ஏற்பட்டு மேசை திருப்பப்பட்டால், உங்களைச் சுற்றியிருப்பவர்கள் உங்கள் நண்பர்களாக இருக்க மாட்டார்கள் என்பது உங்களுக்குத் தெரியாதா?

இந்த ஆலோசனைக்கு மதிப்பளிக்கப்படவில்லை, இதனைச் சீர்திருத்த முனைப்புடன் கூறிய மதகுரு நாட்டிலிருந்து வெளியேற்றப்பட்டார். முதலில் இராக்கிலும், பிறகு பிரான்ஸிலும் அகதியாக இருந்த கொமேனியின் அரிக்கக்கூடிய பதிவு செய்யப்பட்ட செய்திகள் நாடு முழுவதும் சுற்றத் தொடங்கியதும் சில சமயங்களில் வெள்ளிக்கிழமை தொழுகைக்குப் பிறகு மசூதிகளில்கூட ஒலிபரப்பப்பட்டன.

1977 இறுதியிலிருந்து இரான் புரட்சிக்கு முந்தைய முதிர்வு நிலையால் பீடிக்கப்பட்டு ஒவ்வொரு வாரமும் கடக்கும்போது அது மேலும் முதிர்வடைந்தது. பிப்ரவரி 1979-ல் ஒரு புரட்சி வெற்றியடைந்து முரண்பாடாகத் தோல்வியடைந்தது. கொடுமையான, ஊழல் மிக்க மேற்கத்திய ஆதரவாளருக்கெதிரான வெகுஜனப் போராட்டம் மன்னராட்சியைத் தூக்கியெறிவதில் முடிந்தது. முக்கியமான கணத்தில் இரானிய இராணுவம் மக்கள் மீது துப்பாக்கிச்சூடு நடத்த மறுத்துவிட்டது. இத்தகைய எழுச்சிகளை உடைத்தெறிய உருவாக்கப்பட்ட ரெஜிமெண்டுகள் பிளவுபட்டிருந்தன. இரானின் ஷா இரானிய வரலாற்றிலேயே மிகக் குறைந்த கால ஆட்சியைக் குறிக்கும் விதமாக நாட்டை விட்டே ஓடிப்போனார். சிறைகள் மீது மக்கள் புயலெனப் பாய்ந்தனர். தாக்கப்பட்டு, உணர்ச்சியிழந்த நிலையிலிருந்த அரசியல் கைதிகளுக்கு இறுதியாகத் தாம் வென்றுவிட்டோமென்பதை நம்பவே முடியவில்லை.

அவர்கள் ஏறத்தாழ இரண்டு ஆண்டுகள் காத்துக் கொண்டிருந்தனர். சிறைகளுக்குள்ளும், வெளியிலும் ஷா தோற்றுவிட்டார் என்பது வெளிப்படையாகத் தெரிந்திருந்தது, அவர் வெளியேறுவதன் காலம்தான் தெரிய வேண்டும். ஆனால் புரட்சிகளில் காலம் கனிய வேண்டும். அது அனைத்தையும் தீர்மானிக்கும். சிறைவாசிகள் விடுதலை பெறத் தயாராக இருந்தனர்.

வெற்றியுடன் மக்கள் கூட்டம் தெருக்களில் களியாட்டம் போட்டது. எங்கும் மனநிறைவு இருந்தது. இத்தகைய காட்சிகள் வரலாற்றில் காணப்படுபவைதான். 1789-ல் பாஸ்டில்லுக்கு வெளியே பாரிஸ் நகரக் கூட்டம். 1917-ல் பின்லாந்து ரயில் நிலையத்தில் அவர்களது முன்னணித் தலைவர் ரயிலிலிருந்து இறங்குவதற்காகக் காத்திருந்த பெட்ரோகிராடு தொழிலாளர்கள் துப்பாக்கிச்சூடு நடத்த மறுத்து மெதுவாக போல்ஷெவிக் இலட்சியத்தைப் பார்த்து நகர்ந்த ஜார் படைகள். அக்டோபர் 1949-ல் பீகிங்கில் ஆவல் மற்றும் ஆர்வ மிகுதியாலும் உந்தப்பட்டு மாவோ சேதுங்கும் அவரது இராணுவமும் நகருக்குள் நுழைந்து புரட்சி வெற்றிபெற்றதை அறிவிப்பதற்காகக் காத்திருந்த கூட்டம். 1959-ல் ஹவானா; சர்வாதிகாரியும் அவரது மாஃபியா கூட்டாளிகளும் நாட்டைவிட்டு ஓட, கெரில்லா இராணுவத்தின் வெற்றிகரமான நுழைவு. 1975 ஏப்ரலில் செய்கன் வியட்நாம் கம்யூனிஸ்டுகள் உள்ளே வர, கோடுகளும் நட்சத்திரங்களும் கொண்ட கொடி இறக்கப்பட்டு அமெரிக்க ஹெலிகாப்டர்கள் அவர்களது தூதரகத்திலிருந்து ஊழியர்களை வெளியேற்றிக் கொண்டிருந்தன.

1979-ல் டெஹ்ரான் வித்தியாசமாக எதையும் காணவில்லை. வழக்கமான காட்சி பலரையும் ஏமாற்றியது, குறிப்பாக இரானிலும் பிற இடங்களிலுமிருந்த இடதுசாரிகள், மேற்கு ஐரோப்பா முழுவதிலும் (குறிப்பாக மேற்கு ஜெர்மனியில் பலமாக அறுபதுகளிலிருந்து ஷா எப்போது வெளிநாடு சென்றாலும் இரானிய அரசியல் கைதிகளுக்கு ஆதரவாக ஒருமைப்பாடு தெரிவிக்கும் பிரசாரத்துடன் ஆர்ப்பாட்டம் நடத்தப்பட்டது இயல்பாகவே டெஹ்ரானிலிருந்து கிடைத்த செய்தி அவர்களுக்கும் பெரும் களிப்பை உண்டாக்கியது.

இந்தப் புரட்சியின் குறியீடு பாரிஸிய புறநகரிலிருந்து நாடு திரும்பிக் கொண்டிருந்த தாடியுடைய மதகுருதான் என்பதும் உண்மைதான், எனினும் அவரால் நீடித்து நிலைத்திருக்க முடியவில்லை. அவர் ஒரு கிரோன்டின், ஒரு கப்பானின் தந்தை ஒரு கெரன்ஸ்கி, வரலாற்றுக் குப்பையில் சீக்கிரம் பெருக்கித் தள்ளப்பட்டு விடுவார். மதகுருக்களின் இடம் தொழிலாளர்களாலும் மக்கள் கவுன்சில்களாலும் நிரப்பப்படும் அல்லது தேசிய முன்னணியின் மதச்சார்பற்ற மிதவாதிகள், இராணுவத்திலிருந்து முற்போக்கு அதிகாரிகள் அல்லது யாருடனோ கூட்டுச் சேர்ந்து இடதுசாரிகளால் நிரப்பப்படும். கொமேனியைத் தவிர வேறு யாரும் வெற்றி பெறுவார்.

இந்த மாபெரும் மக்கள் எழுச்சியில் பங்குபெற்று புரட்சிகர வெற்றிபெற்ற மக்கள் ‘அல்லாஹூ அக்பர்’ (கடவுளுக்கு வெற்றி) என்று முழக்கமிட்டபோது அல்லது ‘கொமேனி நீடூழி வாழ்க’ என்று கூவியபோது அல்லது இஸ்லாமியக் குடியரசை உருவாக்க வேண்டுமென்று மதகுருக்கள் கூறியதை ஆதரித்துக் கூறியபோது அவர்கள் தீவிரமாக இருப்பார்கள் என்று இரானிய இடதுசாரிகள் கற்பனை செய்வதுகூட முடியாதிருந்தது. மேற்கு ஐரோப்பாவைச் சேர்ந்த இடதுசாரிகளிடமிருந்து இந்த விதி மிக்க நிகழ்ச்சியில் பங்கேற்க வந்த உபயோகமுள்ள முட்டாள்களும் இந்தக் களிப்பாலும், வெறியாலும் கவரப்பட்டு அவர்களது ஒருமைப்பாட்டைத் தெரிவிக்க அதே முழக்கங்களை கூறினார்கள். ஏனெனில் அவர்கள்மீது நம்பிக்கையில்லாததால், இரானிய மக்கள்கூட சந்தர்ப்பவாதிகளாக இருப்பதாகக் கற்பனை செய்தார்கள். இந்த மதங்கள் அனைத்தும் காலியான நீர்க்குமிழிகள்; அது புதிய, பலமான தென்றலால் தூக்கிச் செல்லப்பட்டு விடும். அது தவறான மன உணர்வின் அம்சம். விரைவில் வர்க்கப் போராட்டத்தின் அதிகமான விசையால் சரி செய்யப்படும். கொமேனியின் அரசியல் திட்டம் தொடர்பற்றிருந்தது; அவருடைய செயல்கள்தான் காணப்பட்டன. பலர் அப்படியிருக்க வேண்டுமென்று விரும்பினாலும்கூட அவர்களால் அப்படி இருக்கமுடியவில்லை.

மூன்றே மாதங்களுக்குள் புதிய அரசின் பொதுத் தோற்றம் தெரிந்துவிட்டது. அது இஸ்லாமிய ஜேகோபினிஸத்தின் உறுதியான, விட்டுக் கொடுக்காத தன்மையுடைய முகம். பதினேழாம் நூற்றாண்டில் இங்கிலாந்தில் பிராட்டஸ்டன்ட் அடிப்படை வாதத்தின் வெற்றிக்குப் பிறகு இதைப் போன்ற ஒன்றைக் காணவில்லை. காலகட்டங்களின் வித்தியாசம் முக்கியமானது. இது வரலாற்றுக்கெதிரான, அறிவூட்டலுக்கெதிரான, ஐரோப்பிய பைத்தியம், மேற்குமயமாக்கல், முன்னேற்றத்துக்கெதிரான ஒரு எதிர்ப் போராட்டம். பின்நவீனவாதம் வளர்வதற்கு முன்னரே அது ஒரு பின்நவீனப் புரட்சி. இந்த உறவை முதலில் கண்டறிந்தவர்களில் ஒருவரான பௌகால்ட் இஸ்லாமியக் குடியரசை வெளிப்படையாக ஆதரித்தவராக மாறினார். எப்படி இவ்வாறானது?

அகற்றப்பட்ட ஷாவின் தந்தை மதகுருக்களை அடக்குமுறையால் அழிக்க முயன்றார்: அவர்களின் எந்த மாறுபாடும் பொது இடத்தில் வைத்துச் சாட்டையடி கொடுத்துக் கவனிக்கப்பட்டது. மகனோ சிறிது அதிக கவனத்துடன், சிறிய வெற்றியுடனேகூட அவர்களுக்கு நிதியளித்தும், மானியங்கள் அளிப்பதன் மூலம் அவர்களை வெல்ல முயன்றார். உண்மையான பிரச்சனை மதகுருக்களல்ல, மாறாகப் பெரும்பாலான மக்கள்தொகை நகரங்களிலும், கிராமங்களிலும்

வாழ்ந்த நிலைமையேயாகும். இரானிய சமூகத்தின் வாழும் அறைகளில் மதம் முக்கியத்துவமல்லாத அதிகப்படியானதாக இருக்கலாம், ஆனால் வேலைக்காரர்களின் இருப்பிடங்களில் அது முக்கிய இடத்தை ஆக்கிரமித்தது. ஷியா ஆசார மரபினர் தப்பித்தலை ஊக்கப்படுத்தினர்.

ஷியா பிரிவு இறைத்தூதர் எனக் கருதப்பட்ட அந்தக் காலகட்டத்தின் இமாம் வருவதற்காக, அடக்குமுறையாலும் அநீதியாலும் நசுக்கப்பட்ட நாட்டுப்புற விவசாயிகள் ஆவலுடன் காத்துக் கொண்டிருந்தனர். ஆனால், புரட்சியோ ஏறத்தாழ முழுமையாக ஒரு நகர்ப்புற நிகழ்வு. அந்த நாளின் பிற்பகுதி வரை ஷா தெருக்களில் மக்களுக்கு எதிராக ஓரளவு விவசாயிகளின் ஆதரவைத் திரட்ட முடிந்தது என்பது உண்மைதான். இதற்கு ஒரு காரணம் 1960-ல் மேற்கொள்ளப்பட்ட நிலச்சீர்த்திருத்தத்தின் போது சில விவசாயிகளுக்கு நிலம் வழங்கப்பட்டு, மற்றவர்கள் நகரங்களுக்கு அரைத் தொழிலாளிகளாக இருக்க விரட்டப் பட்டதாகும். 1970 தொழில்மயத்துக்காக அவர்கள் வேருடன் பெயர்க்கப்பட்டுக் கொண்டு வரப்பட்டனர். ஆனால் தொழிற்சாலை களில் அவர்களில் பெரும்பாலோருக்கு வேலை கொடுக்க முடியாததால் அவர்கள் ஓரங்கட்டப்பட்ட பிரிவாகி நிலையற்ற வாழ்வுக்குத் தள்ளப்பட்டனர். இவ்வாறு வெளியேற்றப்பட்ட முன்னாள் விவசாயிகள்தான் நகரங்களில் இஸ்லாமியப் புரட்சிக்குத் தலைமையாக மாறியவர்கள்.

உள்ளூர் மசூதியும் அதன் மானியங்களும் மட்டும்தான் அவர்களது உடனடியான முதல் கடமைகளுக்கு வெளியேயுள்ள உலகுடன் தொடர்புகளை அளித்தன. அவர்கள் வானில் கடவுளையும் அவரைப் பூவுலகத்தில் பின்பற்றியவர்களையும் தமது இறப்புக்குப் பிறகு உள்ள நல்ல வாழ்க்கையை அளிப்பதற்காக நம்பினர். அவர்கள் கூறிய அனைத்தையும் அப்படியே பின்பற்றினார்கள் என்று கூறிவிட முடியாது. ஒரு வார வேலைக்குப் பிறகு களைத்துப் போன அவர்கள் ஒரு புட்டி சாராயத்தில் அடிக்கடி தமது களைப்பைப் போக்கிக் கொண்டனர். ஆனால் வீடு திரும்பும் வழியில் முல்லாவைக் காண நேர்ந்தால் வாயைக் கழுவி விட்டுத்தான் அவருடன் பேசுவதை உறுதி செய்து கொண்டனர். ஷியாயிசமும் சன்னி பிரிவைப் போல் தவறான உறவுக்குத் தண்டனை கொடுத்தது. ஆனால் அந்த அடியை ஒரு இரவு தொடர்பை நிறுவனமயப்படுத்தி மென்மையாக்கியது. ஒரு சிவப்பு விளக்குப் பகுதிக்கோ, விடுதி அறைக்கோ செல்லும் வழியில் ஒருவர் தமது ‘தற்காலிகத் திருமணத்தை’ புனிதப்படுத்திக் கொள்ள சிறப்பு மதச் சான்றிதழைப் பெறலாம்.

1975-76ல் இரானியப் பொருளாதாரத்தில் ஏற்பட்ட தீவிர நிலை ஷா தம்பட்டமடித்த 'சீர்திருத்தங்களின்' தோல்வியைச் சுட்டிக் காட்டியது. ஒட்டி உறிஞ்சும் அரசுக் கட்டுமானம் எண்ணெய் வளத்தின் பெரும்பகுதியை எடுத்துக் கொண்டிருந்தது. மக்கள்தொகையில் பத்து லட்சம் பேர் வேலையின்றி இருந்தபோது, பணவீக்க அளவு 30% ஆக இருந்தபோது ஆயுதம் வாங்குவதற்கான செலவு குறிப்பாக மிகவும் அதிகமாக இருந்தது. வங்கிக் கடனைப் பெற கட்டுப்பாடு விதித்ததாலும், இறக்குமதிக் கட்டுப்பாட்டைத் தளர்த்தியதாலும் அங்காடித்தெரு வியாபாரிகள் தாம் பழிவாங்கப்பட்டதாக உணர்ந்தனர். அவர்கள் மத குருக்களுக்கு நிதியளித்து ஆதரவு கொடுப்பதன் மூலம் அரசைத் தூக்கியெறிய முடிவு செய்தனர்.

சமூக நீதி, ஊழலுக்கு முடிவு கட்டுதல், நாட்டின் கலாசாரத்தை சுத்தம் செய்தல் ஆகிய உறுதிமொழிகள் நகர்ப்புற ஏழைகளை வசீகரித்தன. அதுதான் ஒரே மாற்றுவழி என அவர்கள் வலியுறுத்தினர்; தேசியவாதம், கம்யூனிஸம் இரண்டும் தோற்றுவிட்டன. எகிப்திலும், கம்போடியாவிலும் அவை முக்கிய உதாரணங்களாயின. இஸ்லாம் மட்டும்தான் நிலைத்தது. மக்கள் அதன் திட்டத்துக்கு ஆதரவளித்தால் அது மீண்டும் எழும். அதிகாரப்பூர்வமாக அந்தச் சமயத்தில் கம்யூனிசம் வீழாததால் இஸ்லாமியவாதிகள் வெட்கமின்றி அதன் ஆடையில் ஒரு பகுதியைத் திருடினர். மதவாத இயக்கத்தின் அதிக முற்போக்குப் பிரிவுகள் அடிக்கடி 'வர்க்க பேதமற்ற சமூகம்' என்ற சொற்றொடரைப் பயன்படுத்தின. வர்க்க பேதமற்ற சமூகத்தின் மிகத் தீவிரப் பாதுகாவலர்களாக முஜாகிதீன்கள் இருந்தனர். அவர்கள் இஸ்லாமிய உலகின் தனித்துவம் பெற்ற வளர்ச்சி, சிறைகளில் சுத்தமற்ற 'இடதுசாரி'களுடன் அமர்ந்து சாப்பிட மறுத்த முல்லாக்களுடனும் மற்ற மத சிறைவாசிகளுடனும் அவர்கள் தோழமை கொள்ள மறுத்தனர். ஒரு கட்டத்தில் முஜாகிதீன்கள் சிறைக்குள்ளும் வெளியிலும் இஸ்லாத்தை நிராகரித்துவிட்டுத் தம்மை புரட்சிகர மார்க்ஸிஸ்டுகள் என்று அறிவித்துக் கொள்ளுமளவுக்கு மார்க்ஸிஸத்துக்கு மிக அருகே நெருங்கி வந்தனர். இரானிய இடதுசாரியில் பெய்கர் என்ற இந்தக் குழு மூன்றாவது பெரிய குழு.

பஜாரின் ஆதரவு, வேலையற்றோர், தொழிலாளர்கள் போராட்டத்தில் இறங்கியது மற்றும் ஷியாயிஸத்தின் மீட்புக் கோட்பாடு ஆகியவை இரானிய சமூகத்தில் முக்கியமான, தவிர்க்க முடியாத சக்திகளாயின. பிப்ரவரி 1972ல் மதகுருக்கள் நேரத்தைச் சரியாகப் பயன்படுத்தினர். ஷா திரும்பவே முடியாது என்பதை இந்த முறை அவர்கள்

நன்கறிந்திருந்தனர். அடுத்த ஒன்றரை ஆண்டுகளை அவர்கள
அடக்குமுறைக் கருவியான புரட்சிகரக் காவலர்களை உருவாக்க
செலவிட்ட அவர்கள், இடதுசாரி தாக்கமிருந்த தொழிற்சாலைகள்
அலுவலகங்கள், பள்ளிகள், இராணுவப் பிரிவுகள் அனைத்தையு
தூய்மைப்படுத்தத் தொடங்கினர். இவையனைத்தும் நடந்
கொண்டிருந்தபோது இரானிய பொதுவுடைமைக் கட்சியினரா
இன்னமும் எதிர்காலத்தைப் பார்க்க முடியவில்லை. அவர்கள் 'தீவி
இடதுசாரிகளின்' அடக்குமுறையைப் பாராட்டினார்கள்.

1951-ல் அது வேறுவிதமாக இருந்தது. அப்போது இடது
மதச்சார்பற்ற - மிதவாத - தேசியவாதிகளும் வென்றிருந்தார்கள்
மொஸாடே பிரதம மந்திரியானார், ஷா வெளியேறி நாட்டைவிட்
ஓடிவிட்டார். ஆனால் அரசாங்கம் சி.ஐ.ஏ.வாலும் பிரிட்டிஷ் உளவு
படையாலும் தொடங்கப்பட்ட எதிர் நடவடிக்கையை
தாக்குப்பிடிக்குமளவுக்கு மொசடே அரசால் பொதுமக்க
ஆதரவைத் திரட்ட முடியவில்லை. மேற்கு அதே புதுப் பணக்கா
ஆட்சியாளரைக் கொண்டு வந்தது. இரான் தனது சொந்த
காலிலேயே முன்னேறும் ஒரே ஒரு வாய்ப்பும் அழிக்கப்பட்ட
1953-ல் கடைசி கஜார் மன்னரின் நேரடி வாரிசான மூத்
ஆட்சியாளர் ஒரு பலப்பரீட்சைக்கு முடிவு செய்தார். மொசாடேயி
காவலர்கள் இறுதிவரை தடுத்து நின்றனர். வயதான மனிதரும் தடுக்
விரும்பினார், ஆனால் இராணுவத்துக்குள்ளிருந்த வலிமை மிக்
பொதுவுடைமைக் கட்சியின் மறைமுகக் கிளையினர் அவ
முன்வந்து பாதுகாப்பார்கள் என்று எதிர்பார்த்தார். அவர்கள
தலையீடோ மிகவும் அரை மனத்துடன் இருந்ததால் வெற்றியடை
முடியவில்லை. சில கட்சித் தலைவர்கள் மொசாடே வெளியேறினா
தாம் ஆட்சியை எடுத்துக் கொள்ளலாம் என்று எண்ணினர். ஆனா
இது மிகவும் பிரிவினைவாதமாகவும், முட்டாள்தனமாகவு
இருந்தது. ஷா திரும்பியதும் இராணுவத்திலிருந்த பொதுவுடைமை
கட்சியமைப்பு கொடூரமாக அழிக்கப்பட்டது, இந்த அடியிலிருந்
கட்சி எப்போதும் முழுமையாக மீளவில்லை.

சில மேற்கத்திய ஆதரவு மதகுருக்களின் ஒரு கூட்டத்தை
கூலிக்கமர்த்த சி.ஐ.ஏ ஐந்து மில்லியன் டாலர் அளவுக்குச் செலவிட்ட
மொஸாடே இறுதியில் வீழ்ந்தார். அவரது குற்றமும் நாஸருடைய
போன்றதுதான். இரானிய எண்ணெயை அவர் தேசியமயமாக்கினா
அதனால் பிரிட்டிஷ் அரசு மிகவும் கோபமாக இருந்தது. மொசாடே
லண்டனைக் குறுக்கிடாமல் இருக்குமாறு அமெரிக்கா எச்சரிக்கு
என்று நினைத்தார். ஆனால் சில காலம் ட்ரூமனும் அச்சஸனு
நடுநிலை என்ற போர்வையில் இருதரப்பையும் அமைதி காக்கும்ப

ஆலோசனை கூறினர். மெக்மில்லன் தனது நாட்குறிப்பில் எழுதினார்: ‘அச்சஸன் பிரிட்டனையும் பெர்ஸியாவையும் அமைதியாக இருக்கும்படிக் கோருகிறார்! இது ஏதோ நாங்கள் இருவரும் 1911-ல் சர் எட்வர்ட் கிரேயால் உரையாற்றப்பட்ட இரண்டு பால்கன் நாடுகள் என்பது போல இருக்கிறது’!

அது இதுவரை பிரச்சனையாகவில்லை, ஆனால் விரைவில் ஆகலாம். இந்த முறை வாஷிங்டனின் பனிப்போர் பயத்தை வைத்து லண்டன் வென்றது. இரானிய கம்யூனிஸ்டுகள் மொஸாடே அரசுக்குப் பின்னால் உறுதியாக இருக்கிறார்கள். எதிர்காலத்தில் கம்யூனிஸ்ட் வெற்றிபெறும் வாய்ப்பை ஒதுக்கிவிட முடியாது என்ற உண்மையை அவர்கள் வலியுறுத்தினார்கள். அந்த வயதான மனிதர் ஆட்சியிலிருந்து அகற்றப்பட்டு வீட்டுக் காவலில் வைக்கப்பட்டார். மதச்சார்பற்ற தேசியவாத மாற்று அகற்றப்பட்டுவிட்டதால் பிரதேசத்தில் வாஷிங்டனின் நலன்களுக்குக் கீழ்ப்படிந்து நடந்து கொண்டால் தனது நாட்டைத் தன் விருப்பப்படி நடத்திக் கொள்ள ஷா சுதந்திரம் பெற்றார். அவரது முக்கிய குறியாக இரானிய கம்யூனிஸ்டுகளும் அதன் ஆதரவாளர்களும்தான் இருந்தனர். கூட்டம் கூட்டமாகக் கைது செய்வதும், சித்திரவதையும் அரசின் தினசரி அம்சங்களாயின. 1950-களில் ஆயிரக்கணக்கான இரானிய மாணவர்களும் அறிவுத் துறையினரும் வெளிநாட்டுக்குத் தப்பி ஓடினர். அதன் பிறகு அறுபதுகளில் ஷாவின் ‘வெள்ளைப் புரட்சி’ வந்து நிலச்சீர்திருத்தத்தை அறிமுகப்படுத்திப் பெண்களுக்கு வாக்குரிமை அளித்தது. கொமேனி இந்த இரண்டு நடவடிக்கைகளையும் எதிர்த்தார். 1963 கலவரங்களுக்குப் பின் அவரின் இருப்பு அவரை நாட்டைவிட்டு வெளியேற்ற வைத்தது. நேரடியாகவே அவர் இராக்கிய எல்லைக்குக் கூட்டிச் செல்லப்பட்டு மறுபுறத்தில் தள்ளப்பட்டார். தம் மீது திணிக்கப்பட்ட நாடு கடத்தலை நன்றாக அவர் உபயோகப்படுத்திக் கொண்டார்.

1979 புரட்சி பல அறிவுத் துறையினர், மிதவாதிகள், இடதுசாரி மாணவர்கள், மத அமைப்புகளின் ஒரு பகுதியினரிடம் ஏற்படுத்தியிருந்த நம்பிக்கை விரைவில் தகர்ந்தது. மக்கள் சமூக, பொருளாதார, அரசியல் சூழலால் விரக்தியடைந்ததால் புதிய ஆட்சி அதிகாரத்துக்கு வந்தது. ஆனால் முற்போக்கு சிந்தனை மதகுருக்களை முந்திவிடும் என்ற நம்பிக்கை பொய்யாகியது. இடதுசாரிகளின் ஒரு பிரிவினர் மதவாத சர்வாதிகாரம் எதனைக் கொண்டுவரும் என்று ஒரே ஒரு எச்சரிக்கையைக்கூட கொடுக்க முடியாமல் தோல்வியுற்றதற்காகப் பெரும் விலையைக் கொடுக்க வேண்டியிருந்தபோது, ‘புரட்சி செத்து விட்டது, புரட்சி நீடூழி வாழ்க’ என்று மற்ற குழுக்களின் அறிவிப்பு மதகுருக்களுக்கு எதிராக மக்களைத் திரட்டத்தான் செய்தது. இந்தக்

குழுக்களில் ஒன்றுதான் புதிய அரசியலமைப்புச் சட்டத்தை உருவாக்க நிபுணர்கள் குழுவைத் தேர்ந்தெடுக்க இரானில் நடந்த ஒரே சுதந்திரமான தேர்தலில் டெஹ்ரானில் 1,50,000 வாக்குகளைப் பெற்றது. இந்தக் குழுக்களின் பிரச்சனை மதவாத அரசினைப் புரிந்துகொள்ளத் தவறியதைவிட அரசு, சமூகம் மற்றும் ஆட்சியின் மட்டங்களில் ஜனநாயகத்தின் முக்கியத்துவத்தை உள்வாங்கத் தவறியதேயாகும்.

இரானிய பொதுவுடைமைக் கட்சி டூடே கட்சியிலிருந்த கம்யூனிஸ்டுகளும் தேசிய முன்னணியின் மதச்சார்பற்ற மிதவாதிகளும் ஒட்டுமொத்தமாக வெகுஜன இயக்கத்திலிருந்து காணாமல் போயிருந்தனர். சில தீவிர இடதுசாரிக் குழுக்கள் நம்பியதுபோல இது ஒரு முன்னேற்றமான நிலையல்ல, மாறாக ஒரு பிரச்சனை. அதன் அர்த்தம் இயக்கத்தில் ஒன்று திரட்டப்பட்ட சக்தி முல்லாக்கள் மட்டும்தான் என்பதாகும். அவர்களது வெற்றியானது ஜனநாயக உரிமைகளுக்காகப் போராடுகிறோம், தேசிய, மதச்சிறுபான்மையினர் மீதான அடக்குமுறைக்கெதிராக, பெண்களின் உரிமைகளுக்காகப் போராடுகிறோம் என்று நினைத்த அனைவரின் விதியையும் மூடி சீல் வைத்துவிட்டது. மத்தியத்துவம் பெற்ற பஹ்லெவி அரசின் வீழ்ச்சி தன்னாட்சி நோக்கங்களை உற்சாகப்படுத்தியதுடன் குஸெஸ்தான், குர்திஸ்தான், பலுசிஸ்தான், அஸர்பெய்ஜான் ஆகிய இடங்களில் தன்னாட்சிக்கான இயக்கம் உருவானது. பழங்கால அரசின் தனித்துவமான உற்சாகத்தைவிட மதகுருக்கள் உத்வேகத்துடன் அவர்களுடன் போராடினர்.

புரட்சியின் உடனடி விளைவாக ஜனநாயகம் மலர்ந்து, துண்டுப் பிரசுரங்கள், புத்தகங்கள், செய்தித்தாள்கள், பொதுக்கூட்டங்கள், விவாதங்கள், கமிட்டிகள் ஆகியவை புதிதாகத் தோன்றின. அவர்களின் சொற்களாக இல்லாவிடினும், அவர்களது இருப்பே இஸ்லாமியக் குடியரசு என்ற மதப் பார்வைக்கும், மதகுருக்கள் ஆள்வதற்கான அவர்களது 'தெய்வீக உரிமைக்கும்' சவால்விட்டது. அவர்கள் இந்தப் பயமுறுத்தலை ஒரேயடியாக விலக்க முடிவு செய்தனர். இதற்கு மதச்சார்பற்றவர்களின் விமரிசனமற்ற அறிக்கைகள் உதவின.

1979 பிப்ரவரிக்குப் பிறகு டூடே கட்சியின் சந்தர்ப்பவாதத் தலைமீடுகளால் - குறைவாகக் கூறுவதானால் - பலனேதும் இல்லை. மதகுருக்களுடன் ஒரு பிரபலமான முன்னணியைக் கட்டும் முயற்சியில் தம்மையே அவர்கள் இழிவுபடுத்திக் கொண்டனர். மார்ச்சில் கொமேனி பெண்கள் தம்மைத் திரையிட்டுக் கொள்ள வேண்டுமென்று சட்டம் போட்டார். இருபத்து நான்கு மணி

நேரத்துக்குள் இருபதாயிரம் பெண்கள் வெளியே வந்து அதற்கெதிராக ஆர்ப்பாட்டம் செய்தனர். டுடே கட்சி கொமேனிக்கு எதிராகத் தெருக்களில் அணிவகுத்ததற்காக, ‘பூர்ஷ்வா பெண்களை’ கண்டனம் செய்தது; தேசிய முன்னணியிலிருந்த தமது முன்னாள் மிதவாதக் கூட்டாளிகளைப் பத்திரிகை சுதந்திரத்தை ஆதரித்ததற்காகக் கண்டனம் செய்தனர்; குர்துக்களையும், துர்கோமான்களையும் மதகுருக்களைத் தடுத்ததற்காகக் கூர்மையாக விமரிசித்தனர். தீவிர இடதுசாரிக் குழுக்கள்கூட ‘நறுமணம் பூசிய’ பெண்களைப் பாதுகாக்கத் தவறின.

விரைவில் அவர்கள் அனைவரும் அழிக்கப்படுவர். 1981-ல் முற்போக்கு இடதுசாரிகளும் முஜாகிதீன்களும் கைது செய்யப்பட்டனர். ஷாவின் காலத்தைவிட அதிகமாகச் சிறைகள் நிரம்பி வழியத் தொடங்கின. பெண்கள், புரட்சிகர இடதுசாரிகள், குர்துக்கள், துர்கோமான்களின் போராட்டங்களைக் கிண்டல் செய்த டுடே கட்சித் தலைவர்களும் அவர்களைப் போலவே 1983-ல் கைது செய்யப்பட்டனர். திட்டமிட்டுச் சித்திரவதை செய்தல், மரண தண்டனை ஆகியவை இருபதுகளின் முற்பகுதியிலிருந்து அறுபதுகளின் இறுதிவரை தடை செய்யப்பட்டிருந்தன. அவை ஷாவின் ஆட்சியில் மீண்டும் திரும்பின. அவரது ரகசிய போலீசான சாவக், உலகம் முழுவதும் மனித உரிமைகளையும் மதிப்பையும் பெருமளவு மீறுபவர்களாக உள்ளனர் என ஒவ்வொரு ஆண்டும் சர்வதேச மனித உரிமைக் கழகம் கூறியது. மதக் கைதிகள், கம்யூனிஸ்டுகள் இருவருமே அந்த ஆட்சியில் துன்பப்படுத்தப்பட்டனர். அநேகமாக அவர்கள் இரு பிரிவும் ஒரே சிறைக்கூடத்தில் இருந்தனர். இப்போது மதகுருக்களும் அதே முறைகளைத் தமது ‘எதிரிகள்’ மீது உபயோகித்தனர்.

ஷா சில சமயங்களில் தமது எதிரிகளைப் பணத்தைக் கொண்டும், நாடு கடத்தியும் விலைக்கு வாங்கினார். மதகுருக்களோ பொதுவிலே வைத்து அவமானப்படுத்த விரும்பினர். அவர்கள் வெளிப்படையான விசாரணைக்கு ஏற்பாடு செய்து தொலைக்காட்சியில் தாம் தவறை ஏற்று வருந்துவதாக ஒப்புக் கொள்ளும்வரை சித்திரவதை செய்தனர். நவீன இரானிய வரலாற்றில் மிகச் சோகமான காட்சிகளில் ஒன்று, பல போராட்டங்களில் முன்னின்ற மூத்த டுடே கட்சித் தலைவர்கள் தொலைக்காட்சியில் தோன்றி தமது சாத்தானின் கடந்த காலத்தை நிராகரித்து இஸ்லாத்தையும் அதன் ஷியா பாதுகாவலர்களையும் பின்பற்றுவதாக அறிவித்ததுதான். கடந்த காலத்தில் மதகுருத் தலைவர்களைப் ‘புரட்சியாளர்’ என்றும், ‘பைத்தியம் பிடித்த குட்டி பூர்ஷ்வாக்கள்’ என்றும், ‘நிலச் சுவான்தார்களின் பிரதிநிதிகள்’

என்றும் கூறியதற்கு அவர்கள் மன்னிப்புக் கோரினர். தாமே எழுதிய புத்தகத்தை அவர்கள் நிராகரித்தனர்.(30)

சித்திரவதையின் பலியாடுகளை அவர்களது நடவடிக்கைக்காகக் கண்டனம் செய்வது இயலாத ஒன்று, எனினும் அவர்கள் தம்மையே அளவுக்கு மீறிக் கண்டனம் செய்து கொண்டது தியாகிகளின் குருதியில் குளித்த ஷியாயிஸத்தின் கலாசாரத்தை மறைமுகமாகக் கண்டனம் செய்ததோ என நான் ஆச்சரியப்பட்டுள்ளேன். டுடேயின் கேடர்கள் தியாகிகளாக ஆக மறுத்ததானது அவர்களில் பெரும்பாலோருக்கு "மாற்றங்கள்' என்பதே ஒட்டுமொத்தமாகப் போலியானது என்பதன் தெளிவான குறியீடுதான்.

ஷாவைத் தூக்கியெறிய பெரும் துணிச்சலுடன் மக்களைத் திரட்டுவதில் பங்கேற்ற ஆயிரக்கணக்கான இடதுசாரி செயல் வீரர்கள் இருந்தனர். அவர்கள் மறுதலிக்க மறுத்து ஒட்டுமொத்தமாக மரண தண்டனை விதிக்கப்பட்டு தண்டிக்கப்பட்டனர்.

இதுதான் மதகுரு சர்வாதிகாரத்தின் உள்முகம், ஆனால் முதல் காலகட்ட ஆண்டுகளில் பெரும்பான்மை ஆதரவு இருந்தது. 1979 மார்ச்சில் நடைபெற்ற கருத்துக்கணிப்பில் இஸ்லாமியக் குடியரசுக்கு ஆதரவாக அது பெரும்பான்மை பெற்றது. சிலர் ஷாவுக்கு தமது எதிர்ப்பைக் காட்டுவதற்காக வாக்களித்திருந்தனர். முற்போக்கு இடதுசாரிகள் இந்தக் கருத்துக்கணிப்பைப் புறக்கணிக்க அழைப்பு விடுத்திருந்தனர். தன்னுடைய ஆட்சியில் எதிரிகளைச் சுத்தமாக அழித்தொழிக்கும் வரை அந்த அரசு தனது சட்டப்பூர்வ அங்கீகாரத்தை உருவாக்கிக் கொண்டிருந்தது. இது புரட்சிக்கு ஒரு மாதத்துக்குப் பிறகு நடந்தது என்றாலும், இது ஒரு அடையாளம். மதச் சார்பற்ற அணிகளின் சிதறல் முழுமையாகிவிட்டது. இந்த ஆதரவுதான் பல மதகுருக்கள் பயங்கரவாதத்தை மக்களின் பரந்த மனப்பான்மையின் புரட்சிகர வெளிப்பாடு என்று நியாயப்படுத்த இட்டுச் சென்றது: செயின்ட் ஜஸ்ட் மற்றும் ட்ராட்ஸ்கியின் சந்தேகத்துக்கிடமில்லாத நிழல்கள்.

ஷா அரசின் வீழ்ச்சி சந்தேகத்துக்கிடமின்றி அருகிலும், மத்தியக் கிழக்கிலும் அமெரிக்காவின் நலன்களுக்கு ஏற்றதல்ல என்றபோதும் இந்த நிகழ்ச்சிக்கும் மற்றவைக்கும் உதாரணமாக நிகரகுவாவில் சான்டினிஸ்டாவின் வெற்றிக்கும் தரத்தில் வித்தியாசமுண்டு ஏனெனில் வாஷிங்டன் இன்னமும் பனிப்போரின் இறுதிக் கட்டத்தில் ஈடுபட்டிருந்தது. ஒரு இஸ்லாமியக் குடியரசால் எப்போதும் இருக்க முடியாத அளவுக்கு ஹவானா, ஹெனாய், மனாகுவா ஆகியவை பயமுறுத்திக் கொண்டிருந்தன. டெஹ்ரான்

விடுத்த ஆபத்து அமெரிக்காவை மறைமுகமாகப் பாதித்தது. ஷியா எழுச்சியை டெஹ்ரான் இராக்கிலும், சவுதி அரேபியாவிலும், வளைகுடா நாடுகளிலும் தூண்டியதென்றால் அது பிரச்சனையை உண்டாக்கும்.

இஸ்லாமியக் குடியரசின் வெளியுறவுக் கொள்கை அனைத்து இடங்களிலும் இஸ்லாமியர்களுக்குக் கிளர்ச்சியூட்டியது. அது பெரும் சாத்தானுக்கெதிராகவும் (அமெரிக்கா), சோவியத் யூனியனுக்கெதிராகவும் சாகும்வரை போராட்டம் நடத்த உறுதியேற்றது. முதலாவது இஸ்ரேலைப் பாதுகாப்பது, பின்னது சவுதி அரேபியா போன்ற உண்மை இஸ்லாத்துக்கு எதிரானது. இரண்டாவது நாத்திகத்துக்கும், பொருள் முதல்வாதத்துக்கும் ஊற்று. இரண்டு கணிப்புகளும் முழுமையாகச் சரியானதல்ல என்று கூற முடியாதென்றாலும், மதகுருக்களின் முக்கியமான அழுத்தம் ஷாவை விசாரணை செய்யத் திருப்பியனுப்புமாறு கோரி ஆயிரக்கணக்கானோரை அமெரிக்கத் தூதரகத்தின் முன்பு திரட்டி ஆர்ப்பாட்டம் செய்ய வைப்பதில் இருந்தது. இதனை நாடக பாணியில் தூதரகத்தை ஆக்கிரமித்தும் பிணைக் கைதிகளைப் பிடித்தும் செய்தது. அது ஒரு காவிய நாடகம், வெறுக்கப்பட்ட ஆட்சியாளருக்கெதிராகப் பழிதீர்க்கக் கோரிக்கை. ஆனால் ஏகாதிபத்திய எதிர்ப்பு?

உண்மையில், அமெரிக்கத் தூதரகத்துக்கெதிராக மக்களைத் திரட்டுவதென்பது ஆழமான பிற்போக்கான சமூக நடவடிக்கைகளை மறைத்து நிறைவேற்றுவதற்காக உபயோகப்பட்டது. விரைவில் தவறான உறவு கொள்பவர்கள், ஓரினச் சேர்க்கையாளர்கள் ஆகியோரைக் கொல்லவும், தேசிய சிறுபான்மையினர் (குர்திஸ்தான் மீதான போர் மீண்டும் தொடங்கிவிட்டது), முஜாகிதீன்களின் இடதுசாரிகள் மீது முழுமையான அடக்குமுறையை ஏவவும் இட்டுச் செல்லப் போகிறது.

இத்தகைய சமூகக் கட்டமைப்பினால் ஏகாதிபத்தியம் எப்போதாவது பயமுறுத்தப்படுமா? அதன் உண்மையான எதிரிகள் எல்லைமீறி சந்தையின் ஆட்சியை ஒழிக்க விரும்பினர், அவர்களது வலிமையின் உச்சமாக உலகில் அதன் உலக இடத்தை நாடகபாணியில் குறைத்துவிட்டன: சோவியத் யூனியன், சீனக் குடியரசு ஆகியவை உலக முதலாளித்துவம் நுழைய முடியாத இடங்களாகிவிட்டன. அமெரிக்காவுக்குச் சில மைல் தூரத்திலிருக்கும் கியூபா, மாஃபியா முதலாளித்துவத்திலிருந்து வெளியேறி ஒரு பெருத்த அடியைக் கொடுத்தது. இந்த அனைத்து நாடுகளும் உயர்தர பொருளாதார, சமூக முறையைக் கொண்டுவர முனைப்பாக உழைத்தன. அவற்றின் இருப்பு ஏகாதிபத்தியத்துக்குச் சவாலாக இருந்தது. இரானிலோ

அளிக்கப்பட்டதெல்லாம் முட்டாள்களின் ஏகாதிபத்திய எதிர்ப்புதான் அதனால் ஏற்படக்கூடிய நீண்டகால ஆபத்து ஒதுக்கித் தள்ள விடக்கூடியதே.

தெய்வ அருளால் இருக்கக்கூடிய அரசு முறை என்று அறிவித்து கொள்ளப்பட்ட அரசில் மதகுருக்கள்தான் ஒரே விளக்க கொடுப்பவர்கள்; அவர்கள் வேண்டியதைச் செய்து கொள்ள முடியும். மதகுருக்களுக்கு உள்ளிருந்தோ, வெளியிலிருந்தோ வரு எந்த மறுப்பும் அல்லாவின் கட்டளைகளை மறுப்பதாகும், அவர்கள் வேறு எந்த அதிகாரத்துக்கும் கட்டுப்பட்டவர்களல்ல. கொமேன முழு அதிகாரத்தையும் யதார்த்தத்தில் எடுத்துக் கொண்டதான முதலில் தேர்ந்தெடுக்கப்பட்ட பாணி சதாரைப் போன்ற மிதவா இஸ்லாமியர்கள் வெளியேறி ஓடுவதற்கும், மாறுபட்ட அயத்துல்லாக்களை வீட்டுச் சிறையில் வைக்கவும் இட்டுச் சென்றது வெறியான பகுத்தறிவின்மையை அடிப்படையாகக் கொண்ட அர எவ்வளவு நாள் தாக்குப்பிடிக்க முடியும்? அதனைத் தூக்கியெறி எந்தச் சமூக சக்திகள் ஒன்று திரட்டப்பட வேண்டும்? இந்த கேள்விகள் கிசுகிசுப்பாகச் சிறைகளிலும் தனி வீடுகளிலும் கேட்க படத் தொடங்கியதும் உண்மையான ஆபத்து உருவாகியது.

மேற்கு எந்த நேரடி இராணுவத் தலையீட்டையும் ஆதரிக்கவில்லை ஆனால் அது டெஹ்ரான் அரசின் நிலைகுலைய வைக்கு விளைவுகளால் சங்கடத்துக்குள்ளானது. அது ஒரு நட்பற்ற பக்கத் நாட்டைப் பார்த்துத் திரும்பியது. சதாம் உசேன் ஒரு நிலையற் குழப்பமான பிரதேசத்தில் பாதி மட்டும் நம்பக்கூடிய வெளிப்பாடாக கருதப்பட்டார். உள்ளுக்குள் அவர் இராக்கிய கம்யூனிஸ்ட் கட்சியை ஒழித்துக் கட்டவும் பாத்திலிருந்த முற்போக்கு சக்திகளை ஒதுக்கி தள்ளவும் உதவியிருந்தார். அமெரிக்காவுடனும் பிரிட்டனுடனு வர்த்தகம் பேசுவதில் அவர் மகிழ்ச்சியடைந்தார். ஷாவி வீழ்ச்சியிலிருந்து வாஷிங்டனிடமிருந்தும், லண்டனிடமிருந்து மிகவும் ஆதரவு பெற்ற நாடாக நடத்தப்பட்டார்.

வளைகுடா நாடுகளை ஆண்ட ஷேக்குகள், அமீர்களின் பாதுகாப் குறித்து வாஷிங்டன் பயந்தது; குறிப்பாக சவுதி மன்னராட்சியி 'நிலையான தன்மை' குறித்துக் கவலைப்பட்டது. அந்த ஆட் பெற்றிருந்த ஒரே ஒரு சட்டப்பூர்வ அங்கீகாரம் அதனை வாஷிங்ட ஆதரித்தது என்பதேயாகும். ஒரு கட்டத்தில், 'உப்பு நகரத்தில்' ஒ கதாபாத்திரம் அனைவருக்கும் பதில் தெரிந்த ஒரு கேள்வி எழுப்புகிறது; "எமிர், எந்த எமிர் அவர்களைப் பாதுகாக்கு அவர்களது எமிரா அல்லது அமெரிக்கர்களின் எமிரா?"

ஏனென்றால் அவர்கள் ஒவ்வொருவரும் அமெரிக்காவின் எமிர்களாகவே இருந்தனர், அதன் காரணமாக இரானிய நோய் தமது மக்களைப் பீடித்து விடுமோ என்ற பயம் வராதிருக்கும்வரை. மக்களின் மனத்தில் நிராகரிக்கும் வெறி உண்டானால் அமெரிக்கர்கள் இருந்தாலும், மக்களைப் பிரிக்க பக்குவமற்ற முறையில் அவர்கள் உபயோகித்த ஷியா, சன்னி பிரிவினை இருந்தாலும் அவர்களது ஆட்சி கவிழும் என்பது அவர்களுக்குத் தெரியும். வாஷிங்டனே பலம் மிக்க ஷாவைக் காப்பாற்ற முடியாதென்றால் அது எப்படி அவர்களைக் காக்க முடியும்?

இப்படி பயந்து போனவர்கள்தான் இப்போது தமது பருத்த பணப் பையை பாக்தாதின் முக்கியஸ்தர்களின் ஆசைமிக்க கண்கள் முன்பு ஆட்டினார்கள். அவர்கள் சதாமைப் புகழ்ந்தார்கள். அவரைத் தங்கக் காசுகளால் குளிப்பாட்டினார்கள். குவைத்தின் ஆளும் குடும்பத்தைச் சேர்ந்த பெண்கவி சவுத் எல்சபாவால் தலைமை தாங்கப்பட்ட ஒரு அடிமைக் கூட்டத்தின் சேர்ந்திசை 'இராக்கின் வாள்' என்று சதாமை தமது கவிதையில் புகழ்ந்து தள்ளியது. அவரிடம் இரானின் மதகுருக்களை நசுக்குமாறு வேண்டினர். அவருக்கு நினைவுபடுத்துவது அவசியம் என்பதுபோல இராக்கில் ஷியா பிரிவினர் பெரும்பான்மையோரென்றும், அவர்களின் புனித நகரங்களின் புனித இடமான கர்பாலா பல நூற்றாண்டுகளுக்கு முன் தியாகி ஹுஸைனின் ரத்தத்தால் தெளிக்கப்பட்டதென்றும் நினைவூட்டினர். இரான் பஹ்ரைனையும், குவைத்தையும் எடுத்துக் கொண்டால், அவர்கள் இராக்கில் ஒரு எழுச்சியைத் தூண்டிவிட்டு ரியாதை பயமுறுத்துவார்கள்.

இராக்கிய பாத்தின் தலைவர் அனுதாபத்துடன் இருந்தார், ஆனால் அவர் எந்த உறுதியும் அளிக்கவில்லை. ஒரே ஒரு கேள்விதான் அவருக்கு விருப்பமூட்டியது. வெள்ளை மாளிகை. எமிருக்கு என்ன வேண்டும்? வாஷிங்டன் போருக்குப் பச்சை விளக்கு காட்டி விட்டதென்றும் அதன் பெரிய விமானமான யுனைடெட் கிங்டம் இராக்கிய இராணுவத் தேவைகள் குறித்துத் தயாராக இருக்குமாறு கூறப்பட்டு விட்டதென்றும் நேரடியாக உறுதி கூறப்பட்ட பிறகுதான் சதாம் உசேன் கொமேனியின் இரான் மீது போர் தொடுத்தார். வளைகுடாவில் பல ஆட்சியாளர்களைப் போலவே அமெரிக்கர்கள் அனைத்தையும் குறித்துச் சிந்தித்திருப்பார்களென்று சதாம் நினைத்தார்.[31]

இரான்-இராக் போர் ஒரு கொடிய மோதல். அது 1980-லிருந்து 1988 வரை எட்டு ஆண்டுகள் நீடித்தது. முதல் உலகப் போரை நினைவுபடுத்தும் வகையில் அந்தப் போர்களில் பத்து லட்சம்

முஸ்லிம் உயிர்கள் பலியாயின. 1982-ல் டெஹ்ரான் அரசின் வெற்றிகரமான எதிர் நடவடிக்கை மூலமாக 1980-ல் இராக் ஆக்கிரமித்த அனைத்து நிலத்தையும் மீட்டுக் கொண்டது. பாக்தாத்தில் பாத் தலைமை கூடி சதாம் உசேனைத் தனிமைப்படுத்தியது. அவர்கள் ஒரு பரந்த போர் நிறுத்தத்தை, இரானின் கோரிக்கைகளை முழுமையாக ஏற்றுக்கொண்ட ஒன்றை முன்மொழிந்தனர். அது மட்டும் நடந்திருந்தால் சதாம் உசேன் வீழ்ந்திருப்பார். தனது இராணுவ வெற்றிகளால் உத்வேகம் பெற்ற கொமேனி இந்த அறிவிப்பை நிராகரித்தார். இஸ்லாமியப் புரட்சி வெளியே பரந்து விரிய முடியாவிட்டால் அது உள்ளேயே வெடிக்கக் கூடுமென்று அவர் நம்பினார்; அரசை ஆதரித்த பல அறிவுஜீவிகளும் அவ்வாறே வெளிப்படையாகக் கூறினர். இந்த முடிவு பாக்தாத்தில் பாத் எதிர்ப்பாளர்களின் விதியை முடித்துவிட்டது.

சதாம் தப்பிப் பிழைத்து, உள் எதிரிகளை ஒழித்துப் போரைத் தொடர்ந்தார். அமெரிக்க கப்பல் படை கப்பல்கள் பிரதேசத்துக்குள் நுழைந்து இரானிய கப்பல்படையுடன் போரிட்டு அழிக்கத் தொடங்கின. மொத்தமாக நியாயமற்ற பயங்கரவாத நடவடிக்கையாக பயணிகள் நிரம்பிய இரான் விமானங்களை அமெரிக்கா சுட்டு வீழ்த்தியது. சதாமின் பின்னால் வாஷிங்டனின் போர்க் கப்பல்களும் பிரிட்டனின் மின்னும் படைக்கலன்களும் உள்ளன என்பதை இப்போது முழுவதும் அறிந்துகொண்ட இரான் இறுதியாக சமாதானத்துக்கு வந்தது. ஆனால் அரசு பிழைத்தது. மதகுருக்களின் உறுப்பினர்களுக்கிடையில் கருத்து மாறுபாடு தோன்றியதென்றாலும் மதகுருக்களின் உடும்புப்பிடி சற்றே தற்காலிகமாக வலிமை பெற்றது. மிக முக்கியமாக, அந்த அரசு பிழைத்ததென்பது அதன் தலைவர்களது தியாகத்தை மறைப்பது மறுக்கப்பட்டது என்று அர்த்தம். அவர்களே அவர் தமது நாட்டுக்கும் அதன் மக்களுக்கும் செய்த கொடுமைகளுக்கு அடுத்தவர்களை குற்றம் கூற முடியவில்லை. ஷாவைத் தெரியாத புதிய தலைமுறை தனது சொந்த முடிவுகளுக்கு வரக்கூடும். வரவிருக்கும் சீர்திருத்தத்தின் விதைகள் மதகுருக்களால் விதைக்கப்பட்டு விட்டன.

புதிய படப்பிடிப்பின் முதல் குறியீடுகள் திரைப்பட விழாக்களில் சினிமா திரைகளிலும், கலையரங்கத் திரைப்படங்களிலும் தோன்றத் தொடங்கின. சீர்திருத்தம் கோரி மாணவர் கலகம் இதைத் தொடர்ந்தது. மதக்காவலர்கள் விதித்த கட்டுப்பாடுகளைப் பெண்கள் மீறத் தொடங்கினர். தேர்ந்தெடுக்கப்பட்ட ஜனாதிபதி ஒரு சீர்திருத்த மதகுரு. அவரால் வங்கிகள் வட்டி கொடுக்க வேண்டும் என்று சொல்ல முடிந்தது. ஆனால் அவரால் அரசின் தீவிரமான ரவுடிகள

மாணவர்களையும், அறிவுஜீவிகளையும் கொல்வதைத் தடுக்க முடியவில்லை. 2001-ல் மதகுருக்களை எதிர்த்து 52 தெரு ஆர்ப்பாட்டங்கள் நடந்தன, ஒரு வாரத்துக்கு ஒன்று என்ற கணக்கில், 370 வேலை நிறுத்தங்கள் நடந்தன. வருடத்தில் நாளுக்கு ஒன்று என்ற கணக்கில் ஊழல்மிக்க, பிறரைக் கொடுமைப்படுத்தும் விருப்பம் மிக்க வெறுக்கத்தக்க மதக் காவலர்களுக்கும் இளைஞர்களுக்கும் இடையே வெளிப்படையான மோதல்கள் நிகழ்ந்தன. கடந்த இரண்டாண்டுகளாக, இஸ்லாத்துக்கும் முந்தைய மத்திய கிழக்கின் புது வருடமான நவ்ரோஸ் விழாவை இளைஞர்களும் முகத்திரையணியாத யுவதிகளும் வெளிப்படையாகக் கொண்டாடினர். இது மதக் காவலர்களை மிக மோசமாக இடித்துரைக்க வைத்தது. இது தொடக்கம்தான். ஆனால் இது மக்கள் தமது சொந்த அனுபவங்களின் மூலமாகக் கற்கிறார்கள் என்பதைக் காட்டுகிறது. இவை அமெரிக்க குண்டுகளைவிட வலிமையான ஆசிரியர்கள். புதிய தலைமுறை பொய்களை நம்ப மறுப்பதற்கு ஆட்சி எந்த விளக்கமும் கூற முடியாததுதான் இதன் முக்கிய காரணம். இப்போது மதகுருக்கள் மீதும், அவர்தம் மதத்தின் மீதும் பலர் காட்டக்கூடிய வெறுப்பு உண்மையாகவே குறிப்பிடத்தக்கது.

அடிக்குறிப்புகள்:

29. 1986-ல் லண்டனில் வெளியிடப்பட்ட 'The mantle of prophet யில் (இறைத்தூதரின் மேலங்கி) இரானின் இஸ்லாமிய அறிவுச் சமூகத்தின் மூலம் குறித்து ஒரு வலுவான, அழுத்தமான வரலாற்றுப் பதிவை ராய் மொட்டாடே அளிக்கிறார். அது இரானிய எதிர்வினைக்குக் கீழை நாடுகளின் பதில்வினையுடன் மாறுபடுகிறது; அக்காலத்திய ஒரு நகைச்சுவை இப்படிக் கூறுகிறது. ஷாவின் சொற்களைத் தனது செய்திப் பத்திரிகையில் வாசித்து மகிழ்ந்துபோன ஒரு இரானிய அலுவலக ஊழியர் இதைத் தமது மனைவியுடன் பகிர்ந்து கொள்வதற்காகத் தமது இல்லத்துக்கு வழக்கத்துக்கு மாறாக விரைவாகச் சென்றுவிட்டார்; அங்கு தனது படுக்கையில் தன் மனைவியும், அண்டை வீட்டுக்காரனான சைரஸும் சேர்ந்து உறங்கிக் கொண்டிருப்பதைக் கண்டார். அந்த சமயத்தின் நாடகத் தன்மையால் தன்னையிழந்து தன் கைகளை உயர்த்திக் கூறினார்: "நாங்கள் விழித்திருப்பதால் நீ நன்கு உறங்கு சைரஸ்"

30. 1984ல் இரானிய கம்யூனிசத்தின் தலைமைத் தத்துவவியலாளர் எஹ்ஸான் தபாரி, அரை நூற்றாண்டுகளுக்கு முன் கம்யூனிஸ்ட் ஆனவர், தொலைக்காட்சியில் தோன்றினார். அவரது கடந்த காலத்தை அவரைச் சித்திரவதை செய்து அகற்றியிருந்தனர். "வரலாற்றுப் பொருள் முதல் வாதம் ஷாயாயிஸத்தைப் போல் அல்லாது ஸ்பார்டகஸ், பிகசேவ் போன்ற நிகழ்வுகளை விளக்க முடியாது". தமது சக தோழர்களைப் போல் ஏகாதிபத்திய எதிர்ப்புக்காக மதகுருக்களைப் புகழாமல் தபரியில் மறுதலிப்பு இஸ்லாம் குறித்தும் புகழாமல் இஸ்லாம் குறித்தும் அதன் ஷியா பிரிவு சிந்தனையாளர்கள் குறித்தும் ஏராளமான புகழ்ச்சிக் குறிப்புகளைக் கொண்டிருந்தது. அவரையும் அவர்கள் தனிமைச் சிறையில்தான் வைத்திருந்தனர். அவரது பேச்சை நியாயப்படுத்த அவர் ஏராளமான புத்தகங்களைக் காண்பித்தார். அவருடைய மார்க்ஸிய

எதிர்ப்பு வரலாற்றுக் குறிப்புகளின் முரட்டுத்தனம் அதிக சுதந்திரச் சிந்தனையுடைய மதகுருக்களை மிகவும் ஆச்சரியமடைய வைத்தது. அவரது பழைய தோழர்களை அவர் சோவியத் ஏஜெண்டுகளென்றும், கொலைகாரர்களென்றும், இரானைக் காட்டிக் கொடுத்தவர்களென்றும், சதாம் உசேனின் ஒற்றர்களென்றும் பலவாறாகக் குற்றம் சாட்டினார். இவையனைத்தும் முக்கிய செய்தித்தாள்களில் முக்கியச் செய்திகளாயின. மன, உடல் ரீதியான சித்திரவதையின் வலி தேவையான விளைவை ஏற்படுத்தின. தபரி மனமுடைந்த மனிதராக இறந்தார், தமது வார்த்தைகளின் இணையான "ஆனால் எது நகர்கிறது..." என்பதைக் கூறுவதற்கு வாய்ப்புக் கொடுக்கப்படாமலேயே இறந்தார்.

31. இஸ்ரேல் மட்டுமே நடுநிலை வகித்தது. "கொயிம் கொயிமைக் கொல்லும்போது நாம் பார்க்க மட்டுமே இயலும்" என்று பெகின் குறிப்பிட்டார். அதனைப் பார்த்துக் கைக்கொட்டி அனுபவியுங்கள் என்பதுதான் அவரது கூற்று. எனினும்கூட, இஸ்ரேல் இராக்கின் பெரும் படை இரானுக்குப் பெரிய பலமான ஆபத்தாக இருக்குமென்று கருதியது. எனவே போரின் முக்கிய கட்டத்தில் அது இரானுக்கு அமெரிக்கா வழங்கியிருந்த பீரங்கிகள், போர் விமானங்களுக்கு உதிரி பாகங்களை வழங்கியது.

14

பயங்கரத்தின் சமுத்திரம்

டிசம்பர் 1987-ல் மேற்குக் கரையிலும், காஸாவிலும் புதிய பாலஸ்தீன இன்டிபாடா தொடங்கியது. இது இஸ்ரேலை நிலைகுலைய வைத்து ஜியோனிஸத்தின் நிச்சயத்தன்மைக்குச் சவால் விடுத்தது. அரபு அரசுகளையும் இது ஆச்சரியத்துக்குள்ளாக்கியது. அவர்கள் போராட்ட நாட்கள் கடந்து சென்று வெகு நாள்களாகி விட்டதென்று நினைத்திருந்தனர். இன்டிபாடா இன்பிடாவுக்கு சவால் விடுத்தது.

வழக்கம் போல் கப்பானிதான் பரந்த மனப்பாங்கைப் படம் பிடித்தார். ('The Trilogy of children of stories) 'கற்களின் குழந்தைகள்' துன்பியல் நாடகம் பாலஸ்தீனர்களை அவர்களது சொந்த பலத்தை நம்புமாறு ஆலோசனை கூறியது:

கற்களின் குழந்தைகள்
நமது காகிதங்களைச் சிதறடித்துவிட்டனர்
நமது துணிகளில் மையைத் தெளித்துவிட்டனர்
நமது நீண்டகால புத்தகங்களின் செய்திகளைக் கிண்டலுக்குள்ளாக்கி விட்டனர்

கற்களின் குழந்தைகள் கூறும்
செய்தி என்னவென்றால்
அவர்கள் நமக்கு நூற்றாண்டுகள் தாகத்துக்குப் பிறகு
தண்ணீரைக் கொண்டு வந்துள்ளார்கள்
நூற்றாண்டுகள் இருளுக்குப் பிறகு
சூரியனைக் கொண்டு வந்துள்ளார்கள்
நூற்றாண்டுகள் தோல்விக்குப் பிறகு
நம்பிக்கையைக் கொண்டு வந்துள்ளார்கள்...
மிகவும் முக்கியமான விஷயம், அவர்கள்
கலகம் செய்துள்ளார்கள் என்பதே
தந்தையின் அதிகாரத்துக்கு எதிராக

கீழ்ப்படியும் வீட்டிலிருந்து வெளியேறிவிட்டார்கள் என்பதே...
ஓ! காஸாவின் குழந்தைகளே!
எமது ஒலிபரப்புக்களைக் கண்டுகொள்ளாதீர்கள்
நாங்கள் சொல்வதைக் கேட்காதீர்கள்
நாங்கள் பழங் கணக்கிடும் மக்கள்
கழித்தல்களும், கூட்டல்களும்தான் அவை.
எங்களை விட்டுவிட்டு உங்கள் போர்களைத் தொடங்குங்கள்.
நாங்கள் இறந்துவிட்டோம் கல்லறைகளின்றி உள்ளோம்
கண்களில்லாமல் அநாதைகளாய்.
காஸாவின் குழந்தைகளே
எங்கள் எழுத்துக்களைப் பார்க்காதீர்கள்
எங்களைப் படிக்காதீர்கள்
நாங்கள் உங்கள் பெற்றோர்
எங்களைப் போல் இருக்காதீர்கள்.
நாங்கள் உங்கள் சிலைகள்
எங்களை வணங்காதீர்கள்.
ஓ! காஸாவின் பைத்தியக்கார மக்களே,
பைத்தியங்களுக்கு ஓராயிரம் வாழ்த்துக்கள்
அரசியல் காரணங்களின் காலம்
போய் நீண்ட காலமாகிவிட்டது.[32]
எனவே எமக்கு பைத்தியத்தைக் கற்பியுங்கள்

இராக்கிய அரசு பாலஸ்தீனர்களுக்கு ஆதரவாக உரத்து பேசியதுடன் ஏராளமான நிதியுதவியையும் அளித்தது. அரசு துறையிலிருந்த இஸ்ரேலிய ஆதரவு சக்திகள் இந்தப் பைத்தியக்கார தனத்துக்கெதிராகப் பெரும் போராட்டத்தைத் தொடங்கின பாலஸ்தீனர்கள் தாம் நசுக்கப்படுவதை மறுத்தால், எல்லையற் புகழை விரும்பக்கூடிய ஒரு இலக்குள்ள அரபுத் தலைவர் துணிந் அவர்களது முதுகில் ஏறி சவாரி செய்யக்கூடிய அபாய உள்ளதை அவர்கள் உணர்ந்திருந்தனர். அராஃபத்திடம் நா இல்லை. அவருக்குச் சலுகைகள் அளித்துக் கட்டுப்படுத்த முடியு ஆனால் பாக்தாத்திலுள்ள அவர்களது மனிதர் உண்மையாகவே அவர்களது ஆள்தானா அல்லது அவரது சொந்த இலட்சியங்க அவருக்கு இருந்ததா? இஸ்ரேலின் முயற்சிகள் பலனையளித்த இராக்குக்கு ஆயுதத்தை மீண்டும் அளிப்பது கட்டுப்பாட்டினை மீறியது என்பதை வாஷிங்டன் உணர்ந்து கொண்டுவிட்டது இது அந்தப் பிரதேசத்தில் சஞ்சலமூட்டக்கூடிய நிலைத்தன்மையை பாதிக்கக்கூடும். சதாமின் இறக்கைகள் வெட்டப்பட வேண்டும் ஆனால் எப்படி?

குவைத் படையெடுப்பு சுவர்க்கமே அனுப்பிய ஒரு வாய்ப்பு. ஆனால் அது எப்படி வந்தது? 1922 ஆணைக்குப் பிறகு வந்த ஒவ்வொரு இராக்கிய அரசும், அதற்கு முன் இரண்டாயிரம் வருடங்களுக்கு பாக்தாத்தால் அரசாளப்பட்ட குவைத்தின் மீது உரிமை கொண்டாடின. குவைத்தியர்கள் எண்ணெய்ப் பிரச்சனையில் பாக்தாத்தை தூண்டும்விதமாக நடந்து கொண்டனர் என்பது பரவலாக ஏற்கப்பட்டது. பாத் தலைமை இராக்கிய இறையாண்மையை முழுமையாக நிலைநாட்டவும் பிரச்சனையை நிரந்தரமாகத் தீர்க்கவும் ஒரு திட்டத்தை வரைந்தது. ஆனால் சதாம் உசேனின் எச்சரிக்கை, நன்கு நிறுவப்பட்ட ஒன்று. குறிப்பாக வாஷிங்டனுடனான எச்சரிக்கை, ஒப்புதலை முன்பே பெறாமல் எந்த பெரிய நடவடிக்கையையும் அவர் அரிதாகவே எடுத்தார், இப்போதும் அவர் தமது விருப்பமான கேள்வியை முன்வைத்தார். வாஷிங்டன் என்ன நினைத்தது?

இன்றுவரை மூத்த இராக்கிய அதிகாரிகள் அமெரிக்கத் தூதரான ஏப்ரல் கிளாஸ்பியுடன் சதாமின் அழிவைத் தந்த சந்திப்புக் கூட்டம் மிகுந்த முக்கியத்துவம் வாய்ந்த ஒன்று என்று அழுத்தமாகக் கூறுகின்றனர். கிளாஸ்பி அவர்களது விஷயத்தில் அனுதாபம் அடைந்ததுடன், இராக்கிய திட்டங்களைக் கேட்டுக் கொண்டு அதற்குத் தமது ஒப்புதலை அளித்தார். 2, ஆகஸ்ட் 1990-ல் சதாமின் ராணுவம் படையெடுத்தபோது குவைத் போராட்டமின்றி வீழ்ந்தது. ஆட்சி செய்த அல்சதா குடும்பம் நாட்டை விட்டு ஓடியது: பாக்தாத் உடனடியாகத் தேர்தல் நடத்தி ஒரு சட்டசபையிடம் அதிகாரத்தை அளித்திருந்தால் அதற்குப் பெருத்த ஆதரவு கிடைத்திருக்கும். ஆனால் ஜனநாயகம் நிலைநாட்டப்படுவது அதன் திட்டத்தில் இல்லை. அது இராக்கிய மக்களுக்கு நீண்ட காலமாக மறுக்கப்பட்டு வந்தது. அதனை குவைத்தியர்களுக்கு அளிப்பது மிகவும் ஆபத்தான தேர்வாக இருக்கும்.

இதற்குச் சற்றும் குறையாமல், சோவியத் வெளியுறவுத்துறை அமைச்சர் யெவ்கேனி பிரிமகோவ் பாக்தாத்துடன் பேச்சுவார்த்தை நடத்தி ஒரு ஒப்பந்தத்தை அடைய முயன்றார். அது குவைத்திலிருந்து இராக் தானே வெளியேறுவதற்கு வழி வகுத்திருக்கும். ஆனால் அமெரிக்கா அந்த ஒப்பந்தத்தைத் தடுத்துவிட்டது. தகர்ந்து கொண்டிருந்த, தளர்ந்த நிலையிலிருந்த ருஷ்யா இதையறிந்து, எதையும் வற்புறுத்த முடியவில்லை. வளைகுடா போர் வெடித்தது. வாஷிங்டனின் முன்னாள் கூட்டாளியான சதாம் உசேன் இப்போது 'அராபிய ஹிட்லர்' என்று பட்டம் சூட்டப்பட்டார். மேற்கத்திய செய்தி ஊடகங்கள் ஒதுங்கி நின்றன. துணிவுமிக்க சிறிய குவைத்தின்

ஆட்சியாளர்கள் பிரச்சாரத் தாக்குதலின் பகுதியாகினர். சதாமின் குற்றம் இறையாண்மையை மீறியதாகும். சர்வதேசச் சட்டத்தையும் ஐ.நா. சாசனத்தையும் அவர் மீறியுள்ளார். அது தான் உண்மையில் வழக்கு - அதற்காகப் பொது இடத்தில் வைத்து அவர் தண்டிக்கப்பட வேண்டும். இறையாண்மையை ஏகாதிபத்திய சக்தியால் மட்டுமே மீற முடியும் என்பதை அவர் உணரவில்லை. அந்தத் தளத்தில் குரல் ஜாலம் செய்வது ஊக்குவிக்கப்படவில்லை.

வளைகுடா போருக்கு மிதமாக வக்காலத்து வாங்கியவர்கள் இராக்கிய மக்களின் உண்மையான நலன்களைப் பாதுகாப்பது தேவையென்று வலியுறுத்தினர். வாஷிங்டனின் நேரடி ஆட்சி குறுகிய காலத்துக்கு இருந்தபோதும், பாக்தாத்தில் அதன் விளைவு ஜனநாயக ஆட்சியாக இருக்கும். ஏகாதிபத்தியம், 'பாசிசத்தை தோற்கடித்து ஜனநாயகத்தை நிலைநாட்டும், அந்தக் காரணத்துக்காக அது தேர்ந்தெடுக்கப்படக் கூடியதே. வாஷிங்டனின் கையில் விடுதலை செய்யும் திட்டம் பாதுகாப்பாக இருந்தது, வேறு மாற்று வழியும் இல்லை. இந்த வருத்தமூட்டும் உலகப்பார்வை போர் முடிந்து சில வாரங்களில் நொறுங்கியது. வாஷிங்டனோ அல்லது (டமாஸ்கஸையும் கெய்ரோவையும் தவிர) ரியாத் மற்றும் வளைகுடா வாடிக்கையாளர்களோ, ஜனநாயகத்தில் ஆர்வத்துடன் இல்லையென்பது தெளிவாகிவிட்டது. இது வாஷிங்டனின் தீவிர பரிசீலனையில் எப்போதும் இல்லை. அது "வியட்நாம் உளவியல் சிக்கலை ஒழிப்பதிலும்' இராக்கின் முதுகெலும்பை முறித்த மத்திய கிழக்கில் ஒரு புதிய அதிகார சமத்துவத்தை உருவாக்கி, இதன் மூலமாக இஸ்ரேலை பாலஸ்தீனத்துடனும் அதை ஒட்டிய பகுதிகளுடனும் நிரந்தர சமாதானத்தை ஏற்படுத்திக் கொள்ள வைப்பதிலும்தான் அதிக ஆர்வம் காட்டியது.

சதாமுக்கு ஒரு பாடம் கற்பிக்கப்பட்டுவிட்டது. அவரை வெளியேற்றியிருக்க முடியும். ஆனால் தாமஸ் பிரைட்மேனின் சொற்களில் "ஒரு இரும்பு முஷ்டியுடைய இராக்கிய ஜன்தா அதிகாரத்தில் வைத்திருக்கப்பட வேண்டும். அத்தகைய அரசு இல்லாமல், அல்லது அவர்கள் அவ்வாறு கருதியதால், இராக் இனவாத, பிரிவினைவாத எதிரிகளால் லெபனானைப் போல் பிய்த்து எறியப்படும். ஜனநாயகத்தைப் பொறுத்தவரை, அந்த எண்ணத்தையே தடை செய்ய வேண்டும். இரானுக்கு ஒரு சகோதர ஷியா பிரிவு குடியரசை வழங்க முடியவில்லை. அதனை சவுதிகளாலும் மற்றும் வளைகுடா நாடுகளாலும் பொறுத்துக் கொள்ள முடியவில்லை. எண்ணெய்க் கம்பெனிகளாலும் பொறுத்துக் கொள்ள முடியவில்லை. வளைகுடா போரின்போது சதாம் பரந்த எழுச்சிகளை நசுக்கியபோது

அமெரிக்கா கண்டுகொள்ளவில்லை. மாறாக இராக்கிய மக்களைத் தண்டிக்க வேண்டுமென்ற குரூரமான பிரச்சாரத்தில் இறங்கினர். அந்த தண்டனை அரசைத் தூக்கியெறிய அவர்களை ஊக்குவிக்கும் எனவும் நம்பினர். மேற்கத்திய கொள்கைகள் எதிர்விளைவையே ஏற்படுத்தின.

23, மே 2000-த்தில் பொதுச் சபையில் பிரிட்டிஷ் பாதுகாப்பு அமைச்சரிடம் இராக் மீது ஆங்கில அமெரிக்கத் தாக்குதலின் தன்மை மீது கேள்வியெழுப்பியபோது அவர் பதிலளித்தார்:

1, ஆகஸ்ட் 1992-க்கும், டிசம்பர் 16, 1998-க்கும் இடையில் பிரிட்டிஷ் விமானங்கள் ஒரு மாதத்துக்குச் சராசரியாக 0.025 டன்கள் என்ற கணக்கில் 2.5 டன் குண்டுகளை தெற்கில் விமானம் பறப்பது தடுக்கப்பட்ட பகுதியில் போட்டன. இந்தக் காலகட்டத்தில் கூட்டணியின் மொத்தக் கணக்கில் இது எவ்வளவு சதவிகிதம் என்பதைக் கணக்கிடத் தேவையான விரிவான கூட்டணிச் செயல்பாடு ஆவணங்கள் நம்மிடமில்லை. டிசம்பர் 20, 1998-க்கும், மே 17, 2000-க்கும் இடையில் மாதம் சராசரியாக 5 டன் என்ற கணக்கில், தெற்கில் விமானம் பறக்கத் தடை செய்யப்பட்ட பகுதியில் பிரிட்டிஷ் விமானங்கள் 78 டன் குண்டுகளைப் போட்டன. இந்த எண்ணிக்கை இந்தக் காலகட்டத்தில் கூட்டணி மொத்தத்தில் போட்ட குண்டுகளில் சுமார் 20 சதவிகிதமாகும்.[33]

வேறு வார்த்தைகளில், பதினெட்டு மாதங்களில் அமெரிக்காவும், பிரிட்டனும் சுமார் 400 டன் குண்டுகளையும் ஏவுகணைகளையும் இராக் மீது பொழிந்துள்ளன. டோனி ப்ளேர் தனது முன்னாள் கன்சர்வேடிவ் பிரதமர் ஜான் மேஜரைவிட அந்த நாட்டின் மீது 20 மடங்கு அதிகக் கொடிய வெடிகுண்டுகளை வீசியுள்ளார். இந்த அதிகரிப்பை எது விளக்குகிறது? அதன் உடனடி தொடக்கங்கள் ஒன்றும் மர்மமானவை அல்ல. டிசம்பர் 16, 1998-ல் கிளிண்டன் பிரதிநிதிகள் சபையில் தேசத் துரோகத்துக்காகவும், நீதியைத் தடுத்ததற்காகவும் குற்றம்சாட்டி வாக்களிப்பு நடக்கவிருந்தபோது இராக் மீது இடைவிடாது நாள் முழுவதும் விமானத் தாக்குதலைக் கட்டவிழ்த்து விட்டார். இதற்கு பாக்தாத் அரசு ஐ.நா. ஆய்வுக்கு ஒத்துழைக்காததற்காக அதனைத் தண்டிப்பதற்காக என்ற வேடத்தில் பதவியிலிருந்து நீக்கப்படுவதை திசை திருப்ப நடத்தப்பட்டதாகும். (ஆபரேஷன் டெஸர்ட் ஃபாக்ஸ்) 'பாலைவனக் குள்ள நரி' நடவடிக்கை என ஒரு நாஜி தளபதியின் பெயரை ஒட்டி சரியாகப் பெயரிடப்பட்டிருந்த இந்த நடவடிக்கை எழுபது மணி நேரங்களுக்குத் தொடர்ந்தது, நூறு இலக்குகளைத் தகர்த்தது.

அதன் பின்னர், அணையும் வாய்ப்பே தெரியாமல், நெருப்புப் புயல் தொடர்ந்தது. ஆகஸ்ட் 1994-ல் 'நியூயார்க் டைம்ஸ்' எழுதியது:

அமெரிக்கப் போர் விமானங்கள் திட்டமிட்ட முறையிலும், சுத்தமாக எந்தப் பொது விவாதமுமின்றியும் இராக்கைத் தாக்கிக் கொண்டிருக்கிறது. கடந்த எட்டு மாதங்களில், அமெரிக்கா, பிரிட்டிஷ் பைலட்டுகள் 1,100க்கும் அதிகமான ஏவுகணைகளைக் கொண்டு இராக்கின் 359 இலக்குகளைத் தாக்கியிருக்கிறார்கள். இது டிசம்பரில் நடந்த நான்கு நாள் கொடூரமான தாக்குதலில் தாக்கப்பட்ட இலக்குகளைவிட மூன்று மடங்கு அதிகமாகும்... இன்னொரு கணக்கின்படி, யுகோஸ்லாவியா மீது தொடர்ச்சியான நாள் முழுதுமான தாக்குதலில் நேடோ பைலட்டுகள் பறந்ததைவிட மூன்றில் இரண்டு மடங்கு அதிகமாக இந்தப் பைலட்டுகள் பறந்துள்ளார்கள்.[34]

அக்டோபர் 1999-ல் அமெரிக்க அதிகாரிகள் "வால் - ஸ்ட்ரீட் ஜர்னலில்' அவர்கள் வெகு சீக்கிரத்தில் தாக்க இலக்குகளின்றி இருப்பார்கள் என்று கூறிக் கொண்டிருந்தனர். "கடைசி அவுட் ஹவுஸ் வரை நாங்கள் தாக்கிக் கொண்டிருக்கிறோம்.' அந்த வருட முடிவில் ஆங்கில அமெரிக்க விமானப் படைகள் 6000-த்துக்கு மேற்பட்ட பல்வகை ஆயுதங்களைக் கொண்டு சென்று 1800 குண்டுகளுக்கு மேல் இராக் மீது போட்டுள்ளன. 2001 முற்பகுதியில் இராக் மீது வெடிகுண்டுத் தாக்குதல் காலம் வியட்நாம் மீது அமெரிக்கப் படையெடுப்பின் காலத்தையும் தாண்டிவிட்டது.

பத்தாண்டுகளுக்கு மேல் இராக் மீது நடத்தப்பட்ட வான்வழித் தாக்குதல் இராக் மீது நடத்தப்பட்ட துப்புரவுப் பணியின் குறைந்த பகுதி மட்டுமே. நிலம், கடல் பகுதிகளில் தடைகள் மேலும் துன்பங்களை, துயரங்களை உருவாக்கின. பொருளாதாரத் தடைகள், ஒரு காலத்தில் பிரதேசத்தின் தரத்தைவிட சத்துணவிலும், பள்ளிக் கல்வியிலும், பொதுச் சேவையிலும் உயர்ந்த நிலையில் விளங்கிய ஒரு ஜனத்தொகை அளவற்ற துயரில் ஆழ்ந்தது. 1990-க்கு முன் நாட்டின் தனிநபர் மொத்த தேசிய உற்பத்தி 3000 டாலருக்கு மேல் இருந்தது. இன்று அது 500 டாலருக்கும் கீழ் குறைந்து இராக்கை உலகின் ஏழை சமூகங்களில் ஒன்றாக ஆக்கிவிட்டது.[35] ஒரு காலத்தில் உயர்ந்த கல்வியறிவும் ஆரோக்கிய பாதுகாப்பில் முன்னேறிய முறையையும் பெற்றிருந்த இராக், மேற்கால் சூறையாடப்பட்டுவிட்டது. அதன் சமூகக் கட்டுமானம் சிதைந்துவிட்டது. அதன் மக்களுக்கு வாழ்வதற்குத் தேவையான அடிப்படைத் தேவைகள் மறுக்கப்படுகின்றன, அதன் மண் யுரேனியம் தாங்கிய போர்

ஆயுதங்களால் மாசுபட்டுள்ளது. 2001-ம் ஆண்டுக்கான ஐ.நா. புள்ளி விவரங்களின்படி சுமார் 60 சதவிகித ஜனத்தொகைக்குச் சுத்தமான தண்ணீர் கிடைக்கவில்லை. 80 சதவிகித பள்ளிகளுக்கு ஏராளமான புனரமைப்பு செய்யப்பட வேண்டியுள்ளது. 1997-ல், FAO 27 சதவிகித இராக்கியர்கள் கடுமையான சத்துணவுக் குறைபாட்டால் அவதியுறுவதாகவும், 70 சதவிகித இராக்கியப் பெண்கள் ரத்த சோகையால் அவதியுறுவதாகவும் கணித்தது. யுனிசெஃப் அறிக்கையானது வளைகுடா போருக்கு முந்தைய காலத்தைவிட அதற்குப் பிறகு 85 சதவிகித நாட்டின் ஜனத்தொகை வசிக்கும் தெற்கு மற்றும் மத்தியப் பிரதேசங்களில் குழந்தைகள் இறப்பு இரு மடங்காகிவிட்டதாகத் தெரிவிக்கிறது.(36)

வேண்டுமென்றே கழுத்து நெரிக்கப்பட்ட பொருளாதார வாழ்வால் ஏற்பட்ட சாவு எண்ணிக்கையை முழு அளவு துல்லியமாகக் கணிக்க முடியவில்லை. அது வரலாற்றாசிரியர்களின் பணியாக இருக்கும். மிகவும் கவனமான நிபுணரான ரிச்சர்ட் கார்ஃபீல்டின் கூற்றுப்படி, 1991-க்குப் பிறகு 5 வயதுக்குட்பட்ட குழந்தைகளின் "அதிகமான இறப்பை' மிகவும் குறைவாக மதிப்பிட்டால் அது 3,00,000 ஆக இருக்கும்.(37) அதேசமயம் 1997-ல் யுனிசெஃப் அறிக்கையின்படி ஐந்து வயதுக்குட்பட்ட 4,500 குழந்தைகள் நோயாலும், பசியாலும் மாதாமாதம் இறக்கிறார்கள் எனக் கூறுகிறது இதன்படி தடையால் கொல்லப்பட்ட சிறு குழந்தைகளின் எண்ணிக்கை 5,00,000.(38)

மற்ற மரணங்களின் எண்ணிக்கையைக் கணிப்பது கடினம், ஆனால் தமது 5வது பிறந்தநாளுக்குப் பிறகு உயிர்வாழும் ஐந்து இராக்கியர்களில் நான்கு பேருக்கு ஏற்பட்ட சேதத்தைக் கணக்கிடும்போது யுனிசெஃப்பின் மரணப் புள்ளி விவரம் பனிமலையின் நுனியை மட்டுமே காட்டுகிறது' என்று கார்ஃபீல்ட் குறிப்பிடுகிறார்.(39) 1998 பிற்பகுதியில் இராக்குக்கான ஐ.நா. மனிதாபிமான ஒருங்கிணைப்பாளரும், முன்னாள் துணைப் பொதுச் செயலாளரும், ஐரிஷ்காரருமான டென்னிஸ் ஹாலிடே இந்தத் தடைகளை எதிர்த்து, அதனால் ஏற்பட்ட மரணங்கள் பத்து லட்சத்துக்கும் மேல் இருக்கும் என்று கூறி தனது பதவியை ராஜினாமா செய்துவிட்டார்.(40) அவரைத் தொடர்ந்து வந்த ஹான்ஸ் வான் ஸ்போனெக் ஆங்கில - அமெரிக்கக் குண்டு வீச்சால் ஏற்பட்ட பொதுமக்களின் மரணங்களையும் மடத்துணிச்சலுடன் தமது அறிக்கையில் சேர்த்துக் கொண்டபோது கிளிண்டன், ப்ளேர் அரசுகள் அவரை நீக்க வேண்டுமென்று கோரின. அவரும் 1999 பிற்பகுதியில் ராஜினாமா செய்தார். தமது கடமை இராக்கிய

மக்களுக்கானது என்றும், "மாதத்துக்கு மாதம் இராக்கின் சமூ நிலைமையில் அதிகமாகத் துண்டு விழுந்து வருகிறது" என்றும் அவ விளக்கமளித்தார். இந்தத் துண்டு 1996-லிருந்து வந்த எண்ணெய்க் உணவு திட்டத்தின்போது மேலும் விரிவடைந்தது. இதன்படி இரா 4 பில்லியன் டாலர் பெட்ரோலிய பொருட்கள் ஏற்றுமதி செய் அனுமதிக்கப்பட்டது. ஆனால் மிகவும் குறைந்தபட்ச சேவைகளை அளிக்க குறைந்தது 7 பில்லியன் டாலர் தேவை.[41] பத்தாண்டுகளுக்கு பிறகு, நவீன வரலாற்றில் இணையே இல்லாத அளவுக் அமெரிக்காவும், பிரிட்டனும் இராக்கை முறுக்கிப் பிழிவதில் வெற் பெற்றன. கார்ஃபீல்டின் சொற்களில் அந்த நாடு இன்று "கடந் இருநூறு ஆண்டுகளில் 2 லட்சத்துக்கும் அதிகமாக நிரந்த ஜனத்தொகையில் இறப்பு விகிதம் மிக அதிகரித்த ஒரே நாடு[42]

இந்த ஒட்டுமொத்த மக்கள் மீதான கொலைவெறி பிடித் பழிவாங்கலுக்கு என்ன நியாயம் கற்பிக்கப்படுகிறது அதிகாரப்பூர்வமான இட்டுக் கட்டுதல்களில் மூன்று விவாதங்க திரும்பத் திரும்ப முன்வைக்கப்படுகின்றன. 'உள்நாட்டு ஊடகங்க மூலம் அவை பரப்பப்படுகின்றன. முதலாவது சதாம் உசேன் ஒ பேராசை மிக்க ஆக்கிரமிப்பாளர். அவர் குவைத்தை ஆக்கிரமித்த சர்வதேசச் சட்டங்களை மீறிய செயல் என்பதுடன் மு பிராந்தியத்தின் நிலையான தன்மைக்கு பயமுறுத்தலை உண்டாக்குவதாகும்; அவரைத் தூக்கியெறியும் வரை எந்த அண்டை நாடும் பாதுகாப்பாக இருக்காது. இரண்டாவது, அவரது அர பேரழிவு ஆயுதங்களைச் சேகரித்து வந்ததுடன் அணுஆயுதங்களையு வாங்க முற்பட்டது. இது சர்வதேச சமூகத்துக்கே நினைக்க முடியா பேராபத்தை உருவாக்கியது. மூன்றாவது, சொந்த நாட்டில் சதாமி சர்வாதிகாரம் ஒப்பிடவே முடியாத அளவுக்குக் கொடூரமாகவு அரசியல் தீமையே உருவானதாகவும், அது தொடர்ந்து இருப்பதி எந்த நாகரிக அரசும் உடன்பட முடியாததாகவும் இருந்தது. இந் அனைத்துக் காரணங்களுக்காகவும் இந்த நாகரிகச் சமூகம் சதா அகற்றப்படும் வரை ஓய்வு கொள்ள முடியாது. குண்டு வீச்சு தடைகளும்தான் நமது குடிமக்களுக்கு முறையற்ற ஆபத்தில்லா வகையில் அதனைச் செய்வதற்கான வழிகளாகும்.

இந்த ஒவ்வொரு வாதமும் முழுமையான சாரமற்றவை காலனியாதிக்கத்துக்கு முன்பு அடிக்கடி பாஸ்ராவிலிருந்தே பாக்தாத்திலிருந்தோ ஆட்சி செய்யப்பட்ட நாடான குவைத் அந்த பிரதேசத்திலோ, உலகிலோ ஒன்றும் விதிவிலக்கானது அல்ல. ஆளு குடும்பம் குவைத்துக்குத் தப்பிச் சென்றபோது இந்தோனேஷியாவை கிழக்கு தைமூர் பிடித்துக் கொண்டதை மேற்கு ஏறக்குறை

இருபதாண்டுகளின் பெரும்பகுதிக்கு எந்தக் கொந்தளிப்பும் இல்லாமல் ஏற்க முடிந்தது. இன்றும் குறிப்பாக மத்தியக் கிழக்கிலேயே இனத்தையே ஒழித்துக் கட்டும் நிகழ்ச்சிப் போக்கில் உருவாக்கப்பட்ட இஸ்ரேல் பாலஸ்தீனத்துக்கு சமமான நிலம் கொடுத்த ஐ.நா. தீர்மானங்களையும் பலமுறை மீறி மீண்டும் மீண்டும் அண்டை நாடுகளின் பெரும்பகுதியை காஸா, மேற்குக் கரை, கோலான் உயர்நிலம் மட்டுமல்ல, லெபனானின் ஒரு பகுதியையும் அந்த நேரத்தில் ஆக்கிரமித்திருந்தது. இந்த விரிவாக்கத்தைத் தடுப்பதற்குச் சிறிதுகூட முயலாமல், அமெரிக்கா அதைத் தொடர்ந்து ஆதரித்து வருகிறது. ஆயுதமும், நிதியும் அதற்கு அளிக்கிறது. அதன் ஐரோப்பியக் கூட்டாளிகளின் எந்த முணுமுணுப்புமின்றி இதைச் செய்து வருகிறது. பிரிட்டனைப் பற்றி கேட்க வேண்டாம், இந்த நிகழ்ச்சிப் போக்கின் முடிவு இப்போது தென்படுகிறது. வாஷிங்டன் இஸ்ரேலின் விருப்பத்துக்கிணங்க பாலஸ்தீனர்கள் சுருக்கப்படும் பந்துஸ்தான்களாக குறைவதை மேற்பார்வையிட்டுக் கொண்டிருக்கிறது. இதன் பாடம் ஆக்ரோஷமான நாடு பிடிப்பு அனுமதிக்கப்பட இயலாத குற்றம் என்பதல்ல, அதனை வெற்றியுடன் செய்வதற்கு ஒரு நாடு மேற்கின் நலனுடன் இணைந்து செயல்பட வேண்டுமென்பதுதான்: அதன்பின் அது திகைப்பூட்டும் வகையில் வெற்றியாக அமையும். இராக் குவைத்தை ஆக்கிரமித்தது மேற்கின் நலனுக்கு உகந்ததல்ல. ஏனெனில் உலகின் எண்ணெய் வளத்தில் ஐந்தில் இரண்டு பங்கு (நிலப்பிரபுத்துவ, மேற்கத்திய சார்பு நாடுகளான குவைத், வளைகுடா அல்லது சவுதி அரேபியா போல் அல்லாமல்) சுதந்திரமான வெளியுறவுக் கொள்கையுடைய ஒரு நவீன அரபு நாட்டால் கட்டுப்படுத்தப்படும். எனவேதான் பாலைவனப்புயல் நடவடிக்கை.

விரிவாக்கத்துக்கு இவ்வளவு வேலைகள். இராக்கின் ஆயுதத் திட்டங்களால் உண்டான கடும் ஆபத்தைப் பொறுத்தவரை அவை இதைவிடவும் சிறிது வழிமாறியவை. பாக்தாத் அரசு ஏறக்குறைய இருபதாண்டுகளுக்கு வாஷிங்டனுக்கும் லண்டனுக்கும் தோழனாகக் கருதப்பட்டவரை, உள்நாட்டில் கம்யூனிஸ்டுகளை நசுக்கியபோதும், வெளியில் ஈரானிய முல்லாக்களை எதிர்த்துப் போரிட்டபோதும் ஆயுதச் சேகரிப்பு குறித்து வெகுசில கவலைகள் மட்டுமே தெரிவிக்கப் பட்டன: இரசாயன ஆயுதங்களை எந்தக் குற்றச்சாட்டுமின்றிப் பயன்படுத்த முடிந்தது. ஏற்றுமதி லைசென்சுகள் வழங்கப்பட்டன. அசாதாரண ஏற்றுமதிகள் கண்டுகொள்ளப்படவில்லை. அணுசக்தி திறன் என்பது வேறு விஷயம், அது இராக்கின் மீது ஏற்பட்ட சிறப்பு பயமல்ல. ஆனால் பெரிய ஒரே சக்தியின் நலன் காரணமாக அது சிறிய நாடுகளுக்குப் பரவிவிடக் கூடாது என்று அமெரிக்கா

அறுபதாம் ஆண்டுகளிலிருந்து விரும்பியது. இயற்கையாகவே இஸ்ரேலுக்கு அணு ஆயுதப் பரவல் தடைச் சட்டத்திலிருந்து விலக்களிக்கப்பட்டது. மேற்கின் சிறிய மறுப்புக்கூட இல்லாமல் ஏராளமான ஆயுதங்களைக் குவிப்பதில் மட்டுமல்ல, அதன் திட்டத்தை மறைப்பதற்கு முழு ஒத்துழைப்பையும் அது அனுபவித்தது.

வளைகுடாவில் இராக் அரசு மேற்கத்திய நலன்களுக்கு எதிராகத் திரும்பிய உடனேயே, இயல்பாகவே அது அணு ஆயுதங்களைப் பெற்றுவிடக் கூடிய வாய்ப்பு, அமெரிக்க அஜெண்டாவில் வன்முறை ஆபத்துக்கு நிகரான தன்மையைப் பெற்றுவிட்டது. இப்போது அந்தப் பறவை விரட்டப்பட்டு பொம்மையில் ஒரு துண்டுகூட மிஞ்சவில்லை. ஒருபுறம் பெரிய சக்திகளின் அணு ஆயுதத் தனியுரிமை எப்போதும் ஒரு கேவலமான பாசாங்காக - அது அப்படித்தான் இருக்க முடியும்-இந்தியாவும் பாகிஸ்தானும் ஆயுதத்தைப் பெற்றவுடன் விழுந்துவிட்டது. சந்தேகமின்றி இரானும் தொடர உள்ளது. மறுபுறம், இராக்கின் சொந்த அணுத்திட்டம் சுத்தமாகத் துடைத்தெறியப்பட்டு விட்டது. (ஐ.நா.) UNSCOM ஆய்வாளரும் சூப்பர் கழுகுமான ஸ்காட் ரிட்டர், இஸ்ரேல் உளவுத்துறையுடன் தமது கூட்டு குறித்த பெருமை பீற்றிக் கொண்டு தமது ஆய்வுகளால் பாலைவனக் குள்ளநரி நடவடிக்கையைத் தூண்டிவிட்டவருமான அவரே இப்போது அதனை மீண்டும் அமைக்கவே முடியாது தடைகளை விலக்கிக் கொள்ள வேண்டுமென்று கூறுகிறார்.

இறுதியாக, சதாம் அரசின் உள்நாட்டு அத்துமீறல்கள் மிகவும் தீவிரமானவை, எனவே அவரை அகற்ற எந்த நடவடிக்கையும் நியாயமானதுதான் என்று ஒரு வாதம். வளைகுடா போர் பாக்தாத்தின் மீது அணிவகுப்பின்றியே முடிவுற்றதிலிருந்து வாஷிங்டனும், லண்டனும் இதனை அதிகாரப்பூர்வமாக அறிவிக்க முடியாவிட்டாலும், ஒவ்வொரு அதிகாரப்பூர்வமற்ற பேட்டியிலும் உள்நாட்டுப் பிரச்சாரத்திலும் இதனைப் புரிய வைத்துள்ளன. இடதுபுறம் இருக்கும் அதிகார வர்க்கத்தால் இதைவிட அதிகமாகக் காப்பாற்றி வளர்க்கப்படும் வேறு தலைப்பு எதுவுமில்லை. அவர்களுக்கு சதாம் அரபு ஹிட்லரென்றும், ஏகாதிபத்தியத்தைவிட பாசிசம் மோசமானதென்றும், அதனால் நல்ல மனமுடைய அனைத்து மக்களும் போர் முக்கியத்துவமுடைய தலைமையின் பின்னால் ஒன்றிணைய வேண்டுமென்றும் விளக்கப்பட்டுள்ளது. இந்த வகை வாதமானது உண்மையில் தடைகளின் இறுதி வடிவம். கிளிண்டனின் வார்த்தைகளில் "தடைகள் காலம் முடியும் வரையோ அல்லது சதாம் இருக்கும் வரையிலோ இருக்கும்."[43] மேற்கத்தி

முதல்வர்கள் சதாம் கூட்டாளியாக இருக்கும் வரை எவ்வளவு நாள்தான் திரும்பிக் கொண்டிருந்தாலும் பாத் அரசின் கொடூரமான கொடுங்கோன்மையை யாரும் சந்தேகிக்க முடியாது. அதன் குரூரத்தன்மை ஒரு கொடூரமான கற்பனைக்கதை போல் தனித்தன்மை பெற்றது. குர்து மொழி பள்ளிகளில்கூட அனுமதிக்கப்படாது, குர்து ஜனங்களுக்கெதிரான போரில் 20 லட்சம் மக்களைத் தமது சொந்த நிலத்திலிருந்தே இராணுவம் விரட்டியடித்த துருக்கியில் இராக்கைவிட நிலைமை மோசமாகவே இருந்தது. சதாமின் மற்ற குற்றங்கள் என்னவாக இருந்தாலும், இத்தகைய கலாசார தனிமைப்படுத்துதல் எதையும் அவர் செய்ய முயலவில்லை. எனினும் நேட்டோவின் மதிப்பு மிக்க உறுப்பினர் என்ற முறையிலும், ஐரோப்பிய யூனியனின் நியமன உறுப்பினர் என்ற வகையிலும், அங்காரா தனக்கு எதிரான எந்தச் சிறிய நடவடிக்கையையும் எதிர்நோக்கவில்லை என்பதுடன், அடக்குமுறைக்கு மேற்கத்திய உதவியையும் நம்ப முடியும். ஓகோலான் சப்ளையை கடத்தியது வானுவுக்கு பொருத்தமான பதக்கம். அத்துடன் துருக்கியின் பொறுப்புள்ள நவீனத்தை நோக்கிய முன்னேற்றம் என்று ஆங்கில அமெரிக்க ஊடகங்களால் சாந்தப்படுத்தும் அறிக்கையும் கூடவே அளிக்கப்பட்டது. டிமோனா மீது முன்கூட்டியேயான வாய்ப்பளிக்காத தாக்குதலைவிட லேக்வான் சுற்றுப்புறத்தை உடனே காப்பாற்றும் நடவடிக்கையையோ, அடானாவின் விமானம் பறக்காத பகுதியை மீட்பதையோ யார் ஆலோசனையாகக் கூறியிருக்க முடியும்?

குர்துக்களின் தலைவிதி வெளியில் அதிக கவனத்தை ஈர்த்ததென்றால், பாத்தின் அடக்குமுறை இராக்குக்குள் இருக்கும் அரபு மக்களையும் நிச்சயமாக விட்டு வைக்கவில்லை. ஆனால் அதன் தெற்கு எல்லைகளில் இருந்த வலுவான மேற்கத்திய கூட்டணி பற்றி? ஹர்வர்டில் புரிந்து கொள்ளப்பட்டதுபோல் மனித உரிமையோ அல்லது வெஸ்ட் மினிஸ்டரில் உள்ளதுபோல் தேர்தலையோ நடத்துவதுபோல் நடிப்பதைக்கூட சவுதி மன்னராட்சி செய்வதில்லை. பெண்களுக்கு அது அளித்திருக்கும் நிலை, மத்தியகால ருஷ்யாவில் குறைந்தபட்ச தேர்வைக்கூடப் பெற முடியாது. எனினும், அரபு உலகில் வேறு எந்த நாடும் வாஷிங்டனால் இந்த அளவு வறுத்தெடுக்கப்படவில்லை. கொல்வதிலும், சித்திரவதை செய்வதிலும் சதாம் ஒருபோதும் இந்தோனேஷியாவின் சுகார்தோவுக்கு ஈடாக முடியாது. இந்தோனேஷியாவில் படுகொலைகள் இராக்கினுடையதைவிட பல மடங்கு விஞ்சி நின்றன. “முழு சர்வதேச சமூகமும்' சதாமின் அரசை அகற்றுவது ஒரு நீதிக்கான அவசியம் என்று மேற்கு ரத்தம் தோய்ந்து குற்றம் சாட்டத் தொடங்கிய காலம் முழுவதும் இராக்கைப் போல வேறு எந்த மூன்றாம் உலக நாடும்

மேற்கால் இவ்வளவு மதிப்பிடப்படவில்லை. 1995-ல் அமெரிக்க, பிரிட்டிஷ் விமானப்படைகள் சட்டவிரோதமாக பாக்தாத்தை குண்டுகளால் தாக்கிக் கொண்டிருந்தபோது, கிளிண்டனும், கோரும் ஜகார்தாவிலிருந்து வந்த பழைய நண்பரை இரு கரம் நீட்டி வரவேற்றுக் கொண்டிருந்தனர்.[44] லண்டனில் பிளேர் இந்தோனேஷிய சர்வாதிகார ஆட்சிக்கு 1997 வரை ஆயுதங்களை வழங்கிக் கொண்டிருந்தார். சுகார்தோ விழுந்த அதே நேரத்தில் லண்டனில் ஐரோப்பிய - ஆசிய கூட்டத்தில் சுகார்தோவின் ஆட்சியை பிளேர் வரவேற்றார். பர்மிய ஜன்தாவைத் தவிர-அவர்களால் பாதிப்படைந்தோர் ஒப்பீட்டளவில் குறைவாக இருக்கலாம்-ஆனால் வெளிநாட்டு முதலீட்டாளர்களிடம் அவர்களது அணுகுமுறை குறைவான அறிவூட்டலுடன் இருந்தது.

இராக் மீது குண்டு வீச்சுக்கும், தடைக்கும் ஆதரவாக ஒரு வாதமும் நிற்காவிட்டால், இதன் பின்னணியில் இன்னமும் ஏராளம் உள்ளது. அதனால் என்ன? மற்ற நாடுகளும் இணையாக விரிவாக்கம் செய்யலாம், அதிக அணுஆயுதங்களைத் திறனுடன் தேடலாம், அவர்களது ஏராளமான குடிமக்களைத் தவறாக நடத்தவோ, கொல்லவோ செய்யலாம். ஆனால் எது தொடரும்? எல்லா அநீதிகளையும் ஒரேயடியாக சரிப்படுத்தி விட முடியாது. வேறொரு இடத்தில் தீங்கிழைப்பது இங்கு நன்மை செய்யத் தவறுவதால் சரியாகாது. நாம் சரியானதை மட்டுமே ஒருமுறை செய்திருந்தால்கூட அதனைச் செய்யாமலே இருப்பதைவிட நல்லதல்லவா? எந்தத் தரமுமின்றி இருப்பதைவிட இரு வேறு தரங்களுடன் இருப்பது கிளிண்டன் மற்றும் பிளேரின் ஆட்சிகளின் பாரம்பரியமான, விசுவாசமான காரியஸ்தர்கள், செய்தியாளர்கள், கார்ட்டூனிஸ்ட்டுகள் ஆகியோர் பொதுக் கோட்பாடுகளைத் தவறாகப் பயன்படுத்துவதை வசதியற்றவைகளை மறுக்கும் சமயங்களில் கேட்க வேண்டும்- அதாவது சவுதி, இஸ்ரேலிய, இந்தோனேசிய, துருக்கிய அல்லது வேறு ஒன்றின் உண்மைகள் அசாத்தியமாகும்போது கேட்க வேண்டும். "இரட்டைத் தரத்தைக் கடைப்பிடிக்கும் யோசனைக்கு நாம் பழக்கப்படுத்திக் கொள்ள வேண்டும்" என்று வெளியுறவு விஷயங்களுக்கு பிளேரின் ஆலோசகரும், முன்னாள் தூதருமான ராபர்ட் கூப்பர் வெளிப்படையாக எழுதுகிறார்.[45]

இந்தக் குற்றம் காணும் தன்மைக்கு அடிநாதமாக விளங்கும் நீதிமொழி என்னவெனில்; நமது எதிரிகளின் குற்றங்களை தண்டிப்போம், நமது நண்பர்களின் குற்றங்களுக்குப் பரிசளிப்போம் குறைந்தபட்சம் அது பரந்துபட்ட அளவிலான தண்டனையின்மையை விட மேலல்லவா? இதற்கு பதில் எளிமையானது: இந்த வழிகளிலான

'தண்டனை'யால் குற்றம் புரியும் தன்மை குறையாது, மாறாக அதனை வைத்திருப்பவர்களால் வளரும். வளைகுடா மற்றும் பால்கன் போர்கள் தேர்ந்தெடுக்கப்பட்ட காவலுக்குக் காட்டப்பட்ட தார்மீகப் பச்சைக் கொடியின் வெளிப்படையான உதாரணங்கள்.

யுகோஸ்லோவியாவில் எந்தப் போர் முக்கியத்துவமுடைய தாதுக்களும் இல்லாததால் இரண்டு விஷயங்களும் ஒரே மாதிரியானவையல்ல. ஆனால் அவற்றின் மூலங்கள் வேறுபட்டால், இரண்டையும் ஒரே கொள்கைதான் தழுவுகிறது. கூப்பர் அதனைப் புகழக்கூடிய தெளிவுடன் முன்வைக்கிறார். ஒருபுறம், எந்த மனத்தடையுமில்லாமல் வளைகுடா போரின் காரணம் இராக் சர்வதேச நடத்தை விதிகளை மீறிவிட்டது என்பதல்ல என்று விளக்குகிறார்; மற்ற நாடுகள் ஆக்கிரமிப்பது பொறுத்துக் கொள்ளக் கூடியதாக இருக்கலாம் என்றும் குறிப்பிடுகிறார்; ஆனால் அது மேற்கு தனது கையில் 'முக்கியமான எண்ணெய் ஆதாரங்கள்' மீது வைத்துக் கொள்வதைப் பொறுத்து இருக்கிறது. அவர் மேலும் கூறுகிறார்; மறுபுறம் மேற்கு இவ்வாறு வெளிப்படையாகப் பொருள் நலன்களுடன் தன்னைக் குறுக்கிக் கொள்வதை விட்டுவிட்டு விரிவாகப் பார்க்க வேண்டும். "பின்நவீனத்துவ நாடுகளுக்கு ஆலோசனை: முன் நவீனத்தில் குறுக்கீடு என்பது வாழ்வின் நிதர்சனமாக இருக்கப் போகிறது என்பதை ஒப்புக் கொள்ளுங்கள்" என்று எழுதுகிறார். "இந்தக் குறுக்கீடுகள் பிரச்சனைகளைத் தீர்க்காமலிருக்கலாம், ஆனால் அவை மனசாட்சியைக் காப்பாற்றலாம். அவை அதற்கு மோசமாக இருக்கத் தேவையில்லை"[46)]

நிரந்தர இனப் படுகொலை பற்றிப் பேசவே தேவையில்லை. உண்மையாகவே, எவ்வளவு குறைகளோடு இருந்தாலும், உண்மையில் இந்த வரிகளே பால்கன் மீது மேற்கின் தலையீட்டின் உண்மைகளை அறிய கொஞ்சம் சரிப்படுத்துதல் தேவைப்படுகிறது. 'நம்பகத்தன்மை' 'முக்கியமானவுடன் முதலில் நேட்டோ உறுதியளித்த வான்வழித் தாக்குதல் நடத்த அது ஏன் மாதக் கணக்கில் வலியுறுத்த வேண்டி வந்தது என்பதை அதன் பொதுச் செயலாளர் அதிகாரப்பூர்வமாக அவரது வார்த்தைகளில் விவரித்தது சில மணி நேரச் செய்தியாக இருக்கப் போகிறது. அதைச் சரியாகச் சொல்வதாக இருந்தால் 'முகத்தைக் காப்பாற்றிக் கொள்வது'.

இந்த நிலைபாட்டின் பின் உள்ள மனநிலையை விளக்கமாக பிரிட்டிஷ் பிரதம மந்திரி தமது சகாக்களின் தனிப் பார்வைக்கு விவரித்தார். "டச் ஸ்டோன் பிரச்சனைகள்'. பார்த்தால் தொடர்பற்றுத் தோன்றக்கூடிய, ஆனால் உண்மையில் தொடர்புள்ள சில பிரச்சனைகள் உள்ளன. அவை ஓரளவு "உங்கள் பக்கம்' இணைந்து

பிரிட்டனுக்காக வலுவுடன் எழுந்து நிற்கின்றன. பிளேர் மேலு கூறுகிறார்: “நாம் தற்காப்புக்கு எதிராக இருப்பதுபோ தோற்றமளித்தால் ‘பிரிட்டனுக்காக எழுவது’ என்ற வாதத் வெல்வது குறித்து எந்த வாய்ப்பையும் நினைத்துக்கூடப் பார்க் முடியாது.’ அதேபோல், “புகலிடம் மற்றும் குற்றம்: இ தேசபக்தியுடன் தொடர்பற்றவையாகத் தோன்றினாலு தொடர்புள்ளவையே; அதில் பாதிக் காரணம் அவை வலிமையா விஷயங்கள்; மற்றொரு பகுதிக் காரணம், அவை பிரிட்டி உள்ளுணர்வில் ஆழமாகச் சென்றடையக் கூடியவை.’ அதற் மருந்து? தற்காப்பில் நமது வலிமை குறித்து கொசோவா எந் சந்தேகத்தையும் கைவிட்டுவிட வேண்டும்; மேலும் “நாம் புகலிட குறித்தும் குற்றம் குறித்தும் கடுமையான நடவடிக்கைகளை எடுத் வருகிறோம்.’ ஒரு வகைக் கடுமையால் பயனாளிகளான பால்க அகதிகள் இப்போது இன்னொன்றின் நற்பயன்களை அனுபவிக்கலா “புகலிடத்தைப் பொறுத்தவரை அவற்றை அகற்றுவதை நா வெளிச்சமிட்டுக் காட்ட வேண்டும். அதேபோல் பயனளிக்கு சட்டம் உண்மையில் கவிழத் தொடங்குமானால் அதையு வெளிச்சமிட்டுக் காட்ட வேண்டும்.’ பிரிட்டனின் மரியாதையற் குண்டுவீச்சாளரின் சிந்தனைகள் ஒரு நிகரற்ற போதனையுட முடிந்தது: “நான் இதனுடன் முடிந்த வரையில் என்னை இணைத்து கொள்ள வேண்டும்.[47]

நாம் இருபதுகளில் பியாஸாடிவெனெஸியாவில் இருக்கக் கூடு

எந்த நிரந்தரத் தீர்வும் ஏற்படுமென்ற நம்பிக்கை, அ விளைவித்திருக்கும் அனைத்துப் பேரழிவு ஆகியவற்றை வைத்து பார்க்கையில் பால்கனில் நடந்த ஊடுருவல் இராக்கை ஒப்பிடுகையி வெளிறிவிடுகிறது. அங்கு, குற்றமற்றவர்களின் உண்மையா படுகொலைதான் விளைவு. நமது தலைவர்கள் என்ற அ வார்த்தையிலேயே உள்ள மமதையை எடுத்துக் கொள்வோ லட்சக்கணக்கான குழந்தைகளின் அலட்சியமான மரணத்துக் அவர்கள் அலட்சியமாகப் படுகொலை செய்யப்பட்டதற்கு பிளேரு கிளிண்டனும் கூட்டாகத் தமது ‘நம்பகத்தன்மையை’ காக் முயன்றதே காரணமென்பதால் அவர்கள் இருவரும்தான் அதற்கு தனிப்பட்ட முறையில் பொறுப்பானவர்கள். நாம் குறைந்தபட்சமா ஐந்து வயதுக்குட்பட்ட குழந்தைகளின் எண்ணிக்கையை 3,00,0 ஆகவும், பெரியவர்களுக்கு இடையே உள்ள எண்ணிக்கையை தோராயமாக மதிப்பாக 2,00,000 என்றும் எடுத்துக் கொண்டா கடந்த கால் நூற்றாண்டில் மிகப்பெரும் ஒட்டுமொத்த படுகொலையாக அது அமைகிறது. டென்னிஸ் ஹாலி

போன்றவர்கள் கொடுத்த குறைவான எண்ணிக்கைகள் மொத்த எண்ணிக்கையைப் பத்து லட்சத்துக்கு மேல் எடுத்துச் செல்கின்றன. ஒப்பீட்டில் வளைகுடா போர் ஒரு சிறிய நிகழ்வு: 50,000க்கு மேல் சாவுகள் இல்லை. மேற்கின் தீய கூட்டணியுடன் சதாம் செய்த ரத்தம் தோய்ந்த குற்றமான இரான் மீதான தாக்குதலில் அவரது மக்கள் 2,00,000 பேரைக் காவு கொடுக்க வேண்டியிருந்தது. ருவாண்டாவில் நடந்த இனப்படுகொலையில் 5,00,000 பேர் துடைத்தெறியப்பட்டனர். இராக்கில் அழிக்கப்பட்ட குழந்தைகள் மற்றும் பெரியவர்களின் எண்ணிக்கை அந்தக் கூட்டணியில் உள்ளதுபோல் தோன்றுகிறது என்று கூறுவது போதுமானது. இன்னும் சரியான அரசியல் கணக்கீடு நமக்கு வேண்டுமானால், 1992-லிருந்து அதிகாரத்திலிருக்கும் கிளிண்டனுக்கு இறந்தவர்களில் பத்தில் ஒன்பது பங்கெனவும், 1997-லிருந்து அதிகாரத்திலிருக்கும் பிளேருக்கு ஐந்தில் இரண்டு பங்கெனவும் பிரித்துக் கொள்ளலாம். ஏனெனில், அமெரிக்காவும் பிரிட்டனும் இல்லாதபட்சத்தில் இந்தத் தடைகள் எப்போதோ நீக்கப்பட்டிருக்கும். மற்ற மேற்கத்தியத் தலைவர்களின் பங்கும் இழிவானது என்றாலும், அவற்றைக் கணக்கில் கொள்ள வேண்டியதில்லை.

1964-ல், வில்ஸன் அரசு ஆட்சியில் அமர்ந்து சில மாதங்களில், ஒரு சோஷலிஸ அரசியல் கோட்பாட்டாளரான ரால்ஃப் மிலிபாண்ட் அறுபதாம் ஆண்டுகளின் தலைமுறையை எச்சரித்தார். 13 ஆண்டுகள் கன்சர்வேடிவ் ஆட்சியில் உயர்ந்தவர்களும், உள்நாட்டில் எந்தச் சீர்திருத்தக் குறியீடுகளையும் நிர்வாக முன்னேற்றம் என்று எடுத்துக் கொள்ள விரும்பியவர்களும், லேபரின் வெளிநாட்டுக் கொள்கையைக் கண்டு கொள்ளாமல் விடுவது பேராபத்தான குற்றமென்றும் கருதியவர்கள், ஏற்கெனவே வாஷிங்டனுடன் சத்தமில்லாமல் தொடர்புகொண்டு விட்டனர். அது அநேகமாக அரசின் ஒட்டுமொத்த அனுபவத்தையும் விளக்கப் போகிறது என்று அவர் கணித்தார். ஒரே வருடத்தில் அவர் கூறியது நடந்தது. 1965-ல் ஜான்ஸன் வியட்நாமுக்கு அமெரிக்கப் படையை அனுப்பியதும், வியட்நாம் மீது அமெரிக்கப் போருக்கு வில்ஸன் ஆதரவளித்ததும் லேபரிஸத்துக்குள் ஏற்பட்டிருந்த மட்கிப் போன அரசியலை முழுமையாக வெளியே கொண்டு வந்தது. சுமார் பத்தாண்டுகள் உபயோகமற்ற ஆட்சிக்குப் பிறகு பழைய லேபரின் வருந்தத்தக்க முடிவு மோசமான ஏகாதிபத்தியப் போருடன் முட்டாள்தனமாக, சேவை செய்ய இணைந்ததில் முன்னமே எழுதப்பட்டுவிட்டது. அமெரிக்காவில் வியட்நாம் போருக்கெதிரான போராட்டம் ஜான்ஸனை ஒழித்ததுடன் இறுதியில் முறைமுகமாக

நிக்ஸனையும் ஒழித்தது; பிரிட்டனிலோ, இருபத்தைந்து வயதுக்குக் குறைவான முயற்சியுடைய எந்த இளைஞனையும் அவர்களின் ஏமாற்ற மேற்படுத்திய தலைவர்களான வில்ஸன், காலகன் மற்றும் அவர்களின் சகாக்களைக் குறித்து பேசுவதைக்கூடப் புறக்கணிப்பதை உறுதி செய்தது.

இராக்கை கைப்பற்றியது வியட்நாமில் நடந்தது போன்ற மற்றொரு போர் அல்ல. அதன் இலக்கு, அளவு, முறைகள் ஆகியவை குறைந்தவை. ஆனால் மேலும் ஒரு வித்தியாசமும் உள்ளது. இந்த முறை அமெரிக்கக் காட்டுமிராண்டித்தனத்துக்கு பிரிட்டன் அரசு ராஜ்ஜியரீதியான, கொள்கை ஆதரவை மட்டும் அளிக்கவில்லை அதனுடன் இராணுவக் கூட்டாளி என்ற முறையில் அதில் முனைப்புடன் பங்கு பெற்றுள்ளது. கேவலமான வரலாற்றை உடைய பழைய லேபர் அதன் பின்வாரிசின் மீதான வெறுப்பிலிருந்து சிறிதளவே தள்ளியிருக்கிறது.

செப். 11 நிகழ்வின் தொடர்ச்சியாக, பென்டகனில் இருக்கும் இராணுவத் திட்டவியலாளர்கள் சதாமை ஆட்சியிலிருந்து நீக்கும் கேள்வியை எழுப்பினர். இராக்குக்கு எதிராக ஒரு புதிய போரைத் தொடங்கினால், 'பயங்கரவாதத்துக்கு எதிரான போர்' அதற்கு எதிராகத் திரும்பிவிடும். கோபமும், விரக்தியும் இணைந்து அரபு உலகிலும் பிற இடங்களிலும் உள்ள இளைஞர்களை மேலும் மேலும் அரசு பயங்கரவாதத்துக்கு ஒரே பதில் தனிநபர் பயங்கரவாதமென்ற நிலைக்கு இட்டுச் செல்லும்.

அடிக்குறிப்புகள்:

32. நிஸார் கப்பானி பதிப்பகத்தால் பெய்ரூட்டில் 1988-ல் முதலில் பதிப்பிக்கப்பட்டது.

34. ஸ்டீவன் லீ மையர்ஸ், "தீவிரமான, ஆனால் சிறிதே கவனிக்கப்பட்ட போரில் கூட்டு நாடுகள் இராக்கின் மேல் ஆண்டு முழுவதும் குண்டு வீசினர்." நியூயார்க் டைம்ஸ், 13, ஆகஸ்ட் 1999. இதற்கும், இதைத் தவிர மற்றவைக்கும் காண் அந்தோணி அர்னோவேயின் அறிமுகம். ஆக்கிரமிப்பில் இராக்: லண்டன் 200 பக்கம் 920.

35. பீட்டர் பெல்லட், "இராக்கில் தடைகள், உணவு, சத்துணவு மற்றும் ஆரோக்கியம் "ஆக்கிரமிப்பில் இராக்' பக்கம் 189

36. இராக்கின் தற்போதைய மனிதாபிமான நிலை குறித்த ஐ.நா. அறிக்கை, மார் 1999.

37. ரிச்சர்ட் கார்ஃபீல்ட், "பொது ஆரோக்கியத்தின் மீது தடைகளின் தாக்கம் மத்தியக் கிழக்கு அறிக்கை, எண் 215, கோடை, 2000, பக்கம் 17. கார்ஃபீல்ட் கொலம்பிய பல்கலைக்கழகத்தின் Clinical International Nursing பிரிவின் பேராசிரியர்.

38. யுனிசெஃப், இராக் ஆய்வு "மனிதாபிமான தீவிரநிலையைக் காட்டுகிறது. ஆகஸ்ட், 12 1999.

39. கார்ஃபீல்ட், "பொது ஆரோக்கியம் மீது தடைகளின் தாக்கம்', பக்.17)

40. அர்னோவைக் காண்க, ஆக்கிரமிப்பில் ஈராக், பக்கம் 45,67.

41 ஹாரிஸ் கஸ்டார், ஆதர் ஹிசேன், தீவிர நிலையும், நடவடிக்கையும் காண்க: "இராக் மீதான பொருளாதாரத் தடைகளால் ஏற்பட்ட தாக்கம்", ஆசிய ஆய்வு மையம், லண்டன் பொருளாதாரப் பள்ளி, டிசம்பர் 1997.

42. ரிச்சர்ட் கார்ஃபீல்ட், "1990-களில் இராக்கில் ஆரோக்கியம், நலவாழ்வில் ஏற்பட்ட மாற்றம், இது "இராக்கில் தடைகள் பின்புலம், தந்திரங்கள்", கேம்பிரிட்ஜ், 2000, பக். 36.

43. பல அறைகள் கொண்ட .... வீடான இராக்குக்காக' -பார்பரா குரேசெட், நியூயார்க் டைம்ஸ் 23, நவம்பர், 1997.

44. சுகார்தோ வயதான, இராணுவப் பின்புலமுடைய இந்தோனேஷியத் தலைவர், தம்மிடம் மாறுபடுபவர்களை எப்படி கட்டுக்குள் வைத்திருப்பது என்றறிந்தவர். ஒரு நட்சத்திர ஆகர்ஷிப்புடையவர் என்றது 'நியூயார்க் டைம்ஸ்.' அவர் வெள்ளியன்று வெள்ளை மாளிகைக்கு ஜனாதிபதியுடன் 'தனிப்பட்ட' சந்திப்புக்காக வந்தபோது, அமைச்சரவை அறையில் அவரை வரவேற்க உயரதிகாரிகள் குழுமியிருந்தனர். அரசுச் செயலாளர் வாரன் கிறிஸ்டோபருடன் கூட உதவி ஜனாதிபதி கோர் இருந்தார்; வர்த்தகச் செயலாளர் ரொனால்ட் எச். பிரவுன்; அமெரிக்க வணிகப் பிரதிநிதி மிக்கி கேன்போர்; தேசிய பாதுகாப்பு ஆலோசகர் அந்தோணி லேக் மற்றும் பலர். "அறையில் ஒரு காலி இருக்கைகூட இல்லை" என்று பங்கேற்றவர் ஒருவர் கூறினார். இந்தோனேஷியாவை இதுவரை யாரும் இப்படி நடத்தியதில்லை, உலகில் நமது முன்னுரிமைகள் எப்படி மாறிவிட்டன என்பது குறித்து நிறையச் சொல்லப்படுகிறது." இவையனைத்தும் என்னவென்ற சந்தேகத்தை 'நியூயார்க் டைம்ஸ்' விட்டு வைக்கவில்லை. அது மேலும் "சுகார்தோ ஒரு இறுதியாக எழும் சந்தை மீது அமர்ந்துள்ளார்" என்று கூறியது: சுமார் 13,000 தீவுகள், 1930 லட்சம் ஜனத்தொகை மற்றும் வருடம் 7 சதவிகிதம் அளவுக்கு உயர்ந்து வரும் பொருளாதாரம். நாடு கடும் ஊழலில் சிக்கியுள்ளது. சுகார்தோவின் குடும்பம் மற்ற போட்டியாளர்கள் சவால் விடுவது முட்டாள்தனம் என்ற அளவுக்கு முக்கிய தொழில்களைத் தமது கட்டுப்பாட்டில் வைத்திருந்தது. ஆனால் சுகார்தோ சீனாவைப் போலன்றி வாஷிங்டனை மகிழ்ச்சியாக வைத்திருக்கும் நுண்ணறிவைப் பெற்றிருந்தார். அவர் பொருளாதாரத்தின் கட்டுப்பாடுகளை நீக்கி, வெளிநாட்டு முதலீட்டாளர்களுக்கு இந்தோனேஷியாவைத் திறந்துவிட்டு, இந்தோனேஷியாவுக்கு அதிக வெளிநாட்டு உதவியளிக்கும் ஜப்பானை, நாட்டில் இறக்குமதியாகும் பொருட்களின் சந்தையை ஜப்பான் கால்பகுதிக்கு மேல் கைப்பற்றாமல் இருக்கவும் வழிவகுத்தார். எனவே கிளிண்டன் அரசு எதிர்ப்பு ஆர்ப்பாட்டம் இன்னும் நடந்து வரும் கிழக்கு தைமூரின்மீது இந்தோனேஷியாவின் அடக்குமுறை குறித்துத் தேவையான குற்றச்சாட்டுகளை முன்வைத்துவிட்டு நேராக நவம்பர் மத்தியில் ஒசாகாவில் நடந்த ஆண்டு ஆசிய பசிபிக் பொருளாதார ஒருங்கிணைப்புக் கூட்டத்தில் வர்த்தகத்தில் இறங்கி சந்தைத் திறப்பு முன்னேற்றத்துக்கு சுகார்தோவின் ஆதரவைப் பெற்றார். 'அவர் நமது வகையான மனிதர்" என்று அடிக்கடி ஆசியக் கொள்கையைப் பார்க்கும் மூத்த நிர்வாக அதிகாரி ஒருவர் கூறினார். பார்க்க டேவிட் சாங்கர்: "உண்மை அரசியல்: ஏன் சுகார்தோ உள்ளேயும், காஸ்ட்ரோ வெளியிலும் உள்ளனர்.' 'நியூயார்க் டைம்ஸ்' அக். 31, 1995.

45. ராபர்ட் கூப்பர், "பின் நவீனத்துவ நாடும் உலகச் சட்டமும் லண்டன் 1996, பக். 42

46. (ibid) பக். 44-45. நேடோ பிளிட்ஸ்க்கு முன்னரே கொசோவாவுக்கு எழுதிய வரிகள் இவை. 'மனசாட்சியின்' விலை எதிர்பார்க்கப்படுவது போலவே மரணம் மற்றும் அழிவைவிட மிக அதிகம் - அதிலிருந்து 'விடுபடும்' மேலோட்டமான சந்தர்ப்பத்தை விடவும் அதிகம்.

47. டிசம்பர் 1999-லும், ஏப்ரல் 2000-த்திலும் ஜிங்யின் மனு, 'தி டைம்ஸ் இதழில் ஜூலை 16, 27 மற்றும் ஜூலை 2000-த்திலும் பதிப்பிக்கப்பட்டது. "குற்றங்களின் மீது நாம் கடுமையான நடவடிக்கைகளை வெளிச்சப்படுத்த வேண்டிய தேவை உள்ளது' என பிரதமர் அதே கருத்தில் மூழ்கி மீண்டும் உறுதிப்படுத்தினார். உடனடியாக பாதிக்கக்கூடிய ஏதாவது கடுமையான ஒன்று. அந்தமுறை உடனடியாக செய்தியைக் கூற வேண்டும். அது மீறக்கூடிய இளைஞர்களுக்கு ஓட்டுநர் லைசென்ஸ் தண்டனையாகக்கூட இருக்கலாம். ஆனால் இது உடனடியாகச் செய்யப்பட வேண்டும், நான் அதனுடன் இணைந்திருக்க வேண்டும்.' பிரிட்டிஷ் ஆட்சியாளரின் மனோபாவத்தின் கணக்கீடுகள் அந்த ஆவணங்கள்; அவரை விவரிக்கும் மேற்கண்ட வரிகள் அலெக்ஸாண்டர் காக்பர்னின் சுருக்கமான கணக்கீடு: கவுன்ட்டர் பஞ்ச், 16-30, மே 1999.

பகுதி-III

தெற்காசியாவின் அணுக்கழிவு நிலங்கள்

இப்படித்தான் எனது துயரம் வெளிவந்தது:

அதன் துகள்கள், எனது இதயத்தில் ஆண்டுக்கணக்காக சேர்கின்றன,

இறுதியாக எனது கண்களை அடைந்தன,

விரக்தி இப்போது தெளிவாக உள்ளது

எனது நண்பர்கள் என்னிடம்

ரத்தம் வடியும் எனது கண்களைத் துடைத்துக் கொள்ளுமாறு கூறினர்.

ஒரே சமயத்தில் அனைத்தும் ரத்தத்தில் தோய்ந்தன

ஒவ்வொரு முகத்திலும், ஒவ்வொரு வடிவிலும், எல்லா இடத்திலும் சிவப்பு.

சூரியனின் மேல் ரத்தம் அடித்துச் சென்று அதன் தங்கத்தை இழுத்துச் சென்றது.

சந்திரனில் ரத்தம் துளிர்த்து, வெள்ளியை அணைத்தது.

வானம் ரத்தக் காலைக்கு உறுதி கூறியது,

இரவு ரத்தத்தால் மட்டுமே அழுதது...

அது வழியட்டும். அதை அடக்கி வைக்க வேண்டுமா?

வெறுப்பு மட்டுமே மரணத்தின் நிறங்களால் நிரப்பப்பட்டிருக்கும்.

இதனை நடக்க விடாதீர்கள், நண்பர்களே.

மாறாக, எனது கண்ணீர் அனைத்தையும் திரும்பக் கொண்டு வாருங்கள்,

துகள்கள் அடைத்திருக்கும் என் கண்களைக் கழுவ வெள்ளத்தைக் கொண்டு வாருங்கள்,

நிரந்தரமாக என் கண்களில் இருக்கும் இந்த ரத்தத்தைக் கழுவ.

ஃபெய்ஸ் அஹமது ஃபெய்ஸ் (191 – 184), 1 கிழக்கு பாகிஸ்தானில் (பங்களாதேஷ்) நடந்த படுகொலைகளின் மீதான வரிகள் மார்ச் 1971

பாகிஸ்தான் இஸ்ரேலைப் போன்று ஒரு கோட்பாடுடைய நாடு ஜூடாயிசத்தை இஸ்ரேலிலிருந்து நீக்கிவிட்டால் அது சீட்டுக் கட்டை போல் சரிந்துவிடும். பாகிஸ்தானிலிருந்து இஸ்லாத்தை நீக்கி அதை மதச்சார்பற்ற நாடாக்கி விடுங்கள்; அது விழுந்துவிடும். கடந்த நான்கு ஆண்டுகளாக நாட்டில் இஸ்லாத்தின் பண்பாட்டைக் கொண்டு வர முயன்று கொண்டிருக்கிறோம்.

ஜெனரல் ஜியா உல் ஹக் (1916-89

தலைமை ராணுவச் சட்ட நிர்வாகி, பாகிஸ்தான், 198

நல்லது என்பது பரிதாபத்தால் ஏற்பட்ட அன்பைத் தவிர வேறொன்றுமில்லை

ஸ்பினோஸ

15

அன்வர் ஷேக் வழக்கு

1989-ல் சல்மான் ருஷ்டிக்கெதிரான கொமேனியின் ஃபத்வா இலக்கியத்தையும், விமர்சன சிந்தனையையும் தற்பாதுகாப்புக்குத் தள்ளிவிட்டது. இஸ்லாமிய உலகை ஒரு அடக்குமுறை மௌனம் கவ்விவிட்டது. ஏற்கெனவே கட்டுப்படுத்தப்பட்டிருந்த பேச்சுரிமை கெய்ரோவிலும் அல்ஜியர்சிலும் மேலும் மூச்சுத் திணறச் செய்யப்பட்டது. ஆனால் நியூயார்க்கையும், லண்டனையும் கூட பயம் சூழ்ந்தது. செப்.11-க்குப் பிறகு அமெரிக்காவிலிருந்த சூழ்நிலையுடன் இதற்குச் சிறிது ஒற்றுமை உள்ளது. இப்போது போலவே அப்போதும் பதிப்பகங்கள் தாமே கட்டுப்பாடுகளைக் கடைப்பிடித்த பல சம்பவங்கள் உண்டு. அதிர்ச்சியடைந்த எழுத்தாளர்கள் கைவிட்ட இலக்கியத் திட்டங்கள் குறித்துக் கூறுகிறார்கள், கிசுகிசுப்பாகப் பேசிக் கொள்ளத் தள்ளப்பட்ட, பயந்துபோன அறிவாளிகளின் குழுக்களைப் பற்றியும், கீழ்ப்படியும் உதடுகளில் மறையும் புன்னகை குறித்தும், அவசரமான பெயர் மாற்றங்கள் குறித்தும் கூறுகிறார்கள்: முத்தாய்ப்பான ஒரு ஜாஸ் ரிகார்ட் லேபிளான ஜிகாத் என்பதன் அடிப்படையில் தமது பெயரை மாற்றிக் கொண்டது; ஒரு அமெரிக்க இஸ்லாமிய ராக் குழுவான 'டாக்டர் ஜிகாத்தும் அறிவாளி முஸ்லிம் கொரில்லாக்களும்', பென்டகன் தாக்கப்பட்டதும் தனது பெயரை மாற்றிக் கொள்ள முடிவெடுத்தது. அன்வர் ஷேக் மட்டும்தான் பயத்தால் தோற்க மறுக்கிற மனிதர்.

அவரது இள வயதில் அவர் ஒரு சிரத்தையான, உறுதியான நம்பிக்கையாளர். இப்போது மத நிறுவனத்திடம் அவரது மோதல் அவரது சுய வரலாற்றில் முக்கிய அம்சமாகிவிட்டது. ஏறத்தாழ இருபதாண்டுகளுக்கு இந்த முன்னாள் பேருந்து நடத்துனர் தனிமனிதராக 'தமது பயங்கரச் செயல்களுக்குக் காப்பிடமாக இஸ்லாத்தை உபயோகித்துக் கொள்ளும் முல்லாக்களையும் அரசியல்வாதிகளையும்' எதிர்த்து சளைக்காது பிரச்சாரம் செய்து வந்தார். இதற்குப் பரந்த தாக்கமும் இருந்தது.

நான் ஷேக் பேச்சை முதலில் பல வருடங்களுக்கு முன்ட கேட்டேன். லாகூரைச் சேர்ந்தவரும் ஸ்வீடிஷ் பல்கலைக் கழகத்தில் இஸ்லாமியச் சட்டத்தில் பேராசிரியருமான எனது பழைய நண்பர பிரிட்டனுக்கு வந்தபொழுது நாங்கள் நமது உலகின் நிலை குறித்து விவாதிக்க சந்தித்தோம். நான் அன்வர் ஷேக்கைப் பற்ற கேள்விப்பட்டதுண்டா என்று என்னிடம் கேட்டார். நான் தெரியாது என்று கூறினேன். பேராசிரியர் நிஜமாகவே ஆச்சரியமடைந்தார். இந்த மோசமான நேரத்தில் நான் எப்படி இவ்வளவு விஷயம் தெரியாதவனாக இருந்தேன்? கார்டிஃபின் மனிதர் அறிவூட்டலின் மதிப்புகளை இந்த அளவு துணிச்சலுடனும் வேகத்துடனும் பாதுகாத்ததால் நமது மதிப்புக்கு மிகவுட தகுதியுடையவராகிறார். "நீங்கள் 'டெய்லி' ஜங்க்கைப் படிப்பதில்லையா என்று எனது நண்பர் சிறிது எரிச்சலுடன் கேட்டார். அவர லண்டனில் பதிப்பிக்கப்பட்டு ஐரோப்பா முழுவதும் விற்கப்பட்ட ஒரு உருது பத்திரிகையைக் குறிப்பிட்டார். அவர் அதனை தெற்காசிய அரசியல் குறித்துப் பின்தங்காமல் அறிவதற்கா ஸ்டாக்ஹோமில் படித்திருந்தார். நான் அவரிடம் பாகிஸ்தானுடன் எனது தொடர்பு மிகவும் நேரடியானது என்று விளக்கினேன் தினமும் லாகூரிலிருந்த எனது தாயுடன் பேசியது எனது நிதிநிலைக்கு மிகவும் அதிகம். ஆனால் டெய்லி 'ஜங்'கைவிட என்னை முன்னா வைத்திருந்தது. ஆனால் என் தாய் அன்வர் ஷேக்கை பற்ற எப்போதும் குறிப்பிட்டதில்லை என்பது உண்மை. ஷேக்கின் பிரசுரங்கள் மேற்கு ஐரோப்பாவிலும் இஸ்லாமிய அடிப்படைவாத குழுக்களிடையேயும் இந்த அளவு அமைதியின்மையை உண்டாக்கியிருந்தது பற்றியும் அவருக்குத் தெரியாது.

இந்தச் சந்திப்பைத் தொடர்ந்த வாரங்களில் பிரிட்டனிலிருந்து உருது பதிப்பகங்களிலிருந்து சில செய்திக் குறிப்புகளைப் பெற்றேன் அதிலிருந்து தீவிரமானவர்கள் மட்டும் கோபமடையவில்லை என்பது வெளிப்படையாகத் தெரிந்தது. ஸ்டாக்ஹோம், கோபன்ஹெகன் பெர்லின், பாரிஸ், ஆம்ஸ்டர்டாம், லண்டன், பர்மிங்ஹாம் பிராட்போர்ட், கிளாஸ்கோவிலிருந்த முஸ்லிம்கள் ஷேக்கின் எழுத்துகளைச் சுற்றுக்கு விட்டு அதன் தெய்வ நிந்தனையான இயல்பை விவாதித்துக் கொண்டிருந்தனர். விஷயம் வாய்மொழி மூலமாகப் பெரிதளவு பரவியது. உருது பதிப்பகத்துக்கு எழுதப்பட்ட ஆத்திரமான கடிதங்கள் கிளர்ச்சியை உறுதி செய்தன.

ஷேக் தனது முதல் புத்தகமான 'எடர்னிடி'யை (நிலைபேறுடைமை 1994-ல் பதிப்பித்து, விளம்பரம் செய்து தானே விநியோகித்தார். அது கடைகளில் கிடையாது. அதனை கார்டிப்பில் ஒரு தபால் பெட்ட

எண்ணுக்கு ஆர்டர் செய்தே பெற முடியும். நான் ஒரு புத்தகத்தை ஆர்டர் செய்தேன். புத்தகத்தின் மையக்கரு நேரிடையானது. ஷேக், ஒன்பதாவது நூற்றாண்டு முடாசிலைட்டுகளைப் போல வெளிப்பாட்டின் செல்லுபடியாகும் தன்மையைக் கேள்வி கேட்டார். அவர் குரானின் தெய்வீகத்தன்மைக்குச் சவால் விடுத்தார். லண்டனின் ‘டெய்லி ஆவாஸ்’ பத்திரிகையின் பதிலும் சமமான நேரடியான தலைப்பாக வந்தது:

கார்டிஃபின் அன்வர் ஷேக் ஒரு சமயத் துரோகி
கொலை செய்யப்படத் தகுதி படைத்தவன்.

சமூகத்துக்குள் இருந்த அரசியல் சூட்டில் என்னை உண்மையாக ஆச்சரியமடைய வைத்தது என்னவென்றால், முஸ்லிம் பதிப்பகம் ஷேக்கை கண்டனம் செய்த வரிகள் மிதமாக இருந்தன என்பதுதான். தமக்குக் கிடைத்த ஆதரவைக் கண்ட ஷேக் தனது புதிய பிரசுரத்தைக் கொண்டு வந்தார். இதற்கு முஸ்லிம்களின் வெளிப்பாடு முஸ்லிம் சமுதாயத்தின் கவலைகளை வெளிக்கொண்டு வந்தது. 19 ஆகஸ்ட் 1997-ம் ஆண்டு ‘டெய்லி ஜங்’ பத்திரிகை லங்காஷயரைச் சேர்ந்த திரு அப்துல் லதிஃபின் கடிதத்தைப் பிரசுரித்திருந்தது. உதவி ஆசிரியரின் உபயோகமான தலைப்பான, “ஒரு இழிவான முஸ்லிம் எதிர்ப்புப் பிரச்சாரம்” கடிதத்தின் உண்மையான தொனியுடன் வேறு பட்டது. அந்தக் கடிதம் தீவிரவாதிகளல்லாத ஆனால் நம்பிக்கையுடைய சிதறிய முஸ்லிம்களின் எண்ணத்தின் அரிதான வெளிப்பாட்டைக் காட்டியது, அது ஒரு உதவி வேண்டும் கடிதம்.

அன்வர் ஷேக்கின் புத்தகமான “இஸ்லாம், அரபு தேசிய இயக்கம்‘ என்ற புத்தகம் குறித்து ‘ஜங்’ பத்திரிகையில் பல கடிதங்கள் பிரசுரிக்கப்பட்டன. சாதாரண முஸ்லிம்கள் இந்தப் புத்தகத்தின் உள்ளடக்கத்தைத் தகர்க்கக்கூடிய பதில்களை அளிக்குமாறு முஸ்லிம் அறிஞர்களை இரைந்து கேட்கிறார்கள். ஆனால் ஆச்சரியமூட்டும் வகையில் அவர்கள் மௌனம் காக்கிறார்கள். அன்வர் ஷேக் இஸ்லாத்தின் மீது வைக்கும் விமரிசனங்களுக்குப் பதிலளிக்க பிரிட்டனில் ஒரு முஸ்லிம் அறிஞர்கூட இல்லையா?

இஸ்லாத்தைத் தாக்குபவர்களை ஃபத்வாவைக் கொண்டு பயமுறுத்தும் காலம் கடந்துவிட்டது என்பதை நமது அறிஞர்கள் புரிந்துகொள்ள வேண்டும். நவீன காலத்தில் விவாதங்களால் மட்டுமே பொதுஜனக் கருத்தைத் திருப்திப்படுத்த முடியும். நான் இந்தக் கடிதத்தை எழுத இன்னொரு முக்கியக் காரணம், சமீபத்திய காலம் வரை பக்தியான முஸ்லிமாக இருந்த முதுகலைப் பட்டம் பெற்ற எனது மகன் இப்போது இஸ்லாத்தைக் கண்டு

கொள்வதேயில்லை. ஒரு கிறிஸ்தவ மிஷினரி அவனுக்கு அன்வர் ஷேக்கின் புத்தகத்தைக் கொடுத்ததாக அறிகிறேன். இந்தப் புத்தகத்தைப் படித்ததுதான் அவனை இஸ்லாத்துக்கு எதிராகத் திருப்பியுள்ளது.

உண்மை என்னவென்றால், அன்வர் ஷேக்கை ஒப்பிடும்போது ஒன்றுமேயில்லாத சல்மான் ருஷ்டியின் சபிக்கப்பட்ட புத்தகத்தை முஸ்லிம்களாகிய நாம் முட்டாள்தனமாக எதிர்க்கிறோம். ருஷ்டி தனது நாவலை நோக்கி மக்களைக் கவர்வதற்காகப் பொய்களைச் சேர்த்திருந்தார். நாம் அதன் அடிப்படையில் நமது குழந்தைகளைத் திருப்திப்படுத்த முடிந்தது. மாறாக அன்வர் ஷேக் நமது மார்க்கத்தின் திருமறை குரானையும், ஹடித்திலிருந்தும் எடுத்துக்காட்டுகளின் அடிப்படையில் தனது படைப்பை உருவாக்கியுள்ளார்.

ஒரு வாரத்துக்குப் பிறகு இதே பாணியில் ஆம்ஸ்டர்டாமை சேர்ந்த முஸ்லிமான எம். அன்வர் எழுதிய கடிதம் அதே தினசரியில் வெளிவந்தது. இதுவும்கூட முஸ்லிம் அறிஞர்கள் மற்றும் ஆன்மிகவாதிகளை அன்வர் ஷேக்கின் நாத்திகவாதத்துக்கு ஆழமான விமரிசனத்தை முன்வைக்குமாறும் இல்லையேல் இது இளைய தலைமுறையினரிடம் தொற்றி அவர்களை அவர்களது மார்க்கத்திலிருந்து பிரித்துவிடக்கூடும் என்றும் கேட்டுக் கொண்டது. இந்தக் கடிதத்திலிருந்த விரக்திக் குறிப்பு உருது பத்திரிகைக்குக் கடிதம் எழுதுபவர்களின் பொதுவான தொனியாக இருந்தது. பெரும்பகுதி மேற்கு ஐரோப்பிய எழுத்தாளர்கள் ஷேக்கை கண்டனம் செய்தாலும் அவரைக் கொல்ல வேண்டுமென்றோ அல்லது அவரது 'தெய்வ நிந்தனையான' புத்தகத்தை எரிக்க வேண்டுமென்றோகூட கோரவில்லை. அவர்கள் ஆதாரபூர்வமான பதிலடியையே கேட்டார்கள்.

ஷரியத் மரண தண்டனையளிக்கும் குற்றமான 'மத தூஷகர்' என்று ஷேக்கைக் கூறினாலும், முஸ்லிம் தலைவர்கள் பிரச்சனையை விளம்பரப்படுத்த சஞ்சலப்பட்டார்கள். நம்பிக்கையாளர்கள் அமைதி காக்குமாறு கூறப்பட்டனர். லீட்ஸின் காரி சய்யத் ஹுசேன் அஹமத் இவ்வாறு வாதிட்டார்:

நாம் ஒருமுறை ஏமாற்றப்பட்டு விட்டோம். சாத்தான் ருஷ்டி யாரும் அறியாத ஒரு ஆள். நாம் அவர்மேல் ஃபத்வாவை வைத்துத் தலைக்கு விலையும் வைத்தோம். நாம் அவ்வாறு செய்யாமல் இருந்திருந்தால் ருஷ்டி அறிவுமுனையின் எல்லையை அடைந்திருப்பார். அதன் விளைவாக அவரைப் போன்ற பைத்தியக்கார மனிதர்கள் இறைத்தூதரை அவமதிப்பது குறித்து சிந்தித்திருக்கக்கூட

மாட்டார்கள். ருஷ்டியும் ஷேக்கும் ஒரே இனத்தைச் சேர்ந்தவர்கள். அன்வர் ஷேக் உலகப் புகழ் அடைந்தாரே தவிர, பிரச்சனையைத் தவிர்க்க மக்கள் அவரை எதிர்த்துப் போராட்டங்களை நடத்தக் கூடாது.

ருஷ்டிக்கும், ஷேக்குக்கும் இடையிலான ஒற்றுமை இடம் மாறிவிட்டது. ஷேக் தன்னை ஒரு தீவிரமான வரலாற்றியலாளராகக் கருதுகிறார், கற்பனைக் கதைகளை வடிப்பவராக அல்ல. ருஷ்டி ஒரு ஊழல்மிக்க நவீனவாதியாக, கேம்ப்ரிட்ஜ் மற்றும் ரக்பி பள்ளிகளின் வார்ப்பாக, சாதாரண முஸ்லிம்களின் வாழ்விலிருந்து தொடர்பற்றவராக விலக்கப்பட்டார். ஷேக் பஞ்சாப் விவசாயக் குடும்பத்தைச் சேர்ந்தவர். அவரது இளமைக் காலம் துணைக் கண்டத்தின் இஸ்லாமிய இதயப் பகுதியில் கழிந்தது. அவரது பாடத்தைக் குறித்து அவருக்கு நன்றாகத் தெரியும். மிக நன்றாகத் தெரியும்.

அவரது கட்டுரைப் பகுதி மீண்டும் மீண்டும் எழுதப்படுகிறது, அவரது வாதத்தில் ஒரு தொடர்பின்மை உள்ளே வருகிறது, ஆனால் இவை எப்போதுமே மீண்டும் மீண்டும் எழுதப்பட்டும், தொடர்பற்று எழுதப்படும் மத நூல்களைப் படிக்கும் வாசகர்களுக்குச் சிறப்பாக இருக்கும். அவரது புத்தகங்களும், பிரசுரங்களும் மேற்கு ஐரோப்பா, பாகிஸ்தான், முன்னாள் சோவியத் யூனியனிலிருக்கும் ஸமிஸ்டாட்ஸ், செப்டம்பருக்குப் பிந்தைய அமெரிக்காவின் ஆரோன் மெக்குருடாரின் கார்ட்டூன்கள் என உலகெங்குமுள்ள முஸ்லிம் சமுதாயங்களிடையே பரப்பப்படுகின்றன. அவை வாசிக்கப்பட்டு, பிரதி எடுக்கப்பட்டு, விநியோகிக்கப்பட்டு எல்லையில்லாமல் விவாதிக்கப்படுகின்றன. இதுதான் ஷேக்கை பாரம்பரியத்துக்கு ஆபத்தான எதிரியாக மாற்றுகிறது. அவர் உள்ளுக்குள்ளேயே இருக்கும் எதிரி. கடைசியில் அவரை நான் சந்தித்தபோது அவரது சுயநம்பிக்கை என்னைத் திகைக்க வைத்தது: “அவர்கள் என் வாயைக் கட்டுவதில் வெற்றிபெற முடியாது, ஏனெனில் நான் அமைதியான லட்சக்கணக்கான முஸ்லிம்களுக்காகப் பேசுகிறேன்.”

அவரது ‘இஸ்லாம்’ என்ற பிரசுரத்தில்: அரபு தேசிய இயக்கம், ஷேக்கின் நோக்கம் இஸ்லாத்தின் அடிப்படைகளைத் தகர்ப்பதாகும். இதனை அவர் முகமதுவை அல்லாவிடமிருந்து பிரிப்பதன் மூலம் செய்கிறார். இவ்வாறு செய்வதன் மூலம் தாம் குரானின் கட்டளையை ஏற்று நடப்பதாக அவர் கூறினார்; “நீங்கள் உண்மையானவராக இருந்தால், உங்கள் விவாதங்களை முன்வையுங்கள்” என்பது அயல் கருத்து. அவருடைய திட்டம் இஸ்லாத்தின் இரண்டு கோபுரங்களான

'குரான் மற்றும் இறைத்தூதர்' ஆகிய இரண்டும் ஒரே சமயத்தில் விழுமாறு சாத்திரக் கட்டுமானத்தை உடைப்பதாகும். அவருடைய முன்மாதிரி பதினேழாம் நூற்றாண்டைச் சேர்ந்த யூதத் தத்துவஞான ஸ்பினோஸா. அவர் இதேபோன்ற பாணியில் பழைய ஏற்பாட்டை முடிச்சவிழ்த்து, அதன் விளைவாக ஆம்ஸ்டர்டாம் யூதக் கோவிலின் மூத்தோரால் சமூகத்திலிருந்து ஒதுக்கப்பட்டார். நான் ஷேக்கிடம் (அ) யூத அறிஞர்கள் மீண்டும் கோரியபோதும் இன்னமும் சமூக ஒதுக்கலிலிருந்து விலக்க முடியவில்லை என்றும் (ஆ) இஸ்லாத்தில் மதத்திலிருந்து தள்ளப்படுவது இல்லை, மாறாகக் கொலையாளியின் வாள்தான் உள்ளது என்றும் கூறியபோது தொண்டையிலிருந்து வந்த ஆழமான, நகைப்புத்தான் அவரது பதில்.

அவரது படைப்புகளில் அவர் வெளிப்பாட்டைக் கொண்ட பண்டைய யூத மற்றும் அரபு பாரம்பரியம் பிரச்சனைகளை தீர்ப்பதைவிட அதிகப் பிரச்சனைகளைக் கிளப்புகிறது என்று வாதிடுகிறார். அவர் "வெளிப்பாடு ஒரு மனிதனை தெய்வீகமா (வெளிப்படுத்துபவர்) ஆக்குகிறது. ஆனால் கடவுளை வெளிப்படுத்துபவரைச் சார்ந்திருப்பதன் மூலம் கடவுளின் தகுதியை குறைப்பதாகவும் வாதிட்டார், அதாவது கடவுளின் எண்ணத்தை செயல்படுத்த இறைத்தூதரைச் சார்ந்திருப்பது.' அவர் இறைத்தூதரின் குரானிலிருந்தும் ஹடித்திலிருந்தும் பகுதியையும், வாசகங்களையும் சுட்டிக் காட்டுகிறார். அல்லா முகமதுவின் எல்லா அரசியல் மற்றும் பொருள் தேவைகளையும் மிகவும் எளிதாக, அவர் ஒரு உயர்ந்த உயிர் என்ற முறையில் ஏற்கிறார் என்பதைக் காட்டவே ஷேக் இவ்வாறு சுட்டிக் காட்டுகிறார். ஷேக்கைப் பொறுத்தவரை அல்லா அல்ல, இறைத் தூதர்தான் இஸ்லாத்தில் மையப் பகுதியை வகிக்கிறார். இந்த யோசனைகளின் வம்சாவளியைப் பற்றி அறியாமலேயே ஆயிரம் வருடங்களுக்கு முன் இபின் ருவாண்டியும் முடாஸிலைட்டுகளும் விவாதங்களைக் கிளப்பினர் ஷேக் தம்மை முன்னோடியாகக் கருதுகிறார். "எனது விவாதங்கள் அடிப்படை வாதத்தின் இதயத்தை நோக்கியிருக்கும் கட்டாரியைப் போன்றவை ஷேக்கை மதத்தைக் கைவிட்டவரென்றும், நம்பிக்கையற்றவரென்றும் அறிவித்த உலக முஸ்லிம் ஒற்றுமைத் தலைவர் முஃப்தி முகமது சயீத் மேலும் அறிவித்தார்:

அன்வர் ஷேக் தாம் கடவுளை நம்புவதாகவும், இறைத்தூதரை நம்பவில்லையென்றும் கூறுகிறார். இது ஒருவர் தாம் தாயை அங்கீகரிப்பதாகவும், தந்தையை அங்கீகரிக்கவில்லை என்று கூறுவதைப்போல் உள்ளது. இத்தகைய மனிதர்களைப் பொதுவாக வேசி மகன் என்று அழைக்கிறோம்.

அல்லா தாய், இறைத்தூதர் தந்தை? இந்த மாதிரியான அறிக்கைகள் இஸ்லாம் ஒரு ஏறுமாறான மதம் என்ற ஷேக்கின் நம்பிக்கையை பலப்படுத்தவே செய்யும்.

ஆக. அன்வர் ஷேக் யார்? நான் கார்டிஃப்ப்பில் அவரைச் சந்திக்கச் சென்றபோது என்ன எதிர்பார்ப்பது என்று தெரியாமல் சென்றேன். இரக்கமின்றி தாம் தாக்கும் முல்லாக்களின் பிரதிபலிப்பாக தாடி வைத்திருப்பாரா? மாறாக நான் தமது டாபர்மேன் பின்ஸ்சருடனும், தமது பெரிய அழகிய தோட்டத்துடனும் மிகவும் பற்றுக்கொண்ட, தளர்வாக இருந்த ஒரு வயதான பஞ்சாபியைக் கண்டேன். வீட்டில் தயாரித்த மது ஏமாற்றமளிப்பதாக இருந்தது. கார்டிஃப் திராட்சைகள் எழுதியிருப்பதுபோல் பலமாக இல்லை. மதிய உணவுக்குப் பின் நாங்கள் அவரது வளர்ச்சி குறித்து விவாதித்தோம்.

இவையெல்லாம் எப்படித் தொடங்கின?

எனக்குத் தெரிந்திருக்க வேண்டும். அவருடைய எழுத்துக்கள் புதிதாகப் பகுத்தறிவுவாதத்துக்கு மாறியவரின் ஆர்வத்துடன் இல்லை. ஷேக் ஒரு பாரம்பரிய ஆசாரமான சன்னி முஸ்லிமாக வளர்க்கப் பட்டார். அவர் 1928-ல் இந்தியாவின் பஞ்சாபில் குஜராத்திலிருந்து நான்கு மைல் தூரத்திலுள்ள சிறிய கிராமத்தில் பிறந்தார். அவருடைய பிறந்த நாள் ஹஜ் (முஸ்லிம்களின் புனித யாத்திரை) நாளன்று வரும். “நான் பிறக்கும்போதே சுன்னத்துடன் பிறந்தது, எனது குடும்பத்தாரால் நல்ல சகுனமாகக் கருதப்பட்டது” என்று அறிவிக்கிறார். அவர் ஹாஜி முகம்மது என்று பெயரிடப்பட்டு பின்னர் முகமது அன்வர் ஷேக் எனப் பெயர் மாற்றம் பெற்றார். மிக இளம் வயதிலேயே அவர் குரானை மனப்பாடம் செய்துவிட்டார். ஆனால் அதற்கு முன்பே அவர் அரபியைக் கற்றுக்கொண்டு விட்டதால் பெரும்பாலான இந்திய முஸ்லிம்களைப் போலல்லாது அவர் அர்த்தத்தைப் புரிந்துகொண்டார். சுதந்திரம் மற்றும் பிரிவினை ஆண்டான 1947-ல், பத்தொன்பது வயது அன்வர் ஷேக் லாகூர் ரயில் நிலையத்தில் கணக்கெழுத்தராகப் பணி புரிந்து வந்தார். அவர் ஒரு தீவிர முஸ்லிம். மத வழியில் பிரிந்த இரண்டு இந்திய மாகாணங்களில் ஒன்றான பஞ்சாபில் (மற்றொன்று வங்காளத்தில் உள்ளது) மன்னிப்புக் கேட்டு சுத்தப்படுத்திக் கொண்டது அவரைக் கோபப்படுத்தியது. மேற்கு பஞ்சாபில் இருந்த சிறுபான்மை முஸ்லிம்களல்லாதவர்களும், கிழக்கு பஞ்சாபிலிருந்த முஸ்லிம்களும் அவர்கள் பல நூற்றாண்டுகளாக வசித்து வந்த கிராமங்களையும், நகரங்களையும் விட்டுச் செல்ல நிர்பந்திக்கப்பட்டனர். ஒவ்வொரு சமூகத்திடமும் கொலைகள், மரண தண்டனைகள், கற்பழிப்புகள், வீடுகளைக் கொள்ளையடித்தது, வீரமான தியாகங்கள் என ரத்தத்தை

உறைய வைக்கும் கதைகள் பற்றி அவர்களது சொந்த விவரிப்புகள் இருந்தன. ஒவ்வொருவரும் வாழ்ந்த படுமோசமான சூழல் அன்வர் ஷேக்கின் மதப் பிரிவினை குறித்த அறிவினை வளர்த்தது. ஐம்பது வருடங்கள் கழித்து அவர் 1947 கோடையில் தான் பார்த்ததை நன்றாக நினைவில் வைத்திருந்தார். அவர் பேசியபோது அவரது கண்கள் கலங்கின: "லாகூரில் ரயில்நிலையத்துக்கு இந்தியாவிலிருந்து தினமும் ரயில்கள் வந்துகொண்டிருந்தன. அலறிக் கொண்டே ரயில்களுக்காக பிளாட்பார்மில் காத்துக் கொண்டிருந்த மக்களை நான் கேட்டிருக்கிறேன். நான் அங்கு விரைவேன், அங்கு ரயில் முழுவதும் சடலங்கள் நிறைந்திருந்தன. எல்லா முஸ்லிம் அகதிகளும் படுகொலை செய்யப்பட்டிருந்தார்கள். அது இருபுறமும் நடந்துகொண்டிருந்தது என்பது உண்மைதான். எங்களது பக்கத்திலிருந்து ஓடிய இந்துக்களும் சீக்கியர்களும் கொடூரமாகக் கொல்லப்பட்டார்கள்."

எனினும், அப்போது பத்தொன்பது வயது பையன் அவனது பக்கத்தில் நடந்ததை மட்டுமே பார்க்க முடிந்தது. தனது ச முஸ்லிம்கள் கொல்லப்பட்ட ஆத்திரத்திலும், பழிவாங்குவதற்காகவு லாகூர் தெருக்களில் சென்று அவர் மூன்று அப்பாவி சீக்கியர்களை கொன்றார். முதல் இருவரை லாகூரில் நடுத்தர மார்க்கெட்டான அனார்கலி பஜாருக்கருகில் தடியால் அடித்துக் கொன்றார் மூன்றாமவர் ஒரு மண்வெட்டியை வைத்து ராவி ஆறுக்கு அருகில் அடித்துக் கொல்லப்பட்டார். அதன்பிறகு பல நாட்கள் அவர் திகைப்பு நிலையில் சுற்றித் திரிந்தார். அவர் பிடிக்கப்பட்டு தண்டிக்கப்படுவார் என்று பயந்தாரா?

"இல்லை. 1947-ல் ஒரு பைத்தியக்காரத்தனம் பற்றியிருந்தது என்பதை அறிவீர்கள். ஒரு பைத்தியக்காரத்தனம். நான் அதில் ஒரு பகுதி. அவர்களைக் கொன்றபோது நான் சிந்திக்க முடிந்ததெல்லாம் வெறும் பழிவாங்கல்தான். நான் பிடிக்கப்பட்டு பதிலுக்கு கொல்லப்படுவேன் என்று பயப்படவில்லை. நான் இஸ்லாமிய சுவர்க்கத்துக்கு விதிக்கப்பட்டவனென்பதையும் அங்கு ஏராளமான பெண்கள் எனக்காகக் காத்திருக்கிறார்கள் என்பதையும் நான் அறிந்திருந்தேன். மதர்த்த மார்புகளைக் கொண்ட எழுபது கன்னிகள் அல்லா எனக்கு எண்பத்து நான்கு ஆண்டுகளுக்கு சக்தியை அளிப்பார். ஒரு இளைஞனுக்கு இதைவிட வேறு என்ன வேண்டும் எனவே நான் பயப்படாதது மட்டுமல்ல, சுவர்க்கத்தில் தொடர்ச்சியான பாலின்பத்தையும் எதிர்பார்த்துக் கொண்டிருந்தேன் என்பதை பாருங்கள். நீங்கள் என்னை நம்பவில்லையல்லவா? தயவுசெய்து நம்புங்கள். நான் அப்போது அதை நம்பினேன். நான் அப்போது இளமையாகவும் தாக்கமடையக் கூடியவனாகவும் இருந்தேன்."

அப்போது உண்மையாகவே அவர் அதனை நம்பியிருப்பாரா? அது பின்னால் ஏற்பட்ட பகுத்தறிவாகத் தோன்றியது. பழிவாங்கல், பைத்தியக்காரத்தனம், மதம் ஆகியவற்றை நான் புரிந்துகொண்டேன், எழுபது கன்னிகளை அல்ல. அவருக்கு அப்போது பத்தொன்பது வயது மட்டுமே. ஒரு இளைஞனுக்கு அப்போது அதிக காதல் எண்ணங்கள் இருக்கும், ஆனால் ஒருவர் அல்லது இருவரைச் சுற்றியிருக்கும். எழுபது கன்னிகளும், இருபத்தெட்டு ஆண்டுகள் விரைப்பு நிலையும் வயதான மனிதர்களுக்குத்தான். நாங்கள் அன்று பேசிக் கொண்டிருந்தபோது அந்த எண்ணம் ஒருவேளை ஷேக்கின் மனத்தில் தோன்றியிருக்கலாம்.

குழப்பம் ஓய்ந்து புதிய நாடான பாகிஸ்தான் நிலை கொண்டதும் வாழ்க்கை மீண்டும் சீரடைந்தது. அப்போதுதான் அன்வர் ஷேக்குக்கு குற்றத்தின் அளவு புரிந்தது. தான் எப்போதும் தண்டிக்கப்படப் போவதில்லை என்று அவருக்குத் தெரிந்திருந்ததால் தம்மையே தண்டித்துக் கொள்ளத் தொடங்கினார். வருத்தமும், வேதனையும் அவர் ஆன்மாவை அரிக்கத் தொடங்கின. அவர் இன்னமும் நம்பிக்கையுடையவர்தானென்றாலும், அவரைச் சந்தேகம் கவ்வியது. அவரால் பாகிஸ்தானில் தொடர்ந்து வசிக்க முடியவில்லை. அந்தக் காலத்தில் வேலை தேடிப் பயணப்படுவது எளிது. குடியேற்றக் கட்டுப்பாடுகளோ விசா பெறுவதோ காமன்வெல்த் நாடுகளிடையே கிடையாது. 1956-ல் 27 பவுண்டுகளுடன் கார்டிஃப்புக்கு வந்து சேர்ந்த அவர் தனக்கு ஒரு கூலி வேலையைத் தேடிக் கொண்டார். பிறகு மூன்றாண்டுகளுக்கு பஸ் கண்டக்டராக வேலை செய்தார். எப்போதுமே தன்னை உயர்த்திக் கொள்ள முயன்ற அவர் லண்டனில் போக்குவரத்து இன்ஸ்டிடியூட்டில் பட்டம் பெற்றார்.

ஒரு வெல்ஷ் பெண்ணை மணந்து கொண்டு புதிய வாழ்க்கையைத் தொடங்கினார். அவரது சேமிப்புகளை நிலத்தில் முதலீடு செய்தார். சில ஆண்டுகளில் - அப்போது 60-ம் ஆண்டுகளின் மத்தியில் - மிகவும் வெற்றிகரமான கட்டடம் கட்டுபவராக ஆனார். அது ஒரு வெற்றிக் கதை.

அவரிடம் இப்போது எல்லாம் இருக்கிறது. எளிதான வாழ்க்கை, ஒரு குடும்பம், ஏராளமான நண்பர்கள். அவர் ஓய்வாக உலகை அனுபவித்திருக்க முடியும். ஆனால் அவரது கடந்த காலம் அவரை அரித்தது. அவரது மனஅதிர்ச்சி ஆழமாகிவிட்டது. நாட்டுப்புறத்தில் சடலங்கள் இறைந்தும், பழமையான லாகூர் நகரில் ரத்தம் பெருக்கெடுத்து ஓடிய அந்தக் கோரமான 1949-ன் கோடையை இன்னும் அவரால் மறக்க முடியவில்லை. அவர் முயன்றும்கூட, அவரது நினைவுகளின் அறைக் கதவுகளை அடைக்க முடியவில்லை.

“இப்போது போலவே, நான் மூன்று அப்பாவி உயிர்களை அழித்துவிட்டேன் என்று நினைத்துக் கொண்டே இருந்தேன். நான் மட்டும் அதைச் செய்யாமலிருந்திருந்தால் அவர்கள் இன்னும் உயிரோடிருப்பார்கள். அவர்கள் யாரென்றுகூட எனக்குத் தெரியாது. நான் சிந்திக்கத் தொடங்கினேன். இவையெல்லாம் மதத்தின் காரணமாக நடந்தவை. நான் குரான் படிப்பதை விட்டுவிடவில்லை. நான் இப்போது அதனை கவனித்துப் படிக்கத் தொடங்கினேன். ஒருநாள் நான் ஏற்கெனவே நூறுமுறை படித்ததைத் திரும்பப் படித்தேன்: “ஓ நம்பிக்கையாளர்களே, இறைத்தூதரின் முன்பாக நடக்காதீர்கள். அவருக்கு மேலாகக் குரலை உயர்த்தாதீர்கள்.” ஏன் என என்னை நானே கேட்டுக் கொண்டேன். ஏன் அல்லா ஒரு மனிதரை மற்றவர்களுக்கு மேலாக உயர்த்த வேண்டும்? ஒருமுறை நீங்கள் ஏன் என்று கேட்டுவிட்டால் பிறகு நிறுத்த முடியாது. மயக்கம் தெளிந்துவிட்டது.’

அன்வர் ஷேக் கார்டிஃப்பின் நூலகங்களில் தெரிந்த முகமாகி விட்டார். அவர் ஸ்பினோஸா, ஃப்ரூட், மார்க்ஸ் ஆகியோரின் நூல்களைப் படித்தார். அவர்கள் எழுதிய அனைத்தையும் அவர் ஒப்புக்கொள்ளாவிட்டாலும், அவற்றையும் பிறரின் எழுத்துகளையும் படித்தது அவரது அறிவை விசாலமடையச் செய்தது.

பிறகு அவர் குரானை மீண்டும் படித்தார். ஆனால் குரானை மட்டுமல்ல. அவர் வாழ்வின் இந்தப் பகுதியை நினைவுகூரும் போது எனது கையைப் பிடித்து மீண்டும் தோட்டத்துக்கு அழைத்துச் சென்றார். அங்கு மறைவாக ஒரு அறையில் அரபி, உருது, ஆங்கில மொழிகளில் புத்தகங்கள் நிறைந்திருந்தன. இவை ஹடித்துகள் அல்லது பாரம்பரியம் என்று அறியப்பட்டவை: குரானுக்குத் துணையாக முஸ்லிம்கள் கருதும் இறைத்தூதரின் வார்த்தைகள் மற்றும் செயல்களின் தொகுப்பும், தமது சொந்த ஒழுக்கத்துக்கு வழிகாட்டியாகக் கருதுவதுமாகும்.

“நான் இந்தப் புத்தகங்கள் அனைத்தையும் படித்திருக்கிறேன். நமது மதம் பற்றியும் அதன் பாரம்பரியங்கள் பற்றியும் பைத்தியக்கார அடிப்படைவாதிகளைவிட எனக்கு அதிகம் தெரியும். அதனால்தான் அவர்களால் எனக்கு பதிலளிக்க முடியவில்லை. நான் அவர்களுக்கு இப்போது சவால் விடுகிறேன். எங்கு வேண்டுமானாலும் எப்போது வேண்டுமானாலும் அவர்களுடன் விவாதிக்கத் தயார். நாம் அதனை நூறு சதவிகிதம் முஸ்லிம் பார்வையாளர்களுக்கு முன்னால் செய்வோம். எனக்கு அது சரிதான். அதனை வானொலியிலோ, தொலைக்காட்சியிலோ கூடச் செய்யலாம். ஆனால் அவர்கள் மாட்டார்கள், ஏன்?”

ஒருவேளை அவருக்கு விளம்பரம் கொடுக்க அவர்கள் விரும்பாதிருக்கலாம் என்பது என் எண்ணம்.

"ஆனால் முல்லாக்கள் எல்லா பிரிட்டிஷ் மசூதிகளிலும் வெள்ளிக்கிழமை தொழுகையின்போது என் மீது ஏற்கெனவே ஃபத்வாக்களை அறிவித்துவிட்டார்கள். எனவே நம்பிக்கையாளர்களுக்கு நான் இருப்பது பற்றி ஏற்கெனவே தெரியும். இல்லை, அவர்கள் என்னுடன் விவாதிக்க விரும்பாததன் காரணம் அவர்கள் பலவீனமான அடிப்படையை வைத்துக் கொண்டிருக்கிறார்கள் என்பதுதான்."

ஷேக்கின் விரோதம் இஸ்லாத்தைத் தமது சொந்த நலன்களுக்காக பயன்படுத்தும் முல்லாக்களுக்கும் அரசியல்வாதிகளுக்கும் எதிராகத்தான். இஸ்லாமிய கலாசாரத்திலுள்ள சில மதச்சார்பற்ற பாரம்பரியங்கள் குறித்து அவர் அறிவார். மேலும் பரவலாக இருக்கும் கிறிஸ்தவ, இந்து அடிப்படைவாதிகள் அவரது புத்தகத்தை அவர்களுடைய சொந்த தகாத தேவைகளுக்கு உபயோகிப்பார்கள் என்பதையும் அவர் நன்றாகவே அறிவார். அவர் இதையெல்லாம் அறிந்திருந்தாலும், இனியும் அவர் அமைதி காக்கத் தயாராக இல்லை.

"பல காலம் முஸ்லிம்களாகிய நாங்கள் அறிவின்மையின் கீழ் மறைந்து கொண்டிருந்தோம். அது எங்களைச் சில நூற்றாண்டுகள் பின்தங்க வைத்தது. கமால் அடாடர்க் இதனைத் துருக்கியை நவீனப்படுத்த விரும்பியபோதே புரிந்துகொண்டார். ஆனால் அவர் நமது கலாசாரத்தை மதச்சார்பற்றதாக மாற்றுவதைத் தத்துவார்த்த அடிப்படையின்றிச் செய்தார். நான் அதைத்தான் செய்ய விரும்புகிறேன். நான் இன்றைக்காக மட்டுமல்ல, நாளைக்காக எழுதுகிறேன். நான் 1947-ல் செய்ததை நமது குழந்தைகள் எப்போதும் செய்துவிடக்கூடாது என விரும்புகிறேன்."

அவர் தொடர்ந்து மிரட்டல் தொலைபேசி அழைப்புகளை, பாரம்பரிய இஸ்லாமிய தண்டனைகள் வந்து கொண்டிருப்பதாக மொழியில் குறிப்பாக பஞ்சாபில் பெற்றுக் கொண்டேயிருந்தார். அவர் பயப்படவில்லையா?

"எனக்கு அறுபத்து எட்டு வயதாகிறது. ஒரு இதய அறுவை சிகிச்சையும், ஏழு பைபாஸ் அறுவை சிகிச்சைகளையும் பெற்றுள்ளேன். எனது வாழ்வின் கடமை முடிந்துவிட்டது. என்ன நடந்தாலும் நான் மரியாதையுடன் இறப்பேன். எனது சமீபத்திய புத்தகம் இரண்டு வங்கி லாக்கர்களில் பத்திரப்படுத்தப்பட்டுள்ளது. அது பதிப்பிக்கப்படு மானால் நான் மகிழ்ச்சியடைவேன்."

ஒரு புதிய புத்தகமா?

ஷேக் புன்னகை செய்தார். "அதனை இஸ்லாமும் பாலியலும் என்று அழைக்கிறேன். இஸ்லாம்தான் அதிகமாக பாலிய ஆக்கிரமிக்கப்பட்ட மதம் என்று நினைக்கிறேன்.'

கையெழுத்துப் பிரதியின் நாலாவது பகுதி, 'இறைத்தூதரின் பாலியல் சார்புத் தன்மை' என்று பெயரிடப்பட்டுள்ளது. இங் வைக்கப்படும் வாதம், இறைத்தூதர் முகமதின் இராணுவ, அரசிய நிபுணத்துவம் அவரது வாழ்வை எந்த அளவுக் ஆக்கிரமித்திருந்ததென்றால், அவர் உண்மையான மகிழ்ச்சியை அளவுக்கு மீறிய பாலியல் நுகர்வுணர்வால்தான் பெற்றார். ஷே எழுதுகிறார்:

எனது நோக்கம் நிர்மாணிக்கவும் சீர்திருத்தவுமாகும் என்பதா நான் கிசுகிசு எழுதவோ, அவமானப்படுத்தவோ செய்ய மாட்டேன் எனது விவரிப்பு ஹடித்தையும், குரானையும், முஸ்லிம் அறிஞர்களையு அடிப்படையாகக் கொண்டிருக்கும்.

அத்துடன் ஹடித்திலிருந்து இறைத்தூதரின் வீரியத்தன்மை மற்றும் அவரது பாலியல் வழக்கங்களை விவாதிக்கும் சில தனியா யதார்த்தமான மேற்கோள்கள் தொடர்கின்றன. இதில் எந் விஷயமும் புதியதல்ல, ஆனால் இஸ்லாத்துக்குள்ளிருந்தே ஒருவ இந்த முறையில் இதனை ஒப்பிடுவது இதுவே முதல் முறை இதுதான் ஷேக்கை ஆபத்தான வாதியாக்குகிறது. செப்டம்பர் 1 க்குப் பிறகுகூட ஒரு மேற்கத்தியப் பதிப்பாளர் 'இஸ்லாமு பாலியலும்' என்பதைத் தொடுவாரா என்பது எனக்கு சந்தேகம்தா ஆனால் ஷேக் அதனைப் பொருட்படுத்தவேயில்லை. அவ அதனைப் பதிப்பிப்பார், அவர்கள் அவரைச் சபிக்கட்டும். அவ தொடங்கியபோது, மறுகரையை அடைவோமா என் தெரியாமலேயே வெள்ளமாக ஓடும் ஒரு ஆற்றில் குதிக்கும் நீச்ச வீரர்போல் தெரிந்தார். இப்போது அவர் நிச்சயமாகவு அமைதியுடனும் இருந்தார்.

"இப்போது என்ன நடந்தாலும், நான் எனது மனிதாபிமா பகுத்தறிவுவாத நம்பிக்கைகளுடன் இறப்பேன், எனது எழுத்துக சில டஜன் பேரை மத வெறுப்புணர்விலிருந்தும், வெறியிலிருந்து மீட்குமானால், என்னால் கொல்லப்பட்ட மூவரின் உயிர்க எப்போதுமே திரும்பாது என்றாலும், ஒரு பகுதியளவுக்கு என்னை மீட்டுக் கொள்வேன் என்று கருதுகிறேன். நான் என்னைப் பற்றி கவலைப்படவில்லை. நான் மற்றவர்களுக்காகக் கவலைப்படுகிறே நாம் மற்றவருக்கு நமது சொந்தக் கைகளால் செய்ததைப் பாருங்க

அணு ஆயுதத்தை வைத்து மதத்தின் பெயரால் அவர்களால் எல்லாவற்றையும் அழித்துவிட முடியும். அவர்கள் செய்யவும் கூடும், உங்களுக்குத் தெரியும். அவர்கள் செய்யக்கூடும்...”

16

பாகிஸ்தானிலிருந்து எளிய கதைகள்

அவசரமாகக் குறைப்பிரசவம் செய்யப்பட்டு, பிரிட்டிஷ் பேரரசைப் பேணும் மருத்துவர்களால் கடைசி நிமிடத்தில் சிசேரியன் செய்யப்பட்டு பாகிஸ்தான் 1947-ல் ஏராளமான ரத்த சேதாரத்துடன் பிறந்தது. முதல் வருடத்திலேயே அதன் ஒரு உறுப்பை (காஷ்மீர்) இழந்தது. அதன் பிறகு அதன் தந்தையை (முகமது அலி ஜின்னா) இழந்தது. பிறகு கடுமையும். இரக்கமற்ற ஒப்புக்கொள்ளக் கூடிய அதன் இரட்டையுமான இஸ்ரேலைப் போல், ஒரு நிரந்தர நர்ஸுக்கான விருப்பக் கோரிக்கையை ஏற்க முடிவு செய்தது. பிழைத்திருப்பதற்கான ஒரே வழி மேற்கத்திய ஏகாதிபத்தியத்தின் நிரந்தரக் கண்காணிப்பின் கீழ் பணிப்போர் நோயாளியாக ஆவதுதான் என்று நம்பப்பட்டது. பிரிட்டிஷ் பேரரசு மறையத் துவங்கியது. அமெரிக்கா பாகிஸ்தானின் பொறுப்பை ஏற்றது.

இந்த மாற்றத்துக்குப் பின் விரைவில் நாட்டின் மிகவும் திறன்பெற்ற உருது சிறுகதை எழுத்தாளர் சதத் ஹஸன் மாண்ட்டோ கல்லீரல் வீக்கத்தால் ஜனவரி 1955-ல் இறந்தார். அப்போது அவருக்கு நாற்பத்து மூன்று வயது. அவருடைய வாழ்வின் இறுதி ஆண்டில் வஞ்சப் புகழ்ச்சி வெளிப்படையாக 'அங்கிள் சாமுக்கு கடிதங்கள்' ஒன்பதை எழுதி 'ஜான் புல்லிலிருந்து அங்கிள் சாமுக்கு' மாறியதை பதிவு செய்தார். அதனுடைய ஆங்கில மொழியாக்கம் முதன்முறையாக செப்டம்பர் 11-க்கு சில வாரங்களுக்கு முன் பத்திரிகையாளர் காலித் ஹஸனால் இஸ்லாமாபாதில் பதிப்பிக்கப்பட்டது. 21, பிப்ரவரி 1954-ல் எழுதப்பட்ட 'நான்காவது கடிதத்தைப் படிக்கும்போது அதன் ஒற்றுமை குறிப்பிடும்படியாக உள்ளது:

அன்புள்ள அங்கிள்,

சில நாட்களுக்கு முன்தான் உங்களுக்கு எழுதினேன். இப்போது மீண்டும் எழுதுகிறேன். நீங்கள் பாகிஸ்தானுக்கு இராணுவ உதவி அளிக்கும் முடிவை நோக்கிச் செல்லும்போது அதே வேகத்தில் உங்கள் மீது எனது பாராட்டுணர்வும், மரியாதையும் அதிகரிக்கின்றன. உங்களுக்கு ஒவ்வொரு நாளும் கடிதம் எழுத வேண்டுமென்று எனக்குத் தோன்றுகிறது என்பதையும் உங்களிடம் கூற விரும்புகிறேன்.

இந்தியாவையும், அது கிளப்பும் வீண் சந்தடியையும் பொருட்படுத்தாது நீங்கள் பாகிஸ்தானுடன் ஒரு இராணுவ ஒப்பந்தத்தில் கையெழுத்திட வேண்டும், ஏனெனில் எங்களது முல்லாதான் ருஷிய கம்யூனிஸத்துக்கு சரியான மாற்று மருந்து என்பதால் நீங்கள் உலகின் பெரிய இஸ்லாமிய நாட்டின் நிலைத்தன்மை குறித்து ஆழ்ந்த கவலை கொண்டுள்ளீர்கள். இராணுவ உதவி உள்ளே வரத் துவங்கி விட்டால் நீங்கள் முல்லாக்களுக்கு ஆயுதம் அளிக்க வேண்டாம். அவர்களுக்கு அமெரிக்காவின் ஜெபமாலைகளும், தொழுகைப்பாய்களும் தேவைப்படும், அவர்கள் இயற்கையின் அழைப்பை நிறைவேற்றிய பிறகு சொட்டும் துளிகளில் நனைக்கப்படும் சிறிய களிமண் உருண்டைகளை மறந்து விட வேண்டாம்... இந்த இராணுவ உதவியின் ஒரே நோக்கம் முல்லாக்களுக்கு ஆயுதமளிப்பதுதான் என்று நினைக்கிறேன். நான் உங்களது பாகிஸ்தானிய மருமகன். விளையாடும் பாணிக்கு நன்றி, ஒவ்வொருவரும் இப்போது சாமர்த்தியசாலியாக மாறிவிடலாம்.

இந்த முல்லாக்களின் கூட்டம் அமெரிக்க பாணியில் ஆயுதபாணிகளாக்கப்பட்டால் எமது நாட்டில் கம்யூனிஸத்தையும் சோஷலிஸத்தையும் கூவி விற்கும் சோவியத் யூனியன் கடையை மூட வேண்டியிருக்கும். அமெரிக்கக் கத்திரிக்கோல்களால் எப்படி சீராக்கப்பட்ட முடிகளையுடைய, அமெரிக்கத் தையல் இயந்திரங்களால் ஷரியத்தின்படி தவறாமல் தைக்கப்பட்ட பைஜாமாக்களையும் அணிந்த எமது முல்லாக்களைத் தான் கற்பனை செய்ய முடிகிறது. சிறுநீர் கழித்த பிறகு சொட்டும் துளிகளில் நனையும் கைபடாத களிமண் உருண்டைகளும், தொழுகைக்கு உபயோகிக்கும் பாய்களும் கூட அமெரிக்காவைச் சேர்ந்ததாக இருக்கும். பிறகு அனைவரும் உங்கள் முகாமைப் பின்பற்றுபவராகவும் உங்களைத் தவிர வேறு யாருக்கும் விசுவாசம் உடையவராக இருக்க மாட்டார்.

1951-லிருந்து 1989-90ல் பனிப்போர் முடியும் வரை பாகிஸ்தானிய அறிவுஜீவிகளுக்கு மட்டும் சில முக்கிய முடிவுகள் விடப்பட்டன.

அதற்கு பெரிய விதிவிலக்கு நாட்டின் முதல் தேர்ந்தெடுக்கப்பட்ட பிரதமரான ஜுல்பிகர் அலி புட்டோ (1971-77) தான் அதிகாரத்திலிருந்தபோது அணுசக்தியைப் பெற முடிவெடுத்ததாகும். ஆகஸ்ட் 1976-ல் அமெரிக்க அரசுச் செயலாளர் ஹென்றி கிஸ்ஸிங்கர் லாகூருக்கு விஜயம் செய்தபோது. புட்டோ அனைத்து அணுசக்தித் திட்டங்களையும் கைவிடுவதாக இருந்தால் பொருள் உதவி மற்றும் அரசியல் ஆதரவளிப்பதாகக் கூறினார். தன்னை ஒரு மூன்றாவது மனிதராகக் கருதிக் கொண்டு, பின்னர் புட்டோ அந்த அணுகுமுறையை இவ்வாறு விவரித்தார்: "கம்பில் கேரட் கட்டப்பட்டது." அவ்வாறு பாகிஸ்தானுக்கு முக்கியமான கொள்கை விஷயங்களில் கட்டளைகளை ஒப்புக் கொள்ள பிரதமர் மறுத்தபோது கிஸ்ஸிங்கர் கூறினார்: "நாங்கள் உங்கள் அரசை நிலைகுலையச் செய்து உங்களை மோசமான ஒரு உதாரணமாக்கி விட முடியும்." கிஸ்ஸிங்கர் சொன்னதைச் செய்தார். இந்த பயமுறுத்தலுக்குப் பிறகு ஆறே மாதங்களில் புட்டோ நிலைகுலையச் செய்யப்பட்டு, இராணுவக் கலகம் மூலமாக ஆட்சியிலிருந்து அகற்றப்பட்டு, கொலைக்குற்றம் சாட்டப்பட்டு மோசடியான விசாரணைக்கு உட்படுத்தப்பட்டு, சட்டத்தை முன்னிறுத்துவதை விட்டு இராணுவத்தின் உத்தரவைப் பின்பற்றி 4க்கு 3 உச்சநீதிமன்ற நீதிபதிகளால் குற்றம் செய்தவரென்று தீர்மானிக்கப்பட்டார். இரண்டு ஆண்டுகள் கழித்து பாகிஸ்தான் பிரதமருக்கு மரண தண்டனை நிறைவேற்றப்பட்டது இதுதான் பாகிஸ்தான் ஜனநாயகத்தின் இரண்டாவது மரணம் முதலாவது 1971-ல் நடந்தது. மூன்றாவது 1999. எனினும். அந்த நிகழ்ச்சிகளை மீண்டும் பார்க்கும் முன், ஒரு சிறிய விளக்கம் தேவை.

இருபதாம் நூற்றாண்டு விடிந்ததும் பிரிட்டிஷ் நகர மக்களிடம் ஏற்பட்ட மனமாற்றத்தைக் கண்டது. முதல் உலகப் போருக்குப் பிறகு சுதந்திரம், ஜனநாயகம் குறித்து தாராளமான கருத்துக்கள் பரவின. இந்திய தேசிய காங்கிரஸ் ஏற்கனவே இருந்தது. அது ஒரு அரசியல் அமைப்பாகவும், மதச் சார்பற்றதாகவும் பெரும்பான்மையாகக் கல்வி கற்ற இந்தியர்களிடம் தாக்கம் செலுத்துவதாகவும் இருந்தது சில சீர்திருத்தங்கள் ஏற்கப்பட்டாலும் ஆஸ்திரேலியா, கனடா போல் ஒரு தன்னாட்சி டொமினியனாக இந்தியா இருக்க வேண்டுமென்ற காங்கிரசின் கோரிக்கை நிராகரிக்கப்பட்டது. ஆனால் இது இந்தியாவை ஆட்சி செய்தவர்களை மிகவும் கவலையடையச் செய்தது. பேரரசின் பிரதிநிதிகள் அவர்கள் மிகவும் கவனமாக உருவாக்கிய கூட்டணிகள் ஒரு நாள் நொறுங்கி விடுமோ என்று திகைக்கத் துவங்கினர். அந்த நாள் தூரத்தில் இருந்ததா?

இந்தியாவில் இருந்த பிரிட்டிஷாரின் எண்ணிக்கை ஜனத்தொகையில் 0.5 சதவிகிதத்தைத் தாண்டியதில்லை என்பது

அடிக்கடி மறக்கப்பட்டு விடுகிறது. 1805-ல் 31,000 ஆகவும். 1911-ல் 1,64,000 ஆகவும், 1931-ல் அந்த இராணுவத்தின் எண்ணிக்கை சிறிது உயர்ந்து 1,68,000 ஆகவும் இருந்தது. அவர்களில் பெருமளவு இராணுவ வீரர்கள். ஆனால் கோடிக்கணக்கான இந்தியர்களை ஒப்பிடும்போது அவர்கள் மிகவும் குறைவானவர்களே. ஒரு மெலிதான சிவப்பு - நீல இருப்பு உள்நாட்டுக் கூட்டணிக்கான ஒரு கொள்கையை அவசியமாக்கியது. இது இல்லாமல் பிரிட்டிஷ் ஆட்சி நூற்றைம்பது ஆண்டுகள் நிலைத்திருக்கவோ, 1857-ல் எதிர்ப்புப் பதாகையை உயர்த்திய உள்நாட்டு ஆட்சியாளர்களின் கூட்டணியைத் தோல்வியடையச் செய்யவோ முடிந்திருக்காது.

பழைய முகலாய ராஜ்யத்தின் மிச்சங்களான ஆட்சியாளர்களும். உள்ளூர் தலைவர்களும் பிரிட்டிஷின் இயற்கையான கூட்டாளிகளாக இருந்ததுடன், பல சமஸ்தானங்களில் பிரிட்டிஷ் அரசின் நலன்கள் பாதிக்கப்படாதவரை அவர்களது மக்களைத் தவறாக ஆட்சி செய்யவும் அனுமதிக்கப்பட்டார்கள். பிரிட்டிஷ் இந்திய இனக்குழுத் தலைவர்களை நிலச்சுவான்தார்களாக மாற்றி காலனி அரசுக்குச் சேவை செய்பவர்களாக மாற்றியது, அவர்களும் மாறினர். விவசாயிகள் மீது அவர்களின் மேலாதிக்கம் தொடர்ச்சியாக கோதுமை, கரும்பு, பருத்தி, அரிசியால் செய்யப்பட்ட வியாபார உணவுகளை உற்பத்தி செய்யவும் பிரிட்டிஷ் இராணுவத்தில் விவசாயிகளைச் சேர்க்கவும் மிகவும் முக்கியமாக இருந்தது.

காங்கிரஸ் உருவாகியிருந்தது அதுவரை ஒரு உறுத்தலாகத்தான் இருந்தது. ஆனால் மிகவும் தூரதிருஷ்டியுடைய பேரரசின் ஊழியர்கள் கீழே மறைந்திருந்த ஆபத்தை உணர்ந்தனர். தேவையற்ற ஆபத்தை உண்டாக்கக் கூடியவற்றை அவர்கள் செய்யவில்லை. சில தடுப்பு நடவடிக்கைகள் தேவைப்பட்டன. காங்கிரஸ் அரசியல் அரங்கில் மேலாதிக்கம் செலுத்துவதைத் தடுக்க ஒரு புதிய அரசியல் அமைப்பு பிரிட்டிஷ் அதிகாரிகள் முஸ்லிம் முக்கியஸ்தர்களை ஒரு விசுவாசமான முஸ்லிம் பிரிவினைவாத அமைப்பை உருவாக்குவதற்காக அணுகினார்கள், ஆஹாகான் வைஸ்ராயின் எண்ணத்தை நிறைவேற்றுவதற்குத் தலைமை தாங்குவதில் மகிழ்ச்சியடைந்தார். ஆஹாகானை வழிபடுவதைத் தவிர மற்றபடி ஒப்பீட்டு ரீதியாக நவீனமடைந்த செல்வம் மிக்க முஸ்லிம்களின் இஸ்மாயில் சமூகத்தின் சுற்றித் திரியும் பருத்த சோம்பேறி ஆஹாகான். அவருடைய பருமனுக்கு ஒரு காரணம் இருந்தது. அது வெறும் பேராசை. ஒவ்வொரு வருடமும் அவரது பிறந்த நாளில் சிறப்புச் சடங்கு நடந்தது. ஆஹாகான் ஒரு தராசில் வாகான நாற்காலியில் உட்கார வைக்கப்பட்டு அந்த எடைக்கு ஈடாக அவருக்கும், இஸ்மாயில்

நோக்கத்துக்கும் தமது விசுவாசத்தை நிரூபிக்க விரும்பிய அவரது பிரியமான பக்தர்களால் தங்கக்கட்டிகளும். வைரங்களும் அளிக்கப்பட்டன. பிறகு அவை அவருக்குப் பரிசாக அளிக்கப்பட்டன. இவ்வாறு வெளிப்படையாகச் சொத்துக் குவிக்கும் முறை மிகவும் அரிதானது.

வைஸ்ராயின் சார்பாக ஆஹாகான் வெளிறிப்போன அடிமைத்தனமான, மந்தமான, சாதாரண மனிதர்கள் சிலபேரை 1906–ல் முஸ்லிம் லீகை அமைப்பதற்காகக் கூட்டினார். ஒவ்வொருவரும் அவரது முதுகெலும்பற்ற தன்மைக்காகப் புகழ் பெற்றவர்கள். அந்த பிரதிநிதிக்குழு தனது சொந்த வர்க்க மூலத்தைப் பூரணமான திருத்தத்துடன் விளக்கியது; 'நாங்கள் உயர் குடும்பத்தைச் சேர்ந்தவர்கள். ஜாகிர்தார்கள், தாலுக்காக்கள், ஜமீன்தார்கள், வக்கீல்கள் மற்றும் வர்த்தகர்கள், இந்தியாவின் பல பாகங்களைச் சேர்ந்த, பேரரசரின் குடிமக்கள்'. புதிய அமைப்பு தனது முக்கிய நோக்கத்தை மறைக்க எந்த முயற்சியும் செய்யவில்லை. 'இந்தியாவிலுள்ள முஸ்லிம்களிடையே பிரிட்டிஷ் பேரரசிடம் விசுவாசத்தை வளர்ப்பது'. இதனை ஆங்கிலேயக் கமிஷனர்கள் துணைக் கமிஷனர்கள், மாஜிஸ்திரேட்டுகள் போன்றவர்களின் நிரந்தரத் துணையுடன் அடைய முயல்வது.

அதன் பிறகு தொடர்ந்த பல பத்தாண்டுகளில், தேசிய மனப்பான்மையுள்ள முஸ்லிம்கள் லீகை மூக்குடைத்து விட்டு காங்கிரசில் சேர்ந்தனர். இவர்களில் காஷ்மீரி ஷேக் அப்துல்லாவும் பிறிதொரு நாள் தாம் பாகிஸ்தானின் ஸ்தாபகத் தந்தையாவோம் என்று கற்பனைகூடச் செய்திராத அறிவாளியான வழக்கறிஞர் முகமது அலி ஜின்னாவும் அடங்குவர். இருபதுகளில் அவர் 'ஹிந்து முஸ்லிம் ஒற்றுமையின் தூதராக' புகழப்பட்டார். முப்பதுகளில் அவர் காங்கிரசில் இருந்து வெளிநடப்புச் செய்து முஸ்லிம் லீகில் சேர்ந்தார். நாற்பதுகளில் அவர் 'இரு தேச' கொள்கையை முன்வைத்து முஸ்லிம்களுக்குத் தனி நாடு கேட்டு, அந்தக் கோரிக்கையில் வெற்றி பெற்ற ஓராண்டில் இறந்தார்.

அவர் இதையெல்லாம் ஏன் செய்தார்? ஒரு தாராள அரசியலமைப்புவாதி, அவருடைய சுவைகள், உடைகள், அரசியலில் நாசுக்கானவர். அவர் ஒரு கர்வம் மிக்க கருத்து முதல்வாதி அனைத்து மத அடிப்படைவாதங்களின் மீதும் வெறுப்புள்ளவர். இந்த அனைத்து உணர்வுகளும் காங்கிரஸ் வெகுஜன பொது ஒத்துழையாமை மற்றும் தெரு அரசியலில் இறங்கியது. வெறுப்படைந்தன. ஜின்னா அறிவார்ந்த சபைகளில் வாதங்களை முன்வைப்பதைத் தேர்வு செய்தார். வார்த்தைகள் எவ்வளவுதான்

நியாயமானவையாக இருந்தாலும் வாதங்கள் எவ்வளவுதான் பதிலளிக்க முடியாதவையாக இருந்தாலும் அவை பிரிட்டிஷ் பேரரசால் மதிக்கப்படும் ஆயுதங்களல்ல என்று காங்கிரஸ் முடிவு செய்தது. பொதுஜன கோபம் வெளிப்படுத்தப்பட்டு. அது தேசிய விடுதலைக்கான போராட்டமாக வழிநடத்தப்பட வேண்டும். இது விவசாயிகளை அணிதிரட்டுவது என்று அர்த்தப்படும். நாட்டுப்புற இந்தியாவைத் திரட்ட வெளிப்படையாக இந்து மத உருவகத்தை காந்தி உபயோகித்தது ஜின்னாவுக்குக் கவலையளித்தது. தம்மைப் போன்றவர்கள் இறுதியில் இந்த 'ஹிந்து கருத்தால்' ஆட்கொள்ளப்பட்டுப் புறந்தள்ளப்படுவோம் என்று அவர் நினைத்தார். எனவே அவர் முஸ்லிம் லீகில் இணைந்து, அந்த அமைப்பை மாற்றி கூட்டுச் சேர்ந்த நிலப்பிரபுக்கள். ஐக்கிய சமஸ்தானங்களின் முக்கியஸ்தர்களின் பிடியிலிருந்து அமைப்பை விடுவிக்கும் வகையில் அதில் மற்ற முஸ்லிம் உத்யோகஸ்தர்களையும் சேருமாறு அழைப்பு விடுத்தார். முதலில் ஏராளமான பின்னடைவுகள் இருந்தபோதும் இறுதியில் அவர் தமது நோக்கத்தில் வெற்றியடைந்தார். முஸ்லிம் லீக் தனது கடந்த காலத்தை முழுமையாக நிராகரித்து விடாமல் புதிய உறுப்பினர்களைப் பெற்றது. இழிவாகச் சரணடைவதைவிட வினயமான பேச்சுவார்த்தையை அவர் தேர்வு செய்தார்.

பிரிட்டிஷார் இந்தியாவை விட்டுச் சென்றதும் தாம் அநாதைகளாக்கப்படுவோம் என்று உணர்ந்த பெருமளவு மத்தியதர முஸ்லிம் தொழில் பிரிவினர் மற்றும் வர்த்தகர்களின் போராட்டத்தால் பாகிஸ்தான் பிறந்தது. இந்துக்கள் அரசியலிலும், பொருளாதாரத்திலும் ஆதிக்கம் செலுத்துவார்கள். அதிகாரம் மற்றும் பணத்துக்கு வழி இல்லாமல் இந்திய முஸ்லிம்கள் பிடிப்பற்று இறப்பார்கள். பாகிஸ்தானுக்கான கோரிக்கை முதலில் முஸ்லிம் லீகில் ஏகாதிபத்திய சக்தியிடமிருந்து உயர்ந்தபட்ச சலுகைகளைப் பெறுவதற்கான பேரம் பேசும் கருவியாக வடிவமைக்கப்பட்டது. இரண்டாம் உலகப் போர், காங்கிரசின் இணக்கமின்மை, பிரிட்டிஷின் அவசரமான வெளியேற்றம் ஆகியவை ஒன்று சேர்ந்ததால் தான் பெருமளவு பாகிஸ்தான் கிடைக்கப் பெற்றது. முஸ்லிம் லீக் பிரிட்டிஷ் போர் முயற்சியை ஆதரித்த போது, காந்தியும் நேருவும் பிரிட்டிஷை 'வெளியேறக் கோரி' சிவில் ஒத்துழையாமை இயக்கத்தைத் துவங்கினர். பேரரசுடன் போரின்போது தோளோடு தோள் நின்றதற்காக லீகுக்குக் கிடைத்த ஆறுதல் பரிசு பாகிஸ்தான். எனினும் 1946 வரை ஜின்னா இந்தியாவின் ஒற்றுமையைப் பாதுகாக்கக் கூடிய அரசியல் அமைப்பு ஒப்பந்தத்துக்கும், அதேசமயம் பிரதேசத் தன்னாட்சி பெறும் கொள்கையையும் ஏற்கத் தயாராக இருந்தார். காந்தியும் கூட, இந்த ஒப்பந்தத்துக்கு ஆதரவாக இருந்ததுடன் ஜின்னாவுக்கு

ஒன்றுபட்ட இந்தியாவின் பிரதமர் பதவியை அளிக்கவும் தயாராக இருந்தார். ஆனால் காங்கிரஸ் உயர் தலைமை அவரை ஏற்க மறுத்துவிட்டது.

புதிய தேசம் பற்றிய ஜின்னாவின் கொள்கை என்னவென்றால் அங்கு முஸ்லிம்கள் பெரும்பான்மையாக இருப்பார்கள் என்பதைத் தவிர அது ஒரு 'சிறிய இந்தியா'. பின்னோக்கிப் பார்க்கும்போது இது மொத்தத்தில் குழந்தைத்தனமாகத் தெரியலாம், ஆனால் இரண்டு பக்கமும் மதரீதியான அழிவை உண்டாக்கக் கூடிய வகையில், துணைக் கண்டத்தைப் பிரிக்கும் எண்ணம் ஜின்னாவுக்கு சிறிதும் இல்லையென்பதும் உண்மை. அவரது பார்வை தவறாக இருப்பினும், அது ஒருபோதும் மதகுருமார்கள் ஆட்சியை நோக்கியதாக இருக்கவில்லை என்பதாலேயே இந்தியாவிலிருந்த இஸ்லாமிய மத அடிப்படைவாதிகள் பாகிஸ்தான் என்ற கருத்தில் ஆர்வம் காட்டவில்லை. சிலருக்கோ தனி முஸ்லிம் நாடு என்பது அவர்களது மார்க்கத்தின் உள்ளார்ந்த உலகத்தன்மையினை முறிப்பதாகப்பட்டது. பாரம்பரியப் பார்வையில் 'முஸ்லிம் தேசியவாதம் தடைசெய்யப்பட்ட கலப்பினம். மற்றவர்களுக்கு இந்தியாவிலிருந்து வெட்டியெடுக்கப்பட்ட இஸ்லாமிய தேசம் ஏற்புடையதென்றாலும், மதச்சார்பற்ற தேசியவாதக் கட்சியாகக் கருதப்பட்ட முஸ்லிம் லீக்கும் அதன் பாகிஸ்தான் குறித்த விவரிப்பும் சகிக்க முடியாததாக இருந்தது.[48]

ஜமாத் இ இஸ்லாமியின் ஸ்தாபகர் (இஸ்லாமியக் கட்சி) மௌலானா அபுல் ஆலா மௌடுடி (1903-79), ஜின்னாவை வெறுத்து முஸ்லிம் லீகைப் பழித்தார். முகலாய அரசவையை அதிகாரப் பூர்வமாக மூடவும், அதன் கடைசி பேரரசர் பர்மாவுக்கு அகதியாகச் செல்லவும் இட்டுச் சென்ற 1857 கலகம்/எழுச்சியின் தோல்விக்குப் பிறகு ஆன்மிக ரீதியாகவும், பொருள் ரீதியாகவும் பறிமுதலுக்குள்ளான குடும்பத்திலிருந்து வந்தவர் அவர். நவீனவாதியும் வக்கீலுமான மௌடுடியின் தந்தை உலகை வெறுத்து சூஃபி துறவியராகிவிட்டார். தனது குழந்தைகள் மேற்கத்திய கலாசாரம் மற்றும் மதிப்புக்களால் தாக்கம் பெறுவதை விரும்பாத அவர் தனது மகனின் கல்வியை உருது, அரபியோடு கட்டுப்படுத்தி விட்டார். மிகவும் ஆசாரமானதும், நவீனத்தை நிராகரித்ததும், குரானின் செய்தியை வலியுறுத்தியதுமான இஸ்லாத்தின் தியோபந்தி விளக்கத்தை உள்வாங்கிய மௌடுடி, பிறகு விரைவில் ஆங்கிலத்தைக் கற்றுக் கொண்டு மேற்கத்திய தத்துவவியலாளர்களின் சிந்தனைகளைக் கற்க முடிவு செய்தார். முதலில், ஜின்னாவைப் போல் காங்கிரஸை ஆதரித்த அவர் லுட்போமான் காலிஃபேட் கலைக்கப்பட்டதும்

அதன் தோல்வியாலும், அதனால் இந்தியா மீது ஏற்பட்ட தாக்கத்தாலும் வெறுப்புற்றார்.

முகலாயப் பேரரசின் வீழ்ச்சியை ஏற்றுக் கொண்ட இந்திய முஸ்லிம்கள் கூட எப்போதும் இஸ்தான்புல் திசையைத்தான் நோக்கினர். அது முடிவுக்கு வந்ததும் அவர்கள் திசையற்றவர்களாக, பிடிப்பற்றவர்களாக உணர்ந்தனர். இந்த உணர்வு கவிஞரும், தத்துவவியலாளருமான முகமது இக்பால் (1877-1938) போன்றவர்களைக் கூட பாதித்தது. லாகூரின் சிறந்த அரசுக் கல்லூரியில் படித்துக் கொண்டிருந்த பட்டதாரியான அவர், சிறந்த கீழ்த்திசை அறிஞரான தாமஸ் அர்னால்டிடம் தத்துவம் பயின்றார். அவர்தான் இந்த இளம் கவிஞரை ஐரோப்பாவுக்குச் சென்று தமது மனதை மேலும் உயர்த்திக் கொள்ளுமாறு கூறி ஊக்குவித்தவர். இக்பால் அந்த ஆலோசனையை ஏற்று ஹைடல்பர்கில் (1905-08) மூன்றாண்டுகளைச் செலவிட்டார். அங்கு தத்துவத்தின் மீது அவரது ஆர்வம் அதிகரித்து அவரது கவிதைகளையும் பாதிக்கத் தொடங்கியது.

அவர் தேர்வு செய்த கவிதை வடிவங்கள் பொதுவாக அறிவுசார் சூழ்நிலையால் நிலைப்படுத்தப்பட்டிருந்தன. அவர் மதச்சார்பற்ற, தேசியவாதியாக இருந்த காலகட்டத்தில் அவர் சக்திமிக்க, எழுச்சியூட்டக் கூடிய 'இந்தியாவுக்குக் கவிதை' என்ற கவிதையை இயற்றினார். அது நேருவுக்கு மிகவும் பிடித்ததாகவும், இன்றும் இந்தியாவிலுள்ள முஸ்லிம் தலைவர்களால் தமது விசுவாசத்தை வெளிப்படுத்துவதற்காகவும் உபயோகப்படுத்தப்படுகிறது. 1960-ல் இந்திய - சீன பிரச்சனையின்போது இந்தக் கவிதை அகில இந்திய வானொலியில் இடைவெளியின்றி மீண்டும் மீண்டும் ஒலிபரப்பப்பட்டது. இக்பால் இந்தக் கவிதையை முஸ்லிம்களுக்காக மட்டுமே எழுதியதாக வெளிப்படையாக அறிவித்தாலும் அதன் தாக்கமும், உண்மைத்தன்மையும் அது நிலைத்திருப்பதையும் உறுதி செய்தன. மற்றொரு கவிதையான 'புதிய கோணலும்' அதே காலகட்டத்தில் எழுதப்பட்டது.

நான் உண்மையைச் சொல்கிறேன்.
ஓ பிராமணனே!
ஆனால் அதனைத்
தவறாக எடுத்துக் கொள்ளாதே.
உனது கோவிலில் உள்ள சிலைகள் அழுகிவிட்டன.
சுத்த பிரதிபிம்பங்களிலிருந்து நீ உனது சொந்த மக்களிடம்
வெறுப்பை வளர்க்கக் கற்றுக் கொண்டு விட்டாய்.
கடவுள் முல்லாக்களுக்கு
சச்சரவு செய்யும் வழிகளைக் கற்பித்து விட்டார்.

எனது இதயம் நோயுற்றது; நான் திரும்பிக் கொண்டேன்.
கோவிலிலிருந்தும் காபாவிலிருந்தும்,
முல்லாக்களின் செய்திகளிலிருந்தும்
உனது கற்பனைக் கதைகளிலிருந்தும், ஓ பிராமணனே!
உனக்கு கற்களின் வடிவம் ஆன்மிக வடிவைக் காட்டுகிறது.
எனக்கோ, எனது நாட்டின் ஒவ்வொரு துளியும்,
துரும்பும் ஒரு கடவுள்....
வா, இந்த நிலத்தில் ஒரு புதிய கோவிலை எழுப்புவோம்.

இந்த மனப்பான்மையும் அவர் ஐரோப்பாவிலிருந்து திரும்பிய பின், விரைவில் மாறிவிட்டது. ஓட்டோமானின் வீழ்ச்சியைக் கண்ட அவர் தமது புகழ்பெற்ற அல்லாவுக்கு குற்றச்சாட்டை எழுதினார். அது யாருக்கு எழுதப்பட்டதோ, அவர்களைப் போலவே அந்தக் கவிதை தற்பெருமையுடனும், சுயபரிதாபத்துடனும், விரக்தியாலும் நிரம்பியிருந்தது. அது பண்டைய இஸ்லாத்தின் வெற்றிகளைக் கொண்டாடியதுடன் அதன் வீழ்ச்சிக்கு எதிரான குற்றச்சாட்டாகவும் இருந்தது. முஸ்லிம்கள் மட்டுமே ஒரு கடவுள் கோட்பாட்டைப் பாதுகாத்தனர், அவர்களுக்கு நிழலளித்த தமது வாட்களைக் கொண்டு அல்லாவின் செய்தியைத் தாமறிந்த கண்டங்களுக்குக் கொண்டு சென்றனர். பிறகு ஏன் அவர் இவ்வளவு குரூரமாக அவற்றைக் கைவிட்டார்? நீங்கள் புகழ்ச்சிமிக்க கவிதைகளைக் கேட்டுப் பழகியுள்ளீர்கள். இப்போது எதிர்ப்புக் கவிதையையும் கேளுங்கள்:

சேல்ஜீக்குகளுக்கு அவர்கள் பேரரசு இருந்தாலும்
துரானியருக்கு அவர்கள் ஆட்சியிருந்தாலும்
சீனர்கள் சீனாவை ஆண்டாலும்
செஸானியர்கள் ஈரானை ஆண்டாலும்
கிரேக்கர்கள் அவர்கள் காலத்தில்
செழிப்பான பரந்த நிலத்தை ஆண்டாலும்,
யூதர்களுக்கு அவர்களது சதுரம் இருந்தாலும்
கிறிஸ்தவர்களுக்கு சொந்தமாக சாண் இருந்தாலும்,
உனது பெயரால் புனிதமான நோக்கத்துக்காக
போரிட வாளை உயர்த்தியவருக்கு,
அல்லது உங்களது சாரமற்ற சட்டங்களில்
பாழான உலகை நிமிர்த்துப் போராடியவர்க்கு?
நாங்கள், நாங்கள் மட்டும்தான்
வீரர்களைப் போருக்கு இட்டுச் சென்றோம்,
இப்போது நிலத்தில் ஈடுபடுத்தவும்,
இப்போது கடலில் போரிடவும்,

ஐரோப்பிய தேவாலயங்களில் பாட
வழிபட வெற்றிகரமாக அழைக்கவும்,
ஆப்பிரிக்காவின் கழிவுகளிடையே மக்கள்
உன்னை வழிபட அழைக்கவும்,
பெரும் பேரரசர்களின் மின்னும் பிரகாசத்திடையே
நாங்கள் எதையும் நம்பவில்லை;
மின்னும் எங்கள் வாட்களின் நிழலில்
'கடவுளுக்காக ஒருவர்' என்று முழக்கமிட்டோம்.
எங்களுக்கு இதைச் சொல். உண்மையாகச் சொல்
யார் கைபர் கதவை வேருடன் அகற்றியது?
அல்லது பெருமைமிகு சீசர் பெருமையுடன் ஆண்ட
நகரத்தைத் தூக்கியெறிந்தது யார்?
மற்றவர்கள் கைகள் உழைத்து உருவாக்கிய
கடவுளரை அழித்தவர் யார்?
நம்பாதவர்களின் இராணுவத்தைத் தலைமைதாங்கி
யாரை அகற்றினர்?
இரானின் பலிபீடத்தில் எரிந்த
புனித நெருப்பை அணைத்தது யார்,
யஸ்டானின் அழியாத பெயரின் மங்கலான
நினைவை உயிர்ப்பித்தது யார்?

இந்தக் கவிதை இந்திய முஸ்லிம்களின் மனதில் தாக்கத்தை ஏற்படுத்தியது. ஆனால் மதகுருமார்கள் அதில் மதத்தைக் கைவிடும் போக்கின் படிமத்தைக் கண்டனர். இக்பால் ஒரு நாத்திகராகி விட்டார் என்ற கூக்கூரல் எழுந்தது. அழுகிய மதத்தால் விரக்தியுற்ற ஒரு சமூகத்துக்குக் குரல் கொடுக்க நினைத்த ஒரு கவிஞர் இப்போது ஒரு புதிய கவிதையை எழுத வேண்டியதாயிற்று. 'குற்றச்சாட்டுக்கு பதில்' என்ற அந்தக் கவிதையில் அல்லா அனைத்துச் சந்தேகங்களுக்கும் விடையளித்தார். முஸ்லிம்கள் கைவிடப்பட்டவர்களாக உணர்ந்தால் அது அவர்களுடைய குற்றம்தான். அவர்கள் இறைத்தூதரின் படிப்பினைகளை மறந்துவிட்டு உலகச் சுகங்களில் அதிகமாக ஆழ்ந்து விட்டார்கள். ஆனால் இந்தக் காலகட்டமும் அதிகநாள் நீடிக்கவில்லை. இக்பாலின் அறிவுடைமை அமைதியற்று இருந்தது.

அவரது சமூகப் புரட்சி காலகட்டத்தில் அவரது கற்பனையில் அல்லாவையும், லெனினையும் சந்திக்க வைத்தார். ஒவ்வொருவரும் மற்றவரைக் கண்டு ஆச்சர்யமடைந்தனர். லெனின் உலகினை ஆக்கிரமித்த வர்க்கப் போர்கள் குறித்துக் கூறியதை கவனத்துடன் கேட்ட அல்லா அதனால் நெகிழ்ச்சியுற்றார். கடவுளின் கட்டளைகளிலிருந்து இன்றுவரை தெற்காசிய சோஷலிஸ்டுகள்

மற்றும் கம்யூனிஸ்டுகளால் சுட்டிக் காட்டப்படும் இந்த வரிகளி அல்லா தேவதை கேப்ரியலுக்கு ஆணையிடுகிறார்.

இந்த உலகின் துர்பாக்கியசாலிகளை எழுப்பு, விழிக்கவை
செல்வந்தர்கள் உறங்கும் மாளிகைகளின்
அஸ்திவாரத்தை உலுக்கு, சுவர்களைக் குலுக்கு,
விவசாயி பசியால் வாடும் ஒவ்வொரு நிலத்திலும்
சென்று அங்கு ஒவ்வொரு கோதுமை தானியத்தையும் எறி[49]

இஸ்லாத்தின் மோசமான தீவிர நிலைக்கு இக்பாலின் பதி அவரது கவிதைகளிலும், தத்துவத்திலும் காணப்படுகிறது. அவ குறிப்பிடத்தக்க வகையில் பிடிவாதமின்றி இருக்கிறார். அவரது எண்ணங்கள் தொடர்ந்து பெருக்கெடுத்து ஓடுகின்றன. *'இஸ்லாமிய சிந்தனைகளின் மறுகட்டமைப்பில்'* அவர் பழைய மதத்தை நவீனப்படுத்த வேண்டுமென வாதிடுகிறார். இஸ்லாத்தின் பிறப்புட முன்னறிவிப்பு உச்சத்தை அடைந்து தன்னை முடித்துக் கொண்டது இஸ்லாமிய கலாசாரமானது இயக்கவியல் பூர்வமாகவும் ஒருங்கிணைத்துக் கொண்டும், அதன் இளமையில் செய்ததுபோல எல்லைக்குள்ளும், ஸ்தூலமாகவும் இருப்பதில் கவன செலுத்தினால்தான் முன்னேற முடியும். இந்தப் பார்வைதா ஜின்னாவின் ஆதரவைப் பெற்றது. பாகிஸ்தானின் அதிகாரப்பூர்வமா கலாசாரம் இக்பாலை நாட்டின் அரை புனிதக் குறியீடாக மாற் அவரது விமர்சனத்தின் சாரத்தை அழித்து விட்டது; இ நாட்டுக்கும் கவிக்கும் பேரழிவு.

இக்பால், ஜின்னா ஆகியோரின் நவீனத்துக்கு சவாலில்லாம இல்லை. மௌடுடி கூட இஸ்லாம் சரிந்து கொண்டிருக்கிற என்பதை ஒப்புக் கொண்டார். அவருக்கு அதற்கான மருந் எளிதானது. அதற்கு ஒரே வாய்ப்பு இந்திய இஸ்லாத்தின் புத்துயிர்ப 1940-ல் ஜின்னாவின் முஸ்லிம் லீக் லாகூரில் பாகிஸ்தா தீர்மானத்தை நிறைவேற்றியபோது மௌடுடி இந்தத் தூண்டலுக் பதிலடி கொடுக்க ஒரே வாய்ப்பு ஒரு எதிர் லீகாக ஜமாத் இஸ்லாமிக்கு அடித்தளமிடுவதுதான் என்று முடிவு செய்தா பாகிஸ்தான் ஒரு உண்மையான முஸ்லிம் நாடாக இருக் வேண்டுமெனில் அற்குத் தேவை ஜின்னாவின் தலைமையல்ல, ஒ மௌடுடியின் தலைமைதான். அவர் முஸ்லிம் லீகையு ஜின்னாவையும் தெய்வ நிந்தனை செய்பவர்கள் என்றும் இஸ்லாத்தை மதச்சார்பற்ற தேசியவாதத்தை வளர்க்கத் தவறாக உபயோகிப்பவர்க என்றும் தூற்றினார்.

மௌடுடியின் சொந்தப் பார்வை பதினெட்டாம் நூற்றாண்டை சேர்ந்த அரபு பிரசாரகர் இபின் வஹாபினுடையதுட

குறிப்பிடத்தக்க வகையில் ஒத்திருந்தது. இஸ்லாத்தின் சரிவு குரானின் தூய்மையைக் கைவிட்டதால் ஏற்பட்ட விளைவு. அதன் மாசுபடாத செய்தியும், பண்டைய வழிகாட்டுதல்களும்தான் அரசியல் அதிகாரத்தைச் செலுத்தும் ஒரே அடிப்படை. நூற்றாண்டுகளாக இஸ்லாம் தனது தொடக்க நோக்கத்தைக் கைவிட்டுவிட்டு வெளி பாரம்பரியங்களையும் கலாசாரத்தையும் ஏற்று விரிவுபடுத்தி மாற்றி எழுதப்பட்டுவிட்டது. இதில்தான் அதன் துக்கம் அடங்கியுள்ளது. எனவேதான் மொத்தமாகத் திரும்ப வேண்டிய தேவை ஏற்பட்டது. ஒரு 'இஸ்லாமிய தேசத்தின்' சீர்படுத்தும் நடவடிக்கைகள்தான் தேய்வைத் தடுக்க முடியும்.

இத்தகைய ஒரு தேசத்தை வெறும் பிரச்சாரம் மூலமும் சமூக நலத்திட்டங்கள் மூலமாகவும் அடைந்து விட முடியாது. அதற்கு ஒரு அரசியல் கட்சி தேவை. பிரச்சாரகர் ஹைதராபாத் சமஸ்தானத்தில் இருந்த சமயத்தில் மறைமுகமாக கம்யூனிஸ்ட் கட்சி இயங்கி வந்ததை மிகுந்த ஆர்வத்துடன் கவனித்தார். மார்க்ஸியத்திலிருந்து மிகவும் தள்ளி வைக்கப்பட்டிருந்த விவசாயிகளிடம் தாக்கத்தை உருவாக்கவும் அவர்களுடன் வேலை செய்யவும் அந்தக் கட்சியின் செயல்வீரர்கள் செலுத்திய திறனையும், அர்ப்பணிப்பையும் அவர் மிகவும் போற்றினார். கட்சி குறித்தும் கட்சியைக் கூட்டுவது குறித்தும் லெனினின் எழுத்துக்கள் அவர் மீது மிகுந்த தாக்கம் செலுத்தின. இஸ்லாத்தின் கட்சி அதன் சொந்தக் கொள்கையைக் கொண்டிருக்கும், ஆனால் அமலில் இருக்கும் அமைப்புச் சட்டத்தின் கீழ் வேலை செய்ய உறுதி கூறிய போதும் அதன் உள்வாழ்வும், கட்டமைப்பும் போல்ஷ்விக் மாதிரியில் இருக்கும். மௌடுடியின் கட்சி லெனினுடையதைப் போலல்லாது அரசு இயந்திரத்தைத் தூக்கியெறிந்து மாற்றி வடிவமைக்கப்பட்டதல்ல. மாறாக சமூகத்தைத் தலைமை தாங்கிய மனிதர்களை 'இஸ்லாமியப்படுத்தி' அதன் நிறுவனங்களில் உட்புகுவது, முதலில் அனைத்து அதிகாரமும் மிக்க சிவில் சர்வீசிலும் பிறகு இராணுவத்திலும் உட்புகுவது.

ஆகஸ்ட் 26, 1941-ல், எச்சரிக்கையாகத் தேர்வு செய்யப்பட்ட 75 முஸ்லிம்கள் லாகூரில் ஒரு தனி வீட்டில் உருவாக்கப்படவுள்ள புதிய கட்சிக்கும், சமூகத்துக்கும் தமது சார்பை உறுதிப்படுத்துவற்காகக் கூடினர். ஒரு எமிரைத் தேர்வு செய்ய அவர்கள் ஒப்புக் கொண்டாலும், அவரை ஆட்சிக் கவுன்சிலுக்கு ஆட்படுத்துவதன் மூலம் அவரது அதிகாரத்தைக் கட்டுக்குள் வைத்தனர். இந்தப் புதிய குழு லாகூரின் பரந்த சூழ்நிலையில் சுவாசிக்க முடியாது என்று முடிவு செய்திருந்தது. மதச்சார்பின்மை நன்கு நிலை

நிறுத்தப்பட்டிருந்ததுடன் உந்துதல்கள் அபரிமிதமாக
இருந்தன.

ஒரு காலத்தில் முகம்மது மெக்காவிலிருந்து மதினாவுக்கு இடம் பெயர்ந்ததைப்போல இப்போது மௌடுடியும் அவரது சகாக்களும் லாகூரிலிருந்து கிழக்கு பஞ்சாபில் இருந்த பதான்கோட்டுக்கு இடம் மாறினர். முதலில் உருவாகவுள்ள வேறுபாடு பின் நவீனத்தை முன்னறிவித்தது. அவை வாழ்க்கை அரசியலின் முக்கிய அம்சத்தைப் பற்றியது; பணம், தோற்றம், பாணி, நிதி மிகவும் குறைவாகவே கிடைத்ததால் புதிய முஸ்லிம் சமூகம் சிக்கனமாக உணவைத் தாமே சமைத்துக்கொண்டு, சமூகமாகவே உண்டனர். எமிர் தமது மனைவியுடன் தனி வீட்டில் வசித்தார். அவர்கள் ஒரு ஆண் வேலையாளை வைத்துக் கொண்டனர். மௌடுடி தனது புத்தகங்கள் மூலம் தேவையான அளவு ராயல்டியும், தனது பத்திரிகை விற்பனையின் மூலமும் சம்பாதித்துக் கொண்டிருந்தார். அவரது முக்கிய எதிரியான லக்னௌவைச் சேர்ந்த சிரத்தையான அறிவாளியும், பத்திரிகையாளருமான மௌலானா நுமானி அல்லா சம்பாத்தியமும் சமுதாயத்துக்குப் பொதுவாக இருக்க வேண்டுமென்று வற்புறுத்தினார்: ஒரே சமூகத்துக்குள் வெவ்வேறு மாதிரியான வாழ்க்கை முறைகள் ஏற்கவியலாதது. மௌடுடி தம்மைப் பாதுகாத்துக் கொள்ள குரான் வாசகங்களைச் சுட்டிக்காட்டி தனிச் சொத்தை பலமாக ஆதரித்தார். இது ஒரு கொள்கைப் பிரச்சனையாதலால் அவர் விட்டுக் கொடுப்பதாக இல்லை. கேள்விக் குள்ளாக்கப்பட்டிருக்கும் அறிவுச் சொத்துடைமை அவருடையது கட்சியுடையதல்ல, அல்லது கட்சி உருவாக்கக் கூடிய தேசத்துக்கும் நீட்டிக்கப்பட்டதல்ல. நுமானி இதை ஏற்க மறுத்தாலும் பின்வாங்க வேண்டியதாயிற்று. இங்கு சுருங்கக் கூறினால் இன்றுவரை[50] இஸ்லாமிய அடிப்படைவாதிகளை பீடித்திருக்கும் முரண்பாடு இது.

சொத்துரிமை என்ற முக்கிய விஷயத்தில் மௌடுடியைத் தோற்கடிக்க முடியாத நுமானி தனது தாக்குதலை எமிரின் தெய்வ பக்திக் குறைவுக்கு நீட்டித்தார். அவர் மூன்று புதிய குற்றச்சாட்டு களை முன்வைத்தார்: (அ) மௌடுடியின் தாடி தவறான அளவிலும் (அதாவது 7 செ.மீ.ல் இல்லை) வடிவிலும் உள்ளது (ஆ) மௌடுடி பொதுவாகக் காலைத்தொழுகைக்கு நேரம் கழித்தே வருகிறார். (இ) ஒரு ஆண் வேலையாள் இருக்கும்போது மௌடுடியின் மனைவி நாகரிகமற்ற வகையில் உடையணிகிறார் அதாவது திரையணிவதோ, உடலை மறைத்துக் கொள்வதோ இல்லை.

இந்தக் கேள்விகளுக்கு, எமிர் அளவுக்கதிகமாகச் சமாதானம் கூறியதுடன், சில சுய விமர்சனக் கருத்துக்களை முணுமுணுத்தாலும் மன்னிப்புக் கோரவோ, ராஜினாமா செய்யவோ மறுத்தார். நுமானி கவுன்சில் / மத்தியக் குழுவின் சிறப்புக் கூட்டத்தைக் கூட்டினார். அதைத் தொடர்ந்த குழுப் போராட்டத்தில் அவர் பெரும்பான்மையை வென்று விட்டதாகத் தோன்றியது. மௌடுடி இப்போது எமிரிலிருந்து ராஜினாமா செய்வதாகக் கூறினார். ராஜினாமா கோருவதுடன் நிறுத்திக் கொண்டிருந்தால் வென்றிருக்கக்கூடிய நுமானி விரித்த வலைக்குள் மாட்டிக் கொண்டு ஜமாத்தைக் கலைக்க வலியுறுத்தினார். அது நிராகரிக்கப்பட்டது. நுமானியும் அவரது குழுவும் உடைத்துக் கொண்டு மௌடுடியை வெளிப்படையாகக் கண்டனம் செய்தனர். அதன் விளைவாக எமிர் தனது கட்சியின் கட்டுமானம் குறித்து மறு சிந்தனை செய்ய வைத்ததுடன் சில வருடங்கள் கழித்து கவுன்சில் நடுநிலையாக்கப்பட்டு எமிர் ஆதிக்க சக்தியாக உருவெடுத்தார்: ஸ்டாலின் கொமேனியின் கூட்டு.

அவர் ஜமாத்தை உருவாக்கு முன்பே அதன் எதிர்கால எமிருக்கு வரலாற்றில் அவருடைய இடம் தெரிந்திருந்தது. 1940-லேயே அவர் ஒரு அராபியரின் சேவையைப் பெற்று முஸ்லிம் உலகம் முழுதும் தனது சிந்தனைகளிலிருந்து லாபமடையும் வகையில் அரபி மொழிக்கு மாற்றம் செய்தார். விரைவில் மௌடுடியின் எதிரொலி கெய்ரோவிலும், ஜெட்டாவிலும் கேட்கத் துவங்கியது. முஸ்லிம் சகோதர அமைப்பு அவரது படைப்புக்களை நன்கு உபயோகித்துக் கொண்டது: சையீத் குதுப் இந்திய அறிஞருக்குத் தாம் கடன்பட்டிருப்பதை வெளிப்படையாக ஒப்புக்கொண்டார். மௌடுடிக்கும் சவுதி குருமார்களுக்கும் இடையேயான தொடர்புகள் 1947-ல் பாகிஸ்தான் உருவானதும் விரைவில் நிறுவனமயமாகின. ஐம்பதுகளில் இஸ்லாமிய முக்கூட்டு ஏற்பட்டிருந்தது. வஹாபியிஸம், மௌடுடியின் ஜமாத் இஸ்லாமி மற்றும் முஸ்லிம் சகோதர அமைப்பினர் இஸ்லாமியப் பிரசங்கங்களை ஆக்கிரமித்தனர். இந்தக் குழுக்கள்தான் முஸ்லிம் உலகின் கம்யூனிஸத்துக்கும், புரட்சிகர தேசியவாதத்துக்கும் எதிராகத் தேவையான பாதுகாப்பரணாக வாஷிங்டனால் பார்க்கப்பட்டன.[51]

இது எழுதப்பட்டுக் கொண்டிருக்கும்போது மற்ற முஸ்லிம்களுக்கு எதிராக ஆயுதமேந்திய ஜிகாத்தில் ஈடுபட்டுக் கொண்டு சன்னி இஸ்லாமியக் குழுவினர் இருக்கின்றனர். இந்தக் கூட்டத்தின் குழந்தைகள்தான் பெருமைமிகு சாத்தான்.

புதிய பாகிஸ்தானில் மௌடுடியின் குழு பரவவில்லை. அரசு ஊழியர்கள் அரசியல் கட்சிகளில் சேருவதிலிருந்து தடுக்கப்பட்டனர்.

ஜமாத் இ இஸ்லாமி விரைவில் தனது திட்டத்தில் சாத்தியப்படக் கூடிய மாற்றங்களைச் செய்தது. அரசு நிறுவனங்களில் நுழைவது தடை செய்யப்பட்டதும், புதிய தேசத்தில் இஸ்லாத்தின் பாதுகாவலர்களாகத் தம்மைத்தாமே அவர்கள் நியமித்துக் கொண்டார்கள். இப்போது பாகிஸ்தானில் இருக்கும் பிரதேசங்களிலிருந்து சீக்கியர்களும் பெரும்பாலான இந்துக்களும் வெளியேறிவிட்டதால் இஸ்லாமிஸ்டுகளுக்கு உள்ளார்ந்த எதிரி இல்லாமல் போய் மதப்பிரிவினைவாதம் அதற்குள்ளேயே திரும்பிவிட்டது. இத்தகைய ஒரு பிரச்சாரம் இஸ்லாத்துக்குள்ளேயே அஹமதி பிரிவை சட்டவிரோதமாக்குவது. இதனை இதுவரையில் மௌடுடி கவனிக்கவேயில்லை. இந்த அஹமதியர்கள் தாமும் தெய்வீக வெளிப்பாட்டைக் கண்டதாகக் கூறிய மிர்ஸா குலாம் அகமதை (1835- 1908) பின்பற்றியவர்கள். முகமதுதான் தெளிவான கடைசி இறைத்தூதராக குரான் குறிப்பிட்டிருந்ததால் தியோபந்த் கல்விக்கழக அறிஞர்களால் இது அக்கிரமமான தெய்வ நிந்தனையாகக் கருதப்பட்டது. மிர்ஸாவைப் பின்பற்றியவர்கள் அதிகரிக்கத் தொடங் கியவுடன் தியோ பந்திக்கள் இந்தப் புதிய சமயக் கொள்கைக்கு எதிராகப் பிரச்சாரம் செய்யத் துவங்கினர். அஹமதிக்கும் புனித வெளிப்பாடு கிடைத்தது என்பதில் முரண்பட்டதைத் தவிர, மற்ற விஷயங்களிலெல்லாம் மற்ற முஸ்லிம்களைப் போலவே பிரதேச மாறுபாடுகளை அஹமதியர்கள் கடைப்பிடித்தனர்.

ஒரு முஸ்லிம் தேசத்தில், ஆசாரமான வாதம் என்னவென்றால் அஹமதியாவை இஸ்லாத்துக்கு வெளியே இந்து, கிறிஸ்தவர்களைப் போல் மதச்சிறுபான்மையினராகக் கருதலாம். ஆனால் முஸ்லிம்களாகத் தோற்றமளிக்கவோ, முஸ்லிம்களாக மாற்றவோ கூடாதென்பதாகும். யோக்கியமற்ற, தீய நோக்கமுடைய அரசியல்வாதிகளின் கூட்டுடன், குறிப்பாக ஆக்ஸ்போர்டில் கல்வி கற்ற பஞ்சாபின் முதலமைச்சர் மும்தாஜ் டவுல்டானாவின் கூட்டுடன் மதக் குழுக்கள் அகமதியாவை எதிர்த்து ஒரு பிரச்சாரத்தைத் துவங்கின. அது விரைவில் கேவலமாக மாறத் துவங்கியது. பாகிஸ்தானின் வெளியுறவு அமைச்சர் ஜபருல்லா கான் இந்தப் பிரிவைச் சேர்ந்தவர். அவர் பங்குக்கு அடிப்படைவாதிகளின் நிர்பந்தத்துக்கு அடிபணிய மறுத்தார். கராச்சியில் நடந்த அஹமதியா மாநாட்டில் பேசியதன் மூலம் தனது அஹமதியத் தொடர்பை வெளிப்படையாக்கினார்.

முதலில் ஆர்வமின்றி இந்தக் கேள்வியைப் பார்த்த மௌடுடி அவரது எதிரிகளால் தாம் வெளியேற்றப்படக்கூடும் என்று கண்டதும் அந்தப் போட்டியில் தனி அம்சத்துடன் நுழைந்தார்

அவர் அமர்ந்து 'அஹமதியா பிரச்சனை என்ற பெயரில் ஒரு உக்கிரமான படைப்பை எழுதினார். அது தடை செய்யப்படுவதற்கு முன் பதினெட்டு நாட்களில் 57,000 பிரதிகள் விற்றன. அதன் வெறியூட்டும் செய்தி ஆசாரமான கோபத்தைத் தூண்டி அதைத் தொடர்ந்து மௌடுடியை மையப் புள்ளியாக்கி விட்டது.

1953 முதலில், நன்கு திட்டமிடப்பட்ட தொடர் கலகங்கள் பஞ்சாபைக் குலுக்கின. லாகூரில் எங்களது குடும்ப வீட்டின் கீழ் இருந்த செருப்புக்கடை ஒரு அஹமதியா குடும்பத்தால் வாடகைக்கு எடுக்கப்பட்டு நிர்வகிக்கப்பட்டது. ஒருநாள் நான் பள்ளியிலிருந்து திரும்பியபோது அதை ஒரு தீவிரவாத வன்முறைக் கும்பல் தாக்கிக் கொண்டிருந்ததையும், அதை போலீஸ் வேடிக்கைப் பார்த்துக் கொண்டிருந்ததையும் கண்டேன். எனது தந்தையால் அந்த இடத்திலிருந்து இழுத்துச் செல்லப்பட்டேன். மறுநாள் அந்தக் கடை முற்றிலும் அழிக்கப்பட்டிருந்ததைக் கண்டேன். மேலாளர் சிறிது காயங்களுடன் தப்பித்துக் கொண்டார்.

அதே வாரத்தில் மத்திய அரசு இராணுவச் சட்டத்தையும் ஊரடங்கு உத்தரவுகளையும் லாகூரில் பிறப்பித்தது. சிப்பாய்கள் தாடியுடையவர்களின் கும்பல்கள்மேல் துப்பாக்கிச்சூடு நடத்தினர். இரண்டே நாட்களுக்கள் கலவரத்தை அடக்கி விட்டனர். மௌடுடியும் அவரது சகா கவுஸர் தஸ்வியும் கைது செய்யப்பட்டு தேசத்துரோகக் குற்றம் சாட்டப்பட்டனர். இருவரும் குற்றவாளிகளென முடிவு செய்யப்பட்டாலும், மௌடுடிக்கு மரண தண்டனை விதிக்கப்பட்டுப் பிறகு சில ஆண்டுகள் சிறைத் தண்டனையாகக் குறைக்கப்பட்டது. மௌடுடியின் குற்றம் அவரது புத்தகம்தான். கௌசர் நஸ்வி ஒரு பொதுக் கூட்டத்தில் ஆபாசமான, வன்முறையான சொல்லாற்றலில் ஈடுபட்டு கூட்டத்தின் கோபத்தைத் தூண்டி விட்டார். அதனால் ஒரு கும்பல் கடமையாற்றிக் கொண்டிருந்த ஒரு போலீஸ்காரரைச் சூழ்ந்து கொண்டு அவரை வெட்டிக் கொன்றது.[52]

முஸ்லிம் லீகில் தனது குழு நலனை அதிகரிப்பதற்காகக் கலகத்தைத் தூண்டியதில் அவரது பங்குக்காக முதலமைச்சர் மும்தாஜ் டௌல்டானா ராஜினாமா செய்ய நிர்பந்திக்கப்பட்டார். அவரது அரசியல் வாழ்க்கை முடிவுக்கு வந்தது.

ஒரு பொது விசாரணை நீதிமன்றம் அமைக்கப்பட்டது. அதன் தலைவராக நீதிபதி முகமது முனிரும், உறுப்பினராக நீதிபதி வி.ஸி. கயானியும்[53] 'அஹமதியா எதிர்ப்புக் கலகத்தை' விசாரிக்க நியமிக்கப்பட்டனர். ஏப்ரல் 1954-ல் அளிக்கப்பட்ட இந்த 387 பக்க

அறிக்கைதான் நாட்டின் வரலாற்றில் ஒரே நவீனப் படைப்பாகும் அது ஆவணக் காப்பகத்தில் வைத்து மூழ்கடிக்கப்படுவதை விட குவெட்டாவில் உள்ள இராணுவக் கல்லூரியின் நூலகத்திலாவது வைக்க வேண்டும். முனீரும், கயானியும் தமது பரிந்துரைகள் குறித்து சிறிதும் அஞ்சவில்லை. அவர்கள் முல்லாக்களின் குழப்பத்தை கிண்டல் செய்ததுடன் ஒரு இஸ்லாமிய நாடு என்பது நாட்டுக்கே கேடு என எச்சரித்தனர். இது போன்ற ஒன்று அதன் பிறகு பாகிஸ்தானில் எப்போதும் எழுதப்படவில்லை.

அரசாங்கம் அஹமதியாக்களை முஸ்லிம்களல்லாத சிறுபான்மை சமூகமாக அதிகாரப்பூர்வமாக அறிவிக்க வேண்டுமென்றும் அந்த இயக்கத்தின் உறுப்பினர்கள் மீது வேறு சில நடவடிக்கைகள் எடுக்க வேண்டுமென்றும் தமது கோரிக்கைகளுக்காக ஏராளமான மத தலைவர்களால் (உலாமாக்களால்) இந்தக் கலகங்கள் தூண்டிவிடப் பட்டன. பாகிஸ்தான் அதிகாரப்பூர்வ 'இஸ்லாமிய நாடாக' நடத்தப் பட வேண்டும் என்ற அஹமதியாக்களுக்கெதிரான உலாமாக்களின் கோரிக்கைகள் குறித்தும் அறிக்கை கூறுகிறது:

> *எனவே கேள்வி என்னவென்றால், ஒருவர் முஸ்லிமா அல்லது முஸ்லிமல்லாதவரா என்பதுதான் அடிப்படையான முக்கியத்துவமுடையதாகும். இந்தக் காரணத்துக்காகத்தான் நிறைய முன்னணி உலாமாக்களை முஸ்லிம் குறித்த அவர்களது வரையறையைக் கூறுமாறு கேட்கிறோம். அஹமதியாக்களை பல்வேறு பிரிவுகளைச் சேர்ந்த உலமாக்கள் 'காபிர்கள்' (நம்பிக்கையற்றோர்) என்று கருதினால் இந்த நம்பிக்கைக்கான அடிப்படை மட்டுமல்ல, முஸ்லிம் என்பதன் வரையறை குறித்தும் அவர்களது மனதில் தெளிவாக இருக்க வேண்டும். ஏனெனில் ஒரு குறிப்பிட்ட மனிதனோ அல்லது சமூகமோ இஸ்லாம் என்ற எல்லைக்குள் இல்லாவிட்டால், அவ்வாறு கூறுபவர்கள் முஸ்லிம் என்றால் என்னவென்ற வரையறுப்பில் தெளிவாக இருக்க வேண்டும். எனினும் இந்தப் பகுதி விசாரணையின் முடிவு சற்றும் திருப்திகரமாக இல்லை. நமது உலாமாக்களின் மனதில் இத்தகையதொரு சிறிய விஷயத்தில் கூட இத்தனை அளவு குழப்பம் இருந்தால், மிகவும் சிக்கலான விஷயங்களில் எவ்வளவு பிரிவினைகள் இருக்குமென்று ஒருவர் யூகிக்க முடியும். ஒவ்வொரு முஸ்லிம் என்பதற்கு அலீமும் விளக்கம் அளித்ததை அவரது சொந்த வார்த்தைகளிலேயே கீழே தருகிறோம். (பக். 215)*

அறிக்கை பல்வேறு உலாமாக்கள் கேள்விக்கு அளித்த பதிலை அப்படியே வார்த்தை மாறாமல் தருகிறது. ஒரு முஸ்லிமை எப்படி வரையறை செய்வீர்கள்? இந்த நிலையில் நீதிபதிகள் கண்கூடாகவே

அனுபவித்திருக்கின்றனர். அவர்களது முடிவு தேவைக்கேற்ப உணர்ச்சியின்றி இருந்தது.

உலாமாக்களால் கொடுக்கப்பட்டுள்ள பல்வேறு வரையறைகளை வைத்துக்கொண்டு கற்ற இரு வேறு தெய்வீக மனிதர்கள் இந்த அடிப்படைக் கேள்வியில் ஒன்றுபடவில்லை என்பதைத் தவிர தாங்கள் வேறு ஒரு வார்த்தையைக் கூறவும் வேண்டுமோ? கற்ற தெய்வீக மனிதர்களைப் போல் நாங்களும் எங்களது சொந்த வரையறையை வகுக்க முயன்றால், அது மற்றவர்கள் வகுத்ததிலிருந்து வேறுபட்டால், நாங்கள் ஒருமனதாக இஸ்லாத்தின் பிடியிலிருந்து வெளியேறுவோம். யாராவது ஒரு உலாமா கொடுத்த வரையறையை ஏற்றுக் கொண்டோமானால், அந்த அல்லாவின் பார்வையில் நாங்கள் முஸ்லிம்களாக இருப்போம், ஆனால் மற்றவர்களின் வரையறைகளின்படி காஃபிர்கள். (பக். 218)

பின்னர் ‘மதத்தைக் கைவிடுதல்’ என்ற தலைப்பின் கீழ் வந்த ஒரு அறிக்கை ஒரு உலாமாவின் கருத்தை மேற்கோள் காட்டி, ஒரு முஸ்லிம் நாட்டில் காஃபிராக மாறும் ஒரு முஸ்லிம் மரண தண்டனைக்கு உட்படுத்தப்படுவாரென்று கூறுகிறது. நாட்டின் வெளியுறவு அமைச்சர் ஜஃபருல்லா கானை மேற்கோள் காட்டி அறிக்கை கூறுகிறது:

இந்தக் கொள்கையின்படி, சவுத்ரி ஸஃபருல்லாகான் இப்போதைய மத நம்பிக்கையை ஏற்றுக்கொள்ளாமல் தாமாக அகமதியாவாகத் தேர்வு செய்து கொள்வாரேயானால், அவர் கொல்லப்பட வேண்டும். ஒருவேளை மௌலானா அபுல் ஹஸனத் சய்யத் முகமது அகமது கத்ரி அல்லது மிர்ஸா ராஸா அகமதுகான் பரேல்வி அல்லது ஃபத்வா என்ற அழகிய மரத்தில் ஒவ்வொரு இலையிலும் அமர்த்தப்பட்டுள்ளதாகக் கூறப்படும் (Ex. D.E. 14) எண்ணற்ற உலாமாக்களில் ஒருவரோ இத்தகைய இஸ்லாமிய நாட்டின் தலைவராக இருந்தால் பாகிஸ்தான் அரசியல் அமைப்பு சபையுடன் இணைந்திருக்கும் தலிமாத்- இ- இஸ்லாமியின் உறுப்பினரான மௌலானா முகமது லெஃபி தியோபந்தி, மௌலானா தாவூத் கஸ்னாவி உட்பட தியோபந்திக்களுக்கும், வஹாபிக்களுக்கும் இதே நிலைதான் ஏற்படும். மௌலானா முகமது ஷஃபி தியோபந்தி தேசத் தலைவராக இருந்தால், தியோபந்திக்களை காபிர்கள் என்று முத்திரை குத்தியவர்களை இஸ்லாத்தின் நிழலிலிருந்து விலக்கிவிட்டு முர்டாடின் வரையறைக்குள் வராவிட்டால், அதாவது தமது நிலையை மாற்றிக் கொண்டு தியோபந்தி பார்வையை ஏற்காவிட்டால் அவர்களுக்கு மரண தண்டனை விதிப்பார்.

அஸ்னா அஷாரி ஷியாக்கள் காபிர்கள், முர்டாடுகள் என்று கூறும் தியோபந்திக்களின் ஃபத்வா (Ex.D.E.13) எண் 13-ன் உண்மைத்தன்மை, விசாரணையின்போது கேள்விக்குள்ளாக்கப்பட்டது. எனினும் மௌலானா முகமது ஷஃபி இந்தப் பிரச்சனை குறித்து தியோபந்துக்களிடம் விசாரித்து ஹஸ்ரத் ஆயிஷா சித்திகாவின் காஸிஃப்களும் குரானை தேஹ்ரிஃப் செய்தவர்கள், காபிர்கள் என்றும் மௌலானா முகமது ஷஃபி உள்ளிட்ட தாருல் உலூமின் ஆசிரியர்கள் கையெழுத்திட்ட ஃபத்வாவின் பிரதியை அந்த நிறுவனத்தின் ஆவணங்களிலிருந்து பெற்றார். இந்தக் கருத்தை இந்த விஷயம் குறித்து அறிந்தவரும், படித்தவருமான திரு. இப்ராஹிம் அலி சிஸ்தியும் ஆதரித்தார். ஹஸ்ரத் அலியும் நமது இறைத்தூதருடன் சேர்ந்து தூதர் உரிமையைக் கொண்டாடுவதால் ஷியாக்களும் காபிர்கள் என்று அவர் நினைக்கிறார். சன்னி பிரிவின் ஒரு நபர் ஷரியா பிரிவுப் பார்வையை ஒப்புக் கொண்டு மாறினால் இர்டிடாட் குற்றம் புரிந்ததாக மரணதண்டனைக்கு ஆளாக்கப்படுவாரா என்ற கேள்விக்கு அவர் பதிலளிக்க மறுத்து விட்டார். ஷியாக்களைப் பொறுத்தவரை சன்னிகள் அனைவரும் காபிர்கள், ஹடித்தை எனவே அது கட்டுப்படுத்தாது எனக்கூறும் நம்பவியலாதது என்று கருதி அல் இ இரான்கள் அதேபோல் அனைத்துச் சுதந்திரமான சிந்தனையாளர்கள் காபிர்கள். இவையனைத்தின் விளை ஷியாக்களோ, சன்னிக்களோ, தியோபத்திக்களோ, அல் இ ஹடித்தோ பரேல்விக்களோ யாருமே முஸ்லிம்களல்லர். ஒரு கட்சி மற்றொரு கட்சியை காபிர்கள் என்று கருதுமானால், அதில் ஒரு கட்சி இஸ்லாமிய நாட்டின் ஆட்சியில் இருக்குமானால், அதன் பார்வையிலிருந்து மாறும் எவருக்கும் மரணதண்டனைதான் பரிசாய் கிடைக்கும். இந்தக் கொள்கையின் விளைவை அறிய ஒருவர் அதி கற்பனையைத் தூண்ட வேண்டியதில்லை. முஸ்லிம் என்பதன் வரையறையை இரு வேறு உலாமாக்கள் ஒரே மாதிரி நம்மிடம் கூற முடியவில்லை என்பதிலிருந்தே நாம் இதைக் கணிக்க முடியும்.

உலாமாக்கள் வகுத்த வரையறையின் ஒவ்வொரு அம்சத்தையும் அமல்படுத்தி. 'கூட்டல் கழித்தலுக்கு' உட்படுத்தி கலிலியோ மீதான விசாரணை வரியின் அமைப்பை அப்படியே மாதிரியாக ஏற்றுக் கொண்டால், ஒரு மனிதனை மத எதிரி என்று குற்றம் சாட்டுவதற்கான அடிப்படை எண்ணுவதற்கு இயலாததாக இருக்கும். (பக். 219)

அவை இந்த நாட்டின் ஆரம்ப நாட்களின் வாழ்க்கை. நீதிபதிகளை அரசியல்வாதிகள், முல்லாக்கள், இராணுவ அதிகாரிகள், லஞ் ஊழல் இன்னமும் வளைக்க முடியவில்லை. முனீரின் அறிக்கை

நவீனத்துவம் மற்றும் மதச்சார்பின்மையைத் தைரியமாகப் பாதுகாத்ததாகும். அது மதப் பிரிவினைவாதத்தை துரோகம் எனக் கண்டனம் செய்து வீட்டில் இஸ்லாம் மதம் மிகவும் அந்நியமானது என்று வாதிட்டது: அதன் குறுக்கீடு தேவையற்றது, அது வன்முறைக்குத் திரும்பியது அரசியல் தீவிரத்தன்மையை உருவாக்கியதுடன் புதிய அரசின் வளர்ச்சிக்கு இடையூறையே ஏற்படுத்தும். எனவே அது பாகிஸ்தானின் அரசியலிலிருந்தும், நிறுவனங்களிலிருந்தும் விலக்கப்பட வேண்டும். நாடு முன்னேறுவதற்கு அரசியல் மற்றும் மதத்துக்கிடையே பிரிவை ஏற்படுத்துவது மிகவும் தீர்மானமாகச் செய்யப்பட வேண்டும். மௌடுடியின் முன்னணித் தளபதி மியான் டுபெயில் பதிலடி கொடுத்தார்: 'எமது மதம்தான் எமது அரசியல், எமது அரசியல்தான் எமது மதம்'.

யார் முடிவெடுப்பது? வாய்ப்புக் கொடுக்கப்பட்டால் பாகிஸ்தான் மக்கள். முஸ்லிம் லீகைத் தவிர நாட்டின் மற்ற அரசியல் கட்சிகளெல்லாம் ஒரு பொதுத் தேர்தல் உடனடியாக நடத்தப்படுவதை ஆதரித்தன. ஆனால் இராணுவ-அதிகார வர்க்க- அமெரிக்கத் தூதரக-அறிவாளிகள் சங்கடப்பட்டனர். அதற்குக் காரணமில்லாமலு மில்லை. 'எதிர்ப்பு லீக்' மௌடுடியின் தலைமையின் கீழ் ஒரு மத அமைப்பாக இருக்கப் போவதில்லை. முஸ்லிம் லீக் பஞ்சாபில் வெல்லலாம், ஆனால் மற்ற பகுதிகளிலெல்லாம் தேசியவாத, இடதுசாரிக் கட்சிகளின் கூட்டணி வெல்லுமென்று பரவலாக எதிர்பார்க்கப்பட்டது.

முதல் பரீட்சை 1954-ல் பிரதேசத் தேர்தலுடன் வந்தது. அறிவாளிகளின் முக்கியக் கவலையெல்லாம் மேற்கு பாகிஸ்தானிடமிருந்து 1000 மைல்கள் இந்தியாவால் பிரிக்கப்பட்டு நாட்டின் 60 சதவிகித ஜனத்தொகையை கொண்டிருந்த கிழக்கு பாகிஸ்தானின் வங்காளப் பிரதேசம் தான். அவர்களில் பெரும்பாலோர் முஸ்லிம்கள் தானென்றாலும் ஒரு பெரும் பகுதி சிறுபான்மை இந்துக்களுமிருந்தார்கள். வங்காளம் பிரிக்கப்பட்டது. அவர்களில் அனைவருமே இந்தியாவுக்கு ஓடிவிடவில்லை. உண்மையில் ஆளும் வகுப்பில் பெரும்பாலோர் இருந்த மேற்குப் பகுதியைவிட புதிய தேசம் பற்றிய ஜின்னாவின் அசல் பார்வைக்கு மிக அருகில் கிழக்கு பாகிஸ்தான் வந்தது.

மார்ச் 1954-ல் பாகிஸ்தான் ஆட்சியாளர்களின் பயம் உறுதியானது. அதிகார வர்க்கத்தையும் அதன் பலவீனமான அரசியல் கருவியான முஸ்லிம் லீகையும் கடுமையாகத் தோற்கடித்துக் கிழக்கு பாகிஸ்தான் ஐக்கிய முன்னணி கட்சிகளுக்கு வாக்களித்தது. 309 இடங்களில் லீக் பத்தில் மட்டுமே வென்றது. முதலமைச்சர் உட்பட பிரதேசத்தின்

அமைச்சர்கள் அனைவரும் தோற்றனர். தாம் போட்டியிட்ட 10 இடங்களில் கம்யூனிஸ்ட் கட்சி 4-ல் வென்றது. ஆர்வமூட்டும் வகையில் முஸ்லிம் மதத்தைச் சேர்ந்த அனைத்துக் கம்யூனிஸ்டுகளும் தோற்கடிக்கப்பட்டனர். ஜமாத்-இ-இஸ்லாமியின் ஸ்தலக் கிளை பலமாக இருந்த ஸில்ஹெட் உட்பட ஹிந்து மதத்தைச் சேர்ந்த நான்கு கம்யூனிஸ்டுகளும் வென்றனர். மற்ற கட்சிகளுக்குள்ளும் வேலை செய்த கம்யூனிஸ்டுகள் அங்கு 22 இடங்களில் வென்று, மொத்தம் வெற்றி பெற்றதை 26 இடங்களாக்கினர். இது பாகிஸ்தானைக் கண்டெடுத்த லீகின் இடங்களை விட இரு மடங்காகும். ஜமாத்-இ-இஸ்லாமி முழுமையாகத் தோற்றது.

குறிப்பிட்ட பிரதேச பாராளுமன்றத்தில் முதலில் ஏற்பட்ட முரண்பாடுகளில் ஒன்று பாகிஸ்தான் அமெரிக்காவுடன் கையெழுத்திடவிருந்த இருதரப்பு இராணுவ உடன்பாடாகும். 162 உறுப்பினர்கள் இந்த முன்மொழியப்பட்ட உடன்பாட்டைக் கண்டித்து ஒரு தீர்மானத்தில் கையெழுத்திட்டனர். இரண்டு மாதங்கள் கழித்து மத்திய அரசு கிழக்கு பாகிஸ்தானில் சட்டசபையைக் கலைத்து கவர்னர் ஆட்சியை அமல்படுத்தியது. ஒரு வாரம் கழித்து அமெரிக்க பாகிஸ்தான் இராணுவ உடன்பாடு கையெழுத்தானது.

புதிய கவர்னர் மூத்த அதிகாரியான இஸ்கந்தர் மிர்ஸா. அவர் இஸ்லாமிஸ்டுகளை அடக்குவதில் முக்கியப் பங்கு வகித்தவர். அவர்கள் ஒரு சிறிய சிறுபான்மையைப் பிரதிநிதித்துவப்படுத்தினர். அவர் அதையே நாட்டின் பெரும்பான்மைக்குச் செய்யவும் உறுதி பூண்டார். ஐக்கிய முன்னணியின் பலநூறு உறுப்பினர்கள் கைது செய்யப்பட்டனர். தேர்ந்தெடுக்கப்பட்ட முதலமைச்சரும் பல பிரதேச அமைச்சர்களும் நெருக்கமான வீட்டுக் காவலில் வைக்கப்பட்டனர். கம்யூனிஸ்ட் கட்சி தடை செய்யப்பட்டு, வெளிப்படையாகத் தெரிந்த கம்யூனிஸ்டுகளை வெளியேற்றுமாறு முதலாளிகளுக்கு உத்தரவிடப்பட்டது. அவர்கள் அதனை விருப்பத்துடன் செய்ததோடல்லாது, கம்யூனிஸ்டுகளல்லாத தொழிற்சங்கவாதிகளை நீக்க இந்தச் சந்தர்ப்பத்தை பயன்படுத்திக் கொண்டனர்.

1955-ல் தொடர்ச்சியான கேவலமான சமாதானங்களுக்குப் பிறகு பிரதேச சட்டசபை மீண்டும் அமைக்கப்பட்டது. ஆனால் இந்த நிகழ்ச்சிகள் புதிய தேசத்தின் பெரும்பாலான வங்காளிகளின் நம்பிக்கையைக் குலைத்தது. அதே வருடத்தில், நாட்டுக்குப் புதிய அமைப்புச் சட்டம் குறித்து விவாதித்துக் கொண்டிருந்த பாகிஸ்தான் அரசியலமைப்பு சபை தீவிர பாரம்பரியம் மிக்க வங்கத் தலைவர் கொடுத்த எச்சரிக்கையைப் புறக்கணித்துவிட்டது:

ஐயா, கிழக்கு வங்கம் அதன் கலாசாரம், அதன் மொழி, அதன் இலக்கியம் மற்றும் கிழக்கு வங்கம் தொடர்பான அனைத்து விஷயங்களின்பாலும் முஸ்லிம் லீகின் சுயநலக் குழுக்களின் அணுகுமுறை பற்றி நான் நேற்றுப் பேசத் துவங்கினேன்.... உண்மையில் ஐயா, கிழக்கு வங்கத்தை தமது இணையான பங்காளியாகக் கருதுவதற்கு பதில் முஸ்லிம் லீக் தலைவர்கள் நாங்கள் ஏதோ அடிமை இனம் போலவும் அவர்கள் வெற்றி கொண்ட இனம் போலவும் எண்ணுகின்றனர் என்பதைத் தெரிவித்துக் கொள்கிறேன்.

இது உண்மையென்றாலும், முஸ்லிம் லீக் மேற்கு பாகிஸ்தானையும் கூட ஓரங்கட்டியது. அடுத்தடுத்த இடைத்தேர்தல்களில் லீக் வேட்பாளர்கள் தோற்கடிக்கப்பட்டனர். அதிகார வர்க்கம் திகிலடையத் துவங்கியது. சிறிய பிரதேசங்களான சிந்து, பலுசிஸ்தான், வடமேற்கு பிராந்தியங்கள் வங்காளிகளுடன் கூட்டணி அமைத்து விட்டால் நாட்டையே ஆள முடியுமென்பது அவர்கள் பயமாக இருந்தது. உள்நாட்டில் இது பஞ்சாபி நிலப்பிரபுக்கள், அதிகாரிகள் மற்றும் புதிதாக வளர்ந்து வந்த முதலாளிமார்களுடைய அரசியல், பொருளாதாரக் கட்டுப்பாட்டைப் பயமுறுத்தியது. உலக அளவில், இராணுவம் மற்றும் அதிகார வர்க்கம் விவாதித்த பனிப்போர் கூட்டணிகளிலிருந்து ஒரு தேர்ந்தெடுக்கப்பட்ட பாகிஸ்தான் இராணுவம் வெளியேறலாம். ஒரே ஒரு தீர்வுதான் இருந்தது. மொத்தமாக ஜனநாயகத்தை மறந்து விடுவது.

நாட்டின் முதன் முதல் பொதுத்தேர்தல் 1959-ல் நடத்தப்படும் என்று அரசியலமைப்பு சபை ஏற்றுக் கொண்டிருந்தது. ஒரு ஜனநாயகப் பூர்வமாகத் தேர்ந்தெடுக்கப்பட்ட ஆட்சி அமையும் வாய்ப்பு கிடைக்கும் முன்னரே அதிகார வர்க்கம் மற்றும் அமெரிக்காவின் கட்டளைகளின் பேரில் இராணுவம் அக்டோபர் 1958-ல் ஆட்சியைப் பிடித்தது. ஜெனரல் அயூப்கான் நடைமுறையில் நாட்டின் பிரதமரானார். அறிவுப்பூர்வமாக அவருக்குச் சவால் விடப்பட்டதென்பது பாகிஸ்தான் இரகசியமே அல்ல. இந்தப் புரிதல் இருந்தாலும், நாட்டின் தலைவரென்ற முறையில் அவரது முதல் கருத்துக்கள் மக்களைத் திகைப்படையச் செய்தன. அது அரசியல் புவியியலுக்குத் தனியான பங்களிப்பாகும்: "ஜனநாயகம் ஒரு கொதிப்பான சூழலில் வேலை செய்ய முடியாது என்பதை நாம் உணர்ந்து கொள்ள வேண்டும். ஜனநாயகம் வேண்டுமென்றால் நமக்கு பிரிட்டனைப் போன்று குளிர்ந்த சூழல் தேவை." பஞ்சாப் கவிஞர் புதிய ஆட்சியாளர்களைக் கிண்டல் செய்தார்: 'இப்போது ஒவ்வொரு நாளும் நன்றாகவும், ஆறுதலளிப்பதாகவும் உள்ளது / எங்கு நீங்கள்

பார்த்தாலும் இராணுவம்' இந்த வார்த்தைகளைக் கூறியதற்கா அவர் சிறைப் படுத்தப்பட்டார். ஆனால் அவரது கவி உள்ளுணர் இராணுவச் சீருடை நிலைக்கப் போகிறதெனக் கூறியது. நா பாதிக்கப்படப் போகிறது.

இத்தகைய சந்தேகங்கள் அமெரிக்காவின் முக்கிய ஊடகங்களுக் இல்லை. எப்போதுமே அமெரிக்க ஆதரவு இராணு சர்வாதிகாரிகளிடம் பரந்த மனதுடன் இருந்த நியூயார்க் டைம் அந்த முட்டாள் தனத்தின் உள்ளார்ந்த ஆபத்தை உணரத் தவறியத அயூப் வெளிப்படையாக ஜனநாயகத்துக்கு விடை கொடுத்து கொண்டிருந்தார். அக்டோபர் 12, 1958-ல் புதிய அரசு குறித் அந்தப் பத்திரிகை தலையங்கத்தில் கூறியது:

பாகிஸ்தானில் ஜனாதிபதி மிர்ஸா, இராணுவத்தின் தளப ஜெனரல் அயூப்கான் இருவருமே காலப்போக்கில் அங்கு நல் நியாயமான, ஜனநாயக அரசை நிறுவுவதைத் தான் முன்மொழிகிறார்க என்று தெளிவாகக் கூறியுள்ளனர். அவர்களது நேர்மையை சந்தேகிக்கக் காரணமில்லை.

அயூபின் 'காலப்போக்கு' பத்தாண்டுகள் நீடித்தது. ஒரு பத்தாண் கால இராணுவ சர்வாதிகாரம் சீனா மற்றும் மேற்கின் ஆதரவை பெற்றது. அது அடக்குமுறை, போர், ஒரு பக்க சார்பா பொருளாதார வளர்ச்சியின் பத்தாண்டுகள். அந்த நாட்களி பலவீனமான மேற்கத்திய தாராளவாதிகளுக்குக்கூட வெளிநாட்டு தலையீடு தேவையெனக் கேட்கத் தோன்றியிருக்காது. அவர்களுக்கு மற்றவர்களுக்கும் ஆசியா, ஆப்பிரிக்கா, லத்தீன் அமெரிக்காவிலிருந் மேற்கத்திய ஆதரவு சர்வாதிகாரங்களுக்கான காரணம் மி எளிதானது என்பது தெரியும்: மேற்கின் தாராள ஜனநாயகங்க மற்ற இடங்களில் ஜனநாயகத்தைக் கண்டு பயந்தது. வெளிநாட்டு தலையீட்டாலல்ல, அதன் சொந்த மக்களின் காவியப் போராட்டத்தா அந்த மிருகம் அகற்றப்பட்டது.

நவம்பர் 7, 1968-ல் தொடங்கிய மாணவர் கலகம் கடு அடக்குமுறையையும் மீறி விரைந்து பரவியதுடன் வலிமையடைந் விரிவான அடக்குமுறையை மீறி மற்ற சமூகத் தளங்களையு கவர்ந்திழுத்தது. ஜனவரி 1969-ல் தொழிலாளர்கள் இந்த இயக்கத்தி இணைந்தனர். அற்குள்ளாகவே அந்த இயக்கம் மேற்கு, கிழக் பாகிஸ்தானின் ஒவ்வொரு பெரிய நகரத்தையும் தழுவியது. விரைவி வழக்குரைஞர்கள், மருத்துவர்கள், ஆசிரியர்கள், நீதிபதிகள் விலைமாதர்கள் ஜனநாயகத்துக்காகப் போராட முன்வந்தன அவர்களது சொந்த அரசைத் தேர்ந்தெடுப்பதிலிருந்து தடுக்கப்பட்ட

மக்கள் அடிமட்டத்திலிருந்து ஒன்று சேர்ந்தனர். மார்ச் 1969-ல் தாமே நியமித்துக் கொண்ட ஃபீல்டு மார்ஷல் தமது தவறை ஒப்புக் கொண்டு ராஜினாமா செய்தார். வெற்றி. எல்லா நகரங்களிலும் மக்கள் தெருக்களில் இறங்கி ஆடினர். நான் கராச்சி விமான நிலையத்தை வந்தடைந்தபோது சூழ்நிலை உற்சாகமாக இருந்தது. அது அதிகாரிகளைக் கூட பாதித்ததுபோல் தெரிந்தது.

நான் லாகூர் செல்ல விமானத்துக்காகக் காத்துக் கொண்டிருந்த போது எனது தாயின் தூரத்து உறவினரும் இராணுவ கர்னலுமான எனது உறவினரை தற்செயலாகச் சந்தித்தேன். குவெட்டாவில் இராணுவக் கல்லூரியில் சிறிது காலம் இருந்துவிட்டுத் தலைமையகத்துக்குத் திரும்பிக் கொண்டிருந்த அவருக்கு எந்தச் செய்தியும் இல்லை. அவரை நான் பல ஆண்டுகளாகச் சந்திக்கவில்லை. அவர் எனக்கு ஆர்வத்துடன் வாழ்த்துத் தெரிவித்தபோது நான் போலியாக அவருக்கு ஒரு சல்யூட் வைத்தேன். அவர் சிரித்தார். ஆறு மாதங்களுக்கு முன் அவர் என்னை நேராகக் கூர்ந்து பார்த்திருப்பார். காலை உணவின்போது அப்போதுதான் அவர் ஐசக் டியூட்சரின் துயர நாடகத்தைப் படித்து முடித்ததாகக் கூறினார்: ட்ராட்ஸ்கியின் மூன்று தொகுதி கொண்ட சுய வரலாறு. நான் திகைப்பை வெளியிட்டேன். அவர் செஞ்சேனை குறித்துப் படிக்க வேண்டியிருந்ததாகவும் கல்லூரி நூலகத்தில் அந்தப் புத்தகங்களைக் கண்டதாகவும் அவர் கூறினார். 'ஒரு விஷயம் என்னை மிகவும் திகைப்பூட்டுகிறது' என்று அவர் கூறினார். "உள்நாட்டுப் போரின்போது ட்ராட்ஸ்கி மிகவும் சிறந்த தலைவராகத் திகழ்ந்தார். டுகாசேவ்ஸ்கி கூர்மையான இராணுவத் தளபதியாகத் திகழ்ந்தார். நீங்கள் ஒப்புக் கொள்கிறீர்களா?" நான் ஒப்புக் கொண்டேன். 'பிறகு அவர்கள் ஏன் ஸ்டாலினை முறியடிக்க செஞ்சேனையைப் பயன்படுத்தவில்லை! நான் விளக்கினேன். 'நான் நீங்கள் கூறுவதை ஒப்புக் கொள்ளவில்லை' என்றார். 'இரத்தத்தில் மூழ்கிய ஸ்டாலினைவிட ட்ராட்ஸ்கி, டுகாசேவ்ஸ்கியின்கீழ் போனபார்டிஸம் மேலானதாக இருந்திருக்கும். நீங்கள் இவ்வளவு சாமர்த்தியமில்லாமல் எப்படி இருக்கிறீர்கள்?".

நான் சற்று ஓங்கிச் சிரிக்கத் துவங்கினேன். இது அவரை சங்கடப்படத்திக் கொஞ்சம் கோபமடையச் செய்தது. "நீங்கள் இதிலிருக்கும் நகைச்சுவையைக் காணவில்லையா" என்று கேட்டேன். 'உங்கள் தலைமைத் தளபதி தான் இங்கு வருவதைத் தடை செய்தார். அவர் இங்கு இல்லாததால் நான் திரும்பியிருக்கிறேன். உங்கள் தலைவரை அதிகாரத்திலிருந்து அகற்றிய வெற்றிகரமான எழுச்சியை இப்போதுதான் பார்த்தோம். 1923-ல் ஏன் ட்ராட்ஸ்கி இராணுவ

சர்வாதிகாரத்தைத் தேர்வு செய்யவில்லை என்று நீங்கள் இப்போது கேட்கிறீர்கள்?"

அவர் சிறிது பின்வாங்கினாலும். விட்டுக் கொடுக்க மறுத்தார். சில வருடங்கள் கழித்து அவர் பாலியல் போனபார்டிஸத்துக்காக அவசரமாகப் பதவி ஓய்வு பெற வேண்டி வந்தது. ஒரு இளம் அதிகாரியின் மனைவியுடன் கள்ளத்தொடர்பு வைத்துக் கொள்வதற்காக அவரை மீண்டும் மீண்டும் போலியான மிஷன்களுக்கு அனுப்பி வைத்தார். இந்தக் கள்ளத்தொடர்பு கண்டுபிடிக்கப்பட்டு அந்த இளம் அதிகாரி என் உறவினரின் மூக்கை உடைத்து விட்டார். அவருடைய இராணுவ வாழ்க்கை அவமானத்துடன் முடிந்தது மிகவும் வருத்தமானது. இன்னும் ஏழாண்டு காலத்தில், ஜியாவின் கோர்னிலோவுக்கு எதிராக டுகாசேவ்ஸ்கியை உபயோகிக்க யாராவது அவரை ஊக்குவித்திருப்பர்.

ஆறு வாரங்களுக்கு நான் கிழக்கு, மேற்கு பாகிஸ்தானில் விரிவான பயணம் மேற்கொண்டு, அரசைக் கவிழ்த்த ஆண்கள், பெண்களைச் சந்தித்து, அரசியல்வாதிகளுடன் பேசினேன். மேற்கு பாகிஸ்தான் மேடைகளில் அநேகமாகப் பிரபல கவிஞர் ஹபீப் ஜிலாப் என்னுடனிருந்தார். அவரது கவிதைகள்தான் பல நகரங்களில் இயக்கத்தைத் தூண்டிவிட்டது. இயக்கம் துவங்குவதற்குச் சில ஆண்டுகளுக்கு முன்னமே பல முஷிராக்களில்[54] ஜிலாப் இராணுவ ஆட்சியைக் கண்டனம் செய்தார். 'இந்த முறையை விடிதல் இல்லாத ஒரு இரவை / நான் எப்போதும் ஏற்க மாட்டேன், நான் எப்போதும் அடிபணியமாட்டேன்! அல்லது 'ஒரே ஒரு கோஷம், ஒரு கோரிக்கை / ஜனாதிபதி அவர்களே, அமெரிக்காவை அதிகபட்சமாக நேசிக்காதீர்! ஜலீபைப் போல வேறு எந்தக் கவிஞரும் மீண்டும் மீண்டும் சிறை சென்று திரும்பவில்லை. அவர் கீழ்ப்படிய மறுத்தார். இந்த இயக்கத்தின்போது மௌடுடியின் ஆதரவாளர்கள் முற்றிலும் ஓரங்கட்டப்பட்டிருந்தனர். உருதுவில் உருவாக்கப்பட்டிருந்த அவர்களது பாடல் போன்ற முழக்க மக்களின் ஆர்வத்தைக் கவரவேயில்லை: 'பாகிஸ்தான் என்பதன் அர்த்தம் என்ன? ஒரே ஒரு அல்லாதான் இருக்கிறார்'. இதற்கு பதிலாக அதே பாடலைப் போல ஜிலாட் ஒரு முழக்கத்தை உருவாக்கினார். அதனை லட்சக்கணக்கானோர் முழங்கினர். 'பாகிஸ்தான் என்பதன் அர்த்தம் என்ன? உணவு, உடை, மருந்துகள்'. பிறகு அவர் முல்லாக்களை வெளிப்படையாகவே கிண்டல் செய்தார்.

சில மேடைகளில் இருபதாயிரம் பேருக்கோ, அதற்கு அதிகமாகவோ இருந்த கூட்டங்களில் நாங்கள் உரையாற்றும்போது அவர் என் காதில் கிசுகிசுப்பார்: 'அவர்கள் முக்கியமாக இன்று விவசாயிகளும்

தொழிலாளர்களும் தான். அவர்களுக்கு வியட்நாம் பற்றிக் கூறுங்கள். நாம் வெல்ல முடியுமென்பதைக் காட்டுங்கள்'. அவர் கேட்டுக் கொண்டதுபோல் நான் செய்வேன். பிறகு அவர் 'வியட்நாம் எரிகிறது' என்ற கவிதையைக் கூறுவார்:

'ஓ மனிதாபிமான அன்பர்களே,
நீங்கள் எங்கு இருக்கிறீர்கள்?
மனித இனம் எல்லையில் இருக்கிறது
வியட்நாம் எரிகிறது, வியட்நாம் எரிகிறது
மௌனமாக இருக்காதீர்கள், இப்போது பேசுங்கள்
போர் மேகங்கள் இந்த வழியில் வந்து கொண்டிருக்கின்றன!

மேற்கு பாகிஸ்தானில் அனைத்துப் பாரம்பரியக் கட்சிகளும் இந்த எழுச்சியால் ஓரங்கட்டப்பட்டுவிட்டன. ஒரே ஒரு புகழ்மிக்க தலைவர் ஜுல்பிகர் அலி புட்டோ மட்டும்தான். அயூப் கானின் அமைச்சரவையிலிருந்து நீக்கப்பட்ட அவர் இப்போது வெகுஜன இயக்கத்தின் தலைவராக மலர்ந்தார். அவரது வார்த்தை ஜாலம் தீவிரவாதமாக இருந்தது. அவர் முதலாளித்துவத்தை அழித்து விடுவதாக பயமுறுத்தினார், நிலச் சீர்திருத்தத்தையும், அனைவருக்கும் உணவு, உடை, இருப்பிடத்தையும் அளிப்பதாக உறுதி கூறினார். அது அவரது பிரச்சாரத்தின் கருவாக மாறியது. ஜனநாயகமும், சமூகநீதியும் பலமான கலவையாக இருந்தன. நாட்டில் பயணம் செய்யும்போது புட்டோவின் கட்சிப் பெரும்பான்மையை எளிதாக பாகிஸ்தானின் இந்தப் பகுதியில் வெல்லுமென்பது தெளிவாகத் தெரிந்தது. அயூபின் அடுத்த ஆட்சியாளரான ஜெனரல் அயூப்கான் உடனடியாகப் பொதுத் தேர்தலை அறிவித்தார். மார்ச் 1970 அன்று நாடே மகிழ்ந்து கொண்டாடியது.

நான் கிழக்கு பாகிஸ்தான் தலைநகரான டாக்காவுக்கு வந்தபோது அங்கும் சூழல் அதேபோல் மகிழ்ச்சி வெறியுடன்தான் காணப்பட்டது. ஆனால் இந்த வித்தியாசத்துடன் இருந்தது. நான் பேசிய மாணவர்கள், அறிவுஜீவிகள், தொழிற்சங்கத் தலைவர்கள் பிளவுபட்டு இருந்தனர். தேசியவாதிகள் பாகிஸ்தானிய அறிவுஜீவிகளிடம் வெறுப்புற்றிருந்தனர். வங்காள இடதுசாரிகள் இயக்கத்தின் போது பிளவுபட்டிருந்தனர். அவர்களில் மாவோயிஸ்டுகள் ஃபீல்டு மார்ஷல் அயூப்கான் சீனாவுடன் நட்புக் கொண்டிருந்ததால் அவர் ஒரு 'ஏகாதிபத்திய எதிர்ப்பாளர்' என்ற அடிப்படையில் இயக்கத்தை விட்டு விலகி நின்றனர். ஒரு காலத்தில் பலமாக இருந்த இடதுசாரிகளின் பலவீனம் இந்தப் போராட்டத்தில் தேசியவாதிகளும், அவாமிலீகும் முன்கை எடுத்துச் செயல்பட வழிவகுத்தது. மேற்கிடமிருந்து முழுமையான சுயாட்சி உரிமையைக் கோரிய

அவர்கள் இந்தக் கோரிக்கைகளை உள்ளடக்கிய ஆறு அம்சக் கோரிக்கைகளை ஏற்காவிட்டால், தமது போராட்டத்தைத் தொடரவிருந்தனர். எங்கு நான் சென்றாலும் அங்கு இதுதான் நிலை. வங்காளம் அது உடைத்துக் கொள்ளத் தயாராக இருக்குமளவுக்கு அடிக்கடி தவறாக நடத்தப்பட்டிருந்தது. நான் டாக்கா பல்கலைக்கழக மாணவர்களிடம் பேசியபோது, நான் ஆங்கிலத்தில் பேச வேண்டுமென்றும் மத்திய அரசு வலிந்து அவர்கள் மீது திணிக்க முயன்ற உருதுவில் பேசக்கூடாது என்றும் வற்புறுத்தினர். சிலர் கூச்சலிட்டனர்: 'வங்காள மொழியைத் தயவுசெய்து கற்றுக் கொள்ளுங்கள்! அந்த வளாகத்தில் இயக்கம் தொடங்கிய அம்தாலா மரத்தின் கீழ் நின்று கொண்டு, அவர்களது ஆறு அம்சக் கோரிக்கைகளை இராணுவம் ஏற்றுக் கொள்வதற்குச் சிறிதளவு வாய்ப்புக்கூட இல்லையென்று அவர்களிடம் நான் கூறினேன். இந்த விஷயத்தில் அவர்களுக்கு எந்தக் கற்பனையும் இருக்கக் கூடாது. அதுதான் அவர்களுக்கு வேண்டுமென்றால், முழுப் பாதையிலும் பயணிக்க அவர்கள் தயாராக வேண்டும். நான் அவர்களைத் திகைத்துப்போய் நிற்க வைத்துவிட்டேன் என்பதைக் காண முடிந்தது.

பின்னர் சில இடதுசாரிகள் என்னிடம் வந்து எனது பேச்சு அவாமி லீக் மாணவர்களை ஊக்குவித்து விட்டது என எச்சரித்தனர். அதன் பின்னர் சில நாட்கள் சூடான விவாதம் தொடர்ந்தது. அடுத்த சில நாட்களில் நான் அவாமி லீக் தலைவர் ஷேக் முஜிபுர் ரஹ்மானைச் சந்தித்தபோது நான் பல்கலைக்கழகத்தில் என்ன பேசினேன் என்பதை சரியாகத் தெரிந்து வைத்திருந்தார். 'நீங்கள் நிச்சயமாக இருக்கிறீர்களா?' என்று கேட்டார். 'நாங்கள் அடுத்த தேர்தலில் வென்று விட்டால் என்னவாகும்?' அவர்கள் 1954 தேர்தலிலும் வென்றிருந்தார்கள் என்பதை நான் அவருக்கு நினைவூட்டினேன். இப்போது நிலைமைகள் மாறியுள்ளன என்பது உண்மைதானென்றாலும், இராணுவம் ஆறு அம்சக் கோரிக்கைகளை ஏற்குமா என்பது எனக்குப் பெரிய சந்தேகம்தான். நான் ஒரு இரத்தக் களரியைக் கணித்தேன். அவருக்கு நம்பிக்கை ஏற்படவில்லை. பதினைந்து நாட்களுக்கு மேலாக கிராமப்புறத்தில் என்னுடன் பயணம் செய்த விவசாயத் தலைவர் மௌலானா பாஷினிக்கும் நம்பிக்கையேற்படவில்லை. நான் ஏதோ ஒன்று மிக மோசமானது நடக்குமென்று அஞ்சினேன். அது நடந்தது.

டிசம்பர் 1970-ல் தேர்தல் நடந்தது. மேற்கு பாகிஸ்தானில் புட்டோ பெரும் பெரும்பான்மையைக் கைப்பற்றினார். கிழக்கு பாகிஸ்தானில் அவாமி லீக் 90% மக்களின் பரந்த ஆதரவைப்

பெற்றது. அவர்கள்தான் நாட்டின் மிகப் பெரிய கட்சிகள். ஷேக் முஜிப்தான் ஆட்சியமைக்க அழைக்கப்பட்டிருக்க வேண்டும். ஆனால் யாஹியா கானும் அவரது சகாக்களான தளபதிகளும் தேர்தல் முடிவை ஏற்க மறுத்தனர். அவருக்கு அவமரியாதை ஏற்படும் வகையில் புட்டோ அவர்களுடன் ஒரு உடன்பாட்டுக்கு வந்தார். அவர் முஜீபை ஆதரித்தால் கதை கொஞ்சம் வேறு மாதிரியாக இருந்திருக்கும். மாறாக இராணுவம் கிழக்குப் பிரதேசத்தின் மீது படையெடுத்து ஆக்கிரமிக்கத் தயாரானது.

இதுதான் முடிவு. இராணுவத்துக்குள் சிப்பாய்களுக்கு இன வெறுப்புணர்வு ஊட்டப்பட்டது. வங்காளிகள் சமீபத்தில்தான் இஸ்லாத்துக்கு மாறிவர்களென்றும், இந்துயிஸம் அவர்களது ரத்தத்தில் ஊறியுள்ளதென்றும், அதனால்தான் அவர்கள் பாகிஸ்தானிலிருந்து உடைத்துக் கொண்டு செல்ல விரும்புகிறார்கள் என்றும் அவர்களுக்குக் கூறப்பட்டது. ஆனால் நாம் அல்லவா அவர்களிடமிருந்து உடைத்துக் கொண்டு செல்வது போல் தோன்றுகிறது என்று யாரும் கூறவில்லை.

இந்து வங்காள மரபணுவை மாற்றுவதற்காகப் பெண்களைக் கும்பல் கும்பலாக பலாத்காரம் செய்ய சிப்பாய்கள் தூண்டப்பட்டனர். இதைத்தான் பஞ்சாபி அதிகாரிகள் பஞ்சாபி சிப்பாய்களிடம் கூறினார்கள் அதைத்தான் அவர்களும் செய்தார்கள். மார்ச் 1971-ல் கிழக்கு பாகிஸ்தான் மேற்கு பாகிஸ்தான் மீது படையெடுத்தது. பலாத்காரங்களும், படுகொலைகளும் நிகழ்ந்தன. ஒரு இரவில் மட்டுமே, ஆக்கிரமித்திருந்த சிப்பாய்கள், ஜமாத் இ இஸ்லாமி கூட்டாளிகளுடன் சேர்ந்து கொண்டு மாணவியர் விடுதிகள் மீது படையெடுத்தனர். நூற்றுக்கணக்கான மாணவியரைக் காணவில்லை. இடதுசாரி அறிவுஜீவிகளைத் தேடிப் பிடித்து சுட்டுக் கொன்றனர். ஷேக் முஜிப் சிறைப்பிடிக்கப்பட்டு மேற்கு பாகிஸ்தானில் சிறையிலடைக்கப்பட்டார். அவரது கட்சி தலைமறைவாகி தடுப்புப் போராட்டத்துக்குத் தயாரானது. பாகிஸ்தானின் மகாகவி பியாஸ் அகமது பியாஸ் 'ரத்தத்தில் குளித்த விழிகள்' - ஐ எழுதினார்.

பத்தாண்டுகளுக்குப் பிறகு 'மிட்நைட் சில்ட்ரனில்' சல்மான் ருஷ்டி கிழக்கு பாகிஸ்தான் மீது மேற்கு பாகிஸ்தானின் முதல் இராணுவத் தாக்குதலை நிரந்தரமாகப் பதிவு செய்தார்:

மார்ச் 25, 1971 நள்ளிரவு: குண்டு வீச்சை சந்தித்துக் கொண்டிருந்த ஷேக் முஜிபுரின் பதுங்குமிடம் நோக்கி புத்தா துருப்பை நடத்திச் சென்று கொண்டிருந்தார். விடுதிகளிலிருந்து ஆசிரியர்களும் மாணவர்களும் வெளியில் ஓடி வந்து கொண்டிருந்தனர்; அவர்கள்

துப்பாக்கிக் குண்டுகளால் வரவேற்கப்பட்டனர், புற்தரைகள் மீது மெர்க்குரிகுரோம் (இந்த கலர் ரத்தத்தைக் குறிக்கிறது) கறை படிந்தது. நாங்கள் நகரத் தெருக்களில் பயணித்த போது, ஷாகித் ஜன்னல் வழியே நம்ப முடியாதவற்றைக் கண்டார்; சிப்பாய்கள் அனுமதி பெறாமல் பெண்களின் விடுதிகளுக்குள் புகுந்தனர்; பெண்கள் தெருவில் இழுக்கப்பட்டு பலாத்காரம் செய்யப்பட்டனர், மீண்டும் அனுமதி பெறுவது குறித்து யாரும் கவலைப்படவில்லை...

சிந்தனைகள் மிகவும் வலியைத் தரும்போது, அதற்குச் சிறந்த மருந்து செயல்தான்.... கட்டி வைக்கப்பட்டு சிரமப்பட்ட சிப்பாய் நாய்கள், விடுவிக்கப்பட்டதும் வேலையில் மகிழ்ச்சியுடன் குதித்தன. ஓ விரும்பத்தகாதவர்களை ஓநாய்கள் விரட்டுகின்றன! ஓ பேராசிரியர்கள், கவிஞர்களின் செழுமையான பிடிப்பு! ஓ துரதிர்ஷ்டம் பிடித்தவர்கள் அவாமி லீகர்கள், வடிவமைப்பாளர்களைச் சிறை செய்யும் போது தடுக்க முயன்றபோது சுடப்பட்டார்கள்! போர்வெறி கூச்சலின் நாய்கள் நகரத்தில் பேரழிவை உண்டாக்கின.... பருவ ஷாஹீத் அயூபாவி எரியும் சேரிகளின் வாடையால் மூக்கு தாக்கப்பட்டு முறைபோட்டு வாந்தி எடுத்தார்கள்... விரும்பத்தகாதோர் யாரும் அந்த இரவில் பாதுகாப்பாக இல்லை; எந்த மறைவிடமும் துளைக்கப்படாமல் இல்லை. ஓடிய தேச ஒற்றுமை எதிரிகளை இரத்த ஓநாய்கள் மோப்பம் பிடித்தன; ஓநாய்கள் வேட்டை நாய்கள் தாம் தாழ்ந்து போய்விடாமல் தமது இரையின் மீது கோரப் பற்களை இறுக்கின...

ஏராளமான எனது வங்காள நண்பர்கள் காணாமல் போயினர். எங்கும் குழப்பம் நிறைந்திருந்தது. வெளியே மேற்கு வங்காளத்தைச் சேர்ந்த எங்களைப் போன்ற சிலர் பிரிட்டனிலும், அமெரிக்காவிலும் இந்தக் கொடூரங்களை எதிர்த்துப் போராட்டங்களை நடத்தினோம். இஜாஸ் அகமது, ஃபெரோஸ் அகமது, இக்பால் அகமது ஆகியோரும் நானும் சேர்ந்து ஆதரவு கேட்டுப் பேசவும் எழுதவும் செய்தோம். ஆனால் மேற்கு மௌனம் காத்தது, நிக்ஸன் கிஸ்ஸிங்கரை (இதற்கு மாறாகவும் இருக்கலாம்) 'பாகிஸ்தான் பக்கம் சாயுமாறு' உத்தரவிட்டார். பீகிங்கும் அதே பக்கம் சாய்ந்தது. போர் வெடித்ததும் லட்சக்கணக்கான அகதிகளுக்கு இந்தியாவின் மேற்கு வங்காளம் தற்காலிகமாகப் புகலிடம் அளித்தது. இறுதியாக, இந்திய இராணுவம் எல்லை தாண்டி வந்து பாகிஸ்தான் இணையைத் தோற்கடித்தது. ஜெனரல் நியாஸி சரணடைய முடிவு செய்தார். அவர் போரிட விரும்பவில்லை. அது ஒரு அறிவார்ந்த முடிவு. ஏற்கனவே ஏராளமான இரத்தம் சிந்தப்பட்டுவிட்டது. இந்தியத் துருப்புகள் வங்காளிகளால் சுதந்திரம் பெற்றுத் தந்தவர்கள் என்று கொண்டாடப்பட்டனர். பாகிஸ்தான் இறந்தது. பங்களாதேஷ் பிறந்தது.

இந்த ஒரு நிகழ்ச்சியே என்னைப் 'புதிய' பாகிஸ்தானிடமிருந்து அந்நியப்படுத்தி விட்டது. முன்பு ஒருவர் அறிவுஜீவிகளை எதிர்த்துச் சண்டையிட்டார், ஆனால் இப்போது பெருமளவு மக்கள் அசிங்கமான இனவெறியால் பாதிக்கப்பட்டிருந்தனர். அது பலுச்சோ, பாஸ்தூன்களோ, பஞ்சாபிகளும் கூடவோ, ஓரளவுக்கு சிந்துக்களோ, அனைவரும்தான். அவர்களது பெயரால் நடத்தப்பட்ட குற்றங்களுக்குப் பஞ்சாபிகள் எதிர்ப்புத் தெரிவிக்காதது அவர்களை உடந்தையாகச் செய்தது. சிலர் சந்தேகமின்றி பயந்திருந்தாலும், சமீபத்தில்தான் மலைகளை நகர்த்தி, பயத்தை ஏமாற்றி, சர்வாதிகாரத்தையே கவிழ்த்துள்ளனர் என்றபோது அவ்வாறு எப்படியிருக்க முடியும்? அது வேறு ஒன்று. அதுதான் புட்டோ. அவரை இயக்கத்தின்போது பின்பற்றினர், அவருக்கு வாக்களித்தனர், அவரைக் காட்டிக் கொடுக்க முடியாது. அவர் சரியாகத்தான் இருக்க முடியும் என்று கற்பனை செய்துகொண்டு அவர்கள் மௌனம் காத்தனர். அப்போதுதான் நான் அவர்களிடமிருந்து தனிப்பட்ட முறையில் விலகியிருக்க முடிவு செய்தேன். வங்காள ரத்தம் எங்களைப் பிரித்தது.

பாகிஸ்தான் இப்போதும் தனது குற்றங்களை ஒப்புக்கொண்டு பங்களாதேஷ் மக்களிடம் மன்னிப்புக் கோரவில்லை. மற்றவர்களுக்காக மட்டுமல்ல, அதற்காகவும் பாகிஸ்தானின் அதிகாரப்பூர்வ வரலாறு இன்னும் பொய்யைத் தொடர்ந்து கூறி வருகிறது. எப்படி இந்தியா பாகிஸ்தானைப் பிளக்க முடிவு செய்தது என்று அவர்கள் எழுதுகின்றனர். அது உண்மையல்ல. அதிகார வர்க்கம் பெரும்பான்மை ஜுல்பிகர்அலி புட்டோ தலைமையிலான பீப்பிள்ஸ் கட்சியின் ஆதரவுடன் பாகிஸ்தான் இராணுவம்தான் இந்த ஆபத்தான முயற்சியை எடுத்துத் தோற்றது. பஞ்சாபி சிப்பாய்களின் 'தூய்மையான முஸ்லிம் மரபணுவை' விதைப்பதில் அவர்கள் வெற்றி பெறவில்லை.

புட்டோவுக்குத் தேவையானது கிடைத்து விட்டது. அவர் குறுகிய நாட்டின் தலைவரானார், ஏராளமாக உறுதிகளை அளித்தார். ஆதரவாளர்களுக்கு உண்மையாக மிகவும் குறைவாகவே செய்தார்.[55]

அமெரிக்கா அவரைக் கைகழுவ முடிவு செய்ததும், அவர்கள் இராணுவத்தைத்தான் உபயோகிப்பார்கள் என்று வெளிப்படையாகத் தெரிந்தது. எப்போதுமே குணநலன்களைக் கணிப்பதில் பலவீனமும், புகழ்ச்சிக்கு மயங்குபவருமான புட்டோ, ஜெனரல் ஜியா உல் ஹக்கை மற்ற நான்கு ஜெனரல்களுக்கு மேல் உயர்த்தியிருந்தார். உரையாவைச் சேர்ந்த பெரிய உருவமான ஜியா 'அவரது பாக்கெட்டில்' இருப்பதாக

அவர் நினைத்தார். ஆனால் ஜியா கோட்டையளவு புகழ் பாடட் பயின்ற அதிகாரி. அவரது விசுவாசங்கள் தேசிய எல்லைகளைக் கடந்து நீண்டன. அவர் தனது மனோதிடத்தை ஜோர்டானில் 1970-ம் வருடம் பாலஸ்தீன தற்காப்பைக் கடுமையாகத் தோற்கடித்ததன் மூலம் ஏற்கனவே காட்டியிருந்தார். ஜோர்டானின் ஹுஸைனைப் பாதுகாக்கும் திட்டம் அமெரிக்காவாலும். இஸ்ரேலாலும் நடத்தப்பட்டது. அந்த நேரத்தில் பிரிகேடியர் ஜியா-உல்-ஹக் இஸ்லாத்தின் நோக்கம் குறித்து மிகவும் கவலைப்படவில்லை. ஏழு ஆண்டுகளுக்குப் பிறகு, ஜெனரல் ஜியா பாகிஸ்தானில் புட்டோவை அகற்றி ஆட்சியைப் பிடித்தார். சிறை செய்யப்பட்ட புட்டோ மீது பின்னர் கொலைக்குற்றம் சாட்டப்பட்டது. ஒரே இரவில் மீண்டும் அவர் புகழ் பெற்று விட்டார். ஒரு உயர் நீதிமன்ற பெஞ்ச் புட்டோவுக்கு பெயில் அளித்தபோது நீக்கப்பட்ட அந்தத் தலைவர் தனது நண்பர்களுடன் ஆலோசிக்க லாகூருக்குப் பறந்து சென்றார். அவர் சென்று இறங்கியபோது பல்லாயிரக்கணக்கான மக்கள் அவரது விடுதலையை வரவேற்கத் தெருக்களில் அணி வகுத்தனர். இந்த ஆதரவு அவருக்கு மரண தண்டனையைப் பெற்றுத் தந்தது.[56]

புட்டோ உயிரோடு இருந்தால் மீண்டும் அதிகாரத்தை ஒருநாள் பிடித்துவிடுவார் என்று ஜியா அறிந்திருந்தார். அது இரண்டு மனிதர்கள், ஒரு சவப்பெட்டியின் விஷயம்.

அமெரிக்காவின் முழுமையான ஆதரவுடன் நடந்த ஜியாவின் இராணுவ சர்வாதிகாரம்தான் நாட்டின் வரலாற்றில் மிக மோசமான காலகட்டம். ஜியாவின் ஆட்கள் குருடர்களாகவும், செவிடர்களாகவும் இதயமற்றவர்களாகவும் இருந்தனர். புதிய அரசு இஸ்லாத்தைத் தனது தாக்கும் கருவியாக உபயோகிக்க முடிவு செய்தது. அநேகமாக பெருத்த முட்டாள்களாக இருந்த அதன் தாடி வைத்த ஆதரவாளர்கள் எலும்பு மஜ்ஜை வரை சுயநலவாதிகளாக இருந்தார்கள். அவர்கள் மதத்துடன் தீமையான அளவுக்கு அபசாரத்தைச் சேர்த்தனர். ஜியாவின் கீழ் கொடுங்கோன்மையும், பொய்யும் முழுத் தலைமுறையையும் சீரழித்தது. இஸ்லாமிய தண்டனைகள் அமல்படுத்தப்பட்டன. பொது இடங்களில் சவுக்கடிகளும், மரண தண்டனை நிறைவேற்றுவதும் தொடங்கப்பட்டன. பாகிஸ்தானின் அரசியல் கலாசாரம் கொடூரமாகியது. அது இன்னும் சரியாகவில்லை. நாட்டின் தேர்ந்தெடுக்கப்பட்ட தலைவர் கொல்லப்படுவதை வாஷிங்டனும் லண்டனும் விலகி நின்று வேடிக்கைப் பார்த்தன. அணுசக்தித் திட்டம் இன்னமும் தொடர்ந்தது. எனினும் ஆஃப்கானில் மாஸ்கோ ஆதரவு இடதுசாரிகள் காபூலில் ஆட்சியைப் பிடித்து

விட்டதால் வாஷிங்டன் அந்தத் திட்டத்தைக் கண்டு கொள்ளாமல் விட முடிவு செய்தது.

பனிப்போர் பாமிர்களை வந்தடைந்து விட்டது. மாஸ்கோவைத் தூண்டிவிட்டு, தனிமைப்படுத்தி, தோற்கடிக்கும் தூண்டல் மிகவும் வலுவாக இருந்தது. ஒரு இழிவான இராணுவ சர்வாதிகாரி இந்தப் பிரசாரத்தை நடத்தும் மூலமாக மாறினார். மற்றவையெல்லாம் இந்த ஒரு இலக்குக்கு முன்னால் சிறியவையாகின. சோவியத் யூனியனைத் தோற்கடிக்க பாகிஸ்தான், ஆஃப்கானிஸ்தான் ஆகிய இரு நாடுகள் முழுமையாக உடைத்தெறியப்பட்டன. இஸ்லாம் அடிப்படைவாதமும், ஹெராயின் உற்பத்தியும் விரைவாக வளர்ந்தன.

1988-ல் ஜெனரல் ஜியா தமக்கு ஓய்வு பெறப்போகும் எண்ணமே இல்லை என்று தேசத்துக்கு அறிவித்து தமது பத்தாண்டு ஆட்சியை நிறைவு செய்தார். அடுத்த வருடம் அவர் கொல்லப்பட்டார். பாதுகாப்பு வழிகாட்டுதல்களின் சிறப்பாக உருவாக்கப்பட்ட ஒரு விமானம் நடுவானில் வெடித்துச் சிதறியது. ஜியாவைத் தவிர அவருடன் பயணம் செய்த இன்னொரு ஜெனரலும், அமெரிக்கத் தூதர் அர்னால்ட் ரஃபேலும் கொல்லப்பட்டனர். யார் ஜியாவைக் கொன்றது? அவருடைய மனைவி தம்மைப் பார்க்க வருபவர்களிடம் ‘அவர் நம்முடைய சொந்த மக்களால் கொல்லப்பட்டார்’ என்று கூறுவது வழக்கம். அதாவது அந்தக் கொலையில் இராணுவத்தின் பங்கும் உண்டு என்பது அர்த்தம். விசாரணைகளினால் எந்தப் பயனும் இல்லை. அமெரிக்காவோ, பாகிஸ்தான் உளவுத்துறையோ இந்தக் குறிப்பிட்ட கொலையின் மர்மத்தை விடுவிக்க முடியவில்லை.

ஜியாவின் ஆதரவாளர்களையும், அவர் வளர்த்த இஸ்லாமியக் குழுக்களையும் தவிர பாகிஸ்தானில் இதன் விளைவு, எல்லையற்ற மகிழ்ச்சி. அவரது மறைவைக் கொண்டாட பல நகரங்களில் இனிப்புகள் விநியோகிக்கப்பட்டன. அவரது அடுத்த ஆட்சியாளர் ஒரு பொதுத் தேர்தலை அறிவிக்க நிர்பந்திக்கப்பட்டார். பெனாசிர் புட்டோவும், பீப்பிள்ஸ் கட்சியும் ஏற்கனவே சர்வாதிகாரத்துக்கெதிரான ஒரு இயக்கத்தைத் துவங்கியிருந்தனர். அவர் மீண்டும் கைது செய்யப்பட்டிருந்தார். இப்போது அவரது பிரச்சாரம் பெரும் கூட்டத்தை ஆகர்ஷிக்கத் தொடங்கியது. அவரது எதிர்ப்பாளர் நவாஸ் ஷெரீப் இராணுவ சர்வாதிகாரத்தின் உருவாக்கம். பெனாசிர் தேர்தலில் வெற்றி பெற்று ஆட்சியில் அமர்ந்தது இராணுவ உயர் தலைமையைப் பெரும் சங்கடத்துக்குள்ளாக்கியது. ஆனால் பெனாசிர் ஒருபுறம் இராணுவத்தாலும், மறுபுறம் ஒத்துழைக்காத அதிகார வர்க்கத்தாலும் நெருக்கப்பட்டார். ஜனாதிபதியோ அவரது தந்தை

கொல்லப்படுவதற்கு உதவியாக இருந்தவர். முக்கியமாக பஞ்சாப் பிரதேசத்தில் நவாஸ் ஷெரீஃப் வெற்றி பெற்றிருந்தார். முல்லாக்கள் போராட்டத்தில் இறங்கியிருந்தனர். அவரது பக்கத்தில் சாதாரணமானவர்களாலும், தமது சொந்த முன்னேற்றத்தில் நாட்டம் கொண்ட அனைத்து விதமானவர்களாலும் சூழப்பட்டிருந்தார். சில ஆண்டுகள் கழித்து அசைவற்றுப் போயிருந்த அவரது அரசு நீக்கப்பட்டது. ஆட்சிக்குத் திரும்ப நவாஸ் ஷெரீஃபுக்கு அதிகார வர்க்கம் உதவியது. புட்டோவின் புதல்வியான பெனாசிருக்கும், முகமதுவின் புதல்வன் நவாஸுக்கும் உள்ள பகைக்கு பரந்த முன் காரணங்கள் உண்டு.

1947-லிருந்து லாகூர்தான் ஷெரீஃப் குடும்பத்தின் சொந்த நகரமாக இருந்தது. அவர்கள் (இப்போது இந்தியாவில் இருக்கும்) கிழக்குப் பஞ்சாபைச் சேர்ந்த கொல்லர்கள், புதிய முஸ்லிம் நாட்டில் புகலிடம் தேடி வந்தவர்கள். அவர்கள் கடுமையாக உழைத்தனர். அவர்களது பட்டறைகள் செழித்தன. அவர்கள் அரசியலில் ஆர்வமில்லாத வர்த்தகர்களாக இருந்தனர். 1972-ல் ஒருநாள் பெனாசிரின் தந்தை ஜுல்பிகர் அலி புட்டோவுக்கு ஷெரீஃப் குடும்பத்தின் தொழிற்சாலையை தேசியமயமாக்குவது குறித்து ஆலோசனை கூறப்பட்டது. அது பொருளாதார ரீதியாக அபத்தமான முடிவு. ஆனால் அது கட்சி விசுவாசிகளை மகிழ வைத்ததுடன், புட்டோ கிராமப்புறத்தில் நிலச் சீர்திருத்தத்தை அமல்படுத்த முடியவில்லையென்ற உண்மையிலிருந்து கவனத்தைத் திருப்பியது. நிலப்பிரபுக்கள் பெரிய, சிறிய தொழிற்சாலைகளை அரைகுறையாக தேசியமயமாக்குவதில் தான் ஆர்வமுடன் இருந்தனர். இதன் ஒரு விளைவுதான் குடும்பத் தலைவர் முகமது ஷெரீஃப்பை புட்டோவின் வாழ்நாள் எதிரியாக மாற்றியது. ஜூலை 1977-ல் ஜெனரல் ஜியா ஆட்சியைப் பிடித்ததும் ஷெரீஃப் குடும்பம் உரக்க சந்தோஷித்தது. போலி விசாரணைக்குப் பிறகு ஜியா, புட்டோவுக்கு மரணதண்டனை விதித்தபோது ஷெரீஃப் குடும்பம் தமது பிரார்த்தனைக்கு செவிசாய்த்ததற்காக அல்லாவுக்கு நன்றி கூறியது.

நவாஸ் ஷெரீஃப் காலம் சென்ற ஜெனரல் ஜியாவின் புரவலராகி அரசியலுக்குள் நாட்டின் சக்தி மிக்க நிறுவனமான அருவருப்பான ஐ.எஸ்.ஐ.யின் அசிங்கமான பூட்ஸாக கொண்டு வரப்பட்டார். பெனாசிர் முதல் முறை நீக்கப்பட்டபோது நவாஸ் பாகிஸ்தானின் பிரதமரானார். குடும்பத்தில் மிகவும் சாமர்த்தியம் வாய்ந்தவரான அவரது சகோதரர் ஷாபாஸ் ஓரமாக வைக்கப்பட்டார். ஆனால் இந்த அரசும் நீண்டநாள் நீடிக்கவில்லை. பெனாசிர் பெருத்த பெரும்பான்மையுடன் ஆட்சியைப் பிடித்தார். இந்த முறை வேறு

காரணம் கிடைக்கவில்லை. அவர் மிக மோசமாகத் தேவைப்பட்ட சீர்திருத்தங்களை வலிந்து செய்திருக்கலாம். மாறாக அரசு ஊழல் சேற்றில் குளித்தது.

1997-ல் நான் பாகிஸ்தானில் இருந்தபோது வெளியே இருந்த அமைதி ஏமாற்றுவதாக இருந்தது. நான் என்னுடைய தாயாரை அவருக்குப் பிடித்த உணவகத்துக்கு அழைத்துச் சென்றிருந்த போது, அருகிலிருந்த மேசையிலிருந்து செனட்டாரும், நாட்டின் முதலீட்டு அமைச்சரும், நகையூட்டும் மீசையுடையவருமான அசிஃப் ஸர்தாரி என்னைக் குசலம் விசாரிக்க வந்தார். அவரது மனைவி பெனாசிர் புட்டோ அதிகாரபூர்வ வெளிநாட்டுப் பயணம் மேற்கொண்டிருந்தார். குழந்தைகளை கவனித்துக் கொள்ளும் பொறுப்பு அவரிடம் விடப்பட்டிருந்ததால் அவர்களை அங்கு அழைத்து வந்திருந்தார். இருவரும் பரஸ்பரம் குசலம் விசாரித்துக் கொண்டோம். நான் நாட்டின் நிலைமைகளைப் பற்றி விசாரித்தேன். 'நன்றாக உள்ளது' என்று வசீகரமான புன்னகையுடன் பதிலளித்தார். 'எல்லாம் நன்றாக உள்ளது'. அவருக்கு இன்னும் நன்றாகத் தெரிந்திருக்க வேண்டும். தலைநகர் இஸ்லாமாபாதில் திரைமறைவில் ஒரு அரண்மனைக் கலகம் உருவாகிக் கொண்டிருந்தது. பெனாசிர் புட்டோ பகட்டான முறையில் காட்டிக் கொடுக்கப்படவிருந்தார். அவரால் கவனமாகத் தேர்ந்தெடுக்கப்பட்டிருந்த ஜனாதிபதி ஃபரூக் லெஹரி, இராணுவம் மற்றும் எதிர்க்கட்சித் தலைவர்களைக் கலந்தாலோசித்த பிறகு பெனாசிரின் ஆட்சியை நீக்கவிருந்தார்.

அதே வாரம் ஒரு இரவு விருந்தின்போது என்னுடைய பழைய நண்பரும் இப்போது ஒரு சிவில் அதிகாரியும், பெனாசிருக்கு மிகவும் வேண்டியவருமான ஒரு நண்பர் மிகவும் விரக்தியுற்ற நிலையிலிருந்தார். எவ்வாறு இந்தத் தீவிர நிலையைச் சரிப்படுத்த ஜனாதிபதி பிரதமருடன் ஒரு சிறப்புக் கூட்டத்தைக் கூட்டுமாறு கேட்டார் என்பதை அவர் விவரித்தார். பெனாசிர் எப்போதும் போல் தனது கணவர் செனட்டார் ஜர்தாரியுடன் வந்தார். இது லெகாரியை சங்கடப்படுத்தியது. அவர் பெனாசிருடன் அவரது கணவரின் காவியப் பேராசைக் குறித்தும் பேசவிருந்தார். எரிச்சல் இருந்தாலும், முதல் ஜோடியை அவர்களது பாரம்பரிய அரசியல் எதிரிகளோ அல்லது குறைவான அறிவுள்ளவர்களோ நடவடிக்கை எடுக்கக் கோரவில்லை என்று அமைதியுடன் நம்ப வைக்க முயன்றார். ஊழலின் அளவும் அதனால் நிர்வாக அழுகலும் தேச அளவிலான கெட்ட பேரை ஏற்படுத்திவிட்டது. நாட்டின் ஜனாதிபதி என்ற முறையில் இராணுவம் மற்றும் குறிப்பிட்ட குடிமக்கள் குழுக்களாலும் பெனாசிர் அரசு மீது நடவடிக்கை எடுக்குமாறு நிர்பந்தம்

செய்யப்பட்டது. அவர்களைத் தடுக்க, அவருக்கு பெனாசிரின் உதவி தேவைப்பட்டது. அவர் பெனாசிரிடம் அவரது கணவரையும் கட்டுப்பாடில்லாத அமைச்சர்களையும் கட்டுப்படுத்துமாறு கோரினார். இந்த இடத்தில் தனது பொருள் நலன்களைக் காத்துக் கொள்வதில் உறுதியாக இருந்த ஜர்தாரி முறைப்புடன் பாகிஸ்தானில் லெகாரி உட்பட ஒருவருக்கும் சுத்தமான கை கிடையாதென்று ஜனாதிபதியை நிந்தனை செய்தார். பயமுறுத்தல் தெளிவாக இருந்தது: எங்களைத் தொட்டால் உங்களைக் காட்டிக் கொடுப்போம்.

லெகாரி தனது அலுவலகத்தின் மாண்பு அவமதிக்கப்பட்டு விட்டதாக எண்ணினார். அவர் கோபத்தால் நடுங்கினார். அவர் முதலீட்டு மந்திரியை அறையை விட்டு வெளியேறுமாறு கேட்டுக் கொண்டார். பெனாசிர் தலையசைத்ததும், ஜர்தாரி வெளியேறினார். அவரது பிரதமருடன் தனியாக விடப்பட்டதும், ஒரு சிவில் அதிகாரி உடனிருந்தாலும் மீண்டும் பெனாசிரிடம் அவரது ஒழுங்கீனமான கணவரைக் கட்டுப்படுத்துமாறு கூறினார். ஆதரவுடன் புன்னகைத்த பெனாசிர் தமது ஜனாதிபதியிடம் அவர் எந்த அளவுக்கு விசுவாசத்தை மதித்தார் என்ற சிறிய உரையையே ஆற்றினார். அவரது கணவர் மீது குற்றம் கூறுபவர்கள் அவரது வர்த்தக அறிவுக்கூர்மை மீது பொறாமை கொண்டவர்கள் என்றார். அவர்கள் தொழில்ரீதியாக முனகியவர்கள், முனகுபவர்கள், உயர் பதவிகள் அளிக்கப்படும்போது தம்மை முந்திச் செல்வதை விரும்பாத முரடர்கள். பெனாசிர் எந்தச் சலுகையும் காட்டவில்லை.

பாகிஸ்தானிய அளவு முறைகளின்படி லெகாரி ஒரு நேரிடையான நியாயமான மனிதர். அவர் ஜனாதிபதியாக பெனாசிரால் தேர்வு செய்யப்பட்டதன் காரணமே அவருக்குத் தனி நோக்கம் எதுவும் கிடையாது, பெனாசிரின் விருப்பத்துக்கு ஏற்ப செயல்படுவார் என்பதுதான். அவர் ஒரு நல்ல நாயாக இருப்பார். அந்தப் பதவியை விரும்பியவர்களிடம் கூறப்பட்டது:'அவர் மிகவும் கூர்மையாக இல்லாவிட்டால் கூட, சிறிது வரம்புக்குட்பட்டவர்தானென்றாலும் அவரது இதயம் சரியான இடத்திலிருக்கிறது'.

ஜனவரி 1999-ல் ஒரு சிறிய பேச்சின்போது லெகாரி என்னிடம் பல கூட்டங்களில் கடைசி ஒன்றான இந்தக் கூட்டம் முடிவான ஒன்றாக இருந்ததென்று கூறினார். அவரது பொறுமை பறந்து விட்டது. பெனாசிரின் அத்துமீறல்களை அவரால் இனிமேலும் சகிக்க முடியவில்லை. இனிமேலும் பெனாசிர் ஆட்சியில் தொடர்ந்தால், ஏற்கனவே கடுமையான பாதையில் செல்லும் பாகிஸ்தான் வரலாற்றில் நான்காவது முறையாக இராணுவம் தலையிட்டு ஜனநாயகத்தைக் கொலை செய்யும் என்று அவர்

நம்பினார். மனமேயின்றி வெறுக்கப்பட்ட எட்டாவது திருத்தத்தை (காலம் சென்ற சர்வாதிகாரி ஜியாஉல்ஹக்கிடமிருந்து நாட்டுக்குக் கிடைத்த பரிசு இந்தத் திருத்தம். ஒரு தேர்ந்தெடுக்கப்பட்ட அரசை நீக்க இந்தத் திருத்தம் ஜனாதிபதிக்கு அதிகாரம் அளிக்கிறது.) உபயோகித்து அரசை நீக்கினார். புதிய தேர்தல் தொண்ணூறு நாட்களில் நடக்கவிருந்தது.

பெனாசிர் மீதும் அவர் கணவர் மீதும் சாட்டப்பட்ட முக்கியக் குற்றச்சாட்டு ஊழல்தான். அந்த ஜோடி பிரதம மந்திரியின் அலுவலகத்தை உபயோகித்துப் பெருமளவு தனிச்சொத்து சேர்க்கவும், அவர்கள் சொத்துக்களை வெளிநாட்டுக்கு மாற்றவும் செய்தனர் என்று குற்றம் சாட்டப்பட்டது. பொதுவாக இவ்வாறு கிடைத்த பரிசின் மதிப்பு சுமார் ஒரு பில்லியன் டாலரென கணக்கிடப்படுகிறது.

பெனாசிர் ஆட்சி கவிழ்க்கப்பட்ட உடனேயே செனட்டர் ஜர்தாரி கைது செய்யப்பட்டார். இன்றுவரை அவர் கராச்சி சிறைகளில் அடைபட்டு வருந்துகிறார். அவர் மீது ஏராளமான குற்றங்கள் சாட்டப்பட்டுள்ளன. ஆனால் அந்தக் குற்றங்களுக்கு ஆதாரங்களின் தகுதி மிகவும் குறைவாக இருக்கும் பாகிஸ்தானிய நீதிமன்றங்களை ஒப்புக் கொள்ளச் செய்யுமளவுக்கு அரசாங்க வக்கீல்களுக்கு இன்னும் கிடைக்கவில்லை. அரசுக்கு இன்னமும் ஒரு நம்பத் தகுந்த சாட்சி கிடைக்கவில்லை. ஜர்தாரியின் வர்த்தகக் கூட்டாளிகளும், நண்பர்களும் விசுவாசமாக இருந்து வருகின்றனர். இப்போது என்ரான் ஊழல் போலவே அதே அச்சுப்பதிப்பு போல அவர்களில் ஒருவரான பாகிஸ்தான் ஸ்பீலின் சேர்மேன் தனது முன்னாள் புரவலரைக் காட்டிக் கொடுப்பதைவிட தற்கொலையைத் தேர்வு செய்தார்.

இன்னமும் இருக்கும் பெனாசிரின் சில நெருங்கிய ஆதரவாளர்கள் அவரது அரசியல் மரியாதை மோசடியாளராகவும், நடிப்பவராகவும், உபயோகமற்றவராகவும், காதலிப்பது போல் நடிப்பவராகவும், இன்னும் மோசமாகவும் இருந்த அவரது கணவனால் உபயோகமில்லாமல் போகச் செய்யப்பட்டது என்று அழுத்தமாகக் கூறுகிறார்கள். மீண்டும் எதிர்க்கட்சிக்கு வந்த பெனாசிர் இஸ்லாமாபாதில் பேசுகையில் முன்னாள் முதலீட்டு அமைச்சரைப் பாதுகாக்க முயன்றார். அவர் மிகவும் தவறாகப் புரிந்து கொள்ளப்பட்டுள்ளார் என்று கூறிய அவர் மேலும் தொடரும் முன் அதை மறுத்து தலையாட்டிய பார்வையாளர்கள் 'இல்லை! இல்லை!! இல்லை!!!' என்று கூச்சலிட்டனர். சற்று நிறுத்திய அவர் சிறிது பெருமூச்சுடன் கூறினார்: 'நான் எப்போது அவரைப் பற்றிக்

கூறினாலும் ஏன் இப்படியான எதிர்ப்புணர்வு வெளிப்படுகிறது என்று புரியவில்லை' என்றார். இது ஒன்று நாக்கின் மேல் பல்லைப் போட்டுப் பேசுவது அல்லது வாஞ்சை உண்மையிலேயே கண்மூடித்தனமானது.

ஜர்தாரிதான் அவரது புகழின்மைக்கான ஒரே காரணமென்று நான் நினைக்கவில்லை. துரதிர்ஷ்டவசமாக அவரது பீப்பிள்ஸ் கட்சி அரசு நகரங்களிலும், கிராமங்களிலும் இருந்த இயற்கையான தொகுதிகளான ஏழைகளுக்கு எதுவும் செய்யவில்லை. தேசிய அளவிலும், பிரதேச அளவிலும் இருந்த பெரும்பாலான அவரது அமைச்சர்கள் தமது பாக்கெட்டுகளை நிரப்பிக் கொள்வதில் எவ்வளவு சுறுசுறுப்பாக இருந்தார்களென்றால், உணவுக் குறைவாலும் தகுந்த உணவின்மையாலும் பசியாலும் கஷ்டப்பட்ட குழந்தைகளைக் கவனிக்க மறந்தனர். அவர் ஆட்சியின் காலம் முழுவதும் குழந்தைகள் இறப்பு விகிதம் மாறவேயில்லை. நிரந்தரமாக நண்பர்களாலும் புகழ்மாலை சூட்டுபவர்களாலும் சூழப்பட்டிருந்த பெனாசிர் அவரது தொகுதி மக்களிடமிருந்து தனிமைப்பட்டு நிதர்சனத்தை உணராமலிருந்தார். அவர் ஆட்சியிலிருந்து அகற்றப்பட்டதும் நடந்த பொதுத் தேர்தலில் அவரது கட்சி மோசமாகத் தோற்கடிக்கப்பட்டது. பாகிஸ்தானிய தேர்தல் களம் படிக்காதவர்களால் நிறைந்திருக்கலாம். ஆனால் அவர்களது அரசியல் முதிர்ச்சி சந்தேகத்துக்கிடமில்லாதது. மனப்பான்மை மிகவும் நம்பிக்கையிழந்ததாக இருந்தது. நம்பிக்கையிழப்பு உணர்ச்சியின்மையையும், ஆபாசத்தையும் உருவாக்கியிருந்தது. பெனாசிரின் ஆதரவாளர்கள் அவருக்கு வாக்களிக்க மறுத்தனர். ஆனால் எதிரிக்கு வாக்களிக்குமளவு அவர்களால் மாற்றிக் கொள்ள முடியவில்லை. மாறாக, வீட்டிலேயே இருந்து விட்டனர். முஸ்லிம் சிறுபான்மை வாக்கு அடிப்படையில் அசுரப் பெரும்பான்மை பெற்றது (தேசிய சட்டசபையில் அவர்களுக்கு மூன்றில் இரண்டு பங்குக்கு மேல் உள்ளது.) வாக்களிக்கும் உரிமை பெற்றவர்களில் 30% க்கும் குறைவானோர்தான் வாக்குச்சாவடிகளுக்கு வரும் சிரமத்தை எடுத்துக் கொண்டனர்.

ஷெரீஃப்கள் மீண்டும் அதிகாரத்திற்கு வந்தனர். இந்த முறை நவாஸ் பிரதம மந்திரியாக, அவரது இளைய சகோதரர் பஞ்சாப் முதலமைச்சரானார். அவர்களது அபாஜி (இனிய தந்தை) முகமது ஷெரீஃப் அவரது பழைய நண்பர்களைத் தூதர்களாக அமர்த்தி ஸ்பான்ஸர் செய்து தமது பலவீனமான முதிர்ந்த காலத்தை சந்தோஷப்படுத்திக் கொண்டதுடன் நாட்டின் ஜனாதிபதியைக் கூடத் தேர்வு செய்து கொண்டார். அபாஜியின் காரியதரிசிகளில் ஒருவரும் தாடி வைத்த முட்டாளுமானவர் ரஃபீக் டரார். டரார்

மிகவும் ஆபத்தானவராக எது ஆக்கியதென்றால், அவர் அடிப்படைவாத முஸ்லிம் பிரிவான அல்ஹே-ஹடிஸுக்கு வெளிப்படையாகப் பரிவு காட்டியதுதான். அது ஏற்கனவே தன்னிடம் ஆயுதம் தாங்கிய இயக்கத்தைக் கொண்டிருந்தது.

இரு சகோதரர்களில் ஷாபாஸ் மிகவும் தரமான அரசியல்வாதியாகக் கருதப்பட்டார். அமெரிக்கத் தூதரகம் மிகவும் உதவிகரமாக வெள்ளை மாளிகையில் ஸாண்டிபெர்கருடன் ஒரு கூட்டத்துக்காக அவரது வாஷிங்டன் பயணத்தை ஏற்பாடு செய்தது. வாஷிங்டன் இரு சகோதரர்களையும் இடம் மாற்றி ஷாபாஸை பிரதமராகவும், நவாஸுக்கு லாகூரில் அவரது பழைய வேலையை அளிக்க விரும்பு கிறது என்பது வெளிப்படையான இரகசியமாகி விட்டது. ஆனால் அபாஜியை இந்தத் திட்டம் வென்றெடுக்க முடியவில்லை.

ஷெரீஃப் சகோதரர்கள் தேர்தலில் வென்ற பிறகு சிறிதுதான் மாற்றம் ஏற்பட்டது. ஆனால் அப்போது சிலர் எது வேண்டுமானாலும் நடக்கலாம் என்று எதிர்பார்த்தனர். மேலிருந்து கீழ்வரை ஊழல் தனது கோரப்பிடியை விரித்துப் பிடித்திருந்தது. உலக வங்கியிலிருந்தும், ஐ.எம்.எப்.பிலிருந்தும் வந்து பொருளாதார நிபுணர்கள் திகிலின் அளவைக் கண்டு திகைத்து அதிர்ந்து நின்றனர். உள்ளூர் நகைச்சுவைத் துணுக்குகள் கூட நைஜீரியா ஊழல் பட்டியலில் முதலிடத்தில் உள்ளது என்ற செய்தியால் தமது கடும்கோபத்தைக் காட்டினர். ‘இங்குகூட நம்மால் முதலிடத்தைப் பிடிக்க முடியவில்லை’ என போலிக் கண்ணீர் சிந்தின. நாம் புள்ளி விவரங்களை இறுதிப்படுத்திய ஏஜென்சிக்கு நாம் லஞ்சம் அளிக்கவில்லை?

அரசியல்வாதிகளின் தலைமையில் அறிவாளிகள் நாட்டைக் கொள்ளையடிப்பதைத் தொடர்ந்து கொண்டிருந்தனர். பெனாசிர் கும்பலுக்கு அவர்களது வாய்ப்புக் கிடைத்த பிறகு இப்போது ஷெரீஃப் சகோதரர்களிடம் மீண்டும் திரும்பியது. மக்கள் தொகையில் ஒரு சதவிகிதத்துக்குக் கீழ்தான் வருமான வரி செலுத்தியது. பெரும்பகுதி நிலப்பிரபுக்களான அரசியல்வாதிகள் தீவிரமாக ஒரு விவசாய வரியை வகுக்க மறுத்தனர். அடுத்தடுத்து வந்த அரசுகளால் அரசியல்வாதிகளுக்கும், தொழிலதிபர்களுக்கும், நிலப்பிரபுக்களுக்கும் கடன் வழங்க நிர்பந்திக்கப்பட்ட வங்கிகள் அவர்களிடமிருந்து பணத்தைத் திரும்பப்பெற ஊக்குவிக்கப்படவில்லை. திரும்பப்பெற முடியாத கடன் அளவு 200 பில்லியன் ரூபாய்களாக (ஒரு டாலர் 85 ரூபாய்) இருந்தது. அது தேசத்தின் வரவு - செலவுக் கணக்கின் வருவாய் அடித்தளத்தில் ஏறக்குறைய எழுபது சதவிகிதமாகும். 42 பில்லியன் டாலர் வெளிநாட்டுக்கடன், உள்நாட்டுக்கடன் 70 மில்லியன் டாலர், மொத்தமாக நாட்டின் மொத்த உள்நாட்டு

உற்பத்தியைவிட 50 பில்லியன் டாலர் அதிகமான கடனுடன் பாகிஸ்தான் புதிய ஆயிரமாண்டில் காலெடுத்து வைத்தது.

இவையனைத்துக்கும் கீழ் நாடு தொடர்ந்து அழுகிக் கொண்டிருந்தது. எப்போதும் இலவசக் கல்வியோ, ஆரோக்கியமோ அளிக்காத ஒரு நாட்டில் இப்போது மானிய விலையில் கோதுமை, அரிசி அல்லது சர்க்கரையை அளிக்கவோ, பரவலாக அப்பாவி உயிர்கள் கொல்லப்பட்டதை தடுக்கவோ முடியவில்லை. தொடர்ந்து பத்தாண்டுகளுக்கு நாட்டின் பெரிய நகரான கராச்சி ஒரு உள்நாட்டுப் போர் நடப்பது போன்ற நிலையிலிருந்தது. 1947-ல் இந்தியாவிலிருந்து புதிய தாய் நாட்டுக்கு அகதிகளாக நடந்து வந்து சேர்ந்த உருது பேசும் குழந்தைகள் ஒருபுறம். அவர்களது அமைப்பான MQM (முஹாஜிர் குவாமி மஹல்-அகதிகளின் தேசிய அமைப்பு) உள்ளூரைச் சேர்ந்த சிந்திக்கள் மீதும் அரசின் மீதும் போர் தொடுத்தது. இரு பக்கங்களிலும் ஆயுதந்தாங்கிய மோதல்களில் ஆயிரக்கணக்கானோர் இறந்துள்ளனர்.

இந்த நிலைமைகளில் மக்கள் தம்மைத்தாமே பாதுகாத்துக்கொள்ள வேண்டும். தற்கொலை விகிதம் அதிகரித்து வருகிறது. தமது குழந்தைகளுக்கு வறுமையின் காரணமாக உணவளிக்க இயலாத ஆண்களும் பெண்களும் பொதுவாகப் பைத்தியமாக ஆக்கப்பட்டுள்ளனர். ஜனவரி 1999-ல் சிந்து மாகாணத்தில் ஐதராபாத்திலுள்ள துறைமுகத் தொழிலாளி, இரண்டு ஆண்டுகளாகச் சம்பளம் பெறாதவர், ஒருவர் பிரஸ் கிளப்புக்குச் சென்று அங்கு தன் மீது பெட்ரோல் ஊற்றித் தீ வைத்துக் கொண்டார். அவர் ஒரு கடிதத்தை விட்டுச் சென்றிருந்தார்:

நான் பொறுமை இழந்து விட்டேன். நானும் எனது சக தொழிலாளிகளும் சம்பளம் கொடுக்கப்படாதது குறித்து நீண்ட காலமாக எதிர்த்துப் போராடி விட்டோம். ஆனால் யாரும் கவனிக்கவேயில்லை. எனது மனைவியும், தாயும் மிக மோசமாக நோய்வாய்ப்பட்டுள்ளார்கள். ஆனால் அவர்களுக்கு மருத்துவம் அளிக்க என்னிடம் பணமில்லை. எனது குடும்பம் பசியால் துடிக்கிறது. நான் பிரச்சனைகளால் நொந்து போய் விட்டேன். எனக்கு வாழ உரிமையில்லை. எனது உடலில் பற்றியெரியும் தீப்பிழம்புகள் ஒருநாள் பணக்காரர்களின் வீடுகளைச் சென்றடையும் என்பதில் எனக்கு ஐயமில்லை.

ஊழல் நிறைந்து அழுகி வந்த அரசுடன் ஐ.எம்.எப். உலக வங்கி அயதுல்லாக்களால் பரிந்துரைக்கப்பட்ட அடிப்படைவாத புதிய தாராள பொருளாதாரப் பரிந்துரைகளும் இணைந்து அதன்

பாரம்பரிய பாத்திரத்தைக் கைவிட்டு அரசியல் இஸ்லாத்துக்கான இடத்தைத் திறந்துவிட உதவின. அடுத்தடுத்து தேர்தல்களில் மக்கள் தீவிர அடிப்படைவாதக் கட்சிகளுக்கெதிராகவே வாக்களித்தனர். உதாரணமாக பாகிஸ்தான் வாக்காளர்கள் இஸ்ரேலிய வாக்காளர்களைவிட மத அடிப்படைவாதிகளுக்குக் குறைவாகவே வாக்களிக்கிறார்கள். மதத் தீவிரவாதத்தின் பலம் இதுவரை மக்களின் பரந்த ஆதரவால் பெறப்பட்டதல்ல, மாறாக அரசின் ஆதரவாலேயே பெறப்பட்டது. இருபதாண்டுகளாக நாட்டையே ஸ்தம்பிக்க வைத்த குழுக்கள், தனது பதினொரு ஆண்டுகால பாகிஸ்தான் சர்வாதிகார ஆட்சி முழுவதும் அமெரிக்கா மற்றும் பிரிட்டனின் அரசியல், இராணுவ, நிதி ஆதரவு பெற்ற காலம் சென்ற ஜியா உல் ஹக்கினால் உருவாக்கப்பட்டவைதான். முன்னாள் சோவியத் யூனியனின் ஆதரவு பெற்ற ஆப்கான் போரை நடத்த ஜியாவின் உதவி மேற்கிற்குத் தேவைப்பட்டது. வேறு எதுவும் பொருட்படுத்தப்படவில்லை. சி ஐ ஏ அநேகமாக ஆப்கான் போருக்கு நிதி உதவி அளிக்க ஹெராயின் விற்பனையைக் கண்டு கொள்ளவில்லை. பாகிஸ்தானில் 1977-ல் 130 என அதிகாரப்பூர்வமாகப் பதிவு செய்யப்பட்ட ஹெராயின் அடிமைகள் 1988-ல் 30,000 ஆக அதிகரித்தனர்!

இந்தக் காலகட்டத்தில் தான் (1977-89) நாடு முழுவதும் மதரஸாக்களின் பின்னல் உருவாகியது. அவற்றில் பெரும்பாலான வற்றுக்குப் பல்வேறு வெளிநாட்டு உதவி மூலம் முதலில் நிதி கிடைத்தது. தங்குமிடம் கொண்ட இந்த மதப் பள்ளிகள் புதுவித மத அறிஞர்களுக்குப் பயிற்சியளிக்கும் தளங்களாக மாறின. தங்குமிடமும், உணவும் இலவசமாக அளிக்கப்பட்டதால், தனிப்பட்ட, தனியான கல்விபெற ஆஃப்கன் அகதிகளின் குழந்தைகள் மட்டும் அலைமோதவில்லை. ஏழை விவசாயிகளின் குடும்பங்கள் தமது ஒரு மகனை மதரஸாக்களுக்கு அளிப்பதில் மகிழ்ச்சியடைந்தனர். அவர்கள் வீட்டில் உணவளிக்க ஒருவர் குறைவாரென்றும், பையன் கல்வி பெற்று நகரில் வேலை பெறக்கூடும் அல்லது உண்மையில் அதிர்ஷ்டசாலியாக இருந்தால் ஒரு வளைகுடா நாட்டில் வேலை பெறுவாரென்றும் நினைத்தனர்.

குரான் வாசகங்களுடன் (மனப்பாடமாக) ஆன்மிக வாழ்வை அனுசரிக்க வேண்டிய தேவையையும், எல்லா சந்தேகங்களையும் விலக்கி விடவும் இந்தக் குழந்தைகளுக்குக் கற்பிக்கப்பட்டது. ஒரே உண்மை ஆன்மிக உண்மைதான், ஒரே ஒழுக்கக் கோட்பாடு குரானிலும், ஹடித்திலும் எழுதப்பட்ட ஒழுக்கக் கோட்பாடுதான், யோசிக்காமல் கீழ்ப்படிவதில்தான் சீரிய பண்பு உள்ளது. இமாமுக்கு எதிராகக் கலகம் செய்யும் யாரும் அல்லாவுக்கெதிராகக் கலகம்

செய்பவர். நோக்கம் தெளிவானது. இந்த மதரஸாக்களுக்கு ஒரே வேலைதான் இருந்தது. அவை மூளைச்சலவை செய்து வெறியர்களை வளர்த்தெடுக்க வடிவமைக்கப்பட்டவை. உதாரணமாக அடிப்படை பிரிவினர் உருது எழுத்து ஜீம் ஜிஹாதைக் குறிக்கிறதென்றனர்; டே என்பது டோப் (பீரங்கி); காஃப் என்பது கவனிஷ்கோவ், கே என்பது கூன் (ரத்தம்).

ஓரளவு வயதானதும், மாணவர்களுக்குக் கையால் உபயோகிக்கும் ஆயுதங்களைப் பயன்படுத்தவும் குண்டுகள் தயாரிக்கவும் பதுக்கி வைக்கவும் பயிற்சியளிக்கப்பட்டது. ஐ.எஸ்.ஐ. ஏஜெண்டுகள் பயிற்சியையும், மேற்பார்வையையும் அளித்தனர். மிகவும் திறமைபெற்ற மாணவன் அல்லது தாலிபானின் வளர்ச்சியைக் கவனித்து பின்னர் அவனை எடுத்து ரகசிய இராணுவ முகாமுக்குப் பயிற்சிக்கு அனுப்பி ஆஃப்கானிஸ்தானில் உள்ள நம்பிக்கையற்றோருக்கெதிரான 'புனித போரில்' ஈடுபட நன்கு பயிற்றுவித்தனர்.

ஜியாவின் காலத்தில் ஜமாத் இ இஸ்லாமியின் செல்வாக்கு அதிகரித்தது. அதன் தலைவர்கள் தாம் பள்ளியை நடத்துவோம் என்று கற்பனை செய்தனர். லெனினிய மாதிரியில் சிறிய கிளைகளாக தலைமறைவாக உருவான தமது கேடர் அமைப்பு குறித்து கட்சி எப்போதுமே பெருமைப்பட்டது. இது பொது உறுப்பினர்களை புறக்கணித்தது. ஏனெனில் பொது மக்களால் அது புறக்கணிக்கப்பட்ட தாக இருக்கலாம். அதன் தலைவர்கள் இப்போது தமது நேரம் வந்துவிட்டதாக நினைத்தனர். அவர்கள் மாணவர்களை செயலாக்கம் மிக்க நியமன உறுப்பினர்களாகப் பார்த்தனர். அவர்களுக்கு ஏமாற்றம் காத்திருந்தது. புதிய பிரச்சனைகள் எழுந்தன. டாலர்கள் எளிதாகக் கிடைத்ததால் வெவ்வேறு இஸ்லாமிய பிரிவுகள் உருவாகி இந்தப் பள்ளிகளில் நிபுணத்துவம் பெற முயன்றதுடன், விருந்தில் ஒரு பகுதியையும் பெற முயன்றன. ஐ.எஸ்.ஐ. மதப்பிரிவுகளுக்குள்ளான பிரச்சனைகளுக்கு ஒருவராக மாறியதுடன் சில குழுக்களுக்கு மற்றவருக்கு எதிராக ஆதரவளித்தது.

ஒரு நேரத்தில் ஆஃப்கான் போர் அவர்களது சக்தியை எடுத்துக் கொண்டது. முதல்போர் முடிந்ததும் பாகிஸ்தானிய அரசு ஆஃப்கானிஸ் தானத்தில் கூட்டணி ஆட்சியை ஏற்க மறுத்தது. பெனாசிர் புட்டோவின் அரசுதான் பாகிஸ்தான் இராணுவ கமாண்டோ யூனிட்டுகளின் பின்புலத்துடன் தாலிபானை காபூலைப் பிடிக்கும் முயற்சியைக் கட்டவிழ்த்து விட்டது. பிரதேசத்தில் இரானிய செல்வாக்கு குறித்து கவலைப்பட்ட அமெரிக்கா இந்த முடிவை ஆதரித்தது.

2500 மதரஸாக்களில் விதைக்கப்பட்ட டிராகன் விதைகள், அவர்களது மதத்தலைவர்கள் உத்தரவிட்டால் தமது மத நம்பிக்கைக்காகக் கொல்லவும், சாகவும் தயாராக இருந்த 2,25,000 தீவிரவாதிகளை உருவாக்கியது. பெனாசிர் புட்டோவின் இரண்டாம் ஆட்சிக் காலத்தில் உள்நாட்டு அமைச்சராக இருந்த ஜெனரல் நஸிருல்லா கான் பாபர் தமது நண்பர்களிடம் தாலிபான் பாகிஸ்தானுக்குள் தொல்லையாகிவிட்டதால் இதற்கு ஒரே விடை தீவிரவாதிகளுக்கு அவர்களது நாட்டைக் கொடுத்து விடுவதுதான் என முடிவு செய்து விட்டதாகக் கூறினர். அந்த நேரத்தில் இந்த வாதம் நேர்மாறானது, ஆனால் கடந்த வருடங்களில் ஏற்பட்டவற்றின் வெளிச்சத்தில் பார்த்தால் பாபர் ஒரு போர்க் குற்றவாளியாக விசாரிக்கப்படத் தகுந்தவர்.

அனைத்துக் கண்டங்களிலுமிருந்த ஆதரவற்ற நாடுகளுக்குத் தனது ஆஸ்தியை எழுதி விட்டு சோவியத் யூனியனின் வீழ்ச்சியுடன், பனிப்போர் முடிவுக்கு வந்தது. பாகிஸ்தானில் இதன் விளைவு பேரழிவாக இருந்தது. அடிப்படைவாதக் குழுக்கள் தமது நோக்கத்தை நிறைவேற்றி விட்டன. அமெரிக்கா இனியும் அவர்களுக்கு நிதியும், ஆயுதமும் அளிக்க வேண்டியது தேவையென உணரவில்லை என்பது ஆச்சர்யமல்ல. ஒரே இரவில் பின்னவர்கள் அதிக வன்மத்துடன் அமெரிக்க எதிரிகளாக மாறி பழிதீர்க்கக் கனவு காணத் துவங்கினர். 1951-லிருந்து தொடர்ந்து அமெரிக்காவுக்கு விசுவாசமாக இருந்து வந்த பாகிஸ்தானின் அரசியல், இராணுவத் தலைவர்கள் வாஷிங்டனின் பாராமுகம் கண்டு மனம் நொந்தனர். ஒரு ஓய்வுபெற்ற ஜெனரல் எனது வசதிக்காக அதனை ஒன்று திரட்டிக் கூறினார்; ‘பாகிஸ்தான் ஆப்கானுக்குள் நுழைவதற்கு அமெரிக்காவுக்குக் கூரையாகப் பயன்பட்டது. நாங்கள் நோக்கத்தை நிறைவேற்றிவிட்டதால் கழிப்பறைக்குள் போட்டு தண்ணீர் ஊற்றி விடலாம் என்று அவர்கள் நினைக்கின்றனர்.

ஆசியாவில் பென்டகனால் கெடுக்கப்பட்ட குழந்தையான பாகிஸ்தான் இராணுவம், குவைத்திற்கு அளிக்கப்பட்ட உரிமையை ஏற்க மறுத்தது. கவனத்தை ஈர்ப்பதற்காக அணு ஆயுத வெடிப்பைத் தூக்கிப் போட்டது. அணு வெடிப்பு தேவையான விளைவை ஏற்படுத்தியது. அமெரிக்க உள்துறையின் ‘B’ பட்டியலில் பாகிஸ்தான் மீண்டும் சேர்க்கப்பட்டது.

1998 நவம்பர் 29 அன்று வெளியுறவுத் துறை அமைச்சர் சர்தாஜ் அஸிஸ் மேற்கத்திய கருத்தைச் சமாதானம் செய்ய முயன்றார்: ‘இந்தியாவுக்கும் பாகிஸ்தானுக்குமிடையில் ஒரு அணு ஆயுதப் போர் விபத்து நிகழ்வதற்கான வாய்ப்பை நான் காணவில்லை...

பாகிஸ்தானிடம் திறன்மிக்க கட்டளைப் பிரிவும் கட்டுப்பாட்டு முறையும் உள்ளன! அறிவியல்ரீதியில் இது சுத்தமாக முட்டாள்தனமான கூற்று, எனினும் ஒருவர் அந்த அறிக்கையை ஏற்பதாக இருந்தால்கூட ஒரு அரசியல் கேள்வி உடனடியாக முன்வருகிறது. உண்மை நமது கொடும் கற்பனைகளைத் தொடர்ந்து நடிக்கத் தொடங்கி தீவிர இஸ்லாமிஸ்டுகள் பாகிஸ்தான் இராணுவத்தை எடுத்துக் கொண்டு விட்டால்? ஒவ்வொரு பாகிஸ்தான் அரசியல் தலைவருக்கும் இந்த ஆபத்து புரிந்தேயிருந்தது. அரசியல் இஸ்லாத்தை அதன் சில துணிகளைத் திருடி அணிவதன் மூலம் நவாஸ் ஷெரீப் தாம் எடுத்துக்கொள்ள முதிர்ச்சியின்றி முயன்றது எதிர்பார்த்த தோல்வியில் முடிந்தது.

தற்போதைய நிலையின் முரண்பாடு என்னவென்றால் பஞ்சாபில் மதம் எப்போதுமே ஒரு நிர்பந்தமற்ற விஷயம்தான். பழைய சூஃபி பாரம்பரியக் கொள்கை, பிரச்சாரகர்களிடம் அதன் அந்நியத் தன்மையுடனும் படைத்தவனிடம் தனி ஒருவரின் கூட்டணியுடனும் நாட்டுப்புறத்தில் ஆழமாக வேரூன்றியது. பல நூற்றாண்டுகளாக ஆண்டு விழாக்களின்போது பங்கேற்றவர்கள் ஆடிப்பாடி, குடித்து மகிழ்ந்த சூஃபி ஞானிகளின் கல்லறைகள், பாங்கை நுகர்ந்து மனமுள்ளவரை உடலுறவு கொண்ட அந்த இடங்கள் ஜெனரல் ஜியாவால் இராணுவச் சட்டத்தின் கீழ் கொண்டு வரப்பட்டன. மக்களுக்குச் சிறிய மகிழ்ச்சிகள் கூட மறுக்கப்பட்டன.

இந்த அதிகப்படியான மதக்கொடுமை, பஞ்சாபி முறையில்லாதது பாகிஸ்தானுக்கு எங்கிருந்தோ வந்து விடவில்லை. அது வாஷிங்டனால் ஏற்கப்பட்டு, சவுதியின் பெட்ரோ டாலர்களை நிதியாகப் பெற்று ஜெனரல் ஜியாவால் கவனமாகப் பாதுகாக்கப்பட்டது. இதன் விளைவு பைத்தியக்காரத்தனத்தின் பிறப்பு, முறுகலான, தானே அழித்துக் கொள்ளும் குணமுடைய, கடந்த ஐந்தாண்டு காலத்தில் பரந்து தோன்றியுள்ள குழுக்கள் குறித்து எந்தச் சந்தேகமுமில்லை. பாகிஸ்தான் முஸ்லிம்களில் தொண்ணூறு சதவிகிதத்தினர் சன்னிக்கள் மற்றவர்கள் முக்கியமாக ஷியாக்கள். சன்னிக்கள் தானே இரண்டு பெரிய சிந்தனை வழிகளில் பிரிந்தவர்கள். தியோபந்திக்கள் பாரம்பரியத்தால் பிரதிநிதித்துவப்படுத்தப்பட்டு மாற்றப்பட்ட வகையிலான இஸ்லாத்தை நம்புபவர்கள். பல ஆண்டுகளுக்கு அடிக்கடி முல்லாக்களாலும் மத அறிஞர்களாலும் பொதுவில் விவாதிக்கப்பட்ட பல இலக்கிய மோதல்கள் இருந்தன. இனியில்லை. ஒவ்வொரு பிரிவும் இஸ்லாத்தின் மீது தார்மீக ரீதியாகவும், அரசியல் ரீதியாகவும் சொந்தம் கொண்டாடுகின்றன. முரண்பாடுகள் இனியும் விவாதங்களால் தீர்க்கப்படுவதில்லை, மாறாக இயந்திர

துப்பாக்கிகளாலும், படுகொலைகளாலும் தீர்க்கப்படுகின்றன. சில தியோபந்தி பிரிவுகள், ஷியாக்கள் நாத்திகர்கள் என்று அறிவிக்கப்பட்டு, முடிந்தால் உடல்ரீதியாக ஒழிக்கப்பட வேண்டுமென்று விரும்புகின்றன. ஒரு பிரிவினைவாத உள்நாட்டுப் போர் பல ஆண்டுகளாகப் பற்றியெரிகிறது. சன்னிசிபாஇஸஹாபா (முதல் நான்கு காலிஃப்களின் சிப்பாய்கள்) லாகூரில் மத்தியிலுள்ள ஒரு ஷியா பிரிவு பள்ளிவாசலைத் தாக்கி ஷியா நம்பிக்கையாளர்களைத் தொழுகையின் போது படுகொலை செய்தது. ஷியாக்கள் அதே பாணியில் பதிலடி கொடுத்தனர். அவர்கள் இரானின் பின்புலத்துடன் சிபா இ முகமதுவை (முகமதுவின் சிப்பாய்கள்) உருவாக்கி அதேபோன்ற கோரமான பழிவாங்கலில் ஈடுபட்டனர். பல நூறு முஸ்லிம்கள், முக்கியமாக ஷியாக்கள் இந்த முஸ்லிம்களுக்கிடையிலான கலவரங்களில் உயிரிழந்தனர்.

ஜனவரி 1999-ல் ஒரு ஆயதந்தாங்கிய தாலிபான் பிரிவு வடமேற்கு பாகிஸ்தானின் பிரதேசத்தில் ஹங்கு மாவட்டத்தில் சில கிராமங்களையே பிடித்தது. அவர்கள் அந்தப் பிரதேசத்தை ‘இஸ்லாமியச் சட்டத்துக்கு’ உட்பட்டவையாக அறிவித்துவிட்டு உடனே பொதுவில் வைத்து தொலைக்காட்சிப் பெட்டிகளையும் டிவி ஆண்டெனாக்களையும் ஸர்காரி கிராமத்தில் உடைக்கத் துவங்கினர். இதைத் தொடர்ந்து 3000 ‘ஆபாசமான’ வீடியோ மற்றும் ஆடியோ கேசட்டுகள் சிறிய லக்கி சதுக்கத்தில் வைத்து எரிக்கப்பட்டன.

தொலைக்காட்சி மீதான இந்த வெறுப்புக்குச் சிறிது நகைச்சுவையான காரணம் உள்ளது. துரதிர்ஷ்டவசமாக தாலிபானுக்கு விரும்பத்தகாத ஒரு சம்பவம், அறுபதில் நடந்த சம்பவம் எனக்கு நினைவுக்கு வருகிறது. இயக்கத்தின் தலைவர் ஹுஃஸைன் ஜலாலி ஆஃப்கன் அனுபவத்தை பாகிஸ்தானுக்கும் நீட்டிக்க விரும்பினார். தொலைக்காட்சிப் பெட்டி எரிந்ததும் அவர் பிரகடனம் செய்தார்: ‘திருடர்களின் கை கால்கள் வெட்டப்படும், குற்றவாளிகள் இஸ்லாமிய முறைப்படி தண்டிக்கப்படுவார்கள்....’

‘நாங்கள் என்ன செய்ய முடியும்’ என்று ஷரீஃப் சகோதரர்களின் ஆதரவாளர்களில் ஒருவர் தமது கைகளை விரக்தியில் வீசிக்கொண்டு கேட்டார். ‘வேசி மகன்கள் எல்லாம் ஆயுதந்தாங்கி இருக்கிறார்கள்!’

சில வேசி மகன்கள் அண்டை மாநிலமான காஷ்மீரில் குழப்பத்தை உண்டாக்க நமது அரசால் ஆயுதமளிக்கப்பட்டவர்கள் என்பதை நான் சுட்டிக் காட்டினேன். ஆனால் நமது ஊதிப்போன இராணுவமும் ஆயுதம் தாங்கியுள்ளதல்லவா! அவர்கள் இந்தக் குழுக்களின் ஆயுதங்களைப் பிடுங்க ஏன் உத்தரவிடப்படவில்லை?

இங்கு எங்களது பேச்சு முடிந்துவிட்டது. அடிப்படைவாதிகள் வேண்டிய அளவு இராணுவத்தில் ஊடுருவி விட்டார்கள் என்பது இரகசியமல்ல. பழைய பாணியிலான மதக் குழுக்களிடமிருந்து அவர்களை வேறுபடுத்துவது என்னவெனில் அவர்களும் அரசதிகாரத்தைப் பிடிக்க விரும்பினார்கள். அதற்கு அவர்களுக்கு இராணுவம் தேவைப்பட்டது.

உண்மையில் குழுக்களில் மிகவும் தீவிரமான குழு ஐ.எஸ்.ஐ. உருவாக்கியதாகும். அதன் அரசியல் பிரிவான அல் ஹடிஸ் பாகிஸ்தானில் சவுதி மாதிரியை, மன்னராட்சி மட்டும் இல்லாமல் அமல்படுத்த விரும்புகிறது. அவர்களுக்கு பிரிட்டன், அமெரிக்கா உட்பட உலகெங்கும் மசூதிகள் உள்ளன. அவற்றின் நோக்கம் உலகளாவிய 'ஜிகாத்'துக்கு கேடர்களையும் பணத்தையும் அளிப்பது. இது சன்னி பிரிவில் மிகவும் ஆசாரமானது. சிறுபான்மையானது என்பதைத் தவிர நாட்டின் ஜனாதிபதி அதன் ஆதரவாளர், அரசு அமைச்சர்கள் அதன் கூட்டங்களைச் சிறப்பித்தனர். அவர்களது கிளை அலுவலகம் அந்த நேரத்தில் லாகூரில் 5, சேம்பர்லேன் சாலையில் இருந்தது. நான் அங்கு சென்று பேட்டியெடுக்கத் தூண்டப்பட்டேன். ஆனால் அங்கு காவல் காத்துக் கொண்டிருந்த அதிக ஆயுதத்தாங்கிய காவலர்கள் இந்த சாகசத்துக்கு எதிராக என்னை முடிவெடுக்கச் செய்தனர்.

அதன் ஆயுதந்தாங்கிய பிரிவான லஷ்கர் இ தொய்பா (மெதீனாவின் சிப்பாய்கள்) இராணுவத்தின் ஆதரவில்லாமல் உயிர் வாழ முடியவில்லை. அதில் 50,000 தீவிரவாதிகள் உறுப்பினர்கள். இந்திய காஷ்மீரை 'விடுவிக்க' நடக்கும் 'ஜிகாத்தில்' முன்னணியில் உள்ளது அது. காலாட்படை சிப்பாய்கள் இராணுவத்தில் எட்டு முகாம்களில் (பாகிஸ்தான் கட்டுப்பாட்டில் உள்ள) ஆஸாத் காஷ்மீரில் பயிற்சியளிக்கப்பட்டனர். அதற்கான நிதியை சவுதி அரேபியாவும் பாகிஸ்தான் அரசும் அளித்தன. அவர்கள் ஏழைக் குடும்பங்களிலிருந்து விடலை வயதுப் பையன்களைச் சேர்க்கின்றனர். பல நூறு பேரை காஷ்மீரில் இழந்துள்ளனர். அரசாங்கம் திரும்பக் கொண்டு வரப்படும் ஒவ்வொரு உடலுக்கும் 50,000 ரூபாய்களை (சுமாராக $500) அவர்களுக்கு அளிக்கிறது. 'தியாகியின்' குடும்பத்துக்குப் பதினைந்தாயிரம் போகிறது. மீதம் அமைப்புக்கு நிதியாகிறது.

ஒரு காலத்தில் அமெரிக்க நிதியையும் ஐ.எஸ்.ஐ.யின் ஆதரவையும் பெற்றிருந்த ஹர்க்துல் அன்ஸார் இயக்கம் (வாலண்டியர் இயக்கம்) உள்துறையால் 2001-ல் தீவிரவாத இயக்கமாக அறிவிக்கப்பட்டது. அது உடனடியாகத் தனது பெயரை ஹர்கதுல் முஜாஹிதீன் என்று மாற்றிக் கொண்டு விட்டது. மிகவும் அர்ப்பணிப்புள்ள

தாலிபான்களுக்கிடையில் அதன் போராளிகள் இருந்தனர். அது தனது பயிற்சி முகாம்களை பஞ்சாபிலிருந்து ஆஃப்கானிஸ்தானுக்கு மாற்றிக் கொண்டு விட்டது. அதன் தலைவர் ஓசாமா பின்லேடன் 11, செப்டம்பர் 2001 வரை ஐ.எஸ்.ஐ.யுடன் நெருங்கிய தொடர்பு வைத்திருந்தார். அவரைப் பிடிக்கவோ, அவரது இயக்கத்தைத் தடை செய்யவோ முயன்றால் பாகிஸ்தானில் உடனடியாக உள்நாட்டுப் போர் வெடிக்கும் என்று அரசை அவரது ஆதரவாளர்கள் எச்சரித்தனர். இராணுவம் ஒருபோதும் அவர்களைத் தாக்க ஒப்புக் கொள்ளாது என்று அவர்கள் தம்பட்டம் அடித்துக் கொண்டனர். ஆனால் அமெரிக்கா மீதான தாக்குதல்கள் அவையனைத்தையும் மாற்றி, தற்காலிகமாக இருப்பினும், இராணுவத்திலிருந்த இஸ்லாமிஸ்டுகளைத் தனிமைப்படுத்தியது.

இந்தக் குழுக்கள் பாகிஸ்தானைக் கைப்பற்ற விரும்பின. லாகூரிலிருந்து சாமர்கண்டு வரை 'நாத்திக இரானியக் குடியரசைத் தவிர, பாக்ஸ் தாலிபானாவை அமல்படுத்தும் முழுமையான இஸ்லாமிய சம்மேளனத்தை அவர்கள் கனவு கண்டனர். அவர்களது தொடர்பற்ற, யோசனையற்ற கடும் கோபத்துக்கும் இடையே கூட அவர்களது செய்தி தமது வாழ்வில் ஏதோவொரு நிலையை எட்ட சம்பாதிக்கும் மக்களுக்கு ஆர்வமூட்டுவதாக இருந்தது. அவர்களுக்கு உணவளித்து அவர்கள் குழந்தைகளுக்குக் கல்வியளிக்கவும் மதஅடிப்படைவாதிகள் ஒப்புக்கொண்டால் பிபிசி, சிஎன்என் அளிக்கும் மகிழ்ச்சியையும் துறக்கத் தயாராக இருந்தார்கள்.

தாமே ஒரு மோதலில் பாதிக்கப்படப் போவதாக இருந்தால் கூட உண்மையாகவே ஒரு நேரடி மோதலை விரும்பி வேண்டுபவர்களாகவும் ஒரு வெடித்தெழும் மோதலை விரும்புபவர்களாகவும் இருந்தது பாகிஸ்தானில் இஸ்லாமியத் தீவிரவாதிகளின் புதிய அலையாகும். நல்ல வேளையாக அவர்கள் நாட்டில் சிறுபான்மையாகவே உள்ளனர். ஆனால் வேறு எதுவும் மாறவில்லையென்றால் அவை அனைத்தும் மாறக் கூடும். ஒரு சில மாற்றங்கள் ஏற்படத்தான் செய்தன.

அது சிறிது பழையது, சிறிது புதியது. ஆம், அது மற்றொரு இராணுவக் கலகம், சிறிது வித்தியாசத்துடன் வாஷிங்டனின் முன் அனுமதியின்றி இராணுவம் ஆட்சியைக் கைப்பறியது. இத்துடன் முதல்முறையாக, அக்டோபர் 1999-ல் நவாஸ் ஷெரீஃப் யு.எஸ் ஆதரவுடன் பாகிஸ்தான் இராணுவத்தின் தலைமைத் தளபதி பொறுப்பிலிருந்து ஜெனரல் முஷாரபை நீக்க முயன்றார். அவர் ஸ்ரீலங்காவுக்கு அதிகாரப்பூர்வமாகப் பயணம் சென்றிருந்தபோது இதைச் செய்ய முயன்றார்கள். திட்டம் திரும்பித் தாக்கி விட்டது. ஜெனரல்கள் அவர்களது தலைவர் விலக்கப்படுவதை ஏற்க

மறுத்தார்கள். முஷாரப் நாடகபாணியில் ஊர் திரும்பி நாட்டை தமது பிடியில் எடுத்துக்கொண்டார். ஷெரீஃப் சகோதரர்கள் சிறையிடப்பட்டனர். புதிய இராணுவ அதிகாரி விரைவில் ஊழலை ஒழிப்பதோ நாட்டை நவீனப்படுத்துவதோ முக்கியமாக ஆயுதந்தாங்கிய அடிப்படைவாதக் குழுக்களை ஒழிப்பதோ அவ்வளவு எளிதல்ல என்பதைக் கண்டார். பிறகு செப்டம்பர் 11, 2001-ல் இஸ்லாமிஸ்டுகளின் சிறிய குழு பென்டகனையும் நியூயார்க்கிலுள்ள இரட்டை கோபுரத்தையும் தகர்க்க முடிவு செய்தது. அமெரிக்காவைப் பழிதீர்க்க விரும்பியது. பிரதேசத்தில் வல்லுநர்கள் இறங்கினர். சிறிதுகால பாகிஸ்தான் மீண்டும் முக்கிய பாத்திரம் வகித்தது. மீண்டும் ஒருமுறை அதன் முன்னேற்றத்துக்குக் காரணம் ஆப்கானிஸ்தான்.

ஆப்கானிஸ்தான் போரின் நிலைகுலைய வைக்கும் விளைவுகள் இங்குதான் எப்போதுமே முதலில் உணரப்படவிருந்தன. ஆப்கானி தாலிபானுடைய முக்கியத் தளத்துடன் பாகிஸ்தானின் வடமேற்கு ப்ராண்டியர் பிரதேசத்தின் பாஷ்துன் மக்கள் மொழி மற்றும் இன தொடர்பைக் கொண்டுள்ளனர். எல்லையின் இரு பகுதிகளிலும் ஒரே வகை தியோபந்தி இஸ்லாம் வலுவாக உள்ளது. கடந்த கால நூற்றாண்டுகளுக்கு மேலாக நடைபெற்ற சண்டைகளை விட 2001-ன் கடைசி மூன்று மாதங்களில் நடைபெற்ற தரைப்போர் குறை என்பதை அழுத்தமாகக் குறிப்பிடுவது சிறப்பாக இருக்கும். தாடி வைத்தவர்கள் போரைத் தேர்ந்தெடுக்கவில்லை. தாலிபான் படையின் பெரிய பகுதி பாகிஸ்தான் தாயகத்துக்கு வெறுமனே திரும்பி விட்டது. அவர்களில் சிலர் சந்தேகமின்றி ஊக்கமிழந்துள்ளதுடன் உயிருடன் இருப்பதில் மகிழ்கின்றனர். ஆனால் ஒரு பெரிய அளவு சிறுபான்மையினர் இஸ்லாமாபாத் கைவிட்டதில் ஆத்திரமடைந்துள்ளதுடன் நாட்டில் ஏற்கனவே செயல்படும் ஆயுதந்தாங்கிய அடிப்படைவாதக் குழுக்களுடன் சேர்ந்து கொள்ள ஆவலுடன் உள்ளனர்.

மிகவும் தீவிரமான ஜிஹாதி பிரிவினரின் தலைவர்கள் கைது செய்யப்பட்டனர். ஆனால் அவர்களது போராளிகளிடமிருந்து யார் ஆயுதங்களைப் பறிப்பார்கள்? டிசம்பர் 2000 வரை இஸ்லாமிய தலைவர்கள் சிலர் இஸ்லாமியச் சட்டம் அமலாக்கப்பட இருபது பாகிஸ்தானிய நகரங்களைத் தேர்ந்தெடுத்திருப்பதாகத் தம்பட்டம் அடித்துக் கொண்டிருந்தனர். சொல்லப்படாத ஆபத்து தெளிவாகத் தெரிந்தது. ஏதாவது அதிகாரம் குறுக்கிட முயன்றால், அவர்கள் உள்நாட்டுப் போரைக் கட்டவிழ்த்து விடுவார்கள். ஆஃப்கான் போர் அக்டோபர் 2001-ல் தொடங்கிய போது பாகிஸ்தானை உந்துதளமாக உபயோகித்துக் கொண்ட ஆப்கானில் மேற்கத்தியத் தலையீடு

பெருத்த அமைதியின்மையை உருவாக்குமென்றும், கூட்டு அரசுக்கெதிராக ஒரு கலகம்கூட நடக்கலாமென்றும் கருதிய வாஷிங்டன் தனது பயத்தை இரகசியமாக வைக்கவில்லை. பாகிஸ்தான் ஆட்சியாளர் ஜெனரல் முஷாரபுக்குப் பொருத்தமான பாத்திரத்தைப் பராமரிக்க அமெரிக்கா எல்லாவற்றையும் செய்ததுடன், அதே சமயத்தில் இஸ்லாமாபாத் நடைமுறையில் ஒத்துழைப்பதை உறுதி செய்து கொண்டது. இதற்கு பதிலாக, தடைகள் நீக்கப்பட்டு பணமும், மிகச் சமீபத்திய ஆயுதங்களும் மீண்டும் பாகிஸ்தானுக்குள் பாயத் துவங்கின.

ஆனால் தாலிபான் தோற்கடிக்கப்பட்டு விட்டால், நம்பிக்கையாளர்களின் ஆத்திரத்திலிருந்து பல்வேறு அத்திமா இலைகள் (ஆதாம் - ஏவாள் நிர்வாணத்தை மறைக்க அணிந்து கொண்டது. இங்கு இது உருவகம்-மொ.பெ) மதிப்பற்றவர்கள் பாகிஸ்தானை நிஜமாகக் காப்பாற்றுவார்கள் என்று யாராவது உறுதியளிக்க முடியுமா? அனைத்தும் அதிகாரிகள் பட்டாளத்தின் ஒற்றுமையைத் தான் சார்ந்துள்ளது. அளப்பது கடினமென்றாலும் ஓரளவுக்கு சன்னி அடிப்படைவாதம் இராணுவத்துக்குள் ஊடுருவியிருந்தது. நாடு முழுவதிலும் தீவிர இஸ்லாம் ஒரு வகையிலோ மற்றொரு வகையிலோ பேசப்பட்டதுடன், சிறுபான்மையாக இருந்தாலும் வலுவாக இருந்தது. மேலும் முஷாரபின் இராணுவ ஆட்சி மிகவும் சமீபத்தியது. அவ்வளவு வலிமையானதும் அல்ல, சிறிதளவே மக்கள் ஆதரவைப் பெற்றிருந்தது என்பதுடன் மீண்டும் வாஷிங்டனையே நம்பியிருந்தது.

தாமே உருவாக்கிய ஆஃப்கானை கைவிட்டது இராணுவத்திலிருந்த பலருக்கும் கசப்பு மருந்தாக இருந்தது. குறிப்பாக இந்த உணர்வு மதத்தாக்கம் அதிகமாக இருந்த கீழ்மட்டத்தில் இருந்தது. மிகவும் மதச்சார்பற்ற உணர்வு கொண்டிருந்த அதிகாரிகளுக்குக் கூட இந்த முடிவு மகிழ்ச்சியளிக்கவில்லை. காபுலை தாலிபான் கையிலெடுத்துக் கொண்டது மட்டுமே பாகிஸ்தான் இராணுவத்தின் ஒரே வெற்றி. தனிமையில் ஆட்சியாளர்கள், அதிகாரிகள், அரசியல்வாதிகள் புதிய பிரதேசத்தைப் பிடித்து விட்டதற்காக தமக்குள்ளே வாழ்த்துத் தெரிவித்துக் கொண்டார்கள். அது ஏறக்குறைய 1971-ல் இழந்த பங்களாதேஷுக்கு சமமானது. புண்ணில் உப்பைத் தேய்ப்பது போல் ஆப்கானிஸ்தானின் மேற்குக் கூட்டணியும் வாஷிங்டனும் தேர்வு செய்த பிரதமர் ஹமீத் கர்ஸாய் 1947-க்கும் 1989-க்கும் இடையிலிருந்தது போல் இந்தியாவுடன் நெருக்கமான உறவை ஏற்படுத்திக் கொள்ளும் தமது எண்ணத்தை வெளியிட்டார். இது பாகிஸ்தானை ஆண்ட ஜெனரல்களின் அரசியல் நிலையை மேலும் பலவீனப்படுத்தியது.

மிகவும் உயர்நிலையில், தாலிபானுக்கு எதிரான அமெரிக்கப் புனிதப்போர் கடவுள் அனுப்பியதாகக் கருதப்பட்டது. ஏனெனில் அது ஒரே அடியில் பாகிஸ்தானிய ஜெனரல்கள் பாரம்பரியமாக அனுபவித்து வந்த பிரத்யேக முக்கியத்துவத்தை வாஷிங்டனிடம் மீண்டும் பெற்றுத் தந்ததுடன், அவர்கள் மோசமாக எதிர்பார்த்த கடன்களுக்கு உறுதி அளித்தது, அவர்களது அணு ஆயுதத்துக்கு எதிர்ப்பையும் நீர்த்துப் போகச் செய்தது. அதன் அரபு இணைகளைப் போலல்லாது பாகிஸ்தான் மேஜர்கள், கேப்டன்கள், கர்னல்களால் நடத்தப்பட்ட கலகத்தைப் பார்த்ததில்லை. அடிக்கடி நடந்தது போல் எப்போதெல்லாம் அது அதிகாரத்தைப் பிடித்ததோ, அப்போதெல்லாம் எந்த பிளவுமின்றி அதன் ஜெனரல்களின் முழுக் கட்டுப்பாட்டிலும் முயற்சியிலும் கைப்பற்றியது (பிரிட்டிஷ் ராஜ்யத்திலிருந்து அது சுவீகரித்துக் கொண்ட ஒழுக்கப் பாரம்பரியம்) இந்த நீண்ட காலமாக நிலைநிறுத்தப்பட்ட வடிவில், நிகழ்வுகளில், பாகிஸ்தானிய ஆட்சியின் உயர்மட்டத்தினர் மீது பொழியப்பட்ட பணத்தால் அவர்களுக்கு எந்தப் பெரிய காயமும் ஏற்படும் வாய்ப்பில்லை. எனினும் பாகிஸ்தானிய தோல்வியின் அளவு எந்த அளவுக்கு உள்ளதெனில் பணம், ஆயுதம் அளிப்பது நிறுத்தப்பட்டால் உடனே ஜெனரல் முஷாராப் உள்ளுக்குள்ளிருந்து உடனே கவிழ்க்கப்படக் கூடும் பாகிஸ்தானில் அதிகாரத்தை விரும்பும் ஜெனரல்களுக்குக் குறைவே கிடையாது.

இதுதான் இந்தியாவுடனான அதன் மோதலைத் திறன்மிக்க ஆபத்தாக மாற்றுகிறது. முரண்பாடு என்னவெனில் பாகிஸ்தான் மதச்சார்பற்ற ஜெனரல்களால் இப்போது ஆளப்படுகிறது என்பதும் இந்தியாவை இந்து அரசியல்வாதி ஆள்கிறார் என்பதும் தான் (மொ. பெ.: இப்போது இல்லை): இருந்தாலும் ஒரு நிலையில் ஒரு சிறிய போர் இரண்டு பக்கத்துக்கும் பொருந்தும். ஜெனரல் முஷாரப் தான் ஒரு முழு பொம்மையல்ல என்று நிரூபிக்க முடிந்தது. இந்திய பிரதமர் அடல் பிகாரி வாஜ்பாய் ஒரு தேர்தலை வெல்ல முடிந்தது காஷ்மீரிகள் தொடர்ந்து கஷ்டப்படுவர். ஆனால் ஒரு சிறிய போருக்கு யார் உறுதியளிக்க முடியும்?

இந்தியக் கட்டுப்பாட்டிலான காஷ்மீருக்குள் ஜிஹாதி குழுக்களான லஷ்கர்இதொய்பா, ஜெய்ஷ்இமுகமது மூலமாக பாகிஸ்தானிய ஊடுருவல்- இஸ்லாமாபாத் நிதியும் பொருளும் அளிக்கும் அதற்கு முழுதும் கட்டுப்படுத்த முடியாத தாலிபான் போன்ற ஒரு மாற்று இராணுவ இயந்திரத்தை உருவாக்கியுள்ளது இந்தியப் பாராளுமன்றத்தின் மீது நடத்தப்பட்ட தாக்குதல் மேலும் தீவிரமான ஒரு மோதலை உருவாக்க இத்தகைய குழுக்களின்

ஒன்றால் நடத்தப்பட்டது என்பது வெளிப்படையான ஒன்று. சில ஜிஹாதிகள் பாகிஸ்தானை ஒரு பொருட்டாக எடுத்துக் கொள்வதில்லை. அவர்களது நோக்கம் இந்தியாவில் முஸ்லிம் ஆட்சியை மீண்டும் நிலை நிறுத்துவதாகும். பைத்தியக்காரத்தனம்? ஆம், ஆனால் அது ஆயுதம் தாங்கியதும் இரு நாடுகளிலும் பேரழிவை உண்டாக்கும் வலிமை பெற்றதுமாகும்.

வாஷிங்டன் தனது 'பயங்கரவாதத்தின் மீதான போரை' நடத்த முடியுமென்றால், டெல்லி ஏன் நடத்தக்கூடாது? ஐ.நா.விலிருந்து முதலிலிருந்து அனுமதி வாங்க முடியாதென்பதாலா? ஆனால் இரண்டாம் உலகின் எந்த அரசியல்வாதியும் உங்களிடம் கூறுவார். யு.என். என்பதற்கு பதில் யு.எஸ். என்று படிக்கவும். இந்திய பாகிஸ்தான் போர் நடக்கும் ஆபத்து வாஷிங்டனின் மனதை அரித்துக் கொண்டுதானிருந்தது! பாகிஸ்தானை நிலைகுலைய வைக்காமல் இந்தியாவின் பங்கை எப்படிக் கொடுப்பது? பாகிஸ்தானில் ஜனநாயகத்துக்குத் திரும்புவது என்ற பெயரால் ஜெனரல் முஷாரப்பை காவு கொடுக்க முடியும் என்பது வெளிப்படை. பிரச்சனை என்னவென்றால் அங்கு எந்த சிவில் அரசியல்வாதியும் எந்த அரசியல் ஆட்சியையும் அதிகமாக நாட்டை ஆண்ட இராணுவத்துக்குச் சவால் விடுமளவு வலிமையாகவும், ஊழலற்றும் இல்லை என்பதாகும்.

அடிக்குறிப்புகள்:

48. இஸ்ரேலுடனான ஒற்றுமை ஒருவருக்கு மீண்டும் நினைவூட்டப்படுகிறது. முஸ்லிம் லீக் தலைமையைப் போலவே, இஸ்ரேலின் ஸ்தாபகத் தலைவர்கள் மதச்சார்பற்ற யூத தேசியவாதிகள். பென்குரியன் 'யூத தேசத்தை' ஏற்காத பல பாரம்பரிய யூதர்களால் கண்டனம் செய்யப்பட்டார்.

49. (இக்பாலின் கவிதை மொழிபெயர்ப்புகளை எம். முஜீத், ஏ.ஜெ. ஆர்பெரி மற்றும் இந்தப் புத்தகத்தின் ஆசிரியர் ஆகியோர் ஆங்கிலத்தில் செய்துள்ளனர்.

50. அரபு வளைகுடா முழுதும் ரகசியமாக சுற்றுக்கு விடப்படும் வீடியோக்களில் பின்லேடன் சவுதி அரேபியாவின் வீணாகும் எண்ணெய் வருமானத்தைக் கண்டனம் செய்கிறார். எண்ணெயை பொதுச் சொத்தாகக் குறிப்பிடும் அவர். அதற்கு மாறாக பிரதேசம் முழுதும் உள்ள சிறு குழுக்களிடம் எண்ணெய் தனிச்சொத்தாக்கப்பட்டு கொடுக்கப்பட வேண்டுமென்று கோருகிறார். ஒருவகையில் இது புரிந்து கொள்ளக்கூடியதுதான். ஏனெனில் சவுதி அரேபியாவில் தேசிய மயம் என்பது ராஜாங்கத் திருட்டுத்தனத்தின் கட்டுப்பாட்டைத்தான் அர்த்தப்படுத்தியது. ஆனால் மன்னர் குடும்பம் தூக்கியெறியப்பட்டதும்,

எண்ணெய் வருமானம் பொதுச்சொத்தாகி ஒரு இஸ்லாமியக் குடியரசால் நிர்வகிக்கப்படும் என்ற கோரிக்கை இல்லை. ஓசாமா பின்லேடன் மற்றும் அவருக்கு முன் மௌடுடி ஆகியோரின் கொள்கைகள் தன்னலம் சார்ந்ததாக இருக்கலாம். ஆனால் குரானை அர்த்தப்படுத்தியது துல்லியமாக இருந்தது.

51. பாகிஸ்தானில் அளிக்கப்பட இருப்பது மதச்சார்பற்ற அரசியலமைப்புச் சட்டம் என்பதால் அது ஏற்கப்பட இயலாதது என்றும் ஒரு இஸ்லாமிய அரசியலமைப்புச் சட்டத்தை பாகிஸ்தானில் அமல்படுத்தக் கோரி ஜமாத் இ இஸ்லாமியும் மற்ற மதக் குழுக்களும் பாகிஸ்தானில் போராட்டத்தைத் துவக்கியபோது வாஷிங்டனில் இருந்த அமெரிக்கத் தூதர் மத அடிப்படைவாதிகளின் ‘அரசியலமைப்புச் சட்ட தினத்தை’, ‘கராச்சியில் அரசியலமைப்புக்கான ஒரே முயற்சி’ என்று குறிப்பிட்டார். என் தந்தை அப்போது பாகிஸ்தானில் இடதுசாரிக் குழுவினால் (Progressive Papers Limited) நடத்தப்பட்ட பெரிய தினசரியான ‘பாகிஸ்தான் டைம்ஸ்’ல் ஆசிரியராகப் பணிபுரிந்து வந்தார். அதில் பணிபுரிந்த ஏராளமானோர் சோஷலிஸ்டுகளும். கம்யூனிஸ்ட்டுகளுமாவர். முல்லாக்களை எதிர்த்துக் கொண்டிருந்தவர்களில் மூத்த அதிகாரிகளுள் ஒருவரும் பின்னர் ஜனாதிபதி ஆனவருமான இஸ்கந்தர் மிர்ஸா என் தந்தையை ஒரு சமூக விழாவில் சந்தித்து எச்சரித்தார்: ‘நீங்கள் அரசியலமைப்புச் சட்ட விரோதம் குறித்து அறிக்கை அளிக்கும்போது மேலும் கூர்மையாக இருக்க வேண்டும். நாம் இந்த வேசி மகன்கள் விரும்புவதை ஒப்புக் கொண்டுவிட்டால் இந்த நிமிடத்தில் சிறு பையன்களை மகிழ்ச்சியுடன் மசூதிகளுக்குப் பின்னால் புணர்ந்து கொண்டிருக்கும் முல்லாக்கள் இந்த நாட்டை ஆள விரும்புவார்கள்’.

52. பின்னர் ஜமாத்திடமிருந்து பிரிந்த கௌசர் நஸ்வி 1972-ல் புட்டோ கட்சியில் சேர்ந்தார். மத விவகாரங்களுக்கான அமைச்சராகி இஸ்லாமிஸ்டுகளை எப்படி அணுகுவது என்பது குறித்து புட்டோவின் ஆலோசகரானார். நஸ்வியின் ஆலோசனையினால்தான் புட்டோ அரசு அஹமதியாவை முஸ்லிம்களல்லாதோர் என்று அறிவிக்க வைத்தது. முல்லாக்களை ஓரங்கட்டி விடலாம் என புட்டோ நினைத்தார். ஆனால் இந்தத் திடுக்கிடும் முடிவின் மூலம் அவர்களுக்கு அவர் வழி ஏற்படுத்தி விட்டார்.

53. பாகிஸ்தானில் முதல் இராணுவ சர்வாதிகாரத்தின்போது அப்போது லாகூர் கோர்ட்டிலிருந்து ஓய்வு பெற்றிருந்த உச்சநீதிமன்ற நீதிபதி வி.ஸி. கயானி அயூப் அரசை முற்றிலும் கவிழ்த்த தொடர்ச்சியான உரைகளை நிகழ்த்தினார். அவர் பேசவிருந்த ஒரு கூட்டத்தில் மாணவர்கள் நிறைந்திருந்தனர். அவரது பேச்சை நான் மூன்றுமுறை கேட்டேன். அவரது பாஷ்டுன் குரல் மிக மென்மையாக இருந்தது. அவரது கூற்றுக்களில் எப்போதும் பிரசங்கத்தன்மை சற்றும் இல்லாததுடன், ஒவ்வொரு வரியும் கவனத்துடன் உருவாக்கப்பட்டிருந்தது. அவர் 1963-ல் இறந்தபோது நாங்கள் அனைவரும் அழுதோம்.

54. பொதுவில் கவிதை வாசிப்பது (கவியரங்கம்). வயது வந்தோர் கல்வியறிவு மட்டம் குறைவாக இருக்கும் பாகிஸ்தானில் சில சமயங்களில் இந்தக் கவியரங்கங்களுக்கு பல்லாயிரக்கணக்கானோர் வருவதுண்டு.

55. நான் பழைய, புதிய பாகிஸ்தான் பற்றி எனது இரு புத்தகங்களில் விரிவாக விவாதித்துள்ளேன்: *இராணுவ ஆட்சியா? மக்கள் அதிகாரமா?* 1971, *பாகிஸ்தான் தாக்குப் பிடிக்குமா?* 1983.

56. புட்டோ இந்த ஆதரவைக் கண்டு நெகிழ்ந்து ஆடிப்போனார். இரவு உணவின்போது என் தந்தையிடம் அது எவ்வளவு கூனிக் குறுகச் செய்யும் அனுபவமாக இருந்ததென்று அவர் கூறினார்: 'அவர்கள் இன்னும் எனக்காக வெளியே வருகின்றனர், நான் அவர்களுக்குச் செய்ததைக் கண்ட பின்னரும்!

17

ஆஃப்கானிஸ்தான்: சுத்தியலுக்கும் பட்டறைக்கும் இடையில்...

பத்தொன்பதாம் நூற்றாண்டின் இறுதியில் ருஷ்ய ஜாராலும் பிரிட்டிஷ் வைஸ்ராயாலும் ஒரே மாதிரி ஆக்கிரமிக்க விரும்பப்பட்ட ஆஃப்கானிஸ்தானின் இடம் கொடுக்காத வேகம் அதனை இரண்டு காலனியாதிக்க சக்திகளிடமும் அடிமைப்படாமல் காப்பாற்றியது பிரிட்டனின் இரண்டு படையெடுப்புகள் முறியடிக்கப்பட்டன லண்டன், ஸெயின்ட் பீட்டர்ஸ்பர்க் இரண்டுக்கும் இது ஒரு எச்சரிக்கை. நிகழ்ச்சிப் போக்கில் விரிவடைந்து வந்த ஜார் பேரரசு இந்தியாவின் பிரிட்டிஷ் பேரரசும் இன்னும் நிலப்பிரபுத்துவத்துக் முந்தைய, தனது சொந்த அரசரைக் கொண்ட பழங்குடி இன ஆஃப்கானை காவல் நாடாக ஏற்றுக் கொண்டன. சற்று அதி வலிமை பெற்ற சக்தியான பிரிட்டிஷ், காபூல் மீது ஒரு கண் வைத்திருக்கும். இந்த ஏற்பாடு அந்த நேரத்தில் மூவருக்கு ஏற்புடையதாக இருந்தது. இதன் விளைவு, ஆஃப்கானிஸ்தான் சமூக பகுதியளவுகூட நவீனத்துவம் அடையவில்லை என்பதுடன் ஏறக்குறைய ஒரு நூற்றாண்டுக்கு மாற்றமின்றியே இருந்தது போராடும் பழங்குடி இனங்கள், தேசியக் குழுக்கள் இணைந்த ஒ அமைப்பு - (அவர்களுக்குள்ளேயே பிளவுபட்டிருந்த) மேலாதிக்க செலுத்திய புஷ்தூனிலிருந்து டாட்ஜிக்குகள், உஸ்பெக்குகள் ஹஸாராக்கள் (மங்கோலிய வழியினர்), நூரிஸ்டான்கள் பலூச்சியர்கள் வரை விரிவான இனங்கள் - இது எந்த மத்தி அதிகாரமும் நீண்ட காலத்துக்குத் தனது அதிகாரத்தைத் தக் வைத்துக் கொள்ளாமல் உறுதி செய்து கொண்டது. காபூலுக்கு கிராமப்புறத்துக்குமான பிளவு சரி செய்யப்பட்டிருந்தால் கூட மி அரிதாகவே அப்படி செய்யப்பட்டது.

இறுதியாக மாற்றங்கள் ஏற்பட்டபோது, அதன் கிரியாஊக்கி வெளியிலிருந்தே வந்தது. 1917-ல் ருஷ்யப் புரட்சியும், 1919-ல் கேமாலின் புதிய மாதிரி இராணுவம் ஒட்டோமான் காலிபேட்டைத் தூக்கியெறிந்தது ஆகியவை இளம் ஆஃப்கான் அரசர் அமானுல்லாவுக்கு நவீனப்படுத்தும் நோக்கங்களைக் கிளறி விட்டன. பிரிட்டிஷ் ஆதரவின் கீழ் குளிர் காய்ந்து கொண்டும், ஐரோப்பாவினருந்தும், பெட்ரோகிராடிடமிருந்து துணிச்சலான உதாரணத்தையும் அறிவூட்டும் கொள்கைகளையும் எதிர்பார்த்த அறிவுஜீவிகளால் சூழப்பட்டும் இருந்த அமானுல்லா குறைந்த காலத்துக்குப் பழங்குடி கூட்டத்துடன் ஓரளவு கற்ற அறிவாளிகளை இணைத்து 1919-ல் பிரிட்டிஷ் ஆயுதங்களை எதிர்த்துப் புகழ் பெற்ற இராணுவ வெற்றியைப் பெற்றார். அது அவருக்குப் பத்தாண்டு அரசாட்சியையும் பெற்றுத் தந்தது.

தளத்தில் அமானுல்லாவின் வெற்றி துருக்கியில் கமாலின் புரட்சியால் சற்று ஊக்குவிக்கப்பட்ட ஒரு சீர்திருத்தத் திட்டத்தைத் துவங்க அவருக்கு நம்பிக்கையளித்தது. வயது வந்தோர் வாக்குரிமை அளிக்க உறுதியளிக்கும் புதிய பரந்த ஆஃப்கான் அரசியலமைப்புச் சட்டம் பிரகடனம் செய்யப்பட்டது. அது அமல்படுத்தப்பட்டிருந்தால் உலகிலேயே முதலில் பெண்களுக்கு வாக்குரிமை அளித்த நாடுகளுள் ஒன்றாக ஆஃப்கான் ஆகியிருக்கும். துருக்கிய உதாரணத்தைத் தொடர்ந்து, முகத்திரையை விலக்கும் நடவடிக்கையைப் புகுத்திய அமானுல்லா, ஆண்கள் மேற்கத்திய உடை அணிய ஊக்குவித்து, ஆஃப்கானியர்களை வெளிநாடுகளில் படிக்க ஊக்குவித்து, ஆஃப்கானிய பள்ளிகளில் இருபாலார் படிக்கும் முறைக்கும் அதிகாரமளித்தார். அதே நேரத்தில் மாஸ்கோவிடமும் உதவி கேட்டுத் தூதர்கள் அனுப்பப்பட்டனர். ஒன்றுபட்ட பல சக்திகளின் ஆயுதந்தாங்கிய இடையூறுகள் எதிர்நோக்கி வந்தபோதிலும் போல்ஷ்விக் தலைவர்கள் ஆஃப்கானின் சமாதானப் பேச்சு முயற்சியைத் தீவிரமாக எடுத்துக் கொண்டனர். கோமின்டர்ன் சார்பாக சுல்தான் கலியேவ் காபூலிலிருந்து வந்த தூதர்களை வரவேற்றார். அதேசமயம் ட்ராட்ஸ்கி உள்நாட்டுப் போரின் முன்வரிசையிலிருந்த ஆயுதந்தாங்கிய ரயிலிலிருந்து ருஷ்ய கம்யூனிஸ்ட் கட்சியின் மத்தியக் குழுவுக்கு ஒரு கடிதம் எழுதினார். இந்தக் குறிப்பிடத்தக்க கடிதத்தில் அவர் இவ்வாறு எழுதினார்:

நமது செஞ்சேனை ஒப்பிட முடியாத அளவுக்கு ஐரோப்பிய நிலப்பகுதியைவிட ஆசிய நிலப்பகுதியில் வலிமையாக இருக்கிறது என்பதில் ஐயமில்லை. இங்கு நம் முன்னால் ஐரோப்பாவில் நிகழ்ச்சிகள் எவ்வாறு நடக்கின்றன என பார்க்க நீண்ட காத்திருப்புக்கு

மட்டுமல்ல, ஆசிய தளத்தில் செயல்படவும் காத்திருக்க வேண்டியதற்கான சந்தேகத்துக்கு இடமில்லாத வாய்ப்பும் உருவாகிறது. குறிப்பிட்ட இந்த நேரத்தில் (சோவியத் ஹங்கேரிக்கான வழியை விட) இந்தியாவுக்கான வழி மிகவும் எளிதாகச் செல்லத்தக்கதாகச் சுருக்கமாக இருக்கும். ஐரோப்பிய அளவுகோலில் இந்தக் கணத்தில் பெரிய முக்கியத்துவம் கொடுக்கவியலாத ஒரு இராணுவம், காலனியாதிக்கத்தைச் சார்ந்திருக்கும் நிலையற்ற ஆசிய உறவுகளில் அடக்கப்பட்ட கூட்டத்துக்கு நேரடியாக ஒரு ஊக்குவிப்பைக் கொடுக்க முடியும் என்பதுடன் ஆசியாவில் அத்தகைய ஒரு எழுச்சியின் வெற்றியை உறுதிப்படுத்த முடியும். பாரிஸ், லண்டனுக்கான சாலை ஆஃப்கான், பஞ்சாப், வங்காளம் ஆகிய நகரங்களின் வழியே உள்ளது.

ட்ராட்ஸ்கியின் இராணுவ நிபுணர்களில் ஒருவரின் பகல்கனவு ஆவணம் ஒன்று பிரிட்டிஷ் இந்தியாவை விடுவிக்க 30- 40,000 குதிரை வீரர்களைக் கொண்ட ஏகாதிபத்திய எதிர்ப்புப் படை ஒன்றை உருவாக்கும் ஆலோசனையை முன்வைத்தது.

இத்தகைய திட்டங்களால் ஒன்றும் நடக்கவில்லை. இரண்டாண்டு களுக்குப் பின்னர் போலந்துக்கு துகாசேவ்ஸ்கியின் பயணம் தோல்வியில் முடிந்தது. மாஸ்கோவில் இது நிதானமான விளைவை ஏற்படுத்தியதில் வியப்பேதுமில்லை; அமானுல்லாவுக்கு போல்ஷ்விக்குகளிடமிருந்து நட்பையும், ஆலோசனைகளையும் தவிர வேறு எதுவும் கிட்டவில்லை. இப்போது புரிந்து கொள்ளக் கூடியது போலவே அதைக் கண்டு கலவரமடைந்த பிரிட்டிஷ் அரசு அவரைத் தூக்கியெறிய உறுதி பூண்டது. டி.இ. லாரன்ஸை ஒரு ஆலோசகராக இறக்குமதி செய்து புதுதில்லி சில முன்னேறிய இனங்களின் உதவியை விலைக்கு வாங்கி அரசருக்கு எதிராக மத எதிர்ப்பைத் தூண்டிவிட்டு இறுதியாக ஒரு இராணுவக் கலகம் மூலமாக 1929-ல் அவரைக் கவிழ்த்தது.[57]

கோமின்டர்ன் பத்திரிகையான இன்பிரகார் அமானுல்லா 'சோவியத் நட்பால்' தான் பத்தாண்டுகள் தப்பித்ததாக கருத்துக் கூறியது. முக்கியமாக, மூத்த போல்ஷ்விக் ரஸ்கோல்னிகவ் 'பூர்ஷ்வா சீர்திருத்தங்களை பூர்ஷ்வாக்களின்றி' அமானுல்லா அறிமுகம் செய்தாரென்றும், அதன் செலவுகள் விவசாய சீர்திருத்தம் மூலமாக அவர் வென்றெடுக்காத விவசாயிகள் தலையில் விழுந்ததால் பிரிட்டனுக்கு நாட்டின் சமூக, இனப் பிரிவினைகளைப் பயன்படுத்த வழி ஏற்பட்டது என்று குறிப்பிட்டார்.

பிரதேசத்தில் இருந்த ஏகாதிபத்திய சக்தியான பிரிட்டன் தான் ஆதரித்த பழங்குடித் தலைவர்களிடம் கூட புகழ் பெறவில்லை

இரண்டாம் உலகப் போரின்போது ஆஃப்கானிஸ்தான் நடுநிலை வகித்தது. 3, அக்டோபர் 1940-ம் தேதியிட்ட ஜெர்மன் வெளியுறவு அலுவலக ஆவணம், (இரண்டாம் உலகப் போரின்போது புதிர் விடுவிக்கும் முறையால் புரிந்து கொள்ளப்பட்டது) ஒரு கவர்ச்சிகரமான விரிவுரையைக் கொடுத்தது. அது அரசுத்துறைச் செயலாளர் வெயிஸேக்கரிடமிருந்து காபூலிலிருந்த ஜெர்மானியத் தூதுக்குழுவுக்காகும்.

செப்டம்பர் 30 அன்று ஆஃப்கான் அமைச்சர் என்னைச் சந்தித்து அவரது அமைச்சரவைத் தலைவர் மற்றும் போர் அமைச்சரின் வாழ்த்துக்களைத் தெரிவித்ததுடன் போரில் நல்ல முடிவு வர நல்வாழ்த்துக்களையும் தெரிவித்தார். ஆசியாவில் ஜெர்மானிய நோக்கம் ஆஃப்கானின் நம்பிக்கையுடன் ஒத்துப் போகிறதா என விசாரித்தார்; அவர் அரபு நாடுகளின் அடக்குமுறையை சுட்டிக்காட்டியதுடன், இந்திய தேசத்தில் 1.5 லட்சம் ஆஃப்கானியர்கள் (முக்கியமாக வடமேற்குப் பிரதேசத்தைச் சேர்ந்த புஷ்தூன்கள்) பாதிப்புக்குள்ளாக்கப்பட்டிருப்பதையும் சுட்டிக் காட்டினார். சுட்டிக் காட்டப்படும் பிரதேசத்திலுள்ள பிரிட்டனுக்கு அடிமைப்பட்டுள்ள மக்களை விடுதலை செய்வது, அவர்கள் உரிமைகளை மீட்டுக் கொடுப்பது என்பது ஜெர்மனின் நோக்கமென்று தான் கூறியதை ஆஃப்கான் அமைச்சர் கேட்டுத் திருப்தியடைந்தார். நாட்டின் எல்லை சிந்து வரை நீண்டால்தான் ஆஃப்கானுக்கு நீதி கிடைக்கும் என்றும் அவர் கூறினார்; இந்தியா பிரிட்டனிடமிருந்து விலகினால் இது அதற்கும் பொருந்தும்... ஜெர்மனியுடனான உறவை விட்டுவிடுமாறு ஆங்கிலேயரின் நிர்பந்தத்தைக் கடுமையாகத் தடுத்து தனது விசுவாசத்துக்கு ஆதாரம் கொடுத்துள்ளது ஆஃப்கானிஸ்தான் என்று அந்த ஆஃப்கானியர் குறிப்பிட்டார். இன்று, ஆஃப்கானின் விருப்பங்களை ஒரு முன்னெச்சரிக்கையாக அளிக்க விரும்பினார், ஆனால் அவர் இது இரகசியமாக இருக்க வேண்டுமென்றார்; இந்த விருப்பங்களை நிறைவேற்றுவதை எதிர்காலத்துக்கான விஷயமாக அவர் கூறினார்.

பெர்லினுக்கு அமைச்சரை அனுப்பிய மன்னர் இருபத்தாறு வயது ஜாகிர் ஷா. அமைச்சரவைத் தலைவர் அவரது மாமன் சர்தார் முகமது ஹாஷிம் கான். ஜெர்மன் தூதில் ஆர்வமூட்டுவது என்னவென்றால், அந்த நேரத்தில் பொதுவாக இருந்த பிரிட்டன் மீதான வெறுப்பு அவ்வளவாக இல்லை. இப்போது இல்லை பாகிஸ்தானின் வடமேற்கு எல்லைப் பிரதேசமும் அதன் தலைநகரான பெஷாவரையும் இணைத்த பெரும் ஆஃப்கானிஸ்தானுக்கான ஆவலாகும்.[58]

அமானுல்லா ஆட்சிக் கட்டிலுக்கு வந்து ஐம்பது ஆண்டுகளுக்குப் பின் வரலாறு ஒரு மோசமான விளைவுடன் மீண்டும் திரும்பியது. எழுபதுகளின் தொடக்கத்தில் ஆட்சியிலிருந்த அரசர் ஜாஹிர் ஷா ஒன்றுவிட்ட சகோதரர் தாவூதால் நீக்கப்பட்டார். தாவூத், சோவியத் நிதி ஆதரவு மற்றும் உள்ளூர் கம்யூனிஸ்டுகள் ஆதரவுடன் ஒரு குடியரசைப் பிரகடனம் செய்தார். ஏப்ரல் 1979-ல் இரானின் ஷா தாவூதை அவரது இராணுவத்திலும். நிர்வாகத்திலும் இருந்த கம்யூனிஸ்ட் குழுக்களுக்கு எதிராகத் திரும்ப ஒப்புக் கொள்ள வைத்தபோது, அவர்கள் தற்காப்புக்காகக் கலகத்தில் இறங்கினர். தமக்குள்ளேயே கடுமையான மோதலில் இருந்த அவர்களுக்கு - சிலசமயம் உட்கட்சிப் பிரச்சனைகள் கைத்துப்பாக்கிகள் மூலம் தீர்த்துக் கொள்ளப்பட்டன - ஆஃப்கானிய கம்யூனிஸ்டுகளுக்கு காபூலையும் வேறு சில நகரங்களையும் தவிர வேறு சமூகத்தளம் இல்லை. அவர்களது சக்தி இராணுவத்தையும் விமானப் படையையும் கட்டுப்பாட்டில் வைத்திருந்ததிலேயே இருந்தது. எனினும் அவர்கள் ஒரு சீர்திருத்தத் திட்டத்தைத் தொடங்கவே செய்தனர். முக்கியமாகக் கல்வி புதிய அரசிடம் முக்கிய முன்னேற்றம் பெற்றது. கிராமங்களில் பெண்கள் கல்வி பெறத் துவங்கினர். சில இருபாலார் பள்ளிகளும் நிறுவப்பட்டன. 1978-ல் ஆண் கல்வியின்மை 90 சதவிகிதமாகவும் பெண் கல்வியின்மை 98 சதவிகிதமாகவும் இருந்தது. பத்தாண்டுகளுக்குப் பிறகு அது பெரிய அளவு குறைந்தது. புதிய இளம் ஆஃப்கான் ஆண்களும் பெண்களும் மருத்துவர்களாக, ஆசிரியர்களாக, தொழில் நுட்ப வல்லுனர்களாக எழுச்சி பெற்றனர். போல்போட் அரசைப் போன்று சீர்திருத்தங்களை எதிர்த்தவர்கள் மீது தாக்குதல்கள் நடத்தப்பட்ட சில நடவடிக்கைகள் தவிர, அரசர் அமானுல்லா தூக்கியெறியப்பட்டபோது தடுக்கப்பட்ட நவீனமயம் பிடி.பி.ஏ அரசில் மீண்டும் தொடங்கியது.

பிரிட்டனின் வரலாற்றுப்பூர்வ பாத்திரத்தை எடுத்துக் கொண்ட அமெரிக்கா விரைவில் மதரீதியாக அரசை எதிர்த்தவர்களுக்கு பாகிஸ்தானிய இராணுவத்தின் வழியாக ஆயுதம் அளித்ததன் மூலம் அரசைக் கவிழ்க்கும் வேலையில் இறங்கியது. உள்நாட்டுப் போரைத் தொடங்க கிராமங்களில் இனக்குழுத் தலைவர்களுக்குப் பணமும், ஆயுதங்களும் வழங்கியதன் மூலம் கிராமங்களில் வன்முறை அதிகரித்தது. அதிகரித்த நிர்பந்தத்துக்கிடையே கம்யூனிஸ்டுகள் வன்முறையான உள்விரோதத்தில் இறங்கினர். இந்த நேரத்தில் போல்ஷ்விக்குகளுக்கு அப்பால் இருந்த தலையீட்டில் பிரஷ்னேவ் குதித்தார். ஆட்சியை விடுதலை செய்ய காபூலுக்குப் பெரும் இராணுவப் படையை அனுப்பினார்.

கார்ட்டரின் தேசிய பாதுகாப்பு தலைவர் ஸ்பிகநியூ பிரெஸென்ஸ்கி இதைத்தான் எதிர்பார்த்து நம்பிக் கொண்டிருந்தார். பிரெஞ்சு வார இதழான 'லிநாவல் இன்டர்பிரடாரின்' 15-21 ஜனவரி 1998 இதழுக்கு அளித்த பேட்டி அந்தச் சந்தேகத்தையும் விட்டு வைக்கவில்லை.

கேள்வி: சி.ஐ.ஏ.வின் முன்னாள் இயக்குனரால் ராபர்ட் சேப்ஸ் தனது நினைவுகளில் (நிழலிலிருந்து) ஆஃப்கானில் சோவியத் தலையீட்டுக்கு ஆறு மாதங்களுக்கு முன்பே முஜாஹிதீன்களுக்கு அமெரிக்க உளவுப்படை உதவி செய்யத் துவங்கியதாகக் கூறியுள்ளார். அந்தக் காலகட்டத்தில் ஜனாதிபதி கார்ட்டருக்கு நீங்கள் தேசியப் பாதுகாப்பு ஆலோசகராக இருந்தீர்கள். எனவே இந்த விஷயத்தில் நீங்களும் பாத்திரம் வகித்தீர்கள். அது சரியா?

பிரெஸென்ஸ்கி: ஆம். அதிகாரப்பூர்வ வரலாற்றின்படி சோவியத் இராணுவம் ஆஃப்கானின் மீது 24, டிசம்பர் 1979-ல் படையெடுத்த பிறகு 1980-ல் சி.ஐ.ஏ. முஜாஹிதீனுக்கு நிதியளிக்கத் தொடங்கியது. ஆனால் நிஜத்தில், இதுவரை இரகசியமாகக் காக்கப்பட்டது. இது முற்றிலும் வேறு: 3, ஜூலை 1979-ல் ஜனாதிபதி கார்ட்டர் காபூலிலிருந்த சோவியத் ஆதரவு ஆட்சிக்கெதிரான சக்திகளுக்கு இரகசிய உதவியளிக்க முதல் உத்தரவில் கையெழுத்திட்டார். அதே நாளில் ஜனாதிபதிக்கு 'இது என்னைப் பொறுத்தவரையில் சோவியத் இராணுவத் தலையீட்டுக்கு வழி வகுக்கும்' என்று விவரித்து நான் குறிப்பு அனுப்பினேன்.

கேள்வி: இந்த ஆபத்து குறித்து அறிந்தும் நீங்கள் இந்த இரகசிய நடவடிக்கையை ஆதரித்தீர்கள். ஒருவேளை நீங்களே சோவியத் தலையீட்டை விரும்பி அதனைத் தூண்டிவிடக் காத்துக் கொண்டிருந்தீர்களா?

பிரெஸென்ஸ்கி: முற்றிலும் அது அப்படி அல்ல. ருஷ்யர்களைத் தலையிட நாங்கள் தள்ளிவிடவில்லை. ஆனால் அவர்கள் தலையிடும் வாய்ப்பைத் தெரிந்தே ஆதரித்தோம்.

கேள்வி: ஆஃப்கானில் அமெரிக்கா இரகசியமாகத் தலையிடுவதை எதிர்க்கும் விதத்தில் தான் சோவியத் தலையிட்டது என்று தமது தலையீட்டை சோவியத் நியாயப்படுத்திய போது மக்கள் நம்ப மறுத்தார்கள். ஆனால் அதுதான் உண்மையின் அடிப்படையும் கூட. நீங்கள் இப்போது எதற்காகவும் வருந்தவில்லையா?

பிரெஸென்ஸ்கி: எதற்காக வருந்துவது? அந்த இரகசிய நடவடிக்கை அருமையான எண்ணம். அது சோவியத்தை ஆஃப்கான் வலைக்குள் இழுத்து வரும் விளைவை ஏற்படுத்தியது. அதற்கா என்னை வருந்தச்

சொல்கிறீர்கள்? சோவியத் அதிகாரப் பூர்வமாக எல்லையைக் கடந் அந்த நாளில் நான் ஜனாதிபதி கார்ட்டருக்கு எழுதினேன் சோவியத்து நாம் அதன் வியட்னாம் போரை அளிக்கும் வாய்ப் இப்போது பெற்றுள்ளோம். நிதர்சனத்தில், பத்தாண்டுகளுக் மாஸ்கோ அரசு ஆதரவில்லாத போரை நடத்த வேண்டி வந்தது அது ஊக்கமிழப்புக்கு இட்டுச் சென்று இறுதியில் சோவியத் பேரர நொறுங்குவதை நோக்கியும் இட்டுச் சென்றது.

கேள்வி: இஸ்லாமிய அடிப்படைவாதிகளுக்கு ஆதரவும் அளித் எதிர்கால பயங்கரவாதிகளுக்கு ஆயுதமும், ஆலோசனையுட அளித்தது குறித்தும் நீங்கள் வருந்தவில்லை?

பிரெஸென்ஸ்கி: உலக வரலாற்றுக்கு மிகவும் முக்கியமானது எது தாலிபானா அல்லது சோவியத் பேரரசின் வீழ்ச்சியா? சி பைத்தியக்கார முஸ்லிம்களா அல்லது மத்திய ஐரோப்பாவின் விடுதலை மற்றும் பனிப்போர் முடிவா?[59]

ருஷ்யத் தலைவர்கள் வலையில் தலை குப்புற விழுந்தார்கள் அந்தக் காலத்திலிருந்த பொலீட் பீரோ ஆவணங்கள் படிக் ஆவலூட்டுபவை. முடிவெடுப்பதற்கு இரண்டு நாட்களுக்கு முன் முழு பொலீட் பீரோவும் இராணுவத் தலையீட்டு முடிவுக்கு எதிரா இருந்தது. அவர்கள் மனதை மாற்றி ஏதோ நடந்து விட்டது. அ என்னவென்பது இன்னும் வெளிப்படவில்லை. எனினும் சி.ஐ. ஆவணங்களில் அதற்கு விடை இருக்கிறது. பெரும்பாலும் என் நடந்திருக்க வாய்ப்பு உள்ளதென்றால், ஆஃப்கான் தலைவர் ஹஃ அல்லா அமின் தனது கூட்டை மாற்றிக் கொள்ளும் நிலையிலிருக்கிற என்று அமெரிக்கா பொய்ப் பிரசாரம் செய்தது பொலிட்பீரோவின் மனதை மாற்றுவதில் பெரும்பங்கு வகித்திருக்கலாம். அமின் சி.ஐ. ஏஜென்ட் என்று மாஸ்கோ கூறத்தான் செய்தது. ஆனா அனைத்துப் பெரிய தலையீடுகளுக்கும் முன் நடக்கும் பொதுவா அவப்பெயர் சூட்டல் என்று கூறி இருட்டடிப்பில் இ நிராகரிக்கப்பட்டது. ஆஃப்கானிஸ்தானுக்குள் சோவியத் துருப்புக நுழைந்ததானது வாஷிங்டன் நிதியுடன் நடந்து வந்த விரும்பத்தகா உள்நாட்டுப்போரை ஜிகாதாக மாற்றி வெளிநாட்டு இராணுவத்தின் ஆக்கிரமிப்பை எதிர்த்து ஆஃப்கானின் இறையாண்மையை பாதுகாக்கக் கூடியவர்கள் முஜாகிதீன்கள் ('புனிதப் போராளிகள் மட்டுமே என்ற தோற்றத்தை உண்டாக்கி விட்டது. விரைவி ஆஃப்கான் அடிப்படைவாதிகள் டௌனிங் சாலையில் வெள்ளை மாளிகையில் 'விடுதலைப் போராட்ட வீரர்களாக' விருந்தளிக்கப்பட் போது பிரெஸென்ஸ்கி கைபர் கணவாயில் பாஷ்தூ தலைப்பாகையுடன் 'அல்லா உங்களுடன் இருக்கிறார்' எ

முழக்கமிட்டுப் புகைப்படங்களுக்கு போஸ் கொடுத்துக் கொண்டிருந்தார். ஆஃப்கான் போரில் வாஷிங்டனின் பாத்திரம் ஒரு இரகசியமாக இருந்ததில்லையென்றாலும், மேற்கில் சில குடிமக்கள் ஆப்கானில் ருஷ்யர்களுடன் போரிட எகிப்து, சவுதி அரேபியா, பாகிஸ்தானிலுள்ள உளவுப் பிரிவை இஸ்லாமியப் போராளிகளின் உலக வலைத் தளத்தை உருவாக்க, பயிற்சி நிதி அளித்து ஆயுதம் கொடுக்க அமெரிக்கா உபயோகித்தது என அறிந்திருந்தனர். கிறிஸ்டியன் ஸயன்ஸ் மானிடர் மற்றும் ஏபிசி டெலிவிஷனின் முன்னாள் மத்திய கிழக்கு நிருபர் ஜான் கூலி அமெரிக்காவின் ஓய்வுபெற்ற, வேலையிலுள்ள அதிகாரிகளின் தொடர்பை எளிதாகப் பெற்று இந்தப் பனிப்போரின் இறுதிக்கட்டம் குறித்து வியப்பூட்டும் விவரிப்பை எழுதியுள்ளார்.[60] அவர் எப்போதும் தனது ஆதாரத்தைக் குறிப்பிடாவிட்டாலும், அவர் கூறியவற்றில் சிலவற்றைச் சந்தேகத்துடனே பார்க்க வேண்டியிருந்தாலும், அவரது செய்திகள் எண்பதுகளில் பாகிஸ்தானில் பரவலாக இருந்த வதந்திகளுடன் ஒத்துப் போகின்றன. சீனாவின் உதவி ஆயுதங்களுடன் மட்டும் நிற்கவில்லை, ஜின்ஜியாங்கில் ஒட்டுக் கேட்கும் கம்பங்களை வைத்துக் கொள்ள அனுமதி அளித்தது. உய்குர் வாலன்டியர்களைக் கூட அனுப்பியது (அதன் செலவை சி.ஐ.ஏ. ஏற்றது) என்று கூலி ஒப்புக் கொள்கிறார். சீன உதவியின் சில வகைகள் எப்போதுமே இஸ்லாமாபாதிலுள்ள ஜெனரல்களால் தனிமையில் ஒப்புக்கொள்ளப் பட்டன. எனினும் பீகிங் அதை ஒப்புக் கொள்ளவேயில்லை. மக்கள் குடியரசு சோவியத்துக்குப் பிறகான பின்வாங்கல் சிண்ட்ரோமிலிருந்து தற்காப்புடன் இல்லையென்று கூட கூலி கூறுகிறார். இஸ்லாமியப் போராளிகள் அவர்களை ஆயுதபாணியாக்கிய சக்திகளுக்கெதிராகத் திரும்புகிறார்கள். எனினும் கூலி கூறாத ஒரு நாடு இஸ்ரேல், ஆஃப்கானில் அதன் பாத்திரம் போரில் மிகவும் நன்கு பராமரிக்கப்பட்ட இரகசியங்களில் ஒன்று. 1985-ல் 'தி முஸ்லிமு'க்காக வேலை செய்த இளம் பாகிஸ்தானிய நிருபர் அஹமது மன்சூர் பெஷாவரில் இன்டர்கான்டினன்டல் ஹோட்டல் பாரில் தற்செயலாக இஸ்ரேலிய 'ஆலோசகர்கள்' சிலரைச் சந்திக்க நேர்ந்தது. இந்தச் செய்தி ஜியாவின் சர்வாதிகாரத்துக்கு வெடி வைப்பதாக இருக்கும் என்று அறிந்திருந்த அவர், அவரது ஆசிரியர், சில நண்பர்கள் மற்றும் அங்கு வந்திருந்த WTN நிருபர் ஆகியோருக்கு அதைக் கூறினார். சில நாட்களுக்குப் பிறகு பாகிஸ்தானின் ஐ.எஸ்.ஐயால் கவனப்படுத்தப்பட்ட முஜாகிதீன்கள் அவரைப் பிடித்துக் கொன்றனர்.

மேலும் கூலி சவுதி அரேபியாவில் சி.ஐ.ஏ.வின் முன்னாள் நிலையத் தலைவரான ரேமண்ட் குளோஸை பெய்ரூட்டில் 1978-ல்

சந்தித்ததையும் குறிப்பிடுகிறார். அவர் தெளிவாக இவரை ஆகர்ஷித்தார். அவரை இவர் நெருங்கிக் கேள்வி கேட்டிருந்தால் குளோஸ் முன்பு பாகிஸ்தானுக்கு நியமிக்கப்பட்டிருந்தாரென்பதும் அங்கு அவரது தந்தை லாகூரில் போர்மேன் கிறிஸ்தவக் கல்லூரியில் மிஷினரி ஆசிரியராக இருந்தாரென்பதும் தெரிந்திருக்கும். அவரது மகன் பெர்ஸியன், உருது, அரபி மொழிகளை நன்கு கற்றிருந்தார் அவரது சாதாரண ஓய்வில் அவர் ஆஃப்கானிஸ்தானில் நடவடிக்கை களை மேற்கொள்ள நியமிக்கப்பட்டிருப்பார். பாகிஸ்தானில் செயல்பட்டுக் கொண்டிருந்த BCCI (சர்வதேசக் கடன் மற்றும் வர்த்தக வங்கி) மூலம் அவர்களது இரகசிய நடவடிக்கைகளுக்கு சி.ஐ.ஏ.மறைமுகமாக நிதியளித்துப் பின்புலமாக இருக்கும். அந்த வங்கி ஹெராயின் வர்த்தகம் மூலம் லாபம் சேர்த்திருந்தது.

ஆஃப்கானிஸ்தானே சோவியத் வெளியேறிய பத்தாண்டுகளுக்குப் பின் குழு வன்முறையால் அடித்துச் செல்லப்பட்டிருந்தது. செப்டம்பர் 11 அன்று யு.எஸ். மீது குண்டு வீசிப் பெரும் சாத்தானுக்கெதிரான போரை அறிவிப்பதற்கு நீண்டநாள் முன்பே போர் முன்னணி வீரர்கள் எகிப்து, அல்ஜீரியா, பிலிப்பைன்ஸ், சூடான், பாகிஸ்தான், செசன்யா, டாகேஸ்தான், சவுதி அரேபியா ஆகிய நாடுகளை நிலைகுலைய வைக்க உதவினர். ஓசாமா பின்லேடன் சவுதி கட்டட வல்லுனராகத் தனது தொழிலைத் தொடங்கி சி.ஐ.ஏ. வுடன் தொடர்பு கொண்ட பிறகு தான் அமெரிக்க அதிகாரிகளுக்கு பயம் காட்டுபவராகவும், கற்பனைக் கதைகளைத் தூண்டுபவராகவும் மாறினார். பாகிஸ்தானிய ஜெனரல்கள் சவுதி அரேபியாவைப் புனிதப் போரை முன்னெடுத்துச் செல்ல இளவரசர் யாரையாவது அனுப்பக் கோரியபோது யாரும் தானாக முன் வரவில்லை. மாறாக ஓசாமா பின்லேடன் அரண்மனையின் நண்பராக அனுப்பப்பட்டார். எதிர்பார்த்ததற்கு மேலேயே செய்ததன் மூலம் ரியாதிலும், மறைவாக அடியிலுமிருந்த அவரது புரவலர்களுக்கு ஆச்சர்யமூட்டவிருந்தார். கூலி அமெரிக்க அரசுக்குக் கீழ்க்கண்ட ஆலோசனையைக் கூறி முடிக்கிறார்:

நீங்கள் உங்கள் முக்கிய எதிரி மீது போர் தொடுக்க முடிவு செய்யும்போது உங்களுக்குப் பின்னால் இருக்கும் மக்கள், நீங்கள் நண்பராக இருக்கத் தேர்வு செய்த, கூட்டாளிகள் அல்லது கூலிப் போராளிகள் பற்றி நல்ல, நீண்ட பார்வையைச் செலுத்துங்கள். இவர்கள் வாளை ஏற்கனவே உறையிலிருந்து எடுத்து உங்கள் முதுகுக்கு நேராக நீட்டிக் கொண்டிருக்கிறார்களா என்று நன்கு பாருங்கள். அவரது கோரிக்கைகள் வருந்துவதை நிராகரிக்கும் ஸ்பிக்கோவ் பிரெஸென்ஸ்கியை அசைக்கப்போகும் வாய்ப்பில்லை

1989-ல் சோவியத் வெளியேறியதற்குப் பிறகு, முஜாகிதீனின் பல குழுக்களை உண்மையாகவே ஆதரித்த பல நாடுகள் விரைவில் சிதறிப் போயின. இஸ்லாமாபாத் மறுகட்டமைப்புக்கான ஒரு அரசை விரும்பவில்லை. அமெரிக்கா சவுதி ஆதரவுடன் தனது பொம்மையான குல்புதின் ஹெக்மத்யாரை நாட்டின் மீது திணிக்க விரும்பியது. அதன் விளைவு தொடர்ச்சியான மோசமான, அவ்வப்போது நிலையற்ற போர் நிறுத்தங்களுடன் கூடிய உள்நாட்டுப் போர். ஹஸாரஸ் (இரான் ஆதரவுடன்), அஹ்மத் ஷா மசூத் (பிரான்ஸ் ஆதரவுடன்), உஸ்பெக் ஜெனரல் தோஸ்தம் (ரஷ்யா ஆதரவுடன்) தடுத்துப் போராடினர். ஹெக்மத்யாரின் துருப்புகள் அதன் எதிரிகளை முறியடிக்க முடியவில்லை என்று தெரிந்தவுடன் 1980-லிருந்து பாகிஸ்தான் இராணுவம் வடமேற்கு எல்லையில் மதப்பள்ளிகளில் பயிற்சியளித்து வந்த தாலிபானை ஆதரிக்க முடிவு செய்தது. 1992-ல் வடமேற்கு எல்லைப்பகுதி முதலமைச்சர் என்னிடம் மதரஸாக்களின் இளம் தீவிரவாதிகள் ஆஃப்கானிஸ்தானை ‘விடுதலை’ செய்யலாம் அல்லது செய்யாமல் போகலாம், ஆனால் நிச்சயமாக பாகிஸ்தானில் மீதம் விட்டதை அவர்கள் நிலைகுலையச் செய்வார்கள் என்று கூறினார்.

ருஷ்ய நாத்திகர்களை எதிர்த்த போரில் தாலிபான்கள் ஆதரவற்றவர்கள். ஐ.எஸ்.ஐ. யால் பயிற்சியளிக்கப்பட்டு எல்லையைக் கடந்து அனுப்பப்பட்ட அவர்கள் உண்மையான முஸ்லிம்களல்ல என்று அவர்களிடம் கூறப்பட்ட முஸ்லிம்களுக்கெதிரான போரில் தூக்கியெறியப்படவிருந்தனர். இப்போது அவரது சிரத்தையான படைப்பில் அஹமது ரஷீத் அவர்களது பார்வையைத் தெளிவாகப் படம் பிடிக்கிறார்.

நான் 1980-களில் அறியவந்த முஜாகிதீன்களுக்கு இந்தப் பையன்கள் ஒரு உலகமே தள்ளி இருந்தனர். அவர்கள் தமது இன, குழு தொடர்புகளை நினைவு கூர்பவர்களாகவும், பேரவாவுடன் கைவிட்ட நிலங்கள், பள்ளத்தாக்குகளை நினைவு கூறுபவர்களாகவும், ஆஃப்கானிய வரலாற்றின் கதை, காவியங்களை நினைவு கூர்பவர்களாகவும் இருந்தனர். இந்தப் பையன்கள் தமது நாட்டை எப்போதும் அமைதியாகவே பார்க்காத தலைமுறையைச் சேர்ந்தவர்கள். அவர்களுக்கு அவர்களது இனம், அவர்களது மூத்தோர், அவர்களது அண்டை வீட்டினர் அல்லது அவர்கள் தாய்நாட்டின் ஒன்று கலந்த இன மக்கள் குறித்தும் அறியாதவர்கள். அவர்கள் பொருந்தி ஏற்கக்கூடிய ஒரே தொழில் போராக மட்டுமே இருக்கக்கூடும் என்பதால் அவர்கள் போரைப் போற்றினர். காப்பாற்றக் கூடிய, தூய்மையான இஸ்லாத்தை மட்டுமே அவர்கள்

நம்பி உறுதியாகப் பற்றிக் கொள்வதே அவர்களது வாழ்வுக்கு ஒரு அர்த்தத்தைக் கொடுத்தது.[61]

வேருடன் தூக்கியெறியும் இந்தத் தீவிரத்தன்மை, ஒரு வகையான மங்கிய இஸ்லாமிய பரந்த நோக்குடைய தன்மை, தாலிபான்களை அவர்களது எந்த உள்ளூர் எதிரிகளைவிடவும் மிகச் சக்தி வாய்ந்த போராட்ட சக்தியாக மாற்றியது. பாஷ்தூன் மரபினராக இருப்பினும் தாலிபான் தலைவர்கள் தமது இளம் வீரர்கள் இன பேதத்தின் விசுவாசம் கொண்டு பிரிவினை மனப்பான்மைக்கு ஆட்பட மாட்டார்கள் என்பதில் உறுதியாக இருந்தார்கள். இந்த எண்ணத்தை விலக்க இடதுசாரிகள் கூட கடுமையாக முயல வேண்டியிருந்தது. அந்தப் பகுதியிலிருந்து அவர்கள் வெல்லத் துவங்கியதும், போரை விரும்பிய மக்கள்தொகை எப்போதும் அவர்களை ஒரு விடுதலை மனப்பான்மையுடன் வாழ்த்தத் தொடங்கியது. சோவியத் வெளியேறியதிலிருந்து உயிரிழப்போடு போராடிக் கொண்டிருந்த மற்ற சக்திகளின் மீதான நம்பிக்கையைப் பெரிய நகரங்களிலிருந்த மக்கள் இழந்து விட்டனர்.

தாலிபான் வெறும் அமைதிக்கும், உணவுக்கும் மட்டும் உத்தரவாதம் அளித்திருக்குமானால், நீண்ட கால பரந்த மக்கள் ஆதரவை பெற்றிருக்கும். எனினும். அது விரைவில் அவர்கள் திணிக்க விரும்பிய அரசின் குணம் கொதித்துப் போன மக்களுக்குத் தெரிய வந்தது. பெண்கள் வேலை செய்வதிலிருந்தும், பள்ளிகளிலிருந்து குழந்தைகளைக் கூட்டி வருவதிலிருந்தும், சில நகரங்களில் கடைகளுக்குச் செல்வதிலிருந்தும் கூட தடை செய்யப்பட்டார்கள்: நிதர்சனத்தில் அவர்கள் வீட்டுக்குள்ளேயே பூட்டி வைக்கப்பட்டார்கள். பெண்கள் பள்ளிகள் இழுத்து மூடப்பட்டன. தாலிபான்களுக்கு மதரஸாக்களில் பெண் மோகத்திலிருந்து விடுபடக் கற்றுக் கொடுக்கப்பட்டது. ஆண் சகோதரத்துவம் இறுக்கமான இராணுவக் கட்டுப்பாட்டின் ஒரு நிபந்தனையாகும். தூய்மைத்தன்மை பாலியல் வெளிப்பாட்டை எந்த வகையிலும் நிராகரிப்பது வரை நீண்டது; பல நூற்றாண்டுகளுக்கு இந்தப் பிரதேசத்தில் ஓரினச்சேர்க்கை பரவலாக இருந்தபோதிலும், 'குற்றம்' புரிந்த உறுப்பினர்கள் தாலிபான் தளபதிகளால் கொல்லப்பட்டார்கள். அவர்களது படைக்கு வெளியே எந்த முந்தைய அரசுடனும் ஒப்பிட முடியாத அளவுக்கு எந்த ஒரு மாற்றுக் கருத்தின் மீதும் பயங்கரவாதம் கட்டவிழ்த்து விடப்பட்டுக் கொடூரமாக நசுக்கப்பட்டது. பாகிஸ்தானில் பரப்பப்பட்ட பிரிவுவாத குலமான தியோபந்தி இஸ்லாத்தின் மறு உருவம்தான். தாலிபான் வம்சம் வஹாபி குலத்தை விட சில அம்சங்களில் தீவிரமானது. ஏனெனில் குரானின்

பெயரால் சவுதி பொது உரிமைகளை மறுத்ததில்லை. இது அவர்களுக்கெதிரான ஓசாமாவின் குற்றச்சாட்டுகளில் ஒன்றாகும். அவர்கள் மென்மையாகி விட்டார்கள். அவருக்கு 'ஆஃப்கானிஸ்தான் எமிரேட்ஸ்' உண்மையான வஹாபி கொள்கைக்குப் பாலைவன தேசத்தைவிட நெருக்கமானது. ஆஃப்கான் முல்லாக்களின் கடுமை கெய்ரோவிலிருந்த அல் அஸாரின் சன்னி பாதிரிகள், குவோமிலிருந்த ஷியா மத எழுத்தாளர்கள் ஆகியோரால் இறைத்தூதருக்கு அவமானம் என கண்டனம் செய்யப்பட்டது. பெயிஸ் அகமது பெயிஸின் தந்தை தமது ஆரம்ப வாழ்க்கையை ஆஃப்கான் அரசவையில் கழித்தவர். எப்போதும் காபூல் குறித்தும் கந்தஹார் குறித்தும் அறிவுபூர்வமாகப் பேசும் பெயிஸ் அகமது பெயிஸ் தாலிபானின் கீழ் ஆஃப்கானிஸ்தான் குறித்துச் சிறையிலிருந்து இப்படி எழுதியிருக்கக் கூடும்:

என்னை உனது நடைபாதைகளுக்கு அடியில் புதை, எனது நாடே.

எங்கு ஒரு மனிதம் இப்போது தலைநிமிர்ந்து நடக்க முடியாதோ,

எங்கு உண்மைக் காதலர்கள் உனக்கு தமது அஞ்சலியைக் கொண்டு வருகிறார்களோ

தமது வாழ்க்கைக்கும், உறுப்புகளுக்கும் பயந்து இரகசியமாக நடக்கிறார்கள்;

ஒரு புதுவித சட்ட ஒழுங்கு உபயோகத்தில் உள்ளது

கற்களும் செங்கல்களும் பூட்டி வைக்கப்பட்டு நாய்கள் அவிழ்த்து விடப்பட்டுள்ளன

வில்லன்கள். நீதிபதிகள் இருவருமே அபகரிப்பவர்கள்,

நமக்காக யார் பேசுவார்கள்?

நாம் எங்கு நீதியைத் தேடுவோம்?

வெள்ளைமாளிகையின் தலைமைத் தளபதியிடமிருந்தோ, டவுனிங் தெருவினுள் அவரது முகாமிட்ட உதவியாளரிடமிருந்தோ நிச்சயமாக இல்லை. செப்டம்பர் 11-க்கு முன் ஆஃப்கானிஸ்தான் பெண்கள் கேவலமாகத் துன்புறுத்தலுக்குள்ளானபோது இந்த மனித உரிமைப் பிரசங்கிகளிடமிருந்து ஓரளவுதான் கேட்கப்பட்டது. கிளிண்டன் ஆட்சியில் லெவின்ஸ்கி அபகீர்த்தியின்போது அமெரிக்காவிலுள்ள பெண்ணியவாதிகளை அமைதிப்படுத்தும் நோக்கில் சில சிறிய விமர்சன வார்த்தைகள் முன்வைக்கப்பட்டன. இதுவரை இல்லாத அளவு துயரத்தில் பெண்கள் ஆழ்த்தப்பட்டிருக்கும் பண்டைய நகரங்களான காபூலிலும், கந்தகாரிலும், ஹரத்திலும்

நிலைமையை மாற்ற முயல்வதைவிட இது ஒன்றும் பெரிய உழைப்பை வேண்டும் செயலல்ல. அமெரிக்க வர்த்தகம் குறைந்த அளவு வெளிவேஷம் போட்டது. மத்திய ஆசியாவிலிருந்து ஆஃப்கானிஸ்தான் வழியாக பாகிஸ்தானுக்குக் குழாய் பதிப்பது குறித்த சில குற்றச்சாட்டுக்களுக்கு பதிலளித்த அமெரிக்க பகாசுர எண்ணெய்க் கம்பெனி யுனோகாலின் ஒரு மக்கள் தொடர்பு அதிகாரி முதலாளித்துவம் ஏன் பாலின அசமத்துவமின்றி இருக்கிறது என்று விளக்கினார். 'யுனோகால் இந்த விஷயத்தை எப்படி அணுக வேண்டும் என்று சில அமெரிக்க பெண்ணியவாதிகள் கூறுவதிலிருந்து நாங்கள் மாறுபடுகிறோம். இறையாண்மை உரிமைகள், சொந்த அரசியல், சமூக, மத நம்பிக்கைகள் உள்ள நாடுகளில் நாங்கள் விருந்தினர்கள். ஆஃப்கானிஸ்தானிலிருந்து வெளியேறுவது பிரச்சனையைத் தீர்க்காது'. அதன் முன்னிறுத்தும் முதலீட்டிலிருந்து கிடைக்கும் லாப விகிதத்தையும் அதிகரிக்காது.

தாலிபான் ஆஃப்கானிஸ்தானை (இஸ்லாமாபாத்தின் இராணுவ நிதியுதவி இல்லாமல்) முழுமையாகக் கைப்பற்றியிருக்க முடியாது. பாகிஸ்தானோ வாஷிங்டனால் தாங்கப்பட்டது. சமீபத்திய ஆஃப்கான் போர் வரை காபூலின் ஆட்சியாளரான ஒரு கண் கொண்ட உயர்மட்ட தாலிபான் தளபதி முல்லா ஓமர் பாகிஸ்தான் அரசிடமிருந்து நேரடி சம்பளப் பட்டியலில் இருந்தவர். எனினும் அதிகாரத்தைக் கைப்பற்றியது ஆஃப்கானிய வெறியர்களிடையே போதையூட்டும் தாக்கத்தை ஏற்படுத்தியது. தாலிபான்கள் பிரதேசத்திற்கான தமது சொந்த இலக்கை வைத்துள்ளனர். சாமர்கண்டிலிருந்து கராச்சி வரை பாக்ஸ் தாலிபானாவை அமல்படுத்தும் ஒரு இஸ்லாமியக் குடியரசுகளின் சம்மேளனம். நிலத்தில் அவர்கள் படையெடுப்புகளுக்குத் தேவையான நிதியை ஹெராயின் வர்த்தகம் மூலமாகத் தமது கட்டுப்பாட்டில் வைத்திருந்தனர். எனினும் கடல் வழியாகவும் செல்ல விரும்பினர். தமது அணு ஆயுதங்களுடன் பாகிஸ்தானும் ஒருநாள் தம்மிடம் விழும் என்ற அவர்களது நம்பிக்கையை இரகசியமாக வைத்துக் கொள்ளவில்லை.

அக்டோபர் 2000-த்திலிருந்து பாகிஸ்தானுக்கும் தாலிபானுக்குமான உறவு மோசமாக இருந்ததால் அதனைச் சரி செய்ய பாகிஸ்தான் அப்போது கால்பந்து அணியை நட்புப் போட்டி விளையாட அனுப்பியது. காபூலில் இரு அணிகளும் போட்டியாக நின்றபோது பாதுகாப்புப்படை உள்ளே நுழைந்து பாகிஸ்தானிய அணியினர் நாகரிகமற்ற முறையில் ஆடையணிந்திருப்பதாக அறிவித்தது.

அவர்கள் கால்பந்துக்கான அரைக்கால் சட்டை அணிந்திருந்தனர், சிலர் ஐரோப்பிய கால்பந்து நட்சத்திரங்களைப் போல் நீண்ட முடி வைத்திருந்தனர். ஆஃப்கான் அணியினரோ முட்டிக்குக்கீழ் நீண்ட அரைக்கால் சட்டை அணிந்திருந்தனர். ஒருவேளை பாதுகாப்புப் படையினர் பாகிஸ்தான் வீரர்களின் வலிமையான தொடைகள் அனைத்து ஆண் பார்வையாளர்களிடம் வெறியேற்படுத்திவிடும் என்று கருதியிருக்கலாம், யாருக்குத் தெரியும்? அன்று எந்தக் கால்பந்தும் விளையாடப்படவில்லை. பாகிஸ்தானிய அணியினர் கைது செய்யப்பட்டனர் அவர்கள் தலைகள் மொட்டையடிக்கப் பட்டன. பொது இடத்தில் வைத்து அவர்கள் சாட்டையால் அடிக்கப்பட்டனர். மைதானத்திலிருந்த மக்கள் குரான் வாசகங்களை ஓதுமாறு நிர்பந்திக்கப்பட்டனர். இதுதான் பாகிஸ்தான் இராணுவத்தின் வில்லினிடையே ஒரு குண்டை வெடித்த முல்லா உமரின் வழி.

பிறகு, 'செப்டம்பர் 2001-ம், புதிய போரும் வந்தது. முதலில் அமெரிக்கா ஓசாமா பின்லேடனின் தலையைக் கேட்டது. முல்லா ஓமர் வஞ்சனையாக, ஆனால் சரியாக லேடனின் பங்குக்கு ஆதாரத்தைக் காட்டுமாறு கோரினார். அப்போது அப்படி எதுவும் இல்லாததால் ஒன்றும் தரப்படவில்லை. குண்டு போடுவதற்கு ஒரு வாரத்துக்கு முன் அமெரிக்கப் பாதுகாப்புச் செயலாளர் டொனால்ட் ரம்ஸ்பீல்டு' தாலிபானின் மிதவாதப் பிரிவு ஒன்றைக் குறித்துப் பேசியபோதும் வாஷிங்டன் பிறகு தாலிபான் அரசை நேரடியாக மிரட்டியது. போர் துவங்கியதும் இருந்த ஒரே தீவிரமான கேள்வி காபூல் விழ எத்தனை நாட்களாகும் என்பது தான்.

செப்டம்பர் 11-க்குப் பிறகு பாகிஸ்தான் இராணுவ ஆட்சியாளர்கள் வரவிருக்கும் பேரழிவைத் தடுக்க ஓசாமா பின்லேடனை ஒப்படைத்து விடுமாறு தாலிபானை ஒப்புக் கொள்ள வைக்க முயன்றது. அவர்கள் தோல்வியடைந்தனர். ஆவலூட்டும் ஒரு கேள்வி என்னவென்றால் பாகிஸ்தான் தனது சிப்பாய்கள், அதிகாரிகள், பைலட்டுகள் ஆகியோரை ஆஃப்கானிலிருந்து திரும்ப அழைத்துக் கொண்ட பிறகு தாலிபானைப் பிளந்து தனது ஆதரவிலிருந்த பகுதியைத் திரும்பியழைக்க முடிந்ததா என்பதுதான். இராணுவ அரசு எதிர்காலக் காபூல் கூட்டணி அரசில் தனது ஆதிக்கத்தைச் செலுத்துவதற்கு இதுதான் முக்கிய நோக்கம். அது தாலிபான் போராளிகளில் பெரிய பிரிவை வெளியே இழுப்பதில் வெற்றி பெற்றது. சிலர் பாகிஸ்தானுக்குத் திரும்பினர். மற்றவர்கள் தமது தாடியை மழித்துவிட்டுக் காபூலில் அதிகாரத்தைப் பிடிக்க முயலும் சில பிரிவுகளில் சேருமாறு கூறப்பட்டது.

ஆஃப்கான் வெல்ல முடியாதது என்ற கற்பனையை நான் எப்போதும் நம்பியதில்லை. பத்தொன்பதாம் நூற்றாண்டில் அவர்கள் இரண்டு முறை பிரிட்டிஷை வென்றது உண்மைதானென்றாலும் அப்போது ஹெலிகாப்டர்கள் குண்டுவீச்சு, ஜெட்கள், குரூயிஸ் ஏவுகணைகள், கண்டுபிடிக்கப்பட்டிருக்கவில்லை. சோவியத் இராணுவம் தோற்கடிக்கப்பட்டதன் காரணம் அமெரிக்காவின் மாபெரும் இராணுவ, பொருளாதார உதவி மற்றும் பாகிஸ்தான் உளவுப் பிரிவு ஐ.எஸ்.ஐ.யின் நேரடித் தலையீடாகும். இந்தத் தாக்குதலைத் தாலிபான் சமாளித்தது என்ற கருத்து நகைப்புக்கிடமான ஒன்று. உண்மையில் குண்டு வீச்சு ஆரம்பமான விரைவில் நான் கார்டியனுக்கு ஆலோசனை கூறினேன்;

அமெரிக்கா காபூல் மீதும் காந்தஹார் மீதும் குண்டு வீசுவது தாலிபானின் போராட்ட வலிமையையோ அல்லது அராபியர்களைக் கொண்ட பின்லேடனின் சிறப்புப்படையின் வலிமையையோ பாதித்திருக்காது. மேலும் தாலிபான்கள் திறமையாகச் சூழப்பட்டுத் தனிமைப்படுத்தப்பட்டுள்ளார்கள். அவர்களது தோல்வி இன்றியமையாதது. பாகிஸ்தான், இரான் இரண்டும் இரு எல்லைகளிலும் எதிராக நிற்கின்றன. சில வாரங்களுக்கு மேல் அவர்கள் நீடிப்பது என்பது சந்தேகமே.

இந்த நடவடிக்கையின் எதிர்நோக்கப்பட்ட நோக்கத்தைப் பொறுத்தவரை ஓசாமா பின்லேடனைப் பிடிப்பது அது தோன்றுவதைப் போல் எளிதானதல்ல. எனினும் வெற்றி நிச்சயம் பிரகடனப்படுத்தப்படும். மேற்கு குடிமக்களின் குறைவான நினைவாற்றலை நம்பும் ஒருவேளை பின்லேடன் பிடிக்கப்பட்டுக் கொல்லப்படுகிறார் என்று வைத்துக் கொள்வோம். 'பயங்கரவாதத்துக்கெதிரான போருக்கு' இது எப்படி உதவும்? மற்ற தனியாட்கள் செப்டம்பர் 11-ஐ பல வழிகளில் கையாள முயல்வார்கள்.

உள்நாட்டு, பிரதேச எதிர்ப்புகளை கணக்கில் கொண்டால் ஆஃப்கானிஸ்தானில் ஒரு வாடிக்கையாளர் அரசை நடத்துவது எளிதான வேலையாக இருக்காது. பி.டி.பி.ஏ. அரசின் வீழ்ச்சிக்குப் பிறகு தொடர்ந்து ஓராண்டுக் காலம் நீண்ட முஜாகிதீன் உள்நாட்டுப் போரின்போது முதல் முயற்சி செய்யப்பட்டது. மார்ச் 1993-ல் சவுதி அரசர், பாகிஸ்தான், இரான் சேர்ந்து போரிடும் இஸ்லாமியக் குழுக்களை ஒன்று சேர்க்க முயன்றனர். ஆட்சியுரிமைப் பங்கீடு அனைத்து கன ரக ஆயுதங்களைத் தமது கட்டுப்பாட்டில் எடுத்துக் கொள்ளும் ஒரு அடையாளப் பூர்வ இராணுவ உருவாக்கம் ஆகியவற்றின் அடிப்படையில் விரிவான ஒரு அரை அரசிய

நிர்ணயச் சட்டம் இஸ்லாமாபாதில் வைத்து உளப்பூர்வமாக ஒப்புக் கொள்ளப்பட்டது. மேலும் புதிய அரசியல் சட்டத்தைத் தீர்மானிக்க, வாக்களிக்க பெரும் அரசியல் சட்டசபையைத் தேர்வு செய்ய ஒரு தேர்தல் ஆணையத்தை கமிஷனை அமைக்கவும் ஒப்புக் கொள்ளப்பட்டது. எதிரெதிராக நின்ற போர்த் தலைவர்கள் ஒரே அறையில் இருப்பதன் மனவெறுப்பைச் சற்றும் மறைக்க முடியவில்லையென்றாலும் பாகிஸ்தான் பிரதமர் நவாஸ் ஷெரீப் தமது சொந்த வெற்றியில் மிகவும் கிளர்ச்சியுற்று அவர்களனைவரும் மெக்காவுக்கு ஒன்றாகப் பறந்து சென்று புனித நகரிலேயே உடன்பாட்டை ஊர்ஜிதப்படுத்துமாறு ஆலோசனை கூறினார். போர்த்தலைவர்கள் ஒன்பது முஜாகிதீன் குழுக்களின் தலைவர்கள் இணக்கமாகப் புன்னகைத்துவிட்டு விமானமேறினார்கள். அப்போது மனக் கட்டுப்பாட்டுடன் இருந்த மன்னர் ஃபாத்துக்கு முன் அந்த மெக்கா உடன்பாடு கையெழுத்திடப்பட்டது. நவாஸ் ஷெரிப் மெக்காவில் கையெழுத்திடப்பட்ட உடன்பாட்டை மீறும் எவரையும் அல்லா மன்னிக்கமாட்டார் என்று ஆஃப்கானியர்களிடம் கூறினார். ஆனால் அது செயல்படவில்லை. ஆஃப்கானிஸ்தானுக்கு அவர்கள் திரும்பிய உடனேயே முக்கிய குழுக்களிடையே போர் வெடித்தது. பாகிஸ்தான் இராணுவத்தின் தளபதி சையத் ரஃபாகத் போதுமான அளவுக்கு இல்லாவிட்டாலும் உள்நாட்டுப் போருக்கு ஆவலூட்டும் விளக்கமளித்தார்:

ஜிஹாதின் புனிதக் கருவறையிலிருந்து ஐந்து தீயசக்திகள் மெதுவாக வெளியேறின: ஆஃப்கன் அடையாளம் பலவீனமடைதல். இனத்தன்மை குறித்து குறிப்பான பார்வை, பிரிவினைவாதத் தன்மையின் எழுச்சி, போர்த் தலைவர் இஸத்தின் மீது பக்தி மற்றும் ஆஃப்கானின் உட்பிரச்சனைகளில் வெளிசக்திகள் தலையிடும் பழக்கம். ஆஃப்கானிஸ்தானிய மக்களனைவரும் ஆஃப்கான்கள் என்று அறியப்படும் முதலாவது மதிப்பைக் குறைத்தது.

புனிதக் கருவறையிலிருந்து மேலும் பல வெளிவந்தன. உடனடியாகப் பணம், ஆயுதங்கள், ஹெராயின் பட்டுவாடாவுக்குத் தயார் செய்யும் அடிமைத்தனம் சோவியத் யூனியன் தோற்கடிக்கப்பட்டதும் முதலிரண்டும் வறண்டு போயின. மூன்றாவது நிலையாக இருந்தது, அனைத்து முஜாகிதீன் குழுக்களும் ஏதாவது ஒரு தகுதியில் அதில் ஈடுபட்டிருந்தன பயிரிடுதல், பக்குவப்படுத்துதல், வினியோகம் செய்தல். குழுக்களின் வினியோகத் தடங்கள் வெவ்வேறானவை. பாஷ்தூன்கள் கராச்சியின் பாகிஸ்தானியத் துறைமுகத்தை உபயோகித்தனர். அனைத்து முன்னாள் சோவியத் குடியரசுகளிலும் விநியோகத்தைக் கட்டுப்பாட்டில் வைத்திருந்ததும்.

ஐரோப்பாவிலும், அல்பேனியாவிலும் பின்னர் கொசோவாவிலும் பெரும் விநியோகத்தளத்தையும் வைத்திருந்த வலிமையான ருஷ்ய மாஃபியாவுடன் வேலை செய்வதை ஹசாராசும், தாட்ஜிக்கும் எளிதாகக் கண்டன. இன வெறுப்பு என்ற எளிய பேராசையைக் குழுக்களுக்கிடையேயான எதிர்ப்புணர்வு அடிப்படையாகக் கொள்ளவில்லை. 2000-ல் தாலிபான் அமெரிக்காவுடன் ஒரு உடன்பாட்டுக்கு வந்து அவர்கள் கட்டுப்பாட்டிலிருந்த கஞ்சாச் செடிகளை 43 பில்லியன் டாலர் பெற்றுக்கொண்டு எரிக்க முன்வந்தபோது வடக்குக் கூட்டணியிலிருந்த அவர்களது எதிரிகள் மகிழ்ச்சியடைந்தனர். அவர்கள் இப்போது ஏகபோகம் வகித்தனர். ரஷ்ய மாஃபியா பாகிஸ்தான் ஹெராயின் வர்த்தகர்களைத் தோற்கடித்தது.

1993-ல் மெக்காவில் கூடிய பழைய போர்த்தலைவர்கள் 2001-ல் பானி நகரில் காணப்படவில்லை. சிலர் இறந்து விட்டனர். மற்றவர்கள் இருப்பிடத்திலேயே இருந்து விட முடிவெடுத்து விட்டனர். இந்த முறை மேற்கத்திய உளவுப்பிரிவால் ஜாக்கிரதையாக ஆராயப்பட்டு மூத்த அமெரிக்க நிர்ணயிப்பாளர் லக்தார் ப்ராஹிமியால் தேர்வு செய்யப்பட்ட மேற்கத்திய சூட் அணிந்த அவர்களது பிரதிநிதிகள், புதிய ஆதரவாளர்களை மகிழ்விக்கும் வகையில் சொல் விளையாட்டை நடத்துவதில் மிகவும் மகிழ்ந்தனர். மெக்காவில் எல்லாம் வல்ல அல்லாவுக்கு நாத்திகர்களை அவர்கள் வென்றதற்காக நன்றி தெரிவித்தனர். இந்தமுறை அவர்கள் 'நோவாவின் மோசமான விதையையும்', 'போலி முஸ்லிம்களையும்' வென்றதற்காக 'நாத்திகர்களுக்கு' நன்றி தெரிவித்தனர். இந்த முறை அவர்கள் தேனொழுக 'ஒரு நாடு, ஒரு தேசம், அதனுள் அமைதியானது. நவீனப் பாதையில் நம்பிக்கையுடன் நடை போடக்கூடியது, அண்டை நாடுகளுக்கு ஆபத்து ஏற்படுத்தாத ஒன்றைக் குறித்துப் பேசினர்.

நெப்போலியனின் தாய் அவரது பல மகன்கள் ஐரோப்பாவின் பல சிம்மாசனங்களில் அமர்ந்திருப்பதற்காகப் பாராட்டப்பட்ட போது கூர்மையாகக் கேட்டார்: 'ஆனால் அது நீடிக்குமா?'

இவைதான் உண்மைகள்: ஆஃப்கானிஸ்தானத்தில் உள்ள நிலை உள்ளுக்குள்ளேயே நிலையற்றது. கற்பனாவாதிகள்தான் வேறு விதமாகக் கூற முடியும். கூட்டணி இப்போது இருக்கும் நிலையில் சில ஆண்டுகள் நீடிக்க முடியுமென்ற எண்ணம் நகைப்புக்குரியதாகும். வெளிப்படையான மோதல்கள் தவிர்க்கப்பட்டு விட்டாலும், 'விடுதலை செய்யப்பட்ட' காபூலில் ஏற்கனவே பந்தயப் போர்கள் துவங்கிவிட்டன. இருப்பில் நிறையவே இருக்கிறது. மேற்கு கவனித்துக்

கொண்டிருக்கிறது. பணம் வாக்களிக்கப்பட்டுள்ளது. புதினும் கடாமியும் கவனமாக இருக்குமாறு வலியுறுத்துகின்றனர். ஆனால் அணை தாமதமாக அல்ல, விரைவில் உடையும். முன்னாள் சி.ஐ.ஏ. கூட்டாளி ஹமீத் கர்ஸாய் எப்போதும் வட அமெரிக்கா, ஐரோப்பாவில் இளம்பெண்கள் பாஷ்தூன் உடையை மாடலிங் செய்யும் வேலையைப் பெறலாம், அமெரிக்க ஆதரவு வழக்குரைஞர் ஸால்மே காலிஸாத் வெள்ளை மாளிகை அல்லது யுனோகாலுக்குத் திரும்பலாம், ஆனால் செத்துக் கொண்டிருக்கும், கஷ்டப்படும் ஆஃப்கான் மக்கள் குறித்து? அமெரிக்க மெரைன்கள் பின்லேடனின் தலையுடனோ, இல்லாமலோ வெளியேறிய பிறகு இந்த நாட்களில் வடக்குக் கூட்டணிக்குப் போர் தொடுப்பதைத் தவிர வேறு எதற்கும் பணமில்லை என்பதைக் காணும் 'நாங்கள்' இந்த உலகை மறுபடி அமைக்கிறோம்' என்ற சாரணர்களின் பிரச்சாரம் உள்நாட்டுச் செலவுக்காக வடிவமைக்கப்பட்டது. ஆஃப்கானிலோ, கொசோவாலிலோ பள்ளிகள், மருத்துவமனைகள், காப்பகங்கள் அடுத்த வசந்த காலத்திலோ, அதற்கடுத்த வசந்த காலத்திலோ மொட்டு விட்டு விடப் போவதில்லை. இந்தக் கதையும் கூட நடக்க வில்லை என்பதே எனது பயம்...

அடிக்குறிப்புகள்:

57. மற்றவற்றுக்கு இடையில், லாரன்ஸ் அரசி சுரையாவின் (ஒரு தீவிரப் பெண்ணியவாதி) புகைப்படத்தை மாற்றம் செய்து 'தவறான தோற்றங்களில் இருப்பது போன்றவற்றை இந்த இனக்குழு ஆண்களிடையே சுற்றுக்கு விட்டார்.

58. திரைக்குப் பின்னால் ஜாகிர் ஷாவின் மறுவருகை பாகிஸ்தானால் கடுமையாகத் தடுக்கப்பட்டது. அரசர் மார்டைமர்டுராண்ட் கோட்டினை எப்போதும் ஒப்புக் கொண்டதில்லை, தற்காலிக எல்லையாகக் கூட ஒப்புக் கொண்டதில்லை என அவர்களுக்குத் தெரியும். அவர் பாஷ்தூன் தேசியவாதத்தை உயிர்ப்பிப்பார் என்று அவர்கள் கவலைப்பட்டனர்.

59. உலகின் பிற பகுதி மக்களின் உரிமைகள். வாழ்வு குறித்து அலட்சியம் - பனிப்போரின் போதும், முன்பும் பின்பும் வாஷிங்டனின் முத்திரை - இதைவிடச் சுருக்கமாக வெளிப்பட்டிருக்க முடியாது. எனினும் செப்டம்பர் 2001-க்குப் பிறகு இந்தக் கேள்விக்கு நியூயார்க் மக்கள் எப்படி விடையளித்திருப்பார்கள் என்பது எனக்கு ஐயம்.

60. ஜான் கூலி, புனிதமற்ற போர்கள்: ஆஃப்கானிஸ்தான், அமெரிக்கா மற்றும் சர்வதேச பயங்கரவாதம், லண்டன் 1999.

61. அஹ்மத் ரஷீத், தாலிபான், இஸ்லாம், எண்ணெய் மற்றும் ஆசியாவில் புதிய பெரிய விளையாட்டு, லண்டன் 1999.

18

காஷ்மீரின் கதை

கல்லறைத் தோட்டத் தென்றல்தான் காஷ்மீர் பள்ளத்தாக்கில் வீசிக் கொண்டிருக்கிறது. கொலைப் பிரதேசத்தில் பல வேடங்களை அணிந்து கொண்டு பயணிக்கிறது. சிலசமயம் இந்திய இராணுவ உடுப்பை அணிந்து கொண்டோ அல்லது பாகிஸ்தான் ஊடுருவ வைக்கும் ஜிகாத் மொழியைப் பேசிக்கொண்டு தாடி வைத்த ஆயுதந்தாங்கிய மனிதர்கள் -அல்லாவும், விதியும் ஒன்றாகச் சேர்ந்து இணைந்தன. அணு ஆயுத ஏவுகணைகள் பின்னால் இருப்பது இருதரப்புக்கும் பிரேதத்தைத் தின்னும் பேயுருவுக்கு வசதியளித்தது உண்டு - இல்லை என்ற இந்த ஆபத்தான சூழ்நிலையில் காஷ்மீர் மாட்டிக்கொண்டு மூச்சுத் திணறுகிறது. பல பத்தாண்டுகள் வன்முறையால் சோர்வுற்றுப் பல காஷ்மீரிகள் செயலற்றுப் போய் விட்டார்கள். சக்தியற்றுப் போன கண்களால் வசந்தகால கோடைகால அழகுகள் கவனிக்கப்படாமல் கடந்து செல்கின்றன இடைக்கால வாய்ப்புகளுக்குக் கூட பயந்து அவர்கள் நிகழ்காலத்தில் வாழ்வதைத் தேர்ந்தெடுக்கிறார்கள். உண்டு - இல்லை என்பதால் அடக்கப்பட்டு அவர்கள் பொது இடத்தில் அமைதி காக்கிறார்கள் உண்மையைக் கிசுகிசுப்பாய் பேசிக் கொள்கிறார்கள். பழைய காபூல் ஸ்ரீநகருக்கு நகர்ந்து அஞ்சிடச் செய்யும் மதத்தின் பெயரால் அனைத்துக் கவிதைகள், இசை ஆகியவற்றைத் தடை செய்து திரையணியாத பெண்கள் பொது இடத்துக்கு வருவதை சட்டவிரோதமாக்கி, பல்கலைக்கழகத்தை மூடி மதகுருமாரின் சர்வாதிகாரத்தைத் திணித்து விடுவார்களோ என அஞ்சுகிறார்கள் தாலிபான் மயமான ஒரு காஷ்மீரைப் பற்றி சிந்திப்பது கடினமானது ஆனால் ஒரு காலத்தில் தாலிபான் மயமான ஆஃப்கானிஸ்தானை பற்றி சிந்திப்பதும் கூடக் கடினமாக இருந்தது. ஒரு சிக்கலான நிர்ணயிக்க முடியாத சூழ்நிலைகளின் இணைப்பு சில சமயங்களில் வெளிச்சத்தின் எதிரிகளை வெற்றி பெறச் செய்து விடுகிறது, இப்படி இல்லா விட்டால்...

இதைப் பற்றி நியூயார்க்கில் ஒரு ஆறுதலளிக்கும் அக்டோபர் மாலையில், கிளிண்டனின் ஜனாதிபதி பதவிக் காலத்தின் இறுதியில் சிந்தித்துக் கொண்டிருந்தேன். உண்டு – இல்லை என்பதற்கு ஏதாவது மாற்று உள்ளதா, அப்படி இருந்தால், பேரரசு தனது தெற்காசிய சிற்றரசுகளுக்கு எதை இருப்பில் வைத்திருந்தது என்று ஆச்சர்யத்தில் ஆழ்ந்தேன். சிறந்த காலப் பிரதேசமாக, நாடு தன்னுடைய சொந்தத் தேர்தல் பிரச்சாரத்தில் ஆழ்ந்திருந்தது.

உணவைத் தேடி நான் எட்டாவது மரச்சாலையில் உலவிக் கொண்டிருந்தபோது 40க்கும் 41க்கும் இடையில் மின்னிய ஒரு நியான் விளக்குப் பலகை என்னைத் தடுத்து நிறுத்தியது. காஷ்மீர். அதனருகில் மின்னாத ஒரு அம்புக்குறி அருகிருந்த கீழ்த்தளத்தில் ஒரு விரைவு உணவுச்சாலைக்கு வழிகாட்டியது. நான் அந்த உணவை உண்ணும் ஆபத்தை எதிர்கொள்ள முடிவு செய்தேன். சிக்கனமான உணவுண்ணும் இடத்துக்கு அருகில் ஒரு உயர்வான மர பிளாட்பாரத்தினாலான நீட்டிப்பு இருந்தது. சுவரில் இருந்த ஒரு அறிவிப்பு அதை 'ஜின்னா ஹால்' எனவும், 1996-ல் பாகிஸ்தான் பிரதமர் நவாஸ் ஷெரீபால் அது திறக்கப்பட்டது என்றும் அறிவித்தது. ஒரு பலகைக்கு அடியில் கல்லாவில் அமர்ந்திருந்த ஒரு இளம் காஷ்மீரிப் பெண்ணிடம் இது ஒருவேளை அந்த நேரத்தில் ஊழலுக்காகவும் கொலை முயற்சிக்காகவும் பாகிஸ்தான் சிறையிலிருக்கும் நவாஸ் ஷெரீப்தானா என்று கேட்டேன். அவர் புன்னகைத்தார், ஆனால் பதிலளிக்கவில்லை. மாறாகக் கூட்டம் நடந்து கொண்டிருந்த 'ஹாலை' நோக்கிக் கண்ணைக் காட்டினார். அந்த இடம் அநேகமாக நிறைந்திருந்தது. சுமார் இருபது தெற்காசிய ஆண்களும் ஒரு வெள்ளைப் பெண்ணும் அங்கு இருந்தனர். தலைமை மேசையில் தாடியுடைய பாரம்பரிய பெரிய கால்சராயும் நீண்ட சட்டையும் அணிந்தவர்கள் அமர்ந்திருந்தனர். அவர்களில் ஒருவருக்காக நான் வருந்தினேன். மோசமான வண்ணான் படையால் பாதிக்கப்பட்டிருந்த அவர் தனது விதைப்பையை மாலை முழுவதும் தனது சொந்த ஜிகாத்தில் ஈடுபட்டு சொரிந்து கொண்டே இருந்தார்.

தலைமை மேசைக்கு அருகிலிருந்த சாய்வு மேசையில் ஏற்கனவே முழுமையாக உரையாற்றுவதில் ஈடுபட்டிருந்த, முழுவதும் மழித்த ஒரு ஆங்கிலேயரைக் கண்டேன். அவரது சமிக்ஞைகள் மற்றும் ஊசிப்போன வார்த்தை ஜாலங்கள் ஏதோவொரு கட்சியைச் சேர்ந்த அரசியல்வாதியை நினைவூட்டின. அவர் 'காஷ்மீர் மக்களின் நண்பரான' ஜனநாயக காங்கிரஸ் கட்சியைச் சேர்ந்தவர். அங்கு சமீபத்தில் தான் சென்று திரும்பியிருந்த அவர், அங்கு பார்த்த

அவதிகளால் 'மிகவும் நெகிழ்ந்து போய்', 'உலகின் தார்மீகத் தலைமை இந்தப் பிரச்சனையை எடுத்துக் கொள்ள வேண்டுமென்பதில் இப்போது மனமொப்பியிருந்தார். 'தார்மீகத் தலைமை' காபூலிலும் கொசோவாவிலும் கொடுத்த உதவியைச் சந்தேகமின்றி நினைத்து அந்த தாடிகள் வேகமாகத் தலையாட்டின. அந்தக் காங்கிரஸ்காரர் இடைவெளிவிட்டு நிறுத்தினார். அவர் மக்களைத் தவறாக இட்டுச்செல்ல விரும்பவில்லை. அளிக்கப்படவிருந்தது 'மனிதாபிமானப் போரல்ல', மாறாக அதிகாரப் பூர்வமற்ற கேம்ப் டேவிட். 'அது அமெரிக்காவாகக் கூட இருக்க வேண்டியதில்லை' என்று அவர் தொடர்ந்தார். 'அது ஒரு பெரிய மனிதராக இருக்கலாம்... அது நெல்ஸன் மண்டேலாவாக... அல்லது பில் கிளிண்டன்!

தாடிகள் தாக்கமேற்படாமலிருந்தன. கூட்டத்தில் பார்வையாளராக விருந்த தாடியற்ற மனிதர்களில் ஒருவர் எழுந்து காங்கிரஸ்காரரிடம் கூறினார்: 'தயவுசெய்து எங்கள் கவலைகளுக்கு நியாயமாகப் பதிலளியுங்கள்' என்றார். 'ஆஃப்கானிஸ்தானில் நாங்கள் செஞ் சேனையை முறியடிக்க உதவினோம். அப்போது நாங்கள் உங்களுக்குத் தேவைப்பட்டோம். நாங்கள் உங்களுக்கு மிகவும் விசுவாசமாகவும் இருந்தோம். இப்போது எங்களை இந்தியாவுக்காகக் கைவிட்டு விட்டீர்கள். திரு. கிளிண்டன் இந்தியாவை ஆதரிக்கிறார், காஷ்மீர் மனித உரிமையையல்ல. இதுதான் பழைய நண்பர்களை நன்றாக நடத்தும் விதமா?'

காங்கிரஸ்காரர் அனுதாபப்படும் ஒலிகளைப் பேசினார் கிளிண்டனைக் கூட 'காஷ்மீர் மனித உரிமைக்கு வேகமான ஆதரவளிக்காததற்காக' அகற்றிவிடுவோமென்று கூட உறுதியளித்தார் அவர் கவலைப்பட்டிருக்க வேண்டியதில்லை. அமெரிக்க அரசு ஏன் அவர்களைக் காட்டிக் கொடுத்தது என்று கேட்க ஒரு தாடி எழுந்தது. கேள்வி மீண்டும் கேட்கப்பட்டது காங்கிரஸ்காரரை எரிச்சலூட்டியது. அவர் உடனே தாக்குதல் முறையிலிறங்கி, இந்தக் கூட்டம் அனைத்து ஆண்கள் கூட்டமாக இருப்பதைக் குறை கூறினார். இந்த மனிதர்களின் மனைவிகளும், பெண்களும் ஏன் இங்கு வரவில்லை? தாடி முகங்கள் சற்றும் அசையவில்லை. புதிய காற்றை வேண்டி நான் வெளியேற முடிவு செய்தேன். நான் மாடியேறியபோது காங்கிரஸ்காரர் தமது போக்கை மீண்டும் மாற்றிக் கொண்டு, இப்போது அவர் சமீபத்தில் தான் சென்று வந்த பள்ளத்தாக்கின் திகைப்பூட்டும் அழகு குறித்துப் பேசிக் கொண்டிருந்தார்.

'அழகை விடுங்கள், கொலைகளை நிறுத்துங்கள்' இவ்வாறு நான் எண்ணினேன். காங்கிரஸ்காரரும் அங்கு வந்திருந்த தாடிகளும்

காஷ்மீரின் கொந்தளிப்பான இஸ்லாத்துக்கு முந்தைய, இஸ்லாமிய கடந்த காலத்தைப் பற்றி அறிந்திருந்தார்களா? முகலாய மன்னர்கள் பேரரசை ஸ்தாபிக்க மதத்தை ஒரு அடிக்கல்லாக உபயோகிக்கவில்லை என்பதை அவர்கள் அறிவார்களா? கடந்த காலத்தில் ஆட்சியாளர்களை வலிமையான பெண்கள் தடுத்துப் போராடியது குறித்தும், கிழக்கத்தியக் கம்பெனியால் காஷ்மீர் உள்ளூர் ஆட்சியாளருக்கு அற்ப விலைக்கு ஏன் விற்கப்பட்டது என்றும் தெரியுமா? ஆனால் அவையெல்லாம் ஏன் மோசமாக முடிந்தன? இந்தியாவும் சீனாவும் எல்லைக் கோடுகளிலிருந்து அமைதியாகப் பார்த்துக் கொண்டிருக்க, பேரரசு ஸ்ரீநகரை சரயேவோவாக மாற்றி விடுமென்று தாடிகள் நிஜமாக நம்புகின்றனவா? அல்லது மொத்தமாக தாடி வைத்த பாகிஸ்தான் அவர்களை விடுவிக்க அணு ஆயுதங்களை உபயோகிக்கும் என நம்புகின்றனரா?

மார்ச் 1622-ல் முகலாயப் பேரரசர் ஜஹாங்கீர் 'காஷ்மீரின் கட்டடங்களெல்லாம் மரத்தாலானவை' என்று தனது நினைவுகளில் எழுதினார். 'அவர்கள் அவற்றை இரண்டு, மூன்று, நான்கு மாடிகளாகக் கட்டி, அதன் கூரையை மண்ணால் மூடி, வருடா வருடம் வசந்தம் வரும்போது மிக அழகாகப் பூக்கும் கருப்பு அல்லி புஷ்பத்தை விதைத்து வைக்கின்றனர். இந்தப் பழக்கம் காஷ்மீர் மக்களுக்குத் தனிப்பட்ட ஒன்று. இந்த வருடம், அரண்மனையின் சிறிய தோட்டத்திலும், பெரும் மசூதியின் மேல்தளத்திலும் அல்லிகள் வசதியாக மலர்ந்தன... காஷ்மீர் பிரதேசத்தில் காணப்படும் அந்த மலர்கள் எந்தக் கணக்குக்கும் அடங்காதவை'. ஏரிகள், அருவிகள், ரோஜாக்கள், கருப்பு மலர்கள் மற்றும் மல்லிகையைப் பார்த்து அவர் பள்ளத்தாக்கை விவரிக்கிறார் 'விதியை எழுதிய ஓவியர் தனது சிருஷ்டியின் பென்சிலால் வரைந்த பக்கம்!

காஷ்மீர் மீது முதல் முஸ்லிம் படையெடுப்பு எட்டாவது நூற்றாண்டில் நடத்தப்பட்டு இமாலயத்தால் தோற்கடிக்கப்பட்டது. இறைத்தூதரின் சிப்பாய்களால் மலையின் தெற்குச் சரிவைக் கடக்கவே முடியவில்லை. ஐந்து நூற்றாண்டுகள் கழித்து வெற்றி எதிர்பாராத விதமாக அரண்மனைக் கலகத்தின் மூலமாக வந்தது. கலகத்தை நடத்திய புத்த மதத் தலைவர் ரின்சானா அருகிலுள்ள லடாக் பகுதியைச் சார்ந்தவர். அவர் சூஃபி வழி நடத்தலில் இஸ்லாத்தைத் தழுவி, தமது பெயரை வசீகரமாக புல்புல் (நைட்டிங்கேல்) ஷா என்று மாற்றிக் கொண்டு காஷ்மீரில் புகலிடம் கேட்டார். ஒரு சக மதத்தவருக்குத் தமது விசுவாசத்தை மாற்றிக் கொள்ள ஆட்சியாளரின் படித்த பாதுகாவலர்களாக இருந்த துருக்கிய வேலையாட்கள் மட்டும் இல்லாவிட்டால் ரின்சானாவின்

மாற்றம் இங்குமில்லாமல் அங்குமில்லாமல் போயிருக்கும். அந்தத் துருக்கிய வேலையாட்கள் தமது சக மதத்தவருக்காக மாறுவதை விரும்பி ஏற்றனர். ஆனால் அவர்கள் புதிய ஆட்சியாளருக்குக் கட்டுப்படத்தான் உறுதியளித்தார்களே தவிர அவரது வாரிசுகளுக்கல்ல. எனவே, வேலையாட்களின் தலைவரான மீர் ஷா கட்டுப்பாட்டை எடுத்துக் கொண்டு காஷ்மீரில் முதல் முஸ்லிம் பேரரசை நிறுவினார். அது எழுநூறு ஆண்டுகளுக்கு நீடித்தது.

எனினும் மக்கள் எளிதாக மாறிவிடவில்லை. வலுக்கட்டாயமாக மதமாற்றம் செய்யப்பட்டும் கூட பதினைந்தாம் நூற்றாண்டின் இறுதியில் ஸெயின் அல் ஆபிதீனின் ஆட்சியின் இறுதிவரை பெரும்பாலான காஷ்மீரிகள் இஸ்லாத்தைத் தழுவவில்லை. உண்மையில், ஊக்கமான ஆட்சியாளர் ஸெயின் அல் ஆபிதீன் இந்துக்கள் கட்டாய மதமாற்றம் செய்யப்படுவதைத் தடை செய்து, இந்த விதத்தில் மாற்றம் செய்யப்பட்டவர்கள் தமது சொந்த மதத்துக்குத் திரும்ப அனுமதித்தார். அவரது தந்தை அழித்த இந்துக் கோயில்களைத் திரும்பக் கட்டிக் கொள்ள மானியங்களையும் கூட அவர் கொடுத்தார். எனினும் பல்வேறு இன, மதக் குழுக்கள் கலப்புத் திருமணம் செய்து கொள்ள அனுமதிக்கப்படவில்லை, எனினும் அவர்கள் ஒற்றுமையாக அக்கம் பக்கமாக வசிக்கக் கற்றுக் கொண்டு விட்டனர். ஸெயின் அல் ஆபிதீன் ஈரானுக்கும், மத்திய ஆசியாவுக்கும் பயணங்களை ஏற்பாடு செய்து தமது குடிமக்கள் மர வேலைப்பாடுகள் செய்யவும், தற்போது புகழ் பெற்றிருக்கும் காஷ்மீர் சால்வைகளின் புகழுக்கு அடித்தளமிடும் வகையில் சால்வைகள் நெய்யக் கற்றுக் கொள்ளவும் வகை செய்தார். அவரது ஆட்சியின் முடிவில், பெரும்பாலான மக்கள் முன்வந்து இஸ்லாத்தைத் தழுவினர். அப்போதிலிருந்து முஸ்லிம் - முஸ்லிமல்லாதோர் விகிதம் 85: 15 ஆக மாறாமலேயே இருந்து வருகிறது.

ஸெயின் அல் ஆபிதீனின் மறைவுக்குப் பின்பு பேரரசு சரிவை நோக்கிச் சென்றது. வாரிசுரிமைக்குப் போராட்டமும், தகுதியற்ற ஆட்சியாளர்களும், முக்கியஸ்தர்களிடையே எல்லையற்ற சதிகளும் புதிய படையெடுப்புக்களுக்கு வழி வகுத்தன. பதினாறாம் நூற்றாண்டு இறுதியில் முகலாய வெற்றிக்குப் பிறகு அநேகமாகப் பெரும்பாலான மக்களுக்கு ஆறுதல் கிடைத்தது. முகலாய சிவில் அதிகாரிகள் நிலப் பிரபுக்களின் இடத்தில் அமர்ந்து நாட்டை நன்றாகவே நிர்வகித்தனர். அதன் வர்த்தகம், சால்வைகள் உற்பத்தி, விவசாயம் ஆகியவற்றை மறுசீரமைப்பு செய்தனர். மறுபுறம் உள்ளூர் ஆதரவு கிடைக்காததால் காஷ்மீரக் கவிஞர்கள், ஓவியர்கள், எழுத்தாளர்கள் பள்ளத்தாக்கை விட்டுக் கிளம்பி தில்லியிலும், லாகூரிலும் முகலாய அரசவைகளில்

வேலை தேடிச் சென்றனர். அப்போது நாட்டின் கலாசார வாழ்க்கையையும் தம்முடன் எடுத்துச் சென்றனர்.

காஷ்மீரியக் கலாசாரத்தைக் கடுமையாக மறைந்து போகச் செய்தது என்னவென்றால் காஷ்மீர அரசவை திடீரென மலர்ந்ததுடன் வெற்றி ஒன்றிணைந்த நிகழ்வுதான். தஸன்தார் கிராமத்தைச் சேர்ந்த சுல்தான் யூசுப் ஷாவின் மனைவி ஸுனி. அவரது குரலுக்கு மயங்கிய ஒரு சூஃபி முனியால் கண்டெடுக்கப்பட்டார். அவரது வழிகாட்டுதலில் பெர்ஸிய மொழியைப் பயின்ற அவர் தாமே பாடல்களை இயற்றத் துவங்கினார். ஒருநாள் அவ்வழியே பயணம் செய்து கொண்டிருந்த யூசுப் ஷாவும் வயல்வெளியில் அவரது குரலால் ஆட்கொள்ளப்பட்டார். அவரை அவைக்கு அழைத்துச் சென்ற ஷா தம்மை மணந்து கொள்ளும்படி வற்புறுத்தினார். அப்படித்தான் ஸுனி ராணியாக அரண்மனைக்குள் நுழைந்து ஹப்பா காதூன் (காதலிக்கப்படும் பெண்) என்ற பெயரை ஏற்றார். அவர் இவ்வாறு எழுதினார்:

நான் விளையாட்டில் ஈடுபட்டதாக நினைத்தேன், என்னையே இழந்தேன்
ஓ, இறந்து கொண்டிருக்கும் நாளுக்காக!
வீட்டில் நான் தனிமைப்படுத்தப்பட்டேன். அறிமுகமில்லாதிருந்தேன்,
வீட்டிலிருந்து வெளியேறியதும், எனது புகழ் விரிந்து பரவியது,
பக்திமான்கள் தமது எல்லா தகுதிகளையும் என் காலடியில்
சமர்ப்பித்தனர்.
ஓ சிறந்து கொண்டிருக்கும் நாளுக்காக!
எனது அழகு அபூர்வ பொருட்களால் நிறைந்த சேமிப்பிடமாக இருந்தது
நான்கு மூலைகளிலிருந்தும் அது ஆண்களைக் கவர்ந்திருந்தது
இப்போது எனது நிறைந்த தன்மை போய்விட்டது, எனக்கு மதிப்பு இல்லை
ஓ இறந்து கொண்டிருக்கும் நாளுக்காக!
எனது தந்தையின் மக்கள் உயர்ந்த நிலை பெற்றிருந்தனர்
நான் ஹப்பா காதூன் என அறியும்படி மாறினேன்
ஓ இறந்து கொண்டிருக்கும் நாளுக்காக.

ஹப்பா காதூன் காஷ்மீர மொழிக்கு இலக்கிய வடிவம் கொடுத்ததுடன் பெர்ஸிய, இந்திய இசை வடிவங்களின் சங்கமத்தை ஊக்குவித்தார். அவர் பெண்கள் தாம் விரும்பியபடி தம்மை அலங்கரித்துக் கொள்ளும் சுதந்திரத்தைக் கொடுத்தார். பழைய சிர்காசிய பாரம்பரியமான முகத்தையும், கைகளையும் தனிவகை சாயங்கள், பொடிகளால் பச்சை குத்திக் கொள்ளும் வழக்கத்துக்கு உயிரூட்டினார். மதகுருமார்கள் கடும் கோபமுற்றனர். அவர்கள் அவரிடம் இப்ளிஸ் அல்லது சாத்தானின் வேலையை நாத்திகம்,

சட்ட மீறல் இவற்றுடன் சூஃபியையும் இணைந்து கண்டனா எனினும் யூசுப் ஷா ஆட்சியிலிருந்த போது ஹப்பா காதூனை தொட முடியவில்லை. அவர் குருமார்களின் எண்ணங்களை ஏளனட செய்ததுடன், இஸ்லாத்துக்குள் உள்ள பக்தி இயக்கத்தை (mysti Strain) பாதுகாத்தார். தம்மை வளமான மண்ணில் மலரும் மலருடன் ஒப்பிட்ட அவர் தம்மை வேரறுக்க முடியாதென்றார்.

1583-ல் முகலாயப் பேரரசர் அக்பர் காஷ்மீரத்தைத் தம்முடன் இணைத்துக் கொள்ள தனது விருப்பமான தளபதியை அனுப்பியபோது ஹப்பா காதூன் ராணியாக இருந்தார். எந்த போரும் நடக்கவில்லை. யூசுப் ஷா முகலாய முகாமுக்குச் சென்று எந்தப் போருமின்றி சரணடைந்து, அரியணையில் தாம் அமரவும் நாணயத்தில் தமது படத்தைப் பொறித்துக் கொள்ளவும் மட்டுட அனுமதிக்குமாறு கோரினார். மாறாக அவர் சிறைப்படுத்தப்பட்டு நாடு கடத்தப்பட்டார். யூசுப் ஷா காட்டிக் கொடுத்ததைக் கண்டு ஆத்திரம் கொண்ட காஷ்மீர முக்கியஸ்தர்கள் அவரது மகன் யாகூ ஷாவை அரியணையில் அமர்த்தினார்கள். ஆனால் பலவீனமான விவேகமற்ற அவனோ சன்னி, ஷியா குருமார்களை ஒருவருக்கொருவ சிண்டு முடிந்து விட்டான். வெகுவிரைவிலேயே அக்பர் பெருட படையை அனுப்பி 1588 கோடையில் காஷ்மீரத்தைப் பிடித்து விட்டார். இலையுதிர் காலத்தில் பள்ளத்தாக்கின் புகழ்மிக் வண்ணங்களைக் காண பேரரசர் தாமே நேரில் வந்தார்.

அக்பர், ஹப்பா காதூனின் கணவரை நாடு கடத்தியதும் அவரது நிலை நாடகபாணியில் ஒரேயடியாக மாறியது. பத்தாம் நூற்றாண்டி பிரதிநிதிகளாக ஆட்சிக்கு வந்த இரண்டு வலிமை மிக்க ராணிகள் சுகந்தா, டிடா போலல்லாமல் ஹப்பா காதூன் அரண்மனையை விட்டு விரட்டப்பட்டார். முதலில் சூஃபிக்களிடம் அடைக்கலட புகுந்த அவர் சில காலத்துக்குப் பிறகு கிராமம், கிராமமாகச் சென்று அடக்கப்பட்ட மக்களின் சோகப்பாடலாகத் தமது பாடல்களி தமது குரலை வழங்கினார். அவர் எங்கு, எப்போது இறந்தா என்பதற்கு எந்தக் குறிப்பும் இல்லை. அவருடைய சமாதி என்று கருதப்படும் ஒன்று கடந்த நூற்றாண்டின் மத்தியில் கண்டுபிடிக்கப் பட்டது. ஆனால் இந்திய இராணுவத்தால் கொல்லப்பட்ட இளைஞர்களின் மறைவுக்கு அல்லது ஜிகாத்தில் போராட முன்வந் இளைஞர்களுக்கு அஞ்சலி செலுத்தும் பெண்கள் அவரது வாசகங்களைப் பாடுகின்றனர்.

நான் எங்கு வாழ்கிறேனென்று அவரிடம் யார் கூறினார்கள்?
அவர் என்னை ஏன் இவ்வளவு வருத்தத்தில் விட்டுச் சென்றார்?
நாதியற்ற நான், அவருக்காக ஏக்கத்தில் உழல்கிறேன்

எனது ஜன்னல்கள் வழியாக அவர் என்னைப் பார்த்தார்.
எனது காதணிகளைப் போன்று அழகான அவர்;
எனது இதயத்தை அமைதியற்றதாக்கி விட்டார்;
நாதியற்ற நான் அவருக்காக ஏக்கத்தில் உழல்கின்றேன்
எனது கூரையின் பிளவு வழியே அவர் என்னைக் கண்டார்,
நான் அவரைப் பார்ப்பேனென்று பறவை போல் பாடினார்
பிறகு, மெதுவாக என் கண்ணை விட்டு மறைந்தார்
நாதியற்ற நான் அவருக்காக ஏக்கத்தில் உழல்கின்றேன்
நான் தண்ணீர் சேந்தும்போது அவர் என்னை நோக்கினார்
நான் ஒரு சிவப்பு ரோஜாவைப் போல் வாடிப்போனேன்
எனது மனமும் உடலும் காதலால் பற்றியெரிந்தன
நாதியற்ற நான் அவருக்காக ஏக்கத்தில் உழல்கின்றேன்
அதிகாலையில் மங்கும் நிலவொளியில் அவர் என்னைக் கண்டார்
ஆக்கிரமிப்பது போல் என்னை அவர் அள்ளிக் கொண்டார்
அவர் ஏன் இப்படித் தாழ்ந்து போனார்?
நாதியற்ற நான் அவருக்காக ஏக்கத்தில் உழல்கிறேன்.

ஹப்பா காதூன் இஸ்லாத்தின் மென்மையான விளக்கத்தை இஸ்லாத்துக்கு முந்தைய பழக்கங்களைக் குழைத்து உதாரணம் காட்டி விளக்கினார். அது சூஃபி மார்க்கத்தினால் பெரிதும் தாக்கம் பெற்றிருந்தது. இந்தப் பாரம்பரியம் இன்னும் நாட்டுப்புறத்தில் வலிமையாக இருப்பதுடன் மதத்தின் தீவிர முறைகளுடன் காஷ்மீரிகளின் மாறுபாட்டை விளக்குவதற்கு உதவுகிறது.

முகலாயப் பேரரசர்கள் அவர்களது புதிய ராஜ்யத்தால் கவர்ந்திழுக்கப்பட்டார்கள். அக்பரின் மகன் ஜஹாங்கீர் அங்கு தமது மரண பயத்தை விட்டுவிட்டார். ஏனெனில் சுவர்க்கம் காஷ்மீரின் அழகிடம் தோற்றுப் போனது. அவரது மனைவியும் மைத்துனனும் பேரரசின் நிர்வாகத்தை கவனித்துக் கொண்டபோது பஞ்சாபின் சமவெளியிலிருந்து தப்பி தமது அதிர்ஷ்டத்தைப் பிரதிபலித்தார். அங்கு கஞ்சா குடித்தும், காஷ்மீர் திராட்சை ரசத்தைப் பருகியும், இயற்கை ஊற்றுகளைச் சுற்றி தோட்டங்களை அமைத்து நிர்ணயிக்கப்பட்ட வழிகளில் தண்ணீர் அருவியாக விழும்போது சூரியன் உதயமாவதையும். அஸ்தமிப்பதையும் பிரதிபலிக்குமாறு செய்யத் திட்டமிட்டுக் கொண்டிருந்தார். 'உலகில் மகிழ்ச்சியின் ஒரு சுவர்க்கம் இருக்குமானால், அது இதுதான், அது இதுதான், அது இதுதான்' என புகழ்மிக்க பெர்ஸிய செய்யுளை மேற்கோள் காட்டி அவர் எழுதினார்.

பதினெட்டாம் நூற்றாண்டின் வாக்கில் முகலாய சாம்ராஜ்யம் மெதுவாக சரியத் துவங்கியதும், காஷ்மீர் முக்கியஸ்தர்கள்

ஆஃப்கானின் கொடுங்கோலன் அஹமது ஷா துரானியை தமது நாட்டை விடுவிக்க வருமாறு அழைப்பு விடுத்தனர். துரானி 1752-ல் இதை ஒப்புக் கொண்டு வரியை இருமடங்காக்கி, ஷியா சிறுபான்மையினரை வெறிகொண்டு தாக்கியது முக்கியஸ்தர்களை அதிர்ச்சியடைய வைத்தது! ஐம்பதாண்டு கால ஆஃப்கானிய ஆட்சி சன்னி - ஷியா பிரிவினரிடையே தொடர்ந்து நடந்த மோதல்களால் முற்றுப் பெற்றது.

எனினும் மோசமானது முன்னே நின்றது. 1819-ல் ஏற்கனவே வடக்கில் தடம் பதித்த சீக்கியர்களின் உற்சாகமூட்டும் தலைவரான ரஞ்சித் சிங்கின் சிப்பாய்கள், ஸ்ரீநகரைக் கைப்பற்றினர். பெயர் சொல்வது போல் எந்தத் தடுப்புப் போரும் இல்லை. வரலாற்றாசிரியர்கள் அதன் பிறகு தொடர்ந்த இருபத்தேழு ஆண்டு சீக்கிய ஆட்சியை நாட்டுக்கு ஏற்பட்ட மிக மோசமான பேரழிவாக மதிப்பிடுகின்றனர். ஸ்ரீநகரிலுள்ள தலைமை மசூதி மூடப்பட்டது. மற்றவை நாட்டுடைமையாக்கப்பட்டன. பசு வதை தடை செய்யப்பட்டது. மீண்டும் வரிச்சுமை தாங்கவியலாததாகியது. முகலாயர்களைப் போலல்லாமல் ரஞ்சித் சிங் ஏழைகள் மீது வரி விதித்தார். மக்களின் வறுமை பெருமளவு மக்களின் வெளியேற்றத்துக்கு இட்டுச் சென்றது. காஷ்மீரிகள் பஞ்சாப் நகரங்களுக்கு ஓடினர். லாகூரும், ராவல்பிண்டியும் காஷ்மீர வாழ்க்கை மற்றும் கலாசாரத்தின் புதிய மையங்களாயின. (இந்த உட்புகுதலின் பல நேர்மறை விளைவுகளில் ஒன்று காஷ்மீரி சமையல்காரர்கள் உள்ளூர் உணவை நன்றாக முன்னேற்றியதாகும்).

சீக்கிய ஆட்சி நீண்ட காலம் நீடிக்கவில்லை: புதிய வெற்றியாளர்கள் வந்து கொண்டிருந்தார்கள். அநேகமாக வர்த்தக முதலாளித்துவத்தின் மிகவும் குறிப்பிடத்தக்க நிறுவனம் தன்னை இந்தியத் துணைக் கண்டத்தில் நிறுவிக் கொண்டது. இராணுவத்தை வைத்துக் கொள்ளும் அரை இறையாண்மை உரிமையை பிரிட்டிஷ் - டச்சு அரசாங்கங்களிடமிருந்து பெற்ற கிழக்கிந்தியக் கம்பெனி அதன் கல்கத்தா தளத்திலிருந்து விரைந்து பரவி, 1757 ப்ளாஸி யுத்தத்துக்குப் பிறகு முழு வங்காளத்தையும் கைப்பற்றியது. சில ஆண்டு காலத்தில் தில்லி கோட்டையில் முகலாயப் பேரரசர் கம்பெனியின் ஓய்வூதியப் பெறுபவராக மாறினார். கம்பெனியின் படைகள் மேற்கு நோக்கி இப்போது பஞ்சாபை சீக்கியரிடமிருந்து கைப்பற்றும் உறுதியுடன் நகர்ந்தது. 1864-ல் நடந்த முதல் ஆங்கிலேய - சீக்கியப் போர் கம்பெனிக்கு ஆதரவாக முடிந்ததால் அமிர்தசரஸ் உடன்பாட்டின் ஒரு பகுதியாக அது காஷ்மீரைப் பெற்றது. ஆனால் அங்கிருக்கும் குழப்பத்தை அறிந்ததால், அவசரமாக காஷ்மீரை அருகிலுள்ள ஜம்முவின் டோக்ரா

ஆட்சியாளருக்கு 7.5 லட்சம் ரூபாய்களுக்கு விற்று விட்டது. அவர்கள் மேலும் வரிகளை விதித்தனர். 1857 எழுச்சிக்குப் பிறகு கிழக்கிந்தியக் கம்பெனியை பிரிட்டிஷ் நேரடி ஆட்சி மாற்றியது. காஷ்மீர் மற்றும் மற்ற சமஸ்தானங்களின் உண்மையான ஆட்சி ஒரு பிரிட்டிஷ் குடிமகனிடம், பொதுவாக ஹெய்லிபரி கல்லூரியில் படித்து முடித்து வெளியேறி பேரரசின் பின்புலத்தில் பயிற்சியிலிருக்கும் ஒரு புதுமுகத்திடம் ஒப்படைக்கப்பட்டது.

டோக்ரா ஆட்சியாளருக்குக் கீழ் காஷ்மீர் மிகவும் துயரப்பட்டது. முகலாய அரசு வீழ்ந்தவுடன் இலவச உழைப்பு முறை மீண்டும் திணிக்கப்பட்டதுடன், விவசாயிகள் வேலையாட்கள் நிலைக்குத் தள்ளப்பட்டனர். விவசாயிகளின் நிலை மஹாராஜா கடிலாக் கார் வாங்குவதைச் சுற்றியிருக்கிறது என்று காஷ்மீர அறிவுஜீவிகள் 1920-ல் கூறியதாக ஒரு உறுதிப்படுத்தாத கதை கூறுகிறது. பேரரசர் தமது காரில் பெஹல்காம் செல்லும்போது அதனை போற்றிப் பாராட்டிய விவசாயிகள் அதைச் சுற்றிக் கூடி அதன் முன் புதிய புற்களைத் தூவினர். மஹாராஜா அவர்கள் வந்ததை மதித்து அதைத் தொட அனுமதித்தார். சில விவசாயிகள் அழத் துவங்கினர். ‘ஏன் அழுகின்றீர்கள்?’ என்று அரசர் கேட்டார். அவர்களில் ஒருவர் கூறினார். ‘உங்கள் புதிய மிருகம் புல்லைத் தின்ன மறுப்பதால் நாங்கள் வருத்தமுற்றுள்ளோம்‘. கடைசியில் அது பள்ளத்தாக்கை அடைந்தபோது, இருபதாம் நூற்றாண்டு புதிய மதிப்புக்களைக் கொண்டு வந்தது. அந்நிய ஆட்சியிலிருந்து விடுதலை, சாத்வீகப் போராட்டம், தொழிற்சங்கம் தொடங்க உரிமை, ஏன் சோஷலிசம் கூட. லாகூரிலும் தில்லியிலும் பயின்ற இளம் காஷ்மீரிகள் தமது நாட்டை டோக்ரா மகாராஜா மற்றும் அவரது காலனியாதிக்க ஆதரவாளர்களின் கிடுக்கிப் பிடியிலிருந்து விடுவிக்கும் உறுதியுடன் திரும்பினர். தாமே காஷ்மீர வம்சாவளியைச் சேர்ந்தவரான முஸ்லிம் கவிஞர் இக்பால் 1921-ல் ஸ்ரீநகருக்கு வந்து சென்றபோது ஒரு ரகசியமான செய்யுளை விட்டுச் சென்றார். அது பின்னர் நாடு முழுவதும் பரவியது:

அவனது வெற்றுடம்பை பனிக்காலத்தின் கொடும்பனி நடுங்கவைக்கும் போது

அவனது கைவேலை பணக்காரர்களின் சால்வைகளாக அலங்கரிக்கிறது

1921-ல் முதல் முறையாக காஷ்மீரத் தொழிலாளர்கள் வேலை நிறுத்தத்தில் இறங்கினர். அரசுக்குச் சொந்தமான ஆலையில் ஐயாயிரம் தொழிலாளர்கள் கூலி உயர்வு கோரியும், வேலை

நேரத்தை அதிகரித்து நடத்திய ஒரு குமாஸ்தாவை நீக்கக் கோரியும் வேலைநிறுத்தம் செய்தனர். நிர்வாகம் சிறிய உயர்வுக்கு ஒப்புக் கொண்டது. ஆனால் போராட்டத் தலைவர்களைக் கைது செய்தது. தொழிலாளர்கள் வேலை நிறுத்தம் செய்து வெளியேறினர். பிரிட்டிஷ் நிலைய அதிகாரியின் ஆதரவுடன் கஞ்சாவில் ஊறிய மஹாராஜா பிரதாப் சிங் துருப்புக்களை உள்ளே அனுப்பினார். மறியலில் இருந்த தொழிலாளர்கள் கடுமையாகத் தாக்கப்பட்டனர். கூட்டத் தலைவர்கள் என சந்தேகத்துக்கு ஆளானவர்கள் ஸ்தலத்திலேயே நீக்கப்பட்டனர். நடவடிக்கையைத் தலைமை தாங்கி நடத்தியவர் கைது செய்யப்பட்டுச் சித்திரவதை செய்யப்பட்டுக் கொலை செய்யப்பட்டார்.

சில மாதங்களுக்குப் பின் தீவிர ஆசாரமான ஸ்ரீநகர் முஸ்லிம்களின் முக்கியஸ்தர் குழு ஒன்று பிரிட்டிஷ் வைஸ்ராய் லார்டு ரீடிங்குக்கு கொடுங்கோன்மையையும். அடக்குமுறையையும் எதிர்த்து ஒரு மனுவை அனுப்பினர்:

இராணுவம் மிகவும் மனிதாபிமானமற்ற நடவடிக்கைக்கு அனுப்பப்பட்டு, உதவியற்ற, நிராயுதபாணியான, அமைதியை விரும்பும் ஏழைத் தொழிலாளர்கள் மீது ஈட்டிகள் போன்ற போர் ஆயுதங்களால் தாக்கப்பட்டார்கள். காஷ்மீரின் முஸல்மான்கள் நிலை இன்று பரிதாபமாக உள்ளது. அவர்களுக்குக் கல்வி வேண்டுமென்றே நிராகரிக்கப்படுகிறது. ஜனத்தொகையில் அவர்கள் 96 சதவிகிதமாக இருந்தாலும். கல்வி கற்றோரின் விகிதம் 0.8 ஆகவே உள்ளது. இதுவரை எங்கள் பிரச்சனைகள் மீதும், கோரிக்கைகள் மீதும் அரசின் பாராமுகத்தையும், எங்கள் உரிமைகள் மீது ஏவிய அடக்குமுறையையும் நாங்கள் பொறுமையாக ஏற்றுக் கொண்டோம். ஆனால் பொறுமைக்கும் எல்லையுண்டு, விலகியிருப்பதற்கு ஒரு முடிவு உண்டு.

வைஸ்ராய் மனுவை மஹாராஜாவுக்கு அனுப்பி வைக்க, மஹாராஜா கடும் கோபமுற்றார். ராஜதுரோகிகளை சுட்டுக் கொல்ல வேண்டுமென்று அவர் விரும்பினார். ஆனால் நிலைய அதிகாரி அதைச் செய்ய மறுத்தார். ஒரு சிறிய நடவடிக்கையாக அந்த மனுவை எழுதியவரான சாதுதின் ஷாவை நாடு கடந்த உத்தரவிட்டார். சில ஆண்டுகள் கழித்து மஹாராஜா இறந்து அவரது மருமகன் ஹரிசிங் ஆட்சிக்கு வந்த பின்கூட ஒன்றும் மாறவில்லை. பிரிட்டிஷ் ஒப்புக் கொண்ட புதிய காஷ்மீர் கவர்னர் அப்லியோன் பானர்ஜி நிலைமை தாங்க முடியாததாக இருப்பதைக் கண்டார். சிறிய சீர்திருத்தத்தைக் கூட செய்ய முடியாததால் வெறுப்புற்று அவர் ராஜினாமா செய்து விட்டார். ‘பெரும்பாலான

முஸ்லிம் ஜனத்தொகை முழுதும் கல்லாதவர்களாகவும், வறுமையில் உழல்பவர்களாகவும், மிகவும் குறைந்த பொருளாதார வாழ்க்கை நிலைகளில் கிராமங்களில் வாழ்பவர்களாக, நடைமுறையில் செவிட்டு ஊமைகளால் நடத்தப்படும் மாடுகளாக உள்ளனர்' என்று அவர் கூறினார்.

ஏப்ரல் 1931-ல் ஜம்முவில் மசூதிக்குள் போலீஸ் நுழைந்து தொழுகையைத் தொடரும் வெள்ளிக்கிழமை குத்பாவைத் தடுத்து நிறுத்தியது. போலீஸ் தலைவர் பிரச்சாரகர் கூறும் குரானில் மோஸஸ், பரோவா பற்றிய குறிப்புக்கள் ராஜதுரோகத்துக்கு ஒப்பானது என்றார். அது செய்வதற்கு மிகவும் அசாதாரணமான முட்டாள்தனமான காரியமென்பதுடன் தவிர்க்க முடியாத வகையில் அது புதிய எதிர்ப்பலையையும் உண்டாக்கியது. ஜூனில் ஸ்ரீநகரில் இதுவரை இல்லாததுபோல் நடந்த பேரணி உள்ளூர், காலனியாதிக்க அடக்குமுறையை எதிர்க்க பதினொரு பேர் கொண்ட குழுவைத் தேர்ந்தெடுத்தது. அவர்களில் ஒருவர் ஒரு சால்வை வர்த்தகரின் மகனான ஷேக் அப்துல்லா. அவர் அடுத்த ஐம்பதாண்டுகளுக்கு காஷ்மீர் அரசியலில் ஆதிக்கம் செலுத்தப் போகிறார்.

பேரணியில் பேசிய அவ்வளவாகப் பிரபலமடையாத ஒரு பேச்சாளர், ஒரு ஐரோப்பிய வீட்டில் வேலை பார்த்த சமையற்காரரான அப்துல்காதிர் டோக்ரா ஆட்சியாளர்களை 'ரத்தம் குடிப்பவர்களின் ஆட்சி' யென்றும் 'நமது மக்கள் அனைவரின் சக்தியையும் ஆதாரங்களையும் உறிஞ்சியவர்கள்' என்றும் பேரணியில் பேசியதாகக் கைது செய்யப்பட்டார். காதிர் மீது விசாரணை நடத்த முதல் நாளில் ஆயிரக்கணக்கான ஆர்ப்பாட்டக்காரர்கள் சிறைச்சாலையில் கூடி விசாரணை நடவடிக்கையில் கலந்து கொண்டு பார்க்க உரிமை கோரினர். போலீஸ் துப்பாக்கிச் சூடு நடத்தி அவர்களில் இருபத்தொரு பேரைக் கொன்றது. ஷேக் அப்துல்லாவும் மற்ற அரசியல் தலைவர்களும் மறுநாள் கைது செய்யப்பட்டனர். இதுதான் காஷ்மீர் தேசியவாதம் உருவான கணம்.

அதேசமயம் பிரெஞ்சு ரிவைராவில் ஒரு பிரசவம் நடந்து கொண்டிருந்தது. சிற்றின்பப் பிரியரும், ஆண்மைக் குறைவானருமான மஹாராஜா ஹரிசிங்கின் நான்காவது மனைவி தாராதேவி - ராஜா, குழந்தைகள் பெறாததற்காக முதல் மூவரைத் தள்ளி வைத்து விட்டார்- கரண்சிங் என்ற மகனைப் பெற்றெடுத்தார். ஸ்ரீநகர் கடைத்தெருவில் இருவரில் ஒருவர் தாம்தான் அந்தக் குழந்தையின் தந்தை என்று உரிமை கொண்டாடினர். ஐந்து நாட்கள் ஆடம்பரமான விழாக்களும், விருந்தும் ஸ்ரீநகரில் குழந்தையின் வரவை அறிவித்தன. சில வாரங்களுக்குப் பிறகு மக்கள் போராட்டம்

வெடித்தது. மற்ற விஷயங்களுடன் மஹாராஜாவின் பாலின் சக்தியின்மையுடன் அது முடிந்தது. அதிகாரிகள் பொதுவிடத்தி வைத்து சாட்டையடி கொடுக்க அனுமதியளித்தனர். ஆனா அதற்குள் மிகவும் காலம் கடந்து விட்டது. காஷ்மீரை இனியு சுதந்திரம் பெறத் துடித்த துணைக் கண்டத்திலிருந்து தனிமைப்படுத் வைக்க முடியவில்லை.

வைஸ்ராய் மஹாராஜாவிடம் சிறைப்படுத்தப்பட்ட தேசிய தலைவர்களை விடுவிக்குமாறு கூறினார். அவர்களை வெற்றி களிப்பில் மிதந்த மக்கள் கூட்டம் தோளில் தூக்கியபடி தெருக்களி நடை போட்டது. குழந்தை கரண்சிங் எந்தப் பயனுமின்றி படைக்கப்பட்டார். அவரது தந்தையின் இடத்தை அவர் பிடிக்க போவதேயில்லை. பல ஆண்டுகளுக்குப் பிறகு அவர் தமது தந்தையைப் பற்றி எழுதினார்.

அவர் மோசமாகத் தோல்வியடைந்தவர். துப்பாக்கி சுடுவதிலே மீன் பிடிப்பதிலோ, போலோவிலோ, பந்தயத்திலோ ஏதாவது சிறி பின்னடைவு ஏற்பட்டுவிட்டால் நாட்கணக்கில் அவரது மனநிலையி இருள் சூழ்ந்து விடும். இது தவிர்க்க முடியாத வகையில் முக்காட என்று அழைக்கப்பட்டதற்கு இட்டுச் செல்லும். உதவியற்ற இளை வேலையாள் அல்லது ஊழியர் மீது திறமையின்மை அல்லது தவறா நடத்தை குறித்த நீண்ட விசாரணை... இங்கு பெருந்தன்மையற் அதிகாரம்; பரிதாப உணர்ச்சியற்ற அதிகாரமும் இருந்தன.

சிறையிலிருந்து விடுதலை பெற்றதும் ஷேக் அப்துல்லாவு அவரது சகாக்களும் முஸ்லிம்களையும், ஏனையோரையு இணைக்கக்கூடிய ஒரு அரசியல் ஸ்தாபனத்தை அமைக்கு வேலையில் இறங்கினர். அனைத்து ஜம்மு காஷ்மீர் முஸ்லிம் மாநா அக்டோபர் 1932-ல் ஸ்ரீநகரில் அமைக்கப்பட்டது. அப்துல்லா அத தலைவரானார். காஷ்மீரில் இருந்த முஸ்லிம்களல்லாதோ முக்கியமாக அதிக எண்ணிக்கையில் பண்டிட்டுகளையும், உயர்சா பிராமணர்களையும் கொண்ட இந்துக்கள். அவர்கள் முஸ்லிம்களையு சீக்கியர்களையும், தாழ்ந்த சாதி இந்துக்களையும் தாழ்வாகவே பார்த்தனர். ஆனால் முகலாயர்களைப் பார்த்தது போலவே காலனியாதிக்க எஜமானர்களை உயர்வாகப் பார்த்தனர். பிரிட்டி குணரீதியாகவே பண்டிட்டுகளை நிர்வாகத்தை நடத் உபயோகித்ததால், முஸ்லிம்களுக்கு இரண்டு எதிரிகளை சேர்த்து பார்க்க உதவியது. குரான் அறிஞராக இருந்தாலும் அப்துல்ல அவரது அரசியலில் தீர்மானகரமாக மதச்சார்பற்றவராக இருந்தா ஜனத்தொகையில் இந்துக்கள் சிறுபான்மையினராக இருந்தாலு பிராமணர்கள் கண்டுகொள்ளாது விடப்பட்டாலோ, விலக்க

பட்டாலோ அது காஷ்மீர நலன்களுக்குச் சாவுமணியாக இருக்கு மென்பதை அறிந்திருந்தார். இந்தச் சாக்கில் மிர்வாயிஸ் யூசுப் ஷா தலைமையில் சில முஸ்லிம்கள் விலகிச் சென்றனர் இந்த உடைப்பு தவிர்க்க முடியாதது. ஹிந்துக்களிடமும், ஆசாரமான முஸ்லிம்களால் நாத்திகர்கள் எனக் குற்றம் சாட்டப்பட்டவர்களிடமும் அப்துல்லா மென்மையாக நடந்து கொள்வதாக அவர்கள் குற்றம் சாட்டினர். லாகூரிலிருந்தும் அனைத்திந்திய காஷ்மீர் கமிட்டியிலிருந்தும் சூத்திரத்துடன் 'காஷ்மீரின் செவிட்டு முஸ்லிம்களுக்கு' கவிஞர் இக்பாலால் எழுதப்பட்ட ஒரு போஸ்டர் வந்தது.

அவரது கூட்டத்துக்குள்ளேயே ஆசாரக் குழுக்களால் இனியும் பின்னிழுக்கப்படாத ஷேக் அப்துல்லா, நேருவால் பிரகடனம் செய்யப்பட்ட சமூகப் புரட்சி தேசியவாதத்துடன் நெருங்கி வந்தார். அவ்வாறு செய்த முஸ்லிம் தலைவர் அவர் மட்டுமேயல்ல; வடமேற்கு எல்லைப் பிரதேசத்தின் கான் அப்துல் கஃபார் கான், பஞ்சாபின் மெயின் இஃப்திகாருதீன், ஐக்கியப் பிரதேசத்தின் மௌலானா ஆசாத் ஆகியோரும் முஸ்லிம் லீக்குடனல்லாது இந்திய தேசிய காங்கிரசுடன் கடமையாற்ற முடிவு செய்தனர். ஆனால் பெரும்பாலான கற்ற நகர்ப்புற முஸ்லிம்களை முஸ்லிம் லீக்கிடமிருந்து வெளியேற ஆசையூட்டுவதற்கு இது போதுமானதாக இல்லை.

முஸ்லிம்கள் இந்தியாவுக்கு ஆக்ரமிப்பாளர்களாக வந்தனர். அவர்கள் தமது மதத்தை உருவ வழிபாடு நடத்தும் இந்துக்களையும், புத்த மதத்தவரையும் விட எல்லையற்ற வகையில் உயர்ந்ததாகக் கண்டனர். இந்திய முஸ்லிம்களில் பெரும்பகுதியினர் மதம் மாறியவர்களே. சிலர் நிர்பந்தமாக, மற்றவர்கள் தாமாக முன்வந்து மாறியவர்கள் முக்கியமாக காஷ்மீரிலும், வங்காளத்திலும் சாதிய முறைக் கொடுமையிலிருந்து தப்ப மதம் மாறியவர்கள். எனவே இஸ்லாம் மட்டுமல்லாது, கடல்புறத்து ஆப்ரிக்கா, சீனா, இந்தோனேசியத் தீவுகளைப் போலவே இந்திய இஸ்லாத்துக்குள் சேர்க்கப்பட்டனர். இறைத்தூதர் முகமது தெய்வீகமானவராகக் கருதப்படத் தொடங்கினார். குறிப்பாக பௌத்த மதம் காஷ்மீரில் வலுவாக இருந்தது. பழமையான பௌத்த வழிபாடுகளும் இஸ்லாத்துக்கு மாறின; காஷ்மீர் இன்று முஸ்லிம் பழமையின் வீடு (முகமதுவுடையது என்று கருதப்படும் ஒரு மயிர்க்கற்றை). குரான் ஆவி, பேய், மந்திர தந்திரம், சகுனங்களை வலுவாக நிராகரிக்கிறது. ஆனால் துணைக் கண்டத்தின் இஸ்லாத்தில் இந்த மூடநம்பிக்கைகளெல்லாம் அங்கமாகின. பல முஸ்லிம் அரசியல் தலைவர்களுக்கு இன்னமும் பிடித்த சோதிடர்களும் அருளுரை வழங்குபவர்களும் உள்ளனர்.

இந்தியாவில் முஸ்லிம் தேசியவாதம் தோல்வியின் விளைவாகும் பிரிட்டிஷின் கைகளில் முகலாயப் பேரரசு விழும்வரை ஐநூறு ஆண்டுகளுக்கு முஸ்லிம்கள் ஆளும் வர்க்கமாக முக்கியப் பங்கு வகித்தனர். தில்லியில் முகலாயப் பேரவையும் அது ஆதரவளித்த கலாசாரமும் மறையவும், அவர்கள் இப்போது பெரிய சிறுபான்மையாக மிகவும் தாழ்ந்த சாதியைவிடத் தாழ்ந்தவர்களாக இந்துக்களால் கருதப்பட்டனர். அவர்கள் உருவாக்கிய பெர்ஸிய - இந்து கலாசார இணைப்பு திடீரெனப் பின்வாங்கியது. முஸ்லிம் பேரவைகளைச் சுற்றி செழித்த எழுத்தாளர்கள், கவிஞர்கள், வர்த்தகர்கள் கைவினைஞர்களை அது ஆதரவற்றவர்களாக்கியது. கவிஞர் அக்பர் அலஹாபாத் இந்தியாவின் ஆதரவிழந்த முஸ்லிம்களின் குரலாக சரிந்து வரும் சமூகத்துக்காகப் பேசினார்:

ஆங்கிலேயன் மகிழ்ச்சியாக உள்ளான், அவன் விமானத்துக்கும் சொந்தக்காரன்,

இந்து நன்றியுடையவனாக உள்ளான், அவன் வர்த்தகத்தைக் கட்டுப்படுத்துகிறான்

நாங்கள் தீன் வெறும் மத்தளங்களாக, கடவுள் அருளை நம்பியுள்ளோம்

உடைந்த பிஸ்கோத்துகளின் குவியலாக, குமிழ் பொங்கும் எலுமிச்சம் சாறாக.

ஆத்திரமுற்ற, விரக்தியுற்ற முஸ்லிம் சமூகத் தலைவர்கள் நாத்திகர்கள் மீதும் அவர்கள் பிரதிநிதித்துவப்படுத்தும் அனைத்தின் மீதும் ஜிகாதைக் கட்டவிழ்த்து விடுமாறு நம்பிக்கையாளர்களைக் கேட்டுக் கொண்டனர். அதன் முக்கிய விளைவு, முஸ்லிம் கல்வி மற்றும் அறிவுஜீவி வாழ்க்கையின் ஏறக்குறைய இறுதியான சரிவு. 1870-ல் சையது அகமது கான் ஒரு சமரசம் வேண்டி, தாமே முஸ்லிம்கள் தனிமைப்படுத்திக் கொள்வது கடுமையான பொருளாதார விளைவுகளை உண்டாக்கும் என்று எச்சரித்தார். தாம் புரிந்து கொள்ள இயலாத மொழியில், மனப்பாடமாக குரானைக் கற்றுக் கொடுத்த மதப்பள்ளிகளை விட்டுவிட ஊக்குவிக்கும் வகையில் 1875-ல் அவர் நாட்டின் முக்கியத்துவம் பெற்ற முஸ்லிம் பல்கலைக்கழகமாக மாறிய ஆங்கில ஓரியண்டல் கல்லூரியை அலிகாரில் அமைத்தார். வடஇந்தியாவின் அனைத்துப் பகுதிகளிலிருந்தும் ஆங்கிலத்திலும் உருதுவிலும் கல்வி கற்க அங்கு அனுப்பப்பட்டனர்.

1920-களின் இறுதியில் இங்குதான் ஷேக் அப்துல்லா மாணவராகச் சேர்ந்தார். கல்லூரி அதிகாரிகள் மாணவர்களை அரசியலிலிருந்து

விலகியிருக்கும் படி ஊக்குவித்தனர். ஆனால் ஷேக் அப்துல்லா அலிகாருக்கு வந்து சேர்ந்த போது, மாணவர்கள் மிதவாதிகளாகவும், தீவிரவாதிகளாகவும் பிரிந்திருந்தனர். மதம், தேசியவாதம், கம்யூனிசம் குறித்த விவாதங்களைத் தவிர்க்க முடியவில்லை. அவர்களில் பொதுவாக விவசாயக் குடும்பங்களிலிருந்து வந்த குறைவான அறிவு பெற்றோர் கூட அதில் பங்கேற்றனர். அலிகார் பல்கலைக்கழகத்தில் இருந்த பெரும்பாலான தேசியவாத முஸ்லிம்கள் வைஸ்ராயின் சார்பாக ஆஹா கான் துவங்கிய முஸ்லிம் லீகை விட இந்திய தேசிய காங்கிரசில் தம்மை இணைத்துக் கொண்டனர்.

மதச்சார்பற்ற அரசியலில் தமது ஈடுபாட்டைக் காட்ட ஷேக் அப்துல்லா நேருவை காஷ்மீருக்கு வருமாறு அழைத்தார். காஷ்மீர பண்டிட்டுகளின் வம்சாவழியான நேரு தம்முடன் 'எல்லை காந்தியை' அழைத்து வந்தார். மூன்று தலைவர்களும் விழிப்புணர்ச்சியூட்டும் தொழிலாளர்கள், அறிவுஜீவிகள், விவசாயிகள், பெண்களின் குழுக்களின் கூட்டங்களில் கலந்துகொண்டு பேசினர். எனினும் விருந்தினர்கள் மிகவும் அனுபவித்தது பழைய முகலாயத் தோட்டங்களில் உலவியதையே மற்ற பலரைப் போலவே, நேருவும் பள்ளத்தாக்கைப் பற்றி விவரித்தார்:

மிகவும் சிறப்பாக, தனிப்பட்டதாக இல்லாமல், மனித ஆவலுக்கு மேலான அழகிய பெண்ணைப் போல், தன்னுடைய ஆறுகள், பள்ளத்தாக்கு, ஏரிகள் மற்றும் அழகிய அசைவு கொண்ட மரங்கள் உள்ளிட்ட பெண்மையான மரங்களைக் கொண்டிருந்தது. பிறகு இந்த மந்திர அழகின் மற்றொரு அம்சம், ஆண்தன்மை கண்முன் வரும். வலுவான மலைகள், சரிவான பாறைகள், பனியடர்ந்த குன்றுகள், ஆறுகள், குரூரமான, ஆக்ரோஷத்துடன் கீழே பள்ளத்தாக்கில் பாய்ந்து செல்லும் வெள்ளம். அதனிடம் நூறு முகங்களும் எண்ணிக்கையிலடங்கா (எப்போதும் மாறிக் கொண்டிருக்கும்) அம்சங்களும் இருந்தன, சிலசமயம் புன்னகைக்கும், சிலசமயம் சோகத்துடன் இருக்கும்... நான் அந்தக் காட்சியைப் பார்த்தேன். சிலசமயம் அதன் அழகு மட்டுமே என்னைக் கவர்ந்து என்னை மயக்கமுறச் செய்தது... அது எனக்கு உண்மையாக அல்லாமல் கனவைப் போல் இருந்தது. நமது நம்பிக்கைகளையும், ஆசையையும் போல், அவை எப்போதும் நிறைவேறாததுபோல் தோன்றியது. நாம் கனவில் கண்டு விழிக்கும்போது மறைந்து விடும் அன்புக்குரியவரைப் போல் அது இருந்தது.

ஷேக் அப்துல்லா டோக்ரா ஆட்சியிலிருந்து விடுதலைக்கும் நிலச் சீர்திருத்தத்துக்கும் உறுதியளித்தார்; பேரரசுக்கெதிராக விட்டுக் கொடுக்காத போராட்டத்தின் உயர் குணத்தைப் பிரச்சாரம் செய்த

நேரு பிரிட்டிஷ் விலகிச் சென்றால்தான். சமூகச் சீர்திருத்தம் வர முடியுமென்று உறுதியாகக் கூறினார்; கஃபார் கான் வெகுஜனப் போராட்டத்தை, வலியுறுத்தி காஷ்மீரிகளை பயத்தை விட்டொழிக்குமாறு வலியுறுத்தினார்: 'பள்ளத்தாக்கில் வசிக்கும் நீங்கள் உயர்ந்த மலைகளை அடையக் கற்க வேண்டும்!

அவர்கள் தம் மீது அதிகமான பாசத்தைக் காட்டுவது அப்துல்லா உடனிருந்ததால்தான் என்பதை நேரு அறிந்திருந்தார். அவர்கள் முன்பிருந்தது போலல்லாது இப்போது இருவருக்குமிடையே வலுவான அரசியல் பிணைப்பு ஏற்பட்டிருந்தது. அப்துல்லா சாதாரணமான பின்னணியிலிருந்து வந்த ஒரு முஸ்லிம், அவரது பார்வை பிரதேசத்தைச் சுற்றியே இருந்தது. அவரது அரசியல் பார்வை துன்பத்தின் மீதான வெறுப்பிலிருந்தும் அதன் காரணமாக அவர் கணித்த சமூக அநீதியிலிருந்தும் பிறந்தது. ஹாரோவிலும், கேம்ப்ரிட்ஜிலும் கற்ற நெடிய உருவம் கொண்ட நேரு, தமது அறிவுத்திறனின் சிறப்புத் தன்மையை அறிந்தவர், பயத்தாலோ, பொறாமையாலோ அரிதாகவே தாக்கப்பட்டவர், எப்போதுமே முட்டாள்களைச் சகித்துக் கொள்ளாதவர். அவர் சர்வதேசியவாத இடதுசாரி மற்றும் தீவிர பாசிச எதிரி. எனினும் 1947-ல் பிரிவினை வாதம் துணைக் கண்டத்தில் தலையெடுத்தபோது இவர்கள் இருவருக்கிடையே ஏற்பட்ட பிணைப்பு காஷ்மீருக்கு மிகவும் முக்கியத்துவமுடையதாகியது.

முகலாய நாட்களின் மிச்ச சொச்சங்களாகவும், உண்மையான அதிகாரமின்மையை நிரப்புவதற்கும், இந்திய முஸ்லிம்கள் அவர்களது தலைவர்களுக்குப் புதுமையான பட்டங்களைக் கொடுக்கும் சகிக்க முடியாத வழக்கத்தை வளர்த்துக் கொண்டிருந்தனர். இந்த வழக்கத்தின் படி ஷேக் அப்துல்லா ஷேர்- இ - காஷ்மீர் அதாவது காஷ்மீர் சிங்கமாகவும், அவரது மனைவி அக்பர் ஜஹான் மாத்ரீ - இ மெஹர்பான், அதாவது அன்புத்தாயாகவும் மாறினர். அடிக்கடி அவர் சிறையிலிருக்கும்போது வரும் புகழ்மிக்க விருந்தினரை வரவேற்று உபசரிக்கவும், பலமான அரசியல் ஆலோசனைகளைப் பெறுவதற்கும் சிங்கம் அன்புத்தாயை;பீ சார்ந்திருந்தது. அக்பர் ஜஹான் சூத்திரோஸ்விஸ் ஹோட்டல்காரர் ஹாரி நேடனீக்கும் காஷ்மீர பால்காரி மீர் ஜானுக்கும் பிறந்த பெண். கடந்த நூற்றாண்டு இறுதியில் ஏற்பட்ட மாற்றத்தில் நேடஸ் குடும்பம் இந்தியாவுக்கு வந்து தமது சேமிப்பை லாகூரில் மெஜஸ்டிக் ஹோட்டலிலும் பிறகு ஸ்ரீநகரிலும் பூனாவிலும் முதலீடு செய்தது. ஹாரி நேடஸ் ஒரு வர்த்தகர்; அவரது சகோதரர்கள் வில்லியும், வாலியும் இங்கும் அங்கும் சுற்றி வந்தனர்; அவரது சகோதரியான எனிட் சமையலுக்குப்

பொறுப்பேற்றார். அவரது கேக் வகைகள் லாகூர் ஹோட்டலில் 'ஐரோப்பாவிலுள்ள எதற்கும் நிகரானது' என்று கணிக்கப்பட்டது.

ஹாரி நேடஸ் மீர் ஜஹானை குல்மார்க்கிலுள்ள அவரது ஓய்வில்லத்திற்குப் பால் வழங்க வரும்போது முதலில் பார்த்தார். அவரின் அழகில் உடனடியாகக் கவரப்பட்டார். ஆனால் அவளோ சந்தேகப்பட்டாள். அந்த வார இறுதியில் அவள் அவரிடம் 'நான் ஏழையாக இருக்கலாம். ஆனால் நான் விற்பனைக்கல்ல' என்று கூறினாள். ஹாரி அவளிடம் தான் தீவிரமாக இருப்பதாகவும், அவளைக் காதலிப்பதாகவும், அவளை மணக்க விரும்புவதாகவும் கூறிக் கெஞ்சினார். அவள் கடுங்கோபத்துடன் பதில் கூறினாள்: 'அப்படியானால் நீங்கள் இஸ்லாத்துக்கு மாற வேண்டும். நான் நம்பிக்கையற்றவரை மணம் செய்து கொள்ள முடியாது! அவளுக்கு ஆச்சர்யமூட்டும் வகையில் அவர் அப்படியே செய்தார். காலாகாலத்தில் அவர்களுக்குப் பன்னிரண்டு குழந்தைகள் பிறந்தனர் (அவர்களில் ஐவர் மட்டுமே உயிர் பிழைத்தனர்) ஒரு ஆசாரமான முஸ்லிமாக வளர்க்கப்பட்ட அவர்களது மகள் அக்பர் ஜஹான் முர்ரே மலை வாசஸ்தலத்தில் ஜீஸஸ்மேரி கான்வென்ட்டில் ஹாஸ்டலில் தங்கிப் படித்தார். கிறிஸ்தவரல்லாத பெற்றோர்கள் பொதுவாகத் தமது பெண்களை இந்தக் கான்வென்டுகளுக்கு அனுப்பினார்கள். ஏனெனில் அங்கு நல்ல கல்வி கிடைத்ததுடன், (அங்கு அவர்கள் பெரும்பாலான நேரத்தை ருடால்ப் வாலன்டினோவைக் கற்பனை செய்வதில் செலவிட்டனர் என நம்புவதற்கு ஆதாரம் இருப்பினும்) கட்டுப்பாடு கடுமையாகவே இருந்தது. 1928-ல் அக்பர் ஜஹான் பள்ளியை முடித்து லாகூர் திரும்பியதும் Upper Mallல் இருந்த நேடஸ் ஹோட்டலுக்கு ஒரு மூத்த பிரிட்டிஷ் உளவுத்துறை அதிகாரி தங்குவதற்கு வந்தார். முழுமையான வாலன்டினோ மாதிரி தலைக்கவசமணிந்த கர்னல் டி.இ. லாரன்ஸ் அப்போதுதான் சில வாரங்களை ஆஃப்கானிஸ்தானில் மன்னர் அமானுல்லாவின் பகுத்தறிவு மிக்க, நவீனமயப்படுத்திய பிரிட்டிஷ் எதிர்ப்பு ஆட்சியின் ஸ்திரத்தன்மையைக் குலைக்கும் வேலையில் உழன்று திரும்பியிருந்தார். விருந்தினராக வரும் ஒரு அரபு மதகுருவைப் போல் வேடமிட்டுக் கொண்டு, மிகவும் எதிர்ப்புணர்வு உடைய இனக்குழுக்களுக்கிடையே கருப்புப் பிரச்சாரம் எனப்படும் மதவெறியை ஊட்டி உள்நாட்டுப் போரைத் தூண்டிய வேலையை அவர் செய்து கொண்டிருந்தார். அவரது நோக்கம் நிறைவேறியதும், அவர் லாகூருக்குப் புறப்பட்டுச் சென்றார். அக்பர் ஜெஹான் அவரை தமது தந்தையின் ஹோட்டலில் சந்தித்திருக்க வேண்டும். அவர்களிடையே ஒரு விருப்பம் உண்டாகி

கட்டுப்படுத்தவியலாத அளவுக்கு உயர்ந்தது. அக்பர் ஜஹானின் தந்தை அவர்களை உடனடியாகத் திருமணம் செய்து கொள்ள வற்புறுத்த; அவர்கள் மணம் செய்து கொண்டனர். மூன்று மாதங்களுக்குப் பிறகு அமானுல்லா கவிழ்க்கப்பட்டு, அவரிடத்தில் ஒரு பிரிட்டிஷ் ஆதரவு ஆட்சியாளர் அமர்ந்தார். ஜனவரி 12 அன்று லாகூரின் 'கிப்ளிங் ஓல்டு நியூஸ் பேப்பர்', கரண்ஷா இருவரும் வேறு வேறு ஆசாமிகள் என்ற எண்ணத்தை உருவாக்கும் நோக்கில் இருவரின் ஒப்பீட்டுச் சித்திரத்தையும் வெளியிட்டது. பல வாரங்களுக்குப் பிறகு கல்கத்தா செய்தித்தாள் 'லிபர்டி' 'கரண்ஷா பிரிட்டிஷ் உளவாளி லாரன்ஸ்' தான் என செய்தியளித்து போர் பூமியான ஆஃப்கானிஸ்தானில் அவரது நடவடிக்கைகளைப் பற்றி விவரமாக எழுதியது. லாரன்ஸ் ஒரு சுமையாகிப் போகவே, பிரிட்டன் அவரை பிரிட்டனுக்குத் திரும்புமாறு உத்தரவிட்டது. 'கரம் ஷா'வை யாரும் அதன் பிறகு பார்க்கவில்லை. நேடஸ் தமது மகளுக்கு விவாகரத்து தருமாறு நிர்பந்திக்க, மீண்டும் லாரன்ஸ் ஒப்புக்கொண்டார். நான்காண்டுகளுக்குப் பிறகு ஷேக் அப்துல்லாவும் அக்பர் ஜஹானும் ஸ்ரீநகரில் மணம் செய்து கொண்டனர். அக்பர் ஜஹானின் முந்தைய திருமணமும், விவாகரத்தும் இரகசியமாக இல்லை; அவரது முதல் திருமணத்தின் கணவர் பெயர் தான் மறைத்து வைக்கப்பட்டது. அவர் இப்போது புதிய காஷ்மீருக்கான போராட்டத்தில் தாமும் குதித்தார். மக்கள்தொகையில் பெரும்பகுதியினர் கல்லாதவராக இருந்த ஒரு மாநிலத்தில் ஏழைக்குழந்தைகளுக்குப் பள்ளிக்கூடம் கட்ட நிதி திரட்டும் வேலையையும், முதியோர் கல்வியை ஊக்குவிக்கும் வேலையையும் அவர் செய்தார். முக்கியமாக அவர் மேலும் தமது கணவருக்கு ஆதரவையும், ஆலோசனைகளையும் அளித்தார். உதாரணமாக, தமது கணவர் நேருவின் கவர்ச்சியில் மயங்கி காஷ்மீர் குறித்த தமது நிலையை விட்டுக் கொடுத்து விடக்கூடிய ஆபத்தைக் குறித்து எச்சரித்தார்.

1930-களில் மிகச் சிலர் அரசியல்வாதிகளால்தான் துணைக்கண்டம் மதரீதியாகப் பிரிக்கப்படமுடியும் என நம்பினர். தீவிர மதப் பிரிவினைவாதிகள் கூட பிரதேச தன்னாட்சிக் கொள்கையடிப்படையில் ஒரு சம்மேளனத்தை ஏற்கத் தயாராக இருந்தனர். 1937 தேர்தலில் கஃப்பார்கானின் புகழ் உச்சத்திலிருந்த, முஸ்லிம்கள் பெரும்பான்மை பெற்ற வடமேற்கு எல்லைப் பிரதேசம் உட்பட காங்கிரஸ் கட்சி பெரும் வெற்றி பெற்றது. முஸ்லிம் பெரும்பான்மைப் பிரதேசங்களான பஞ்சாப்பிலும். வங்கத்திலும் அரசுக்கு விசுவாசமாக இருந்த நிலச்சுவான்தார்களின் கட்டுப்பாட்டில் இருந்த மதச்சார்பற்ற கட்சிகளுக்கு வாக்களித்தன. பாகிஸ்தானியக் கட்டுக்கதைகள் கூறுவது

போல் காலனியாதிக்கத்துக்குப் பிந்தைய வெற்றிகளில் நியாயமான பங்கு பெற பேரம் பேசும் நிலை அப்போது ஏற்பட்டிருக்கவில்லை.

இரண்டாம் உலகப்போர் அனைத்தையும் மாற்றியது. ஜெர்மெனிக்கெதிரான போர்ப்பிரகடனத்தில் இந்தியாவும் சேர்த்துக் கொள்ளப்பட்டது. மாண்புமிகு மன்னரின் ஆட்சி தம்மைக் கலந்தாலோசிக்காததால் காங்கிரஸ் கட்சி கடுங்கோபத்திலிருந்தது. நேரு எல்லாம் முடிந்த பிறகு பிரிட்டிஷ் இந்தியாவை விட்டு வெளியேறுவதாக ஒப்புக் கொண்டிருந்தால் பாசிச எதிர்ப்புப் போரில் சேர ஒப்புக் கொண்டிருக்கக்கூடும். லண்டனும் இத்தகைய கோரிக்கையை முக்கியமானதாகக் கருதியிருக்கக் கூடும். உள்ளதைப் போலவே, அனைத்துப் பிரதேசங்களிலும் காங்கிரஸ் அரசுகள் ராஜினாமா செய்தன. தனது அமைதிப்படுத்தும் இயல்பை மீறி முதல் உலகப்போரில் பிரிட்டிஷுக்குத் திறமையாக ஆள் சேர்த்த காந்தி இந்தமுறை என்ன செய்வதென்பதை முடிவு செய்யாமல் இருந்தார். காங்கிரசுக்குள்ளிருந்த, புகழ் மிக்க வங்கத் தலைவர் சுபாஷ் சந்திரபோஸ் தலைமையிலான தீவிர தேசியவாதிகள் பிரிட்டனின் எதிரிகளுடன், குறிப்பாக ஜப்பானுடன் கூட்டுச் சேர வலியுறுத்தினர். இதை நேருவும் காந்தியும் ஒப்புக் கொள்ளவில்லை. ஆனால் 1942-ல் சிங்கப்பூர் விழுந்து, மற்ற அரசியல் பார்வையாளர்களைப் போல் காந்தியும் ஜப்பானியர்கள் வங்காளத்தின் வழியாக இந்தியாவைப் பிடித்து விடுவார்கள் என்று கருதியபோது, என்ன விலை கொடுத்தேனும், ஜப்பானியர்களுடன் ஒரு உடன்பாட்டுக்கு வர வேண்டுமென்றும், அதற்காக பிரிட்டிஷை எதிர்க்க வேண்டுமென்றும் வாதிட்டனர். லண்டனிலிருந்த போர்க்காலக் கூட்டணி ஸ்டாஃபோர்டு கிர்ப்ஸை பழைய நிலைக்குத் திருப்புவதற்காக அனுப்பியது. அவர் அதன் தலைவர்களுக்குப் போருக்குப் பின் 'திறந்த காசோலையை' உறுதியளித்தார். 'ஏற்கனவே வங்கி திவாலாகிக் கொண்டிருக்கும்போது திறந்த காசோலையால் என்ன பயன்?' என்று காந்தி பதிலளித்தார். ஆகஸ்ட் 1942-ல் காங்கிரஸ் தலைவர்கள் 'வெள்ளையனே வெளியேறு' இயக்கத்தைத் துவங்க அனுமதித்தனர். நாட்டை ஒரு பொது ஒத்துழையாமை அலை அடித்துச் சென்றது. காந்தி, நேரு உள்ளிட்ட ஒட்டுமொத்த காங்கிரஸ் தலைவர்களும் ஆயிரக்கணக்கான அமைப்பாளர்களும், தொண்டர்களும் கைது செய்யப்பட்டனர். போர் நடவடிக்கையை ஆதரித்து முஸ்லிம் லீக் வளர்ந்தது. இறுதிப் பரிசாக நாடு துண்டாடப்பட்டது.

நேருவும் கஃபார் கானும் 1945 கோடையில் ஸ்ரீநகருக்கு மீண்டும் அப்துல்லாவின் விருந்தினராக வந்தபோது பல்வேறு தேசியவாதிகளுக்கிடையேயான கருத்து வேறுபாடு தெளிவாக இருந்தது.

‘காஷ்மீர் சிங்கம்’ முகலாய பாணி வரவேற்புக்கு ஏற்பாடு செய்திருந்தார் விருந்தினர்கள் ஆடம்பரமாக அலங்கரிக்கப்பட்ட ஷிகாராசில் (ஒருவகை படகு) ஆற்றில் அழைத்துச் செல்லப்பட்டனர். வழியிலிருந்த நான்கு பாலங்களில் கூட அனுமதிக்கப்படாத அப்துல்லாவின் உள்ளூர் முஸ்லிம் எதிரிகள் கரையில், தரையைத் தொடுமளவுக்கு நீண்ட அங்கியை (பைரன்ஸ்) அணிந்து கொண்டு கூடி நின்றனர் கோடைக்காலங்களில் உள்ளாடை அணியாமலிருப்பது அவர்களின் வழக்கம். படகுகள் கரையை நெருங்கியதும், பேனர்களை வைத்துக்கொள்ள அனுமதிக்கப்படாத ஆண் எதிர்ப்பாளர்கள் தமது பைரன்களைத் தூக்கி பிறப்புறுப்பைக் காட்டினர், பெண்கள் திரும்பி நின்று தமது பின்புறத்தைக் காட்டினர். முஸ்லிம்கள் அதுவரை இதுபோன்றதொரு எதிர்ப்பைத் தெரிவித்ததில்லை, அதன் பிறகும் தெரிவிக்கவில்லை. கஃபார் கான் விழுந்து விழுந்து சிரித்தார். நேரு அதனை ரசிக்கவில்லை இந்த நிகழ்ச்சி பற்றி அன்று மாலை ஒரு பேரணியில் பேசும்போது குறிப்பிட்ட கஃபார் கான் அங்கு கண்காட்சியில் காண்பிக்கப்பட்ட அணிகலன்கள் அவரை மிகவும் கவர்ந்ததாகக் குறிப்பிட்டார். அடுத்த நாள் இரவு உணவின்போது சமீபத்தில் சென்றிருந்த மாநிலங்கள் குறித்து ஒப்பிடுமாறு கேட்டதற்கு அவர் இவ்வாறு பதிலளித்தார்: ‘பஞ் சாபிகள் பக்குவமின்றி உள்ளனர், வங்காளிகள் வெறியுடன் உள்ளனர் காஷ்மீரிகள் சுருக்கமாகக் கூறினால் அசிங்கமாக உள்ளனர்.’

எனினும் ஒப்புக் கொடுக்கும் இயக்கம் வலுப்பட்டு வந்தது பாகிஸ்தானின் ஸ்தாபகத் தந்தையான முகமது அலி ஜின்னா 1930-களில் காங்கிரஸை விட்டுச் சற்று விலகினார். ஏனெனில் காந்தி இந்துமத கட்சியுருவை உபயோகிப்பது குறித்து அவர் சற்று அதிருப்தி அடைந்திருந்தார். பிறகு அவர் முஸ்லிம் லீக்கில் இணைந்து ஐக்கியப் பிரதேசங்களைச் சேர்ந்த கூட்டணி நிலப்பிரபுக்களின் பிடியிலிருந்து முஸ்லிம் லீக்கை ஓரளவுக்கு விடுவிப்பதில் வெற்றி பெற்றார். பாகிஸ்தான் ஒரு சிறிய இந்தியாவாக ஆனால் முஸ்லிம்கள் ஆதிக்கம் செலுத்துபவர்களாக, விசுவாசமான சிறுபான்மையினமாக இந்துக்களும், சீக்கியர்களும் வசிக்குமிடமாக இருக்கும் என்ற அரைகுறை நம்பிக்கையை வைத்திருந்தார் சம்மேளனம் என்ற தீர்வு ஏற்கப்பட்டிருக்குமானால் இது நடந்திருக்கக்கூடும். ஆனால் வெளியேறிய பிரிட்டிஷால் மாற்ற முடியாத முடிவாக பிளவு ஏற்கப்பட்ட பிறகு இந்தக் கேள்விக்கே இடமில்லை. வங்கமும், பஞ்சாபும், ஒன்று கலந்தவையாகையால் அவையும் பிளக்கப்பட வேண்டும். அதுதான் நடந்தது.

குற்றங்கள் அனைத்துத் தரப்பினராலும் நடத்தப்பட்டன. தமது கிராமங்களை விட்டு வெளியேறத் தயங்கியவர்கள் விரட்டப்பட்டனர்

அல்லது கொல்லப்பட்டனர். அகதிகளின் குடும்பங்களை ஏற்றிச் சென்ற ரயில்கள் ஆயுதந்தாங்கிய குண்டர்களால் தாக்கப்பட்டு நகரும் சவப்பெட்டிகளாயின. அனைவராலும் ஏற்றுக் கொள்ளப்பட்ட எண்ணிக்கை இல்லையென்றாலும், துணைக் கண்டத்தைப் பிளந்ததில் ஏறக்குறைய 10 லட்சம் உயிர்கள் கொல்லப்பட்டன. பிளவின்போது இறந்தவர்களுக்கு அதிகாரப்பூர்வமான நினைவுச் சின்னமோ, யார் இறந்தார்கள் என்பதற்கு அதிகாரப்பூர்வமான ஆவணங்களோ இல்லை. லாகூரில் பிறந்து வளர்ந்து, இப்போது அகதியாக நிர்பந்திக்கப்பட்ட பதினெட்டு வயது சீக்கிய இளம்பெண் அம்ருதா ப்ரீதம் ஒரு சோகப்பாடலை விட்டுச் சென்றார். அந்தப் பாடல் மத்தியகால சூஃபி கவிஞரும், சுதந்திரச் சிந்தனையுடையவருமாக (கவரக் கூடிய காப்பியம் ஹிர் ரஞ்சனா) வாரிஸ் ஷாவை ஒத்திருந்தது. அவருடைய அருமையான அந்தப் பாட்டு இருபுறமும் உள்ள பிளவுபட்ட பஞ்சாப் கிராமங்களில் அன்றும் இன்றும் பாடப்படுகின்றன:

நான் இன்று வாரிஸ் ஷாவை அழைக்கிறேன்
உனது கல்லறையிலிருந்து நீ பேசு
உனது அன்புப் புத்தகத்திலிருந்து
ஒரு புதிய, வித்தியாசமான பக்கத்தைப் பிரி
பஞ்சாபின் ஒரு புதல்வி அலறினாள்
நீ உனது புலம்பல்களால் எங்களது சுவ நிரப்பிவிட்டாய்!
லட்சக்கணக்கான புதல்விகள் இன்று அழுகிறார்கள்
வாரிஸ் ஷாவை கேட்கிறார்கள்
மெது கூள்வலியின் காலனே எழுந்து
உனது பஞ்சாபைப் பார்
காடுகளில் சடலங்கள் சிதறிக் கிடக்கின்றன
செனாபில் ரத்தம் ஓடிக் கொண்டிருக்கிறது.

பிளவின்போது முடிவடையாத ஒரு வேலை காஷ்மீர். துணைக் கண்டத்தைப் பிளப்பது என்ற உடன்பாட்டைத் தொடர்ந்து கருத்துக் கணிப்புகளும், தேர்தல்களும் பிரிட்டிஷ் இந்தியாவின் முஸ்லிம் பெரும்பான்மையுள்ள இடங்களில் நடந்தன. 90 சதவிகித முஸ்லிம்கள் இருந்த வடமேற்கு எல்லைப் பிரதேசத்தில் கஃபார் கான் தலைமையிலான பிரிவினை எதிர்ப்பு சக்திகளை முஸ்லிம் லீக் தோற்கடித்து விட்டது. தூண்டிவிடுதல், பொய்ப் பிரச்சாரம் தேர்வு செய்த வன்முறை மூலமாக இதனைச் சாதித்தது. முஸ்லிம் லீக் பிறகு மீண்டும் எப்போதும் சுதந்திரமான தேர்தலைச் சந்திக்கவில்லை. கஃபார் கான் தனது மீதமுள்ள காலத்தின் பெரும் பகுதியை, நாட்டைக் காட்டிக் கொடுத்ததாகக் குற்றம் சாட்டப்பட்டு

பாகிஸ்தான் சிறையில் கழித்துவிட்டு 1980ல் சிறையிலேயே இறந்தார். எவ்வளவு புகழ் இருந்தாலும் மதச்சார்பற்ற முஸ்லிம் தலைவர்கள் ஒப்புக் கொடுக்கும் அலைக்கு எதிராக வலுவுடன் இல்லையென்பதை அவரது தோல்வி காட்டுவதாகவே தோன்றியது. ஷேக் அப்துல்லாவால் ஒன்றுபட்ட காஷ்மீரைத் தக்க வைக்க முடியுமா?

அரசியலமைப்பின் சொற்களில் காஷ்மீர் ஒரு சமஸ்தானம். அதாவது அதன் மகாராஜாவுக்கு இந்தியாவில் இணைவதா, பாகிஸ்தானில் இணைவதா என்பதைத் தேர்வு செய்யும் சட்டப்பூர்வ உரிமை உண்டு. பெரும்பகுதி மக்கள்தொகையின் நம்பிக்கையுடன் ஆட்சியாளர் ஒத்துப்போகாவிட்டால், மக்களின் விருப்பத்துடன் ஒத்துப் போக வேண்டுமென்று எண்ணப்பட்டது. ஹைதராபாதிலும் ஜெஹானாபாதிலும் இந்து பெரும்பான்மை, முஸ்லிம் ஆட்சியாளர்கள் குழம்பினர். ஆனால் இறுதியில் இந்தியாவைத் தேர்ந்தெடுத்தனர். ஜின்னா காஷ்மீர் மஹாராஜா பாகிஸ்தானைத் தேர்வுசெய்வார் என்ற நம்பிக்கையில் அவரை இழுக்கத் துவங்கினார். இது ஷேக் அப்துல்லாவுக்கு ஆத்திரமூட்டியது. ஹரிசிங் ஊசலாடினார். 1947 ஆகஸ்ட் 14 அன்று நள்ளிரவு யூனியன் ஜாக்கொடி இறுதியாக இறக்கப்பட்டபோது காஷ்மீர் இணைப்பு தீர்க்கப்படாமலேயே இருந்தது. இப்போது துணைக்கண்டத்தில் இரண்டு இராணுவங்கள் இருந்தன. ஒவ்வொன்றும் ஒரு பிரிட்டிஷ் தளபதியின் தலைமையில் இருந்தன. மூத்த பதவிகளில் அதிக சதவிகிதத்தில் பிரிட்டிஷ் அதிகாரிகள் இருந்தனர். இந்தியாவின் கவர்னர் ஜெனரல் மவுண்ட் பேட்டனும், இரு இராணுவங்களுக்கும் பொதுவான இணை தலைமைத் தளபதி ஃபீல்டு மார்ஷல் அவுசின்லைக்கும் காஷ்மீரில் வலுவைப் பயன்படுத்துவதைப் பொறுத்துக் கொள்ள முடியாது என ஜின்னாவிடம் தெளிவுபடுத்தி விட்டனர். அப்படி நடந்தால் பிரிட்டன் தனது ஒவ்வொரு அதிகாரியையும் பாகிஸ்தான் இராணுவத்திலிருந்து வாபஸ் பெறும், பாகிஸ்தான் பின்வாங்கியது, பிரிட்டிஷிடம் லீகின் பாரம்பரிய இழைவு இந்த முடிவில் முக்கியப் பங்கு வகித்தது. ஆனால் மற்ற அம்சங்களும் அதில் இருந்தன. பிரிட்டன் பெருமளவு பொருளாதார ஊக்கத்தை அளித்தது; மவுண்ட்பேட்டனின் அதிகாரத்தை மறுதலித்தாலும் கண்டு கொள்ளாமல் விட முடியவில்லை; பாகிஸ்தான் சிவில் அதிகாரிகளுக்கும் இன்னும் சுயநம்பிக்கை முழுமையாக ஏற்படவில்லை. மேலும், மக்கள் அறியாமலேயே ஜின்னா காசநோயால் கொஞ்சம் கொஞ்சமாகச் செத்துக் கொண்டிருந்தார். இதைத்தவிர இந்தியாவிலிருந்து வந்த உயர்வகுப்பு அகதியான பாகிஸ்தானின் பிரதமர் லியாகத் அலிகான் எந்த

வகையிலும் ஒரு எதிர்ப்புணர்வு உள்ளவரல்ல. வெளியேறும் காலனியாதிக்க சக்தியுடன் அதை உடைக்கும் நோக்கத்துடன் மிகவும் நெருக்கமாகப் பணியாற்றியவர். இப்போது பாகிஸ்தானாக இருக்கும் பிரதேசங்களின் அரசியலை அவர் உணர்ந்ததுமில்லை. பஞ்சாபில் லீகை ஆதிக்கம் செலுத்திய முஸ்லிம் நிலப் பிரபுக்களுடன் அவர் ஒத்துப் போகவுமில்லை. அவர்கள் நாட்டை ஆள விரும்பியதுடன், விரைவில் அவரைக் கொன்று விடவும் விரும்பினர், ஆனால் இப்போது இல்லை.

அதே சமயம், காஷ்மீர் குறித்து ஏதேனும் செய்ய வேண்டியிருந்தது. இராணுவத்தில் அமைதியின்மை நிலவியது. சில மதச்சார்பற்ற அரசியல்வாதிகள் கூட ஒரு முஸ்லிம் மாநிலமான காஷ்மீர் பாகிஸ்தானின் பகுதியாக வேண்டுமென்று நினைத்தனர். மகாராஜா ரகசியமாக இந்தியாவுடன் பேச்சு வார்த்தை நடத்தத் தொடங்கினார். விரக்தியுற்ற ஜின்னா பிரிட்டிஷ் உயர் தலைமையை மீறி ஒரு இராணுவத் தாக்குதலை நடத்த அனுமதியளிக்க முடிவு செய்தார். பாகிஸ்தான் காஷ்மீருக்குள் நுழைந்து ஸ்ரீநகரைக் கைப்பற்றும். ஜின்னா பஞ்சாபிலிருந்து இளைய சகாவான சர்தார் ஷவுகத் கானை நடவடிக்கைக்குப் பொறுப்பாக நியமித்தார்.

ஷவுகத் போரில் காப்டனாகப் பணியாற்றி இத்தாலிய அமைதிப்படையில் பல மாதங்கள் பணியாற்றியவர். அவர் நாடு திரும்பியதும் தனது இராணுவப் பதவியை ராஜினாமா செய்துவிட்டு முஸ்லிம் லீக்கில் இணைந்தார். அவர் பஞ்சாபின் புகழ்மிக்க தலைவர்களுள் ஒருவர்; ஜின்னாவுக்கு விசுவாசம் மிக்கவர்; சுய முன்னேற்றவாதி என்று அவர் கருதிய லியாகத்துக்கு திவீரமான எதிர்ப்பாளர், அபூர்வமாகப் பொதுக் கூட்டங்களில் அவரைப் புகழக் கூறப்படும் 'பஞ்சாப் சிங்கம்' என்ற அடைமொழியைப் பெற்றுவிடத் துடிப்பாக உள்ளவர். சோர்ந்து போனவரும், வீணான புகழ் புள்ளியும், எளிதாக புகழ்ச்சியில் மயங்குபவருமான ஷவுகத் ஒரு சாக்லேட் கிரீம் சிப்பாய். பழைய பஞ்சாபின் பிரதமராக இருந்த அவரது தந்தையின் மரணம்தான் அவரை முக்கிய இடத்துக்குக் கொண்டு வந்தது. கடுமையான தீவிரநிலை ஏற்படும்போது தமது குறைகளுக்கு மேல் எழும்பும் மக்களில் ஒருவரல்ல அவர். அவரை எனக்கு நன்றாகத் தெரியும். அவர் எனது மாமன். எனினும் அவருக்கு நற்சான்றிதழ் அளிக்கும் வகையில் அவர் தவறானவர்களைப் பயன்படுத்தக் கூடாதென்றும் நடவடிக்கை ஓய்வுபெற்ற அல்லது வேலையிலிருக்கும் இராணுவத்தினரால் மட்டுமே மேற்கொள்ளப்பட வேண்டுமென்றும் வாதிட்டார். அவரது வாதத்தைப் பிரதமர் நிராகரித்து விட்டார். பிரதமரின் அகன்ற வாய் கொண்ட உதவியாளர் குர்ஷித் அன்வரும்

நடவடிக்கையில் பங்கு பெற வேண்டுமென்று நிர்பந்தித்தார். அன்வர் அனைத்து இராணுவ ஆலோசனைகளையும் நிராகரித்து விட்டு பாஷ்தூன் இனத்தை ஜிகாத் நோக்கத்தை நிறைவேற்ற சேர்த்துக் கொண்டார். இரண்டு மிகவும் (16/13 எல்லைப் படை ரெஜிமெண்ட்டைச் சேர்ந்த) செயலூக்கம் மிக்க பிரிகேடியர்கள் அக்பர் கான், ஷேர்கான் ஆகியோர் தாக்குதலுக்குத் தலைமை தாங்கத் தேர்ந்தெடுக்கப்பட்டனர்.

படையெடுப்பை 1947, செப்டம்பர் 9 அன்று துவங்க முடிவு செய்யப்பட்டது. ஆனால் நிலைமை இரண்டு வாரங்களுக்குத் தள்ளிப்போட வேண்டி வந்தது. அதே நாளைத்தான் குர்ஷித் கான் மணம் செய்து கொள்ளவும், அதன்பின் ஒரு சிறிய தேன்நிலவுக்குச் செல்லவும் தேர்வு செய்திருந்தார். அதே சமயம், அன்வரின் முடிவெடுக்க முடியாத தன்மையினால் ஒரு மூத்த பாகிஸ்தான் அதிகாரி பிரிகேடியர் இஃப்திகார் என்ன நடக்கிறது என்பதைக் கேட்டு பாகிஸ்தான் இராணுவத்தின் தலைமைத் தளபதி ஜெனரல் மெசர்விக்கு விஷயத்தைக் கூறி விட்டார். அவர் உடனே அதை அவுசின்லெக்குக் கூற, அவரும் அதை மவுண்ட் பேட்டனுக்குக் கூற அவர் அதைப் புதிய இந்திய அரசுக்குக் கூறி விட்டார். திட்டமிட்ட படையெடுப்பை சாக்காக வைத்துக் கொண்டு காங்கிரஸ் மஹாராஜாவை இந்தியாவுடன் சேர நிர்பந்திக்க நேருவின் உதவியாளர் படேலை அனுப்பியது. மவுண்ட் பேட்டன் இந்திய இராணுவத்தை அவசரமாக ஸ்ரீநகருக்குப் பறக்கத் தயாரா இருக்குமாறு தயார்படுத்தினார்.

ராவல்பிண்டியில், அன்வர் தேன்நிலவிலிருந்து திரும்பியதுட படையெடுப்பு தொடங்கியது. முக்கிய நோக்கம் ஸ்ரீநகரை கைப்பற்றுவது, விமான நிலையத்தை ஆக்கிரமிப்பது, அதனை இந்தியர்களுக்கு எதிராக வசப்படுத்துவது. ஒரே வாரத்தில் மகாராஜாவின் இராணுவம் வீழ்ந்து விட்டது. ஹரிசிங் ஜம்முவி தமது அரண்மனைக்கு ஓடி விட்டார். அந்த நேரத்தில் இந்தி இராணுவத்தின் 11வது சீக்கிய ரெஜிமெண்ட் ஸ்ரீநகருக்கு வந்து சேர்ந்து விட்டாலும் மிக மோசமாகக் கூடுதல் படைகளை எதிர்பார்த்து நகருக்குள் நுழையவில்லை. ஸ்ரீநகருக்கு ஒரு மண நேரமே பயணம் மீதியிருந்த பாராமுல்லாவை அடைந்ததுட அன்வரின் தலைமையிலான பாஷ்தூன் இனப்படை மேலே செல் மறுத்துவிட்டது. இங்கு அவர்கள் வீடுகளைக் கொள்ளையிட்டு இந்துக்களையும், முஸ்லிம்களையும் ஒரேபோல் தாக்கி, ஆண்களையும் பெண்களையும் கற்பழித்து, காஷ்மீர் கருவூலத்திலிருந்து பணத்தை கொள்ளையடிப்பதில் இறங்கி மூன்று நாட்களைப் பெருந் தீனியி

செலவிட்டனர். ஒரு உள்ளூர் சினிமா அரங்கு கற்பழிப்பு மையமாக மாறியது; ஒரு பாஷ்தூன் குழு செயின்ட் ஜோஸப் கான்வென்ட் மீது படையெடுத்து மதர் சுப்பீரியர் உட்பட நான்கு கன்னிகாஸ்திரீகளை கற்பழித்துக் கொன்று, அங்கு அடைக்கலம் புகுந்திருந்த ஒரு ஐரோப்பியத் தம்பதியையும் சுட்டுக் கொன்றது. அக்கிரமங்களின் செய்தி மிக வேகமாகப் பரவி ஏராளமான காஷ்மீரிகளை அவர்களது எதிர்கால விடுதலையாளர்களுக்கெதிராகத் திருப்பியது. அவர்கள் இறுதியாக ஸ்ரீநகரை அடைந்தபோது, ஏற்கனவே சீக்கியர்களால் எடுத்துக் கொள்ளப்பட்ட விமான நிலையத்தை விட்டு விட்ட பாஷ்தூன்கள் கடைகளையும், பஜார்களையும் கொள்ளையடிப்பதில் வேகமாக ஈடுபட்டனர்.

அதேசமயம், மஹாராஜா இந்தியாவுடன் சேருவதற்கான ஆவணங்களில் கையெழுத்திட்டுவிட்டு படையெடுப்பை முறியடிக்க உதவி கோரினார். இந்தியா படைகளை விமானத்தில் அனுப்பி, பாகிஸ்தானை திருப்பி விரட்டத் துவங்கியது. ஐ.நா. பாதுகாப்பு கவுன்சிலிடம் இந்தியா இப்போது, காஷ்மீரும் பிளக்கப்பட்டு விட்டது. காஷ்மீர் முஸ்லிம் மாநாட்டுத் தலைவர்கள் முழுப் பள்ளத்தாக்கையும் ஷேக் அப்துல்லாவின் கட்டுப்பாட்டில் விட்டுவிட்டு பாகிஸ்தான் ஆக்கிரமிப்பு காஷ்மீரின் முஸாபராபாதுக்குச் சென்று விட்டார்கள்.

அப்துல்லாவும் கூட பாகிஸ்தானுக்கு ஆதரவளித்திருந்தால் இந்தியத் துருப்புகளால் அது குறித்துப் பெரிதாக ஒன்றும் செய்திருக்க முடியாது. ஆனால் அவர் முஸ்லிம் லீக்கை எதிர்ப்புரட்சி இயக்கமாகக் கருதினார். காஷ்மீர் பாகிஸ்தானின் ஒரு பகுதியாகி விட்டால் பஞ்சாபிய நிலப்பிரபுக்கள் சமூக, அரசியல் சீர்திருத்தங்களுக்குக் குறுக்கே நிற்பார்கள் என்று சரியாகவே பயந்தார். காஷ்மீரிகள் தமது எதிர்காலத்தை நிர்ணயித்துக் கொள்ள அனுமதிக்கப்பட்டால் இந்திய இராணுவம் இருப்பதை அனுமதிக்க அவர் முடிவு செய்தார். ஸ்ரீநகரில் ஒரு பொதுப் பேரணியில் அப்துல்லாவை தன்னருகில் வைத்துக்கொண்டு அந்த அளவு உறுதி கொடுத்தார். நவம்பர் 1947-ல் அப்துல்லா ஒரு அவசர நிர்வாகத்தின் பிரதமராக நியமிக்கப்பட்டார். மஹாராஜா அது குறித்துத் தமது பயத்தை வெளியிட்டபோது நேரு வேறு மாற்று கிடையாது என்று வலியுறுத்தி அவருக்கு எழுதினார்: ‘காஷ்மீரில் செயல்படக்கூடிய ஒரே மனிதர் அப்துல்லாதான். அவரது இறையாண்மை மற்றும் பொதுவாக மனதின் சமநிலை குறித்தும் எனக்கு உயர்ந்த அபிப்பிராயம் உண்டு. சிறிய விஷயங்களில் அவர் எவ்வளவு வேண்டுமானாலும் தவறு செய்யலாம், ஆனால் பெரிய முடிவுகளை

எடுப்பதில் அவர் சரியாகவே இருப்பார். அவர் மூலமாக அன்றி காஷ்மீரில் ஒரு திருப்திகரமான வழியைக் கண்டுபிடிக்க முடியாது.'

1944-ல் தேசிய மாநாடு ஒரு சுதந்திர காஷ்மீருக்கான அரசியலமைப்புச் சட்டத்தை ஏற்றுக் கொண்டது. அது இவ்வாறு துவங்குகிறது:

ஜம்மு காஷ்மீர் என்று பொதுவாக அழைக்கப்படும் ஜம்மு மற்றும் காஷ்மீர், லடாக் மற்றும் எல்லைப் பிரதேசங்கள், பூஞ்ச் செனானி மாவட்டங்கள் உள்ளிட்ட பிரதேசங்களைச் சேர்ந்த ஜம்மு காஷ்மீர் மக்களாகிய நாங்கள் முழுமையான சமத்துவம், சுயநிர்ணயம் ஆகிய அம்சங்களின் மூலம் எமது யூனியனை பரிபூரணமாக்கவும் அடக்குமுறை, வறுமைச் சீரழிவு மற்றும் மூட நம்பிக்கை, மத்தியகால இருட்டு மற்றும் அறியாமை ஆகிய நரகங்களிலிருந்து எங்களையும் எமது குழந்தைகளையும் விடுவித்துக் கொள்ளவும், ஏராளமாக இருக்கும் சூரிய வெளிச்சம் மிக்க சுதந்திரம் ஆட்சி செய்யக்கூடிய அறிவியல் மற்றும் நியாயமான உழைப்பு மிக்க பள்ளத்தாக்கு கிழக்குப்புற மக்கள் மற்றும் உலகில் உழைக்கும் மக்களின் மறுஉயிர்ப்பில் மதிப்புமிக்க பங்களிப்பு, ஆசியாவின் நெஞ்சில் இந்த நாட்டை மின்னும் வைரமாக மாற்ற உறுதிபூண நமது அரசின் கீழ்க்கண்ட சாசனத்தைப் பிரகடனம் செய்கிறோம்...

ஆனால் 1947 -48 போர் சுதந்திரத்தை வாய்ப்பற்றதாக்கி விட்டது. இந்திய அரசியல் சாசனத்தின் பிரிவு 370 காஷ்மீரின் 'சிறப்பு அந்தஸ்தை' மட்டுமே அங்கீகரித்தது. மஹாராஜா அவரது மகன் கரன்சிங்கால் மாற்றப்பட்டு வாரிசுரிமையல்லாத மாநிலத் தலைவராக்கப்பட்டாரென்பது உண்மைதானெனினும் ஏமாற்ற மடைந்த அப்துல்லாதான் தில்லியிலிருந்து வந்த அரசியல்வாதிகளுடன் இப்போது சதுரங்கம் விளையாட அமர்ந்தார். எனினும் இந்தக் கணத்தில் அவர் அவர்களுக்குத் தேவைப்பட்டார். ஜம்மு காஷ்மீர் மாநிலத்தின் ஒப்புக் கொடுக்கும் சக்திகளிடமிருந்து விலகியதும் அப்துல்லா இடதுபுறமாக நகர்ந்திருந்தார். காஷ்மீரின் முதல் மந்திரியாகத் தேர்வு செய்யப்பட்டதும் சில பெரிய சீர்திருத்தங்களை அவர் செய்தார். அதில் மிக முக்கியமானது 'உழுபவனுக்கு நிலம் சொந்தம்' என்ற சட்டம். அது பெரும்பாலாக முஸ்லிம்களாக இருந்த நிலப்பிரபுக்களின் அதிகாரத்தை ரத்து செய்தது. அவர்களே நிலத்தில் உழைக்கும் பட்சத்தில் அவர்கள் அதிகபட்சமாக 20 ஏக்கர் நிலத்தை வைத்துக் கொள்ள அனுமதிக்கப்பட்டனர். 1, 88, 775 ஏக்கர் நிலம் 153,399 விவசாயிகளுக்கு மாற்றித்தரப்பட்டது. 90,000 ஏக்கர் நிலத்தில் அரசு கூட்டு விவசாயம் செய்தது. காஷ்மீரிகள் அல்லாதவருக்கு

நிலம் விற்பதைத் தடை செய்து ஒரு சட்டம் இயற்றப்பட்டது. இதன் மூலம் காஷ்மீரின் அடிப்படை ஸ்தல அமைப்பு காப்பாற்றப்பட்டது. டஜன் கணக்கான புதிய பள்ளிகளும், நான்கு மருத்துவமனைகளும் கட்டப்பட்டன. ஸ்ரீநகரில் ஒரு பல்கலைக்கழகம் அமைக்கப்பட்டது. உலகிலேயே மிகவும் அழகான வளாகம் அதுவாகத்தான் இருக்கும்.

அமெரிக்காவின் புதிய கூட்டாளியான பாகிஸ்தானுக்கு ஆதரவு தேடும் அமெரிக்காவில் இவையெல்லாம் கம்யூனிஸ்ட்டுகள் தூண்டிய சீர்திருத்தங்களாகக் கருதப்பட்டன. அமெரிக்கப் பிரச்சாரத்தின் சிறந்த உதாரணம் ஜோசப் கார்பல் எழுதிய 'காஷ்மீரில் ஆபத்து' கோர்பெல் வாஷிங்டனுக்கு ஓடுவதற்கு முன் காஷ்மீரில் செக் ஐ.நா. பிரதிநிதியாக இருந்தார். அவரது புத்தகம் 1954-ல் பிரின்ஸ்டன்னில் பதிப்பிக்கப்பட்டது. 1966-ல் இரண்டாவது பதிப்பில் அவர் பல அறிஞர்களின் 'பெரிய உதவி'க்கு நன்றி தெரிவிக்கிறார். அதில் கொலம்பிய பல்கலைக் கழகத்தில் ருஷ்ய நிறுவனத்தின் திருமதி. மேடலின் ஆல்பிரைட், அவரது புதல்விக்கும் நன்றி கூறுகிறார்.

1948-ல் தேசிய மாநாடு இந்தியாவுடன் 'தேர்ந்தெடுக்கப்பட்ட கூட்டை' ஆதரித்தது. பாதுகாப்பு, வெளியுறவு, தொலைத்தொடர்பு ஆகிய துறைகளை மட்டும் மத்திய அரசு வைத்துக் கொள்ள, காஷ்மீர் ஒரு தன்னாட்சிக் குடியரசாக இருக்கும் என்பது நிபந்தனை. ஒரு சிறிய, ஆனால் செல்வாக்கு மிக்க, டோக்ரா முக்கியஸ்தர்கள் மற்றும் காஷ்மீரி பண்டிட்டுகளைக் கொண்ட சிறுபான்மை தமது சிறப்புச் சலுகைகளை இழந்து விடக் கூடுமென்ற அச்சத்தில் காஷ்மீரின் சிறப்புத் தகுதிக்கெதிராகப் பிரச்சாரம் செய்யத் துவங்கியது. இந்தியாவிலோ, அவர்களுக்கு தீவிர வலதுசாரி ஜனசங்கம் ஆதரவளித்தது (அதன் தற்போதைய அவதாரமான பாரதீய ஜனதா கட்சி புதுதில்லியில் கூட்டணி அரசுக்குத் தலைமை தாங்குகிறது. 2004 பொதுத் தேர்தலில் அந்தக் கூட்டணி தோற்று தற்போது முக்கிய எதிர்க்கட்சியாக உள்ளது மொ.பெ. குறிப்பு) ஜனசங்கம் காஷ்மீர் அரசுக்கெதிரான போராட்டத்துக்கு நிதியையும் தொண்டர்களையும் அளித்தது. நிர்வாகத்தின் ஒவ்வொரு நிலையிலும் முஸ்லிம்களல்லாதோரை இணைக்க மிகவும் விலகிச் சென்று ஏற்பாடு செய்த அப்துல்லா கடுங்கோபமுற்றார். அவர் நிலை கடுமையானது ஏப்ரல் 10, 1952 அன்று எதிரியின் கோட்டையான ஜம்முவில் நடந்த ஒரு பொதுக்கூட்டத்தில் காஷ்மீரின் இறையாண்மையை விட்டுக் கொடுக்கத் தாம் தயாராக இல்லையெனத் தெளிவாக அறிவித்து விட்டார்.

ஏதாவது நடந்து விட்டால், உதாரணமாக பண்டிட் நேருவுக்கு ஏதாவது நேர்ந்து விட்டால் தமது நிலை என்னவாகும் எனப் பல காஷ்மீரிகள் கவலை கொண்டிருக்கிறார்கள். நமக்குத் தெரியாது. யதார்த்தவாதிகள் என்ற முறையில் அனைத்து நிகழ்வுகளுக்கும் நாம் வாய்ப்பைக் கொடுத்துத்தான் ஆக வேண்டும்... இந்தியாவில் வகுப்புவாதம் உயிர்த்தெழுந்தால் காஷ்மீர் முஸ்லிம்களுக்கு இந்தியா காஷ்மீரை விழுங்காது என்ற நம்பிக்கையை எப்படிக் கொடுக்க முடியும்?

நேரு அவர்களைக் காப்பாற்றுவார் என்ற தமது நம்பிக்கையில் மட்டும்தான் அப்துல்லா தவறு செய்தார். மே 1953-ல் இந்தியப் பிரதமர் ஸ்ரீநகர் வந்தபோது தமது நண்பரை டெல்லியின் வழியில் ஒரு நிரந்தரமான உடன்பாட்டை ஏற்றுக்கொள்ளுமாறு ஒரு வாரம் தாஜா செய்தார். இந்தியாவில் மதச்சார்பற்ற ஜனநாயகம் பாதுகாக்கப்பட வேண்டுமானால் காஷ்மீர் இந்தியாவின் பகுதியாக வேண்டும். நேரு கெஞ்சினார் அப்துல்லாவுக்கு நம்பிக்கை ஏற்பட வில்லை. காஷ்மீரிகள் சேராவிட்டால் கூட இந்தியாவில் முஸ்லிம்கள் தான் பெரிய சிறுபான்மையினர். நேரு அவர்மீது நிர்பந்தம் செலுத்துவதற்குப் பதிலாக காங்கிரசுக்குள்ளிருந்த, ஜனசங்கத்தின் இனவெறிக் கோரிக்கைகளுக்கு ஆட்படக்கூடிய அரசியல்வாதிகள் மீதுதான் நிர்பந்தம் செலுத்த வேண்டுமென்றார்.

மூன்று மாதங்களுக்குப் பின் நேரு இனவெறியாளர்களுக்குப் பணிந்து காஷ்மீரில் கலகம் எனப்படக்கூடிய ஒன்றுக்கு அனுமதியளித்தார். ஷேக் அப்துல்லா வன்சிங்கால் நீக்கப்பட்டு அந்த இடத்தில் அவரது கையாள் பக்ஷி குலாம் முகமது முதல்வராக நியமிக்கப்பட்டார். அப்துல்லா பாகிஸ்தான் உளவுத்துறையுடன் தொடர்பு வைத்திருப்பதாகக் கூறி கைது செய்யப்பட்டார். காஷ்மீர் வெடித்தது. ஒரு பொது வேலை நிறுத்தம் தொடங்கி இருபது நாட்களுக்கு நீடித்தது. ஆயிரக்கணக்கான கைதுகள் நடந்தன. இந்தியத் துருப்புகள் ஆர்ப்பாட்டக்காரர்கள் மீது அடிக்கடி துப்பாக்கிச்சூடு நடத்தின. ஆயிரக்கணக்கான மக்கள் கொல்லப்பட்டதாக தேசிய மாநாடு கூறியது அதிகாரப்பூர்வமாக அறுபது இறப்புகள் பதிவு செய்யப்பட்டன. அக்பர் ஜஹாரனால் கூட்டப்பட்ட ஒரு மறைமுகப் போர் கவுன்சில் பெண்கள் பங்கேற்ற ஆர்ப்பாட்டங்களை ஸ்ரீநகரிலும், பாராமுல்லாவிலும், சப்போரிலும் நடத்தியது.

ஒரே மாதத்தில் அமைதியின்மை அடங்கியது. ஆனால் காஷ்மீரிகள் இந்தியா மீது மேலும் சந்தேகப்பட்டார்கள். பாகிஸ்தான் கட்டுப்பாட்டிலிருந்த காஷ்மீரிலும் நிலைமை ஒன்றும்

மகிழ்ச்சியளிப்பதாக இல்லை. அது பழைய மாநிலத்தின் குறைந்த கவர்ச்சியுடைய வறண்ட நிலச்சரிவைக் கொண்டிருந்தது. மோசமான வாழ்நிலை அதிக அளவிலான பொருளாதார இடப்பெயர்வை உண்டாக்கியது. இன்று, மீர்பூரையோ, முஸாபராபாத்தையோ விட காஷ்மீரிகள் ஆங்கில நகரங்களாகிய பிர்மிங்காமிலும், பிராட்போர்டிலும் வசிக்கிறார்கள். ஒரு இஸ்லாமிய காஷ்மீரி, பிரபுக்கள் சபையில் ஒரு புதிய லேபர் பிரபுவாக அமர்ந்துள்ளார். இன்னொரு காஷ்மீரி 2001 பிரிட்டிஷ் பொதுத் தேர்தலில் டோரி வேட்பாளராகப் போட்டியிட்டார்.

நான்காண்டுகளுக்கு விசாரணையில்லாமலேயே அடைத்து வைக்கப்பட்டிருந்த ஷேக் அப்துல்லா, ஜனவரி 1958-ல் ஒரு பனி படர்ந்த காலையில் திடீரென விடுதலை செய்யப்பட்டார். அரசாங்க வாகனத்தை வேண்டாமென ஒதுக்கிவிட்டு, ஒரு வாடகைக் காரை அமர்த்திக் கொண்டு ஸ்ரீநகருக்குச் சென்றார். சில நாட்களிலேயே நாட்டில் ஏராளமானோர் கூடிய பல கூட்டங்களில் அவர் பேசினார். 1947-ல் நேரு கொடுத்த உறுதிமொழிகளை அவர் அங்கு நினைவூட்டினார். 'நீங்கள் கொடுத்த வாக்கிலிருந்து ஏன் பின்வாங்கினீர்கள் பண்டிட்ஜி' என அப்துல்லா கேள்வியெழுப்ப, கூட்டம் அதனை மீண்டும் எதிரொலித்தது. வசந்த காலத்தில் அவர் மீண்டும் கைது செய்யப்பட்டு விட்டார். இந்த முறை இந்திய அரசு பிரட்டிஷ் காலனியாதிக்கச் சட்டத்தை வைத்து அவருக்கும், அவரது மனைவி மற்றும் பல தேசியத் தலைவர்களுக்கெதிராகவும் சதிவழக்குகளைத் தயார் செய்யத் தொடங்கியது. நேரு, அக்பர் ஜஹானை வழக்கில் சேர்த்ததைத் தமது அதிகாரத்தால் நீக்கினார். அவரது புகழ் அதை சரியான யோசனையற்றதாக்கி விட்டது. சதி விசாரணை 1959-ல் தொடங்கி ஓராண்டுக்கும் மேல் நீடித்தது. 1962-ல் சிறப்பு நீதிபதி அதனை இந்திய குற்றப்பிரிவு சட்டத்தின்படி விசாரிக்க மாற்றியது. அந்தச் சட்டத்தின்படி இந்தக் குற்றத்துக்கு தண்டனையாக ஆயுள் தண்டனையையோ மரண தண்டனையையோ அளிக்க முடியும்.

டிசம்பர் 1963-ல் சதிக் குற்றத்தை உயர்நீதிமன்றம் விசாரித்துக் கொண்டிருந்த பொழுதே, ஸ்ரீநகர் ஹஸ்ரத்பால் புனிதத்தலத்திலிருந்து இறைத்தூதர் தலையின் ஒரே முடி திருடப்பட்டது. அந்தத் திருட்டு பெரிய அமளியை உண்டாக்கியது. ஒரு நடவடிக்கைக் குழு அமைக்கப்பட்டு நாடு பொது வேலை நிறுத்தத்தாலும், பொது ஆர்ப்பாட்டங்களாலும் ஸ்தம்பித்தது. கலக்கமடைந்த நேரு காணாமல் போன முடியைக் கண்டுபிடிக்குமாறு உத்தரவிட்டார். அதுவும் ஒரே வாரத்தில் கண்டுபிடிக்கப்பட்டது. ஆனால் அது

உண்மையானதா? நடவடிக்கைக் குழு அதனை ஆராய மதத் தலைவர்களை அழைத்தது. 'புனிதமானவருள் புனித மனிதராகக் கருதப்பட்ட ஃபகீர் மிராக் ஷா அது உண்மையானதென்று அறிவித்தார். பின்னர் தீவிர நிலை அடங்கியது. காஷ்மீரின் பிரச்சனைக்கு நீடித்த முடிவைக் கண்டுபிடிக்க வேண்டுமென்று கூறி நேரு முடித்தார். அப்துல்லா மீதான சதிக்குற்றச்சாட்டை நேரு விலக்கிக் கொண்டார். 'காஷ்மீர் சிங்கம்' ஆறு ஆண்டு சிறைவாசத்துக்குப் பிறகு விடுதலை பெற்றது. அவர் திரும்பியதை வரவேற்க தெருக்களில் பத்து லட்சம் பேர் கூடினர். நேரு இந்தியாவுக்கும், பாகிஸ்தானுக்குமிடையில் வெறுப்புகளை முடிவுக்குக் கொண்டு வரவேண்டியதன் அவசியம் பற்றிப் பேசினார்.

காஷ்மீர் நேருவின் மனசாட்சியை உறுத்தியது. அவர் அப்துல்லாவை தில்லியில் சந்தித்து அவரது காலத்திலேயே காஷ்மீர் பிரச்சனை தீர்க்கப்பட வேண்டுமென விரும்புவதாகக் கூறினார். அப்துல்லா பாகிஸ்தானுக்குச் சென்று அதன் தலைவர் ஜெனரல் அப்துல் கானுடன் பேச வேண்டுமென்று அவர் ஆலோசனை கூறினார். அப்துல்லா முன்வைக்கும் தீர்வை பாகிஸ்தான் ஒப்புக் கொள்வதாகக் கூறினார். துவக்கமாக, இந்திய போர் நிறுத்தக் கோட்டுக்கு ஊடாக பொருட்களையும், மக்களையும் செல்ல அனுமதிக்கத் தயார். அப்துல்லா பாகிஸ்தானுக்கு நேர்மறை எண்ணத்துடன் பறந்தார். அயூப் கானுடன் பல பேச்சு வார்த்தைகளுக்குப் பிறகு முன்னேற்றம் ஏற்படுவதாக உணர்ந்தார். மே 27, 1964 அன்று பாகிஸ்தான் கட்டுப்பாட்டிலுள்ள காஷ்மீரில் முஸாபராபாதை அடைந்தார். அங்கு ஏராளமான கூட்டத்தினரால் உற்சாகத்துடன் வரவேற்கப்பட்டார். அவர் பத்திரிகையாளர் சந்திப்பில் பேசிக் கொண்டிருந்தபோது ஒரு சகா அவரிடம் அவசரமாக ஓடிவந்து அகில இந்திய வானொலியில் அப்போதுதான் நேரு இறந்து விட்டதாக அறிவிக்கப்பட்டதென்று கூறினார். ஷேக் அப்துல்லா உடைந்துபோய் அழுதார். தனது அனைத்து வேலைகளையும் ரத்து செய்துவிட்டுத் தமது பழைய நண்பரின் இறுதிச்சடங்கில் கலந்து கொள்வதற்காக பாகிஸ்தான் வெளியுறவுத் துறை அமைச்சர் ஜுல்பிகர் அலி புட்டோவுடன் தில்லிக்குப் பறந்தார்.

நேரு இல்லாமல் ஒரு அமைதியான தீர்வு ஏற்படாது என்று பயந்த அப்துல்லா சர்வதேச ஆதரவைப் பெறும் பொருட்டு உலகம் முழுதும் பயணித்தார். அவர் பல தலைநகரங்களில் ஒரு தேசத் தலைவர் அந்தஸ்துடன் வரவேற்கப்பட்டார். சீனப் பிரதமர் சூ என் லாயுடன் (இந்தியப் பத்திரிகைகளின் தீவிர தேசியவாதப் பிரிவுகளின்

சொற்களில் Chew and lie அதாவது மென்று, பொய் கூறுதல்) அவரது சந்திப்பு இந்தியாவில் கொந்தளிப்பை உண்டாக்கியது. எனவே, திரும்பி வந்தவுடன் அப்துல்லா மீண்டும் சிறையிலடைக்கப்பட்டார். இந்தமுறை அவரும் அவரது மனைவியும் காஷ்மீரிலிருந்து வெகு தொலைவிலுள்ள சிறைக்கு அனுப்பப்பட்டனர். விளைவு வழக்கம்போலவே இருந்தது. வேலை நிறுத்தங்கள், ஆர்ப்பாட்டங்கள், கைதுகள், சில மரணங்கள்.

இதனால் ஊக்கம் பெற்று, பாகிஸ்தானின் இராணுவ ஆட்சி, அதிகாரப்பூர்வமற்ற படையின் பல பிரிவுகளை ஒரு எழுச்சியைத் தூண்டிவிடும் நோக்கத்துடன் அனுப்பியது. வழக்கம் போலவே அவர்கள் நிலைமையைத் தவறாகக் கணித்துவிட்டனர். அந்த அமைதியின்மை பாகிஸ்தான் ஆதரவு உணர்வுகளால் ஏற்பட்டதல்ல. காஷ்மீரை இந்தியாவின் மற்ற பகுதிகளிலிருந்து தனிமைப்படுத்திவிடும் நோக்கத்துடன் பாகிஸ்தான் இராணுவம் எல்லைக் கட்டுப்பாட்டுக் கோட்டைத் தாண்டியது. இராணுவ உயர் தலைமை நம்பிக்கையுடன் இருந்தது. படையெடுப்பின் போது தாமே நியமனம் செய்து கொண்ட ஃபீல்டு மார்ஷல் அயூப்கான் லாகூருக்கு மிக அருகிலுள்ள இந்திய நகரமான அமிர்த் சரலைக் கூட பேரம் பேசும் காயாகப் பிடித்து விடுவோம் என்று தம்பட்டம் அடித்துக் கொண்டார். அங்கிருந்த ஒரு மூத்த இராணுவ அதிகாரி (எனது இன்னொரு மாமா) சத்தமாக முணுமுணுத்தார். 'அவருக்கு இன்னும் கொஞ்சம் மதுவைக் கொடுங்கள், நாம் தில்லியைக் கூடப் பிடித்து விடலாம்' திகைத்துப்போன இந்திய இராணுவம் கடுமையான பின்வாங்கல்களைச் சந்தித்தது. நாடகபாணியில் பதிலளித்த அவர்கள் லாகூருக்கருகில் பாகிஸ்தான் எல்லைக் கோட்டைத் தாண்டினர். போர் தொடர்ந்திருந்தால் லாகூர் வீழ்ந்திருக்கும். ஆனால் அயூப்கான் வாஷிங்டனிடம் உதவி கேட்டுக் கோரிக்கை விடுத்தார். வாஷிங்டன் மாஸ்கோவிடம் இந்தியா மீது நிர்பந்தம் செலுத்துமாறு கேட்டுக்கொள்ள, தாஷ்கண்டில் அலக்கோய் கோஸிஜினின் கூர்மையான பார்வையில் அமைதி உடன்பாடு கையெழுத்திடப்பட்டது.

போர் புட்டோவின் யோசனையாகும். உள்நாட்டிலும் வெளியிலும் பெருத்த அவமானமடைந்த அயூப்கான் தனது வெளியுறவுத்துறை அமைச்சரை நீக்கினார். புட்டோ எப்போதுமே அரசின் ஒரு அலங்கோலமான உறுப்பினர். ஒரு ஜெனரலின் கீழ் பணியாற்றியதனால் சங்கடப்பட்ட அவர் தமது தேசியவாத வார்த்தை ஜாலங்களை அள்ளி வீசினார். பிரச்சனை வரும் என்று நினைத்த அரசாங்க அமைச்சர்கள் பல்கலைக் கழகங்களைத் தவிர்க்கத் துவங்கினார்கள். ஆனால் இதற்கு சில ஆண்டுகளுக்கு

முன்பு 1962-ல் புட்டோ லாகூரில் பஞ்சாப் பல்கலைக்கழகத்தில் காஷ்மீர் பற்றிய மாணவர் கூட்டத்தில் பேச முடிவு செய்திருந்தார். அதில் நானும் இருந்தேன். அவர் பிரமாதமாகப் பேசினார், ஆனால் நாங்கள் உள்ளூர் அரசியல் பற்றி மிகவும் கவனம் செலுத்தினோம். நாங்கள் இருவரும் பேசிக் கொள்ளத் துவங்கினோம். அவர் கோபமுற்றார். பேச்சுக்கிடையில் நிறுத்திய அவர் எங்களைக் கடுமையாகப் பார்த்தார். 'உங்களுக்கு என்னதான் வேண்டும்? நான் உங்கள் கேள்விகளுக்கு பதிலளிக்கிறேன்' நான் கையைத் தூக்கினேன். 'நாங்கள் அனைவரும் காஷ்மீரில் ஜனநாயகக் கருத்துக் கணிப்பெடுப்பதற்கு ஆதரவாக உள்ளோம்' என்று தொடங்கிய நான் 'ஆனால் பாகிஸ்தானிலும் அதை நடத்த வேண்டுமென்று விரும்புகிறோம். ஜனநாயகம் இங்கு இல்லாதபோது காஷ்மீரில் அதைப் பற்றி நீங்கள் பேசுவதை ஏன் தீவிரமாக ஒருவர் எடுத்துக் கொள்ள வேண்டும்?'

என்னைக் கோபமாகப் பார்த்த அவர் அதற்குப் பதில் சொல்ல மறுத்துவிட்டுத் தாம் காஷ்மீரைப் பற்றி மட்டுமே பேச ஒப்புக் கொண்டிருப்பதைக் கூறினார். இந்த இடத்தில் கூட்டம் அமைதியிழந்து இதற்கு பதிலளிக்குமாறு கூறி முழக்கமிடத் தொடங்கியது. ஒரு சமயத்தில் புட்டோ தனது மேல் கோட்டை கழற்றிவிட்டு ஒரு கேள்வியாளரை வெளியே குத்துச்சண்டைக்கு வருமாறு சவால் விடுத்தார். கூட்டம் இதற்குக் கோபமாக பதிலளிக்க கூட்டம் அரைகுறையாக முடிந்தது. அன்றிரவு ஒருவர் மதுவைக் குடித்து விட்டு ஒவ்வொரு கிளாஸாக சுவரில் எறிவது போல் புட்டோ எங்களைச் சபித்தார். மாஸ்கோவிற்கு அதிகாரப்பூர்வமாகச் சென்றிருந்தபோது கற்றுக் கொண்ட ஒரு பாடம் பல மாதங்களுக்குப் பிறகு அந்த மோதல், மாணவர்கள் எவ்வளவு வலிமையானவர்கள் என்று தமக்கு உணர்த்தியதாக என்னிடம் கூறினார்.

1966 வசந்தத்தில் புட்டோ நீக்கத்துக்கு ஒரு வாரத்துக்குப் பிறகு லண்டனில் அப்போது மாணவனாக இருந்தேன் - பிரான்சுக்கான பாகிஸ்தான் தூதர் ஜே.ஏ. ரஹீம் என்னைத் தொடர்பு கொண்டார். பாரிஸில் தன்னை மறுநாள் சந்திக்க வேண்டுமென்று அவர் என்னிடம் கேட்டுக் கொண்டார். எனது திரும்பும் பயணச் செலவை ஏற்பதாகக் கூறிய அவர் ஒரு பிரமாதமான மதிய உணவை எனக்கு லஞ்சமாக அளிக்க முன் வந்தார்.

தூதரக ஓட்டுநர் என்னை ஓர்லியிலிருந்து ஏற்றிக்கொண்டு உணவகத்துக்குக் காரை ஓட்டிச் சென்றார். ஒரு ஐம்பதுகளின் இறுதியிலிருந்த பண்பான வங்காளியான தூதர் என்னை சதிப்பார்வையுடன் வரவேற்றார். நாங்கள் இதற்கு முன் சந்தித்ததில்லை

யாதலால் எனக்கு அது ஆச்சர்யமூட்டியது. உள்ளே பாதி தூரம் சென்றிருந்தபோது குரலைத் தாழ்த்தி என்னிடம் கேட்டார். 'ஃபீல்டு மார்ஷலை அகற்ற வேண்டிய நேரம் வந்து விட்டதாக நீங்கள் நினைக்கவில்லையா?' பயத்தைப் பற்றிக் கேட்கவே வேண்டாம். எனது திகைப்பை அடக்கிக்கொண்டு, விவரமாகக் கூறுமாறு அவரிடம் கேட்டேன். தமது கையை நாற்காலிக்கு மேல் உயர்த்திய அவர் என்னை நோக்கி இரு விரல்களை நீட்டிச் சுடுவதுபோல் பாவனை செய்தார். அயூப்கான் கொலையை நடத்த ஏற்பாடு செய்ய உதவுமாறு அவர் என்னைக் கேட்டார். விஷயத்தை விட்டுவிட்டு அங்கிருந்து உடனே சென்று விடுவதுதான். எனது உடனடியான உள்ளுணர்வு இது ஏற்பாடு செய்யப்பட்டதைத் தவிர வேறு என்னவாக இருக்க முடியும்? பாகிஸ்தான் அரசின் மரியாதையாக ரஹீம் எனக்கு இன்னொரு பாட்டில் சேட்டு டேடோரை ஆர்டர் செய்தார். நிறுவனத்தை அப்படியே விட்டு விட்டு ஒரு தனிப்பட்ட தலைவரை மட்டும் நீக்குவதன் ஆபத்தை நான் சுட்டிக்காட்டினேன். எப்படியாக இருந்தாலும் படுகொலைக்கு ஆக்ஸ்ஃபோர்டிலிருந்து நான் ஏற்பாடு செய்வது கடினமென்று மேலும் கூறினேன். அவர் என்னை வெறித்துப் பார்த்தார். 'வேகமான நடவடிக்கை தேவை' என்ற அவர், 'நீங்கள் பிரச்சனையையே தவிர்க்க முயல்கிறீர்கள்' என்றார். 'மோசமான போருக்குப் பிறகு இராணுவம் பலவீனப்பட்டுப் போயிருக்கிறது. அனைவரும் விரக்தியடைந்துள்ளார்கள். அவரை நீக்குங்கள், எது வேண்டுமானாலும் செய்ய வாய்ப்புள்ளது. நான் உங்களைக் கண்டு ஆச்சர்யப்படுகிறேன். நீங்கள் மட்டுமே செய்ய வேண்டுமென்று நான் எதிர்பார்க்கவில்லை உங்கள் மாமாக்களில் ஒருவர் உங்கள் கிராமத்தில் முன்பு உங்கள் குடும்பத்துக்காக வேலைசெய்த பாரம்பரியக் கொலையாளிகள் பற்றி பெருமையாக அடிக்கடி குறிப்பிடுவார்!'

நான் காஷ்மீரைப் பற்றிப் பேச முயன்றேன், ஆனால் ரஹீம் அதில் ஆர்வம் காட்டவில்லை. 'காஷ்மீர் தொடர்பற்றது. இன்று சர்வாதிகாரத்தின் பின்னால்தான் நாம் இப்போது செல்கிறோம்' என்று அவர் கூறினார். ஒரு வாரத்துக்குப் பின் தூதர் பதவியை அவர் ராஜினாமா செய்து விட்டார். சில மாதங்களுக்குப் பின் லண்டனுக்கு வந்த அவர் புட்டோவுடன் என்னை டோர்செஸ்டருக்கு அழைத்தார். புட்டோ மனக்கலக்கம் அடைந்திருந்தாரென்று நான் கேள்விப்பட்டிருந்தேன். ஆனால் அன்று கொஞ்சமும் அதன் சுவடே இல்லை. வாழ்க்கையின் சுருக்கமான நேரத்தை உணர்ந்திருந்த புட்டோ அது அறிவாற்றலாலும், காதலாலும், திறமையாலும் மின்ன வேண்டுமென்ற உறுதிப்பாடுள்ள மனிதர். அதேசமயம்

முட்டாள்தனமாகவும், கர்வத்தோடும், குழந்தைத்தனமாகவும், பழிவாங்கும் போக்குடனும் அவரால் இருக்க முடியும். இந்தக் குறைகள் வாழ்வையே பறித்தன.

ஒரு நேரத்தில் ரஹீம் அறைக்கு வெளியே இருந்தபோது, நான் எங்களது பாரிஸ் சந்திப்பை விவரிக்கத் துவங்கினேன். புட்டோவுக்கு அது ஏற்கனவே தெரிந்திருந்தது. அவர் சிரித்துவிட்டு ரஹீம் என்னை சோதித்ததாகக் கூறினார். பிறகு என்னிடம் கிசுகிசுத்தார்: 'நீங்கள் ரஹீமை பாரிசில் சந்தித்தபோது அவர் தமது புதிய மனைவியை அறிமுகப்படுத்தினரா?' நான் வருத்தத்துடன் இல்லையென்று தலையசைத்தேன். 'அவர் மிகவும் அழகுடையவரென்றும், இளமையானவரென்றும் கூறக் கேட்டிருக்கிறேன். அவர் அவளை என்னிடமிருந்து மறைக்கிறார். நீங்கள் பார்த்திருக்கக் கூடும் என்று நம்பினேன்... ரஹீம் ஒரு பெரிய தட்டச்சு செய்த கட்டுடன் வந்தார். அதுதான் பாகிஸ்தான் மக்கள் கட்சியின் அறிக்கை. அதனை அவர் புட்டோவின் சொற்களின்படித் தயாரித்திருந்தார்.

'அடுத்த அறைக்குச் செல்லுங்கள், கவனமாகப் படியுங்கள், என்ன நினைக்கிறீர்கள் என்று கூறுங்கள்' என்று புட்டோ கட்டளையிட்டார். 'நீங்கள் ஸ்தாபக உறுப்பினராக ஆக வேண்டுமென்பது என் விருப்பம்! அதன் ஆசிரியர் மன்னிப்புக் கேட்கும் புன்னகையுடன் உள்ளே வந்தபோது நான் அதைப் பாதி படித்திருந்தேன். 'புட்டோ தனிமையில் இருக்க விரும்புகிறார். ஜெனிவாவுக்கு ஒரு கால் புக் செய்திருக்கிறார். அங்கு அவருக்கு ஒரு ஜப்பானிய மனைவி இருக்கிறார் என்பது உங்களுக்குத் தெரியுமா? நீங்கள் அவரைச் சந்தித்திருக்கிறீர்களா?' நான் தலையாட்டினேன். 'அவர் அவளை என்னிடமிருந்து மறைக்கிறார். 'ஏனென்று எனக்கு ஆச்சரியமாக உள்ளது' என்று ரஹீம் கூறினார்.

நான் அறிக்கையைப் படித்து முடித்தேன். அது ஏகாதிபத்திய எதிர்ப்புச் சொல்லாடலிலும், காஷ்மீர் சுய உரிமை மீதும், நிலச் சீர்திருத்தத்தின் மீதும், தொழிற்சாலை தேசியமயமாக்கல் குறித்தும் கடுமையாக இருந்தது. ஆனால் மதத்தின் பால் மிகவும் மென்மையாக இருந்தது. 100 சதவிகிதம் மதச்சார்பற்றதாக இல்லாத ஒரு கட்சியுடன் என்னால் இணைய முடியவில்லை. ரஹீம் ஏற்றுக்கொண்டு புன்னகைத்தார். ஆனால் புட்டோ கோபமடைந்து எங்கள் இருவரையும் கண்டித்தார். அன்று மாலையில், இரவு உணவின்போது அவர் ஏன் நாட்டை வெல்ல முடியாத போரில் சிக்க வைக்கிறார் எனக் கேட்டேன். பதில் மூச்சடைக்க வைத்தது. 'கேவலமான சர்வாதிகாரத்தை பலவீனப்படுத்த ஒரேவழி அதுதான். அரசு விரைவில் விரிவாக உடைந்து திறக்கும்!

தொடர்ந்த நிகழ்ச்சிகள் புட்டோவின் கணிப்பை உறுதி செய்வதுபோல தோன்றின. 1968-ல் நீண்டு நீடித்த மாணவர், தொழிலாளர் எழுச்சி இறுதியாக அதனைக் கவிழ்த்தது. இடதுசாரியில் பாரம்பரியக் கட்சிகள் என்ன நடக்கிறது என்பதன் முக்கியத்துவத்தை கிரகித்துக் கொள்ளவில்லை. ஆனால் புட்டோ எதிர்ப்பலையின் தலைமையில் தன்னை நியமித்துக் கொண்டார். மக்கள் வெற்றி பெற்றபின் ஜெனரல்களுக்குப் பெண்ணுடை அணிவித்து தெருக்களில் விளையாட்டுக் காட்டும் குரங்குகளைப் போல் ஊர்வலம் விடுவதாகக் கூறி அரசியல் ரீதியாக முன்னேறினார்.

ஆகஸ்ட் 1969-ல் நான் அவரைக் கராச்சியில் சந்தித்தபோது அவர் உணர்ச்சிவசப்பட்ட நிலையில் இருந்தார். இடைக்கால சர்வாதிகாரி பொதுத்தேர்தல் நடத்த உறுதியளித்திருந்தார். அதில் அவரது கட்சி வென்று விடுமென்பதில் அவர் நிச்சயமாக இருந்தார். நான் சேர மறுத்ததற்காக மீண்டும் என்னைக் கேலி செய்தார். 'இரண்டே வழிகள்தான் உள்ளன. என்னுடையது அல்லது சேகுவேராவுடையது பலூசிஸ்தான் மலைகளில் நீங்கள் கெரில்லாப் போரைத் துவக்கத் திட்டமிடுகிறீர்களா?'

1970 தேர்தலில் புட்டோ திகைப்பூட்டும் ஒரு வெற்றியைப் பெற்றார். ஆனால் மேற்குப் பாகிஸ்தானில் மட்டும்தான். இப்போது பங்களாதேஷாக இருக்கும் கிழக்கு பாகிஸ்தானில் தேசியவாதத் தலைவர் ஷேக் முஜிபுர் ரஹ்மானின் அவாமி லீக் ஏறத்தாழ அனைத்து இடத்தையும் வென்று விட்டது. முஜிப் தேசிய சட்டசபையில் அறுதிப் பெரும்பான்மை பெற்று பிரதமராவார் என்று எதிர்பார்க்கப்பட்டது. பஞ்சாபி அறிவாளிகள் அவரிடம் ஆட்சியை ஒப்படைக்க மறுத்து அதற்கு மாறாக அவரைக் கைது செய்தனர். ஜெனரல் யாஹியாகான் வங்காளிகளை நசுக்க விரும்ப, அதிகாரத்தை அடையும் பேராவலில் புட்டோ அவரை ஆதரித்தார். நான் முந்தைய அத்தியாயத்தில் விவரித்ததைப் போல அதுதான் அவரது மிகவும் கேவலமான நேரம். வெளியிடத்தில் பங்களாதேஷ் அரசு அண்டை கல்கத்தாவில் அமைக்கப்பட்டது. லட்சக்கணக்கான அகதிகள் இந்தியப் பகுதியான மேற்கு வங்கத்தில் வந்து குவிய, இறுதியாக வேற்று நாட்டிலிருந்த வங்கத் தலைவர்கள் கேட்டுக் கொண்டபடி இந்திய இராணுவம் கிழக்கு வங்காளத்துக்கு நுழைந்தது. அவர்களை அந்த மக்கள் விடுதலை செய்பவர்கள் எனப் புகழ்ந்தனர். பாகிஸ்தான் சரணடையவும் பங்களாதேஷ் பிறந்தது.

அளவில் சுருங்கிப்போன பாகிஸ்தானில் புட்டோ ஆட்சிக்கு வந்தார். ஆனால் பழைய விளையாட்டு முடிந்து விட்டது. 1972-ல் இந்திய மலைவாசஸ்தலமான சிம்லாவில் காஷ்மீரில் அதே நிலை

தொடருமென்று ஒப்புக்கொண்டு அதற்கு பதிலாக கிழக்கு பாகிஸ்தான் என்று அழைக்கப்பட்ட டாக்காவின் வீழ்ச்சியின்போது கைது செய்யப்பட்ட 90,000 சிப்பாய்களைத் திரும்பப் பெற்றார். ஒப்புக் கொடுக்கும் ஜமாத் இ இஸ்லாமியைத் தவிர ஒவ்வொரு அரசியல் குழுவும் வங்காளத்தில் சகோதர முஸ்லிம்கள் மீது இழைக்கப்பட்ட கொடூரங்களைக் கண்டு அதிர்ந்து போயின. இந்த நேரத்தில் மட்டும் கருத்துக்கணிப்பு நடத்தப்பட்டிருந்தால் பெரும்பான்மையினர் இந்தியாவுடன் இருக்க சம்மதம் தெரிவித்திருப்பார்கள். ஆனால் தில்லி அதை ஆபத்து என்று கருதியதால் நடவடிக்கை எடுக்கவில்லை. 1979-ல் வாஷிங்டன் திணித்த மூன்றாவது இராணுவ சர்வாதிகாரி ஜியாஉல்ஹக் ஒரு நாடக விசாரணை நடத்தி பிறகு புட்டோவைக் கொலை செய்த பிறகு பாகிஸ்தானின் மதிப்பு தொடர்ந்து சரிந்தது. ஸ்ரீநகரில் ஒரு பெரிய பேரணி இறந்த தலைவருக்கான பிரார்த்தனைக் கூட்டமாக மாறியது.

ஷேக் அப்துல்லா (1970-களின் மத்தியில் உடல் நலமின்மை காரணமாகச் சிறையிலிருந்து விடுவிக்கப்பட்டார்) தில்லியுடன் அமைதி ஏற்படுத்திக் கொண்டு விட்டார். 1977-ல் திருமதி காந்தியின் தயவால் மீண்டும் முதலமைச்சரானார். திருமதி காந்தி காஷ்மீர் சட்டசபையில் தவறான முறையில் தேர்ந்தெடுக்கப்பட்ட காங்கிரஸ்காரர்களை உள்ளே புகுத்தி அவருக்கு வாக்களிக்க வைத்தார். மாற்றம் அமைதியாக நடந்தது. அப்துல்லா திரும்பியதால் காஷ்மீரிகள் சந்தோஷமடைந்தனர். ஆனால் அது நடந்தது திருமதி காந்தியின் திருவிளையாடலாதான் என்பதை அவர்கள் மனதில் வைத்திருந்தனர்.

அப்துல்லா சுவாரஸ்யமின்றியும், சோர்வாகவும் காணப்பட்டார்; அவரது சிறைக்காலம் அவரது ஆரோக்கியம், அவரது அரசியல் இரண்டையும் பாதித்திருந்தது. அவர் இப்போது ஒரு அரசியல் பரம்பரை ராஜ்யத்தை உருவாக்க மற்ற துணைக்கண்ட முக்கியஸ்தர்கள் போல் முயன்றார். அக்பர் ஜஹான் அவ்வாறு செய்யுமாறு நிர்பந்தித்ததாகவும், அவர் வயதும், அவரது வலிமையின்மையும் அதைத் தடுக்க முடியாமல் செய்தன என்றும் கூறப்படுவதுண்டு. ஸ்ரீ நகரில் நடைபெற்ற ஒரு பெரிய பேரணியில் மது மற்றும் தகாத உடலுறவு போன்றவற்றில் ஈடுபாடுள்ள தமது மூத்த மகன் ஃபரூக் அப்துல்லாவைத் தமது வாரிசாகத் அறிவித்தார்.

1982-ல் அவர் மரணப்படுக்கையில் இருந்தபோது கடந்த முப்பது ஆண்டுகளாக அவர் மனதை அரித்துக் கொண்டிருந்த ஒரு கனவைப் பற்றி அவரது பழைய நண்பரிடம் கூறினார். ‘நான் இன்னும்

இளைஞன். நான் ஒரு மணமகனாக ஆடை அணிந்து ஒரு குதிரையின் மேல் அமர்ந்துள்ளேன். என்னுடைய திருமண ஊர்வலம் எல்லா வேடிக்கைகளுடனும் மணமகன் வீட்டை விட்டு நகர்ந்து செல்கிறது. நாங்கள் மணமகள் இல்லத்தை நோக்கிச் செல்கிறோம். ஆனால் நான் அங்கு சென்று சேரும்போது அவள் அங்கு இல்லை, அவள் அங்கு எப்போதுமே இல்லை. பிறகு நான் விழித்துக் கொள்கிறேன்! காணாமல் போகும் அந்த மணமகளை நான் எப்போதும் நேருவாகவே கண்டிருக்கிறேன்' அப்துல்லா ஒருபோதும் தாம் காட்டிக் கொடுக்கப்பட்டதிலிருந்து முழுவதாக விடுபடவில்லை.

1984-ல் நான் இந்திரா காந்தியிடம் இந்தியா காஷ்மீர் விஷயத்தில் ஏன் பொறுமையிழந்தது என்று கேட்டேன். கருத்துக்கணிப்பு நடைபெறாததன் காரணத்தை அவர் விளக்கவில்லை. 1979-ம் வருடம் அதை நடத்துவதற்குச் சரியான சமயமாக இருந்திருக்கக் கூடுமென்று ஒப்புக்கொண்ட அவர் ஒரு புன்னகையுடன் எனக்கு நினைவூட்டினார். 'நான் அப்போது அதிகாரத்திலில்லை. நான் அப்போது பிரதமராக இருந்திருந்தால் அடுத்த வீட்டில் புட்டோ தூக்கிலிடப்படுவதை அனுமதித்திருக்க மாட்டேன்!' என்றும் கூறினார்.

ஷேக் அப்துல்லாவின் மகன் ஃபரூக்கை கல்கத்தாவில் ஒரு எதிர்க்கட்சிகளின் கூட்டத்தில் சந்தித்தபோது தில்லியின் தோல்விகள் குறித்து அவர் மிகவும் கோபாவேசப்பட்டார் என்றாலும் இன்னும் கருத்துக்கணிப்பு பாகிஸ்தானுக்கு சாதகமாக இருக்காது என்றும் ஒப்புக் கொண்டார். 'அவருக்கு மிகவும் வயதாகிக் கொண்டே போகிறது' என்று திருமதி காந்தியைப் பற்றிக் கூறினார். 'என்னைப் பாருங்கள். நான் யார்? இந்தியாவின் கருத்தில் நான் யாருமில்லை. ஒரு பிரதேச அரசியல்வாதி. அவர் என்னை அப்படியே விட்டுச் சென்றிருந்தால் எந்தப் பிரச்சனையும் இருந்திருக்காது. அவரது காங்கிரஸ்காரர்கள் காஷ்மீரில் தோற்றது பற்றி விரக்தியுற்றார்கள். எனவே போராடத் துவங்கினார்கள். ஆனால் எதற்காக? தேர்தல் களம் அவர்களுக்கு மறுத்த அதிகாரத்துக்காக. நான் பலமுறை திருமதி காந்தியைச் சந்தித்து நாங்கள் விசுவாசமாக இருக்கிறோம் என்பதையும் இனியும் இருப்போமென்பதையும், மத்திய அரசுடன் நட்புடனேயே இருக்க விரும்புகிறோமென்பதையும் உறுதிப்படுத்த முயன்றேன். ஒருவர் மிகவும் அடிமையாக இருக்க வேண்டுமென்ற அளவு அவரது நம்பிக்கையின்மை இருந்தது. அது நடக்கவே முடியாதது. எனவே அவர் காஷ்மீர் காங்கிரசுக்கு எங்கள் அரசின் நடவடிக்கைகளை முடக்க பச்சைக்கொடி காட்டி விட்டார். அவர்தான் என்னை தேசியத் தலைவராக்கியவர். நான் எனது

அழகிய காஷ்மீரிலேயே விடப்பட்டிருந்தால் இன்னும் மகிழ்ச்சியுடன் இருந்திருப்பேன்.

நான் காந்தியிடம் அதை கூறியபோது அவர் ஏளனமாக நிராகரித்தார். “ஆமாம், எனக்குத் தெரியும் அவர் அப்படித்தான் கூறுகிறார். அவர் அதேபோல் தான் என்னிடமும் கூறினார். ஆனால் செயல்பாடு வேறுவிதமாக உள்ளது. நிறையப் பொய் கூறுகிறார். அந்த இளைஞர் முழுக்க நம்புவதற்கியலாதவர்! அதே நேரத்தில் அவரது ‘தகவல்கள்’ பாகிஸ்தான் ஒரு படையெடுப்புக்குத் தயாராகிக் கொண்டிருப்பதாகக் கூறின. அவ்வாறு இருக்க முடியுமா? நான் சந்தேகித்தேன். ஜெனரல் ஜியா வுல் ஹக் கொடூரமானவர், கெடுதலானவர். ஆனால் முட்டாளல்ல. இந்தியாவைத் தூண்டிவிடுவது சாவுமணி அடிக்கக் கூடியது என்பது அவருக்குத் தெரியும். அத்துடன் பாகிஸ்தான் இராணுவம் ஆஃப்கானிஸ்தானில் சோவியத் யூனியனுடன் போரில் மும்முரமாக இருந்தது.. காஷ்மீரில் இரண்டாவது போர்முனையைத் துவங்குவது முட்டாள்தனத்தின் உச்சமாக இருக்கும்.

‘எனக்கு உங்களைக் கண்டால் ஆச்சரியமாக உள்ளது’ என்றார் அவர். ‘நீங்கள் ஜெனரல்கள் பகுத்தறிவு உள்ளவர்கள் என்று மற்றவர்களைப் போலவே நம்புகிறீர்கள்?’

‘பகுத்தறிவின்மைக்கும் தற்கொலைக்குமிடையே வித்தியாசம் உள்ளது’ என்றேன் நான். (நான் பிறகு மாற்றிக் கொள்வதற்குத் தகுந்த காரணமுடைய கணிப்பு இது).

அவர் புன்னகைத்தார். ஆனால் பதில் கூறவில்லை. பிறகு இராணுவ மனதின் அரைகுறைத்தனத்தை விளக்க பங்களாதேஷில் பாகிஸ்தான் சரணடைந்ததும் எவ்வாறு அவரது ஜெனரல்கள் மேற்கு பாகிஸ்தானிலும் போரைத் தொடர்ந்து ‘எதிரியை முடித்து விட’ விரும்பினார்கள் என்றும் கூறினார். அவர்களை நிராகரித்து அவர் போர் நிறுத்தத்தை அறிவித்தார். இந்தியாவில் இராணுவம் முழுக்க மக்கள் கட்டுப்பாட்டில் உள்ளது, பாகிஸ்தானிலோ முழுக்க அதன் போக்கிலேயே உள்ளது என்பது அவர் வாதம்.

அன்று மாலை, நான் தில்லியில் தங்கியிருந்தபோது ஒரு அரசு ஊழியரிடமிருந்து ஒரு தொலைபேசி அழைப்பு வந்தது. ‘நீங்கள் பிரதமரிடம் மிகவும் ஆவலூட்டும் விவாதம் நடத்தினீர்கள் என்று நம்புகிறேன். நாளை ஒரு அதிகாரபூர்வமற்ற கிளப் கூட்டம் நடத்தத் திட்டமிட்டுள்ளோம். நீங்கள் வந்து எங்களுடன் பேச வேண்டுமென்பது எங்கள் அவா! அதன் உறுப்பினர்கள் அமெரிக்க, சோவியத் ஆதரவாளர்களான அரசு ஊழியர்கள், உளவுத் துறையினர்

மற்றும் பத்திரிகையாளர்கள். அவர்கள் பாகிஸ்தான் ஜெனரல்கள் தாக்க விரும்புகிறார்கள் என்றும் நான் தவறாக நினைக்கிறேனென்றும் என்னை நம்ப வைக்க முயன்றார்கள். இரண்டு மணி நேர விவாத, எதிர் விவாதங்களுக்குப் பிறகு நான் சோர்வடைந்தேன். 'கேளுங்கள், நீங்கள் அனைவரும் ஜியாவுக்கெதிராகவோ அல்லது கஹுடாவின் அணுக்கலத்தின் மீதோ முன்கூட்டியே தாக்க விரும்பினால் அது உங்கள் முடிவு. நீங்கள் சிந்திலிருந்தும், பலுசிஸ்தானிடமிருந்தும் ஆதரவைக் கூடப் பெறலாம், ஆனால் உலகம் நீங்கள் பாகிஸ்தானின் அத்து மீறலுக்கு பதிலடியாகத்தான் இதைச் செய்தீர்கள் என்று நம்புமென்று நினைக்காதீர்கள். அது இந்த நிமிடத்தில் சாதகமானதல்ல. கூட்டம் முடிவுக்கு வந்தது. லண்டனுக்குத் திரும்பிய பின் நான் புட்டோவின் மகள் பெனாசிரிடம் இந்தச் சம்பவங்கள் பற்றி விவரித்தேன். 'நீங்கள் ஜியா காஷ்மீர் மீது படையெடுக்கத் திட்டமிடுகிறார் என்பதை ஏன் மறுத்தீர்கள்?' என்று அவர் குறுக்கிட்டுக் கேட்டார்.

நான்கு மாதங்களுக்குப் பிறகு திருமதி காந்தி அவரது சீக்கிய மெய்க்காப்பாளர்களால் படுகொலை செய்யப்பட்டார். அடுத்த வருடம் நான் தில்லியில் சந்தித்த ஒரு அரசு ஊழியர் அவர்களிடம் பாகிஸ்தானில் அமெரிக்க உதவியுடன் அமைக்கப்பட்ட சீக்கிய பயிற்சி முகாம்களுடன் கொலையாளிகளுக்குத் தொடர்புள்ளது என்பதற்கு ஆதாரம் இருப்பதாகக் கூறினார். அதன் நோக்கம் இந்திய அரசை நிலையற்றதாக்குவது. ஆஃப்கானிஸ்தானில் மேற்கின் தலையீட்டை நிலைகுலையச் செய்யும் என்ற அச்சத்தில் அமெரிக்கா பாகிஸ்தான் மீது தாக்குதலைத் தடுக்க திருமதி காந்தியை ஒழித்து விட முடிவு செய்தது என்பதில் அவர் உறுதியாக இருந்தார். புட்டோ தமது அரசின் கவிழ்ப்பை வாஷிங்டன்தான் ஏற்பாடு செய்தது என்பதில் உறுதியாக இருந்தார். அவரது மரணச் சிறையிலிருந்து அவர் வெளியே கடத்திய ஒரு ஆவணத்தில் அவர் அணு ஆயுதப் பிரச்சனையைக் கைவிடாவிட்டால் 'அவரை முடித்துவிடுவதாக' கிஸ்ஸிங்கர் மிரட்டியதையும் எழுதியுள்ளார். பங்களாதேஷில் பலர் இன்னமும் சவுதியைப் பகடையாக வைத்துக் கொண்டு முஜிபை சி.ஐ.ஏ.தான் வீழ்த்தியது என்பதில் உறுதியாக உள்ளனர். முஜிபின் மகளும், பங்களாதேஷின் தற்போதைய பிரதமருமான ஹஸீனா அப்போது வெளிநாட்டிலிருந்தார். அவர்தான் தப்பிய ஒரே குடும்ப உறுப்பினர். அமெரிக்கா தலையிட்டிருக்கலாம் அல்லது இல்லாதிருக்கலாம் ஆனால் அது குறிப்பிடத்தக்க ஹாட்ட்ரிக்: அந்தப் பிரதேசத்தில் அமெரிக்காவின் நலன்களுக்கெதிரான மூன்று புகழ்பெற்ற அரசியல்வாதிகள் பத்தாண்டுகளில் அகற்றப்பட்டார்கள்.

1971-ல் பிளவுக்குப் பிறகு பாகிஸ்தான் காஷ்மீர் மீதும் முழுமையாகத் தெற்காசியா மீதும் தனது ஆவலை விட்டுவிட்டது போல் தோன்றியது. புட்டோவின் படுகொலைக்கு ஓராண்டுக்குப் பிறகு 1980-ல் நாட்டுக்கு வந்த முன்னேறும் ஆவலுடைய ஒரு இளம் அரசுத்துறை அதிகாரி ஜியாவிடம் சவுதி அரேபியாவும் வளைகுடா நாடுகளும் சேர்த்து வைத்திருக்கும் பெட்ரோ டாலர்களைப் பார்க்குமாறு கூறினார். வளைகுடாவில் அதே நிலையைத் தொடர உறுதிப்படுத்த பாகிஸ்தான் இராணுவம் சரியான இடத்தில் உள்ளது. அராபியர்கள் செலவை ஏற்பார்கள். 'பாகிஸ்தானின் பாதுகாப்பு : ஒரு பயண அறிக்கை' என்ற பிரான்ஸிஸ் புகுயுமாவின் அறிக்கையை இராணுவச் சர்வாதிகாரம் தீவிரமாக எடுத்துக் கொண்டது. அதிகாரிகளும், சிப்பாய்களும் ரியாதுக்கும், அபுதாபிக்கும் உள்நாட்டுப் பாதுகாப்பை வலுப்படுத்த அனுப்பப்பட்டனர். அங்கு சம்பளம் மிக அதிகமாக இருந்ததால் வளைகுடாவில் வேலை செய்வதற்கு ஆவல் அதிகமாக இருந்தது. பாகிஸ்தானும் அறிவார்ந்த பெண்கள் கல்லூரிகளில் பயின்ற விலைமாதர்களையும் கவனமாக அனுப்பியது. இஸ்லாமிய சகோதரத்துவம் எந்தக் கட்டுக்கோப்பையும் கண்டுகொள்ளவில்லை.

இஸ்லாமாபாதின் கவனம் வேறு இடத்திலிருந்தபோது இந்திய அரசு காஷ்மீர் மீது ஒரு நல்ல தீர்வை எப்படி எட்டியிருக்க முடியும்? ஆனால் 1980-ல் இந்தியா அதிகக் கடுமையுடன் மாநிலங்களில் தலையிட்டுத் தேர்ந்தெடுக்கப்பட்ட அரசுகளை நீக்குவதிலும், மென்மையான, உறுதியான கவர்னர்களை மாற்றுவதிலும் ஈடுபட்டிருந்தது. தில்லியின் விருப்பமான கவர்னர் ஜக்மோகன்தான் தீவிர மதச்சார்பற்ற ஜம்மு காஷ்மீர் விடுதலை இயக்கத்தை அடக்கவும், அதன் தலைவர் மக்பூல் பட்டை கைது செய்து சித்திரவதை செய்யவும் காரணமானவர். இளம் காஷ்மீரி ஆண்கள் கைது செய்யப்பட்டு சித்ரவதை செய்யப்பட்டு இந்திய சிப்பாய்களால் கொல்லப்பட்டனர்; எல்லா வயதுப் பெண்களும் அவமதிக்கப்பட்டு கற்பழிக்கப்பட்டனர். அதன் நோக்கம் மக்களின் உறுதியைக் குலைப்பது, ஆனால் மாறாக இப்போது தாம் எங்கிருந்து வருகிறோம் என்ற வேற்றுமையே இல்லாமல் பல இளம் ஆண்கள் ஆயுதம் ஏந்தினர்.

1970-களின் துவக்கத்தில் நான் பாகிஸ்தான் கட்டுப்பாட்டு காஷ்மீரில் பட்டை சந்தித்தேன். அவர் இஸ்லாமாபாத் மீதும் புதுதில்லி மீதும் ஒரேயளவு சார்பற்றவராகத் தோன்றியதுடன் இருவரையும் சாராத காஷ்மீரை உருவாக்கவும் உறுதியாக இருந்தார். அவர் சே குவேரா மீது மிகுந்த அபிமானம் கொண்டவர். நான்

அவரிடம் பேசியபோது பாகிஸ்தானில் அயூப்கானின் வீழ்ச்சிக்கு இட்டுச் சென்ற 1969-ன் சுபிட்சமான விளைவாக காஷ்மீர் மீது விரைவான வெற்றிக்கு அவர் கனவு கண்டார். ஒரு சிறிய சிறுபான்மையினத்தின் பலவீனமான ஊக்கம் இதற்குப் போதுமானதல்ல என்றுதான் அவருக்கு ஆலோசனை கூறினேன். ஒவ்வொரு புரட்சிக் குழுவும் (கியூபா, வியட்னாம், அல்ஜீரியா) சிறுபான்மையாகத்தான் துவங்கின என்று அவர் எனக்கு நினைவூட்டினார்.

இந்திய அரசாங்கம் பட்டை 1976-ல் கைது செய்து, ஒரு போலீஸ்காரரைக் கொன்றதாகக் குற்றம் சாட்டி மரணதண்டனை விதித்தது. 1984 வரை அவர் ஒரு பேரம் பேசும் காயாக சிறையில் வைக்கப்பட்டு, பர்மிங்ஹாமில் ஒரு இந்தியத் தூதர் காஷ்மீரி தீவிரவாதிகளால் கடத்திக் கொல்லப்பட்டதற்கு பதிலடியாகக் கொல்லப்பட்டார். அவர் விட்டுச் சென்ற வெற்றிடம் விரைவில் தாடி வைத்த, ஆயுதம் தாங்கிய, பாகிஸ்தானால் நிதி உதவி பெற்ற ஊடுருவல்காரர்களால் நிரப்பப்படப் போகிறது.

1990-களின் இறுதியில் பல வருடங்கள் முஸ்லிம்களின் உட்போருக்குப் பிறகு ஆஃப்கானிஸ்தான் தாலிபானின் கட்டுப்பாட்டுக்குள் வந்தது. அவர்கள் பாகிஸ்தான் இராணுவத்தின் நிதியையும், ஆயுதத்தையும் பெற்று தாக்குப் பிடிக்க வைக்கப்பட்டவர்கள். பாகிஸ்தானே ஊழல் அரசியல்வாதிகளின் பிடியில் சிக்கியிருந்தது. குறுங்குழு வாத உட்சண்டை மாதா மாதம் டஜன் கணக்கில் உயிர்களைக் காவு வாங்கிக் கொண்டிருந்தது. இந்தியாவில் காங்கிரஸ் தேசிய அரசியலில் தனது பிடியை இழந்தது. இந்து அடிப்படைவாத பாரதிய ஜனதா கட்சி ஆட்சியில் அமர வழி வகுத்தது. ஆஃப்கான் போரின் பல அனுபவசாலிகள் எல்லை கடந்து தமது முதன்மையை நிறுவுவதற்கான போராட்டத்தைத் தொடர வந்ததில் காஷ்மீரில் இஸ்லாமியக் குழுக்களின் எண்ணிக்கை பன்மடங்கு பெருகியது. முக்கிய எதிரிகள் உள்ளூர் ஹிஸ்புல் முஜாஹிதீன், பாகிஸ்தான் ஆதரவும், ஆயுதமும் பெற்ற லஷ்கர் இ தொய்யா மற்றும் ஹர்கதுல் முஜாஹிதீன். இந்தக் குழுக்கள் ஒருவர் மற்றவரின் தீவிரவாதிகளைக் கொன்றனர், மேற்கத்திய பயணிகளைக் கடத்தினர், பல நூற்றாண்டுகளாக அங்கு வசித்து வந்த காஷ்மீரி பண்டிட்டுகளை பிரதேசத்தை விட்டுத் துரத்தினர், உறுதியுடன் மதச்சார்பற்றிருந்த முஸ்லிம்களைத் தண்டித்தனர். அபூர்வமாகச் சில இந்திய அதிகாரிகளையும், சிப்பாய்களையும் கொன்றனர். இந்திய அரசுக்கு மற்ற குழுக்களுடன் சேர்ந்து தண்டனையளிப்பதை விட்டுவிட்டு தேவையான பொழுது தனித்தனியாக இந்திய அரசுடன் சமரசம்

செய்து கொள்ள விரும்பினர். கவர்னர் ஜக்மோகன் இந்தக் குழுக்கள் புதிய உறுப்பினர்களைச் சேர்ப்பதை தம்மால் முடிந்தவரை கடுமையாக்கிக் கொண்டிருந்தார். இரவு முழுவதும் வீடு வீடாகச் சோதிப்பது தினசரி வாழ்வின் அம்சமாகி விட்டது. இளைஞர்கள் இந்திய அரசால் கடத்திச் செல்லப்பட்டுப் பிறகு காணாமலேயே போயினர். தமது சொந்த உபயோகத்துக்கான, நினைவுகளில் உறைந்த அமைதியின்மையில் ஜக்மோகன் விளக்குகிறார். கண்கூடாகவே, தேள்கள் நிறைந்த பள்ளத்தாக்கில் என்னால் வெறும் காலுடன் நடக்க முடியவில்லை. என்னால் எதையும் வாய்ப்புக்கு விட்டுவிட முடியவில்லை! அவருடைய கொள்கையின் விளைவு துப்பாக்கிக்காரர் களுக்கு ஆதரவைத் தேடித் தந்தது.

1999 வரை காஷ்மீர் ஏறத்தாழ மகிழ்ச்சியில்லாமல் தில்லியால் ஆளப்பட்டது. அப்போது பரூக் அப்துல்லா மீண்டும் ஆட்சிக்குத் திரும்பினார். பெரும்பாலான மற்ற கட்சிகள் தேர்தலைப் புறக்கணித்தன. அதிலிருந்து பா.ஜ.க.வுடன் அவரது கூட்டணி மீதமிருந்த மரியாதையையும் கெடுத்துவிட்டது. ஒரு சுதந்திரமான தேர்தல் அனுமதிக்கப்பட்டால் அரசியல்வாதி என்ற அவரது தொழில் வாழ்வு விரைவில் முடிவுக்கு வரும்.

இந்தியா, பாகிஸ்தானில் உள்ள இராணுவங்கள் உலகில் மிகப் பெரியவை. செப்டம்பர் 1998-ல் பாகிஸ்தானிய உயர்தலைமை கார்கில் திராஸ் பிரதேசத்தில் பாதுகாக்கப்படாத இடத்தில் கடல் மட்டத்துக்கு மேல் 14000 அடியில் காஷ்மீர் பாகிஸ்தானையும், சீனாவையும் சந்திக்கும் இடத்தில் உள்ள இமாலய நிலத்தில் இந்திய எல்லைப் பாதுகாப்பைச் சோதிக்க விரும்பியது. அந்தப் பிரதேசம் மலை முகடுகளையும் ஆழமான பள்ளத்தாக்குகளையும் சராசரியாக 20 டிகிரி சென்டிகிரேட் வெப்ப நிலையும் கொண்ட இடம்; ஒவ்வொரு கோடையிலும் பூக்கும் காட்டு மஞ்சள் பூக்களையுடைய பிரதேசமுமாகும்; இதன் இதழ்கள் உடலுக்கு வலுவூட்டி, ஆன்மாவை ஆற்றுகிறது என நம்பும் கிராமவாசிகள் அதனை உண்பார்கள். பெரும்பாலான கிராமவாசிகள் ஷியா பிரிவு முஸ்லிம்கள் அல்லது புத்த மதத்தினர், அமைதியாக, ஒத்த மனதுடன் வாழ்க்கை நடத்துபவர்கள். மற்ற விஷயங்களுடன் அடுத்த வீட்டிலிருந்து இறக்குமதியான சன்னி பிரிவு மத அடிப்படைவாதிகளை வெறுப்பவர்கள். பாகிஸ்தானிய இராணுவம் நவாஸ் ஷெரீப் அரசின் முழு ஒத்துழைப்புடன் எல்லைக் கட்டுப்பாட்டுக் கோட்டைத் தாண்டி 1947, 1965-ஐப் போலவே சாதாரண உடையில் சிப்பாய்களும், லஷ்கர் இ தொய்பா படைகளுடனும் பல முகடுகளையும், கிராமங்களையும் ஆக்கிரமித்தன. இந்திய இராணுவம் ஸ்ரீநகரிலிருந்து

இந்துப் பிரதேசத்துக்குப் படைகளை அனுப்பியது. உள்ளூர்வாசிகளுக்கு ஆயுதப்போர்கள் பயங்கரமான கனவாகி விட்டது.

இத்தகைய வெளிப்படையான தந்திரோபாய முட்டாள் தனத்துடனான ஆபத்தான முயற்சியில் பாகிஸ்தான் ஏன் இறங்கியது? தளபதிகளோ, அரசியல்வாதிகளோ வெற்றிகரமான நுழைவை நடத்தும் வாய்ப்பேயில்லை. இஸ்லாமியவாதிகளைத் தவிர பெரும்பாலான பாகிஸ்தானியர்களுக்கு மலைகளில் என்ன நடக்கிறது என்பது பற்றிக் குறைவாகவே தெரியும். காஷ்மீரின் விதி பற்றி அவர்கள் குறிப்பாக ஆர்வமுடன் இல்லை. போருக்கான உண்மையான காரணங்கள் தத்துவரீதியிலானவை. லஷ்கரின் தலைமை முல்லாவான ஹஃபீஸ் முகமது சயீது வாஷின் போஸ்டின் பமேலா கான்ஸ்டபிளிடம் கூறினார்: ‘பழிவாங்குதல் எங்களது மதக் கடமை. ஆஃப்கானிஸ்தானில் ரஷ்யாவின் பெரும் சக்தியைத் தோற்கடித்தோம்; எங்களால் இந்தியப் படையையும் தோற்கடிக்க முடியும். நாங்கள் அல்லாவின் துணையுடன் போரிடுகிறோம், நாங்கள் ஜிஹாத்தைத் துவக்கிவிட்டால், எந்தச் சக்தியாலும் எங்களைத் தாக்குப்பிடிக்க முடியாது.’ அவரது வாதம் பாகிஸ்தானிய அதிகாரிகளாலும் எதிரொலிக்கப்பட்டது. இந்தியர்கள் ரஷ்யர்கள் அளவுக்குச் சக்தி படைத்தவர்கள் அல்ல, பிரதேசத்தில் அவர்கள் மட்டுமே அணுசக்தியை வைத்திருப்பவர்களல்ல என்பதால் இந்த எல்லைக்குட்பட்ட போர் பெரிதாகும் என்ற ஆபத்து இல்லை. இரண்டாவதாக, மேலும் முக்கியமாக பாகிஸ்தானின் நடவடிக்கைகள் முரண்பாட்டை சர்வதேசியமயமாக்கி ஆஃப்கானிஸ்தானையும் பால்கனையும் போல் ‘ஒரு தரப்புக்கே’ கொண்டு வரும்.

போர் பிரதேசத்திலேயே இந்தியா முதலில் பின்னடைவுகளைச் சந்தித்தது, பிறகு மேலும் துருப்புக்களையும், ஹெலிகாப்டர், துப்பாக்கி தாங்கிகள், ஃபைட்டர் ஜெட்டுகள் ஆகியவற்றை அனுப்பி எல்லை தாண்டிய பாகிஸ்தானின் முகாம்களைத் தாக்கியது. நேட்டோ எல்லையைத் தாண்ட முடியுமானால் அவர்களாலும் முடியும். மே 1999-ல் மஞ்சள் ரோஜாக்கள் பூக்கத் துவங்கியபோது அநேகமாகத் தான் விட்ட அனைத்து முகடுகளையும் இந்தியா மீண்டும் பிடித்துவிட்டது இந்திய இராணுவம். ஒரு மாதத்துக்குப் பின் அதன் படைகள் எல்லைக் கோட்டைத் தாண்டத் தயாராயின. பாகிஸ்தானின் அரசியல் தலைவர்கள் பயந்துபோய் தமது பழைய வழக்கத்தின்படி வெள்ளை மாளிகையிடம் வேண்டுகோள் விடுத்தனர்.

ஒரு அமெரிக்கத் தளபதி பாகிஸ்தானின் இராணுவத்திடம் இரகசியமாகப் பேச அனுப்பப்பட்டார், நவாஸ் ஷெரீப் வெள்ளை மாளிகைக்கு அழைக்கப்பட்டார். கிளிண்டன் அவரிடம் அவரது

அனைத்துத் துருப்புக்களையும், மத அடிப்படைவாதிகளையும் அவர்கள் ஆக்கிரமித்த பகுதிகளிலிருந்து திரும்ப அழைத்துக் கொள்ளுமாறு கூறினார். பதிலுக்கு எந்த உறுதியும் கொடுக்கப்பட வில்லை. இந்தியா மீது எந்த நிர்பந்தமும் இல்லை. பாகிஸ்தானிடம் பணமும் இல்லை. நவாஸ் ஷெரீப் சரணடைந்தார். அவரது செய்தித்துறை அமைச்சர் வாஷிங்டன் புறப்படும் முன் செய்தியாளர் களிடம் கூறினார்: ‘அதிகம் ஜனத்தொகை உள்ளதும், உடனடியானதும், உள்ளூர் தன்மையுடையதுமான காஷ்மீர் அத்துமீறலை நாங்கள் துவக்கவில்லை!’ ஆனால் அவர்கள் செய்தார்கள். பாகிஸ்தான் விரும்பியபடி இல்லாவிட்டாலும் பிரச்சனை சர்வதேசமயமாக்கப் பட்டது. சீனாவை முக்கிய எதிரியாகக் கொண்டதால், பாகிஸ்தானை வாஷிங்டன் கைவிட்டு இந்தியாவை அதிகமாகச் சார்ந்திருந்தது.

தனிமையில் ஷெரீப் அமெரிக்கர்களிடம் இந்தியாவுடன் அவர் ஒரு நல்லுறவை ஆதரித்ததாகவும் கார்கில் போரைத் தடுக்க முயன்றதாகவும், ஆனால் இராணுவம் அவரை மீறிவிட்டதாகவும் கூறினார். அந்தப் பொய் வாஷிங்டனிலும், தில்லியிலும் நன்றாக எடுபட்டது. ஆனால் பாகிஸ்தானிய உயர் தலைமையைக் கோபமடையச் செய்தது. நாடு திரும்பியதும் இராணுவத்தின் தலைமைத் தளபதியான ஜெனரல் பர்வேஸ் முஷ்ரஃபை அவரது சொந்த நியமனமான ஐ.எஸ்.ஐ. தலைவர் ஜெனரல் க்விஜா ஜியாவுதீனைக் கொண்டு மாற்ற ஒரு திட்டத்தை வகுத்தார். ஷெரீபின் சகோதரர் ஷாபாஸ் வெளியே தெரியாமல் ஜியாவுதீனை வாஷிங்டனுக்கு அவரின் நியமனத்துக்கு அவர்களது ஒப்புதலைப் பெற அழைத்துச் சென்றார். வெள்ளை மாளிகையில் அவர்கள் இருவரும் வரவேற்கப்பட்டு பெண்டகனும், சி.ஐ.ஏ.வும் பல பிரமாதமான வாக்குறுதிகளை அளித்தன.

அக்டோபர் 11, 2000 அன்று முஷாரப் ஸ்ரீலங்காவுக்குத் தனது மூன்று நாள் அதிகாரப்பூர்வ பயணத்தை முடித்துக்கொண்டு திரும்பிக் கொண்டிருந்தபோது நவாஸ் ஷெரீப், முஷாராஃப் நீக்கப்பட்டதையும், ஜியாவுதீனின் பதவி உயர்வையும் அறிவித்தார். கராச்சி விமான நிலையத்தின் அதிகாரிகள் ஜெனரலின் விமானத்தை சிந்திலுள்ள ஒரு சிறிய விமான தளத்துக்குத் திருப்பிவிடுமாறு கூறப்பட்டிருந்தனர். அங்கு அவர் கைது செய்யப்படுவார். ஆனால் இராணுவம் ஜியாவுதீனின் தலைமையை ஏற்க மறுத்துவிட்டது. கராச்சி தளபதி விமான நிலையத்தைக் கட்டுப்பாட்டில் எடுத்துக்கொண்டு விமானத்தை இறக்குமாறு உத்தரவிட்டார். தலைநகரின் இராணுவத் தளபதி, ஷெரீப் சகோதரர்களையும் ஜெனரல் ஜியாவுதீனையும் கைது செய்தார். குறிப்பான அமெரிக்க

உத்தரவுகளுக்கு மாறாக நடத்தப்பட்ட ஒரே கலகம் இதுதான்: இந்த நிகழ்ச்சிகளுக்கு மூன்று நாட்களுக்கு முன் கிளிண்டன் வெளியிட்ட ஒரு அறிக்கையில் கிளிண்டன் இராணுவ ஆட்சியை எடுத்துக்கொள்வதற்கெதிராக எச்சரித்திருந்தார். பாகிஸ்தானில் ஷெரீப் சகோதரர்களின் வீழ்ச்சி ஒவ்வொரு நகரின் தெருக்களிலும் கொண்டாடப்பட்டது.

முஷாரஃப் ஊழலை ஒழிக்கவும் பொது வாழ்வில் தகுதியை மீண்டும் நிறுவவும் உறுதி கூறினார்; தன்னைக் கட்டுப்படுத்திக் கொள்ளாத ஒரு பேட்டியில் அவர் மதச்சார்பற்ற துருக்கியின் ஸ்தாபகரான கமால் அடாடுர்க்குடன் தமது பிணைப்பை அழுத்திக் கூறினார். பத்திரிகைகள் மீதோ, அரசியல் கட்சிகள் மீதோ எந்தக் கட்டுப்பாடும் விதிக்கப்படவில்லை. ஏறக்குறைய இரண்டாண்டுகளுக்குப் பிறகு முஷாரஃபின் முந்தைய ஊழல் எதிர்ப்பு உறுதிப்பாடு மொத்தமாக உடைந்தது. கடுமையான, ஊழலற்ற ஜெனரல் அம்ஜத் கணக்கீட்டு பீரோவிலிருந்து கராச்சியின் இராணுவத் தலைமைக்கு மாற்றப்பட்டார். நாட்டின் ஒவ்வொரு நிறுவனத்திலும் மிகப் பரவலான ஊழல் நடைபெற்றதற்கான ஏராளமான ஆதாரங்களை அவர் திரட்டியிருந்தார். உச்சநீதிமன்ற நீதிபதிகள் அதிகமாகக் கொடுப்பவர்களுக்கு விற்பனைக்குக் கிடைத்தனர் (டிஃபென்ஸ் தரப்பு வக்கீல்கள் நீதிபதி கட்டணம் என்று ஆறு தசமம் கொண்ட பணத்தை வாடிக்கையாளரிடமிருந்து விசாரணை தொடங்கும் முன்பே வசூலிக்கின்றனர்); பல மூத்த அரசு அதிகாரிகள் பெரிய வர்த்தகர் அல்லது போதை மருந்து குண்டர்களின் சம்பளப் பட்டியலில் இருந்தார்கள்; வர்த்தகர்கள் வங்கிக் கடன் பணத்தை பில்லியன்கள் அளவுக்கு வாங்கி அமுக்கிக் கொண்டனர்; மூத்த இராணுவ அதிகாரிகள் லஞ்சத்துக்கு விலை போய்விட்டனர். அம்ஜத் புதிய அரசை இராணுவத்தைக் களையெடுக்குமாறு கேட்டுக்கொண்டது நடக்கவில்லை. ஓய்வு பெற்ற, வேலையிலுள்ள அதிகாரிகள் மீது விசாரணை நடத்தப்பட்டு, தீர்ப்பு கூறப்பட்டு, தண்டிக்கப்படாவிட்டால், பாகிஸ்தான் ஒரு தோல்வியுற்ற நாடாக இருக்கும்; வெளிநாட்டு உதவி மற்றும் போதை மருந்து இலாபத்தால் தூண்டப்பட்ட கருப்புப் பொருளாதாரத்தை நம்பியே இருக்குமென்று நம்பினார். அவரது மாற்றம் அவர் இந்தப் போராட்டத்தில் தோல்வியுற்றதைக் காட்டுகிறது.

பாகிஸ்தானில் பலர் முஷாரப் இஸ்லாமியவாதிகளின் ஆயுதங்களைப் பறித்துப் பெருநகரங்களில் சட்டம் ஒழுங்கை வெளிப்படுத்துவார் என கற்பனை செய்தனர். இங்கும் கூட, அரசு சிறிதளவு முன்னேற்றத்தையே காட்ட முடிந்தது. ஏனெனில்

இராணுவத்தில் இஸ்லாமியவாதிகளின் ஊடுருவலை அது குறைத்து மதிப்பிட்டதேயாகும். டிசம்பர் 1999-ல் நான் லாகூரிலிருந்தபோது ஒரு சங்கடப்படுத்தும் நிகழ்ச்சிப் பற்றி என்னிடம் கூறப்பட்டது. இந்தியர்கள் தமது பாகிஸ்தானிய சகாக்களிடம் போர் நிறுத்த ஒப்பந்தத்துக்கெதிராக கார்கில் திராஸ் பகுதியில் ஒரு மலையில் பாகிஸ்தானிய துருப்புக்கள் இன்னும் இருக்கின்றன என்று கூறினர். ஒரு மூத்த அதிகாரி சென்று ஆய்வு செய்து அந்த முகட்டிற்குப் பொறுப்பான காப்டனை பாகிஸ்தானிய எல்லைக்கோட்டுக்குத் திரும்பச் சொன்னார். அந்தக் காப்டன் அந்த மூத்த அதிகாரியையும், இராணுவ உயர் தலைமையையும் இஸ்லாமிய நோக்கத்தைக் காட்டிக் கொடுப்பதாகக் குற்றம் சாட்டிவிட்டு அவரை சுட்டுக் கொன்றான். அந்த இஸ்லாமிய அதிகாரி இறுதியில் ஆயுதம் பிடுங்கப்பட்டு, இரகசிய இராணுவ நீதிமன்றத்தால் விசாரணை செய்யப்பட்டுக் கொல்லப்பட்டான்.

பரவலாக ஒப்புக்கொள்ளப்படுவதுபோல் 25லிருந்து 30 சதவிகிதம் இராணுவத்தினர் இஸ்லாமியவாதிகளாக இருப்பார்களேயானால் ஜிகாதிக்களுக்கெதிராகச் செயல்பட மறுப்பது புரிந்து கொள்ளக்கூடியதே: ஒரு உள்நாட்டுப் போரைத் துவக்க அது கலவரப்படுகிறது. முஷாரபுக்கு ஒரு தீவிரமான பிரச்சனை உண்டு; அது அவருடைய பிரச்சனை மட்டுமல்ல. அடிப்படைவாதிகள் பத்தாண்டுகளில் தாம் இராணுவத்தையே கட்டுப்படுத்துவோமென்று தம்பட்டமடித்து வருகின்றனர். எனவே, பாகிஸ்தான் ஒரு மரண பிம்பத்தை நோக்கி நகர்கிறது; அணுசக்தி துப்பாக்கிக் குதிரையின் மீது இஸ்லாமிய விரல். இதுதான் வாஷிங்டன் தில்லி, சீன மனங்களை ஆக்ரமித்துள்ளது, எனினும் அதை அதிகமாக வெளிக்காட்டவில்லை.

பாகிஸ்தான், இந்தியா இரண்டுமே காஷ்மீரின் விடுதலை என்ற நோக்கத்தை ஆதரிக்கவில்லை. பீகிங்கோ திபெத்தின் விளைவுகள் குறித்துக் கவலைப்படவில்லை. எனினும் காஷ்மீர் மக்கள் விடுதலையை விரும்புவதுபோல் தான் தோன்றுகிறது. பள்ளத்தாக்கிலேயே, பரூக் அப்துல்லாவும் அவரது பா.ஜ.க தோழர்களும் கரண்சிங் ஆதரவுடன் காஷ்மீர் பிரதேசத்தை மத, இன அடிப்படையில் எட்டு கூறுகளாகப் பிரித்து விட முயல்கிறார்கள். அதேசமயம் ஜம்மு காஷ்மீர் விடுதலை இயக்கம் அது விரும்பக்கூடிய எல்லைகளையுடைய, தற்போதைய இந்தியா, பாகிஸ்தான், சீனாவின் பகுதிகளை உள்ளடக்கிய சுதந்திர காஷ்மீரின் வரைபடத்தை வெளியிட்டுள்ளது. அந்த அமைப்பின் தலைவர்களில் ஒருவரான ஹஷிம் குரேஷி என்னிடம் அவர்களுக்கு ஒரு நவீன தேசத்தின்

அனைத்துத் துணை அமைப்புகளும் தேவையில்லை என்று கூறினார். அவர்களுக்கு இராணுவம் வைத்துக் கொள்வதில் ஆவலில்லை. மூன்று போர்களுக்குக் காரணமான காஷ்மீர் எல்லையை சீனா, இந்தியா, பாகிஸ்தான் ஆகியவை உறுதிப்படுத்தினால் அதுவே அவர்களுக்கு மகிழ்ச்சியளிக்கும். காஷ்மீர் இரண்டாவது மதச்சார்பற்ற, பல கலாசார சுவர்க்கமாக, பாகிஸ்தான் இந்தியா குடிமக்கள் இருவரும் வரக்கூடிய இடமாக மாறும்.

இந்தக் கணத்தில் அது மிக நல்ல, ஆனால் கற்பனையான நம்பிக்கை. அரசியல் பரப்போ மிகவும் நடக்க முடியாத ஒன்று. (பாகிஸ்தானில் ஒரு ஜிஹாதி குழு சில வாரங்களுக்கு முன் போராட்டத்துக்கு நிதி கோருகிறது: ஜிஹாதிக்கு ஒருவேளை பகல் உணவளிக்க ரூ.1,40,000; ஒரு கலனிஷ்கோவ் விலை ரூ.20,000 ஆக கொடுக்கப்படுகிறது. ஒரு குண்டின் விலை ரூ.35; ஒரு கென்வுட் வயர்லெஸ் விலை ரூ.28,000).

செப்டம்பர் 11, இங்கு வசிக்கும் மக்களுக்கு எதையும் மாற்றி விடவில்லை. ஜெயிஷ் இ முகமது குழு சில நாட்களுக்குப் பிறகு ஸ்ரீ நகரில் ஒரு கொடூரமான பயங்கரவாதச் செயலை அரங்கேற்றியது. அதில் நாற்பது பேருக்கு மேல் இறந்தனர். அதே குழுதான் சில வாரங்களுக்குப் பின் பாஹாவல்பூர் என்ற பாகிஸ்தானிய நகரில் ஒரு கிறிஸ்தவக் குழுவைக் கொன்றது. இந்தக் குழுவின் ஆயுதங்களைப் பறிக்க முடியாததற்கு ஒரு காரணம் இது பாகிஸ்தானிய இராணுவ உளவுப் பிரிவால் உருவாக்கப்பட்டது என்பதாகும். அதிகாரபூர்வமானதற்கும், அதிகாரபூர்வமற்றதற்கும் உள்ள தொடர்புகள் துண்டிக்கப்பட முடியாதவை. இந்தியா இதற்கு பதிலடியாக பாகிஸ்தான் நிலப்பரப்புக்குள் சில இலக்குகள் மீது குண்டு வீசியது. செய்தி மிகத் தெளிவானது. மேற்கு ஆஃப்கானிஸ்தானுக்கு தண்டனை வழங்க முடியுமென்றால் இந்தியாவும் அதையே பாகிஸ்தானுக்குச் செய்ய முடியும். இந்தக் குழுக்களில் ஒன்று இந்தியப் பாராளுமன்றத்தின் மீது பயங்கரவாதத் தாக்குதலை டிசம்பர் 2001-ல் நடத்தியதானது இரு நாடுகளுக்குமிடையே ஏறத்தாழ போர் மூளும் நிலைக்கு இட்டுச் சென்று விட்டது. பாகிஸ்தான் அடிப்படைவாத இராணுவங்களின் தலைவர்களுக்கெதிராகச் செயல்பட்டது. ஆனால் உறுப்பினர்கள் மாயாஜாலமாகக் காணாமல் போய்விட்டனர்.

1947 பிரிவினையுடன் துவங்கிய தெற்காசிய வரலாற்று அத்தியாயம் முடிக்கப்பட வேண்டும். பெரும்பாலான மக்கள் உறுதியான அமைதியைக் கோருகிறார்கள். இப்போது அந்தப் பிரதேசத்தில் மூன்று பெரிய பிரதேசங்கள் உள்ளன: இந்தியா, பாகிஸ்தான்,

பங்களாதேஷ். மொத்த ஜனத்தொகை ஒரு பில்லியன் மனிதர்களையும் தாண்டும். எல்லைகளில் நேபாளம், பூடான், ஸ்ரீலங்கா ஆகியவை உள்ளன. பல மொழி பேசும் இந்தப் பிரதேசம் பொதுவான கலாசாரத்தையும், வரலாற்றையும் பகிர்ந்து கொள்கிறது. பொருளாதார, அரசியல் தர்க்க வாதம் குடியரசுகளின் தாமே முன்வந்து இணைந்த சம்மேளனத்தை, தெற்காசிய யூனியனைக் கட்டுவதை வேண்டுகிறது. இத்தகைய ஒரு கட்டமைப்பில், எந்த ஒரு நாடும் தனது இறையாண்மைக்குச் சவாலை சந்திக்காது, ஸ்ரீலங்காவின் தமிழ் பிரதேசத்துக்கும், காஷ்மீருக்கும் முழுமையான தன்னாட்சியை அளிக்க முடியும். பகிர்ந்து கொண்ட இறையாண்மை ஒன்றுமில்லாததற்கு எவ்வளவோ மேலானது. இராணுவச் செலவைப் பெருமளவு குறைப்பதும், சீனாவுடனும் தூரக் கிழக்குப் பிரதேசங்களுடனும் வர்த்தக உறவுகளை மேம்படுத்துவதும் ஒட்டுமொத்தமாகக் கண்டத்துக்கே கூட நன்மை பயக்கும். இந்தக் காலத்தில் பேரரசு ஒரு நடுநிலையாளர் பாத்திரத்தையே வகிக்க விரும்புகிறது. ஆனால் அது அளிக்கும் தீர்வுகள் அதன் நலனையே முன்னிலைப்படுத்தும். கிழக்காசிய நாடுகளும் சீனாவும் பேரரசின் இடைநிலைப் பாத்திரத்தை விட்டுவிட்டு நேரடியாகப் பேசுவது அறிவுடைமையாக இருக்கும். அவ்வாறு செய்யாவிட்டால் அவர்கள் இந்த நூற்றாண்டின் இறுதியில் ஒரு சமயத்தில் பேரரசின் நகராத பார்வையில் மிகுதியான முதலாளித்துவ சக்திகள் சீனாவிலும் இந்தியாவிலும் பிளந்து எழுவதைக் காண்பார்கள். இப்போது அப்படி ஒரு சிந்தனை உள்ளது.

19

காக்கி வண்ணம்

பாகிஸ்தானின் ஐம்பத்து நான்கு ஆண்டுகால வரலாறு பொதுமக்கள் மற்றும் அரசியல்வாதிகளுக்கிடையில் தொடர்ந்த நீண்ட போராட்டங்களாக இருந்துள்ளது. அரசு அதிகாரிகள் இரு தரப்புக்கும் சார்பாகச் செயல்பட்டிருக்கின்றனர். புள்ளிவிவரம் வெற்றியாளரை வெளிப்படுத்துகிறது. பொறுப்பெடுத்துக் கொள்ளாத அதிகாரிகளும், அவர்களது பழக்கப்படுத்தப்பட்ட அரசியல்வாதிகளும் பாகிஸ்தானை பதினொரு ஆண்டுகள் ஆண்டனர்; இராணுவம் நாட்டை இருபத்தொன்பது ஆண்டுகள் ஆண்டது; அதேசமயம் தேர்ந்தெடுக்கப்பட்ட பிரதிநிதிகள் பதினைந்து ஆண்டுகள் ஆண்டனர். இது ஒரு அவலமான பதிவு. கடந்த ஆய்வில் பாகிஸ்தான் ஜெனரல்கள் எந்த மறைபொருளான ஜனநாயகம், இஸ்லாம் அல்லது பாகிஸ்தானுக்கு விசுவாசமாக இருந்ததை விட அவர்களை உருவாக்கிய நிறுவனத்துக்கும் அதன் சர்வதேசப் பின்னணியினருக்கும் விசுவாசமாக இருந்தனர். இப்போதைய நாடு 1947-க்கும் 1970-க்கும் இடையில் சுருக்கப்பட்ட கருத்துரு. பழைய தேசத்தின் உடைப்பும் அதன் பெரும்பாலான ஜனத்தொகை விலகியதும் (பங்களாதேஷுக்கு) தேர்தல் களத்தின் முடிவை இராணுவம் மதிக்கத் தவறியதன் நேரடி விளைவு. இந்தச் சூழ்நிலையில் நாட்டை ஒன்றாக வைத்திருப்பது இராணுவ நிறுவனம்தான் என்ற சுயபிம்பம் ஏறக்குறைய அவலட்சணமானது.

அக்டோபர் 1999-ல் பாகிஸ்தான் இராணுவம் ஆட்சியைக் கைப்பற்றிய போது உள்நாட்டிலும் வெளியிலும் கொஞ்சம் மகிழ்ச்சிக் கொண்டாட்டம் இருந்தது. அது பல பத்தாண்டுகளில் ஏற்பட்ட நான்காவது கலகம், ஆனால் அமெரிக்கா கடுமையான மகிழ்ச்சியின்மையை வெளிப்படுத்திய முதல் கலகம். இதுவும், புதிய இராணுவ ஆட்சியாளரின் நவீனத்துவ வார்த்தை ஜாலமும் நாட்டின் மிக முக்கியமான அரசியல்வாதி நவாஸ் ஷெரீஃபின் நீக்கமும் ஒரு மறதி நோய் அலையைக் கிளப்பிவிட்டன. ஏதோ இராணுவம்

இல்லாது போய்விட்டது போலோ அல்லது ஆச்சர்யமூட்டும் வகையில் மாறிவிட்டது போலோ தோன்றியது. நியூயார்க்கிலும் லாகூரிலும் உள்ள தாராளவாத பண்டிட்டுகள் தமது பிடியை இழந்தனர். அதேசமயம் லண்டன் ரிவ்யூ ஆஃப் புக்ஸில் அனடால் லெய்வன் முஷாரஃப்பின் நிர்வாகத்தை பாகிஸ்தானில் ஒரு தலைமுறையில் மிகவும் முற்போக்கானது என்று விவரித்தார். பாகிஸ்தானின் இரு பாலுறுப்புக் கொண்ட சமூகம் இந்தக் கேவலமான சுபிட்ச மனோநிலையிலிருந்து தம்மை விலக்கி நின்றது.

தெற்காசியக் கலாசாரத்தில் இருபாலுறுப்பினர் வழக்கமற்ற இடத்தை நீண்ட காலமாக ஆக்கிரமித்து வந்துள்ளனர். பல நூற்றாண்டுகளாக அவர்கள் திருமணங்களுக்குத்தீய எண்ணத்தை உண்டாக்கக் கூடிய பாடல்களைப் பாடவும் ஆடவும் அழைக்கப் பட்டனர். ஒரு ஆணாதிக்க சமுதாயத்தில் அவர்களது தனியான உடலமைப்பால் அவர்களது நகைச்சுவைகளும், ஏளனங்களும் அதிகமாக ஏற்கப்பட்டன. ஆணுமல்ல, பெண்ணுமல்ல அவர்கள் இருபாலினத்தையும் தீங்கின்றி வெளிப்படுத்த முடியும். இது அவர்களுக்கு நகரங்களிலும், கிராமங்களிலும், ஆண்களுக்கும் பெண்களுக்கும் மறுக்கப்பட்ட பாலியல் வார்த்தை சுதந்திரத்தைப் பெற்றுத் தந்தது.

பாகிஸ்தானில் இரு பாலினப் பாடகர்கள் அரசியல் ஏளனத்தில் கூர்மையான பாதையை வளர்ப்பதன் மூலம் காக்கி சட்டைக்குப் பழக்கிக் கொண்டனர். முதல் மூன்று இராணுவ சர்வாதிகாரங்களின் போது அவர்களது ஜெனரல்கள் மீது அநாகரிகமான தாக்குதலைக் கண்டு திருமண விருந்தினர்கள் ஸ்தம்பித்துப் போயினர். அங்கிருந்த குறைந்த பதவியுடைய இராணுவ அதிகாரிகள் மற்றவர்களுடன் சேர்ந்து சிரித்தனர். இருபாலினத்தவர்தானே அப்படிக் கூறுவது. அவர்களது அரசியல் விமர்சனப் பார்வை அவர்களது பொருட் தேவைகளிலிருந்துதான் எழுகிறது என்பது அனைவருக்கும் தெரியும். காரணம் என்னவாக இருந்தாலும் துணிச்சலான பாடகர்கள் முஷாரஃப்பின் கலகத்தை அன்புடன் அணுகவில்லை. 9/11க்குப் பிறகு அவர்களது பார்வையாளர்களுக்குக் கீழ்க்கண்ட புதிரை மிகவும் அசிங்கமான ராகத்துடன் இசைப்பார்கள்: ‘நிற பழுப்புமுடையதும் வெள்ளை மாளிகையிலிருந்து வரும் வெள்ளை மனிதனின் வெள்ளைக் கைகளால் வருடப்பட்டதும் உசுப்பி விடப்பட்டு நிமிரவும் செய்வது எது? ஜெனரல் முஷாரஃப். பாகிஸ்தானின் பெரும்பகுதி மக்கள் தமது அரசியல்வாதிகளின் விதியைக் கண்டு கொள்ளவில்லை. ஆனால் சிலர்தான் அதில் இராணுவத்தின் பங்கு பற்றி ஒரு மாயத்தோற்றத்தை வைத்திருந்தனர். பல தாராள,

இடதுசாரி அறிவுஜீவிகளை விட பொதுமக்களின் உள்ளுணர்வு மிக முன்னேற்றமடைந்ததாக இருக்கக் கூடும். ஆனால் நாட்டின் நாடோடி இருபாலினப் பாடகர்கள் இவர்கள் இருவரையும் விட முன்னேறியிருந்தார்கள்.

இராணுவத் தலைமைத் தளபதி ஜெனரல் முஷாரஃப் தமது பதவியைத் தக்க வைத்துக் கொள்ள மட்டும் நாட்டைக் கைப்பற்றவில்லை. (அவர் ஸ்ரீலங்காவுக்கு அதிகாரப்பூர்வ பயணம் சென்றிருந்தபோது நீக்கப்பட்டு பிரதமரால் வேறு ஒருவர் நியமிக்கப்பட்டார்) நாட்டின் அரசியல் வாழ்வில் இராணுவத்தின் மேலான நிலையை மீண்டும் நிலைநிறுத்தவும்தான். பாகிஸ்தானின் இராணுவத் தலைவர்கள் சிவிலியன் அரசியல்வாதிகளின் குறுக்கீட்டை நீண்ட காலத்துக்குப் பொறுத்துக் கொண்டதில்லை. இராணுவம் தன் கையில் உறுதியான கட்டுப்பாட்டில் உள்ளதென நம்பிய கடைசியாகத் தேர்ந்தெடுக்கப்பட்ட தலைவருக்கு (ஜுல்பிகர் அலிபுட்டோ) அந்தக் கருத்தைக் கொடூரமாகத் திருத்த வேண்டியிருந்தது. ஐந்து மூத்த அதிகாரிகளின் தலைக்கு மேல் தூக்கி அவரால் பதவி உயர்வளிக்கப்பட்ட புட்டோவின் பிரியமான ஜியா உல் ஹக்-கால் 1977-ல் பதவியிலிருந்து நீக்கப்பட்டு இரண்டாண்டுகளுக்குப் பின் தூக்கிலிடப்பட்டார். நவாஸ் ஷெரீஃப் அதிர்ஷ்டம் செய்தவர். சிறையிலிருந்து அவரது விடுதலைக்கு ஏற்பாடு செய்து சவுதி அரேபியாவில் வசதியாகத் தஞ்சம் புகுவதை வாஷிங்டன் உறுதி செய்தது.

பாகிஸ்தானின் 'தலைமை நிர்வாகி'யாகப் பொறுப்பேற்ற நாளிலிருந்து முஷாரஃபின் முதல் விருப்பம் வாஷிங்டனுடன் ஒரு உடன்பாட்டுக்கு வருவதில் இருந்தது. ஆனால் இராணுவம் கைப்பற்றுவதற்கெதிராக விவாதித்திருந்த கிளிண்டன் நிர்வாகமே நீண்ட கால ராஜப்பிரதிநிதியின் ஒரு தலைப்பட்சமான நடவடிக்கையால் எரிச்சலடைந்து ஆழ்ந்த மௌனத்தில் இருந்தது. பிறகு வாஷிங்டனில் ஆட்சி மாற்றம் ஏற்பட்டது. அதைத் தொடர்ந்து 9/11 பயங்கரவாதத் தாக்குதல். ஒரு முன்னணி நாட்டின் சேவையும் அதன் அனுபவம் மிக்க இராணுவப் படையும் இப்போது பேரரசின் தேவைகளாயின. மீண்டும் உடனடியான சுத்தமாக்கல் ஆஃப்கானிஸ்தானுக்குத் தேவைப்பட்டது. 1978-79 ல் அமெரிக்கா காபூலில் இடதுசாரி அரசை நிலைகுலையச் செய்ய ஏற்பாடு செய்தது. அந்தச் சமயத்தில் கம்யூனிஸ்ட் இருபாலார் படிப்பு முறை எவ்வாறு ஆஃப்கானிய பெண்கள் மீதான பாரம்பரிய அடிமைத் தனத்தை உடைத்தெறிகிறது என்பதற்கு முக்கியத்துவம் அளிக்கப்பட்டது. அந்த நேரத்தில் வெள்ளை மாளிகை ஒசாமா பின் லேடன் மற்றும்

அவரது படைகள் மூலமாக ஜிஹாதை நடத்த முடிவு செய்தது. அந்தப் போரும் கூட துர்விதி படைத்த ஒரு பாகிஸ்தானிய சர்வாதிகாரியான ஜியா உல்.ஹக்[62] மூலமாகத்தான் நடந்தது. மேற்கத்திய ஆயுதங்கள் வெற்றியை உறுதி செய்தன.

இப்போதுதான் வெற்றியின் இலாபங்களை வெளிப்படுத்தும் நேரம். ஜியாவின் அடுத்த வாரிசுகள் ஆஃப்கானிஸ்தான், பாகிஸ்தானின் அதிகாரபூர்வமற்ற பாதுகாப்பிலுள்ள தேசமாவதை உறுதி செய்தனர். தனது சொந்த மக்களையே தோல்வியடையச் செய்யும் வழக்கமுடைய ஒரு இராணுவத்தின் ஒரே ஒரு வெளிநாட்டு வெற்றி. ஆனால் தாலிபானின் 'காப்பகம்' கலைக்கப்பட்டு ஒசாமா பின்லேடனை 'உயிருடனோ பிணமாகவோ' கைப்பற்றப்பட வேண்டியிருந்தது. இந்த முறை மேற்கத்திய பிரச்சாரம் பெண்கள் மீதான அடக்குமுறையை தாலிபானின் முக்கியக் குற்றங்களில் ஒன்றாக அடிக்கோடிட்டது. வரலாற்றைச் சட்டப்பூர்வமற்றதாக ஆக்கிய ஒரு கலாசாரத்தில் சில குடிமக்களுக்கு இருபது ஆண்டுகளுக்கு முன் பிரெஞ்சு தத்துவவியலாளர்களும் வெள்ளை மாளிகை உபகரணக் குஞ்சுகளும் மதப்பித்தர்களை விடுதலைச் சக்திகளாக ஆவேசமாகப் பாதுகாத்தன என்பதை நினைவு கூர முடிந்தது.

பெண்டகனுக்கும், பாதுகாப்பு உளவுத்துறைக்கும் வசதியாக இராணுவம் ஏற்கனவே பாகிஸ்தானில் அதிகாரத்தில் இருந்தது. ஒரு புதிய கலகத்தை ஏற்பாடு செய்யும் நேரமும் சக்தியும் வாஷிங்டனுக்கு மிச்சம். ஜெனரல் முஷாரஃபின் நேரம் வந்து விட்டது. ஒரே இரவில் அவர் ஹலால் ஆகிவிட்டதுடன், புஷ்ஷாலும், பிளேராலும் வெள்ளை மாளிகையிலும், 10, டவுனிங் தெருவிலும் விருந்தளிக்கப்பட்டார். முந்தைய சமயங்களில் இதே இடங்களில் ஒசாமாவின் நண்பர்களை ரீகனும், தாட்சரும் வரவேற்றுள்ளனர். கூட்டாளிகளும் எதிரிகளும் மாறிவிட்டனர். ஆனால் வழிமுறைகள் அப்படியே நிலைத்தன. நிறுவன ரீதியான தொடர்ச்சியை பாகிஸ்தான் இராணுவம் அளிப்பது மறுஉறுதியை அளித்திருக்க வேண்டும். அதன் பங்குக்கு இராணுவ உயர் தலைமை, வாஷிங்டனுடன் மீண்டும் பிறந்த கூட்டணி அதன் இந்திய எதிரிக்குக் கடுமையான அடி என்ற பார்வையில் ஒற்றுமையாக இருந்தது.

பாகிஸ்தானிய பொது அறிவுத்துறை கூட மகிழ்ச்சியான மனநிலையில் இருந்தது. அவர்கள் தோல்வியடைந்த நாடாக இருக்கலாம். ஆனால் இனியும் தீண்டத்தகாதவர்களல்ல. அவர்களது சொந்த நாட்டு இராணுவம் முதன்மையான மறைவான படையாகவும், முழு நாடும் நடவடிக்கைக் களமாகவும் உள்ள புதிய ஏகாதிபத்தியப்

போர் அவர்கள் மீண்டும் தேவையென்பதை உணர்த்தியது. அது பணம் கிடைப்பதையும், நாட்டின் கடன் மாற்றி அமைக்கப்படும் வாய்ப்பையும் உணர்த்தியது. அறிவுஜீவிகளின் மிக தாராளப் பிரிவு பாகிஸ்தானில் அச்சமூட்டும் இஸ்லாமியவாதிகளின் பிடியை இந்த முறை நிரந்தரமாக அழிக்கும் வகையில் பெண்டகன் முஷாராஃப் கூட்டணி அமைய வேண்டுமெனக் கற்பனை செய்தது. எவ்வளவு முறை அவர்களது கற்பனை கடந்த காலத்தில் காட்டிக்கொடுக்கப் பட்டிருக்கிறது என்பதைக் காணாமல் அதன் பிரதிநிதிகள் மீண்டும் அவர்களது பிரதேசம் பாதுகாப்பற்று விடக்கூடாதென வேண்டுகோள் விடுக்க இப்போது வாஷிங்டனுக்கு பயணம் மேற்கொண்டனர். அவமானப்படுத்தப்பட்ட அரசியல்வாதிகளான நவாஸ் ஷெரீப் மற்றும் பெனாசிர் புட்டோ ஆகியோரின் தூதர்கள் பரிதாபமாக இருந்தாலும் அறியப்பட்டவர்களாக புகைமூட்டமாகக் கீழிருந்து இராணுவத்தை நம்ப வேண்டாமென அரசுத்துறையின் கீழ்மட்ட அதிகாரிகளை அறிவுறுத்தினர்.

முஷாரஃபின் சொந்தப் புகழ் ஒத்த தன்மையற்றதாக ஆகிவிட்டது. அரசுத் துறையால் அதிகமாகப் புகழப்பட்ட அவர் உள்நாட்டில் எந்தத் தீவிர நடவடிக்கையையும் குறைவாகவே எடுக்க விரும்பினார். விவரமற்ற அவரது முன்னோடிகளைப் போலவே அவரும் ஊழலை ஒழிக்கவும், ஏழைகளுக்குக் கல்வி புகட்டவும், உண்மையான ஜனநாயகத்தை நிலைநாட்டவும் உறுதி அளித்திருந்தார். முழு நிறைவுக்கான பாகிஸ்தானின் பாதை எப்போதுமே இதே நோக்கங் களால் வகுக்கப்படும். ஏன் இத்தனை தாராள வர்ணனையாளர்கள் ஏமாற்றப்பட்டனர்? விரக்தி இதற்குப் பாதி காரணம். அவர்கள் ஏமாற விரும்பினர். கமால் அடாடுர்க் மீது புகழாரமிக்க குறிப்புகள் நிறைந்த அவரது வார்த்தை ஜாலம் அவர்களைத் திசை திருப்பியது அதற்குப் பாதிக் காரணம். மேலும் முஷாரஃபின் சமூகக் கலாசாரப் பின்னணி இன்னொரு பகுதிக் காரணம். பெரும்பாலான இராணுவ உயர் தலைமையைப் போல் முஷாரஃப் ஒரு பஞ்சாபி அல்ல. நாட்டில் ஆதிக்கம் செய்த பாரம்பரிய நாட்டு அறிவுஜீவிகளுடன் அவருக்குத் தொடர்பில்லை. அல்லது அவர் ஒரு போதை வியாபாரியின் சம்பளப்பட்டியலிலோ குற்றச்சாட்டற்ற தொழிலதிபருடன் நெருக்கமாகவோ இல்லை. அரசியல் ஞானத் தந்தைகள் அளித்த ஆதரவை அவர் உதறிவிட்டார். 1947 பிரிவினையின்போது இந்தியாவிலிருந்து கிளம்பி தூய்மையான இடத்திற்கு அடைக்கலம் தேடிச்சென்ற படித்த குடும்பத்தைச் சேர்ந்தவர் அவர். அவரது அன்னை தமது புதல்வர் புகழின் உச்சியை எட்டிய பிறகு அளித்த ஒரு பேட்டியில் சாதாரணமாக ஐம்பதுகளில்

அவரே இளமையாக இருந்தபோது சஜ்ஜத் ஜாஹீர். மற்றும் சிபித் ஹஸன்[63]

போன்ற முற்போக்கு அறிவு ஜீவிகளால் தான் கவரப்பட்டதை வெளிப்படுத்திவிட்டார். அவர் தனது கருத்துகள் மரபணுரீதியாக தனது மைந்தனுக்கு சென்று சேர்ந்ததாகவெல்லாம் குறிப்பிடவில்லை. ஆனால் மிகுந்த விரக்தியில் வாழ்ந்த பாக்கிஸ்தானின் தாராளவாத மக்கட்பகுதி ஏதேனும் துரும்பு கிடைக்காதா என காத்துக் கிடந்த காரணத்தால் இதனை பெரிதாக எடுத்துக் கொண்டது.

புதிய ஆளும் அதிகாரக் குழு உருவாகி சில மாதங்களிலேயே பெரிதாய் ஏதும் மாற்றமிருக்கப் போவதில்லை என்பது தெளிவானது. முஷாரஃப் தனது நண்பரும், சக ராணுவ அதிகாரியுமான பணியாளருமான ஜெனரல். அம்ஜத்தை தேசிய பொறுப்பாட்சி குழு (NAB- National Accotability Bureau) தலைவராக நியமித்தார். இந்த அமைப்பு நேர்மையற்ற அதிகாரிகள், அரசியல்வாதிகள், தொழிலதிபர் களை கண்டறிந்து அவர்களது மோசமான செயல்களைத் தடுப்பது, குற்றமிழைத்தவர்களை தண்டிப்பது ஆகியவற்றை நோக்கமாகக் கொண்டது. ராணுவத்தில் கறைபடியாத கரங்களுடன் இருந்த ஒரு சிலரில் அம்ஜத்தும் ஒருவர். கறாராக விதிகளின்படி நடப்பது என்பதில் அவருக்கிருந்த முரட்டுப் பிடிவாதம் அவர் இளநிலை அதிகாரியாக இருந்தபோதே ஒரு 'வினோதப் பிறவி' எனும் பெயரை அவருக்குப் பெற்றுத் தந்திருந்தது. ஒரு முறை ஒரு மூத்த ஜெனரல் தனது இல்லத்தில் அளித்த விருந்திற்காக ராணுவத்தின் உணவகம் பயன்படுத்தும் வெள்ளிப் பாத்திரங்களை இரவல் வாங்க முயற்சித்தபோது அதை கூடாது என ஒற்றைக் காலில் நின்று தடுத்த சம்பவம்கூட உண்டு. அவரது முரட்டு நேர்மையை பொதுவிடத்தில் கேலி பேசி சிரிக்கும் அதிகாரிகள் கூட உள்ளூக்குள் அவர் மீது மரியாதை கொண்டிருந்தனர். அவரை முஷாரஃப் NAB-யின் தலைவராக நியமித்தது வெறும் விளையாட்டு அல்ல. அவர் நியமிக்கப்பட்ட பதினைந்து நாட்களுக்குள் கலகக்காரரும், அதிகார பீடங்களுக்கு எதிரானவருமான அமெரிக்க வழக்கறிஞர் வில்லியம் எஃப் பெப்பர் அவர்களை நியமித்தார். பெனசீர் புட்டோவும் அவரது திமிர் பிடித்த கணவரான அஸிஃப் ஜர்தாரியும் இஸ்லாமாபாத்தில் பிரதமரின் அதிகாரபூர்வ இல்லத்தில் இருந்தபடி முறைகேடுகள் செய்து சம்பாதித்த பணம் எங்கு சென்றுள்ளது என்பதைத் தேடிக் கண்டுபிடிக்கச் செய்தார். அதேபோல வங்கிகளில் கடன் பெற்றுவிட்டு வட்டி கட்டாமல் ஏமாற்றித் திரிந்த தொழிலதிபர்களை கைது செய்யவும் அம்ஜத் ஆணையிட்டார். அதே செயலை செய்திருந்த அரசியல்வாதிகள் பெயர்களை எல்லாம்

செய்தித் தாள்களில் வெளியிடச் செய்தார். பெயர்களை வெளியிட்டு அவமானப்படுத்துவது உளவியல் ரீதியான தண்டனைதான். ஆனால் அவையெல்லாம் முற்றிப் போன புற்று நோய்க்கு போதுமான சிகிச்சையாக இருக்கவில்லை. நாட்டில் ஒரே ஒரு தூய்மையான அமைப்பையாவது புதிதாக உருவாக்குவதுதான் ஒரே வழியென்று அம்ஜத் தனது மேலதிகாரியான முஷாரஃபிடம் விளக்கினார். அவ்வாறு செய்தால் மட்டுமே அரசியல்வாதிகளுக்கும் அரசின் உயரதிகாரிகளுக்கும் சிறிதேனும் அச்சம் வரும் என்பதையும் விளக்கினார். அம்ஜத் இந்த சுத்திகரிப்புப் பணியை முழுமையாகச் செய்து முடிக்க முனைந்தார்.

ஆனால் முஷாரஃப் இந்த சாகசச் செயலின் அளவைத் தடைசெய்தார். அது இராணுவத்தின் உயர் தலைமையைப் பிரித்து ஒழுக்கமிழக்கச் செய்யுமென்பதுடன் ஒழுக்கம் இழந்தால் அது இராணுவத்தில் எந்தப் பதவியிலிருப்பவனும் அதிகாரத்தைக் கைப்பற்ற முடியும் என்று நினைக்கும் நிலையுள்ள மத்தியக் கிழக்கு மற்றும் லத்தீன் அமெரிக்க இராணுவ நிலைக்கு மாறுபட்டதாக இருக்காது. அம்ஜத் அதற்கு உடன்படவில்லை. அவர் தேசிய செய்தி துறையிலிருந்து நீக்கப்பட்டு இராணுவப்படை கமாண்டராகத் திருப்பியனுப்பப்பட்டார். சிறையிலிடப்பட்ட முதலாளிகள் விடுதலை செய்யப்பட்டனர்; அவமானப்படுத்தப்பட்ட அரசியல்வாதிகள் மொத்தமாக நிம்மதிப் பெருமூச்சு விட்டனர். இந்த வார்த்தைகளின் ஒவ்வொரு வகையிலும் எல்லாம் வழக்கம்போல் நடைபெறத் துவங்கின.

முஷாரஃப் தனது சொந்த வரலாற்றை வரைந்து கொண்டிருந்தார். ஆனால் கடுமையான வெளி வட்டத்துக்குள்தான். சர்வதேச அளவில், அமெரிக்கப் பேரரசு மற்றும் அதன் நிதி நிறுவனங்களின் நசுக்கும் வலிமை, உள்நாட்டில் தமது முந்தைய இராணுவ சர்வாதிகாரிகள் வழங்கிய காசுகளுடன் திருப்திப்பட வேண்டியிருந்தது. ஜெனரல் அம்ஜத்தை ஓரங்கட்டும் முடிவு உள்நாட்டு முதலாளித்துவத்தை அமைதிப்படுத்தி விட்டது. நியூயார்க் வங்கியாளர் ஷவுகத் அஜீஸை நாட்டின் நிதியமைச்சராக நியமித்தது ஐ.எம்.எஃப்.பையும் உலக வங்கியையும் திருப்திப்படுத்தியது. ஆனால், இன்னும் உள்ள ஒரு பிரச்சனை நாட்டை எவ்வாறு நிர்வகிப்பது என்பதுதான். அவருக்கு முன்பிருந்த ஜெனரல்கள் அயூப் மற்றும் ஜியா போல் தம்மையும் வெல்ல முடியாதவராக ஆக்கிக் கொள்ள முஷாரஃப் இப்போது முயன்றார். தற்காலிகமாகத் தனது சீருடையை விட்டார். உள்நாட்டு உடையை உடுத்திக் கொண்டார், முட்டாள் தனமும், ஒப்புக் கொள்ள முடியாததுமான ஒரு தலைப்பாகையைக்

கட்டிக் கொண்டார். தனது அரசியல் வாழ்க்கையை ஒரு 'பொதுப்' பேரணியில் துவக்கினார். அந்தப் பேரணியில் சிந்திலுள்ள ஒரு நட்பான நிலச்சுவான்தார் அழைத்து வந்த பண்ணையடிமை விவசாயிகள் நிரம்பியிருந்தனர். கருத்துக்கணிப்பு என்பது சட்டப்பூர்வ உரிமை பெற சர்வாதிகாரிகள் எல்லாக் காலங்களிலும் உபயோகிக்கும் மதிப்புமிக்க ஆயுதம். தனக்கு ஆதரவாகப் பொதுஜனக் கருத்தை மோசடி செய்யும் முடிவு அவரது பெரும்பாலான தாராளவாத ஆதரவாளர்களின் தவறான எண்ணங்களை நீக்கியது. பெரும்பாலான தேர்தல் வாக்காளர்கள் வீட்டிலேயே இருக்க அரசு ஊழியர்களும், சிப்பாய்களும், பண்ணையாட்களும் வாக்குச்சாவடிக்குச் சென்று தலைமை நிர்வாகியைத் தேர்ந்தெடுக்கப்பட்ட ஜனாதிபதியாக மாற்றினர். எதுவும் மாறுவதில்லை.

அடுத்த கட்டமும் முன்கூட்டியே தீர்மானிக்கப்பட்டது. அவரது அரசுக்கு ஒரு பொதுஜனத் தோற்றத்தை அளிக்க ஒரு சர்வாதிகாரிக்கு என்ன தேவை? பட்டியலில் முதலிடம் அரசியல் கட்சி. சுற்றியிருக்கும் பைத்தியங்கள் அது பெரிய விஷயமல்ல என்று அவருக்கு உறுதியளிக்கிறார்கள். பழைய குப்பையிலிருந்து ஒரு பக்குவமற்ற உபகரணத்தை எளிதாக வடிவமைக்க முடியும். வெளியிலுள்ள நடத்தை கெட்ட விலைமகள் போல் நாட்டின் ஸ்தாபகக் கட்சியான முஸ்லிம் லீகுக்கு குளிப்பாட்டி, சவுரி அணிவித்து, சாயம் பூசி, பெரிதாக அலங்கரித்து எப்போதும் வளர்ந்து வரும் தகுதியுள்ள மாப்பிள்ளைகளின் முன் காட்ட முடியும். ஜெனரல் அயூப் தமது கட்சியைப் பாரம்பரிய முஸ்லிம் லீக் என்றழைத்தார்; ஜெனரல் ஜியா பாகிஸ்தான் முஸ்லிம் லீக் என்ற பெயரைத் தேர்ந்தெடுத்து அதனை ஷெரீப் குடும்பத்தை அவர் சார்பாக பார்த்துக்கொள்ளுமாறு விட்டார்; ஜெனரல் முஷாரஃப் ஷெரீப் குடும்பத்தைக் குப்புறத் தள்ளிவிட்டு விட்டதால் ஒரு புதிய பெயரைத் தேட வேண்டியிருந்தது. ஒரு நேர அறிவிப்பாளர் காயித் இ அஸாம்.[64]

முஸ்லிம் லீக் என்ற பெயரைக் கூற, அதுவே வைக்கப்பட்டது. அக்டோபர் 2002 பொதுத் தேர்தலில் இந்தப் பெயர் ஜெனரலின் கட்சியாகப் பட்டியலில் இடம் பெற்றது. அதன் உறுப்பினர்கள் அரிதாகவே தெரியாதவர்களாக இருந்தனர். அவர்கள் ஒவ்வொரு வரியையும் சேர்ந்த காரியவாதக் குழுவினரால் பட்டியல் நிரம்பியிருந்தது. நாட்டுப்புறத்தில் அது இன்னும் அதே பழைய ஆட்சியாளரை மகிழ்விக்க விரும்பிய நிலச்சுவான்தார்கள். நகரில் அது அதிகாரத்தையும், செல்வாக்கையும் தாம் சம்பாதித்த பெரும் பணத்தால் (அநேகமாகத் தவறான வழிகளில்) பெற விரும்பிய உள்ளூர் முக்கியஸ்தர்கள். முன்பு அயூப் அல்லது ஜியாவுக்குத்

தந்தையோ மாமாவோ ஆதரவாக இருந்தபோது, இப்போது முஷாரஃப் சார்பாக மகனோ அல்லது மருமகனோ செயல்படத் தயாராக இருந்தனர். பொதுமக்கள் மீது அக்கறையின்மையால் கடந்த காலத்தில் தேர்தல் மோசடியில் கைதேர்ந்தவர்களான அதிகார வர்க்கத்தினர் தேவையான முடிவைப் பெறக் களமிறங்கினர்.

காக்கி தேர்தலின் முடிவுகள் எதிர்பார்க்கப்பட்டதை விட மிகவும் நெருக்கமாக வந்தன. மிகக் குறைவான வாக்களிப்பு, (சுதந்திரமான பார்வையாளர்கள் கணிப்பில் 20 சதவிகிதத்துக்கும் கீழ்) திறமையான வாக்குப் பெட்டி மோசடி இருந்தாலும், அதிகாரபூர்வ முஸ்லிம் லீக் (காயித் இ அஸாம்) சட்டசபையில் அறுதிப் பெரும்பான்மை பெறத் தவறியது; அவர்கள் 324 இடங்களில் 115ல் வெற்றி பெற்றனர். பாகிஸ்தான் மக்கள் கட்சி பெனாசிர் புட்டோவின் கீழ் 80 இடங்களையும், நவாஸ் ஷெரீபுக்கு விசுவாசமாக இருந்த முஸ்லிம் லீகின் மிச்ச சொச்சங்கள் 19 இடங்களையும் தக்க வைத்துக் கொண்டனர். இஸ்லாமியவாதிகள்தான் பெரிய வெற்றி பெற்றார்கள். அவர்களது ஐக்கிய முன்னணி, முட்டாஷிடா மஜ்லிஸ் அமல் (MMA- ஐக்கிய செயல் மாநாடு) இஸ்லாமியக் குடியரசின் வரலாற்றில் இதுவரை இல்லாத உயர்ந்த அளவிலான இஸ்லாமியவாத பாராளுமன்ற உறுப்பினர்களைப் பெற்றது. வண்ணமயமான டர்பன்கள் அணிந்து நீண்ட தாடியுடன் அவர்கள் பாராளுமன்ற அரசியலின் நிறத்தையே மாற்றி விட்டார்கள்.முதலில் புதிய பானையில் பழைய கஞ்சி என்ற முறையால் அவர்களுக்கு உதவி கிடைத்தது என்பது உண்மை. ஆனால் இது ஜனநாயகத்தின் தாயிடமிருந்து வரித்துக் கொள்ளப்பட்டது. அங்கு பெருமளவு குற்றச்சாட்டுக்களின்றி மார்கரட் தாட்சரும், டோனி பிளேரும் அதனால் இலாபமடைந்தனர். மிக முக்கியமாக ஆஃப்கானிஸ்தானத்தை ஒட்டிய வடமேற்கு எல்லைப் பிரதேசத்தில் MMA மிகப்பெரும் அரசியல் சக்தியாகவும், பலுசிஸ்தானில் பெரும் செல்வாக்குடனும் வெளிப்பட்டது: பெஷாவரிலும், குவெட்டாவிலும் பிரதேச அரசுகளுக்கு இஸ்லாமியவாத முதலமைச்சர்கள்தான் தலைமை தாங்குகின்றனர்.

முஷாரஃப்பின் சார்பாகச் செயல்படும் ஆட்சி இடைத்தரகர்கள் இறுதியில் மத்தியில் ஒரு பலவீனமான கூட்டணி ஆட்சியை உருவாக்குவதில் வெற்றி பெற்றனர். தேசிய சட்டசபையில் பாகிஸ்தான் மக்கள் கட்சி உறுப்பினர்களில் சிலபேருக்கு மூத்த அமைச்சர்கள் என்ற முறையில் புதிய அமைச்சரவையில் பதவிகள் அளிக்கப்பட்டு அவர்களது தாய் அமைப்பிலிருந்து விலக்கப்பட்டனர். ஒரு பலூச் நிலச்சுவான்தாரும் ஹாக்கியில் விருப்பமுடையவரும்

1977-ல் விவசாயிகள் மீதான கொடூர அடக்குமுறையை மேற்பார்வையிட்டவரும் (போலீசுடன் நடந்த மோதலில் பத்து பேர் இறந்தனர்) மீர் ஜபருல்லா கான் ஜமாலி, புதிய பிரதம மந்திரியாக நியமிக்கப்பட்டார். ஜமாலி சில பத்தாண்டுகளுக்கு முன்னர் ஜெனரல் ஜியாவின் கீழ் இதே பதவியை அடைய கடுமையாகச் செயல்பட்டார். ஆனால் ஹாக்கி மீது அவ்வளவு விருப்பமற்ற ஜியா கிரிக்கெட்டை விரும்பிய நவாஸ் ஷெரீபை தமது எடுபிடி நிர்வாகியாகத் தேர்வு செய்து அமர்த்தினார்.

சில காலத்துக்கு முன்புதான் ஜெனரல் அம்ஜத் தயாரித்த ஊழல் அரசியல்வாதிகளின் பட்டியலில் இடம்பெற்ற அரசியல்வாதிகளில் 70 சதவிகிதத்தினர் (ஜமாலி உட்பட) ஜெனரல் முஷாரஃபின் புதிய அமைச்சரவையில் இடம்பெற்றிருந்ததால் பரந்த பொதுஜன நம்பிக்கையின்மை பெரிய அதிசயமல்ல. ஜனநாயகத்தை மீண்டெழச் செய்வதற்குச் சற்றும் அருகில் வராமல் காக்கி தேர்தல் பாகிஸ்தான் அரசியலின் அருவருப்பான யதார்த்தத்தை வெளிப்படுத்தி விட்டது. ஒரு பெரிய பெரும்பான்மையினர் அவர்கள் சார்பாக ஆள்பவர்களிடமிருந்து வாக்குரிமையைப் பறிக்கப்பட்டதாகவும், தனிமைப்பட்டதாகவும் உணர்கின்றனர்.

தேர்தல் பிரச்சாரம் முழுமையாக அரசியலற்றதாக இல்லாவிட்டாலும் பெருமளவு பகட்டின்றி இருந்தது. உள்நாட்டு அளவிலோ, சர்வதேச அளவிலோ முக்கிய அரசியல் கட்சிகள் தத்துவத்திலோ அனுபவக் கொள்கைகளிலோ ஒன்றிடமிருந்து மற்றொன்று வேறுபடவில்லை. மக்கள் கட்சி தனது பாப்புலிசத்தை விட்டுவிட்டு நீண்ட காலமாகிவிட்டது. பாகிஸ்தானில் ஊழல் குற்றச் சாட்டுக்களுக்காக வேண்டப்பட்ட பெனாசிர் புட்டோ துபாயில் தனது தளத்திலிருந்து முதன்மையாக இருந்து ஆள முயன்றார். அவர் தேர்வு செய்த மாற்றான மக்தூம் அமின் பாஹிம் ஒரு பிர் வேதம் ஓதும் மற்றும் நிலச்சுவான்தார், சிந்திலிருந்து வந்த அரசியல்வாதியும், ஆன்மிகவாதியும் ஆவார். ஆனால் ஒரு சமூக தாராளவாதி அல்ல. தனித்தன்மையாக பாகிஸ்தானுக்குக் கூட அவரது நான்கு மைத்துனர்களும் குரான்தான்.[65] ஃபஸல் அமெரிக்க இராணுவ நடவடிக்கைகளை நிறுத்துமாறு கோருகிறார். 'ஃபஸல் அமெரிக்கத் துருப்புக்களைத் திரும்பப் பெறுமாறு கோருகிறார். 'அல் கொய்தா வேட்டையாடப்படுவதைத் தடுக்க MMA சூளுரைக்கிறது' என்பன போன்றவை. இவற்றில் பெரும்பாலானவை வெற்று வேட்டுக்கள். ஆனால் இவை தேர்தலுக்கு மிகவும் உதவிகரமாக அமைந்தன. மதம் தமக்கு புதிய ஆதரவைப் பெற்றுத் தரவில்லை. மாறாக வெளிவுறவுக் கொள்கை நிலைபாட்டினைத்தான்

பெற்றுத் தந்ததென மௌலானா ஒப்புக் கொண்டார். முஷாரஃப்புடன் ஒரு பேச்சுவார்த்தையின் போது (தாம் பிரதமராக உள்ள) ஒரு கூட்டணியை அவருடன் ஏற்படுத்திக் கொள்ள அவர் தமது விருப்பத்தைத் தெரிவித்தார். ஜெனரல் அவரது அமெரிக்க எதிர்ப்பு பெரிய பிரச்சனையாக உள்ளதென்பதைச் சுட்டிக்காட்டியதும் மதகுரு இவ்வாறு கூறியதாகக் கூறப்படுகிறது. 'அதைப்பற்றி இப்போது கவலைப்படாதீர்கள். நாங்கள் அமெரிக்கர்களுடன் முன்பு பணியாற்றியிருக்கிறோம். என்னைப் பிரதமராக்குங்கள். நான் எல்லாவற்றையும் சரி செய்துவிடுவேன்'. ஆனால் அந்த விருப்பம் நிராகரிக்கப்பட்டது.

ஜமாத் உலேமா இஸ்லாம் (JUI - இஸ்லாமியப் பேரறிஞர்களின் கட்சி). ஜமாத் இ இஸ்லாமி (JI - இஸ்லாமியக் கட்சி) ஆகிய கட்சிகளை இரு தூண்களாகக் கொண்டு ஆறு கட்சிக் கூட்டணி MMA. இந்த இரு கட்சிகளும் பல பத்தாண்டுகளாக அரசியலில் தீவிரமாகச் செயல்பட்டு வருபவை. பாரம்பரியமாக SUI தன்னை ஏகாதிபத்திய எதிர்ப்பாளராகக் கருதியது. எழுபதுகளில் மௌலானா முஃப்தி முகமதின் தலைமையில் (ஃபஸல் ரஹ்மானின் தந்தை) முற்போக்கு மதச்சார்பற்ற கட்சிகளுடன் கூட்டணி அரசுகளில் பங்கு பெற்றது. அதன் பலம் வடமேற்கு எல்லைப் பிரதேசத்திலும் பலுசிஸ்தானிலும் பரவலாக இருந்தது. JJ யுடன் அது எப்போதுமே வெறுப்புக் கொண்டிருந்தது. JJஐ அது இஸ்லாமாபாத்திலுள்ள சவுதி அமெரிக்கத் தூதரகங்களின் கருவியாகக் கண்டது. அயூப், ஜியா ஆகிய இருவரின் இராணுவ சர்வாதிகாரத்தையுமே அது எதிர்த்தது. ஒரு சந்தர்ப்பத்தில் முப்தி மௌலானா அமைதி மாநாடுகளில் கலந்து கொள்ள மாஸ்கோவுக்கும், பீகிங்குக்கும் சென்றுள்ளார். அவரது மரணம் கம்யூனிஸ உலகு தகர்வதற்குச் சில ஆண்டுகள் முன்பு ஏற்பட்டது. அவரது புதல்வர் கட்சியின் வாரிசானார். மாணவராக இருக்கும்போது ஃபஸல் பாஷ்கோ, உருது இரண்டிலும் கவிதைகள் எழுதி கவிதையில் விளையாடினார். வெளிப்படையாக இடதுசாரிக் கவிஞர் பியாஸ் அகமது பியாஸ் தான் தமது பிரியமான கவிஞர் என்று அறிவித்தார். அவரது தந்தை இறந்ததும் வயதான மனிதரின் கொள்கைகளையே தாமும் கடைப்பிடித்தார். தொண்ணூறுகளின் மத்தியில் அவர் பெனாசிர் புட்டோவின் அரசுடன் நெருக்கமாகப் பணியாற்றினார். வயதான முஃப்தி அளவுக்கு அதிகமாகச் சென்றது சர்வதேச மாநாடுகளில் தமது டாலர் பெர் டியம்களை பெற்றுக் கொள்வதை உறுதிப்படுத்திக் கொண்டதுதான். மகனோ (பெனாசிர் புட்டோவையும் அவரது கூட்டாளிகளையும் போல்) புதிய நேரத்துக்கு ஏற்றாற் போல் மிகவும்

சந்தைச் சார்புடன் இருந்தார். திருமதி புட்டோவை ஆதரித்ததற்கு பிரதிபலனாகத் தமது பங்காக நாடு முழுவதும் பரவலாக லாபகரமான டீசல் உரிமையையும், பாகிஸ்தான்-தாலிபான் வெற்றிக்குப் பிறகு ஆஃப்கானிஸ்தானிலும் அந்த உரிமையைப் பெற்றார். அது அவருக்கு மௌலானா டீசல் என்ற புனைப்பெயரைப் பெற்றுத் தந்தது. விரைவில் குட்டையும், பருமனும், தாடி வைத்த, உற்சாகமான டீசல் பெனாசிரின் பெரிய விருப்பமிக்க உள்துறை அமைச்சர் ஜெரல் நஸீருல்லா பாபராக, காபூலில் தாலிபான் வெற்றியை செதுக்கியவராக ஆனார். தாலிபான் தலைமையுடன் பஸ்லூர் ரஹ்மானின் அரசியல், தத்துவ, வர்த்தகத் தொடர்பு எப்போதுமே நெருக்கமாக இருந்துள்ளது. இது அவருக்கு உள்ளூர் எதிரிகளான ஜமாத் இ இஸ்லாமியைப் பின்னுக்குத் தள்ளப் பயன்பட்டதுடன், காபூலில் தாடிவைத்த இளம் வெற்றியாளரால் ஜமாத் இ இஸ்லாமியின் பொம்மையான குத்புதீன் ஹெக்மத்யார் (ரொனால்ட் ரீகனுக்கும், மார்கரட் தாட்சருக்கும் 1980-களில் மிகவும் விருப்பமானவர்) நன்றாக ஓரங்கட்டப்பட்டார்.

பிறகு செப்டம்பர் 11 வந்தது. அந்தப் பின்னணியில் பெருமளவு தாலிபான்கள் முஷாரஃபின் ஆலோசனையை ஏற்று ஆஃப்கானிஸ் தானத்திலிருந்து சென்று விட்டனர். ஃபஸ்லூர் ரஹ்மான் மங்கிப்போய் அதிகாரமற்றவரானார். அவரது டீசல் தீர்ந்துவிட்டது. தாலிபானிலிருந்து திரும்பிய பலரால் JUJ மற்றும் மற்ற இஸ்லாமிய அமைப்புக்களின் உறுப்பினர் எண்ணிக்கை பெருகியது. பாகிஸ்தானில் J & UI 'வெளிநாட்டு ஆக்கிரமிப்பாளர்களுக்கெதிராக' வெகுஜனப் பேரணிகளை ஏற்பாடு செய்வதில் முன்நின்றது. இஸ்லாமியவாதிகள் பிரிந்து நின்றால் தேர்தலில் துடைத்தெறியப்படக் கூடுமென்று முதலில் உணர்ந்தது ஃபஸ்லூர் ரஹ்மான்தான். கூட்டணி அவரது முயற்சி. அவரது முக்கியமான கூட்டணி எதிரி க்வாசி ஹுசேன் அகமதுவை விட அவருக்குப் பதினைந்து வயது குறைவு என்றபோதும் கூட்டணியின் பொதுச் செயலாளராக அவர் தேர்வு செய்யப்பட்டார்.

1941-ல் அதன் உருவாக்கத்திலிருந்து அதன் ஸ்தாபகர் மௌலானா மௌடூடி மற்றும் அவரது உதவியாளர் மெயின் டுபெயிலின் கட்டுப்பாட்டிலிருந்த ஜமாத் இ இஸ்லாமியின் அமீராக க்வாசி ஹுசேன் தேர்வு செய்யப்பட்டது ஒரு தலைமுறை மாற்றத்தைக் குறித்தது. JUJ கிராமங்களின் ஆதரவைப் பெற்று இடதுசாரிகளுடன் கூட்டு வைத்திருந்த மக்கள் இயக்கமாக இருந்தபோது JJ லெனினிய மாடலில் கட்டப்பட்டது. அதன் உறுப்பினர்கள் படித்தவர்களாகவும், கவனமாகத் தேர்வு செய்யப்பட்டவர்களாகவுமிருந்த ஒரு இயக்கமாக அது இருந்தது. அவர்களில் பெரும்பாலோர் நகர்ப்புற பூர்ஷ்வா

பின்னணியிலிருந்து வந்த மாணவர்களாக இருந்தனர்; பலர் வளாகத்துக்குள் பல தரப்பு எதிரிகளுடன் நடந்த போராட்டங்களில் புடம் போட்டு எடுக்கப்பட்டிருந்தனர். 1960-70களில் இடதுசாரிகளில் பல பிரிவினர் பள்ளிகளிலும் கல்லூரிகளிலும் ஆதிக்கம் செலுத்தினர். 1968-69 சர்வாதிகாரத்தைக் கவிழ்த்த அரைக் கலகத்தில் செயல் கமிட்டிகளில் முன்னணியில் நின்றதும் இடதுசாரிகள் தான். அந்தக் காலத்தில் JI-யை ஆதரிப்பதற்கு அதன் நோக்கம் மற்றும் உறுதிமொழியின் மீது உண்மையான பற்று தேவைப்பட்டது : 'மதம் என்பது எங்கள் அரசியல், அரசியல்தான் எங்கள் மதம்.'

பெஷாவர் இஸ்லாமியா கல்லூரியில் க்வாசி ஹுசேன்தான் JJ யின் மாணவர் அணித் தலைவர். அவரது உருவாக்கக் காலம் இடதுசாரிகளுடன் பல மோதல்கள், சிலசமயம் கைகலப்புக்களால் நிறைந்திருந்தது. அவர் 1970-ல், பாகிஸ்தானிய வரலாற்றில் ஒரு முக்கிய முடிவு ஏற்பட்ட வருடத்தில் தாய் இயக்கத்தில் இணைந்தார். கிழக்கு பாகிஸ்தானில் JJயின் கிளை இராணுவம் வங்காள தேசத்தை அழிக்க முயன்றபோது இராணுவத்துடன் முழுமையாக ஒத்துழைத்தது. டாக்கா, சிட்டகாங், சில்ஹட்டிலிருந்த அதன் கேடர்கள் 'விரும்பத்தகாதவர்கள்' பட்டியலை உளவுத்துறைக்காக Id தயாரித்தனர். அந்தப் பட்டியல் பின்னர் எதிரிகளை முழுமையாக அப்புறப்படுத்த உபயோகிக்கப்பட்டது. அந்த நேரத்தில் 'சேர்மன் மாவோ எங்களைத்தான் ஆதரிக்கிறார். உங்களையல்ல' என்ற ஏச்சைத் தமது எதிரிகளான வங்க இடதுசாரிகள் மீது தொடர்ந்து வீசி வந்தனர். சீனாவும், அமெரிக்காவும் வங்க தேசியவாத அவாமி லீக் தேர்தலில் வெற்றி பெற்றதை செல்லாததாக்கத் தமது சொந்த நாட்டின் மீதே பாகிஸ்தானிய இராணுவம் தாக்கியதை ஆதரித்தன. முன்பு ஜமாத்தான் அல்லது தான் மட்டுமே 'பாகிஸ்தான் தத்துவத்தைக்' காக்க முடியுமென்று நம்பியிருந்ததால், இப்போது மற்றொரு இயக்கம் மேலும் படைகளை வைத்துள்ளதென்பதை ஒப்புக்கொள்ள வேண்டியதாகி விட்டது. கிழக்கு பாகிஸ்தானை இராணுவம் நசுக்க முயன்றது; ஆனால் அது திருப்பித் தாக்கிவிட்டது. இந்தியாவின் அறுவை சிகிச்சைத் தலையீடு வெற்றி பெற்றதற்குக் காரணம் பெருமளவு வங்காளத்தினர் இந்தியத் துருப்புக்களை விடுதலையாளர்கள் என்று கொண்டாடியதேயாகும். இந்தியர்கள் அதிக நாட்கள் தமது பயணத்தை நீட்டிக்கவுமில்லை. சில ஆண்டுகளுக்குப் பின் இந்திய வெளியுறவு அலுவலகம் டாக்காவை நிர்பந்திக்க முயன்றபோது அசுரத்தனமான ஆர்ப்பாட்டங்கள் அதற்கு ஒரே முழக்கத்துடன் பதிலளித்தன: 'நாங்கள் சிக்கிமோ, பூட்டானோ அல்ல, பங்களாதேஷ், பங்களாதேஷ்!

இவையனைத்தின் விளைவு JI நாட்டின் உளவுத்துறையுடன் தன்னை நெருக்கமாகக் கொண்டு வந்ததாகும். 1977-ல் ஜியா அதிகாரத்தைக் கைப்பற்றி இஸ்லாமிய நிறங்களை அணிந்து கொண்டு ஆஃப்கானிஸ்தானில் அமெரிக்க ஜிஹாத்தை போராட முடிவு செய்தபோது, அரசின் முக்கிய தத்துவார்த்த வளர்ப்பாக JI ஆகியது. அதேசமயம் JUI ஜியாவைக் கடுமையாக எதிர்த்தது. அதன் விளைவாக அதன் பல உறுப்பினர்களும், தலைவர்களும் கைது செய்து சிறை வைக்கப்பட்டனர். காசி ஹுசேன் புதிய திருப்பத்தை ஆதரித்து வாதாடினார். அவரது திறமைகளை அவரது தலைவர்கள் கவனித்து அவரை JI நிர்வாகத்துக்குள் உயர்த்தத் துவங்கினர். புவியியல் ஆசிரியராகப் பயிற்சி பெற்ற அவர் பல்கலைக்கழகத்தின் குறைந்த ஊதிய கோஷ்டி கானத்தை விட்டு விட்டு மூன்றாண்டுகளில் சந்தையை நம்பி வெளியே தாவினார். அது ஒரு புத்திக் கூர்மையான நகர்வு. பெஷாவரில் சுகர்னோ சதுக்கத்தில் அவருக்கு விருப்பமான மருந்தகம் உள்ளூர் JI கேடர்களுக்கு அதிகாரப்பூர்வமற்ற சந்திக்கும் இடமாக மாறியது. ஆனால் மேலும் முக்கியமாக அது ஒரு வெற்றிகரமான வர்த்தக நடவடிக்கை. அவரது வர்த்தகம் செழித்ததும் முதலில் அவர் ஒரு புகழ்பெற்ற மருத்துவ ஆய்வகமாகவும் பிறகு அதனை ஒரு புகழ் மிக்க எக்ஸ்ரே கிளினிக்காகவும் விரிவுபடுத்தினார்.[66]

மீண்டும் மீண்டும் வரும் வார்த்தை புகழ் மிக்க ஜமாத் இ இஸ்லாமியின் அழுத்தப்பட்ட ஆசையின் முன்வெளிப்பாடா? அவருடைய துணிச்சலான செயல்பாடுகள் நிச்சயமாகப் புகழ் மிக்கவைதான். லாபம் அதிகரித்தது. அதில் கொஞ்சம் JIக்கு திருப்பி விடப்படுகிறது என்று சிலர் அனுமானித்தாலும், அவரது இந்த வர்த்தகத் திறமை அரசியல் அமைப்புக்கு மாற்றப்பட முடியுமா? தமது அறிவார்ந்த தன்மைக்காகப் பெருமைப்பட்ட ஒரு முன்னணிக் கட்சி மிகவும் புகழ்மிக்க தன்மைக்கு மாறி சந்தைப்படுத்திக் கொள்ள முடியுமா? இந்தப் பணியைத்தான் காசி ஹுசேன் தமக்கு வகுத்துக் கொண்டார். வர்த்தகத்தைப் போலவே அரசியலிலும் விரிவாக்க முயற்சியில் ஈடுபடும்போது ஓரளவு ஆபத்துக்கூறுகள் உண்டென்பதை அவர் அறிவார். மௌலானாசலால் வளர்க்கப்பட்ட கடூரமான உப்பு, மிளகு முறைக்கு மாற்றாக அவரது சொந்தத் தூய்மையான ஒழுங்குமுறையான வெள்ளைத்தாடியின் கவனமாகக் கணிக்கப்பட்ட அளவாக இஸ்லாமியக் கட்சிகளுடன் கூட்டுச் சேரும் அவரது முடிவு இருந்திருக்க வேண்டும்.

ஆனால் ஒரு தாடி வைத்த பிரதேச அரசு கோபாவேசத்தைத் தவிர வேறு எதையாவது வெளிப்படுத்த முடியுமா? முஷாரஃப்புக்கோ

அவரைப் பின்னாலிருந்து தாங்கும் வாஷிங்டனுக்கோ தீவிர எதிர்ப்புத் தெரிவிக்க முடியாத MMA பெண்களுக்கெதிராகத் தனது எதிர்ப்புத்தீயில் கவனம் செலுத்துகிறது. அவர்களது கட்டுப் பாட்டிலுள்ள பிரதேசங்களில் கேபிள் சேனல்களையும் இரு பாலர் இணைந்து கல்வி பயிலுவதைத் தடை செய்யவும் ஷரியாவை அமல்படுத்தவுமான தமது நோக்கங்களை அறிவித்துள்ளது. அண்டை நாடான ஆஃப்கானிஸ்தானில் இதே கொள்கைகளின் தீவிர வகைக்கு ஏற்பட்ட பேரழிவை எடுத்துக் கொண்டால் இந்த அறிவிப்பு தமது ஆதரவாளர்களைப் போதையூட்டி வைத்திருக்கவும், ஜனாதிபதி மாளிகையில் இருப்பவர்களுக்கு சங்கடத்தை ஏற்படுத்தும் வெற்று வார்த்தை ஜாலங்களே. MMA வின் வெற்றி ஐ.எஸ்.ஐ.யின் சில பிரிவுகள் செய்த சுதந்திரமான பிரச்சாரத்தினால் இருந்திருக்கலாம் அல்லது இல்லாமலும் இருக்கலாம். ஆனால் அதன் விளைவு சந்தேகமில்லாமல் சகோதர முஸ்லிம்களையும், உள்நாட்டுக் கிறிஸ்தவர்களையும், வெளிநாட்டினரையும் கொன்றதாகக் குற்றம் சாட்டப்பட்ட இஸ்லாமியத் தீவிரவாதிகளை விடுவிக்கும் நிர்பந்தத்தை ஆட்சியாளர்கள் மீது ஏற்படுத்தியது. அவர்கள் முஷாரஃப் 'பயங்கரவாதத்துக்கெதிரான போரில்' இணைந்தபோது சிறைப்படுத்தப்பட்டனர். ஆனால் மிகவும் தீவிரமான சன்னி தீவிரவாதிகளில் சிலர் சிறையிலிருந்து விடுவிக்கப்பட்டு விட்டனர்.

இன்னும் அதிகம் தாக்கம் செலுத்துவது, புதிதாகத் தேர்ந்தெடுக்கப் பட்ட தேசிய சட்டசபை முழுவதையும் (இரு விதிவிலக்குகள் தவிர) 'தியாகம் செய்த சுய்மல் கன்ஸி'க்கு அஞ்சலி செலுத்தும் விதமாக இரண்டு நிமிடங்கள் மௌனம் அனுஷ்டிக்க வைத்ததாகும். அமெரிக்காவில் ஒரு பெடரல் நல்வழிப்படுத்தும் சிறைச்சாலையில் அய்மல் கன்சி விஷ ஊசி போட்டுக் கொல்லப்பட்டபின் அவரின் உடல் அடக்கம் செய்வதற்காகத் திருப்பி அனுப்பப்பட்டிருந்தது.[67] அதற்குமுன் பலுசிஸ்தான் தலைநகர் குவெட்டாவில் இறுதித் தொழுகையில் ஏறக்குறைய 70,000 பேர் கலந்து கொண்டனர். இதுவும்கூட MMAவால் ஏற்பாடு செய்யப்பட்டதேயாகும்.

MMAவின் தத்துவார்த்தத் தாக்குதலுக்கு ஒரு காரணம் உள்நாட்டு விஷயங்களில் முஸ்லிம் லீக் மற்றும் மக்கள் கட்சியுடன் அவர்களை வேறுபடுத்த சில விஷயங்களே உள்ளன. மூன்றுமே தம்மை சந்தைக்கு முன்னால் இழிவுபடுத்திக் கொண்டு விட்டன. இப்போதைய முறைக்குக் குறைந்தபட்சம் ஒரு மிதமான சமூகமாற்றத்தை அவற்றில் எதுவும் முன்வைக்கவில்லை. சமூக உரிமைகள் எழுதிக் கொடுக்கப் பட்டதாக எடுத்துக் கொள்ளப்பட்டதை விட்டு விடுவோம். மக்களின் மிகவும் குறைந்தபட்சத் தேவைகளுக்கு ஆதரவாகக் கூட எந்தப்

போராட்டமும் நடத்த யாருக்கும் தெம்பில்லை. இதற்குச் சரியான உதாரணமாக இராணுவம் குத்தகைக்கு எடுத்த அரசு நிலங்களில் வாடகைக்கு இருந்தவர்களின் இரண்டு வருட போராட்டத்தை அரசியல் கட்சிகள் பாதுகாக்கத் தவறியதைக் கூறலாம். பாகிஸ்தானில் பாரம்பரிய அரசியலின் திவால் நிலையை இந்த நிகழ்ச்சி அரிதாகவே இவ்வளவு தெளிவாக வெளிச்சம் போட்டுள்ளது.

ஏறத்தாழ நூறு ஆண்டுகளுக்கு முன் பிரிட்டிஷ் காலனியாதிக்க நிர்வாகம் பஞ்சாபில் மணிமகுட நிலங்கள் என அன்று அறியப்பட்ட நிலங்களை பிரிட்டிஷ் இந்திய இராணுவத்துக்காக மானிய விலையில் தானியங்களையும் பால் பொருட்களையும் உற்பத்தி செய்வதற்காகக் குத்தகைக்கு விட்டது. பிரிவினைக்குப் பிறகு இந்த நிலங்களின் நிர்வாகம் லாகூர், ஒகாரா, சாஹிவால், காசோவால், சர்கோடா, முல்தான் (பெரும்பாலும் தெற்கு பஞ்சாபைச் சேர்ந்தவை) ஆகிய இடங்களில் பாதுகாப்புத் துறை அமைச்சகத்திடமும், பஞ்சாப் அரசிடமும் சென்றது. இராணுவம் 26,274 ஏக்கர்களைத் தம் கட்டுப்பாட்டில் வைத்திருந்தது; மீதமுள்ள 32,000 ஏக்கர்கள் பஞ் சாப் விதை கார்ப்பரேஷனுக்குக் குத்தகைக்கு விடப்பட்டன. இந்த நிலங்களில் இராணுவத்துக்கு உணவு மற்றும் உடை தயாரிப்பு வேலை செய்த குடும்பங்கள் 1908. முதன்முதலில் இந்த வேலையைச் செய்வதற்காகக் கொண்டு வரப்பட்ட குடும்பங்களின் நேரடி வாரிசுகள். ஒவ்வொரு நிலையிலும் இராணுவம் மற்றும் அரசின் அதிகாரபூர்வமற்ற ஒன்றிணைவு, காக்கி உடையிலிருக்கும் ஜெனரல்கள் ஏறத்தாழ பத்து லட்சம் வேலையாட்களின் வாழ்நிலையைத் தீர்மானிக்கும், நாட்டின் மிகப்பெரிய கூட்டு நிலப்பிரபுவாகச் செயல்படுகின்றனர் என்று அர்த்தப்படும். அவர்களில் நாற்பது சதவிகிதத்தினர் கிறிஸ்தவர்கள்; மசூதியும், தேவாலயமும் அருகருகே செயல்படுகின்றன. இந்தப் பிரதேசங்களில் மதக் கட்சிகள் பரிதாபமாகத் தோற்றன. 1970-களிலிருந்து விவசாயிகள் மக்கள் கட்சிக்கே வாக்களித்து வருகின்றனர்.

நான்காண்டுகளுக்கு முன் உலகமயம் வந்துவிட்டது. இராணுவ, அரசு அதிகாரிகள் இருவருமே நிலத்தின் மீது குத்தகைதாரர்களின் பிடியைத் தளர்த்தி பட்டாயைக்கு (குத்தகைதாரர்கள் உற்பத்தியில் பாதியை எடுத்துக்கொள்ளும் முறை) பதிலாகக் குறுகிய கால காண்ட்ராக்ட் முறையைப் பணவாடகை மூலம் திணிக்க முயன்றார்கள். இதுவரை, காலனி நிர்வாகத்தின் பஞ்சாப் குத்தகைச் சட்டம் 1887 அவர்களது உரிமையைப் பாதுகாத்துள்ளது. இந்தச் சட்டத்தின் ஷரத்துக்களின்படி நிலத்தில் இரண்டு தலைமுறைக்கு (இருபது ஆண்டுகள்) மேல் உற்பத்தி செய்த ஆண் குத்தகையாளர்கள்

மற்றும் அவர்களது வாரிசுகளுக்கு அந்த நிலம் சொந்தம். அந்த நிலத்திலிருந்து அவர்களை வெளியேற்றுவது சட்ட விரோதம்.

ரியோ கிராண்ட் டி சுல்லைப் போல் ஒகாராவிலும் சர்கோடாவிலும் 'நவீனமயத்தின்' நோக்கம் ஒழுங்குமுறையை நீக்குதல், தனியார் மயம், குத்தகைதாரர் ஒருமைப்பாட்டை நீக்குதல் ஆகியவைதான். இதுவும் 1990-களின் முழுவதும் மேலாளர்கள் உரத்தையும் பூச்சிக் கொல்லிகளையும் அதிகமாக உபயோகிக்க வற்புறுத்திப் பிறகு மகசூல் குறைந்தால் அதற்கு குத்தகைதாரர்களைக் குறைகூறுவதில் செலவிட்டதற்குப் பின் நடந்தது. காக்கி தேசத்தின் பணியாளர்கள் அவர்களது குத்தகைதாரர்களைக் கொடுமைப்படுத்தி, தவறாக நடத்தி, ஏமாற்றினர்: குத்தகைதாரர்களுக்கு செங்கல் கட்டடங்கள் எழுப்ப அனுமதி மறுக்கப்பட்டது. அவர்களுடைய பெண்கள் பாலியல் வல்லுறவுக்கு உள்ளாக்கப்பட்டனர். அவர்கள் கிராமங்களுக்கு மின்சாரம் பெறவோ, பள்ளிகள் கட்டவோ சாலைபோடவோ நிர்வாகத்தின் முன்அனுமதியைப் பெற வேண்டியிருந்தது. அவற்றுக்கு மானியம் அளிக்கப்படவுமில்லை, கேட்கப்படவுமில்லை. அக்கறையற்ற ஊழல் அதிகாரிகள் லஞ்சத்தை நிறுவனமயமாக்கி விட்டனர். வளரும் கடன் சுமையால் குத்தகைதாரர்கள் துயரத்துக்குள்ளாயினர். சுரண்டல் இரக்கமற்றதாக இருந்தது. அதன் மறைக்கப்படாத நோக்கம் குத்தகைதாரர்களை நிலத்தை விட்டு விரட்டிவிட்டு அவற்றைத் தனியார் நிலங்களாக மாற்றுவதுதான். பணியிலுள்ள, ஓய்வுபெற்ற பல ஜெனரல்களும், பிரிகேடியர்களும் இந்த நிலங்களைப் பேராசை மிக்க கண்களுடன் பார்த்தனர்; அவர்களில் சிலர் ஆரம்பகாலச் சொத்துடைமையின் தளமாகப் பயன்படுத்தும் நோக்குடன் மட்டுமே இராணுவத்தில் சேர்ந்தனர். மற்றவர்கள் தாம் அரசுக்கு சேவை செய்துவிட்டதாகவும் பெரிய விவசாயிகளாவதற்காக ஓய்வு பெற விரும்பினர். அவர்கள் ஒருவருக்கொருவர் நேரம் வரும்போது வெளியேற்றப்பட்ட குத்தகைதாரர்களைப் பண்ணையாட்களாக மீண்டும் அனுமதிப் போமென உறுதி கூறிக்கொண்டனர். இந்தச் சூழ்நிலையில் அரசு நிலங்களின் நிலைமை பிரிட்டிஷ் ஆட்சியின்போது மேம்பட்டதாக இருந்ததென குத்தகைதாரர்கள் உணர்ந்தது பெரிய அதிசயமல்ல. அது மறுக்கவியலாத உண்மை. காலம் சென்ற காலனி கொள்ளைக்குப் பொதுவாகவே ஒரு முறை இருந்தது. எந்தக் கண்டமானாலும், காலனியாதிக்கத்துக்குப் பிந்தைய கொள்ளை எப்போதுமே அராஜகமாக இருந்தது.

அவர்களது குடும்பங்களுக்கு இழைக்கப்பட்ட துன்பங்களுக் கிடையிலும், குத்தகைதாரர்கள் அவர்களை மத ரீதியாகப்

பிளவுபடுத்தும் முயற்சிகளை முறியடித்து ஒரே அமைப்பாக இருந்தனர்: 1996-ல் அமைக்கப்பட்ட அஞ்சுமன் இ முஸைரின். (பஞ்சாப் குத்தகைதாரர்கள் சங்கம்). லாகூரில் டிசம்பர் 2002-ல் அதன் இரு தலைவர்களான டாக்டர் கிறிஸ்டோபர் ஜான், (மூத்த உதவித் தலைவர்), யூனூஸ் இக்பால் (பொதுச் செயலாளர்) ஆகியோரைச் சந்தித்தபோது இருவரும் அரசுடன் அவர்களது மோதல் எதுவாக இருந்தாலும் அதில் மதப் பிரிவினை எந்தப் பங்கையும் வகிக்கவில்லை என அழுத்தமாகக் கூறினர். அந்தச் சமயங்களில் அவர்கள் சந்திக்கும் இடங்களாக மசூதியும், தேவாலயமும் மாறி மாறி இருந்துள்ளன. இக்பால் என்னிடம் புன்னகையுடன் கூறினார். 'ஒரு கிறித்தவக் குத்தகைதாரருக்கும், உள்ள முஸ்லிம் குத்தகைதாரருக்கும் வித்தியாசத்தைப் பற்றி நீங்கள் கூறவே முடியாது'.

நான் கேட்ட கதை பிரமாதமானது. பாகிஸ்தானின் கவனிக்கப்படாத ஒரு மூலையில் ஒரு காவியம் நடந்து கொண்டிருந்தது. பாகிஸ்தான் இராணுவத்தின் பொதுத் தலைமையகத்துக்கும், குத்தகையாளர் சங்கத்துக்குமிடையேயான போராட்டம். இராணுவம் தனது ஊழியர்களின் தகுதியை மாற்ற முடிவு செய்தது. ஜூன் 2000-த்தில் எந்தவிதமான ஆலோசனையும் செய்யாமல் காக்கி நில உடைமையாளர்கள் உற்பத்திப் பகிர்வு முறையிலிருந்து பண வாடகை முறைக்கு மாறியதாக காக்கி நிலக்கிழார்கள் அறிவித்து விட்டார்கள். குத்தகைதாரர்கள் ஆத்திரமடைந்தனர். ஒவ்வொரு மாலையிலும் அவர்கள் தடுப்புப் போராட்டத்தைப் பற்றி விவாதிக்க சாதாரணமுறைக் கூட்டங்கள் நடந்தன. இதில் கிராமம் முழுதும் ஈடுபடுத்தப்பட்டது; பெண்களும் குழந்தைகளும் இந்த கிராமப்புற எழுச்சியில் முக்கியப் பங்கு வகிக்கவிருந்தனர்.

தினந்தோறும் ஆத்திரமடைந்த குத்தகைதாரர்கள் ஏற்கெனவே உள்ள நிலையை அப்படியே வைத்துக்கொள்ள மறுத்தனர். அவர்கள் நிலத்தின் முழு உரிமையைக் கோருவதன் மூலம் திருப்பித் தாக்கினர். அவர்களது முழக்கமான 'மால்கியத் யா மாவுத்' (உரிமை அல்லது மரணம்) கடந்த சில நூற்றாண்டுகளில் மற்ற பல கண்டங்களில் நடந்த இதேபோன்ற போராட்டங்களை எதிரொலித்தன. முதல் பொதுப்போராட்டம் அக்டோபர் 2000-த்தில் நடந்தது. புதிய திட்டத்தை எதிர்த்து ஒகாராவின் துணைக் கமிஷனர் அலுவலகத்தின் (காலனியாதிக்கத்துக்குப் பிறகு உள்ள காலத்தில் இரண்டாவது முக்கிய அதிகாரி) புல்வெளியில் ஆயிரம் விவசாயிகள் உள்ளிருப்புப் போராட்டத்தில் அமர்ந்தனர். இரண்டு நாட்களுக்குப் பின், இராணுவ நிலங்களின் துணை இயக்குனர், குத்தகைதாரர்கள்

வன்முறையில் ஈடுபடுவதாக பயமுறுத்துகிறார்களென்றும் சில கிராமங்களில் மேலாளர்கள் திருடப்பட்ட மரத்தை அகற்றுவதைத் தடுக்கிறார்களென்றும் உள்ளூர் போலீஸ் தலைவருக்குத் தொலைபேசி வழியாகத் தகவலைத் தெரிவித்தார். எல்லைக் காவலர்களும் எலைட் ஃபோர்ஸ் ரேஞ்சர்களும் (அவர்களது முக்கியப் பணி இந்தியாவுடனான எல்லையில் கடத்தலைத் தடுப்பது) கிராமத்துக்குள் வந்து குத்தகைதாரர்களைத் தவறாக நடத்தத் துவங்கினர். பெண்களும் குழந்தைகளும் தமது தந்தையர், தமையன்கள், கணவர்கள் அவமதிக்கப்பட்டு தாக்கப்படுவதைப் பார்த்ததும் வீட்டைவிட்டு வெளியே வந்து போலீஸ் மீது கல்வீசத் துவங்கினர். ஏராளமான குத்தகைதாரர் செயல்வீரர்கள் கைது செய்யப்பட்டுச் சிறைப்படுத்தப் பட்டனர். இந்த மோதல் பற்றிய செய்தி பக்கத்து கிராமங்களுக்குப் பரவியதும், எதிர்ப்பு வலுக்கத் துவங்கியது. குத்தகைதாரர்களைப் பிளவுபடுத்தி விலைக்கு வாங்கும் அதிகாரிகளின் முயற்சிகள் இங்கு பரிதாபமாகத் தோல்வியடைந்தன.

2002-ன் முதல் ஆறு மாதங்களில், ரேஞ்சர்கள் குத்தகைதாரர்கள் மீது பலமுறை துப்பாக்கிச்சூடு நடத்தி சிலரைக் கொன்றனர். சில தலைவர்களைக் கைது செய்தனர். மற்றவர்களை அவர்கள் குடும்பத்தினரின் கண்ணெதிரிலேயே தாக்கினர். கிறித்தவ, முஸ்லிம் இரு மதத்தைச் சார்ந்த பெண்களும் துணி துவைக்கப் பயன்படுத்தப் படும் முழுநீளக்கட்டைகளை எடுத்துக்கொண்டு ஒகாராவுக்குச் சென்று போலீஸ் ஸ்டேஷனைச் சூழ்ந்து கொண்டனர். இதற்கு முன் இப்படி ஒரு சம்பவம் நடந்ததில்லை. விரைவில் இராணுவம் ஒரு படுகொலைக்குக் குறைவாக எதுவும், போராட்டத்தை நீட்டித்திருக்கும் என உணர்ந்தனர். கிறிஸ்தவ குத்தகைதாரர்களைப் படுகொலை செய்வது (கிறிஸ்தவ அடிப்படைவாதிகள் ஆட்சியில் இருக்கக்கூடிய, 'நாகரிக' சிரத்தை தத்துவ அஜெண்டாவில் அதிகமாக இருக்கக்கூடிய) வாஷிங்டனால் தவறாகப் புரிந்து கொள்ளப்படும். ஜூன் 9, 2002 அன்று ஆயிரம் போலீஸ்காரர்கள், ரேஞ்சர்கள் கொண்ட ஆயுதம் தாங்கிய குழுவினர் பிரோவால் கிராமத்தைச் சூழ்ந்து கொண்டனர். முற்றுகை ஏழு மணிநேரம் நீடித்தது. ஆனால் போலீஸ் தலைவர்கள் கிராமத்திலுள்ள அனைத்து பருத்திப் பயிரையும் எரித்து விடுவோமென மிரட்டியபோதும் தலைவர்களைப் பிடிக்க முடியவில்லை. அவர்கள் விவசாயிகளின் ஒருமைப்பாட்டின் சக்தியைக் குறைவாக மதிப்பிட்டு விட்டனர்.

ஜூன் 24, 2002 அன்றைய கராச்சி நாளிதழ் 'டான்' கூர்மையாக வடிக்கப்பட்ட தலையங்கத்தில் இவ்வாறு கூறியது.

அமைதியற்ற, கலக்கமுற்ற விவசாயிகளின் நம்பிக்கையைத் திரும்பப் பெற, மிரட்டவும் கொடுமைப்படுத்தவும் அனுப்பப்பட்ட போலீஸ் படை உடனே திரும்பப் பெறப்பட வேண்டும். அவர்களுக்குப் 'பாடம் புகட்ட வேண்டும்' என்ற எந்த மோசமான யோசனையும் கைவிடப்பட வேண்டும். மரணங்களுக்கு இட்டுச் சென்ற போலீஸ் நடவடிக்கைக்கு உத்தரவிட்ட அரசுக்கும், நில நிர்வாகத்துக்கும் எதிராக வழக்குப் பதிவு செய்யப்பட வேண்டும். இந்த நம்பிக்கையூட்டும் நடவடிக்கைகள் எடுக்கப்பட்ட பிறகு அரசு குத்தகைதாரர்களுடன் அமர்ந்து பேச்சுவார்த்தை நடத்த வேண்டும். அவர்களுக்குக் கொடுக்கப்பட வேண்டிய நில உரிமையை அளிக்க வேண்டுமென்பது குறித்து அந்தப் பேச்சுவார்த்தையை பஞ்சாப் குத்தகைதாரர் சங்கத்துடன் நடத்தலாம்.

ஜெனரல்களின் தேவைகளுக்குப் பொதுவாக சாதகமாக எழுதும் நாளிதழின் ஆலோசனையை ஜெனரல்கள் நிராகரித்தனர். மாறாக பஞ்சாப் குத்தகைதாரர் சங்க நிர்வாகிகள் கைது செய்யப்பட்டனர். கிராமங்களை முற்றுகையிட்டுக் கொடுமைப்படுத்தியது தொடர்ந்தது; மக்களின் போராட்டமும் தொடர்ந்தது. முக்கிய அரசியல் கட்சிகள் இந்த மோதலைக் கண்டுகொள்ளாமல் விட்டாலும், பல சுதந்திரமான குழுக்கள் அதனை ஆதரித்தன. அவற்றில் ஒரு குழுவான அஸர் (தாக்கம்), லாகூரில் டிசம்பர் மத்தியில் ஒரு வெற்றிகரமான ஆதரவு மாநாட்டையும், வெகுஜன ஆர்ப்பாட்டத்தையும் நடத்தியது.

மேற்கின் நம்பிக்கைக்குரிய கூட்டாளியென்ற முஷாரஃபின் புதிய தகுதி இப்போது குத்தகைதாரர்களுக்கு எதிராக உபயோகிக்கப்பட்டது. அதன் தலைவர்கள் சிலர் மீது புதிய 'பயங்கரவாத எதிர்ப்பு' சட்டத்தின் கீழ் குற்றம் சுமத்தப்பட்டது. ஒருசமயம் இல்லையென்றால் மற்றொரு சமயத்தில் இராணுவ உளவுத் துறையின் ஊதியப்பட்டியலில் இருந்த உண்மையான பயங்கரவாதிகள் விடுவிக்கப்பட்ட அதே சமயத்தில் காக்கி உடையணிந்தவர்கள் சாத்வீகமான குத்தகைதாரர்களை 'பயங்கரவாதிகள்' என கண்டனம் செய்தனர். பாகிஸ்தான் மேற்கிலிருந்து வரும் பத்திரிகையாளர்கள் வழக்கமாகக் கால் பதிக்கும் இடமாக இருந்தாலும் யாரும் இந்தப் போராட்டத்தை முக்கியத்துவமுள்ளதாகக் கருதவில்லை. அது மிகவும் நாகரிகமற்ற ஒன்று என்பதுடன் தாடிகள் மீது கவனம் செலுத்துவதைத் திசை திருப்பும். ஆனால் மக்களின் உண்மையான தேவைகள் மீது தொடர்பற்றவர்கள் என்று மக்கள் அவர்களைக் கண்ணுறும்போது தாடிகள் சக்தியுடன் ஓரங்கட்டப்படுவார்கள். இதைத்தான் இராணுவ நிலத்தின் பஞ்சாபிய குத்தகைதாரர்கள் செய்து காட்டினார்கள். கிறிஸ்டோபர் ஜானும், யூனுஸ் இக்பாலும் இப்போது இந்தப்

போராட்டத்தை சர்வதேசிய மயமாக்க முயல்கிறார்கள். அவர்கள் உலகம் தம்மை கவனிக்க வேண்டுமென்றும் விரும்புகிறார்கள். சர்வதேச ஒருமைப்பாட்டை மிகவும் ஆவலுடன் எதிர்பார்க்கிறார்கள். இதுவரை அது நடக்கவில்லை.

சமீபத்திய தேர்தலுக்கும் பத்து லட்சம் விவசாயக் குடும்பங்களை உள்ளடக்கிய இரு வருட போராட்டத்துக்கும் இடையேயான ஒத்திசைவின்றி இருப்பது ராஜதந்திரத்தின் பலவீனமான இயல்பைத்தான் காட்டுகிறது. முஷாரஃபால் உருவாக்கப்பட்ட அரசியல் திரை மறைப்பதற்காக அல்ல. மாறாக நாட்டை ஆளும் நிறுவனமயமான அதிகாரத்தை அழுத்தமாகக் கூறவே வடிவமைக்கப் பட்டது. 1977-லிருந்து பாகிஸ்தான் எந்த ஒரு அரசாவது பெரும்பாலான அதன் சிரமப்பட்ட குடிமக்களின் வாழ்நிலையை உண்மையாகவே உயர்த்தியிருக்குமானால், இராணுவ அரசு அல்லது சிவிலியன் அரசில் எது நன்றாகச் செயல்பட்டது என்று நிர்ணயிக்கும் ஒரு விவாதத்திற்கு சிறிது இடமிருக்கும். ஆனால் ஏற்றி இறக்கப்பட்டு கலப்படம் செய்யப்பட்ட அதிகாரபூர்வ புள்ளிவிவரம்கூட யார் ஆட்சியில் இருந்தாலும் நாடு ஒரு நீண்ட, ஆழமான சமூகத் தீவிர நிலையில் உள்ளதென்பதை வெளிப்படுத்துகிறது.

கடந்த காலத்தில், குறைந்தபட்சம், நிதர்சனத்துடன் பற்றிச் செல்ல சில முயற்சிகளாவது செய்யப்பட்டன. கராச்சியில் வீடற்ற மக்கள் குறித்து 1959-ல் பதிப்பிக்கப்பட்ட ஒரு ஆய்வு, (உலக முதலாளித்துவத்தின் பொது உணர்வாக சமூக ஜனநாயகத் தத்துவத்தின் ஒரு அம்சம் இருந்தபோது) இன்றைய ஆட்சியாளர்களின் அலட்சியப் போக்கை ஒப்பிடுகையில் ஒரு கசப்புணர்வை வெளிப்படுத்துகிறது.

ஒரு விவசாயி தனது ஒரு காளை மாட்டுக்கு 445 கஜமுடைய ஒரு முறையான இருப்பிடத்தை அளிக்கிறான்.. ஜக்கியில் வசிப்பவர்களுக்கும், கராச்சியில் அதே போன்று கிடைக்கும் பொருட்களால் கட்டப்பட்ட குடியிருப்புக்களில் வசிப்பவர்களுக்கும் இத்தகைய இடமோ, வசதியோ கூடக் கிடைப்பதில்லை. ஜக்கியின் இடம் 4 X 5 கஜத்தையும், சராசரி 4.2 உறுப்பினர்களின் கொள்ளளவும் உள்ளது.. அகழ்வாராய்ச்சியாளர் களால் தோண்டியெடுக்கப்பட்ட வசிப்பிடங்கள் கூட நாங்கள் வேதனையுடன் செய்த ஆய்வில் கண்டவற்றைவிட பெரிதாகவும் அதிக வசதிகளுடனும் இருந்தன.

அப்போதிலிருந்து விரைவாக அதிகரித்து வரும் ஜனத்தொகையின் அடர்த்தியை எடுத்துக்கொண்டால், மார்ச் 1977 ஜெனரல் ஜியாவின் கலகத்திலிருந்து வீட்டுவசதி அளிப்பது முக்கியத்துவம் அளிக்கப்படுவது நிறுத்தப்பட்டதென்பது பெரிய அதிசயமல்ல. அடுத்தடுத்த அரசுகள்

கடைப்பிடித்த மால்தூசியக் கொள்கைகள் ஏறக்குறைய பாதிக்கு மேலான ஜனத்தொகைக்கு சுகாதார கவனிப்பின்மை, நகரங்களிலும், கிராமப்புறத்திலும் அவலமான வாழ்க்கை நிலை, நாட்டுக்குக் கல்வி புகட்ட வக்கற்ற தன்மை (70 சதவிகிதப் பெண்களும், 41 சதவிகித ஆண்களும் கல்வியறிவற்றவர்களாக அதிகாரப்பூர்வமாக வகைப்படுத்தப்பட்டுளனர். உண்மைப் புள்ளிவிவரம் இதைவிட அதிகமாக இருக்கும்) நாட்டையே உடைத்தெறிந்து விட்டாலும், சராசரி குடும்பத்தின் அளவைக் குறைப்பதில் தோல்வியே அடைந்தது. கடைசியாக எடுக்கப்பட்ட மக்கட்தொகை கணக்கெடுப்பின்படி நாட்டின் ஜனத்தொகை 148.7 லட்சம். ஐ.நா. குடும்பக் கட்டுப்பாட்டு சங்கம் 2050- வாக்கில் இது 344.2 லட்சமாக உயர்ந்திருக்குமென்று கணிக்கிறது. அது பாகிஸ்தானை சீனா, இந்தியா, அமெரிக்காவுக்குப் பிறகு நான்காவது ஜனத்தொகை மிகுந்த நாடாக்கிவிடும்.

பாகிஸ்தானிய சமூகத்தில் பாரம்பரியப் பாகுபாடுகள் சமீபத்திய பத்தாண்டுகளில் கூர்மையாக அதிகரித்துள்ளன. ஆங்கிலம் கற்ற சிவிலியன், இராணுவ முக்கியஸ்தர்கள், மேற்கத்திய பல்கலைக்கழகங்களில், மருத்துவப் பள்ளிகள், இராணுவப் பல்கலைக் கழகங்களில் படிக்க வசதியுள்ளவர்களையும் அரைகுறைக் கல்வி (பெருமளவில், முழுமையாக அல்ல, மதரஸாக்கள் அல்லது மதப்பள்ளிகளின் உருவாக்கங்கள்) அல்லது கல்வியறிவற்றவர்களுக்கிடையேயான ஒரே தீவிரமான பிளவு 'கருப்புப் பொருளாதாரத்தின்' பரிசு. 1980, 1990-கள் முழுவதிலும் ஆஃப்கானிஸ்தானிலும், வடமேற்கு எல்லைப் பிரதேசத்திலும் கஞ்சாப் பயிர் விவசாயம் ஹெராயின் பணக்காரர்களின் வரிசையை உற்பத்தி செய்தது. அவர்கள் உச்சத்திற்கு ஏறினர். அவர்களில் பெரும்பாலோர் விவசாயிகள் அல்லது நகர்ப்புற அரை பூர்ஷ்வாக்கள். ஆனால் அவர்களது பணம் ஒவ்வொரு அரசியல் கட்சிக்கும் நிதியாகச் சென்றதுடன் இராணுவத்துக்குள்ளும் ஊடுருவியது.[68] பணம், கலாஷ்னிகோவ்ஸ், பெஜரோக்கள் (ரேஞ்ச் - ரோவரின் ஜப்பானிய பெயர்) அவர்களிடையே தாராளமாகப் பரவியது. அதற்கு பதிலாக அடக்கமான ஹெராயின் வர்த்தகர்கள் பட்டங்களாலும், பொதுவில் அன்பாலும் குளிப்பாட்டப்பட்டனர். இது அவர்களுக்குக் காலம் கடந்ததாக இருந்தாலும், தமது பிள்ளைகள் நன்கு கல்வி கற்று அறிவாளிகளில் ஒருவராவதை உறுதிப்படுத்திக் கொண்டனர். இந்தப் பிரிவினரின் உயர்வு, சொத்துடைய முக்கியஸ்தர்களின் அமைப்பைச் சற்றே மாற்றியதே தவிர வேறு எதுவும் மாறவில்லை. சமூகத்தின் உயர் பிரிவினரிடையே பணம் பெரிய அளவீடாக இருந்தது. அதேசமயம் நகர்ப்புற நிலத்தின் விலை வானை எட்டியது. கராச்சியின் டிஃபென்ஸ் காலனியிலோ,

லாகூரின் பேஃஷன் பரேட் கிரவுண்டிலோ ஒரு வீட்டை வாங்குவது நியூயார்க்கிலோ, பெர்லினிலோ வாங்குவதுடன் வேறுபட்டதல்ல.

1990-ல் ஐரோப்பாவுக்கும் வட அமெரிக்காவுக்கும் ஹெராயின் இரண்டு வழிகளில் அனுப்பப்பட்டது. முதலாவது பெஷாவருக்கும், கராச்சிக்கும் இடையே கிராண்ட் டிரங்க் சாலையில் சென்று பிறகு மெடிடரேனியன் துறைமுகங்களுக்குக் கப்பலில் அனுப்புவது. இரண்டாவது ரஷ்ய மாஃபியாவின் காவலில் ஆஃப்கானிஸ்தானிலிருந்து மத்திய ஆசியா, ருஷ்யா வழியாக பால்கன் சென்று அங்கிருந்து மேற்கத்திய உலகின் தலைநகரங்களுக்கு அனுப்புதல். 11 செப்டம்பரைத் தொடர்ந்து தாலிபான் தோற்கடிக்கப்பட்டதானது, பாகிஸ்தானின் ஹெராயின் வலை சுத்தமாக விழுந்துவிட்டதென்பதையே குறிக்கும் அர்த்தம். மேற்குக் கூட்டணிதான் இப்போது வர்த்தகத்தில் தனியாதிக்கம் செலுத்துகிறது. அவர்களது பழைய ருஷ்ய நண்பர்கள்தான் இதனால் பலனடைகிறார்கள். கொசோவாதான் உலகின் பெரும்பாலான பகுதிகளுக்குப் பிரித்தளிக்கும் மையமாக உள்ளது.[69] பாகிஸ்தான் பொருளாதாரம் அமெரிக்கப் படையுடன் வந்த புதிய பணத்தால்தான் இந்த அடியைத் தாங்கியிருக்கிறது. பாகிஸ்தானில் அமெரிக்க வெளியுறவுக் கொள்கை இராணுவ சக்தி மற்றும் நிதியின் திறமையான ஒருங்கிணைப்பில் உள்ளது. ஆனால் சிப்பாய்களும் பணமும் மற்றமுனைகளுக்குத் தேவைப்பட்டு இந்தச் சமநிலை இனியும் காப்பாற்றப்பட முடியவில்லையெனில் என்னவாகும்?

அமெரிக்கப் பேரரசின் வாய்ஜாலக்காரர்கள் சந்தை நாடுகளின் உலகில் கடுமையான நிலைகள் குறித்து அடிக்கடி பேசுகிறார்கள். இஸ்லாமிய உலகுக்கு இது சுதந்திர வர்த்தகம், அறிவுச் சொத்துரிமை, எதை வேண்டுமானாலும் தனியார்மயப்படுத்துதல் ஆகியவற்றில் கட்டப்பட்ட ஜனநாயகம் அல்லது தாடியுடைய காட்டுமிராண்டித் தனத்தின் பின்வாங்கல் என்று அர்த்தப்படும். அவர்களை பயமுறுத்துவது சமன்பாட்டின் சமூகப்பக்கம். பாலினம் மற்றும் பாலின்பம் குறித்த பிரச்சனைகளை ஒப்புக்கொள்வது இஸ்லாமிய உலகில் அவர்களது செல்வாக்கை அழித்து விடுமென்பது அவர்களுக்குத் தெரியும். இந்தக் காரணத்துக்காகத்தான் சுதந்திரம் அளிக்கப்பட்ட பெண்களையும் சமீபத்தில் ஓரினச் சேர்க்கையாளர் களையும் அவர்கள் வன்மையாக நிராகரிக்கின்றனர்.[70] தாடிகளுக்கும் அமெரிக்காவை ஆதரிக்கும் பாகிஸ்தானிய தாராளவாதிகளுக்கு மிடையேயான முக்கிய வேறுபாடு இரண்டாமவர் நாணயத்தின் இரு பக்கத்தையும் ஒப்புக்கொள்கிறார்கள். உண்மையான பிரச்சனை நாணயத்தில் உள்ளது. பாகிஸ்தான் ஒரு தோல்வியுற்ற நாடு,

ஏனெனில் அதன் ஆளும் பிரமுகர்கள் அதன் மக்களைத் தோல்வியடையச் செய்துவிட்டார்கள். பொது அலுவலகங்களைச் சந்தையில் விலைக்கு வாங்க முடியும். அந்தப் பணத்தை அடக்குமுறை மற்றும் லஞ்சத்தைக் கட்டாயப்படுத்துவதன் மூலமும் சரி செய்ய முடியும்; நீதி விற்கப்படுகிறது அல்லது மோசமாக நிர்வகிக்கப்படுகிறது; முதலாளித்துவ முறை செல்வந்தர்களின் தேவைகளுக்குச் சேவை செய்கிறது; பெரிய வர்த்தகரோ, சிறிய வர்த்தகரோ, இருவரின் வரி வருமானமும் மிகவும் குறைவு; சத்துணவு, கல்வி, ஆரோக்கியம், இருப்பிடம் அனைத்துமே யார் பணம் கொடுக்க முடியுமோ அவர்களுக்கே; பாதுகாப்புச் செலவு மொத்தமாகக் கைவிட்டுச் சென்றுவிட்டது. ஒவ்வொரு பட்ஜெட்டும் 'தேசிய பாதுகாப்பின்' தேவைகளால் நிறைந்துள்ளது. இந்த விஷச்சூழலிலிருந்து எந்த விடுதலையும் இருப்பதாகத் தோன்றவில்லை. விளைவு ஆழமான துன்பம், பாதுகாப்பின்மையுடன் இணைந்த படுகொலை, கொள்ளை.

இராணுவத்தின் ஒரு முக்கியமான தோல்வி நகரத்திலும், கிராமங்களிலும் சட்ட ஒழுங்கின் சுவடைக் கூட நிலைநாட்ட முடியாததாகும். தாமே நியமித்துக் கொண்ட சமூக மூத்தோர்கள் தமது விருப்பப்படி தவறு என்று நினைக்கப்படுபவற்றுக்கோ; இஸ்லாமிய விதிகளை மீறியதாகக் கருதினாலோ இஷ்டத்துக்கு தண்டனை என்ற பெயரில் இளம் ஆண்களையும் பெண்களையும் பாலியல் வன்புணர்வு செய்தனர். ஒரு மீறல் எனக் கருதப்படும் ஒன்று உண்மையான ஒரு மீறலால் தண்டிக்கப்பட்டது. ஒவ்வொரு வழக்கிலும் முல்லாவும் உள்ளூர் போலீஸ் தலைவரும் குற்றவாளிகளைப் பாதுகாத்தனர். இந்தக் குற்றங்களெல்லாம் பத்திரிகைகளில் மிகச் சாதாரணமாக 'தண்டனை வன்புணர்வுகள்' என குறிப்பிடப்பட்டன. இந்தத் தோல்வியுடன் கூட பாகிஸ்தானிய கிறித்தவர்களையும், வெளிநாட்டுப் பயணிகளையும், தொழில் வல்லுனர்களையும் தாக்கிக் கொலை செய்யவும், முஷாரஃபையே இரண்டுமுறை கொலை செய்யவும் முயன்ற இஸ்லாமிய பயங்கரவாதிகளை அடக்கத் தவறியதையும் சேர்த்துக் கொள்ளலாம். இத்தகைய குழப்பமான அத்துமீறல்களை அடக்குவதில் தோல்வியானது, இராணுவத்தின் அமைப்பு மற்றும் அது முதல் ஆஃப்கான் போரின் போது உருவாக்கிய ஆக்டோபஸ்ஸிலும்தான் அடங்கியுள்ளது. ஐ.எஸ்.ஐ. இராணுவத்துக்குள் இராணுவமாகியது. அதன் சொந்த உயர் தலைமைக்கு மட்டுமே பதிலளிக்கும் உரிமை பெற்றது. அநேகமாக வாஷிங்டன்னால் நேரடியாக அளிக்கப்பட்ட நிதியினால் தமது பட்ஜெட்டை கட்டுப்பாட்டில் வைத்திருந்தது. ஐ.எஸ்.ஐ.தான்

காபூலில் தாலிபான் கைப்பற்றலை மேற்பார்வையிட்டது; இந்தியாவின் காஷ்மீர் பகுதியில் திறமைபெற்ற பயங்கரவாதிகள் ஊடுருவலை ஐ.எஸ்.ஐ. தான் கட்டுப்படுத்தியது; ஐ.எஸ்.ஐ.தான் ஒசாமா பின்லேடன் மற்றும் அவரது குழுவுடன் நேரடித் தொடர்பை வைத்திருந்தது.

பாகிஸ்தானில் இராணுவம் வன்முறையைக் கட்டுப்படுத்த முடியாததன் காரணம், அவற்றின் சுவடுகளைப் பின்பற்றினால் அவை நேரடியாக அதன் தலைமையகத்துக்கே இட்டுச் செல்லும். பலுசிஸ்தானிலும், வடமேற்கு எல்லைப் பகுதியிலும் MMAவின் வெற்றி ஐ.எஸ்.ஐ.-யின் சில பகுதிகளின் வெற்றி. இப்போது இராணுவத்துக்குள்ளேயே வேற்றுமையை விதைப்பதை அது தொடர முடியும்.

இந்தத் தீவிர நிலைக்காக ஜெனரல்களும், அரசியல்வாதிகளும் ஒருவரையொருவர் குற்றம் சுமத்திக்கொள்கிறார்கள். இருவர் கூறுவதும் சரியே. அரசியல்வாதிகள் தம்மைத் தேர்ந்தெடுத்தவர்களின் சமூக நலனில் அக்கறையில்லாது நாட்டின் வளங்களைத் தமது சொந்த நலன்களுக்காகக் கறப்பதில் ஈடுபட்டிருந்தார்கள். அதிகாரத்துக்கு வந்ததும் ஜெனரல் முஷாரஃப் வெளிப்படையான அரசையும், பொருளாதார வளர்ச்சியையும், ஊழல் ஒழிப்பையும் அளிப்பதாக உறுதி கூறினார். ஒவ்வொன்றிலும் அவர் தோல்வியுற்று விட்டார். எப்போதுமே குறைத்துக் கூறும் அரசாங்கப் புள்ளிவிவரமே இராணுவம் பதவியேற்ற பின் வேலையற்றோர் விகிதம் 2 சதம் அதிகரித்துவிட்டதை ஒப்புக்கொள்கிறது. முதலீடு தேசிய உற்பத்திப் பொருள் விகிதாசாரம் 1996 முதல் மிகவும் கீழேயிருக்கிறது. 9/11 சந்தேகமின்றி இப்போது 6 பில்லியன் டாலராக இருக்கும் வெளிநாட்டு மாற்று இருப்பை அதிகரித்துள்ளதென்றாலும் அதிகமாக உறுதியளிக்கப்படும் முதலீடு இன்னும் வரவில்லை.

பிரச்சனை கட்டுமானத்தில் உள்ளது. விவசாயத்தில் குறைந்த உற்பத்தி தீவிரமான நிலச்சீர்திருத்தத்தை அமல்படுத்துவதன் மூலமே சரி செய்யப்பட முடியும். ஆனால் காக்கி அரசுக்கும், உள்நாட்டு நிலப்பிரபுக்களுக்கும் இருக்கும் கூட்டணி இந்த நடவடிக்கை எடுப்பதைச் சுத்தமாக வாய்ப்பற்றதாக்கி விட்டது. இந்தப் பார்வை இடதுசாரிகளுடையது மட்டுமல்ல. பாகிஸ்தானின் பொருளாதார உளவுத்துறை அறிக்கை (2002) நாட்டின் விவசாயத்தின் புலம்பலான நிலை பற்றி கூறுகிறது:

எனினும் மாற்றம் என்பது விவசாயத்தைச் செல்வம் மிக்க நிலப்பிரபுக்களுக்கு இப்போதுள்ள நிலை சாதகமாக உள்ளதனால்

மட்டுமல்ல, மத்திய மற்றும் பிரதேச பாராளுமன்றங்களாலும்தான். பெரும் நிலப்பிரபுக்கள் 40% சாகுபடிக்கேற்ற நிலத்தையும் பெரும்பாலான சாகுபடி முறையையும் கட்டுப்படுத்துகின்றனர். எனினும் உலக வங்கி உட்பட சுதந்திரமான ஏஜென்சிகள் நடத்தும் ஆய்வுகள் அவர்களைக் குறைந்த நிலமுடையவர்களை விட குறைவான உற்பத்தி செய்பவர்களென்று கூறுகின்றன. மேலும் அவர்கள் குறைவான வரி கட்டுபவர்கள், அதிகமாகக் கடன் பெறுபவர்கள், கடனைத் திரும்பச் செலுத்தாதவர்கள்.[71]

கடைசி வரி புதிய அரசின் அமைச்சரவை அமைச்சர்களின் கூர்மையான விவரம்.

1947-ல் நாட்டின் ஸ்தாபகத்திலிருந்து பாகிஸ்தானிய இராணுவம் அரசு இயந்திரத்தின் முதுகெலும்பாக இருந்து வருகிறது. அரசியல் நிறுவனங்களின் பலவீனம், பூர்ஷ்வாக்களின்மை, நாட்டின் அரசியலில் கிராமப்புற முக்கியஸ்தர்கள் (மோசமான வகையிலான அடுத்தவர்களை உறிஞ்சும் தன்மையுள்ள அசாதாரண வளர்ச்சி பெற்றவர்கள்) ஆதிக்கம் செலுத்தியது ஆகியவை இராணுவம் மற்றும் சிவிலியன் அதிகாரிகளின் மீது அதிகமாகச் சார்ந்திருப்பதற்கு இட்டுச் சென்றது. நிலப்பிரபுக்களின் ஆட்சிக்கு உண்மையான ஏற்பு இல்லாததால் நேரடியாகவும், மறைமுகமாகவும் நிர்பந்தம் செலுத்த வேண்டியிருந்தது. இரண்டு நிறுவனங்களும் காலனி அதிகாரத்தால் உருவாக்கப்பட்டு பண்படுத்தப்பட்டவை.[72]

சிவில் சர்வீஸ் வெகு சீக்கிரம் ஊழல் சேற்றில் அமிழ்ந்து விட்டது. ஆனால் இராணுவம் மேலும் சிறிது காலம் நீடித்தது. தனி மனிதர்கள் லஞ்சம் பெறும் வாய்ப்பு இருந்தாலும், (அவர்களும் மனிதர்கள்தானே) நிறுவனம் அப்பழுக்கற்றது என்ற எண்ணம் உருவாக்கப்பட்டது. இரண்டு நீண்ட இராணுவ ஆட்சிக்காலங்கள் அந்தப் பிம்பத்தை அழித்தன. ஜெனரல் அயூப்கானின் குடும்பம் அவரது ஆட்சியின்போது (1958-69) மிகப் பெரிய செல்வந்தர்களாகிவிட்டனர். அவரது சில கூட்டாளிகளும் அப்படியே பொருள் சேர்த்தனர். 1977-லிருந்து 89 வரை குறைந்தபட்சம் ஜியாவின் கமாண்டர்கள் ஹெராயின் வர்த்தகத்திலும், ஆயுத விற்பனையிலும் ஈடுபட்டனர். ஊழல் குறைந்த அளவில் இராணுவத்தின் இளைய அதிகாரிகளிடையே விஷச்சூழலான புற்றுநோய் போலப் பரவியது. இந்தப் பழக்கங்கள் மீது கடும் நடவடிக்கை எடுக்கத் தவறியது விபத்தல்ல. ஜெனரல்கள் இந்தப் பிரச்சனையைப் பொருள்ரீதியாக அணுகினர். இராணுவத்தின் ஒற்றுமையைக் காப்பாற்ற அது ஒரு எளிதான வழியென அவர்கள் கண்டனர். சமத்துவ மனப்பான்மையை கர்னல்களுக்கும் மேஜர்களுக்கும் வளர்த்து விடுமென்பதால் கொள்ளையை சமமாகப்

பங்கிட முடியவில்லை. ஆனால் அதே சமயத்தில் கீழ்நிலை அதிகாரிகளுக்குக் கொஞ்சம் பாதுகாப்புப் பணத்தை மறுக்க முடியவில்லை. பாகிஸ்தானை ஒட்டுமொத்தமாகப் பாதுகாத்தது இராணுவமே அல்லவா?

நாட்டை நடத்துவதில் அதிக அனுபவம் பெற்றதும், காக்கி பிரமுகர்கள் தம்மை ஒரு கட்சியாக / இராணுவமாகப் பார்க்கத் துவங்கினர். அரிதான சமயங்களில் அது தேர்தலுக்கும் ஒப்புக்கொள்ள நேரிட்டது. ஒரு அரசியல் முன்னணி விரைவாகக் கட்டப்பட்டது. எனினும் அதன் ஆட்சி இராணுவத்தின் தேவைகளால் பெரிதும் வரையறுக்கப்பட்டது. சிவிலியன் அரசு பேரளவுக்கு மட்டுமே ஆட்சி செய்தது. அடுத்தடுத்த பட்ஜெட்டுகளிலும், ஒவ்வொரு ஆட்சி மாற்றங்களிலும், இராணுவத்துக்கான ஒதுக்கீடு காப்பாற்றப்பட்டது. அதிகாரப்பூர்வ புள்ளிவிவரங்கள் கடந்த பத்தாண்டுகளில் நன்கு போலியாக மாற்றப்படலாம். ஆனால் அதுவே வெளிப்படுத்துவதாக உள்ளது. 1998-89ல் பாதுகாப்புச் செலவு, கல்வி, ஆரோக்கியத்துக்கான செலவில் ஆறு மடங்காக இருந்தது. 1998-99ல் இந்தப் புள்ளிவிவரம் பாதுகாப்புக்கு சாதகமாக ஒரு புள்ளி மாறியது. இப்போது அது ஏழு மடங்கு உயர்வாக இருக்கும். உண்மையான வகையில் அநேகமாக மூன்று மடங்கு உயர்வு. பாதுகாப்புக் காரணங்களுக்காகப் பணம் செலவு வாரியாக பிரித்துக் காட்டப்படுகிறது. எனவே, குடிமக்களுக்குப் பணம் எதற்கு, எப்படி செலவிடப்படுகிறது என்பது தெரியவே செய்யாது. அணு ஆயுதங்கள், எடுத்துச் செல்லும் வகைகளை விட்டு விடுவோம். ஐம்பது லட்சம் பேர் கொண்ட இராணுவம், இரண்டு ஆயுதந்தாங்கிய டிவிஷன்கள், டஜன்கணக்கான பிரிகேடுகள் ஏறக்குறைய மூவாயிரம் பீரங்கிகள், ஆயுதந்தாங்கிய வாகனங்கள் ஆகியவற்றை நிர்வகிக்கும் கட்டுமானம் மற்றவைகளுக் கிடையே மிகவும் அதிகமாக இருக்க வேண்டும். பத்து போர் ஸ்குவாட்ரன்களாக பிரிக்கப்பட்ட நானூறு போர் விமானங்களையும், அமெரிக்காவிலிருந்தும், பிரான்ஸிலிருந்தும் பெறப்பட்ட ஏவுகணை வகைகளையும் விமானப்படை பெற்றுள்ளது. ஒப்பீட்டளவில் சிறிய தான ஒரு கப்பல் படையும் உள்ளது : ஒன்பது நீர்மூழ்கிக் கப்பல்கள், சில நாசகாரிகள் மற்றும் விரைவுப் போர்க்கப்பல்களும் உள்ளன.

இவ்வளவு பெரிய பாதுகாப்பு அமைப்பு பாகிஸ்தானுக்கு உண்மையிலேயே தேவையா? காக்கி தத்துவவாதிகள் பிரிவினைக்குப் பிறகு இந்தியாவிடமிருந்து நிரந்தரமான பயமுறுத்தல் இருப்பதாகக் கூறுகின்றனர். நான் பிற இடங்களில் வாதம் செய்ததுபோல், இது சுத்தமான குப்பை.[73] இரு நாடுகளும் போரிட்ட மூன்று சந்தர்ப்பங்களிலும் (இருமுறை காஷ்மீர், ஒருமுறை பங்களாதேஷ்)

பாகிஸ்தான்தான் முதலில் இறங்கியது. 1971-ல் இந்திய இராணுவம் மேற்கு பாகிஸ்தானை தன் வசம் எடுத்துக் கொண்டிருக்க முடியும். ஆனால் அதன் சொந்த அரசியல் தலைவர்கள் அதை சர்வதேச எல்லையைக் கடக்க அனுமதிக்கவில்லை. இரு நாடுகளுமே அணுஆயுதப் போர் ஏவுகணைகளை வைத்துள்ளதால் காஷ்மீர் பிரச்சனையோ அல்லது வேறு எந்தப் பிரச்சனையோ போரால் தீர்க்கப்பட முடியாது என்பது நிதர்சனம். இந்து வெறியரால் ஆதிக்கம் செலுத்தப்பட்டு காவி உடையணிந்த சிறிது பித்தான மனிதர்களால் தலைமை தாங்கப்படக் கூடிய இந்தியா கூட பாகிஸ்தானை வெற்றி கொள்ள முடியாது. அவர்கள் ஏன் செய்ய வேண்டும்? அது யாருடைய நலனுக்கு உதவும்? ஒருவேளை பாகிஸ்தான் திடீரென தனது மண்ணுக்குக் கீழே ஏராளமான அளவில் எண்ணெயைக் கண்டுபிடித்திருக்குமானால் நிலைமை ஒரு வேளை வேறு விதமாக இருந்திருக்கக்கூடும். வேறு எதை அது கொடுக்க முடியும்? உண்மையில் இந்தியாவின் மீதான இந்த பயத்துக்குப் பின் நியாயமேயில்லை. அது ஒரே ஒரு நோக்கத்துக்குத்தான் உதவுகிறது: நாட்டை விவகாரமாக்கும் பெரும் இராணுவத் தொழில் வளாகத்தை நிர்வகிக்கவும், காக்கி அரசியல் மேலாண்மையைத் தாக்குப்பிடிக்கவும்தான். நிதர்சனத்தில் இராணுவத்தின் ஆதிக்கத்துக்கு பயமுறுத்தல் அதன் சொந்த மக்களிடமிருந்துதான் வந்துள்ளது. பழைய பாகிஸ்தான் தீவிரமாக ஒன்றுபட்ட ஒரே நேரம் டாக்கா, கராச்சி, சிட்டகாங், லாகூர் ஆகிய இடங்களிலிருந்து வந்த மாணவர்கள், தொழிலாளர்கள் ஃபீல்டு மார்ஷல் அயூப்கானின் சர்வாதிகார ஆட்சியைக் கவிழ்க்க ஒன்று பட்டதாகும். வங்கக் குடிமக்களின் இந்த காட்டிக்கொடுக்கும் செயலை இராணுவம் ஒருபோதும் மன்னிக்கவில்லை. எனவேதான், அவர்களது சொந்தத் தலைமையை அவர்கள் தேர்ந்தெடுத்ததும் இராணுவம் இரத்தத்தில் குளித்தது. நாட்டைப் பாதுகாக்க எல்லையற்ற பாதுகாப்புக்காகப் பணத்தை வேண்டும் ஒரு இராணுவம்தான் 1971-ல் உண்மையில் ஒரு பிளவைத் தூண்டியது என்பதை இங்கு வலியுறுத்திக் கூற முடியும். இது பொதுவாக இராணுவம், நாடு ஆகிய இரண்டின் கணக்கிலும் ஏய்க்கும் தோற்றமாக உள்ளது.

இராணுவம்/கட்சி தமது பேராசை மிக்க திருப்தி செய்ய முடியாத தேவைகளுக்குப் பாதுகாப்பு பட்ஜெட் மட்டுமே போதாது என்பதை உணர்ந்ததும் அது ஒரு பன்னாட்டுத் தொழிலில் இறங்க ஆரம்பித்தது. விரைவில் அதன் இளைய கூட்டாளிகளான கப்பல் படையும் விமானப் படையும் அதைத் தொடர்ந்தன.[74] இராணுவத்திடம் எப்போதுமே அதன் சமூகநல அமைப்புகள் இருந்தன. அவை மற்றொரு காலனியாதிக்கப் பாரம்பரியம். ஆனால் அவை ஓய்வுபெற்ற

சிப்பாய்களுக்கும் அதிகாரிகளுக்கும் ஓய்வூதியம், மானியம் அளிக்கவும், அவர்களை சிவில் சமூகத்தில் மீண்டும் இணைக்கவுமாக மட்டுமே இருந்தன. அனைத்துப் பொதுத்துறை நிறுவனங்களின் வேலைகள் இராணுவத்துக்காக ஒதுக்கப்பட்டிருந்தன. இதில் வழக்கத்துக்கு மாறானது ஒன்றுமில்லை. இதற்கு பிரிட்டிஷ்-அமெரிக்க இராணுவங்கள் தமது சொந்த விளக்கத்தை வைத்துள்ளன.

இந்த நிறுவனங்களில் மிகப் பழமையானது 1889-ல் ஒரு சேவை நிறுவனமாக அமைக்கப்பட்ட ஃபௌஜி நிறுவனம் இப்போது பகாசுர நிறுவனமாக வளர்ந்து கரும்பாலைகள், எரிசக்தி, உரம், பருப்பு வகைகள், சிமெண்ட், மற்றும் மற்ற தொழில்களில் தனது சொந்த உரிமைகளைப் பங்குகளைக் கட்டுப்படுத்துவதன் மூலம் வைத்துள்ளது. அதன் ஒட்டுமொத்த சொத்து மதிப்பு 9.8 பில்லியன் ரூபாய்கள். தனியார் துறையில் அது உறுதியாகக் கால் பதித்திருந்தாலும் நிறுவனத்தின் தலைவராக அதிகாரப்பூர்வ வகையில் நாட்டின் பாதுகாப்புச் செயலர் இருக்கிறார். ஆவலூட்டும் விதமாக இப்போது இராணுவத்திலிருந்து ஓய்வு பெற்றுவிட்ட ஜெனரல் அம்ஜத் தான் தற்போதைய நிர்வாக இயக்குனராக உள்ளார். நேர்மை, நாணயத்தில் அவர் பெற்றுள்ள பெயர் இந்த நிறுவனத்தில் அவரது பணிக் காலத்தைக் காப்பாற்றுமா என்பதைப் பொறுத்திருந்துதான் பார்க்க வேண்டும். 1977-ல் ஜெனரல் ஜியாவின் சர்வாதிகாரத்தின் போது இன்னொரு டிரஸ்ட் செயல்பாட்டுக்கு வந்தது. இராணுவ நல டிரஸ்டானது ரியல் எஸ்டேட், அரிசி மில்கள், கால்நடைப் பண்ணைகள், மருந்துத் தொழிற்சாலைகள், போக்குவரத்து ஏஜென்சிகள், மீன் பண்ணைகள், ஆறு வெவ்வேறு வீட்டு வசதித் திட்டங்கள், காப்பீட்டு நிறுவனங்கள் மற்றும் ஒரு விமான நிறுவனத்தைக் கட்டுப்படுத்துகிறது. அதன் சொத்து 17 பில்லியன் ரூபாய்களாக மதிப்பிடப்பட்டுள்ளது.

முதலில் எல்லா பாதுகாப்பு சேவைகளுக்கென வடிவமைக்கப்பட்ட டிரஸ்டுகளில் காக்கியின் ஆதிக்கத்தைக் கண்டு வெறுத்துப் போன விமானப்படை, கப்பல்படைத் தளபதிகள் சந்தித்து ஜெனரல் ஜியாவிடமிருந்து தமது சொந்தத் தொட்டிக்கு அனுமதி பெற்று விட்டனர். அதுவும் பழைய 1889 சாரிடபிள் எண்டோவ்மண்ட்ஸ் சட்டத்தின் கீழ்தான். இதன் அர்த்தம் 1991-ல் ஆட்சி மாற்றம் வரும்வரை இந்த நிறுவனங்கள் எதற்கும் வரிவிதிப்பு கிடையாது என்பதுதான். சிறு நிறுவனங்களாக இருந்த கப்பல்படை, விமானப்படை நிறுவனங்களுக்கு 33 சதம் வரி விதிக்கப்பட்டபோது நாட்டின் மிகப் பெரிய கட்டமைப்பான இராணுவ நிறுவனத்துக்கு 20 சதம்தான் வரி விதிக்கப்பட்டது. ஏதாவது வரி கட்டப்பட்டதா

என்பதும் விவாதிக்கப்பட வேண்டிய கேள்வி. எந்தப் புள்ளிவிவரமும் இது வரை கிடைக்கவில்லை. நிறுவனங்களால் நடத்தப்பட்ட கம்பெனிகள் நட்டத்திற்குச் சென்றால், ஜெனரல்கள் பொது பட்ஜெட்டில் பாதுகாப்புக்கான ஆண்டு ஒதுக்கீட்டிலிருந்து மக்களின் வரிப் பணத்தை எடுத்து அதை சரி செய்தார்கள்.

பெரும்பாலான இந்த நிறுவனங்கள் ஒரு வகையிலோ மற்றொரு வகையிலோ ஒழுங்கீனத்தில் இறங்கியிருந்தன. எனினும் தனியார் வர்த்தகர்கள் நிறுவனத்தைத் தமது சுயநலத்துக்காக உபயோகிக்கும் போதோ அல்லது அரசுகள் விழுவது மறைவான வியாபாரங்கள்தான் என்ற குற்றச்சாட்டு வெளிப்பட்டது. பெனாசிர் புட்டோவின் கணவர் அசிஃப் அலி சர்தாரி ஒரு இடைத்தரகர் மூலமாக விமானப்படையின் ஷாஹுன் பவுண்டேஷனை ஒரு ஊடக முயற்சியில் உட்படுத்தினார். அந்த இடைத்தரகர் அந்தக் குறிப்பிட்ட பவுண்டேஷனுக்குக் குறைபாடு ஏற்படுத்தியதாகப் பின்னர் குற்றம் சாட்டப்பட்டது. மற்றொரு விஷயத்தில் கப்பற்படை நகர்ப்புற நிலம் மற்றும் வீட்டு வசதி வளர்ச்சியையும் பற்றியது. நிறுவனத்தை மோசடி செய்யும் போக்கில், ஒரு தனியார் வர்த்தகர் மூத்த கப்பற்படை அதிகாரி ஒருவருக்கு லஞ்சம் கொடுத்தது வெளிப்பட்டது. ஒரு வழக்குரைஞர் அனைத்து இராணுவ, கப்பற்படை, விமானப்படைப் பட்டங்களையும் தனியார் நிறுவனத் தலையீட்டையும் சட்ட விரோதமாக்குமாறு உச்ச நீதிமன்றத்திடம் மனுச் செய்தார். அவர் நிறுவனங்களையும் அதன் கூட்டாளிகளையும் கூட்டணி மற்றும் ஊழலுக்காகக் குற்றம் சாட்டினார். நிறுவனங்கள், கம்பெனிகள் அவசரச் சட்டத்தை (1984) எப்படி மீறின என்பதை அவர் விளக்கி நீதிமன்றத்திடம் பாதுகாப்புத் துறைகள் எந்த வர்த்தக நடவடிக்கையிலும் இறங்குவதைச் சட்ட விரோதமாக்க வேண்டு மென்று கேட்டுக் கொண்டார். அவரது வாதத்தை எதிர்கொள்ள முடியாத நீதிபதிகள், வழக்கை அதன் நுட்பங்களைக் காட்டி நிராகரித்தனர். காக்கி வண்ணத்துக்குத் தங்கள் கீழ்ப்படிதலை இவ்வாறு அவர்கள் வெளிப்படுத்தினர்.

நாட்டில் இப்போது இராணுவத்தின் ஆதிக்கம் பரிபூர்ணமாகியது. அதுதான் ஒரே ஆளும் நிறுவனம். ஆனால் எவ்வளவு காலத்துக்கு அது ஆள முடியும்? இதுவரை அது பிரிட்டனிடமிருந்து பெற்ற ஆணையிடும் கட்டமைப்பைக் காப்பாற்றி வந்திருக்கிறது. பாகிஸ்தான் ஜெனரல்கள் மத்தியக் கிழக்கையோ, லத்தீன் அமெரிக்காவையோ ஒப்பிடும்போது அது மீறப்படாததைக் குறித்துப் பெருமை கொள்கின்றனர். ஆனால் அறுபதுகளிலிருந்து நிறைவே மாறிவிட்டது. அதிகாரிகள் பட்டாளம் மட்டுமே நிலப்பிரபுக்களின்

தனிப்பட்ட ஆட்சியல்ல. பெரும்பாலான அதிகாரிகள் நகர்ப்புறப் பின்புலத்திலிருந்து வந்தவர்கள். அதே தாக்கங்களும், நிர்பந்தங்களும் உள்ளவர்கள். சலுகைகள்தான் அவர்களை விசுவாசமாக வைத்திருந்தன. ஆனால் அரசியல்வாதிகளை அழிக்கும் வழிவகைகள் ஏற்கனவே வேலை செய்யத் துவங்கிவிட்டன. சமீபத்திய கடந்த காலத்தில் நவாஸ் ஷெரீபும் அவரது சகோதரரோ அல்லது பெனாசிர் புட்டோவும் அவரது கணவருமோ பல்வேறு உடன்பாடுகளை ஏற்க லஞ்சம் பெற்றனர். இப்போது முக்கிய திட்டங்களுக்கு ஜெனரல் முஷாரஃபின் அலுவலகம் அனுமதியளிக்கிறது. ஏற்கனவே உள்ளதைக் காப்பாற்ற ஒரு மேல்பூச்சு மாற்றம் தேவைப்படும்போது அவரும் அவரது சிவிலியன், இராணுவ முன்னோரைப் போல் போய்விடுவார். ஆனால் பாகிஸ்தானின் வரலாற்றில் ஒவ்வொரு கட்சியும் தனது முந்தைய ஆட்சியைக் காட்டிலும் மோசமடைந்த எல்லையற்ற சம்பவங்கள் மறுபடி மறுபடி நடக்கிறதா? இதற்கு விடை பாகிஸ்தானில் மட்டுமே இல்லை. அதன் ஒரு பகுதி இந்தியா அடுத்த பத்தாண்டுகளில் எங்கே, எப்படிச் செல்கிறது என்பதையும் பொறுத்துத்தான் அமையும். மேலும் ஒரு பகுதி அமெரிக்க மேலாண்மைப் பிரபுவையே சார்ந்தது. முஷாஷ்ரஃப் அரசு ஒரு காலத்தில் ஜியா அரசு அனுபவித்ததைப் போன்ற பிரதேச ராஜப்பிரதிநிதி என்ற அந்தஸ்தை அனுபவிக்க முடியாது. பாகிஸ்தான் ஏகாதிபத்தியக் கருவி எனக் கூறி ஆஃப்கானிஸ்தானில் வெளியேற்றப்பட்டு விட்டது. காஷ்மீரில் ஊடுருவ திடீர் தாக்குதலால் இதனை சரி செய்ய முடியவில்லை. ஆனால் இஸ்லாமாபாத் அதன் வடக்கு எல்லைகளில் மிகவும் அமைதியான தோரணைக்குத் தள்ளப்படுமானால், அமெரிக்காவுக்கு அதனால் தந்திரோபாய முக்கியத்துவம் ஏதாவது இருக்குமானால் அது அதிகரித்துள்ளது. ஏனெனில் வாஷிங்டன் இப்போது காபூலில் ஒரு பொம்மை ஆட்சியை உருவாக்க வெகுவாக முதலீடு செய்துள்ளது. அதனை அமெரிக்கத் துருப்புக்கள் 'வரும் பல வருடங்களுக்கு' பாதுகாக்கவுள்ளன. டாமி ஃப்ராங்கின் வார்த்தைகளில், ஒசாமா பின்லேடன் மற்றும் அவரது கூட்டாளிகளை வேட்டையாடுவது தொடரப் போவது குறித்துப் பேசவே வேண்டாம். இந்த இரண்டு இலக்குகளையும் அடைவதற்கு பாகிஸ்தான் மிக முக்கியமான துணைப் பாதுகாவலன். அதன் உயர் தலைமை இந்தோசீனாவில் அமெரிக்கப் போரின்போது தாய் இராணுவம் அதனுடன் கூட்டுச் சேர்ந்ததற்காகப் பெற்றது போல், பொதுவிலும் தனியாகவும் ஆடம்பரமான ஊதியத்தை எதிர்பார்க்கலாம். இன்னமும் வாஷிங்டன் யதார்த்தமாக இருப்பதுடன் ஜியாவைப் போலவே காபூலில் அதன் நோக்கங்களுக்குச் சேவை செய்யும் ஏஜெண்டுகளாகவே

பெனாசிர் புட்டோவும், நவாஸ் ஷெரீபும் இருந்தனர் என்பதை அறியும். முஷாரஃப் உள்நாட்டில் தோல்வியடைவாரானால் எஜமானரால் எந்த மன உணர்வுமின்றித் தூக்கியெறியப் (கைவிடப்) படுவார். மீண்டும் எளிதில் அழியும் ஃபீனிக்ஸ்கள் உயிர்த்தெழ வைக்கப்படும். பாக்ஸ் அமெரிக்கானா எத்தனை விதமான போலிகளைக் கொண்டும் போர் தொடுக்க முடியும். அவர்களிடமிருந்து பாகிஸ்தானை விடுவிக்க 1969 போன்றதொரு எழுச்சி மீண்டும் தேவைப்படும்.

அடிக்குறிப்புகள்:

62. இஸ்லாமியவாதியாக மாறுவேடமணிந்திருந்த ஜியா உல் ஹக் உண்மையில் பிராக் கோட்டையில் பயிற்சி பெற்றவரும் பாதுகாப்பு உளவுத் துறைக்கு விருப்பமானவருமாவார். 1973-ல் கருப்பு செப்டம்பரின் போது ஜோர்டானில் ஜோர்டான் மன்னர் மற்றும் டெல் அவில் சார்பாக அவர் ஒரு பாலஸ்தீன எழுச்சியை நசுக்க ஒரு கூலிப் படைக்குத் தலைமை தாங்கியபோது அவர் ஏகாதிபத்தியத்தின் தீவிர செயல்பாட்டைப் பார்த்திருக்கிறார். பிறகு ஆஃப்கானிஸ்தானில் சோவியத் சார்பு அரசுடன் போரிடவும் பாகிஸ்தானின் அரசியல் கலாசாரத்தைக் கொடூரமாக்கவும் ஒரு மதப்போர்வையை நெய்து கொண்டார். அவர் அமெரிக்கத் தூதர் அர்னால்ட் ரஃபேலுடன் ஒரு இராணுவ செயல்பாட்டைப் பார்வையிட்டுவிட்டு இஸ்லாமாபாதுக்குத் திரும்பிக் கொண்டிருந்தபோது இருவரும் பயணம் செய்த விமானம் ஆகஸ்ட் 1988-ல் நடுவானில் வெடித்துச் சிதறியதில் கொல்லப்பட்டார். 'பயங்கரவாதிகள்' யார் என்று இன்றுவரை கண்டுபிடிக்கப்படவில்லை.

63. அதன் சொந்த வரலாறே பள்ளியிலோ கல்லூரியிலோ அரிதாகவே கற்றுக் கொடுக்கப்படும் ஒரு நாட்டில் இந்தச் செய்திக்கு சிறிதளவே தாக்கம் இருந்தது. சஜ்ஜத் ஜாகீரும், சிபித் ஹசனும் துணைக் கண்டத்தின் மிகச் சிறந்த இரண்டு இலக்கிய விமர்சகர்கள். இருவரும் முப்பதுகளில் இந்திய கம்யூனிஸ்டு கட்சியில் இணைந்து, 1947-ல் மத்தியக் குழு உறுப்பினர்களாக இருந்தனர். பிரிவினைக்குப் பிறகு முஸ்லிம் வழியில் வந்த இரு மூத்த கம்யூனிஸ்டுகள் என்ற முறையில் பாகிஸ்தானில் கம்யூனிஸ்ட் கட்சியைக் கட்ட உதவுவதற்கு ஏதுவாக அவர்கள் பாகிஸ்தானுக்கு அனுப்பப்பட்டனர். பெரும்பாலும் ஹிந்துக்களும், சீக்கியர்களும் கட்சி உறுப்பினர்களாக இருந்த பாகிஸ்தானில் இப்போது உறுப்பினர்களே இல்லாத நிலை. சஜ்ஜத் ஜாகீர், சிபித் ஹஸனின் அறிவுத் திறன்கள் தானாக இயக்கத்தின் நிலைக்குத் திரும்பவில்லை. பயன்களை அடைய வேண்டிய நிர்பந்தத்தில் (1948-ல் கோமின் ஃபார்மி சர் ரியலிஸ திருப்பத்துக்குப் பிறகு) இரண்டு தோழர்களும் தலைமறைவானார்கள். ஜாகீர் உருதுப் பேராசிரியராகி எங்கள் வீட்டில் மறைந்து கொண்டார். என் அன்னையின் மாமா, நாட்டின் போலீஸ் துறையின் இன்ஸ்பெக்டர் ஜெனரல் தற்செயலாக அங்கு அவரைச் சந்தித்து, அவரால் கவரப்பட்டார். பின்னர் இரு தோழர்களும் லீகில் அதிகாரத்தைக் கைப்பற்ற இராணுவத்தில் தேசியவாத நபர்களுடன் சேர்ந்து அரைகுறையாக உருவாக்கப்பட்ட முயற்சியில் இறங்கினர். நம்புவதற்கில்லாத ஒரு பிரிகேடியர் தன்னிலையிழந்து தமது உயரதிகாரிகளிடம் இவரைப் பற்றி கூறிவிட்டார். ஒரு ஜெனரலும், பல கீழ் நிலை அதிகாரிகளும் இராணுவ நீதிமன்ற விசாரணைக்கு உட்படுத்தப்பட்டனர், கம்யூனிஸ்ட் கட்சி தடை செய்யப்பட்டது. சஜ்ஜத் ஜாகீர், சிபித்ஹசன், கவிஞர் பியாஸ் அகமது பியாஸ்

ஆகியோர் சிறையிலிடப்பட்டனர். இன்ஸ்பெக்டர் விசாரணையின்றிக் கொல்லப்பட வேண்டியவர்களின் பட்டியலில்தாம் ஐந்தாவது இடத்தில் வைக்கப்பட்டிருந்தது பற்றி ஜெனரல் அதிசயப்படவில்லை. ஒரு குடும்ப இரவு விருந்தின்போது அவர் சந்தித்த நட்பு மிக்க பேராசிரியர்தான் அந்தப் பட்டியலைத் தயாரித்தவர் என்பதை அறிந்து அவர் சற்று வருத்தமுற்றார். ஜாகீரின் ஒரு குடும்ப நண்பரான இந்தியப் பிரதமர் ஜவஹர்லால் நேருவின் தலையீட்டால் ஜாகீர் விடுவிக்கப்பட்டு இந்தியா திரும்பினார். முஷாரஃபின் அன்னை தண்டிக்கப்பட்ட இந்த 'துரோகிகளுடன்' நட்பு கொண்டாடியது மிகவும் துணிச்சலான செயல்.

64. காயித். இ. அஸாம் (பெரும் தலைவர் அல்லது டை குரோஸன் பூரர்) பாகிஸ்தானின் தந்தையான முகமது அலி ஜின்னாவுக்கு அவரது பக்தி மிக்க விசிறிகள் சூட்டிய பட்டம். அந்தப் பட்டம் நிலைபெற்று இன்று அவரது பெயரை விடவும் அறியப்படுவதாக உள்ளது : ஜின்னாவை பாகிஸ்தானியப் பதிப்பகங்கள் அநேகமாக காயித் என்றே குறிப்பிடுகின்றன.

65. பாஹிமின் குடும்பத்தார் 711-ல் சிந்த்தைக் கைப்பற்றிய முகமது பின் காசிமின் வம்சமாக, துணைக்கண்டத்தில் முதலில் நுழைந்த முஸ்லிமின் வம்சமாகத் தங்களைக் கூறிக் கொள்கிறார்கள். முதல்கால இஸ்லாத்தில், ஷரியா வகுக்கப்படும் முன் பெண்களும் வம்சாவளி சொத்தைச் சமமாகப் பிரித்துக் கொண்டதால், இந்தப் பழக்கம் சிந்த்திலும் சில பகுதிகளில் வேர் விட்டது. இந்த வழக்கமற்ற வழக்கத்தைப் பின்பற்றிய சிந்து நிலச்சுவான்தார்கள் தமது சொத்து வெளியே செல்லாமல் இருக்க சொந்தத்துக்கு வெளியே பெண்கள் திருமணம் செய்து கொள்வதைத் தடுக்க வேண்டியிருந்தது. இது எப்போதும் எளிதாக இல்லையென்பதுடன் நிலம் வைத்திருப்பதை அழிக்கக்கூடிய நிலக்குவிப்புக்கு இட்டுச் செல்லக்கூடும். இதற்காக ஒரு கபடமற்ற தீர்வு வடிவமைக்கப்பட்டது. இளம்பெண்கள் குரானுக்கு மணமுடிக்கப்படுவார்கள் (பைபிளுக்கு வாழ்க்கைப்படும் இளம் கன்னியாஸ்திரீகளைப் போல்; அவர்கள் குறைந்தபட்சம் சிலுவையில் அறையப்பட்ட ஏசுவின் உதவியுடன் கற்பனை செய்ய முடியும், ஆனால் முஸ்லிம் விஷயத்திலோ திருமணம் புத்தகத்துடன் நடந்தது.) இது அவர்களது கற்பைக் காத்தது, அதனால் தூய்மை அடைந்து குணப்படுத்தும் மந்திர ஆற்றலைப் பெற்றனர். ஆனால் அனைத்துக்கும் மேல் சொத்து ஆண்களின் கட்டுப்பாட்டிலேயே இருந்தது. PPP தலைவரின் நான்கு சகோதரிகளால் ஏற்பட்ட ஆபத்து இப்படி நீக்கப்பட்டது. சிலசமயம் இந்த அனைத்து அபத்தங்களின் மேல் வஹாபியின் இகழ்ச்சி மீது பரிதாபம் கொள்ளாமலிருப்பது கடினம்.

66. (இந்த மருத்துவச் செயல்பாடுகள் சந்தேகமில்லாமல் பெரும் லாபத்தை அளித்தன. ஆனால் ஒரு முக்கிய அரசியல் செயல்பாட்டுக்கும் அவை உதவின. ஏழைகளுக்குச் சிலசமயம் இலவச மருந்துகளும், மருத்துவமும் வழங்கப்பட்டது. இயல்பாகவே அவர்கள் அதனை JI யுடன் இணைத்துப் பார்த்தனர். கடந்த வருடம் கெய்ரோவில் ஒரு இஸ்லாமியவாத பாராளுமன்ற உறுப்பினர் எப்படி அவரது இயக்கம் மருத்துவர்கள் சங்கத்தைக் கட்டுப்படுத்துகிறது என்பதைக் கூறி தற்பெருமை அடித்துக் கொண்டார். ஏராளமான கெய்ரோ ஏழைகள் காத்திருக்கும் அவரது கிளினிக்கில் நாங்கள் பேசிக் கொண்டிருந்தோம். லத்தீன் அமெரிக்க தேவாலயங்களைப் போல் இந்த இஸ்லாமியவாதிகள் அரசு கைவிட்ட நலச் செயல்பாடுகளுக்கு மாற்று அளிக்க முயல்கின்றனர். அவர்களது முயற்சிகள் எல்லைக்குட்பட்டே இருக்க முடியும். ஆனால் அவற்றுக்கு ஏழைகள் மத்தியில் ஏற்படும் மனரீதியான தாக்கத்தைக் குறைத்து எடை போட்டு விட முடியாது.

67. இந்த விஷயமே ஆவலூட்டுவதாக இல்லாமலில்லை. அய்மல் கன்சியும் அவர் தந்தையும் முதல் ஆஃப்கன் போரின்போது (1978-89) சி.ஐ.ஏ.வுக்காக வேலை செய்ய பலுசிஸ்தானில் அமர்த்தப்பட்டனர். அமெரிக்காவின் நோக்கம் பிரதேசத்தில் நிறைவேறியதும் அது பெரும்பாலான அதன் அதிகாரப்பூர்வமற்ற ஏஜெண்டுகளைக் கைவிட்டு விட்டது. ஆனால் ஐ.எஸ்.ஐ. மூலமாகத் தமது வேலையைத் தொடர்ந்தது. கன்சி குடும்பம் காட்டிக் கொடுக்கப்பட்டதாகக் கருதியது. ஒருவேளை அவர்கள் ஓய்வூதியத்தை எதிர்பார்த்திருக்கலாம். கன்சி அவமானத்துக்குப் பழிவாங்க முடிவு செய்தார். அவர் அமெரிக்காவுக்குப் பறந்து சென்று வர்ஜினியாவிலும், லாங்லீயிலும் இரு மூத்த சி.ஐ.ஏ. அதிகாரிகளைக் குறிவைத்து சுட்டுக் கொன்றுவிட்டு பாகிஸ்தானுக்குப் பறந்துவிட்டார். எப்படியிருந்தாலும் கன்சி சி.ஐ.ஏ.வின் சிறந்த பயிற்சி பெற்ற ஏஜென்ட், இதற்காக சி.ஐ.ஏ.வுக்கு பாராட்டுத் தெரிவிக்க வேண்டும். ஆனால் அவரைப் பிடிக்கப் பெரும் பரிசு அறிவிக்கப்பட்டது. இறுதியில் அவரது மைத்துனரால் காட்டிக் கொடுக்கப்பட்டு ஐ.எஸ்.ஐ. அவரை அமெரிக்க அதிகாரிகளிடம் ஒப்படைத்தது. அவர் குற்றத்தை மறுக்கவில்லை. குற்றவாளி எனத் தீர்மானிக்கப்பட்டு அவருக்கு மரணதண்டனை விதிக்கப்பட்டது. அது சி.ஐ.ஏ.வின் உள் வெறுப்பா? அவரை எது தியாகியாக்கியது? அவருக்கு ஏன் தேசிய சட்டசபை அஞ்சலி செலுத்த வேண்டும்? பாகிஸ்தான் ஒன்றும் மரண தண்டனையைச் சட்டவிரோதமாக்கவில்லையே! எனவே அதை ஒரு தாராள எதிர்ப்பு என்றும் பார்க்க முடியாது. ஒரே பதில் MMA வின் வெற்றி அதன் எதிர்ப்பாளர்களுக்குக் கவலையளித்தது. இஸ்லாமியவாதிகளை அவர்களது தளத்திலேயே வெல்ல முடியுமென அவர்கள் நம்பினர். 1970-ல் தந்தை புட்டோ இதே போன்ற தவறைச் செய்தார் அதற்கான விலையைக் கொடுத்தார்.

68. (ஹெராயினின் பெருமளவு உற்பத்தி முதல் ஆஃப்கன் போரின் விளைவாகும். அதில் கிடைத்த பணம் முன்னாள் சோவியத் யூனியனின் ஆதரவு பெற்ற சிப்பாய்களுக்கெதிராக முஜாஹிதீன்களுக்கு நிதியளிக்கப் பயன்பட்டது. பனிப் போர் மற்றும் போதை வியாபாரிகளின் தேவைகள் சர்வதேசக் கடன் மற்றும் வர்த்தக வங்கி நிறுவவும் விரைவான வளர்ச்சிக்கும் வழி செய்தது. பணம் பெருமளவில் கையாடப்பட்டது. பாகிஸ்தானின் ஹெராயின் பணமும், கொலம்பியாவின் கொகேயின் பணமும் ஒவ்வொரு மேற்கத்திய நாட்டின் வங்கியாளர்களுக்கும் அரசியல்வாதிக்கும் லஞ்சம் கொடுக்கவும், நிகரகுவாவிலும், ஆஃப்கானிஸ்தான் தாடிகளுக்குச் சீர்குலைவு வேலைகளுக்கு நிதியளிக்கவும் பயன்பட்டது.

69. வாஷிங்டன் சார்பாக பால்கன் பாதுகாப்புப் பிரதேசத்தைக் காவல் காக்கும் மேற்கு சிப்பாய்களும் அரசதிகாரிகளும் கஞ்சா வர்த்தகத்தில் பயன் பெற்றார்கள் என்பதை ஒருநாள் மாலை கண்டுபிடிப்பது பெரிய ஆச்சர்யமாக இருக்காது.

70 (பாகிஸ்தானிய இஸ்லாமியவாதிகளால் பெரிதும் விரும்பப்படும் வஹாபி பிரச்சாரகர் ஷேக் ஃபாத் பின் சுபத் அல்ரஹ்மான் அல்அய்யான் சமீபத்தில் சவுதி நாட்டிலுள்ள சுல்ரியாத் மசூதியில் தமது கூட்டத்துக்கு மௌலானா டீசல் மகிழ்ச்சியுடன் ஏற்கக்கூடிய வார்த்தைகளுடன் உரையாற்றினார் :

சிலர் பெண்கள் மீது ஆண்களின் கட்டுப்பாடு பற்றிய நாத்திக மேற்கு பரப்பும் அழுகிய ஆலோசனைகளால் கவரப்பட்டுள்ளனர் (குரானின் புகழ் மிக்க வசனத்தில் ஒன்று TA) மேலோட்டமாகப் பார்க்கும்போது இந்த ஆலோசனைகள் பெண்களின் உரிமைகளைப் பாதுகாப்பது போல் தோன்றும். உண்மையில் அவர்களது நோக்கம் முழுமையான நாகரிகத்தின் அழிவுக்கு வழிவகுக்கும் பாவகரமான சுதந்திரத்தை நோக்கி மக்களைத் தள்ளுவதாகும் (அநேகமாக

இது சோடோம், கோமோராவைக் குறிப்பதாக இருக்கும்). இந்தப் போலி சுதந்திரம் குற்றத்தைப் பொழுதுபோக்காகவும், தகாத உறவு பொழுதுபோக்காகவும், கொலை ஆவேசத்தைச் சுத்தப்படுத்துவதாகவும் இருக்கக்கூடிய ஒரு சமூகத்தால் ஏற்படுத்தப்பட்டது; பெண்கள் திருமணமாகியிருந்தாலும் விருப்பப்படி செயல்படும் சமூகத்தில், திருமணமாகாத சிறு வயதுப் பெண்கள் திருமணமான பெண்கள் செய்வதைச் செய்வதும், அதற்கு மேலும் செய்யும் ஒரு சமூகம்.... இந்த அழுகிய யோசனைகள் மேற்கால் பரப்பப்படும் இவை வெறும் தத்துவக் குப்பைகள் தவிர வேறல்ல. இவை நமது உலகின் வேசித்தனமான பத்திரிகைகளிலும் அரபு சாட்டிலைட் சானல்களிலும் வெளி வரத் துவங்கியுள்ளன

71. நாட்டுக் குறிப்பு, பொருளாதார அறிவுத்துறை, லண்டன்.

72. பிரிட்டிஷ் ராஜ்யத்தின் 1858-க்குப் பிந்தைய அரசு அதிகாரிகள் கிழக்கிந்தியக் கம்பெனி ஆட்சியின் குணாம்சமாக இருந்த, அதன் மிக வெற்றிகரமான ஏஜெண்டுகளான ராபர்ட் கிளைவையும், வாரன் ஹேஸ்டிங்ஸையும் பின்பு அவதூறுக்கும், தண்டனைக்கும் இட்டுச் சென்ற ஊழலைத் தடுப்பதற்காகக் காலனி அரசால் நேரடியாக வழங்கப்பட்டனர். பிரிட்டிஷ் இந்திய இராணுவத்தின் பாரம்பரிய ஒழுக்கம் அதன் மூத்த சிவிலியன் ஆட்சியாளர் கவர்னர் ஜெனரல் அல்லது வைஸ்ராய்க்குக் கட்டுப்படுவதுடன் இணைந்தது. இந்த வழக்கம் மீறப்பட்ட ஒரே சம்பவம் கிச்னருக்கும் கர்ஸனுக்கும் இடையிலான பிரபல மோதல், இதில் முன்னவர் வெற்றி பெற்றார்; மிகவும் இளமையான வைஸ்ராய் லண்டனுக்குத் திரும்ப அழைத்துக் கொள்ளப்பட்டார்.

73. பாகிஸ்தான்; 'இராணுவ ஆட்சியா மக்கள் சக்தியா?'. லண்டன், நியூயார்க் 1971; பாகிஸ்தான் உயிர் வாழ முடியுமா? லண்டன், 1983 ஆகிய புத்தகங்களைப் பார்க்கவும்.

74. திறன் மிக்க பாகிஸ்தானிய அறிஞர் டாக்டர் ஆயிஷா சித்திகா ஆஹா தற்போது திறமையுடன் முழுச் செயல்பாட்டையும் ஆவணப்படுத்தியுள்ளார் 'பாகிஸ்தானின் ஆயுதக் கொள்முதல் மற்றும் இராணுவக் கட்டுமானம்,' 1979-99 நூலைக் காண்க : ஒரு கொள்ளையைத் தேடி, லண்டன் 2001. அவரது ஆய்வு அறிக்கையான அதிகாரம், சிறு பரிசுகள், மரியாதை, தனிச்சலுகையையும் பாகிஸ்தானில் இராணுவ பொருளாதார செயல்பாடுகள், ஒரு சர்வதேச மாநாட்டில் சமர்ப்பிக்கப்பட்டது. 'வர்த்தகத்தில் சிப்பாய்கள்: ஒரு பொருளாதார செயல் வீரராக இராணுவம், ஜகார்தாவில் அக்டோபர் 2000ல் தேவையான அளவு உயர்த்திக் காட்டியது. அதேபோல் எக்கனாமிக் அண்ட் பொலிடிகல் வீக்லி.' 29 நவம்பர் 2002-ல் வெளியான 'தேசிய பாதுகாப்பில் அரசியல் பொருளாதாரம்' என்ற அவரது கட்டுரையும் அவ்வாறே வெளிப்படுத்தியது. மேற்கண்ட அனைத்துப் புள்ளிவிவரங்களும் அவரது ஆழமான ஆய்விலிருந்து வந்தவை.

பகுதி-IV

அடிப்படைவாதங்களின் மோதல்

நமது மத்திய வர்க்கப் பத்திரிகைகளும் பேச்சாளர்களும் தில்லியை அழிக்க வேண்டும், கைதிகளைக் கண் மூடித்தனமாகக் கொலை செய்ய வேண்டுமென்று பேசுவதைக் காண்பது மிகவும் கொடுமையாக உள்ளது. எழுச்சி துவங்கியபோது நமது அதிகாரி களின் கடிதங்களைப் படிக்கும்போது (இந்தியாவில் பிரிட்டிஷின் ஆட்சிக்கெதிராக ஏற்பட்ட 1857 எழுச்சி), அவர்கள் விரும்பும் அளவு உள்நாட்டினரைக் கொல்லவும், தூக்கிலிடவும் எந்தக் கீழதிகாரிக்கும் அதிகாரம் இருப்பது போல் தோன்றியது. இரத்தம் குறித்து அவர்கள் ஏதோ காட்டு மிருகங்களை வேட்டையாடுவதைப் பற்றிப் பேசுவது போல் பேசினர்... இங்கிலாந்துக்கு ஆசியா கண்டத்தில் ஒரு ஏக்கர் கூட இல்லையெனும் நாள் மிகவும் மகிழ்ச்சியானது... இந்தியப் பேரரசை இழந்து இங்கிலாந்து தகர்ந்து மூழ்கும் என்ற எண்ணத்தால் பீடிக்கப்படாத தனி மனிதர் யார்? இத்தகைய எந்த ஏமாற்றங்களையும் வைத்துக் கொள்ளாத என்னுடைய பன்றிகளிடமும், ஆடுகளிடமும் பிறகு என்னை விட்டு விடுங்கள்...

- ரிச்சர்ட் கோப்டன்னிடமிருந்து ஜான் ரைட்டுக்கு வந்த கடிதம், 22, செப்டம்பர் 1857.

அவர்களது (ஆங்கிலேய பூர்ஷ்வாக்கள்) குணம் பல நூற்றாண்டு களின் வழியில் உருவானது. வர்க்க சுயபெருமை அவர்களது இரத்தம், எலும்பு, மஜ்ஜை, நரம்புகள் ஆகியவற்றில் புகுந்துள்ளது. உலக ஆட்சியாளர்கள் என்ற அவர்களது எண்ணத்தை அவர்களிடமிருந்து வெளியேற்றுவது கடினமான காரியம். ஆனால் அமெரிக்கர் அந்த விஷயத்தில் தீவிரமாக இறங்கும்போது அதை வெளியேறுமாறு செய்ய முடியும்.

பிரிட்டிஷ் பூர்ஷ்வா அனுபவமற்ற அமெரிக்கருக்குத் தான் வழிகாட்டியாக இருப்போமென்று வீணாகத் தம்மை சமாதானப் படுத்திக் கொள்ள முடியும். எனினும் ஒரு மாற்ற காலம் இருக்கும். எனினும் விஷயத்தின் சுருக்கம் ராஜாங்கரீதியான தலைமையில் இல்லை. மாறாக உண்மையான அதிகாரம் கொண்ட மூலதனம்,

தொழிலில் அடங்கியுள்ளது. அமெரிக்காவில், அதன் பொருளாதாரத்தை நாம் எடுத்துக்கொண்டால், ஓட்ஸிலிருந்து பெரிய போர்க்கப்பல்கள் வரை மிகச் சமீபத்திய வகையில் முதலிடத்தைப் பிடிக்கிறது.. அவர்கள் வாழ்க்கைத் தேவைகளை அனைத்து மனித இனமும் உற்பத்தி செய்வதில் ஒரு பாதியிலிருந்து இரண்டில் மூன்று பங்கை உற்பத்தி செய்கிறார்கள்...

லியோன் டிராட்ஸ்கி, இஸ்வெஸ்தியா, 5,ஆகஸ்ட் 1924.

லெஸ்லி ஸ்டால்: இராக்கில் ஐந்து லட்சம் குழந்தைகள் இறந்து விட்டன என்று நாங்கள் கேள்விப்படுகிறோம். அதாவது, ஹிரோஷிமாவில் இறந்ததை விட அதிகக் குழந்தைகள். உங்களுக்குத் தெரியும், அது கொடுத்த விலை பொருத்தமானதுதானா?

மேடலின் ஆல்பிரைட்: 'இது கடினமான தேர்வு என்றேதான் கருதுகிறேன். ஆனால் விலை? நாங்கள் அந்த விலை பொருத்தமானது என்றே கருதுகிறோம்!

CBS **நியூஸ், 1996.**

அமெரிக்கர்களையும் அவர்களது கூட்டாளிகளையும் கொல்லும் தீர்ப்பு - சிவிலியன்கள், இராணுவத்தினர் இருவரையும் - அதனைச் செய்யக்கூடிய எந்த நாட்டிலும் எந்த ஒரு முஸ்லிமுக்கும் தனிப்பட்ட கடமையாகும்.

-ஒசாமா பின் லேடன், 1998.

20

அமெரிக்க ஏகாதிபத்தியத்தின் சுருக்கமான வரலாறு

முரண்பட்ட தத்துவங்களும் சமூக முறைகளும் நிறைந்த ஒரு உலகில், ஒவ்வொன்றின் அல்லது இரண்டின் குறைகளை ஒப்பீடு செய்து விவாதிப்பது சகஜம். முதலாளித்துவம், சோஷலிசம், கம்யூனிஸம், ஏகாதிபத்திய எதிர்ப்பு, கம்யூனிச எதிர்ப்பு ஆகியவை யதார்த்தத்தின் ஏதாவதொரு அம்சத்துக்கு ஆதரவானவை அல்லது எதிரானவை. மோதல்கள் ஆதிக்கம் செலுத்தும் உலக அரசியல் மற்றும் அறிவுப் பிரசங்கம், இன்று இருக்கும் வழக்கமான தவறான செய்தி அல்லது செய்தியின்மையை நிறுவன மயப்படுத்துவதை வாய்ப்பற்றதாக்குகிறது; எந்த அளவு குறைவாக உங்களுக்குத் தெரியுமோ அந்த அளவுக்குத் திறமையாகக் கையாளுவது எளிது. ஒரு தத்துவம் வெற்றி பெற்று மற்றொன்று மொத்தமாகத் தகரும்போது, விவாதிப்பதற்கான இடமும் மாற்றுக் கருத்தும் மிகவும் குறைந்து விட்டன.

தனது இராணுவ உச்சத்தின் பின்புலத்துடன் அமெரிக்காவின் தத்துவார்த்த ஆதிக்கம், இப்போது அந்தச் சக்தியை உபயோகப் படுத்தியதை விமர்சனம் செய்தவர்கள் கூட அன்பாக உறுமவும், சாதாரண துதி பாடலுக்கும் இறங்கும் அளவுக்கு மிகவும் வளர்ந்து விட்டது. ஒட்டுமொத்தமான பொதுமைப்படுத்துதல்கள் தற்செயலான, சிறிய சம்பவங்களிலிருந்து எடுக்கப்படுகின்றன. பல பிரபல அமெரிக்க மற்றும் அவர்களுக்கு ஆதரவு தரும் ஐரோப்பியப் பத்திரிகையாளர்கள் ஏகாதிபத்திய சூப்பர் தேசபக்திக்கு ஆதரவாகச் சார்பற்ற கவனிப்பையும் சுதந்திரச் சிந்தனையையும் கைவிட்டு விட்டார்கள். அமெரிக்கப் பண்டிட்டுகள், வீட்டை விட வெளியே மிக மோசமான விஷயங்கள் உள்ளன என்பதற்கு நிரந்தரமாக ஆதாரங்களைத் தேடிக் கொண்டு பேரரசின் எல்லைத் தூண்களிலிருந்து அறிவிக்கிறார்கள்

- லண்டன், சரயேவோ, ரியாத், கெய்ரோ, லாகூர், சியோல், டோக்கியோ - அவர்கள் பின்னே விட்டுவிட்டு வந்த பழக்கமான அமெரிக்க யதார்த்தத்துக்காக ஆவலாக ஒன்று சேர்கிறார்கள். அந்த அமெரிக்கர்களான கோரே விடால், சூசன் சோன்டாக், நோம் சோம்ஸ்கி போன்ற பலர் குறுகிய நாட்டுப்பற்று வெறியிலிருந்து தமது சுதந்திரத்தை அழுத்தமாகக் கூறுபவர்கள், அல்லது பேரரசின் சில கடுமையான தவறான யதார்த்தங்களை நோக்கி கவனத்தை ஈர்ப்பதன் மூலம் ஏற்க மறுப்பவர்கள் சூப்பர் தேசபக்தர்களால் தவறாகக் கண்டனம் செய்யப்படுகிறார்கள்.

இந்தத் தத்துவச் சூழ்நிலையில், அமெரிக்காவின் வெளியுறவுக் கொள்கையின் மீதான விமர்சனங்கள் 'அமெரிக்கனிச எதிர்ப்பு' என்பதன் வெளிப்பாடென்றோ ஏற்று மிக சமீபத்தில் உருவாக்கப்பட்ட சொல்லான 'மேற்கத்தியயிஸம்' வெளிப்பாடென்றோ நடத்தப் படுகின்றன. இந்த இரண்டு சொற்களும் அமெரிக்கர்கள் மீதும், அமெரிக்க வாழ்வின் அனைத்து மதச்சார்பற்ற அம்சங்கள் மீதும், அரசியல், கலாசாரத்தின் மீதும் கண்மூடித்தனமான வெறுப்பைக் குறிக்கப் பயன்படுத்தப்படுகின்றன. இதுதான் மத வேறுபாடின்றிப் பல மத அடிப்படைவாதிகளின் பார்வை. அமெரிக்காவிலுள்ள தொலைக்காட்சி அடிப்படைவாதப் பிரச்சாரகர்கள் செப்டம்பர் 11 தாக்குதலுக்குப் பிறகு அதனை ஓரினச் சேர்க்கையையும், கருக்கலைப்புப் போன்றவற்றையும் பொறுத்துக்கொண்டதற்காக 'கடவுளின் தண்டனை' என்று முதல் கருத்தாகக் கூறியதை வேறு எப்படி விளக்க முடியும்? ஒப்பீட்டளவில் மிதவாதப் பிரச்சாரகர் பில்லி கிரஹாமின் குழப்பத்தை ஒருவர் எப்படி விளக்க முடியும்? இறந்தவர்களுக்கு மரியாதை செலுத்த நியூயார்க் மெமோரியலில் நடைபெற்ற அஞ்சலி நிகழ்ச்சியில் ஜனாதிபதி புஷ்ஷை ஆதரித்துப் பேசிய ரெவரன்ட் கிரஹாம் அங்கு கூடியிருந்த நட்சத்திரங்கள் மற்றும் பெரிய நட்சத்திரங்களிடம் செப்-11 நிகழ்ச்சி நிகழ்ந்ததிலிருந்து ஏராளமான கடிதங்களாலும் விசாரணைகளாலும் தாம் மூழ்கடிக்கப் பட்டதாகக் கூறினார். மக்கள் அவரிடம் 'ஏன் கடவுள் அமெரிக்காவைத் தாக்க அவர்களை அனுமதித்தார்' என விளக்குமாறு கேட்டனர். பிரச்சாரகரின் பதில் நேரடியானது. அவர் அவரது திகைப்பை ஒப்புக்கொண்டார். அவர் தமது கூட்டத்திடம் தம்மிடம் பதிலில்லை என்று கூறினார்.

மத அடிப்படைவாதிகள் அமெரிக்காவை அதன் மேலாண்மை அதிகாரத்தைத் தவிர வேறு காரணத்துக்காக, சிறப்பு கவனிப்புக்காகத் தனிமைப்படுத்தவில்லை. அவர்கள் அதே கடுமையான அளவையைத் தான் மற்ற சமூகங்களுக்கும் பயன்படுத்துகிறார்கள்.

இஸ்லாமியவாதிகளுக்கு இப்போதைய எந்த முஸ்லிம் நாடுகளின் ஆட்சியாளர்களும் 'உண்மையான' முஸ்லிம்களல்ல, ஒருவர்கூட இல்லை. எனவேதான் இப்போதைய ஆட்சிகளை மாற்றி புனித எமிரேட்டுகளை அமர்த்தும் போராட்டம் அவர்களால் நடத்தப்படுகிறது. சில தீவிர பாரம்பரிய யூதர்கள் இஸ்ரேல் இருப்பதையே அவமானமாகக் கருதுகிறார்கள். மற்றவர்கள், இஸ்ரேல் குடியேற்ற இயக்கத்தைச் சேர்ந்தவர்கள், வேதம் அனுமதிக்கிறது என்று கூறி, நிலத்தைப் பிடிப்பது மெஸையா வருவதை விரைவுபடுத்தும் என்ற மேல் உலக நம்பிக்கையால் தூண்டப்படுகின்றனர். ஹிந்து புத்துயிர்ப்புவாதிகள் இந்தியாவின் 13 கோடி முஸ்லிம்கள் மீது மிக மென்மையாக நடந்துகொள்வதாலும், இந்தியாவின் பழைய மசூதிகளை இடித்துத் தள்ளிவிட்டு அந்த இடிபாடுகளின் மீது கோயில்களைக் கட்டி 'வெளிநாட்டினர்' மீது இந்து கலாசாரத்தின் ஒட்டுமொத்த வெற்றியை அனுமதிக்க மறுப்பதாலும் அவர்களது சொந்தப் பிரதம மந்திரி மீது மிகவும் அதிருப்தியுடன் உள்ளனர். அமெரிக்காவிலுள்ள புத்துயிர்ப்புப் பெற்ற கிறிஸ்தவப் பிரிவுகள், அவர்களில் ஒருவர்தான் வெள்ளை மாளிகையைப் பிடித்துள்ளார் என்றாலும் கூட திருப்திப்படுவதிலிருந்து வெகு தொலைவில் உள்ளார்கள். அமெரிக்காவின் புனிதத்தைக் கெடுக்கும் ஊழல் மிக்க, கிறித்தவ எதிர்ப்புச் சட்டங்களுக்காக அவர்கள் மிகவும் வருந்துகின்றனர். அவர்களில் சிலர் கருக்கலைப்பு மருத்துவமனைகள் மீது குண்டு வீசுவதையும், அங்கு பணிபுரியும் மருத்துவர்களைப் படுகொலை செய்வதையும் அனுமதிக்கிறார்கள்.

ஆனால் பேரரசின் மதச்சார்பற்ற பாதிரியார்கள் 'அமெரிக்க எதிர்ப்பாளர்களையும்' 'மேற்குலகவாதிகளையும்' கண்டிக்கும் போது மதவெறியை மட்டுமே குறிப்பிடுவதில்லை. அது 'நோவி மிரை' விட 'பிராவ்தாவில்' பொதுவாக வரும் உருவத்தை நினைவூட்டகிறது. அது சோவியத் யூனியனின் அனைத்து எதிரிகளையும் ஒரே விஷமான இலக்காகக் குவிக்கிறது. புருமாவும் மார்கலிட்டும் அவ்வளவு பக்குவமின்றி இல்லை. ஆனால் அவர்கள் இன்னும் புத்திசாலித்தனமான சந்தைக்குப் பணிபுரிகிறார்கள். சோவியத் யூனியனின் வீழ்ச்சி வெள்ளை மாளிகையின் சீசரின் முன் மண்டியிடுவது என்று அர்த்தமல்ல என்று கருதும் தாராள விமர்சனவாதிகள் மற்றும் இடதுசாரிகளைப் பற்றிப் பேசுகிறார்கள். அமெரிக்கோபைலிசுக்கு விசுவாசம் என்ற வரம்புக்குள் செய்யப்படாத எந்த விமர்சனமும் ஒரு பொருட்டல்ல. அது பிறகு உள்மயப்படுத்தப் பட்டு பொது அரங்கில் அவர்களது அனைத்துச் செயல்பாடுகளையும் பாதிக்கிறது. அவர்களது சுய பிம்பம் விசுவாசமானது ஆனால் அது

அதிகாரத்திலுள்ள அரசியல்வாதிகளின் ஆலோசகர்களுக்கு ஆர்வமூட்டுவதாக இல்லை. இந்த வகை அமெரிக்கோஃபீலியாவைத் தொடரும் ஒற்றுமையுடனான வரலாற்றுச் சமரசம் நட்புபூர்வமான விமர்சனத்தை அதிகாரத்தின் அடிமையாக, எப்போதுமே மகிழ்ச்சியளிக்க விரும்புபவராக மாற்றுகிறது. அவரோ, அவளோ ஒரு மன்னிப்புக் கேட்பவராக பேரரசு தனது வாய்ஜாலத்தை உண்மையில் நடைமுறைப்படுத்துவதை எதிர்பார்ப்பவராக மாறிவிடுகின்றனர். ஐயகோ, இன்று பொருளாதார சுயநலனையே தனது அடிப்படை ஊக்கமாகக் கொண்டிருக்கும் பேரரசு மிகச் சமீபத்தில் தனது நோக்கங்களுக்கு மாறியவர்களைச் சிலசமயம் ஏமாற்றமடையச் செய்து விடுகிறது. காட்டிக் கொடுக்கப்பட்டவை அவர்களது கற்பனைகள்தான் என்று அறிய மறுத்து அவர்கள் காட்டிக் கொடுக்கப்பட்டதாக உணர்கிறார்கள். அவர்கள் மிகவும் விரும்பாதது வரலாற்றின் புளித்த நாற்றம் நினைவூட்டப்படுவதைத்தான். 'நகரில் இருக்கும் ஒரே விளையாட்டு இதுதான்' என்பதாலும் அது அழிக்க விரும்புபவர்களை விட அதிகம் அறிவு பெற்றதாக உள்ளது என்பதாலும் ஒருவர் அமெரிக்காவை ஆதரிக்க வேண்டும் என்ற விவாதம் அடிக்கடி முன்வைக்கப்படுகிறது. 1917-க்குப் பிறகு ரஷ்யப் புரட்சி சர்வதேச உறவுகளை மாற்றுவதற்கு வெகுகாலத்துக்கு முன்பே அமெரிக்க ஏகாதிபத்தியத்தின் பிறப்பு, கருப்பை வாசம், முதல்காலக் கொள்ளை ஆகியவற்றின் காலத்தை வரலாற்று அம்னீசியாவின் வெளிப்பாடு நினைக்க மறுக்கிறது.

குடியேற்றம் மற்றும் வெற்றிகளின் வரலாறு ஆயிரமாண்டுகளுக்கு நெருக்கமாக உள்ளே நெய்யப்பட்டுள்ளது. பெரும்பாலான நவீன உலகம் குடியேற்றம் மற்றும் ஏகாதிபத்தியத்தின் உற்பத்தியாகும். இப்போது இருக்கும் அமெரிக்கா ஒரு தற்சார்புள்ள உலகமாக ஐரோப்பிய நாகரிகத்தின் இடதுசாரி அன்பர்களால் வளர்க்கப்பட்டு வலிமையான ஊக்கமுள்ள குடியேற்றக்காரர்கள் சிலரின் குழுவால் உதவப்பட்டது. முதல் கூட்டத்தில் மத அடிப்படைவாதிகள், இரண்டாவதில் ஐரோப்பாவில் தண்டனைக்கு பயந்து ஓடிவந்த அரசியல் அகதிகள், மூன்றாவதில் தங்க வேட்டைக்கு உந்தப்பட்டவர்கள். அது ஒரு பலமான கலவை, ஆனால் அதன் வாய்ப்புக்களின் செல்வம் உள்நாட்டு ஏகாதிபத்தியம் (உள்நாட்டு மக்கள்தொகையின் இனப்படுகொலை), ஆப்பிரிக்கத் துறைமுகங்களில் ஆயுத வர்த்தகம் (அடிமை வியாபாரம்) ஆகியவற்றின் மூலமாகவே இலாபகரமாக ஆக்கப்பட முடிந்தது. அந்த இனப்படுகொலை பூர்வீக மக்கள் மீதான தமது மேல் நிலை அழுத்தமாக நிலை நிறுத்தத் தேர்வு செய்யப்பட்ட தொழில்நுட்பரீதியான மிக முன்னேறிய புதிய வருகைகள் தேர்ந்தெடுத்த வழி இனப்படுகொலை. என்றாலும்,

இருபதாம் நூற்றாண்டின் இறுதிகளில் தாராளவாத வரலாற்று ஆசிரியர்களும், கல்வியாளர்களும் அடிக்கடி இந்த உண்மையை மறுத்து அவர்களது முன்னோர் ‘கன்னி’ நிலத்துக்கே வந்ததாக நம்புவதைத் தேர்வு செய்தனர். அக்டோபர் 1948-ல் ஹார்வர்ட் பல்கலைக்கழகத்தின் தலைவர் நியூயார்க் ஹெரால்ட் ட்ரிபியூன் அமைப்பிடம் இவ்வாறு தெரிவித்தார் :

முதலாவதாக, இந்த தேசம் மற்ற பல தேசங்களைப் போலல்லாது இராணுவ வெற்றியால் எழுந்ததல்ல. அதன் விளைவாக நமது பாரம்பரியத்தில் எங்கும் ஆதிக்கவாதிகள், வம்சாவழி ஆட்சியென்ற யோசனை எங்குமேயில்லை. மாறாக, ஒரு நீர்த்த சமூகம் ஒரு பணக்கார, வெற்றுக் கண்டத்தின் மீது மேலெழுந்த காலத்தில் நாம் நமது பெருமையை வளர்த்துள்ளோம்...

குறைவான மக்கள்தொகை உள்ளது, சரி, ஆனால் வெற்றிடமானது? யாருடைய பார்வையில்? தொல்குடி மீதான போர்கள் உண்மையில்லையா? அவையெல்லாம் மாயப் போர்களா? அல்லது அவை பல பூர்வீகக் குடிகளால் பொதுவாக வைக்கப்பட்டிருந்த நிலத்தைத் திருடவும் ‘கிறித்தவத்துக்குச் சம்பந்தமற்றவர்களை’ மொத்தமாகப் படுகொலை செய்யவும் பிராட்டஸ்டண்ட் அடிப்படை வாதம் தார்மீக நீதியை வழங்கியதா? ஹார்வர்ட் பல்கலைக்கழகம் தொல்குடிகளிடமிருந்து ‘போர் மூலமாக வெற்றி கொள்ளப்பட்ட’ நிலத்தில்தான் கட்டப்பட்டுள்ளது. வட அமெரிக்காவின் மாற்று வரைபடம் ஒரு நீண்ட பணி. அதை வரலாற்றாளர் ஒலிவர் லா பார்ஜ்ஜால் அவரது வரலாற்றுப் பிரசித்தி பெற்ற பணியான ‘புல் வளரும் காலம் வரை’ என்னும் படைப்பில் கவனமாக எழுதியுள்ளார்.

இந்திய ஆண்கள், பெண்கள், குழந்தைகளின் படுகொலை விவரம் ரோடே தீவில் 1696-ல் பெரும் சதுப்பு நிலப் படுகொலையிலிருந்து, அதாவது நட்பான கிறித்தவ இந்தியர்களைக் குடியரசு இளமையாக இருந்தபோது பவியோமிங், பெனிசில்வேனியா ஆகிய இடங்களில் சொன்னதிலிருந்து, அரிஸோனாவில் நட்பான அரிவைவபாஸ், கொலராடோ செயன்னஸ் குளிர்கால முகாமில் படுகொலை, இறுதியாக 1870-ம் ஆண்டில் கொடுமையான காயப்பட்ட மூட்டு காட்சி வரை நீள்கிறது.

கத்தோலிக்க அடிப்படைவாதிகளின் கொள்கையில் மேலும் சிறிய மாற்றங்கள் இருந்தபோதும் தெற்கு அமெரிக்காவில் ஸ்பானிய வெற்றியில் அதேபோன்ற பாத்திரத்தைத்தான் வகித்தனர். அவர்கள் அடிமைப்படுத்துதல், கொலை செய்தல், ஏராளமானோரைச் சாக

விடுதல் ஆகியவற்றில் இறங்கினாலும் கத்தோலிக்கத்துக்கு மொத்தமாக மாற்றும் பிரச்சாரத்தையும் துவக்கினார்கள். இதுதான் இந்திய மக்கள்தொகை வாழ வழி செய்தது. மெக்ஸிகோ, பொலிவியா, பெரு, லிக்வேடாரில் அவர்கள் பெரும்பான்மையாக இருந்தனர். பிற இடங்களில் அது ஸ்பானிய வம்சாவழியால் ஆதிக்கம் செலுத்தப்பட்ட மெஸ்டிஸோ பிரமுகர்களின் எழுச்சியால் நீர்த்துப் போனது. அர்ஜென்டினாவில் மட்டும் பூர்வீக மக்கள் மொத்தமாக அழிக்கப்பட்டார்கள். வடக்கில் பிராட்டஸ்டண்ட் கூட்டாளியைவிட கத்தோலிக்க தேவாலயம் அதன் புதிய உலக வெற்றிகளைக் கையாள அதிகத் திறன் பெற்றிருந்தது. அது சொந்த வீட்டில் ஒரு ரத்த ஒத்திகைக்குப் பிறகுதான் வெளியே வந்திருந்தது. லைபீரிய தீபகற்பத்தில் மீண்டும் வெற்றி கொள்வதற்கான போர்கள், அதைத் தொடர்ந்து ஒட்டுமொத்த வெளியேற்றங்கள், ஹிஸ்பானிய முஸ்லிம்கள், யூதர்களின் நிர்பந்திக்கப்பட்ட மத மாற்றங்கள் ஆகியவை தெற்கு அமெரிக்காவைக் கைப்பற்றிய அடிப்படைவாத வீரர்களுக்குப் பயிற்சி கொடுத்துத் தயார் செய்திருந்தன.

அமெரிக்காவின் ஏகாதிபத்திய எதிர்காலத்தின் முற்கால வெளிப்பாடுகள் பத்தொன்பதாம் நூற்றாண்டில் வெளிப்பட்டன. முதலில் லத்தீன் அமெரிக்கா தொடர்பாகவும், பிலிப்பைன்ஸ் கைப்பற்றல் மூலம் பசிபிக்கிலும், ஜப்பான் மீது முதல் ஆவல் வெளிப்பட்ட போதும் இது வெளிப்பட்டது. அமெரிக்கப் பேரரசு கட்டுமானத்தின் மீது முதல் கட்ட மிகத் திறனுடைய விமர்சனம் உள்ளுக்குள்ளிருந்தே வரவிருந்தது. மிகவும் தீவிரமான அமெரிக்க வெறியரால்கூட அவரது நம்பகத்தன்மைக்குச் சவால் விடுக்க முடியாது. அவர் ஜெனரல் டக்ளஸ் மேக்ஆர்தரால் ‘அமெரிக்க வரலாற்றில் உண்மையிலேயே சிறந்த ஜெனரல்களில் ஒருவரென்று பாராட்டப்பட்டவரும், இரண்டுமுறை ‘மெடல் ஆஃபி ஹார்னர்’ பெருமையையும் பெற்ற அமெரிக்கக் கடற்படையின் மேஜர் ஜெனரல் ஸ்மட்லி பட்லர் (1888-1940). மெக்ஆர்தரின் நிர்வாகம் பட்லரின் பெயரை அவருக்குப் பிறகு ஓகிநேகவாவில் அமெரிக்கத் தளத்திற்குப் பெயரிடும் அளவுக்குச் சென்றது. பட்லர் ஜப்பான் வைஸ்ராயாலும், கொரிய தீபகற்பத்தின் பாதுகாவலராலும் இதே அளவுக்குத் தாக்கம் பெறுவாரா? அவரது எழுத்துக்கள் எதிர்மறையான கருத்தையளிக் கின்றன. அமெரிக்க இராணுவத்திலிருந்து ஓய்வு பெற்ற பிறகு ஜெனரல் பட்லர் சில காலம் தமது பணியை முடிப்பதற்கு முன் அதனைப் பிரதிபலிப்பதில் செலவிட்டார்:’ இராணுவப் பணியிலிருக்கும் அனைத்து உறுப்பினர்களையும் போல், பணியிலிருந்து விடுபடும் வரை நான் என்னைப் பற்றிச் சிந்திக்கவேயில்லை. எனது

உயரதிகாரிகளின் உத்தரவுகளுக்கு நான் கீழ்ப்படிந்தபோது எனது மன உணர்வுகள் வேலை செய்யாமல் இருந்தன. இது இராணுவச் சேவையிலிருக்கும் ஒவ்வொருவருக்கும் உரிய குணாம்சமாகும்!

அவரது முதல் புத்தகம் 'லாபமீட்டும் போர்' எனப் பெயரிடப்பட்டது. அதன் அறிக்கை எளிமையானது. அவர் இனியும் வன்முறையான போர்களுக்குச் சாதகமாக இல்லை. அவர் தமது நாட்டைப் பாதுகாப்பார். ஆனால் இனியும் மீண்டும் 'முதலாளித்துவத்தின் வர்த்தகராக' ஆக மாட்டார். 'போர் என்பது ஒரு வியாபாரமே. பெரும்பாலான மக்களுக்கு அது தெரிவது போல் அல்லாது ஒரு வர்த்தகம் மிக நன்றாக விளக்கப்படுகிறது என நான் நம்புகிறேன். சிறிய அளவிலான உட்குழுவுக்கு மட்டுமே அது எதைப் பற்றியது எனத் தெரியும். அது ஒரு சிலருக்காக மக்கள் கூட்டத்தின் செலவில் நடத்தப்படுவது! 1933-ல் ஒரு உரையில் ஜெனரல் பட்லர் அவரது 'அமெரிக்க எதிர்ப்பையும்' அல்லது மேற்கு கண்ட வாதத்தின் நகல் பார்வைகளையும் மிகவும் குறிப்பிடத்தக்க தெளிவுடன், லத்தீன் அமெரிக்காவில் அமெரிக்க ஏகாதிபத்தியத்தின் இயல்பையும் வெளியிட்டார்:

இராணுவக் குழு பார்க்காமல் இருக்க வர்த்தகப் பை ஒரு மாய மந்திரமல்ல. எதிரிகளை சுட்டிக்காட்ட 'விரல் மனிதர்களையும்' எதிரிகளை அழிக்க 'வலிமையான மனிதர்களையும்', போர்த் தயாரிப்புக்களைத் திட்டமிட 'மூளை மனிதர்களையும்', சூப்பர் தேசியவாத முதலாளித்துவம் என்ற 'பெரிய தலைவரையும் அது வைத்துள்ளது.

இத்தகைய ஒரு ஒப்பீட்டுக்கு ஒத்துப்போக ஒரு இராணுவத்தினரான எனக்கு புதுமையாக இருக்கக் கூடும். உண்மைத்தன்மை என்னை நிர்பந்திக்கிறது. இந்த நாட்டின் மிகவும் விரைவான இராணுவச் சேவையான கப்பல் படையில் நான் முப்பத்து மூன்று ஆண்டுகள், நான்கு மாதங்கள் தீவிர சேவையில் பணிபுரிந்தேன். செகண்ட் லெப்டினன்ட்டிலிருந்து மேஜர் ஜெனரல் வரை நான் அனைத்து கமிஷன் பதவிகளையும் வகித்து விட்டேன். அந்தக் காலத்தில் நான் எனது பெரும்பாலான நேரத்தை பெரிய வர்த்தகர்களுக்கும், வால்ஸ் ஸ்ட்ரீட்டுக்கு, வங்கியாளர்களுக்குப் (உயர் வர்க்க அடியாளாக) பணிபுரிந்தேன். சுருக்கமாக, நான் முதலாளித்துவத்துக்கு ஒரு வர்த்தக குண்டர்.

நான் அந்த நேரத்தில் வர்த்தகத்தின் ஒரு பகுதிதான் என சந்தேகப்பட்டேன். நான் இப்போது அதில் நிச்சயமாக உள்ளேன்..

1903-ல் அமெரிக்கப் பழக் கம்பெனிகளுக்கு ஹோண்டுராஸை 'சரியானதாக' ஆக்க உதவி புரிந்தேன். 1914-ல் மெக்ஸிகோவை,

குறிப்பாக டாம்பிகோவை அமெரிக்க எண்ணெய் நலன்களுக்குப் பாதுகாப்பானதாக ஆக்கப் பணிபுரிந்தேன். ஹைத்தியையும், கியூபாவையும் வருமானத்தை வசூலிக்க தேசிய சிட்டி வங்கியைச் சேர்ந்த நமது பையன்களுக்கு நாகரிகமான இடமாக மாற்றித் தர உதவினேன். அரை டஜன் மத்திய அமெரிக்கக் குடியரசுகளை வால் ஸ்ட்ரீட் இலாபங்களுக்காகக் கற்பழிக்க உதவி செய்தேன். வர்த்தகத்தின் ஆவணம் மிக நீளமானது. 1909 - 1912 ல் பிரவுன் சகோதரர்களின் சர்வதேச வங்கி ஹவுஸுக்கு நிகரகுவாவை தூய்மைப்படுத்த உதவினேன். 1916-ல் அமெரிக்க சர்க்கரை நலன்களுக்காக டொமினிகன் குடியரசுக்கு வெளிச்சத்தைக் கொண்டு வந்தேன். சீனாவில் ஸ்டாண்டர்டு எண்ணெய் கெடுக்கப்படாமல் தமது வழியில் செல்லுமாறு பார்த்துக்கொள்ள உதவினேன்.

இந்த ஆண்டுகளில், பின் அறையில் உள்ள பையன்கள் கூறுவது போல ஒரு பெருத்த வர்த்தகனாக இருந்துள்ளேன். அதைத் திரும்பிப் பார்க்கும்போது அல் கேப்போனுக்கு சில யோசனைகளைக் கூறியிருக்க முடியுமென்று உணர்கிறேன். அவரால் மிக நன்றாகச் செய்ய முடிந்தது, மூன்று மாவட்டங்களில் அவரது வர்த்தகத்தை நடத்தியதுதான். நான் மூன்று கண்டங்களில் நடவடிக்கைகளை மேற்கொண்டேன்.

இது மிக நீண்ட காலத்துக்கு முன்புதான்.. அது இப்போது மாறி விட்டது. மாறிவிட்டதா? ஜெனரல் பட்லருடைய அரசியலிலிருந்து பெரிய வித்தியாசம் இல்லாத ஒரு குரல் 'நியூயார்க் டைம்ஸ்'சி-ல் பிரசங்கியாக வழக்கமாக எழுதும் நட்சத்திரப் பத்தியாளர் தாமஸ் ப்ரீட்மேனுடையதுதான். அவர்கூட அமெரிக்க வெறியர்தான். ஆனால் புத்துணர்வூட்டும் விதமாக வெளிப்படையானவர்: யதார்த்தமான அவரது பார்வையை ஒருபோதும் புர்கா மென்மையாக்கியதில்லை. 28, மார்ச் 1999 அன்று ப்ரீட்மேன் 'நியூயார்க் டைம்ஸ்' இதழில் எழுதிய இந்த வார்த்தைகளை ஜெனரல் பட்லர் பெரிதும் பாராட்டியிருப்பார்:

உலகமயம் வேலை செய்வதற்கு ஏற்கனவே எல்லாம் வல்ல சூப்பர் சக்தியாக இருக்கும் அமெரிக்கா அப்படியே நடந்துகொள்ள பயப்பட முடியாது. சந்தையின் மறைவான கை, மறைவான முஷ்டி இல்லாமல் வேலை செய்யாது. F-5 (போர் விமானம்) -ஐ வடிவமைத்த மெக்-டோனல் டக்ளஸ் இல்லாமலும், சிலிகான் பள்ளத்தாக்கின் தொழில் நுட்பத்துக்காக உலகைப் பாதுகாக்கும் மறைவான முஷ்டி இல்லாமலும், அதாவது அமெரிக்க இராணுவம், கப்பற்படை, கப்பல் படை வீரர்கள் இல்லாமலும் மெக்டோனல்ட் சிறந்து பரவ முடியாது.

அது எப்படி ஒரு 'எல்லாம் வல்ல சூப்பர் சக்தி'யாக ஆனது? முதல் உலகப்போரில் அமெரிக்காவின் தலையீடு உள்நாட்டில் ஆழமாக வெறுக்கப்பட்டது. பலர் அதைத் தேவையற்றது எனக் கருதினர். ஜெர்மானிய வம்சாவழியிரான மற்ற பலர் கெய்சருக்கு பதிலாக அமெரிக்கா தலையிட்டு ஏன் இங்கிலாந்து அரசருக்கு உதவ வேண்டுமென்பதன் காரணத்தைப் புரிந்து கொள்ளவில்லை. பிரமுகர்களின் முக்கியமான பகுதியினர் இரு ஐரோப்பியப் பேரரசுகளை ஒரு நகர முடியாத நிலை வரை ரத்தம் சிந்த வைத்து, இந்த இரு நாடுகளிலும் ஏராளமாகத் தலையிட்டிருக்கும் அமெரிக்காவின் முதலாளிகளுக்குப் பொருளாதார ரீதியாகச் சாதகமாக இருக்கும் வகையில் பொருத்திப் பார்ப்பதைத்தான் தேர்வு செய்திருப்பார்கள். 128 அமெரிக்க உயிர்களை இழந்திருந்தாலும், ஜெர்மனியுடன் அரசாங்க ரீதியான குறிப்புக்களைப் பகிர்ந்து கொண்டிருந்தாலும் 1915-ல் ஜெர்மானிய நீர் மூழ்கியால் லூசிடானியா மூழ்கடிக்கப்பட்டதும் அவர்களை ஐரோப்பாவின் திசையில் தள்ளவில்லை. மொத்தமாக ஜெர்மானிய வெற்றி குறித்து அவர்கள் அச்சப்பட்டது உண்மைதான். ஏனெனில் அது வர்த்தகரீதியாக ஜெர்மனியை அவர்களது அபாயகரமான எதிரியாக மாற்றியிருக்கும் ரஷ்யாவிலிருந்து வந்த செய்திதான் தீர்மானகரமாக இருந்தது. 1917 பிப்ரவரியில் வெடித்த ஒரு புரட்சி ஜாரிசத்தைத் தூக்கியெறிந்து விட்டது. நாடு குழப்பத்தில் இருந்தது. இராணுவத்தின் மன உறுதி குலைந்து ருஷ்ய சிப்பாய்கள் இராணுவப் படைகளிலிருந்து ஓடிக் கொண்டிருந்தார்கள். போல்ஷ்விக் போராட்டக்காரர்கள் வேலையில் கடுமையாக இருந்ததால் அது ஓடுபவர்களை மேலும் அதிகமாக்கியது. எதிரி உள்நாட்டிலேயே இருப்பதாக சிப்பாய்களிடம் அவர்கள் கூறினர்.

அமெரிக்கா போரை அறிவித்த நேரம் இதைவிட அடையாளப் பூர்வமாக இருக்க முடியாது. ஏப்ரல் 6, 1917 அன்று வாஷிங்டன்னில் வில்சன் தமது நாடு ஜெர்மனியுடன் போரில் இருக்கிறது என்று அறிவித்துக் கொண்டிருந்தபோது பெட்ரோகிராடில் ஒரு முக்கிய சம்பவம் நடந்துகொண்டிருந்தது. போல்ஷ்விக் கட்சியின் மத்தியக் குழு லெனினுடைய 'ஏப்ரல் அறிக்கையை' விவாதிப்பதற்காகக் கூடியிருந்தது. அந்த அறிக்கை சோஷலிஸ்ட் புரட்சி ஆட்சியைப் பிடிக்க ஒரு கவனமான ஊடுருவலுக்காகத் தயார் செய்ய வாதிட்டது. வில்சனின் கூட்டாளிகள் பலர் ஐரோப்பாவில் போரை நடத்தும் வில்சனின் முடிவுடன் உடன்படவில்லை. லெனினின் நெருங்கிய தோழர்கள் பலர் ஊடுருவல் குறித்த லெனினின் கருத்துக்கள் அனைத்தையும் காட்டுத்தனமானதென்றும் பொறுப்பற்ற கற்பனை

என்றும் எதிர்த்தனர். இந்த இரு விஷயங்களிலும் சந்தேகப்பட்டவர்கள் தங்கள் கருத்து தவறென நிரூபிக்கப்படவுள்ளனர். ருஷ்யப் புரட்சி மட்டும் நகராமல் இருந்திருந்தால், இங்கிலாந்துடனும் ஜெர்மனியுடனும் அமைதி ஏற்படுத்தக் கடுமையாக முயன்ற ஜனாதிபதி வில்ஸன் அதே வேகத்துடன் தலையிட இறங்கியிருக்க மாட்டார்.

1914-18 போரில் அமெரிக்கா இறங்கியதுதான் அது உலகப் பெரும் சக்தியாக மாறுவதை நோக்கிய முதல் பெரிய அடி. அது வேகமாகக் கற்றுக் கொள்ளும். ஐரோப்பாவின் நிலங்களில் அழுகும் பிணங்கள் அதன் மனதை ஒருநிலைப்படுத்த உதவும். அது தனது சுவீகரிப்பை நோக்கி வளரும்போது, அதன் நடவடிக்கைகளின் வகைகள் மாறும். அதன் அமெரிக்க 'மனசாட்சியை' உலகின் 'இருப்பு' மூடிக்கொள்ளும். இனி அது உலக முதலாளித்துவ முறைக்கு ஏற்படும் அனைத்துச் சவால் முயற்சிகளையும் முறியடிக்கும் ஒரு இராணுவ இயந்திரத்தை உருவாக்க அதன் பொருளாதார முஷ்டியை மடக்கும் முன் என்றும் அதிகமாக யோசிக்காது.

ஆவலூட்டும் விதமாக, பிரிட்டன் மற்றும் பிரான்ஸின் ஆட்சியாளர்கள் புரிந்து கொள்ளும் முன் ஏற்பட்டுக் கொண்டிருந்த மாற்றத்தைப் போல்ஷ்விக் தலைவர்கள்தான் புரிந்து கொண்டார்கள். ஒரு புதிய பணக்கார வர்த்தகரைத் தமது எஸ்டேட்டை அடகு வைத்துவிட்ட ஒரு பழைய பணக்காரர் பார்ப்பது போல், பழைய ஐரோப்பிய சக்திகள் அமெரிக்காவை வெறுப்போடும் வெளிப்பகட்டுடனும் பார்த்தன. லெனினும் ட்ராட்ஸ்கியும் ஐரோப்பிய பூர்ஷ்வாக்கள் மேல் வெறுப்புடையவர்கள். ஆனால் அவர்கள் அமெரிக்க முதலாளித்துவத்தின் சக்தியையும் திறனையும் மதித்தனர். இரு மனிதர்களும் பொருளாதார வரலாற்றின் கவனமுள்ள மாணவர்கள். அவர்கள் ஏற்ற, இறக்கப் புள்ளி விவரங் களைக் கற்றதுடன் அவற்றை கேட்கத் தயாராக இருப்பவர்களுடன் அதைப் பகிர்ந்து கொள்ளவும் தயாராக இருந்தனர். 1924-ல் ஒரு மாநாட்டுப் பிரதிநிதிகளிடம் உரையாற்றும்போது ட்ராட்ஸ்கி எண்ணெய்யின் எதிர்காலத்தைப் பற்றி விளக்கினார்.

இப்போது இராணுவம் மற்றும் தொழில் துறையில் தனியான பாத்திரத்தை வகிக்கும் எண்ணெய், உலக மொத்த உற்பத்தியில் மூன்றில் இரண்டு பங்கு அமெரிக்காவுக்கு வந்து சேர்கிறது. 1923-ல் அது சுமாராக 72 சதவிகிதத்தைக் கூட அடைத்து விட்டது. உறுதிப்படுத்திக் கொள்வதற்காக அவர்கள் தமது எண்ணெய் வளங்கள் தீர்ந்து போகுமென்ற ஏராளமான பயமுறுத்தல்கள் குறித்துப் புகார் கூறுகிறார்கள். போருக்குப் பிந்தைய முதல்

வருடங்களில் நான் இந்தப் புகார்கள் வெளிநாட்டு எண்ணெய் மீது ஆக்கிரமிப்புக்கு அப்பாவி மேல்பூச்சு என்றே நினைத்தேன். ஆனால் பூகோளவியலாளர்கள் இப்போதைய உபயோகத்தின் அடிப்படையில் அமெரிக்க எண்ணெய் இருபத்தைந்து ஆண்டுகளுக்கு நீடிக்குமென்றும் வேறு சிலர் நாற்பது வருடங்கள் நீடிக்குமென்றும் உறுதியாகக் கூறுகின்றனர். ஆனால் இருபத்தைந்து ஆண்டோ, நாற்பது ஆண்டோ, அமெரிக்கா தனது தொழில் மற்றும் கப்பல்களின் மூலமாக மற்ற அனைவரிடமிருந்தும் பத்து மடங்கு மீண்டும் எடுத்துச் செல்ல முடியும்.[77]

இருபது ஆண்டுகளுக்கு முன் ஜெர்மன் பெற்றிருந்த ஒரு தோல்வியினால் அதன் மீது விதிக்கப்பட்டிருந்த சில நிபந்தனைகளிலிருந்து வெளியேறும் முயற்சியின் விளைவுதான் 1939-45 இரண்டாம் உலகப் போர். அதன் போர் நோக்கங்கள் அந்த வெற்றியுடன் நிறுத்தப்பட்டிருக்குமானால், அதன் தலைவராக மேலும் பகுத்தறிவுள்ள கேப்டனாக இருந்திருப்பாரானால் அது போரேயில்லாமல் கூட வென்றிருக்கக் கூடும்; பிரிட்டிஷ் ஏகாதிபத்திய பிரமுகர்களின் ஆதிக்கம் மிக்க ஒரு பகுதி ஆங்கில - ஜெர்மானியக் கூட்டணியில் ஆவலுடன் இருந்தது. ஆனால் உள்ளுக்குள்ளேயே இருக்கும் கம்யூனிஸ்டுகளால் கலவரப்படும் ஜெர்மானிய முதலாளித்துவப் பிரபுக்கள் அவர்களது நாட்டை வெறிபிடித்த பாசிஸ்டுகளிடம் ஒப்படைத்து விட்டனர். இதுதான் லண்டன் ஜெர்மன் அச்சை சாத்தியமற்றதாக்கியது. லண்டன் இத்தகைய உடன்பாட்டை ஆதரித்ததற்கு இரண்டு காரணங்கள் உண்டு. முதலாவது போல்ஷ்விஸத்துக்கெதிராகக் கண்டத்தைக் காப்பாற்றுவது, இரண்டாவது அமெரிக்காவை வெளியே வைப்பது. அந்த நேரத்தில் பிரிட்டிஷ் ஆளும் வர்க்கத்தின் 'அமெரிக்கனிச எதிர்ப்பை' குறைவாகப் புரிந்து கொள்ளக் கூடாது.

அமெரிக்காவுக்கு இந்த அனைத்து இயந்திர வேலைகளும் முழுவதும் தெரியும். அது உடனடியாகப் போரில் இறங்காதது மட்டுமல்ல, அது விரைவான ஜெர்மன் வெற்றியையும் எதிர்பார்த்தது. அமெரிக்கா போரில் இறங்கும் வரை அங்கிருந்த தாராள கருத்து பிரிட்டிஷ் ஏகாதிபத்தியத்துக்கு எதிராக ஆழமாக இருந்தது. இது பிரிட்டிஷ் தாராளவாதிகளுக்குக் கோபமூட்டியது. நியூ ரிபப்ளிக் சீனாவை சூறையாடும் ஜப்பானிய, ஆங்கிலேயருக்கிடையே உள்ள தார்மீக ஒற்றுமையைக் குறிப்பிட்டுக் காட்டும் பல ஏகாதிபத்திய எதிர்ப்புக் கட்டுரைகளை வெளியிட்டது. ஒரு தலைப்புக் கட்டுரை ஜெர்மன் பாசிஸத்துக்கு எதிரான தமது வெறுப்பு பிரிட்டிஷ் ஏகாதிபத்தியத்துக்கெதிரான தமது வெறுப்பைப் போன்ற அதே

நடவடிக்கைதான் என்று தெளிவுபடுத்தியது : இருவருமே வில்லன்கள்தான். இதனால் ஆத்திரமடைந்த பிரபல தாராள பொருளாதார நிபுணர் ஜான் மெய்னார்ட் கெயின்ஸ் அந்த நாளிதழுக்கு எழுதுவதையே நிறுத்திவிட்டார். அறுபது ஆண்டுகளுக்குப் பிறகு சில பிரபலமடையாத அமெரிக்க தாராளவாதிகள் 11 செப்டம்பருக்குப் பிறகு 'லண்டன் ரிவ்யூ ஆஃப் புக்ஸ்' வெளியிட்ட அமெரிக்காவுக்கெதிரான விமர்சனக் கருத்துக்கள் மீது இதேபோன்ற வெறுப்பை வெளிப்படுத்தினர். அவர்களில் இருவர் அந்த நாளிதழுக்கு எழுதுவதையே நிறுத்திவிட்டனர். உலகளாவிய தாராளவாதம் ஏகாதிபத்திய சக்திகளின் செயல்பாடுகளுக்குப் பொருந்தாது என்பது போல் தோன்றுகிறது.

போரின் முதல் கட்டத்தில் ஜனாதிபதி ஃப்ராங்க்ளின் ரூஸ்வெல்ட் அன்பான அடையாளமாக சர்ச்சிலிடம் ஜெர்மன் ஒருவேளை வெற்றி பெறுமானால் அட்லாண்டிக்கின் கரைக்குப் பாதுகாப்பாக பிரிட்டிஷ் கடற்படையை விரைவாக அப்புறப்படுத்தி விடுவதை உறுதிப்படுத்திக் கொள்ளுமாறு கூறினார். அவர் பின்னர் பிரிட்டனும், குறிப்பாக சோவியத் யூனியனும் நாஜி தாக்குதலைத் தாக்குப் பிடித்து விட்டது என்று கண்ட ரூஸ்வெல்ட் ஜப்பானுடன் தொடர்ச்சியான மோதல்களை உருவாக்கி அதன் மூலம் அமெரிக்காவை இரண்டாம் உலகப் போருக்கு இழுத்து விட்டார்.[78]

அமெரிக்கா இரு உலகப்போர்களின் பொருளாதார வெற்றியாளராக வெளிவந்தது. பெரிய போட்டியாளர்கள் பலவீனமாக்கப்பட்டார்கள் : ஜெர்மனி பிளவுபட்டது. ஜப்பான் ஆக்கிரமிக்கப்பட்டது. பிரிட்டிஷ் பேரரசு இறுதி வீழ்ச்சியைச் சந்தித்தது. அமெரிக்காவின் சொந்தப் பொருளாதாரம் எப்போதையும் விட விருத்தியடைந்தது: கச்சாப் பொருட்கள் ஏராளமாக இருக்க, தொழில், விவசாயத்துக்கிடையே அதிக சமன்பாடு, மீறக்கூடாத முக்கிய நிலத்துக்குள் புவியியல் மற்றும் மக்கள்தொகையியல் அதன் பொருளாதாரத்தை மொத்த உற்பத்தி வழியில் செலுத்த வழி செய்தது.

ஆனால் அமெரிக்காவின் அரசியல், தத்துவத் தலைவர்கள் 1945-ல் போட்டியை அழிக்க அவர்களது பொருளாதார, இராணுவ மேலாண்மையை உபயோகிக்கவில்லை. சோவியத் யூனியனின் அதிகரித்த மதிப்பு, கிழக்கு ஐரோப்பாவுக்குள் அதன் நீட்டிப்பு, கிழக்கு ஜெர்மனியில் அதன் ஆக்கிரமிப்பு, சீனா, வியட்னாம், இந்தோனேசியா, மலாயா, கொரிய தீபகற்பம் மற்றும் இந்தியாவில் முடிவடையாத தேசிய விடுதலைப் போராட்டங்கள் ஆகியவை மறு சீரமைப்பு பெறத் துடிக்கும் உலகின் அடையாளங்கள்.[79] இந்தக்

குழப்பத்தில், முதலாளித்துவத்துக்கும் அதன் எதிரிகளுக்கும் இடையிலான மோதலில் அரசியலும் தத்துவமும் மதிப்புமிக்க இடத்தைப் பெற்றன.

இதன் கூர்மையான அர்த்தம் என்னவென்றால் போரால் அழிந்த முதலாளித்துவ ஐரோப்பாவை உயிர்ப்பிப்பதாகும். அமெரிக்க ஆட்சியாளர்கள் பொருளாதாரத்தின் முதன்மையை அழுத்திக் கூற வேண்டியதன் அவசியத்தால் வழி நடத்தப்பட்டிருந்தால் அவர்களிடம் மார்ஷல் திட்டம் இருந்திருக்காது. அது மேற்கு ஐரோப்பாவின் தேசபக்தியை உறுதிப்படுத்த வடிவமைக்கப்பட்ட செயல்பாடல்ல. அதற்கு இரண்டு செயல்பாடுகள் உண்டு. அமெரிக்காவின் அரசியல் மேலாண்மையை நிலை நிறுத்துதல், முதலாளித்துவ ஐரோப்பாவைத் தன்னாட்சிப் பொருளாதார யதார்த்தமாக மீண்டும் உருவாக்குதல். தனது உலக நலன்களைப் பாதுகாத்துக் கொள்ள அமெரிக்கா தனது சந்தையை மீண்டும் உருவாக்கிக் கொள்ள வேண்டும். அது குறைவான தீங்கு. பிரான்ஸ், இத்தாலி, மேற்கு ஜெர்மனி, கிரீஸ், ஜப்பான் ஆகியவற்றை வீழ்ச்சியடையுமாறு விட்டுவிட்டால் அவற்றை தட்டில் வைவத்து சோவியத் யூனியனிடம் ஒப்படைப்பதாக அர்த்தமாகிவிடும். மார்ஷல் திட்டமும் நேடோவும் அமெரிக்காவின் பழைய எதிரிக்கு எதிராக ஒரு தொடர்ச்சியான போரை நடத்த வடிவமைக்கப்பட்ட இரு சயாமிஸ் இரட்டையர்களாகும்.

இரண்டாம் உலகப் போருக்குப் பிறகு அமெரிக்காவின் குணாம்சமாக விளங்கிய தேவையான கச்சாப்பொருட்களின் தன்னிறைவு முடிவுக்கு வந்துவிட்டது. இரண்டாம் உலகப் போரின்போது கூட்டணி இராணுவங்களுக்கு அளிக்க உதவிய தொழில் உற்பத்தியின் அதிசயமான உந்துதல் உள்நாட்டுப் பொருட்களுடன் தாக்குப் பிடிக்க முடியவில்லை. அமெரிக்கா எண்ணெய், இரும்புத் தாது, பாக்ஸைட், காப்பர், மாங்கனீஸ், நிக்கல் போன்றவற்றை இறக்குமதி செய்ய வேண்டியிருந்தது. எண்ணெய்க்கான தேவை என்பது லத்தீன் அமெரிக்காவின் பகுதிகள், மத்தியக் கிழக்கு, நைஜீரியா ஆகியவற்றின் மேல் ஆதிக்கம் செலுத்துவது என்று அர்த்தம்; இரும்புத்தாது லத்தீன் அமெரிக்காவின் மற்ற பகுதிகளிலிருந்தும் மேற்கு ஆப்பிரிக்காவிலிருந்தும், மற்ற தாதுக்கள் கனடா, ஆஸ்திரேலியா, தென் ஆப்பிரிக்காவிலிருந்தும் பெறப்பட்டன.

அரசியலும், பொருளாதாரமும் மிகவும் அதிகமாகப் பின்னிப் பிணைந்தன. தாதுப் பொருட்களின் தேவையானது, மேலும் மேலும் அரசியல் குறுக்கீடுகள் என்று அர்த்தப்படும். இராணுவக் கலகங்கள், உள் நாட்டுப் போர்கள், அமெரிக்க இராணுவத் தளங்களை

அமைத்தல், வெனிசுவேலாவில் எண்ணெய் ஆட்சிக் குழுவினருடனும், பிரேசில், சிலியின் ஜெனரல்கள், சவுதியின் அல்-சாத் வம்சாவழியினர் ஆகியோருடன் வஞ்சகமாக இணைதல் ஆகியவை கம்யூனிஸ்ட் எதிரியுடன் போராடவும், அமெரிக்கப் பொருளாதாரத்தைப் பாதுகாக்கவும் எளிமையான வழியை அளித்தன. இந்தத் தந்திரோபாயம் நினைத்ததைப் போல் எல்லா சமயங்களிலும் நடக்கவில்லை. சீன கம்யூனிஸ்டுகள் நாட்டை அக்டோபர் 1949-ல் எடுத்துக் கொண்டனர். கொரியாவில் ஏற்பட்ட ஒரு எழுச்சி அமெரிக்கத் தலையீடு தீபகற்பம் பிரிக்கப்பட்டதுடன், ஐ.நா. பின்புலத்துடன் ஒரு கசப்பான போருக்கும் இன்றுவரை தீர்க்க முடியாத நிலைக்கும் இட்டுச் சென்றது; 1959-ல் கியூபாவில் மாஃபியாவின் சர்வாதிகார ஆட்சி ஃபிடல் காஸ்ட்ரோ, சே குவேரா ஆகியோரால் தலைமை தாங்கப்பட்ட கெரில்லா இராணுவத்தால் தோற்கடிக்கப்பட்டது; வியட்னாமியர்கள் அடிபணிய மறுத்து இறுதியாக பதினைந்து ஆண்டுப் போருக்குப் பிறகு 1975-ல் அமெரிக்காவைத் தோற்கடித்தனர்.

இரண்டாம் உலகப் போருக்குப் பிறகு அமெரிக்கா எடுத்துக் கொண்ட உலகப் போலீஸ் பாத்திரம் உள்நாட்டில் பெரிய தாக்கத்தைச் செலுத்தவுள்ளது. அது நிரந்தர ஆயுதத் தொழில் பொருளாதாரத்தைக் கனரகத் தொழிலை ஊக்குவித்து எலக்ட்ரானிக்ஸ், விமானங்கள், இரசாயனம் மற்றும் விண்வெளி ஆராய்ச்சியை உருவாக்கியது. இந்தத் தொழில் உற்பத்தி செய்யும் பொருட்களுக்கு ஒரே வாடிக்கையாளர் அமெரிக்காதான். எந்த ஆயுதமும் இந்த நாட்டின் அனுமதியின்றி உலகின் எந்தப் பகுதிக்கும் விற்கப்பட முடியாது. இந்தப் பொருளாதாரத்தின் தகுதிகள் வெளிப்படையானவை. ஆயுதத் தொழில் பொருளாதார ஏற்றத்தாழ்வுகளால் பாதிக்கப்படாத ஒரு நிலையான அரங்கை உருவாக்குகிறது. முதலாளித்துவத்தின் தொடர்ந்த அம்சமாக இருக்கும் பின்னடைவுகளால் ஏற்படும் பாதிப்புக்களைத் தாங்க அது உதவுகிறது. 1929 அளவுக்கு ஏற்படக்கூடிய பேரழிவு தீவிர நிலையிலிருந்து காப்பாற்றியதாகவும் வாதிடப்படுகிறது. அனைத்துப் பாதுகாப்புத் தனி வியாபாரிகளுக்கும் ஒரு தன் முயற்சியில்லாத இலாபம் உத்தரவாதம் அளிக்கப்படுகிறது. பாதுகாப்பு ஒப்பந்ததாரர்கள் தமது முதலீட்டைக் காப்பாற்ற அநேகமாக எதையும் செய்வார்கள் என்பதே இதன் அர்த்தமாகிறது. பாதுகாப்புத் தொழில், பாதுகாப்புப் படைகளின் மூத்த அதிகாரிகள், அரசியல்வாதிகளிடையே ஒரு கூட்டணி உருவாகி சக்தி மிக்க இராணுவத் தொழில் அரசியல் சதிக்கூட்டு உருவாவதற்கு இட்டுச் சென்றது.

இந்த நடைமுறை ஜனநாயகத்தின் செயல்பாட்டுக்கு ஏற்படுத்தக் கூடிய ஆபத்துகள் குறித்த எச்சரிக்கை இன்னொரு ஜெனரலிடமிருந்து வந்தது. ஆனால் பட்லரைப் போலல்லாமல் எந்த அளவுகோலின்படியும் இது பகுத்தறிவானதல்ல. உண்மையில் அவர் ரிபப்ளிகன் நலனால் அமெரிக்காவின் தேர்ந்தெடுக்கப்பட்ட ஜனாதிபதியானார். 1961 ஜனவரி 17 அன்று ஐஸன்ஹோவர் நாட்டுக்கு ஆற்றிய விடைபெறும் உரையில்தான் அவர் இந்த எச்சரிக்கையை விடுத்தார் :

பெரிய தேசங்களுக்கிடையே நான்கு போர்களைச் சந்தித்த ஒரு நூற்றாண்டின் இடைப்பட்ட பத்தாண்டுகளுக்கு முன் நாம் இருக்கிறோம், இவற்றில் மூன்றில் நமது நாடே தலையிட்டிருந்தது, இவ்வளவு நாசத்துக்குப் பிறகு அமெரிக்கா இன்று மிகுந்த வலிமை மிக்க, மிகுந்த தாக்கம் செலுத்துகிற, மிகுந்த உற்பத்தி செய்யும் நாடாக உலகில் உள்ளது. இந்த உயர்ந்த ஸ்தானத்தால் நாம் பெருமையடைவது புரிந்து கொள்ளக்கூடியதுதான் என்றாலும் அமெரிக்காவின் தலைமையும், மரியாதையும் ஒப்பீடற்ற பொருள் முன்னேற்றத்தையோ செல்வங்கள் மற்றும் இராணுவ வலிமையையோ மட்டும் சார்ந்திருக்கவில்லை. மாறாக நாம் நமது பலத்தை உலகின் அமைதிக்காகவும், மனித இன முன்னேற்றத்துக்காகவும் எப்படிப் பயன்படுத்துகிறோம் என்பதைச் சார்ந்துள்ளது...

நமது உலகின் சமீபத்திய மோதல்கள் வரை அமெரிக்காவிடம் ஆயுதத் தொழிற்சாலை இல்லை. ஏர்முனையை வடித்த அமெரிக்கர்கள் தேவையான நேரத்தில் ஆயுதத்தையும் வடிப்பார்கள். ஆனால் நாம் இனியும் தேசப் பாதுகாப்பு அவசரத்துக்கு ஆயுத உற்பத்தியைச் செய்து கொண்டிருக்க முடியாது; பெருமளவிலான நிரந்தர ஆயுதத் தொழிற்சாலைகளை உருவாக்க வேண்டிய அவசியத்துக்கு நாம் ஆட்பட்டுள்ளோம். இதற்கு மேல், 35 லட்சம் ஆண்களும், பெண்களும் பாதுகாப்புத் துறையில் நேரடியாக ஈடுபட்டுள்ளார்கள். அனைத்து அமெரிக்க கார்ப்பரேஷன்களின் மொத்த வருவாயை விட இராணுவப் பாதுகாப்புக்காக நாம் அதிகம் செலவிடுகிறோம்.

பெருத்த இராணுவ நிறுவனம் மற்றும் பெரிய ஆயுதத் தொழிலின் ஒன்றிணைவு அமெரிக்க அனுபவத்துக்குப் புதியது. இந்த மொத்த தாக்கம் பொருளாதாரம், அரசியல், ஆன்மிகம் கூட ஒவ்வொரு நகரத்திலும், ஒவ்வொரு அரசு விடுதியிலும், மத்திய அரசின் ஒவ்வொரு அலுவலகத்திலும் உணரப்படுகிறது. இந்த வளர்ச்சிக்கான நிச்சயமான தேவையை நாம் உணர்கிறோம். இன்னும் அதன் சாவுக்கு ஈடான தாக்கங்களை நாம் அறிந்து கொள்ளத் தவறக் கூடாது. நமது உழைப்பு, வளங்கள், வாழ்நிலை ஆகிய அனைத்தும் அதில் உட்பட்டுள்ளது; அதேபோல் நமது சமூகத்தின் கட்டமைப்பும்.

அரசாங்கத்தின் கவுன்சில்களில் இராணுவ - தொழில் வளாகத்தால் கேட்கப்பட்டாலும், கேட்கப்படாவிட்டாலும் நாம் தேவையற்ற தாக்கத்துக்கெதிராக நம்மைப் பாதுகாத்துக் கொள்ள வேண்டும். தவறான இடத்தில் வைக்கப்பட்ட அதிகாரத்திற்கு அழிவு மிக்க எழுச்சி பெறும் திறன் இருக்கிறது. இனியும் இருக்கும்.

இந்தக் கூட்டின் எடை நமது சுதந்திரம் அல்லது ஜனநாயக நடவடிக்கைகளுக்கெதிராகச் சென்று விட நாம் அனுமதித்து விடக் கூடாது. நாம் அதையும் அனுமதிக்கப்பட்டு விட்டதாக எடுத்துக் கொள்ளக்கூடாது. ஒரு எச்சரிக்கையான அறிவுப்பூர்வமான குடிமக்கள்தான் நமது அமைதியான முறைகள், நோக்கங்களுடன் பெரும் தொழில், இராணுவப் பாதுகாப்பு இயந்திரத்துக்கு வேலியிட்டு நமது பாதுகாப்பு, சுதந்திரம் இணைந்து சிறப்பதற்கு வழி செய்ய வேண்டும்.

சிறிது காலத்துக்குப் பிறகு ‘ஜாக்கிரதையான அறிவுப்பூர்வ மக்கள்’ வியட்னாம் போரின்போது எழத்தான் செய்தனர். அவர்கள் போர் எதிர்ப்பு இயக்கத்தையும் தாண்டி விரிவடைந்தனர். செனட்டார் வில்லியம் புல் பிரைட் போர் குறித்த தமது செனட் விசாரணையை நடத்தியபோது அவை அமெரிக்க வலைத்தளங்களில் தொடர்ச்சியாக ஒளிபரப்பப்பட்டன. இது எச்சரிக்கையான மக்களை மேலும் அறிவு பூர்வமாக்க உதவியது. அது ஜெனரல்களின் கற்பனைகளுக்குச் சவால் விட்டது. அதன் தலைவர்கள் சுற்றிய பொய்களை முட்டித் தள்ளியது, போரை முடிவுக்குக் கொண்டுவர உதவியது. இதுதான் அமெரிக்க ஜனநாயகத்தின் பெரிய அலையாகும். போருக்குப் பிறகு முடமாகி வீடு திரும்பிய பல சிப்பாய்கள் முப்பது ஆண்டுகளுக்கு முன் ஜெனரல் ஸ்மெட்லி பட்லர் சிந்தித்ததைப் போலவே தமக்காகச் சிந்திக்கத் துவங்கினர்.[80]

ஆனால் ஏகாதிபத்திய அடிப்படைவாதத்தின் இந்த நிராகரிப்பு ஒரே இரவில் பிறந்ததல்ல. அது முதிர்ச்சியடைய ஐந்து ஆண்டுகளாகியது. வியட்னாமியர்கள் தம் மீது இழைக்கப்பட்ட கொடூரங்களை மீறித் தோல்வியடைய மறுத்ததால்தான் இது நடந்தது. 1966 முதலே வியட்னாமியர்களுக்கெதிராக ஏகாதிபத்திய அடிப்படைவாதம் இரசாயன ஆயுதங்களை உபயோகித்தது. பொதுமக்களைப் படுகொலை செய்வது எப்போதுமே அமெரிக்கப் போர்த் தந்திரத்தின் ஒரு உட்பகுதி. மரங்களை மொட்டையாக்குபவை, இரசாயன பூச்சிக்கொல்லிகள், விஷ வாயுக்களின் உபயோகம் நாட்டின் பல கிராமப்புறங்களை வெட்ட வெளியாக்கிவிட்டது. பல பிரதேசங்கள் முழுவதும் விவசாயத்துக்கு லாயக்கற்றதாகி இன்னும் அப்படியே உள்ளது.[81]

இவையனைத்தையும் மீறி வியட்னாமியர்கள் சரணடைய மறுத்தனர். இந்த அறிவுதான் கட்டாய இராணுவ வீரர்கள், போராடியவர்கள் ஆகியோரைப் போரின் நோக்கத்தையும் பயனையும் கேள்வி கேட்பதற்காகத் தமது நண்பர்களையும், உறவினர்களையும் அதில் இழந்தவர்களை அதனை முடிவுக்குக் கொண்டு வர நிர்பந்திக்க வைத்தது. அமெரிக்கத் தலைவர்கள் போரைக் கைவிட மறுத்தனர். நிக்ஸனும், கிஸ்ஸிங்கரும் வியட்னாமியர்களைத் தனிமைப்படுத்தும் நம்பிக்கையில் போரை முதலில் லாவோஸுக்கும் பிறகு கம்போடியாவுக்கும் நீட்டித்தனர். அவர்கள் தோற்றனர். எனினும் கம்போடியாவில் குண்டு வீசியது போட்டின் தீவிர தேசியவாதம் வெற்றிபெறும் ஒரு சூழ்நிலையை உருவாக்கியது. அவர் வியட்னாமியர்களுக்கும் எதிராக இருந்ததால் மேற்கத்திய சக்திகள் அவரது குற்றங்களைக் கண்டுகொள்ளாமல் பல ஆண்டுகளுக்கு மறைமுக ஆதரவளித்தன.

ஏப்ரல் 1975-ல் வியட்னாமியர்களின் வெற்றி நான்கு கண்டங்களில் சுபிட்ச மனோநிலை அலையை உண்டாக்கியது. தென் ஆப்பிரிக்கா, மத்திய அமெரிக்கா, ஐபீரிய தீபகற்பம் ஆகிய இடங்களில் புரட்சி மனோ நிலை நிலவியது. நிகராகுவாவில் சோமோசா சர்வாதிகாரத்தைப் பணத்தாலும் ஆயுதங்களாலும் ஆதரித்த வாஷிங்டனுக்கு, அங்கு சாண்டினிஸ்டாவின் வெற்றி பெரும் அடியாக விழுந்தது. காலனியாதிக்க ஆட்சிக்கெதிரான லைபீரியப் போராட்டம் அங்கோலாவிலும், மொஸாம்பிக்கிலும் புதிய வாய்ப்புக்களை உருவாக்கியது. ஆனால் வாஷிங்டனின் அடிப்படைவாதிகள் இந்த நடவடிக்கைகளை முடிவுக்குக் கொண்டு வருவதில் உறுதியாக இருந்தனர். ஆப்பிரிக்காவில் அங்கோலாவுக்குள் துருப்புக்களை அனுப்பிய தென் ஆப்பிரிக்காவை அவர்கள் ஆதரித்தனர். அங்கோலா தலைவர்கள் கியூபாவிடம் உதவி கோர, கியூபா தமது படையை ஆட்சியைப் பாதுகாக்க அனுப்பியது. சிப்பாய்கள் சோவியத் ஆயுதங்களுடன் சோவியத் விமானங்களில் அனுப்பப்பட்டனர். நாளடைவில் தென் ஆப்பிரிக்கர்கள் வெளியேற்றப்பட்டனர். தென் ஆப்பிரிக்காவுக்குள்ளேயே தென்னாப்பிரிக்க தேசிய காங்கிரஸ் முக்கிய இராணுவ, பொருளாதார இலக்குகள் மீது தேர்ந்தெடுக்கப்பட்ட பயங்கரவாத நடவடிக்கைகளை மேற்கொண்டிருந்தது. நிகரகுவாவில் காண்ட்ராக்களுக்கு ஆயுதம் கொடுத்த அமெரிக்கா, அங்கு நாட்டை ஆள முடியாத அளவுக்கு நிலைகுலையச் செய்யும் முயற்சியில் பெருமளவு வெற்றி பெற்றது.

அமெரிக்கா உண்மையான தோல்வியைச் சுவைத்த பதினான்கு ஆண்டுகளுக்குப் பின் பெர்லின் சுவர் நொறுங்கி, சோவியத்தும்

உடைந்தது. பனிப்போர் பெரும் சத்தத்துடன் அல்ல, முனகலுடன் திடீர் முடிவுக்கு வந்தது. வார்ஸா உடன்படிக்கை இனி இல்லாது போனது. வீழ்ச்சி திடீரென ஏற்பட்டதும், எதிர்பாராததுமாகும். அது இராணுவத் தலையீட்டால் ஏற்பட்டதல்ல. அதற்குக் காரணங்கள் உள்ளுக்குள்ளேயே இருந்தன. சோவியத் யூனியன் பூர்ஷ்வா அறிவுஜீவித் தலைமையின் அரசியல், பொருளாதார திவால் நிலை. கடைசி சோவியத் தலைவர் மிகையில் கோர்பசேவ் நிச்சயம் இந்த முடிவை எதிர்பார்க்கவில்லை. அவர் ஒவ்வொரு நிலையிலும் சீர்திருத்தத்தை விரும்பினார். அவர் அட்லாண்டிக்கிலிருந்து உரால் வரை அணு ஆயுதங்களற்ற நிலையையும், நிலையான பொருளாதாரத்திலிருந்து ஐம்பதுகளில் இருந்த ஐரோப்பியக் கலப்புப் பொருளாதார மாடலில் ஒரு பொருளாதாரத்தையும் கொண்டு வர விரும்பினார். இதற்கு மேற்கு உதவுமென்று நம்பினார். ரொனால்ட் ரீகன், மார்கரெட் தாட்சர் பற்றி சாவுக்கீடான கற்பனை களை அவர் வைத்திருந்தார். அவர்கள் அவரைக் கைவிட்டனர். காட்டுமிராண்டிகள் ஆட்சியைக் கைப்பற்றினர். என்ன நடந்தது? சமீபத்திய ஒரு கட்டுரையில் வரலாற்றாளரும் ஒரு முன்னாள் சோவியத் யூனியன் குடிமகனும் இப்போது சிகாகோவில் வசிப்பவரும், இந்தப் போக்கை நேரில் பார்த்தவருமான ஜார்ஜ் டெர்லுஜியன் தமது இந்தக் கேள்வியில் பிரதிபலித்தார்.

சோவியத் யூனியன் வெளியாரால் வீழ்த்தப்படவில்லை. மேற்கு திகைப்புடன் நின்று இதைப் பார்த்தது. அல்லது அதற்கு மேலிருந்தோ, கீழிருந்தோ குழி பறிக்கப்படவில்லை. மாறாக அது மத்தியிலிருந்து வெடித்தது. பல்வேறு அதிகாரப் பந்தயத்தில் நிறுவன வழிகளில் உடைந்தது. இந்த வீழ்ச்சி மத்திய தர தலைவர்கள் அமைப்பின் தலைவரென்ற முறையில் கோர்பசேவின் ஒரு பக்கச் சாய்வால் அச்சத்துக்கும், அவர்களுக்குக் கீழ் புதிய அதிகாரிகளின் உறுதித்தன்மையால் நிர்பந்தத்துக்கும் உள்ளாகினர். கிழக்கு ஐரோப்பாவில் 1989-ல் ஏற்பட்ட வெடிப்புகள் தூண்டுகோல் வேலையைச் செய்தன. இந்தச் சிதறல் பணியில் குறிப்பாக ஏற்கனவே சீரழிந்து போயிருந்த இளம் கம்யூனிஸ்ட் லீகின் குற்றம் காணும் உறுப்பினர்கள்தான் தலைமை வகித்தனர். அவர்களைத் தொடர்ந்து தேசியக் குடியரசுகள், ரஷ்யப் பிரதேசங்களின் கவர்னர்கள், பொருளாதார அமைச்சரகங்களின் மூத்த அதிகாரிகள், சூப்பர் மார்க்கெட் மேலாளர்கள் வரையிலான பகுதித் தலைவர்கள் வரை தொடர்ந்தனர். பல வீழும் முன்னாள் பேரரசுகள் போல் பேரரசர்களின் செயலின்மையால் தைரியம் பெற்றும் வரவிருக்கும் குழப்பத்துக்கு பயந்தும் அடிமட்ட வேலையாட்கள் கையில்

கிடைத்ததைச் சுருட்ட விரைந்தனர். அவர்களுடன் இணைந்தவர்கள் லாவகமான தலையீட்டாளர்கள், எதிர்கால ஹிப்பியிலிருந்து முன்னாள் கருப்பு சந்தைக்காரர்கள், ஒட்டுமொத்த குண்டர்கள் வரை அனைவரும் ஒன்று சேர்ந்தனர். இந்தப் பலதரப்பட்ட கூட்டத்தில் அதிர்ஷ்டம் மிக்க சிலர் கம்யூனிசத்துக்குப் பிந்தைய பிரபல வியாபாரிகளாகப் போகிறவர்கள்.82

பல சீனக் கம்யூனிஸ்ட் உறுப்பினர்களுக்கு டெர்லுஜியனின் சுருக்கமான வார்த்தைகள் நிறைவான புன்னகையைக் கொண்டு வந்திருக்கக் கூடும். அவர்களது நாடு அதே விதியைத் தவிர்த்தது. பீகிங்கின் பொலிட்பீரோ ருஷ்யர்களுடையதை விட சாமர்த்தியமாக இருந்தது. இரு நாடுகளும் ஒரே மாதிரியான அம்சங்களைக் கொண்டிருந்தன. அவை கட்சியையும், நாட்டையும் இணைத்த பலவீனமான ஜனநாயகப் பாரம்பரியம், கம்யூனிஸ்ட் கட்சியின் நீண்ட கால ஆட்சி மற்றும் கீழிருந்த அனைத்து மனவேற்றுமைகளின் எல்லாவிதமான வெளிப்பாடுகளையும் அடக்க வேண்டிய தேவை. இரு நாடுகளும் காலம் சென்ற சேர்மேன் மாவோ ஒரு காலத்தில் கணித்தது போல முதலாளித்துவப் பாதையை மேற்கொண்டன. ஆனால் ஒப்பீடு இங்கு முடிந்து விடுகிறது.

தமது புதிய புரவலர்களைத் திருப்திப்படுத்தும் ஆவலாலும், தம்மை அமெரிக்க மயமாக்கிக் கொள்ளும் உந்துதலாலும் சோவியத் தலைமை ஹார்வர்டின் சூனியக்காரர்கள் பரிந்துரைத்த 'அதிர்ச்சி வைத்தியத்தை' அப்படியே ஏற்றது. பத்தாண்டுகளுக்குப் பிறகு 2000-த்தில் புள்ளிவிவரங்கள் முழுக் கதையைக் கூறின; வருவாய் சமத்துவமின்மை மூன்று மடங்கானது. ஜனத்தொகையில் மூன்றில் ஒரு பாகம் வறுமைக்கோட்டுக்குக் கீழ் வசித்தது. குற்றங்களும் ஊழலும் கட்டுக்கடங்காமல் போயின. நாட்டின் சில பகுதிகளில் பணத்துக்கு பதிலாகப் பண்டமாற்று முறை வந்துவிட்டது. போருக்குப் பிந்தைய தலைமுறைக்கு இந்த அனுபவம் தமது முழு வாழ்வின் மிகக் கொடுமையான துவாரமாகி விட்டது. அவர்களது துயரத்துக்கு மேலும் வலுவூட்டும் விதமாக அவர்களது தலைவர் போரிஸ் எல்ட்சின் போலி வைரமாகிவிட்டார். தார்மீக நெறியற்ற நோக்கங்களால் நிலைதவறிய கோமாளியாக, சமாளிக்கும் திறனற்றவராகவும், பதவிக்குப் பேரரசை பிடித்தவராகவும் அவர் இருந்தார். அவருக்கு மாற்று மீது பயம் கொண்ட மேற்கு அவரை ஆதரிக்க முடிவு செய்தது. எப்போதும் விசுவாசமான மேற்கத்திய ஊடகம் அதையே பின்பற்ற முடிவு செய்தது.

குற்றமும் ஊழலும் சீனாவையும் சீரழிக்க வந்தன. பல கட்சி அதிகாரிகள் தமது அதிகாரத்தை உபயோகித்துத் தம்மை

முதலாளிகளாக மாற்றிக் கொள்ள தேசச் சொத்துக்களை வாங்கினர். ஆனால் ஒரு முக்கியமான வித்தியாசம் இருந்தது. இங்கு ருஷ்யா மாதிரியான குழப்பம் தவிர்க்கப்பட்டது. பொருளாதாரம் முக்கியமான வெற்றிகளைப் பதிவு செய்தது. சீன முதலாளித்துவம் ஒப்பீட்டளவில் நன்கு வேலை செய்தது. அதன் வளர்ச்சி விகிதம் பல முதலாளித்துவ நாடுகளை விட அதிகமாக இருந்தது. அமெரிக்காவில் அது பெரும் சந்தையைப் பிடித்தது. சீனா தோல்வியை மேலும் அதிகமான உறுதியுடனும் சுய நம்பிக்கையுடனும் சந்தித்தது. அதேசமயத்தில் அதிகாரத்தின் தனி உரிமையாளராக கம்யூனிஸ்ட் கட்சி தம்மைப் பாதுகாத்துக் கொண்டது. முழுமையான முதலாளித்துவ வார்த்தைகளில், சந்தை ஸ்டாலினிசம் வேலை செய்யத் துவங்கி விட்டதாகத் தோன்றியது.

அவர்களது முந்தைய சோவியத், கிழக்கு ஐரோப்பியக் கூட்டாளி களைப் போலல்லாது, சீனா தமது கலாசாரம், நாகரிகத்துடன் பகுதியளவு ஒன்றிணைக்கப்பட்டிருந்தது. முழுமையாக உள்நாட்டு ஏற்பாடுகளை மட்டுமே வைத்துக்கொண்டு தம்மை நிர்வகித்துக் கொள்ள முடியாது என உணர்ந்தாலும் மேற்கை அப்படியே பின்பற்றவும் அது தயாராக இல்லை. அவர்களது பொருளாதாரத்துக்கு உலகச் சமன்பாடு தேவைப்பட்டது. அதற்கு உலக வர்த்தக நிறுவனத்தில் உறுப்பினராவதும், உலக வங்கியுடனும் சர்வதேச நிதி நிறுவனத்துடனும் நெருங்கிய தொடர்பும் தேவைப்பட்டது. அதன் மோசமான பக்கங்கள் அனைத்தும் முன்னரே அறிந்தவையே. வளரும் சமூக சமத்துவமின்மை, ஊழல், வேலையற்ற உழைப்பாளிகளின் கடல். வேலையற்ற சீன அறிவுஜீவிகள் மற்றும் உழைப்பாளிகள் உலகின் மற்ற பகுதிகளுக்கு வேலைக்குச் சென்றது ஆச்சர்யமல்ல. தடுப்புக்களையும் மீறி சீனா உலகச் சந்தையுடன் ஒன்று சேரும்போது பாயும் வேகம் அதிகரிக்கும். இந்த நடைமுறை நியூயார்க்கில் டிசம்பர் 2000-த்தில் சீனாவிலிருந்து வெளியேறிய வாங்ருவாங் அங்கு இறந்தபோது அவருக்கு அஞ்சலி செலுத்தும் சடங்கில் அடையாளப் பூர்வமாகக் குறிப்பிடப்பட்டது. அவர் எண்பத்து மூன்று வயதானவர். தமது பெரும்பாலான வாழ்க்கையை சீனாவின் சமூக, அரசியல் நிலையை உயர்த்துவதற்காகச் செலவழித்தவர். ஆனால் அவர் நியூயார்க்கில் இறந்தார். அவரது இறுதிச்சடங்கு உரை அவரைப் போன்ற மற்றொரு முக்கிய அகதியான பத்திரிகையாளரும், எழுத்தாளருமான லியுபின்யானால் ஆற்றப்பட்டது. அந்த உரையின் குறிப்புக்கள் ஆட்சியின் கலவரமான அடிப்படைத்தை வெளிச்சமிட்டுக் காட்டுகிறது:

வாங் தனது வாழ்க்கையை உயர்ந்த லட்சியங்களுடனும் இளமை வேகத்துடனும் துவக்கினார்; இவற்றை அவர் கம்யூனிஸ்ட் கட்சியில்

ஈடுபடுத்தினார். அதன் தலைவர்கள் விரைவில் அவரை நீக்கினர். அவரை நாடு கடத்தினர். அவரைச் சிறை செய்தனர். அவரைப் பட்டினி போட்டுக் கொடுமைப்படுத்தினர். அவரது குடும்பத்தை அழித்தனர். பிறகு அவரை 'மன்னித்தனர்', மீண்டும் அனுமதித்தனர். மீண்டும் வெளியேற்றினர். மீண்டும் சிறைப்படுத்தினர். இறுதியாக அவரை நிர்பந்தமாக வெளியேற்றினர்...

இன்று நாம் சீனாவைப் பார்க்கும் போது, அறுபது ஆண்டுகளுக்கு முன் நானும் வாங்குவதற்கு ஆசைப்பட்ட சீனாவா இது? ஊழலும், மோசடியும், நம்பிக்கையின்மையும் நிறைந்த சீனாவின் மீதா நாங்கள் நம்பிக்கை கொண்டிருந்தோம்? சுரண்டல், நோய், விபச்சாரம், குண்டாயிசம் வழி ஏற்படுத்திக் கொண்ட, கிராமப்புறத் தற்கொலை விகிதம் உலகிலேயே அதிகமாக உள்ள, 'அறிவாளியான' மக்கள் தார்மீக மதிப்பின்றியும் தம் மீது ஆவலின்றியுமுள்ள, இயல்பான சூழ்நிலை மீற பல பத்தாண்டுகள் (ஒருவேளை மீளுமானால்) ஆகக் கூடிய அந்தச் சீனாவுக்காகவா நாங்கள் நம்பிக்கை கொண்டிருந்தோம்.

இன்னும் பெரும் பட்டினியில் இறந்த பல லட்சக்கணக்கான அகால மரணங்களைச் சரியாகப் பார்க்காமல், இன்னும் அதற் கெதிராகப் பேசும் எந்த இயக்கம் அல்லது தனிமனிதரின் பேச்சையும் கடுமையாக நசுக்கும் ஒரு ஆட்சியாளரால் ஒரு நாடு? ஆளப்படும் வாங்குவாங் வாழ்க்கைப் பயணத்தைத் துவங்கும்போது இங்குச் சென்று தன் வாழ்வை முடிப்போம் என்று நினைத்தாரா?

சீன முதலாளித்துவம் வெற்றி பெற்றதற்கு முக்கியக் காரணம் 1970 களிலிருந்து அதன் தலைவர்கள் அமெரிக்காவுடன் செய்து கொண்ட அரசியல் மற்றும் பொருளாதார ஒப்பந்தங்களாகும். அப்போது அதன் பெரும் வழிகாட்டிகள் உயிருடன் இருந்தனர். அந்த உடன்படிக்கைகள் இன்றும் தொடர்கின்றன. அமெரிக்காவைத் தோற்கடித்ததற்காக வியட்னாமுக்கெதிராக சீனா போர் தொடுக்க முடிவெடுத்ததன் ஒரு பகுதி காரணம் வாஷிங்டனிலுள்ள அதன் கூட்டாளிகளுக்கு ஆதரவை நிரூபிப்பதற்காகவே ஆகும். அதற்கு ஆசைப்பட்ட பலன் இருந்தது. அதன் குடிமக்களின் குறைந்தபட்ச உரிமைகளைக் கூட வெளிப்படையாக மீறினாலும் அமெரிக்கா அதனை 'மிகவும் வேண்டப்பட்ட' நாடாக நடத்தியது. நாம் கீழே பார்க்கப் போவது போல், இத்தகைய கூட்டுக்கு ஒரு அளவு உண்டு. ஆனால் இன்றுவரை அது இருபுறத்துக்கும் உதவி செய்துள்ளது.

போர்க்காலத்தைத் தவிர (1942-5) சோவியத் யூனியன் எப்போதுமே வேறு வகையாகத்தான் இருந்துள்ளது. அவர்கள் வரலாற்று

எதிரிகளாக இருந்துள்ளனர். புரட்சி முதலாளித்துவ முறைக்குச் சவால் விடுத்து, எழுபது ஆண்டுகளுக்குப் பிறகு உலக வரைபடத்திலிருந்து விலகிப் போனது. சோவியத் யூனியன் காணாமல் போனதற்கு அமெரிக்கா எப்படி நடந்து கொண்டது? அந்த இடத்தில் ரஷ்யா இருந்தது உண்மை தானென்றாலும், மேலும் பல புதிய குடியரசுகளும் மேற்கின் ஆதரவுக்காக ஏங்கிக் காத்துக் கொண்டிருந்தன. பிறகு கிழக்கு ஐரோப்பாவும் இருந்தது. ஏகாதிபத்திய சக்திகளுக்குப் பிரமாதமான வாய்ப்புக்கள் கிடைத்ததுடன் அனைத்தும் கிடைப்பதற்குச் சற்றுக் கீழே அவர்கள் இலாபமடைந்தனர். மிகயீல் கோர்ப்பசேவ் கிழக்கு ஜெர்மனியை பதிலுக்கு எதையும் எதிர்பார்க்காமல் ஒப்படைத்து விட்டார். ஒரு ஐரோப்பா அடக்கப் பட்ட மூச்சுடன் தனது விதியை எதிர்பார்த்துக் காத்திருந்தது.

முதலாளித்துவத்தின் வெற்றி முழுமையாகிவிட்டதாகத் தோன்றியது. பல பத்தாண்டுகளாக சோவியத் யூனியன் தீவிரமாக எந்தப் புரட்சி பயமுறுத்தலையும் பிரதிநிதித்துவப்படுத்தா விட்டாலும் அதன் இருப்பே மூன்று கண்டங்களிலிருந்து ஏகாதிபத்திய எதிர்ப்பு இயக்கங்களுக்கு உயிர் கொடுத்தது. கியூபர்களும், வியட்னாமியர்களும் உயிர் வாழப் போராடவும், தென்னாப்பிரிக்காவில் ஆப்பிரிக்க தேசிய காங்கிரசுக்கு ஆயுதமளித்தும், ஐரோப்பிய சமூக ஜனநாயகம் பல முதலாளித்துவப் பிரமுகர்களிடமிருந்து பல சீர்திருத்தங்களைப் பெற மேடை பெறவும் உதவியது. அதன் வீழ்ச்சி ஒரு சகாப்தத்தின் முடிவைக் குறித்தது. இன்னும் முழுமையாக அதன் கட்டுப்பாடில்லாத ஒரு உலகமாக இது இருந்தது. அங்கு வெற்றிகரமான அமெரிக்கப் பேரரசு தனது பண்டோரா பெட்டியைத் திறந்து விட்டு பூதங்களையும், பயங்களையும் வெளியே விடப் பார்த்தது. யார் இந்த பூகோள உலகை மறு அமைப்பு செய்வார்கள், எப்படி? இனிமேலும் முரண்பாடுகள் இல்லாவிட்டால், இராணுவத் தொழில் வளாகத்தைப் பராமரிப்பதற்கு வாய்ப்புள்ளதா? சில எதிரிகளை அவசரமாக உற்பத்தி செய்ய முடியுமா? கண்டத்தின் ஐரோப்பியர்களைக் கட்டுப்படுத்த திறமையான வழி எது? ஜெர்மனியையும், ஜப்பானையும் இன்னமும் கட்டுக்குள் எப்படி வைத்திருப்பது?

கம்யூனிசத்தின் வீழ்ச்சியுடன், அமெரிக்கப் பேரரசின் தேசிய அறிவு ஜீவிகள் பிரமாதமான எதிர்காலம் பற்றி விவாதிக்கத் துவங்கினார்கள். தத்துவ, பொருளாதார வெற்றி முழுமையாக இருந்தது. ஆனால் உலகம் முழுமையாக முரண்பாடற்று இருந்ததா? வெற்றியைத் தத்துவமாக்கும் முதல் முயற்சி ஜூலை, 1989-ல் 'நேஷனல் இண்ட்ரஸ்ட்'டில் பிரான்சிஸ் புகுயாமாவின் 'வரலாற்றின் முடிவு?'

என்ற கட்டுரையை வெளியிடுவதில் துவங்கியது. முன்னாள் பாகிஸ்தான் இராணுவ சர்வாதிகாரி ஜியா உல் ஹக்குக்கு (1977-89) இந்தியாவை விட்டு அவரது நாட்டைக் கூடிய வரையில் தூரத்தில் வைத்துக் கொள்ளுமாறு பேரழிவான ஆலோசனை கூறி அந்த நாட்டிலுள்ள தாராளவாதிகள் மற்றும் ஜனநாயகவாதிகளுக்கு பாதிப்பை ஏற்படுத்தியவர் இவர்தான்.[83]

ஹெகல் மற்றும் கொஜேவேயின் எழுத்துக்களிலிருந்து எடுக்கப்பட்ட அவரது அடிப்படைத் தத்துவம் இரண்டாம் உலகப் போரில் பாசிசத்தின் தோல்வி, நாற்பத்தைந்து ஆண்டுகளுக்குப் பின் சோவியத் யூனியனின் பிளவு ஆகியவை மனித இனத்தின் தத்துவ வளர்ச்சியின் முடிவைக் குறிப்பவை.[84]

வேறெங்கும் போக வழியில்லாததால் இதுதான் இறுதி, தேசியவாதத்துக்கும் இது தான் முடிவு. ஏனென்றால் செல்வதற்கு வேறு இடமில்லை. மத அடிப்படைவாதமும்தான் இறந்த காலத்தின் வித்தியாசமானவை மற்றும் இறுதியானவை. இந்த வெற்றி மேற்குடன் முடிவடையவில்லை. கிழக்கிலும் கூட ஜப்பான், தென் கொரியா, தைவானின் வெற்றிகள் இதே வழியில் மேலும் மாற்றங்களைப் பறையறிவித்தன. தாராள ஜனநாயகம்தான் முதலாளித்துவத்தின் வெற்றி வரலாறு துவங்கியதன் இறுதிக்கட்டம். அதன் கட்டுமானம் நாடுகளுக்கிடையே காலத்தின் இறுதிவரை தொடரப் போகும் பொருளாதாரப் போட்டியைக் கொண்டிருக்கும். சில முரண்பாடுகள் தொடரும், ஆனால் அவை பக்கவாட்டு நாடகங்களாக, தாராள மேலாதிக்கத்துக்குச் சவால் விடுக்க முடியாத சிறு சிறு கொசுக் கடிகளாகத்தான் இருக்கும். அவரது கட்டுரையின் வெற்றி விண்கல் மழையாக விற்றுத் தீர்ந்ததுடன் பல்வேறு மொழிகளில் மாற்றமும் செய்யப்பட்டது. அது அதிகமானவர்களால் படிக்கப்படாவிட்டாலும் கூட, எங்கெங்குமுள்ள பெரும் எழுத்தாளர்கள், கட்டுரையாளர்களால் மேற்கோள் காட்டப்பட்டது. ஒரு குறைந்த காலகட்டத்துக்கு அது புதிய முதலாளித்துவத்தின் உதாரணமாகி விட்டது. அதன் பிறகு அந்தப் புத்தகம் தமது வாரிசுக்காகக் காத்திருந்த மேதாவியைப் போல் சுத்தமாகக் காணாமல் போய்விட்டது.

1993 கோடையில் ஒருகாலத்தில் ஜான்சன் நிர்வாகத்தில் வியட்னாம் ஊடுருவல் எதிர்ப்புக் கிளர்ச்சி நிபுணரும், பின்னர் ஹார்வர்ட் பல்கலைக் கழகத்தில் (Institute of Strategic studies) தந்திரோபாயக் கல்விகளின் நிறுவனத்தின் இயக்குனருமான சாமுவேல் ஹன்டிங்டன் தனது கட்டுரையான 'நாகரிகங்களின் மோதல்?' -ஐ எழுதினார். அது உடனடியாகச் சர்வதேச அளவில் முரண்பாட்டைக் கிளப்பியது. ஹன்டிங்டன் பின்னர் குறிப்பிட்டது

போல், அந்தக் கட்டுரை ஒவ்வொரு நாகரிகங்களையும் சேர்ந்த மக்களின் நரம்பைத் தாக்கியது.' மிக நன்றாக விற்கும் புத்தகத் தலைப்பாக அதை மாற்றிய ஒசாமா பின்லேடனுக்கு நன்றி. (அந்தக் கட்டுரை பின்னர் புத்தகமாக வெளியிடப்பட்டது.) அதை எழுதியவர் பின்னர் இறைத்தூதரானார். பிரான்ஸிஸ் புகாயாமாவின் 'வரலாற்றின் முடிவு'க்கு வாதமாக எழுதப்பட்ட ஹன்டிங்டனின் ஆய்வுக் கட்டுரை, கம்யூனிசத்தின் நசுக்கப்பட்ட தோல்வி, அனைத்துத் தத்துவார்த்த மோதல்களுக்கும் முடிவு கட்டிவிட்டாலும் அது வரலாற்றின் முடிவைக் குறிக்கவில்லை என்று வாதிட்டது. இனி அரசியலோ, பொருளாதாரமோ அல்ல, கலாசாரம் உலகை ஆதிக்கம் செலுத்திப் பிளக்கப் போகிறது.

அவர் எட்டு கலாசாரங்களை வரிசைப்படுத்துகிறார். மேற்கு, கன்பூசியன், ஜப்பான், இஸ்லாம், ஹிந்து, ஸ்லாவ் பாரம்பரியம், லத்தீன் அமெரிக்கன், மற்றும் ஒருவேளை ஆப்ரிக்கன், ஏன் ஒருவேளை? ஏனெனில் அது உண்மையிலேயே நாகரிகமடைந்ததா என்பதில் அவர் உறுதியாக இல்லை. இதில் ஒவ்வொரு நாகரிகமும் மதத்தால் குறிக்கப்பட்ட பல பண்பு மரபுகளைக் கொண்டிருந்தன. ஒருவேளை இதுதான் மக்களுக்கு ஊக்கமளித்து ஒன்று திரட்டுகிறது' என்று ஹன்டிங்டன் வாதிட்டார். பெரிய பிளவு மேற்குக்கும் மற்றவற்றுக்கும்தான். ஏனெனில் மேற்குத்தான் 'தனி மனிதத்துவம், தாராளவாதம், அமைப்புச் சட்டவாதம், மனித உரிமை, சமத்துவம், சுதந்திரம், சட்டத்தின் ஆட்சி, ஜனநாயகம், சுதந்திரச் சந்தை' ஆகியவற்றுக்கு மதிப்பளிக்கிறது. எனவே மேற்கு (யதார்த்தத்தில் அமெரிக்கா) எதிர் நாகரிகங்களின் பயமுறுத்தல்களை இராணுவ ரீதியாகச் சமாளிக்கத் தயாராக வேண்டும். மிகவும் தொந்தரவு தரக் கூடியவை என கணிக்கப்படுவது இஸ்லாமும், கன்ஃபூசியனிசமும்தான் (எண்ணெயும், சீன ஏற்றுமதியும்). இவையிரண்டும் ஒருவேளை இணைந்து விட்டால் நாகரிகக் கருவின் இருப்புக்கே ஒரு ஆபத்தை விளைவிக்கும். அவர் ஒரு வஞ்சகமான குறிப்புடன் இவ்வாறு முடிக்கிறார்: 'உலகம் ஒன்றாக இல்லை. நாகரிகங்கள் ஒன்று சேர்ந்து மனித இனத்தைப் பிளக்கின்றன... இரத்தத்தையும், நம்பிக்கையையும்தான் மக்கள் அடையாளமாகக் கண்டு அதற்காகப் போராடி இறப்பார்கள், மற்ற அடிப்படைவாதிகள் இந்த மனப்பான்மைகளை ஒப்புக்கொள்வதில் எந்தப் பிரச்சனையும் இருக்காது.

இந்த எளிய ஆனால் அரசியல்ரீதியான வசதியான ஆய்வு, வாஷிங்டனிலும் பிற இடங்களிலும் கொள்கை வகுப்பவர்களுக்கு மிகவும் உபயோகமான திரையாகப் பயன்பட்டது. இஸ்லாம்தான் மிகப்பெரும் ஆபத்தாகப் பார்க்கப்பட்டது. ஏனெனில் உலகின்

பெருமளவு எண்ணெய் இரான், இராக், சவுதி அரேபியாவில் தான் உற்பத்தி செய்யப்பட்டது. ஹன்டிங்டன் எழுதிக் கொண்டிருந்த நேரத்தில், இரானில் இஸ்லாமியக் குடியரசுக்குப் பதினான்கு வயதாகி இருந்தது. அது இன்னமும் 'பெரிய சாத்தானுக்கு' விரோதமானதாகக் கருதப்பட்டுக் கொண்டிருந்தது. இராக்கின் சமூக, பொருளாதார, இராணுவ வலிமை வளைகுடாப் போரின் பின் விளைவு சின்ட்ரோமால் மேலும் அழிக்கப்பட்டது. ஆனால் அமெரிக்கத் துருப்புக்களால் மன்னராட்சி காக்கப்பட்டு சவுதி அரேபியா பாதுகாப்பாகிப் புகலிடமாக இருந்தது. நான் ஏற்கனவே முந்தைய அத்தியாயத்தில் விவரித்தது போல் 'மேற்கத்திய நாகரிகம்' (இங்கு அதன் கன்பூசிய மற்றும் ஸ்லாவ் பாரம்பரிய சகாக்களின் ஆதரவு) இராக்கில் 3,00,000 குழந்தைகளின் மெதுவான சாவுக்கு ஏற்பாடு செய்தது. அதே நேரத்தில் சவுதி அரேபியாவின் கிழக்கு பிராந்தியங்களில் ஒரு தாராள ஜனநாயக வஹாபி கூட்டணி எண்ணெய் வயல்களைப் பாதுகாத்தது.

ஹன்டிங்டனுக்கும் நாகரிக விழைவாளர்களுக்கும் பதிலளிக்க இரண்டு அடிப்படை விஷயங்கள் உள்ளன. முதலாவதாக நான் இந்தப் புத்தகத்தில் இஸ்லாமிய உலகம் ஆயிரமாண்டுகளுக்கு மேலாக ஒரே மாதிரியானதாக இருந்ததில்லை என்பதை விளக்க முயன்றுள்ளேன். சிங்களர், சீனர், இந்தோனேசியர், அரபு மற்றும் தெற்காசிய முஸ்லிம்களிடையே அவர்கள் தேசத்தைச் சேர்ந்தவர் களுடனான ஒற்றுமையை விட, அவர்களுக்குள்ளே வேற்றுமைகள் அதிகம். கடந்த நூறாண்டுகளுக்கு மேல் மற்ற சமூகங்களைப் போலவே இஸ்லாமிய உலகமும் போர்கள், புரட்சிகளின் சூட்டைத் தாங்கியிருக்கிறது. அமெரிக்க ஏகாதிபத்தியம், சோவியத் யூனியனுக்கிடையேயான எழுபது ஆண்டுப் போர் ஒவ்வொரு 'நாகரிக'த்தையும் பாதித்தது. கம்யூனிஸ்ட் கட்சியின் லூதரன் ஜெர்மனியில் மட்டுமல்ல, கன்ஃபூசியன் சீனாவிலும், முஸ்லிம் இந்தோனேசியாவிலும் கூட முளைவிட்டு வளர்ந்து மக்கள் ஆதரவைப் பெற்றது. பிரிட்டனையும், வட அமெரிக்காவையும் கொண்ட ஆங்கிலேய ஸாக்ஸன் பிரதேசம்தான் இந்தத் தொற்றிலிருந்து தன்னைப் பாதுகாத்துக் கொண்டது.

இருபதுகளிலும், முப்பதுகளிலும் ஐரோப்பாவைப் போலவே அரபு உலகின் அறிவுஜீவிகள் அறிவூட்டும் மார்க்சியத்தின் உலகத் தாக்கத்துக்கும், ஹிட்லர், முசோலினியின் அறிவூட்டலுக்கெதிரான பாப்புலிசத்துக்குமிடையே பிளவுபட்டிருந்தனர். பிரிட்டிஷ் பேரரசின் தத்துவமாக உணரப்பட்ட தாராளவாதத்தின் புகழ் குறைவாக இருந்தது. இன்றும் அதேபோல்தான் உள்ளது. பாலஸ்தீனத்திலும்,

செசென்யாவிலுமுள்ள சில முஸ்லிம் கெரில்லாக்கள் சே குவேரா, கியாப்பின் படைப்புக்களைப் படிக்கிறார்கள். முற்பகுதி அறுபதுகளின் சில முஸ்லிம் சிந்தனையாளர்கள் அலி ஷரியதி, சய்யது குதுப் போன்றோர் தீவிர தேசியவாதியும், பிரெஞ்சு தேசிய முன்னணியின் பயிற்சி முகாம்களில் ஆவலுடன் படிக்கப்படும் படைப்புகளை எழுதிய பேடியனிஸ்டுமான (P'etianist) அலெக்ஸிஸ் கேரலின் படைப்புக்களைப் பெரிதும் புகழ்ந்தனர்.[85]

இரண்டாம் உலகப்போருக்குப் பிறகு அமெரிக்கா கம்யூனிசத்துக்கெதிரான அல்லது முற்போக்கு மதச்சார்பற்ற தேசியவாதத்துக்கெதிராகக் கிளர்ச்சியாளர்களுக்கு ஆதரவளித்தது. எப்போதும் தீவிர மத அடிப்படைவாதிகள் இருந்தனர் : எகிப்தில் நாஸருக்கெதிராக முஸ்லிம் சகோதர அமைப்பு; இந்தோனேசியாவில் சுகர்னோவுக்கெதிராக மஸ்ஜீமி, பாகிஸ்தானில் புட்டோவுக்கெதிராக ஜமாத் இ இஸ்லாமி, பின்னர் மதச்சார்பற்ற கம்யூனிஸ்ட் நஜிபுல்லாவுக்கெதிராக ஒசாமா பின் லேடனும் அவரது தோழர்களும். 1996-ல் தாலிபான் காபூலைக் கைப்பற்றிய போது செய்த முதல் காரியங்களில் ஒன்று நஜுபுல்லாவை ஐ.நா. வளாகத்திலிருந்து வெளியே இழுத்து வந்து கொலை செய்தது. அப்படி செய்யப்பட்டதும் காபூலின் மக்களில் கடவுளை நம்பாதவர்களுக்கு ஏற்படக்கூடிய உயர்ந்த பட்ச தண்டனையை உணர்ந்து கொள்ளும் வகையில் பொது இடத்தில் உயிரற்ற உடலை ஆடையின்றி, அவரது மர்ம ஸ்தானங்களை அறுத்து அவரது வாயில் திணித்து, தொங்க விடப்பட்டதாகும். எனக்குத் தெரிந்த வரையில் மேற்கைச் சேர்ந்த ஒரு கடிதம் எழுதுபவரோ ஒரு தலைவரோ இதற்கெதிராகப் பேசவில்லை. நாகரிகங்களின் மோதல்?

ஒரே விதிவிலக்கு இராக்கும், இரானும். இராக்கில் அறுபதுகளில் மன்னிப்புக் கோரும் குழுக்களை உருவாக்கப் போதிய வலுவில்லை. நாட்டில் கம்யூனிஸ்ட் கட்சி முக்கியமான சமூக சக்தியாக இருந்தது. அதனை வெல்ல அனுமதிக்க முடியாது. அமெரிக்கா பாத் கட்சியின் ரவுடி கும்பலை ஆதரித்து அதனை முதலில் கம்யூனிஸ்டுகளை அழிக்கவும் பிறகு எண்ணெய்த் தொழிலாளர் தொழிற்சங்கங்களை அழிக்கவும் ஊக்குவித்தது. இதை ஏற்றுச் செய்து முடித்த சதாம் உசேன் 1990-ல் குவைத் பிரச்சனையில் தவறான கணக்கைப் போடும் வரை மேற்கின் பரிசைப் பெற்று ஆயுதங்களும், வர்த்தகக் காண்ட்ராக்டுகளும் அளிக்கப்பட்டு கௌரவிக்கப்பட்டார். முந்தைய அத்தியாயத்தில் கூறப்பட்டது போல், இரானில் இரண்டாம் தலைமுறை எதேச்சதிகார, கொடுங்கோல் ஷாவுக்கு மேற்கு ஆதரவளித்தது. அவர் பிரிட்டிஷ் அரசிடமிருந்து சிறப்பு ஆர்டர்

மூலம் பெற்ற சித்திரவதைக் கருவிகளைக் கொண்டு தனது நவீனத்தைப் பூர்த்தி செய்தார். முதலில் ஷாவை நீக்கிய மதச்சார்பற்ற எதிர்ப்பு அணிகள் பிரிட்டிஷ் உளவுத்துறையாலும், சி.ஐ.ஏ.வாலும் சூழ்ச்சியாலும் அழிக்கப்பட்டன. அந்த வெற்றிடத்தைப் பிறகு இன்று நாட்டை ஆளும் குருமார்கள் நிறைவு செய்தனர்.

இது எதைக் காட்டுகிறதென்றால் தனது நலன்களை - பொருளாதார, அரசியல், இராணுவ நலன்களை - முன்னெடுத்துச் செல்வதே ஒரே மனப்பாங்காக மூத்த ஏகாதிபத்தியம் நீண்ட காலத்துக்கு நோக்கமாகக் கொண்டிருந்தது என்பதேயாகும். மேற்கத்திய ஆதிக்கம் அறிவியல் தொழில் நுட்ப முன்னேற்றத்தால் வந்தது.[86]

1917-க்கு முன் அதனைப் பிரதேச அளவிலும் பிறகு உலக அளவிலும் செய்தது. சோவியத் யூனியனின் வீழ்ச்சிக்குப் பிறகு அது முக்கியமான மறு ஒழுங்குபடுத்துவதில் மும்முரமாக உள்ளது. இவற்றில் ஒன்று நேட்டோவை விரிவாக்கி, ருஷ்யாவை அந்தப் பிரதேசத்தில் உள்ள புதிய குடியரசுகளிடமிருந்து தனிமைப்படுத்தி அமெரிக்க நலன்கள் பாதுகாக்கப்படுவதை உறுதி செய்வது. ஐரோப்பாவைக் கட்டுபடுத்துவது என்பதைத் தவிர நேட்டோ இருப்பதற்கு வேறு என்ன காரணம் இருக்க முடியும்? ஏகாதிபத்திய சொத்தினைக் காப்பது என்பதைத் தவிர பெருத்த அமெரிக்க ஆயுதச் செலவுக்கு வேறு காரணம் என்ன இருக்க முடியும்? அது இன்று மிகப்பெரிய சக்தி வாய்ந்த ஏகாதிபத்தியம். 2000-த்தில் அதன் பாதுகாப்பு பட்ஜெட் 267.2 பில்லியன் டாலர்கள். இது சீனா, ருஷ்யா, இந்தியா, ஜெர்மனி, பிரான்ஸ் ஆகிய நாடுகளின் ஒட்டுமொத்தப் பாதுகாப்பு பட்ஜெட்டை விட மிக அதிகம். நேட்டோ, ஜப்பான், தென் கொரியா, இஸ்ரேலில் அமெரிக்க இராணுவச் செலவைச் சேர்த்தால் உலகின் மொத்தப் பாதுகாப்புச் செலவில் அது 80 சதம். இதற்கு ஒரே வாய்ப்புள்ள காரணம் அமெரிக்கா மற்றும் அதன் கூட்டாளிகளின் ஆதிக்கத்தைப் பாதுகாப்பதே ஆகும். ஜெனரல் பட்லரின் பழைய விளக்கம் இன்று அதனை மேலும் சேர்த்து விளக்கும். அது ஒரு உலகளாவிய பாதுகாப்பு வர்த்தகம். தனது சில கூட்டாளிகளின் நலன்களைப் பாதுகாக்க அமெரிக்கா பெரிய விலையைப் பெறுகிறது. ஜப்பானின் வர்த்தக, உபரியும் டாலர் இருப்பும்தான், உதாரணமாக, உலக கரன்சியாக டாலரின் தகுதியைக் காப்பாற்ற உதவியுள்ளது.

அமெரிக்காவின் தனிப் புகழ் பெற்ற வரலாற்றாசிரியர் சால்மர்ஸ் ஜான்ஸன் இந்த முறை எப்படி வேலை செய்கிறதென்ற அற்புதமான விளக்கத்தை நமக்கு அளித்துள்ளார்.[87] அரசாலும், அதிகார அறிவு ஜீவிகளாலும் பொதுவாக ஏசப்படும் 'அமெரிக்க எதிர்ப்பாளர்'

அல்லது 'மேற்கு கண்டவாதி'களில் ஒரு அறிஞரல்ல ஜான்ஸன். அவரது மதிப்புக்கள் கேள்விக்குட்படாதவை. அவர் ஒரு மேற்குக் கரைக் கப்பல் குடும்பத்தைச் சேர்ந்தவர். அவரது தந்தை இரண்டு உலகப் போர்களிலும் பணி புரிந்திருக்கிறார். ஜான்ஸனே கூட போரில் தோற்ற ஜப்பானில் வைக்கப்பட்டிருந்த கப்பற் படை, விமானப் படையில் உறுப்பினராக இருந்துள்ளார். 'செயல்படாத பணிக்கு' விடுவிக்கப்பட்ட அவர் வீடு திரும்பி பெர்க்லியில் பட்டயப்படிப்பில் சேர்ந்து சீனா, ஜப்பானில் நிபுணரானார். அறுபதுகளில் வளாகங்களிலிருந்த குழப்பநிலையால் தொடப்படாத அவர் இடதுசாரியாக மாறவில்லை. வியட்னாமில் அமெரிக்கத் தலையீட்டை அவர் ஆதரித்தார். அமெரிக்கப் பேரரசின் பனிப்போருக்குப் பிந்தைய ஒன்றுதிரட்டலுக்குத்தான், அமெரிக்காவில் எழுந்த பெரும் விமர்சனங்களில் ஒன்றாக அவரது குரல் எழுந்தது. அவரது சமீபத்திய படைப்பான 'திரும்பித் தாக்கு! (Blow back) அமெரிக்கோ டைல்களாலும், அவர்களது தேசபக்த ஈட்டியைச் சுமப்பவர்களாலும் கடும் விமர்சனத்துக்கு உள்ளானது. அந்தக் கட்டுரையில் ஜான்ஸன் அமெரிக்கப் பேரரசு அதிகப்படியாக விரிவடைந்து விட்டதென்றும், அந்தத் தகுதியைத் தக்கவைக்க அது எவ்வளவுக்கதிகமாகப் போராடுகிறதோ அந்த அளவுக்குத் தண்டனை கடினமாக இருக்குமென்று வாதிட்டார். பெர்ஸிய வளைகுடாவைப் பாதுகாக்கச் செலவழிக்கப்பட்டதாகக் கூறப்படும் தொகையுடன் அவர் மாறுபடுகிறார். அமெரிக்க ஆண்டு பாதுகாப்பு பட்ஜெட்டிலிருந்து 50 பில்லியன் டாலர் - இது இறக்குமதி செய்யப் படும் எண்ணெயின் தொகையான பதினொரு பில்லியன் டாலர் கொள்முதலில் இது பத்து சதமே ஆகும். அதே எண்ணெய்க் கணக்கு ஐரோப்பியத் தேவையில் கால் பகுதியும், ஜப்பானியத் தேவையின் ஒரு பாதியுமாகும். இது 'தீவிர ஏகாதிபத்தியத்தைப்' போல் அந்த அளவுக்கு 'ஏகாதிபத்தியத்துக்குப் பிறகு' அல்ல. சாதாரண மேற்குடிமகனுக்கு இது தெரியாமலிருக்கலாம். ஆனால் உலகம் முழுவதற்கும் அது இருப்பது தெரியும். அது நகர்கிறது. இந்தக் கணத்தில் ஐக்கிய நாடுகள் சபையில் 187 உறுப்பு நாடுகள் உள்ளன. அமெரிக்கப் படைகள் ஏறக்குறைய 100 நாடுகளில் உள்ளன. அவற்றில் ஒன்று கத்தார். அது அல்ஜீரா தொலைக்காட்சியின் தலைமையிடமுமாகும். வில்லியம் அர்கின் அந்தத் தளத்தைப் பற்றி LA டைம்ஸ் வாடிக்கையாளர்களுக்கு விளக்குகிறார்:

அல் அதீத் ஒரு பில்லியன் டாலர் தளம். அதன் 15,000 அடி விமான ஓடுபாதை வளைகுடாவின் மிக நீண்ட ஓடுபாதைகளில் ஒன்று. அதன் கட்டுமானப் பணி பாதுகாப்புச் செயலாளர் வில்லியம்.

எஸ்.சோகஹுனின் பயணத்துக்குப் பிறகு ஏப்ரல் 2000-த்தில் துவக்கப்பட்டது. கத்தாரில் ஏற்கனவே ஒரு இராணுவ பிரிகேடின் கருவிகள் இருந்தன. 1996-ல் ஒரு 'பயண' நியமனமாக 30 விமானப்படை போர் விமானங்களை அழைத்திருந்தது. சுல் அதீத் போன்ற வளைகுடாத் தளங்களில் படைகள் இருப்பதற்கான மூல காரணம் புதிய செயல்பாட்டுக்குத் தயார் நிலை என்பதாக இருந்தாலும், கடந்த ஆண்டு ஒரு மூத்த பாதுகாப்பு அதிகாரி கத்தாரின் வசதிகள் ஒரு குறிப்பிட்ட நாட்டையோ, மற்றொரு நாட்டையோ குறிப்பாகக் கொண்டதல்ல, மாறாக அந்த இடத்தில் இருக்க வேண்டும் என நாம் நினைக்கும் முறையின் ஒரு பகுதியாகும்' என்றார்... செப்டம்பர் 11-க்குப் பிறகு அமெரிக்கா இத்தகைய அதிகாரப்பூர்வ உடன்பாடுகளை கத்தாரிடமும் வேறு 92 நாடுகளுடனும் ஏற்படுத்திக் கொண்டுள்ளது[88]

சால்மர்ஸ் ஜான்ஸன், 'இராணுவத் தொழில் வளாகம்' குறித்த ஐஸன் ஹோவரின் முன்னெச்சரிக்கையை நீட்டித்து அது இப்போது ஒரு உலக நடைமுறை என்று கூறுகிறார்:

பெரும் இராணுவ நிறுவனம் செய்யும் செயல்களில் ஒன்று மற்ற நாடுகளுக்கு ஆயுதம் விற்பதுமாகும். அது பெண்டகனை அமெரிக்க அரசின் தீவிரப் பொருளாதார ஏஜென்சியாக மாற்றியுள்ளது. அமெரிக்க மொத்த உள்நாட்டு உற்பத்தியில் இராணுவ ரீதியான உற்பத்திப் பொருட்கள் கால்பகுதி அளவு இருக்கும். உலகம் முழுவதிலும் தூதரகங்களில் தமது 'தூதரகப் பணியினைப் பெரும் பாலும் ஆயுத விற்பனையாளர்களாகச் செலவழிக்கும் மூத்த அமெரிக்க அதிகாரிகளுடன் அதன் ஆயுத விற்பனைத் திட்டத்தை நிர்வகித்து ஒன்றிணைக்க அமெரிக்க அரசு ரசுமார் 6500 பேரை பணியிலமர்த்தியுள்ளது. நேரடியாக பெண்டகன் கட்டுப் பாட்டிலிருக்கும் வெளிநாட்டு இராணுவக் கட்டுமான விற்பனைகள் காங்கிரசிடம் செயல்பாட்டுப் பிரிவு அறிக்கையளிக்க வேண்டுமென்று ஆயுத ஏற்றுமதி கட்டுப்பாட்டுச் சட்டம் கூறுகிறது. ஆயுதத் தொழில் பேரம் பேசும் 14 மில்லியன் டாலருக்கு அதிகமான வர்த்தக விற்பனைகளும் அவர்களிடம் கூறப்பட வேண்டும். பெண்டகனின் அதிகாரப்பூர்வ புள்ளிவிவரத்தை உபயோகித்து, 1990 முதல் 1996 வரை இந்த மூன்று வகைகளைச் சேர்த்துப் பார்த்தால் 97,836,821,000 டாலர் வருகிறது. இந்த சுமார் 100 பில்லியன் டாலரிலிருந்து அமெரிக்க அரசு அதன் வெளிநாட்டு வாடிக்கையாளர்களுக்கு அமெரிக்காவிலிருந்து பெறும் ஆயுதக் கொள்முதலுக்கு அளிக்கும் ஆண்டுக்கு 3 பில்லியன் டாலர் மானியத்தைக் கழித்துக் கொள்ள வேண்டும்.[89]

இந்த யதார்த்தங்களை அறிந்திருக்கும் மூத்த ஏகாதிபத்திய தத்துவவியலாளர் ஸ்பிகனேவ் பிரெஸென்ஸ்கி 1996-ல் ரஷ்யாவை எச்சரித்தார்: 'ரஷ்யா ஒரு தேச அரசாக மாறுபட்ட சூழலில் தொடர முடியும். எனினும் ஒரு பேரரசாக எதிர்காலத்தில் தொடர முடியுமென்று நான் நினைக்கவில்லை. அப்படி அவர்கள் முட்டாள் தனமாக முயன்றால், செசன்யாவையும் ஆஃப்கானிஸ்தானையும் உல்லாசப் பயணம் செய்யும் இடங்கள் போல் மாற்றிவிடக் கூடிய முரண்பாடுகளில் தம்மைச் சிக்க வைத்துக் கொண்டு விடுவார்கள்.[90]

ஆனால் அதே சட்டங்கள் அமெரிக்காவுக்குச் செல்லத்தக்கவையல்ல. அவர்கள் பல மோதல்களில் தம்மை ஈடுபடுத்திக் கொள்ளத்தான் செய்தனர். சோமாலியா, போஸ்னியா, கொசோவா இதில் முதலாவது மொத்தமாக அழிவில் முடிந்தது. இந்தத் தருணத்தில், 'மனிதாபிமானத் தலையீடு' என்ற புதிய தத்துவத்துக்கு ஐ.நா.வின் அனுமதி அந்த நாட்டில் தலையிட உபயோகிக்கப்பட்டது.

இந்தப் போரும், தொடரவுள்ள போர்களைப் போலவே, நன்கு திட்டமிடப்பட்ட பிரச்சாரத்துடன் சேர்ந்து நடத்தப்பட்டது. உளவுத் துறை ஏஜென்சிகளின் அறிவுப்பூர்வமான முறையில் அரசியல் நடத்தி அளிக்கப்படுகிறது: தவறான செய்திகள், பொய் செய்திகள், எதிரியின் வலு மற்றும் திறனை உயர்த்திக் கூறுதல், ஒரு தொலைக்காட்சி பிம்பத்தை பொய்யாக விளக்குதல், தணிக்கை செய்தல். குடிமக்களை ஏமாற்றுவதும், நிராயுதபாணியாக்குவதும்தான் இதன் நோக்கம். ஒவ்வொன்றும் அதிகமாக எளிதாக்கப்பட்டது அல்லது நம்ப முடியாத அளவுக்குச் சோர்வடையச் செய்பவையாகக் குறைக்கப்பட்டது. செய்தி மிகவும் எளிதானது. வேறு மாற்று இல்லை.

சோமாலியா விஷயத்தில், நம்பிக்கையூட்டும் நடவடிக்கை என அறிவிக்கப்பட்டதன் நோக்கம் பட்டினியால் பயமுறுத்தப்படும் சோமாலிய உயர்வுகளைக் காப்பதாகும். தொலைக்காட்சி அலைவரிசைகள் தேவையான பிம்பங்களைப் பரப்பின. உள்நாட்டு முரண்பாட்டை இராணுவம் தலையிட்டு நிறுத்தி பஞ்சத்தால் வாடும் மக்களுக்கு உணவு கிடைக்க வழி செய்யாவிட்டால், 20 லட்சம் மக்கள் மரணமடைவார்கள் என்று உலகத்துக்குக் கூறப்பட்டது. பெரும்பாலான இறப்புக்கள் மலேரியாவால் ஏற்பட்டன. ஏற்கனவே பஞ்சம் தீர்ந்துகொண்டிருந்தபோது அமெரிக்கப் படைகளும் உதவி ஏஜென்சிகளும் எந்த மலேரிய எதிர்ப்புத் திட்டமும் இல்லாமல் வந்து சேர்ந்தன. உதவிக் குழுக்கள் தலைநகர் மொகாடிஷுவில் இராணுவம் இருப்பதை விரும்பவில்லை. அவர்கள் வரம்புக்குட்பட்ட,

எச்சரிக்கையுடன் நிர்ணயிக்கப்பட்ட 'பஞ்ச திரிகோணத்தின்' குறைப்பைக் கேட்டனர். அது நிராகரிக்கப்பட்டது. ஏனெனில், ஆப்பிரிக்க விஷயங்களுக்கான உதவி பாதுகாப்புச் செயலாளர் ஜேம்ஸ்.எல்.வுட்டைப் பொறுத்தவரை, அது அமெரிக்க இராணுவத்தின் புதிய வலியுறுத்தலான பெரிய அளவு, நசுக்கக் கூடிய சக்தி'யின் செயல்பாட்டை அமல்படுத்தத் தவறியது.'

1992-ல் இராணுவத் தலையீட்டின் துவக்கத்தில், அந்த நேரத்தில் பெண்டகனின் இணைத் தலைவர்களின் சேர்மனாக இருந்த காலின் பவல் படையெடுப்பை பெண்டகனிற்காக 'விலை கொடுக்கப்பட்ட விளம்பரம்' என்று கூறினார். அப்போது பனிப்போர் முடிந்து ஓராண்டுக்குள்தான் ஆகியிருந்தது. பவல் 300 பில்லியன் டாலருக்கும் அதிகமான அப்போதைய பட்ஜெட்டை அப்படியே வைத்துக்கொள்ள முயன்று கொண்டிருந்தார். அந்தச் செலவை நியாயப்படுத்த சோமாலியர்கள் துரதிர்ஷ்டவசமான சோதனை எலிகளாகத் தேர்ந்தெடுக்கப்பட்டனர். நடவடிக்கை பேரழிவில் முடிந்தது. சோமாலியர்களுக்கு இத்தாலிய, பிரிட்டிஷ் காலனியாதிக்கத்திலிருந்து காத்துக்கொண்ட மரியாதைமிக்க சாதனை உண்டு. அமெரிக்க சிப்பாய்கள் மரணமடையத் துவங்கினர். ஒரு அமெரிக்க பைலட் கைப்பற்றப்பட்டு மோகாடிஷுவின் தெருக்களில் இழுத்துச் செல்லப்பட்டார். தொலைக்காட்சி. பிம்பங்கள் மீண்டும் தாக்கின. அமெரிக்க சிறப்புத் தூதர் ராபர்ட் லுக்லே, முதலில் ஒருவரையும் பிறகு ஒரு ஜெனரலையும் சமாதானப்படுத்தினார்.[91]

அமெரிக்க / ஐ.நா. படைகள் 'ஹெர்கெய்ஸா கசாப்பு' செய்தவரான ஜெனரல் முகமது ஹெர்ஸி மார்கனை கிஸ்மாஸோவை ஆக்கிரமிக்க அனுமதித்தன. ஆனால் மோகாடிஷுவில் ஆக்கிரமிப்பை எதிர்த்த பொதுமக்கள் மீது துப்பாக்கிச்சூடு நடத்தியது. முந்தைய காலத்தைப் போலவே பெல்ஜியத் துருப்புக்கள் மோசமான அக்கிரமங்களை அரங்கேற்றின. அவர்கள் எழுநூறு சோமாலியர்களைக் கொன்றனர். எண்ணற்ற பாலியல் வன்புணர்வுகளும் நடந்ததாகப் புகார் கூறப்பட்டது. காப்பாற்றும் பணியிலிருந்த ஒரு ஹெலிகாப்டர் துப்பாக்கிச் சூடு நடத்தி அறுபது பொதுமக்களைக் கொன்ற பின்னரும் ஐ.நா. பொதுத் தொடர்பாளர் மேஜர் டேவிட் ஸ்டாக்வெல் மன்னிப்புக் கோரவில்லை : 'எல்லைக் கோடுகளோ, பார்வையாளர் அரங்கோ இங்கு இல்லை. தரையிலிருப்பவர்கள் போராளிகளாகத்தான் கருதப்படுவார்கள்.[92]

இதற்குக் காரணமானவர்கள் யாரும் குற்றம் சாட்டப்படவோ விசாரிக்கப்படவோ இல்லை. யுகோஸ்லோவியாவின் முன்னாள் ஜனாதிபதி செய்ததாகக் கூறப்படும் குற்றங்களை முதலிலிருந்தே

விசாரிக்க முடியுமென்றால், அமெரிக்க / ஐ.நா. உயர் அதிகாரிகளும், விமானப் படையினரும் ஏன் பொறுப்பாக்கப்படக் கூடாது? முழு நடவடிக்கை மீது நாசமாக்கும் விமர்சனத்தை வைக்கும்போது முடிவில் அலெக்ஸ் வால் கூறுகிறார்:

அமெரிக்க / ஐ.நா. தலையீடு தோல்வியடைந்ததை எந்த அளவுக்கு ஐ.நா.படைகள் சோமாலிய சமூகத்தின் பரவலான பரப்பின் வெறுப்பைச் சம்பாதித்துக் கொண்டன என்பதை அறிந்தால் மட்டுமே அதைப் புரிந்து கொள்ள முடியும். டிசம்பர் 9, 1992-ல் மொகாடிஷு கடற்கரையில் கப்பற்படையினர் வந்து இறங்கியபோது நம்பிக்கைகள் மிக அதிகமாக இருந்தன.... ஆனால் பெருமளவு துருப்புக்களின் நடத்தை வருத்தமூட்டுவதாக இருந்தது. போலீஸ் பயிற்சியும், சிவில் இன்ஜினியர் திறனும் தேவைப்பட்ட இடங்களில் பல நாடுகள் கடுமையான துணை இராணுவப்படைகளை (Para troops) அனுப்பியிருந்தன. வேறு பல இடங்களில் நடவடிக்கை மிக வேகமாக சோமாலிய மக்களுக்கெதிரான வழக்கமான கொடூரமாக மாறியது...

ஒரு விஷயம் என்னவென்றால் அவர்கள் படுகொலைகள், காயப்படுத்துதலின் அளவை அதிகரித்ததும், அவர்கள் தடுத்துப் போராடவும், எதிர்த்துப் போராடவுமான சோமாலியர்களின் உறுதியை அதிகரித்து விட்டார்கள் என்பதை ஐநா.வும் அமெரிக்காவும் ஏற்றுக் கொள்ளத் தவறின. அல்லது புரிந்து கொள்ளத் தவறிய அக்டோபர் 3 போராட்ட சமயத்தில் மொகாடிஷுவின் பெரிய பகுதிகளைச் சேர்ந்த ஒவ்வொரு குடிமக்களும் அமெரிக்காவுக்கும் ஐ.நா.வுக்கும் எதிராக ஆயுதமேந்தத் தயாராக இருந்தனர் என்பதுதான்.[93]

செப்டம்பர் 1992-க்குப் பிறகு 1992 போராட்டத்துக்குப் பழிவாங்க சோமாலியாவுக்குள் மீண்டும் நுழைவது பற்றி அதிகம் பேசப்பட்டது. அக்டோபர் 17, 2001-ல் ஹாலிவுட் தலைவர்கள் கூட்டத்தில் 'பயங்கரவாதத்துக்கெதிரான போரில் புதிய நடவடிக்கைகளுக்கு ஆதரவாக உறுதி எடுத்துக் கொண்டனர்.' அதில் முதலாவது, அருவருப்பூட்டும், இனவாத, 90 மில்லியன் டாலர் திரைப்படம் 'Black Hawk Down' அதன் வடிவமைப்பு சங்கடப்படுத்தும் வகையில் வெளிப்படையானது; அதன் வாஷிங்டன் தலைவர் பாதுகாப்புச் செயலாளர் டொனால்ட் ரம்ஸ்பீல்டாலும், மூத்த போர்க்குற்றவாளி ஆலிவர் நார்த்தாலும் கௌரவிக்கப்பட்டார்.

மூன்று கடவுள் கோட்பாடுடைய மதமும் உருவாக்கிய ஒரு கலாச்சாரம் / நாகரிகமும் ஒருபோதும் காலவரையற்றோ, ஒரே தலைமையாகவோ இருந்து விடவில்லை. அவர்களுக்கிடையேயான

வித்தியாசங்களுக்குப் பின்னும், அவர்கள் சேர்ந்து வாழ்ந்த உலகத்தால் அவர்கள் பாதிக்கப்பட்டார்கள். காலங்கள் மாறுகின்றன. அவர்களும் மாறுகிறார்கள். ஆனால் அவர்களது சொந்த வழியில் இந்தக் காலகட்டத்தின் மிகவும் தாக்கம் செலுத்தக்கூடிய அம்சம் என்னவென்றால் உலகெங்குமுள்ள அரசியல் கட்சிகளில் ஒன்றுகூட பெரிதாக எதையும் மாற்றி விடப் போவதாக நடிப்பது கூட இல்லை என்பதுதான். ஜனநாயகமும், வரலாறும் பண்டைய கிரேக்கத்துடன் சேர்ந்து பிறந்தன என்பது உண்மையானால் அவற்றின் இறப்பும் சேர்ந்தே வருமோ? வரலாற்றை ஒரேயடியாகச் சட்ட விரோதமாக்கும் ஆதிக்கக் கலாசாரம் ஜனநாயக நடைமுறையைப் போலியாக்கி விட்டது. இதன் விளைவு குற்றம் காண்பதன் குழப்பமான கலவையும், விரக்தி மற்றும் தப்பிக்கும் போக்கு. இது முக்கியமாக ஒவ்வொரு வகையிலான பகுத்தறிவின்மைக்கு ஊட்டமளித்து வடிவமைக்கும் சூழ்நிலை. கடந்த ஐம்பதாண்டுகளில் அரசியல் முனையுடன் கூடிய மதப் புத்துயிர்ப்பு பல கலாசாரங்களில் பரந்து விரிந்துள்ளது. அந்த நடைமுறை இன்னும் முடிவுக்கு வரவில்லை. இதற்குப் பெரிய காரணம், மற்ற அனைத்து வெளியேறும் வழிகளும் அனைத்து அடிப்படைவாதங்களின் தாயால் அடைக்கப்பட்டு விட்டன. அது அமெரிக்க ஏகாதிபத்தியம்.

சாமுவேல் பி.ஹன்டிங்டனோ பிரான்ஸிஸ் புகாயாமாவோ நவீன இஸ்லாமியச் சிந்தனையாளர்களைப் போலவே தம்மை ஒப்புக்கொள்ள வைக்க முடியாத விஷயம் ஒன்று உண்டு. பல விஷயங்களில் நவீன இஸ்லாமியச் சிந்தனையாளர்கள் தெளிவாக இருந்தாலும், அவர்களது சொந்த மதத்துக்கு மிகவும் மோசமான வகையில் சீர்திருத்தம் தேவையென்பதை ஒப்புக்கொள்ளவே மறுக்கிறார்கள். செப்டம்பர் 11-க்குப் பிந்தைய தமது கட்டுரைகளில் இரு மனிதர்களும் தமது முந்தைய படைப்பை விளக்கவும், மாற்றவும் செய்து கொண்டிருந்தார்கள். இருவரில் ஹன்டிங்டன்தான் அதிகமாகத் தேவைவப்பட்டார். ஏனெனில் 'பயங்கரவாதத்துக்கெதிரான போரை'ப் பலர் நாகரிகங்களின் மோதலாக உணர்ந்தனர். ஹன்டிங்டன்னுக்கே இந்தப் பார்வை கிடையாது. 'மேற்குக்கு எதிராக மற்றவை' என்ற நிலையிலிருந்து அவர் மாறியிருந்தார். அதன் பொருள் வியட்னாமின் 'தந்திரோபாய கிராமங்களின்' பகாசுர மாதிரியில் மேற்கத்திய நாகரிகம் அடைக்கப்பட்டு எந்த வகையிலும் மற்றவர்களால் கெடுக்கப்பட்டு விடாதவாறு பார்த்துக் கொள்ளப்பட வேண்டும் என்பதாகும். அதேபோல், தற்காலிகமாகவாவது, இந்த விஷயத்தில் 'இஸ்லாத்துக்கெதிராக மற்றவர்கள்' என்ற வாய்ப்பையும் விட்டு விட்டார். 'நியூஸ் வீக்' இதழின் சிறப்பிதழாக வெளிவந்த 'சிறப்பு டாவோஸ் மதிப்பில்' அவர் எழுதிய

ஒரு கட்டுரையில், (டிச.2001 - பிப். 2002) பனிப்போருக்குப் பிந்தைய கூட்டை 'முஸ்லிம் போர்கள்' என்று விளக்குகிறார். 'முஸ்லிம்கள் தமக்குள்ளும், மற்றவர்களுடனும் மற்ற எல்லா நாகரிகங்களின் மக்களை விட அதிகமாகப் போரிடுகிறார்கள்' என்று வாதிடுகிறார். இந்த எளிமைப்படுத்தப்பட்ட எண்ணம் 'நாகரிகங்களின் போர்' என்ற முழு கருத்தோட்டத்தையும் நம்பிக்கையற்ற அளவுக்கு அடிப்படைவாத முரண்பாட்டால் பூசிவிடுகிறது. ஒன்று நாம் 'முஸ்லிம் போர்களின் காலத்தையோ' அல்லது 'நாகரிகங்களின் மோதலையோ' காண்கிறோம். இரண்டாகவும் அது இருக்க முடியாது. உண்மையில் அது இரண்டுமில்லை. ஹன்டிங்டனின் கட்டுரை இரண்டு மோதல்கள் 'முஸ்லிம் போர்களின்' துவக்கத்தைக் குறிப்பதாக வெளிச்சமிட்டுக் காட்டுகிறது. அதில் முதலாவது இரான்-இராக் போர். ஆனால் இந்தப் புத்தகத்தில் முதலில் வாதிக்கப்பட்டது போல், வாஷிங்டனும், லண்டனும் தமது உரிமையான சர்வாதிகாரி மதகுருக்களை வெல்வாரென்றும் ஏதாவது ஒரு வகையில் தமது மேற்கத்திய ஆதரவு ஆட்சியைத் திரும்ப நிலைப்படுத்திக் கொள்ளலாம் என்ற நம்பிக்கையிலும் சதாம் ஹுசேனை ஆதரித்து ஆயுதமளிக்காமல் இருந்திருந்தால் இந்தப் போரே நடந்திருக்காது.

முஸ்லிம் போரின் இரண்டாவது உதாரணம் 1980-ல் ஆஃப்கானிஸ்தானில் சோவியத் எதிர்ப்பு முஸ்லிம் ஜிகாத் இந்த வெற்றியைச் சாத்தியமாக்கியது அமெரிக்கத் தொழில் நுட்பமும், சவுதி, அமெரிக்கப் பணமும், பாகிஸ்தானிய ஆதரவு மற்றும் பயிற்சியும், பெரும்பாலும் மற்ற நாடுகளைச் சேர்ந்த, குறிப்பாக அரபு, முஸ்லிம் நாடுகளைச் சேர்ந்த ஆயிரக்கணக்கான போராளிகளும்தான் என்று ஹன்டிங்டனே ஒப்புக்கொள்கிறார். அது சரியானதுதான் எனினும் அவர் இதில் ஒரு காலத்தில் அமெரிக்காவால் பயிற்சியளிக்கப்பட்டுப் பாராட்டப்பட்ட ஒசாமா பின் லேடனும் இன்னும் பலரும் அடக்கமென்றும், இவர்கள்தான் பிறகு தமது முன்னாள் பாதுகாவலரிடமிருந்து முறித்துக் கொண்டு அல் கொய்தாவின் கருவாக ஆயினர் என்பதையும் சேர்த்துக் கூறியிருக்கலாம். உண்மையில், முழு ஆஃப்கான் போரும் அமெரிக்காவினால் தயாரிக்கப்பட்டுக் கணக்கற்ற போலிகளை உபயோகித்து நடத்தப்பட்டது. சவுதி அரேபியா மற்றும் பாகிஸ்தானின் ஜெனரல் ஜியாவின் துன்மார்க்க இராணுவ சர்வதிகாரமும் பிறகு ஏன் இதை 'முஸ்லிம் போர்' என்று வகைப்படுத்த வேண்டும்?[94]

மேற்கூறிய இரண்டு மோதல்களுக்குமே மேற்கின் முழு ஆதரவு இருந்தது. இப்போது உள்ளதைப் போலவே தனிப்பட்ட முஸ்லிம்களும், முஸ்லிம் நாடுகளும் பேரரசின் போர் ரதத்தைப்

பின்தொடருவதில் அப்போது மகிழ்ச்சியுற்றனர். ஹன்டிங்டன் வெளிப்படையாக 'முஸ்லிம் போர்களின் காலம் மிகவும் பொதுவான காரணங்களின் அடிப்படையிலானது... அது ஏழாவது நூற்றாண்டின் மதக்கொள்கையில் அல்ல, அரசியலில் உள்ளது' என்று ஒப்புக் கொள்கிறார். இந்தக் காரணங்கள் எவ்வாறு '1991-லிருந்து இராக் மீது அமெரிக்காவின் நடவடிக்கையுடனும் இஸ்ரேலுக்கும் அமெரிக்காவுக்கும் இடையே தொடரும் நெருங்கிய உறவுடனும்' தொடர்புடையது என்பதைச் சரியாக விளக்குகிறார். ஆஃப்கானிஸ்தான் மீது பழிவாங்கும் போரை எதிர்த்த பேரரசின் விமர்சகர்களின் பார்வையுடன் அவரது பார்வை நெருங்கியிருக்கிறது. புதிதாக மாறியவர்கள் - பண்டைய தேசபக்திக்கு மாறிய தாராளவாதிகள் - உலக அரசியல் குறித்து சிந்திப்பதில் தமது விசுவாசத்தை நிரூபிப்பதில் மும்முரமாக உள்ளார்கள்.

தமது சமீபத்திய எழுத்துக்கள் மிகவும் கவனமாக உருவாக்கிய ஹன் தாம் மாளிகையின் அடித்தளத்தைத் தகர்க்கிறது என்று ஹன்டிங்டன் புரிந்து கொண்டிருக்க வேண்டும். இது எதிர்க்கொள்கையுடைய பிரான்சிஸ் புகாயாமாவுக்குப் பொருந்தாது. அவர் இன்னமும் தனது சொந்த முடிவுகளுடன் ஒத்திருப்பதுடன் ஹன்டிங்டனிடமிருந்து மரியாதையான தொலைவைக் கடைப்பிடிக்கிறார். புகாயாமாவைப் பொறுத்தவரை செப்டம்பர் 11 தாக்குதல் நவீனத்துக்கெதிரான, மேற்கத்திய மதிப்புகளுக்கெதிரான இஸ்லாமிய அடிப்படைவாத வெறுப்பின் தாக்குதல். அதேபோல் ஒரு பாலின உறவுக்கு இடம்கொடுத்தல் மற்றும் பெண்களுக்கும் எதிரானது. நடந்தவற்றுக்கும் அரசியலுக்கும் எந்தத் தொடர்பும் உள்ளதென்ற பார்வையை இது வெளிப்படையாக நிராகரிக்கிறது. ஆவலூட்டும் விதமாக அவர் ஹன்டிங்டனை விட அவரது மூசிக் கொள்கையுடன் நெருங்கி இருக்கிறார்: 'இஸ்லாமிய உலகம் மற்ற உலகக் கலாசாரங்களுடன் இன்று ஒரு முக்கியமான அம்சத்தில் வேறுபடுகிறது, சமீபகாலங்களில் அது மட்டும்தான் மீண்டும் மீண்டும் மேற்கத்தியக் கொள்கைகளை மட்டுமல்ல, நவீனத்தின் மிக அடிப்படையான கொள்கையையே, அதாவது வேற்று மதத்தின் மீது பொறுமையை நிராகரிக்கும் முக்கியமான தீவிர இஸ்லாமிய இயக்கங்களை உருவாக்கியுள்ளது.'[95]

இங்கு இதைப்பற்றி வலியுறுத்தப்பட வேண்டிய முதல் விஷயம் 'அனுமதித்தலின்' மீது வெறுப்பு அல்லது பொறுத்துக் கொள்ளாமை என்பது புதியதோ அல்லது இஸ்லாத்துடன் மட்டுமே அடங்கியதோ அல்ல. அமெரிக்கா மதத்தால் அதிகமாக நிரம்பியுள்ளது. 90 சதவிகித மக்கள் கடவுள் உருவத்துடன் தொடர்ச்சியாகத் தமது நம்பிக்கையைப்

பிரகடனம் செய்கிறார்கள்; 60 சதவிகிதத்தினர் தேவதைகளை நம்புகிறார்கள். ஒட்டுமொத்த ஐரோப்பாவை வைத்துப் பார்க்கும்போது அமெரிக்காவில் அதிக மத நம்பிக்கையாளர்கள் உள்ளனர். தீவிர மத உணர்வுகள் உயர்ந்து காணப்படுகின்றன. அமெரிக்க கிறிஸ்தவ மத அடிப்படைவாதிகள் செப்டம்பர் 11- ஐ ஓரினப் பாலின்பமும், கருக்கலைப்பும் உள்ள ஒரு சமூகத்துக்குக் கடவுளின் தண்டனை என்று அறிவித்ததைக் கண்டோம். பாரம்பரியமாக அமெரிக்காவில் அதிக அளவு பொதுமக்கள் கொலைச்செயல்கள் நிகழ்வதும் கொலை செய்யப்பட்டவர்களின் குற்றங்களுக்காகத்தானா என்பதை அதே கிறிஸ்தவப் பாதிரியார்கள் கூறவில்லை. அவர்களுடையது எடுத்துக் கலந்துகொள்ளும் மதத் தத்துவம். மேற்குக் கரையில் வசிக்கும் யூதர்கள் அவர்களது பண்டைய மத நூல்களின் படி அந்த நிலம் அவர்களுடையது என்று கூறுகிறார்கள். அவர்கள் நிச்சயமாக மதச் சகிப்புத் தன்மையை நம்பவில்லை. ஆனால் புகாயாமா புதிய எதிரிக்கெதிராகப் போரை விரும்புகிறார். அந்தக் காரணத்துக்காக 'நாகரிக' வளைகுடாவை வலியுறுத்தவும், பிறகு மேலும் சென்று இஸ்லாமிய வாதத்தை 'இஸ்லாமிய பாசிசம்' என்று குணாம்சப் படுத்தவும் விரும்புகிறார். அதிகப்படியாக இது மேற்கத்திய கற்பனையின் முடிவாக, வரலாற்றின் இறுதியாக இல்லை.

இரண்டாம் உலகப் போரிலிருந்து ஹிட்லரின் பெயரும், தத்துவமும் மேற்கத்தியப் போர்களுக்கு ஆதரவு திரட்ட வரைமுறையற்று உபயோகிக்கப்பட்டுள்ளன. மேற்கின் ஒரு நியாயமான போரை தந்திரமாக உருவாக்கும் முன் அது ஐம்பது ஆண்டு வரலாற்றுக்கு முன் சென்று மக்கள் நினைவிலுள்ள வேருடன் பிடுங்கப்பட்ட எதிரியைக் கூப்பிட வேண்டியிருந்தது என்பது சமீபத்திய வரலாற்றில் ஒரு ஆவலூட்டும் பிரதிபலிப்பு. 1956-ல் முதல் எண்ணெய்ப் போரின் போது பிரிட்டன் எகிப்தியத் தலைவர் காமெல் அப்துல் நாஸரை 'நைலின் ஹிட்லர்' என்று அழைத்தது; மூன்றாம் எண்ணெய்ப் போரின் காலத்தில் (ஆக்கா என்ற வளைகுடாப் போர்) இராக்கியத் தலைவர் சதாம் ஹுசேனின் சட்டைக் காலர் மடிப்பில் ஹிட்லர் பேட்ஜ் குத்தப்பட்டது. அமெரிக்காவின் சைகைகளைப் புரிந்து கொள்ளாதபோது அவர் ஹிட்லராகி விட்டார். இரான் இராக் போரின் போது முழுவதுமோ அல்லது கம்யூனிஸ்டுகளையும் குர்துகளையும் உள்நாட்டில் நசுக்கியபோது சதாம் அரசுத்துறையின் கண்களில் ஆப்பிளாகத் தெரிந்தார். பின்னர், கொசாவாவில் ஒரு போர் தேவையென்று கருதி அதற்காக யுகோஸ்லோவியத் தலைமையால் ஏற்கனவே ஏற்கப்பட்ட உடன்பாட்டில் ஒரு இரகசியமான, ஏற்கவியலாத அம்சத்தைச் சேர்த்தபோது, செர்பியத் தலைவருக்கு அதேபோன்ற ஒரு

அடைமொழி தரப்பட்டது: மிலோசெவிச் ஹிட்லராகி விட்டார். விரைவிலோ, பிறகோ, சமீபத்தியப் போரின் சால்ஜாப்பாளர்கள் சமீபத்திய எதிரியை 'பாசிஸ்ட்' என்று விவரிக்கப் போகிறார். குண மாற்றம் அமெரிக்காவின் நலன்களுக்கு 'பாசிஸ்டுகள்' எதிரியாகும் போதுதான் நடக்கும். எண்பதுகளில் அவர்கள் 'பாசிஸ்டுகளாக' இருந்திருந்தால், பிறகு புகாயாமா தீய பேரரசுக்கெதிரான 'இஸ்லாமிய பாசிச'க் கூட்டணியை நியாயப்படுத்த வேண்டியிருந்திருக்கும். அதற்குச் சிறிது உருவத்தை மாற்றிக் கொண்டிருந்திருக்க வேண்டும். இல்லாமலும் இருக்கலாம். முப்பதுகளில் 'போல்ஷ்விக் தொந்தரவுக்கெதிராக' பிரிட்டிஷ் - பிரெஞ்சு தாராள ஜனநாயக ஆளும் பிரமுகர்கள் இத்தகைய ஒரு கூட்டணியைத்தான் முன்மொழிந்து கொண்டிருந்தனர். அந்தச் சந்தர்ப்பத்தில் குறிப்பிடத் தக்க வகையில் பகுத்தறிவுக்கு ஒவ்வாத ஜெர்மன் தலைவர்தான் அவர்களைக் கைவிட்டார்.[96]

பாசிசம் பற்றிய தாராளவாத விளக்கங்கள் ஏற்கனவே தயாரிக்கப் பட்ட பட்டியலிலிருந்து ஒவ்வொன்றாக சரி பார்த்து அவை பொருந்துகின்றனவா என்று பார்க்கும் அணுகுமுறையைத்தான் கைக்கொள்கின்றன. ஆனால் பல சமூக ஜனநாயக, மற்றும் பெரும் பாலான மார்க்சிய விளக்கங்கள் யதார்த்தமான அனுபவத்திலிருந்து வளர்ந்தவை. அவை இத்தாலிய, ஜெர்மன், ஸ்பானிஷ், பிரெஞ்சு பாசிசங்கள் முதலாளித்துவ சமூகத்தின் ஒட்டுமொத்த சலனத்திலிருந்து வெளிப்பட்டதாக விளக்கின. பொருளாதாரத் தீவிரநிலை மற்றும் புரட்சிகர தொழிலாளர் இயக்கத்தை ஒரே நேரத்தில் எதிர்கொள்ளும் ஆளும் வர்க்கம் கைக்கொள்ளும் கடைசி ஆயுதம் பாசிசம். சரியாக போருக்கிடையிலான காலத்தில் ஐரோப்பாவின் பகுதிகளில் இருந்த நிலை. இதுதான் மூன்றாம் ஜெர்மானியப் பேரரசின் முதல் ஐந்தாண்டுகளில் பெரும் லாபம் பெற்ற பெரும் வர்த்தகத்தின் துணையின்றி ஜெர்மனியில் பாசிச வெற்றி சாத்தியமாகியிருக்காது. 1933-ல் 6.6 பில்லியனாக இருந்த லாபம் 1938-ல் 15 பில்லியனாக உயர்ந்தது. பாசிசக் கொள்கையின் அழிவு பிரமை கவனமாக இலக்காக்கப்பட்டது. அதன் பொருளாதாரப் பின்புலத்துக்கு நிரந்தரமாக அஞ்சலி செலுத்துவதை அது ஒருபோதும் தடுக்கவில்லை. போரின் உச்ச கட்டத்தின்போது கூட தேசபக்தி லாபம் தேடுவதை திசை திருப்ப அனுமதிக்கப்படவில்லை. பெரும்பாலான விஷயங்களில் நாஜி அரசு கீழ்ப்படிந்து சரணடைந்தது. இதற்குச் சிறந்த உதாரணம் பஹூக்கா ஷெல்லின் விலை குறித்து ப்ளிக் கம்பெனிகளுக்கும் அரசுக்கும் நடந்த விரிவான பேச்சுவார்த்தை. அரசு ஒரு ஷெல்லுக்கு 24- RM ஐ அளிக்க ஒப்பியது. ப்ளிக்கோ ஒரு ஷெல்லுக்கு 39.25 RM கோரியது. 37 RM என்ற

முறையில் உடன்பாடு ஏற்பட்டது. அதன் பொருள் 1940-43 காலகட்டத்தில் 1 மில்லியன் மார்க்குகளுக்கு மேல் அதிக இலாபம்.[97]

அனைத்துப் புது எதிரிகளையும் ஐரோப்பிய பாசிசத்தின் கருப்புச் சட்டையிலும், தோல் ஜாக்கெட்டுகளிலும் உடை அணிவித்துப் பார்ப்பது கேவலமானதாக இருக்கும். இது ஊடகம் எதிரியை முன்னிறுத்திக் காட்ட உதவியாக இருக்கும் என்பதால் செய்யப்படு கிறது. ஆனால் மேற்கத்தியர் குடிமக்களின் நம்பிக்கைக்கும் எல்லை உண்டு. எப்போதும் ஹிட்லரைக் காட்டுவது வேலை செய்யாது. அரசு அறிவு ஜீவிகள் தமது சொந்தக் கொல்லைப்புறத்தைப் பற்றி சிந்திக்க ஆலோசனை கூறப்படலாம். அவர்கள் தம்பட்டமடிக்கும் ஜனநாயகம் வியாதியால் பீடிக்கப்பட்டுள்ளது. ஒருமுனைப்படுத்திய அரசியல் கவனப்படுத்திய பொருளாதாரத்துடன் சமப்படுகிறது. டாக்குவில்லியின் சமீபத்திய அறிவாற்றல் வாழ்க்கைச் சித்திரத்தை எழுதிய ஆசிரியர் அதனை இவ்வாறு முடிக்கிறார்:

அதிகாரத்தை ஜனநாயகப்படுத்தவும், அரசியல் சமநிலை உடையவர்கள் பங்குபெறும் சமூகத்தையும் நோக்கிய விருப்பமாக அடையாளப்படுத்தி மதிப்பிடுவதற்கு வெகு தூரத்தில் ஜனநாயகம் ஒரு பாடமாகக் காலம் சென்ற அதிகார அறிவுஜீவிகளால் தவிர்க்க முடியாதது என்று கருதப்படும் என்றாலும், நவீனத்துக்கு முந்தைய சர்வாதிகார ஆட்சிக்குப் பிந்தைய சமூகங்களிடையே அமெரிக்காவின் நலன்களை முன்னேற்ற மதிப்புள்ள கற்பனையாக இருக்கும். உள்நாட்டில் ஜனநாயகம் ஈடுபடுத்திக் கொண்டிருக்கும் குடிமக்களால் நடத்தப்படும் சுய அரசாக அல்ல பொருளாதார வாய்ப்பாக; தரகராகப் பார்க்கப்படுகிறது... அடுக்குமுறை தலைமை அமைப்புகளின் அதிகாரத்தால் ஆதிக்கம் செலுத்தப்படும் குணாம்சம் கொண்ட அரசியல் - பொருளாதார முறை, விரிவடையும் வர்க்க வேறுபாடுகள், பாதுகாப்பற்ற ஏழைகளின் அடுத்தடுத்த தலைமுறைகள் மீது வாரிசு அம்சம் அடங்கியிருக்கும் ஒரு சமூகத்தில், வாய்ப்பு என்பது மக்களை ஜனநாயக விரோதத்தில் மாட்டிவிடும் வழியாகச் செயல்படுகிறது..[98]

இதைத்தான் புதிய தாராளவாதத்தின் வெறி பிடித்த பிரச்சாரகர்கள் விரும்பினார்கள். கடந்த நூற்றாண்டின் அறுபதுகளிலும் எழுபதுகளிலும் அவர்கள் தமது வேலையைச் செய்யத் துவங்கிய போது கெய்னீசிய தாராளவாதிகளால் நகைச்சுவையாகப் பார்க்கப் பட்டார்கள். சமூக ஜனநாயகவாதிகளால் வெறுக்கப்பட்டார்கள். பாரம்பரியவாதிகளால் தொலைவில் வைக்கப்பட்டார்கள். பெரும்பாலான மார்க்ஸிய பொருளாதாரவாதிகள் அவர்களைத் தீவிரமாகக் குனிந்துகூடப் பார்க்கவில்லை. கால் நூற்றாண்டுகளுக்குக் கேவி கிண்டலை நிராகரித்துத் தரைக்கு அடியிலேயே ஊர்ந்து வான்ஹூயேக்கும்

அவரது சீடர்களும் திடீரென வெளியே வந்து தலைவர்களை, எதிர்ப்புரட்சித் தலைவர்களை வாழ்த்தினார்கள்: அந்தத் தலைவர்கள், ரொனால்ட் ரீகனும், மார்க்கரெட் தாட்சரும். இரு அரசியல்வாதிகளால் பிரதிநிதித்துவப்படுத்தப்பட்ட புதிய தாராளவாத சிந்தனைகள் மற்றும் சமூக சக்திகள் உலகையே மாற்றின.

வீட்டில் கடுமையான கொள்கைகளைக் கொண்ட உயர்ந்த புரோகிதரல்ல ஹயேக். வெளிநாடுகளில் அமெரிக்காவின் நலன் களைப் பாதுகாக்க அவர் இராணுவ நடவடிக்கைகளை ஆதரித்தார். உள்நாட்டில் சாதுர்யமாகச் செயல்படும் சந்தையை அவர் ஆதரித்தார். மூலதனத்துக்கெதிராக எந்த அரசுக் குறுக்கீடுகளையும் பொறுத்துக் கொள்ளப் போவதில்லை. ஆனால் சர்வதேச உறவுகளின் பிரதேசத்தில் இராணுவக் குறுக்கீடுகள் செய்ய அரசு மிக அவசியமானது. புதிய தாராளவாதிகளின் வட்டம் வியட்னாம் போரின் தீவிர ஆதரவாளர்கள். அவர்கள் சிலியில் அமெரிக்கா ஆதரவு பெற்ற இராணுவக் கலகத்தை ஆதரித்தனர். 1979-ல் ஹயேக் - டெஹ்ரானில் குண்டுவீச்சை ஆதரித்தார். 1982- ல் மால்வினாஸ் மோதலின்போது அர்ஜெண்டினா தலைநகரில் குண்டுவீச்சை விரும்பினார். இதுதான் அதன் நிறுவனரால் ஆதரிக்கப்பட்ட புதிய தாராளவாத மேலாதிக்கக் கோட்பாடு.

நேரடி வரி விதிப்பில் வெட்டு, நிதிச் சந்தையின் கட்டுப்பாடுகளை அகற்றுதல், பலவீனமான தொழிற்சங்கங்கள், தனியார் பொதுச் சேவைகளை விழுங்குதலின் முதன்மையை வலியுறுத்த அவசியப்பட்டது - தனியார் துறையால் ஊக்குவிக்கப்பட்ட அனைத்துப் பொருட்கள் மற்றும் சேவைகளின் வியாபாரமயமாக்கல் மாறுபட்ட முதலாளித்துவ முறை இப்போது ஊக வணிகத்தை உலக நிதிச்சந்தையின் மைய அம்சமாக ஏற்றுக் கொண்டுவிட்டது. இந்த முறையின் வெற்றி பெற சமூக நிர்மாணத்தைத் தனியார் மூலதனம் துளைக்க அனுமதித்து, பரஸ்பர நிதியையும், ஓய்வூதிய நிதியையும் பொதுச் சந்தைப்படுத்துவது தேவைப்படுகிறது.

புதிய தாராள 'சீர்திருத்தத்தை' முன்னெடுத்துச் செல்ல மேற்கத்திய உலகை ஒற்றுமைப்படுத்திய அமெரிக்கா உலகில் தனது அதிகாரத்தை நிறுவுவதற்கான வேலையைத் தொடரவிருந்தது. இதில் வாள்பிடி வரை அதற்கு ஆதரவளித்தது அதன் முன்னாள் ஐரோப்பிய யூனியன் ட்ரோஜன் குதிரை. யுனைடெட் கிங்டம் அதாவது கடந்த பல ஆண்டுகளாக WTO வின் முக்கிய வேலைகளாகக் கல்வி, ஆரோக்கியம், நலவாழ்வு, சமூக வீட்டு வசதி, போக்குவரத்தைத் தனியார்மயப் படுத்துவதில் இருந்தது. ஒருகாலத்தில் இலாபம் ஈட்டிய உற்பத்தித் துறையில் லாபம் குறைந்ததும் மேற்கத்திய முதலாளித்துவம் ஒரு

காலத்தில் மீற முடியாததாக இருந்த பொதுஅரங்கில் வலுவாக நுழைய முடிவெடுத்துள்ளது. பகாசுர பன்னாட்டு நிறுவனங்கள் மொத்த உள்நாட்டு உற்பத்தியில் பொதுச் சேவைத்துறையின் பங்கைக் கைப்பற்ற டெண்டர் தயாரிப்பதில் மும்முரமாக உள்ளன.

மோசமாகக் குறிப்பிடத்தக்கது உலக வங்கியின் வளர்ச்சி அறிக்கை 1993 'ஆரோக்கியத்தில் மூலதனம்' என்ற அறிக்கை. அது உலக வறுமையைப் போக்குவதில் பொதுச் சேவை தடையாக இருப்பதாகக் குறை கூறியது. அமெரிக்கா, கனடா, ஐரோப்பிய யூனியனிடையே மக்களின் ஆரோக்கியம், பாதுகாப்பை பாதிக்கக்கூடிய சில WTO கொள்கைகள் பற்றி முக்கிய மோதல்கள் இருப்பினும், பன்னாட்டு நிறுவனங்கள் வெற்றி பெறுவதாகத் தோன்றுகிறது. சில வருடங்களுக்கு முன் எழுந்த ஹார்மோன் கொடுக்கப்பட்ட மாட்டு இறைச்சிப் பிரச்சனையில் ஐரோப்பிய யூனியனின் பாதுகாப்பு, தர அம்சங்கள் சர்வதேசத் தர அம்சத்தை விட அதிகமென்று கூறி WTO அமெரிக்கா/ கனடாவுக்கு ஆதரவாகத் தீர்ப்பளித்தது.

WTO கொள்கைகளைக் கூர்மையாக விமர்சிக்கும் ஒரு கட்டுரையில் பேராசிரியர் அலிசன் பொல்லாக் (லண்டன் பல்கலைக்கழகக் கல்லூரியில் ஆரோக்கிய சேவை ஆராய்ச்சி யூனிட் பேராசிரியர்) டிசம்பர், 9 2000-த்தில் முன்னணி மருத்துவ இதழான 'லேன்சப்ட்'இல் இவ்வாறு வாதிடுகிறார்:

... WTO வின் தேசிய மருத்துவச் சட்டம் பொது ஆரோக்கிய முயற்சிக்குப் பாதுகாப்பளிப்பது என்றும் அதனால் திறனுள்ள வகையில் சட்டவிரோதமானது என்றும் விவரிக்கிறது.... WTO வில் பிரேரேபிக்கப்பட்ட புதிய அம்சங்கள், தமது மக்களுக்கு ஆரோக்கிய கவனிப்பை உறுதிப்படுத்த சில முக்கிய அம்சங்களை அனுமதிக்கும் அரசுகளை சமூகக் கொள்கை இலக்குகளைக் குறைந்தபட்சம் சுருக்கிக் கொள்ளுமாறும் வர்த்தகத்துக்குத் தடையைக் குறைக்குமாறும் விலையைக் குறைக்குமாறும் பயமுறுத்துகிறது.

தமது தொட்சரீய முன்னோரைப் போலவே நியூ லேபர் அமெரிக்காவையும் அதன் நிதி நிறுவனங்களையும் தாஜா செய்ய முனைந்து WTO நிபந்தனைகளை முதலில் அமல்படுத்தும் ஐரோப்பிய யூனியன் நாடாக விரும்புகிறது. அதற்கேற்ப பிரிட்டிஷ் பொதுமக்களுக்குப் பொதுத் துறையில் புதிய கட்டுமானம் செய்ய தனியார் நிதி மூலதனம் உபயோகப்படுத்தப்படுமென்று தெரிவிக்கப் பட்டது. வேறு வார்த்தைகளில், தாட்சரும் மேஜரும் செய்யத் துணிந்ததை விட அதிகமாகச் செய்வதென்றும் தாட்சரின் எதிர்ப்புரட்சியை முடித்து வைக்கும் முயற்சியென்றும் புதிய லேபர்

பிரகடனம் செய்தது. விமானப் போக்குவரத்துக் கட்டுப்பாடுகள் சில வசதிமிக்க விமான நிறுவனங்களுக்கு விற்கப்படும். நிதி வகையில் கடுமையான அழிவையும் பாதுகாப்புக்கு குந்தகத்தையும் உண்டாக்கிய, ரயில்வே தனியார்மயம் எந்த வகையிலும் மீண்டும் பொது நிறுவனமாக்கப்படாது.. எந்தப் பள்ளியையும் தனியாருக்கு எந்த அதிகாரியும் விற்று விட அனுமதியளிக்கும் வகையில் புதிய சட்டங்கள் இயற்றப்படுகின்றன. இப்போது 'தோல்வியடைவதாகக்' கருதப்படும் பள்ளிகள் - அதாவது வறுமையான குடும்பங்களிலிருந்து வரும் குழந்தைகளுக்குக் கல்வி புகட்டத் தேவையான அடிப்படை வசதிகள் அரசால் அளிக்கப்படாமல் உள்ளவை - கம்பெனிகளிடம் அளிக்கப்படுகின்றன. 'தோல்வியுற்ற' பள்ளிகளில் குழந்தைகளுக்குக் கல்வியூட்டும் வேலையில் நேரடியாக இறங்கியிருக்கும் சில நிறுவனங்கள் - ஷெல் ஆயில் (சுற்றுச்சூழலில் சிறப்புப் பாடங்கள்?), பிரிட்டிஷ் ஏரோ ஸ்பேஸ் (ஆயுத வர்த்தகத்தில் உரைகள்?) மெக்டொனால்ட் (ஆரோக்கிய உணவு?)

பிரான்ஸும், ஜெர்மனியும் அதே வழியில் தொடர்கின்றன. லியோனல் ஜோஸ்பின்னும், ஜெரார்ட் ஷ்ரெடரும் திரட்டையும், சமத்துவமின்மையையும் முன்னேற்றிய கடுமையான கொள்கைகளை மறுத்து ஆட்சிக்கு வந்தனர். ஆனால் அவர்களது கொள்கைகள் அவையிரண்டையும் முன்னேற்றின. பிரெஞ்சு சோஷலிஸ்டுகளின் தனியார் மயம் மற்ற முந்தைய ஆறு நிர்வாகங்களையும் மிஞ்சி விட்டது. ஜெர்மானிய சமூக ஜனநாயகவாதிகள் அதிகமாகக் கொடுக்கு நறுக்கப்பட்டுள்ளார்கள் என்றாலும் அவர்களது சுற்றுப்பாதை தெளிவாக உள்ளது.

உள்நாட்டில் புதிய தாராளவாத அடிப்படைவாதத்தை அனுமதித்த அவர்கள், அதன் இராணுவரீதியான தர்க்கத்தை வெளியில் ஏற்றார்கள். பிரிட்டன், பிரான்ஸ், ஜெர்மனி ஆகியவை மூன்றாம் எண்ணெய்ப் போர் (1991), பால்கன் போர், 'பயங்கரவாதத்தின் மீதான போர்' ஆகியவற்றை ஆதரித்தன. வெளிநாடுகளில் ஜெர்மானியக் குடியரசின் இராணுவத் துணிகரச் செயல்பாடுகளில் மீண்டும் இறங்குவதற்கு ஆதரவாக சிவப்பு- பச்சைகூட்டணி வாக்களித்ததன் மூலம் புதிய உலக முறையில் ஜெர்மனியும் பங்கெடுக்கும் ஆவலை வெளிப்படுத்தியது. இதற்கெதிரான பச்சை வண்ணத்தார் கூட்டணி உடையாமல் இதற்கெதிராகச் சில வாக்குகளைப் எப்படிப் பெற முடியுமென்பதை நிர்ணயிக்க தனிப்பட்ட முறையில் புண்டெஸ்டாகில் கூடினர்.

அமெரிக்க வேட்டை நடவடிக்கையில் பணிவான சீரமைப்பாளர் களாக ஐரோப்பிய யூனியனின் பெரும் நாடுகள் தான் வரிசையில்

நிற்கின்றன என நினைப்பது கற்பனையாக இருக்கும். ஒரு காலத்தில் தமது சுதந்திரத்துக்காக உலகெங்கும் மரியாதை செலுத்தப்பட்ட ஸ்காண்டிநேவிய நாடுகள் பின்தங்கிவிட விரும்பவில்லை. பணிவான பூடில் நாயைப் போல் பேரரசின் தலைமையை அவர்கள் பின்தொடர விரும்புகிறார்கள்: நார்வே பாலஸ்தீன பந்துஸ்தான் கனவு உருவாக்குவதில் தனது பாத்திரத்திற்காகப் பெருமையடைந்தது. பின்லாந்து யூகோஸ்லோவியாவில் குண்டுவீச்சுக்குத் தரகராகச் செயல்பட்டது. ஸ்வீடன் அரசு இராக் பஞ்சத்துக்கு ஒரு காரணமாக இருந்தது. டென்மார்க் கொசோவாவுக்கு ஒரு வைஸ்ராயை அளித்தது.

அதே நேரத்தில் உலகின் பிற பகுதிகளில், லட்சக்கணக்கான மக்கள் சத்துணவு இல்லாமல் இருக்கிறார்கள். அவர்கள் வசிக்கும் நாடுகளின் கடன்சுமை காரணமாக 70 லட்சம் குழந்தைகள் இறந்துள்ளன. இதுதான் அமெரிக்காவுக்கும் அதன் கூட்டாளிகளுக்கும் எதிராக உலகெங்கும் விரக்தியையும் வெறுப்பையும் எழுப்பி விட்டுள்ளதன் ஒரு காரணம். செனகல் தனது ஆட்சி எல்லைக்குட்பட்ட கடல் பிரதேசத்தில் தனது இறையாண்மையைத் திரும்பப் பெறுமாறு நிர்பந்திக்கப்பட்டது. அவ்வாறு செய்யாவிட்டால் அதன் கடன் மறுகட்டமைப்பு செய்யப்படாது. அது நடத்தப்பட்டது. விளைவு? ஐரோப்பாவின் தொழில் மீன் பிடிப்பாளர்கள் அதன் மீன்களை ஐரோப்பிய சூப்பர் மார்க்கெட்டுகளுக்கு எடுத்துச் சென்று விட்டார்கள். ஆயிரக்கணக்கான ஆண்டுகளாக எந்த நீரை நம்பி செனகல் மீனவர்கள் வாழ்க்கை நடத்தினார்களோ, அது பணக்கார மேற்கால் எடுத்துக்கொள்ளப்பட்டு விட்டது. அந்த நாட்டு மக்கள் மீன் வரத்து குறைவால் இப்போது அவதிப்படுகிறார்கள். பொலிவியா தனது தண்ணீரைத் தனியார் மயமாக்குமாறு நிர்பந்திக்கப்பட்டது... வறுமையானவர்கள் மழையால் தமது கூரையில் தங்கும் தண்ணீரையும் சேகரிப்பதிலிருந்து தடுக்கப்பட்டார்கள். தண்ணீர் விலை தொட முடியாததாகியது. கொச்சபம்பா நகரில் அரை எழுச்சி ஏற்பட்டதன் விளைவாக ஒரு சில சலுகைகள் கிடைத்தன. கானாவிலும் நிலை அதேபோல்தான். இங்கு வறியவர்கள் அசுத்தமான தண்ணீரைக் குடிக்க நிர்பந்திக்கப்பட்டதனால் நோய்க்கும், சாவுக்கும் இட்டுச் செல்லப்பட்டனர். ஐவரி கோஸ்ட் தமது கோக்கோ விவசாயிகளுக்கான மானியத்தைத் திரும்பப் பெறுமாறு நிர்பந்திக்கப்பட்டது. இது பெருமளவு தேவை மிகுதிக்கு இட்டுச் சென்றது. திறனுள்ள தொழிலாளர்கள் ஒப்பந்த அடிப்படை குழந்தைத் தொழிலாளர்களால் மாற்றப்பட்டனர். மேற்கால் உண்ணப்படும் குடிக்கப்படும் சாக்லேட்டில் மூன்றில் இரண்டு பங்கு வெகுவாகப் பிழியப்படும் குழந்தைத் தொழிலாளர்களால் உற்பத்தி செய்யப்பட்டது.

இதுதான் நாம் வாழும் உலகம். உலகமய எதிர்ப்பாளர்களால் கோரப்படும் தெளிவான மனிதம் மற்றும் சமூகக் கருணையுடனும் இது ஒத்துப் போகவில்லை. இதற்கு மேல் அந்த முறையை ஆதரித்து எழுதும் அறிவுஜீவிகள் கூறுவது போல் பெரிய முன்னேற்றம் ஏற்பட்டு விடுமென்று கற்பனை கூட செய்ய முடியாது. உலகமயமான உலகின் அரசியல்வாதிகள் 'அனைத்து அரசியல் பாசத்தையும் நீக்குங்கள்' என அறைகூவுகிறார்கள். அது எழுபதாண்டுகளுக்கு முன் பெர்டோல்ட் பிரெக்டால் எழுதப்பட்ட கவிதையின் தலைப்பை எனக்கு நினைவூட்டுகிறது: 'எண்ணெய் டேங்கரின் முன் 700 அறிவுஜீவிகள் தலை வணங்குகிறார்கள்.'

அடிக்குறிப்பு:

75. அல்லா தாக்குவதற்குக் கடவுள் ஏன் அனுமதித்தார்? அல்லா ஏன் கடவுளை ஆஃப்கானிஸ்தான் மீது குண்டு வீசவும் 'நம்பிக்கையாளர்களின் எமிரேட்டை' அழிக்கவும் அனுமதித்தார்? அமெரிக்க மத அடிப்படைவாதத்திடம் ஒரு பதில் இருக்கவே செய்தது. அவர்களது நாடு கடவுள் மற்றும் அவரது இறைத்தூதர்களின் சட்டப்படி ஆட்சி செய்யப்படவில்லை. ஆஃப்கானிஸ்தானத்தின் இஸ்லாமிய அடிப்படைவாதிகளிடம் இத்தகைய ஒரு சால்ஜாப்பு இல்லை. குரானின் அறிவுரைகளுக்கு அவர்களது சொந்த விளக்கத்தைப் பின்பற்ற அவர்கள் தம்மாலானதை செய்தார்கள். எனினும் இதன் விளைவாக இஸ்லாமியத் தலைமை தீவிர நிலையால் பாதிக்கப்படுமா என்பது எனக்கு சந்தேகம்தான். அவர்கள் மதத்தைத் திறமையாக உபயோகிக்கும் கடுமையான அரசியல்வாதிகள். அதனைப் பெரும்பாலோர் நம்புகிறார்களா என்பது வெளிப்படையான கேள்வி.

76. 'மேற்கு கண்டவாதம்' (Occidentalism) என்பது 'நியூயார்க் ரிவ்யூ ஆஃப் புக்ஸ்'ன் இரண்டு மூத்த எழுத்தாளர்கள் ஜயான் புருமா, அவஷாய் மார்கலிட் ஆகியோரின் உருவாக்கம்.

77. இஸ்வெஸ்தியா, 5, ஆகஸ்ட் 1924.

78. (இது ஒரு விவாதத்துக்குரிய விஷயம்தானென்றாலும், இங்கு நியூயார்க் ரிவ்யூ ஆஃப் புக்ஸிலும் மற்ற இடங்களிலும் சோரே விடாலின் வாதங்களை, என்னை ஒப்புக்கொள்ள வைத்த வாதங்களை நான் பின்பற்றுகிறேன்.

79. மாறாக அது அழிக்கப்படப் போகிறது. கொரியப் போரின் போது (1950-53) 1951-லேயே குண்டுவீச்சுப் படையின் தலைமைக் கமாண்டர் ஜெனரல் எம்மெட் ஓ' டோனல் அறிவித்தார். முழு கொரிய தீபகற்பமோ அல்லது ஏறக்குறைய முழு கொரிய தீபகற்பமோ கடும் குழப்பத்தில் இருக்கிறது. எல்லாம் அழிக்கப்பட்டு விட்டது. நிற்கும் எதுவும் இப்போது இல்லை! இதுவும் துல்லியமானதல்ல. வடக்கில் பொதுமக்களுக்கு நெல் விவசாயம் செய்ய மிக முக்கியமான இருபது விவசாய அணைகள் தொடப்படவில்லை. இது 1953-ல் ஐந்து அணைகளுக்கு குண்டு வீசித் தகர்க்கப்பட்டதன் மூலம் சரி செய்யப்பட்டது. இது ஒரு திடீர் வெள்ளத்தை உண்டாக்கிப் பள்ளத்தாக்கின் பெரும்பகுதியை அழித்தது.

80. அமெரிக்க நிமிக்கள் 'போருக்கெதிரான நிமிக்கள்' என்றபோதோ அல்லது 'போருக்கெதிரான மூத்தோர்' என்றோ ஒன்று சேர்ந்து 'எதிரிக்கு' ஆதரவாக பெண்டகனுக்கு எதிரே கோஷமிட்டபோது தோற்க மறுத்த 11 செப்டம்பர்

2001 தாக்கியதை விட பெரியதாகவும் ஆழமாகவும் கட்டடத்துக்குள் அதிர்ச்சி ஏற்பட்டிருக்க வேண்டும்.

81. மீண்டும் மீண்டும் கோரியபோதும், எந்த அமெரிக்க இராணுவ அல்லது சிவிலியன் அதிகாரியும் போர்க் குற்றங்களுக்காக விசாரிக்கப்படவில்லை. பொதுவாக டிரிப்யூனல்கள் தோற்றவர்களுக்காகத்தான் இருக்கும். ஆனால் இந்த விஷயத்தில் வெற்றி பெற்ற நாட்டால் இத்தகைய டிரிப்யூனலைத் தேவையான ஆதரவு இல்லாத காரணத்தால் திணிக்க முடியவில்லை.

82 ஜியார்ஜி டெர்லுஜியனின் 'ரஷ்யாவின் மறு உருவாக்கம்' நியூ லெப்ட் ரிவ்யூ II 12, நவம்பர்/டிசம்பர் 2001. (www.newleftreview.org)

83 'காஷ்மீரின் கதை' பக்கம் 217-ஐ பார்க்கவும்

84. வரவிருக்கும் காலத்திலெல்லாம் எல்லா முரண்பாடுகளையும் அவர் ஒதுக்கிவிட்டதாகத் தொடர்ச்சியாக அவரது எழுத்துக்களைக் கொச்சையாக அர்த்தப்படுத்துவதைக்கண்டு புகாயாமா மிகவும் எரிச்சலுற்றார். பெல்கிரேடில் அமெரிக்க குண்டுவீச்சை, நாங்கள் ஒரு தொலைக்காட்சி நிகழ்ச்சியில் விவாதித்ததன் இடைவெளியில் துரதிர்ஷ்டவசமாக லிபரல்கள் அவரைப் புரிந்து கொள்ளவில்லை என அமைதியுடன் என்னிடம் கூறினார். 'பேராசிரியர் ஆண்டர்சனின் கட்டுரையுடன் வேறுபட்டாலும் மார்க்ஸிஸ்டுகள் ஹெகலைப் புரிந்து கொண்டிருந்த காரணத்தால் மேலும் தெளிவாக இருந்ததுடன் மற்ற யாரையும் விட அவர் எனது வாதத்தைப் புரிந்து கொண்டார் என்பதை நான் ஒப்புக் கொள்கிறேன்' என்றார் அவர். பெர்ரி ஆண்டர்சனின் விமர்சன ஆய்வைக் காண 'வரலாற்றின் இறுதி', Zone of Engagement, லண்டன் 1992-ஐக் காண்க. சமீபத்தில், 20, செப்டம்பர் 2001-ல் வில்லியம் கிறிஸ்டல், ஜூன் கிரிக்பாட்ரிக், ரிச்சர்ட் பெர்லே, மார்ட்டின் பெரெட்ஸ், நார்மன் போடோரெட்ஸ், சார்லஸ் கிராவ்தாமர் மற்றும் பல தாராள ஜனநாயக நாகரிகப் பாதுகாவலர்களுடன் இணைந்து புகுயாமா 'ஜனாதிபதிக்கு ஒரு வெளிப்படையான கடிதத்தை' எழுதினார். அந்தக் கடிதம் புஷ்ஷுக்கு முழு ஆதரவு அளித்ததுடன் 'ஒசாமா பின் லேடனை பிடிக்கவோ, கொல்லவோ வேண்டும்' என்று வலியுறுத்தியதுடன் இராக் மீது படையெடுத்து சதாம் உசேனைக் கவிழ்க்காவிட்டால் ' பயங்கரவாதத்தின் மீதான சர்வதேசப் போரின் விரைவான, ஒருவேளை உறுதியான சரணை நிர்ணயிக்கும்' என்றும் கூறியது. ஆதாரங்கள் நேரடியாகத் தாக்குதலுடன் தொடர்புபடுத்தி இராக்கை சுட்டிக் காட்டாவிட்டாலும் இது நடத்தப்பட வேண்டும்... இது ஏகாதிபத்திய அடிப்படைவாதத்தின் அல்லது அமெரிக்காவில் தேசபக்தி என்று அழைக்கப்படும் வார்த்தைகளின் தெளிவான வெளிப்பாடு.

85. அலெக்ஸிஸ் கேரல் (1873 - 1944) மிகவும் அருமையான, ஆனால் போர்க் குணமுள்ள அறுவை சிகிச்சை நிபுணர். தமது பணிநிமித்தம் முதலில் பிரெஞ்சு கனடாவுக்கும் பிறகு அமெரிக்காவுக்கும் சென்றார். அவருக்கு மருத்துவத்துக்கான நோபல் பரிசு வழங்கப்பட்டது. அது அவரது புகழையும் தாக்கத்தையும் அதிகரித்தது. இன மூலம், இனத் தூய்மை உள்ளிட்ட பல்வேறு தலைப்புக்களில் அவர் எழுதத் துவங்கினார். 'இன மேம்பாடு' மற்றும் 'வெள்ளைத்தன்மை' தொடர்ச்சியான குவிமையமாக ஆகியது. தூய்மையான வெள்ளைத் தன்மைக்காக அவர் ஸ்காண்டிநேவியனை மிகவும் உயர்வான நாகரிகம் பெற்ற இனமாகக் கருதினார். (அநேகமாக அதற்காகத்தான் நோபல் பரிசு அவருக்கு வழங்கப்பட்டிருக்க வேண்டும்). பின்னர், மெடிடரேனியன் இன வர்ணத்தின் மீது அவரது வெறுப்பையும் மீறி அவர் முஸோலினியின் பெரிய புகழ்ச்சியாளரானார். அவர் தாராள ஜனநாயகங்களை 'பலவீனத்துக்கும், திறமையின்மைக்கும் இதுதான் காரணமென்று' கூறி தொடர்ச்சியாகக் கண்டனம் செய்தார். 1935-ல் அவர் இனவிருத்தியாளராக மாறி வாதிட்டார்

'இனவிருத்தி சாஸ்திரம் வலிமையானவர்களை' அழியாமல் காக்க மிக முக்கியமானதாகும். பெருமையுள்ள இனம் தனது சிறந்த குடிமக்களைப் பரப்ப வேண்டும்.' இரண்டாம் உலகப் போரின் போது பிரான்ஸுக்குத் திரும்பி விக்கி ஆட்சிக்கு ஆதரவாகச் செயல்பட்டார். அவ்வப்போது ஜெர்மன் தூதரகத்துக்கும் செல்வார். விடுதலைக்குச் சற்று முன்பே அவர் இறந்ததால் கூட்டாளியென விசாரிக்கப்படுவதிலிருந்து தப்பினார்.

86. கடற்படை இல்லாதது இந்திய வர்த்தகத்தின் முன்னேற்றத்தை மோசமான வகையில் பாதித்தது. பதினேழாம், பதினெட்டாம் நூற்றாண்டுகளில் அது முகலாய இந்தியாவின் திடீர் வீழ்ச்சியைத் துரிதப்படுத்தியது. போர்ச்சுகீசிய, டச்சு, ஆங்கில வர்த்தகர்கள் சமீபத்திய தொழில்நுட்பத்துடன் கூடிய ஆயுதங்களை வைத்திருந்தனர். இதன் முதல் அறிகுறிகள் பதினேழாம் நூற்றாண்டின் மத்தியிலேயே தெரிந்தன. போர்ச்சுகீசியர்கள் இந்தியப் பெருங்கடலில் தமது மேலாதிக்கத்தை நிலைநாட்ட மெக்காவுக்குச் சென்று கொண்டிருந்த பக்தர்களின் கப்பலைத் தாக்கி மூழ்கடித்ததன் மூலமும் நிறுவ முயன்ற தன் மூலமும் பின்னர் பிரிட்டிஷ் சீனாவில் போதைமருந்து வர்த்தகத்துக்கு ஆதரவாக வாசுங் துறைமுகத்தை அமைதிப்படுத்த தமது துப்பாக்கிகளைப் பயன்படுத்தியதன் மூலமும் இந்த அறிகுறி தெரிந்தது. துப்பாக்கிகளுக்குப் பின்பக்கமாகப் பிற சமயத்தவரை மிகவும் உயர்ந்த மதத்துக்கு மாற்றத் தயாராக கிறிஸ்தவ மிஷினரிகள் இருந்தன)

87. அரசு அறிவுஜீவிகளென்போர் அமெரிக்காவிற்காக வேலை செய்தவர்கள் அல்லது அமெரிக்க அரசு இயந்திரத்தின் வயிற்றிலிருந்து உதித்தவர்கள் : கிஸ்ஸிங்கர், பிரஸன்ஸ்கி, புகயாமா, ஹன்டிங்டன் ஆகியோர் இந்த வம்சாவழியின் உதாரணங்கள். ஆனால் மற்றும் பலர் குறைந்த அந்தஸ்துடன் 'நியூயார்க் டைம்ஸ்'லும் வாஷிங்டன் போஸ்டிலும் நிருபர்களாகப் பணிபுரிந்தனர். இந்த அதிகார அறிவுஜீவிகள் பல வகைப்படுவர். அதன் ஒரு வகையின் ஆடம்பரமான சுய விளக்கம், 'இன்றைய காலகட்டத்தின் வரலாற்றாளர்கள்.' இந்த வகையில் உலகத் தீவிர நிலை மீது கர்ப்பிணிப் பருந்துகளைப் போல் ஆகாயத்தில் மிதக்கும் புகழ் மிக்க நிருபர்களும் உண்டு. யார் பிணங்களை முதலில் அடைவார்கள்? அவர்களது படைப்புக்கள் மதிப்புடன் இல்லாமலில்லை. அடிக்கடி அவர்கள் ஆவலூட்டும், உபயோகமுள்ள விஷயங்களுடன் வருவார்கள். ஆனால் அவர்களது பணிகளுக்கெல்லாம் அடிநாதமாக விளங்குவது ஒரு சுய வெறுப்பு சட்டம் : உண்மைக்கும் அதிகாரத்துக்குமிடையேயும் மென்மையான சமன்பாடு கடைப்பிடிக்கப்பட வேண்டும். ஒருபோதும் ஏகாதிபத்திய சக்தி அவர்கள் எழுதுவதில் வெறுப்புக் கொண்டு விடக்கூடாது. அவர்களது எழுத்துக்கள் உலகம் முழுவதுமுள்ள பதிப்பகங்களால் ஸ்தூலமான ஆய்வுகளாக காட்டப்பட்டு வெளிவந்தபோதும் அவர்களது பொதுவான வீடு நியூயார்க் ரிவ்யூ ஆஃப் புக்ஸ்தான். அரசுத்துறையின் தாராளவாதப் பிரிவின் பார்வையை வெளியிடுவதே ரீகன் காலத்திலிருந்து அதன் அரசியலாக இருந்துள்ளது. மூன்றாம் உலகம் என அறியப்பட்டதிலிருந்து வந்த புதிய வகை அதிகார அறிவுஜீவி பத்திரிகையாளர்/அறிவுஜீவி. அவரோ (ளோ) முற்காலத்தில் ஏகாதிபத்திய எதிர்ப்பாளராக இருந்து விரைவில் புதிய நியதிக்குத் தம்மைச் சரிப்படுத்திக் கொண்டு விட்டார்கள். சதாம் உசேனின் அநீதிகளின் ஒரு நிபுணருக்கு வளைகுடாப் போரின் போதும் ஆஃப்கானிஸ்தான் போரின்போதும் நிறையத் தேவை இருந்தது. அவர் மீது ஏகாதிபத்திய அரசாலும், அதன் நிறுவனங்களாலும் பொழியப்பட்ட புகழ்ச்சிகள் அவரது மண்டையில் ஏறிவிட்டன. அவர் கூறுவது முக்கியமானதென்றும் அமெரிக்காவின் கொள்கைகளை மேலும் 'முற்போக்கு' திசையில் தாம் செலுத்த முடியுமென்றும் கற்பனை செய்து விட்டார். அவர் அந்தக் குறிப்பிட்ட பிரதேசத்திலிருந்து பெரும் சக்தி எப்போதும் வெளியேறாத வகையில் விருந்தளித்தார். எங்களை

எப்போதும் விட்டுச் செல்லாதீர்கள் என்பது முக்கியமான வேண்டுகோள். இதுதான் விரக்தியின் மறுபுறம். முன்னாள் புரட்சியாளர்களின் ஒரு முழுப்பரப்பு இனியும் தம்மை விடுவித்துக் கொள்ள மக்களின் சக்தியை நம்பாமல் புதிய காலனியாதிக்கத்துக்கு ஒப்புக் கொடுப்பவர்களாக மாறிவிட்டார்கள்.

88. வில்லியம். எம். அர்கினின் 'அமெரிக்க விமானத் தளங்கள் இருமுனை வாட்கள்', லாஸ் ஏஞ்ஜெல்ஸ் டைம்ஸ், 6, ஜனவரி 2002.

89. சால்மர்ஸ் ஜான்ஸன், திருப்பித் தாக்கு : அமெரிக்கப் பேரரசின் விலைகள் மற்றும் விளைவுகள், நியூயார்க் மற்றும் லண்டன், 2000, பக்கம் -87.

90. ட்ரான்ஸிஷன், 15 நவம்பர் 1996. ரஷ்யாவின் ஜனநாயகம் குறித்துத் தீவிரமாக விமர்சிக்கும் பிரெஸென்ஸ்கி ஜியார்ஜியா, உக்ரைன், அஸர்பைஜான், மால்டோவா, உஸ்பெக்கிஸ்தான் குறித்து அப்படிப்பட்ட விமர்சனத்தை முன் வைக்கவில்லை. இந்த இரு தரத்தை எது விளக்குகிறது? அந்தப் பிரதேசத்தில் அமெரிக்காவின் நலன்களுக்கு மையமான வரவுள்ள எண்ணெய் குழாய் மற்றும் உடன்பாடுகளின் கார்டலான சுமாகோ, அஸர்பைஜான் சர்வதேச ஆப்பரேடிங் கம்பெனியின் ஆலோசகர் பிரஸன்ஸ்கி என்பதால் இருக்கலாமா? பிறகு ஏன் இராக்கின் சவுக்கும், பிரெஜென்ஸ்கியின் நட்சத்திர மாணவருமான மேடலின் ஆல் பிரைட் ரஷ்யாவை விட குறைந்த ஜனநாயகம் உடைய அஸர்பைஜான், உஸ்பெகிஸ்தான் அரசுகளை எப்போதும் விமர்சிக்கவில்லை?

91. ராபர்ட் லூக்லே இன்னமும் அதிகமாக சாதகமான தூதராக நடந்து கொண்டவராகவும் தேர்ந்தெடுக்கப்பட்ட அரசியல்வாதிகளை விட ஜெனரல்களிடம் அதிக நட்புக் கொண்டவராகவும் நினைவு கூரப்படுகிறார்.

92. கீத் ரிச்பர்க் 'ஐ.நா. சோமாலியர் கூட்டத்தின் மீது நடத்திய துப்பாக்கிச் சூட்டை நியாயப்படுத்துகிறது', வாஷிங்டன் போஸ்ட், 'செப்டம்பர் 1993.' செப் -2001 சம்பவத்தை நியாயப்படுத்திய இஸ்லாமியர்கள் பலரால் மேஜர் ஸ்டாக்வெல்லின் வார்த்தைகள் எதிரொலிக்கப்பட்டன.

93. அலெக்ஸ் டி வால், 'சோமாலியாவில் அமெரிக்காவின் போர்க்குற்றங்கள்' நியூ லெப்ட் ரிவ்யூ, பக்: 230, ஜூலை/ஆகஸ்ட் 1998.

94. ஜனவரி 19, 2002 'எகனாமிஸ்ட்' தலையங்கத்தில் கூறப்பட்டது போல் ஜெனரல் ஜியா ஒன்றும் 'அடிப்படைவாதத்துடன் யோசனையின்றிக் குலாவவில்லை.' அவரே ஒரு அடிப்படைவாதி. இன்று அந்தப் பிரதேசத்தில் குழப்பத்தை ஏற்படுத்திக் கொண்டிருக்கும் குழுக்களை உருவாக்கி நிதியளிக்கக் காரணமானவர். பொது இடத்தில் தூக்கிலிடுவதையும், சவுக்கடி கொடுப்பதையும் சவுதி போல் பாகிஸ்தானில் கொண்டு வந்து அதன் அரசியல் கலாசாரம் சீரழியக் காரணமானவர். இராணுவத்துக்குள் இஸ்லாமியவாதிகள் ஊடுருவலை ஊக்குவித்து இராணுவம், சிவில் சர்வீஸில் சடங்காக இறைவணக்கத்தைப் புகுத்தியவர். அந்தக் காலகட்டத்தில் எகனாமிஸ்டின் தலையங்கங்கள் குறிப்பிடத்தக்க வகையில் சலுகை காட்டுவதாக இருந்தன. அதே காரணங்கள்தான் லண்டனும் வாஷிங்டனும் அவருக்குச் சலுகை காட்டுவதற்கு இங்கு சென்றது. அந்தக் காலகட்டத்தில் சோவியத்துக்கெதிரான ஜிகாத்தில் அவர் முக்கியக் கூட்டாளி.

95 நியூஸ் வீக், டிசம்பர் - ஜனவரி (2001-2002) சிறப்பிதழ்.

97 எர்னஸ்ட் மண்டல் அறிமுகவுரை, ஜெர்மனியில் பாசிசத்துக்கெதிரான போராட்டம், லியோன் ட்ராட்ஸ்கி, லண்டன் 1972.

98 ஷெல்டன் வாலின், Tocqueville between two worlds: அரசியல், தத்துவ வாழ்வின் உருவாக்கம், பிரின்ஸ்டன், 2001.

21

செப்டம்பர் ஆச்சரியம்

செப்டம்பர் -11 நிகழ்வுகள் ஏராளமான ஊடக வார்த்தை ஜாலங்களை உருவாக்கியுள்ளன என்றாலும் அவை ஒரு புதிய வரலாற்றின் தொடக்கத்தையோ வரலாற்றுத் திருப்புமுனையையோ குறிக்கின்றன என்று கூறுவது பிரச்சாரம் மட்டுமே. அதிகமான சூடான பண்டிட்டுகள் ஒரு நிகழ்ச்சியின் அர்த்தத்தை அதிகமாக்கவும், அதன் மூலம் அவர்களது சொந்த முக்கியத்துவத்தை அதிகப்படுத்திக் கொள்ளவும் கூட்டுச் சேர்ந்தனர். இது புடின் குரோஸ்சினை அழித்தபோது இறந்த 20,000 உயிர்களை விட, பாலஸ்தீனிலும், இராக்கிலும் தினசரி மரணங்களையும் விட அமெரிக்காவில் 3,000 பேரின் இறப்பு மிகவும் பயங்கரமானது என்பது தார்மீக ரீதியாக வெறுப்பூட்டுவது என்று ஏற்பது அசிங்கமானது.

யதார்த்தத்தில் பயங்கரவாதத் தாக்குதல் புஷ் நிர்வாகத்தின் உள்நாட்டு, சர்வதேச நிலையை வலுப்படுத்தியுள்ளது. ஐ.நா.விடமிருந்து வெற்று அனுமதியும், ரஷ்யாவிடமிருந்தும் சீனாவிடமிருந்தும் ஆதரவையும் பெற்று மேற்கு மற்றும் மத்திய ஆசியா மீது தனது தாக்கத்தை அமெரிக்கா நீட்டித்தது. எனினும் உண்மையான சோதனையானது, ஆஃப்கானிஸ்தானில் குண்டுவீச்சுக்குப் பிறகு பல மாதங்கள், வருஷங்கள் கழித்து வரவுள்ளது. பாகிஸ்தானிலும், சவுதி அரேபியாவிலும், எகிப்திலும் காலம் தாழ்ந்த மறுதாக்குதல் எதிர்பாராத வழிகளில் உலகை நிலைகுலையச் செய்து விடக் கூடும்.

அமெரிக்காவின் முக்கிய நிலப்பகுதி தொடப்பட இயலாத காப்பகமென்றும், என்றும் மீற முடியாத புனித இடமென்றும் நான் முதன்முதலில் உணர்ந்தது டிசம்பர்-ஜனவரி 1966-67ல். வட அமெரிக்கா மற்றும் மேற்கு ஐரோப்பாவைச் சேர்ந்த ஒரு சிறிய பார்வையாளர் குழுவுடன் நான் வட வியட்னாமில் இருந்தேன். பெர்ட்ராண்ட் ரஸ்ஸல், ழான்பால் சாத்தர் ஆகிய இரு தத்துவவியலாளர்களின் முயற்சியால் அமைக்கப்பட்ட போர்க் குற்ற

டிரிபியூனலின் சார்பில் அமெரிக்காவின் போர்க் குற்றங்களை நாங்கள் ஆய்வு செய்து கொண்டிருந்தோம். அவற்றில் சில நடந்து கொண்டிருந்ததாக மேற்கு நம்பியது.

ஒருநாள் தெற்கு பிராந்தியமான தான் ஹோாவில் குண்டுவீச்சு கடுமையாக இருந்தது. அழிவு பொறுக்க முடியாததாகவும் இருந்தது. பொதுமக்கள் அழிவு, முக்கியமாகப் பெண்கள், குழந்தைகளின் மரணக் காட்சி என்னைக் கடுமையாகப் பாதித்தது. எந்த அளவுக்கு பாதிப்பென்றால் அந்த வார இறுதியில் ஒரு பத்திரிகையாளர் கூட்டத்தில் நான் பொறுமையிழந்து விட்டேன். அமெரிக்க நகரங்களில் எதுவும் எந்தப் போரிலும் குண்டு வீச்சால் பாதிக்கப்படாதது வருத்தத்துக்குரியது என்று நான் குறிப்பிட்டேன். இதுபோல் நடந்திருந்தால் இத்தகைய தந்திரோபாயங்கள் மக்களை ஒன்றுபடுத்தி அதற்குக் காரணமானவர்களுக்கெதிராக வெறுப்பை வளர்க்கும் என்பதைப் புரிந்து கொண்டிருப்பார்கள் என்று நான் உறுதியாக இருந்தேன். அது அவர்களை வியட்னாமியர்களிடம் மேலும் இரக்கம் கொள்ளச் செய்திருக்கும். ஹனாயில் பிரிட்டிஷ் கான்சல் ஜெனரலுக்கும் அதே பார்வை இருந்தது. நாங்கள் தூதரகத்தில் ஸான்ட்விச்சும் டீயும் சாப்பிட்டுக் கொண்டிருந்தபோது, முதன்முதலில் அமெரிக்க குண்டு வீச்சு விமானங்களின் உறுமல் கேட்டதும் உடனே துப்பாக்கியை எடுத்து அவர்களைச் சுட வேண்டுமென்றுதான் முதலில் தோன்றியதாக என்னிடம் அவர் அமைதியாகக் கூறினார். எனினும் எனது குறிப்பு எனது சக ட்ரிப்யூனல் உறுப்பினரும், புரட்சிகர அமெரிக்கப் பத்திரிகையாளருமான கேரல் பிரைட்பேனுக்கு அதிர்ச்சியூட்டின. அவர் என்னைத் தனிமையில் கண்டித்ததுடன் இதுபோன்ற குறிப்புகள் அமெரிக்காவில் தவறாகப் புரிந்து கொள்ளப்படக் கூடுமென்றும், நிச்சயமாகப் போர் எதிர்ப்பு இயக்கத்துக்கு உதவாது என்றும் எச்சரித்தார்.

செப்டம்பர்-11 அன்று அந்தப் பேச்சுவார்த்தை எனக்கு நினைவுக்கு வந்தது. இந்த நிகழ்ச்சி நிச்சயமாக அமெரிக்க மக்களை ஒன்றுபடுத்தியது. ஆனால் இந்தத் தந்திரோபாயம் திறனற்றது என்பதை அவர்கள் உணர்வதிலிருந்து வெகுதூரத்தில் இருந்தனர். பழிவாங்கும் நடவடிக்கையாக உலகில் எந்த நாட்டின் மீதும், எந்த இலக்கின் மீதும் குண்டு வீசுவதை அவர்கள் ஆதரிக்கத் தயாராக இருந்தனர். நியூயார்க்கிலுள்ள எனது பழைய நண்பர் ஒரு ஆப்பிரிக்க – அமெரிக்கர் அவரைத் தெருவில் பார்த்தபோது கூறியதைக் கேட்டு அதிர்ச்சியடைந்ததை விவரித்தார்: ‘நாம் இன்ஜன்சில் செய்ததைப் போலவே அங்கு சென்று அவர்களைத் துடைத்தெறிய வேண்டும்.’ ஒரு புதிய போரை நியாயப்படுத்த முடியாத கோழைத்தனமான

பழைய போர் எதிர்ப்பு தாராளவாதிகள் வீட்டில் உறுதியாக இருந்துகொண்டு குண்டு வீச்சாளர்களை உற்சாகப்படுத்தினர். இந்த மனப்பான்மை தான் ஆதிக்கம் செலுத்தியது. ஆனால் பேசாமல் இருந்த பலர் பயத்தினால் அமைதி காத்தனர். நான் கீழ்க்கண்ட பேச்சுவார்த்தையை அக்டோபரில் அது நடந்த விரைவிலேயே, நகர பல்கலைக்கழகத்தில் கிராஜுவேட் மையத்தில் ஒரு மாநாட்டுக்குச் சென்றிருந்தபோது குறித்து வைத்தேன். நான் விமான நிலையத்திலிருந்து ஒரு வாடகை டாக்ஸியில் சென்றபோது அதன் வெள்ளை தாடியுடைய லத்தீன்காரரிடம் மரியாதையுடன் பேச்சுக் கொடுத்தேன். அவரது டாக்ஸி பேட்டைகளாலும், நட்சத்திரங்களாலும் அலங்கரிக்கப்பட்டிருந்தது.

நான்: செப்டம்பர்- 11 அன்று நீங்கள் எங்கிருந்தீர்கள்?

அவர்: (என்னை பின்நோக்குக் கண்ணாடியில் கவனித்தவாறு) ஏன் கேட்கிறீர்கள்?

நான்: நான் யோசித்துக் கொண்டிருந்தேன், அவ்வளவுதான்.

அவர்: நீங்கள் எங்கிருந்து வருகிறீர்கள்?

நான்: லண்டன்

அவர்: இல்லை. நீங்கள் உண்மையாக எந்த இடத்தைச் சேர்ந்தவர்?

நான்: பாகிஸ்தான்.

அவர்: நான் தாலிபான். என்னைப் பாருங்கள். இல்லை, இல்லை. நான் மத்திய அமெரிக்காவிலிருந்து வருகிறேன். உங்களால் சொல்ல முடியாதா?

நான்: நீங்கள் அன்று இரட்டை கோபுரங்களுக்கு அருகில் இருந்தீர்களா என்று யோசித்துக் கொண்டிருந்தேன்.

அவர்: இல்லை. நான் அங்கு இல்லை. இருந்திருந்தாலும் கவலைப்பட்டிருக்க மாட்டேன்.

நான்: என்ன சொல்கிறீர்கள் நீங்கள்?

அவர்: நான் கொல்லப்பட்டிருந்தால் அது எனக்கு ஒரு பொருட்டல்ல. அதில் முக்கியமானது என்னவெனில் அவர்கள் தாக்கப்பட்டனர். நான் மகிழ்ச்சியுற்றேன். ஏனென்று உங்களுக்குத் தெரியுமா?

நான்: தெரியாது.

அவர்: அவர்கள் மத்திய அமெரிக்காவில் எவ்வளவு பேரைக் கொன்றிருக்கிறார்கள் என்று உங்களுக்குத் தெரியுமா?

நான்: சொல்லுங்கள்.

அவர்: பல நூறு ஆயிரங்கள். ஆம். உண்மையாகவே, இன்னும் அவர்கள் எங்களைக் கொன்று கொண்டிருக்கிறார்கள். அவர்கள் தாக்கப்பட்டது பற்றி எங்களுக்கு உண்மையிலேயே மிகவும் மகிழ்ச்சி. நாங்கள் பழிவாங்கலை அடைந்து விட்டோம். நான் இறந்தவர்களுக்காக வருந்துகிறேன். அது அவர்கள் எங்களுக்காக உணர்வதை விட அதிகமானது.

நீங்கள் ஏன் இங்கு வசிக்கிறீர்கள்?

அவர்: என் மகன் இங்கு பள்ளியில் படிக்கிறான். அவனது படிப்புச் செலவுக்காக இங்கு வேலை செய்கிறேன். என் வீட்டில் அவர்கள் எதையும் விட்டு வைக்காததால் நான் இங்கு வந்தேன். எங்கள் நாட்டில் எதுவுமில்லை. பள்ளிகள் இல்லை. பல்கலைக் கழகங்கள் இல்லை. அப்படி இருந்திருந்தால் எனது சொந்த நாட்டிலல்லாமல் இங்கு இருப்பேனென்றா நினைக்கிறீர்கள்.'

இந்தக் குறிப்புகள் பல அமெரிக்கர்களை அதிர்ச்சியடைய வைத்திருக்கும். ஆனால் சால்மர்ஸ் ஜான்சனையல்ல. அவர் காத்திருக்கும் ஆபத்துக்கள் குறித்து சக குடிமக்களை எச்சரிக்க விரும்பினார். பென்டகன் தாக்கப்படுவதற்கு முழுதாக ஒரு ஆண்டுக்கு முன் அவர் இவ்வாறு கூறினார் :

'திரும்பத் தாக்கு' என்பது ஒரு நாடு எதை விதைக்கிறதோ அதையே அறுவடை செய்கிறது என்பதன் சுருக்கெழுத்து, அது எந்த அளவுக்கு விதைத்துள்ளது என்பது முழுதாகத் தெரியாவிட்டால் கூட. அதன் செல்வத்தையும், அதிகாரத்தையும் எடுத்துக் கொண்டால், முன்கூட்டியே கணிக்கக்கூடிய எதிர்காலத்தில் அமெரிக்காதான் முதலில் திரும்பப்பெறும் இடத்திலிருக்கும். அனைத்துவிதமான எதிர்பார்க்கக்கூடிய வகையிலான திரும்பத் தாக்குதல், குறிப்பாக உலகில் எந்த இடத்திலும் (உள்நாடு உட்பட) இருக்கும் அமெரிக்கர் களுக்கெதிராக, ஆயுதப்படைக்கெதிராக பயங்கரவாதத் தாக்குதல் நடக்கும்.

இந்தப் பின்விளைவுதான் நம்மையெல்லாம் இப்போது கவலை கொள்ளச் செய்கிறது. சில வருடங்களுக்குப் பிறகுதான் சரியான லாப நஷ்டக் கணக்கைப் போட முடியும். ஆனால் சில முன் குறிப்புகள் தேவை. கடந்த முப்பது ஆண்டுகளில் உலகம் சந்தித்த மிகவும் கண்கூடான வன்முறையாகும் இது. உலகின் மற்ற

இடங்களில் நடக்கும் தினசரி வன்முறைகள் மீது தமது இஷ்டத்துக்குத் திரை போட்டு மறைக்கும் உலக ஊடகங்கள் இந்த வன்முறைச் சம்பவ இடத்துக்கு நேரடியாக இழுக்கப்பட்டனர். இதுதான் முக்கியஸ்தர்கள் உத்தரவால் ஊதிப் பெருக்கப்பட்ட ஓ.ஜே.சிம்ப்ஸன் மற்றும் இளவரசி டயானாவின் மரணம் குறித்த விசாரணை. எனினும்கூட, வர்ணனையாளர்கள், தூண்டுபவர்கள், தூண்டாதவர்கள் இருவருமே (nacks and nonhacks) ஒரு பிடிவாதமான, அறிந்த கோரஸ் சத்தத்தை எழுப்பினர். வாரத்துக்கு வாரம் இந்த ஒரே மாதிரியான கருத்துக்களின் மழை குறைந்தது : 'உலகம் நிரந்தரமாக மாறிவிட்டது.' 'இனி எப்போதும் அதேபோல் இருக்காது', 'முதல் விமானம் தாக்கியபோது நீங்கள் எங்கிருந்தீர்கள்?' என்பன போன்றவை.

ஏதாவது செப்டம்பர் 11-க்குப் பிறகு உண்மையிலேயே மாறிவிட்டதா? உலக அரசியலில் ஏதாவது அடிப்படைவாத மாற்றம் நிகழ்ந்ததா? இல்லையென்றே நினைக்கிறேன். அமெரிக்கக் கொள்கையில் செய்யப்பட்ட மாற்றங்கள் அது எதையும் செய்யாமலேயே உலகின் பல பகுதிகளில் மேலும் நிலைகுலைவை ஏற்படுத்தி விட்டதென்றாலும், இன்னும் அந்தப் பிரச்சனையின் அடிப்படைக் காரணங்களுக்குள் நாம் செல்லவில்லை. செப்டம்பர் 11-க்கு அமெரிக்காவின் பதில் நடவடிக்கையை மறு ஆய்வு செய்யும்போது உண்மையைப் பெரிதாக வெளிப்படுத்தி விடவில்லை. ஆனால் அது சவுதி அரேபியா, பாகிஸ்தான் ஆகியவற்றில் இருக்கும் அமைதியின்மை அதிகரித்தால் மாறக்கூடும்.

அமெரிக்கா ஆஃப்கானிஸ்தான் மீது போர் தொடுத்து, தாலிபானை அதிகாரத்திலிருந்து நீக்கி, தன்னுடைய அரசு ஒன்றை நிறுவியுள்ளது. இந்தப் புதியது எப்படியானது? கடந்த இரு நூற்றாண்டுகளில் லத்தீன் அமெரிக்காவில் இது எவ்வளவு முறை அடிக்கடி நடத்தப்பட்டதெனவும், யார் சார்பில் நடத்தப்பட்டதென்றும் ஜெனரல் பட்லர் நமக்கு ஏற்கனவே வெளிச்சமிட்டுக் காட்டியுள்ளார். ஆசியாவில் இது புதிதா? இல்லை. இரானில் மெசாடே கவிழ்க்கப்பட்டார், பாகிஸ்தானில் புட்டோ நீக்கப்பட்டார், ஷேக் முஜீப் பங்களாதேஷில் கொல்லப்பட்டார். தெற்காசியாவில் பல ஆட்சிகள் அமைக்கப்பட்டன; கலைக்கப்பட்டன. மிகச் சமீபம் வரை ஜப்பான் யதார்த்தத்தில் ஒரு கட்சி ஆட்சியாக ஸ்தாபிக்கப்பட்டது. அதன் அடிக்கல் ஜெனரல் டோஜோவின் முன்னாள் சகாக்களால் ஜெனரல் டக்ஸிஸ் மெக் ஆர்தர் கூட்டுடன் நாட்டப்பட்டது. அமெரிக்கா சூப்பர் சக்தி போல் நடக்கிறது என்ற உண்மை உலகின் பெரும் பகுதிக்குப் புதியதல்ல. ஐரோப்பாவின் 'மூன்றாவது வழியின்' மன்றாட்டாளர்கள் வெறும் புளிப்பு திராட்சை விஷயம்தான்.

கிளின்டன் சகாப்தத்துக்கு மீண்டும் திரும்ப வேண்டுமென்று அவர்கள் விரும்பினார்கள். ஏனெனில் மோனிகா லெவின்ஸ்கி விவகாரத்தைப் போலவே அவர்களைப் பழைய குதிரை 'அதிகமாக சேர்த்துக் கொண்டதுடன்' அவர்களையும் நடவடிக்கையின் ஒரு பகுதியாக உணர வைத்தது. ஆனால் பலருக்கு தாம் உபயோகப்படுத்தப் படுகிறோமென வெளிப்படையாகவே தெரிந்தது. புஷ்ஷின் ஆண்களும் பெண்களும் இந்த வேடிக்கைப் பேச்சுக்கு எளிதாக இடம் கொடுக்கவில்லை.[99]

இது ஒசாமா பின் லேடன் என்ற மனிதருக்கோ, அல்லது அரபு இராணுவங்களில் மிகச் சிறியதை ஒப்பிடும்போது அதைவிடச் சிறியதான அல்கொய்தா நெட்வொர்க்குக்கோ கூட அல்ல. ஏன் சவுதி, எகிப்தியர், அல்ஜீரியர்களில் கல்விகற்ற பிரிவினர் தனிமனித பயங்கரவாதத்தில் குவிகிறார்கள். தனிமனிதர்களாக, அந்த நடவடிக்கையில் தமது உயிரைக்கூட தியாகம் செய்யத் தயாராக ஏன் அவர்கள் இருக்கிறார்கள் என்பதுதான் கேள்வி. செப்டம்பர் 11 கொடூரத்துக்குக் காரணமான கடத்தல்காரர்கள் ஆஃப்கன் மலை கிராமங்களிலிருந்து வந்த தாடி வைத்த வெறியர்களல்ல. அவர்கள் உயர்ந்த திறன் பெற்ற மத்திய தர தொழில் பிரிவினர். அதில் ஈடுபட்ட பத்தொன்பது பேரில் பதி மூன்று பேர் சவுதி அரேபியக் குடிமக்கள். அவர்களது பெயர்கள் அறியக்கூடியவை. மூன்று அல்காம்தியர்கள் தெளிவாக மெக்கா மெதினா புனிதத்தலங்கள் அமைந்துள்ள ஹிஜாஸ் பிரதேசத்திலிருந்து வந்தவர்கள். எகிப்தில் பிறந்த முகமது அட்டா சவுதி பாஸ்போர்ட்டில் பயணம் செய்தார். ஒசாமா பின் லேடன் உண்மையாகவே உத்தரவிட்டாரா இல்லையா என்பது ஒரு பொருட்டல்ல. ஆனால் ஒசாமாவின் உண்மையான கேடர்களில் (தரைசிப்பாய்களுக்கெதிராக) பெரும்பாலோர் அந்தப் பிரதேசத்தில் இஸ்ரேலைத் தவிர உள்ள மற்ற இரண்டு முக்கிய அமெரிக்கக் கூட்டாளிகளான எகிப்து அல்லது சவுதி அரேபியாவில் இருப்பவர்கள் என்பது மறுக்க முடியாதது. சவுதி அரேபியாவில் பின் லேடனுக்கு ஆதரவு அதிகம். எனவேதான் சவுதி ஒட்டுமொத்தமாக அமெரிக்க ஆதரவாக இருந்தாலும், மரியாதையுடன் அமெரிக்கத் துருப்புக்களை அவர்கள் நாட்டிலிருந்து வெளியேறுமாறு கேட்டுக் கொண்டுள்ளது. இங்குதான் அமெரிக்காவின் மறு தாக்குதல்களின் விளைவுகள் பெரிதும் உணரப்படுகின்றன. ராஜ குடும்பம் மிகவும் கவலையில் உள்ளது. பட்டத்து இளவரசர் அப்துல்லா பின் அப்துல் அஸீஸ் வெளிப்படையாக உள்நாட்டுச் சீர்திருத்தம் பற்றியும், குடும்பத்துக்குள்ளும், நாட்டுக்குள்ளும் உள்ள ஊழலுக்கெதிரான போர் குறித்தும் விவாதித்து வருகிறார்.

சாதாரண நேரங்களில் மிக அரிதாகவே சவுதி நாடு ஊடகங்களால் தீவிரமாக அலசப்படவோ, அகாதமியில் விவாதிக்கப்படவோ செய்யும். சவுதி பெட்ரோ டாலர்கள் பல அரபியத்துறை அல்லது அரபுக்கல்விகளுக்கு நிதி அளித்ததும், மேற்கத்தியப் பத்திரிகையாளர் களும், அரசியல்வாதிகள், அதிகாரிகளுக்கும் சவுதியின் தயாளமும், மிக நன்றாக அறியப்பட்டதேயாகும். பொதுவாக ஒரு அமெரிக்கர் அல்லது பிரிட்டிஷ்காரரைச் சிறைப்படுத்துதல் அல்லது ஒரு பிரிட்டிஷ் செவிலியை ஜன்னலுக்கு வெளியே தூக்கியெறிதல் போன்ற நிகழ்வே ரியாதிலுள்ள ஆட்சியின் மீது கவனத்தைத் திருப்பச் செய்யும். ஆனால் எல்லாத் தரப்புக்களாலும் தற்காலிக சிறிய நிகழ்வாகவே கருதப்பட்டு, இயல்பு வாழ்க்கை விரைவில் திரும்பிவிடும். அரசு மதத்தைப் பற்றி இன்னும் குறைவாகவே தெரியும். அது சன்னி - ஷியா இஸ்லாத்தின் தினசரி விவரிப்பல்ல. ஆனால் நான் ஏற்கனவே வாதிட்டதுபோல் சிறப்பான முறையில் உக்கிரமானதும், தீவிர தூய்மையான வம்சமாகவும் உள்ளது. இது சவுதி அரசக்குடும்பம், அரசு அதிகாரவர்க்கம், இராணுவம், விமானப் படையினரின் மதம் மட்டுமல்ல, உலகில் மிகவும் அறியப்பட்ட சவுதி குடிமகனுக்கு இன்று எங்கு இருக்கிறார் என தெரியாமலிருப்பவரு மான ஒசாமா பின்லேடனும் கூட இந்த மதம்தான்.

இதற்கு சுமாரான ஒப்புமையாக பிரிட்டனில் எது இருக்குமெனில், இங்கிலாந்து தேவாலயத்தை டாக்டர் ஐயான் பெயிஸ்லேவின் யுனைடட் ரிஃபார்ம் தேவாலயம் இடமாற்றம் செய்யுமென்றால், அரச குடும்பம் தீவிர பெயில்லேட்டுகளாக மாறுமென்றால், அரசு அதிகார வர்க்கமும், ஆயுத சேவையினரும் பெயிஸ்லேட்டுகளல்லா தோர்க்கு மறுக்கப்படும். அமெரிக்காவில் இதன்பொருள், ஜெர்ரி ஃபால்வெல் வெள்ளை மாளிகையில் மதகுருவாக, அவரது பார்வையில் அவரது வகை கிறிஸ்தவ அடிப்படைவாதத்தின் அடிப்படைக் கொள்கைகளுக்கு மாறான எந்த உச்சநீதிமன்றத் தீர்ப்பையும் ரத்து செய்யும் அதிகாரத்துடன் வாடகைக்கு அமர்த்தப்படுவார் என்பதாகும்.

சவுதி அரேபியர்க்கு முழுமையானதொரு சீர்திருத்தம் தேவையென்பது மறுக்கவியலாதது. ஆனால் அதை யார் செய்வார்கள்? யாராவது ஒரு சவுதி இளவரசர், ஒரு பாலைவன கோர்பசேவ், ஏதோவொரு தொலைதூர ஹிஜாஸி நகரில் துணை கவர்னராக மறைந்திருப்பவர் நேரத்தை உபயோகித்து ஆட்சியைப் பிடிக்கத் தயாராகவும், அல்சாத் வம்ச ஆட்சியை முடிவுக்குக் கொண்டு வந்த உலகைத் தலைகீழாகப் புரட்டவும் நடவடிக்கைகளை எடுக்கத் தயாராக உள்ளாரா? அதற்கு வாய்ப்பில்லை. மேலிருந்து

வரும் சீர்திருத்தம் பயத்துடனும், எச்சரிக்கையுடனும் இருக்கும். என்ன தேவையென்றால் முழுமையான புரட்சிதான்.

பத்தாண்டுகளுக்கு முன் நாடு கடத்தப்பட்ட சவுதி நாவலாசிரியர் அப்துல் ரஹ்மான் முனிஃப் தனது நாவலுக்காக எச்.செயின்ட் ஜானின் குணாம்சத்தை ஆராய லண்டனுக்கு ஒரு அரிதான பயணத்தை மேற்கொண்டிருந்தார். நாங்கள் இரவு உணவின்போதும், மறுநாளும் நீண்ட நேரம் சந்தித்து உரையாடினோம். அவர் பிரதிபலிக்கும் மனப்பான்மையில் இருந்தார். அவரது நாட்டின் எதிர்காலம் குறித்து வருத்தத்துடன் இருந்ததெனினும் தெளிவாக இருந்ததுடன் மொத்தமாக எதிர்மறை எண்ணம் கொண்டதாகவும் இல்லை. அவரது ஒட்டுமொத்த நாவல்களின் திரட்டுக்கு ஏன் ‘உப்பு நகரங்கள்’ என்று பெயர்?

உப்பு நகரங்கள் என்றால் தாக்குப் பிடிக்க முடியாத இருப்பையளிக்கும் நகரங்கள் என்று பொருள். தண்ணீர் உள்ளே வரும்போது, முதல் அலைகள் உப்பைக் கரைத்து, பெரும் கண்ணாடி நகரங்களை மண்ணோடு மண்ணாக்கிவிடும். பழங்காலத்தில், நீங்கள் அறிந்ததுபோல் பல நகரங்கள் காணாமலேயே போயிருக்கின்றன. மனிதாபிமானமற்ற நகரங்களின் வீழ்ச்சியை முன்கூட்டியே கணிக்கும் வாய்ப்புள்ளதுதான். பிழைப்பதற்கு எந்த வழியுமின்றி அவை உயிர் வாழ முடியாது. எங்களை இப்போது பாருங்கள், மேற்கு எங்களை எப்படிப் பார்க்கிறது என்று பாருங்கள்.

இருபதாம் நூற்றாண்டு அநேகமாக முடிந்து விட்டது. ஆனால் மேற்கு எங்களைப் பார்க்கும்போது அவர்கள் எண்ணெயையும், பெட்ரோ டாலர்களையும்தான் பார்க்கிறார்கள். சவுதி அரேபியா இன்னும் ஒரு அரசியலமைப்புச் சட்டமின்றி இருக்கிறது. மக்களுக்கு அடிப்படை உரிமைகள்கூட மறுக்கப்படுகின்றன. அனுமதியின்றி ஆட்சியை ஆதரிக்கும் உரிமை கூட அவர்களுக்கில்லை. நாட்டில் பெரும் அளவிலான தனியார் சொத்தை வைத்திருக்கும் பெண்கள் மூன்றாம் தரக் குடிமக்களாக நடத்தப்படுகிறார்கள். ஒருபெண் தனது ஆண் உறவினர் ஒருவரின் எழுத்துப்பூர்வ அனுமதியின்றி நாட்டை விட்டுச் செல்ல முடியாது. இந்த நிலைமை ஒரு விரக்தியான குடிமக்களை, ஒரு மரியாதை உணர்வோ, சார்புத்தன்மையோ இல்லாதவர்களை உருவாக்குகிறது. எமது ஆட்சியாளர்கள் செய்வதெல்லாம் தமது செல்வத்தை அதிகரித்துக் கொண்டு, எமது மக்களின் அறிவு வளர்ச்சிக்கு எவ்வளவு குறைவாக முடியுமோ அவ்வளவு குறைவாக முதலீடு செய்வதுதான். ஏன்? ஏனெனில் அவர்கள் கல்வியைக் கண்டு அஞ்சுகிறார்கள். மாற்றத்தைக் கண்டு அஞ்சுகிறார்கள்.

அவரது நாவல்களில் ஏற்கனவே குறிப்பிட்டது போல எண்ணெய் மனிதர்களின் பாத்திரப் படைப்புக்கள் கொடூரமாகவும், உண்மைக்குப் புறம்பாகவும், ஏளனமாகவும் இருப்பார்கள். எதுவரை இந்த வெறுப்பு நீண்டது, ஏன்?

அமெரிக்கர்களைப் பொறுத்தவரை அவர்களது முதல் நினைவுகள் 1940-களின் இடைப்பட்ட காலம் அல்லது முன்பகுதிக்குச் செல்கின்றன. பெரும்பாலான விஷயங்களில் அப்போதைய நிலையில் வெறுப்பு கிடையாது; ஆனால் அவர்கள் தோன்றிய சூழல் எங்களது வாழ்க்கை முறையையும், உறவுகளையும் மாற்றியது. எமது நாடுகளில் எண்ணெய்த் தொழில் அந்நியமான ஒன்று. அது ஒரு தீவாக, சுற்றியிருந்த அனைத்திலிருந்தும் தனிமைப்பட்டிருந்தது... எண்ணெய் இருந்தது உண்மையான முன்னேற்றங்களுக்கும், மாற்றங்களுக்கும் இட்டுச் சென்றிருக்க முடியும். நல்ல வாழ்க்கைக்குப் புதிய வாய்ப்புக்களை உருவாக்கி, அனைவருக்கும் எதிர்காலத்தை வழங்கியிருக்க முடியும். தீபகற்பத்திலும், வளைகுடாவிலும் உள்ள வளங்களுக்கு மேற்குக்கு நன்றி செலுத்த வேண்டியதில்லை. வளங்கள் பூமிக்குள்ளிருந்து வருகின்றன. என்ன நடந்ததென்றால் மேற்கு இந்த வளங்களைக் கண்டுபிடித்துப் பெரும் பங்கை, இந்தப் பிரதேச மக்களுக்குச் சேர வேண்டியதைத் தான் எடுத்துக் கொண்டு விட்டது.

எமது ஆட்சியாளர்களை மேற்கு கொண்டு வந்தது. அவர்களை அது கருவியாக உபயோகிக்கிறது. மேற்குக்கும் இந்த ஆட்சிகளுக்கும் இடையேயான உறவு முறை குறித்து நாங்கள் எல்லோரும் அறிவோம்.

தீபகற்பத்தைப் பற்றிய இந்த விரிந்த அறிவை வைத்துக் கொண்டு அவர் நேரடியான வரலாற்றை எழுத நினைக்காமல் இருந்தாரா அல்லது அது மிகவும் ஆபத்தான முயற்சியா?

எனது நோக்கம் ஒரு குறிப்பிட்ட நாட்டின் இணை வரலாற்றை (parallel history) உருவாக்குவதல்ல. அதில் எனக்கு ஆர்வமில்லை என்பதால்; ஏனெனில் ஒரு நாவல் ஒரு அரசியல் வரலாற்றைவிட, நிச்சயமாக ஒரு அதிகாரப்பூர்வ வரலாற்றைவிட ஒரு சமூகம் குறித்து விரிவான பார்வையைக் கொடுக்க முடியுமென்று நான் நம்புகிறேன். எனது நோக்கம் எனது பிரதேச மக்களின் கண்களைத் திறப்பதாகவும் மற்றவர்களுக்கு உதவுவதாகவும் உள்ள நாவல்களைப் படைப்பதாகும். அமெரிக்கர்கள், நார்வேஜியர்கள், சீனர்கள் போன்றோருக்கு எமது சமூகங்களின் இயல்பு, நாங்கள் வாழும் காலகட்டம், எமது மக்களின் குணநலன்களை புரிந்து கொள்ள உதவுவதாகும்.

ஆபத்தைப் பொறுத்தவரை, என்னால் சொல்ல முடிந்ததெல்லாம் ஒரு எழுத்தாளர் தமது உயிரை உள்ளங்கையில் பிடித்துக் கொண்டுதான் எழுத முடியும். எமது உலகில் கூறப்படுவது போல், அது நிச்சயம் ஒரு சூதாட்டம்தான். எனது ஒரே ஆயுதம் பேனாதான். அது ஆட்சியிலிருப்போரை பாதித்து விடக் கூடாது. ஆனால் பாதிக்கிறது. எனது சவுதி குடியுரிமையை இழந்தது எனக்கு உண்மையிலேயே கடும் பிரச்சனையை ஏற்படுத்தியது. என்னால் சாதாரண வாழ்க்கையை வாழவோ, எளிதாகச் சுற்றவோ முடியவில்லை. ஏனெனில் நான் இந்த வாழ்க்கையைத் தேர்ந்தெடுத்து விட்டேன். இந்த வாழ்க்கையில் நான் கொடுக்க வேண்டிய விலையின் ஒரு பகுதி அது. நான் கடத்தப்பட வேண்டுமா அல்லது கொல்லப்பட வேண்டுமா என்பது எனது முடிவல்ல. அது மற்றவர்களிடம் உள்ளது. அவர்கள் என்னைப் பற்றி என்ன கூறுகிறார்கள் தெரியுமா? நான் வகிக்கும் அரசியல் பதவிகளை அவர்கள் மறுதலிக்கிறார்கள். ‘அரசியல் பதவி’ என்பது என்ன? என்னிடம் ஆயுத பட்டாலியன்கள் இல்லை. என்னிடம் இருப்பதெல்லாம் வார்த்தை தான். ஒரு கட்டுரை, ஒரு உரை, ஒரு புத்தகம் : இவைதான் எனக்கு ஆயுதங்கள். நான் நம்பும் மூன்று முக்கிய வார்த்தைகள் அல்லது கோணங்களாவன: விடுதலை, சமத்துவம், சகோதரத்துவம். அவை எப்படி உபயோகிக்கப்பட முடியும்? எப்போது? யாரால்? எந்த அளவில்? அதுதான் கேள்வி. அதுதான் சவால்.

இப்போது ஒரே ஒரு அரபு ஆட்சிதான் உள்ளது. இடதுக்கும், வலதுக்கும் எந்த வித்தியாசமும் இல்லை என்பதுடன், அவை மறுபார்வைக்கு உட்படுகின்றன. எனக்கு ஒரு நகைச்சுவைத் துணுக்கு நினைவுக்கு வருகிறது. எப்போது அரபு உள்நாட்டு அமைச்சர்களின் கூட்டம் நடக்கும்போதும் முழுமையான பங்கேற்புடன் நடக்கும். எந்த அமைச்சரும் வராமல் இருப்பதில்லை. ஏனென்றால் பொருள் பாதுகாப்பு. ஒரே ஒரு அரபு பாதுகாப்பை உருவாக்குவதில் அவர்கள் உறுதியாக இருக்க வேண்டும்!

மதச்சார்பற்ற வாய்ப்பு மறுக்கப்பட்ட, பல பிரிவுகள், உட்பிரிவுகள் கொண்ட ஒரு அரசு வம்சாவழி ஆட்சியுடைய அதன் பழக்கப்படுத்தப் பட்ட மதகுருக்கள் தினசரி வாழ்வின் ஒவ்வொரு அம்சத்தாலும் ஆதிக்கம் செலுத்தும் ஒரு சமூகத்தில், அறுபதுகளிலும், எழுபதுகளிலும் ஏராளமான கலகங்கள் நடந்தன. முனிஃப்பின் நாவல்களில் ஒன்றான ‘த ட்ரெஞ்ச்’ சில் (அகழி) மிகவும் தாக்கம் ஏற்படுத்தும் இறுதிக்கட்டம் உள்ளது. இரண்டு புரட்சிகள் திட்டமிடப்படுகின்றன. ஒன்று கோபம் மிக்க இளைஞர்களாலும், இரண்டாவது இரகசியமாக அரண்மனைக்குள்ளும் திட்டமிடப்படுகின்றன. அனைத்துமே

ஊரடங்கு உத்தரவுடன், தெருக்களில் பீரங்கிகளுடன் கண்ணீரில் முடிவடைகின்றன. இளம் புரட்சியாளர்கள் தவறான கலகம் வெற்றி பெற்று விட்டதைக் கண்டு பிடிக்கிறார்கள். இது 1975-ல் அரசர் ஃபைசல் அவரது சொந்த மருமகன் இளவரசர் ஃபைசல் இபின் முசாத்தால் கொல்லப்படுவதைக் குறிப்பிடுகிறது. பத்து வருடங்களுக்கு முன்னர் இபின் முசாத்தின் சகோதரரும் தீவிர வஹாபியானவருமான இளவரசர் காலித் நாட்டுக்குள் தொலைக்காட்சி வருவதை எதிர்த்துப் பொது இடத்தில் போராட்டம் நடத்தினார். சவுதி போலீஸார் அவரது வீட்டுக்குள் புகுந்து அவரைச் சுட்டுக் கொன்றனர். இன்றுவரை இளவரசர் காலித் தீவிர நம்பிக்கையாளர்களால் போற்றப்படுகிறார். இருபது ஆண்டுகளுக்குப் பிறகு தாலிபான் அரசு அவர்களது தனிப்பட்ட வகையில் கொல்லப்பட்ட இளவரசருக்கு ஆஃப்கானிஸ்தானில் தொலைக்காட்சிப் பெட்டிகளை பொது இடத்தில் தூக்கிலிட்டும், ஆடியோ, வீடியோ கேசட்டுகளை தெருவில் சொக்கப்பனை கொளுத்தியும் மரியாதை செய்தனர். துரதிர்ஷ்டவசமாக இந்த எதிர்ப்பு 'ஊமையாக்குவதற்கு எதிராக' அல்ல.

ஆனால் வஹாபியிசம் சவுதி அரேபியாவின் அரசு மதமாக இருந்து வருகிறது. உலகின் மற்ற பகுதிகளிலுள்ள தீவிரவாதத்துக்கு உதவ பெட்ரோ டாலர்களை இறக்குமதி செய்கிறது. சோவியத் யூனியனுக்கெதிரான போரின் போது, பாகிஸ்தானிய இராணுவ உளவுத்துறை சவுதி இளவரசரை ஆஃப்கானிஸ்தானில் ஜிகாத்தை வழி நடத்துமாறு கோரியது. யாரும் தாமாக முன்வராததால் சவுதி மன்னர் குடும்பத்துக்கு நெருங்கிய ஒரு பணக்காரக் குடும்பத்து வாரிசை சவுதி தலைவர்கள் பரிந்துரைத்தனர். ஓசாமா பின் லேடன் பாகிஸ்தான் எல்லைக்கு அனுப்பப்பட்டு ஜனாதிபதி கார்ட்டரின் தேசியப் பாதுகாப்பு ஆலோசகர் ஸ்பிகனேவ் பிரெஸென்ஸ்கி ஜிஹாத்துக்கு வெளிப்படையாக ஆதரவு தெரிவித்த நேரத்தில் சரியாக வந்து சேர்ந்தார். மேற்கத்திய ஆதரவு விடுதலைப் போராட்ட வீரராக அவரது முதல் செயல்களில் ஒன்று இருபாலார் பள்ளி ஒன்றைத் தாக்கி அதனைத் தீக்கிரையாக்கி, மண்ணோடு மண்ணாக்கி, அதன் தலைமையாசிரியரைக் கொன்று வயிற்றைக் கிழித்துப் போட்டதாகும்.

பாகிஸ்தானில் தாலிபான்களால் உருவாக்கப்பட்ட மதப்பள்ளிகளுக்கு சவுதிகளால் நிதியளிக்கப்பட்டது. அங்கு வஹாபி தாக்கம் வலுவாக இருந்தது. 2000-த்தில் பழமையான புத்தாக்களைத் தகர்க்க முடிவெடுத்தபோது பண்டைய குவோம், அல்அஸார் கலாசாலைகள் இஸ்லாம் பொறுமை காக்கும் தன்மையுடையது என்று கூறி அதனைக் கைவிடுமாறு கோரின. சவுதி நாட்டிலிருந்து

வந்த வஹாபி பிரதிநிதிக்குழு தாலிபான்களிடம் தமது திட்டத்தை நடத்தி முடிக்குமாறு ஆலோசனை கூறியது. அவர்களும் செய்து முடித்தார்கள். முஸ்லிம்கள், முஸ்லிம்களல்லாதோர், எல்லா எதிரிகள் மீதும் நிரந்தர ஜிகாதை நடத்துமாறு வஹாபிக்களின் வலியுறுத்தல், பின்பு காபூலைக் கைப்பற்றிய இளைஞர்களிடம் ஆழமான வடுவை ஏற்படுத்தவிருந்தது. அந்த நாட்களில் அமெரிக்காவின் அணுகுமுறை ஆதரவளிப்பதாக இருந்தது. கிறித்தவக் கொள்கையால் கொதித்துக் கொண்டிருந்த ரிபப்ளிகன் கட்சி இந்த விஷயத்தில் எந்த ஆலோசனையும் அளிக்க முடியவில்லை. கிளிண்டன், பிளேர் இருவருமே தமது மதமான கிறிஸ்தவத்தை விளம்பரப்படுத்திக் கொள்வதில் ஆவலுடன் இருந்தனர். இவையனைத்துமே பிரேசிலிலும் மற்ற லத்தீன் அமெரிக்கப் பகுதிகளிலும் வலுவாக இருந்த, ஆன்மிக அடக்குமுறையால் அதிகம் சுமையேற்றுவதற்கெதிராக ஏழைகள் ஒன்றுபட்டுத் தடுக்கவும் உதவிய உண்மையான தீவிர விடுதலைத் தத்துவ அலைகளிலிருந்து (Radical liberation theology) மிகவும் தள்ளியிருந்தன.

சோவியத் வீழ்ச்சிக்குப் பிறகு, சவுதியில் உள்நாட்டு எதிர்ப்பு மதக்குழுக்கள் ஆதிக்கம் செலுத்தின. இந்த முக்கிய வஹாபிக்கள் இப்போது சவுதி, அமெரிக்காவின் தொடர்பால் சீரழிவதாகப் பார்த்தனர். மற்றவர்கள் பாலஸ்தீனத்தை ரியாத் பாதுகாக்கத் தவறியதால் விரக்தியடைந்தனர். வளைகுடாப் போருக்குப் பிறகு நாட்டில் அமெரிக்கச் சிப்பாய்களை நிலைகொள்ளச் செய்தது தளங்களிலும், சிப்பாய்கள் மீதும் பயங்கரவாதத் தாக்குதல் நடத்துவதற்கு அறிகுறியாகியது. இவையெல்லாம் சவுதிகளின் உத்தரவால் நடந்தன. ஆனால் அமெரிக்காவை சமாதானப்படுத்துவதற் காகச் சிலசமயம் பாகிஸ்தானியர்களும் பிலிப்பினோ அகதிகளும் குற்றம் சாட்டப்பட்டுக் கொல்லப்பட்டனர்.

வஹாபி ஆக்டோபஸின் கொடுக்குகளை வெட்ட ஆஃப்கானிஸ்தானுக்கு அனுப்பப்பட்ட தாக்குதல் படை வெற்றி பெறலாம், அல்லது பெறாமல் போகலாம். ஆனால் அதன் தலை சவுதி அரேபியாவில் பாதுகாப்பாக, எண்ணெய் வயல்களைப் பாதுகாத்துக் கொண்டு, புதிய ஆயுதங்களை சேர்த்துக் கொண்டு, அமெரிக்கச் சிப்பாய்களாலும், டஹ்ரானில் USAF தளத்தாலும் பாதுகாக்கப்படுகிறது. சவுதி மன்னராட்சியின் விதியிலிருந்து தனது முக்கிய நலன்களை வாஷிங்டன் விடுவிக்கத் தவறுவது மேலும் பதில் தாக்குதலுக்கு இட்டுச் செல்லக்கூடும். ஜூன் 1999-ல் ஃபாதின் இணக்கமற்ற சகோதரர் இளவரசர் தலால் பின் அப்துல் அஜீஸ் தலைமுறை மாற்றம் ஏற்றுக்கொள்ளப்படாவிட்டால் ஒரு

கடுமையான அதிகாரப் போராட்டம் நாட்டைப் பிளந்து விடக்கூடும் என்று எச்சரித்தார். அவர் நவீனமயத்தையும், பெண்களுக்கு உரிமைகள் கொடுப்பதையும், அனைவருக்கும் நல்ல கல்வியளிப்பதையும் ஆலோசனைகளாக முன்வைத்தார். ஆனால், அவர் கண்டு கொள்ளப்படவில்லை.

அறுபதுகளின் முற்பகுதியில், நாஸரால் தாக்கம் பெற்ற தலால் புரட்சிகரமான மாற்றங்களுக்காகக் குரல் கொடுத்தார். ‘சுதந்திர இளவரசர்கள்’ இயக்கத்தைக் கட்டிய அவர் அந்தப் போராட்டத்தில் தோல்வியுற்றுத் தானே கெய்ரோவுக்கு இடம் பெயர்ந்து விட்டார். இப்போதைய பட்டத்து இளவரசரான அப்துல்லா அன்று சீர்திருத்தம் குறித்த பேச்சுக்கு ஆத்திரத்துடன் பதிலளித்தார்.[100]

சவுதி அரேபியாவில் ஜனநாயக சுதந்திரத்தைப் பாதுகாக்கும் அரசியலமைப்புச் சட்டம் இல்லையென தலால் குற்றம் சாட்டுகிறார். ஆனால் சவுதி அரேபியாவுக்கு, மனிதர்களாலல்ல, அல்லாவால் ஊக்குவிக்கப்பட்ட அரசியலமைப்புச் சட்டம் உள்ளதென்பது தலாலுக்கு முழுவதுமாகத் தெரியும். எந்த அநீதியும் நடந்து விட அனுமதிக்க குரானில் சிறிதளவாவது இடமும் இருக்குமென ஒரு அராபியராவது நம்புவார்கள் என நான் நம்பவில்லை. சவுதி அரேபியாவில் உள்ள எல்லா சட்டங்களும், ஒழுங்குமுறைகளும் குரானால் ஊக்குவிக்கப்பட்டவை. சவுதி அரேபியா இத்தகைய அரசியலமைப்புச் சட்டத்தை வைத்திருப்பதில் பெருமையடைகிறது... சோஷலிஸம் குறித்த தலாலின் வார்த்தைகளைப் பொறுத்தவரை இடதுசாரி அல்லது வலதுசாரி சோஷலிஸம் என்று எதுவுமில்லை; உண்மையான சோஷலிஸம் என்பது குரானால் வகுக்கப்பட்ட அரபு சோஷலிஸம்தான். தலால் ஜனநாயகம் குறித்து நிறையப் பேசினார். உலகில் ஏதாவது உண்மையான ஜனநாயகம் உள்ளதென்றால் அவர் அறிந்தவரை அது சவுதி அரேபியாவில் உள்ளதுதான்.

தலாலுக்கு உண்மையான உலகமயம் என்பது குரான் வகுத்த அரபு உலகமயம்தானென்பதும் தெரியுமென்று ஒருவர் கற்பனை செய்கிறார். ஆனால் காலம் மாறிவிட்டது. அவர்கள் ஏதாவது செய்யா விட்டால், நிறைவடையும் அடிப்படைவாதங்களால் அவர்களுக்கு ஏதாவது நடந்துவிடுமென்று சவுதி ஆட்சியாளர்களுக்குத் தெரியும். ஒசாமாவிடம் அனுதாபம் கொண்ட தீவிரக் குழுக்கள் ஆட்சியைப் பிடிக்கும் அல்லது அமெரிக்கா முன்கூட்டியே நடவடிக்கை எடுக்கும். அதாவது தீபகற்பம் பால்கன் மயமாகும் என்பது பொருள். சுருக்கமான திட்டம் என்பது புனித நகரங்களான ஹிஜாஸை ஜோர்டானிய ஹஷிமைட்டுகளின் பொறுப்புக்கு விட்டுவிடுவது.[101]

முகமதின் நேரடி வாரிசுகளான அவர்கள் புதிய உள்ளூர் வஹாபிகளற்றோருடன் எண்ணெய் வளம் மிக்க புதிய தேசத்தை உருவாக்குவார்கள். அது ஒரு ஆபத்தான தேர்வு. மற்ற அதிகார மையங்களும், எண்ணெய்க் கம்பெனிகளும் எண்ணெய் வயல்களுக்கு உரிமை பெற பல பிரிவுகளை ஆதரித்ததால் அது அந்தப் பிரதேசத்தில் மட்டுமல்லாது, உள்நாட்டுப் போர்களைக் கிளப்பிவிடக் கூடிய தேர்வாகும்.

செப்டம்பர் 11-ல் தீவிர நிலையும், போரும் துவக்கப்பட்ட இரண்டாவது முஸ்லிம் நாடு பாகிஸ்தான். புதிய ஆயிரமாண்டின் துவக்கத்தில் பாகிஸ்தான் ஒரு தோல்வியுற்ற நாடு. அதன் கல்விமுறை செயல்படவில்லை, அதன் ஆரோக்கிய சேவைகள் எப்போதையும் விட மோசமாக இருந்தன. அரசியல்வாதிகளும், அவர்களது வாடிக்கையாளர்களும் அரசுடைமை வங்கிகளுக்குப் பல கோடி ரூபாய்களை பாக்கி வைத்திருந்தார்கள். நாட்டின் பல பகுதிகளில் சட்டம் ஒழுங்கு சீர்கேடடைந்திருந்தது. வெளிநாட்டு முதலீடு எப்போதையும் விடக் குறைவாக இருந்தது. அதற்கு முந்தைய பத்தாண்டுகளில் சன்னி, ஷியா பிரிவு அடிப்படைவாத ஆயுதந்தாங்கிய குழுக்களிடையே ஏற்பட்ட மோதல்கள் 5000 மக்களின் சாவை நோக்கி இட்டுச் சென்றது. பெண்களின் நிலை ஒவ்வொரு அம்சத்திலும் தாழ்ந்தது: ஆரோக்கியம், கல்வி, சட்டநிலை, வெளியே புகார் கூறப்பட்ட பாலியல் வன்புணர்வுகளின் எண்ணிக்கை பெரிய அளவில் அதிகரிப்பு.

ஒரு பாதுகாப்பான துறை இராணுவம். 1998 அணுசக்தி சோதனையைத் தொடர்ந்து இந்திய அரசு 1999 பட்ஜெட்டில் பாதுகாப்புக்குப் பத்து பில்லியன் டாலரை ஒதுக்கியது. பாகிஸ்தான் 3.3 பில்லியன் டாலரை ஒதுக்கிப் போட்டியிட்டது. இது கல்விக்கும், ஆரோக்கியத்துக்கும் சேர்த்து பட்ஜெட் ஒதுக்கீட்டை விட 150 மடங்கு அதிகமாகும். 1994- லிருந்து பாகிஸ்தான் முழுமையாக எக்ஸோசெட் ஏவுகணைகள் தாங்கிய மூன்று State - of - the art நீழ்மூழ்கிக் கப்பல்களை வாங்க 1.1 பில்லியன் டாலரைச் செலவு செய்தது. பொருளாதார நிபுணர்கள் இரண்டு அணு ஆயுத சக்திகளும் தமது அணு ஆயுதங்களைப் பராமரிக்க அடுத்த பத்தாண்டுகளில் 15 பில்லியன் டாலர்களைச் செலவிட வேண்டியிருக்கும் என்று கணித்துள்ளனர். ஒரு அறிக்கை இந்தத் தொகையானது தெற்காசியாவில் கைவிடப்பட்ட 37.5 லட்சம் குழந்தைகளுக்குக் கல்வியளிக்கவும், தேவையான சத்துணவு அளிக்கவும் போதுமானது என்று கூறியுள்ளது.[102]

இதுதான் 'சுதந்திரம் அளிக்கும் நடவடிக்கையில்' இராணுவ அதிகாரிகள் நிர்பந்தமாய்த் திணிக்கப்பட்ட பாகிஸ்தான், அந்த

நடவடிக்கை தனது அளவை ஏற்கெனவே கடந்து நீடித்துவிட்டது. இதனை அமெரிக்கத் தூதர் நீக்ரோபோன்ட் பாதுகாப்புச் சபையிடம் எல்லையற்ற போர் என்று அறிவித்தார்: மற்ற அமைப்புகள், நாடுகளைப் பொறுத்தவரை நமது சுய பாதுகாப்புக்கு அதிகச் செயல்பாடு தேவை என்பதை நாம் காணக்கூடும்!

வேறு எந்த நாட்டுக்காவது ஐ.நா.விடம் தாம் யாரையும் எப்போதும் தாக்கும் உரிமையை வைத்திருப்பதாகக் கூறதுணிச் சலுண்டா? பாதுகாப்பு சபை எந்த எதிர்ப்பையும் காட்ட முயலவில்லை. இவையனைத்தும் அமெரிக்க ஜனாதிபதி காங்கிரசிடம் அறுபது வெவ்வேறு நாடுகளில் இருப்பதாகக் கூறிய பல்லாயிரக்கணக் கான பயங்கரவாதிகளிடம் போராடுவதற்காக என்ற பெயரில் நடத்தப்பட்டன. அல் கொய்தா அதே அளவிலான மற்றொரு தாக்குதலை நடத்தும் திறனுடன் இல்லையென்பது போரின்போது தெரிய வந்தது. அவர்களுக்கு ஆஃப்கன் நகரங்கள், அமெரிக்காவிலோ வடக்கு ஐரோப்பாவிலோ தமது கோபத்தை வெளிப்படுத்தித் தமது வலுவைப் பரிசோதிக்காமல் (அது அவர்களது திறனுக்கு அப்பாற்பட்டதாக இருந்தால் தவிர.) குண்டு வீச்சில் நொறுங்கி விழுவது ஏற்க முடியாதது. இது பலமுறை இந்திய, பாகிஸ்தானிய பத்திரிகைகளில் வலியுறுத்தப்பட்டது. ஆனால் அது தொலைக்காட்சித் திரைகளைப் போரின்போது ஆக்கிரமித்த 'இராணுவ நிபுணர்களுக்குத் தோன்றவில்லை.[103]

போர் துவங்கி நான்கு மாதங்களுக்குப் பிறகு, போரின் முக்கிய நோக்கம் இன்னமும் தொலைதூரத்தில் இருந்தது. ஒசாமா பின் லேடன் பிடிக்கப்படுவதையோ, கொல்லப்படுவதையோ தவிர்த்து விட்டார். தோற்கடிக்கப்பட்ட தாலிபான் அரசின் தலைவர், (போரின் துணை நோக்கம் அவரது கைது.) மூன்று மோட்டார் சைக்கிள்களில் தப்பியும் விட்டார். அந்த நேரத்தில் கவனம் பாகிஸ்தானுக்குத் திரும்பி விட்டது. (சமீபத்தில் பாகிஸ்தானில் நுழைந்த அமெரிக்கப் படைகள் அங்கு பதுங்கியிருந்த பின்-லேடனைச் சுட்டுக் கொன்றுவிட்டன. ஆஃப்கானை நிலைகுலையச் செய்யும் போரின் விளைவுகள் எப்போதுமே இங்குதான் முதலில் உணரப்படும்.

இந்தியாவுக்கும், பாகிஸ்தானுக்கும் இடையிலான இறுக்கம் மிகவும் ஆபத்தான திறனுடையது. பாகிஸ்தான் ஒரு மதச்சார்பற்ற ஜெனரலாலும், இந்தியா ஒரு அடிப்படைவாத இந்து அரசியல்வாதியாலும் ஆளப்படுவது முரண்பாடு. சில வழிகளில் அமைதி ஏற்படுத்திக் கொள்ள சிறந்த கூட்டு. எனினும் ஒரு கட்டத்தில் ஒரு சிறிய போர் இருவருக்கும் பொருந்தும். ஜெனரல் முஷாரஃபுக்கு தான் ஒரு முழுமையான பொம்மையல்ல என்று

நிரூபிக்க முடிந்தது. இந்தியாவின் பிரதம மந்திரி அடல் பிகாரி வாஜ்பாய் அடுத்த தேர்தலை வெல்ல முடிந்தது. ஆனால் ஒரு சிறிய போருக்கு யார் உத்தரவாதம் தர முடியும்?

உண்மை என்னவென்றால் லஷ்கர் இ தொய்பா, ஜெய்ஷ் இ முகமது போன்ற ஜிஹாதி குழுக்களுக்கு நிதியும், பொருட்களையும் அளித்து இந்தியாவின் காஷ்மீருக்குள் பாகிஸ்தான் ஊடுருவ விட்டது மாற்று இராணுவக் கருவியை உருவாக்கி விட்டது. தாலிபானைப் போலவே அதனைக் கட்டுப்படுத்தவியலாது. டிசம்பர் 2001-ல் இந்தக் குழுக்களில் ஒன்று இந்தியப் பாராளுமன்றத்தைத் தாக்கியது தெளிவாக மேலும் தீவிரமான முரண்பாட்டைத் தூண்டி விடுவதற்காகவே. சில ஜிஹாதிக்கள் பாகிஸ்தானை ஒரு பொருட்டாகவே கருதுவதில்லை. அவர்களது நோக்கம் இந்தியாவில் முஸ்லிம் ஆட்சியை மீண்டும் நிறுவுவது. இது பைத்தியக்காரத்தனம்? இதை முஷாரஃப் கட்டுப்படுத்தவில்லையென்றால் போர் மூளும் என வாஜ்பாய் எச்சரித்தார். இங்குதான் செப்டம்பர் 11-க்குப் பிறகு அமெரிக்கா உருவாக்கிய முன்மாதிரி அழிவுக்கு இட்டுச் செல்லக் கூடியதாக உள்ளது. ஏற்கனவே ஜெர்மன், பிரிட்டிஷ் அரசுகள் புடின் அரசுக்கு ஆரோக்கிய சீட்டை கொடுக்க அது முதலிலிருந்தே உபயோகப்பட்டது. செசன்யர்கள் 30,000 பேரின் சாவு, கிரோஸ்னி மண்ணோடு மண்ணாக்கப்பட்டது ஆகியவை போர்க் குற்றமல்ல. ஏனெனில் மேற்கு அவ்வாறு உத்தரவிட்டு விட்டது. அவர்கள் பயங்கரவாதிகளால் வழி நடத்தப்பட்டார்கள். எனவே அது 'அவர்களுக்குத் திரும்பியது..' ருஷ்யாவை விட பொருளாதார அரசியல் ரீதியாக முக்கிய சக்தியாகத் தம்மைப் பார்க்கும் புது தில்லி விரும்பும் இடத்தில் தாக்கும் புதிய குழுவில் இணைய விரும்பியது இயற்கைக்கு மாறானது அல்ல.

அமைதி முயற்சியின் பொறுப்பு இந்தியாவிடம் உள்ளது. அதுதான் பிரதேசத்தில் மிகவும் வலிமையான நாடு. அதன் தலைவர்கள் உலகமயமான நிதிக்கும் அதன் ஏகாதிபத்திய தலைவர்களுக்கும் நாடுகளைப் பிளவுபடுத்துவதுதான் இயல்பான சுபாவமே தவிர இணைப்பதல்ல என்பதைப் புரிந்து கொள்ள வேண்டும். இதனைத் தடுப்பதற்குப் பிரதேச ரீதியிலான கூட்டும் புதிய வகை ஆளுகையும் தேவை. அந்தத் துணைக் கண்டத்தின் முனையிலுள்ள போர் இந்த வகையில் உதவவில்லை. ஆனால் அரசியல்வாதிகளும் ஜெனரல்களும் தமது எதிர்கால சந்ததிகளின் நலன்களைப் பாதுகாப்பதில் தீவிரமாக இருந்தால் முன்கூட்டியே சிந்திக்க வேண்டும். இந்தியாவில் எந்தக் கட்சி ஆட்சியில் இருந்தாலும் தெற்காசியாவில் எந்தச் சவாலுக்கும் அப்பாற்பட்டது. இணையான

வலிமை பெற்ற பக்கத்து நாடு சீனா. ஆனால் அது பக்கத்து நாட்டுடன் சண்டை போட விரும்பவில்லை. ஏன் விரும்ப வேண்டும்? இந்தியாவின் உண்மையான பிரச்சனைகள் தானே உருவாக்கியவை: சாதி முறையை முடிவுக்குக் கொண்டு வர சமூக சீர்திருத்தங்களை முன்னெடுத்துச் செல்ல முடியாமை, காஷ்மீரிகள் சரி செய்ய முடியாத அளவுக்கு அந்நியப்பட்டு விட்டார்கள் என்பதை உணர மறுப்பது, அதன் மொத்தத் தோல்விகளை நியாயப்படுத்த எப்போதும் பழியை மற்றவர் மீது போடுவது. இவற்றைப் போட்டியையும் வகுப்புவாத, இனவாத இறுக்கங்களை உயர்த்தக்கூடிய புதிய தாராளவாதப் பொருளாதாரத்தால் தீர்க்க முடியாது. இந்தத் தருணத்தில் பொருளாதாரமல்ல, அரசியல்தான் தேவையைப் பூர்த்தி செய்ய முடியும். இந்தியா உலக அளவில் செயல்பட முனையும்போது அதன் அரசியல் ஒவ்வொரு நிலையிலான சந்தர்ப்பவாதிகளின் கூட்டுடன் கூடிய தெளிவற்ற குழுவால் கட்டுப்படுத்தப்படுகிறது என்பதுதான் இந்தியாவின் சோகம். ஒருவேளை சிலசமயம் எதிர்காலத்தில் தமது வயிற்றைத் தாண்டிப் பார்க்கக்கூடிய ஒரு இந்திய அரசு எழக்கூடும். அப்படி வந்தால் அதற்கு நான் ஒரு நடுநிலையான, இந்து, முஸ்லிம், கிறித்துவமல்லாத ஒரு வாசகத்தை ஆலோசனையாகக் கூற விரும்புகிறேன். அது டாவோ தத்துவத்திலிருந்து முக்கிய பகுதியான டாவோ டே சிங்கின் தத்துவக் கவிதை.

பெரும் ஆறுகளும், கடல்களும் நூற்றுக்கணக்கான சிறியவைகளின் அரசத்தன்மையை எப்படிப் பெற்றன?

அவை உள்ளதைவிட சிறியதாக இருக்கும் தன்மையால்தான்

அப்படித்தான் அரசத்தன்மையைப் பெற்றன. எனவே ஒரு முனிவன் மக்களுக்கு மேல் உயர, அவர்களை விடக் கீழானவன் என்பதுபோல பேச வேண்டும். அவர்களை வழி நடத்த அவர்களுக்குப் பின்னால் தம்மை நிறுத்த வேண்டும். எனவே அவன் உயரும்போது மக்கள் சுமையாக உணருவதில்லை. அவன் முன்னேறும்போது அவர்கள் காயப்படுவதில்லை.

அடிக்குறிப்பு:

99. கனடா ஒளிபரப்பு கார்ப்ரேஷனின் `Counter Spin` நிகழ்ச்சியில் சார்லஸ் கிரெளதாமருடன் நான் 45 நிமிடங்கள் விவாதித்தபோது அவரது அரசியல் மிகவும் வெறுப்பூட்டுவதாக இருந்தது. ஆனால் அவரது நேர்மை எனக்குத் தெம்பூட்டியது. ஆஃப்கான் போர் அடிப்படையில் 'கொச்சையான பழிவாங்கல் போர்' என நான் கூறியபோது அவர் அதை ஏற்றாலும் போரை ஆதரித்தார். நான் ஆஃப்கான் போரின்போது அமெரிக்காதான் ஒசாமா பின் லேடனை உருவாக்கியது என்று குறிப்பிட்டபோது அதை ஏற்றுக்கொண்டு, அன்று சோவியத் யூனியனைத் தோல்வியடையச் செய்ய அது தேவையாக இருந்ததென்று வாதிட்டார். நியூயார்க்கில் பலர் மன்னிப்புக் கோருவதைப் பாராட்டுவர் என

நான் ஆலோசனை கூறியபோதும், (அது எதற்கும் அவர் மன்னிப்புக் கேட்கத் தயாராக இல்லை.) அதுமட்டுமின்றி திருவாளர்கள் பிளேர், ஸ்க்ரோடர், பிஷர் மற்றும் பலவித ஐரோப்பிய சமூக ஜனநாயகவாதிகளின் மேல்பூச்சு, ‘மனிதாபிமான’ விவகாரத்தை ஒப்பிடும்போது கிரௌதாமர் பெரும் ஆறுதலாக இருந்தார்.. அக்டோபர் 12, 2001-ல் அவரது ‘வாஷிங்டன் போஸ்ட்’ பகுதியில் எழுதியிருந்தார். ‘அந்த வேசிமகன்கள் நம்மில் 5000 பேரைக் கொன்றுவிட்டதால் நாம் போராடுகிறோம். நாம் அவர்களைக் கொல்லா விட்டால் அவர்கள் திரும்பி வந்து நம்மைக் கொன்று விடுவார்கள். இது ஒரு பழிவாங்கல் மற்றும் தடுப்புப் போர்... எனவே தாராளவாதிகளின் பேச்சு வெளிநாட்டினரின் கொள்முதலுக்காக இருக்க வேண்டும்! அது சவுதி அரேபிய மன்னர் போன்ற மிதவாத முஸ்லிம்களுக்கும், பிரிட்டிஷ் பிரதமர் போன்ற மிதவாத கிறிஸ்தவர்களுக்கும் கூறப்பட்டது. அவர்களிருவருமே ஒரு நம்பிக்கை கல்வியில் வலுவான நம்பிக்கை உடையவர்கள்.

101. (செப்டம்பர் 11-க்குப் பிறகு இறந்துவிட்ட அரசர் ஹுசைனின் சகோதரர் இளவரசர் ஹஸன் அவரது குடும்பம் அந்தப் பிரதேசத்தில் அவர்கள் வம்சாவளிப் பொறுப்புக்களை ஏற்கத் தயாராக இருப்பதாகக் கூறினார்.

102. (தெற்காசியாவில் மனிதவளம், ஆக்ஸ்போர்டு, 1999.

103 9, நவம்பர் 2001 Front line, இஜாஸ் அகமது காண்க. தெற்காசியாவில் மிகவும் விமர்சனப் பூர்வமான இதழான அது அமெரிக்காவில் அதன் சகாக்களை வெட்கித் தலைகுனிய வைக்கிறது.

22

ஒரு இளம் முஸ்லிமுக்குக் கடிதம்

அருமை நண்பனே:

நவம்பர் 2001-ல் ஒரு போர் எதிர்ப்புக் கூட்டத்துக்குப் பிறகு (அது கிளாஸ்கோ என்று நினைவு) நீ என்னை அணுகி நான் நம்பிக்கையுள்ளவனா என்று கேட்டதை நினைவுபடுத்திக் கொள். நான் 'இல்லை' யென்று பதிலளித்ததும் நீ காட்டிய அதிர்ச்சியையோ, உனது நண்பனின் விமர்சனக் குறிப்பையோ (எமது பெற்றோர் உமக்கெதிராக எச்சரித்தனர்) அல்லது நீங்கள் இருவரும் அம்புகளைப் போல் என் மீது வீசிய கேள்விகளையோ நான் மறக்கவில்லை. அவையெல்லாம் என்னைச் சிந்திக்க வைத்தன. இந்தச் சிறிய புத்தகம், உங்களுக்கும் ஐரோப்பா, வட அமெரிக்காவின் பிற இடங்களிலும் உங்களைப் போலவே அதே போன்ற கேள்விகளை எழுப்பியவர்களுக்கும் எனது பதில். அது மிகவும் அதிகமாக வரலாற்றுடன் கலந்துள்ளது. ஆனால் அது போதுமானதென்று நான் நம்புகிறேன். நாம் பேசும்போது, மதத்தின் மீதான எனது விமர்சனமும், அதனைத் தமது அரசியல் நோக்கங்களுக்காகப் பயன்படுத்துவோர் மீதான எனது விமர்சனமும் பொது இடத்தில் சாமர்த்தியமாகப் பேசும் விஷயமல்ல. சுரண்டுபவர்களும், திரிப்பவர்களும் எப்போதும் மதத்தைத் தாம் மற்றவர்களை விட ஒழுக்கமுடையவர் என்பது போல் தமது சொந்த சுயநல நோக்கங்களை முன்னெடுத்துச் செல்ல உபயோகித்துள்ளனர். இது முழுக் கதையல்ல என்பதுதான் உண்மை. உலகின் பல பகுதிகளில் ஆழமான நேர்மையான மதப்பற்றுள்ள மக்கள் இருக்கிறார்கள் என்பது உண்மைதான். அவர்கள் ஏழைகளின் பக்கத்திலிருந்து உண்மையாகப் போராடுகிறார்கள். ஆனால் பொதுவாக முறையாகத் திரட்டப்பட்ட மதத்துடன் தாமே முரண் பட்டு நிற்கிறார்கள். கத்தோலிக்க தேவாலயம் தொழிலாளியையோ, விவசாயப் பாதிரியாரையோ அடக்கு முறைக்கெதிராக ஒன்று திரட்டியதற்காகப் பழிவாங்கியது. இரானிய அயத்துல்லாக்கள் சமூக

மாற்றத்துக்கு ஆதரவாகப் பிரச்சாரம் செய்த முஸ்லிம்களிடம் கடுமையாக நடந்து கொண்டனர்.

இந்த முற்போக்கு இஸ்லாம் மனித இனத்துக்கு முன்னேற்ற வழியென்று நான் உண்மையிலேயே நம்பினால், நான் அதைப் பொது இடத்தில், அதன் விளைவு எதுவாக இருந்தாலும் கூறத் தயங்க மாட்டேன். உனது நண்பர்கள் பலர் 'ஒசாமா' என்ற பெயரை உச்சரிக்க விரும்புவது எனக்குத் தெரியும். செப்டம்பர் 11, 2001-க்கு அவர்கள் மகிழ்ச்சியடைந்தார்கள் என்பதும் எனக்குத் தெரியும். அவர்கள் தனியாக இல்லை. அது உலகம் முழுவதும் நடந்தது. ஆனால் அதற்கு மதத்துடன் செய்ய ஒன்றுமில்லை. ஒரு ஆசிரியர் ஒசாமாவை விமர்சித்தபோது வெளிநடப்பு செய்த அர்ஜெண்டினா மாணவர்களை நானறிவேன். ஒரு ருஷ்ய விடலைப் பையன் நியூயார்க்குக்கு வெளியே வாழ்ந்த ருஷ்ய பெற்றோரின் மக்களான தனது ருஷ்ய நண்பர்களுக்கு 'வாழ்த்துக்கள்' என்று ஒரே வரியில் இமெயில் கொடுத்ததையும் அதற்கு அவர்கள், 'நன்றி, அது பிரமாதமாக இருந்தது' என்று பதில் கொடுத்ததையும் நானறிவேன். அரசாங்கம் விதித்த இரண்டு நிமிட மௌன அஞ்சலியைக் கால்பந்து போட்டிகளின்போது கடைப்பிடிக்க மறுத்து, மாறாக மௌனத்தை அமெரிக்க எதிர்ப்புக் கோஷங்களால் கலைத்த கிரேக்கக் கூட்டங்களைப் பற்றியும் நாம் பேசியது நினைவிருக்கிறது.

ஆனால் இது எதுவும் நடந்ததை நியாயப்படுத்தவில்லை. பிறர் பொருட்டான இந்த மகிழ்ச்சிக்குப் பின்னிருப்பது வலிமை உணர்வல்ல, மாறாகக் கடுமையான பலவீனம். இந்தோசீனா மக்கள் மற்ற எந்த முஸ்லிம் நாட்டையும் விட அமெரிக்க அரசின் கையில் துயரடைந்தனர். முழுமையாகப் பதினைந்து ஆண்டுகள் குண்டு வீச்சுக்குள்ளாகி லட்சக்கணக்கான பேரை இழந்தனர். அவர்கள் அமெரிக்கா மீது குண்டு வீசுவதை நினைத்துக் கூடப் பார்த்திருப் பார்களா? கியூபர்களோ, சிலிக்காரர்களோ, பிரேசிலியர்களோ கூட அப்படி நினைக்கவில்லை. கடைசி இருவரும் உள்நாட்டில் அமெரிக்கா திணித்த இராணுவ அரசுகளை எதிர்த்துப் போராடி இறுதியில் வென்றனர். இன்று, மக்கள் அதிகாரமற்றவர்களாக உணர்கின்றனர். எனவே அமெரிக்கா தாக்கப்பட்டதும் அவர்கள் கொண்டாடுகின்றனர். இந்தச் செயலால் எதை வெல்லமுடியும், என்ன விளைவுகள் ஏற்படும், யார் அதனால் பயனடைவார்கள் என்று அவர்கள் கேட்பதில்லை. அவர்களது பதில் வினையும்கூட நிகழ்ச்சியைப் போன்றே தூய்மையான குறியீடுதான்.

ஒசாமாவும் அவரது குழுவும் ஒரு அரசியல் இறுதி முனையை அடைந்து விட்டனர் என நான் நினைக்கிறேன். அது ஒரு

பிரமாதமான காட்சி, ஆனால் அதிகமில்லை. அமெரிக்கா ஒரு போரால் பதிலளித்ததன் மூலம், நடவடிக்கையின் முக்கியத்துவத்தை அதிகரித்து விட்டது. ஆனால் அதுகூட எதிர்காலத்தின் தெளிவற்ற நிலையிலிருந்து அதனைக் காப்பாற்றுமா என்பது எனக்கு சந்தேகம்தான். இந்த நூற்றாண்டின் வரலாற்றின் அடிக்குறிப்பாக அது இருக்கும். வேறொன்றும் அதிகமில்லை. அரசியல், பொருளாதார, இராணுவ வார்த்தைகளில், அது வெறும் ஊசிக்குத்தல்தான்.

இஸ்லாமிஸ்டுகள் எதை அளிக்க விரும்புகிறார்கள்? பழைய காலத்துக்கான வழியை, நல்லவேளையாக ஏழாவது நூற்றாண்டு மக்களுக்கு இல்லாத ஒன்றை அளிக்க விரும்புகிறார்களா? 'ஆஃப்கான் எமிரேட்' போன்ற ஒரு மாதிரியை அவர்கள் உலகின் மீது திணிக்க விரும்பினால், பெருமளவு முஸ்லிம்கள் அவர்களை எதிர்த்து ஆயுதம் ஏந்துவார்கள். ஒசாமாவோ, முல்லா ஒமரோ இஸ்லாத்தின் எதிர்காலத்தைப் பிரதிநிதித்துவப்படுத்துவதாகக் கற்பனை கூட செய்யாதே. அப்படி நடக்குமானால், நாம் இருவருமே பகிர்ந்து கொள்ளும் கலாசாரத்துக்கு அது பேரழிவாக முடியும்.

நீ அந்த நிலைகளில் வாழ விரும்புகிறாயா? உன்னுடைய தமக்கை, உன்னுடைய தாய் அல்லது நீ காதலிக்கும் பெண் பொதுப் பார்வையிலிருந்து மறைக்கப்படுவதையோ, ஒரு பிணத்தைப் போல துணியால் மறைக்கப்பட்டுத்தான் வெளியே வர அனுமதிக்கப் படுவதையோ நீ பொறுத்துக் கொள்வாயா? நான் உன்னிடம் நேர்மையாக இருக்க விரும்புகிறேன். நீ சமீபத்திய ஆஃப்கான் போரை எதிர்த்தாய். பெரிய சக்திகள் அரசுகளைத் தமது நலன்கள் பாதிக்கப்படும்போதெல்லாம் மாற்றும் உரிமையை நான் ஏற்கவில்லை. ஆனால் தமது தாடியை மழித்துக் கொண்டு வீட்டுக்குத் திரும்ப ஓடிய தாலிபான்களுக்காக நான் ஒரு சொட்டுக் கண்ணீரும் விடவில்லை. அதற்கு அர்த்தம் கைப்பற்றப்பட்டவர்கள் ஜெனிவா ஒப்பந்தத்துக்கெதிராக மிருகங்களைப் போல் நடத்தப்படுவதையோ, அடிப்படை உரிமைகள் கூட மறுக்கப்படுவதையோ நான் ஏற்கவில்லை என்பதேயாகும். ஆனால் நான் இந்தப் புத்தகத்தில் பிறிதொரு இடத்தில் வாதிட்டது போல் பேரரசின் அடிப்படை வாதத்துக்கு இன்று இணையே இல்லை. அவர்கள் எந்த ஒப்பந்தத்தையும், சட்டத்தையும் விருப்பம்போல மீறலாம்.

அவர்கள் ஆஃப்கானிஸ்தானில் நடத்திய சட்ட விரோதப் போருக்குப் பிறகு அவர்கள் கைப்பற்றிய கைதிகளைத் தவறாக நடத்துவதற்குக் காரணம் உலகின் முன் தமது அதிகாரத்தை வலியுறுத்துவதே ஆகும். எனவேதான் அவர்கள் கியூபாவை அவர்களது சொந்த மண்ணிலேயே கேவலமான வேலைகளைச்

செய்வதன் மூலம் வெறுப்பூட்டுகிறார்கள். சிங்கத்தின் வாலை முறுக்கும் மற்றவர்களுக்குத் தண்டனை கடுமையாக இருக்கும் என்று எச்சரிக்கிறார்கள். பனிப்போரின் போது சி.ஐ.ஏ.வும் அவர்களது தனிப்பட்ட நியமன உறுப்பினர்களும் லத்தீன் அமெரிக்காவின் பல பகுதிகளில் அரசியல் கைதிகளைச் சித்திரவதை செய்ததும், பாலியல் வன் புணர்வுக்கு ஆளாக்கியதும் எனக்கு நன்றாக நினைவுள்ளது.

இதுதான் அவர்களில் ஒரு சி.ஐ.ஏ. தள அதிகாரி பிலிப் ஏஜியை வெளிநடப்புச் செய்ய வைத்து அவர்கள் லத்தீன் அமெரிக்காவில் என்ன செய்து கொண்டிருக்கிறார்கள் என்பதை 'கம்பெனிக்குள்' என்ற பெயரில் எழுத வைத்தது. வியட்னாம் போரின்போது அமெரிக்கா பெரும்பாலான ஜெனிவா ஒப்பந்தங்களை மீறியது. அவர்கள் கைதிகளைச் சித்திரவதை செய்து கொன்றார்கள். பெண்களை பலாத்காரம் செய்தார்கள். கைதிகளை ஹெலிகாப்டரிலிருந்து தரையிலோ தண்ணீரிலோ தூக்கிப் போட்டுக் கொன்றார்கள். இவையெல்லாமே சுதந்திரத்தின் பேரால் நடந்தது. மேற்கில் பல பேர் 'மனிதாபிமான தலையீடுகளை' நம்புபவர்கள். அவர்கள் இத்தகைய செயல்களால் அதிர்ந்து போனார்கள். ஆனால் கடந்த நூற்றாண்டில் பேரரசு இழைத்த குற்றங்களுக்கு இது மிகவும் சாதாரணமானது.

செப்டம்பர் 11-க்குப் பிறகு எமது மக்கள் பலரை நான் உலகின் பல பகுதிகளில் சந்தித்தேன். அவர்களிடம் ஒரு கேள்வி மீண்டும் மீண்டும் கேட்கப்படுகிறது. 'முஸ்லிம்களாகிய நாம் இதைச் செய்யுமளவுக்குத் தந்திரமானவர்கள் என நினைக்கிறீர்களா?' நான் எப்போதுமே 'ஆம்' என்று பதிலளிப்பேன். பிறகு யார் இதற்குப் பொறுப்பு என நினைக்கிறீர்கள் என நான் கேட்டேன். அதற்கு பதில் 'இஸ்ரேல்' என்பதாக இருக்கும். ஏன்? 'நம்மைச் சிறுமைப்படுத்தி நமது நாடுகளை அமெரிக்காவை விட்டுத் தாக்க வைப்பதற்காக! நான் அவர்கள் விரும்பும் கற்பனையை மெதுவாக வெளிப்படுத்துவேன். ஆனால் இந்த பேச்சுக்கள் என்னை வருத்தடையச் செய்கின்றன. ஏன் இத்தனை முஸ்லிம்கள் இந்த மந்தத் தன்மையில் மூழ்கி விட்டார்கள்? ஏன் இத்தனை சுய வருத்தத்தில் உழல்கிறார்கள்? ஏன் அவர்களது வானம் எப்போதுமே அதிகமாக இருண்டுள்ளது? ஏன் எப்போதுமே மற்றவர்கள் மீதே குற்றம் சாட்டுகிறார்கள்? சிலசமயம் நாம் பேசும்போது அவர்கள் உண்மையிலேயே பெருமைப்படக் கூடிய ஒரே ஒரு முஸ்லிம் நாடு கூட இல்லையென்று தோன்றும். தெற்காசியாவிலிருந்து பிரிட்டனில் குடியேறியவர்கள் சவுதி அரேபியாவை விடவோ, வளைகுடா நாடுகளை விடவோ நன்றாக நடத்தப்படுகிறார்கள். இங்குதான் ஏதாவதொன்று நடக்க வேண்டும்.

அரபு உலகம் ஒரு மாற்றத்துக்காக ஏங்குகிறது. பல ஆண்டுகளாக இராக்கியரிடமும், சிரியர்களிடமும், சவுதிக்களிடமும், எகிப்தியர்களிடம், ஜோர்டானியர்களிடம், பாலஸ்தீனர்களிடம் விவாதிக்கும் போது இதே கேள்விகள்தான் கேட்கப்பட்டன. அதே பிரச்சனைகள் மீண்டும் மீண்டும் வருகின்றன. நாம் மூச்சுத் திணறிக் கொண்டிருக்கிறோம். நம்மால் ஏன் மூச்சு விட முடியவில்லை? அனைத்தும் நிலையாக இருப்பதாகத் தோன்றுகிறது. நமது பொருளாதாரம், நமது அரசியல், நமது அறிவு ஜீவித் தன்மை, இவையனைத்துக்கும் மேலாக, நமது மதம். பாலஸ்தீனம் தினமும் துயருறுகிறது. மேற்கு எதுவும் செய்வதில்லை. நமது அரசுகள் இறந்துவிட்டன. நமது அரசியல்வாதிகள் ஊழலில் சிக்கியுள்ளார்கள். நமது மக்கள் நிராகரிக்கப்பட்டுள்ளார்கள். சிலர் இஸ்லாமியவாதி களுக்குச் செவிசாய்க்கிறார்கள் என்பது ஆச்சரிய மூட்டுகிறதா? இந்த நாட்களில் வேறு யார் ஏதாவது அளிக்கிறார்கள்? அமெரிக்கா? அது சின்னஞ்சிறிய கத்தாரில் கூட ஒரு எளிய காரணத்துக்காக ஜனநாயகத்தை விரும்பவில்லை. நமது சொந்த அரசை நாம் தேர்ந்தெடுத்து விட்டால் அவர்கள் அமெரிக்கா தமது தளங்களை மூடுமாறு கேட்கக் கூடும். அப்படிச் செய்யுமா? அவர்கள் ஏற்கனவே அல்ஜஸீரா தொலைக்காட்சியை வெறுக்கிறார்கள். ஏனெனில் அது அவர்களிடம் வேறு முன்னுரிமைகளை வைத்துள்ளது. அரபு பிரமுகர்களிடம் லஞ்சம் குறித்து அல்ஜஸீரா தாக்கியபோது எல்லாம் நன்றாக இருந்தது. டாமி ஃப்ரீட்மேன் 'நியூயார்க் டைம்ஸி'ல் முழுக்கட்டுரையையே அல் ஜஸீரா'வை எழுதுவதற்காக ஒதுக்கினார். அரபு உலகில் ஜனநாயகம் நுழைவதற்கான அறிகுறியாக அதைப் பார்த்தார். இனியும் இல்லை. ஜனநாயகமென்றால் வேறு விதமாகச் சிந்திக்கும் உரிமை பெற்றதென்பதால் அல் ஜீரா ஆஃப்கான் போர் குறித்து அமெரிக்க ஊடகங்களால் காட்டப்படாத படங்களைக் காட்டியது. புஷ்ஷும், பிளேரும் இந்த நட்பற்ற ஒளிபரப்புக்களை நிறுத்துமாறு அல்டாரை நிர்பந்தித்தன. மேற்கைப் பொறுத்தவரை ஜனநாயகம் என்றால் அவர்கள் நம்புவதையே நம்புவதே ஆகும். அதுவா உண்மையான ஜனநாயகம்?

நாம் நமது சொந்த அரசுகளை நாமே தேர்ந்தெடுத்தால் இரண்டொரு நாடுகளில் மக்கள் இஸ்லாமியவாதிகளைத் தேர்ந்தெடுக்கலாம். மேற்கு நம்மைச் சும்மா விட்டு விடுமா? பிரெஞ்சு அரசு அல்ஜீரிய இராணுவத்தை சும்மா விட்டு விட்டதா? இல்லை. 1990, 1991 தேர்தல்கள் சட்டப்பூர்வமற்றவை என்று அறிவிக்குமாறு அவர்கள் நிர்பந்தித்தனர். பிரெஞ்சு அறிவுஜீவிகள் Front Islamique du salut (FIS) தேர்தலில் வென்றது என்ற உண்மையை நிராகரித்து

அவர்களை 'இஸ்லாமிய பாசிஸ்டுகள்' என்று விவரித்தார்கள். அவர்களை அதிகாரத்துக்கு வரவிட்டிருந்தால் அவர்களிடையே ஏற்கனவே இருந்த பிரிவினைகள் வெளியே வந்திருக்கும். இராணுவம் ஏற்கனவே மக்களுக்கு அரசியலமைப்புச் சட்டத்தால் அளிக்கப்பட்ட உரிமைகளைக் குலைக்க முயன்றால் அது பொறுத்துக் கொள்ளப்படமாட்டாது என்று எச்சரித்திருக்கலாம். FISன் உண்மையான தலைவர்கள் அகற்றப்பட்ட பிறகுதான் அதன் அதிக அதிருப்தியான தலைவர்கள் முன்னுக்கு வந்து குழப்பத்தை ஏற்படுத்தினர். உள்நாட்டுப் போருக்காக நாம் அவர்களைக் குற்றம் கூற வேண்டுமா அல்லது அவர்களிடமிருந்து வெற்றியைப் பறித்த பாரிஸிலிருந்த அல்ஜீரியர்களைக் குற்றம் சொல்ல வேண்டுமா? அல்ஜீரியாவில் நடந்த படுகொலைகள் விதிர்விதிர்க்க வைப்பவை, அதிர்ச்சியூட்டுபவை. இஸ்லாமியவாதிகள் மட்டுமா இதற்குப் பொறுப்பு? 1997 செப்டம்பர் 22 இரவில் அல்ஜீரியாவின் பத்து மைல் தெற்கில் பெண்டலாவில் என்ன நடந்தது? அந்த நகரத்தில் 500 ஆண்கள், பெண்கள், குழந்தைகளை யார் படுகொலை செய்தது? யார்? அனைத்தையும் அறிந்த பிரெஞ்சுக்காரர் பெர்னார்ட் ஹென்றி லெவி இந்த பயங்கரமான காரியத்தைச் செய்தவர்கள் இஸ்லாமியவாதிகள்தான் எனக் கூறுகிறார். பிறகு ஏன் இராணுவம் உள்ளூர் மக்களுக்குத் தம்மைப் பாதுகாத்துக் கொள்ள ஆயுதம் வைத்துக்கொள்ள அனுமதி மறுத்தது? உள்ளூர் இராணுவத்தை அன்று இரவு ஏன் வெளியே செல்லுமாறு கூறியது? பாதுகாப்புப் படைகள் என்ன நடக்கிறது என்பதைப் பார்த்த பின்னும் ஏன் தலையிடவில்லை?[104]

மாக்ரேப் பிரெஞ்சுக் குடியரசின் தேவைகளுக்குக் கீழ்ப்படிய வேண்டுமென ஏன் எம். லெவி நம்பினார். ஏன் இத்தகைய அடிப்படைவாதத்தை யாரும் தாக்குவதில்லை? நாம் என்ன செய்ய வேண்டுமென்பதை அறிவோம் என அரபுகள் கூறுகிறார்கள். ஆனால் ஒவ்வொரு முறை மேற்கு தலையிடும்போதும் நமது நோக்கத்தைப் பல ஆண்டுகளுக்குப் பின் கொண்டு சென்று விடுகிறது. எனவே அவர்கள் உதவ விரும்பினால் அவர்கள் வெளியே நிற்க வேண்டும்.

இவ்வாறுதான் என் அரபு நண்பர்கள் கூறுகிறார்கள். அந்த அணுகுமுறையை நானும் ஒப்புக் கொள்கிறேன். இரானைப் பாருங்கள். ஆஃப்கானிஸ்தான் மீதான தாக்குதலின்போது மேற்கின் பார்வை தாராளமாக மாறியது. இரான் போருக்குத் தேவையாக இருந்தது. ஆனால் மேற்கை தொலைவிலிருந்து பார்க்க விட்டது.. 'தீமையின் அச்சு' குறித்து ஏகாதிபத்திய அடிப்படைவாதம் பேசி

வருகிறது. அதில் இரானும் அடக்கம். அங்கு தலையிடுவது சாவுக்கு ஈடானது. ஒரு புதிய தலைமுறை மதகுருக்களின் அடக்குமுறையை அனுபவித்துள்ளது. அதற்கு வேறு எதுவும் தெரியாது. ஷா குறித்த கதைகள் வரலாற்றுக்கு முந்தைய பகுதிகள். இந்த இளம் ஆண்களும், பெண்களும் வேறு எதுவும் இல்லாவிட்டால் ஒரு விஷயம் குறித்து உறுதியாக உள்ளனர். அவர்களை அயத்துல்லாக்கள் இனியும் ஆள்வதை விரும்பவில்லை. இரான் சமீப காலங்களில் சவுதி அரேபியா போன்றோ, கடந்தகால 'ஆஃப்கானிஸ்தான் எமிரேட்' போன்றோ இல்லாவிட்டால் கூட மக்களுக்கு அது நன்றாக இல்லை.

நான் உங்களுக்கு ஒரு கதை சொல்கிறேன். சில வருடங்களுக்கு முன் ஒரு இரானிய பட அதிபரை நான் லாஸ் ஏஞ்சல்ஸில் சந்தித்தேன். அவரது பெயர் முஸ்லிம் மன்சூரி. அவர் தமது ஆவணப் படத்துக்காக எடுத்த பல மணி நேரப் பேட்டிகளுடன் தப்பித்திருந்தார். மூன்று டெஹ்ரான் விலைமாதர்களின் நம்பிக்கையைப் பெற்ற அவர் இரண்டு ஆண்டுகளுக்கு மேல் அவர்களைப் படமெடுத்தார். அதில் சிலவற்றை என்னிடம் காட்டினார். அவர்கள் அவரிடம் வெளிப்படையாகவே பேசியுள்ளனர். எப்படி மதவிழாக்களில் நல்ல வாடிக்கையாளர்கள் கிடைக்கின்றன என அவர்கள் அதில் விவரிக்கின்றனர். அந்தப் படத்தின் மணத்தை அவர் அனுப்பிய குறிப்புக்களிலிருந்து நான் உணர்ந்தேன். ஒரு பெண் அவரிடம் சொல்கிறாள்:

இன்று ஒவ்வொருவரும் தமது உடலை விற்க நிர்பந்திக்கப் படுகிறார்கள்! எங்களைப் போன்ற பெண்கள் 10,000 தூமான்களுக்கு ஒரு மனிதனைப் பொறுத்துக் கொள்ள வேண்டியுள்ளது... இளம் பெண்கள் பத்து நிமிடங்களுக்குக் கூட கட்டிலில் இணைந்திருக்க வேண்டியுள்ளது... அது ஒரு அடிப்படைத் தேவை.... அது அவர்களை அமைதிப்படுத்துகிறது. அரசு அதை அனுமதிக்க மறுக்கும்போது, விபச்சாரம் பெருகுகிறது. நாம் விபச்சாரம் பற்றிப் பேச வேண்டிய அவசியம் கூட இல்லை, அரசாங்கம் பொது இடத்தில் எதிர் பாலினத்திடம் பேசும் உரிமையைக் கூட எடுத்துக் கொண்டு விட்டார்கள்... பூங்காக்களில், திரையரங்குகளில் அல்லது தெருக்களில் உமக்கு பக்கத்தில் இருக்கும் மனிதரிடம் கூடப் பேச முடியாது. தெருக்களில் நீங்கள் ஒரு ஆணிடம் பேசிவிட்டால் 'இஸ்லாமியக் காவலர்' உங்களை எல்லையற்று விசாரிப்பார். 'யார் இந்த ஆள்? உனக்கு என்ன உறவு? உனது ஆவணங்கள் எங்கே?.... இன்று நமது நாட்டில் யாரும் திருப்தியுடன் இல்லை! யாருக்கும் பாதுகாப்பில்லை. நான் ஒரு கம்பெனிக்கு வேலை தேடிச் சென்றேன். தாடி வைத்த

அந்தக் கம்பெனியின் மேலாளர் என் முகத்தைப் பார்த்து விட்டுக் கூறினார். 'நான் உங்களை வேலைக்கு எடுத்துக் கொண்டு 10,000 தூமான்கள் அதிகம் கொடுக்கிறேன்.' நான் கூறினேன். 'நீங்கள் குறைந்தபட்சம் எனது கணினித் திறனை சோதித்து நான் திறமையுடையவளா இல்லையா எனப் பார்க்கலாமே....' அவர் சொன்னார் 'நான் உனது வடிவுக்காக உன்னை வேலைக்கு வைத்துக்கொள்கிறேன்!' நான் அங்கு வேலை செய்ய வேண்டுமென்றால் ஒரு நாளைக்கு ஒரு முறையாவது அவருடன் பாலுறவு கொள்ள வேண்டியிருக்கும் என்று தெரிந்து கொண்டேன். அது அதற்குப் போதுமானதல்ல என நினைத்தேன். நானே அந்த வேலையைச் செய்தால் நான் இன்னும் சம்பாதிக்க முடியும். எங்கு நீங்கள் சென்றாலும் இதுதான் நிலை! நான் சிறப்பு குடும்ப நீதிமன்றத்துக்கு விவாகரத்துக்காகச் சென்று நீதிபதியிடம் குழந்தையை எனது பாதுகாப்பில் ஒப்படைக்கும்படி கெஞ்சிக் கேட்டேன். நான் அவரிடம், "தயவுசெய்து... என் குழந்தையை என் பாதுகாப்பில் விடும்படிக் கேட்டுக் கொள்கிறேன். நான் உங்களின் கனீஸாக இருப்பேன்... (கனீஸ் என்றால் வேலையாள். அடிப்படையில் 'நான் உங்களை இறைஞ்சுகிறேன், நான் மிகவும் விரக்தியாக உள்ளேன்' என்ற பெர்ஸிய பதம்). அந்த நபர் என்ன சொல்லியிருப்பாரென்று நீங்கள் நினைக்கிறீர்கள்? எனக்கு வேலையாள் தேவையில்லை என்றார் அவர்! எனக்கு ஒரு பெண் வேண்டும்! நீதிமன்றத்தின் தலைவராகிய மதகுரு இப்படிச் சொன்னால் மற்றவர்களிடம் எதை எதிர்பார்ப்பது? அந்த நபருக்கு முகத்தில் 50 கிலோ முடியும், தாடியும் இருந்தது! அவர் எனக்கு ஒரு பெண் வேண்டுமென்கிறார்! உங்களுக்கு மனைவி இல்லையா என நான் அவரிடம் கேட்டேன். அவர் கூறினார்: எனக்குப் பலர் வேண்டும்! நான் அதிகாரியிடம் எனது விவாகரத்துக்குக் கையெழுத்து வாங்கச் சென்றேன். மாறாக நான் விவாகரத்துப் பெறக்கூடாதென்றும் சட்டவிரோதமாக விவாகரத்தில்லாமல் மீண்டும் திருமணம் செய்து கொள்ளுமாறு கூறினார். ஏனெனில் ஒரு கணவன் இல்லாமல் ஒரு வேலை கிடைப்பது கடினமாக இருக்குமென்றார். அவர் கூறியது சரி. ஆனால் அவருக்குக் கொடுக்க என்னிடம் பணமில்லை...

இந்த விஷயங்கள் உங்களை வேகமாக வயதாக வைக்கின்றன... நீங்கள் அழுத்தமடைகிறீர்கள்.... உங்களுக்கு ஏராளமான அழுத்தம் வருகிறது. அது உங்களை பாதிக்கிறது. ஒருவேளை இதிலிருந்து வெளிவர ஒரு வழியிருக்கும்....

மேற்கத்திய நாடுகளில் விலைமாதர்களுக்கு நலமும், அரசுக் காப்பீடும் உண்டு. அவர்களுக்கு மருத்துவப் பரிசோதனையும் பிறவும்

உண்டு. இங்கு எங்களுக்கு வாழவே உரிமையில்லை.... ஏன்? நாங்களும் தொழிலாளர்கள்தான் உங்களுக்குத் தெரியும்...

தமது உடலை விற்க நிர்பந்திக்கப்பட்ட இன்னொரு பெண் அவரிடம் கூறுகிறாள்:

எனது சேவையைத் தேடிவரும் ஆண்களில் எல்லா வகையினரும் உண்டு. கடைக்காரர்கள், மாணவர்கள், மருத்துவர்கள், முதியவர்கள், இளையவர்கள், கல்லாதவர்கள்... அடிப்படையில் ஒரு பெண்ணைச் சில நிமிடங்களுக்கு விலைக்கு வாங்க முடிந்தவர்கள். அவர்களில் பெரும்பாலோர் எங்களை உண்மையிலேயே மோசமாக நடத்துவார்கள்... அவர்கள் பணம் கொடுப்பதால் எங்களை என்ன வேண்டுமானாலும் செய்ய அவர்களுக்கு உரிமை உண்டு என நினைக்கின்றனர். நாங்கள் அதைப் பொறுத்துக் கொள்கிறோம்.

இன்று நமது சமூகத்தில் யாரும் பொருளாதார ரீதியாகப் பாதுகாப்புடனில்லை. நான் வாடகை கொடுக்க முடியாது.... நான் என்ன செய்ய வேண்டுமென்று நீங்கள் கூறுங்கள்? நான் எனது உடலை இன்றிரவு விற்காவிட்டால், நாளைக்கு என்னிடம் பணம் இல்லை... வேலை, உரிமை, பாதுகாப்பு எதுவுமற்ற ஒரு சமூகத்தில் ஒருவர் வேறு என்ன செய்ய முடியும்? தெருக்களில் நீங்கள் சென்றால் இஸ்லாமியக் காவலர்கள் உங்களை எதற்கும் எப்போதும் கைது செய்யலாம் என எப்போதும் பயந்து கொண்டே இருப்பீர்கள்: உனது ஹிஜாபிலிருந்து தெரியும் சிறிது முடி, எமலிய உதட்டுச் சாயம், எது வேண்டுமானாலும்...

தானே வேலை செய்து யாருடைய தயவுமின்றி என்னை ஆதரிக்க முடிந்த சமூகத்தில் நான் வாழ்ந்தால், என் உடலை விற்றுவிட்டு ஒருபோதும் சென்றிருக்க மாட்டேன். யாருடனாவது இருக்க எனது உடல்ரீதியான தேவை ஏற்படலாம். நான் தேர்ந்தெடுக்கப்படலாம்... எனது உணர்ச்சிகளுடன் நான் விரும்பும்படி வாழ முடியலாம்... மகிழ்ச்சியுடன்... ஆனால் இந்த நிலையில் அரசு ஆண்களை வாங்குபவர்களாகவும், என்னைப் போன்றவர்களை விற்பவர்களாகவும் மாற்றி விட்டது...

எந்த அமெரிக்க நெட்வொர்க்கும் அந்தப் படத்தை வாங்க விரும்பாததால் அந்த முஸ்லிம் விரக்தியுற்றார். அவர்கள் கடாமியின் ஆட்சியை நிலைகுலைய வைக்க விரும்பவில்லை. முஸ்லிமே ஒரு புரட்சியின் குழந்தைதான்.. அது இல்லாமல் அவர் ஒரு பட அதிபராகியிருக்க மாட்டார். ஒரு வறுமையான குடும்பத்திலிருந்து வருபவர். அவரது தந்தை ஒரு முஸின். முஸ்லிமின் வளர்ப்பு தீவிர மதப்பற்றுக் கொண்டது. இன்று அவர் என்னை விட அதிகமாக

மதத்தை வெறுக்கிறார். அவரது ஆர்வத்துக்கு நான்கூட மீண்டும் ஈடு கொடுக்க முடியாது. முஸ்லிம் இராக்குக்கு எதிரான போரில் போரிட மறுத்தார். அவர் கைது செய்யப்பட்டார். இந்த அனுபவம் அவரை மாற்றியது:

சங்சரில் ஒரு கூட்டமான தெருவின் மூலையில் நான் சிறிய பத்திரிகை ஸ்டாண்டை துவக்கிய போது 1978-79 இருக்கும். வாராவாரம் நான் அரசியல் குழுக்களின் புத்தகங்களையும், தினசரிகளையும் வாங்கி விற்று வந்தேன். விரைவில் அந்த இடம் அரசியல் நிலையை விவாதிக்க விரும்பும் ஆவலான இளைஞர்களின் இடமாகியது.

தம்மை 'ஹிஸ்புல்லா' என அழைத்துக் கொள்ளும் இஸ்லாமியக் காவலர்கள் ஒரு இரவு நாளிதழ் ஸ்டாண்டைத் தாக்கி எரித்து விட்டனர். நான் எரிக்கப்பட்ட புத்தகங்களை எடுத்து ஒரு வாரத்துக்கு ஸ்டாண்டுக்கு முன்பாகத் தினமும் வைத்தேன். பிறகு அவர்கள் என்னைக் கைது செய்து சிறைக்கு அழைத்துச் சென்றார்கள்.

சிறை கடுமையாக இருந்ததென்றாலும் எனக்கு அது ஒரு நல்ல அனுபவம். சிறையில்தான் நான் அறிவு முதிர்ச்சியை அடைந்து கொண்டிருக்கிறேன் எனக் கருதிய இடம். நான் எதிர்ப்பில் ஈடுபட்டுக் கொண்டே எனது வலிமை உணர்வை அனுபவித்துக் கொண்டிருந்தேன். எனது உயிரை ஊழல் மதகுருக்களின் உலகிலிருந்து காத்துக் கொண்டதாக உணர்ந்தேன். இது நான் அதற்குக் கொடுத்துக் கொண்டிருந்த விலை. நான் அதற்காகப் பெருமைப்பட்டேன். சிறையில் ஒரு வருடத்துக்குப் பின் நான் வெள்ளிக்கிழமைத் தொழுகையிலும் மத செயல்பாடுகளிலும் கலந்து கொள்வதாக உறுதி கூறிக் கையெழுத்திட்டால் நான் விடுதலை செய்யப்படுவேனென்று அவர்கள் என்னிடம் கூறினர். நான் கையெழுத்திட மறுத்து விட்டேன். மேலும் ஒரு ஆண்டுக்கு அவர்கள் என்னைச் சிறையில் வைத்திருந்தனர்.

நான் சிறையிலிருந்து விடுவிக்கப்பட்ட போது எனது பிறப்பிடம் எனக்குச் சிறியதாகத் தோன்றியது. நான் அங்கு மூச்சுத் திணறுவது போல் உணர்ந்தேன். எனவே நான் டெஹ்ரானுக்கு வந்தேன். நான் பகலில் வேலை செய்துகொண்டு, இரவில் 'இலவசப் பல்கலைக் கழகத்துக்குச்' சென்றேன். (இலவசப் பல்கலைக் கழகம் ஒரு தனியார் நிறுவனம், உயர்ந்த கல்வியை அளித்தது).

எண்பதுகளின் துவக்கத்தில் நான் திரைப்படங்களின் மீது ஈடுபாட்டுடன் இல்லை. எனது உள் எண்ணங்களும் போராட்டங்களும்

என்னைத் திரைப்படத்திலோ, நீண்ட காலத்து படத்திலோ கவனம் செலுத்த விடவில்லை. இரானில் உள்ள நிலைக்கு என்னை ஒருபோதும் தகவமைத்துக் கொள்ள முடியாது என நான் நினைத்துக் கொண்டேயிருந்தேன். மொத்த சமூக, அரசியல் சூழ்நிலை என்னைத் தீவிரமாக வருத்தியது.

1989-ல் போர் முடிந்ததும் அரசு பழைய பிறப்புச் சான்றிதழுக்கு பதில் புதியதை மாற்றிக் கொள்ளுமாறு சட்டம் பிறப்பித்தது. நான் எனது பிறப்புச் சான்றிதழை மாற்றச் சென்றால் எனது போலி ஆவணங்களைக் கைவிட வேண்டியிருக்குமென்று எனக்குத் தெரியும். நான் போருக்காக நியமிக்கப்பட்டு அங்கு செல்லாதவன் என்பது தெளிவாகி விடும். மறுபுறம் பல்கலைக்கழக கட்டணம் மிக அதிகமாக இருந்தது. எனவே நான் இராணுவச் சேவையில் ஈடுபட முடிவு செய்தேன். நான் திரும்பி வந்ததும் வேலை தேடினேன். அப்போது எதேச்சையாக ஒரு சினிமா இதழ், நிருபரைத் தேடிக் கொண்டிருந்ததைக் கண்டேன். உடனே அந்த வேலையை ஏற்றேன். நான் ஏதாவது, விமர்சித்து எழுதினால் கூட அரசு அதனைத் தாம் விமர்சனத்தை அனுமதிப்பதால், ஜனநாயகபூர்வமானது என்று கூறிக்கொள்ளும் என்பது எனக்குத் தெரியும்! திரைப்படம் ஒட்டுமொத்தமாக அரசின் கட்டுப்பாட்டில் இருந்தது. திரைப்படத் தயாரிப்பாளர்கள் அந்த முறையின் வரையறைக்குட்பட்டிருந்தனர்.

நான் திரைப்படத் தயாரிப்பாளர்களான மெர்ஜீயி, மக்மால்பாஃப், கைரோஸ்டமி போன்றோரைப் பேட்டி எடுத்தால் அது இறுதியில் அரசியல் முறைக்குச் சாதகமாக முடியும். ஆனால் அந்த அரசு இந்த அனுகூலமான நிலையை எடுத்துக் கொள்ளட்டும் என நான் நினைத்தேன்... அரசியல் முறையின் திரைமறைவுக் குற்றங்களை ஆவணப்படுத்தும் எனது சொந்தத் திட்டங்களுக்கு எனது ஊடக வேலை ஒரு மறைவாகப் பயன்படுமென்று நான் நினைத்தேன். நான் எடுக்க வேண்டும் என விரும்பிய படங்களை தணிக்கை முறையின் காரணமாக எடுக்க முடியாது என அறிந்து கொண்டேன். நான் எந்தக் காட்சியை எழுதியிருந்தாலும் அது இஸ்லாமிய தணிக்கை அலுவலகத்தின் அனுமதியைப் பெற்றிருக்க முடியாது. எனது நேரமும், சக்தியும் வீணாகும் என்று எனக்குத் தெரியும். எனவே ரகசியமாக எண்பது ஆவணப் படங்களைத் தயாரிப்பது என முடிவு செய்தேன். 1994-க்கும் 1998-க்கும் இடையில் அவற்றைத் தயாரித்து இரானுக்கு வெளியே கடத்தினேன். நிதிப் பிரச்சனையால் என்னால் இரண்டை மட்டுமே எடிட் செய்ய முடிந்தது. ஒன்று Close up, Long shot இரண்டாவது shamloo, the poet of liberty.

முதல் படம் ஹுசேன் சப்ஸெயினின் வாழ்க்கை பற்றியது. கைரோஸ்டமியின் நாடக ஆவணப்படமான close upன் முக்கியப் பாத்திரம் அவர்.. இரண்டாவது தம்மை முக்மால் பாஃப்பாக ஒரு குடும்பத்துக்குக் காட்டிக் கொள்ள விரும்பும் அவரைப் போன்ற உருவமுடைய ஒருவரின் கதை. அவர்தான் புகழ்பெற்ற முக்பாஃப் என நினைத்துக் கொண்டு அந்தக் குடும்பம் அவருடைய கதையை வாங்கி அதற்கு நிதியளிக்க முயல்கிறது. நான்கு நாட்களுக்கு அவர் அந்தக் குடும்பத்துடன் வசிக்கிறார். இறுதியில் அவர் புகழ்பெற்ற முக்பாப் ஃஅல்ல என்பதையும் அவர் நடிக்கிறார் என்பதையும் கண்டுபிடிக்கிறது அந்தக் குடும்பம். அவரைக் கைது செய்ய வைக்கிறார்கள். கைரோஸ்டமியின் படத்துக்குச் சில ஆண்டுகள் கழித்து நான் சப்ஸெயினைக் காணச் சென்றேன். அவர் திரைப்படத்தை விரும்புபவர். அவரது மனைவியும் குழந்தைகளும் அவரால் விரக்தியுற்று இறுதியில் அவரிடமிருந்து விலகி விடுகின்றனர். இன்று அவர் டெஹ்ரானுக்கு வெளியே ஒரு கிராமத்தில் வசிக்கிறார். திரைப்படத்தின் மீதான அவரது காதல் வெறும் துயரத்தில் முடிந்து விட்டதென்று அவர் கருதுகிறார். எனது படத்தில் அவர் கூறுகிறார்... 'என்னைப் போன்ற மக்கள் நாம் வசிக்கும் சமூகத்தைப் போன்றவற்றால் அழிகிறார்கள். நம்மால் நம்மை வெளிப்படுத்திக் கொள்ள முடியாது. இரண்டு வகையாக இறந்தவர்கள் இருக்கின்றனர்: படுத்துக் கொண்டும், நடந்து கொண்டும். நாம் நடக்கும்போது இறந்தவர்கள்.[105]

நாம் இதைப்போன்ற, இதைவிட மோசமான கதைகளை ஒவ்வொரு முஸ்லிம் நாட்டிலும் கேட்க முடியும். ஒரே ஒரு விஷயத்தைக் கூறிவிட்டு நான் முடித்துக் கொள்கிறேன். மேற்கே வெளிநாடுகளுக்குக் குடியேறிவிட்ட பெற்றோருக்குப் பிறந்த முஸ்லிம்களுக்கும் (யூதக் குடியேற்றத்தைப் போல?) இன்னமும் இஸ்லாமிய நாடுகளில் வசிக்கும் முஸ்லிம்களுக்கும் இடை...யே பெருத்த வேறுபாடு உண்டு. இரண்டாம் வகையினர் இன்னும் தீவிர நிலையில் இருக்கிறார்கள். ஏனெனில் அவர்களது அடையாளத்துக்கு மதம் முக்கியமானதல்ல. அவர்கள் முஸ்லிம்கள் என்பது அப்படியே ஏற்றுக் கொள்ளப்படுகிறது.

ஐரோப்பாவிலும், வட அமெரிக்காவிலும் விஷயங்கள் வேறு விதமானவை. இங்கு ஒரு பன்முகக் கலாசாரம் மற்ற அனைத்தின் மீதும் ஒரு வித்தியாசத்தை வலியுறுத்தியுள்ளது. தீவிர அரசியலின் சரிவுடன் அதன் எழுச்சி ஒன்றிணைகிறது. 'கலாசாரமும்' 'மதமும்' மென்மையான, சமூக பொருளாதார சமத்துவமின்மைக்கு மறைமுகமாகக் கூறும் மாற்றுக்கள். இன்று வட அமெரிக்கா அல்லது

ஐரோப்பிய சமூகத்தில் வாரிசுரிமைக்குப் பதிலாக வேற்றுமை என்பது போன்று. மாக்ரேப் (பிரான்ஸ்), அனடோலியா (ஜெர்மனி), பாகிஸ்தான்; பங்களாதேஷ் (பிரிட்டன்), பிற இடங்கள் (அமெரிக்கா.), ஸ்கான்டினேவியாவில் சிதறிக் கிடக்கும் தெற்காசியர்கள் என முஸ்லிம்கள் அனைவரிடமும் நான் பேசியிருக்கிறேன். ஏன் உன்னைப் போலவே பலரும் இருக்கிறார்கள் என என்னை நானே அடிக்கடி கேட்டுக் கொள்வேன். நான் நன்றாக அறிந்த பஞ்சாப், காஷ்மீரின் தீவிர, வலுவான விவசாயிகளை விட அதிக ஆசாரமான கடுமையுள்ளவர்களாக அவர்கள் எப்படி மாறினார்கள்? பிரிட்டிஷ் பிரதமர் மதப்பள்ளிகளில் மிகுந்த நம்பிக்கையுடையவர். அமெரிக்க ஜனாதிபதி தனது உரையை 'அமெரிக்காவை இறைவன் காக்கட்டும்' என்று கூறி நிறைவு செய்கிறார். ஒசாமா தொலைக்காட்சிப் பேட்டியை அல்லாவை வாழ்த்தி துவக்கி, நிறைவு செய்கிறார். (நான் அறிவூட்டலின் பெரும்பாலான மதிப்புகளுக்கு உறுதியுடன் இருப்பது போல. அவர்கள் மூவருக்குமே அவ்வாறு செய்ய உரிமையுண்டு, அறிவூட்டல் மதத்தைத் தாக்கியது, முக்கியமாகக் கிறிஸ்தவத்தை இரண்டு காரணங்களுக்காகத் தாக்கியது: அது ஒரு தத்துவார்த்த ஏமாற்றங்களின் கோர்வை, நிறுவனமயமான அடக்குமுறையின் ஒரு முறை, ஏராளமான தண்டனையளிக்கும் அதிகாரமும், சகிப்பின்மையும் கொண்டது. பிறகு ஏன் நான் மதத்தை விமர்சிப்பதிலிருந்து விலகியிருக்க வேண்டும்?

இனிமையான முரண்பாடு: இயற்பியலுக்கு நோபல் பரிசை வென்ற ஒரே முஸ்லிம் எனக்குத் தெரிந்தவர் என்பது உனக்குத் தெரியுமா? அவர் ஒரு பாகிஸ்தானியக் குடிமகன், அப்துஸ் சலாம். துரதிர்ஷ்டவசமாக முஸ்லிம்கள் இல்லையென நிராகரிக்கப்பட்ட அகமதியா பிரிவின் உறுப்பினர் அவர். பரிசைப் பெறும்போது முஸ்லிமாக இருந்த அவர், சில ஆண்டுகளுக்குப் பிறகு சட்டத்தால் முஸ்லிம் இல்லையென அறிவிக்கப்பட்டார். அவர் சோகத்துடன் ஜோக் அடிப்பார். அவர் பாகிஸ்தானில் முஸ்லிமாக இல்லாவிட்டால் கூட, இந்தியாவில் ஐரோப்பாவில், கிழக்கு ஆப்பிரிக்காவில் முஸ்லிம்தான்.

நீ என்னைத் தவறாகப் புரிந்து கொள்ளக்கூடாது என நான் விரும்புகிறேன். மதத்தின் மீதான எனது வெறுப்பு இஸ்லாத்துடன் மட்டும் நின்றுவிடவில்லை. இந்தப் புத்தகத்தில் கூறப்பட்டது போல் இந்த உலகினை முன்னெடுத்துச் செல்வதில் மதத் தத்துவங்களின் பாத்திரத்தை நான் மறுக்கவில்லை. கிறிஸ்தவத்தின் இரு எதிரெதிர் விளக்கங்களின் தத்துவார்த்த மோதல்தான் - பிராடஸ்டன்ட் மறு சீரமைப்பு, கத்தோலிக்கத்தின் எதிர் மறுசீரமைப்புத்தான் -

ஐரோப்பாவில் எரிமலையை வெடிக்க வைத்தது. மதரீதியான தீவிர விருப்பம் கூர்மையான விவாதங்களுக்கும், பிறகு உள்நாட்டுப் போருக்கும், பிறகு புரட்சிக்கும் இட்டுச் சென்றதன் உதாரணம் இது. பதினாறாம் நூற்றாண்டில் ஸ்பானிய ஆக்கிரமிப்புக்கெதிராக டச்சு புரட்சி ஒப்புக்கொடுத்து சரி செய்வது என்ற பெயரில் புனிதச் சிலைகள் மீது தாக்குதல் நடத்தியதால் தூண்டி விடப்பட்டது. இங்கிலாந்தில் தூய்மைப் புரட்சியைப் பதினோராம் நூற்றாண்டில் தூண்டி விட்டதன் ஒரு காரணம் ஸ்காட்லாந்தில் புதிய பிரார்த்தனைப் புத்தகத்தை அறிமுகப்படுத்தியதேயாகும். கத்தோலிக்கத்தைப் பொறுத்துக் கொள்ளாதது 1688-ல் அதன் வாரிசைத் தூண்டிவிட்டது. அறிவு முதிர்ச்சியடைவது அத்துடன் நின்று விடவில்லை. ஒரு நூற்றாண்டுக்குப் பின் அறிவூட்டல் கருத்துக்கள் புரட்சிகர பிரான்ஸின் அடுப்புக் கனலை மூட்டிவிட்டது. இங்கிலாந்து தேவாலயமும், வாடிகனும் புதிய ஆபத்தை எதிர்கொள்ள இப்போது ஒன்று சேர்ந்தன. ஆனால் இறையாண்மை, குடியரசு கருத்துக்கள் அவ்வளவு எளிதாக நீக்கிவிடும்படி அவ்வளவு வலுவற்றதாக இல்லை.

உனது கேள்வியை அநேகமாக என்னால் கேட்க முடிகிறது. இவையெல்லாம் நம்முடன் என்ன செய்ய வேண்டும்? பெரிய அளவு, என் நண்பனே மேற்கு ஐரோப்பா மத ரீதியான தீவிர ஆர்வத்தால் பற்றியெரிந்தது. ஆனால் இப்போது அவை இன்னும் தாண்டிச் செல்கின்றன. நவீனம் உதித்துக் கொண்டிருந்தது. இது மிகவும் சுறுசுறுப்பானதாக இருந்தது. ஓட்டோமான் பேரரசின் கலாசாரமும், பொருளாதாரமும் பாவிக்க முடியாத அளவுக்கு வேகமானது. சன்னி-ஷியா பிரிவு விரைவில் வந்து எதிரெதிர் கொள்கைகளாக கெட்டிப்பட்டு விட்டன. மாற்றுக் கருத்து, இந்த நேரத்துக்குள், இஸ்லாத்தை விட்டு ஒரேயடியாகத் தள்ளப்பட்டு விட்டது. தமது மத அறிஞர்களால் புகழப்பட்ட சுல்தான் நொறுங்கி, இறக்கப்போகும் ஒரு நாட்டு அரசை ஆண்டார். பதினெட்டாம் நூற்றாண்டில் ஏற்கனவே இதுதான் விஷயமென்றால், இன்று அது எவ்வளவு உண்மை. ஒருவேளை இரானைப் போல, முஸ்லிம்கள் இதனைக் கண்டுபிடிக்க ஒரே வழி அவர்களது சொந்த அனுபவத்தால் மட்டும்தான்.

மதம் எழுச்சி பெற்றதற்கு ஒரு பகுதி காரணம் புதிய தாராளவாதத்தின் உலகளாவிய கட்சிக்கு வேறு மாற்றுக் கண்டுபிடிக்க முடியாததால்தான். இங்கு இஸ்லாமிய அரசுகளும் தமது நாட்டை உலகமயம் ஊடுருவ அனுமதிக்கும் வரை சமூக அரசியல் அரங்கில் தமக்கு வேண்டியதைச் செய்து கொள்ள

அனுமதிக்கப்படும் என்பதை இங்கு நீ காணலாம். அமெரிக்கப் பேரரசு முன்பு இஸ்லாத்தை உபயோகித்தது, மீண்டும் அதைச் செய்ய முடியும். இங்குதான் சவால் இருக்கிறது. அடிப்படைவாதிகளின் பைத்தியக்காரத்தனமான ஆசாரத்தன்மையையும், பிற்போக்குத்தனத்தையும் அடித்துச் செல்லக்கூடிய ஒரு இஸ்லாமியச் சீர்திருத்தம் நமக்கு மிகவும் தேவை. ஆனால் அதற்கும் மேலாக, இஸ்லாமிய உலகை இன்று மேற்கு அளிப்பதாகச் சொல்வதற்கும் மேலாக, முற்போக்கான புதிய யோசனைகளுக்கு இஸ்லாமிய உலகைத் திறந்து விடுவது தேவை. இதற்கு ஆட்சியையும், மசூதியையும் உறுதியாகப் பிரிப்பது தேவைப்படும்; மதகுருக்களை ஒழிப்பது தேவை; இஸ்லாமியக் கலாசாரம் முழுமைக்கும் சொந்தமான புத்தகங்களை அர்த்தப்படுத்த முஸ்லிம் அறிவுஜீவிகள் தமக்குள்ள உரிமையை நிலைநாட்டுதல்; சுதந்திரமாகவும், பகுத்தறிவுடனும், கற்பனையுடன் சிந்திக்கவும் சுதந்திரமான உரிமை. இந்தத் திசையில் நாம் செல்லாவிட்டால், நமது பழைய போர்களை மீண்டும் சந்திக்கவும், புதிய மனிதாபிமான, செல்வம் மிக்க எதிர்காலத்தைப் பற்றி சிந்திப்பதற்கு பதில் நிகழ்காலத்திலிருந்து எப்படிக் கடந்தகாலத்துக்கு நாம் செல்ல முடியுமென்று சிந்திக்கும் நிலைக்கு நாம் தள்ளப்படுவோம். இது ஏற்க முடியாத பார்வை.

நான் எனது பேனாவை என்னுடன் ஓடவிட்டு எனது நாத்திகவாதங்களைப் பற்றி அதிகமாகப் பிரச்சாரம் செய்து விட்டேன். நான் மாற முடியுமாவென்பது சந்தேகமே, ஆனால் நீ மாற முடியுமென்று நம்புகிறேன்.

அடிக்குறிப்புகள்:

104. (ஹியூக் ராபர்ட்ஸ்: "அசிங்கமான போரின் உண்மைகள்", Times Literary supplement, 12, அக்டோபர் 2001.

105. மொஸ்லேம் மன்சூரி ஆங்கிலமோ, உருதுவோ பேசவில்லை. நான் பார்சியைப் பேசவில்லை. யூதப் பின்புலம் கொண்ட நாடு பெயர்ந்த இரானியர் எல்ஹாம் செடாயன்சி மூலம் நாங்கள் பேசினோம். பேட்டியிலிருந்தும், குறிப்புகளிலிருந்தும் சாரத்தை மொழிபெயர்த்ததற்காக அவருக்கு நான் கடமைப்பட்டுள்ளேன்.

பகுதி-V

முடிவுரை: பாலிக்குச் செல்லும் சாலை

முன்பு அறிந்திராதவர்கள் மேற்கிலிருந்து வந்தார்கள்... அவர்கள் மண்ணின் உற்பத்தித் திறனால் இலாபம் பெற விரும்பி மண்ணின் பூர்வீக மக்களைத் தமது உழைப்பையும், நேரத்தையும் வளர்ச்சிக்காகச் செலுத்துமாறு கேட்டார்கள். இந்தப் பொருட்கள் ஐரோப்பியச் சந்தையில் அதிக இலாபத்தை அளிக்கும். ஒரு தாழ்ந்த மனிதனை இதைச் செய்ய வைப்பதென்ற எளிய கொள்கை போதுமானது. அவன் தனது தலைவர்களுக்குக் கீழ்ப்படிந்தான். எனவே, அந்தத் தலைவர்களை ஒரு பகுதி இலாபத்தை அளிப்பதாகக் கூறி ஒப்புக்கொள்ள வைப்பதுதான் தேவைப்பட்டது... அந்தத் திட்டம் முழுமையாக வெற்றியடைந்தது.

-முல்டாடுலி. (எட்வர்ட் டௌவஸ் டெக்கர்), 1820-1887, மேக்ஸ் ஹேவலார்.

இந்தச் சமயங்களில் கூட அரசியலுக்கான பேராவேசம் கட்டுப் பாடின்றிக் கடலலைகள் போல் உறுமியது. ஒவ்வொரு ஆணும், பெண்ணுமான மனிதரும் அரசியல் கேள்விகளைப் பற்றி விவாதிக்காமல், அரசியல்வாதியாக இல்லாமல் உயிர் வாழ முடியாதென்பது போல் உணர்ந்தனர். உண்மையில், அவர்கள் அரிசி இல்லாமல் கூட வாழ்ந்து விடலாம் என்பது போல் தோன்றியது. இதுவரை முழுவதும் 'சார்பின்றி' நடந்து கொண்ட பள்ளி ஆசிரியர்கள்கூட, அரசியல் பேராவலால் பீடிக்கப்பட்டனர். அவர்களால் முடிந்தவரை அவர்களது மாணவர்கள் மீது அவர்கள் கொண்டிருந்த அரசியல் தாக்கத்தைச் செலுத்தினர். ஒவ்வொருவரும் தமது கட்சிக்குப் புதிய உறுப்பினர்களைச் சேர்க்க முயன்றனர். பள்ளிகள் அவர்களது போராட்டங்களுக்கு வளமான போர்க்களமாக இருந்தன. அரசியல்! அரசியல்! ஜப்பானிய ஆக்கிரமிப்பின் கீழ் அரிசியைப் போலவே, மாறுபாடில்லாமல் இருந்தது.

-பிரமோத்யா அனந்தா டோயர் (1925), டியாஜங் மென்ஜெரா, (விட்டுக் கொடுத்தவள்) ஜெரிடா டாரி ப்ளோரா (ப்ளோராவின் கதை) 1952 (மொ.பெ.பெனடிக்ட் ஆண்டர்சன்).

பொதுவாகப் பிணங்கள் இனியும் மனிதராகக் கண்டுகொள்ள வியலாதபடியிருக்கும். தலையில்லாமல், வயிறுகள் கிழித்துத் திறக்கப்பட்டு, நாற்றம் கற்பனை செய்யக்கூட முடியாத அளவில் இருக்கும். அவை நீரில் அமிழ்ந்து விடாதபடி அந்தப் பிணங்கள்

வேண்டுமென்றே மூங்கில்களுடனோ, அதன் மேலோ கட்டப் பட்டிருக்கும். இந்தப் பிணங்கள் கேதிரி பகுதியிலிருந்து ப்ராண்டாஸுக்கு கம்யூனிஸ்ட் கட்சிக் கொடி கம்பீரமாகப் பறந்த தெப்பத்தில் குவிக்கப்பட்டு பயணித்தபோது பிரான்டாஸ் அதன் பொற்காலத்தை அடைந்து விட்டது... கம்யூனிஸ்டுகளின் வருகை ஓங்கியபோது பாலின்பத் திருப்திக்காக வரும் வாடிக்கையாளர்களின் எண்ணிக்கை நின்று போனது. காரணம்; பெரும்பாலான வாடிக்கையாளர்கள்-விலை மாதர்கள்-கம்யூனிஸ்டுகளின் மர்ம உறுப்புக்கள் விலை மாதர் வீடுகளின் முன்பு வாழைப்பழங்களைப் போல் விலைக்காகத் தொங்க விடப்பட்டிருந்ததைக் கண்டு அச்சமடைந்தனர்.

பிரிபித் ரோசிகாட் கர்தவிஜாஜா (1949)
'நான் PKIயா இல்லையா?' இந்தோனேசியா 40 (அக்டோபர் 1985)

ஆசியாவில் மேற்கின் பல்லாண்டுகளில் சிறந்த தகவல்
இடம் (இந்தோனேசியப் படுகொலைகள் பற்றி) 15, ஜுலை, 1966.

23

ஜாவாவில் ஒரு சிறிய நகரம்

ஆண்டு 1960. பாகிஸ்தான் முதல் சர்வாதிகாரத்தின் மூன்றாவது ஆண்டை அனுபவித்துக் கொண்டிருந்தது. அது ஒரு முன் மாலைப் பொழுது. நாங்கள் பல்கலைக்கழகத்திலிருந்து நான்கு அல்லது ஐந்து மைல்கள் இரு சக்கர மோட்டார் வாகனங்களில் வந்திருந்தோம். இப்போது அந்த வாகனங்கள் பத்திரமாக மரங்களில் சாய்ந்திருக்க நாங்கள் ஒரு வெளிநாட்டு விருந்தினருக்காகக் காத்துக் கொண்டிருந்தோம். மிகவும் குறும்பு மிக்க மூன்று நண்பர்களை லாகூருக்கருகில் (பழைய ஓடைக்கருகில் ஒரு பாலத்துக்கருகில்) உயர் கடைத்தெருவுக்கு, இழுத்து வந்திருந்தேன். நாங்கள் "ஏகாதிபத்திய எதிர்ப்பாளர் சுகர்னோ வருக" என்று எழுதிய பெரிய அட்டையைப் பிடித்திருந்தோம். ஒரு சமயத்தில் மூன்று பேருக்கு மேல் ஒன்றாக இல்லாமல் பார்த்துக் கொண்டோம். மூன்று பேருக்கு மேல் கூடக் கூடாதென்று கூறும் காலனியாதிக்க குற்றச் சட்டம் 144 பிரிவு அமலில் உள்ளது. எனவே நாங்கள் இந்தோனேஷியத் தலைவரை வரவேற்பதற்கு முன் கைதாக விரும்பவில்லை.

காலைச் செய்தித்தாள்கள் எமது நாட்டில் வளர்ந்த ஏகாதிபத்திய ஆதரவு ஃபீல்டு மார்ஷல் லாகூர் விமான நிலையத்திலிருந்து அரசு வீட்டுக்கு சுகர்னோவை அழைத்து வருவாரென்று அறிவித்திருந்தன. எனவேதான் நாங்கள் அட்டையுடன் அங்கு நின்றோம். ஆனால் சுகர்னோ காலம் தாழ்ந்து, மிகவும் காலம் தாழ்ந்து வருகிறார். ஒரு மணி நேரத்துக்கு முன்பே சூரியன் அஸ்தமித்து விட்டது. மெதுவாக குளிர் எடுக்கத் தொடங்கிவிட்டது, நாங்கள் சோர்வடைந்து விட்டோம். தெரு காலியாக இருக்கிறது. இன்று அப்படி சிந்திக்கக்கூட முடியாது. நாங்கள் காபி கடைக்கோ, கெபாப் கடைக்கோ ஓய்வெடுக்கச் செல்ல வேண்டுமா? நான் இந்த ஆலோசனையை நிராகரிக்கிறேன். என் நண்பர்கள் உறுமுகிறார்கள், தம்மையும், என்னையும், சுகர்னோவையும் லாகூர் பஞ்சாபியில் திட்டுகிறார்கள். எங்களது குடும்பத்திலுள்ள ஒவ்வொரு உறுப்பினர்களது மர்ம உறுப்புகளைப் பற்றி கெட்ட வார்த்தையால்

திட்டுகிறார்கள். திடீரென மோட்டார் பைக்குகளின் உறுமல் கேட்கிறது. சீருடையணிந்த காவலர்கள் கண்ணுக்குத் தெரிகிறார்கள், பின்தொடர்ந்து ஜனாதிபதியின் லிமொய்ஸின் வருகிறது. பாலத்துக்கருகில் கார் வேகம் குறையும்போது நாங்கள் அட்டையைத் தெரு விளக்கு வெளிச்சத்தில் உயர்த்திப் பிடித்து ஆர்ப்பரிக்கிறோம். இந்தோனேஷியத் தலைவர் புன்னகையுடன் எங்களைப் பார்த்துக் கையசைக்கிறார். அது எங்களை நோக்கித்தான் இருக்க வேண்டும். ஏனெனில் பளிச்சிடும் வெள்ளை சல்வார்/சட்டையுடன் எளிமையாகத் தோன்ற முயற்சி செய்த எளிய உடை போலீசையும் எங்களையும் தவிர வேறு பார்வையாளர்கள் யாரும் அங்கு இல்லை. துரதிர்ஷ்டவசமாக நாங்கள் எதிர்பார்த்ததுபோல் சுகர்னோவுடன் ஃபீல்டு மார்ஷல் வரவில்லை. மாறாக, மத்திய அரசுடன் சேர்ந்து ஓடும், நிலப்பிரபுத்துவ கொடூரனுமான (நான் பொது இடத்தில் பேசுவதைச் சமீபத்தில் தடை செய்தவரும்) காலாபாக் நவாபும், இராணுவ அரசின் பிரதிநிதியாக அமைச்சரவை மந்திரி ஜுல்பிகர் அலி புட்டோவும் உடன் வந்தனர். புட்டோ இன்னமும் சர்வாதிகாரத்துக்குச் சேவை செய்து கொண்டிருக்கிறார். தமது பெரும் உணவு விருப்பத்துக்காக பெயர் போனவர் அவர். இந்தோனேஷியத் தலைவரை டாக்காவில் (அப்போது கிழக்கு பாகிஸ்தான் தலைநகர்) வரவேற்று மேற்கு பாகிஸ்தானிலுள்ள அதிகார மையங்களுக்கு அவருடன் பறந்து செல்ல அதனால்தான் அவர் தேர்வு செய்யப்பட்டார் என நாங்கள் அவரைக் கேலி செய்வோம்.(106)

எங்களது வேலை முடிந்தது, நாங்கள் எங்கள் வாகனங்களை எடுத்துக் கொண்டு வீட்டுக்குக் கிளம்பிவிட்டோம்.

நாங்கள் ஏன் சுகர்னோவை நேரடியாக வரவேற்க வேண்டும்? அதற்கு பாகிஸ்தானை ஆளும் சீருடையணிந்த கொடுங்கோலருக்கு எதிராக எங்கள் கோபத்தை வெளிக்காட்டுவது மட்டுமின்றி வேறு காரணங்களும் இருந்தன. பிப்ரவரி 1955-ல் புதிதாக விடுதலை பெற்ற ஆப்பிரிக்க, ஆசிய நாடுகளைத் திரட்டி ஒரு மாநாட்டை நடத்திய அரசியல் தலைவர் சுகர்னோ. பழைய, புதிய ஏகாதிபத்தியத்தால் தனியான காலனியாதிக்கத்துக்குப் பிந்தைய நாடுகள் மீது விதிக்கப்படும் நிபந்தனைகளைத் தடுக்க கூட்டுச் சேரா நாடுகள் சபையை அமைக்கும் முதல் முயற்சிக்கான இடமாக பான்டுங் தேர்வு செய்யப்பட்டது. பின்னர் புதிதாக விடுதலை பெற்ற நாடுகளுக்கு 'பான்டுங் வேகம்' என்று பெயர் கூறப்பட்டது. அல்லாவின் பெயரால், பான்டுங் எங்கே இருக்கிறது? மிகுந்த தேடலுக்குப் பிறகு பழைய ஆக்ஸ்போர்டு அட்லஸில் நான் அதைக் கண்டுபிடித்தேன். அது ஜாவாவில் உள்ள ஒரு சிறிய நகரம்தான்.

எகிப்தின் நாஸர், இந்தியாவின் நேரு, சீனாவின் சூஎன்.லாய்; வட வியட்நாமின் பாம் வான் டுங்குடன் இணைந்து இந்தோனேஷியத் தலைவர் ஒருவகை தேசியப் பன்முகவாதத்தை, பஞ்சசீலத்தைக் காலனியாதிக்கத்துக்குப் பிந்தைய உலகின் சர்வதேச உறவுக்கு அடிப்படையாக வகுக்க உடன்பாடு கண்டார். ஒருவர் மற்றவரின் நாட்டுப் பகுதி, இறையாண்மையையும், ஒருமைப்பாட்டையும் மதித்து நடத்தல், இருவரும் ஒருவரையொருவர் தாக்கிக் கொள்ளாமல் இருப்பது, ஒருவர் மற்றவரின் உள்நாட்டுப் பிரச்சனையில் தலையிடாமல் இருப்பது, சமத்துவம் மற்றும் இருதரப்பு இலாபம், சமாதான சக வாழ்வு. அந்தக் கூட்டத்தின் மீது ஒரு சுமாரான அளவு மேற்கினுடைய மகிழ்ச்சியின்மையின் அறிகுறியும் வெளிப்படுத்தப்பட்டது: ஒரு உளவுத்துறை ஏஜென்ஸி வியட்நாமிலிருந்து வந்த பிரதிநிதிகளின் விமானத்தைத் தகர்த்துவிட்டது.

பாகிஸ்தானும்கூட வாஷிங்டனின் ட்ரோஜன் கழுதையைப் போல் மாநாட்டில் இருந்தது. பின்னர் கூட்டுச்சேரா இயக்கம் கூடத் தொடங்கிய பிறகு, பாகிஸ்தானும் மற்ற மேற்கு பாதுகாப்பு உடன்படிக்கையாளர்களும் தானாகவே விலக்கப்பட்டனர். இந்த விடுவிப்பு எங்களைப் போன்ற சிலருக்குக் கோபமூட்டியது. அமெரிக்காவின் இராணுவ, நிதி உதவிக்கு பதிலாக பாகிஸ்தானின் கேவலமான, நரம்பு போன்ற அரசியல்வாதிகள் தமது இதயங்களையும் நாட்டையும் விற்றுவிட்டனர். உள்ளூர் ஆட்சியாளர்கள் மீது எமக்கு இருந்த வெறுப்பை வெளிப்படுத்த சுகர்னோவின் பயணம் ஒரு வாய்ப்பாக அமைந்தது.

இது தவிர வேறு ஒரு காரணமும் இருந்தது. நாங்கள் சில சமயம் குறைந்த அரசியலுடைய எங்கள் சகாக்களை அதிர்ச்சியடையச் செய்வதற்காக இரகசியமாகப் பல்கலைக்கழக உணவகத்தில் நடத்திய குவிஸ் போட்டியில் மிகவும் ஆதரிக்கப்பட்ட இரு குழல் கேள்விகள் இவை: உலகின் பெரிய முஸ்லிம் நாடு எது? பதில்: இந்தோனேஷியா. “கம்யூனிச உலகுக்கு வெளியே பெரிய கம்யூனிஸ்ட் கட்சி எது? பதில்: PKI இந்தோனேஷிய கம்யூனிஸ்ட் கட்சி. இது உண்மையான பெருமையின் மூலமாக இருந்தது. இந்தோனேஷியாவில் பெரிய தீவிரக் கட்சி இருக்க முடியுமென்றால் பாகிஸ்தானில் ஏன் இருக்கக் கூடாது? என்ன காரணமாக இருந்தாலும் அது இஸ்லாத்துடனும் அதன் கலாசாரத்துடனும் செய்வதற்கு ஒன்றுமில்லை. பாகிஸ்தானில் 1952-ல் கம்யூனிஸ்டும் 1958-ல் மற்ற அனைத்துக் கட்சிகளும் தடை செய்யப்பட்டுவிட்டன.

சுகர்னோ இடதுசாரிகளைப் பொறுத்துக் கொண்டது அவரை நேர்மறை ஆளாகப் பார்க்கப் போதுமான காரணமாக இருந்தது. ஆனால் அதை லாகூரின் சில பழைய தலைமுறை இடதுசாரிகள்

பகிர்ந்து கொள்ளவில்லை. அவர்கள் ஆழமான சந்தேகம் கொண்டிருந்தனர். அவர் ஜப்பானியர்களுடன் கூட்டுச் சேரவில்லையா? தீவிர தேசியவாதிகளுக்கெதிராக கம்யூனிஸ்டுகளை நிறுத்தி உடனே ஒரு தீவிர விவாதம் கிளம்பும். நிச்சயமாக, சுகர்னோ ஜப்பானை பயன்படுத்தியிருந்தால், அதனை ஜாவாவில் தேசிய, டச்சுக்கு எதிரான மனப்பான்மையைத் திரட்டத்தான் உபயோகித்திருப்பார். இந்திய கம்யூனிஸ்டுகள் இரண்டாம் உலகப்போரின்போது சோவியத் யூனியனை ஹிட்லர் தாக்கியதும் பிரிட்டிஷ் பேரரசுக்கு எதிரான அனைத்து எதிர்ப்புகளையும் கைவிட்ட முடிவைவிட வெறுக்கப்பட வேண்டியதா? அவரவர்க்கு அவருடையது. இந்த டீக்கடை விவாதம் எந்தப்புறமும் தோல்வியை ஒப்புக்கொள்ளாமல் தொடரும். மிகவும் மதிக்கப்பட்ட ஒரு தொடர் புகைப்பிடிக்கும் கவிஞர், அமைதியாகக் கேட்டுக் கொண்டிருந்தவரின் தலையீடு, ஒரு முடிவுக்கு வரத் தேவையாக இருக்கும். சுகர்னோவின் பழைய காலத்தைக் கணக்கில் கொள்ளாமல், இப்போதைய அவதாரத்தை மட்டும் எடுத்துக் கொண்டால் அவர் சந்தேகமின்றி 'ஏகாதிபத்திய எதிர்ப்பு முகாமை'ச் சேர்ந்தவர்தான் என ஒப்புக் கொள்வோம்.

வேறு கேள்வி ஒன்றும் எங்களுக்குள் எழுந்தது. பூமத்திய ரேகைக்கருகில் ஆயிரக்கணக்கான ஏக்கர் நீண்டு கிடக்கும் அந்தப் பெரிய தீவுக் கூட்டத்தில் இவ்வளவு வலுவான தேசியவாதம் எப்படி உற்பத்தியானது? நான் இந்தக் கேள்விக்கான விடையைப் புத்தகங்களில் தேடத் தொடங்கினேன். ஆனால் என் தந்தையின் புத்தகங்களில் எதுவும் எனக்குக் கிடைக்கவில்லை. ஒரு பழைய என்சைக்ளோபீடியாவில் கிடைத்த குறிப்பு காலங்கடந்ததாக இருந்தது. நான் அந்த ஆண்டில் கற்றது இந்தோனேஷியா என்பது ஜாவாவும் சுமத்ராவும் மட்டுமல்ல, மாறாக பத்தாயிரம் தீவுகளின் கூட்டம். பெரும்பான்மையானவற்றில் மக்கள் இல்லை. 50 சதவிகிதத்துக்கு மேல் மக்கள் ஜாவாவில் வசித்தனர். அது அந்தத் தீவுக் கூட்டத்திலேயே மிகவும் வளமான மண்ணையுடையது. சொல்லின் ஒவ்வொரு பொருளிலும் வளமானது.

எனது வீட்டில் 1950-களில் மாஸ்கோ அயல்நாட்டு மொழிகள் பதிப்பகத்தில் பதிப்பிக்கப்பட்ட நூற்றுக்கணக்கான, ஆயிரக்கணக்கான ஆங்கிலப் புத்தகங்கள் நிறைந்திருந்தன. அவை பெரிய பார்சல்களில் வரும். அவற்றில் ஊக்கமூட்டாத சமூக யதார்த்த டிசைன்கள் இருந்தாலும் அவை புத்தக அலமாரிகளில் தெரியும்படி அடுக்கி வைக்கப்பட்டன. ஒவ்வொரு கோடை புயலுக்குப் பிறகும் அவை தூசி தட்டப்பட்டாலும் அந்த அட்டைகள் விரைவாக நிறமிழந்தன, லாகூரின் கோடை வெப்பத்தில் சோவியத்தின் மலிவான பேப்பர்களில்

ஏற்பட்ட வேதியியல் மாற்றங்களால் நான் வேறு எங்கும் அனுபவித்திராத ஒரு வாடையை அவை அங்கு கிளப்பின. ஒரு madeleine-ஐப் (இட்லி போன்ற ஒரு உணவு) போல எனது இளம் வயதில் அது அழிக்க முடியாத பகுதி. சுகர்னோ வந்து சென்ற சில மாதங்களுக்குப் பிறகு நான் ஒரு ருஷிய இலக்கிய எழுத்தாளரான கான்ஸ்டான்டின் புடோவ்ஸ்கியின் 'The Golden Rose' (தங்க ரோஜா)வை எதேச்சையாகக் காண நேரிட்டது. அது உலக இலக்கியத்தின் மீது அவரது கருத்தோட்டம்.

நான் புடோவ்ஸ்கியைப் படிக்கும்போதுதான் முல்டாடுலி என்ற பெயரைப் பார்த்தேன். அது டச்சு நாவலாசிரியர் எட்வர்ட் டோவஸ்டெக்கரின் புனைப்பெயர். புடோவ்ஸ்கி தனது படைப்பை வின்சென்ட் வான்காவின் ஓவியங்களுடன் ஒப்பிட்டார். "ஒரு மனிதன் தனது உள் உந்துதலைப் பின்தொடர அதிசயங்கள் புரிவான்" என்றும், "நரகத்தின் தீக்கு ஊடாகவும் செல்வான்" என்றும் அந்த ருஷ்யர் எழுதுகிறார். அவர் டெக்கரின் தனிச் சிறப்பான சமூகப் பின்புலத்தையும், அவரது பளிச்சிடும் பல்கலைக்கழகப் பணியையும், ஜாவாவில் ஏகாதிபத்திய சிவில் ஊழியராக நியமிக்கப்பட்டதையும் இந்த அனுபவம் எப்படி அவரது வாழ்வையும் அவரது ஆளுமையையும் மாற்றியது என்பதையும் விளக்கினார். புடோவ்ஸ்கி டச்சுக்காரரான டெக்கர் ஒரு குறிப்பிடத்தக்கக் கற்பனையாளரென்பதையும் தமது சமூகம் மூலம் மற்றும் கல்வி குறித்து ஏராளமான பொய்களைச் சொல்பவரென்றும் அறியமாட்டார் (அவருக்கு எப்படித் தெரியும்?) எனவே புட்டோவ்ஸ்கி அவரது சுயபிம்பத்தால் கவரப்பட்டிருந்தார் என்பது வெளிப்படை; அவர் ஒரு நல்ல முக்கியஸ்தராக விரும்பினார். ஆனால் இது அவரது உண்மையான சமூகப் பின்புலமாக இருந்திருந்தால் அந்தக் காலனியாதிக்க நியமனத்தை ஒப்புக் கொண்டிருக்க மாட்டார். இளம் டச்சுக்காரர் காலனியாதிக்கத்தின் வேலைகளால் வெறுப்புற்றிருந்தார்: சந்தேகமில்லாமல் அவை பொருளாதாரச் சுரண்டல் மற்றும் கொடூரம். எனினும்கூட தனக்கு சமமானவரைவிட பூர்வீகக் குடியினரைக் காப்பாற்றவே அவர் விரும்பினார். டச்சு ஜெனரல்கள் மீதும் வைஸ்ராய் நிர்வாகம் மீதும் தமது வெறுப்பை மறைக்க அவர் முயற்சி செய்யவே இல்லை. அவர் அந்நியப்பட்டது பொது இடத்தில் வைத்தே வெளிப்படுத்தப்பட்டது. ஜாவானியர்களை வெளிப்படை யாகவே அவர் பகைத்துக் கொண்டார். அவர் நீக்கப்பட்டு அவமதிப்புடன் வீட்டுக்கு அனுப்பப்பட்டார். ஹாலந்து திரும்பியதும் நாடாளுமன்ற உறுப்பினராகத் தேர்ந்தெடுக்கப்பட்டார். அந்தப் பதவியைக் காலனியாட்சியின் சமத்துவமின்மையைக் கண்டனம்

செய்யப் பயன்படுத்திக் கொண்டார். அவரது பேச்சுகள் கிண்டலுக் குள்ளாயின, அவரது மனுக்கள் கண்டுகொள்ளப்படவில்லை. மனரீதியாகப் பைத்தியம் போல் அவரை நடத்தத் தொடங்கினர்.

யதார்த்த உலகால் நிந்திக்கப்பட்ட அவர், புனைப்பெயரான முல்டாடுலி (லத்தீனில் நீண்ட காலமாகத் துயரடைபவர்) என்ற பெயரில் நாவல்கள் எழுதத் தொடங்கினார். மேக்ஸ் ஹேவலியர் என்பதுதான் இன்னமும் காலனியாதிக்க முறையைக் கண்டனம் செய்து எழுதப்பட்ட முதல் கடுமையான இலக்கியமாகவும் அது கருதப்படுகிறது. புடோவ்ஸ்கி அவரது இரண்டாவது நாவலான Love letters (காதல் கடிதங்கள்) இன்னும் சக்தி மிக்கதென்றும் சுயநம்பிக்கையுடையதென்றும் வாதிடுகிறார். ஆனால் அப்போது டெக்கர் அவரைப் படைத்த உலகிலிருந்து தள்ளி வைக்கப்பட்டுவிட்டார். பின்னர் சில டச்சுப் பதிப்பாளர்கள் அவரது எழுத்துப் படிவங்களை வாங்க முன்வந்தனர். அவர் மகிழ்ச்சியடைந்தார். ஆனால் அவரது உரிமைகள் அனைத்தையும் அவர் விட்டுக் கொடுக்க வேண்டுமென அவர்கள் நிர்பந்தித்தனர். அவரும் ஒப்புக் கொண்டார். அவருக்கு வேண்டியதெல்லாம் அவரது எழுத்தைப் பதிப்பில் பார்க்க விரும்பியது மட்டும்தான். அது சுத்தமான ஊழல் என அவர் கற்பனை செய்துகொண்டார். அவற்றை வேறு காரணங்களுக்காக, அதாவது அவற்றை அமுக்கி, டச்சு வணிகர்கள் தமது படுக்கையில் நிம்மதியாகத் தூங்குவதற்காக அவை வாங்கப்பட்டன என்பதை அவர் அறியவில்லை. ஆனால் அது புடோவ்ஸ்கியின் கண்டுபிடிப்பு. ஒருவேளை அவரிடம் தவறாகக் கூறப்பட்டிருக்கலாம், அல்லது அவர் தமது ஏகாதிபத்திய எதிர்ப்புச் சான்றிதழை வெளிநாட்டு மொழி பதிப்பகத்து ஆசிரியர்களுக்குக் காட்ட விரும்பியிருக்கலாம். எது எப்படியிருந்தாலும், மேக்ஸ் ஹேவலியர் ஒரு உணர்ச்சியைக் கிளப்பிய நாவல், பாரிஸிலும், லண்டனிலும் உடனடியாக அது மொழிபெயர்க்கப்பட்டது; மேலும் முக்கியமாக டெக்கரின் நவீன எழுத்து வடிவம், புதிய டச்சு இலக்கியத்தின் அடித்தளமெனப் புகழப் பட்டது. புத்தகத்தின் பெரும் பகுதி உல்லாசமாக, ஆம்ஸ்டர்டாமில் டச்சுக்களின் பேராசைக் குறித்த குத்தலான ஏளனமும், கிழக்கிந்தியாவில் ஊழலும், வன்முறையும் நிறைந்திருந்தது. டெக்கர் மிகவும் புகழ் பெற்றவரானார். ஆனால் பணத்தைத் திறமையின்றிக் கையாள்வதில் மோசமான பெயர் பெற்றார். சிக்கனமானவராகவும் சூதாட்டத்துக்கு அடிமையாகவும் அவர் மாறினார். எனவேதான் அபூர்வமான வறுமை நிலை.

மெதுவாகத் தீவுக்கூட்டத்தின் புதிரின் சில துண்டுகள் ஒன்றிணையத் தொடங்கின. ஒவ்வொரு தேசிய இயக்கமும் அதன்

ஏகாதிபத்திய வடிவமைப்பாளரின் அடையாளத்தைக் கொண்டுள்ளன. டச்சு தவறாக ஆளப்பட்டது, சுகர்னோ தலைமுறையினருக்குக் கற்பித்த தேசிய வாதத்தைத் தூண்டிவிட்டது. மகாத்மா காந்தி பிரிட்டிஷ் பேரரசின் உற்பத்தி. ஹோசிமின் பிரெஞ்சு இந்தோ சீனத்தின் வார்ப்பு. இரண்டாம் உலகப் போருக்கு முன்பு தெற்காசியாவைவிட அதிகமான ஐரோப்பிய உயிர்கள் இந்தோனேஷியாவில் இழக்கப்பட்டன. பிரிட்டிஷ் நாட்டை ஆண்ட முதல் மூன்று ஆண்டுகளில் (1811-15) கவர்னர் சர் ஸ்பிம் போர்டு “ஐரோப்பியர்கள் வந்ததிலிருந்து ஜாவானியர்கள் தமது விடுதலையைத் திரும்பப் பெற எந்த ஒரு வாய்ப்புக் கிடைத்தாலும் அதை விட்டு வைக்கவில்லை என்று” எழுதுகிறார்.

ஜோக் ஜகார்தாவின் இளவரசர் டிபோனெகோரோ முதல் பெரிய ஏகாதிபத்திய எதிர்ப்புப் போரை (ஜாவா போர் 1825-30) நடத்தினார். இந்தியாவில் 1857 பிரிட்டிஷ் எதிர்ப்பு எழுச்சியைப் போலவே அதுவும் பழைய முறையின் திட்டமிடப்பட்ட அழிப்பை எதிர்த்துத் தானாக தோன்றிய கண்மூடித்தனமான கலகம். டிப்போனிகோரோ மூத்த இளவரசர். ஆனால் அவர் இகழ்ந்த சுல்தானல்ல. அவர் தம்மை மாயாவாதத்துக்கு ஒப்புக் கொடுத்த அறிவாளியான மனிதர். அவர் சூழ்ச்சியால் கைப்பற்றப்பட்டபோது சுலாவேசியின் வடக்கு முனைக்கு நாடு கடத்தப்பட்டு அங்கேயே இறந்தார். அவர் எழுதிய நீளமான ஆவலூட்டும் நினைவுகளில் அவர் ஜாவாவைக் கைப்பற்ற எண்ணியதாகக் குறிப்பிடுகிறார்.

ஜாவாவில் காலனியாதிக்க முறை விவசாயிகளை மகிழ்விக்காததால் ஆட்சியாளர்களை வருந்தச் செய்தது. டிப்போனிகரோ கலகக் கொடியை ஏந்தியபோது விவசாயிகள் அவர் பின் அணிதிரண்டனர். ஜாவானியர்கள் கெரில்லா போர் முறைக்குப் பழகி எளிதில் இறந்தனர். ஆனால் பூர்வீகக் குடியினர் நோயாலும் பஞ்சத்தாலும் மிக அதிக அளவான 2,00,000 பேரை இழந்தனர்.

ஜெனரல் டி காக் கிராமங்களை முழுமையாக அழிப்பதன் மூலமும், மக்களுக்கு உணவை மறுப்பதன் மூலமும்தான் வெற்றிபெற முடிந்தது. 1857 இந்தியாவில் பிரிட்டிஷ் எதிர்ப்பு எழுச்சியினைவிட மொத்த உயிரிழப்பு மிக மிக அதிகம். ஆறு அல்லது ஏழு ஆண்டுகள் தவிர முழு பத்தொன்பதாம் நூற்றாண்டும் டச்சு ஆட்சிக்கெதிராக தொடர்ச்சியான விவசாய எழுச்சிகளைக் கண்டது. சுமத்ரா மாநிலமான அகேவை கீழ்ப்படிய வைக்க காலனியாதிக்க அதிகாரிகளுக்கு முப்பதாண்டுகள் பிடித்தன. எனினும்கூட அவர்களது கட்டுப்பாடு முழுமையானதாக இல்லை.

இரண்டாம் உலகப் போரின்போது தூரத்துக் கிழக்கு எதிரிகள் டச்சுக்களை ஜாவாவை விட்டு விரட்டினர். இந்தோ சீனாவில் விசியேட் ஆட்சி ஜப்பானுடன் கூட்டு வைக்கத் தொடங்கியது. தமது ஐரோப்பிய அடக்குமுறையாளர்களுக்கெதிராக உள்ளூர் தேசியவாதத்தின் ஆதரவு பெற்ற ஆசிய ஏகாதிபத்தியத்துக்கு ஆசிய தேசியவாதிகள் எப்படி பதிலளிப்பார்கள்? கம்யூனிஸ்டுகள் வியட்நாம் தேசிய இயக்கத்தை வழிநடத்தினார்கள். சோவியத் போரில் நுழைந்ததும் ஜப்பானியரும் விக்கியின் பிரான்ஸும் எதிரிகளாயின. ஹோசிமின்னின் தடுப்புப் பாதுகாப்பு இயக்கம் தனது போராட்டத்தைத் தொடர்ந்தது.

ஜாவாவில் டச்சின் வெளியேற்றத்தைப் பெரிய வாய்ப்பாகப் பார்த்த தேசியவாதிகள் முதலில் ஜப்பானியருடன் கூட்டுச் சேர்ந்தனர். இந்த விஷயத்தில் இந்திய தேசிய இயக்கம் மிகவும் பிளவுபட்டிருந்தது. ஒரு ஜப்பானியப் படையெடுப்பு நடந்திருந்தால் தேசிய இயக்கத்தின் பெரும்பகுதியினர் அதன் பீரங்கிகளில் பிரிட்டிஷ் ஆட்சியை விரட்டுவதற்காக ஏறியிருப்பர். ஜப்பானியப் படையெடுப்பின்போது, கிழக்கு ஜாவாவின் ஆளுநர் வான்டர் ப்ளாஸ் பெரிய தொகையான 20,000 கில்டர்களை தீவிர இடதுசாரி தாராளவாத கிறிஸ்தவர் அமீர் சாரிபுதீனிடம் கொடுத்து தலைமறைவு இயக்கத்தைக் கட்டுமாறு கேட்டுக் கொண்டார். அமீர் மிச்சம் மீதியிருந்த, சிதறிக் கிடந்த கம்யூனிஸ்டுகளைத் தேடி சிலரை உறுப்பினராக்கினார். ஜப்பானியர்கள் வந்ததும், டச்சு ஆவணங்களையும், ரகசிய போலீசுக்குத் தகவல் கொடுப்பவர்களையும் பிடித்துச் சில வாரங்களில் இரகசிய இயக்கத்தை மூடிவிட்டனர். அநேகமாக அனைவரும் (அநேகமாக முப்பது பேர்) கொல்லப்பட்டனர். அமீர், சுகர்னோவின் தலையீட்டால் காப்பாற்றப்பட்டார். ஆனால் ஜப்பானிய சிறைகளில் சித்திரவதை செய்யப்பட்டு "மோசமான போரை' எதிர்கொண்டார். போரின் கடைசி மாதம் வரை உண்மையான ஜப்பானிய எதிர்ப்பு இயக்கம் இல்லை. அது ஜகார்த்தாவில் படித்த பிரமுகர்களிடம் மட்டுமே இருந்தது. எனினும் பரவலான ஜப்பானிய வெறுப்பு இருந்தது. ஆகஸ்ட் மத்திக்குப் பிறகு பல ஜப்பானியர்கள் கொல்லப்பட்டனர்.

ஆகஸ்ட் 1945-ல் ஜப்பானின் தோல்விக்குப் பிறகு பிரான்ஸும், ஹாலந்தும் வியட்நாமில் அவர்களது காலனியாதிக்கச் செல்வங்களைக் கைப்பற்றுவது தமது உரிமையென்று நம்பினர். ஆனால் அதனை உள்நாட்டு மக்களைக் கணக்கில் கொள்ளாமல் செய்திருந்தனர். எனினும் தலைமை மிதமிஞ்சிய கலவரமடைந்தது. சுகர்னோவும் ஹட்டாவும் கூட்டணி நாடுகள் உடனே வந்து தம்மை சதிகாரர்கள்

என கைது செய்து விடுவார்கள் என்று பயந்து முதலில் விடுதலையை அறிவிக்க மறுத்தார்கள். பொறுமையற்ற இளைஞர்கள் பிறகு அவர்களைக் கடத்தி ஜகார்த்தாவிலிருந்து ஒரு மணி நேர கார் பயணத்தில் இருக்கும் சிறிய நகரான ரெங்கஸ்டென்க்ளாக்குக்கு கூட்டிச் சென்றனர். அறிவார்ந்த கடற்படை அதிகாரியும் கடற்படையின் கட்டுப்பாட்டிலிருந்த கிழக்கு இந்தோனேஷியாவுக்கும் இராணுவத்தின் கட்டுப்பாட்டிலிருந்த ஜாவாவுக்கும் இடையில் உறவு அதிகாரியுமான ரியர் அட்மிரல் மெய்டாவின் மத்தியஸ்தப் பேச்சுவார்த்தையில் ஒரு உடன்பாடு காணப்பட்டது. சுகர்னோவும், ஹட்டாவும் விடுவிக்கப்பட்டு ஜாவாவுக்குத் திரும்புவார்கள், இராணுவம் என்ன நடக்கிறதென்று அறியாதது போலவே நடிக்கும், ஒரு பயந்த, இரண்டு வரி சுதந்திரப் பிரகடனம் மெய்டாவின் வீட்டில் வரையப்படும். அது வீரத்தைத் தவிர ஒன்றுமல்ல.

பிரெஞ்சுக்கும், டச்சுக்கும் அந்தப் பிரதேசத்தில் இராணுவம் இல்லாததால் இந்த இடங்களில் (1945 ஜூலையில் போஸ்ட்டாமில் ஏற்பட்ட கூட்டு நாடுகளின் உடன்பாட்டின்படி) ஜப்பானிய சரணை ஏற்கும் வேலையும் ஹாலந்து, பிரெஞ்சுத் துருப்புக்கள் அவற்றின் பாரம்பரிய பொறுப்புகளை ஏற்கத் தயாராகும் வரை ஆளும் வேலையும் கொடுக்கப்பட்டது. சுகர்னோ ஆகஸ்ட் 17, 1945லும் சில வாரங்களுக்குப் பிறகு செப்டம்பர் 2ல் ஹோசிமினும் சுதந்திரத்தைப் பிரகடனம் செய்தனர்.

செப்டம்பரில்தான் தென்கிழக்கு ஆசியாவின் பிரிட்டிஷ் கமாண்டரான லார்ட் மவுண்ட்பேட்டன் வியட்நாமுக்கும், இந்தோனேஷியாவுக்கும் துருப்புகளை அனுப்ப முடிந்தது. அப்போதுகூட இந்திய இராணுவத்திலிருந்து அவர்களைக் கடன் வாங்க வேண்டியிருந்தது. செப்டம்பர் 6 அன்று சுமார் 20,000 துருப்புகள் ஜெனரல் டக்ளஸ் கிரேஸியின் தலைமையில் 20வது இந்திய டிவிஷனிலிருந்து சைகானில் வந்து சேரத் தொடங்கின. கிரேஸி பின்னர் “நான் வந்து சேர்ந்தபோது வியட்நாமினால் வரவேற்கப்பட்டேன், உடனேயே அவர்களை உதைத்து வெளியே தள்ளிவிட்டேன்” என்று தம்பட்டம் அடித்துக் கொண்டார்.

பிரிட்டிஷூடன் ஹோசிம்மின் மோதாமல் விட்டது உள்நாட்டு நிலையால் மேற்கொண்ட தந்திரோபாய நடவடிக்கையல்ல. அது மாஸ்கோவுடனான உறவின் விளைவு. ஸ்டாலினுக்குப் புரட்சியையோ, தனது சொந்தத் தோழர்களையோ காட்டிக் கொடுப்பதில் எந்தத் தடுமாற்றமும் இல்லை. ஆனால் தேவையேற்பட்டால் தவிர, தனது பூர்ஷ்வா தோழர்களைக் கோபப்படுத்திவிடாமல், கவனமாக இருந்தார். இயல்பாகவே மேற்குக்கு இத்தகைய மனத்தடைகள்

இல்லாததால் அவர்கள் இரண்டாம் யோசனையின்றி ஸ்டாலினைக் கைவிட்டனர். 1945-ல் ஸ்டாலின் எந்த கம்யூனிஸ்ட் கட்சியும் டச்சு, பிரிட்டிஷ் அல்லது பிரெஞ்சுப் பேரரசுகளுடன் சண்டையிடுவதை விரும்பவில்லை. ஒரு கம்யூனிஸ்ட் என்ற முறையில் ஹோசிமின் வெளியில் மாஸ்கோவின் கட்டளையை ஏற்றாலும், உள்ளே தனியாக வேறு அதிக தன்னிச்சையான வழியில் முன்னேறினார். ஹோ ஒரு தந்திரப் பறவை. அவர் 1919-ல் வெர்ஸெயில் மாநாட்டில் கலந்து கொண்டவரும், 1920-லிருந்தே கம்யூனிஸ்ட் இயக்கத்திலிருந்த வருமாவார். ஆர்கிமிடிஸ் பட்டி மூலம் ஏற்கனவே அவர் அமெரிக்கர்களுடன் தொடர்பு கொண்டிருந்தார். ஹோவுக்கு விமானங்கள் மூலம் பொருட்களைப் போட பட்டி ஏற்பாடு செய்திருந்தார். ஹோவுக்கு அமெரிக்காவின் அங்கீகாரத்தைப் பெறவும் முயன்று வந்தார்.(107)

ஸ்டாலின் ஒழுக்கக் கட்டுப்பாடு சரியான மனத்தில் என்ன வைத்திருந்ததோ, ஆனால் அமெரிக்கா ஸ்டாலினைப் போல் சுதந்திரமாக இருந்த தேசியவாதத்தை ஏற்க முடியவில்லை. சுகர்னோ அதே போல் ஒற்றைக் காலில் ஆட வேண்டிய தேவையில்லை. அவர் தீவுக் கூட்டத்தின் தேசிய நலனைப் பாதுகாத்தார்.

1945, செப்டம்பர் 22 அன்று பிரிட்டிஷ் ஒத்துழைப்புடன் பிரெஞ்சுத் துருப்புகள் வந்து அனைத்துப் பொதுக் கட்டடங்களையும் பிடித்தன. அதிர்ச்சியுற்ற வியட்மிங் அமைப்பு பதிலுக்குப் பொது வேலை நிறுத்தத்தை நடத்தியதுடன் சாலைத் தடுப்புகளை ஏற்படுத்தியது. ஆனால் பிரிட்டிஷ் படைகள் சில இடங்களில் குண்டுவீச்சு நடத்தியும் அவர்களது பாதுகாப்பிலிருந்த ஜப்பானியத் துருப்புகளுக்கு ஆயுதங்களை மீண்டும் வழங்கியும் மீண்டும் நகரைத் தனது கட்டுப்பாட்டுக்குள் கொண்டுவந்துவிட்டது. ஜனவரி 1946-ல் பிரிட்டிஷ் துருப்புகள் வெளியேறி பெருமளவு பிரெஞ்சுப் படையால் மாற்றப்படும் வரை சுமார் 40 பிரிட்டிஷ் மற்றும் இந்தியப் படையினர் கொல்லப்பட்டனர். நூற்றுக்கணக்கானோர் காயமடைந்தனர். அந்த நேரத்தில் வியட்நாமியர்கள் மூன்று ஏகாதிபத்திய சக்திகளுடன் போராடி இருவரைத் தோற்கடித்திருந்தனர்: அவை ஜப்பான், பிரான்ஸ், அமெரிக்கா.

29 செப்டம்பர் 1945 வரை இந்திய இராணுவத்திலிருந்து பிரிட்டிஷ் தலைமையிலான படை ஜாவாவிலிருந்து திரும்பவில்லை. சுகர்னோவின் ஆதரவாளர்கள் அவர்களுக்கு “இந்தோனேஷியா இந்தோனேஷியர்களுக்கே’ என்ற தட்டியைக் காட்டினர். ஜகார்த்தா, டெமராங், மாவ் போன்ற பல பிரிட்டிஷ் நகரங்களை பிரிட்டிஷ் ஆக்கிரமித்திருந்தாலும், சுகர்னோவின் படைகளிடமிருந்து

கடுமையான எதிர்ப்பைச் சந்தித்தது. மீண்டும் பிரிட்டிஷ் உள்நாட்டு மக்களுக்கெதிராக உபயோகிக்க ஜப்பானிய துருப்புகளுக்கு ஆயுதமளிக்க வேண்டியிருந்தது.

ஜாவாவின் இரண்டாவது பெரிய நகரமும், அதன் முக்கிய தொழில் வர்த்தக மையமுமான சுரபயாவில் பிரிட்டிஷ் கடும் பின்னடைவைச் சந்தித்தது. சுமார் 4,000 பிரிட்டிஷ் துருப்புகள் 25, அக்டோபர் 1945-ல் அங்கு வந்தன. அதன் கமாண்டர் பிரிகேடியர் மலாபே, இந்தோனேஷியர்களிடம் ஆயுதத்தைக் கைவிட்டு நகரைச் சரணடையுமாறு உத்தரவிட்டார். மூன்று நாட்களுக்குப் பிறகு 20,000 பேருக்கு மேலான இந்தோனேஷியப் படை அவரது துருப்புகளைத் தாக்கியது. மலாபே, தனது படையினர் 200 பேருடன் கொல்லப்பட்டார்.

பிரிட்டிஷ் உடனே மேலும் படைகளை சுரபயாவுக்கு 9, நவம்பர் அன்று அனுப்பி இந்தோனேஷியத் துருப்புகளைச் சரணடையுமாறு கேட்டது. எந்த பதிலும் வராததால் இரண்டு கப்பல்களும், மூன்று அழிப்பான்களும் நகரில் அதற்கடுத்த நாள் குண்டுவீசத் தொடங்கின. ராயல் விமானப் படையின் போர் விமானங்கள் இந்தோனேஷியத் தளங்களின் மீது 1500 பவுண்டு குண்டுகளை வீசின. நிகழ்ச்சிப் போக்கில் மூன்று நாள் தெருச் சண்டைக்குப் பிறகு நகர் பிரிட்டிஷிடம் வீழ்ந்தது. பிரிட்டிஷ், இந்தியப் படைகள் 900 பேர் கொல்லப்பட்டனர் காயமடைந்தனர். ஆனால் 10,000க்கும் மேல் இந்தோனேஷியர்கள் கொல்லப்பட்டனர். ஜாவாவில் சண்டை 1946-ம் ஆண்டிலும் தொடர்ந்தது. இந்தோனேஷியப் படைகள் மார்ச்சில் பிரிட்டிஷ் படைகளால் பாண்டுங்கிலிருந்து விரட்டப்பட்டன. இப்போது பிரிட்டிஷுக்கு பதிலாக டச்சுப் படைகள் உள்ளே வர ஆரம்பித்தன. பிரிட்டிஷ் நவம்பர் 1946-ல் இறுதியாக வெளியேறியது. மொத்தமாக பிரிட்டிஷ், இந்திய உயிரிழப்பு 620 ஆகவும், காயமடைந்தோர் எண்ணிக்கை 1447ஆகவும் இருந்தது. 377 பேரைக் காணவில்லை. பிரிட்டிஷுடன் சேர்ந்து போராடிய ஜப்பானியத் துருப்புகள் 1000 பேரை இழந்தது. போருக்குப் பிறகு 20,000 பேர் இந்தோனேஷியத் தரப்பில் இறந்தனர். இந்த உண்மைகள் பிரிட்டிஷ் மீது இந்தோனேஷிய வெறுப்பையும் பின்னர் மலாயா விஷயத்தில் மோதலையும் விளக்க உதவுகிறது.

இந்தோனேஷியாவின் கடுமையான எதிர்ப்பால் மவுண்ட் பேட்டனும், பிரிட்டிஷ் உயர் தலைமையும் அதிர்ந்து பின்வாங்கினர் என்பதில் எந்தச் சிறிய சந்தேகம்கூட இல்லை. அதன் தாக்கம் சாதாரண பிரிட்டிஷ், இந்திய சிப்பாய்கள், கடற்படையினரிடமும் இருந்திருக்கும் என்பதிலும் சந்தேகமில்லை. அவர்கள் சோவியத் யூனியனுடன் சேர்ந்து ஐரோப்பாவில் பாசிச எதிர்ப்புப் போரை

வென்றிருந்தனர். இப்போது வெறுக்கப்பட்ட ஜப்பானியர்களுடன் சேர்ந்து தேசியவாதப் புரட்சிகளை அடக்குமாறு பணிக்கப்பட்டனர். பல சிப்பாய்களையும், மாலுமிகளையும் போர் முற்போக்காக்கியிருந்தது. அவர்களில் பலர் காலனியாதிக்கப் போர்கள் நியாயமற்றவை எனக் கருதினர். பாதிக்கப்பட்டவர்கள்கூட, பிரிட்டிஷ் லேபர் அரசுதான் துருப்புகளை அனுப்பியதென்பதையும், இப்போது ஜப்பானியர்களிடம் ஆசியாவில் தேசியப் புரட்சிகளை ஒடுக்க உத்தரவிட்டது என்பதையும் எப்போதும் அவர்கள் மறக்கவில்லை.[108]

இரண்டாம் உலகப் போரின் பெரும்பகுதியில் பிரான்ஸைப் போல் ஹாலந்தும் ஜெர்மனால் ஆக்கிரமிக்கப்பட்டிருந்தது. இது பிரெஞ்சு, டச்சு ஆட்சியாளர்களின் பழைய காலனிகளை ஆக்கிரமிக்கும் ஆசையைக் குறைத்துவிடவில்லை. டச்சு ஒரு பிரெஞ்சு பாசிச எதிர்ப்பு தடுப்புப் போராட்டத்துக்கும் அல்லது வியட்நாமிய மாக்விக்கும் இடையில் எந்தத் தொடர்பையும் அவர்கள் காணவில்லை. அவர்கள் வெவ்வேறு உலகங்களைச் சேர்ந்தவர்கள். ஒரு காலத்தில் அடிமைத்தனத்தை நியாயப்படுத்த உபயோகிக்கப்பட்ட நிறவெறி அமைதியாக வியட்னாமையும், இந்தோனேஷியாவையும் ஏகாதிபத்தியம் திரும்ப ஆக்கிரமிப்பதை நியாயப்படுத்த உபயோகிக்கப்பட்டது. வாஷிங்டனைப் போலல்லாது லண்டன், பாரிஸ், ஆம்ஸ்டர்டாமிலிருந்தவர்கள் பழைய பேரரசுகள் ஒழிக்கப் பட்டுவிட்டன என்பதைப் புரிந்துகொள்ளவில்லை. அவர்களது மரண அவஸ்தையின் தொடக்கம்தான் மீண்டும் பிடித்தது. இவையனைத்தும் விரைவிலேயே புதிய வகையிலான ஏகாதிபத்தியத்தால் இடமாற்றம் செய்யப்படப் போகின்றன: அது அமெரிக்க வகை.

பின்குறிப்பு:

ஒரு குறிப்பிடத்தக்க நிகழ்ச்சியில், வேலை நிறுத்தத்தை உடைக்கக் கொண்டு வரப்பட்ட இந்திய மாலுமிகளிடம் அவர்களது விசுவாசத்தைப் பெற்ற மன்னரின் சகோதரர் குளோசெஸ்டர் டியூக் பேசினார். மொழிபெயர்ப்பாளர் இதை ஏகாதிபத்தியவாதிகளின் உத்தரவை நிராகரித்து வேலை நிறுத்தத்தில் கலந்து கொள்ளச் சொல்லும் அழைப்பு என்று மொழிபெயர்த்தார். அவர்கள் அதனை உடனே ஏற்றனர்! வேலை நிறுத்தத்துக்கு நிதி திரட்டுவது ஆஸ்திரேலியத் துறைமுகங்களில் நின்ற பிரிட்டிஷ் போர்க் கப்பல்களில்கூட நடந்தது. இந்த ஆதரவு வெளிப்பாடு மிகவும் பாதிப்பை ஏற்படுத்தியதால் மவுண்ட் பேட்டன் நேரடியாக சிட்னிக்குப் பயணம் சென்று தொழிற்சங்கங்கள் தடுப்பை நீக்குமாறு கோரினார். ஆனால் அந்தக் கோரிக்கை ஏற்கப்படவில்லை.

அடிக்குறிப்பு:

106. விமானம் தாமதமாக வந்ததே புட்டோவின் உத்தரவால்தான் எனப் பின்னர் அறிந்துகொண்டேன். வெளிநாட்டு விருந்தினர் சோர்ந்து போயிருந்தார், எந்தக் குறுக்கீடும் அனுமதிக்கப்படவில்லை.

107. கேரளாவின் கம்யூனிஸ்ட் தலைவர் கே. தாமோதரன் 1950-களின் இறுதியில் ஹோவை சந்தித்து ஏன் கம்யூனிஸம் வியட்னாமைப் பிடிக்க முடிந்தது, இந்தியாவைப் பிடிக்க முடியவில்லை என்று கேட்டார். ஹோ பதிலளித்தார், "இந்தியாவில் உங்களுக்கு காந்தி இருந்தார்; இங்கு நான்தான் காந்தி." இந்திய கம்யூனிஸ்டின் நினைவலைகள், நியூ லெப்ட் ரிவ்யூ, பக், 93, செப்டம்பர் - அக்டோபர் 1975, பக். 35-59.

108. எப்படி ஆதரவு இயக்கம் ஆஸ்திரேலியாவுக்கு விரிவடைந்து பிரிட்டிஷ் பேரரசுக்குப் பிரச்சனையை ஏற்படுத்தியதென்று ஜான் நியூசிங்கர் விளக்கியுள்ளார்.

போர் தொடர்ந்தபோது வர்த்தக மாலுமிகள் முக்கியமாக இந்தியர்கள் மற்றும் இந்தோனேஷியர்களும், சில பிரிட்டிஷாரும் இந்தோனேஷியாவுக்குத் துருப்பு களையும், ஆயுதங்களையும் கொண்டு செல்ல மறுத்து வேலை நிறுத்தம் செய்தனர். ஆஸ்திரேலியத் தொழிற்சங்க இயக்கமும், ஆஸ்திரேலிய சரக்குத் தொழிலாளர்களும் இந்தோனேஷியாவுக்குச் செல்லும் கப்பல்களைப் புறக்கணித்தனர். இதில் சுமார் 500 கப்பல்கள் இழுத்துக் கட்டப்பட்டன.

24

பூமத்திய ரேகையில் இஸ்லாம்

முதலில் இந்தியா, சீனாவின் கடற்கரைகளில் வீசிய இஸ்லாமிய வர்த்தகக் காற்று முழுமையாகத் தீவுக் கூட்டத்தைக் கடந்து சென்றுவிட்டதாகத் தோன்றுகிறது. இறைத்தூதரைப் பின்பற்றியவர்கள் சுமத்ரா, ஜாவா தீவுகளுக்குத் தமது காலணிகளில் மண்ணின் அடையாளமின்றியே தாமதமாக வந்து சேர்ந்தனர். முதல் வரலாறு தெளிவற்றும், முரண்பாடானதாகவும் உள்ளது. வடக்கு சுமத்ராவிலுள்ள முதல் முஸ்லிம் கல்லறை பதின்மூன்றாம் நூற்றாண்டைச் சேர்ந்ததுதான். அதற்கு முன்பு பெரிய அளவிலான முஸ்லிம் குடியிருப்புகள் அங்கு இருந்ததற்கான ஒப்புக்கொள்ளக்கூடிய ஆதாரங்கள் இல்லை.

எனினும் அரபு புவியியலாளர் அல்மசூதியைப் பொறுத்தவரை, அந்தப் பிரதேசத்துக்கு முதல் முஸ்லிம் குடியேற்றம் ஒன்பதாம் நூற்றாண்டு சீனாவிலிருந்து வந்தது. டாங் பேரரசர் ஹிசுங்கின் ஆட்சியின்போது (878-889) தெற்கு சீனாவில் ஏற்பட்ட ஒரு விவசாய எழுச்சி கான்ஃபுவில் (கான்டன்) ஆதிக்கமுள்ள வர்த்தக வணிகச் சமூகத்தின் படுகொலைக்கு இட்டுச் சென்றது. சுமார் 1,20,000-லிருந்து 2,00,000 முஸ்லிம்கள் வரை கொல்லப்பட்டனர். தப்பித்தவர்கள் பலர் மலாயா கடற்கரையையும் சிலர் ஜலசந்தியைக் கடந்து தீவுகளையும் அடைந்தனர். சீன முஸ்லிம்களின் படுகொலை ஆவணப்படுத்தப்பட்டிருந்தாலும், அவர்கள் எங்கு இறங்கினார்கள், எங்கு குடியேறினார்கள் என்பதற்கான வலுவான ஆதாரங்கள் எதுவுமில்லை.

எங்குமிருக்கும் தூய்மைவாத முஸ்லிம்கள், தாம் தூய்மையிலும் தூய்மையானவர்களின் வழிவந்தவரென்றோ அல்லது மாற்றப்பட்டவரென்றோ நினைக்கப் பிரியப்படுகின்றனர்: அதாவது, மதத்தை ஸ்தாபித்த அராபியரிடமிருந்து, ஆனால் அது அரிதானது. சமீபத்தில் 1960-ல் பேராசிரியர் ஸ்லாமெட் முல்ஜினா பதிப்பித்த

ஒரு புத்தகத்தில் ஏறக்குறைய நியாயமாகத் தோன்றும் வகையில் இஸ்லாம் மிஷனரியின் ஒன்பது ஸ்தாபகத் தந்தைகள் (வாலி) பெரும்பாலும் சீனர்கள் என்பதுபோல் எழுதியது பெரும் சர்ச்சையைக் கிளப்பிவிட்டது.

பின்னர் மேற்கிந்தியாவின் குஜராத் துறைமுகத்திலிருந்து குடியேற்றங்கள் வந்தன. மொலாக் பருப்பு வர்த்தகத்திலும் மலபார் துறைமுகத்திலும் குஜராத்தியரின் தனியாதிக்கத்தின் காரணமாகவும் ஏற்பட்ட இயல்பான விளைவு இது. புகழ்பெற்ற பதினான்காம் நூற்றாண்டு யாத்ரீகர்-எழுத்தாளர் இபின் பதூதா இந்த வழியைத்தான் பின்பற்றினார். இந்த வகை நவீன தொழில் முறையாளர்கள் போலவே அவரும் தமது கவனிக்கும் திறன் மீது சில சமயம் கற்பனையை விஞ்சவிட்டார், ஆனால் 'ஜாவா' (சுமத்ரா) கடற்கரையில் கல்தானேட் குறித்த விளக்கம் அதன் சரியான புவியியலைக் கண்டுபிடிப்பதற்குக் கடினமாக இருப்பினும்கூட, உண்மையானதாகவே தோன்றுகிறது:

நாங்கள் தீவைச் சென்றடைய அரை நாள் பயணம் இருந்தபோது பார்த்தோம். அது பசுமையாகவும் வளமாகவும் இருந்தது; அங்கு பொதுவாகக் காணப்படும் மரங்கள் கோக்கோ பனை, அரேகா, குளோவ், இந்திய ஆலோ, பலாமரம், மாமரம், ஜாமூன், இனிப்பு, ஆரஞ்சு, சூட மூங்கில் போன்றவை. அதன் குடிமக்களின் வர்த்தகம் டின் துண்டுகள், உள்நாட்டு, புடம் போடப்படாத தங்கத்தாலும் நடந்தது. அங்கு நறுமணம்மிக்க மரங்கள் பெரும்பாலும் நம்பிக்கையற்றோர் நிறைந்திருந்த நகரங்களில் வளர்ந்தன..[109]

தீவுக்கு அமீர் தவ்லாஸாவால் இபின் பதூதா வரவேற்கப்பட்டார். அவர்கள் இருவரும் சேர்ந்து சுமத்ரா நகருக்குள் சென்றனர். "மரச்சுவரால் சூழப்பட்டு, மரக்கோபுரங்கள் நிறைந்த அந்த அழகிய பெரிய நகரம் அது." அவர் அந்த நகரின் சபை இன்னமும் நம்பிக்கையற்றோரால் நிறைந்திருப்பதாக விளக்குகிறார். அவர்கள் இஸ்லாம் நம்பிக்கையற்றோர் மீது விதித்த ஜிஸியா வரியைக் கட்ட ஒப்புக் கொண்டு அமைதியை விலை கொடுத்துப் பெற்றிருந்தனர். இஸ்லாத்துக்கு ஜாவாவிலும், சுமத்ராவிலும் மக்கட்தொகையின் ஒரு பகுதியை வெல்ல முன்னூறு ஆண்டுகளாகும். ஆனால் பல நூற்றாண்டுகளுக்கு முன் புத்த மதமும், இந்து மதமும் செய்தது போல அது தம்மை மெதுவாக நுழைத்துக் கொண்டது.

தெற்காசிய சூஃபிஞானிகளும், கோரமண்டல் கடற்கரையைச் சேர்ந்த கிழக்கு முஸ்லிம் வர்த்தகர்களும்தான் மதமாற்றங்கள் செய்வதில் வெல்லத் தொடங்கினர். காஷ்மீரைப் போல் ஒரு

ஆட்சியாளரின் மதமாற்றம் அவரது குடிமக்களின் மனமாற்றத்தில் முடிந்தது. பூர்வீகக் குடிமக்களின் கோட்பாடுகளுக்கு தம்மை மாற்றிக் கொள்ளும் இஸ்லாத்தின் ஆற்றல்தான் சீனா, ஆப்பிரிக்கா, பெர்ஸியா மற்றும் தெற்காசியாவில் திறனுடையதாக அமைந்தது. தீவுக் கூட்டம் முழுமைக்கும் விரைவாகப் பரவியதற்கு அதுதான் முக்கிய விளக்கமாகும். சில முஸ்லிம் சுல்தான்கள் அடிக்கடி புனிதர் நிலைக்கு உயர்த்தப்பட்டு, அவர்களது மறைவுக்குப் பிறகு அவர்களது கல்லறைகள் நம்பிக்கையாளர்களுக்கு (மதகுருக்களின் கோபத்தைக் கிளறாமல்) முக்கிய வழிபாட்டுத் தலமானது. பஞ்சாப் அல்லது பெர்ஸியா அல்லது அனடோலியாவில் சூஃபி ஞானிகளின் வழிபாட்டுக்கு இது வேறுபட்டதல்ல. ஆசாரமான நம்பிக்கையாளர் களின் எதிர்ப்பு சிலசமயம் கடுமையாக இருந்தது. ஆனால் அவர்களது எண்ணிக்கை குறைவாக இருந்தது. பழைய பாரம்பரியங் களை வெளியேற்றுவதற்கு பதில் அவர்களே அதில் மூழ்கிவிடும் அபாயத்தில்தான் இருந்தனர்.

புத்த மதமும் அதைத் தொடர்ந்து இந்து மதமும் வருவதற்கு முன்னால், உள்நாட்டு மக்கள் அமெரிக்காவையும் மற்ற இடங்களையும் போல் மாயாவாதங்களால் (ஆவிகளால்) கட்டுப்படுத்தப்பட்ட உலகை நம்பினர். பூர்வீகப் பாரம்பரியங்களின்படி இவை காடுகளிலும், ஆறுகளிலும், மலைகளிலும் வாழ்ந்தன. அவற்றின் கோபம் இயற்கைப் பேரழிவுகளை விளக்கியது. பலி கொடுப்பதன் மூலம் நல்லெண்ணத்தைப் பெற முடியும். தீய எண்ணத்தை இரட்சைகள் அணிவதன் மூலமும், தாயத்துக்கள் அணிவதன் மூலமும், சூனியக்காரர்களின் மந்திரசக்தி மூலமும் தடுக்க முடியும். மூட நம்பிக்கை தினசரி வாழ்க்கையின் ஒரு அங்கமாகி விட்டது.[110] உதாரணமாக, தும்முவது வரவிருக்கும் துரதிர்ஷ்டத்தின் அறிகுறி என எண்ணற்ற கலாசாரங்கள் குறிப்பிடுகின்றன என்பது ஆர்வமூட்டுவதாக இருக்கும். கிறிஸ்தவர்கள் தும்மியவர்களை உடனடியாக வாழ்த்துவார்கள். யூதர்கள் ‘நல்ல ஆரோக்கியம்’ எனக் கூறுவார்கள். முஸ்லிம்கள் அல்லாவின் கருணைக்காக அவருக்கு நன்றி கூறுவார்கள். பல ஆவிகள் பெண்கள் மூலமாகப் பேசுகின்றன எனப் பரவலாக நம்பப்படுவதால், அவர்களுக்கு மதச்சடங்குகளில் முக்கியப் பாத்திரம் அளிக்கப்பட்டது. எனவேதான் உள்ளூர் அதிகாரக் கட்டுமானத்திலும் முக்கியப் பாத்திரம் கிடைத்தது. இது எதிர்ப்பாலின உடைகளை அணியும் மதக் குரு உருவானதையும் விளக்க இயலும்: ஆண்கள் பாலின ரீதியிலல்லாது, அரசியல், கலாசாரத்துக்காகப் பெண்களின் உடையை அணிவது; புத்திசமும், இந்துயிசமும் இந்தப் பல மூடநம்பிக்கைகளை சுவீகரித்துக் கொண்டன. இஸ்லாத்தின் சூஃபி பிரிவு இந்த வழக்கங்களைத் தொடர்ந்து பொறுத்துக் கொண்டது.

சூஃபி தத்துவம் எப்போதுமே இயற்கையிலும், மனித உயிரின் தினசரி வாழ்க்கையிலும் அல்லா நிரந்தரமாக இருப்பதாக விளக்கியது. எனவேதான் ஒரு கூட்டுப் பிரார்த்தனை அவசியமானதல்ல. ஒவ்வொரு நம்பிக்கையாளரும் அவரது சொந்தச் சிறப்பு வழியில் அல்லாவை உணர முடியும். இஸ்லாத்தின் பெரும் ஆன்மிகத் தத்துவவியலாளர்களில் ஒருவரான இபின் அரபி (1165-1240) உயிரினங்களின் ஒற்றுமை என்ற கோட்பாட்டை உருவாக்கினார். அது ஒரு ஸ்பினோஸிஸ்டுக்கு முந்தைய நம்பிக்கை. படைத்தவர் இயற்கையின் பல அம்சங்களிலும், மனித ஆவியிலும், தெய்வீகத் தன்மையின் அனைத்து அம்சங்களும் நிறைந்த ஒரு பூரணமான மனிதனிடமும் காணப்படுவார் என்கிறது அந்தக் கோட்பாடு. ஆன்மிகமல்லாத இராணுவ நடவடிக்கைகளான நாடு விஸ்தரிப்பு போன்றவைகளில் ஈடுபட்டிருந்த ஓட்டோமான் சுல்தான்களுக்கு இந்த ஆன்மிகம் பொருந்தியது. சுல்தான் செலிம் டமாஸ்கஸில் அரபி கல்லறைக் கட்டடத்தை மீண்டும் கட்ட உத்தரவிட்டதன் மூலம் ஆசாரத்தை இகழ்ந்தார். இபின் அரபியைப் பின்பற்றியவர்கள் சிலர் அவரது வாதத்தை இறுதிவரை கொண்டு சென்று அல்லா பற்றிய உண்மை அறிவு பெறுவதற்கு ஆண்களும் பெண்களும் பாலின்பம் மற்றும் மனரீதியான பெருமகிழ்ச்சியின் உச்சத்தை அடைவதன் மூலமே இயலும் என வாதிட்டனர். இதன் ஒரு வகை (கூடலின் இன்பத்துக்கு பதில் மது அருந்துவது) மேற்கு சுமத்ராவில் ஹம்ஸா ஃபன்சூரியால் பதினாறாம் நூற்றாண்டின் இரண்டாவது பாதியில் பிரச்சாரம் செய்யப்பட்டது.

நம் எல்லோரிலும் அவரது பிரகாசம், ஒரு கவர்ச்சிகரமான வெளிச்சம் அவர்தான் குவளையும் மதுவும், அவரை தூரத்தில் தேடாதே, குழந்தாய்.

சூஃபிக்களின் பல்வேறு முறைகளிடையே சூஃபி வலியுறுத்திய ஆசிரியர் மாணவர் உறவுமுறை போல், இது மறு உறுதி அளிப்பதாகவும், உதவிகரமாகவும் இருந்தது. பல நூற்றாண்டு இந்து, புத்தமத ஆதிக்கத்தை அனுபவித்திருந்த கலாசாரத்தில் ஆன்மிக குருவினை வழிபடுவது பாராட்டப்பட்டது. சூஃபி தத்துவம் சந்தேகமில்லாமல் மாற்றத்தின் வழிமுறையில் மிகவும் எளிமையாக இருந்தது. ஆனால் அதன் சாரம் இந்த ஆன்மிக வாதத்தின் மிகவும் காணக்கூடிய அம்சத்தால் காக்கப்பட்டது: மதப் பிரிவுக் குழுக்கள், குரானின் அனைத்து ஆசார அர்த்தங்களிலிருந்தும் முழு சுதந்திரத்தை அது பிரச்சாரம் செய்தது. அது சடங்குகளை அருவருப்புடன் நோக்கியது. ஆசார நம்பிக்கையாளர்கள் உள்ளொன்று வைத்துப் புறமொன்று பேசுபவர்களாகத்தான் உள்ளனர் என்றும், ஏனெனில்

அவர்கள் பொருள் உலகில் தமது சொந்த நடவடிக்கைகளிலிருந்து அவர்களது நம்பிக்கையை மூடிவிடுகின்றனர் என பல முனிவர்கள் வாதிட்டனர். மாறாக ஒரு சூஃபி, படைப்பாளர் ஆவியின் உள் பகுதியில்தான் உறைகிறாரென்றும், எனவே வெளிப்பொருள் உலகின் கேவலங்களிலிருந்து விடுபட விரும்பியதாக வலியுறுத்தினர். அவர் வெளியில் மட்டுமே இருந்த ஒரு அல்லாவை ஏற்க மறுத்தார்.

சூஃபி குருக்கள் பொதுவாக உள்நாட்டுப் பின்பற்றாளர்களின் மொழியில் அவர்களுக்குப் புரியக்கூடிய, அறிந்த வழிகளில் ஆன்மிகக் கருத்துக்களை உரைத்தனர். ஜாவாவில் இது உதாரணம்; 'காலப்போக்கில் எண்ணெயாக மாறக்கூடிய தேங்காய்ப்பாலுடன் மனிதக் கண்களை ஒப்பிடலாம் என்று கூறுவதுண்டு; ஒரு வாழைக்காய் காலப்போக்கில் பாதிப்பழமாக மாறுவதற்கு... மெதுவாக மனிதக்கண் கடவுளால் சீராக்கப்பட்டு சாரத்தைக் கண் கவனிக்கும் என்பதில் எந்தச் சந்தேகமும் இல்லை!

பெரும்பாலான நம்பிக்கையாளர்களுக்குப் புதிய சடங்குகளைத் தவிர, இஸ்லாம் அவர்களது இருப்பை எளிமையாக்கிவிட்டது.. ஆவிகள் பலிகளாலோ, ஒட்டுமொத்த ஆண்; பெண் கடவுளர்களின் நெட்வொர்க்கை வழிபட்டு சமாதானப்படுத்துவதோ தேவையில்லை. மாறாக அல்லாவையும் அவரது தூதரையும் வழிபடுவதன் மூலம் இதைச்செய்யலாம். இந்த இரு சக்தி மிக்கவர்களும் அனைத்து வகை தீங்குகளிலிருந்தும் பாதுகாப்பார்கள்.

எனினும் பல பழைய மூட நம்பிக்கைகள் மறைய மறுத்தன. இன்றுவரை பல கடலோர கிராமங்களில் மீனவர்கள் கடலுக்குள் பயணப்படும் முன் கடல் ஆவிகளுக்கு அடையாளப் பூர்வ பலியிட்டு விட்டுத்தான் செல்கின்றனர். மற்ற வகை மூட நம்பிக்கைகளும் கூட இன்னும் உள்ளன. பத்தொன்பதாம் நூற்றாண்டைச் சேர்ந்த தாய்வழிப் பாட்டியின் வாழ்க்கையை அடிப்படையாக டோயரின் 'கடற்புறத்திலிருந்து ஒரு பெண்' என்ற நாவலில் அவரது பாத்திரத்தில் ஒன்றான முடமான கஞ்சிராக்காரர் ஒருவர் வித்தியாசமாக நடந்துகொள்கிறார்:

'அவனைப் பாருங்கள். முன்னை விட அவன் அதிகப் பைத்தியக்காரத்தனமாக நடந்து கொள்கிறான்' என்று ஒரு மனிதன் கூறினான். 'அந்த வழியில் அவன் எப்படிச் செல்வான்?'

'அவன் பிறப்பிலிருந்தே சபிக்கப்பட்டவன் என நான் கேட்டிருக்கிறேன்' முதல் மனிதன் பதிலளித்தான். அவனது தாய் கர்ப்பமாக இருந்தபோது உயிருள்ள ஒரு நண்டின் காலை இழுத்து உடைத்து விட்டாள். அதனால்தான் அவன் கை, கால்களை வேலை செய்ய உபயோகிக்க முடியவில்லை'.[111]

பழமையுடன் முறித்துக்கொண்டு தினசரி வாழ்க்கையில் ஒரு மாற்றத்தை நிர்பந்தித்த ஒரே முஸ்லிம் வழக்கம் பன்றிகளை உண்பதில் முட்டுக்கட்டை. இது எல்லா முஸ்லிம்களாலும் பொதுவாகக் கடைப்பிடிக்கப்பட வேண்டும். அவர்கள் ஆன்மிகவாதிகளோ அல்லது ஆசார நம்பிக்கையாளர்களோ. எனினும் ஒரு பன்றியையோ, காட்டுப் பன்றியையோ ஏழ்மைக் காலங்களில் சாப்பிடும் வாய்ப்பு உள்ளது. (தெற்காசியாவில் முஸ்லிம் விவசாயிகளைப் போல) பொதுவாக இருட்டிய பின் அது ஒரு சிறிய எருமை அல்லது பசுவின் கன்று என்பது போல காட்டிக் கொள்ள வேண்டும்.

ஜாவா, சுமத்ராவில் இஸ்லாம் போர்னியா போன்ற மற்ற பக்கத்துத் தீவுகளுக்குத் தாவி இறுதியாக ஒரு முக்கிய எல்லைப் பாலத்தை அமைத்துப் பிறகு அது பிலிப்பைன்சில் சுலு, மின்டானாவோ சுல்தானேட்டாக ஆகியது. இஸ்லாத்தின் முதல் அலை வர்த்தகம், உள்நாட்டு ஆட்சியாளர்களை மதம் மாற்றுதல், கலப்புத் திருமணம், அபூர்வமாகக் கைப்பற்றுதல் மூலமாக வெற்றியை ஈட்டியது. இஸ்லாத்தின் முதல் கட்ட முக்கிய எதிரியாக ஐபீரிய தீபகற்பத்திலிருந்த பழைய எதிரிகள் இருந்தனர். முக்கியக் குறுக்கீடு 1511-ல் மலாக்காவை அல்புகுவர்க் கைப்பற்றியதன் மூலம் வந்தது. அது ஆசிய கடல் வர்த்தகத்தின் கட்டுப்பாட்டைப் போர்ச்சுகீசியர்களிடம் அளித்தது. சில பத்தாண்டுகளுக்குப் பின் ஸ்பானியர்கள் பிலிப்பைன்ஸுக்கு வந்து இன்றைய மணிலாவிலிருந்து முஸ்லிம்களை வெளியேற்றி அவர்களை மின்டனாவோ சுலு பிரதேசத்தில் முடக்கினர். இரண்டு ஐபீரிய நாடுகளும் ஏராளமானோர் கத்தோலிக்கத்துக்கு மாறுவதை ஏற்பாடு செய்து விட்டன. ஆனால் பதினெட்டாம் நூற்றாண்டு வரை ஜாவாவின் கிழக்கு முனை இந்து, பௌத்தமாகவே தொடர்ந்தது. இன்னும் கிழக்கு, மேற்கு ஜாவாவில் தொலைதூர மலைப்பிரதேசங்கள் முஸ்லிமாக இல்லாமல் இருக்கின்றன.

இயற்கையினால் மிக அழகாகச் செதுக்கப்பட்டிருக்கும் தீவுகளில் ஒன்றான சுலாவேசியை (சிலபிஸ்) கைப்பற்றிய முஸ்லிம் வர்த்தகர்கள் தீவின் தென்மேற்குப் பகுதியில் பதினேழாம் நூற்றாண்டின் முற்பகுதியில் ஒரு கடற்புற சுல்தானேட்டை அமைத்தனர்: அதுதான் மகாஸார் தேசம். ஆனால் இந்தப் பிரதேசத்தில் இஸ்லாம் வர தாமதமானதால் அது ஐரோப்பிய மெர்கண்டைல் முதலாளித்துவத்தின் விரிவாக்கத்துடன் இணைந்தது. ஆஸ்திரேலிய வரலாற்றியலாளரான சி.எப்.எச். கிளர்க் மசாகரின் கடற்படை எப்படி இஸ்லாத்தை 'நாகரிகத்தின் எல்லைக்கும், அங்கிருந்து அதற்கு அப்பாலும் எடுத்துச் சென்றது என விளக்கியுள்ளார்... அவர்கள் நியூ கினியாவுக்கும் அங்கிருந்து ஆஸ்திரேலியாவின் வடக்குக் கடற்கரைப் பகுதிகளுக்கும்

எடுத்துச் சென்றிருப்பர். இதனை ஐரோப்பாவின் வரவு இஸ்லாத்தின் விரிவாக்கத்தை முடிக்கத் துவங்கியபோதுதான் துவங்கியிருந்தனர்.[112]

அது மதம் உணர்ச்சிபூர்வமாகப் பரவுவதைத் தடுத்திருக்கலாம். ஆனால் இஸ்லாம் தொடர்ந்து வளர்ந்து வருகிறது. அங்கு குடியேறியவர்களால் ஆஸ்திரேலியாவிலேயே பெரிய அளவு முஸ்லிம் சமூகம் உள்ளது.

பதினாறாம் நூற்றாண்டில் வந்த ஐரோப்பியர் பொதுவாக போர்ச்சுகீசியர் அல்லது ஒரு ஸ்பானிய காப்டனாக இருந்தனரென்பதும், ஐபீரிய தீபகற்பத்தை மீண்டும் பிடித்த உடனே அவர்களது உடனடி ஆர்வமாக உலகின் பிற பகுதிகளில் 'மூர்களை' அழிப்பதாகவே இருந்தது என்பதும் முரண்பாடு. வாஸ்கோ டகாமா, அபோன்சோ டி அல்புகுவர்க் இருவருமே தீபகற்பத்தில் அவர்களது கொள்ளைகளை இஸ்லாத்துக்கெதிரான புனிதப்போர் என்றே நியாயப்படுத்தினர். 1511-ல் சுல்புகுவர்க் மலாக்காவைக் கைப்பற்றியபோது ஒரு கொள்ளைப் பாரம்பரியத்தைத் துவக்கினார். அதனை அடுத்த மூன்று நூற்றாண்டுகளுக்கு ஐரோப்பியக் காலனியாதிக்கவாதிகள் விசுவாசமாகப் பின்பற்றினர்:

அவர் கண்ட எல்லா முஸ்லிம் கப்பல்களையும் கைப்பற்றிக் கொள்ளையடித்தார்; மலாக்கா சுல்தான் அவருக்குக் கோட்டை கட்டிக் கொள்ள அனுமதிக்க வேண்டுமெனக் கோரினார்; அவர் கோட்டையைக் கட்டிய போது கட்டுமானப் பொருட்களுக்காக முஸ்லிம் கல்லறைகளை அழித்தார்; புகழ்பெற்ற ஜாவானிய வர்த்தகரை ஒரேயடியாகக் கொன்றார். இதுவும் அதைத் தொடர்ந்த போர்ச்சுகீசிய நடவடிக்கைகளும் செயின்ட் பிரான்சிஸ் ஸேவியரை அவர்களது அறிவு கொள்ளையடிப்பதுடன் மட்டுமே முடிந்து விட்டதாகவும் அதில் அவர்கள் 'பிரமிக்கத்தக்க திறமை புதிய இலக்கத்தைக் கண்டுபிடிப்பதில் காட்டியதாகவும் கூறினார். அவர்களது நோக்கங்களுக்கு ஸ்பைஸ் தீவில் உள் ஆதரவு கிடைக்கவில்லை என்பது ஆச்சர்யமல்ல.[113]

ஹாலந்திலிருந்து வந்த புரோட்டஸ்டன்டுகள் மிகவும் வெற்றிகரமாக ஆயினர். அவர்கள் போர்ச்சுகீசியர்களை விட குறைவான கொடூரத்துடன் இருந்தனர். இருவருக்குமிடையிலான முரண்பாடு, விலையேற்றத்துக்கு இட்டுச் சென்றதுடன் உள்ளூர் சந்தேகங்களை நிராயுதபாணியாக்கியது. டச்சு கிழக்கிந்தியக் கம்பெனி விரைவில் ஜாவாவில் தனது கட்டுப்பாட்டை நிறுவியது. ஆனால் அது எப்போதும் தீவிரமாக கிறிஸ்தவமயத்தை முயற்சிக்கவில்லை. அது மிகவும் அதிக விலை கொடுப்பதாக இருந்திருக்கும் என்பதுடன்

பொதுவாக முஸ்லிம் ஆட்சியாளர்களுடன் இருந்த நட்புறவுடன் குறுக்கிட்டிருக்கும். வர்த்தக நலன்கள் மிஷினரி பேராவலை முறியடித்துவிட்டது. மேலும், ஐரோப்பிய மதப் போர்கள் நடந்து கொண்டிருந்தன. புரோட்டஸ்டன்ட் பாதிரிகள் மிகச் சில பேராக இருந்ததுடன், பிரிவுகளால் பிளக்கப்பட்டும், ஐரோப்பாவில் மிகவும் தேவையாகவும் இருந்தனர். பத்தொன்பதாம் நூற்றாண்டின் முற்பகுதியில் செயலிழந்த கிழக்கிந்தியக் கம்பெனியிடமிருந்து டச்சு அரசு எடுத்துக் கொள்ளும் வரை கிறிஸ்தவத்துக்கு மிகச்சில மத மாற்றங்கள்தான் நடந்தன. இது இந்தியாவில் நடந்ததற்கு மாறுபட்டதல்ல.

டச்சு கிழக்கிந்தியக் கம்பெனி அதன் பிரிட்டிஷ் பெயரைப் போல் முதல் முதலாளித்துவ உலகமயத்தின் முன்னோடியாக இருந்தது. இன்றைய கார்ப்பரேஷன்கள் போலல்லாது, பழைய கம்பெனிகளுக்கு டச்சு மற்றும் ஆங்கில நாடுகள் தாமே ஆதரவளிக்கவில்லை. ஆனால் அவற்றின் சாசனங்கள் சொந்த இராணுவங்களை உருவாக்கி, நிதியளித்து, ஆயுதமளிக்கும் உரிமைகளை அளித்தன. அதை அவர்களும் செய்தார்கள். தீவுக் கூட்டத்தில் டச்சு ஆட்சி கொடூரமாக நிறுவப்பட்டது. உயர்வான தொழில்நுட்பம் அவர்களுக்குத் தீவுகளை ஆட்சி செய்ய உதவியது. அதனை ஜாவாவின் பாரம்பரிய ஆளும் வர்க்கத்துடன் இணைந்து அவர்கள் செய்தனர். ஆனால் அவர்களது பிடி அவர்களது பிரிட்டிஷ் ஏகாதிபத்திய சகாக்கள் இந்தியாவில் வைத்திருந்ததைப் போல் இறுக்கமாக இல்லை.

இஸ்லாத்தின் தாமதமான வருகை மதம் எப்படிப் புரிந்து கொள்ளப்பட்டதென்பதையும், பின்பற்றப்பட்டதென்பதையும் பாதித்தது. அமெரிக்க மனித வர்க்க சாஸ்திரியவாதி (anthropotologist) க்ளிபோர்டு கீர்ட்ஸ் ஜாவானிய இஸ்லாத்தை இரண்டு அடிப்படை வகைகளாகப் பிரிக்கிறார். அதில் சுபாங்கன் வகை மிகவும் தளர்வானதாக, ஒருமைப்படுத்தும் வகைகளை நம்புகிறது. அது குரானையும், இறை தூதரையும் ஏற்கும் அதே நேரத்தில், பழைய நூற்றாண்டின் சடங்குகள், வழக்கங்கள், பாரம்பரியங்களையும் மற்ற மதங்களையும் கைவிடவில்லை. சன்த்ரி என்பது அதன் நம்பிக்கைகளில் உறுதியானது. ஆன்மிக உண்மைக்கும், பகுத்தறிவுக்கு இடையிலும், கேள்வி கேட்காத கீழ்ப்படிதலுக்கும் அறிவுப்பூர்வ பொறுமைக் கிடையிலும் பிரிக்கும் கோட்டினை அது ஏற்க மறுக்கிறது. ‘மற்றவை, பயங்கரமானவை மற்றும் கடவுளின் மேன்மை, கடுமையான தார்மீகத் தன்மை, கோட்பாட்டில் தீவிர கவலை, பொறுத்துக்கொள்ளாத தனித்தன்மை ஆகிய இஸ்லாத்தின் பகுதிகள் ஜாவானியர்களின் பாரம்பரியப் பார்வைக்கு அப்பாற்பட்டவை.[114]

சந்தேகமில்லாமல் இதுதான் விஷயம். ஆனாலும் ஜாவானிய உள்நாட்டுப் பாரம்பரியங்களின் தனித்தன்மையை ஏற்கும் அதே சமயத்தில் இஸ்லாமிய உலகின் மற்ற பகுதிகளில் காணப்படும் அதே முறைகளை இங்கு காணாமல் இருப்பதும் கடினம். நான் இந்தப் புத்தகத்தில் ஏற்கனவே காட்ட முயன்றிருப்பது போல், இஸ்லாமில் புகுந்துள்ள ஒவ்வொரு கலாசாரமும் முற்காலத்தில் இதேபோன்ற பிரிவுகளை உற்பத்தி செய்துள்ளது. அரபு தீபகற்பத்திலும், மாக்ரேப், மேற்கு ஆப்பிரிக்கா, தெற்காசியா அனைத்திலும் ஒருவர் அபாங்கன், சந்த்ரியின் உள்நாட்டு வித்தியாசங்களை வெளிக்கொணர முடியும்: ஒவ்வொரு விஷயத்திலும், சந்த்ரியின் கருத்துக்கள்தான் மற்ற உடனிருக்கும் மதங்களுடன் சேர்ந்து சகவாழ்க்கை நடத்துவதற்குக் கஷ்டப்படுவதுடன் புத்தகங்களையும், சட்டங்களையும் அர்த்தப்படுத்து வதில் தொடர்ந்து வாதிடுவதுமாகும். அதன் 'பொறுமையற்ற தனித்தன்மை' இஸ்லாத்துடன் உட்பட்டதல்ல. இது ஜூடாயிசம், கிறிஸ்தவம், சமீபத்தில் இந்துயிசம் ஆகியவற்றிலும் உள்ளது. அதன் உதாரணங்களை இப்போதும் இஸ்ரேலிலும், அமெரிக்காவிலும், இந்தியாவிலும் காண முடியும்.

இந்தோனேசியாவில் டச்சு ஆட்சி மிகவும் முழுமையானதாகவும், மிகவும் அடக்குமுறையுடனும் இருந்தது. அதன் விளைவு இந்தியாவில் அதன் பிரிட்டிஷ் சகாவை விட குறைந்த திறனுடையதாக இருந்தது. இரண்டரை லட்சம் டச்சுக் குடியேற்றக்காரர்கள் வந்து தீவுகளைக் கைப்பற்றினார்கள். (இருநூறு ஆண்டுகளுக்கு இந்தியாவிலிருந்த பிரிட்டிஷ் எண்ணிக்கையை விட அது சற்று அதிகம்) அங்கு அவர்கள் தமது டச்சு சீர்திருத்த தேவாலயத்துடன் (Reformed Church) தமது சமூகத்தை உருவாக்கி நிறைவு செய்தனர். ஆனால் ஒட்டுமொத்த மேலாதிக்கத்தை நிலைநாட்ட முடியவில்லை. மற்ற புரோட்டஸ்டன்ட் தேவாலயமும் பிற பிரிவுகளும் காலனி முழுவதும் பரவின. 1920, 1930 மக்கள்தொகைக் கணக்கெடுப்பின்படி அதிகக் குடியேற்ற எண்ணிக்கையைக் காட்டிய டச்சு மக்கள் தொகை.

தவறாகக் கூறுவது போல் தெரிகிறது. முற்காலம் முதல் டச்சு (புரோட்டஸ்டன்ட்!) காலனிச் சட்டம் பூர்வீக, வெள்ளை மனிதர்களுக்கிடையில் இடைப்பட்ட வகைகளை அங்கீகரிக்க மறுத்தது - அதன் ஐபீரிய கத்தோலிக்க ஒன்றுவிட்ட சகோதரர்கள் மெஸ்டிஸோவை கண்டுபிடித்ததைப் போல. டச்சு சட்டத்தைப் பொறுத்த வரை ஒரு வெள்ளை மனிதன் ஒரு உள்நாட்டுப் பெண்ணின் மூலம் குழந்தை பெற்றுக் கொண்டு அதனை ஏற்றால் அந்தக் குழந்தை வெள்ளையனாகப் பதிவு செய்யப்பட்டது. அவன் ஒப்புக் கொள்ளாவிட்டால், (பெரும்பாலோர் ஒப்புக்கொள்ளவில்லை), அவை பூர்வீகக் குடியாகிவிடும்.

எனவேதான் பெருமளவு பழுப்பு நிற வெள்ளையரும், நீலக்கண் பூர்வீகக் குடியினரும் உள்ளனர். சுமார் 2,50,000 வெள்ளையரில் பெரும்பாலோர் யூரேசியர்கள். ஆரஞ்சுத் தாயகத்தின் பொருளாதாரத்தை நிர்ணயித்த வளங்களைக் கொண்ட காலனியைக் கட்டுப்பாட்டில் வைத்திருக்க டச்சு குடியேற்றம் முக்கியமாக இருந்தது. கிழக்கில் அவர்களது செல்வங்களை இறுக்கிக்கொள்ள பணம்தான் ஹாலந்துக்காரர்களுக்கு உதவியாக இருந்தது. வேறு எந்த ஐரோப்பிய சக்தியும் தமது காலனி மீது சார்ந்திருந்ததை விட ஆம்ஸ்டர்டாம் அதிகமாகச் சார்ந்திருந்தது. ஜாவா மட்டும் இல்லாதிருந்தால் டச்சு வடக்குக் கடலின் எல்லையில் ஒரு பனிமிக்க சமவெளிக்குச் சிறிது அதிகமாக மட்டுமே இருந்திருக்கும். மலர்ச் செடிகள் தீவுக் கூட்டத்தின் இழப்பை ஈடு செய்திருக்க முடியாது. அதனுடன் அவர்கள்தான் உலகின் மூன்றாவது அதிக லாபம் மிக்க காலனியாதிக்க சக்தியாக இருந்தனர். இரண்டாம் உலகப்போருக்கு முன் டச்சு கிழக்கிந்தியக் கம்பெனி 90 சதவிகித உலக கொயினாவையும், 86 சத மிளகு, 37 சத ரப்பர், 19 சத தேயிலை மற்றும் சர்க்கரை, காப்பி, எண்ணெய், காபோக், தேங்காய் பனைப் பொருட்கள் முதலியவற்றை அளித்தது. ஜப்பானியத் தோல்விக்குப் பின் அவர்கள் திரும்பிவர கடுமையாக முயன்றதற்கு உணர்ச்சிகளுக்கும், மனவியலுக்கும், நாகரிகத்துக்கும், கலாசாரத்துக்கும், ஜனநாயகத்துக்கும் எந்தத் தொடர்புமில்லை. ரத்தத்தை உறைய வைக்கும் பொருளாதாரம்தான் இந்தத் தீவுகளுக்கான பேராவலைக் கொழுந்துவிட்டெரியச் செய்தது. பல ஆங்கிலேயரை மையமாகக் கொண்ட வரலாற்றியலாளர்கள் டச்சு ஆட்சியின் தனிப்பட்ட உபகரண அம்சங்களை அழுத்தமாகக் கூறியுள்ளனர். காலனி கலாசாரம் அசாதாரண வகையில் வறண்டிருந்தது. கிப்ளிங் அல்லது ஃப்ளாபர்ட் அல்லது கொன்ராத் அல்லது மௌகமிற்கு சமமானது எதுவும் எழவில்லை. டச்சு ஜின் இலக்கியம் இல்லாததற்கு மோசமான மாற்றாக இருந்தது. இது விஷயமல்ல. டச்சு அரசியல் ரீதியாக முக்கிய மொழியல்ல என்பதே அதற்கு எளிமையான காரணம். டச்சு, இந்தோனேசிய அறிஞர்கள் சொபீரஸூம், முல்டாடுலியும் கிப்ளிங்கை விட உயர்வானவரென்றும், அல்லது அல்பெர்ஸ் மற்றும் ஸ்பின்ங்கர் மௌகாமை விட மிக உயர்வானவரென்றும் வாதிடக்கூடும். ஸ்பிரிங்கரின் வாட்டும் நாவல் 'பாண்டுங், பாண்டுங்' இன்னமும் உணர்ச்சியுள்ள கண்களில் கண்ணீரை வரவழைக்கும் சக்தியுடையதாகும். சிஎப்எச்கிளார்க் ஐபீரியர்களுடனான முரண்பாட்டை வலியுறுத்துகிறார்.

போர்ச்சுகீசிய கத்தோலிக்கர்கள் எல்லையற்ற தகுதியைப் பற்றிப் பேசினர் : டச்சு கால்வானிஸ்டுகள் பொதுவாக இல்லாத பெரும் இலாபம் குறித்துப் பேசினார்கள். அவர்களது (போர்ச்சுகீசியர்) விவாதத்தில் மொலுகசிலிருந்து வரும் மசாலாவை உபயோகிப்பது பற்றி அவர்கள் பேசியதில் உணர்ச்சிகரமானதாகவும்,

அடிப்படையானதாகவும் ஏதோ இருந்தது. அவர்களுக்கு உடல் உறுதிக்கும், உணவுக்கும் மிளகு தேவைப்பட்டது, மலத்தை வெளியேற்ற மிக உதவியாக இருந்ததால் இஞ்சி தேவைப்பட்டது... ஏலக்காய் குடலையும், வாயையும், இதயத்தையும் உறுதிப்படுத்தியதாலும், ஜீரணசக்திக்கு உதவியதாலும் தேவைப்பட்டது... நான்கு மில்லி பாலுடன் சேர்ந்து அருந்தும்போது கண்ணைக் காத்து, பேராவலையும் தூண்டியது.

பெருமளவு போர்ச்சுகீசிரியர்கள் சமீபத்தில்தான் கத்தோலிக்கத்துக்கு மாறியுள்ளனர் (பேராசிரியர் 'கிளார்க்' காணத் தவறிவிட்டார்). சில மசாலா வகைகளின் தகுதிகள் பற்றி அவர்கள் சிலாகித்துப் பேசியது இஸ்லாத்தின் மூலிகை வாதிகள், மருத்துவர்களிடமிருந்து நேரடியாகப் பெற்றது. பாலின்பம் மற்றும் மருந்து குறித்த அவர்களின் அறிவார்ந்த ஆராய்ச்சிகள் ஐபீரிய கலாசாரத்தில் ஒரு நிரந்தர அடையாளத்தை விட்டுச் சென்றன.. அதனைக் கேள்வி கேட்பதை அடக்க முடிந்ததே தவிர அழிக்க முடியவில்லை. மாறாக டச்சு புரோடன்டனிசம் வரலாற்றால் ஆயிரத்தொரு இரவுகளின் வரலாற்றிலிருந்து மறைக்கப்பட்டு விட்டது. ரெம்பிரான்டியன் ஹாலந்தை காட்டுத்தனமான பாலியல் பீடித்திருந்தது என்பது உண்மைதான், ஆனால் தண்டனை விரைவிலேயே கால்வானிஸ வடிவில் தொடர்ந்தது. முஸ்லிம் இடங்களில் ஹாலந்துக்காரர்கள் ஆக்கிரமிப்பை ஒன்றுதிரட்டிய நேரத்தில் டச்சுக் கலாசாரத்துக்கு ஒட்டுமொத்த லாபமளிக்க அது மிகவும் தாமதப்பட்டு விட்டது.[115]

'Professional Dreams' (தொழில்ரீதியான கனவு) என்ற திடுக்கிடச் செய்யும் கட்டுரையில் பெனடிக்ட் ஆண்டர்சன் செர்ட்செென்தானி, கலேக் காதாலேகோ ஆகிய காப்பியங்களை விவாதிக்கிறார். அவை மற்றவற்றை விட அதிகாரப்பூர்வ மற்றும் அதிகாரப்பூர்வமற்ற கலாசாரங்களிடையிலான மோதலை விவரிக்கின்றன. கவிதையின் பாலியல் வெறுப்பும், ஆண் ஒரு பாலின செக்ஸ் குறித்த போகிறபோக்கிலான குறிப்புக்களும் டச்சு அறிஞர்களின் கோபத்தைக் கிளறி இதனை வெறுப்புடன் பார்க்கச் செய்தன. அவர்கள் அதனை பயமுறுத்துவதாகவும் கண்டிருக்க வேண்டும். ஏனெனில் இவையிரண்டும் பிரிட்டனிலும், ஹாலந்திலுமிருந்து விக்டோரியன்கள் எல்லையற்றுக் கனவுகண்ட, மேலும் அடக்கிய கேள்வியை முன்னுக்குக் கொண்டு வந்தன. சென்தானி ஆசார நம்பிக்கையாளர்களின் உள்ளொன்று வைத்துப் புறமொன்று பேசும் தன்மையை விளையாட்டாக வெளிக் கொணர்ந்தது... ஒரு இரவு முழுவதுமான பாலின்பத்துக்குப் பிறகு (விவசாயிகளின் அதிகாலை தொழுகைக்காக) ஆர்வமின்றி விழித்தெழும் இரண்டு விடலைப் பருவ சந்திரிகள்

பற்றி ஒரு அத்தியாயம் எழுதும் ஆண்டர்சன் இதன் மூலம் செந்தானியின் மதம் மற்றும் பாலின்பத்துக்கிடையிலான சிக்கனமான உறவு பற்றி விவரிக்கிறார். -பெனடிக்ட் ஆண்டர்சன், 'ஒப்பீட்டுப் பேய்கள்' (Spectre of Comparisons), லண்டன் மற்றும் நியூயார்க் 2000, பக் 105-30.

சில தனிப்பட்ட டச்சுக்காரர்கள் புதிய இடத்திலிருந்து இலாபமடைந்ததாகவும், தமது தூய்மைவாத மரபுகளைக் கைவிட்டு தமது எல்லைக்குட்பட்ட பாலின்ப எல்லையை ஜுவனிய இருபாலின ஆசிரியர்கள் உதவியுடன் மீறியதற்கு ஆதாரம் உண்டு என்றாலும் இதனைப் பொதுமைப்படுத்திப் பார்ப்பது முட்டாள்தனமாக இருக்கும். இந்தியர்களிடம் இருந்த எராளமான பாலின்பம் நேரடியாக அருவருப்பானது. 1930-களின் பிற்பகுதியில் பெரிய அளவுக்கு ஒருபாலின உறவு கொள்ளும் ஆண்கள் மீது தேடுதல் வேட்டை நடைபெற்றது. அதில் ஏராளமான உயர் அதிகாரிகளும் பெரும் அறிஞர்களும் ஈடுபட்டிருந்தனர். பிரிட்டிஷ், பிரெஞ்சு ஏகாதிபத்தியங்களின் வரலாற்றில் இந்த அளவுக்கு எப்போதும் இருந்ததில்லை. ஒட்டோமான்களை விட்டு விடுவோம்.

பொருளாதாரப் பகுதியில் டச்சுக்கள் சீன வர்த்தகர்களைத் தரகர்களாக உபயோகித்தனர் (கிழக்கு, மத்திய ஐரோப்பாவில் உள்ளூர் குடியேற்றக்காரர்கள், தலைவர்களுடன் நேரடித் தொடர்பைத் தவிர்க்க பிரபுக்களும், கவுண்டுகளும் யூதர்களை உபயோகித்தது போல்.) தினசரி சட்டம் ஒழுங்கைப் பராமரிக்கப் பூர்வீகப் பிரமுகர்களை நம்பினர். பெரும்பாலான ஆட்சியாளர்கள் நிர்பந்திக்கப்பட்டவர்கள் மற்றும் பலவீனமான கூட்டாளிகள். பத்தொன்பதாம் நூற்றாண்டில் ஒரு கலகக்கார இளவரசன் தலைமை தாங்கிய கலகம்தான் பிரச்சனையை ஏற்படுத்தியது. அதேசமயம் அதிகத் துருப்புக்கள் கிழக்கு நோக்கிச் சென்றபோது அதிகப் பொருட்கள் மேற்கு நோக்கி அவர்களுடன் சென்றன. ஆம்ஸ்டர்டாமில் மென்ஹீர்கள் ஆவலுடன் எதிர்பார்த்த இலாபங்களை அவை கொண்டு வந்தன.

இது எவ்வளவு காலத்துக்கு நீடிக்கும்? முன்னூறு ஆண்டுகள் காலனியாதிக்க அடக்குமுறைக்குப் பூர்வீக மக்கள் எப்படி பதிலளிப்பர்? அவர்களிடம் என்ன கருவிகள் இருந்தன? ஆவலூட்டும் வகையில், ஒரு முக்கியக் கலப்பினத்தைச் சேர்ந்த எதிர்கால அரசியல் தலைவர் இந்திய தேசிய காங்கிரஸைப் போலவே ஒரு கட்சியை (அதன் நிறுவனர் ஒரு தாராளவாத ஆங்கிலேயர்) நிறுவ தீவிரமாக முயன்றார். இந்த எண்ணம் பெரும் முல்டாடுலியின் தூரத்து மருமகனான எட்வர்ட். எப்.இ.டெலிவெஸ்டெக்கரிடமிருந்து வந்தது. 1912-ல் அவர் இந்தியக் கட்சியை பல இன அமைப்பாக உருவாக்கினார். அதன் நோக்கம் 'அங்கு வசிப்பவர்களிடம்' தீவுகளை

ஒப்படைப்பது. புதிய கட்சி ஆம்ஸ்டர்டாமின் நேரடி ஆட்சியை எதிர்த்ததுடன் சுதந்திரத்தையும் இன சமத்துவத்தையும் கோரியது. அது தன்னாட்சி நிலைக்கான கோரிக்கை. ஆனால் ஒரு முக்கிய வித்தியாசம் உண்டு. நியூசிலாந்தையும், ஆஸ்திரேலியாவையும் போலல்லாது உள்ளூர் டச்சுக்காரர்கள், யூரேசியர்கள், பூர்வீக ஜாவானியர்கள், சுமத்ராகாரர்களுக்குச் சமஉரிமை உண்டு. அது வெள்ளையர் ஆதிக்கம் இல்லாமல் பல்வேறு இனமாக இருக்கும். காலனி நிர்வாகம் இத்தகைய எந்த ஆலோசனையையும் பொறுத்துக் கொள்ள மறுத்தது. கட்சி தடை செய்யப்பட்டு அதன் தலைவர்கள் ஜாவாவிலிருந்து வெளியேற்றப்பட்டனர்.

காலனியாதிக்க அதிகாரிகள் ஒரு மதச்சார்பற்ற, பல இன அமைப்புவாதக் கட்சியைப் பொறுத்துக் கொள்ள மறுத்தது பெரிய வெற்றிடத்தை ஏற்படுத்தியது. நல்ல அர்த்தம் தரக்கூடிய, ஆனால் திறனற்ற புதி உடோமோ (புனிதப் பணி) போன்ற அமைப்புக்களால் இந்த இடத்தைப் பூர்த்தி செய்ய முடியாதென விரைவில் தெரிய வந்தது. 1910-ல் இந்த அமைப்பு ஜாவானிய மாணவர்களால் பாடவியாவில் துவக்கப்பட்டது. சமூக மற்றும் கல்வி நவீனமயமும் உடனிணைந்ததாக அதிக அறிவுப்பூர்வ காலனி நிர்வாகத்தைக் கோருவதையும் அது நோக்கமாகக் கொண்டது. பெருமளவு ஜனத்தொகையான விவசாயிகள் மற்றும் பிளான்டேஷன் தொழிலாளர்களுக்குப் பதிலாக அது சிறிய அளவிலான ஜாவானிய மத்திய வர்க்கத்துக்குச் சேவை செய்யும் நோக்கம் கொண்டது.

உதவி எதிர்பாராத இடத்திலிருந்து வந்தது; ஜாவானிய படிக் வர்த்தகர்களால் 1909-ல் சீன வர்த்தகர்களுக்கெதிராக இந்தோனேசியர் களைக் காப்பாற்ற அமைக்கப்பட்ட முஸ்லிம் வர்த்தகர்கள் அமைப்பான சரேகத் இஸ்லாம் (இஸ்லாமிய லீக்). 1870-ல் காலனி கொள்கை தாராளம் என்ற வார்த்தையின் பழைய அர்த்தத்தில் ‘அதிகாரப்பூர்வமாக’ தாராளமாகியது. அதுவரை டச்சுக்கள் கூட காலனிக்கு சிறப்பு பாஸ்போர்ட் இல்லாமல் செல்ல முடியாது. இப்போது கட்டுப்பாடுகள் நீக்கப்பட்டு அநேகமாக யாரும் கிழக்கிந்தியாவில் நுழைய அனுமதிக்கப்பட்டது. சீனாவில் தாய்பிங்குக்குப் பிறகு ஏற்பட்ட குழப்பத்தில் ஓடிய சீனர்கள் இங்கு அடைக்கலம் புகுந்தார்கள். அவர்கள் சீன மொழியை மட்டுமே பேசினார்கள். வாங்குவது, விற்பதைத் தவிர, உள்நாட்டு மக்களிடம் அவர்கள் எந்த ஆர்வத்தையும் காட்டவில்லை. ஆனால் அவர்கள்கூட பழைய முறைகளான பாஸ்முறை, குடிமை முறைக்கு கட்டுப்படுத்தப்பட்டிருந்தனர். அதன்படி சீனர்கள் என டச்சுக்கள் நிர்ணயிக்கும் யாரும் அவர்களுக்கென நகரங்களில் ஒதுக்கப்பட்ட

சேரிகளிலிருந்து வெளியே வசிப்பதிலிருந்தும், சுதந்திரமாகப் பயணம் செய்வதிலிருந்தும் அவர்கள் தடுக்கப்பட்டனர். இந்தச் சட்டங்கள் 1905-ல் நகரத் துவங்கி 1918-ல் காணாமலே போயின. அதன் பிறகுதான் உண்மையான குடியேற்ற வெள்ளம் துவங்கியது. அவர்களில் காலனியாதிக்கச் சட்டத்தால் 'சீனர்' என விளக்கப்பட்ட ஏராளமானனோர்; ஆனால் சீன மொழியை அறியாதவர்கள், உள்ளூர் உணவு, பழக்க வழக்கங்கள், மொழிகளில் ஊறியவர்கள் அடங்குவர். இதனால்தான் இதுவரை பாதுகாக்கப்பட்ட வர்த்தகர்கள் பயத்தில் ஆழ்ந்தனர்.

1912-ல் சுரபயா வர்த்தகரான டோக்ரோமினோட்டோ சரேகத் இஸ்லாத்தின் சேர்மனாகி, கிறிஸ்தவ மிஷனரி நடவடிக்கைகளுக்கெதிராகப் போராட்டத்துக்கு அறைகூவி அழைத்ததன் மூலம் அமைப்பை விரிவுபடுத்தினார். அது எந்தத் தீவிரமான பிரச்சனையையும் ஏற்படுத்தவில்லை. ஆனால் அது டச்சு அங்கிருப்பதற்கு எதிரான அணி திரட்டுவதற்கான பலவீனமான மாறு வேடமிட்ட முயற்சி. லெனின் இந்தப் புதிய வளர்ச்சியை இஸ்லாத்துடன் தொடர்புடைய பொது தேசிய அரசியலின் பிறப்பு என்றும் பூர்வீக முதலாளித்துவ அறிவு சமூகத்தின் தோற்றம் என்றும் தொலைவிலிருந்தே அறிவுக்கூர்மையுடன் விவரித்தார். டச்சுக்களுக்கு இந்த முடிவுக்கு வருவதற்கு மேலும் சில காலம் (சுமார் பத்தாண்டுகள்) தேவைப்பட்டது.

1912-லிருந்து 1922 வரை சரேகத் இஸ்லாம் ஒரு அதிசயிக்கத்தக்க வளர்ச்சிக் கண்டது. சந்த்ரியும் சயாங்கனும் அதன் படையில் இணைந்தன. அதன் மூலம் டச்சுக்கெதிரான போராட்டத்தில் தியாகம் செய்யத் தயாராக இருந்த ஐக்கிய பச்சைநிற சாயமுடைய தேசிய அமைப்பின் பிறப்பை அறிவித்தது. அதே நேரத்தில் சந்த்ரியில் அதிக தூய்மைவாதப் பிரிவினர் சுய மறுப்பு சட்டத்தையுடைய ஒரு நவீன இஸ்லாமிய சமூகமான முகமதியாவை நிறுவினர் : அது வெளிப்படையாக அரசியலின்றியும் தம்மைக் கல்வி மற்றும் சமூக நலத் திட்டங்களுடனும் நிறுத்திக் கொண்டது. அதன் நிறுவனர் ஹட்ஜி டஹ்லான் கைரேன் சீர்திருத்தவாதியும் முற்போக்கு முஸ்லிமான அப்துலைப் பின்பற்றியவர். அவர் முஸ்லிம் பெண்களைத் திரட்டி, பள்ளிகளை உருவாக்கி, சாரணர் குழுக்களையும், கால்பந்தாட்டக் குழுக்களையும் உருவாக்கி, பெஸன்டரேனுக்கு ஒட்டு மொத்தமாக அந்நியமான ஒரு பாடத்திட்டத்தையும் அணுகுமுறையையும் உருவாக்கினார். இந்த அமைப்பு முஸ்லிம்களல்லாதோரிடம் கூட பரந்த மதிப்பைப் பெற்றது. சமீப வருடங்களில் அதன் சில உறுப்பினர்கள் மதத்தை முழுமையாக

அரசியலிலிருந்து பிரிப்பதை ஆதரித்து வாதிட்டுள்ளனர்; அதாவது யதார்த்தத்தில் மதச்சார்பின்மை.

ஜாவா, சுமத்ராவைச் சேர்ந்த செல்வ வளமுடைய ஒரு இளைஞன் சிலசமயம் டச்சு காலனியாதிக்கத்திலிருந்து விடுதலை அடைய ஹிஜாஸுக்கு மறைந்து சென்று மெக்காவில் ஹஜ்ஜுக்கு சென்று விடுவான். சிலர் திரும்புவதேயில்லை. ஏகாதிபத்திய எதிர்ப்பு நோக்கத்தைத் தழுவிய சிலர், ஆனால் தமது முஸ்லிம் வாய்ஜாலத்தில் தேசியவாதத்தை விட சற்று அதிகமாக இருந்தவர்கள் மதப் போர்வைக்குள் மாறுவேடம் பூண்டனர். பின்பார்வையில், மெக்காவுக்கு வந்த முதல் யாத்ரீகர்களை 1965-க்குப் பிந்தைய அரசியல் இஸ்லாத்தின் முன்னோடிகளாகப் பார்க்கத் தூண்டுகிறது. ஆனால் இது வரலாற்றுப்பூர்வமாக இல்லாததால் இந்தத் தூண்டுதல் நிராகரிக்கப்பட வேண்டும். உண்மை என்னவென்றால், டச்சுடன் போராடித் தோற்கடிப்பதான மக்கள் அவர்களது ஆசையில், அதீதமாக அரசியல் உணர்வுள்ள பகுதிகள் எங்கும், எல்லா இடத்திலும் பார்க்கத் தயாராக இருந்தனர். மேலும் ஹஜ் பல நூற்றாண்டுகளாகத் தொடர்ந்து நடந்து கொண்டிருந்தது. டச்சு அதனைத் தடுக்குமளவு துணியவில்லை. எனினும் ஜெட்டாவில் ஒரு தூதர் பதவியை வைத்து அவர்கள் உளவு பார்த்தனர். சாய்வுகள் நேரத்தைச் சார்ந்திருந்தன: 1820-ல் ஹட்ஜிஸ் வஹாபியிசத்தைக் கொண்டு வந்தனர். 1850-களில் புதிய வகை சூஃபி ஆன்மிகவாதம், 1890-ல் ஆலா அப்து, அல் ஆஃப்கானி நவீனவாதம் ஆகியவற்றைக் கொண்டுவந்தனர்.

முற்பகுதி தேசியவாதிகளும் பின்னர் கம்யூனிஸ்டுகளும் தெய்வ பக்திக்கும், பகுத்தறிவுக்கும், ஆன்மிகத்துக்கும் அறிவியலுக்கும் இடையில், மனித மனத்தின் கற்பனையான பகுத்தலின் மூலம் மத்தியஸ்தம் செய்ய முயன்றனர். மதத்தின் மீது நேரடியாகத் தாக்குதல் தொடுப்பது காலத்துக்குப் பொருந்தாததாகக் கருதப்பட்டது. ஆனால் அப்போது, இப்போதையநிலை போலவே உண்மையான சக்திகள்தான் - லௌகீக சக்திதான், மதமல்ல உலகின் உண்மையான உருவத்தை நிர்ணயித்தன என அவர்கள் நன்கு அறிந்திருந்தனர். அனைத்துக் கூட்டணிகளும் இந்த வெளிச்சத்தில்தான் ஏற்பட்டன. அதன் விளைவாக மெக்காவோ, ஓட்டோன் இஸ்தான்புல்லோ கூட உண்மையாகக் கவர்வதாக இல்லை (அதன்மீது பல ஆண்டுகளாக நம்பிக்கை வைக்கப்பட்டிருந்தது. ஆனால் எந்த ஸ்தூலமான உதவியையும் அது செய்யவில்லை). மாறாக டோக்கியோ இருந்தது. மெல்ஜி ஜப்பானில் வளர்ச்சிகள் இஸ்தான் புல்லைப் போலவே மிக விரிவாக எழுதப்பட்டுள்ளன. இப்போது ஓட்டோமானின் போர்க்கப்பல் 1890-ல் சிங்கப்பூருக்கு ஜப்பான் வழியாக வருவது

உள்நாட்டில் ஊக்கத்தைத் தூண்டிவிட்டது. ஐரோப்பாவின் அடிமை வியாபாரம் இன வெறியின் தேவையை நிர்பந்தித்தது. பின்னர் அது ஐரோப்பிய ஏகாதிபத்தியத்தின் தத்துவார்த்தச் சாரத்தை அமைப்பதற்கு முக்கியமான ஆதாரமாகப் பயன்பட்டது. பாதிக்கப்பட்டவர்கள் ஒரு மாற்று உலகப் பார்வையை உருவாக்கியதன் மூலம் பதிலளித்தனர். எர்டோக்ரல் சிங்கப்பூரில் நின்றிருந்தபோது ஊக்கம் பெற்ற தேசியவாதிகள் இது வெள்ளை ஐரோப்பியப் பேரரசுகளுக்கெதிராக டர்கோ- ஜப்பானியக் கூட்டணியின் துவக்கமாக இருக்கலாமோவென ஒருவருக்கொருவர் கேட்டுக் கொண்டனர்.

1905-ல் ஜாரின் கடற்படையை ஜப்பான் வென்றது. காலனியாதிக்க உலகில் ஊக்கத்தை அளித்ததுடன் அது ருஷ்யாவில் 1905 ஒத்திகைக்கு அடிப்படையாக அமைந்தது. பலருக்கு இது, மீண்டெழும் ஆசியா என்பதாக ஆகியது. காலனிகளிலிருந்து ஏராளமான தேசியவாத அறிவுஜீவிகள் உதிக்கும் சூரியனைத் திறனுள்ள கூட்டாகப் பார்த்தனர். வங்கத்திலும், ஜாவாவிலும் ஜப்பானின் எழுச்சி நாட்டுப்புறத்தின் ஊடே பரவியது. இது தீவுக் கூட்டத்தின் பாரம்பரிய சாயாவாத திருப்பத்தை அளித்தது: ஜப்பானியப் படைகள் மேகத்தின் மேல் வரும் ஒரு சிறப்பான கப்பலில் வந்து டச்சுக்களைத் தூக்கியெறிவர்! இதைவிடப் பிரமாதமான நம்பிக்கையை சிங்கப்பூரிலிருந்து வெளியான முஸ்லிம் இதழான ‘அல்இமாம்’ வெளியிட்டது. ஜப்பான் ஒரு நவீன உலகுடன் போட்டியிடும் நோக்கத்தில் ஒரு உலக மதத்துக்கு மாற விரும்பி இஸ்லாத்தைத் தேர்வு செய்யலாம். ஏன்? ஏனெனில் இஸ்லாம் மட்டுமே இன சமத்துவத்துக்கு உத்தரவாதம் அளிக்கிறது. கிறிஸ்தவம், பேரரசுகளின் மதம் என்ற முறையில் எக்காரணம் கொண்டும் ஜப்பானை சமமாகக் கருதாது. அந்தக் காரணத்தால், ‘நாம் முஸ்லிம் ஜப்பான் பாப் அல் மண்டபுக்கு (செங்கடலின் கேட்வே) கிழக்கேயுள்ள மக்களுக்குத் தலைவனாக ஆகும் என்று நாங்கள் கூறினால்... அது படிப்பவருக்கு ஆச்சர்ய மூட்டாது.[116]

பிறையும் நட்சத்திரமும் உதிக்கும் சூரியனை மாற்றாது என்று தெரிந்த போதும் கூட ஆசிய தேசியவாதத்துக்கு ஜப்பான் ராஜ்யம் ஒரு ஊக்கமளிக்கும் இடமாகவே இருந்தது.[117]

ஆனால் மற்ற வகை காற்றுகளும் அடிக்கத் துவங்கிவிட்டன.

1914-ல் டச்சு மார்க்ஸிஸ்ட் ஹென்ரிக் ஸ்னீவ்லிட் இந்திய சமூக ஜனநாயக சங்கத்தைத் துவக்கினார். அதில் பின்னர் இந்தோனேசிய கம்யூனிஸ்ட் கட்சியை நிறுவிய டான்மலாகா, சிமான் உள்ளிட்ட சில மார்க்ஸிஸ்டுகள் இருந்தனர். அதற்கு முன் அவர்கள்

‘பொதுப்பணி’ செய்யும் பொருட்டு சரேகத் இஸ்லாத்தில் நுழைந்திருந்தனர். ருஷ்யப் புரட்சியின் வெற்றி ஜப்பான் மற்றும் ஒரு கண் மூடித்தனமான தேசியவாதத்துக்கு மாற்றையளித்தது. டான் மலாக்காவைப் பின்பற்றி ச்போகும் அவரது தோழர்களும் இப்போது சரேகத் இஸ்லாத்தின் அணிகளுக்குள்ளேயே புரட்சிகர தேசியவாதச் சாய்வுக்கு மாறுவதற்காகப் போராடத் துவங்கினர். அமைப்பிலிருந்து ஒரு பிரதிநிதிக் குழு 1920ல் பாகுவில் நடந்த கிழக்கைச் சேர்ந்த உழைப்பாளிகளின் மாநாட்டுக்கு வந்தனர். முஸ்லிம் உலகின் பல நூறு பிரதிநிதிகள் ஒன்று கூடிய இந்த மாநாட்டில்தான் அன்று கம்யூனிஸ்ட் இன்டர்நேஷனலின் தலைவராக இருந்த ஜினோவேவ் மிகவும் உணர்ச்சிவசப்பட்டு அனைத்துப் பேரரசுகளுக்கெதிராக முஸ்லிம் உலகம் ஜிகாத்தை நடத்த வேண்டுமென அறைகூவல் விடுத்தார். இதற்குக் கைதட்டலுடன் வானை நோக்கித் துப்பாக்கியால் சுட்ட சத்தங்களும் உடன் இணைந்தன.

1921-ல் சரேகத் இஸ்லாத்தின் கம்யூனிஸ்ட் பிரிவு (அதில் மெக்காவுக்கு ஹஜ் சென்று திரும்பியவர்களும் இருந்தனர்). ஆண்டு மாநாட்டில் புரட்சியை நோக்கித் திரும்புமாறு கோரியது. மிகவும் மிதமாக பதில்வினையளித்தவர்கூட (அகுஸ் ஸலீம்) மார்க்ஸுக்கு ஆயிரத்து இருநூறு ஆண்டுகளுக்கு முன்பே முகமது சோஷலிஸத்தை பிரச்சாரம் செய்ததாக, மிகச்சரியாக இல்லா விட்டாலும், மீண்டும் மீண்டும் வலியுறுத்தினார். இது அங்கிருந்த மனப்பான்மையை வெளிப்படுத்தியது. ஸலீம் PKI என்பது யின் இரட்டை வேடத்தைக் கண்டனம் செய்து ‘சரேகத் இஸ்லாத்தின் புனித ஆன்மாவை’ ஆதரித்தார். ஆனால் ‘தூய்மையற்ற’ PKK ஏறத்தாழ ‘தூய்மையான’ ஆன்மாக்களை மூச்சுத் திணற வைத்துவிட்டது. முகமது மிஸ்பாக்கின் குறிப்பிடத்தக்க பிரசித்தியையோ அல்லது சிவப்பு ஹாஜி என (ஹாஜி என்றால் மெக்காவுக்கு புனிதப் பயணம் மேற்கொண்டவர் என்று பொருள்) அறியப்பட்டவரையோ வேறு எது உருவாக்கியிருக்க முடியும்? உலகின் பல பகுதிகளில் இஸ்லாத்தையும் கம்யூனிசத்தையும் கலந்து உருவாக்க முயன்ற அரசியல் இயக்கங்கள் பரிதாபகரமாகத் தோற்றன. ஆனால் அவ்வப்போது இந்த முயற்சி சில தனிபர்களிடம் இந்த இணைப்பை உருவாக்குவதில் வெற்றி பெற்றது: ஹாஜி மிஸ்பாக் இத்தகையோரில் ஒருவர். ஏகாதிபத்திய எதிர்ப்புப் போரில் முக்கியப் பங்காற்றிய அவர் 1920-களின் இறுதியில் PKI கைதிகளுடன் ஐரியனுக்கு நாடு கடத்தப்பட்டார்.[118]

அமைப்பு உடைந்த பிறகு, பெரும்பாலான அதன் உறுப்பினர்கள் முற்போக்காளர்களுடன் சென்றனர். சரேகத் இஸ்லாம் பெயரளவுக்கு இருந்தது. ஆனால் சில வருடங்களுக்குப் பின் காணாமல் போனது.

அதிக ஆசார உறுப்பினர்கள் நவீன வாத இஸ்லாமிய அமைப்புக்களில் இணையவிருந்தனர்; சிலர் 1926-ல் நவீன இஸ்லாத்துக்கு பதிலாகவும், உலாமாவின் மாற்று மத ஒருமைப்பாடு மற்றும் சூஃபி வழக்கங்களுக்குத் தீவிர விமர்சகராகவும் உருவாக்கப்பட்ட நாலாட்டுல் உலேமாவில் இணைந்தனர்.

அதிசயமாக, பூமத்திய ரேகை இஸ்லாம் பின்னர் சீனாவுக்கும் ருஷ்யாவுக்கும் வெளியே பெரிய கம்யூனிஸ்ட் கட்சியாக மாறிய ஒன்றினைத் தோற்றுவித்தது. PKI வளர்ந்தது. அது தொழிற்சங்கங்களை அமைத்தது, வேலை நிறுத்தங்களுக்குத் தலைமையேற்றது, பதிப்பகங்களின் ஒரு சங்கிலி இணைப்பைத் தோற்றுவித்தது. பிறகு மற்ற கம்யூனிஸ்ட் கட்சிகளைப் போலவே அதுவும் மாஸ்கோவின் கட்டளைகளை ஏற்றது. ஆனால் அபூர்வமான சமயங்களில் சோவியத் தலைநகர் உபயோகமான ஆலோசனைகளை அதற்கு அளித்தபோது அதைக் கண்டுகொள்ளாமல் விட முடிவெடுத்தது. 1927-ல் ஜாவாவில் காலம் கனியாமல் எழுச்சிக்கெதிராக மாஸ்கோ எச்சரிக்கை செய்தது. அப்போது உள்ளூர் நிலைமைகள் தெளிவாகவே இன்னும் கனியவில்லை. PKJ எச்சரிக்கையை நிராகரித்து காலனி எதிர்ப்பு எழுச்சியைக் கட்டவிழ்த்து விட்டது. ஆனால், மக்கள் அதற்குத் தயாராக இல்லை. PKI எளிதாகத் தனிமைப்படுத்தப்பட்டது. இதில் குறிப்பிடத்தக்க விஷயம் என்னவென்றால் புரட்சி மிகவும் வேகமாக இருந்த இரண்டு பிரதேசங்களான பேன்டன், சுமத்ரா இரண்டும் முஸ்லிம்கள் வலுவாக இருந்த இடங்கள்!

டச்சின் பழிவாங்கல் அதன் குணத்தைப் போலவே துன்மார்க்கமாக இருந்தது. பல நூறு கம்யூனிஸ்டுகளும், ஆதரவாளர்களும் சுட்டுக் கொலை செய்யப்பட்டனர். பதின் மூன்றாயிரம் இந்தோனேசியர்கள் சிறை வைக்கப்பட்டனர், ஆறாயிரம் கம்யூனிஸ்டுகள் சிறையிலடைக்கப் பட்டனர் அல்லது நாடு கடத்தப்பட்டனர். சிறையில் PKJ தலைவர்கள் தவறாக எதுவும் செய்து விட்டதாக ஒப்புக் கொள்ள தீர்மானமாக மறுத்தனர். கோமின்டர்ன் பிரதிநிதியான பின் மலாகாவை, அவர் புரட்சி எழுச்சியை எதிர்த்ததால், வன்மையாகச் சாடினர். இந்த விஷயம் 1965 வரை கொதிப்புடன் இருந்தது.

ஆனால் ஒரு காலனியச் சூழ்நிலை மக்களைக் கீழேயே நீண்டகாலம் அழுத்தி வைக்க முடியாது. ஒரு புதிய தலைமுறை முன்னுக்கு வந்தது - 1945-ன் புகழ்மிக்க தலைமுறை. அது ஜப்பான், ஹாலந்தின் தோல்விகளில் பங்கு பெற்றது அல்லது அனுபவப்பட்டது. அது மிகவும் தன்னம்பிக்கையுடைய, விளையாட்டுத்தனமான, நம்பிக்கையும் துடுக்குத்தனமும் மிக்க தலைமுறை. இவையனைத்தும் அந்தக் காலத்தின் கவிதையில் பிரதிபலித்தன. அதனை நன்கு

வெளிப்படுத்தியவரும் சுய கல்வி கற்ற பொகேமியன் முற்போக்குவாதியும், மொழியியலாளருமான செய்ரில் அன்வர் அந்தச் சகாப்தத்தின் வேகத்தைப் பதிவு செய்தார். அன்வர் இறக்கும்போது அவருக்கு வயது இருபத்து ஏழுதான். அவர் மூன்று கொடும் நோய்களான டைபஸ், காசநோய் மற்றம் சிபிலிஸால் ஒரு சேரத் தாக்கப்பட்டு இறந்தார். அவருக்கு மதத்துக்குச் செலவிட நேரமில்லை. அவரளித்த சொத்துக்களில் ஒன்று சிறிய கவிதையான 'Heaven'. *(சுவர்க்கம்):*

எனது அன்னையைப் போல், பாட்டியையும் போல், அவர்களுக்கு ஏழு தலைமுறைக்கு முன்னுள்ளோரையும் சேர்த்து எங்கு ஐமய் இஸ்லாமும் முஹமதியாவும் பால் ஓடும் ஆறுகளும் ஆயிரக்கணக்கான அழகிய பெண்களும் உள்ளார்கள் எனக் கூறுகின்றனரோ நானும் அந்த சுவர்க்கத்துக்குள் அனுமதிக்கப்பட விரும்புகிறேன்

ஆனால் எனக்குள் ஒரு கருத்துள்ள குரல் உள்ளது. அது உறுதியாக கிண்டல் செய்கிறது : நீ எப்போதாவது நீலக்கடலில் நனைந்துவிட்டு காய முடியுமா, ஒவ்வொரு துறைமுகத்திலும் வஞ் சகமான உணர்வுகள் காத்துக் கொண்டிருக்கும்போது? எப்படியும், யாரால் உறுதியாகச் சொல்ல முடியும் தினாவைப் போன்ற வளமான கொடூரமான குரலையும்,

ஐதியைப் போல சரசமான கண்களும் கொண்ட அழகிய பெண்கள் அங்கு உண்மையாகவே இருக்கிறார்கள் என்று?

அடிக்குறிப்பு:

109. இபின் பதூதா, ஆசியா மற்றும் ஆப்பிரிக்கப் பயணங்கள், 1325-1354, (மொ,பெ, 1+A.R. கிப்) லண்டன் 1929, பக். 272-81.

111. பிரமோத்யா ஆனந்த டோயர், கடற்புறத்திலிருந்து ஒரு பெண் (மொ.பெ. வில்லியம் சாமுவேல்ஸ்) நியூயார்க் 2002. மற்ற இரண்டு மூன்று கதைத் தொடர் கொண்ட நாவல்களின் கையெழுத்துப் பிரதியை சுகர்தோவின் சிப்பாய்கள் கைப்பற்றி அழித்துவிட்டனர்.

112. சி.எப்.எச்கிளான்க். ஆஸ்திரேலியாவின் வரலாறு, தொகுதி, மெல்போர்ன் 1962. 1803-ல் வட ஆஸ்திரேலியாவின் ஆர்ன்ஹம் லாண்டின் ஐரோப்பிய மிஷினரிகள் மகாஸர் கடற்படை மாலுமிகளுடன் மோதலைத் தெரிவித்தனர். அந்த மாலுமிகள் அவர்களது முன்னோர்கள் பல நூற்றாண்டுகளாக வடக்கு கடற்கரையை நோக்கிப் பயணம் செய்து பூர்வீக மக்களுக்கு இரும்பு, மண்பாண்டங்கள், புகையிலை ஆகியவற்றை கொண்டு வந்து கொடுத்ததாகக் கூறினர். தாமே முழுமையாக 'நாகரிகமடையாததால்' பூர்வீக மக்களை ஒழிப்பதை விட்டு விட்டு அவர்களது செயல்பாடுகளை வர்த்தகத்துடன் நிறுத்திக் கொண்டனர்.

113. ப்ரூஸ் கிராண்ட், இந்தோனேசியா, மெல்போர்ன், 1964

114. க்ளிஃபோர்டு கீர்ட்ஸ், ஜாவாவில் மதம், சிகாகோ, 1960

115. டச்சுக்காரர்கள் வெற்றிகொள்ள வந்தார்கள். அதிகாரப்பூர்வ தூய்மை வாதம் ஆதிக்கம் செலுத்தியது. அது டச்சு கல்வி கற்ற பூர்வீக மக்களிடம் ஒரு தாக்கத்தை ஏற்படுத்தியது. அதன் விளைவாக அவர்கள் இஸ்லாத்தின் கீழுள்ள பாலின்பம் குறித்துத் தீவிர பாதுகாப்பாளராக மாறினார்கள். ஆனால் பெரும்பாலோர் சுதந்திரம் கிடைக்கும்வரை இதனால் பாதிக்கப்படவில்லை. முல்லாக்களுடைய மதத்தன்மை தவிர, மிகவும் இரகசியமான காவியக் கவிதைகள், என்சைக்ளோபிடியா சுவையுடன் தீவு முழுவதும் எழுதப்பட்டு வாய்மொழியாகப் பரவியது (அநேகமாகத் துண்டு துண்டாக)

116. இதற்கும், இதன் தொடர்புடைய மற்ற செய்திகளுக்கும் பார்க்க : மைக்கேல் பிரான்ஸிஸ் லாபான் Islamic Nationhood and colonial Indonesia; லண்டன், நியூயார்க் 2003, பக் 160 - 65.

117. முதல் உலகப் போருக்குப் பிறகு அதில் வென்றவர்கள் League of Nations-ஐ உருவாக்கியபோது அதில் கூட்டாளியாக இருந்த ஜப்பான் இனவெறியைச் சட்டவிரோதமாகச் சாசனத்தில் அறிவிக்குமாறு ஆலோசனை கூறியது. இந்தச் சிந்தனையே அமெரிக்காவையும், பிரிட்டனையும் ஆத்திரமூட்டின. அது உடனடியாக வீட்டோ செய்யப்பட்டது.

118. மிஸ்பாக்கைக் குறித்துப் படிக்கும்போது எனக்கு மௌலானா பாஷானி நினைவுக்கு வந்தார். கிழக்கு வங்கத்தைச் சேர்ந்த மத நம்பிக்கை கொண்ட விவசாயியான அவர் 1930, 1940-களில் கம்யூனிஸ்டுகளுடன் நெருக்கமாக வேலை செய்து அவர்களது வார்த்தை விளையாட்டுகளுக்குப் பழகியவர். அவர் பீகிங்குக்குச் சென்று 1960 முற்பகுதியில் மாவோவையும் சௌவையும் சந்தித்திருந்தார். மிஸ்பாக்கைப் போலல்லாமல் வங்காளியான மௌலானா எளிதாகப் பாராட்டப்பட்டார். சீனர்கள் அவரிடம் அயூப் சர்வாதிகாரத்தை எதிர்ப்பதை நிறுத்துமாறு வலியுறுத்தினர். அவர் இதையெல்லாம் நாங்கள் 1969-ல் வங்க நாட்டுப்புறத்தில் ஒரு வாரக்காலம் நடை பயணம் மேற்கொண்டபோது என்னிடம் கூறினார். அப்போது அவர் சீனக் கொள்கைகளை விமர்சிக்கத் துவங்கியிருந்ததுடன் என்னிடம் அவரது 'அரசியல் செயலாளராக' முடியுமா என்றும் கேட்டார். நான் வருத்தத்துடன் அதனை மறுத்தேன். பின்னர் ஒரு சகாவும் அவரைப் பாராட்டுபவருமான ஒருவர் பாஷானி விவசாயிகள் மத்தியில் தொண்டர்களைப் பெற்றது தீவிரவாதத்தையும் குரானையும் பிரச்சாரம் செய்துதான் என்று கூறினார். தான் அரபியில் கரைகண்டவர் என்று அவர் விவசாயிகளிடம் கூறியுள்ளார். ஒருநாள் பயணமாக வந்திருந்த ஒரு அரபு அறிஞர் அவரை கிராமத்தில் சந்தித்தார். வழக்கம்போல் விவசாய ஆதரவாளர்கள் பாஷானியைச் சூழ்ந்து கொண்டனர். எகிப்தியர் மௌலானாவிடம் அரபியில் பேசினார். ஆனால் பாஷானியின் பதில்களைக் கேட்டு அவர் திகைப்பது போல் தோன்றியது. பாஷானி வேறு வேலை இருப்பதாகக் கூறி விரைவில் பேச்சை முடித்துக் கொண்டார். அவர் சென்ற பிறகு அறிஞர் தம்முடன் வந்த வங்காளி பேராசிரியரைப் பார்த்துக் கேட்டார் : 'நான் ஒவ்வொரு முறை ஏதாவது கேட்கும்போதும் அவர் ஏன் குரான் வாசகங்களைக் கூறி பதிலளித்தார் என்பதை நீங்கள் விளக்க முடியுமா?!' அப்போது தான் டாக்கா அறிஞர்களுக்குச் சிவப்பு மௌலானா. அரபி பேச இயலாதவரென்பதையும் மற்ற பலரைப் போல குரானை மனப்பாடம் செய்தவர் என்பதும் தெரிய வந்தது. இதன் பொருள் குரானுக்கு என்ன விளக்கம் என்பது அவருக்குத் தெரியாது என்பதே!

25

ஒரு வெப்ப மண்டல குலாக்

இந்தோனேசியாவின் புரு தீவிலிருந்த ஒரு சிறைக்கைதி எட்டு ஆண்டுகளுக்கு மேலாக ஒவ்வொரு இரவிலும் தமது சக அரசியல் கைதிகளுக்குக் கதை சொல்வதன் மூலம் கொடுமைக்கும், நோய்க்கும், மெதுவாக ஊர்ந்து வரும் மனநோய்க்கும் எதிராகப் போராடினார். அது அவர்களிடையே நம்பிக்கையை உயிரோடு வைத்திருந்தது. அவர் அவரைக் கவனித்தபோது, கைதிகள் அந்தக் கணத்தில் தாம் எங்கிருக்கிறோம் என்பதையோ, யார் அவர்களை ஆண்டுக் கணக்கில் துயரடைய வைத்தார்கள் என்பதையோ மறந்தார்கள். கதை கூறியவர் இந்தோனேசிய இடதுசாரியின் புகழ்பெற்ற அறிவாளியும், கற்பனைக் கதைகள் எழுதுவதில் சிறந்த அறிவாளியுமான பிரமோத்யா ஆனந்த டோயர். 1965-ல் ஜகார்தாவில் நடந்த இராணுவக் கலகத்துக்குப் பின் கைது செய்யப்பட்ட அவர் சைபீரிய குலாகின் வெப்பப் பிரதேச மாதிரியான புருத் தீவில் பன்னிரண்டு ஆண்டுகளைக் கழித்தார். மூவாயிரம் இரவுகளுக்கு மேல் பிரமோத் தன்னையும் மற்ற கைதிகளையும் வேறொரு உலகில், வரலாற்றுடன் கற்பனை கலந்த உலகில் மனதை ஒருமுகப்படுத்த வைத்தார்.

அது அவரது முதல் சிறைவாசமல்ல. இது அவரை இன்றைய நிலைமைகளையும் காலனியாதிக்கக் கடந்த காலத்தையும் ஒப்பிட வைத்தது. அறை எதுவுமில்லை என்பதில் சந்தேகமில்லை. தரத்தை ஒப்பிடுகையில் ஏறத்தாழ இருபதாண்டுகளுக்கு முன் 1947-லிருந்து 1949 வரை புகிதுரியில் அவர் கைதியாக வைக்கப்பட்டிருந்ததை விட இப்போது நிலைமை மோசமாக இருந்தது. அப்போது அவர் இரண்டாம் உலகப் போருக்குப் பின் டட்சுக்கு எதிரான புரட்சிகரப் போராட்டத்தில் தீவிரமாக ஈடுபட்டிருந்தார். டட்சுக்கள், அவர்களது காலனியாதிக்கத்துக்குப் பிந்தைய நடிப்புக்களைப் போல் அவரை எழுதுவதிலிருந்து தடுக்கவில்லை. அவர் புகிதுரியில்தான் தனது முதல் நாவலும், பல மேற்கத்திய விமர்சகர்கள் சிலசமயம் அவரை ஒப்பிட்ட ஆல்பர்ட் கேம் பசின் கற்பனைகளின் உள்ளடக்கம், அமைப்பு

ஆகியவற்றில் மேலானதாக இருந்த 170 பக்க சிறந்த படைப்பான The fugitive' (கடமை தவறி ஓடுபவர்) என்ற நாவலை எழுதினார்.

சுகார்தோவின் சர்வாதிகாரம் அவரை எந்தக் காரணமும், நியாயமுமின்றிச் சிறையிலிட்டது. அவர்களுக்கு அவரது ஆலோசனைகள் பிடிக்கவில்லை; அவரிடமிருந்து அவரது குரலைப் பிடுங்க, அவரது மூளை வேலை செய்வதை நிறுத்த விரும்பினார்கள். அவர் இந்தோனேசியாவின் மிகவும் சிறப்பு மிக்க நாவலாசிரியர். அமெரிக்காவிலும், பிற இடங்களிலும் அறிவுலகால் அறியப்பட்டவர். அவரைக் கொலை செய்து விட அவர்கள் துணியா விட்டாலும் அவரை வைத்திருக்கும் நிலையால் அந்துப் பிரச்சனையைத் தீர்த்துவிடும் எனக் கருதினர். பாசிச இத்தாலியில் முசோலினி அந்தோனியோ கிராம்ஸ்கி கொல்லப்படக் கூடாதெனவும், ‘அவரது மூளை வேலை செய்வதிலிருந்து தடுக்கப்பட வேண்டும்‘ எனவும் உத்தரவிட்டது போல் செய்ய விரும்பினர். ப்ரமோதே தாம் டாபோல் தீவுக் கூட்டத்திலிருந்து உயிருடன் திரும்ப மாட்டோம் என்று நம்பிய காலங்களும் இருந்தன. சிறையில் அவரது ஆண்டுகளைப் பற்றிய பாதிக்கும் விவரிப்பை `The mutes` Soliloguy யில் (சத்தமற்று, தனக்குத்தானே பேசிக் கொள்ளுதல்) விவரித்த அவர் கட்டுரையைத் தவிர சில இடங்களில் புதிய முறையின் நிறுவனமயமாக்கப்பட்ட கொடூரத்தை விவரித்துள்ளார். அவரும் 800 சிறைக்கைதிகளும் புருவுக்கு அனுப்பப்பட்ட பழைய கப்பல், ‘கேப்டன் போன்டேக்கின் கப்பலிலிருந்த கூலிகளையும், ஹவாய்க்குக் கடத்தப்பட்ட சீனர்களைக் கொண்டு சென்ற மைக்கெனர் கப்பலையும்... அட்லாண்டிக்கைக் கடக்க நாற்பது லட்சம் ஆப்பிரிக்கர்களை ஏற்றிச் சென்ற அமெரிக்க, பிரிட்டிஷ் கப்பல்களையும் நினைவூட்டியதாகக் கூறுகிறார். காலனியாதிக்கக் காலத்தின் தீவிரமான நிலைமைகளில், பாதுகாப்பற்று பயமுறுத்தப்பட்ட டச்சு நிர்வாகத்தினர், ஜாவானிர்கள் தூய்மைக்கு முக்கியத்துவம் அளித்த மனப்பாங்கை அறிந்திருந்ததால் பூர்வீகக் குடிமக்களை அவமதிக்க அவர்கள் மீது மலத்தை விட்டெறிவதுண்டு. புதிய முறையின் சிறைக்கப்பல் ஒரு படி மேலே சென்றது. அகதிகளின் இருப்பிடம் கழிப்பிடத்துக்கருகில் இருந்ததுடன், கடுமையான காலநிலையில் இரண்டும் பிரிக்க முடியாத நிலைக்குச் சென்றன. கைதிகளில் தகுதியானவர்கள் மட்டுமே உயிர் பிழைக்கு மளவுக்குக் கைதிகள் தொடர்ந்து கடுமையாக நடத்தப்பட்டு, பட்டினி போடப்பட்டனர். டோயர் ஒரு விரக்தியான நிலை உணவுப் பட்டியலை விவரிக்கிறார்.

அதேசமயம் முழுவதும் அரசு பிரச்சாரகர்களையும் இஸ்லாமிய நிருபர்களையும் கைதிகளின் மனநிலையைச் சோதிக்கவும், அவர்களை நம்பிக்கையுடையவர்களாக மாற்றவும் நிர்பந்திப்பதற்காக அனுப்பியது.

தமது பாழான நிலையையும், உதவியற்ற நிலையையும் மீறி சில கைதிகள் அந்தத் திசையில் சென்றனர்.

முந்தைய ஆண்டுகளைப் போலவே இந்த ஆண்டும் விரத மாதத்தின் துவக்கத்தில் சுதந்திர உலகிலிருந்து சிறப்பாகக் கொண்டு வரப்பட்ட மத அதிகாரி கொடுக்கும் உரையால், அதாவது விரதத்தின் முக்கியத்துவம், ஒருவரது பசியையும், ஆசைகளையும் பொறுத்துக் கொள்வதன் முக்கியத்துவத்தையும் பற்றிய உரையால் நானும் எனது சகாக்களும் உபசரிக்கப்படுவோம். அதன் நகைச்சுவையை எண்ணிப் பாருங்கள்!

அவரது நாட்டுச் சிறைகளில் பதினைந்து ஆண்டுகள் கழித்த பிறகு மேற்கின் Amnesty மற்றும் மற்ற குழுக்களின் பிரச்சாரத்தால் பிரமோதின் விடுதலையைப் பெற முடிந்தது. ஆனால் நிபந்தனைக் குட்பட்டுத்தான்: சில காலம் அவர் வீட்டுச் சிறையில் வைக்கப்பட்டிருந் தார். ஆனால் சற்று நீண்ட காலம் நகர்ச் சிறையில் கழித்தார். பத்திரிகைகள் அவரைப் பற்றி எழுத முடியவில்லை. அவனது புத்தகங்கள் தடை செய்யப்பட்டன. சட்டம் நடைமுறையில் அமலில் இல்லாவிட்டாலும் அவை அதிகாரப் பூர்வமாகவே தடை செய்யப்பட்டன. ஆனால் அவரது நேரம் அவருடையது. அவரால் மீண்டும் எழுத முடிந்தது. புருவில் அவர் மோசமான காலத்தில் அரசியல் சிறைவாசிகளிடம் பூடகமாகப் பேச முயன்றவை மிகவும் புகழப்பட்ட நான்கு நாவல்களாக 'மிங்கி கதை' என்றோ புது நாவல்களென்றோ அறியப்பட்டன. அவற்றில் முதலாவது This Earth of Mankind (மனித இனத்தின் இந்த பூமி) 1980-ல் பதிப்பிக்கப்பட்டது. அது சிறப்பாக விற்பனை செய்யப்பட்ட புத்தகங்களில் முதலாவதாக பத்து மாதங்கள் நீடித்தது. அதைத் தொடர்ந்து விரைவில் அடுத்ததாக Child of All Nations (அனைத்து நாடுகளின் குழந்தை) வெளிவந்தது. இதுவும் சிறப்பாக விற்பனையாயிற்று. இந்தப் புத்தகங்களெல்லாம் அவை தடைசெய்யப்படுவதற்கு முன் வெளிவந்து, பின்னர் கருப்புச் சந்தையில் விற்பனையானவை என்ற செய்தி ஆவலூட்டுவதாக உள்ளது. இப்படித்தான் ஆயிரக்கணக்கான இந்தோனேசியக் குடிமக்கள் வெளியேயிருந்து திரும்பிய அவர்களது புகழ் மிக்கவரை மீண்டும் இலக்கியத்துக்கு வரவேற்றனர். பாதி யதார்த்தமாகவும் பாதி வரலாறாகவும் இருந்த இந்த நாவல்கள் காலனியாதிக்கக் காலத்தில் அமைக்கப்பட்டவை. இவற்றுக்கான ஊக்கம் காவிய நாயகனும், இந்தோனேசிய தேசிய பத்திரிகைத் துறையின் தந்தையுமான டிர்டோ ஆதி சூர்யாவால் அளிக்கப்பட்டது. அரசியல் சூழலால் சிந்தனைகள் முடக்கப்பட்ட பெரும்பாலான இந்தோனேசிய வாசகர்களுக்கு இந்தப் படைப்புக்களின் அளவும், ஆழமும் நாடக பாணியிலான விளைவை உண்டாக்கின. டோயர் கடந்த காலத்தைப் பற்றி எழுதிக்

கொண்டிருந்தார். ஆனால் அவர் எழுதியவை தற்காலத்துடன் ஒத்துச் சென்றன. அவர் உள்ளார்ந்த ஒரு கேள்வியை எழுப்பினார்: 'சுகார்தோவும், புதிய முறையும் காலனியாதிக்க அரசின் தொடர்ச்சியா?'[119]

1981-ல் புத்தகங்கள் தடை செய்யப்பட்டபோது பதிப்பாளர்களில் ஒருவர் மூன்று மாதங்களுக்குச் சிறை செய்யப்பட்டார். புதிய முறையின் 'இரண்டாம் ஏகாதிபத்தியவாதிகள்' டோயரை 'மார்க்ஸிய-லெனினிய சித்தாந்தத்தைப் பரப்புவதாகக் குற்றம் சாட்டினர். ஆனால் அவருடைய 'இலக்கிய சாமர்த்தியம்' காரணமாக அந்தக் குற்றத்திற்கு வலுவான ஆதாரங்களைக் காட்டுவது கடினமாக இருந்தது. ஒருவேளை இரண்டு காலனி போலீசார் சாதாரணமாகக் கண்ணாடி மாளிகையில் பேசிக்கொள்வது அவர்களைக் கவலை கொள்ள வைத்திருக்கலாம். சுகார்தோ காலத்தில் அத்தகைய பேச்சுக்கள் அரசு அலுவலகங்களில் தொடர்ந்து நடைபெற்றன.

அவரது ஆங்கிலப் பாடப்புத்தகத்தில் அவர் கூறினார்:'நீ எப்போதும் ஒரு பொறுப்பு மிக்கவனாக, முற்போக்கானவனாக நடந்து கொள்ள முயன்றிருக்கிறாய். காலனியாதிக்க வழியில் செல்லமுயலாதவனாக நீ இருப்பது போல் தோன்றுகிறது. இந்தக் காலனியாதிக்கச் சிறையின் மீது நீ விரக்தியுற்று நோயுறுவதாக உணரத் துவங்குவது போல் தோன்றுகிறது. உனக்குள் இருக்கும் முரண்பாட்டால் நீ அவதியுறுவதை என்னால் புரிந்து கொள்ள முடிகிறது!

'நன்றி மெனீர். அதனால்தான் ஒருவேளை நீ அமெரிக்காவைத் தேர்வு செய்கிறாயோ?'

'ஆனால் அமெரிக்காவிலும் கூட அடக்குமுறை, இருக்கிறது!' என நான் மேலும் கூறினேன்.

'பெரிய அடக்குமுறை இல்லையென நான் நினைக்கிறேன். அடக்குவதற்குச் சுதந்திரம் உள்ளதென்பது உண்மைதான். ஆனால் அடக்கப்படக் கூடாதென்பதற்கும் சுதந்திரம் உள்ளது. இங்கு அடக்குவதற்கு மட்டும்தான் சுதந்திரம் உள்ளது. அடக்கப்படக் கூடாதென்பதற்குச் சுதந்திரம் இல்லை.'

அவர் இப்படிப் பேசுவாரென்று யாரால் அனுமானித்திருக்க முடியும்? அவர் மாண்புமிகு கவர்னர் ஜெனரலுக்கு மிகவும் நெருக்கமானவர்.

சுதந்திரத்துக்குப் பிந்தைய இந்தோனேசியாவின் அதன் இராணுவ ஆட்சியாளர்கள் எப்படி டச்சுக்களை அடக்குமுறையில் விஞ்சினர்? டச்சுக்கெதிராகவும், ஜப்பானியர்களுக்கெதிராகவும், திரும்பவும்

டச்சுக்கெதிராகவும் தீரத்துடன் போராடிய மக்கள் தனது சொந்த இராணுவத்தால் திணிக்கப்பட்ட முரட்டுத்தனம், பேராசை, சூறையாடல், கசாப்புப் படுகொலை ஆகியவற்றை எப்படி ஏற்றுக் கொண்டனர்? அவர்களது சொந்த துர்ப்பாக்கியத்தை அதிகரித்த நிர்பந்தங்களை எப்படி ஏற்றுக் கொண்டனர்? அவர்களுக்கு வேறு வழியில்லை. அவர்கள் தோற்கடிக்கப்பட்ட மக்கள். சிலர் சுகர்னோ மீதும், சிலர் அல்லா மீதும் சிலர் டி.என்.அய்டிட் மற்றும் PKJ மீதும் நம்பிக்கை வைத்திருந்தனர். அல்லா உடனடியாகக் கிடைக்கும் நிலையில் இல்லாததாலும், அவரைத் தீவில் பின்பற்றியவர்கள் பல அமைப்புக்களாகப் பிளவுபட்டிருந்ததாலும், நகரத்திலும், கிராமங்களிலும் இருந்த ஏழைகள் (அவர்கள் மட்டுமல்ல) தேசிய வாதம் மற்றும் கம்யூனிசத்தின் இணைந்த சக்தியைத் தம்மைக் காப்பாற்றவும், தமது தேவைகளைப் பூர்த்தி செய்யவும் சார்ந்து நின்றனர்.

இருபதாம் நூற்றாண்டின் முதல் பகுதி போர்கள் மற்றும் புரட்சிகளின் சகாப்தமாக இருந்ததென்றால், இரண்டாம் பகுதி தேசியவாதத்தின் எழுச்சி, ஐரோப்பியப் பேரரசுகளின் அழிவு, அமெரிக்கா, சோவியத் யூனியன், சீனாவுக்கிடையே பனிப்போர் மற்றும் வெப்பப் போர், பின்னர் அதே சோவியத் யூனியனுக்கும் சீனாவுக்கும் இடையே நிகழ்ந்தவை போன்றவற்றால் அடையாளப் படுத்தப்பட்டது. அது ஒரு சிக்கலான உலகம், ஒவ்வொரு நிலையிலும் அது முரண்பாட்டின் உதாரணம் கொண்டிருந்தது : அரசியல், பொருளாதாரம், தத்துவம் அனைத்துக்கும் மேல், மாற்றம் சாத்தியமென்று இன்னும் நம்பிய மக்களின் உலகமாக அது இருந்தது. ஒவ்வொரு கண்டத்திலும் இருக்கும் முறைமையைத் புரட்சி மூலம் தூக்கியெறிய விரும்பிய அரசியல் அமைப்புக்கள் இருந்தன. கியூபாவின் வெற்றி லத்தீன் அமெரிக்காவின் மற்ற பகுதிகளில் ஊக்கமளிக்கவும் அதே சமயம் அந்த நிகழ்வைப் பிற இடங்களில் தடுத்து நிறுத்தவும் செய்தது: எதிரி தீவிர எச்சரிக்கையடைந்து விட்டார்.

1949-ல் சீன வெற்றி, 1945, 1954-ல் வியட்னாமிய வெற்றிகள், பிலிப்பைன்ஸில் ஹக் கலக வெற்றியையும் சேர்த்துக் கொள்ளலாம். மலாயாவில் கம்யூனிஸ்ட் ஊடுருவல், ஜாவாவில் டச்சின் தோல்வி ஆகியவை ஆசியாவில் சக்திகளின் புதிய உறவைத் தோற்றுவித்தன. சீனாவின் வழியைக் கொரியா பின்பற்றிவிடாமலிருப்பதைத் தடுப்பதற்கு அமெரிக்காவுக்கு ஐ.நா. பதாகையின் கீழ் மூன்றாண்டு அநீதியான போர் தேவைப்பட்டது.. வியட்னாமில் கம்யூனிஸ்ட் வெற்றி பெறுவதைத் தடுக்க அமெரிக்காவுக்குத் தென் வியட்னாமை ஆக்கிரமித்தது எனினும் இறுதியாக 15 ஆண்டுப் போருக்குப் பின்

தோற்றது. 1812-ல் வாஷிங்டனில் வெள்ளை மாளிகையையும் வாஷிங்டன் நகரையும் பிரிட்டிஷ் தீயிட்டுக் கொளுத்தியதை விட்டுவிட்டால் அமெரிக்காவுக்கு இதுதான் முதல் உண்மையான தோல்வி.

இவையனைத்தும் நடந்து கொண்டிருந்தபோது, அமெரிக்காவும் சோவியத் யூனியனும் தமது சொந்த நலன்களைப் பாதுகாத்துக் கொள்வதில் ஈடுபட்டிருந்தபோது, புதிதாக விடுதலையடைந்த நாடுகளான இந்தியா, எகிப்து, அல்ஜீரியா, இந்தோனேசியா, டான்ஸானியா ஆகிய நாடுகளுக்கு இரண்டு பக்கங்களிலும் உறவாடிக் கொண்டு தமது விடுதலையைக் காத்துக் கொள்ள இடம் கிடைத்தது. ஏராளமான தேசியவாதத் தலைவர்களுக்கு அது அவர்களது ஏகாதிபத்திய எதிர்ப்புக்குத் தகுதியாகி அவர்கள் மாஸ்கோ அல்லது பீகிங் கம்யூனிஸ்ட் கட்சிகளுடன் தமது சம சக்தியை வளர்த்துக்கொண்டு அனைத்து வன்மையான எதிர்ப்புக் களையும் அடக்கினர். அடக்குமுறையின் அளவு உள்நாட்டு நிலை களையும், பாரம்பரிய நிலைகளையும் பொறுத்து மாறுபட்டது.

இந்தோனேசியாவில் 1948-ல் மாடியனூல் தேசியவாத அரசுக்கெதிராக தீவிரமாக PKIயின் ஆதரவு பெற்ற ஊடுருவலான புயல் கால இடைவேளைக்குப் பிறகு, சுகர்தோ நாட்டை ஆள PKI-ஐ தனக்குக் கூட்டணியாகக் கொண்டு வருவது புத்திசாலித்தனமாக இருக்கும் என எண்ணினார். PKI ஐ ஐக்கிய முன்னணிக்குள் வைப்பது (NASAKOM) அவர்களை அரசியல் ரீதியாக நிராயுதபாணியாக்கி அதேசமயம் நாட்டில் PKI யின் வலு இராணுவத்தைத் தமது கட்டுப்பாட்டில் வைத்துக் கொள்ளவும் உதவும் என அவர் நினைத்தார். அவரது சொந்த நிலை சவாலுக்கு அப்பாற்பட்டதாகத் தோன்றியது. அது ஒரு சரியான போனபார்ட் கணக்கு. 1965 செப்டம்பர் நிகழ்வுகள் மட்டும் நடக்காமலிருந்திருந்தால் அது வேலை செய்திருக்கும்.

வாஷிங்டன் இந்தக் கூட்டணியால் எச்சரிக்கையடைந்து இந்தோனேசியாவில் தனது பிரதிநிதிகளை எச்சரிக்கை செய்தது. அது ஏற்கனவே வியட்நாமில் ஒரு போரில் இருந்தது. சுகர்னோவின் இறப்புக்குப் பின் PKI ஆட்சியைப் பிடித்து விடுமோவென நிஜமாகவே அஞ்சியது. 1962-ல் கம்யூனிஸ்ட் கெரில்லாக்கள் அப் பாக் கிராமத்துக்கருகில் அமெரிக்க, தென் வியட்நாமிய சிறப்பான படையைத் தாக்கி அழித்தபோது ஒரு பெரிய பின்னடைவைச் சந்தித்தது. இந்த வெற்றி அமெரிக்காவின் பலவீனத்தின் அடையாளமென சோவியத், சீனப் பத்திரிகைச் செய்திகள் பாராட்டின. இந்தோனேசியாவிலும் கூட, தேசியவாத, கம்யூனிஸ்ட் பத்திரிகைகள் இதையும் இந்தோ சீனாவில் அதனைத் தொடர்ந்த

போக்குகளையும் அறிவித்தன. இந்தோனேசியாவின் ஆயுதப்படைகளின் உயரதிகாரிகளிடையே ஒரு ஒன்றிணைப்பு நடக்கத் துவங்கியது.

இந்தக் குழப்பத்துடன் சேர்த்து சீனாவுக்கும் சோவியத் யூனியனுக்குமிடையே அதிகாரப்பூர்வமான பிளவு ஏற்பட்டது. அந்த நேரத்தில் சீனா சோவியத் யூனியன், அமெரிக்காவுடன் 'சமாதான சகவாழ்வு' வாழ்வதாகக் கூறித் தாக்கியது. கம்யூனிஸ்டுகள் சோவியத் ஆதரவு அல்லது சீன ஆதரவு நிலையை எடுத்தனர். அல்லது கியூபா, கொரியா, வியட்னாமைப் போல நடுநிலை வகிக்க முயன்றனர்.

PKI தலைவர்கள் சீனாவைத் தேர்வு செய்தனர். டிஎன்.அய்டிட் தொடர்ந்து சீனாவுக்குச் சென்று வந்தார். பொதுவாக ஒரு நாட்டுத் தலைவருக்குண்டான மரியாதையுடன் வரவேற்கப்பட்டார். முரண்பாடு என்னவென்றால், PKI சர்வதேச விஷயங்களில் சீனாவை ஆதரித்தது. ஆனால் அதன் உள்நாட்டு நடவடிக்கைகள் குருஷ்சேவைப் பின்பற்றியதாக, மிகவும் கவனத்துடன், மிகவும் திருத்தல்வாதமாக இருந்தது. பீகிங் சுகர்னோவின் இந்தோனேசியாவுடன் நெருங்கிய உறவு வைத்திருந்ததால் சீனா அதை அங்கீகரித்தது. அவர்களுக்கு ஆட்சியைக் கவிழ்ப்பதில் எந்த ஆர்வமுமில்லை. 1927, 1948 ஊடுருவலுக்குப் பின் கட்சி வெகுவாக பாதிக்கப்பட்டிருந்ததை PKI தலைவர்களும் அறிந்திருந்தனர். அவர்களுடைய சொந்தத் தேவைகள் பீகிங்குடையதைப் போலவே இருந்தன. அந்தக் காலத்தின் விடுவிக்க சிக்கலான மொழியில் அயிடிட் 'இந்தக் கட்டத்தில் இந்தோனேசியப் புரட்சி பூர்ஷ்வா - ஜனநாயகத் தன்மையுடன் உள்ளதாகவும் சற்றேனும் சோஷலிஸ அல்லது பாட்டாளி வர்க்கத் தன்மையுடன் இல்லை' எனவும் PKI யின் பணி 'அதன் தலைமையைப் பிடிக்கும் போராட்டம்' என்றும் கூறினார். 2 செப்டம்பர் 1963-ல் சீன கம்யூனிஸ்ட் கட்சியின் மத்தியக்குழுவின் உயர்கல்விப் பள்ளியில் இதன் பொருள் என்னவென்று கூறுகிறார்:

தேசிய பூர்ஷ்வாவுடனான கூட்டும் அடையப்பட்டு விட்டது. தேசிய பூர்ஷ்வாக்கள் புரட்சியை நோக்கித் திரும்பத் துவங்கியுள்ளனர்... ஏறக்குறைய பத்தாண்டுகளாக நாங்கள் தேசிய பூர்ஷ்வாக்களுடன் கூட்டணி வைத்துள்ளோம். புரட்சிகர சக்திகள் இந்தக் காலத்தில் தொடர்ந்து முன்னேறியுள்ளன. அதேசமயத்தில் தீவிரவாத சக்திகள் தோல்விக்கு மேல் தோல்வியடைந்துள்ளன.[120]

அய்டிட் 'மார்க்ஸிஸ்ட் ரிவ்யூ'வின் ஆசிரியராக இருந்திருந்தால் இந்தக் கற்பனைகள் விரைவில் மறக்கப்பட்டிருக்கும், வரலாறு அதனைப் பின் தள்ளியிருக்கும். ஆனால் விஷயம் அப்படியல்ல. ஏனெனில் ஒரு முக்கியமான அம்சம் என்னவென்றால் அவரது

கணிப்பு மிகவும் பிசகின்றி இருந்தது. இந்தோனேசியக் கம்யூனிஸ்டுகள் அனுபவித்த சட்டப்பூர்வத்தன்மை அதன் உறுப்பினர் எண்ணிக்கையும் ஆதிக்கமும் நன்கு உயருவதற்கு இட்டுச் சென்றன. அய்டிட் சீனக் கம்யூனிஸ்ட் மத்தியக் குழுவிடம் கம்யூனிஸ்ட் உலகிற்கு வெளியே இருந்த பெரிய அணி திரட்டப்பட்ட கம்யூனிஸ்ட் கட்சியின் தலைவரென்ற முறையில் உரையாற்றிக் கொண்டிருந்தார். PKI-யிடம் முப்பது லட்சம் உறுப்பினர்களும் பல்வேறு வெகுஜன இயக்கங்கள், தொழிற்சங்கங்களில் ஒரு கோடி ஆதரவாளர்கள் இருந்தனர். அதனிடம் நல்ல தாக்கமுடைய பத்திரிகைகளின் நெட்வொர்க் இருந்தது. அவற்றின் PKI-ஐயும் தாண்டி வெகுதூரம் இருந்தது. அய்டிட், லுக்மான் மற்றும் மற்ற மூத்த தலைவர்கள் சுகர்னோவுடன் ஏற்பட்ட ஒப்பந்தத்தால் கிடைத்த புதிய மரியாதையில் குளிர்காய்ந்ததை மன்னித்து விடலாம். அவர்கள் அனைவருமே பல காலம் சிறைவாசத்தை அனுபவித்தவர்கள். அவர்கள் பல தலைவர்களையும், தொண்டர்களையும் டச்சுக்களையும், ஜப்பானியர்களையும் முதல் கட்ட சுகர்னோ அரசையும் எதிர்த்துப் போராடியபோது இழந்திருக்கின்றனர். இப்போது அவர்கள் அதிகாரத்துக்கு மிக அருகில் உள்ளனர் என்பதையும், அவர்கள் இருப்பதால் சுகர்னோவுக்கு உண்மையான சட்டங்களை அமல்படுத்த முடிந்தது. 1960-61-ல் முதலில் விவசாய சீர்திருத்தம், பின்னர் பயிர் பகிர்வு குறித்து சட்டங்கள். அதிகாரிகளான ஹாஜிக்களும் இராணுவமும் இந்தச் சட்டங்களைத் தீர்மானமாக அமல்படுத்த விடாமல் தடுத்தபோதுதான் PKI 'ஒருதலைப்பட்சமான செயல்பாடுகள்' என அழைக்கப்பட்டவை மூலமாகக் கீழிருந்து நிர்பந்திப்பதைக் கையிலெடுத்தது. தீவிரவாதிகளின் எதிர்ப்பு ஆவேசம் (இந்தச் சீர்திருத்தங்களை அமல்படுத்திய கிராமப்புறச் செயல்வீரர்கள் திட்டமிட்டுக் கொலை செய்யப்பட்டனர்.) அய்டிட்டை நடவடிக்கையைத் திரும்பப் பெறுவதை நோக்கி இட்டுச் சென்றது.

அய்டிட்டின் சில ஏற்பாடுகள் காலம் அவர் பக்கம் இருந்ததென்ற கற்பனையில் செய்யப்பட்டிருக்க வேண்டும். PKI தலைவர் உயிரியல் ரீதியாகத் தவிர்க்க முடியாதது என்பதை நம்பியிருந்தார். அது உடனேயோ, பின்னரோ பங்கர்னோவைக் காட்சியிலிருந்து அகற்றும் என நினைத்தார். பிறகு அது அவர்கள் காலமாக, உண்மையான மாற்றத்துக்கான காலமாக இருக்கும். மற்ற PKI தலைவர்கள் குறைந்த அளவே ரத்தக்குளிப்பில் இருந்தனர். ஏனெனில் சுகர்னோவின் பாதுகாப்புத்தான் அவர்களை உயிருடன் வைத்திருக்கவும், வளரவும் உதவியது என்பதை முழுதும் உணர்ந்திருந்தனர். அவர் இறந்த பிறகு அவர்கள் எப்படி நிர்வகிக்கப் போகிறார்கள்? அவர்கள் புரட்சியின் அடிப்படை விதிகளைக் கூட மறந்து விட்டதாகத் தோன்றியது.

மன்னிக்க முடியாத வகையில் அவர்களது ஆதரவாளர்கள் அவர்களது எதிரிகள் குறித்துக் குறைவாக எடை போடுவதற்கு இட்டுச் சென்று விட்டனர். பின்னர் குற்றம் சாட்டப்பட்டது போல், புரட்சிக்குத் தயார் செய்வதற்கு மிகத் தொலைவில், PKI நிகழ்ச்சித் திருப்பங்களுக்குச் சற்றும் தயாராக இல்லையென்றும். அரசுடன் எந்த மோதலுக்கும் தனது ஆதரவாளர்களை அரசியல் ரீதியாகத் (வேறு வகைகளை விட்டு விடுவோம்) தயார் செய்யவில்லை. மார்க்ஸிய வார்த்தைகளில் மூலத்தவறை அவர்கள் செய்திருந்தனர். அவர்கள் தனி மனிதரை (சுகர்னோ) அதிகமாக மதிப்பிட்டு விட்டனர். நாட்டை நிறுத்தி வைத்திருந்த இந்த நிறுவனத்தின் சக்தியைக் குறைவாக மதிப்பிட்டு விட்டனர் : அதுதான் இராணுவம்.

அதன் பாகிஸ்தானிய, இந்திய சகாக்களைப் போல் இந்தோனேசிய இராணுவம் தூய்மையான நூறு சதவிகித காலனி கட்டுமானமல்ல. அது தீவுக் கூட்டங்களின் பல காலனியாதிக்க, தேசியவாதப் பாரம்பரியங்களைப் பிரதிபலித்தது. ஜாவாவிலும் பாலியிலும் 1943-ல் ஜப்பானியர்களால் உருவாக்கப்பட்ட 'துணை' இராணுவம் 1945 புரட்சிக்குப் பெருமளவு அதிகாரிகள் படையை அளித்தது (80 சத விகிதம் வரை); இன்னொரு பத்து சதம் டச்சு காலனி இராணுவத்தின் கூலிப்படை; இன்னொரு முக்கியமான ஐந்து சதத்தினர் 1940-ல் ஜாவாவில் ஹாலந்து நாஜிக்களால் ஆக்கிரமிக்கப்பட்ட பிறகு அமைக்கப்பட்ட சிறப்பு இராணுவ அகாடமியிலிருந்து வந்தனர். இவ்வாறு அதிகாரிகள் படை '45 தலைமுறையின்' தேசியவாதிகளை உள்ளடக்கியிருந்தது என்றாலும் டச்சுக்களுடன் சேர்ந்து தேசியவாதிகளுக்கெதிராகப் போராடியவர்களையும் (ஜெனரல்கள் நாசுடியன், சுகார்தோ), ஜப்பானியர்களுடன் தாய்நாட்டுப் பாதுகாப்புப் படையில் செயலூக்கத்துடன் இணைந்தவர்களையும் (மீண்டும் சுகார்தோ), மீண்டும் முக்கியமாக, இருவரும் இணைந்த, அமெரிக்காவில் பயிற்சி பெற்ற ஆதிக்கம் மிக்க குழுவையும் சேர்ந்திருந்தது. அமெரிக்காவில் பயிற்சி 1954-ல் பனிப்போரின் உச்சத்தில் துவங்கியது. பின்னர் அனுப்பப்பட்டோரில் ஆயிரக்கணக்கானோராக இல்லாவிட்டாலும் நூற்றுக்கணக்கானோர், தேசியவாதப் புரட்சியின் மூத்த தலைவர்கள்.

அதன் தெற்காசிய சகாக்களுடனான மற்றொரு மாறுபட்ட தன்மை, தலைமையின் இணைப்பு அடிக்கடி உடைந்ததாகும். 1945-65ன் கதை முழுவதும் கலகங்கள், ஆட்சிக் கவிழ்ப்பு முயற்சிகள், போர் தலைவர்கள் பெற்ற இலாபம், பிரதேச எதிர்ப்புக் கலகங்கள், அனைத்துமே புரட்சியின் மூத்த தலைவர்களால் வழி நடத்தப்பட்டவையால் நிறைந்திருந்தன. அனைத்து சிவிலியன்

அரசியல்வாதிகளையும் ஊழல்வாதிகளென்றும், தரக்குறைவாகவும் குறிப்பிடும் கூறப்படாத இராணுவத் தத்துவம் ஒன்றுண்டு. (புதிய குடியரசின் தந்தையென பெரும்பாலான அதிகாரிகளால் மதிக்கப்பட்ட சுகர்னோ இதில் இல்லை) ஜெனரல்களின் குழு சீராக பீகிங்குடன் சுகர்னோவின் தவறுக்கும் PKIயுடனான கூட்டுக்கும் எதிராக இருந்தது. இதில் சில தேசியவாத வெறுப்பு. அது காலனியாதிக்கக் காலத்தில் பரவலான சீன எதிர்ப்பின் மிச்சம். அதனால் அது முக்கியமாக கம்யூனிச எதிர்ப்புப் பனிப்போர். பல ஜெனரல்கள் PKI-யின் மர்ம உறுப்பை வெட்டிவிட விரும்பினர் என்பது இரகசியமானதல்ல. பெரும்பாலோர், அனைவருமல்ல. ஆசியாவுக்கே உரித்தான முரண்பாடும் இருந்தது. 1965-ல் கொல்லப்பட்ட இராணுவ உளவுத்துறைத் தலைவர் ஜெனரல் பர்மான் (அவரது பொழுதுபோக்கு குழந்தைகளுக்கான மின்சார ரயில் தயாரிப்பது) PKIயின் பொலிட் பீரோ உறுப்பினர் சகிர்மானின் சகோதரர்.

1965, செப்டம்பர் 30 அன்று கர்னல்கள், மேஜர்களால் தலைமை தாங்கப்பட்ட ஒரு இரகசிய புரட்சிக் கவுன்சில் முன்கூட்டியே கலகம் செய்யத் திட்டமிட்டது. அவர்களது சேர்மன் லெப்டினன்ட் ஜெனரல் உன்துங் ஜெனரல்கள் கவுன்சிலில் இருந்த இராணுவ உயர்தலைமை, சி.ஐ.ஏ.வின் ஆதரவைப் பெற்றது. சுகர்னோவைக் கவிழ்க்கத் தயாராவதாகவும் இடதுசாரி சக்திகளை அழித்து இராணுவ சர்வாதிகாரத்துக்குத் தயாராவதாகவும் அவர் கூறினார். மின்னல் வேகத்தில் உன்துங்கின் கமாண்டோக்கள் ஆறு முக்கிய ஜெனரல்களைப் பிடித்தனர்.

உன்துங் ஜனாதிபதியின் காவல் படையில் ஒரு பட்டாலியனான டக்ரபிராவா ரெஜிமன்டின் கமாண்டர்.. மூன்று ஜெனரல்கள் கைது செய்வதைத் தடுக்க துப்பாக்கியால் சுட்டதால் அப்போதே கொல்லப்பட்டனர். மற்ற மூன்று ஜெனரல்கள் ஹஜீம் விமான தளத்தில் வைத்துக் கொல்லப்பட்டனர். யார் கொன்றார்கள் என்பது சரியாகத் தெரியாவிட்டாலும், நிச்சயமாக சீருடை அணிந்தவர்களால், அநேகமாக விமானப் படையினரால்தான் கொல்லப்பட்டிருக்க வேண்டும். தாக்குதல் படை ஒன்றிலிருந்த ஸார்ஜென்ட் மேஜர் பங்குஸ் சமீபத்தில் பெனடிக்ட் ஆண்டர்சனிடம் பேசும்போது, 'அவரது ஜெனரல்' எந்த எதிர்ப்புமின்றிச் சரணடைந்து விட்டதாகவும், ரத்தம் எதுவும் சிந்தப்படவில்லையென்றும் கூறினார். விமானத் தளத்தில் வேறு யூனிட்டுகளிடம் அவரை ஒப்படைத்தார். அவர்கள் யாரென அவருக்குச் சரியாகத் தெரியவில்லை.[121]

சுகர்னோ, PKI-இருவருமே இதைப்பற்றி முன்கூட்டி எதுவும் தெரியாதென மறுத்தனர். சிலர் உன்துங்கின் அதிகாரம், கைப்பற்றல்

முயற்சி சுகர்னோவையும், PKI-யையும் அழிப்பதற்காக வேண்டுமென்றே தூண்டப்பட்டு வடிவமைக்கப்பட்டதென கூறப்பட்டதை வெறும் கற்பனை என நிராகரித்தனர். ஆனால் பின்னர் வெளிவந்த செய்திகள் இதில் பிரிட்டிஷ், அமெரிக்க உளவுப் பிரிவுகள் ஆழமாக வேலை செய்திருப்பதை வெளிக்கொண்டு வந்தன. சுகர்தோவுக்கு (அப்போது அவர் எந்தத் தத்துவமும் கொண்டிருக்கவில்லை எனக் கருதப்பட்டார்) இந்தத் திட்டம் பற்றி முன்பே கூறப்பட்டது எனவும் திட்டமிட்டவர்களைத் தடுக்க அவர் எதுவும் செய்யவில்லையென்றும் குற்றம் சாட்டப்பட்டது. அவருக்கு இந்த செய்தியைச் சொன்னவர் கர்னல் ஏ.லத்தீஃப். அவரும் புரட்சிக் கவுன்சில் உறுப்பினர். அவர் கைது செய்யப்பட்டாலும் சாட்சியம் கூற அனுமதிக்கப்படவேயில்லை. அதிசயிக்கும் வகையில் அவர் கொல்லப்படவில்லை. அநேகமாக அவர் சுகார்தோவின் குடும்பத்துக்கு, குறிப்பாக சுகார்தோவின் மனைவிக்கு மிக நெருக்கமானவர் என்பதால் இருக்கலாம். கைது செய்யப்படும்போது பயனட்டால் குத்தப்பட்டு பின் சுடப்பட்டார், ஆனால் இறக்கவில்லை. அவர் பதின்மூன்று ஆண்டுகளைச் சிறையில் கடுமையான சூழலில் கழித்தார். ஆனால் தமது கதையைக் கூறப் பிழைத்து விட்டார். சுகார்தோவின் வீழ்ச்சிக்குப் பின் பதிக்கப்பட்ட அவருடைய நினைவுகளில், முன்கூட்டியே முழுத் திட்டத்தையும் தாமே சுகார்தோவிடம் கூறியதாக அபத்துமாகத் தெரிவிக்கிறார். அப்படியானால் அதன் அர்த்தம் எதிர்கால சர்வாதிகாரி அந்த ஜெனரல்களை எச்சரிக்கவில்லை. அவர்களைச் சாக விட்டுவிட்டார்கள். பிறகு செப்டம்பர் 30-ஐ இடதுசாரிகளையும் சுகர்னோவையும் அதிகாரத்திலிருந்து அகற்ற அவர் உபயோகித்துக் கொண்டார்.[122]

30 செப்டம்பரில் லாபமடைந்தவர்கள் (11,செப்டம்பர் 2001-ஐப் போலவே) அவை யாரை பலவீனப்படுத்த வடிவமைக்கப்பட்டனவோ, அவர்கள்தான். கிடைக்கக்கூடிய ஆதாரங்கள் எதைக் காட்டுகின்றனவென்றால் உன்துங்கும் அவரது சகாக்களும் ஒன்று அமெரிக்க, பிரிட்டிஷ் உளவுப்படைக்கு வேலை செய்து கொண்டிருந்திருக்க வேண்டும். அல்லது அவை PKI மீது வெறுப்புக் கொண்டிருந்தாலும், சுகர்னோவைக் கவிழ்க்க விரும்பாத மூத்த ஜெனரல்களைக் கொல்ல அவரை உபயோகித்திருக்க வேண்டும். இரண்டாவதற்கே அதிக வாய்ப்புள்ளது. சில வருடங்களுக்குப் பிறகு சிலியில் சால்வடார் அலண்டேயை கவிழ்க்கப் பிடிவாதமாக மறுத்த ஜெனரல்களை அகற்ற சி.ஐ.ஏ. முடிவு செய்தது. அதனால்தான் ஜெனரல் ஸ்னீடர் அனுப்பப்பட வேண்டியிருந்தது. சுகார்தோவும், பினோசெட்டும் இரத்த சகோதரர்கள். ஒரே எஜமானர்களால் உணவளிக்கப்பட்டு, அதே ஊடக பண்டிட்டுகளால் புகழப்பட்டு, நிக்ஸன், ரீகன், திருமதி.தாட்சரால் மரியாதை செய்யப்பட்டவர்கள்.

30, செப்டம்பர் 1965 குறித்து பல விசித்திரங்கள் உள்ளன. உன்துங் வெளிப்படையாகவே பொதுமக்கள் கூட்டத்தின் ஆதரவை நிராகரித்ததோடு தெருக்களில் கூட்டம் திரட்டப்படவும் அழைப்பு விடுக்கவில்லை. சுகர்னோவைக் காப்பாற்றுவதுதான் நோக்கமென்றால் இது விநோதமானது. அதைவிட புதுமையானது அவரது பொதுப் பிரகடனங்களில் ஒன்று; தமக்கு மேல் இருக்கும் அதிகாரிகள் அனைவரையும் தமது பதவிக்குக் குறைத்து அறிவித்தது. அவருக்குக் கீழ்பதவி வகித்து அவருக்கு உதவியவர்கள் பதவி உயர்வு பெறுவார்கள். அனைத்து மூத்த அதிகாரிகளையும் அவருக்கு எதிராக ஒன்று சேர்க்க இதைவிட ஒரு கொள்கையைக் கற்பனை செய்வது கூடக் கடினம். இது சுத்தமான முட்டாள்தனமா அல்லது தேர்ந்தெடுக்கப்பட்ட மத்திய உளவுத்துறையால் நன்கு தேர்ந்தெடுக்கப்பட்ட உருவாக்கங்களா?

இந்தோனேசியப் படுகொலைகளுக்குப் பல மாதங்கள் கழித்து புதிய முறையைப் பாராட்டி ஜேம்ஸ் ரெஸ்டன் 'ஆசியாவில் ஒரு வெளிச்சக் கதிர்' என்ற ஒரு கட்டுரையை எழுதினார். அதில் அவர் ஒப்புக்கொள்கிறார்:

உலகின் ஆறாவது அதிக மக்கள்தொகை கொண்ட, உலகின் மிகவும் பணக்கார நாடுகளில் ஒன்றில் ஏற்பட்ட இந்த மாற்றத்துக்கு எந்த ஒரு பாராட்டையும் ஏற்க எச்சரிக்கையாக வாஷிங்டன் மறுத்து வருகிறது. ஆனால் இதன் பொருள் வாஷிங்டனுக்கு இதில் எந்தப் பங்குமில்லை என்பதல்ல. பொதுவாக உணரப்படுவதை விட எந்த நாட்டிலிருந்த கம்யூனிச எதிர்ப்பு சக்திகளுடன் குறைந்தது வாஷிங்டனின் ஒரு மிக உயரதிகாரிக்கும் இந்தோனேசியப் படுகொலையின்போது தொடர்பிருந்தது.[123]

செப்டம்பர்- 30க்குப் பின்னால் உள்ள இயக்கத்தில் பகுதியளவு மர்மமானது. ஆனால் அது திறமையாக வடிவமைக்கப்பட்டது என்பதில் எந்தச் சந்தேகமுமில்லை. அந்த வருடத்தில் முன்னர் பிரிட்டிஷ் தூதர் சர்.ஆண்ட்ரூ கில்கிறிஸ்ட் தம் தாயகத்துக்கு ஒரு ஆர்வமூட்டும் வரியையுடைய செய்தியை அனுப்பியிருந்தார் : 'இந்தோனேசியாவில் திறமையான மாற்றத்தைக் கொண்டு வருவதற்குச் சிறிய அளவு துப்பாக்கிச்சூடு முதல்கட்டத் தேவையென்ற எனது நம்பிக்கையை நான் எப்போதும் மறைத்ததில்லை! இரண்டு ஆண்டுகளுக்கு முன் சி.ஐ.ஏ. வின் 1962-ம் வருடத் தேதியிட்ட அறிக்கை ஜனாதிபதி கென்னடியும், பிரிட்டிஷ் பிரதமர் ஹரால்ட் மக்மில்லனும் 'சூழ்நிலையையும், கிடைக்கும் வாய்ப்புக்களையும் பொறுத்து ஜனாதிபதி சுகர்னோவை ஒழித்து விட ஒப்புக்கொண்டனர்' என அமைதியாகக் கூறுகிறது.[124]

என்னதான் PKI தலைமையின் அரசியல் பலவீனம் இருந்தாலும், அய்டிட்டும் லுக்மானும் உன்துங்குக்குப் பின்னால் ஆக்கம் அறிவுடன் இருந்திருப்பார்களேயானால், அது இப்படி ஒரு அரைவேக்காடாக இருந்திருக்காது என்பதை ஒருவர் நம்பிக்கையுடன் சொல்ல முடியும். PKI ஜாவாவிலும், பாலியிலும், சுமத்ராவிலும் ஊடுருவலுக்குத் தயார் செய்து தமது தொண்டர்கள் மத விழாவில் பலியாடுகள் படுகொலை செய்யப்படுவது போல் கொல்லப்படுவதற்கு பதில் அவர்களுக்கு ஆயுதங்களை அளித்திருப்பார்கள்.

Strategic Reserve Command-ன் பொறுப்பாளரான ஜெனரல் சுகார்தோ இருபத்து நான்கு மணி நேரத்துக்குள் இராணுவத்தைத் திரட்டி சூழ்நிலையைத் தமது கட்டுப்பாட்டுக்குள் கொண்டு வந்து விட்டார். முதல் வாரத்திலிருந்தே இராணுவம் செப்டம்பர் 30 நிகழ்வு களை PKI திட்டமிட்டு நடத்தியது என வலியுறுத்திக் கூறி வந்தது. எந்த வலுவான ஆதாரமும் அளிக்கப்படவில்லை. டி.என்.அய்டிட் ஒளிந்து கொண்டிருந்த கிராமத்திலிருந்து கண்டுபிடிக்கப்பட்டுக் கொல்லப்பட்டார். PKI தலைவரும் மூத்த தொழிற்சங்கவாதியுமான ஜானோவிடம் சித்திரவதை[125] செய்து பெற்ற சாட்சியம் முரண்பாடுகளால் நிறைந்துள்ளது. ஜானோவும் கொல்லப்பட்டார். சுகார்தோவும் அவரது இராணுவ சகாக்களும் பின்னர் மற்ற PKI தலைவர்களையும் கொல்ல உத்தரவிட்டனர். பிறகு இந்தோனேசிய இடதுசாரிகளின் பொதுவான படுகொலையில் இறங்கினர். தீவுக்கூட்டம் முழுவதிலும், இஸ்லாமியப் பார்வையாளர்கள், பல நேரங்களில் நஹ்லாதுல் உலேமாவின் இளைஞர் பிரிவின் தன்னார்வலர்கள் 'சிவப்புப் பேய்களுக்கெதிரான' ஜிஹாத்தில் கட்டவிழ்த்து விடப்பட்டனர். அக்டோபர் 1965-லிருந்து ஜனவரி 1966 வரை இந்தோனேசியா ரத்த வெள்ளத்தில் குளித்தது. பெருமளவு மோசமான கொலைகள் ஹிந்து பாலியில் நடைபெற்றன. 'சிறிது துப்பாக்கிச் சூடும்' நடைபெற்றது. நாட்டின் கலாசாரத்தைக் கொடூரமாக்கி, அதன் அரசியல் வாழ்வில் அசுர வெற்றிடத்தை ஏற்படுத்தியது. அநேகமாக அனைத்துப் பிரதேசங்களிலும் இராணுவம் படுகொலைகளைத் தூண்டிவிட்டது.

அமெரிக்கா, ஆஸ்திரேலியாவின் பெருமளவு ஊடகங்கள் படுகொலைகளைப் பற்றி பெரிய கவலை கொள்ளவில்லை. அவர்கள் தரப்பு இலாபமீட்டிக் கொண்டிருக்கிறது என்பதை ஏன் சொல்ல வேண்டும்? மாறாக சி.ஐ.ஏ. குறைந்தபட்சம் அதற்குள்ளாகவாவது நடப்பது எதையும், எந்த அளவுக்கு நடக்கிறது என்பதையும் மறைக்க முயலவில்லை. ஒரு இரகசியக் கோப்பு கீழ்க்கண்டவற்றை வெளிப்படுத்துகிறது:

கொல்லப்பட்டவர்களின் எண்ணிக்கையைப் பொறுத்த வரை இந்தோனேசியாவின் படுகொலைகளில் ஒன்றாக, 1930-ல் சோவியத் தூய்மைப்படுத்துதல், இரண்டாம் உலகப் போரின் போது நாஜி படுகொலைகள், 1950-களின் முற்பகுதியில் மாவோயிஸ இரத்தக் குளியல் ஆகியவற்றுக்கு அடுத்தபடியாக உள்ளது. இந்த வகையில் இந்தோனேசிய கலகம் இருபதாம் நூற்றாண்டு நிகழ்வுகளில் நிச்சயமாக மிக முக்கியமானது. மிக அதிகமாக விளம்பரப்படுத்தப்பட்ட நிகழ்வுகளை விட இது மிக அதிக முக்கியத்துவமுடையது.[127]

ஒரு சில அம்சங்கள் இல்லாதபோதும், ஹிரோஷிமா, நாகசாகியிலும், 1945-53ல் கொரியாவிலும் பொதுமக்கள் இறப்பு இதே அளவு அதிர்ச்சியடைய வைப்பவை. ஒரே ஒரு முக்கிய அம்சத்தைத் தவிர இந்தக் கணிப்பு மிகச் சரியானது. இந்த விஷயத்தில் தனது பங்கு குறித்து ஏஜென்ஸி மிகவும் அடக்கி வாசித்தது. 1958-ல் ருமானிய குடியேற்றக்காரரும், ராண்ட் கார்ப்பரேஷனின் சி.ஐ.ஏ. ஆலோசகரும், தேசிய பாதுகாப்பு கவுன்சில் ஆலோசகரும், பெர்க்லியில் பட்டம் பெற்றவருமான கய்.ஜே.பாக்கர் இந்தோனேசிய இராணுவத்தைப் பொருளாதார ரீதியாகவும், ஆயுத உதவி வழங்கியும் பலப்படுத்துமாறு ஆலோசனை வழங்கினார். அவர் இராணுவ அதிகாரிகளைத் 'தலைமைப் பண்பின் சராசரியை விட உயர்ந்தவர்கள். தேசபக்தியும், அறநெறிப் பண்புகளுக்கும் உட்படுத்திக் கொண்டவர்கள்' என விவரித்ததுடன் அவர்கள் மீது தாமதமாக அல்லாமல் விரைவாகத் தாக்கவும், தமது வீட்டைப் பெருக்கிச் சுத்தப்படுத்தி, உயர்ந்த நோக்கங்களுக்குத் தம்மை அர்ப்பணித்துக் கொள்ளவும் நம்பிக்கை வைக்க வேண்டுமென்றும் கூறினார். 2002-ல் இறந்த பாக்கரைப் பற்றி அதே களத்திலிருந்த இன்னொரு அறிஞர், 'ஒரு உண்மையான வேசி மகனும், அறிவார்ந்த சந்தர்ப்பவாதியுமாவார்' எனக் கூறினார். அவரது ஆலோசனை நிச்சயமாகத் தீவிரமாக எடுத்துக் கொள்ளப்பட்டது. அமெரிக்காவின் மூன்று சூனியக்காரர்களென்ற பென்டகன், சி.ஐ.ஏ., டி.ஐ.ஏ., ஆகியவை ஜெனரல் சுகார்தோவை தைரியமாகவும், வன்மையாகவும், உறுதியாகவும் இருக்குமாறு ஆலோசனை வழங்கின.[128]

'அநேகமாக எனது கையில் ஏராளமான ரத்தம் இருக்கிறது. ஆனால் அவையனைத்தும் கெட்டவையல்ல. ஒரு தீர்மானமான கணத்தில் நீங்கள் கடுமையாகத் தாக்க வேண்டிய நேரம் ஒன்று உண்டு. இந்த வார்த்தைகளுடன், இந்தோனேசியாவில் முன்னாள் அமெரிக்க 'அரசியல் அதிகாரியான' ராபர்ட். ஜே.மார்டன்ஸ் சுதந்திரமான பத்திரிகையாளரான கேத்திகாடேனியம் எப்படி சி.ஐ.ஏ அதிகாரிகள் இந்தோனேசிய இராணுவத்தின் கொலைக் கும்பல்களிடம்

5000 பெயர்கள் வரை கொடுத்து அவர்கள் பிடிக்கப்பட்டதையோ, கொல்லப்பட்டதையோ சரி பார்த்தது என்பதைக் கூறினர்.[129]

இந்தோனேசிய இடதுசாரி மீது குறுக்கீடற்ற அடக்குமுறையின் விளைவு அரசியல், பொருளாதாரம், மனரீதியாக நாட்டை பாதித்தது. 1965-க்கு முன் இந்தோனேசியாவில் அரசியல் கலாசாரம் சிறப்பாக இருந்தது. சுகர்னோ பாராளுமன்றத்தைக் கலைத்த பிறகு கூட விவாதங்கள் முடியவில்லை. புதிய முறை அதிகார வகையைத் தவிர மற்ற வகை அரசியல்களைத் தடை செய்து விட்டது. பொருளாதாரம்? இதற்கு சரியான விடை பிரமோத்யா ஆனந்த டோயரின் சிறைக் குறிப்புக்களில் காணப்படுகிறது.

1965-ன் போது, சுகர்னோ கவிழ்க்கப்பட்டபோது, ஒரு வலுவான போட்டி சக்தி எழுந்தது-பன்னாட்டு மூலதனம். அது இந்தோனேசியாவில் மூலப்பொருட்கள், மலிவான உழைப்பு, பெரிய சந்தை ஆகியவற்றைக் கண்டது. இதுதான் சுகர்னோவை அவரது சிறப்பான நிலையிலிருந்து அகற்றுவதற்காக உதவிய நெம்புகோல். இந்தோனோசியாவை அரசியல் இறையாண்மை, பொருளாதார சுதந்திரம், கலாசார ஒருமைப்பாட்டுடன் கூடியதாக வைக்கக் கனவு கண்ட அந்தச் சிறந்த பிராமணனால் பன்னாட்டு மூலதனத்தைக் கட்டுக்குள் வைக்க முடியவில்லை.[130]

அதே போல்தான் PKIயும் பன்னாட்டு மூலதனம் ஜாவா மீது பசி மிகுந்த மிருகம் போல் பாய்ந்தது. சுகார்தோவும், புதிய முறைக் கூட்டமும் அது போட்டவற்றுடன் வாழ்வதில் மகிழ்ச்சியடைந்தனர். ஆனால் ஜகார்தாவின் வானைக் குப்பையாக்கிய உயர்ந்த கட்டடங்களால் நாடு துயருற்ற ஆழமான அதிர்ச்சியிலிருந்து அதனை விடுவிக்க முடியவில்லை. கொலை செய்யப்பட்ட கம்யூனிஸ்டுகளின் ஆவிகள், அரசியல் சிறைக் கைதிகள் தப்பிப் பிழைத்த குடும்பங்கள், வெளிநாட்டுக்குத் தப்பிச் சென்றுவிட்ட சில நாடு கடத்தப்பட்டவர்கள், உயிரோடு இருப்பதற்காகக் குற்ற உணர்வை உணர்ந்த, சுயமாகவே நொறுங்கிப் போன சில அறிவுஜீவிகள், கொலை செய்ததால் குற்றவாளிகள் அனைவரும், (பின்னர் பெனடிக்ட் ஆண்டர்சன் வறண்ட கெட்டுப் போன முறை என்று ஞானஸ்நானப் பெயரிட்ட) மேற்கத்திய முதலாளித்துவம், மற்றும் உள்பயம் ஆகியவற்றின் அடிநாதமாக விளங்கும் தப்பிக்கும் மனப்போக்கை வளர்க்க உதவின.[131]

ஆட்சியாளரின் குடும்பம் நாளுக்கு நாள் செல்வாக்குமிக்கதாக மாறியது. 1965-66 ன் அரசியல் தூய்மைப்படுத்துதல் நாட்டை நிறுவன மயமாக்கப்பட்ட அரசியலற்ற தன்மையாக்குவதற்கு அடிப்படையாகியது. அரசியல் முழுமையாகக் கட்டுப்படுத்தப் பட்டதுடன் குடிமக்கள்

பயந்துபோயும் இருந்தனர். சுகார்தோ தொடர்ந்து அறுதிப் பெரும்பான்மையுடன் 'மறுதேர்வு' செய்யப் பட்டார். 'நியூயார்க் டைம்ஸ்' எந்தத் தீவிரமான குற்றச்சாட்டையும் பதிவு செய்யவில்லை. பெரும்பாலான எதிர்ப்பாளர்கள் சிறையிலிருந்தனர். அரிதாகவே அவர்களது வார்த்தைகளைப் பத்திரிகைகள் வெளியிட்டன. பிரமோத்ய ஆனந்த டோயருக்கும் ஒரு ஜகார்தா கூலிக்கும் இடையே 1978-ல் நடந்த இந்த உரையாடல் (அந்தக் காலகட்டத்தைச் சரியாக பிரதிபலிக்காவிட்டாலும்) மிகவும் விவரமாக உள்ளது. கலாசாரத்திலிருந்து அரசியலைச் சுத்தமாக ஒதுக்கும் ஆவல், அநேகமாக அதன் விரக்தியில் ஆங்கில சாக்ஸன் போன்றது:

நிருபர்: அரசியலிலிருந்து இலக்கியத்தைப் பிரிக்க முடியாது என இன்னமும் நீங்கள் நம்புகிறீர்களா?

பிராம்: வாழ்க்கையிலிருந்து அரசியலை எப்படிப் பிரிக்க முடியாதோ, அப்படியே வாழ்வும் அரசியலிலிருந்து பிரிக்க முடியாதது. தம்மை அரசியலற்றவர்கள் என்று கருதும் மக்களும் வேறானவர்களல்ல; அவர்கள் ஏற்கனவே தற்போதைய அரசியல் பார்வைகளால் உள்வாங்கப்பட்டவர்கள். அவர்கள் இனியும் அதை உணர்வதில்லை என்பது மட்டும்தான். இது சாதாரணமானதுதான். வரலாறு முழுவதிலும் இலக்கியம் அரசியலாகத்தான் இருந்துள்ளது. மக்கள் தமது புரிதலை விரிவுபடுத்திக் கொண்டு அரசியல் கட்சிகளல்ல, அரசியல்தான் அதிகாரத்துடன் தொடர்புடைய எதனுடனும், அனைத்துடனும், தொடர்புடையது என்ற உண்மையைப் புரிந்து கொள்ள வேண்டும். மனிதன் ஒரு சமூக மிருகமாக இருக்கும் வரை, அவன் அரசியல் செயல்பாட்டில் பங்கு பெறுவான்.... ஜாவானிய இலக்கிய காவியங்களைப் பாருங்கள் : அவை அவற்றின் காலத்தின் அதிகாரக் கட்டுமானத்தை ஆதரிக்கவில்லையா? நான் என்ன கூறுகிறேனென்றால் அரசியல் பணியும் இலக்கியப் பணியாக இருக்க முடியும் என்பதைத்தான்.

நிருபர்: ஆனால் அரசியல் அசிங்கமானதில்லையா?

பிராம்: அசிங்கமான அரசியலும் உண்டு. தூய்மையான அரசியலும் உண்டு.

நிருபர்: உங்களது பத்தாண்டு சிறைவாசம் குறித்து என்ன சொல்ல விரும்புகிறீர்கள்?

பிராம்: அது பத்தாண்டுகளல்ல; பதின்மூன்றாகப் போகிறது. இந்த ஏறத்தாழப் பதின்மூன்று ஆண்டுகளைத் தேசக்கட்டுமான நடவடிக்கையின் ஒரு விளைவாகக் கருதுகிறேன்.

நிருபர்: உங்களுடைய சொந்த உணர்வுகள்? தனிப்பட்ட உங்கள் உணர்வுகள்?

பிராம்: அவை முக்கியமல்ல. ஒரு தனிப்பட்ட மனிதனாகிய நான் இந்த நடவடிக்கையில் முக்கியமல்ல.

நிருபர்: இந்தோனேசிய சமூகம் உங்களை மீண்டும் ஏற்க மறுத்தால் என்னவாகும்? நீங்கள் அதைப் பற்றி என்ன நினைப்பீர்கள்?

பிராம்: எளிது நான் எப்போதுமே வெளியேற விரும்பியுள்ளேன். ஒருமுறை அமிர் பசாரிபு கூறியது போல், 'சொந்த நிலத்தில் அந்நியனாக இருப்பதை விட, அயல்நாட்டில் அன்னியனாக இருப்பது மேல்.'

வாஷிங்டன் விரும்பிய வரை சுகார்தோவின் அதிகாரம் யதார்த்தத்தில் எல்லையற்றதாக இருந்தது. வாஷிங்டன் திருப்தியாக உள்ளவரை லண்டனும், பானும், கான்பெராவும் திருப்தியுடனிருந்தன. பத்து லட்சம் இந்தோனேசியர்களின் படுகொலை ஏற்கனவே மேற்கத்திய அரசியல்வாதிகள் மற்றும் ஊடகங்களின் உணர்வுகள் ஊட்டச்சத்துக் குறைவு வரை மந்தமாகிப் போய்விட்டன என்பதைக் காட்டியது. அவர்கள் அனைவருமே 'சிறிது துப்பாக்கிச் சூட்டின்' அவசியத்தைப் புரிந்து கொண்டனர். அதற்குப் பிறகு சுகார்தோ செய்தது இறுதிக்கட்டத்தின் எதிர்க்கட்டமாகவே (anticlimax) இருக்க முடியும். தமது சொந்த மக்களுக்கு மூடப்பட்ட ஒரு நாடு அந்நிய மூலதனத்துக்குத் திறந்தே இருந்தது. இந்த வளத்தைத் தீவுக் கூட்டத்துக்குக் கொண்டு வந்தது சுகர்னோவல்ல, தாம்தான் என்பதில் சுகர்தோ பெருமை கொண்டார்.

இப்போது (அரசியல், பொருளாதாரம், இராணுவம்.) அனைத்துமே அவரது கட்டுப்பாட்டில் இருந்தது. ஒரு அதிகாரப்பூர்வ இஸ்லாமியக் கட்சி அரசால் தொடங்கப்பட்டது. சில வருடங்கள் கழித்து மதத்தின் மீது ஓரளவே ஆர்வம் காட்டிய சுகர்தோ தனது சொந்த மதமான இஸ்லாம் குறித்து கர்வப்படத் துவங்கினார். இந்தத் திருப்பம் உலேமாவையோ, முகமதியாவையோ மகிழ்ச்சியடைய வைக்கவில்லை. இரண்டுமே மதத்தின் மீது தமது இருவரின் பிடியை அரசாங்கம் உடைப்பதை விரும்பவில்லை. உலேமா எதிரியாக மாறியது. PKJ-ஐ ஒழிக்க உதவியதால் அதன் தலைவர்கள் தாம் மட்டுமே அந்த வெற்றிடத்தைப் பூர்த்தி செய்ய முடியுமென்று நம்பினர். அவர்கள் பொறுமையின் தூய்மையைப் பிரச்சாரம் செய்யத் துவங்கியிருந்தனர். இப்போது சுகர்தோ அவர்களது கற்பனைகளைத் தகர்த்துவிட்டதை உணர்ந்தனர்.

1975-ல் இந்தோனேசிய இராணுவம் முன்னாள் போர்ச்சுகீசியக் காலனியாக இருந்து முழு விடுதலை பெறவிருந்த கிழக்குத் தைமூர் மீது படையெடுத்து ஆக்கிரமிக்க அனுப்பப்பட்டது. டச்சுக்களாலோ, அதன் பிறகு ஜகார்த்தாவில் அதன் வாரிசுகளாலோ மீண்டும் அது கோரப்பட்டதில்லை. ஆனால் 1974-ல் போர்ச்சுகல்லில் ஒரு ஜனநாயகப் புரட்சி வெடித்தது. அது லிஸ்பனில் வயதான பலவீனமான சர்வாதிகாரத்தைக் கவிழ்த்தது. அதன் ஒரு காரணம் அங்கோலா, மொசாம்பிக், கினியாவில் விடுதலை இயக்கங்கள் இளம் போர்ச்சுகீசிய அதிகாரிகளையும், சிப்பாய்களையும் பாதித்ததாகும். ஆட்சியை எடுத்துக்கொண்ட கேப்டன்களும், மேஜர்களும் முதலில் ஆப்பிரிக்காவிலும் பிறகு தீவுக்கூட்டங்களிலும் காலனிகளை விடுதலை செய்ய உறுதி பூண்டனர். ஒரு முற்போக்கு தேசியவாத இயக்கமான பிரெட்டிலின் கிழக்கு தைமூரில் போராட்டத்தைத் துவங்கியது. அது பெரும்பாலான கிழக்கு தைமூர்களின் ஆதரவைப் பெற்றது என்பது வெளிப்படையாகத் தெரிந்தது. ஆனால் அமெரிக்கா அப்போது சமீபத்தில்தான் சைகானில் வியட்னாமியர்கள் வெற்றி பெற்றதன் மூலம் பலத்த அடி பெற்றிருந்தது. கிழக்கு தைமூரில் அது கடைசியாக விரும்பியது 'கம்யூனிச வெற்றி'. சுகார்தோவும் அவரது ஜெனரல்களும் ஏகாதிபத்திய தந்திரோபாயத்தினை விரும்பி ஏற்கும் கருவிகளாகி விட்டனர். அதிக ரத்தம் ஓட உள்ளது.

தீவின் மூன்றில் ஒரு பங்கு மக்கள் படுகொலை, சித்திரவதை, சிறை, பஞ்சத்தின் விளைவாக இறந்தனர். வாஷிங்டனிலும் கான்பெராவிலும் அரசியல்வாதிகள் குறைவாக மட்டுமே பேசினர். கிழக்கு தைமூரில் கொடுமைகள் ஏற்கனவே கறை படிந்த அடையாளங்கள் இருந்த அதே அதிகாரிகளின் கரங்களால் கொலை செய்யப்பட்டன. அவர்களது சொந்த மக்களில் பத்து லட்சம் பேரின் ரத்தம் உறைந்தவை அந்தக் கரங்கள். இந்த முறையும் இந்தோனேசியாவில் கிறிஸ்தவர்கள் கசாப்பு செய்யப்படுவதை நியாயப்படுத்த மிகுந்த இஸ்லாமிய வார்த்தை ஜாலத்தை உபயோகித்தது. கிழக்கு தைமூரிலோ, கத்தோலிக்க மதகுருக்களிடம் பிரெட்லின்னுக்குத் தலைமை தாங்கிய 'கம்யூனிஸ்டுகளி'ன் தீவை ஒழிக்கப் படையெடுப்பு தேவைப்பட்டதாகக் கூறப்பட்டது.[132]

மேற்கத்திய ஆதரவுடன் சுகர்தோவும் அவரது கும்பலும் மீண்டும் ஒருமுறை பெரும் படுகொலையுடன் தப்பித்து விட்டனர். வாஷிங்டனிமும், லண்டனிடமும் எந்தக் குற்றச்சாட்டும் இல்லை. அந்த நாட்களில் மேற்கத்திய நலன்களைப் பாதுகாத்தபோது மனிதாபிமானம் ஒருபோதும் உதவிக்கு அழைக்கப்பட்டதில்லை. இந்த ஆதரவு இறுதிவரை உறுதியாக நின்றது. ஆனால் தெருக்களில்

மீண்டும் மக்கள் குவியத் துவங்கிய நாளும் வந்தது. அப்போது இந்தோனேசிய ஜெனரல்களுக்கும் வாஷிங்டனில் அவர்களது ஆதரவாளர்களுக்கும் ஒரு தேர்வு இருந்தது. ஊழல் தலைவரையும் அவரது பணத்தாசை பிடித்த குடும்பத்தையும் அதிகாரத்தில் வைத்திருக்க இன்னொரு பத்து லட்சம் பேரைக் கொலை செய்ய அவர்கள் தயாராக இருந்தார்களா? இல்லை, அவர்கள் தயாராக இல்லை. பனிப்போர் முடிந்து விட்டது. சீனா இப்போது ஒரு வேகமான முதலாளித்துவ நாடு. அமெரிக்க மேலாதிக்கச் சூரியனை சில புள்ளிகள் அசிங்கப்படுத்தின. வாஷிங்டன் பெருந்தன்மையுடன் இருக்க முடியும். சுகர்தோ வீழ்வதற்கு அனுமதிக்கப்பட்டார். ஐ.நா. கொடியின் கீழ் ஆஸ்திரேலிய இராணுவம் இந்தோனேசியா இராணுவத்தின் ரத்த வெறியைக் கட்டுப்படுத்தக் கிழக்கு தைமூருக்கு அனுப்பப்பட்டது. கிழக்கு தைமூரில் ஏற்பட்ட தோல்வியால் தாய்நாட்டில் தமது வலுவை அழுத்தமாகக் காட்ட வேண்டுமென்ற விருப்பம் இராணுவத்துக்கு ஏற்பட்டது. பழைய கிணறு விஷமாக்கப்பட்டு விட்டது. அவரைப் பின்பற்றியவர்கள் அவரது பரம்பரைச் சொத்துக்குச் சவால் விடவோ, திரும்பப் பெறவைக்கவோ முடியவில்லை. அவர்களுக்கும் கூட, கைகளில் ரத்தம் படிந்திருந்தது. PKI ஐ முழுமையாக அழித்தது நாட்டில் அசுர வெற்றிடத்தை உருவாக்கியிருந்தது. சுகர்னோவுடன் PKI செய்தது போல் 1965-க்குப் பிறகு இஸ்லாமியவாதிகள் சுகர்தோவுடன் சேர்ந்து வறண்ட -அழுகிப்போன முறையில் ஆட்சி செய்வோம் என இஸ்லாமிஸ்டுகள் நினைத்தார்கள். இப்போது அவர்களது நேரம் வந்துவிட்டது.

அப்துஸ் ரஹ்மான் இஸ்லாமியக் கட்சியான உலேமாவின் தலைவர். அவரது அரை தன்னாட்சி பெற்ற இளைஞர் லீக் அன்ஸார், தனது உறுப்பினர்களைக் கம்யூனிஸ்டுகளுக்கு எதிராகக் கடுமையான போராட்டத்தில் தள்ளிவிட்டு ஆயிரக்கணக்கான ‘சிவப்பு மூட்டைப்பூச்சிகளை’ அழித்தொழித்தது. பல கொலையாளிகள் தாம் செய்ததை மறக்க முடியாமல் காலப்போக்கில் பைத்தியங்களாகி விட்டனர். மிக முக்கியமாக, அவர்கள் எதிர்பார்த்த அரசியல் பரிசு கிடைக்கவில்லை. சுகார்தோ அந்த வகை கொள்ளையின் பங்கையும் பகிர்ந்து கொள்ள மனரீதியாகத் தயாராக இல்லை. உலேமா நட்பில் கோபமுற்றது. ஒரு அமைப்புக்குள் கோர்க்கப்பட்டிருந்த வன்முறையை அதனை வேரோடு பிடுங்குவது கடினம். அது ஒரு புதிய எதிரிகளுக்கெதிராக ___, உபயோகிக்கவோ, அல்லது வறண்ட அழுகிப்போன முறை உற்பத்தி செய்த கள்ளச் சந்தைக்காரர்கள், கருப்புச் சந்தைக்காரர்களுக்காகவோ அல்லது ஒப்புக் கொடுக்கும் பயங்கரத்தின் சார்பாக உபயோகிக்கவோ முடியாது. அரசால் கொலை செய்யக் கற்பிக்கப்பட்டவர்கள் நீண்ட காலத்துக்கு வேலையில்லாமல் இருப்பது அரிது.

சுகர்தோ விலகிய பின்னர் உண்மையான மாற்றுக்கள் வரையறைக் குட்பட்டே இருந்தன. வாஹித் ஜனாதிபதியானார். அவர் அதிகாரத்தில் இருந்தபோது மார்க்ஸியத்தின் மீதான சட்ட ரீதியான தடையை நீக்க வலியுறுத்தியதுடன் 1965-ல் உலேமா முஸ்லிம்களின் பாத்திரத்துக்காக வெளிப்படையாக மன்னிப்புக் கேட்டார்; பெரிய அளவில் இல்லையென்றாலும், மற்ற எந்த அரசியல் தலைவரும் இதைக்கூடச் செய்யவில்லை. எனினும் வாஹித்தின் அழிவு மிக்க தலைமை, அவருக்கு அவரது நம்பகத்தன்மையைக் குலைத்தது. 1999 தேர்தலில் வெறுக்கத்தக்க புள்ளியும், வறண்ட அழுகிப்போன ஆட்சியிலில்லாத ஆட்சி செய்த கட்சியான சுகார்தோவின் கோல்கருடைய வஞ்சகமான சுசாப்புக்காரரான அக்பர் டான்ஜீங்கின் கட்சிக்குப் பின்னால் மூன்றாவதாக அவரது கட்சி வந்தது. பெருமளவு ஏமாற்றுக்காகத் தண்டிக்கப்பட்டும், அப்பீலும் தள்ளுபடி செய்யப்பட்ட பிறகும் கூட கோல்கரின் தலைமையையோ, பாராளு மன்ற சபாநாயகர் பதவியையோ விட்டுவிட இன்னமும் அவர் மறுக்கிறார். யார் நாட்டை ஆளுவார்கள்? சுகர்னோவின் மகளைத் தவிர யார் ஆள முடியும்? கடந்த சில பத்தாண்டுகளில் ஆசியா பல குறிப்பிடத்தக்க மறு நிகழ்வுகளைப் பார்த்துவிட்டது. ஒரு பிரதிநிதித்துவ ஆண் அரசியல்வாதி கொலை செய்யப்பட்டு அல்லது மரண தண்டனையால் கொல்லப்பட்டு அல்லது ஆட்சியிலிருந்து அகற்றப்பட்டுப் பல ஆண்டுகளுக்குப் பின் அவரது மனைவியையோ, மகளையோ உயர்ந்த அலுவலகத்துக்குத் தேர்வு செய்வதன் மூலமோ அதற்கு முந்தைய நிலைக்குத் தேர்வு செய்வதன் மூலமோ அவரை நினைவு கூர்ந்துள்ளார்கள். ஆசியாவில் மற்ற கண்டங்களை விட அதிகமாக பெண் தலைவர்கள் இருந்துள்ளனர்; திருமதி பண்டாரநாயகே (ஸ்ரீலங்கா), பெனாசிர் புட்டோ (பாகிஸ்தான்), ஹஸீனா வாஹீத்; காலிதா ஜியா (பங்களாதேஷ்), ஆங்சாங்சூகி (பர்மா), இப்போது பொருந்தாத பெயராகக் கூறப்படும் மேகவதி, இந்தோனேசியா.

அவரும் அவரது கட்சியிலிருந்த (PNI/PDI) வலதுசாரி தேசியவாதக் குழுக்கள், அதேகட்சியின் இடதுசாரிகள் மற்றும் PKI உறுப்பினர்களை (குறிப்பாக பாலியில் 1965-66ல்) கொலை செய்ததற்கு எந்த வருத்தமும் தெரிவிக்கவில்லை. பின்னர் கிழக்கு தைமூரை ஆக்கிரமித்ததையும் அவர் நியாயப்படுத்தினார். காலனியாதிக்கக் காலத்தின் முல்தானியின் உத்தரவை ஒருவர் உபயோகித்தால் அதாவது ஒரு மனித உயிரின் முக்கிய செயல்பாடு மனிதனாக இருப்பது என்பதை ஒரு அளவுகோலாக வைத்துக்கொண்டால் இந்தோனேசியாவில் சுகார்தோவுக்குப் பிந்தைய அரசியல்வாதிகளில் சிலரை மனிதர்களாக மதிக்க முடியுமென்பதை ஒப்புக்கொண்டுதான் ஆக வேண்டும்.

நிச்சயமாக இன்று இரட்டைக் குதிரையின் முதலாண்டில் நாட்டை ஆளப்போகிறவர்கள் இந்த இரண்டு பலவீனமான மிச்சம் மீதிகளல்ல. மாறாக அதே இராணுவம்தான் பின்புலமாகவிருந்தது. அதே மூத்த குற்றவம்ச அதிகாரிகள், அதே கொடூரமான அடிப்படையற்ற சிப்பாய்கள். மீண்டும் அவை தனது சொந்த மக்கள் மீது அசேவிலும் மேற்கு பாபுவாவிலும் போர் தொடுத்துக் கொண்டிருந்தன.

இந்தச் சூழ்நிலையில் ஒரு தீவிரவாத மத அமைப்பின் தோற்றம் அதிசயமானதல்ல. முஸ்லிம்களல்லாதோர் மீது தாக்குதல்களில் ஈடுபட்டதாகக் குற்றம் சாட்டப்பட்ட தரூல் இஸ்லாம் இத்தகைய அமைப்புக்களில் ஒன்று. இன்னொன்று உலேமாவையோ, முகமதியாவையோ ஒப்பிடுகையில் மிகச் சிறிய அமைப்பான ஜமியா இஸ்லாமியா (இஸ்லாமியக் கட்சி).

அடிக்குறிப்புகள்:

119. ஸ்டாக்ஹோமிலிருந்த நோபல் பரிசுக் குழுவுக்கு டோயரின் படைப்பின் தரமும் அப்போது சிறையில் அவர் அனுபவித்துக் கொண்டிருந்த பயங்கரமான நிலை பற்றியும் தெரியும். ஆனால் கடினமான, மூடிய இதயங்கள் கொண்ட இந்த வயதான மனிதர்களை வாஷிங்டன் போஸ்ட் புக் வோர்ல்டின் கோரிக்கையால் கூட அசைக்க முடியவில்லை. கலாசாரப் பனிப்போர் மற்றும் அதன் இரண்டு தரங்களில் மூத்தவர்கள் அவர்கள். போரிஸ் பாஸ்டர்னெக் மற்றும் அலெக்ஸாண்டர் ஸோல் ஸெனிட்சின் படைப்புக்களுக்கு பரிசளிப்பதைத் தமது வாழ்நாள் வேலையாகவே வைத்திருந்த அவர்களுக்கு மேற்கின் ஆதரவு பெற்ற புதிய உலக முறைமையை நிறுவியவர்களுக்கு, தமது நூலகமும், படைப்புக்களும் ஜெனரல் சுகார்தோவின் சீருடையணிந்த ரவுடிகளால் எரிக்கப்பட்டிருந்த இந்தோனேசிய எழுத்தாளரின் படைப்புக்களுக்கு பரிசளிப்பது இறுதி வரை அவர்கள் திறனுக்கு அப்பாற்பட்டதாகவே இருந்தது. இலக்கியத் திறனைப் பொறுத்துப் பரிசுகள் மறுக்கப்பட்டதாக அவர்கள் வாதிடக் கூடும். பாஸ்டர்னாக்குக்கு அவரது அறிவார்ந்த கவிதைக்காக அல்ல. மாறாக சோவியத் பிலிஸ்டைன் அதிகார வர்க்கத்தில் தடை செய்யப்பட்ட அவரது இரண்டாம் தர நாவலுக்காகப் பரிசளிக்கப்பட்டது. தடை அவருக்குப் பரிசை அளித்தது. டோயர் தவறான பக்கத்தில் இருந்தார்.
120. டி.என்.அய்டிட். இந்தோனேசியப் புரட்சியும் இந்தோனேசியக் கம்யூனிஸ்ட் கட்சியின் உடனடிக் கடமைகளும், பீகிங் 1965.
121. இந்தச் செய்தியை என்னிடம் பகிர்ந்து கொண்டதற்காக பெனடிக்ட் ஆன்டர்சனுக்கு நான் நன்றியுடையவனாவேன்.
122. (பெனடிக்ட் ஆண்டர்சன், 'பெட்ரஸ் டாடி ரது', நியூ லெப்ட் ரிவ்யூ 3, மே-ஜூன் 2000.
123. நியூயார்க் டைம்ஸ், 19, ஜூன் 1966.
124. மார்க் கர்டிஸ், 'ஜனநாயக இனப்படுகொலை'. Ecologist, தொகுதி 26, எண்.5, செப் –அக். 1996.
125. பார்க்க: பெனடிக்ட் ஸி. ஆண்டர்சன், ருத். ஜி.மேக் வெலி. அக்டோபர், இந்தோனேசியக் கலகத்தின் முதல் கட்ட ஆய்வு, நியூயார்க் 1971.

126. 125 - ஐப் பார்க்கவும்.

127 'சிஐஏ, உளவுத்துறை இயக்குநரகம், 'உளவுத்துறை அறிக்கை : இந்தோனேசியா 1965, திரும்பத் தாக்கிய கலகம்'. வாஷிங்டன் 1968. ஆடம் ஸ்குவார்ஸின் `A Nation is Waiting` ல் (காத்திருக்கும் தேசம்) குறிப்பிடப்பட்டது.

128. பி.டி.ஸ்காட், 'அமெரிக்காவும், சுகார்னோ அகற்றப்பட்டதும், அமெரிக்காவும், 1965-67, மால்கோம் கால்டுவெல், இந்தோனேசியாவில் பத்தாண்டு இராணுவ பயங்கரம், நாட்டிங்ஹாம், 1975.

129. (கேடனின் கட்டுரையை சான்பிரான்ஸிஸ்கோ எக்ஸாமினரும் (20, மே. 1990) வாஷிங்டன் கோஸ்ட்டும் (21, மே. 1990) மறுபதிப்புச் செய்தன. ஆனால் அதிகாரிகளால் தூண்டடப்பட்டு இந்த விஷயங்களில் வழக்கம் போல் அதற்கா பதிலை திரு.மைக்கேல் வைன்ஸ் (12, ஜூலை, 1990) எழுதி அதனை 'நியூயார்க் டைம்ஸ்' வெளியிட்டு பாதிப்பைத் தடுப்பதில் இறங்கியது. (ஜூலை, 12, 1990). கதை முடிந்துவிட்டது.

131. இந்தோனேசியாவின் அதிகாரப்பூர்வமற்ற வரலாற்றாளரான, மிகவும் மதிக்கப்பட்ட பெனடிக்ட் ஆண்டர்சன் இந்தோனேசியாவில் நுழைய 1973-ல் தடை விதிக்கப்பட்டது. கார்னலில் அவர் பேராசிரியராக இருந்தது எந்தக் கதவையும் திறக்க உதவவில்லை. அவரது எழுத்துக்கள் சுகார்தோவை ஆதரித்த வாஷிங்டன்னை வெறுப்படைய வைத்தன. அவரை உள்ளே அனுமதிக்குமாறு கோருவது அவர்கள் நலனுக்கு உகந்ததல்ல. ஆண்டர்சன் 1999-ல் ஜகார்தாவுக்குத் திரும்பியபோது, அவர் உணர்ச்சிகரமான வரவேற்பைப் பெற்றார். வறண்ட கெட்டுப்போன முறையின்போது, அவரது புத்தகங்களும், கட்டுரைகளும் மிகவும் மதிக்கப்பட்ட, தடை செய்யப்பட்டவைகளாயின. இந்தோனேசியாவில் அணைக்கப்பட்ட கனல் கார்னல்லில் எரிந்தது. ஆண்டர்சன் கூட அவருக்கு அளிக்கப்பட்ட வரவேற்பால் உணர்ச்சிவசப்பட்டிருக்க வேண்டும். அவரது பொது உரை ஏறக்குறைய பூரணமான பெஹாசா வாக இருந்தது; அதன் உணர்ச்சிக்கொதிப்பு, அதிகாரம், முழுமையான அறிவு ஆகியவை முப்பது ஆண்டுகளாக இந்தோனேசியர்கள் இழந்ததைப் பேச்சைக் கேட்டவர்களுக்கு நினைவூட்டியது. 'இந்தோனேசிய தேசியவாதம் இன்றும், எதிர்காலத்திலும்' என்ற ஆங்கில மொழியாக்கம் 'நியூ.லெப்ட் ரிவ்யூ'வால் பதிப்பிக்கப்பட்டதுபக், 238, மே - ஜூன் 1999.

132. கிழக்கு தைமூர் 'வறண்ட கெட்ட' படையெடுப்புடன் கூட வந்த துர்நாற்றத்தையும், வன்முறையையும் ஆங்கிலோ-சீன எழுத்தாளர் திமோத்தி மோ குறிப்பிடத்தக்க கற்பனை மறுபடைப்பான தனது நாவல் `The Redundancy of Coverage`ல் எழுதியுள்ளார். லண்டன், நியூயார்க் -1992.

26

பாதுகாப்பாக மாற்றப்பட்ட ஒரு தீர்வு

பாலி நீண்ட காலமாக இந்துயிச அலையில் உள்ளது. அதைத் தனிப்பட்டதாகக் காட்டுவது என்னவென்றால் அது இன்றும் அப்படியே உள்ளது என்பது; தீவுக்கூட்டத்தில் குரானின் தாக்கத்தைத் தடுத்த ஒரே தீவு; அது மற்றும் ஹிந்துக்கள் பெரும்பான்மையாக உள்ள ஒரே தீவு; பல நூற்றாண்டுகளாக அது புகலிடமாகவும் கோட்டையாகவும் உள்ளது. கான்ஸ்டான்டினோபிளை ஓட்டோமான்கள் கைப்பற்றிய விரைவில், ஜோக்ஜகார்தாவை மையமாகக் கொண்ட ஹிந்துப் பேரரசு விழுந்தது. அதன் அரச குடும்பம் தனது முழுச் சபை, அதன் கருவிகள், பிராமண புரோகிதர்கள், அறிஞர்கள், இசைக்கலைஞர்கள், நாட்டியக்காரர்கள், கவிஞர்கள், பாடகர்கள் உட்பட அனைவரோடும் பாலிக்குத் தப்பியோடியது. ஏற்கனவே சாதிகள் நிறைந்த தீவில் இது பிராமணர் எண்ணிக்கையின் அடர்த்தியை மேலும் அதிகரித்தது. பரவலான பிம்பத்தைப் போலல்லாது பாலினியர்கள் உறுதியான தீவுவாசிகள், தீவுக்கூட்டத்தின் கூர்க்காக்கள். ஜாவாவில் குடியேறிய சில பாலினியர்கள் இஸ்லாத்துக்கு மாறியிருக்கலாம், ஆனால் தீவு எந்தத் தாக்கமுமின்றி இருந்தது. ஏன்? அதன் கலாசாரம் உலகினர் விளக்கிய வேறெந்த விளக்கத்தையும் ஏற்கவில்லை என்ற வாதம் உண்மையானதாகத் தோன்றவில்லை. ஜாவா ஒன்றும் பெரும் வித்தியாசமானதல்ல, அதே இஸ்லாத்துக்கு முந்தைய உட்பகுதி சுமத்ராவுக்கும் இது செல்லுபடியாகும். ஆக, பாலியின் தனித்தன்மையை எது விளக்குகிறது? அது வழக்கமான புவியியல், மக்கள்தொகையியல், அரசியல், வர்த்தகம் ஆகியவற்றின் ஒருங்கிணைப்பு. அத்துடன் கூடுதலாக பாலினியர்களின் சந்தேகமில்லாத இராணுவத் திறமை. பிரதேசத்தின் பிற பகுதிகளில் இஸ்லாத்தின் வெற்றிகள் வன்முறையின்றிப் பெறப்பட்டன. பாலினியர்களின் தடுப்பு கூட ஐரோப்பியர்கள் வந்திருக்காவிட்டால் தேய்ந்திருக்கும்.

தீவினைக் குறித்து ஒரு குறிப்பிடத்தக்க ஆய்வில், ஜெஃப்ரி ராபின்சன் 1920-ல் கம்யூனிஸ்ட் மற்றும் தேசிய வாத அலை எழுவது

கண்டு மிகவும் கவலையடைந்து டச்சு நிர்வாகம் எப்படி பாலியில் சமூக, கலாசார சதித் திட்டத்துக்கு ஏற்பாடு செய்தது என்பதை விளக்கியுள்ளார். 'பாரம்பரியம்' என்ற பெயரில் அது பழைய ஆட்சியாளர்கள் மற்றும் புரோகிதர்களுக்கு அதிகாரத்தை மறுபடி அளித்து முட்டுக் கொடுத்து வலுவான உயர் சாதிகளைப் பாதுகாக்க அணை கட்டுவது போல் புதிய கலாசார மதப்பழக்கங்களை உருவாக்கப் பின்னால் நின்றது. அதன் நோக்கம், வருவாய் திரட்டுவதை அதிகரிப்பது மற்றும் அரசியல் முறைமையைப் பாதுகாக்கத் திட்டமிட்ட டச்சு, பிராமணக் கூட்டணி மூலமாக எந்தத் தடை ஏற்படும் வாய்ப்பையும் குறைப்பது. இதன் விளைவுகள் ஆச்சர்யமூட்டுபவையல்ல: பெருமளவு வறுமை, நிலமில்லாமை, மனக்கசப்பு மற்றும் நிர்பந்தம்.

டச்சின் இருப்பு மிகவும் முக்கியமான வேகத்தடுப்பானதுடன், வேண்டுமென்றே கலாசார / மத நிலையை அப்படியே பாதுகாத்தது. சாதி, பழக்க வழக்கங்களின் சட்டங்கள் கட்டுப்பாடுகளுக்குட்பட்டு அவற்றை மீறாமலிருக்கும் பட்சத்தில் பாலினிய ராஜாக்கள் பாலினியரல்லாத முஸ்லிம் குடியிருப்புக்களை வெறுக்கவில்லை. வடக்கில் பல முஸ்லிம் கிராமங்கள் ஹிந்து பெரும்பான்மையுடன் சக வாழ்க்கை நடத்தின.

ஜப்பானிய ஆக்கிரமிப்பு வேறு வகையான ஆதரவை வழங்கியது. அவர்கள் கீழ்சாதிகளையும், தேசியவாத எண்ணங் கொண்ட இளைஞர்களையும் ஊக்குவித்தனர். இந்தப் பிரிவினைக் கோடுகள் தீவுச் சமூகத்தைப் பாதித்தன. தீவு ரத்தத்தில் குளித்த 1965 வரை பகுதியளவுக்கு இவை அரசியல் கூட்டணிகளைத் தீர்மானித்தன. அப்போது PKI தீவில் இரண்டாவது பெரும் சக்தியாகி விட்டதுடன், தீவின் அரசியல் ஒட்டுமொத்தமாக ஒருமுகப்பட்டு விட்டது. நிலச் சீர்திருத்தங்கள் வர்க்கப் பிரிவினையை உருவாக்கி விட்டன. மத ஆதரவாளர் கூட்டணியினர் (முஸ்லிம்கள், கிறிஸ்தவர்கள், பாலினிய ஹிந்துக்கள்) சட்டத்திலிருந்து மத நிறுவனங்களின் நிலங்கள் விடுவிக்கப்பட வேண்டுமெனக் கோர கூட்டம் சேர்த்தார்கள்: அது ஜெசூட்டுகள்/முல்லாக்கள்/பிராமணர்களின் ஒரு ஐக்கியக் கூட்டணி. இதற்கு எதிர்பாராத, வஞ்சனையான விளைவு ஏற்பட்டது. பணக்கார நில உடைமையாளர்களான உலாமாக்களும், ஹாஜிக்களும் PKI-யின் நிர்பந்தத்தால் அடிக்கடி தமது அதிகபட்ச நிலங்களை உள்ளூர் மசூதி, மதரஸாக்களின் வக்ஃபுக்கு (அனைத்து நம்பிக்கையாளர்களும் நன்கொடை கொடுக்க வேண்டிய இஸ்லாமியத் தொண்டு நிறுவனம்) 'தானம்' கொடுத்து விட்டுத் தம்மை இந்த வக்ஃபின் நிர்வாகக் குழுக்களில் நியமித்துக் கொண்டதைக் காண முடிந்தது. கொன்டோரிலிருந்த புகழ் பெற்ற மதராஸாவின் நிறுவன நிலம் (அந்தக் காலகட்டத்தில் தினமும் அரபியைப் பயன்படுத்த வேண்டுமென வலியுறுத்திய ஒரே ஒரு மதரஸா) 1962-65 காலத்தில் பத்து மடங்கு

அதிகரித்தது. குறிப்பாகச் செல்வம் மிக்க ஹாஜிக்கள், உலாமாக்களைத் தாக்குவது இடதுக்கு எளிதாக இருந்தாலும், மதத்தின் மீது வெறுப்பு காட்டாமல் மத நிறுவனங்களை விமர்சிப்பது கடினமாக இருந்தது. குறிப்பிட்ட உலாமாக்களையோ, ஹாஜிக்களையோ பாதுகாக்க முன்வந்த முஸ்லிம் மக்கள் மகூதிகள், பள்ளிகளின் பாதுகாப்புக்கு முன் வருவர். இந்த வழியில் மதமும் நில முரண்பாடுகளும் முழுதும் பின்னிப் பிணைந்தன.

படுகொலைகளுக்கு இரண்டாண்டுகளுக்கு முன் ஒரு இயற்கைப் பேரழிவு நிகழ்ந்தது: தீவில் ஆதிக்கமாக இருந்த எரிமலையான குனுங் அகுங் வெடித்துச் சிதறி அதன் குழம்பு 25,000 மக்கள் மீது ஓடியது. ஹிந்து புரோகிதர்களும் முல்லாக்களும் இந்த நிகழ்வை உலகின் வாழ்வின் இயற்கை முறையை மாற்றிய மனிதனின் அகம்பாவத்தின் மீது கடவுள்/அல்லாவின் மகிழ்ச்சியின்மையின் வெளிப்பாடு என்று பார்த்தனர். பல பாலினியர்கள் இதனைக் கெட்ட சகுனம் என்று கருதினர்.

1965-ல் பாலியில் மக்கள் படுகொலைகள் ஒப்புக் கொடுக்கும் ஆத்திரத்தின் விளைவால் மட்டும் ஏற்பட்டதல்ல; மற்ற காரணங்கள் என்னவெனில், நிலச்சீர்திருத்தம் மற்றும் கூட்டுப் பண்ணைச் சட்டங்களின் மீதான ஆத்திரம், குழப்பமான வம்சாவளி விசுவாசங்கள், மற்றும் வர்க்க பேதங்கள். ஃபிராங்க்பர்ட்டர் அல்ஜிமேன் ஜீடுங்கின் சிறப்பு நிருபர் சாலையில் சிதறிக் கிடக்கும் உடல்கள், குழிகளில் குவிக்கப்பட்டுள்ள உடல்கள், ரத்தத்தால் சிவப்பான ஆறுகள், பாதி எரிந்த கிராமங்கள், அவற்றால் பயந்துபோன விவசாயிகள் தமது குடிசைகளில் பதுங்கியிருப்பது போன்றவை பற்றி எழுதினார். சில ஹிந்து மக்கள் கம்யூனிஸ்டுகள் என சந்தேகிக்கப்பட்டவர்கள் நாசவேலையிலிருந்த சிப்பாய்கள் மற்றும் இஸ்லாமியத் தன்னார்வலர்களுடன் சேர்ந்து PKI ஆதரவாளர்கள் என்று குற்றம் சாட்டப்பட்டோரைக் கொன்று தாம் PKI ஆதரவாளனல்ல என நிரூபிக்க இட்டுச் சென்ற வெறி மற்றும் பயம் பற்றி விவரித்தார். PKI யின் உள்ளூர் கொள்கைகளின் சமூக இடைஞ்சல் விளைவுகளால் கவலையடைந்த ஹிந்து புரோகிதர்கள் துருப்புக்களை ஆதரித்தனர். அவர்கள் பெயர்களுக்குப் பெயரிட்டனர். சிப்பாய்களை இரகசிய இடங்களுக்கு அழைத்துச் சென்றனர். கொலைகளை PKIயின் தெய்வ நிந்தனையால் ஆத்திரமுற்றிருக்கும் மாயசக்திகளைச் சாந்தப்படுத்தத்தான் இந்த பலிகள் என கொலைகளை நியாயப்படுத்தினர். ஆறு மாத காலத்தில், ஏறக்குறைய பத்து லட்சம் பேர் கசாப்பு செய்யப்பட்டனர். ஒருவேளை அதிகமாகவுமிருக்கலாம். பாலியில் மட்டுமே இறந்தவர்களின் எண்ணிக்கை 1,50,000. முரண்பாட்டின் முக்கியக் கட்டம் புரட்சிக்கு இட்டுச் செல்கிறதென ராபின்சன் வாதிடுகிறார்; 1950-களில் PKI-யில்

இணைந்த பலர் 1940-களில் டச்சு எதிர்ப்பு தேசியவாதிகள்; PNI-யில் அவர்களது எதிரிகள் (பின்னர் மேகவதியின் PDIP) கூட்டாளிகள்.

1965 டிசம்பர் இறுதியில் 70,000 பெயர்கள் போலீஸ் ஆவணங்களிலிருந்து அழிக்கப்பட்டு விட்டன; 1,00,000 PKI உறுப்பினர்கள் பாதுகாப்பாக வைக்கப்பட்டனர், 40,000 பேர் மரண தண்டனை நிறைவேற்றப்படக் காத்திருந்தனர். கொலைகளின் வேகத்தில் திருப்தியடையாது சுகார்தோ பிரபல ரவுடி, சர்வோ எடியை ஒரு வலுவான கமாண்டோக்களின் துருப்புடன், விரைவில் விஷயத்தை முடிப்பதற்காக அனுப்பினார். அவர்களும் அதைத் தட்டாமல் செய்தனர். ஜனவரி 1966-ல் முழுத் தீவும் தூய்மைப்படுத்தப்பட்டு, பாதுகாப்பானதாக' ஆக்கப்பட்டு விட்டது. ஒரு டஜன் பாலி கிராமங்களில் மூன்று மாத காலத்தில் மக்கள்தொகை பாதியாகக் குறைந்து விட்டது. வாஷிங்டனும், கான்பெராவும் எந்த எதிர்ப்பையும் பதிவு செய்யவில்லை. இங்கும் லண்டனிலும் உளவுத் துறைத் தலைவர்கள் வேலை நன்கு நடந்ததற்காகத் தம்மைத்தாமே பாராட்டிக் கொண்டிருப்பார்கள் என்பதில் எந்தச் சந்தேகமில்லை. மற்ற இடங்கள் அமைதியாக இருந்தன. ஆனால் கனடாவின் தூதராக இருந்து பின்னர் அறிஞர் கவிஞராக மாறிய பீட்டர் டேல் ஸ்காட் இந்தக் 'கொலைக் காற்று' பரவுமென `coming to Jakarta : A Poem About terror` ல் எச்சரித்தார்.

**ஆனால் நம்மில் யாரும்
மரணத்தின் நாற்றம் பரவியதை அனுபவிக்கவில்லை
அந்தக் கடக்க முடியாத ஆறுகள்
சவங்களால் அடைபட்டுள்ளன
அதனால்தானா ராபர்ட் லாவெல்
ஒரு சமாதானக்காரரான உம்மிடம் கூட
அதைப் பற்றிக் கூற சிறிதே உள்ளது?
அல்லது மென்மையான வாசகரே
நல்ல காரணங்களை
நாம் கவனமாக ஆராய்வோம்
நீங்களும் நானும்
இதைப் படிப்பதை அனுபவிக்கவில்லை
செங்குத்தான எங்காடின்துரில்
நாம் அமைதியான பனிச்சரிவு
மலையிலிருந்து வீழ்ந்ததைப்
பார்த்த நேரம் போல்
முடியும் புருவங்களும்
பரவும் கொலைக்காற்றின்
முணுமுணுப்புக்களை
முதலில் உணர்கின்றன.**

இந்தக் கொலைகளின் அம்சம் என்னவென்றால் அவை பெருமளவில் கிராமப்புறங்களில் நடந்தன. நகரங்கள் மிகப் பாதுகாப்பான இடங்களாக இருந்தன. அங்கு சிறைக்குச் செல்லும் வாய்ப்பும், சித்திரவதை செய்யப்படும் வாய்ப்பும் இருந்தாலும், நீங்கள் கொலை செய்யப்பட மாட்டீர்கள். இது (ஜாவாவின் கிராமங்களில் வலுவாக இருந்த பாரம்பரிய இஸ்லாம் ஒருமைப்பாட்டுக் கட்சியாக உலேமா இருந்ததால்) உலேமாவின் அன்ஸார் மிகப் பெரிய பாத்திரம் வகித்ததை, விளக்க உதவுகிறது. அது மேலும் பெரும்பாலும் நகர்ப்புறங்களிலிருந்த தீவிரவாதிகள், இன்று தீவிரவாதிகளை பெருமளவில் தேர்ந்தெடுக்கும் இடமாக இருந்தாலும் மிகவும் சிறிய பாத்திரத்தை வகித்ததென்பதையும் இது விளக்குகிறது. ஒரு கொலைத் தென்றல் பழிவாங்கும் எண்ணத்துடன் மீண்டும் பாலிக்கு வந்தது.

பாலியில் 12, அக்டோபர் 2002-ல் இரண்டு பார்களில் குண்டு வெடிப்பை ஏற்பாடு செய்தவர்கள் எனக் குற்றம் சாட்டப்பட்டவர்கள் உள்ளூர் இஸ்லாமிய அமைப்பைச் சேர்ந்தவர்கள். கொல்லப் பட்டவர்கள் 183 பேர் (அவர்)களில் 53 பேர் ஆஸ்திரேலியர்கள்). ஆனால் வாஷிங்டனில் செனிபுஷ்ரம்ஸ்பீல்டு ஜன்தாவின் வார்த்தை ஜாலங்களைப் போல் அல்கொய்தாவுடன் எந்தத் தீவிரத் தொடர்பும் கண்டுபிடிக்கப்படவில்லை. வாஷிங்டன், கான்பெராவின் கடுமையான நிர்பந்தங்களையும் மீறி விசாரணைக்குத் தலைமையேற்ற பாலினிய போலீஸ் தலைவர் ஜெனரல் மாங்கு பஸ்டிகா, நிச்சயமாக அல்கொய்தா தொடர்பு உள்ளதென ஒப்புக் கொள்ள மறுத்தார். அங்கிருந்து செய்தி கொடுத்த பெனடிக்ட் ஆண்டர்சன் கூறியுள்ளார். 'அக்டோபர் 12 பாலி குண்டுவீச்சுக்குப் பின் இந்தோனேசியாவில் பயணிக்கும்போது தனிப்பட்ட பேச்சுக்களிலோ அல்லது பொதுப் பத்திரிகைகளில் இந்தக் கொடுமை அல் கொய்தாவால் வழிநடத்தப்பட்ட உலக அளவிலான சதித்திட்ட மென்ற வாஷிங்டன்னின் கோட்பாட்டை மிக அரிதாகவே ஒப்புக் கொண்டனர்![134]

இது மேற்கின் ஊடகங்கள் அது 'அல்கொய்தாதான்' என வலியுறுத்துவதிலிருந்து தடுக்கவில்லை. CNN, FBI-யின் ஆவணங்களை அதன் 'ஆதாரமாகக்' காட்டியது. மற்றொரு இடத்திலிருந்து மேலும் இத்தகைய ஆதாரங்கள். அமெரிக்கக் கூட்டுப் படையின் துணை இயக்குநரான ஜெனரல் ஜான் சோஸா 'இது மிகப் பெரிய, மிகப் பெரிய பலவிதத் தீவுக் கூட்டம்' எனக் கூறுகிறார். 'அங்கு ஒளிந்து கொள்ள எளிதான இடங்கள் உள்ளனவா? இது உண்மையென்ற பட்சத்தில் இந்த உண்மைக்குக் கவனத்தை ஈர்க்கும் வகையில் எதையாவது செய்ய அல்கொய்தா கொஞ்சமாவது தயக்கம் காட்டாதா? அதன் முதல் தலைவரான ஒசாமா பின் லேடன் FBI

மற்றும் மற்ற ஏஜென்சிகளின் பட்டியலில் இன்னமும் 'உயிருடனோ பிணமாகவோ, தேவை' என்ற பட்டியலில் உள்ளார்.

சுகார்தோவின் வீழ்ச்சிக்குப் பிறகு இந்தோனேசியா குறித்து மேற்கத்திய ஊடகங்கள் குறைந்தளவே கூறியுள்ளன. நாட்டில் இறந்த வெள்ளை உயிர்களின் சோக நிகழ்வு நாட்டை முன்னிறுத்தியது. ஆனால் பதிப்பிக்கப்பட்ட செய்தியின் மேலெழுந்தவாரியான குணம் ஆச்சர்யமூட்டுவதாக இல்லாவிட்டாலும் வலியை ஏற்படுத்துகிறது. உண்மை என்னவென்றால் 1998-லிருந்து பல இந்தோனேசியர்கள் 1965-ல் கிழக்கு தைமூர் படையெடுப்பின் மிச்சசொச்சங்கள் அளவிற்கான வன்முறையை அனுபவித்து வருகின்றனர். கிறிஸ்தவ, முஸ்லிம் தீவிரவாதிகள் அம்பானின் மொலுகன் நகரை குண்டு போட்ட நிலைக்குத் தள்ளி விட்டனர் : பெய்ரூட், குரோஸ்னி, ரமல்லாவின் நினைவுகளைப் போல், போர்னியோவில் பூர்வீக டயாக்குகளுக்கும் குடியேறிய மாடுரீஸுக்கும் இடையே மோதல்கள் நிகழ்ந்தன. இதில் பூர்வீகக் குடியினரை இராணுவத்தின் பகுதிகள் ஆதரித்தன. சுமத்ராவின் பிரதேசமான அகேவில் யதார்த்தத்தில் ஒரு உள்நாட்டில் போர் நிகழ்ந்து கொண்டிருக்கிறது. அதில் பல்லாயிரக் கணக்கான உயிர்களும், சொத்துக்களும் இழக்கப்பட்டுள்ளன. இராணுவத்துக்குள் இருக்கும் பல்வேறு பிரிவுகள் நாட்டின் பல பகுதிகளில் இப்போது சீரழித்துக் கொண்டிருக்கும் தனியார் இராணுவங்களுக்கு நிதியும், பயிற்சியும் அளிப்பதில் அதிக அளவில் இறங்கியுள்ளன. இந்தோனேசிய இராணுவமோ சில ஆண்டுகளாகச் சித்திரவதை செய்வதற்கும் சொல்வதற்குமான தனது திறனை வளர்த்துக் கொண்டுள்ளது. அவற்றை சிறிய மேற்கு பாபுவாவில் கொள்ளையடிக்கும் பன்னாட்டுக் கொள்ளையர்களிடமிருந்து நாட்டைக் காக்கப் போராடும் சிறிய விடுதலை அமைப்புக்கெதிராகக் கொடுமைகளைப் புரிந்து வருகிறது.. ஆனால் கொள்ளையும், ரவுடியிசமும் இந்தோனேசியாவுடன் மட்டும் நின்றுவிடவில்லை. இந்தப் பின்னணியில் பாலியில் குண்டுவெடிப்பு பெரிய புதிரல்ல. அவை உள்நாட்டுப் பின்னணிக்குச் சரியாகப் பொருந்துகின்றன.

25, நவம்பர் 2002 அன்று ஆஸ்திரேலிய தினசரி 'தி ஏஜ்,' மாத்யூ மூர் பாலி குண்டு வெடிப்புடன் அல்கொய்தாவின் தொடர்பு வலுப்படுகிறது' என்ற தலைப்பில் எழுதிய கட்டுரையை வெளியிட்டது. இந்தோனேசியாவில் இந்த அறிக்கைகளையும் அவர் உபயோகமற்றவையாகவே பார்த்தார். அவரிடம் ஆட்கள் இருந்தனர். அவர்கள் பாகிஸ்தானின் ஜமாத் இ இஸ்லாமி போல் தம்மை வடிவமைத்துக் கொண்ட ஜெம்மா இஸ்லாமியாவைச் (இஸ்லாத்தின் DI கட்சி) சேர்ந்தவர்கள். DI யின் முன்னணி மதகுரு JIயின் ஸ்தாபகரான மௌலானா மௌடுடியால் ஊக்கம் பெற்றவர்.

ஆனால் பாகிஸ்தானிலுள்ள JI தம்மை எச்சரிக்கையுடன் நாட்டின் தீவிர பயங்கரவாதக் குழுக்களுடன் வேறுபடுத்திக் காட்டிக் கொள்ளும்போது, அதன் இந்தோனேசியப் பிரதி மிகவும் குறைவாகவே வேறுபடுத்திக் கொண்டது. அதன் உறுப்பினர்கள் தேவாலயங்கள் மீது குண்டு போட்டதையும், மற்ற பயங்கரவாதச் செயல்களையும் ஒப்புக் கொண்டனர். அவர்களுக்கு அல்கொய்தாவின் தொடர்புடைய ஆட்களுடன் ஏதேனும் அதிகாரப்பூர்வமற்ற கூட்டங்கள் நடத்தியிருக்க நிச்சயமாக வாய்ப்புள்ளது. இந்தோனேசிய அதிகாரிகள் அளிக்கும் சமீபத்திய தகவல்கள் பல்வேறு குற்றங்களுக் காகத் தேடப்படும் உள்நாட்டு மதகுருவான ஹன்பாலிதான் பாலி குண்டு வெடிப்புக்குப் பணம் கொடுத்ததாகக் கூறுகின்றன. அவர் எங்கிருந்து பணம் பெற்றார்? வழக்கம் போல் வன்முறை மற்றும் பதில் வன்முறையால் இருண்ட உலகில், எதுவும் தெளிவாகத் தெரியவில்லை.

இந்தோனேசியா நீண்ட காலமாகப் பிரதேசத்தில் உள்ள அனைத்து மதங்களும் ஈடுபட்ட, ஒப்புக்கொடுக்கும் வன்முறையால் அடித்துத் தள்ளப்பட்டிருக்கிறது. பாலி குண்டு வெடிப்புக்கள் மது அருந்துதல், பாலியை பாலியல் சுற்றுலாவுக்குப் பயன்படுத்துதல் உபயோகித்தல் மற்றும் இத்தகைய நூறு காரணங்களுக்கெதிரான உள்நாட்டுத் தாக்குதலாக நிச்சயம் இருக்கலாம். உண்மையாக பாதிக்கப்பட்டதென்னவோ தீவின் பொருளாதாரம்தான் : பாலியின் பாதிக்கும் மேற்பட்ட வருவாய் சுற்றுலாவால் வருவதுதான். மிகவும் குறைவான தங்குமிடமும், சாப்பாட்டுச் செலவும் கொண்ட உணவு மற்றும் தங்கும் விடுதிகளையும் ஒரு அறைக்கு 3000 அமெரிக்க டாலர்கள் கட்டணம் விதித்து, ஒவ்வொரு வாடிக்கையாளருக்கும் தனி நீச்சல்குளம் அளிக்கும் 5 நட்சத்திர ஹோட்டல்களும் மைக் ஜேகர், பார்பரா ஸ்ட்ரீஸாண்ட் போன்ற பிரபலங்களை வரவேற்கும் விடுதிகளும் அங்கு உள்ளன. எப்போதும் உண்மையல்லாத சுற்றுலாப் பயணிகளின் அமைதியின் உறைவிடம் தீவு என்ற கூற்று முழு பொதுப் பார்வையில் இப்போது தகர்ந்து விட்டது. குண்டு வைத்தவர்களின் நோக்கம் இன்னமும் புதிராகவே உள்ளது. ஆனால் இதுவரையிலான எந்த ஆதாரமும் ஆஸ்திரேலியாவை தண்டிக்க ஆசையையும் காட்டவில்லை.

புகலிடம் தேடியவர்கள் கொடூர முகாம்களில் அவர்களது வாழ்நிலைக்குக் கண்டனம் தெரிவித்துப் போராடியபோது, ஆஸ்திரேலியப் பிரமுகர்கள் சுய பரிதாபத்தில் புரண்டனர். அதன் தலைவர்கள் உலகின் மற்ற பகுதிகளை இது மற்றொரு 9/11 என்றே ஒப்புக்கொள்ள வைப்பதில் ஆர்வமாக இருந்தனர். ஆனால் இந்த முயற்சி தோல்வியடைந்தது. உலகின் மற்ற பகுதியினருக்கு அது

ஒரு 72 மணி நேர ஆச்சர்யம் (அது கென்யாவிலோ, பாகிஸ்தானிலோ, நைஜீரியாவிலோ, சூடானிலோ நடந்திருந்தால் இருப்பதை விட ஒருநாள் அதிகம்). அது அமெரிக்க நெட்வொர்க்கிலிருந்து விரைவில் காணாமல் போய் விட்டது. எப்படி ஆஸ்திரேலியாவின் வலதுசாரி பிரதமர் ஜான் ஹோவர்ட் அவரது நாடு மாபெரும் பேரரசு கேட்கும் அனுதாபத்துடன் தாம் போட்டியிட முடியுமென கற்பனை செய்யக் கூட முடியும்? 'ஆஸ்திரேலிய வரலாற்றின் மீதிக்கு' அவர் கூறினார்:

12 அக்டோபர் 2002 வரைமுறையற்ற, விவரிக்கவியலாத நாகரிகமற்ற தீமை தாக்கிய நாளாக எண்ணப்படும். புரிந்து கொள்ளக்கூடிய ஓய்வு நேரத்தை அனுபவித்துக் கொண்டிருந்த, அந்த இளம் ஆஸ்திரேலியர்களுக்கு யாருடைய அறியாமை (Innocence) உணரப்பட முடியாததோ, இறப்பும் நீதியின்மையும் அடைந்த அந்த ஆஸ்திரேலியர்களுக்கு அஞ்சலி செலுத்துவதில் நாங்கள் மற்ற ஆஸ்திரேலிய சமூகத்துடன் இணைகிறோம்.

பல வகைகளில் பயங்கரவாதம் என்ற வார்த்தை நடந்ததை விவரிப்பதற்கு Anti Septic மருந்து போன்ற ஒரு வார்த்தை. அது மிகவும் நுட்பமானதும், மேம்போக்கானதுமாகும். நடந்தது காட்டுமிராண்டித் தனமான, கொடூரமான, நீதியற்ற ஒட்டுமொத்தப் படுகொலை.

இந்தோனேசியாவிலேயே கூட, இந்த நிகழ்வு வேறு பார்வையில் வைக்கப்பட்டது. இரண்டாம் உலகப் போரின்போது ஏற்பட்ட இனப்படுகொலையைத் தொடர்ந்து தீவுக் கூட்டத்தில் ஏற்பட்ட சிறு துயர சம்பவம் அது. 1965-ல் நடந்ததற்கு ஒரு ஆஸ்திரேலிய அதிகாரிகூட கண்டனம் தெரிவிக்கவில்லை. கங்காருக்கள் வீட்டுக்கு ஓய்வெடுக்க வந்துவிட்டன.

கேன்பராவில் யாராவது இந்தோனேசியா எப்படி இந்த வழிக்கு வந்ததென்று கேட்டார்களா? ஆஸ்திரேலியாவின் வெகுளித்தனம் எப்படியோ மீறப்பட்டு விட்டதென்ற பொதுவான கோட்பாடு அந்த நாட்டின் ஊடகங்களிலும் அரசியல் பிரச்சாரத்திலும் இடம்பிடித்து விட்டது. வெகுளித்தனம்? ஆஸ்திரேலியா கடந்த நூற்றாண்டின் ஒவ்வொரு பெரிய மோதலிலும் பங்கு பெற்றுள்ளது. அதன் குடிமக்கள் பிரிட்டிஷ் பேரரசையும் (முதலாம், இரண்டாம் உலகப் போர்கள்) அமெரிக்கப் பேரரசையும் (கொரியா, வியட்னாம், ஆப்கானிஸ்தான் மற்றும் சந்தேகமின்றி இராக். காக்கத் தீவனமாக உபயோகிக்கப்பட்டுள்ளனர். 1965-66-ல் இந்தோனேசியாவில் நடைபெற்ற படுகொலைகள் குறித்து ஆஸ்திரேலியா அறியாமலேயே இருந்ததா? இந்தோனேசியா கிழக்கு தைமூரை ஆக்கிரமித்தபோதும் உடன் சென்றபோதும் அங்கு நடக்கும் கொடூரங்களை

வெளிக்கொண்டு வந்த ஆஸ்திரேலிய நிருபர்களை சுகர்தோ மற்றும் கிஸ்ஸிங்கரின் படைகள் பிடித்துக் கொன்ற போதும் அது வெகுளியாக இருந்ததா? ஆஸ்திரேலியாவை ஆளும் பிரமுகர்கள் குழாம் அதன் பழைய அடையாளத்திலேயே குளிர்காய விரும்புகிறது. ஆனால் கடந்த இருபத்தைந்து ஆண்டுகளில் நாடு கண்டுணர முடியாத அளவுக்கு ஒரேயடியாக மாறியுள்ளது.

அதே சமயத்தில் இந்தோனேசியாவில் அனைத்தும் கட்டவிழ்த்து விடப்படுகின்றன. நாடு சர்வதேசப் பொருளாதார நிறுவனங்கள் கட்டளைகளுக்கு விசுவாசம் இருந்தன; இருக்கிறது. கடந்த முப்பதாண்டுகளாகத் திணிக்கப்பட்ட கொள்கைகளின் ஒட்டுமொத்த விளைவை இப்போது நெருக்கமாக ஆய்வு செய்யலாம். நாம் காண்பது சிதறும் சமூக, பொருளாதார, கலாசாரக் கட்டுமானங்கள்: சுகர்னோவின் இந்தோனேசியக் கட்டுமானம் வேண்டுமென்றே, தெரிந்தே நொறுக்கப்பட்டு விட்டது. எதிர்காலம் கேள்விக் குறியாகியுள்ளது. புதிய துயரங்கள் அனைத்துப் பெரிய தீவுகளிலும் மறைந்துள்ளன. முன்னாள் தேசியவாதத்தின் கனவுகளிலிருந்து தூரத்து, தூரத்து முழக்கம். மேற்கத்திய நிருபரின் வெறுப்பூட்டக் கூடிய கேள்விக்கு அறுபதுகளின் மத்தியில் சுகர்னோ இவ்வாறு முழக்கமிட்டார்:

நான் எதற்காகப் பெருமையடைய வேண்டுமென்று நான் உங்களுக்குச் சொல்கிறேன். இருபது ஆண்டுகளில் 7000 தீவுகள் கொண்ட இந்த நாட்டை, சபாங்கிலிருந்து மொராக்கோ வரை, அமெரிக்காவை விட நீண்டிருப்பதைப் பல பாரம்பரியங்கள் கொண்ட மக்களைக் கொண்டதை, பல மொழிகள் பேசுவதை, பல வகை கோரிக்கைகளும், தேவைகளும் உடையதை ஒரு தேசமாக மாற்றியுள்ளேன். அவர்கள் அனைவரும் இப்போது இந்தோனேசியர்கள். அவர்கள் என்னைப் போலவே உணர்கிறார்கள் காலனியிசத்தையோ, ஏகாதிபத்தியத்தையோ எந்த வடிவிலும் இந்தக் கரைகள் மீது படையெடுக்க அவர்கள் அனுமதிக்க மாட்டார்கள். இது பெருமைப்படத்தக்க ஒன்றில்லையா?

... இந்த வாழ்வில் பணக்காரராவதை விட நிறைய உள்ளதென்பதை நீங்கள் புரிந்து கொள்ளவில்லையா? உங்களைப் போன்றவர்கள் பொருள் ரீதியாக மட்டுமே வெற்றி குறித்துச் சிந்திக்க முடியும். நீங்கள் நினைப்பது பொருளாதாரம் மட்டுமே...[135]

எவ்வளவு உண்மை.

அடிக்குறிப்புகள்:

134. டிசம்பர் 2002-ல் பாங்காக்கில் பேசியது, பதிப்பிக்கப்படவில்லை.

135. 'சுகர்னோவின் வீழ்ச்சி'யில் டார்ஸி விட்டாச்சியால் எடுத்துக்காட்டப்பட்டது, லண்டன் 1967.

■

www.ingramcontent.com/pod-product-compliance
Ingram Content Group UK Ltd.
Pitfield, Milton Keynes, MK11 3LW, UK
UKHW042139021026
15589UKWH00003B/923

9 789383 661428